മൂന്നു പടയാളികൾ

moonnu padayalikal
novel
•
original title
the three musketeers
•
alexander dumas
•
translation
bitter c mukkolakkal
•
first edition
august 2013
•
typesetting
megha
•
published
chintha publishers, thiruvananthapuram
•

•
cover
ambeesh
•

വിതരണം

ദേശാഭിമാനി ബുക്ക് ഹൗസ്
H O തിരുവനന്തപുരം–695 035
phone: 0471-2303026, 6063026
www.chinthapublishers.com
chinthapublishers@gmail.com

ബ്രാഞ്ചുകൾ

ഹെഡ്ഡാഫീസ് ബ്രാഞ്ച് കുന്നുകുഴി • ഓവർബ്രിഡ്ജ് തിരുവനന്തപുരം • കെ എസ് ആർ ടി സി ബസ് സ്റ്റേഷൻ ആലപ്പുഴ • കെ എസ് ആർ ടി സി ബസ് സ്റ്റേഷൻ എറണാകുളം • മച്ചിങ്ങൽ ലെയ്ൻ തൃശൂർ • ഐ ജി റോഡ് കോഴിക്കോട് • മാവൂർ റോഡ് കോഴിക്കോട് • എൻ ജി ഒ യൂണിയൻ ബിൽഡിങ് കണ്ണൂർ • സെൻട്രൽ ബസ് ടെർമിനൽ കോംപ്ലക്സ് താവക്കര കണ്ണൂർ

CO - 1926 / 3276

മൂന്നു പടയാളികൾ

(നോവൽ)

അലക്സാണ്ടർ ഡ്യൂമ

പരിഭാഷ:

ബിറ്റർ സി മുക്കോലയ്ക്കൽ

ചിന്ത പബ്ലിഷേഴ്സ്

തിരുവനന്തപുരം–695 035

അലക്സാണ്ടർ ഡ്യൂമ (1802–1870)

പതിനേഴാം നൂറ്റാണ്ടിൽ ഫ്രാൻസിൽ ജീവിച്ചിരുന്ന പ്രശസ്ത നോവലിസ്റ്റാണ് അലക്സാണ്ടർ ഡ്യൂമ. 1802 ജൂലൈ 24ന് അദ്ദേഹം ജനിച്ചു. ഉയർന്ന സാഹസികതകൾ നിറഞ്ഞ ചരിത്രനോവൽ രചിച്ചയാളെന്ന രീതിയിലാണ് അദ്ദേഹത്തിന്റെ ലോകപ്രശസ്തി. *മൂന്നു പടയാളികൾ* (*The Three Musketeers*) അദ്ദേഹത്തിന്റെ ഒരു ചരിത്രനോവലാണ്. *മോണ്ടിക്രിസ്റ്റോയിലെ പ്രഭു* അദ്ദേഹത്തിന്റെ മറ്റൊരു പ്രസിദ്ധ നോവലാണ്. നോവലുകൾക്കു പുറമേ നാടകങ്ങളും ധാരാളം ലേഖനങ്ങളും അദ്ദേഹമെഴുതി. *ഹെൻറി III* അദ്ദേഹത്തിന്റെ ഒരു നാടകമാണ്. ഫ്രഞ്ചു പട്ടാളത്തിലെ പരിശീലകനായിരുന്ന അദ്ദേഹത്തിന്റെ വായനാശീലവും നല്ല കയ്യക്ഷരവും പ്രസിദ്ധമാണ്. പക്ഷേ, ധൂർത്തു നിറഞ്ഞ ജീവിതം അവസാനനാളുകളിൽ അദ്ദേഹത്തെ പാപ്പരാക്കിയിരുന്നു. കടക്കാരനായ അദ്ദേഹത്തിനു നാടുവിടേണ്ടിയും വന്നു. 1870 ഡിസംബർ 5ന് അദ്ദേഹം മരണമടഞ്ഞു.

ബിറ്റർ സി മുക്കോലയ്ക്കൽ

അധ്യാപകൻ, എഴുത്തുകാരൻ, പരിഭാഷകൻ തുടങ്ങിയ നിലകളിൽ പ്രശസ്തൻ. ഒരു ഗവേഷണ പഠിതാവ് കൂടിയാണ്. പരിഭാഷ ഉൾപ്പെടെ ധാരാളം പുസ്തകങ്ങൾ രചിച്ചു. *നൂറാനക്കാര്യങ്ങൾ ഇംഗ്ലീഷിൽ, സ്കൂൾ ഡൈജസ്റ്റ്, പഠനപ്രോജക്ടുകൾ, എന്ത് എങ്ങനെ, എബ്രഹാം ലിങ്കൺ, കരയാത്ത കാക്ക, ഇംഗ്ലീഷ് ലാഫർ, ഫോൾ ഓഫ് ദി മിസ്റ്റ് ഇന്റു ദി ഹാർട്ട്, കുട്ടികളും സൃഷ്ടിപരതയും, പഠിക്കാൻ ഓർമസൂത്രങ്ങൾ, റോബിൻസൺ ക്രൂസോ* (പരിഭാഷ), *മൂന്നു പടയാളികൾ* (പരിഭാഷ), *ഇംഗ്ലീഷിൽ ചിന്തിക്കാം സംസാരിക്കാം, എപ്പിക് ഓഫ് സക്സസ്* (പരിഭാഷ) തുടങ്ങിയവ അദ്ദേഹത്തിന്റെ രചനകളാണ്.

വിലാസം : ബ്രീസ്, വാഴവിള, കുളവിക്കോണം,
നെടുമങ്ങാട് പി ഒ, തിരുവനന്തപുരം.

ഇ–മെയിൽ : bittercmukkolakkal@gmail.com

ഉള്ളടക്കം

ഒരു വാക്ക്

അലക്സാണ്ടർ ഡ്യൂമയുടെ ഒരു ചരിത്രനോവലാണ് *The Three Musketeers.* അദ്ദേഹത്തെ പ്രശസ്തനാക്കിയ നോവലുകളിൽ പ്രധാനപ്പെട്ട ഒന്നാണിത്. 'മസ്കിറ്റ്' എന്നാൽ തോക്കെന്നായതിനാൽ 'മൂന്നു തോക്കുധാരികൾ' എന്ന് ഈ നോവലിനെ പരിഭാഷപ്പെടുത്താമെങ്കിലും വായനയുടെ സുഖത്തിന് *മൂന്നു പടയാളികൾ* എന്ന് പരിഭാഷപ്പെടുത്തുകയാണ്. ആർട്ഗ്നൻ എന്നു പേരുള്ള ഒരു യുവാവ് ഒരു പടയാളിയുടെ വേഷം സ്വീകരിക്കാനായി ജന്മനാട്ടിൽനിന്നും പാരീസിലേക്കു വരുന്നതും തുടർന്നുള്ള സാഹസികതകളുമാണ് ഈ നോവലിലെ പ്രതിപാദ്യം. എന്നാൽ നോവലിന്റെ പേരിൽ പറയുന്ന മൂന്നു പടയാളികളിൽ ഈ ആർട്ഗ്നൻ ഉൾപ്പെടുന്നില്ല. വേർപെടുത്താനാകാത്ത ആതോസ്, പോർത്തോസ്, ആറമീസ് എന്നീ മൂന്നു പടയാളികളാണ് അതിലുള്ളത്. ആർട്ഗ്നന്റെ കഥയുടെ ബാക്കി അദ്ദേഹത്തിന്റെ മറ്റു രണ്ടു നോവലിലൂടെ തുടരുന്നുണ്ട്. *Twenty Years After, The Vicomte of Bragelonne* എന്നിവയാണ് ആ നോവലുകൾ. ഈ മൂന്നു നോവലുകൾ ഒരുമിച്ച് *D'Artgnun Romances* എന്ന പേരിലാണ് അറിയപ്പെടുന്നത്. എങ്കിലും ആദ്യത്തെ നോവലാണ് പ്രസിദ്ധം. ഈ പുസ്തകത്തെ ഫ്രഞ്ചിൽനിന്നും ഇംഗ്ലീഷിലേക്ക് ലോവെൽ ബെയർ പരിഭാഷപ്പെടുത്തിയ പുസ്തകമാണ് മലയാളത്തിലേക്ക് പരിഭാഷപ്പെടുത്താൻ ഇവിടെ ഉപയോഗിച്ചിരിക്കുന്നത്. അറുപത്തിയേഴ് അധ്യായങ്ങളും ഒരു ഉത്തരാഖ്യാനവുമുള്ള ഈ നോവൽ വായനക്കാർക്ക് സമ്മിശ്രവികാരങ്ങളുണ്ടാക്കുമെന്നതിൽ സംശയമില്ല. നോവലിനെ ഒരുവിധത്തിലും സംഗ്രഹിക്കാതെയും ലളിതമായും ഒഴുക്കോടെയും പരിഭാഷപ്പെടുത്താൻ പരമാവധി ശ്രമിച്ചിട്ടുണ്ട്. രചനാവേളയിൽ പ്രോത്സാഹനം തന്ന എല്ലാവർക്കും സഹൃദയം നന്ദി രേഖപ്പെടുത്തുന്നു.

ബിറ്റർ സി മുക്കോലയ്ക്കൽ

1

മൂന്നു സമ്മാനങ്ങൾ

ആയിരത്തി അറുനൂറ്റി ഇരുപത്തിയഞ്ച് ഏപ്രിൽ മാസത്തിലെ ആദ്യ തിങ്കളാഴ്ച. മിയുങ്ങ് പട്ടണത്തിലെ ചന്തയിൽ ഏതോ ഒരു കലാപം നടക്കുന്നതുപോലെ. കരയുന്ന തങ്ങളുടെ കുഞ്ഞുങ്ങളെ വാതിൽക്കൽ ത്തന്നെയാക്കിയശേഷം സ്ത്രീകൾ പരക്കം പായുന്നു. ആകപ്പാടെയുള്ള ഈ ബഹളം കണ്ട കുറേ ആളുകൾ കൈത്തോക്കുകളുമെടുത്തുകൊണ്ട് കുതിരപ്പുറത്തു ചാടിക്കയറി. ആൾക്കൂട്ടം കണ്ട ജോളിമില്ലർ ഹോട്ടലി നടുത്തേക്കു പാഞ്ഞു. എന്താണു സംഭവമെന്ന് ആർക്കുമറിയില്ല. ഓരോ നിമിഷം കഴിയുന്തോറും കൂടുതൽ ആളുകൾ അങ്ങോട്ടു പാഞ്ഞുകൊണ്ടി രുന്നു.

അക്കാലത്ത് കലാപങ്ങൾ സർവസാധാരണമായിരുന്നു. ഒരു നഗര ത്തിലല്ലെങ്കിൽ മറ്റൊരിടത്ത്. ചിലപ്പോൾ പ്രഭുക്കന്മാർ തമ്മിലായിരിക്കും യുദ്ധം; മറ്റുചിലപ്പോൾ രാജാവും കർദിനാളും തമ്മിൽ; അതുമല്ലെങ്കിൽ സ്പെയിനും രാജാവുമായിട്ട്. പരസ്യവും രഹസ്യവുമായ യുദ്ധങ്ങൾ ഇതി നുപുറമേ, നാട്ടുകാരുടെമേൽ എപ്പോൾ വേണമെങ്കിലും ചാടിവീഴാൻ സാധ്യതയുള്ള കള്ളന്മാരും തെണ്ടികളും തെമ്മാടികളും. ഇവരെ എതിരി ടാനുള്ള ആയുധങ്ങളുമായിട്ടാണ് നഗരവാസികൾ ജീവിക്കുന്നത്. ചില പ്പോൾ പ്രഭുക്കന്മാരോടും രാജാവിനോടുമാണ് എതിരിടേണ്ടിവരുന്നത്. ഇതൊരു സ്ഥിരം കാഴ്ചയാണ്. അതുകൊണ്ടുതന്നെയാണ് കലാപം നട ക്കുന്നതായി തോന്നിയയുടനെ ആയുധമെടുത്ത് ആളുകൾ അങ്ങോട്ടു പാഞ്ഞത്. ജോളിമില്ലർ ഹോട്ടലിനടുത്തെത്തിയപ്പോഴാണ് ബഹളത്തിന്റെ ചുരുളഴിഞ്ഞത്.

ഒരു ചെറുപ്പക്കാരൻ!

ഒറ്റനോട്ടത്തിൽ ഒരു സ്വപ്നജീവിയാണെന്നു തോന്നും. ഒരു ഡോൺ

കിസോട്ടുപോലെ.

പതിനെട്ടുവയസ്സ് അയാൾക്കു തോന്നിക്കും. നിറം മങ്ങിത്തുടങ്ങിയ ഒരു നീലക്കമ്പിളിയാണ് വേഷം. തൂവലുകൾ നാട്ടിയ ഒരിനം തൊപ്പിയുണ്ട് തലയിൽ. തവിട്ടുനിറത്തിലുള്ള നീണ്ട മുഖം. കൊളുത്തുപോലെയുള്ള നീണ്ട മൂക്ക്. ഉന്തിയ കവിൾത്തടം. ധിഷണ തുളുമ്പുന്ന കണ്ണുകൾ. ആകപ്പാടെ കണ്ടാൽ ഒരു ആത്മപ്രശംസകനെന്നു തോന്നും. തുകൽബെൽറ്റിൽ തൂക്കിയിട്ടിരിക്കുന്ന ഉറയിൽ വാൾ തിളങ്ങുന്നതു കണ്ടില്ലായിരുന്നെങ്കിൽ അയാളെ ആളുകൾ ഒരു വെറും കർഷകനാണെന്നേ കരുതുമായിരുന്നുള്ളൂ. നടക്കുമ്പോൾ ഉപ്പൂറ്റിയിലും കുതിരപ്പുറത്ത് സവാരിചെയ്യുമ്പോൾ കുതിരയുടെമേൽ വിരിച്ച പരുക്കൻ തുണിയിലും അയാളുടെ വാളുറ ഉരസിനിന്നിരുന്നു.

ഈ സ്വപ്നജീവിയെക്കാൾ നാട്ടുകാരെ കൂടുതൽ ആകർഷിച്ചത് അയാളുടെ കുതിരയാണ്. പന്ത്രണ്ടിനും പതിനാലിനും ഇടയ്ക്കു പ്രായം വരും അതിന്. അതിന്റെ പുറത്ത് ഒരു മഞ്ഞത്തുണിയിട്ടിരിക്കുന്നു. വാലിൽ ഒരു രോമത്തരിപോലുമില്ല. കാലിൽ പലയിടങ്ങളും പഴുത്ത് പൊട്ടി നീരൊലിക്കുന്നു. അതിന്റെ നടത്തയാകട്ടെ അതിലും വിചിത്രം. നടക്കുമ്പോൾ തല അതിന്റെ മുട്ടിനേക്കാൾ താഴെ എത്തുന്നവിധം കൂനിക്കൂടുന്നു. എല്ലാ ദിവസവും എട്ടുകാതം ഇതെങ്ങനെ ഓടിത്തീർക്കുന്നുവെന്ന് ദൈവത്തിനുമാത്രമറിയാം. തങ്ങളുടെ ഇടയിൽ ആ കുതിരയെത്തുമ്പോൾ ആളുകൾക്ക് ചിരിക്കാനേ വകയുള്ളൂ.

ഒരുമണിക്കൂറെങ്കിലും ആയിക്കാണും ആ കുതിരയവിടെയെത്തിയിട്ട്. നഗരവാസികൾ കൂടിനിന്ന് തുറിച്ചുനോക്കുന്നതു കണ്ടപ്പോൾ അയാൾക്കത് തീരെ സുഖിച്ചില്ലെന്നുതന്നെ പറയാം.

ആർട്ഗ്നൻ എന്നായിരുന്നു ആ യുവാവിന്റെ പേര്. തന്റെ കുതിര കാരണമാണ് തന്നെ എല്ലാവരും നോക്കിച്ചിരിക്കുന്നതെന്ന് അയാൾക്കു നന്നായിട്ടറിയാം. അയാളുടെ അച്ഛൻ സമ്മാനമായി കൊടുത്തതായിരുന്നു അത്. അയാൾക്ക് യഥാർഥത്തിൽ കുതിരയെ അത്ര ഇഷ്ടമായിരുന്നില്ല; കുറഞ്ഞത് പത്തുപന്ത്രണ്ട് ഫ്രാങ്കെങ്കിലും അതിനു വില കിട്ടുമെന്ന് അയാൾക്ക് അറിയാമായിരുന്നു. പക്ഷേ, അതിനേക്കാൾ വിലയേറിയതായിരുന്നു അന്ന് അച്ഛൻ അയാൾക്കു നൽകിയ ഉപദേശം.

അച്ഛൻ പറഞ്ഞു: "മോനേ, ഏതാണ്ട് പതിമൂന്നു വർഷങ്ങൾക്കു മുമ്പാണ് നിന്റെ പിതാവിന്റെ വീട്ടിൽ ഈ കുതിര ജനിച്ചത്. ഇത്രയും കാലം അത് ഇവിടെത്തന്നെ വളർന്നു. അതുകൊണ്ട് നീയിതിനെ കാര്യമായി പരിരക്ഷിക്കണം. നീ ഒരിക്കലും ഇതിനെ വിൽക്കാൻ ശ്രമിക്കരുത്. ജീവിക്കുന്നിടത്തോളംകാലം ജീവിച്ചശേഷം ബഹുമാനപൂർവം അത് വാർധക്യത്തിൽ ചത്തോട്ടെ. വൃദ്ധനായ ഒരു വേലക്കാരനോടു കാണിക്കുന്ന കരുണ ഇതിനോടു നിനക്കെന്നുമുണ്ടായിരിക്കണം. എന്നെങ്കിലും നിനക്കു കൊട്ടാരത്തിൽ പോകേണ്ടിവരുന്നെങ്കിൽ അന്തസും അഭിമാനവും കാത്തുസൂക്ഷിച്ചുപോകണം. കഴിഞ്ഞ അഞ്ചു നൂറ്റാണ്ടിലൂടെ നിന്റെ

തറവാട് ആർജിച്ച പാരമ്പര്യം നിനക്കു നന്നായിട്ടറിയാമല്ലോ. രാജാവിനും കർദിനാളിനും മുമ്പിലൊഴികെ ആരുടെ മുന്നിലും നീ താണുകൊടുക്കരുത്. ആത്മധൈര്യത്തോടുകൂടിയേ ആർക്കും എന്തും നേടാനാകൂ. തീരുമാനമെടുക്കാൻ താമസം വന്നാൽ മുന്നിലകപ്പെടുന്ന അവസരം നഷ്ടമാകും. ഒന്നും വിട്ടുകളയരുത്; അപ്പോൾത്തന്നെ സ്വന്തമാക്കണം."

അച്ഛൻ തുടർന്നു പറഞ്ഞു: "മോനേ, നീ യുവാവാണ്. നീ ധീരനായിരിക്കണം. അതിനു രണ്ടു കാരണങ്ങൾ ഉണ്ട്. ഒന്ന് നീയൊരു ഗാസ്കനാണ്. രണ്ടാമത് നീയെന്റെ മകനും. ലഹളകൾക്കും സാഹസികതകൾക്കും മുമ്പിൽ ഭയചകിതനാകരുത്. സാഹസികതകൾ നീ അന്വേഷിച്ചുപോകണം. വാൾപ്പയറ്റ് ഞാൻ നിന്നെ അഭ്യസിപ്പിച്ചിട്ടുണ്ടല്ലോ. നിനക്ക് ഉറച്ചകാലുകളും ഉരുക്കുകൈകളുമുണ്ട്. യുദ്ധം ചെയ്യേണ്ടിടത്ത് ധീരമായി പോരാടുക. മോനേ, നിനക്കു തരാനായി ഇതാ ഈ പതിനഞ്ച് ക്രൗണും എന്റെ കുതിരയും ഈ പറഞ്ഞ ഉപദേശവും മാത്രമേയുള്ളൂ. ഏറക്കുറെ എല്ലാ മുറിവുകളും പെട്ടെന്നുണക്കുന്ന അത്ഭുതകരമായ ഒരു മരുന്ന് എങ്ങനെയുണ്ടാക്കാമെന്ന് നിന്റെയമ്മ നിനക്കു പറഞ്ഞു തരും; ഹൃദയത്തിൽ ഏൽക്കുന്ന മുറിവുകൾ ഉണക്കാൻ മാത്രം ആ മരുന്നിനു പറ്റില്ല. മറ്റേതു മുറിവുണ്ടായാലും ശരി ആ മരുന്നൊന്നു തേയ്ച്ചാൽ മതി അപ്പോൾ സുഖമാകും. എല്ലാം ഉപയോഗിച്ച് സസുഖം ജീവിക്കണം. ഒരു കാര്യംകൂടി പറഞ്ഞോട്ടെ. ശരിയായി ജീവിക്കാൻ നിനക്കൊരു മാതൃക നൽകണമെന്ന് എനിക്കാഗ്രഹമുണ്ട്. ഒരിക്കലും കൊട്ടാരത്തിൽ പോയിട്ടില്ലാത്ത എനിക്ക് അതാകാനാവില്ല. പക്ഷേ, ആരാലും പ്രേരിപ്പിക്കപ്പെടാതെ മതപരമായ ലഹളകളിൽ ഇടപെട്ട് ഞാൻ യുദ്ധം ചെയ്തിട്ടുണ്ട്. എങ്കിലും എനിക്ക് മാതൃകയാകാനാകില്ല. പക്ഷേ ഒരു ട്രിവീലിയുണ്ട്. അദ്ദേഹം പണ്ട് എന്റെ അയൽക്കാരനായിരുന്നു; അദ്ദേഹവും ഒരു ഗാസ്കൻ തന്നെ. കുട്ടിക്കാലത്ത് നമ്മുടെ രാജാവായിരുന്ന ലൂയി പതിമൂന്നാമന്റെ കളിത്തോഴനായിരുന്നു. കളിച്ചുകളിച്ച് അവസാനം പലപ്പോഴും അവർ അടിപിടിയിലെത്താറുണ്ടായിരുന്നു. മിക്കപ്പോഴും രാജാവാണ് തോറ്റുപോകുന്നത്. ട്രിവീലി പരാജയപ്പെടുത്തിയ കഥകൾ അദ്ദേഹം മറന്നിട്ടുണ്ടാകില്ല. അതിനുശേഷം ട്രിവീലി മറ്റുപല ലഹളകളിലും ഉൾപ്പെട്ടിട്ടുണ്ട്. ആദ്യമായി പാരീസിലേക്കു പോകുമ്പോൾത്തന്നെ അഞ്ചു തവണ. മുൻരാജാവ് മരിച്ചശേഷം ഇദ്ദേഹം പ്രായമാകുന്നതിനിടയിൽ ഏഴു തവണ. ഒക്കെ ഗൗരവമുള്ള ഏറ്റുമുട്ടലുകൾ തന്നെയായിരുന്നു. അതിനുശേഷം ഇന്നുവരെയുള്ള കാലഘട്ടം നോക്കിയാൽ ഒരു നൂറ് ഏറ്റുമുട്ടലുകൾ വീണ്ടും കാണും. അധികാരികളുടെ നിയമങ്ങളും കൽപ്പനകളും ലംഘിച്ചുനീങ്ങിയ അദ്ദേഹമിപ്പോൾ പോരാളികളുടെ ക്യാപ്റ്റനാണ്. അതായത് രാജാവിന്റെ ഇഷ്ടക്കാരനായ ഒരുസംഘം പോരാളികളുടെ നേതാവ്. ആരെയും ഭയക്കാത്ത കർദിനാളിനുവരെ ഈ പോരാളികളെ ഭയമെന്നാണ് പരക്കെയുള്ള അറിവ്. ട്രിവീലിയെക്കുറിച്ച് ഇനിയും പറയാനുണ്ട്. അദ്ദേഹത്തിന് പതിനായിരം പവന്റെ വാർഷിക വരുമാനമുണ്ട്;

ഇപ്പോൾ വലിയ കേമനായിരിക്കുകയാണ്. നിന്നെപ്പോലെ തന്നെയാണ് അയാൾ ജീവിതം തുടങ്ങിയത്. ഈ കത്തുമായി മോൻ അയാളുടെ അരികിൽ ചെല്ലണം. അയാളെ നീ മാതൃകയാക്കിയാൽ നിനക്കും അയാളെപ്പോലെയാകാം....."

ദീർഘമായി ഈവിധം സംസാരിച്ചശേഷം അച്ഛൻ സ്വന്തം വാളെടുത്ത് ആർട്ഗ്നന്റെ തുകൽബെൽറ്റിൽ കൊളുത്തിയിട്ടു കൊടുത്തു. ഒപ്പം അയാളുടെ ഇരുകവിളുകളിലും വാത്സല്യചുംബനം നൽകി അനുഗ്രഹിക്കുകയും ചെയ്തു.

പിതാവിന്റെ മുറിവിട്ടപ്പോൾ തന്നെ കാത്തിരിക്കുന്ന അമ്മയെ ആർട്ഗ്നൻ കണ്ടു. തനിക്ക് അവശ്യം വേണ്ടിവരുമെന്ന് അച്ഛൻ പറഞ്ഞിരുന്ന മരുന്ന് അമ്മ കൈയിൽ കരുതിയിരുന്നു.

അമ്മയുടെ അരികിൽനിന്നും യാത്ര പറഞ്ഞിറങ്ങാൻ ആർട്ഗ്നന് കൂടുതൽ സമയം വേണ്ടിവന്നു. അതു കൂടുതൽ വാത്സല്യം നിറഞ്ഞ രംഗമായിരുന്നു. അച്ഛന് മകനോടു സ്നേഹക്കുറവായിരുന്നുവെന്നല്ല ഇതർഥമാക്കുന്നത്. ഏകമകനാണെന്ന കാര്യമറിയണം. പുരുഷന്മാർ അധികം വികാരങ്ങൾക്കു കീഴടങ്ങരുതല്ലോ. അത്രയേയുള്ളു കാരണം. പക്ഷേ, അമ്മയും സ്ത്രീയുമാകുന്ന ഒരാളുടെ കാര്യം അങ്ങനെയല്ലല്ലോ. അമ്മയ്ക്കു സഹിച്ചില്ല. അവർ ഏങ്ങിയേങ്ങിക്കരഞ്ഞു. വളരെ ക്ലേശത്തോടെയാണ് ആർട്ഗ്നൻ തന്റെ വികാരത്തെ നിയന്ത്രിച്ചു നിർത്തിയത്. എങ്കിലും അവന് അവനെ നിയന്ത്രിക്കാനായില്ല. കണ്ണിൽനിന്നും നീർ ധാരധാരയായി ഒഴുകി. തലകുനിച്ച് അവൻ തന്റെ കണ്ണീർ മറയ്ക്കാൻ ശ്രമിച്ചു.

അന്നുതന്നെ ആ യുവാവ് യാത്ര പുറപ്പെട്ടു; പിതാവിൽനിന്നും ലഭിച്ച മൂന്നു സമ്മാനങ്ങളുമായി – പതിനഞ്ചു ക്രൗൺ, കുതിര, ട്രിവീലിനുള്ള കത്ത്.

ഭാവത്തിലും രൂപത്തിലും സെർവാന്റീസിന്റെ രചനയിലെ നായകനായ ഡോൺ കിസോട്ടെന്ന സ്വപ്നനായകൻ തന്നെയായിരുന്നു ആർട്ഗ്നൻ. ഡോൺ കിസോട്ടിന് വിന്റ്മില്ലുകളെ രാക്ഷസന്മാരായും ആടുകളെ പടയാളികളുമായിട്ടാണല്ലോ തോന്നിയത്. എന്തായാലും അവൻ പുച്ഛച്ചിരിയോടും എന്തുമെതിരിടുമെന്ന ഭാവത്തോടുംകൂടി നടന്നു. അതുണ്ടാക്കിയ പരിണതഫലമറിയേണ്ടേ? പോകുന്ന വഴിക്ക് കാരണം യാതൊന്നുമില്ലാതെ അയാൾ വാളിൽ കടന്നുപിടിച്ചിട്ടുണ്ടായിരുന്നു.

യാത്രാവേളയിൽ ആ കുതിരയെ കണ്ടാൽ ആരും ചിരിച്ചു പോകും. പക്ഷേ ആളുകൾ സ്വയം നിയന്ത്രിച്ചു. കുതിരപ്പുറത്ത് വാളും തൂക്കിപ്പിടിച്ചുകൊണ്ടുള്ള അയാളുടെ അന്തസ്സോടുകൂടിയ ഇരിപ്പു കണ്ടാലോ കൂടുതൽ ചിരിച്ചുപോകും. മിയുങ്ങ് നഗരത്തിലെത്തുന്നതുവരെ പ്രൗഢിയിലും അന്തസ്സിലുമാണ് അയാൾ കുതിരപ്പുറത്തിരുന്നത്.

ജോളിമില്ലറിന്റെ ഗെയ്റ്റിനരികിലെത്തി കുതിരപ്പുറത്തുനിന്നും അവൻ ഇറങ്ങിയപ്പോൾ അവിടെയാരും ഉണ്ടായിരുന്നില്ല. അപ്പോഴാണ്

ഹോട്ടലിന്റെ ചുവട്ടിലെ നിലയിൽ തുറന്ന ഒരു ജനാലയ്ക്കരികിലായി ഒരു മനുഷ്യൻ നിൽക്കുന്നത് അവൻ കണ്ടത്. കാഴ്ചയിൽ മാന്യനെപ്പോലെ തോന്നുന്ന ഉയരമുള്ള ഒരു മനുഷ്യൻ. പക്ഷേ, അയാളുടെ മുഖത്ത് എന്തോ ഒരു ഇഷ്ടക്കേട്. അയാൾ സമീപത്തു നിൽക്കുന്ന രണ്ടുപേരോടു സംസാരിക്കുകയായിരുന്നു; രണ്ടുപേരും വിനയാന്വിതരെപ്പോലെ സശ്രദ്ധം കേൾക്കുന്നു. സ്വപ്നനായകനായ തന്നെക്കുറിച്ചാണ് സംസാരിക്കുന്നതെന്ന് ആർട്ഗ്നനു തോന്നി. യഥാർഥത്തിൽ അയാളുടെ തോന്നലിന് ഇത്തവണ പകുതി ശരിയേയുണ്ടായിരുന്നുള്ളൂ. അവർ അയാളുടെ കുതിരയെക്കുറിച്ചായിരുന്നു സംസാരിച്ചത്. ആ മാന്യൻ മറ്റു രണ്ടുപേരോടും തന്റെ കുതിരയെപ്പറ്റിയുള്ള ഗുണങ്ങൾ പറയുകയായിരുന്നു. വിനയത്തോടെ ഒക്കെ കേൾക്കുന്ന ഇരുവരും ഇടയ്ക്കിടെ പൊട്ടിച്ചിരിക്കുകയും ചെയ്യുന്നു. ഈ സ്വപ്നാടകനായ നമ്മുടെ കഥാപാത്രത്തിന് ഒരു ചെറുചിരി മതിയല്ലോ അരിശംകൊള്ളാനായി. ആ സ്ഥിതിക്ക് കളിയാക്കിയുള്ള പൊട്ടിച്ചിരിയാണെങ്കിലോ? പരിണതഫലം ചിന്തിക്കാവുന്നതേയുള്ളൂ.

തന്നെ കളിയാക്കുന്ന ആ മനുഷ്യന്റെ ഭാവപ്രകടനങ്ങളാണ് ആദ്യമായി നിരീക്ഷിക്കാൻ ആർട്ഗ്നൻ ശ്രമിച്ചത്. അവൻ അയാളെ തുറിച്ചു നോക്കി. നാൽപ്പതോ നാൽപ്പത്തിയഞ്ചോ വയസ്സ് പ്രായം വരും. തുറിച്ചു നോക്കുന്ന കരിങ്കണ്ണുകൾ. വിളറിയ മുഖഭാവം. എടുത്തുപറയത്തക്ക മൂക്ക്. ചെത്തിയൊതുക്കിയ കറുത്ത മേൽമീശ. വയലറ്റു നിറത്തിലുള്ള ഉടുപ്പാണ് വേഷം. ഒക്കെ ഒറ്റനോട്ടത്തിൽ അവൻ അളന്നുകുറിച്ചു. തന്റെ ഭാവിജീവിതവുമായി ആ മനുഷ്യന് എന്തോ ഒരു ബന്ധമുണ്ടാകാൻ പോകുന്നതായും ആർട്ഗ്നന്റെ അന്തരംഗം മന്ത്രിച്ചു.

ആർട്ഗ്നൻ ഈവിധം നിരീക്ഷണത്തിലും ചിന്തയിലും മുഴുകിയപ്പോൾ ആ മനുഷ്യൻ കുതിരയെപ്പറ്റിയുള്ള വിമർശനങ്ങൾ സമീപത്തു നിന്ന രണ്ടുപേരോടും നിരത്തുകയായിരുന്നു. രണ്ടുപേരുടെയും ചിരി നേരത്തേതിലും ഉയർന്ന ശബ്ദത്തിലായിത്തുടങ്ങിയപ്പോൾ താൻ തികച്ചും അപമാനിതനായിത്തീർന്നെന്ന് അവനു തോന്നി. കോപാക്രാന്തനായ ആർട്ഗ്നൻ ഒരു കൈ വാളിലും മറ്റേ കൈ അരയിലും വച്ച് ആ മനുഷ്യന്റെ നേരെ നടന്നു. ഓരോ ചുവടു മുന്നോട്ടുവയ്ക്കുമ്പോഴും അവന്റെ കോപം തിളച്ചുകൊണ്ടിരുന്നു. പക്ഷേ, നിർഭാഗ്യവശാൽ വെല്ലുവിളിക്കാൻ തുനിഞ്ഞവന്റെ ധൈര്യവും വാക്കുകളും എവിടെയോ ചോർന്നുപോയി. തുടർന്ന് യാതൊരു ഗൗരവവുമില്ലാതെ അവൻ സംസാരിച്ചു തുടങ്ങി.

"സർ..... സർ..... താങ്കളെന്തിനാണ് ആ ജനാലയ്ക്കരികിൽ മറഞ്ഞു നിൽക്കുന്നത്?..... നിങ്ങളെന്തിനാണ് ഇങ്ങനെ ചിരിക്കുന്നത്? കാര്യം പറഞ്ഞാൽ നമുക്ക് ഒരുമിച്ചു ചിരിക്കാമല്ലോ?"

അയാൾ കുതിരയിൽനിന്നും നോട്ടം പിൻവലിച്ചശേഷം നേരെ ആർട്ഗ്നനനെ നോക്കി; പരിഹാസത്തിനുള്ള മറ്റൊരു ഇര. തുടർന്ന് നെറ്റി

ചുളിച്ചുകൊണ്ട് പുച്ഛഭാവത്തിൽ അയാൾ പറഞ്ഞു:

"ഞാൻ നിങ്ങളോടല്ലല്ലോ സംസാരിച്ചത്?"

"എന്നാൽ ഞാൻ നിങ്ങളോടാണ് സംസാരിക്കുന്നത്" ആർട്ഗ്നൻ അയാളോടു പറഞ്ഞു. ധിക്കാരവും മര്യാദയും ഒക്കെ ഇടകലർന്ന സ്വരത്തിലാണ് അവൻ ഇതു പറഞ്ഞത്.

ഒരു ചെറുചിരിയോടെ അയാൾ വീണ്ടും ആർട്ഗ്നനെ നോക്കി. തുടർന്ന് ജനലിനരികിൽനിന്നും മാറി സാവധാനം മുറിക്കു പുറത്തിറങ്ങി. അവനരികിൽ രണ്ടു കാലടിയകലെയായി കുതിരയുടെ അരികിൽ അയാൾ നിന്നു. ശാന്തതയും തമാശ നിറയ്ക്കുന്ന ഭാവവും അവനിൽ കണ്ടപ്പോൾ ജനലിനരികിൽത്തന്നെ നിന്നിരുന്ന മറ്റു രണ്ടുപേരുടെയും സന്തോഷം ഇരട്ടിച്ചു.

അയാൾ തന്റെ നേരെ വരുന്നതു കണ്ടപ്പോൾത്തന്നെ ആർട്ഗ്നൻ ഉറയിൽനിന്നും വാൾ ഒരടിയോളം ഊരിയിരുന്നു.

അയാൾ മറ്റു രണ്ടുപേരോടും കുതിരയെ കളിയാക്കിക്കൊണ്ടുതന്നെ വീണ്ടും സംസാരിച്ചു. കുതിരയുടെ ഉടമസ്ഥൻ ഒപ്പം നിൽക്കുന്നുവെന്ന ബോധം അയാൾക്കുണ്ടായില്ല. "മഞ്ഞപ്പൂക്കൾ എവിടെയും സുലഭമാണ്; പക്ഷേ ഈ നിറത്തിലുള്ള കുതിരകൾ എന്തായാലും അപൂർവമാണ്." അയാൾ കുലുങ്ങിച്ചിരിച്ചു.

"ചിലർ കുതിരയെക്കണ്ടു ചിരിക്കും. പക്ഷേ അവർക്ക് അതിന്റെ ഉടമസ്ഥനെ നോക്കിച്ചിരിക്കാനുള്ള ധൈര്യം കാണാറില്ല." ആർട്ഗ്നൻ അലറി.

"പക്ഷേ, സാധാരണയായി ഞാൻ ചിരിക്കാറില്ല. എന്റെ മുഖം കണ്ടാൽ ആർക്കുമത് മനസിലാകും. പക്ഷേ ചിരി വന്നുപോയാൽ ഞാൻ ചിരിച്ചുകൊണ്ടേയിരിക്കും; അതെന്റെ അവകാശമാണ്" അയാൾ പറഞ്ഞു.

"എന്നാൽ എനിക്കു ചിരി വരാത്തപ്പോൾ വേറൊരാൾ ചിരിക്കുന്നത് അനുവദിക്കാൻ എനിക്ക് അത്രകണ്ട് താൽപ്പര്യമില്ല." ആർട്ഗ്നൻ ആക്രോശിച്ചു.

"എന്നാൽ ഞാൻ ചിരിക്കുന്നില്ല...." അയാൾ ഹോട്ടലിന്റെ പടിയിലേക്കു കയറാൻ തിരിഞ്ഞു നടക്കാനൊരുങ്ങി. ജീനികെട്ടിയ ഒരു കുതിര അവിടെ നിന്നിട്ടുണ്ടായിരുന്നത് ആർട്ഗ്നൻ നേരത്തെ കണ്ടിരുന്നു.

പക്ഷേ, തന്നെ അങ്ങനെ പരിഹസിച്ചശേഷം കടന്നുകളയാൻ ആർട്ഗ്നൻ ആരെയും അനുവദിക്കാറില്ല. ഉറയിൽനിന്നും വാൾ ഊരിയെടുത്തുകൊണ്ട് അവൻ അയാളുടെ പുറകേ ചെന്നു. തുടർന്ന് അവൻ അലറി: "തമാശസാറേ നിൽക്കൂ.... അല്ലെങ്കിൽ തട്ടിക്കളയും."

"എന്ത്? തട്ടിക്കളയുമെന്നോ?" അയാൾ തിരിഞ്ഞുനിന്ന് അത്ഭുതത്തോടെ അവനെ അടിമുടി നോക്കി. തുടർന്ന് അയാൾ വീണ്ടും ചോദിച്ചു: "എന്താ പറഞ്ഞത്?..... നിങ്ങൾക്കു ഭ്രാന്താണോ?" ഒപ്പം അയാൾ ആത്മഗതം ചെയ്തു: 'കഷ്ടം തന്നെ! എന്തായാലും ചുറുചുറുക്കുള്ള വീരൻ

തന്നെ. ഇത്തരം ധീരന്മാരെയും തപ്പിയാണല്ലോ രാജാവ് എപ്പോഴും നടക്കുന്നത്."

അയാൾ എന്തെങ്കിലും പറഞ്ഞു തീരുന്നതിനുമുമ്പ് ആർട്ഗ്നൻ കോപാക്രാന്തനായി വാൾ വീശിക്കഴിഞ്ഞിരുന്നു. പിന്നിലോട്ട് ആഞ്ഞില്ലായിരുന്നെങ്കിൽ ഒരു തമാശകൂടി പറയാനുള്ള ഭാഗ്യം അയാളുടെ ജീവിതത്തിലുണ്ടാകുമായിരുന്നില്ല.

സംഗതിയുടെ ഗൗരവം മനസിലാക്കിയപ്പോൾ അയാളും വാളൂരി. എതിരാളിക്ക് സല്യൂട്ട് നൽകിയശേഷം മാറിനിന്നു. ഒപ്പം ജനാലയ്ക്കരികിൽ നിന്നവരും ഹോട്ടലുടമയും അങ്ങോട്ടോടിയെത്തി. വടിയും കൊടിലും കോടാലിയും കൈയിൽ കിട്ടിയതുമെടുത്തുകൊണ്ടാണവർ വന്നത്. അവർ ഒരുമിച്ച് ആർട്ഗ്നനെ ആക്രമിച്ചു. അവൻ അവരുടെ ഓരോ അടിയും പരമാവധി ചെറുത്തുനിന്നു.

പെട്ടെന്ന് അയാൾ വാൾ തിരിച്ചുറയിലേക്കിട്ടു. തൽക്കാലം ഒരു നായകനാകേണ്ടെന്ന് അയാൾ കരുതി. തുടർന്ന് അയാൾ പറഞ്ഞു: "സ്ഥലം കാലിയാക്ക്..... നിന്റെ മഞ്ഞക്കുതിരയിൽക്കയറി വേഗം സ്ഥലം വിട്..."

"നിന്റെ കഥ കഴിക്കുന്നതുവരെ ഞാനിവിടെനിന്നും സ്ഥലംവിടില്ലെടാ ഭീരൂ....." മറ്റു മൂന്നുപേരുടെയും അടികൾ ചെറുത്തുകൊണ്ടാണ് അവൻ ഇതു പറഞ്ഞത്. അവർ കൂടുതൽ ശക്തിസംഭരിച്ച് അവനെ തല്ലിക്കൊണ്ടിരുന്നു.

"എന്നാൽ നീ ആവശ്യത്തിനു വാങ്ങിച്ചുപിടിച്ചോ. നീ നേരെയാകാത്ത ഗാസ്കനാണ്. അടി മതിയാകുമ്പോൾ പറഞ്ഞാൽ മതി" അയാൾ പറഞ്ഞു.

അയാൾക്ക് യഥാർഥത്തിൽ ആർട്ഗ്നന്റെ പ്രകൃതം അറിയില്ലായിരുന്നു–ആവശ്യത്തിനും അനാവശ്യത്തിനും വാളെടുക്കുന്ന സ്വപ്നാടകൻ എന്ന്. അൽപ്പം കഴിഞ്ഞ് അടികൊണ്ട് അവൻ ആകെ തളർന്നു. ഇനി ചെറുക്കാനുമാകുന്നില്ല. വാൾ കൈയിൽനിന്നും താഴെ വീണു. ഒരാൾ വടികൊണ്ട് ആ വാളിൽ ഒരൊറ്റയടി. വാൾ രണ്ടായി. വേറൊരാൾ സർവശക്തിയുമെടുത്ത് തലയിൽ ഒറ്റയടി. ചോരയൊലിച്ചുകൊണ്ട് അവൻ താഴെ വീണു. നിമിഷങ്ങൾക്കകം ബോധം പോവുകയും ചെയ്തു.

ഈ സമയത്താണ് ആളുകൾ എല്ലാ ഭാഗത്തുനിന്നും ഓടിയെത്തിയത്. നഗരവാസികൾ തന്നെ കുറ്റപ്പെടുത്തുമെന്ന് ഹോട്ടലുടമ ഭയന്നു. അയാൾ വേലക്കാരുടെ സഹായത്തോടെ ആർട്ഗ്നനെ അടുക്കളയിലേക്കെടുത്തു. അത്യാവശ്യം വേണ്ട ശുശ്രൂഷകൾ നൽകിയെന്നു വരുത്തി.

വഴക്കുണ്ടാക്കിയ അയാൾ മറ്റു രണ്ടുപേരോടൊപ്പംതന്നെ ജനാലയ്ക്കരികിൽനിന്നു. അക്ഷമരായി ഓടിയെത്തുന്ന ജനങ്ങളെക്കണ്ടപ്പോൾ അയാൾ പരിഭ്രാന്തനാകാതിരുന്നില്ല.

"ആ ഭ്രാന്തൻ ചെക്കന് ഇപ്പോഴെങ്ങനെയുണ്ട്?" വാതിൽ തുറന്നിറങ്ങിവന്ന ഹോട്ടലുടമയോട് അയാൾ ചോദിച്ചു.

"അങ്ങേക്ക് കുഴപ്പമൊന്നുമില്ലല്ലോ?" ഹോട്ടലുടമ തിരിച്ചു ചോദിച്ചു.

"എനിക്ക് ഒരു കുഴപ്പവുമില്ല; ആ ചെക്കൻ കാര്യമറിഞ്ഞാൽ മതി" അയാൾ പറഞ്ഞു.

"യഥാർഥത്തിൽ അയാൾ ബോധംകെട്ടിരുന്നു. ഇപ്പോൾ കുഴപ്പമൊന്നുമില്ല." ഹോട്ടലുടമ പറഞ്ഞു.

"അതെയോ? അവന്റെ ബോധം കെട്ടെന്നോ?"

"പക്ഷേ ബോധം പോകുന്നതിനുമുമ്പ് സർവശക്തിയുമെടുത്ത് അവൻ അങ്ങയെ പരസ്യമായല്ലേ വെല്ലുവിളിച്ചത്." ഹോട്ടലുടമ പറഞ്ഞു.

"അവൻ വെറുമൊരു പിശാചല്ലേ" അയാൾ പല്ലുകടിച്ചു.

"അങ്ങനെ അങ്ങ് തീരുമാനിക്കരുത്." ഹോട്ടലുടമ പുച്ഛസ്വരത്തിൽ പറഞ്ഞു. "ബോധം കെട്ടുകിടന്നിരുന്ന സമയത്ത് ഞങ്ങൾ അവനെ പരിശോധിച്ചു. ആകെപ്പാടെ പന്ത്രണ്ടു ക്രൗൺ മാത്രമേ അയാളുടെ പോക്കറ്റിലുള്ളൂ. പാതിബോധത്തിൽ അവൻ പറഞ്ഞതെന്താണെന്നോ? ഇവിടെയായിരുന്നതുകൊണ്ട് അങ്ങു രക്ഷപ്പെട്ടെന്നും പാരീസിൽവെച്ചായിരുന്നെങ്കിൽ അങ്ങ് ദുഃഖിക്കേണ്ടിവന്നേനെയെന്നും."

"അങ്ങനെ അവൻ പറഞ്ഞെങ്കിൽ വേഷം മാറിനടക്കുന്ന ഏതെങ്കിലും രാജകുമാരനായിരിക്കും അവൻ" അയാൾ പറഞ്ഞു.

"അങ്ങ് ഒക്കെ സ്വയം സൂക്ഷിച്ചോണം എന്നറിയിക്കാൻ വേണ്ടിയാണ് ഞാനിതു പറഞ്ഞത്" ഹോട്ടലുടമ പറഞ്ഞു.

"മയക്കത്തിൽ അവൻ ആരുടെയെങ്കിലും പേരുപറഞ്ഞിരുന്നോ?" അയാൾ തിരക്കി.

"പറഞ്ഞിരുന്നു.... പറഞ്ഞിരുന്നു.... പോക്കറ്റിൽ പിടിച്ചുകൊണ്ട് അവൻ പറഞ്ഞു..... "ഈ സംഭവമറിയുമ്പോൾ ട്രിവീലി എന്തു വിചാരിക്കുമെന്ന് നമുക്കു കാണാം" എന്ന്.

"ട്രിവീലി?" അയാൾ ഞെട്ടിപ്പോയി. "പോക്കറ്റിൽ പിടിച്ചുകൊണ്ട് ട്രിവീലിയുടെ പേരു പറഞ്ഞെന്നോ? നിങ്ങളെന്നിട്ട് അവന്റെ പോക്കറ്റു പരിശോധിച്ചില്ലേ?"

"പരിശോധിച്ചു. ക്യാപ്റ്റൻ ട്രിവീലിക്കുള്ള ഒരു കത്തുണ്ടായിരുന്നു" ഹോട്ടലുടമ പറഞ്ഞു.

"സത്യമാണോയിത്?" അയാൾ ചോദിച്ചു.

"സത്യമാണ് സർ. ഒരു കത്തുണ്ടായിരുന്നു."

അയാളുടെ മുഖത്തുണ്ടായ ഭാവമാറ്റം ഹോട്ടലുടമയ്ക്കു തിരിച്ചറിയാൻ സാധിച്ചില്ല. ജനാലയ്ക്കരികിൽ നിന്നിരുന്ന അയാൾ ഉൽക്കണ്ഠയോടെ അവിടെനിന്നും നീങ്ങി.

"ഇത് ആ പിശാചുതന്നെ." അയാൾ പിറുപിറുത്തു. "ട്രിവീലി ഈ ഗാസ്കനെ എനിക്കെതിരെയയച്ചതോ? ഇവൻ തീരെ ചെക്കനല്ലേ. ആരായാലെന്താ ഒരു വാളേറ്റാൽ ഏറ്റതുതന്നെ. ഏതു പ്രായക്കാരൻ അതു ചെയ്തുവെന്നതിൽ കാര്യമില്ല. ഒരു ചെറിയ തുരുമ്പായിരിക്കും ഒരു കപ്പലിനെ മറിക്കുന്നത്."

ഒന്നാലോചിച്ചശേഷം അയാൾ ഹോട്ടലുടമയോടു പറഞ്ഞു: "ഈ ഭ്രാന്തൻ ചെക്കനെ എങ്ങനെയെങ്കിലും ഒന്നു മാറ്റിക്കൂടെ. തട്ടിക്കളയാമെന്നു വെച്ചാൽ എന്റെ മനസ്സ് അതിന് അനുവദിക്കുന്നില്ല..... അതിരിക്കട്ടെ, അവൻ എവിടെയാണിപ്പോൾ?"

"ഒന്നാംനിലയിലെ എന്റെ ഭാര്യയുടെ മുറിയിലുണ്ട്. എല്ലാവരും കൂടി അവന്റെ മുറിവുകെട്ടുകയാണ്" ഹോട്ടലുടമ പറഞ്ഞു.

"അവൻ കൊണ്ടുവന്ന സാധനങ്ങളൊക്കെ അവന്റെയടുത്തുണ്ടോ?"

"അതില്ല. അവയൊക്കെ അടുക്കളയിലിരിക്കുകയാണ്.... ആ ചെക്കൻ അങ്ങേക്കൊരു ഉപദ്രവമാണെങ്കിൽ....."

ഹോട്ടലുടമ വാക്യം പൂർത്തിയാക്കുന്നതിനുമുമ്പ് അയാൾ പറഞ്ഞു: "തീർച്ചയായും അവൻ എനിക്ക് ഉപദ്രവമാണ്. നിങ്ങളുടെ ഹോട്ടലിൽ വന്ന് അവൻ കലാപം ഉണ്ടാക്കുകയാണ്. ഹോട്ടലിൽ വരുന്ന മാന്യന്മാർക്ക് അത് ഇഷ്ടമായെന്നു വരില്ല..... എന്തായാലും മുകളിൽപോയി എന്റെ ബില്ലു ശരിയാക്കൂ. എന്റെ വേലക്കാരോടും വരാൻ പറയൂ."

"അതിന് സാർ ഉടനെ ഇവിടം വിടുകയാണോ?"

"ഞാൻ പോകുന്ന കാര്യം നിങ്ങൾക്കറിയാമല്ലോ. എന്റെ കുതിരയെ തയാറാക്കി നിർത്താനും ഞാൻ പറഞ്ഞിരുന്നല്ലോ? അവരതു ചെയ്തില്ലേ?" അയാൾ ചോദിച്ചു.

"അവരതു ചെയ്തു. കുതിര വാതിൽപ്പടിക്കൽ തയാറായി നിൽക്കുകയാണ്" ഹോട്ടലുടമ പറഞ്ഞു.

"എങ്കിൽ ഇനി ഞാൻ പറഞ്ഞതനുസരിച്ച് ബില്ലു തയാറാക്കൂ" അയാൾ ആവശ്യപ്പെട്ടു.

ഹോട്ടലുടമ അയാളുടെ മുഖത്തേക്കു നോക്കി ആത്മഗതം ചെയ്തു: "കഷ്ടമായിപ്പോയി! ഈ കൊച്ചു ചെക്കനെയാണോ ഇദ്ദേഹം ഇങ്ങനെ ഭയക്കുന്നത്!"

പക്ഷേ, അയാൾ കോപത്തോടെ ഹോട്ടലുടമയെ തെല്ലൊന്നു നോക്കി. ആത്മഗതംവിട്ട് വിനയത്തോടെ തലകുമ്പിട്ടശേഷം ഹോട്ടലുടമ അവിടം കാലിയാക്കി.

"ഈ ചെകുത്താൻ ചെക്കൻ മിലഡിയെ കാണാനിടവരരുത്" അയാൾ ചിന്തിച്ചു. "അവൾ ഉടനെ വന്നേക്കും. യഥാർഥത്തിൽ വരേണ്ട സമയം കഴിഞ്ഞിരിക്കുകയാണ്. ഞാൻ കുതിരപ്പുറത്ത് അങ്ങോട്ടു ചെന്നു കാണുന്നതാണ് നല്ലത്..... ട്രിവീലിക്കുള്ള കത്തിൽ എന്താണാവോ എഴുതിയിരിക്കുന്നത്?" ഇങ്ങനെ സ്വയം പുലമ്പിക്കൊണ്ട് അയാൾ അടുക്കളയിലേക്കു നടന്നു.

ആ യുവാവായ ചെക്കനവിടെയുള്ളതിനാൽ അയാൾ സ്ഥലംവിടുമെന്ന് ഹോട്ടലുടമയ്ക്ക് തീർച്ചയുണ്ടായിരുന്നു. ഹോട്ടലുടമ ഭാര്യയുടെ മുറിയിൽ ചെന്നു. ആർട്ഗ്നന് ബോധം തെളിഞ്ഞിരുന്നു. ബഹുമാന്യനായ ഒരാളുമായി വഴക്കുണ്ടാക്കിയതിനാൽ പൊലീസെത്തി പ്രശ്നങ്ങളുണ്ടാക്കാനിടയുള്ളതുകൊണ്ട്, എന്തു ക്ഷീണമുണ്ടായാലും ഉടനെ

അവിടെനിന്നും എഴുന്നേറ്റ് സ്ഥലംവിടണമെന്ന് ഹോട്ടലുടമ ആർട്ഗ്നനോടാവശ്യപ്പെട്ടു.

ആർട്ഗ്നൻ വല്ലവിധേനയും എഴുന്നേറ്റു. തലയിലേറ്റ മുറിവ് കെട്ടിവച്ചിരുന്നു. ഹോട്ടലുടമ ധൃതിവച്ചെങ്കിലും വേച്ചുവേച്ചു നടക്കാനേ അവനായുള്ളു. പടികളിറങ്ങി അടുക്കളയിൽച്ചെന്ന അവൻ ജനാലവഴി പുറത്തേക്കുനോക്കി. അപ്പോൾ അവനാദ്യം കണ്ടത്, രണ്ടു വലിയ നോർമാൻ കുതിരകളെപ്പൂട്ടിയ വണ്ടിക്കരികിൽ നിന്നുകൊണ്ട് ശാന്തമായി സംസാരിക്കുന്ന തന്റെ എതിരാളിയെയാണ്.

അയാൾ സംസാരിക്കുന്നതാരോടാണെന്ന് അവൻ നോക്കി. കുതിരവണ്ടിയുടെ ജനാലയിലൂടെ ഒരു തല കാണാറായി. ഇരുപതോ ഇരുപത്തിരണ്ടോ വരും അവളുടെ പ്രായം. മനുഷ്യരുടെ മുഖഭാവം ഒറ്റനോട്ടത്തിൽത്തന്നെ അളന്നെടുക്കാനുള്ള കഴിവ് ആർട്ഗ്നനനുണ്ടല്ലോ. അവൾ ചെറുപ്പവും സുന്ദരിയുമാണെന്ന് അവൻ വേഗം മനസിലാക്കി.

ആർട്ഗ്നൻ വീണ്ടും അവളെ നിരീക്ഷിച്ചു. താൻ ജനിച്ചുവളർന്ന തെക്കൻദേശങ്ങൾക്കുള്ളിൽനിന്നും വ്യത്യസ്തമായ ഭാവമായിരുന്നു അവളുടെ മുഖത്ത്. പക്ഷേ, ആ സുന്ദരിയുടെ മുഖം വിളറിയിരിക്കുന്നു. നീണ്ട ചുരുൾ തലമുടി തോളിലേക്കു പടർന്നിറങ്ങിയിരിക്കുന്നു. വശീകരിക്കുന്ന നീണ്ട നീലക്കണ്ണുകൾ. ചുവന്ന ചുണ്ടുകൾ. വളരെ ഉത്സാഹത്തോടെയാണ് അവൾ അയാളോടു സംസാരിക്കുന്നത്.

"അതുകൊണ്ട് അങ്ങയുടെ കൽപ്പന....." അവൾ പറഞ്ഞു.

"ഉടനെ നിങ്ങൾ ഇംഗ്ലണ്ടിലേക്കു തിരിച്ചുപോകണം. പ്രഭു ലണ്ടൻ വിട്ടാലുടനെ അദ്ദേഹം വിവരമറിയണം."

"മറ്റു കാര്യങ്ങൾ എന്തൊക്കെയാണ്?" ആ സുന്ദരി അന്വേഷിച്ചു.

"അതൊക്കെ ഈ പെട്ടിയിലുണ്ട്. തോടു കടക്കുന്നതിനുമുമ്പ് നിങ്ങൾ ഇതു തുറക്കരുത്."

"ശരി ശരി.... പിന്നെ നിങ്ങൾ.... നിങ്ങളെന്തുചെയ്യും?"

"ഞാൻ പാരീസിലേക്കു മടങ്ങുകയാണ്."

"എന്ത് ഈ ധിക്കാരിച്ചെക്കനെ പിടിച്ചുകെട്ടാതെയോ?" അവൾ ചോദിച്ചു.

എന്തെങ്കിലും പറയാൻ അയാൾ വായ് തുറക്കുന്നതിനുമുമ്പ്, ഇതെല്ലാം കേട്ടുനിന്ന ആർട്ഗ്നൻ വാതിലിനരികിലേക്കു ചാടിയെത്തി. അവൻ അലറി.

"അതു ശരി.... പക്ഷേ ഈ ധിക്കാരിച്ചെക്കൻ നിങ്ങളെയാണ് പിടിച്ചുകെട്ടാൻ പോകുന്നത്. ഇത്തവണ നേരത്തെ പറഞ്ഞതുപോലെ നിങ്ങൾ രക്ഷപ്പെടാതിരിക്കാൻ ഞാൻ നോക്കിക്കോളാം."

"രക്ഷപ്പെടാനാവില്ലെന്നോ...." അയാൾ നെറ്റിചുളിച്ചു.

"അതെ രക്ഷപ്പെടാനാവില്ല തന്നെ.... ഒരു സ്ത്രീയുടെ സാന്നിധ്യത്തിൽ നിങ്ങൾക്കൊരിക്കലും അതിനാകില്ല" അവൻ പറഞ്ഞു.

പെട്ടെന്നയാൾ വാൾപ്പിടിയിൽ കൈവച്ചു. പെട്ടെന്ന് അവൾ പറഞ്ഞു:

"താമസിച്ചാൽ അപകടമാണ്."

"നിങ്ങൾ പറഞ്ഞതു ശരിയാണ്..... നിങ്ങൾ പെട്ടെന്നുതന്നെ സ്ഥലം വിട്ടോളൂ.... ഞാനും സ്ഥലംവിടാം" അയാൾ ധൃതിവച്ചു.

മിലഡിയെ തലകുനിച്ചു വണങ്ങിയശേഷം അയാൾ കുതിരപ്പുറത്തു ചാടിക്കയറി പായാൻ തുടങ്ങി. അപ്പോഴേക്കും കുതിരവണ്ടിക്കാരൻ കുതിരകളുടെമേൽ ചാട്ടവീശി. മിലഡിയും എതിർദിശയിലേക്കു പാഞ്ഞു.

"ബില്ലിന്റെ തുക തന്നില്ല..... നിൽക്കൂ..." ഹോട്ടലുടമ വിളിച്ചു കൂവി.

"പണം കൊടുത്തേരെടോ...." അയാൾ തിരിഞ്ഞുനോക്കിക്കൊണ്ട് വേലക്കാരോടായി പറഞ്ഞു. രണ്ടു വെള്ളിനാണയങ്ങൾ ഹോട്ടലുടമയുടെ കാൽക്കൽ വലിച്ചെറിഞ്ഞശേഷം വേലക്കാർ തങ്ങളുടെ യജമാനന്റെ പുറകേ കുതിച്ചു.

"പേടിത്തൊണ്ടാ! കള്ളാ!" അലറിക്കൊണ്ട് ആർട്ഗ്നൻ വേലക്കാരുടെ പുറകേ പാഞ്ഞു. തലയ്ക്കു മുറിവേറ്റിരുന്നതിനാൽ പത്തടിപോലും അവന് ഓടാൻ സാധിച്ചില്ല. പെട്ടെന്ന് അവന്റെ ചെവി ഉളഞ്ഞുപൊട്ടി. രക്തം കണ്ണിലേക്കു കയറി. തലചുറ്റി നടുവഴിയിൽത്തന്നെ വീണുപോയി. അപ്പോഴും അവൻ അവർക്കുനേരെ വിളിച്ചുകൂവി, "പേടിത്തൊണ്ടാ.... പേടിത്തൊണ്ടാ..... പേടിത്തൊണ്ടാ...."

ഹോട്ടലുടമ ആർട്ഗ്നന്റെ അടുക്കൽ വന്നശേഷം പറഞ്ഞു: "അതെ അയാൾ വാസ്തവത്തിൽ ഒരു പേടിത്തൊണ്ടൻ തന്നെയാണ്." ആർട്ഗ്നനോടു ചങ്ങാത്തം കൂടാനായാണ് അയാൾ ഈ വാചകമടിച്ചത്. കാറ്റുള്ളപ്പോൾത്തന്നെ തൂറ്റണമല്ലോ.

"അതെ അതെ. അയാൾ തികച്ചും പേടിത്തൊണ്ടനാണ്..... പക്ഷേ അവൾ..... അവൾ സുന്ദരിയാണ്." അവൻ പറഞ്ഞു.

"ഏതവൾ?" ഹോട്ടലുടമ ചോദിച്ചു.

"മിലഡി!" പറയേണ്ട താമസം ആർട്ഗ്നൻ ബോധംകെട്ട് വീണ്ടും വീണു.

"ഒന്നെങ്കിൽ ഒന്ന്" ഹോട്ടലുടമ വിചാരിച്ചു. "രണ്ടുപേർ പോയെങ്കിലെന്താണ് ഒരാളെ കിട്ടിയല്ലോ. ഇയാൾ കുറേദിവസത്തേക്ക് ഇവിടെക്കാണുമായിരിക്കും. എന്തായാലും പതിനൊന്നു ക്രൗൺ എനിക്കുതന്നെ കിട്ടും."

ആർട്ഗ്നന്റെ പെഴ്സിൽ ബാക്കിയായി പതിനൊന്ന് ക്രൗണാണ് ഉണ്ടായിരുന്നത്.

ഒരുദിവസം ഒരു ക്രൗൺ വച്ചായാൽ അവന് പതിനൊന്നു ദിവസത്തേക്ക് ഇതു തികയുമെന്ന് ഹോട്ടലുടമ കണക്കാക്കി. പക്ഷേ, അതിഥിയെ മനസിലാക്കിയല്ല അയാൾ ഈ കണക്കാക്കൽ നടത്തിയത്.

പിറ്റേന്ന് രാവിലെ അഞ്ചുമണിക്ക് ആർട്ഗ്നൻ ഉണർന്നു. തനിയേ തന്നെ അടുക്കളയിലേക്കു ചെന്നു. അമ്മ കൊടുത്തയച്ചിരുന്ന ലിസ്റ്റു നോക്കിയശേഷം വൈനും എണ്ണയും മറ്റുസാധനങ്ങളും വാങ്ങി. അതുപയോഗിച്ച് മരുന്നുണ്ടാക്കിയശേഷം മുറിവുകളിൽ വച്ചുകെട്ടി. വേറൊരു

ഡോക്ടറിന്റെയും സഹായമില്ലാതെതന്നെ ആ മരുന്നുകൊണ്ട് അവന്റെ മുറിവുകൾ ഭേദമായിത്തുടങ്ങി.

മരുന്നു വാങ്ങിയതിനുള്ള പണം മാത്രമേ യഥാർഥത്തിൽ അവന് കൊടുക്കേണ്ടതുണ്ടായിരുന്നുള്ളൂ. കാരണം ഭക്ഷണമൊന്നും അയാൾ കഴിച്ചിരുന്നില്ല. പക്ഷേ തന്റെ മഞ്ഞക്കുതിര അസലായിട്ട് കഴിച്ചിരുന്നുവെന്ന് ഹോട്ടലുടമ പറഞ്ഞു. അത്തരത്തിലുള്ള ഒരു കുതിര കഴിക്കുന്നതിന്റെ മൂന്നിരട്ടിയോളം അതു തിന്നിരുന്നു. പെഴ്സ് തുറന്ന് അതിലുണ്ടായിരുന്ന പതിനൊന്നു ക്രൗണും അവൾ ഹോട്ടലുടമയ്ക്ക് നൽകി. പക്ഷേ, ട്രിവീലിക്കു കൊടുക്കാനായിവച്ചിരുന്ന എഴുത്ത് അതിലുണ്ടായിരുന്നില്ല.

അവൻ ക്ഷമയോടെ ആ എഴുത്ത് തപ്പിത്തുടങ്ങി. പോക്കറ്റും പെഴ്സും മാറിമാറി പരിശോധിച്ചു. എഴുത്തുകിട്ടാതെ വന്നപ്പോൾ ആർട്ഗ്നൻ അക്ഷമനാകുകയും അവന്റെ അരിശം മൂക്കുകയും ചെയ്തു. കത്തു കിട്ടിയില്ലെങ്കിൽ അവിടം അടിച്ചു തകർക്കുമെന്നു പറഞ്ഞുകൊണ്ട് ഹോട്ടലുടമയെ അവൻ ആക്രമിക്കാനൊരുങ്ങി. അയാൾ അവനെ കുന്തം കൊണ്ടു തടഞ്ഞു. ഇതിനകം അയാളുടെ ഭാര്യ ഒരു ചൂലുമായെത്തി. മറ്റു വേലക്കാർ തലേദിവസം അവനെത്തല്ലാനുപയോഗിച്ചിരുന്ന വടിയുമായിത്തന്നെ ഓടിയെത്തി.

"എന്റെ കത്ത്.... എന്റെ ശുപാർശക്കത്ത്...." ആർട്ഗ്നൻ അലറി. "എന്റെ കത്തു തന്നില്ലെങ്കിൽ എല്ലാവരെയും ഞാൻ കൊന്നുകളയും."

നിർഭാഗ്യമെന്നുതന്നെപറയാം ആർട്ഗ്നന്റെ ന്യായത്തെ സഹായിക്കാൻ ഒരു കാര്യം തടസം നിന്നുപോയി. ആദ്യകലാപത്തിൽത്തന്നെ അയാളുടെ വാൾ രണ്ടായി ഒടിഞ്ഞുതകർന്നിരുന്നല്ലോ. അക്കാര്യം അവൻ മറന്നുപോയിരുന്നു. വളരെ കാര്യമായി അവൻ ഉറയിൽനിന്നും വാളൂരിയപ്പോൾ, എട്ടോ പത്തോ ഇഞ്ചു മാത്രം നീളത്തിലുള്ള ഒരു കോലുപോലിരുന്നു അത്. ഹോട്ടലുടമ നേരത്തെ അത് ഉറയിലാക്കി വച്ചിരുന്നു. മറ്റേക്ഷണം അടുക്കളയാവശ്യത്തിന് മാറ്റുകയും ചെയ്തിരുന്നു.

കോപാക്രാന്തനായ ആ ചെക്കൻ ആ മുറിവാളുകൊണ്ടുതന്നെ ആക്രമണം യഥാർഥത്തിൽ തുടങ്ങുമായിരുന്നു. അവന്റെ ഭാഗത്തെ ന്യായം മനസിലാക്കിയ ഹോട്ടലുടമ പറഞ്ഞു: "നിങ്ങളുടെ കത്തു കിട്ടണം..... അത്രയല്ലേയുള്ളൂ...."

"അതെ. അതെവിടെ?" ആർട്ഗ്നൻ ചോദിച്ചു. "അത് ട്രിവീലിക്കുള്ള കത്താണ്. അതു കിട്ടിയേ പറ്റൂ. കിട്ടിയില്ലെങ്കിൽ അദ്ദേഹം വന്നു വാങ്ങുമെന്നതിൽ സംശയമില്ല."

ട്രിവീലിയുടെ പേരു കേട്ടപ്പോൾ ഹോട്ടലുടമ നടുങ്ങാതിരുന്നില്ല. രാജാവും കർദിനാളും കഴിഞ്ഞാൽ ട്രിവീലിക്കാണ് നാട്ടിൽ സ്ഥാനം. പട്ടാളക്കാരുടെ ഇടയിൽ മാത്രമല്ല സാധാരണക്കാരുടെ ഇടയിൽപ്പോലും ഇപ്രകാരം തന്നെയായിരുന്നു.

ഹോട്ടലുടമ കൈയിലിരുന്ന കുന്തം ദൂരെയെറിഞ്ഞു. ഒപ്പം ഭാര്യയോടു ചൂലു കളയാനും ആവശ്യപ്പെട്ടു. വേലക്കാരോടു വടികളും.

തുടർന്ന് അയാളും കത്തു തിരയാൻ തുടങ്ങി.

"ആ കത്തിൽ എന്തെങ്കിലും അത്യാവശ്യമുള്ളതുണ്ടോ?" കുറച്ചു നേരം അന്വേഷിച്ചിട്ടും കത്തു കിട്ടാതായപ്പോൾ ഹോട്ടലുടമ ചോദിച്ചു.

"എന്റെ ദൈവമേ! തീർച്ചയായും അത്യാവശ്യമായിട്ടുള്ള കാര്യമാണ്... എന്റെ ഭാവി മുഴുവൻ ആ കത്തിലാണ്" ആർട്ഗ്നൻ പറഞ്ഞു.

"സ്പെയ്നിലേക്കുള്ള വല്ല കടപ്പത്രവുമാണോ?" ഉൽക്കണ്ഠയോടെ ഹോട്ടലുടമ തിരക്കി.

"രാജാവിന്റെ സ്വന്തം ഖജനാവിലെ കടപ്പത്രങ്ങളാണെന്ന് കരുതിക്കോളൂ." ആർട്ഗ്നൻ മറുപടി പറഞ്ഞു. തന്റെ ഭാവി അപകടത്തിലായിപ്പോകുമോയെന്ന വേവലാതി ആ മറുപടിയിൽ നിഴലിച്ചിരുന്നു.

"രാജാവിന്റെ ഖജനാവിലെയോ.... അമ്പമ്പോ!" ഹോട്ടലുടമ അലറി.

"പക്ഷേ, പണം എനിക്കൊരു വിഷയമല്ല. അതെനിക്കു പുല്ലാണ്. പക്ഷേ കത്താണെനിക്കു മുഖ്യം. ആയിരം കൈത്തോക്കുകൾ നഷ്ടപ്പെട്ടാലും എനിക്കിത്ര വിഷമം ഉണ്ടാകുകയില്ല" അവൻ പറഞ്ഞു. ഇരുപതിനായിരം തോക്കുകൾ നഷ്ടപ്പെട്ടാലെന്ന് അവന് പറയാമായിരുന്നു. പക്ഷേ തന്റെ പ്രായത്തിന്റെ വിനയംകൊണ്ടാണ് എണ്ണം കുറച്ച് അവൻ പറഞ്ഞത്.

പെട്ടെന്ന് ഹോട്ടലുടമയുടെ മുഖത്ത് ഒരു വെട്ടം വന്നതുപോലെ. അയാൾ വിളിച്ചുപറഞ്ഞു: "ആ കത്ത് നഷ്ടപ്പെട്ടിട്ടുണ്ടാകില്ല."

"എന്ത്? നഷ്ടപ്പെട്ടില്ലെന്നോ?"

"ഇല്ല.... അതു മോഷ്ടിക്കപ്പെട്ടിരിക്കുകയാണ്."

"മോഷണം? ആരാണതു ചെയ്തത്?"

"ഇന്നലെ ഇവിടെയുണ്ടായിരുന്ന ആ മാന്യൻ. അയാൾ അടുക്കളയിലേക്കു പോന്നിരുന്നു. നിങ്ങളുടെ സാധനങ്ങൾ അവിടെയായിരുന്നല്ലോ. അയാൾ അവിടെ ഒറ്റയ്ക്കായിരുന്നു. അയാൾ തന്നെയാണ് ആ കത്തു മോഷ്ടിച്ചതെന്ന് എനിക്കുറപ്പാണ്." ഹോട്ടലുടമ പറഞ്ഞു.

"അയാൾ മോഷ്ടിച്ചെന്നാണോ നിങ്ങൾ കരുതുന്നത്?" ആർട്ഗ്നൻ സംശയമെന്യേ തിരക്കി. "എനിക്കുമാത്രം വ്യക്തിപരമായ ഗുണമുള്ളത് വേറാർക്കും ഉപയോഗപ്പെടുന്നതല്ല. പിന്നെങ്ങനെയാണ് ഒരു മോഷണം?" ആർട്ഗ്നൻ വീണ്ടും ഹോട്ടലുടമയോടു ചോദിച്ചു: "തികച്ചും അയാൾ അതു മോഷ്ടിച്ചിട്ടുണ്ടാകുമോ?"

"എനിക്കുറപ്പാണ്" അയാൾ പറഞ്ഞു. "നിങ്ങൾ ട്രിവീലിയുടെ കക്ഷിയാണെന്നും അദ്ദേഹത്തിനു നൽകാനുള്ള ഒരു കത്ത് നിങ്ങളുടെ കൈവശം ഞാൻ കണ്ടെന്നും പറഞ്ഞപ്പോൾ മുതൽ അയാൾ അസ്വസ്ഥനായിരുന്നു. എഴുത്തെവിടെയെന്നു ചോദിച്ചുകൊണ്ടാണ് അയാൾ അടുക്കളയിലേക്കു പോയത്. നിങ്ങളുടെ മറ്റു സാധനങ്ങൾക്കൊപ്പം അതുണ്ടാകുമെന്ന് അയാൾക്കറിയാമായിരുന്നു."

"അങ്ങനെയെങ്കിൽ അയാൾ തന്നെ കള്ളൻ" ആർട്ഗ്നൻ പറഞ്ഞു. "ഞാനിതു ട്രിവീലിയോടു പറയും; അദ്ദേഹം അക്കാര്യം രാജാവിനോടും

പറഞ്ഞോളും."

ആർട്ഗ്നൻ പോക്കറ്റിൽനിന്നും രണ്ടു ക്രൗണെടുത്ത് ഹോട്ടലുകാരന് ഇട്ടുകൊടുത്തു. നെഞ്ചുവിരിച്ചുനടന്ന അയാളോടൊപ്പം തൊപ്പിയൂരി കൈയിലെടുത്തുകൊണ്ട് വാതിൽവരെ ഹോട്ടലുടമ നടന്നു.

അവൻ തന്റെ മഞ്ഞക്കുതിരപ്പുറത്തു കയറി. മറ്റൊരപകടവുമില്ലാതെ അവൻ പാരീസിൽ എത്തുകയും ചെയ്തു. അവിടെവച്ച് അവൻ തന്റെ കുതിരയെ മൂന്നു ക്രൗണിനു വിറ്റു. വളരെക്കാലം സവാരിക്കുപയോഗിച്ചു തളർന്നും അവശനുമായിരുന്ന ആ കുതിരയ്ക്ക് ആ തുക ലഭിച്ചത് ഒരു വിധത്തിലും കുറവല്ലായിരുന്നു. ആ കുതിര വാങ്ങിച്ചയാൾ പറഞ്ഞു:

"ഈ അവശനായ കുതിരയ്ക്ക് ഈ വില കിട്ടുകയേ ഇല്ല. അത്രയ്ക്ക് വയസനും ക്ഷീണിതനുമാണ് ഈ കുതിര. പക്ഷേ ഇതിന്റെ പ്രത്യേകമായ നിറം കണ്ടിട്ടാണ് ഞാൻ വാങ്ങുന്നത്."

ചെറിയൊരു പൊതിയും കക്ഷത്തിലടക്കി, ആർട്ഗ്നൻ പാരീസ് തെരുവിലൂടെ സാവകാശം നടന്നു. കുറെ അലഞ്ഞശേഷമാണ് അയാൾക്ക് താമസിക്കാനായി ഒരു മുറി കിട്ടിയത്. തന്റെ ശേഷിക്കനുസരിച്ചുള്ള ഒരു വാടകമുറി. ഫൊസൊയൂറിൽ ലക്സംബർഗിനടുത്തായിരുന്നു ആ സ്ഥലവും വാടകമുറിയും.

വാടകപ്പണം നൽകിയതിനുശേഷം അയാൾ മുറിയിലേക്കു കയറി. തുന്നാൻ ഉണ്ടായിരുന്ന ചില തുണികളൊക്കെ തുന്നി മുറിയിലിരുന്നു. ഇനി ഒടിഞ്ഞ വാളിൽ പുതിയ ബ്ലേയ്ഡ് ഉറപ്പിക്കണം. അതിനായി പിറ്റേന്നയാൾ പുറത്തേക്കിറങ്ങി. വാളിൽ പുതിയ ബ്ലേയ്ഡും ഘടിപ്പിച്ചു മടങ്ങിവന്നപ്പോൾ ആദ്യമായിക്കണ്ട പടയാളിയോട് ട്രിവീലിയുടെ വീട് അവൻ അന്വേഷിച്ചു. തന്റെ വാടകവീടിനടുത്താണ് അയാളുടെ വീടെന്നു മനസിലായപ്പോൾ ആർട്ഗ്നന് അതിരറ്റ ആഹ്ലാദമായി. തന്റെ യാത്രോദ്ദേശ്യത്തിന്റെ ശുഭലക്ഷണമായി അവനതിനെ കരുതി.

മിയൂങ്ങിൽ വച്ചുള്ള തന്റെ പെരുമാറ്റത്തെ ആർട്ഗ്നൻ സ്വയം വിലമതിച്ചു. നടന്ന സംഭവങ്ങളിലൊന്നിലും അവന് പരിഭവമേ തോന്നിയില്ല. വർത്തമാനകാലത്തെക്കുറിച്ച് അവന് ആത്മവിശ്വാസമുണ്ടായിരുന്നു; ഭാവിയെക്കുറിച്ചുള്ള വൻപ്രതീക്ഷയും. പോയിക്കിടന്നവൻ സുഖമായുറങ്ങി. ധീരന്റെ ഉറക്കം!

പിറ്റേന്ന് രാവിലെ ഒമ്പതുമണിവരെ ആർട്ഗ്നൻ ഉറങ്ങി. വേഗമെഴുന്നേറ്റ് ട്രിവീലിയെ കാണാൻ പോകുന്നതിനുള്ള തയാറെടുപ്പു തുടങ്ങി. തന്റെ പിതാവിന്റെ അഭിപ്രായത്തിൽ രാജ്യത്തെ ഏറ്റവും പ്രമുഖരിൽ മൂന്നാമത്തെയാളാണ് ട്രിവീലി.

2

ട്രിവീലിയുടെ അരികിലെ മുറിയിൽ

ആർട്ഗ്നൻ തുടങ്ങിയതുപോലെ തന്നെയായിരുന്നു യഥാർഥ ത്തിൽ ട്രിവീലിയും തന്റെ ജീവിതം തുടങ്ങിയിരുന്നത്. അതായത് ഒരു നാണയംപോലും പോക്കറ്റിലില്ലായിരുന്നു. പക്ഷേ, നല്ല ചുണയും ചൊടി യും സ്ഥിരോത്സാവും ബുദ്ധിയുമൊക്കെ ഉണ്ടായിരുന്നു. അലസരായി ജീവിക്കുന്ന വിഡ്ഢികളായ സമ്പന്നരെക്കാൾ എത്രയോ മെച്ചമാണ് മേൽപ്പറഞ്ഞ ഗുണങ്ങളോടുകൂടിയ ഒരു ദരിദ്രനായ ഗാസ്കൻ; അയാൾ ക്ക് ഈ ലോകത്തിൽ വളരെ നന്നായി കഴിഞ്ഞുകൂടാനാകും. സ്വന്തം ധൈര്യവും സ്ഥിരോത്സാഹവും കൊണ്ടുതന്നെയാണ് അയാൾ കൊട്ടാരം വരെയെത്തിയത്.

രാജാവിന്റെ ഒരുറ്റ ചങ്ങാതിയായിരുന്നു ട്രിവീലി. പിതാവായ ഹെൻറി 4–ാമന്റെ ഓർമയെ സ്തുതിക്കുന്ന ഒരു മകനാണ് ഈ രാജാ വെന്ന കാര്യം എല്ലാവർക്കുമറിയാം. ട്രിവീലിയുടെ പിതാവാകട്ടെ ഹെൻറി 4–ാമന്റെ ഏറ്റവും വിശ്വസ്തനായ സേവകനായിരുന്നു – പ്രത്യേകിച്ച് കത്തോലിക്കാ ലീഗിനെതിരായുള്ള യുദ്ധത്തിൽ. അവസാനം പാരീസ് അടിയറവുപറഞ്ഞപ്പോൾ രാജാവ് അതീവ സന്തോഷവാനായി. വളരെ യധികം ധനം രാജാവ് സമ്പാദിച്ചിരുന്നു. എങ്കിലും ദിനകാര്യങ്ങൾ ഭംഗി യായി നടന്നുപോകണമെന്നേ അദ്ദേഹം ആഗ്രഹിച്ചിരുന്നുള്ളൂ. തന്റെ വിശ്വസ്തനായ സേവകനോടുള്ള കൃതജ്ഞതാർഥം പണത്തിനുപകരം അദ്ദേഹം ഒരു മുദ്ര നൽകി. സ്വർണംകൊണ്ടുള്ള ഒരു മുദ്ര. 'വിശ്വസ്തത യുടെ കോട്ട'യെന്ന് അതിൽ അടിക്കുറിപ്പെഴുതിയിരുന്നു. ഇതു വാസ്തവ ത്തിൽ വലിയൊരു ബഹുമതി തന്നെയായിരുന്നു. പക്ഷേ കുടുംബ ത്തിന്റെ ധനമൊന്നും കൂടിയില്ല. മരിക്കുന്ന സമയത്ത് തന്റെ മകന് അദ്ദേ ഹത്തിന് ആകപ്പാടെ കൊടുക്കാനുണ്ടായിരുന്നത് ഒരു വാളും ആ മുദ്ര

യുമായിരുന്നു. എന്തായാലും ആ വാളും മുദ്രയും സൽപ്പേരും മകനു കൊട്ടാരത്തിൽ പ്രവേശിക്കാൻ സഹായകരമായി. ഒന്നാന്തരം വാൾപ്പയറ്റുകാരനായിരുന്ന ലൂയി 13–ാമൻ ഇക്കാരണങ്ങൾകൊണ്ട് ട്രിവീലിയെ വളരെയധികം ഇഷ്ടപ്പെട്ടിരുന്നു. ദ്വന്ദ്വയുദ്ധമോ മറ്റോ വരുമ്പോൾ തനിക്കൊപ്പവും ചിലപ്പോൾ തനിക്കു മുന്നിലും നിർത്തിയിരുന്നത് ട്രിവീലിയെയാണ്.

ലൂയി 13–ാമന് ട്രിവീലിയോട് ആത്മാർഥത നിറഞ്ഞ സ്നേഹം തന്നെയാണുണ്ടായിരുന്നത്. സ്വാർഥതകലർന്ന ഒരു രാജകീയ സ്നേഹം! ഇനിയുമൊരുതരം ഇഷ്ടമുണ്ടായിരുന്നു. കാലഘട്ടം വളരെ മോശമായിരുന്നല്ലോ. തങ്ങൾക്കു ചുറ്റിലും സംരക്ഷകരായി നിൽക്കാൻ ട്രിവീലിയെപ്പോലുള്ളവരും രാജാക്കന്മാർക്കു വേണ്ടിയിരുന്നു. ശക്തന്മാരായ ആളുകൾ ധാരാളമെങ്കിലും ഒപ്പം വിശ്വസ്തതകൂടി പുലർത്തുന്നവർ വളരെക്കുറവായിരുന്നു. വിശ്വസ്തതയാണല്ലോ പ്രധാനം; അക്കാര്യത്തിൽ ട്രിവീലി മികച്ച മാതൃകയായിരുന്നു. നായയുടെ വ്യവസ്ഥയില്ലാത്ത ധീരത, നല്ല നിരീക്ഷണശക്തി, ചുറുചുറുക്കുള്ള ചലനങ്ങൾ ഇതൊക്കെ അവന്റെ പ്രത്യേകതകളായിരുന്നു. ശത്രുക്കളെ പരതാനും അടിച്ചുവീഴ്ത്താനും മാത്രം പരിശീലിപ്പിച്ചിട്ടുള്ള കണ്ണുകളും കൈകളും. തക്കം പാർത്തുകഴിയണമെന്ന ജോലി മാത്രമേയുള്ളൂ. കിട്ടുന്ന അവസരങ്ങൾ മുഴുവനും ഉപയോഗിക്കുമെന്ന് അവൻ വാക്കുകൊടുത്തിട്ടുണ്ടായിരുന്നു. അക്കാരണത്താൽ ലൂയി 13–ാമൻ അയാളെ തന്റെ അംഗരക്ഷകരായ പട്ടാളക്കാരുടെ നേതാവാക്കി. ഹെൻറി മൂന്നാമനും ലൂയി പതിനൊന്നാമനും അതിവിശ്വസ്തരായ അംഗരക്ഷകന്മാർ ഉണ്ടായിരുന്നു. ഇപ്രകാരമുള്ള അതിവിശ്വസ്തരായ അംഗരക്ഷകർ തന്നെയാണ് ലൂയി 13–ാമനും ഉണ്ടായിരുന്നത്.

ഇക്കാര്യത്തിൽ കർദിനാൾ രാജാവിന്റെ പിന്നിലായിരുന്നില്ല. ലൂയി 13–ാമന്റെ ചുറ്റിലുമുള്ള വീരരായ അംഗരക്ഷകസംഘത്തെ കണ്ടപ്പോൾ തനിക്കും അതുപോലൊരു സംഘം വേണമെന്ന് ഫ്രാൻസിലെ ഏകാധിപതിയായ രാജാവിനും ആഗ്രഹമുണ്ടായി. അങ്ങനെ ലൂയി 13–ാമനെപ്പോലെ അദ്ദേഹത്തിനും പടയാളികളുണ്ടായി. ഫ്രാൻസിൽ എതിർശക്തികളായിട്ടാണ് ഇരുവരും നിലനിന്നിരുന്നത്. ധീരരായ പോരാളികളെ അന്വേഷിച്ചു പിടിച്ച് ഇരുവശത്തും ചേർത്തുകൊണ്ട് അവർ രണ്ടുപേരും അഹങ്കാരംകൊണ്ടിരുന്നു. സായാഹ്നങ്ങളിൽ ചെസുകളിക്കു കൂടുമ്പോൾ തങ്ങളുടെ പടയാളികളുടെ ഗുണങ്ങളെ പുകഴ്ത്തി അവർ പൊങ്ങച്ചം പറയാറുണ്ടായിരുന്നു. ദ്വന്ദ്വയുദ്ധങ്ങളെയും ലഹളകളെയും പരസ്യമായി ഇരുകൂട്ടരും എതിർത്തെങ്കിലും രഹസ്യമായി അവർ അവയെ പ്രോത്സാഹിപ്പിച്ചു. പരാജയങ്ങളിലും വിജയങ്ങളിലും അനുഭവസ്ഥരായ ചിലരുടെ അനുഭവക്കുറിപ്പുകൾ പറയുന്നത് വിജയത്തിൽ ഇവർ സന്തോഷിച്ചിരുന്നുവെന്നും പരാജയങ്ങളിൽ സങ്കടംകൊണ്ടിരുന്നുവെന്നുമാണ്.

രാജാവിന്റെ ചില കുറവുകൾ മനസിലാക്കിയും ട്രിവീലി കൂട്ടുനിന്നി

ട്ടുണ്ട്. അതുകൊണ്ടാണ് ആ രാജാവിന്റെകൂടെ വളരെക്കാലം സേവകനായി നിൽക്കാൻ അയാൾക്കു സാധിച്ചത്, പിന്നെ അയാളുടെ ചില കൂർമബുദ്ധിയും തന്റെ പടയാളികളെ കൊണ്ടുപോയി കർദിനാളിന്റെ മുമ്പിൽ ചെന്നുനിന്ന് അൽപ്പം ധിക്കാരഭാവം നിലനിർത്തി കവാത്തു ചെയ്യിക്കുന്നതും അയാളുടെ പതിവു പരിപാടിയാണ്. കലിപൂണ്ട കർദിനാൾ മീശ പിരിച്ചു നിൽക്കും. ആ കാലഘട്ടത്തിൽ ലഹളയുടെ മനഃശാസ്ത്രം അയാൾക്കു നന്നായിട്ടറിയാമായിരുന്നു. ശത്രുവിനെ നശിപ്പിക്കാനായില്ലെങ്കിലും പ്രശ്നമില്ല, അന്യോന്യം നശിക്കണമെന്ന ചിന്തയാണവർക്ക്. അയാളുടെ പട്ടാളക്കാർക്ക് ആരെയും പേടിയില്ല; എന്തിനും പോന്ന ആളുകളായിരുന്നു. ഭയമുണ്ടെങ്കിൽ അവർക്ക് ട്രിവീലിയോടു മാത്രമായിരുന്നു.

രാജാവിന്റെ പടയാളികൾ അഥവാ ട്രിവീലിയുടെ പടയാളികൾ തെരുവുകളിലും എല്ലായിടങ്ങളിലും ചെറിയ മദ്യലഹരിയിൽ മീശപിരിച്ച് നടക്കുന്നതു കാണാം. ദ്വന്ദ്വയുദ്ധത്തിൽ പ്രഹരമേറ്റ് തടിച്ചുവിരൂപമായ മുഖമുള്ള അവർ വാളിളക്കി ബഹളമുണ്ടാക്കിക്കൊണ്ടിരിക്കുന്നതു പലയിടങ്ങളിലും കാണാം. ചിലപ്പോൾ പ്രത്യേക കാരണമൊന്നുമില്ലാതെ തന്നെ കർദിനാളിന്റെ പടയാളികളെ നോക്കി അവർ കളിയാക്കും. തെരുവിലെവിടെവച്ചെങ്കിലും അവരെക്കണ്ടാൽമതി കള്ളച്ചിരിയോടുകൂടിയ ദ്വന്ദ്വയുദ്ധം ആരംഭിക്കാൻ. ചിലർ ദ്വന്ദ്വയുദ്ധത്തിൽ വീണു മരിക്കും. പിന്നെ മരിച്ചവരുടെ പേരിലുള്ള വിലാപയാത്രയും പ്രതികാരംചെയ്യലും ഒക്കെ. കാരണമില്ലാതെ കൂട്ടത്തിലുള്ളവരെ കൊന്നാൽപോലും ട്രിവീലിയുള്ളതിനാൽ തടവറയിൽ പോകേണ്ടിവരില്ലെന്നുള്ളത് അവർക്കു നിശ്ചയമാണ്. തെരുവിൽ എവിടെയും ട്രിവീലിയെ പുകഴ്ത്തുന്നതു കേൾക്കാം. എല്ലാവർക്കും ആരാധ്യനായ അദ്ദേഹം കുട്ടിക്കുമുന്നിലെ അധ്യാപകനെപോലെയായിരുന്നു. അദ്ദേഹം എന്തുപറഞ്ഞാലും വിനയത്തോടെ അവർ അനുസരിക്കും. അദ്ദേഹം നിസാരമായൊന്നു കുറ്റപ്പെടുത്തുന്നതിനെക്കാൾ മരണമാണ് അവർ ഇഷ്ടപ്പെട്ടിരുന്നത്.

അതിശക്തമായ ആയുധമാണ് ട്രിവീലി ഉപയോഗിച്ചിരുന്നത്. ഒന്നാമതായി രാജാവിനും അദ്ദേഹത്തിന്റെ സ്നേഹിതർക്കുംവേണ്ടി. പിന്നെ തനിക്കും തന്റെ സ്നേഹിതർക്കുംവേണ്ടി. അവയെക്കുറിച്ചുള്ള ഓർമക്കുറിപ്പുകൾ പലതുണ്ട്. പക്ഷേ, ഇദ്ദേഹം തന്റെ അനുയായികളായ പടയാളികളെയോ പണ്ഡിതന്മാരെയോ സ്വന്തം താൽപ്പര്യത്തിനായി ഏതെങ്കിലും ഒരു സേവനത്തിന് പ്രേരിപ്പിച്ചതായിട്ട് ഒരു ഓർമക്കുറിപ്പിലും ഉണ്ടായിരുന്നില്ല. എല്ലാ പ്രവർത്തനങ്ങളിലും അദ്ദേഹം സത്യസന്ധനായി നിലകൊണ്ടു. ജീവിതത്തിലെ വിവിധ കഷ്ടപ്പാടുകളും ദ്വന്ദ്വയുദ്ധത്തിലുള്ള ഇടപെടലും ഒന്നും അദ്ദേഹത്തിന്റെ മനസിനെ തളർത്തിയില്ല; തലസ്ഥാനനഗരിയിലെ സാമൂഹ്യജീവിതത്തിലെ ഒരു നേതാവായി അദ്ദേഹം അനുദിനം മാറിക്കൊണ്ടിരുന്നു. രസകരമായ സംസാരരീതി, ധർമിഷ്ഠതയൊക്കെ അദ്ദേഹത്തിന്റെ മറ്റു പ്രത്യേകതകളാണ്. പ്രേമകാര്യങ്ങളിലുള്ള അദ്ദേഹത്തിന്റെ വിജയം നാട്ടിൽ പാട്ടാണ്; ഇരുപതു

വർഷങ്ങൾക്കു മുമ്പ് ബാസോപിയറിക്കു സംഭവിച്ചതുപോലെ. ഈ പോരാളി നേതാവിനോട് എല്ലാവർക്കും ഭയവും സ്നേഹവുമായിരുന്നു. മനുഷ്യജീവിതത്തിൽ ഇതിൽപ്പരം എന്താണ് ഒരാൾക്കു വേണ്ടത്?

ലൂയി പതിനാലാമന്റെ കാലത്ത് അദ്ദേഹത്തിന്റെ സ്വന്തം തിളക്കം കൊട്ടാരത്തിലെ മറ്റു നക്ഷത്രങ്ങളുടെ വെട്ടം കെടുത്തിയിരുന്നു. പക്ഷേ, അദ്ദേഹത്തിന്റെ പിതാവ് പല നാടുകൾക്കു പ്രകാശം പരത്താൻ കഴിയുന്ന സൂര്യനായിരുന്നെങ്കിലും സ്വന്തം വെളിച്ചം പരത്താൻ തന്റെ സേവകരെ അനുവദിച്ചിരുന്നു; ഓരോരുത്തരും അവരവരുടെ കഴിവു പ്രദർശിപ്പിക്കണമല്ലോ. അക്കാരണത്താൽ അന്നത്തെ പാരീസിൽ രാജാവിന്റെയും കർദിനാളിന്റെയും ആളുകൾക്കു പുറമേ പ്രമാണികളായിട്ട് ഇരുന്നൂറിലധികം ആളുകളുണ്ടായിരുന്നു. ട്രിവീലിയായിരുന്നു എല്ലാവരിലും വച്ച് മുഖ്യൻ; കൊട്ടാരത്തിലെ വിശ്വസ്തനും.

വേനൽക്കാലത്ത് ആറുമണിക്കും മഞ്ഞുകാലത്ത് എട്ടുമണിക്കും അദ്ദേഹത്തിന്റെ കൊട്ടാരത്തിന്റെ മുറ്റത്ത് പടയാളികൾ ഒത്തുകൂടും. എന്തു ചെയ്യാനും മടിയില്ലാത്ത അമ്പതോ അറുപതോ പടയാളികൾ കാണും. ആയുധധാരികളായ അവർ സ്ഥിരമായി അവിടെ കവാത്തിലേർപ്പെടുന്നതുകാണാം. ആധുനികകാലത്തുള്ളതിനെ വെല്ലുന്ന കൊട്ടാരക്കോണിയിൽക്കൂടി വിവിധ കാര്യങ്ങൾ നേടിയെടുക്കാനായി ധാരാളം ആളുകൾ കയറിയിറങ്ങുന്നു. വിവിധ പ്രവിശ്യകളിലെ യുവാക്കൾ, പട്ടാളത്തിൽ പ്രവേശനം കിട്ടാനാഗ്രഹിക്കുന്നവർ, സന്ദേശവാഹകർ, ഇങ്ങനെ ധാരാളം പേരാണ് മഹാനെ കാണാനെത്തുന്നത്. മുൻകൂർ അനുമതി നേടി വന്ന പ്രധാനപ്പെട്ട പലരും അദ്ദേഹത്തെ ദർശിക്കാനായി അടുത്ത മുറിയിൽ കാത്തിരിക്കുകയാണ്. കാത്തിരിപ്പുമുറിയിൽ എപ്പോഴും തിരക്കാണ്; രാവിലെ മുതൽ വൈകുന്നേരം വരെയും. ട്രിവീലി അടുത്ത മുറിയിലിരുന്നാണ് സന്ദർശകരെ സ്വീകരിക്കുന്നതും പരാതികൾ കേൾക്കുന്നതും കൽപ്പനകൾ പുറപ്പെടുവിക്കുന്നതും. കൊട്ടാരത്തിന്റെ മട്ടുപ്പാവിലിരുന്ന് തന്റെ ആളുകളെ വീക്ഷിക്കുന്നതുപോലെ ട്രിവീലി തന്റെ ജനാലയ്ക്കരികിൽനിന്നുകൊണ്ട് ചുവടെനിൽക്കുന്ന പടയാളികളെ നിരീക്ഷിക്കുന്നു.

ആർട്ഗ്നൻ അവിടെയെത്തിയ ദിവസം ആളുകൾ ധാരാളമുണ്ടായിരുന്നു. ഒരുപക്ഷേ, നാട്ടിൻപുറത്തുനിന്നും വന്നതുകൊണ്ടാവാം അവനങ്ങനെ തോന്നിയത്. ഇവൻ തനി ഗാസ്കനാണെന്നുള്ളത് സത്യമാണ്; മാത്രമല്ല പേടിക്കാത്ത നാട്ടിൽനിന്നു വന്നവനുമാണ്. പക്ഷേ അവിടത്തെ പ്രത്യേകതകളും പടയാളികളെയും അവരുടെ ഒച്ചയും ഒക്കെക്കണ്ടാൽ ഭയപ്പെടാതിരിക്കണമെങ്കിൽ സാമാന്യധൈര്യം പോരാതന്നെ. ഒരു ഉദ്യോഗസ്ഥനോ വലിയൊരു പ്രമാണിക്കോ ഒരു സ്ത്രീക്കോ മാത്രമേ ആ തിക്കിലും തിരക്കിനുമിടയിൽക്കൂടി കടന്നുചെല്ലാൻ എളുപ്പമുള്ളൂ.

ഹൃദയമിടിപ്പോടെ ആർട്ഗ്നൻ ബഹളത്തിനിടയിലൂടെ മുന്നോട്ടു നടന്നു. വാൾ കാലിനോടു ചേർത്തുപിടിച്ചിട്ടുണ്ട്. ഒരു കൈകൊണ്ട് തല

യിലിരിക്കുന്ന തൊപ്പിയുടെ ഒരറ്റത്തും പിടിച്ചിട്ടുണ്ട്. ഒരുസംഘം പടയാളികളെ പിന്നിട്ടപ്പോഴാണ് അവന് തെല്ലൊരാശ്വാസം തോന്നിയത്. പടയാളികൾ തന്നെ ശ്രദ്ധിക്കുന്നതായിട്ടാണ് അവനു തോന്നിയത്. എപ്പോഴും അഭിമാനത്തോടെ പുഞ്ചിരിച്ചു നടക്കുന്ന അവനന്ന് ആദ്യമായിട്ട് വല്ലാത്തൊരു വല്ലായ്മ അനുഭവപ്പെട്ടു.

കോണിപ്പടിക്കരികിലെത്തിയപ്പോൾ കാര്യങ്ങൾ കൂടുതൽ വഷളായിരിക്കുന്നതായി അവനു തോന്നി. കോണിയുടെ ചുവട്ടിൽ നിന്നുകൊണ്ട് നാലു പടയാളികൾ വാൾപ്പയറ്റിൽ ഏർപ്പെട്ട് രസിച്ചുകൊണ്ടു നിൽക്കുന്നു. പത്തു പന്ത്രണ്ടു പേർ ഈ വാൾപ്പയറ്റിൽ ഏർപ്പെടാനായി അവസരവും നോക്കി മുകൾഭാഗത്തു നിൽക്കുന്നു.

കോണിച്ചുവട്ടിൽ നിൽക്കുന്ന നാലു പടയാളികളിൽ ഒരാൾ മറ്റുള്ളവരെക്കാൾ ഉയർന്ന ഒരു പടിയിലാണ് നിന്നിരുന്നത്. അയാൾ കോണിയിലേക്കു കയറാൻ ശ്രമിക്കുന്ന മൂവരെയും വാളുകൊണ്ട് തടയുകയാണ്.

പക്ഷേ, ആ മൂവരും ആ ഒറ്റയാനോടു തകർപ്പൻ പയറ്റാണു നടത്തുന്നത്.

അവർ പൊരുതുന്നത് യഥാർഥ വാളുകൊണ്ടല്ലെന്നാണ് ആർട്ഗ്നൻ ആദ്യം തെറ്റിദ്ധരിച്ചത്. പക്ഷേ ശരീരം മുറിവേൽക്കുന്നതു കണ്ടപ്പോഴാണ് യാഥാർഥ്യം അവൻ തിരിച്ചറിഞ്ഞത്. മൂർച്ചയേറിയ വാളുകൾ തന്നെ. ശരീരത്തിൽ മുറിവേൽക്കുമ്പോളും മുറിവേൽപ്പിക്കുമ്പോഴും അവർ ചിത്തഭ്രമം പറ്റിയമാതിരി അട്ടഹസിക്കുന്നു.

പടിയിന്മേൽ നിന്നയാൾ അത്ഭുതകരമാംവിധത്തിലാണ് പടയാളികളെ തടഞ്ഞത്. അവർക്കു ചുറ്റും ഒരു വളയംപോലുണ്ട്. തൊട്ടാൽ തൊടുന്നവൻ വിജയിക്കും; മറ്റേയാൾ പരാജയപ്പെടും. വിജയിക്കുന്നയാൾ പരാജയപ്പെടുന്നവന്റെ വട്ടത്തിലുള്ള സ്ഥാനത്തു ചെന്നുനിൽക്കണം. ഇവയാണ് ഈ വിനോദത്തിന്റെ വ്യവസ്ഥകൾ. അഞ്ചു മിനിറ്റുകൊണ്ട് പടിയിന്മേൽ നിന്നയാൾ മറ്റു മൂന്നുപേരെയും തൊട്ടുകഴിഞ്ഞു. ഒരാളുടെ കൈത്തണ്ടയിൽ; മറ്റേയാളുടെ താടിക്ക്; മൂന്നാമന്റെ ചെവിക്കും. അങ്ങനെ തന്റെ ആയുധ നൈപുണ്യംകൊണ്ട് വ്യവസ്ഥപ്രകാരം, അയാൾക്ക് മൂന്നു സ്ഥാനങ്ങൾ ലഭിച്ചു.

ഒക്കെക്കണ്ടപ്പോൾ നമ്മുടെ ചെറുപ്പക്കാരൻ ആർട്ഗ്നന് വല്ലാത്ത അത്ഭുതവും ആവേശവും തോന്നി; ലഹളയ്ക്കൊന്നും ഇടയുണ്ടാക്കരുതെന്ന് പ്രത്യേകം തീരുമാനിച്ചെത്തിയതായിരുന്നു. അവൻ ഒരുനിമിഷം ആലോചിച്ചു. തന്റെ നാട്ടിലും വീരന്മാരുണ്ട്. പക്ഷേ, അവിടത്തെ ദ്വന്ദ്വയുദ്ധങ്ങൾക്ക് പ്രത്യേകക്രമവും വ്യവസ്ഥകളുമുണ്ട്. ഗാസ്കനായാൽ പോലും ഈ വിധത്തിലുള്ള രീതി അവൻ കണ്ടിട്ടേയില്ല. ഗളിവർ എത്തപ്പെട്ട രാക്ഷസന്മാരുള്ള ഒരു മഹാരാജ്യംപോലുള്ള ഒരിടത്തേക്ക് തന്നെ കൊണ്ടിറക്കിയപോലെ അവനു പെട്ടെന്നു തോന്നി. പക്ഷേ ഇനിയും തന്റെ ലക്ഷ്യപൂർത്തീകരണമായിട്ടില്ല. കോണിപ്പടി കയറിയശേഷമാണ് അടുത്തമുറിയിലെത്താൻ.

കോണിയുടെ മുകൾഭാഗത്ത് യുദ്ധമൊന്നും ഉണ്ടായിരുന്നില്ല. സ്ത്രീകളെക്കുറിച്ചുള്ള കഥകളും പറഞ്ഞ് അവിടെയുള്ള പടയാളികൾ നിൽക്കുന്നു. എന്നാൽ മുറിയിൽ ഇരുന്നവർ കൊട്ടാരത്തിന്റെ കഥകളും ചർച്ച ചെയ്തുകൊണ്ടിരുന്നു.

കോണിപ്പടികൾ കയറിയപ്പോൾ ആർട്ഗ്നന്റെ മുഖം ചുവന്നു തുടുത്തു. മുറിയിൽ ചെന്നപ്പോൾ വിറച്ചും തുടങ്ങി. അവൻ സ്വതവേ സരസനാണല്ലോ. വേലക്കാരികൾ മുതൽ യജമാനത്തിമാർവരെയുള്ള ഗാസ്കനിലെ പെണ്ണുങ്ങൾ അവന്റെ കൈയിൽനിന്നും വിട്ടുപോകാറേയില്ല. പക്ഷേ പ്രേമകാര്യങ്ങളിൽ അവർ കാണിച്ച ധീരകാര്യങ്ങളെക്കുറിച്ചു മുറിയിൽ സംസാരിക്കുന്നതു കേട്ടപ്പോൾ അവൻ അമ്പരന്നു പോയി. ഫ്രാൻസിലെ ഓരോ പുകൾപെറ്റ സുന്ദരികളുടെയും പേരുപറഞ്ഞുകൊണ്ടാണ് അവർ ചർച്ച നടത്തിയത്; നടന്ന കാര്യങ്ങളൊന്നും ഒളിച്ചുവയ്ക്കാതെയാണവർ സംസാരിക്കുന്നത്. തന്റെ ധാർമികബോധത്തിന് വിള്ളലേറ്റതുപോലെ അവനു തോന്നി. മുറിയിൽ ചെന്നപ്പോൾ കേട്ട കഥകളാകട്ടെ കർദിനാളിനെക്കുറിച്ചുള്ള പരദൂഷണമായിരുന്നു. കർദിനാളിന്റെ സ്വകാര്യ ജീവിതം വൃത്തികെട്ടതായിരുന്നെന്ന് അവർ തുറന്നടിച്ചു. അവയെക്കുറിച്ച് അന്വേഷിക്കാൻ ശ്രമിച്ച പല പ്രമാണിമാരെയും കർദിനാൾ ദയനീയമായവിധത്തിൽ ശിക്ഷിച്ചിട്ടുണ്ടുപോലും. തന്റെ പിതാവിന് അങ്ങേയറ്റം ബഹുമാന്യനായ മഹാനായ ആ കർദിനാളിനെ ഈ ട്രിവീലിന്റെ പടയാളികൾക്ക് നിസാരവിലയേ ഉള്ളൂയെന്ന് ആർട്ഗ്നനു തോന്നി. അദ്ദേഹത്തിനൽപ്പം ശാരീരികവൈകല്യം ഉണ്ടെന്നുള്ളതു ശരിതന്നെ. കാലിന് ചെറിയൊരു വളവും തോളുവളഞ്ഞുള്ള ഒരു കൂനും. അക്കാര്യമൊക്കെ വിളമ്പി ആ പടയാളികൾ അദ്ദേഹത്തെ പരിഹസിക്കുകയായിരുന്നു. അദ്ദേഹത്തിന്റെ യജമാനത്തിയായ അഗ്യുലനെയും മരുമകളായ കാംബലിറ്റിനെയും കൂട്ടിച്ചേർത്ത് അശ്ലീലഗാനങ്ങൾ ഉണ്ടാക്കി അവർ പാടിരസിക്കുന്നു. മറ്റുചിലർ അദ്ദേഹത്തിന്റെ വേലക്കാരെയും അംഗരക്ഷകരെയും കൂട്ടിപ്പറഞ്ഞ് കളിയാക്കുന്നു. ഇതൊന്നും ആർട്ഗ്നനെ സംബന്ധിച്ചിടത്തോളം അസഹനീയവും അതിഭയങ്കരവുമായിരുന്നു.

പക്ഷേ, സംസാരത്തിൽ എപ്പോഴെങ്കിലും രാജാവിന്റെ പേര് വന്നുപോയാൽ അവരുടെ മുഖത്തിൽ ഭയം വന്നു പരക്കുകയും അവരുടെ വായ താനേ അടയുകയും ചെയ്യും. അടുത്തമുറിയിലെ ട്രിവീലി കേട്ടാലോയെന്നതായിരുന്നു അവരുടെ ഭയം. എന്നാൽ കർദിനാളിന്റെ പേരു വന്നാൽ വീണ്ടും അവരുടെ പ്രകൃതം മാറും. പൊട്ടിച്ചിരിക്കുകയും എല്ലാ ബുദ്ധിയും തിരിച്ചുകിട്ടിയമാതിരി അദ്ദേഹത്തെപ്പറ്റിയുള്ള അപവാദങ്ങൾ തുടരുകയും ചെയ്യും.

'ഇവന്മാരെ തുറുങ്കിലടയ്ക്കുകയോ തൂക്കിലേറ്റുകയോ ചെയ്യണം.' ഇവയെല്ലാം കണ്ടു പരിഭ്രമിച്ച ആർട്ഗ്നനു തോന്നി 'ഞാനും ഇവന്മാരോടൊപ്പം ശിക്ഷ ഏറ്റുവാങ്ങേണ്ടവരാണ്; ഇവ കേട്ടുകൊണ്ടുനിന്ന ഞാനും കുറ്റക്കാരനാണ്. കർദിനാളെ അങ്ങേയറ്റം ബഹുമാനിക്കാനാണ് എന്റെ

പിതാവ് എന്നോട് പറഞ്ഞിട്ടുള്ളത്. ഈ വിവരംകെട്ടവരോടൊപ്പം എന്നെ ക്കണ്ടാൽ അദ്ദേഹം എന്നെക്കുറിച്ച് എന്തു വിചാരിക്കും?'

ആർട്ഗ്നൻ എന്തായാലും അവരുടെ സംഭാഷണത്തിൽ കൂട്ടു ചേർന്നില്ല. പക്ഷേ അവൻ എല്ലാം സശ്രദ്ധം കേട്ടുകൊണ്ടുനിന്നു. ഒന്നും വിട്ടുപോകരുത്. അവൻ കണ്ണും കാതും കൂർപ്പിച്ചു. പക്ഷേ, പിതാവിന്റെ വിധിയെപ്പറ്റി അവനു സംശയം വന്നു. എങ്കിലും പടയാളികളുടെ ആ ഭയങ്കരവിമർശനങ്ങളെ കുറ്റപ്പെടുത്തുന്നതിനുപകരം അവരോടൊപ്പം കൂട്ടുചേരാനുള്ള ഒരു സഹജവാസന അവനിൽ അറിയാതെ വന്നുപോയി.

ട്രിവീലിയുടെ കൊട്ടാരത്തിൽ അവൻ തികച്ചും ഒരപരിചിതനായി രുന്നല്ലോ. മുൻപവിടെ കണ്ടിട്ടില്ലാതിരുന്ന അവനെ കണ്ടപ്പോൾ ഒരാൾ വന്ന് അവന്റെ ആഗമനോദ്ദേശ്യം ആരാഞ്ഞു. വിനയപൂർവം അവൻ അവന്റെ പേരു പറഞ്ഞു. യജമാനനെ ഒരുനിമിഷം ഒന്നു നേരിൽക്കാണാ നുള്ള അനുവാദം തരണമെന്നും ഒപ്പം അവൻ അപേക്ഷിച്ചു. അക്കാര്യം യജമാനനെ അറിയിക്കാമെന്നു പറഞ്ഞശേഷം അയാൾ പോയി.

ആർട്ഗ്നന് അപ്പോൾ തെല്ല് ആശ്വാസം കിട്ടി. അവൻ ചുറ്റും നോക്കി. ചുറ്റും നിൽക്കുന്ന പടയാളികളുടെ ശാരീരികവും വേഷപരവു മായ സവിശേഷതകൾ അവൻ ആസ്വദിച്ചു.

സംസാരിച്ചുകൊണ്ടുനിന്ന പടയാളികൾക്കു മധ്യേ ഉയരമുള്ള ഒരാൾ നിന്നിരുന്നു. വല്ലാത്ത ധിക്കാരഭാവമായിരുന്നു അയാളുടെ മുഖത്ത്. അയാ ളുടെ വേഷവിധാനത്തിലും എന്തോ പ്രത്യേകതയുണ്ടായിരുന്നു; ആരെ യും ആകർഷിക്കുന്നവിധത്തിൽ കടുത്ത ഒരു നീലക്കോട്ട്; അൽപ്പം നിറം മങ്ങിയിട്ടുണ്ട്; ചുളുക്കും വീണിട്ടുണ്ട്. സൂര്യനിൽ തിളങ്ങുന്ന ജലതുള്ളി കൾപോലെ തിളക്കമാർന്ന സ്വർണനിറത്തിലുള്ള തോൾബെൽറ്റ്! എത്ര മനോഹരമെന്നോ അതു കാണാൻ. തോൽപ്പട്ടയിൽ തൂക്കിയിട്ടിരിക്കുന്ന വാൾ കോട്ടിന്റെ തുറന്ന ഭാഗത്തുകൂടി കാണാവുന്നതായിരുന്നു.

അയാൾ കൂടെക്കൂടെ ചുമയ്ക്കുന്നുണ്ടായിരുന്നു; വല്ലാതെ ജല ദോഷം ബാധിച്ചിരിക്കുകയാണെന്ന് അയാൾ ആവലാതിപ്പെട്ടു. അതു കൊണ്ടാണ് താൻ ഈ നീലക്കോട്ട് ധരിച്ചിരിക്കുന്നതെന്ന് അയാൾ പറ ഞ്ഞു. മീശപിരിച്ചുകൊണ്ട് ഉച്ചത്തിലാണയാൾ എല്ലാം സംസാരിച്ചത്. എല്ലാവരുടെയും ശ്രദ്ധ അയാളിലായിരുന്നു. ആർട്ഗ്നന്റെ ശ്രദ്ധ മറ്റുള്ള വരെക്കാൾ കൂടുതലും.

"നിങ്ങൾക്കാർക്കും ഒന്നും തോന്നരുത്." ആ പൊക്കമുള്ള പടയാളി പറഞ്ഞു. "ഈ പരിഷ്കാരം വിഡ്ഢിത്തമാണെന്നറിയാം. പക്ഷേ, ഇപ്പോഴത്തെ പരിഷ്കാരമാണിത്. അല്ലെങ്കിൽത്തന്നെ ഉള്ള കുടുംബ പ്പണം ചെലവാക്കണമല്ലോ?"

"അതുകൊള്ളാം" നോക്കിനിന്നവരിൽ ഒരാൾ പറഞ്ഞു. "പോർ ത്തോസേ, നിന്റെ കുടുംബപ്പണം കൊണ്ടാണിതു വാങ്ങിയതെന്ന് എന്തി നാണ് കള്ളം പറയുന്നത്? സെന്റ് ഹോനോറി തുറമുഖത്തിന്റെ പ്രവേ ശനകവാടത്തിൽ കഴിഞ്ഞ ഞായറാഴ്ച തന്നോടൊപ്പംനിന്ന മുഖത്തു

തുണിയിട്ട ആ സ്ത്രീയല്ലേ നിനക്കിതു തന്നത്?"

"സത്യമായിട്ടും ഞാനിതു വാങ്ങിയതാണ്. എന്റെ സ്വന്തം പണം കൊണ്ട്" പോർത്തോസ് മറുപടി പറഞ്ഞു.

"അതു സത്യമാണ്" വേറൊരു പോരാളി പറഞ്ഞു. എന്റെ ഭാര്യ എന്റെ പഴയ പെഴ്സിൽ വച്ചുതന്ന പണംകൊണ്ട് ഞാൻ ഈ പുതിയ പെഴ്സ് വാങ്ങിച്ചതുപോലെ."

"പക്ഷേ ഞാൻ പറഞ്ഞതു സത്യമാണ്. പന്ത്രണ്ടു തോക്കുകൾ കൊടുത്താണ് ഞാനിത് വാങ്ങിയത്. ഇതിനപ്പുറം ഞാനെന്തു തെളിവാണ് തരേണ്ടത്?" പോർത്തോസ് ചോദിച്ചു.

ഇതുകേട്ടപ്പോൾ അവരുടെ അത്ഭുതം കൂടി; സംശയം അങ്ങനെ തന്നെ നിൽക്കുകയും ചെയ്തു.

"ഞാൻ പറയുന്നത് സത്യമാണ് ആറമീസ്" മറ്റൊരു പടയാളിയോട് പോർത്തോസ് പറഞ്ഞു.

വേഷത്തിലും ഭാവത്തിലും വളരെ വ്യത്യസ്തനായ ഒരാളായിരുന്നു ആറമീസ്. തടിച്ചുരുണ്ട ഒരു ഇരുപത്തിമൂന്നുകാരൻ. നിഷ്കളങ്കമായ ഭാവം. ശാന്തമായ കണ്ണുകൾ. ചുവന്ന കവിളുകൾ. മേൽച്ചുണ്ടിൽ വര മീശ. കൈകൊണ്ട് ചെവിയുടെ അറ്റം നുള്ളിനുള്ളി നിൽക്കുകയാണ യാൾ. ഞരമ്പുവീർത്താലോയെന്ന് ഭയക്കുമാറ് അയാൾ കൈ താഴേക്കി ടുന്നില്ല. നല്ലൊരു വാഗ്മിയാണയാൾ. പക്ഷേ, ഉറച്ചും സാവധാനത്തിലും സംസാരിച്ചു. അതിവിനയം കാണിക്കാൻ കൂടെക്കൂടെ തലകുമ്പിടുന്നുണ്ട്. ശബ്ദം കേൾപ്പിക്കാത്തതും പല്ലു കാണിക്കാത്തതുമായ നേർചിരി. സ്നേഹിതർ പറയുന്നതിന് എല്ലാത്തിനും മറുപടിയായി ഒരു തലകുലു ക്കൽ മാത്രം.

പോർത്തോസിന്റെ വേഷത്തെയും തോൾബെൽറ്റിനെയും പറ്റിയുള്ള ചർച്ച അവിടംകൊണ്ടവസാനിച്ച മട്ടായി. തുടർന്ന് അവരെല്ലാം ഭംഗിയാ സ്വദിക്കുകമാത്രം ചെയ്തു. പ്രത്യേക കാരണമൊന്നുമില്ലാതെ ആ വിഷയം അവർ വിട്ടുകളഞ്ഞു. തുടർന്ന് അവരുടെ സംഭാഷണം മറ്റൊരു വഴിക്കു തിരിഞ്ഞു.

"ചാലെയ്സിന്റെ കുതിരവകുപ്പുദ്യോഗസ്ഥന്റെ കഥയെക്കുറിച്ച് നിങ്ങ ളെന്താണ് പറയുന്നത്?" എല്ലാപേരോടുമായി മറ്റൊരു പോരാളി ചോദിച്ചു.

"എന്തു കഥയെക്കുറിച്ചാണ് താങ്കൾ പറയുന്നത്?" പോർത്തോസിന് ഒന്നും മനസിലായില്ല.

"കർദിനാളിന്റെ രഹസ്യദൂതനായ റൊച്ചിഫോർട്ടിനെ ബ്രസൽസിൽ വച്ച് അയാൾ കണ്ടെന്നാണ് പറയുന്നത്. ഒരു കപ്പൂച്ചിനായി അയാൾ വേഷം മാറി നടക്കുകയാണ്. അയാൾ ആ പാവപ്പെട്ട ലെയ്ഗുവിനെ ക്കാൾ വിഡ്ഢിയായാണ് നടക്കുന്നത്."

"അതു ശരിയാണ്. അയാളൊരു വിഡ്ഢി തന്നെ" പോർത്തോസ് പറഞ്ഞു. "പക്ഷേ സംഗതി നേരാണോ?"

"ആറമീസാണക്കാര്യം എന്നോടു പറഞ്ഞത്." അയാൾ പറഞ്ഞു.

"ആറമീസാണോ നിങ്ങളോടു പറഞ്ഞത്?"

"നിങ്ങൾക്ക് അക്കാര്യങ്ങൾ അറിയാമല്ലോ? ഞാൻ വിവരങ്ങൾ ഇന്നലെയല്ലേ പറഞ്ഞത്. ഇനി അക്കാര്യത്തെക്കുറിച്ചുള്ള ചർച്ചയൊന്നും വേണ്ട." ആറമീസ് പോർത്തോസിനോടു പറഞ്ഞു.

"അതെങ്ങനെ ചർച്ചചെയ്യാതിരിക്കും? ചർച്ചചെയ്യേണ്ടായെന്നത് നിങ്ങളുടെ അഭിപ്രായം. കർദിനാൾ ഒരു ചാരനെ അയച്ച് കത്തുകൾ മോഷ്ടിച്ചെടുത്തതാണ്. എന്നിട്ട് ചാലെയ്സിനെ വെട്ടി വകവരുത്തിച്ചു. രാജാവിനെ കൊന്ന് രാജ്ഞിയെ തട്ടിക്കൊണ്ടുപോകാൻ അവൻ തീരുമാനിച്ചിരുന്നുവെന്നാണ് അവന്റെമേൽ ആരോപിച്ചിരുന്ന കള്ളക്കുറ്റം." പോർത്തോസ് പറഞ്ഞു.

പോർത്തോസ് തുടർന്നു പറഞ്ഞു: "ഇന്നലെ താങ്കൾ ഈ കഥ പറഞ്ഞപ്പോഴാണ് ഞങ്ങളെല്ലാപേരും അക്കാര്യമറിഞ്ഞത്. അക്കാര്യം പറഞ്ഞു തന്നതിൽ ഞങ്ങൾക്കു സന്തോഷമേയുള്ളൂ. പക്ഷേ, അതിനെക്കുറിച്ച് ഇനിയൊന്നും സംസാരിക്കേണ്ടായെന്ന് പറയുന്നതിന്റെ അർഥം മനസിലാകുന്നില്ല."

"അതുകൊള്ളാം. എങ്കിൽ നമുക്ക് അക്കാര്യം ചർച്ചചെയ്യാം. നിങ്ങൾക്ക് വാസ്തവത്തിൽ അതാണിഷ്ടമെങ്കിൽ" ആറമീസ് ശാന്തനായി മറുപടി പറഞ്ഞു.

"ചാലെയ്സിന്റെ കുതിരവകുപ്പുദ്യോഗസ്ഥൻ ഞാനായിരുന്നെങ്കിൽ ആ റൊച്ചിഫോർട്ട് എന്റെ കൈയിൽനിന്നും നന്നായി വാങ്ങിച്ചുപിടിച്ചേനെ."

"ഉവ്വുവ്വ്. ആ ചെമ്പൻപ്രഭു നിനക്കും തരുമായിരുന്നു" ആറമീസ് പറഞ്ഞു.

"ചെമ്പൻപ്രഭു! കൊള്ളാം നല്ല പേര്" കൈ കൊട്ടിക്കൊണ്ട് പോർത്തോസ് പറഞ്ഞു. അയാൾ വീണ്ടും തുടർന്നു: "ചെമ്പൻ! എന്തായാലും ആറമീസേ, നിങ്ങൾ അതിബുദ്ധിമാൻ തന്നെ. നിങ്ങൾ ഒരു പുരോഹിതനാകേണ്ടതായിരുന്നു."

"അതു ഞാൻ തൽക്കാലത്തേക്കു മാറ്റിവച്ചതേയുള്ളൂ" ആറമീസ് പറഞ്ഞു. "ഞാൻ ഒരിക്കൽ ഒരു പുരോഹിതനാകും. ദൈവശാസ്ത്രം ഞാനിപ്പോഴും പഠിക്കുകയാണ്."

"താമസിച്ചാലും ഇല്ലെങ്കിലും അയാൾ ഒരിക്കൽ പുരോഹിതനാകും." പോർത്തോസ് പറഞ്ഞു.

"നിങ്ങൾ കരുതുന്നതിനെക്കാൾ വളരെ വേഗത്തിൽത്തന്നെ." ആറമീസ് പറഞ്ഞു.

"അയാൾ ളോഹ യൂണിഫോമിന്റെ പുറകിൽ തൂക്കിയിട്ടിരിക്കുകയാണ്. ഇനിയെടുത്തിട്ടാൽ മതി." മറ്റൊരു പടയാളി പറഞ്ഞു.

"പിന്നെന്തിനാണിനി അതു നോക്കിയിരിക്കുന്നത്?" വേറൊരു പടയാളി അന്വേഷിച്ചു.

"രാജ്ഞി രാജ്യത്തിന് ഒരവകാശിയെത്തരട്ടെ" ഒരാൾ പറഞ്ഞു.

"നല്ല തമാശ! അതിന് രാജ്ഞിക്ക് ആ പ്രായമെത്തിയില്ലല്ലോ" പോർത്തോസ് പറഞ്ഞു.

"ബക്കിങ്ഹാമിലെ പ്രഭു ഫ്രാൻസിലുണ്ടെന്നാണ് ആളുകൾ പറയുന്നത്." ആറമീസ് ഒരൽപ്പം പരദൂഷണം കയറ്റി.

"എന്റെ സുഹൃത്തേ, താങ്കൾ ഇപ്പറഞ്ഞതു തെറ്റി. തമാശ പറയുമ്പോൾ സൂക്ഷിച്ചുപറയണം. ട്രിവീലിയോ മറ്റോ കേട്ടിരുന്നെങ്കിൽ താങ്കൾക്ക് പശ്ചാത്തപിക്കേണ്ടി വന്നേനെ." പോർത്തോസ് ഇടയ്ക്കു കയറിപ്പറഞ്ഞു.

"താനെന്താ എന്നെ മര്യാദ പഠിപ്പിക്കുകയാണോ?" ആറമീസ് കണ്ണുരുട്ടി.

"പോടാ. താൻ പടയാളിയോ പുരോഹിതനോ എന്തായാലും എനിക്കു പുല്ലാണ്. പക്ഷേ ഒരേസമയത്ത് രണ്ടുംകൂടി വേണ്ട. പണ്ടൊരിക്കൽ ആതോസ് പറഞ്ഞത് തനിക്കോർമയുണ്ടല്ലോ? എന്തിനും ഏതിനും കയറി വിളമ്പും. ഒന്നും നശിപ്പിക്കരുതേ. നമ്മളും അയാളും തമ്മിലുള്ള കരാർ ഓർമ വേണം. മാഡം എയ്ഗുലിനെ താങ്കൾ സന്ദർശിക്കുന്ന കാര്യമൊക്കെ ഞങ്ങൾക്കറിയാം. ആ സുന്ദരിയെ താൻ പ്രണയിക്കുന്നെന്നുമറിയാം; അതു തനിക്ക് നിഷേധിക്കാനാവില്ല. എന്തായാലും നിങ്ങൾ തമ്മിലുള്ള മറ്റു രഹസ്യങ്ങൾ പൊളിക്കാനൊന്നും ഞങ്ങൾക്കാഗ്രഹമില്ല. പക്ഷേ അതല്ല ഇവിടത്തെ വിഷയം. മെച്ചപ്പെട്ട സ്വഭാവമുള്ള താൻ രാജ്ഞിയെക്കുറിച്ച് ഇങ്ങനെ പറയരുത്. രാജാവിനെപ്പറ്റിയും കർദിനാളിനെക്കുറിച്ചും എന്തു വേണമെങ്കിലും പറഞ്ഞോളൂ. പക്ഷേ രാജ്ഞി പവിത്രയാണെന്നോർമ വേണം. അവരെക്കുറിച്ച് എന്തു പറഞ്ഞാലും ബഹുമാനത്തോടെയാകണം" പോർത്തോസ് പറഞ്ഞു.

"നീയൊരു മണ്ടച്ചാരു തന്നെ" ആറമീസ് പറഞ്ഞു. "തന്റെ ഉപദേശമൊന്നും വേണ്ട. ആതോസ് പറഞ്ഞാൽ ഞാൻ കേട്ടോളാം. ഒരു പുതിയ തോൾബെൽറ്റിട്ടിരിക്കുന്നതിന്റെ അഹങ്കാരം എന്നോടു വേണ്ട. എനിക്കിഷ്ടമുള്ളപ്പോൾ ഞാൻ പുരോഹിതനായിക്കോളാം. അതുവരെ ഞാൻ ഒരു പോരാളിയാണ്. എനിക്കിഷ്ടമുള്ളത് ഞാൻ പറയും. എന്നെ മുഷിപ്പിക്കാതിരുന്നാൽ തനിക്കു നല്ലത്."

"ആറമീസ്.....!"

"പോർത്തോസ്!"

"അയ്യോ! ദയവായി നിർത്തൂ" മറ്റുള്ള പോരാളികൾ അടുത്തുചെന്നു.

പെട്ടെന്ന് ട്രിവീലിയുടെ മുറിയുടെ വാതിൽ തുറന്ന് ഒരു വേലക്കാരനിറങ്ങി. ആർട്ഗ്നനെ കാണാൻ ട്രിവീലി കാത്തിരിക്കുകയാണെന്ന് അയാൾ പറഞ്ഞു.

എല്ലാവരും പെട്ടെന്ന് നിശ്ശബ്ദരായി. ആർട്ഗ്നൻ മുറിയിലേക്കു കയറി. ആ പ്രശ്നമുഖരിതമായ ശണ്ഠയിൽനിന്നും രക്ഷപ്പെട്ട ചാരിതാർഥ്യം അവന്റെ മുഖത്തുണ്ടായിരുന്നു.

3

കൂടിക്കാഴ്ച

ട്രിവീലി കോപംപൂണ്ടിരുന്ന നേരമായിരുന്നു അത്. എങ്കിലും അദ്ദേഹം ആർട്ഗ്നനെ വിനയപൂർവം സ്വീകരിച്ചു. അതീവവിനയത്തോടെ അവൻ തലകുമ്പിടുന്നതു കണ്ടപ്പോൾ ട്രിവീലി പുഞ്ചിരിതൂകി. ഒരു നിമിഷം തന്റെ ചെറുപ്പകാലവും ജന്മനാടും അദ്ദേഹത്തിന്റെ മനോമണ്ഡലത്തിൽ ഓടിയെത്തി. കുട്ടിക്കാലവും നാടുമോർത്തു സന്തോഷിക്കാത്ത ഒരു ഹൃദയവുമില്ലല്ലോ. അത്യാവശ്യമുള്ള ചില ജോലികൾ പൂർത്തിയാക്കിയശേഷം സംസാരിക്കാനെത്താമെന്ന് ആംഗ്യം കാണിച്ചശേഷം ട്രിവീലി അടുത്തമുറിയിലേക്കു ചെന്നു.

"ആതോസ്, പോർത്തോസ്, ആറമീസ്....." ട്രിവീലി ഉറക്കെ അവരെ വിളിച്ചു.

ആറമീസും പോർത്തോസും കൂട്ടത്തിൽനിന്നും മാറി ട്രിവീലിയുടെ മുറിയിലേക്കു കയറി; വാതിൽ ശക്തിയായി വലിച്ചടച്ചു. അവരുടെ ഗൗരവമാർന്ന മുഖഭാവം ആർട്ഗ്നന്റെ മനസിൽ പതിഞ്ഞു. ആ പടയാളികളെ അരദൈവങ്ങളായും അവരുടെ നേതാവിനെ ഇടിവെട്ടായുധമാക്കിയ ജൂപ്പിറ്റർ ഭഗവാനുമായിട്ട് അവൻ കരുതി.

ഇരുപടയാളികളും മുറിയിൽ പ്രവേശിച്ച് മുറിയടയ്ക്കേണ്ട താമസം, അടുത്തമുറിയിലെ ഒച്ചകൂടാൻ തുടങ്ങി. ട്രിവീലി നെറ്റിചുളിച്ചുകൊണ്ട് മുറിയിൽ നിശ്ശബ്ദനായി ഇവരുടെ മുന്നിലൂടെ അങ്ങോട്ടുമിങ്ങോട്ടും നടക്കുന്നു. പോർത്തോസും ആറമീസും കുറ്റിപോലെ നിന്നു. പെട്ടെന്ന് ട്രിവീലി അവിടെ മുമ്പിൽ നിന്നുകൊണ്ട് അടിമുതൽ മുടിവരെ ഒന്നു നോക്കി. തുടർന്ന് അദ്ദേഹം കോപത്തോടെ ചോദിച്ചു:

"ഇന്നലെ വൈകുന്നേരം രാജാവ് എന്താണു പറഞ്ഞതെന്ന് നിങ്ങൾക്കറിയാമോ?"

അൽപ്പനേരത്തെ മൗനത്തിനുശേഷം ആ ഇരുപടയാളികളും മറുപടി പറഞ്ഞു: "ഇല്ല സർ. ഞങ്ങൾക്കറിയില്ല."

"അങ്ങുതന്നെ അക്കാര്യം പറയുമെങ്കിൽ നന്നായിരുന്നു" വിനീതനായി ആറമീസ് പറഞ്ഞു.

"ഇനിമുതൽ കർദിനാളിന്റെ പടയാളികളിൽ നിന്നാണ് അദ്ദേഹം തന്റെ പോരാളികളെ തിരഞ്ഞെടുക്കാൻ പോകുന്നതെന്നാണ് പറഞ്ഞത്."

"കർദിനാളിന്റെ പടയാളികളിൽനിന്നോ? അതെന്താണ് അങ്ങനെ?" പോർത്തോസ് അക്ഷമനായി.

"തന്റെ പടയാളികൾക്കു കരുത്തു പോരെന്ന് അദ്ദേഹത്തിനു തോന്നിയിരിക്കുകയാണ്. കൂടുതൽ കരുത്താർജിപ്പിക്കണമെന്നതുതന്നെയാണ് അദ്ദേഹത്തിന്റെ ലക്ഷ്യം" ട്രിവീലി പറഞ്ഞു.

കേട്ടപാടെ രണ്ടു പടയാളികളുടെയും കണ്ണുകൾ ചുവന്നു. പ്രതീക്ഷയൊക്കെ നശിച്ചെന്നു തോന്നിയ ആർട്ഗ്നൻ പരിസരബോധം മറന്നു. ഭൂമി പിളർന്ന് താഴോട്ടുപോയാലോയെന്ന് അവനു തോന്നി.

"അതെ അതെ. അക്കാര്യമാണ് രാജാവ് പറഞ്ഞത്." കൂടുതൽ സ്വരമുയർത്തിക്കൊണ്ട് ട്രിവീലി തുടർന്നു: "അദ്ദേഹം പറഞ്ഞത് ശരിയാണ്. കൊട്ടാരത്തിൽ പോരാളികളുടെ അവസ്ഥ വളരെ മോശമായിരിക്കുകയാണ്. ഇന്നലെ രാത്രി ചെസുകളിയിലേർപ്പെട്ടിരുന്നപ്പോൾ കർദിനാൾ ഹാസ്യത്തിൽ രാജാവിനോടു പറയുന്നതുകേട്ടപ്പോൾ എന്റെ ചങ്കുപൊട്ടി. നിങ്ങളെപ്പറ്റി അദ്ദേഹം പറഞ്ഞത് നിങ്ങൾതന്നെ കേൾക്കേണ്ടതായിരുന്നു. അദ്ദേഹം അതു പറയുമ്പോൾ ഇടയ്ക്ക് ഇടകണ്ണിട്ട് എന്നെയൊരു നോട്ടം. റൂഫെറൗവിലെ ഹോട്ടലിലിരുന്ന് നിങ്ങൾ ലഹളയുണ്ടാക്കിയതിന് സമാധാനമുണ്ടാക്കാനായി അദ്ദേഹത്തിന്റെ പടയാളികൾ വന്ന് നിങ്ങളെ അറസ്റ്റുചെയ്യാൻ നിർബന്ധിതരായത് വളരെ കഷ്ടമായിപ്പോയി. പോരാളികളെ അറസ്റ്റുചെയ്യേണ്ട ഗതികേട് ഉണ്ടാവുകയെന്നുവച്ചാൽ? നിങ്ങൾ രണ്ടുപേരും അക്കൂട്ടത്തിലുണ്ടായിരുന്നല്ലോ. കർദിനാൾ നിങ്ങളെ മനസിലാക്കിയതിനു തെളിവാണ് അദ്ദേഹം നിങ്ങളുടെ പേരുകൾ എടുത്തു പറഞ്ഞത്. നിങ്ങൾ അതിലുണ്ടായിരുന്നില്ലെന്ന് നിങ്ങൾക്കിനി പറയാനാവില്ല. ഇനി പറഞ്ഞിട്ടു കാര്യമില്ല. എല്ലാം എന്റെ കുഴപ്പമാണ്; എന്റെ സ്വന്തം ആളുകളെ പടയാളികളായിട്ട് എടുത്തതാണ് എല്ലാറ്റിനും കാരണം....."

ട്രിവീലി വീണ്ടും അവരോടു പറഞ്ഞു: "ആറമീസേ, നിനക്ക് ഒരു പുരോഹിതന്റെ വേഷമാണ് നല്ലത്. താനെങ്ങനെ ഒരു പടയാളിയായി. എടോ പോർത്തോസേ, തനിക്കീ സ്വർണഭംഗിയുള്ള കുപ്പായം ഉണ്ടായിട്ടെന്താണു കാര്യം? മറ്റേ മൂന്നാമത്തെയാൾ എവിടെ? ആ ആതോസെന്തേ വരാഞ്ഞത്?"

"അയാൾക്ക് സുഖമില്ല...."

"തീരെ സുഖമില്ലെന്നാണോ നിങ്ങൾ പറയുന്നത്? എന്താണ സുഖം?"

"വസൂരിയാണെന്നാണ് എന്റെ ഭയം" പോർത്തോസ് പറഞ്ഞു. "ഈ അസുഖം മുഖത്തെ വിരൂപമാക്കിക്കളയും."

"വസൂരിയെന്നോ? അതു പുതിയ കഥ തന്നെ. ഈ പ്രായത്തിൽ വസൂരിരോഗമോ?" ട്രിവീലിക്ക് വിശ്വാസമായില്ല. അയാൾ തുടർന്നു പറഞ്ഞു: "എവിടെയെങ്കിലും മുറിവേറ്റു കിടപ്പുണ്ടാകും. അല്ലെങ്കിൽ എവിടെയെങ്കിലും ചത്തു കിടപ്പുണ്ടാകും. പിന്നെ പോരാളികളേ, ക്ലബുകളിലും പൊതുസ്ഥലങ്ങളിലും ഇമ്മാതിരി ബഹളമുണ്ടാക്കാൻ ഞാൻ എന്തായാലും ഇനി അനുവദിക്കുകയില്ല. കർദിനാളിന്റെ ആ ആളുകൾ നല്ലവരാണ്. ശാന്തരും മര്യാദക്കാരുമായ അവർ ഒരിക്കലും ഒരു കുഴപ്പത്തിലും ചെന്നു ചാടുകയില്ല. വല്ല കുഴപ്പത്തിലും വീണുപോയാലോ അറസ്റ്റുചെയ്യപ്പെടാനുള്ള സാഹചര്യം ഉണ്ടാക്കുകയേ ഇല്ല. അതിനേക്കാൾ ഭേദം മരിക്കുന്നതല്ലേ. പക്ഷേ പേടിച്ചു പിന്തിരിഞ്ഞോടുക. ഭയന്നു വിറയ്ക്കുക.... ഇതൊക്കെ രാജാവിന്റെ പോരാളികൾക്കുമാത്രമുള്ളതല്ലേ...."

എല്ലാം കേട്ടുകൊണ്ടുവന്ന പടയാളികൾ ദേഷ്യംകൊണ്ടു വിറയ്ക്കാൻ തുടങ്ങി. ട്രിവീലിയെ അവിടെയിട്ടുതന്നെ ഞെക്കിക്കൊല്ലാനുള്ള ദേഷ്യം! പക്ഷേ അദ്ദേഹത്തിന്റെ സ്നേഹംകൊണ്ടാണ് ഇതൊക്കെപ്പറഞ്ഞതെന്ന് അവരുടെ മനസിന്റെ ഒരു ഭാഗവും മന്ത്രിച്ചില്ല. അവർ ദേഷ്യത്തോടെ തറയിൽ ആഞ്ഞുചവിട്ടുകയും ചുണ്ടുകടിക്കുകയും തൂക്കിയിട്ടിരിക്കുന്ന വാളിൽ ശക്തിയായി കടന്നുപിടിക്കുകയും ചെയ്തു.

ട്രിവീലി മൂവരുടെയും പേരുപറഞ്ഞ് വിളിച്ചിരുന്നത് അടുത്തമുറിയിലെ എല്ലാവരും കേട്ടിട്ടുണ്ടായിരുന്നു. അദ്ദേഹത്തിന്റെ ശബ്ദം കേട്ടപ്പോൾത്തന്നെ വളരെ കുപിതനായിരിക്കുകയാണെന്ന് എല്ലാവരും മനസിലാക്കിയിരുന്നു. ജിജ്ഞാസ മൂത്ത ആളുകൾ ചെവികൂർപ്പിച്ചു നിന്നു. അകത്തുനടക്കുന്ന സംസാരം കേട്ടപ്പോൾ പുറത്തുനിന്നവർക്കും അരിശം മൂത്തു. വാർത്ത ഒരു ചെവിയിൽനിന്നും അടുത്തചെവിയിലേക്കു നീങ്ങിക്കൊണ്ടിരുന്നു. നിമിഷങ്ങൾകൊണ്ടത് ചുറ്റും പാട്ടായി. സർവരും അരിശത്തിൽ തിളകൊണ്ടു.

"എന്റെ ദൈവമേ? ഇതെന്തു മറിമായം? കർദിനാളിന്റെ ആളുകൾ രാജാവിന്റെ പടയാളികളെ അറസ്റ്റു ചെയ്യുകയോ?" ട്രിവീലി തന്റെ പടയാളികളെപ്പോലെ കലിതുള്ളി. അദ്ദേഹം എണ്ണിയെണ്ണിപ്പറഞ്ഞ ഓരോ വാക്കുകളും പടയാളികളുടെ ഹൃദയത്തിൽ കൂരമ്പുകളായി.

"എന്ത്? കർദിനാളിന്റെ ആറ് ആളുകൾ രാജാവിന്റെ ആറ് ആളുകളെ അറസ്റ്റുചെയ്യുക! സഹിക്കാനാകുന്നില്ല. ഞാൻ എന്തുചെയ്യണമെന്ന് തീരുമാനിച്ചിട്ടുണ്ട്. പോരാളികളുടെ നേതാവെന്ന സ്ഥാനം ഇനിയെനിക്കു വേണ്ട. ഞാൻ രാജികൊടുക്കാൻ പോകുകയാണ്. എന്റെ തീരുമാനത്തിലിനി മാറ്റമില്ല. കർദിനാളിന്റെ കീഴിൽ ഒരു ലഫ്റ്റനെന്റാക്കാൻ അദ്ദേഹത്തോടപേക്ഷിക്കുകയും ചെയ്യും. അദ്ദേഹം എന്നെ ലഫ്റ്റനെന്റായി സ്വീകരിച്ചില്ലായെങ്കിൽ ഞാനും ഒരു പുരോഹിതനാകുന്നതാണ് നല്ലത്...."

അപ്പോഴേക്കും അടുത്തമുറിയിൽ ലഹളയുടെ സ്വരം ഉയർന്നുതുട

ങ്ങി. എന്തു ചെയ്യും ആർട്ഗ്നൻ ചിന്തിച്ചു. എവിടെയെങ്കിലും ഒളിഞ്ഞിരിക്കണം അതുതന്നെയാണ് മാർഗം.

"അതെ സാർ...." പോർത്തോസ് ശാന്തനായി പറഞ്ഞുതുടങ്ങി: "സത്യമിതാണ്. ഞങ്ങൾ ആറുപേർ ആറുപേരോടാണ് എതിരിട്ടത്; ഒക്കെ യാദൃച്ഛികമായിരുന്നു. ഞങ്ങൾ വാളൂരി പൊരുതുന്നതിനു മുമ്പുതന്നെ രണ്ടുപേരെ അവർ കൊന്നുകളഞ്ഞു. ആതോസിന് കാര്യമായി മുറിവേറ്റു. ആതോസിന്റെ വീറ് നല്ലപോലെ എല്ലാവർക്കുമറിയാമല്ലോ. പക്ഷേ, രണ്ടു പ്രാവശ്യം എഴുന്നേൽക്കാൻ ശ്രമിച്ചെങ്കിലും അപ്പോഴൊക്കെ അയാൾ വീണുപോയി. പക്ഷേ ഞങ്ങൾ വിട്ടുകൊടുത്തില്ല. അവർ അപ്പോൾ എണ്ണത്തിൽക്കൂടുതലായല്ലോ. അവർ ഞങ്ങളെ വലിച്ചിഴച്ചു. അതിൽനിന്നും രക്ഷപ്പെട്ട് ഓടിക്കളയുകയാണുണ്ടായത്. ആതോസ് മരിച്ചുവെന്ന് കരുതി അവരയാളെ പിന്നെ ശ്രദ്ധിച്ചില്ല. ഇതാണ് മുഴുവൻ കഥ. എന്തു ചെയ്യാൻ ക്യാപ്റ്റൻ, എല്ലാ യുദ്ധങ്ങളിലും ജയിക്കാൻ ഒരാൾക്കു കഴിഞ്ഞെന്നുവരില്ല. ഫാർസലെയാ യുദ്ധത്തിൽ മഹാനായ പോംപി പോലും പരാജയപ്പെട്ടില്ലേ. ഫ്രാൻസിസ് ഒന്നാമൻ പാവിയാ യുദ്ധത്തിൽ പരാജയപ്പെട്ടില്ലേ...."

"സർ..... അവരിലൊരാളെ ഞാൻ വകവരുത്തിയിരുന്നു. ആദ്യത്തെ വെട്ടിൽ എന്റെ വാളൊടിഞ്ഞുപോയി. പിന്നെ അയാളുടെ വാളുപയോഗിച്ചുതന്നെയാണ് ഞാനയാളെ അടിച്ചിരുത്തിയത്" ആറമീസ് പറഞ്ഞു.

"ഇക്കാര്യം ഞാനറിഞ്ഞില്ലല്ലോ...." ട്രിവീലി സന്ദേഹം പൂണ്ടു. "കർദിനാൾ ഒരുപക്ഷേ എന്നോടു പൊങ്ങച്ചം പറഞ്ഞതാണോ?"

ട്രിവീലി അൽപ്പം ശാന്തനായെന്നറിഞ്ഞപ്പോൾ ആറമീസ് അപേക്ഷിച്ചു പറഞ്ഞു: "സർ.... ആതോസ് മുറിവേറ്റ കാര്യം പാട്ടാക്കരുത്. രാജാവിന്റെ ചെവിയിലെത്തിക്കഴിഞ്ഞാൽ അയാൾക്കത് സഹിക്കാനാവില്ല. അയാൾക്ക് സാരമായ പരിക്കുതന്നെയാണേറ്റിരിക്കുന്നത്. ഏറ്റവെട്ട് കഴുത്തിൽനിന്നും നെഞ്ചുവരെ താണുപോയിരുന്നു; അതാണ് ഞങ്ങൾക്കു ഭയം...."

ആ സമയത്ത് വാതിലിന്റെ കർട്ടൺ നീക്കി ഒരു ഒത്തയുവാവ് അകത്തേക്കു കയറിവന്നു. ഭയാനകമാംവിധം അയാൾ വിളറിയിരുന്നു.

"ആതോസ്?" രണ്ടു പടയാളികളും അറിയാതെ വിളിച്ചുപോയി.

"ആതോസ്!" ട്രിവീലിയും വിളിച്ചുപോയി.

"അങ്ങെന്നെ വിളിപ്പിച്ചിരുന്നോ സർ?" ആതോസ് ട്രിവീലിയോടു ചോദിച്ചു. ശാന്തതയും ക്ഷീണം നിറഞ്ഞതുമായ സ്വരമായിരുന്നു അയാളുടേത്. "എന്റെ സുഹൃത്തുക്കളാണ് അങ്ങെന്നെ അന്വേഷിച്ചകാര്യം പറഞ്ഞത്. അങ്ങയുടെ കൽപ്പനകൾ അനുസരിക്കാൻ വേണ്ടിയാണ് ഞാനോടിയെത്തിയത്. എന്താണ് ഞാൻ ചെയ്യേണ്ടത്?"

ഇപ്രകാരം പറഞ്ഞുകൊണ്ടാണ് അയാൾ മുറിയിലേക്കു കയറിയത്. പതിവു ചുറുചുറുക്കും; വേഷവിധാനവും. പോരാളിയുടെ ധീരതയിൽ രോമാഞ്ചംകൊണ്ട ട്രിവീലി അയാളുടെ അരികിലേക്ക് ഓടിച്ചെന്നു.

“ഞാൻ ഇവരോടു പറയാനൊരുങ്ങുകയായിരുന്നു എന്റെ പോരാളികളിൽ ഒന്നിനെയും ഞാൻ ആർക്കും വിട്ടുകൊടുക്കുകയില്ലെന്ന്.” ട്രിവീലി തുടർന്നു പറഞ്ഞു: “ധീരന്മാരെ രാജാവിനിഷ്ടമാണ്. തന്റെ പോരാളികൾ ഭൂമിയിൽ വച്ചേറ്റവും ധീരരാണെന്നും അദ്ദേഹത്തിനറിയാം. താൻ ആ കൈ തരൂ.....”

സ്നേഹപ്രകടനത്തിന്റെ കരം അയാൾ നീട്ടുന്നതിനു മുമ്പുതന്നെ ട്രിവീലി ആതോസിന്റെ വലതുകൈ മുറുക്കെ പിടിച്ചു; തന്റെ ശക്തിയായ പിടിത്തം അയാൾക്ക് വേദനയാണുണ്ടാക്കിയതെന്ന് ട്രിവീലി മനസിലാക്കിയില്ല. ആതോസ് വിളറിയമുഖവുമായി കൂടുതൽ നിയന്ത്രിച്ചുനിന്നു.

മുറിയുടെ വാതിൽ പകുതി തുറന്നു കിടക്കുകയായിരുന്നു അപ്പോൾ. ആതോസിന്റെ വരവ് അത്രയ്ക്ക് അത്ഭുതമുണ്ടാക്കിയതുകൊണ്ടാണ് വാതിൽ ചാരാൻപോലും അവർ മറന്നുപോയത്. തനിക്കേറ്റ മുറിവ് അയാൾ രഹസ്യമാക്കിവച്ചിരിക്കുകയാണെന്ന് എല്ലാവർക്കുമറിയാമായിരുന്നു. കഴുത്തുമുതൽ നെഞ്ചുവരെയുള്ള ആ മുറിവ്! എന്നിട്ടും അയാളുടെ ധീരതയേറിയ വാക്കുകൾ. മുറിക്കു വെളിയിൽനിന്ന ചില പോരാളികൾ കർട്ടന്റെ ഇടയിലൂടെ മുറിക്കകത്തേക്ക് ഒളിഞ്ഞുനോക്കി. എല്ലാപേർക്കും ആവേശമായിരുന്നു. മറ്റേതെങ്കിലും അവസരത്തിലായിരുന്നെങ്കിൽ ആ പടയാളികൾ ചെയ്ത പെരുമാറ്റദൂഷ്യത്തെ ട്രിവീലി ഒരിക്കലും അംഗീകരിക്കുകയില്ലായിരുന്നു.

ട്രിവീലി ആതോസിന്റെ കൈ ശക്തിയായി പിടിച്ചുകൊണ്ടുതന്നെ അയാളെ നോക്കിനിന്നു. അയാളുടെ കൈ വേദനകൊണ്ടു പുളഞ്ഞു. അയാൾ കൂടുതൽ വിളറുകയും തൽക്ഷണം മരിച്ചപോലെ താഴെ അലറി വീഴുകയും ചെയ്തു.

“ഒരു ഡോക്ടറെ വിളിക്കൂ.....” ട്രിവീലി അലറി. “എന്റെ ഡോക്ടറെ വിളിച്ചാൽ മതി.... രാജാവിന്റെ ഏറ്റവും നല്ല ഡോക്ടർ! അല്ലെങ്കിൽ എന്റെ ധീരനായ പടയാളി ഇവിടെ കിടന്നു മരിച്ചുപോകും.....”

ട്രിവീലിയുടെ നിലവിളികേട്ട് അവിടെയുണ്ടായിരുന്ന എല്ലാപേരും ആ മുറിയിലേക്കു ഓടിയെത്തി. വാതിലടച്ച് അവരെ ചെറുക്കാൻ സാധിക്കുന്നതിനുമുമ്പ് എല്ലാവരും ആതോസിന്റെ ചുറ്റും കൂടിയിരുന്നു. ആളുകളിങ്ങനെ നോക്കിനിന്നിട്ടെന്തുകാര്യം? ഡോക്ടർ സമയത്തെത്തിയില്ലെങ്കിലോ? ട്രിവീലി കൂടിനിന്ന ആളുകളെ കൈമുട്ടുകൾകൊണ്ട് തള്ളി വകഞ്ഞുമാറ്റി ആതോസിന്റെ അരികിൽ ചെന്നു. ബോധമറ്റുതന്നെ കിടക്കുന്ന അയാളുടെ അരികിൽ മുട്ടുകുത്തി.

ചുറ്റുമുള്ള ബഹളം ശല്യമായപ്പോൾ ആതോസിനെ അടുത്തമുറിയിലേക്കു മാറ്റാൻ ട്രിവീലിയെ പ്രേരിപ്പിച്ചു. ട്രിവീലി വാതിൽ മുഴുവൻ മലർക്കെ തുറന്നുകൊടുത്തു. പോർത്തോസും ആറമീസുംകൂടി ബോധമില്ലാതെ കിടന്ന പോരാളിയെ കൈകളിൽ താങ്ങിയെടുത്തു. അവിടെ എത്തിയ ഡോക്ടർ പിന്നാലെ ചെന്നു. ഒപ്പം വാതിലടയ്ക്കുകയും ചെയ്തു.

ട്രിവീലിയുടെ മുറി പൊതുവേ ദിവ്യമായ സ്ഥലംപോലെയായിരുന്നു.

പക്ഷേ ഇപ്പോഴത് അടുത്തമുറിയുടെ ഒരു ചായ്പുപോലെയായിരിക്കുകയാണ്. എല്ലാപേരും ഉച്ചത്തിൽ സംസാരിച്ചുകൊണ്ടിരുന്നു. അവയിൽ പലരും കർദിനാളിന്റെ പോരാളിയെ തെറി പറയുകയായിരുന്നു.

ഡോക്ടറെയും ട്രിവീലിയെയും മുറിവേറ്റ ആതോസിനരികിലാക്കിയ ശേഷം ആ പടയാളികൾ രണ്ടുപേരും അൽപ്പനേരത്തിനുശേഷം പുറത്തേക്കിറങ്ങി.

കുറച്ചുകഴിഞ്ഞപ്പോൾ അയാൾക്കു ബോധം തിരിച്ചുകിട്ടി. രക്തം നഷ്ടപ്പെട്ടതുകൊണ്ടാണ് അയാൾക്കത്രയും ക്ഷീണമുള്ളതെന്ന് ഡോക്ടർ പറഞ്ഞു. ഒടുവിൽ ട്രിവീലിയും മുറിക്കു പുറത്തേക്കിറങ്ങി.

മുറിയിൽനിന്നും എല്ലാവരും പുറത്തേക്കുവരാൻ ട്രിവീലി അവിടെ കൂടിനിന്നവരോടു പറഞ്ഞു. ആർട്ഗ്നൻ ഒഴികെ എല്ലാവരും പുറത്തിറങ്ങി. തന്നോട് സംസാരിക്കാൻ അനുവദിച്ചിരുന്ന കാര്യം അവൻ മറന്നിരുന്നില്ല. ഒരു നെല്ലിടമാറാതെ അവൻ അവിടെത്തന്നെ നിന്നു; തനി ഗാസ്കന്റെ ധിക്കാരബുദ്ധി!

എല്ലാപേരും പുറത്തിറങ്ങി വാതിലടച്ചപ്പോൾ ട്രിവീലി ചുറ്റുംനോക്കി. ഒരു ചെറുപ്പക്കാരൻ മാത്രം നിൽക്കുന്നു. അവിടെ നടന്ന കാഴ്ചകൾ അവനെ സംഭ്രമിപ്പിച്ച മട്ടുണ്ട് അവനെക്കണ്ടാൽ. അവന്റെ ആഗമനോദ്ദേശ്യം എന്താണെന്ന് ട്രിവീലി അന്വേഷിച്ചു.

"ഞാൻ ആർട്ഗ്നനാണ്.... ആർട്ഗ്നൻ...." അവൻ പറഞ്ഞു.

"ഓ ആർട്ഗ്നൻ.... അൽപ്പനേരത്തേക്ക് ഞാനാകെ മറന്നുപോയി." ട്രിവീലി തുടർന്നുപറഞ്ഞു: "ഒരു ക്യാപ്റ്റൻ എന്നു പറഞ്ഞാൽ ഒരു കുടുംബനാഥൻ പോലെയാണ്; അതുമല്ല ഒരു കുടുംബനാഥനെക്കാൾ കൂടുതൽ ഉത്തരവാദിത്വം ചുമക്കുന്നവൻ. പടയാളികൾ വെറും കുട്ടികളാണ്. രാജാവിന്റെയും അതിനെക്കാളേറെ കർദിനാളിന്റെ കൽപ്പനകൾ പാലിക്കുകയെന്ന ഭാരിച്ച ഉത്തരവാദിത്വം എനിക്കാണ്....."

ട്രിവീലിയുടെ നിസ്സാരസംഭാഷണം കേട്ടപ്പോൾ ആർട്ഗ്നന് ചിരിയാണ് വന്നത്. ചിരിയുടെ അർഥം മനസിലാക്കിയ ട്രിവീലി തന്റെ സംസാരവിഷയം പെട്ടെന്നുമാറ്റി.

"നിങ്ങളുടെ അച്ഛനോട് എനിക്ക് അതിയായ സ്നേഹമുണ്ടായിരുന്നു" ട്രിവീലി പറഞ്ഞു. "അദ്ദേഹത്തിന്റെ മകനുവേണ്ടി ഞാനെന്താണ് ചെയ്യേണ്ടത്? പറയൂ.... എന്റെ സമയം എനിക്കുള്ളതല്ലെന്നറിയാമല്ലോ..."

"സർ" ആർട്ഗ്നൻ വിനയത്തോടെ പറഞ്ഞു: "എന്റെ അച്ഛനോടുള്ള സ്നേഹത്തെ പ്രതി എനിക്ക് ഇവിടെ ഒരു പടയാളിയുടെ ബഹുമതി കിട്ടുമെന്നു കരുതിയാണ് ഞാനെത്തിയത്. പക്ഷേ ഇപ്പോൾ ഇവിടെ നടന്ന സംഭവങ്ങൾ ആലോചിക്കുമ്പോൾ എനിക്ക് പടയാളിയാകാൻ പറ്റുമോയെന്നറിയില്ല; അല്ലെങ്കിൽത്തന്നെ എനിക്കതിനുള്ള യോഗ്യതയുണ്ടോയെന്ന് ഞാൻ ഭയക്കുകയും ചെയ്യുന്നു."

"പടയാളിയാകുന്നത് ഒരു ബഹുമതി തന്നെയാണ്" ട്രിവീലി പറഞ്ഞു. "രാജാവിന്റെ തീരുമാനമാണ് അക്കാര്യത്തിൽ പ്രധാനം. അതത്ര

എളുപ്പവുമല്ല. എന്തെങ്കിലും ധീരകൃത്യം ചെയ്യുക, മറ്റേതെങ്കിലും സേന യിൽ രണ്ടുവർഷത്തെ ധീരസേവനം ഉണ്ടാകുക തുടങ്ങിയവയൊക്കെ പ്രാഥമിക യോഗ്യതകളാണ്....."

ആർട്ഗ്നൻ മറുപടിയൊന്നും പറയാതെ തലകുനിച്ചു നിന്നു. ഒരു പടയാളിയാകാനുള്ള ആഗ്രഹം അവനിൽ കൂടുതൽ വന്നു നിറഞ്ഞതേ യുള്ളു; പ്രത്യേകിച്ച് അതു നേടിയെടുക്കുന്നതിന് അധികം തടസങ്ങളു ണ്ടെന്നറിഞ്ഞപ്പോൾ.

ട്രിവീലി ആർട്ഗ്നന്റെ കണ്ണുകളിലേക്കു തുറിച്ചുനോക്കി; അവന്റെ മനോവ്യാപാരങ്ങൾ ഒപ്പിയെടുക്കുന്നമട്ടിൽ. തുടർന്ന് അദ്ദേഹം പറഞ്ഞു: "നിങ്ങളുടെ പിതാവ് എന്റെ ഒരു സുഹൃത്താണ്. ആ നിലയിൽ എന്തെ ങ്കിലും പ്രത്യേക ഉപകാരം ചെയ്യാൻ ഞാൻ തയാറാണ്. ബേണിലുള്ള നമ്മുടെ പടയാളികൾ അത്രയ്ക്ക് പണക്കാരൊന്നുമല്ല. ഞാൻ ഇവിടം വിട്ടശേഷം കാര്യങ്ങൾക്ക് വലിയ മാറ്റമൊന്നും വന്നിട്ടുണ്ടെന്നും വിചാരി ക്കുന്നില്ല. താമസവും ഭക്ഷണവും കഴിഞ്ഞാൽ മിച്ചം പിടിക്കാൻ നിങ്ങൾ ക്കൊന്നും ഉണ്ടാകുകയുമില്ല....."

ആർട്ഗ്നൻ തലയുയർത്തി. ആരുടെയും ഓശാരം വേണ്ടായെന്നു പറയുകയും ചെയ്തു.

"മതി മതി.... ധിക്കാരമൊന്നും വേണ്ട. ഞാൻതന്നെ പാരീസിലേക്കു പോന്നപ്പോൾ കൈവശം നാലു ക്രൗണേ ഉണ്ടായിരുന്നുള്ളൂ. പക്ഷേ ലൗറെ കൊട്ടാരം വാങ്ങാൻ മാത്രം ഞാൻ പണക്കാരനല്ലെന്ന് ആരുപറ ഞ്ഞാലും ഞാൻ അയാളെ ഈ ഭൂമുഖത്ത് വച്ചേക്കില്ല...." ട്രിവീലിക്ക് കോപമടക്കാൻ കഴിഞ്ഞില്ല.

തന്റെ കൈയിൽ കുതിരയെ വിറ്റതിനാൽ നാലു ക്രൗണിനെക്കാൾ കൂടുതൽ പണമുള്ളതിൽ ആർട്ഗ്നന് സന്തോഷം തോന്നി. എന്താ യാലും അപ്പോൾ ട്രിവീലിയുടെ അന്നത്തേതിനേക്കാൾ മെച്ചപ്പെട്ടതാണ് തന്റെ നിലയെന്നബോധം അവനെ സന്തോഷിപ്പിച്ചു. അവൻ പ്രസന്ന വദനനായി.

ട്രിവീലി തുടർന്നു പറഞ്ഞു: "എന്തായാലും കൈയിലുള്ള പണം കൊണ്ട് തൽക്കാലം നീ കഴിച്ചുകൂട്ടു. പിന്നെ നിന്റെ സ്വഭാവം ഇനിയും മാറാനുണ്ട്. റോയൽ അക്കാഡമി മേധാവിക്ക് ഇന്നുതന്നെ ഞാൻ കത്തെ ഴുതാം. നാളെത്തന്നെ അയാളെ നിങ്ങളെ യാതൊരു പണവും വാങ്ങാതെ നിയമിക്കും. ഈ ചെറിയ സഹായം നിങ്ങൾ നിഷേധിക്കരുത്; നാട്ടിലെ സമ്പന്നർക്കും പ്രഗത്ഭർക്കുംപോലും കിട്ടാത്ത കാര്യമാണിത്. കുതിര സവാരിയും വാൾപ്പയറ്റും ബന്ധപ്പെട്ട ആയുധവിദ്യകളും നൃത്തവുമൊ ക്കെ നിങ്ങൾക്കവിടെ പഠിക്കാം. ധാരാളം പരിചയക്കാരെയുണ്ടാക്കാം. കൂടെക്കൂടെ എന്നെയും വന്നു കാണാം. അവിടെ എങ്ങനെയൊക്കെ പഠി ച്ചുമുന്നേറുന്നുവെന്ന് അപ്പോൾ നിങ്ങൾക്ക് എന്നോടു പറയുകയും ചെയ്യാം. കൂടുതലെന്തെങ്കിലും സഹായം ചെയ്യേണ്ടതുണ്ടെങ്കിൽ ഞാൻ അവ ചെയ്തു തരുന്നതുമാണ്."

കൊട്ടാരരീതികളെക്കുറിച്ച് ആർട്ഗ്നന് ഒന്നും അറിയില്ലായിരുന്നു. ട്രിവീലിയുടെ സ്വീകരണത്തിന്റെ ഗൗരവം അവനറിഞ്ഞില്ല.

"അങ്ങേക്ക് തരാനായി എന്റെ പിതാവ് തന്നയച്ച ആ കത്ത് നഷ്ടമായിപ്പോയതിൽ ഞാൻ ഖേദിക്കുന്നു സർ" അവൻ പറഞ്ഞു.

"പരിചയപ്പെടുത്തലായുള്ള ആ ഒരൊറ്റക്കാര്യമായ കത്തില്ലാതെ നിങ്ങൾ ഇത്രയും ദൂരം പിന്നിട്ട് ഇവിടെ വന്നതിൽ എനിക്ക് തികച്ചും അത്ഭുതം തന്നെ തോന്നുന്നു." ട്രിവീലി പറഞ്ഞു.

"ഒരു കത്തുണ്ടായിരുന്നു സർ. പക്ഷേ മാർഗമധ്യേ മോഷ്ടിക്കപ്പെട്ടുപോയി."

മിയൂങ്ങിൽവച്ചുണ്ടായ സംഭവം മുഴുവൻ അവൻ വിവരിച്ചു. ആ അപരിചിതന്റെ ഭാവത്തെക്കുറിച്ച് സൂക്ഷ്മമായി അവൻ വിവരിച്ചു. ഒക്കെക്കേട്ടപ്പോൾ ട്രിവീലിക്ക് അവനോടുള്ള ആകർഷണംകൂടി.

"അത് വിചിത്രം!" ട്രിവീലി പറഞ്ഞു. എന്തോയൊന്ന് ആലോചിച്ച ശേഷം അദ്ദേഹം ചോദിച്ചു: "എന്റെ പേര് നിങ്ങൾ അപ്പോൾ പറഞ്ഞെന്നാണോ പറഞ്ഞത്?"

"അതെ പറഞ്ഞു സർ. പറയരുതായിരുന്നോ സർ? ഒരുറപ്പും ധൈര്യവും കിട്ടാനാണ് ഞാൻ അങ്ങയുടെ പേരു പറഞ്ഞത്. അതു ചെയ്തില്ലായിരുന്നെങ്കിൽ എന്തു സംഭവിക്കുമെന്ന് അങ്ങുതന്നെ ഒന്ന് ആലോചിച്ചു നോക്കൂ സർ."

മുഖസ്തുതിക്ക് വലിയ സ്വാധീനമുണ്ടാക്കാനാകുമല്ലോ. രാജാവിനും കർദിനാളിനും പോലെതന്നെ ട്രിവീലിക്കും മുഖസ്തുതി വലിയ കാര്യമായിരുന്നു. ട്രിവീലിയുടെ മുഖത്ത് ഒരു പുഞ്ചിരി പടർന്നുകയറി. പെട്ടെന്ന് ഭാവംമാറ്റി അദ്ദേഹം ചോദിച്ചു: "അയാളുടെ കവിളിൽ ഒരു തഴമ്പുണ്ടായിരുന്നോ?"

"ഉണ്ടായിരുന്നു. ഒരു വെടിയുണ്ട ഉരസിപ്പോയതുപോലെ."

"സുന്ദരനല്ലല്ലോ?"

"അതെ അല്ല."

"നല്ല ഉയരം?"

"അതെ."

"നരച്ച തവിട്ടു തലമുടി?"

"അതെ സർ. അയാൾ തന്നെ."

"അയാൾ ഒരു സ്ത്രീയെ കാത്തുനിൽക്കുകയായിരുന്നു അല്ലേ?" ട്രിവീലി ചോദിച്ചു.

"അതെ. എന്തോയൊക്കെ ധൃതിയിൽ അയാളോടു പറഞ്ഞശേഷം ആ സ്ത്രീ സ്ഥലംവിട്ടു."

"അവർ എന്താണു സംസാരിച്ചതെന്ന് അറിയില്ലേ?"

"അയാൾ അവൾക്ക് ഒരു പെട്ടികൊടുത്തു. ലണ്ടനിലെത്തിയശേഷമേ അതു തുറക്കാവൂയെന്നും പറഞ്ഞു" ആർട്ഗ്നൻ പറഞ്ഞു.

"അതൊരു ഇംഗ്ലീഷുകാരിയായിരുന്നോ?"

"മിലാഡിയെന്നാണ് അയാൾ വിളിച്ചത്."

"എന്നാലത് അവൾ തന്നെ" ട്രിവീലി പിറുപിറുത്തു. "അയാളിപ്പോഴും ബ്രസൽസിലാണെന്നാണ് ഞാൻ കരുതിയത്."

"സാറിന് അയാളെക്കുറിച്ചറിയാമല്ലേ?" ആർട്ഗ്നന് ആകാംക്ഷയായി. അയാളാരാണെന്നും അയാളുടെ നാടേതാണെന്നും പറഞ്ഞുതരൂ. എന്നെ പടയാളിയാക്കാമെന്നുള്ള അങ്ങുതന്ന വാക്ക് നടന്നില്ലെങ്കിലും സാരമില്ല. അയാളെക്കുറിച്ചുള്ള വിവരം പറഞ്ഞുതന്നാൽ മാത്രം മതി; എനിക്കാദ്യം അയാളോടുള്ള പ്രതികാരം തീർക്കണം" ആർട്ഗ്നൻ പറഞ്ഞു.

"അയ്യയ്യോ സൂക്ഷിക്കണം. തെരുവിൽവച്ച് അയാൾ വരുന്നതു കണ്ടാൽ മറ്റേവശത്തുകൂടി ഒഴിഞ്ഞുപോകണം" ട്രിവീലി പറഞ്ഞു. ആ കല്ലനോട് എതിരിടാനേ പോകേണ്ട. ഒരു ഗ്ലാസ് തകർക്കുന്നതുപോലെ അയാൾ നിന്നെ പൊടിച്ചുകളയും."

"അയാൾക്ക് എന്നെ ഒന്നും ചെയ്യാനാവില്ല.... അയാളെ ഒന്നു കണ്ടിരുന്നെങ്കിൽ...." ആർട്ഗ്നന്റെ മനം മുരണ്ടു.

"എന്തായാലും അയാളെ അന്വേഷിച്ചൊന്നും നിങ്ങൾ പോകേണ്ട.... ഈ ഉപദേശം മാത്രമേ എനിക്കിപ്പോൾ തരാനുള്ളൂ...." ട്രിവീലി പറഞ്ഞു.

എന്തോ സംശയം മനസിൽ തടഞ്ഞതുപോലെ ട്രിവീലി പെട്ടെന്നു നിർത്തി. പിതാവു കൊടുത്തയച്ച കത്ത് മോഷ്ടിക്കപ്പെട്ടെന്നും മോഷ്ടാവിനോടു തനിക്കു പ്രതികാരം ചെയ്യാനുള്ള ദേഷ്യമുണ്ടെന്നും ഈ ചെറുപ്പക്കാരൻ പറയുന്നത് വെറും അഭിനയമായിരിക്കുമോ? അങ്ങനെയാണെങ്കിൽത്തന്നെ എന്തിനായിരിക്കും ആ കത്തു മോഷ്ടിക്കപ്പെട്ടത്? കർദിനാൾ ഇയാളെ അയച്ചതായിരിക്കുമോ? എന്നെ കുടുക്കാനുള്ള വല്ല പരിപാടിയാണോ? ഇത്തരത്തിലുള്ള ആയിരത്തിലധികം സംഭവങ്ങൾ ഇതിനകമുണ്ടായിട്ടുള്ളതാണല്ലോ?

ട്രിവീലി അവന്റെ മുഖത്തേക്ക് തീക്ഷ്ണമായി നോക്കി. എന്തോ പന്തികേടുള്ളതുപോലെതന്നെ അദ്ദേഹത്തിനു തോന്നി. അദ്ദേഹം പറഞ്ഞു: "നീയൊരു ഗാസ്കനാണല്ലേ; പക്ഷേ അതുകൊണ്ട് കർദിനാളിന്റെ ചാരനായിക്കൂടെന്നില്ല.... ഞാൻ നോക്കിക്കോളാം."

ശാന്തനായശേഷം ട്രിവീലി തുടർന്നു: "സുഹൃത്തേ, എന്റെ പഴയ സുഹൃത്തിന്റെ മകനെന്ന രീതിയിൽ നീ പറഞ്ഞകഥകൾ ഞാൻ വിശ്വസിക്കുന്നു. ഒപ്പം ഞങ്ങളുടെ ചില നയരഹസ്യങ്ങളും ഞാൻ പറയുകയാണ്. രാജാവും കർദിനാളും വളരെ സുഹൃത്തുക്കളാണ്. അവർ പരസ്പരം ശത്രുക്കളാണെന്നു കാണിക്കുന്നത് വെറും അഭിനയം മാത്രമാണ്. പലരെയും വീഴ്ത്തുവാനുള്ള ഒരടവാണിത്. നിങ്ങൾ ഒരു കാര്യമറിയണം; ഈ രണ്ടു യജമാനന്മാരോടും ഞാൻ അങ്ങേയറ്റം വിശ്വസ്തനാണ്. ഈ രണ്ടുപേരെയും സേവിക്കുകയെന്ന ഒരൊറ്റ ലക്ഷ്യത്തിനപ്പുറം എനിക്കു മറ്റൊന്നില്ല. ഫ്രാൻസ് ജന്മംനൽകിയ എക്കാലത്തെയും പ്രതിഭയാണ് ആ കർദിനാൾ."

ട്രിവീലി വീണ്ടും പറഞ്ഞു: "അതിനാൽ ഞാൻ ചെയ്യുന്നതുപോലെ യുവാവേ നിങ്ങളും ചെയ്യുക. നിങ്ങൾക്കു കർദിനാളിനോടു വെറുപ്പുണ്ടെങ്കിൽ നിങ്ങളുടെ കുടുംബം അദ്ദേഹത്തിനെതിരായി എന്തെങ്കിലും പറഞ്ഞിട്ടുണ്ടെങ്കിൽ, അതുമല്ലെങ്കിൽ നിങ്ങൾക്കെന്തെങ്കിലും അദ്ദേഹത്തോടു സ്വാഭാവിക വിരോധമുണ്ടെങ്കിൽ ദയവായി ഇവിടെ വച്ചുതന്നെ ഇപ്പോൾ പിരിഞ്ഞുപോകുന്നതാണ് നല്ലത്. എന്നാൽ കഴിയുന്നതൊക്കെ ഞാൻ നിങ്ങൾക്കുവേണ്ടി ചെയ്യുന്നതാണ്; പക്ഷേ ഞാൻ നിങ്ങളെ എന്നോടൊപ്പം അടുപ്പിക്കുകയില്ല. എന്റെ തുറന്നമനസ്സ് നിങ്ങൾ ആത്മാർഥമായി തിരിച്ചറിയണം. ഈവിധം മനസ്സ് തുറന്ന് ഞാനാരോടും സംസാരിച്ചിട്ടില്ലെന്നും നിങ്ങളറിയണം."

ഈവിധം സംസാരിക്കുമ്പോഴും ട്രിവീലി ആത്മഗതം ചെയ്തു: 'എത്ര വെറുപ്പാണ് എനിക്കുള്ളതെന്ന് കർദിനാളിനറിയാം. ഈ കള്ളക്കുറുക്കനെ എന്റെ അടുത്തേക്ക് വിട്ടിരിക്കുന്നതാണെങ്കിൽ അദ്ദേഹം ഇവനോടു പറഞ്ഞുകാണും എന്നെ സ്വാധീനിക്കുവാനുള്ള ഏകമാർഗം അദ്ദേഹത്തെപ്പറ്റി ദൂഷ്യം പറയുന്നതാണെന്ന്. അതുകൊണ്ട് എന്റെ എതിർപ്പുകൾ ഒന്നും വകവയ്ക്കാതെ, അയാൾക്കും കർദിനാളിനോടു വെറുപ്പാണെന്ന് എന്നെപ്പറഞ്ഞു പറ്റിക്കുന്നതായിരിക്കും.'

പക്ഷേ മറ്റൊന്നാണ് സംഭവിച്ചത്. വളരെ ഉത്സാഹത്തോടെ ആർട്ഗ്നൻ മറുപടി പറഞ്ഞു: "ഞാനിവിടെ വന്നപ്പോൾ എന്റെ മനസിലിക്കാര്യം മാത്രമേ ഉണ്ടായിരുന്നുള്ളൂ. രാജാവ്, കർദിനാൾ, അങ്ങ്. ഈ മൂന്നു പേരെ മാത്രമേ ബഹുമാനിക്കാവൂയെന്ന് എന്റെ അച്ഛൻ എന്നോടു പറഞ്ഞിട്ടുണ്ട്. ഫ്രാൻസിൽ എന്റെ അച്ഛൻ കാണുന്ന മൂന്നു ബഹുമാന്യർ ഇവർ മാത്രമാണ്."

രാജാവിനോടും കർദിനാളിനോടുമൊപ്പം ട്രിവീലിയെക്കൂടി ചേർത്തത് ശരിയല്ലെന്ന് ആർട്ഗ്നനറിയാം; പക്ഷേ പറഞ്ഞതുകൊണ്ട് മറ്റു കുഴപ്പങ്ങളൊന്നുമില്ലല്ലോയെന്ന് അവനു തോന്നി.

ആർട്ഗ്നൻ പറഞ്ഞു: "ഈ ലോകത്തിൽവച്ച് ഞാൻ ഏറ്റവും അധികം ബഹുമാനിക്കുന്നത് കർദിനാളിനെയാണ്. അദ്ദേഹം ചെയ്യുന്നതെന്തും അത്ഭുതകരമായി ഞാൻ കാണുന്നു. ഈവിധത്തിൽ അങ്ങ് എല്ലാം തുറന്നു സംസാരിക്കുകയാണെങ്കിൽ ഞാൻ ഭാഗ്യവാനായി. കാരണം അങ്ങയുടെ അഭിപ്രായംതന്നെ എനിക്കുള്ളതുകൊണ്ട് അങ്ങേക്കെന്നോടു കൂടുതൽ മതിപ്പു തോന്നിയേക്കാം. പക്ഷേ സ്വാഭാവികമായി അങ്ങ് എന്നെ സംശയിക്കുകയാണെങ്കിൽ സത്യം പറഞ്ഞുകൊണ്ട് ഞാൻ സ്വയം നശിപ്പിക്കുകയാണെന്ന് എനിക്കു തോന്നുന്നു. ഞാൻ അങ്ങയോടുള്ള ആദരവും ബഹുമാനവും എന്നും സൂക്ഷിക്കും. അതായിരിക്കും എന്റെ ജീവിതത്തിൽ എനിക്കു പ്രധാനവും.

ട്രിവീലിക്ക് അത്ഭുതമാണ് തോന്നിയത്. കൂർമബുദ്ധിയും തുറന്ന മനസുമുള്ള ചെറുപ്പക്കാരൻ തന്നെ! പക്ഷേ ശത്രുവെന്ന് സംശയിക്കാതിരിക്കാനും വയ്യ.

ട്രിവീലി അവനോടു പറഞ്ഞു: “നിങ്ങൾ സത്യസന്ധനായ ഒരു യുവാവാണ്. ഞാൻ പറഞ്ഞതൊക്കെ ചെയ്തോളാം. നിങ്ങൾ ഇവിടെ എപ്പോഴും ഉണ്ടാകുന്നത് എനിക്ക് സന്തോഷമുണ്ടാക്കുന്ന കാര്യമാണ്. സമയം കിട്ടുമ്പോഴൊക്കെ ഇങ്ങു പോരുക. വേണ്ടതൊക്കെ ഇവിടെ നിന്നും നിങ്ങൾക്കു കിട്ടുകയും ചെയ്യും.”

ആർട്ഗ്നൻ പറഞ്ഞു: “എന്നെക്കൊണ്ടുള്ള ഉപയോഗം എന്തുണ്ടെന്ന് അറിയാൻ അങ്ങു കാത്തിരിക്കുകയാണെന്നറിയാം. അതിനെപ്പറ്റി അങ്ങു വിഷമിക്കേണ്ട; അധികം കാത്തിരിക്കാതെതന്നെ ഒക്കെ ബോധ്യമാകും” ക്യാപ്റ്റന്റെ മുന്നിൽ തലകുമ്പിട്ടശേഷം ആർട്ഗ്നൻ അവിടം വിടാൻ തിരിഞ്ഞു. തന്റെ ഭാവി തന്റെ കൈയിലാണെന്ന ചിന്ത അപ്പോൾ അവന്റെ മനസിലുണ്ടായി.

“നിൽക്കൂ ഒരുനിമിഷം” അദ്ദേഹം ട്രിവീലിയോടു പറഞ്ഞു: “അക്കാഡമി ഡയറക്ടർക്ക് നൽകാൻ ഞാനൊരു കത്തു തരാമെന്നു പറഞ്ഞല്ലോ. അതുകൊണ്ടുപോകാൻ എന്താ കുഴപ്പം?”

“അതൊന്നുമല്ല സർ” ആർട്ഗ്നൻ പറഞ്ഞു. “ഈ കത്ത് നഷ്ടപ്പെടാതെ എത്തേണ്ടിടത്തുതന്നെ ഞാനെത്തിക്കും. ഇതാരെങ്കിലും കട്ടെടുക്കാൻ നോക്കിയാൽ ഞാനവനെ വച്ചേക്കില്ല.”

നെഞ്ചുവിരിച്ചുകൊണ്ട് അവൻ ഒന്നു ചിരിച്ചു. ജനാലയ്ക്കരികിൽ നിന്നും നീങ്ങി മേശയ്ക്കരികിലേക്കു വന്നശേഷം ട്രിവീലി ശുപാർശ കത്തെഴുതാൻ തുടങ്ങി. അവൻ അവിടെത്തന്നെ നിന്നു; ജനാലക്കമ്പിയിൽ വിരലുകൊണ്ട് താളമടിച്ചുനിന്നു. പോരാളികൾ ഓരോരുത്തരായി പുറത്തേക്കു പോകുന്നത് അവന് അതുവഴി കാണാം. ഓരോരുത്തരും കണ്ണിൽനിന്നും മറയുന്നതുവരെ അവൻ നോക്കിനിന്നു.

കത്ത് എഴുതിത്തീർത്ത് കവറിലിട്ടൊട്ടിച്ചെടുത്തശേഷം ട്രിവീലി എഴുന്നേറ്റു. ആർട്ഗ്നൻ കൈനീട്ടി. അത് ഏൽപ്പിക്കാനായി അടുത്തെത്തേണ്ട താമസം, എല്ലാം മറന്നുകൊണ്ട് അവൻ പുറത്തേക്കൊരോട്ടം. കലിതുള്ളിക്കൊണ്ടോടുന്ന അവനെ നോക്കി ട്രിവീലി അതിശയിച്ചു.

“ഇത്തവണ അവൻ രക്ഷപ്പെടുകയില്ല” ഇറങ്ങിയോടുമ്പോൾ ആർട്ഗ്നൻ വിളിച്ചുപറഞ്ഞിരുന്നു.

“ആര്? ആരു രക്ഷപ്പെടുകയില്ല” ക്യാപ്റ്റൻ ട്രിവീലി ചോദിച്ചു.

“ആ കള്ളൻ!” ആർട്ഗ്നൻ പറഞ്ഞു. “ഞാനവനെ ആ രാജ്യദ്രോഹിയെ പിടിക്കും....” ഇതിനകം ആർട്ഗ്നൻ അപ്രത്യക്ഷനായിരുന്നു.

“നശിച്ച ഭ്രാന്തൻ?” ട്രിവീലി പറഞ്ഞുപോയി. ഉദ്ദേശ്യം നടക്കില്ലെന്നു തോന്നിയപ്പോൾ അവൻ സൂത്രത്തിൽ രക്ഷപ്പെട്ടതാണോ ഇത്?” അയാൾ ഒരുനിമിഷം ചിന്തിച്ചുനിന്നു.

4

ആതോസിന്റെ തോളും പോർത്തോസിന്റെ ബെൽറ്റും ആറമീസിന്റെ തൂവാലയും

ആർട്ഗ്നൻ കടുംകോപത്തോടെ മൂന്നു ചാട്ടത്തിൽ മുറികടന്ന് കോണിപ്പടിക്കരികിലെത്തി. നാലുപടികൾ ഒരുമിച്ചുചേർത്ത് ഇറങ്ങണ മെന്നാണവൻ ആശിച്ചത്. പക്ഷേ തിടുക്കം പിടിച്ചുള്ള ചാട്ടത്തിൽ അയാ ളുടെ തല ഒരു പടയാളിയുടെ മേലിലിടിച്ചു. ട്രിവീലിയുടെ സ്വകാര്യ മുറികളിൽ ഒന്നിൽനിന്നും ഇറങ്ങിവന്ന ഒരു പടയാളിയായിരുന്നു അത്. ഇടിയേറ്റത് അയാളുടെ തോളിലായിരുന്നു. അറിയാതെ അയാൾ നില വിളിച്ചുപോയി; അല്ലെങ്കിൽ അലറിപ്പോയെന്നുതന്നെ പറയാം.

"അയ്യോ ക്ഷമിക്കണേ" ആർട്ഗ്നൻ അയാളോടു ക്ഷമ ചോദിച്ചു. "തിടുക്കത്തിലോടിയപ്പോൾ അറിയാതെ പറ്റിയതാണേ" ഇത്രയും പറ ഞ്ഞശേഷം അവൻ ഓടിപ്പോകാൻ ശ്രമിച്ചു.

ഒരു പടി ഓടിയിറങ്ങേണ്ട താമസം, ഏതോയൊരു ഇരുമ്പുകരം അവന്റെ ബെൽറ്റിൽ പിടികൂടി അവനെ അവിടെ നിർത്തി.

"തിടുക്കമാണല്ലേ നിനക്ക്?" വിളറിയ മുഖത്തോടെ ആ പടയാളി ചോദിച്ചു. "കള്ളനാട്യത്തിൽ രക്ഷപ്പെടുകയാണല്ലേ..... എന്നിട്ട് ഒരു ക്ഷമ ചോദിക്കൽ; അതു പോരാ..... അതുപോരെന്റെ ചെക്കാ. ട്രിവീലി എന്നോട് അങ്കം വെട്ടുന്നുണ്ടെന്നു കേട്ടപ്പോൾ നിനക്കുമതാകാമെന്നാണോ നീ സ്വപ്നം കാണുന്നത്? അതു തെറ്റി നിനക്ക്. നീ ട്രിവീലിയല്ലെന്ന ബോധ്യം വേണം."

ആ പടയാളി ആതോസാണെന്ന് ആർട്ഗ്നൻ വേഗംതന്നെ തിരി ച്ചറിഞ്ഞു. ഡോക്ടർ മുറിവൊക്കെ കെട്ടിയശേഷം അയാൾ അയാളുടെ മുറിയിലേക്കു പോകാനൊരുങ്ങുകയായിരുന്നു അപ്പോൾ.

"സത്യമായും ഞാൻ മനഃപൂർവം ഇടിച്ചതല്ലേ" ആർട്ഗ്നൻ പറഞ്ഞു. "അറിയാതെ പറ്റിപ്പോയതാണ്. ഞാനതിനു ക്ഷമയും ചോദിച്ചല്ലോ. അത്ര

മാത്രം മതിയെന്നാണ് ഞാൻ കരുതുന്നത്. എന്റെ വാക്കിനെ ദയവായി മാനിക്കണേ. പോകാനുള്ള തിടുക്കം കൊണ്ടുതന്നെയാണ് ഞാൻ പറയുന്നത്; വളരെ അത്യാവശ്യം. എന്റെ അത്യാവശ്യ കാര്യം ചെയ്യാൻ ഞാൻ ഒന്നു പൊയ്ക്കോട്ടെ."

"നിന്റെ പെരുമാറ്റം ശരിയല്ല; ആ പൊയ്ക്കോ. നീയെന്തായാലും ഇവിടത്തുകാരനല്ലെന്ന് ഒറ്റനോട്ടത്തിലറിയാം...." ആതോസ് അവനെ പോകാനനുവദിച്ചു.

ആർട്ഗ്നൻ മൂന്നു നാലു പടികളിറങ്ങിയതാണ്. അയാളുടെ സംസാരത്തിന്റെ അവസാനഭാഗം കേട്ടപ്പോൾ അവൻ നിന്നു. തുടർന്ന് അവൻ പറഞ്ഞു. "ഞാൻ ഇവിടുത്തുകാരനല്ലെന്നുള്ള കാര്യം ശരിതന്നെ.... പക്ഷേ എന്നെ പഠിപ്പിക്കാനൊന്നും ഞാനാരെയും അനുവദിക്കില്ല."

"അങ്ങനെയായോ?" ആതോസ് ചോദിച്ചു.

"ഞാൻ എന്തായാലും തിടുക്കത്തിലായിരുന്നതുകൊണ്ടു കൊള്ളാം. ഞാൻ ഒരാളിന്റെ പിന്നാലെ ഓടിവരികയല്ലായിരുന്നെങ്കിൽ...." ആർട്ഗ്നൻ പറഞ്ഞു.

"എന്നാൽ തിടുക്കക്കാരൻ മനുഷ്യാ, നിനക്ക് എന്നെക്കാണാൻ പ്രത്യേകിച്ച് ഓടേണ്ടിയൊന്നും വരില്ല; മനസിലായോ?"

"ങ്ഹാ.... എന്നാൽ എവിടെക്കാണാം താങ്കളെ?" ആർട്ഗ്നൻ ചോദിച്ചു.

"കർമീസ് മഠത്തിനരികിൽ."

"എത്ര മണിക്ക്."

"ഏകദേശം ഉച്ചയ്ക്ക്."

"ഉച്ചയ്ക്കോ? ഞാനവിടെ വരും." ആർട്ഗ്നൻ പറഞ്ഞു.

"എന്നെ കാത്തുനിർത്തി ദേഷ്യം പിടിപ്പിക്കരുത്. പന്ത്രണ്ടേ കാലാകുമ്പോൾ ഞാൻ നിന്റെ ചെവി അരിഞ്ഞു വീഴ്ത്തും" ആതോസ് ആക്രോശിച്ചു.

"കൊള്ളാം." ആർട്ഗ്നൻ തുടർന്നു. "പക്ഷേ പന്ത്രണ്ടാകാൻ പത്തു മിനിറ്റുള്ളപ്പോൾതന്നെ ഞാൻ അവിടെയെത്തിച്ചേർന്നിരിക്കും."

പറഞ്ഞു തീർത്തശേഷം ആർട്ഗ്നൻ തന്റെ എതിരാളിയെ അന്വേഷിച്ചുകൊണ്ട് വീണ്ടും ഓടെടാ ഓട്ടമായി. എതിരാളി നടന്നുനീങ്ങിയതിനാൽ അധികം ദൂരെത്തെത്തിയിട്ടുണ്ടാകില്ലെന്ന് അവന് ഉറപ്പായിരുന്നു.

ഒരു പടയാളിയോടു സംസാരിച്ചുകൊണ്ട് പോർത്തോസ് ഗെയ്റ്റിനരികിൽ നിൽക്കുകയായിരുന്നു അപ്പോൾ. അവർക്കിടയിലൂടെ കഷ്ടിച്ച് ഒരാൾക്ക് കടന്നുപോകാനുള്ള ഇടമേ ഉണ്ടായിരുന്നുള്ളൂ. ആവശ്യത്തിന് ഇടമുണ്ടെന്ന് കരുതിയ ആർട്ഗ്നൻ അവർക്കിടയിലൂടെ ഒരൊറ്റ പാച്ചിൽ; ഒരമ്പു പായുന്നതുപോലെ.

അപ്പോഴേക്കും അവിടെ വീശിയടിച്ച കാറ്റിനെ അവൻ ശ്രദ്ധിച്ചില്ല. കാറ്റേറ്റ് പോർത്തോസിന്റെ മേൽവസ്ത്രം പറന്നു വിടർന്നു. തൽസമയത്ത് ആർട്ഗ്നൻ അവർക്കിടയിലെത്തുകയും ചെയ്തു. പറന്നുവിടർന്ന വസ്ത്ര

ത്തെ പോർത്തോസ് ശരീരത്തിലേക്കു ചേർത്തുപിടിക്കേണ്ട താമസം ആർട്ഗ്നൻ അതിനിടയിൽ കുരുങ്ങിപ്പോയി. കുതറി രക്ഷപ്പെടാൻ അവൻ ശ്രമിച്ചു; സാധിച്ചില്ല. പകരം കൂടുതൽ കുരുങ്ങുകയാണുണ്ടായത്.

ഏതെങ്കിലും ഒരു വിടവിലൂടെ രക്ഷപ്പെടാൻ അവൻ കിണഞ്ഞു പരിശ്രമിച്ചു. കണ്ണടഞ്ഞിരിക്കുന്നതിനാൽ ഒന്നും കാണാൻ പറ്റുന്നില്ല. പോർത്തോസിന്റെ മനോഹരമായ ബെൽറ്റ് താൻ വൃത്തിഹീനമാക്കിയോ യെന്ന ഉൽക്കണ്ഠയും അവനുണ്ടായി. അയാളുടെ ഏറ്റവും വലിയ അഭി മാനമായിരുന്നല്ലോ ആ ബെൽറ്റ്. വല്ലവിധേന അവൻ തന്റെ കണ്ണുകൾ തുറന്നു. തന്റെ മൂക്ക് അയാളുടെ തോൾബെൽറ്റിൽ ചേർന്നിരിക്കുന്ന തായി അയാളറിഞ്ഞു.

ലോകത്തിലെ മിക്ക വസ്തുക്കളുടെയും പുറമോടി വളരെ മനോ ഹരമായിരിക്കും. അതുപോലെതന്നെയായിരിക്കും ഈ തോൾബെൽറ്റി ന്റെ കാര്യവും. സ്വർണംകൊണ്ടുള്ള ചില ചിത്രപ്പണികൾ മുമ്പിലുണ്ട്. പുറകുവശത്തേക്കു മുഴുവനും ഒരിനം തോലും. അല്ലെങ്കിൽത്തന്നെ മുഴു വനും സ്വർണത്തിൽത്തീർക്കാനുള്ള സാമ്പത്തികശേഷിയും അയാൾക്കി ല്ല. അയാൾ ആ പുറംകുപ്പായം ധരിക്കുന്നതിന്റെ പിന്നിലുള്ള കാര്യം ആർക്കുമറിയാവുന്നതേയുള്ളൂ.

"ഇവനാരെടാ...." തന്റെ വസ്ത്രത്തിനുള്ളിൽ കുരുങ്ങിയ ആർട്ഗ്നന നെ കുടഞ്ഞു പുറത്താക്കിയശേഷം പോർത്തോസ് അലറി. "ആളിന്റെ ഇടയിലേക്കു വന്നിങ്ങനെ കയറാൻ തനിക്കു വട്ടുണ്ടോ?"

"ക്ഷമിക്കണേ...." ആർട്ഗ്നൻ പറഞ്ഞു. "ഒരാളിനെ പിടികൂടാൻ തിടുക്കത്തിൽ ഓടിയതായിരുന്നു...."

"എന്താ ഓടുമ്പോൾ കണ്ണുകൊണ്ടുവരാൻ താൻ മറക്കുമോ?" പോർത്തോസ് ചോദിച്ചു.

ആർട്ഗ്നന് അതു പിടിച്ചില്ലെന്നു തോന്നുന്നു. അവൻ പറഞ്ഞു: "അതല്ല... എനിക്കെന്റെ കണ്ണുകളോടു നന്ദിയുണ്ട്. മറ്റുള്ളവർ കാണാ ത്ത പലതും എനിക്ക് എന്റെ കണ്ണുകൾ കാണിച്ചുതരുന്നുണ്ട്...."

ആർട്ഗ്നന്റെ ഈ മറുപടിക്കർഥം പോർത്തോസ് മനസിലാക്കിയോ ആവോ. എന്തായാലും അർഥം വച്ച് കോപത്തോടെ അയാൾ പറഞ്ഞു: "ഇമ്മാതിരി പടയാളികളോടു പോരിനു പോരല്ലേ.... അനത്തേണ്ടിവരും."

"പോടാ... അങ്ങനെ കനപ്പിച്ചൊന്നും എന്നോടു പറയേണ്ട" ആർട്ഗ്നനും വിട്ടുകൊടുത്തില്ല.

"ഇത് കനത്ത വാക്കൊന്നുമല്ല; സാധാരണ എതിരിടാൻ വരുന്നവ രോടു പറയുന്ന വാക്കുതന്നെയാണ്."

"അതെനിക്കറിയാം. നിങ്ങളുടെ പുറകുവശം നിങ്ങൾ പുറത്തു കാണിക്കാതിരിക്കുന്നതെന്തിനാണെന്നും എനിക്കറിയാം" ആർട്ഗ്നൻ പറഞ്ഞു.

സ്വന്തം തമാശയിൽ സ്വയം പൊട്ടിച്ചിരിച്ചുകൊണ്ട് ആർട്ഗ്നൻ അവി ടെനിന്നും വീണ്ടും ഓടി.

പോർത്തോസ് കോപംകൊണ്ടു നുരഞ്ഞു; ഒപ്പം അവന്റെ പിന്നാലെ ഓടുകയും ചെയ്തു.

"മതി.... മതി.... പിന്നെ താങ്കൾ ആ മേലങ്കിയില്ലാതെ വാ...." ആർട്ഗ്നൻ വിളിച്ചുപറഞ്ഞു.

"എന്നാൽ ഒരുമണിക്ക്; ലക്സംബർഗിന്റെ പിന്നിൽവച്ച്...."

"അതെ അതെ ഒരുമണിക്ക്...." തെരുവിൽ വളവുതിരിയുന്നതിനു മുമ്പ് ആർട്ഗ്നൻ വിളിച്ചുപറഞ്ഞു.

പക്ഷേ, തെരുവിൽ ആരെയും ആർട്ഗ്നൻ കണ്ടതേയില്ല. താൻ അന്വേഷിച്ചിറങ്ങിയ ആളിന്റെ നിഴൽപോലുമില്ല. തന്റെ എതിരാളി സാവകാശമാണ് നടന്നിരുന്നതെങ്കിലും അവിടെനിന്നും മറഞ്ഞിരുന്നു. അയാൾ ഒരുപക്ഷേ ഏതെങ്കിലും വീട്ടിൽ കയറിയിട്ടുണ്ടാകും. വഴിവക്കിൽ കണ്ട പലരോടും അവൻ അയാളെക്കണ്ടതായി അന്വേഷിച്ചു; കടത്തുവരെ പോയി അന്വേഷിച്ചു. സിയിൻവഴി തിരിച്ചുവരികയും ചെയ്തു. പക്ഷേ അയാളെ കണ്ടതേയില്ല. ഒരുതരത്തിൽ നോക്കിയാൽ താൻ തിരക്കുകൂട്ടിയത് നന്നായിപ്പോയെന്ന് അവനു തോന്നി – കൂടുതൽ വിയർത്തവനിപ്പോൾ നന്നായി തണുത്തു തുടങ്ങി.

ആ ദിവസത്തെ സംഭവങ്ങളെക്കുറിച്ച് അവൻ ഓരോന്നായി ചിന്തിച്ചുതുടങ്ങി. എന്തെല്ലാം സംഭവിച്ചു. അതിലൊന്നും നല്ലതായിരുന്നില്ല. പതിനൊന്നു മണിയാകാറായതേയുള്ളൂ. ട്രിവീലിയുടെ മുന്നിൽ അപമാനിതനായി. തന്റെ പെരുമാറ്റത്തിൽ യാതൊരു സംതൃപ്തിയും അദ്ദേഹത്തിനുണ്ടായിക്കാണില്ല.

മാത്രമല്ല, രണ്ടു പടയാളികളോടു മല്ലടിക്കാൻ വാക്കുകൊടുത്തു. തന്നെപ്പോലുള്ള മൂന്നുപേരെ കൊല്ലാനുള്ള കരുത്ത് അവർക്കുണ്ട്. അവൻ ഓരോന്നായി ചിന്തിച്ചുകൊണ്ടുനിന്നു.

ഇങ്ങനെയൊന്നും വേണ്ടായിരുന്നു. ആതോസ് തന്നെ ഉറപ്പായും കൊല്ലുമെന്നുള്ളതുകൊണ്ട്, പോർത്തോസിനെക്കുറിച്ച് അവന് ഒന്നും ആലോചിക്കേണ്ടിവന്നിരുന്നില്ല. പക്ഷേ മനുഷ്യന്റെ ആശ മറ്റൊന്നാണല്ലോ. അതെപ്പോഴും സ്വപ്നം കണ്ടുകൊണ്ടിരിക്കും. തനിക്ക് ആ ദ്വന്ദ്വയുദ്ധത്തിൽ ശക്തമായി മുറിവേൽക്കുമെങ്കിലും താൻ മരിക്കുകയില്ലായെന്ന് അവന്റെ മനസ്സ് സ്വപ്നം കണ്ടുതുടങ്ങി.

സ്വപ്നലോകത്തിൽനിന്ന അവൻ തനിയെ സംസാരിച്ചുതുടങ്ങി: "ഞാൻ എന്തു മന്ദബുദ്ധിയാണ്. തോളിൽ മുറിവുപറ്റിയ അതേദിവസം തന്നെ ഞാൻ എന്റെ തലയുമായി ആ ആതോസിന്റെ മേലിൽ ഇടിച്ചുകയറുമായിരുന്നോ. അയാൾ എന്നെ അപ്പോൾത്തന്നെ കൊല്ലാതിരുന്നതിൽ എനിക്ക് അത്ഭുതം തോന്നുന്നു. അയാൾക്കത് അപ്പോൾ ചെയ്യാമായിരുന്നു. കാരണം ഞാൻ അയാളുടെ മുറിവിനെ അത്രയ്ക്കു വേദനിപ്പിച്ചതല്ലേ.... പിന്നെ പോർത്തോസ്.... അയാളോടും ഞാൻ മോശമായല്ലേ പെരുമാറിയത്...."

പോർത്തോസിന്റെ കാര്യമോർത്തപ്പോൾ അവൻ അറിയാതെ ചിരി

ച്ചുപോയി. താൻ ഒറ്റയ്ക്ക് അറിയാതെ ചിരിച്ചുപോയത് ആരെങ്കിലും കണ്ടോയെന്നറിയാൻ പെട്ടെന്നവൻ ചുറ്റുംനോക്കി. തന്റെ ചിരി വേറൊരാളിനും അലോസരമാകരുതല്ലോ.

വീണ്ടുമവൻ തനിയെ സംസാരിച്ചു തുടങ്ങി: "എന്തായാലും പോർത്തോസിന്റെ കാര്യം തീർച്ചയായും ഒരു തമാശതന്നെ.... പക്ഷേ, ഞാനോ ഒരു വിഡ്ഢിയും. അല്ലെങ്കിൽ മുന്നറിയിപ്പില്ലാതെ മറ്റുള്ളവരുടെമേൽ കയറുമോ? അയാളുടെ മേലങ്കിക്കിടയിൽ കയറാൻ എനിക്കെന്താണവകാശം? അയാളുടെ ബെൽറ്റിന്റെ പ്രത്യേകത നോക്കാനെന്താണവകാശം? അയാളുടെ ആ തോൾബെൽറ്റിനെക്കുറിച്ചു പറഞ്ഞില്ലായിരുന്നെങ്കിൽ, തീർച്ചയായും അയാൾ എന്നോടു ക്ഷമിക്കുമായിരുന്നു. ഒക്കെ വെറും തമാശയായിരുന്നു. മാത്രമല്ല കുറച്ച് അധികപ്പറ്റും.... എന്തു വിഡ്ഢിയാണ് ഞാൻ."

ആർട്ഗ്നൻ വീണ്ടും തനിയെ തന്റെ സംസാരം തുടർന്നു: "എടോ സുഹൃത്തേ ആർട്ഗ്നാ, നീ നിന്റെ പെരുമാറ്റത്തിൽ മാറ്റം വരുത്തിയാലേ നിനക്കിനി രക്ഷപ്പെടാനാകൂ; അതിനുള്ള സാധ്യത കുറവാണെന്നും എനിക്കറിയാം..... പക്ഷേ ഇന്നുമുതൽ നീയൊരു മാതൃകയാവണം. അനുസരണയും വിനയവും ഉണ്ടെന്നുകരുതി ഒരാളും ഭീരുവാകുന്നില്ല. ഉദാഹരണമായി ആറമീസിന്റെ കാര്യം നോക്കൂ, എന്തു അനുസരണയും വിനയവുമാണയാൾക്ക്. ആരെങ്കിലും അയാളെ ഇതുവരെ ഭീരു എന്നു വിളിച്ചിട്ടുണ്ടോ? ഇല്ല തീർച്ചയായും വിളിച്ചിട്ടില്ല. ഇനിമുതൽ ഞാൻ അയാളെ നോക്കി നല്ല സ്വഭാവങ്ങൾ പഠിക്കും... അയ്യടാ! ഞാൻ അന്വേഷിച്ചുനടന്ന ആ മനുഷ്യൻ അതാ വരുന്നു."

തനിയെ സംസാരിച്ചുകൊണ്ടാണല്ലോ ആർട്ഗ്നൻ നടന്നു ചുറ്റിയത്. ആർഗ്വിലൻ ഹോട്ടലിനരികിൽ എത്താറായപ്പോഴാണ് പെട്ടെന്നവൻ ആറമീസിനെ കണ്ടത്. മൂന്നു പടയാളികളോടൊപ്പം തമാശ പറഞ്ഞു നിൽക്കുകയായിരുന്നയാൾ. അയാൾ ആർട്ഗ്നനെയും കണ്ടു. തങ്ങളോട് ട്രിവീലി ആക്രോശിക്കുന്ന നേരത്ത് ആർട്ഗ്നൻ അവിടെ ഉണ്ടായിരുന്നുവെന്നത് അയാൾ പെട്ടെന്നോർത്തു. തങ്ങൾക്ക് നാണക്കേടുണ്ടാക്കിയ ആ രംഗം അവൻ കാണാൻ ഇടയായതോർത്തപ്പോൾ ആറമീസിന് ലജ്ജതോന്നി. അതിനാൽ അവനെ കണ്ടില്ലായെന്ന നാട്യത്തിൽ ആറമീസ് അവിടെത്തന്നെ സംസാരിച്ചുകൊണ്ടുനിന്നു.

ആർട്ഗ്നൻ അനുസരണയിലും വിനയത്തിലും പെരുമാറണമെന്ന് തീരുമാനമെടുത്ത നിലയ്ക്ക് ശാന്തനായി അവരുടെ അരികിലേക്കു നീങ്ങി. ആ നാലുപേരുടെ മുമ്പിൽ തലകുമ്പിട്ടു വണങ്ങിയശേഷം അവൻ അവിടെ നിന്നു; പുഞ്ചിരിച്ചുകൊണ്ട്. അവൻ പെട്ടെന്ന് തങ്ങളുടെ സംഭാഷണം നിർത്തി.

തന്റെ സാന്നിധ്യം അവർക്കു രസിച്ചില്ലെന്ന് ആർട്ഗ്നനു മനസിലായി. തനിക്കു പരിചയമില്ലാത്ത ആളുകൾ; തന്നെ ബാധിക്കാത്ത സംഭാഷണം. യഥാർഥത്തിൽ അവനവിടെ ചെല്ലരുതായിരുന്നു; അതാണ്

യഥാർഥ പെരുമാറ്റരീതി. വെറും മൂഢനാകാതെ അവിടെനിന്നും ഒഴിഞ്ഞു നീങ്ങാൻ ആർട്ഗ്നൻ അപ്പോൾ ആഗ്രഹിച്ചു.

പെട്ടെന്ന് ആറമീസിന്റെ കൈയിൽനിന്നും ഒരു തൂവാല താഴെ വീഴുന്നതും അതിൽ അയാൾ അറിയാതെ ചവിട്ടുന്നതും ആർട്ഗ്നൻ കണ്ടു. താൻ ഇതുവരെക്കാട്ടിയ പെരുമാറ്റദൂഷ്യങ്ങൾക്ക് പരിഹാരം ചെയ്യാൻ പറ്റിയ അവസരമാണെന്ന് ആർട്ഗ്നനു തോന്നി. അവൻ കുനിഞ്ഞ് ആറമീസിന്റെ കാലിനടിയിൽനിന്നും ആ തൂവാല വലിച്ചെടുത്തു; അയാളത് യഥാർഥത്തിൽ തടയാൻ ശ്രമിച്ചതായിരുന്നു. തൂവാല നീട്ടിക്കൊണ്ട് അവൻ പറഞ്ഞു: "ഇതാ സർ. ഇതുപോലൊരു തൂവാല സാറിന് നഷ്ടപ്പെടുത്താനാവില്ലെന്ന് എനിക്കറിയാം."

തുന്നൽപ്പണികൾ ചെയ്ത വിലപിടിച്ച തൂവാലയായിരുന്നു അത്. ആറമീസിന്റെ മുഖം വല്ലാതെ ചുവന്നു; തൂവാല അയാൾ അവന്റെ കൈയിൽനിന്നും പറിച്ചെടുക്കുകയും ചെയ്തു.

പടയാളികളിലൊരാൾ പെട്ടെന്നു പൊട്ടിച്ചിരിച്ചുകൊണ്ടു പറഞ്ഞു: "എടോ ആറമീസേ, മാഡം ബോയ്സ്ട്രേസിയുമായി നിങ്ങൾക്ക് യാതൊരു ബന്ധവുമില്ലെന്നല്ലേ ഇതുവരെ പറഞ്ഞത്. ആ സുന്ദരി നിങ്ങൾക്ക് അവരുടെ തൂവാല തന്നിരിക്കുകയല്ലേ."

ആറമീസ് ആർട്ഗ്നന്റെ മുഖത്തേക്കു തുറിച്ചുനോക്കി; തികഞ്ഞ ശത്രുതയോടുകൂടി. തുടർന്ന് ശാന്തത കൈവരിച്ചുകൊണ്ട് അയാൾ അവരോടു പറഞ്ഞു: "സുഹൃത്തുക്കളേ നിങ്ങൾ കരുതിയത് തെറ്റിപ്പോയി. ഈ തൂവാല എന്റേതല്ല. ഈ സുഹൃത്ത് ഈ തൂവാലയെടുത്ത് നിങ്ങളിലാർക്കെങ്കിലും തരാതെ എന്റെ കൈയിൽത്തന്നെ ഏൽപ്പിച്ചതെന്തിനാണെന്ന് എനിക്കു മനസിലാകുന്നില്ല. ഇതെന്റേതല്ല; എന്റേത് എന്റെ പോക്കറ്റിലുണ്ട്...."

ഇതു പറഞ്ഞുകൊണ്ട് ആറമീസ് തന്റെ തൂവാല പോക്കറ്റിൽനിന്നും പുറത്തേക്കെടുത്തു. വിലകൂടിയ കേംബ്രിക് തുണിയിലെ തൂവാല. തുന്നൽപ്പണികളൊന്നും അതിൽ ഉണ്ടായിരുന്നില്ല. ഉടമസ്ഥന്റെ പേരിനെക്കുറിക്കുന്ന ഒരക്ഷരംമാത്രം അതിൽ തുന്നിയിരുന്നു.

ഇത്തവണ ആർട്ഗ്നൻ എടുത്തുചാടി ഒന്നും പറഞ്ഞില്ല. അവന്റെ തെറ്റു തിരിച്ചറിഞ്ഞു. പക്ഷേ ആറമീസിന്റെ മറുപടി ആ സുഹൃത്തുക്കൾ സ്വീകരിച്ചില്ല. അതിലൊരു പടയാളി വളരെ ഗൗരവത്തോടെ പറഞ്ഞു: "ഈ തൂവാല നിങ്ങളുടേതല്ലെന്നാണ് നിങ്ങൾ പറയുന്നതെങ്കിൽ, ആ തൂവാല എനിക്കുതരാൻ ആവശ്യപ്പെടുവാൻ ഞാൻ നിർബന്ധിതനാകുകയാണ്. ബോയ്സ്ട്രേസി എന്റെ ഒരുറ്റ ചങ്ങാതിയാണെന്നറിയാമല്ലോ. അയാളുടെ പ്രിയതമയുടെ സാധനങ്ങൾ ഇമ്മാതിരി തട്ടിക്കളിക്കാൻ ഞാൻ ആരെയും അനുവദിക്കുകയില്ല."

"താൻ പറഞ്ഞ രീതി എന്തായാലും നന്നായില്ല" ആറമീസ് പറഞ്ഞു. "താൻ നടത്തിയ ന്യായീകരണം ശരിതന്നെ. പക്ഷേ, അത് അവതരിപ്പിച്ച രീതി ശരിയായില്ല...."

അധീരനായിട്ടാണെങ്കിലും ആർട്ഗ്നൻ ഇടപെട്ടു. അവൻ പറഞ്ഞു: "ആറമീസിന്റെ പോക്കറ്റിൽനിന്നും തൂവാല വീഴുന്നത് യഥാർത്ഥത്തിൽ ഞാൻ കണ്ടില്ല. തൂവാലയിൽ അദ്ദേഹം ചവിട്ടിനിൽക്കുന്നതു കണ്ടപ്പോൾ അദ്ദേഹത്തിന്റേതായിരിക്കുമെന്ന് ഞാൻ തെറ്റായിക്കരുതിപ്പോയി...."

ആർട്ഗ്നൻ പറഞ്ഞ കുറ്റസമ്മതം ശ്രദ്ധിക്കാതെ ആറമീസ് തുടർന്നു പറഞ്ഞു. ബോയ്സ്ട്രേസിയുടെ ചങ്ങാതിയാണെന്നു പറഞ്ഞ ആ പടയാളിയോടാണയാൾ പറഞ്ഞത്: "സുഹൃത്തേ, അങ്ങനെയെങ്കിൽ ബോയ്ട്രേസിയുടെ ഒരു ചങ്ങാതി തന്നെയാണ് നിങ്ങളെപ്പോലെ ഞാനും. അപ്പോൾ നിങ്ങളുടെ പോക്കറ്റിൽനിന്നാണ് ഈ തൂവാല താഴെ വീണതെങ്കിൽ, അതെനിക്കും സൂക്ഷിക്കുവാനുള്ള അവകാശവുമുണ്ട്."

"സത്യമായും എന്റെ പോക്കറ്റിൽ നിന്നല്ല ആ തൂവാല വീണത്...." ആ പടയാളി അപേക്ഷിച്ചു പറഞ്ഞു.

"അപ്പോൾ നിങ്ങൾ ഇക്കാര്യത്തിൽ ആണയിടുന്നു.... എന്നാൽ ഞാൻ പറഞ്ഞ കാര്യത്തിലും ആണയിടാം. അപ്പോൾ നമ്മളിൽ ഒരാൾ പറയുന്നത് കള്ളമെന്നത് സത്യമാകുന്നു..... എന്നാൽ നമുക്കിതിനെ പകുത്ത് രണ്ടാക്കി ഓരോന്നെടുക്കാം."

"എന്ത് ഈ തൂവാലയെ മുറിക്കാമെന്നോ?"

"അതെ."

"അതാണു ന്യായം" മറ്റു രണ്ടു പടയാളികളും പറഞ്ഞു. "സോളമൻ രാജാവിന്റെ ന്യായബോധം! നിങ്ങൾക്കു ബുദ്ധിയുണ്ടെടോ ആറമീസേ."

അവൻ എല്ലാവരും അറിയാതെ പൊട്ടിച്ചിരിച്ചുപോയി; അതല്ലാതെ വേറെ മാർഗമില്ലെന്നറിയാമായിരുന്നതുകൊണ്ടാണവർ ചിരിച്ചു പോയത്.

പെട്ടെന്ന് അവരുടെ സംഭാഷണം തീർന്നു. അവർ പരസ്പരം കൈകൊടുത്തു. തുടർന്ന് മൂന്നു പടയാളികൾ ഒരുവശത്തേക്കും ആറമീസ് മറ്റേ വശത്തേക്കും നടന്നുനീങ്ങി.

'ഈ വിവേകമുള്ള മനുഷ്യനുമായി പരിചയപ്പെടാനുള്ള അവസരം ഇതാണ്' ആർട്ഗ്നൻ സ്വയം പറഞ്ഞു. അവരുടെ സംഭാഷണത്തിന്റെ അവസാനഭാഗമെത്തിയപ്പോൾ അവൻ മിണ്ടാതെ നിൽക്കുകയായിരുന്നല്ലോ. അവൻ അയാളുടെ പുറകേ കൂടി. അവനെ അവഗണിച്ചുകൊണ്ട് അയാൾ മുന്നോട്ടു നടന്നു.

"ക്ഷമിക്കണേ സർ" ആർട്ഗ്നൻ മാപ്പപേക്ഷിച്ചുകൊണ്ട് ആറമീസിനെ വിളിച്ചു.

"നീയിപ്പോൾ അവിവേകത്തോടെയാണ് എന്നോടു പെരുമാറിയത്" ആറമീസ് അവനോടു പറഞ്ഞു.

"സർ.... അങ്ങു പറയുന്നത്....." ആർട്ഗ്നന് വിശ്വസിക്കാനായില്ല.

"നീ ഒരു വിഡ്ഢി തന്നെയാണ്. ഏതു ഗാസ്കനിൽനിന്നും വന്നതാണെങ്കിലും മതിയായ കാരണമില്ലാതെ ഒരാൾ തൂവാലയിൽ ചവിട്ടിപ്പിടിക്കുകയില്ലെന്ന് മനസിലാക്കാനുള്ള സാമാന്യബുദ്ധി തനിക്ക് യഥാർഥ

ത്തിൽ ഉണ്ടല്ലോ. പിന്നെന്തിനാണിങ്ങനെ ചെയ്തത്? പാരീസ് തെരുവുകളിൽ തൂവാല വിരിച്ചിരിക്കുകയില്ല. നാശം!" ആറമീസ് കോപത്തോടെ പറഞ്ഞു.

"സർ നിങ്ങൾ എന്നെ തെറ്റിദ്ധരിക്കുകയാണ്" ആർട്ഗ്നൻ പറഞ്ഞു. വിനയവും വിവേകവും സൂക്ഷിക്കണമെന്ന് തീരുമാനിച്ചിരുന്നെങ്കിലും അവന്റെയുള്ളിൽ കോപം ഇരച്ചുകയറി. "നിങ്ങൾ പറയുന്നതുപോലെ ഞാൻ ഒരു ഗാസ്കൻ തന്നെ. ഞങ്ങൾ ഗാസ്കന്മാർ ക്ഷമയില്ലാത്തവരാണെന്നറിയാമല്ലോ. തെറ്റുവല്ലതും സംഭവിച്ചാൽ ഒരു പ്രാവശ്യം തന്നെ ക്ഷമചോദിക്കുന്നത് വിഡ്ഢിത്തമാണെന്ന് വിചാരിക്കുന്നവരാണ് ഞങ്ങൾ."

"ഞാൻ യാഥാർത്ഥ്യം പറഞ്ഞു" ആറമീസ് തുടർന്നു. "അല്ലാതെ ശണ്ഠകൂടാനൊന്നുമല്ല. അങ്ങനെ ശണ്ഠകൂട്ടുന്നവനല്ല; കുറച്ചു കാലത്തേക്കുള്ള ഒരു പോരാളി മാത്രമാണ് ഞാൻ. അത്യാവശ്യം വേണ്ടി വന്നാൽ മാത്രമേ യുദ്ധംപോലും ചെയ്യുകയുള്ളൂ. പക്ഷേ, അതുപോലും എനിക്കു വിയോജിപ്പാണ്. പക്ഷേ, ഇതൽപ്പം ഗൗരവമാണെന്നു തോന്നുന്നു. ഒരു സ്ത്രീയെക്കുറിച്ച് താനൊരു തെറ്റിദ്ധാരണയുണ്ടാക്കി."

"നാം രണ്ടുപേരും ചേർന്നു തെറ്റിദ്ധാരണയുണ്ടാക്കിയെന്നല്ലേ താങ്കൾ ഉദ്ദേശിച്ചത്?" ആർട്ഗ്നൻ വിട്ടുകൊടുത്തില്ല.

"ഇത്ര ബുദ്ധിയില്ലാതെ താനെന്തിനാണ് ആ തൂവാലയെടുത്തു തന്നത്?" ആറമീസ് ചോദിച്ചു.

"എങ്കിൽ നിങ്ങളെന്തിനാണ് ബുദ്ധിയില്ലാതെ അതിനെ താഴെയിട്ടത്?"

"ഞാൻ ഒരിക്കലീകാര്യം തന്നോടു പറഞ്ഞതാണ്. ആ തൂവാല എന്റെ പോക്കറ്റിൽ നിന്നല്ല വന്നതെന്ന് ഞാൻ നിങ്ങളോടു വീണ്ടും പറയണോ?"

"നിങ്ങൾ വീണ്ടും നുണ പറയുകയാണ് സർ. ആ തൂവാല നിങ്ങളുടെ പോക്കറ്റിൽനിന്നും വീഴുന്നത് യഥാർഥത്തിൽ ഞാൻ കണ്ടതാണല്ലോ."

"നിങ്ങൾ ഈ വിധത്തിലാണെന്നോടു സംസാരിക്കുന്നതെങ്കിൽ, എനിക്കു ചിലതു നിങ്ങളെ പഠിപ്പിക്കേണ്ടിവരും" ആറമീസ് അലറി.

"എനിക്ക് നിങ്ങളെയും ചില കാര്യങ്ങൾ പഠിപ്പിക്കേണ്ടിവരും; അൾത്താരയിലെ *ബൈബിളി*നെ." ആർട്ഗ്നൻ തുടർന്നു പറഞ്ഞു: "ആ വാൾ ഊരിക്കളഞ്ഞിട്ടു പോരു. വേഗമാകട്ടെ."

"എന്റെ സുഹൃത്തേ അങ്ങനെയെങ്കിൽ ഇവിടെ വച്ചു വേണ്ട. ഈ ആർഗ്വിലൻ കൊട്ടാരത്തിന്റെ എതിർവശത്തുവച്ചു വേണ്ട ഒരു പോരാട്ടം. കർദിനാളിന്റെ ആളുകളൊക്കെ ഇവിടെ നിറയെയുണ്ടാകും. താൻ കർദിനാളിന്റെ ഒരാളാണോയെന്ന് എനിക്കെങ്ങനെയറിയാനാകും? അങ്ങനെയെങ്കിൽ ഇവിടെവച്ചു യുദ്ധം ചെയ്താൽ എന്നെ എല്ലാവരുംചേർന്ന് വകവരുത്തില്ലേ. എനിക്ക് എന്റെ തല ഇഷ്ടമാണ്; എന്റെ തോളുകൾക്ക്

ചേർന്ന തലതന്നെ. തന്നെ കൊല്ലണമെന്നുണ്ട്. പക്ഷേ, അതൽപ്പം ശാന്തമായും ദൂരെയുള്ള ഒരു സ്ഥലത്തു വച്ചുമാകുന്നതാണ് നല്ലത്. അപ്പോൾ നിന്റെ കഥ കഴിക്കുന്നതുകൊണ്ട് എനിക്ക് പിന്നീടൊരു കുഴപ്പവും ഉണ്ടാകില്ലല്ലോ."

"ഞാനിതു സമ്മതിക്കുന്നു" ആർട്ഗ്നൻ പറഞ്ഞു. "പക്ഷേ, അത്രയ്ക്ക് ആത്മവിശ്വാസമൊന്നും വേണ്ട. പിന്നെ ആ തൂവാലയെടുത്തോളൂ. ആരുടേതായാലും സാരമില്ല. നിങ്ങൾക്കിതുകൊണ്ട് എന്തെങ്കിലും ഒരു ആവശ്യം വന്നേക്കാം."

"നിങ്ങൾ ഒരു ഗാസ്കനാണപ്പോൾ?" ആറമീസ് പറഞ്ഞു.

"അതെ. ഒരു ഗാസ്കൻതന്നെ. ഒരു പേരുദോഷം പേടിച്ച് ഒരു യുദ്ധവും മാറ്റിവയ്ക്കുന്നവനല്ല ഈ ഗാസ്കൻ" ആർട്ഗ്നൻ പറഞ്ഞു.

"പോരാളികൾ ഒരിക്കലും യുദ്ധം മാറ്റിവയ്ക്കില്ലെന്നെനിക്കുമറിയാം. പക്ഷേ ഒരു പള്ളിക്കാരൻ അതു ചെയ്തേ പറ്റൂ. ഞാൻ താൽക്കാലികമായ ഒരു പോരാളി മാത്രമാണ്; പക്ഷേ, ഞാനും നിയമം പാലിക്കേണ്ടതുണ്ട്. ട്രിവീലിയുടെ ഹോട്ടലിൽ വച്ച് നമുക്കു രണ്ടുമണിക്കു കാണാം. അവിടെവച്ച് നല്ല സ്ഥലവും സമയവും ഏതെന്നു ഞാൻ പറഞ്ഞു തരാം" ആറമീസ് പറഞ്ഞു.

രണ്ടുപേരും തലകുമ്പിട്ടശേഷം അപ്പോൾത്തന്നെ പിരിഞ്ഞു. ലക്സംബർഗിലേക്കു പോകുന്ന വഴിയിലേക്ക് ആറമീസ് പോയി. എന്നാൽ സമയം അതിക്രമിച്ചിരിക്കുന്നുവെന്ന ചിന്തയിൽ ആർട്ഗ്നൻ കാർമീസ് കോൺവെന്റിന്റെ അരികിലേക്ക് നടന്നു. "ഞാനെന്തായാലും പിൻവാങ്ങുകയില്ല; കൊല്ലപ്പെട്ടാൽ ഒരു പോരാളിയുടെ കൈകൊണ്ടു തന്നെയാണല്ലോ" ആർട്ഗ്നൻ സ്വയം പറഞ്ഞു.

5

രാജാവിന്റെ പോരാളികളും കർദിനാളിന്റെ കാവൽക്കാരും

പാരീസിൽ ആർട്ഗ്നന് പരിചയക്കാർ ആരുമില്ലായിരുന്നു. അതിനാൽ ഒരു സെക്കന്റുപോലും പാഴാക്കാതെ ഒറ്റയ്ക്കാണ് അവൻ ആതോസിനോടുള്ള യുദ്ധത്തിനു പോയത്. ഭീരുവാണെന്ന് തെളിയിക്കാതെ എന്തെങ്കിലും ഒഴികഴിവുകൾ പറഞ്ഞ് യുദ്ധത്തിൽനിന്നും മാറിയാലോയെന്ന് ഒരുനിമിഷം അവൻ ആശിച്ചുപോയി. കാരണം തനിക്കത് പ്രതികൂലമായിപ്പോകുമെന്ന് അവൻ തിരിച്ചറിഞ്ഞു. താൻ ചുറുചുറുക്കുള്ള ഒരു യുവാവ്. ആറമീസാകട്ടെ മുറിവേറ്റു തകർന്ന ഒരു ക്ഷീണിതനും. യുദ്ധത്തിൻ താൻ പരാജയപ്പെട്ടാൽ ആറമീസിന്റെ വിജയം ഇരട്ടിക്കും. താൻ വിജയിക്കുകയാണെങ്കിൽ അയാളുടെ മുറിവേറ്റുതകർന്ന അവസ്ഥ മുതലെടുത്തുവെന്ന് ആളുകൾ തന്നെ കുറ്റപ്പെടുത്തും.

നമ്മുടെ കഥാപുരുഷനായ ചെറുപ്പക്കാരൻ ഗാസ്കൻ ഒരു അസാധാരണക്കാരനാണെന്ന് വായനക്കാർക്ക് ഇതിനകം വ്യക്തമായി മനസിലാക്കിക്കാണുമല്ലോ? യുദ്ധത്തിൽ മരണം ഉറപ്പാണെന്ന് അവന് അറിയാമെങ്കിലും വെറുതെയങ്ങ് ചത്തുവീഴാൻ അവൻ ഇഷ്ടപ്പെട്ടില്ല. തന്റെ ധീരതയും സുദീർഘമായ കാഴ്ചപ്പാടുംകൊണ്ട് മറ്റൊരാൾ വീഴുന്നിടത്തുനിന്നും നേടിയെടുക്കണമെന്ന് അവൻ ചിന്തിച്ചു.

താൻ യുദ്ധം ചെയ്യാമെന്നേറ്റിട്ടുള്ള ആളുകളുടെ വ്യത്യസ്ത സ്വഭാവത്തെപ്പറ്റി ആർട്ഗ്നൻ ചിന്തിച്ചു. തന്റെ അവസ്ഥ അവൻ ശരിയായി സ്വയം കണ്ടു. മര്യാദയോടും വിനയത്തോടും ഇടപെട്ട് ആതോസിന്റെ സ്നേഹം സമ്പാദിക്കാൻ അവൻ ആഗ്രഹിച്ചു. ആതോസ് വാസ്തവത്തിൽ ഒരു നല്ല മര്യാദക്കാരനാണ്. പോർത്തോസിനെ സംബന്ധിച്ചിടത്തോളം ആ തോൾബെൽറ്റ് സംഭവത്തിനുശേഷം അയാൾ തന്നെ കൊന്നുകളയുമെന്ന് ആർട്ഗ്നന് ഉറപ്പായിരുന്നു. പക്ഷേ, ഭാഗ്യംകൊണ്ട്

അതു സംഭവിച്ചില്ല. ആ കഥ പട്ടണത്തിലൊക്കെ പറഞ്ഞു പരത്തിയിരുന്നെങ്കിൽ തനിക്ക് അയാളെ നാട്ടുകാരുടെ മുമ്പിൽ വെറും ഒരു വിഡ്ഢിയാക്കാമായിരുന്നു. പിന്നെ ഈ ആറമീസ്. അയാളെ സംബന്ധിച്ച് ആർട്ഗ്നന് വലിയ ഭയമൊന്നും ഉണ്ടായിരുന്നില്ല. അയാളോടു യുദ്ധം ചെയ്താൽ അയാളെ ശരിക്കും തോൽപ്പിക്കാനാകുമെന്ന് അവൻ വിശ്വസിച്ചു. പോംപേയോടു യുദ്ധം ചെയ്യുമ്പോൾ സീസർ തന്റെ പട്ടാളക്കാരോടു പറഞ്ഞിരുന്ന ഉപദേശം അവനോർത്തു: അയാളുടെ മുഖത്തടിക്കണം; അതോടെ അയാളുടെ സൗന്ദര്യം എന്നെന്നേക്കുമായി നശിക്കും.

മാത്രമല്ല ആർട്ഗ്നന്റെ മനസിൽ അവന്റെ പിതാവു കൊടുത്തിരുന്ന ഉപദേശം ശക്തിയായി നിന്നിരുന്നു. അതവന്റെ ഹൃദയത്തിൽ ഉറച്ചിരുന്നു: “രാജാവും കർദിനാളും! ഇവർ രണ്ടുപേരുമൊഴികെ വേറാരുടെയും വിഡ്ഢിത്തത്തിനു നീ വഴങ്ങരുത്.”

ഇങ്ങനെയൊക്കെ ചിന്തിക്കുമ്പോഴും കാർമീസ് മഠത്തിനടുത്തേക്ക് അവൻ ഓടുകയായിരുന്നു; ദ്വന്ദ്വയുദ്ധത്തിനു തീരുമാനിച്ചിരുന്ന സ്ഥലത്തേക്ക്. ഒരൊഴിഞ്ഞ ഭാഗത്താണ് ഈ കെട്ടിടം. ജനാലകൾ ഒന്നുമില്ലാത്ത ഒരു പഴഞ്ചൻ കെട്ടിടം. സാധാരണയായി ദ്വന്ദ്വയുദ്ധങ്ങൾ നടത്താൻ ആളുകൾ ഉപയോഗിക്കുന്നത് ആ സ്ഥലംതന്നെയാണ്.

കോൺവെന്റിന്റെ അരികിലെ വിജനമായ ആ സ്ഥലത്ത് അവനെത്തി. അപ്പോഴേക്കും മണി പന്ത്രണ്ടടിച്ചു. ആതോസ് അഞ്ചുമിനിറ്റുമുമ്പേ അവിടെയെത്തിയിരുന്നു. സമരിയാക്കാരി സ്ത്രീകളെപ്പോലെ സമയനിഷ്ഠ ഉള്ളവൻതന്നെയാണ് അയാളെന്ന് അവനു മനസിലായി. ദ്വന്ദ്വയുദ്ധത്തിൽ അയാൾ കണിശക്കാരനുമായിരുന്നെന്ന് അതിൽനിന്നും മനസിലാക്കാം.

മുറിവിൽ വളരെയധികം വേദന ആതോസിന് അനുഭവപ്പെട്ടിരുന്നു. ഡോക്ടർ വീണ്ടും മുറിവു നന്നായി കെട്ടിക്കൊടുത്തിരിക്കുന്നു. അയാൾ ശാന്തനായിട്ട് ഒരു മൈൽക്കുറ്റിയിൽ കയറിയിരിക്കുകയായിരുന്നു. കൈയിൽ തൊപ്പിയൂരിവച്ചിട്ടുണ്ട്. അതിലെ തൂവലുകൾ തറയിൽ ഉരസിനിൽക്കുന്നു.

“സർ” ആതോസ് പറഞ്ഞു: “ഞാൻ എന്റെ രണ്ടു സുഹൃത്തുക്കളോട് സഹായിയായും സാക്ഷികളായും വരാൻ പറഞ്ഞിരുന്നു. പക്ഷേ അവർ രണ്ടുപേരും ഇതുവരെയെത്താത്തതിൽ എനിക്ക് അത്ഭുതം തോന്നുന്നു. സാധാരണ അവർ ഇങ്ങനെ വൈകുന്നതല്ല.”

“എനിക്ക് സാക്ഷികളോ സഹായിയോ ഇല്ല” ആർട്ഗ്നൻ പറഞ്ഞു. ഞാനിന്നലെയാണ് പാരീസിൽനിന്നും എത്തിയത്. ട്രിവീലിയല്ലാതെ വേറെയാരെയും എനിക്കിവിടെ പരിചയമില്ല. എന്റെ അച്ഛൻ അദ്ദേഹത്തെ പരിചയപ്പെടുത്തിക്കൊണ്ട് ഒരു ശുപാർശക്കത്ത് തന്നിരുന്നു. അതുകൊണ്ട് അദ്ദേഹവുമായി എനിക്ക് പരിചയപ്പെടാൻ എനിക്കു കഴിഞ്ഞു.”

കുറച്ചാലോചിച്ചശേഷം ആതോസ് പറഞ്ഞു: “അപ്പോൾ ട്രിവീലിയെ അല്ലാതെ നിങ്ങൾക്ക് മറ്റാരെയും പരിചയമില്ലേ?”

"ഇല്ല. എനിക്ക് അദ്ദേഹത്തെ മാത്രമേ അറിയൂ."

"അതുശരി. എങ്കിൽ....." ആതോസ് പറഞ്ഞു: "...ഞാൻ തന്നെ കൊല്ലുകയാണെങ്കിൽ നരഭോജിയായ ഒരു രാക്ഷസനായി എല്ലാവരും എന്നെ പറയില്ലേ?"

"അത്ര ഭയങ്കരനായ രാക്ഷസനാകില്ല" ആർട്ഗ്നൻ പറഞ്ഞു: "എന്നോടു യുദ്ധം ചെയ്യുന്നതുകൊണ്ട് പ്രശ്നം നിങ്ങൾക്കാണെന്നു കരുതിക്കോളൂ. ആ മുറിവ് നിങ്ങളെ വല്ലാതെ ബുദ്ധിമുട്ടിക്കും."

"നിങ്ങളുടെ ഈ വാക്കുകൾതന്നെ ഇതിനകം എന്നെ ബുദ്ധിമുട്ടിച്ചു കഴിഞ്ഞു. പിന്നെ, ഞാനിന്ന് എന്റെ ഇടതുകൈകൊണ്ട് നിങ്ങളോടു പൊരുതാം. ചിലപ്പോഴൊക്കെ ഞാനങ്ങനെയാണ് പൊരുതുന്നത്. അത് നിങ്ങൾക്ക് ഉപയോഗപ്പെടുമെന്ന് നിങ്ങൾ കരുതണ്ട. എനിക്ക് രണ്ടു കൈകളും ഒരുപോലെ യുദ്ധത്തിനു വഴങ്ങും. ഒരുപക്ഷേ നിങ്ങൾക്ക് അത് ഒരു ദോഷമായെന്നുവരാം. തുടക്കക്കാരനായ ഒരാളിന് ഇടംകൈക്കാരൻ ഒരിക്കലും വഴങ്ങില്ല. ഇക്കാര്യം ഞാൻ മുൻകൂറായി നിങ്ങളോടു പറയാതിരുന്നതിൽ എനിക്കു ഖേദം തോന്നുന്നു." ആതോസ് പറഞ്ഞു.

"താങ്കൾക്ക് ഖേദം തോന്നേണ്ട ആവശ്യമില്ല" ആർട്ഗ്നൻ പറഞ്ഞു. അയാൾ തല കുനിച്ചുകൊണ്ടു പറഞ്ഞു. "ഇക്കാര്യം അറിയിച്ച താങ്കളോട് എനിക്ക് കടപ്പാടുണ്ട്."

"നിങ്ങൾ തെറ്റിദ്ധരിക്കേണ്ട...." ആതോസ് പറഞ്ഞു. "നമുക്ക് ഇനി മറ്റേതെങ്കിലും വിഷയം സംസാരിക്കാം. അന്ന് താൻ ഓടിവന്ന് എന്നെ ഇടിച്ചതോർക്കുന്നുണ്ടോ? എന്റെ തോൾ വേദനകൊണ്ടു കത്തുകയാണ്."

"ഞാനൊരു കാര്യം പറഞ്ഞോട്ടെ....." അൽപ്പം ആശങ്കയോടെ ആർട്ഗ്നൻ ചോദിച്ചു.

"എന്തായാലും പറഞ്ഞോളൂ" ആതോസ് പറഞ്ഞു.

"മുറിവുകൾക്കു പറ്റിയ ഒന്നാന്തരമൊരു മരുന്നുണ്ട് എന്റെ കൈവശം. എന്റെ അമ്മ തന്നുവിട്ടതാണ്. ഞാനൊരിക്കലതു പരീക്ഷിച്ചതുമാണ്. ഒന്നാന്തരം തന്നെ" ആർട്ഗ്നൻ പറഞ്ഞു.

"കൊള്ളാമല്ലോ!"

"മൂന്നു ദിവസംകൊണ്ട് താങ്കളുടെ മുറിവുകൾ ഈ മരുന്നുണക്കും. അതെനിക്കുറപ്പാണ്. അന്നു വരത്തേക്ക് നമുക്കീ ദ്വന്ദ്വയുദ്ധം മാറ്റിവെച്ചാലോ?"

തന്റെ എതിരാളിയെക്കുറിച്ചുള്ള ഉൽക്കണ്ഠയിലാണ് വിനയപൂർവം അവനിതു പറഞ്ഞത്. അവന്റെ അധീരതയെപ്പറ്റി സംശയവും തോന്നിയില്ല.

"കൊള്ളാം. താൻ ഇപ്പോൾ പറഞ്ഞത് എന്നെ സന്തോഷിപ്പിച്ചു. പക്ഷേ ഞാനീ ഔദാര്യം സ്വീകരിക്കുകയില്ല. പക്ഷേ, നിങ്ങൾ ഒരു മാന്യനാണെന്ന് എനിക്കു മനസിലായി. ചാർലിമാഗ്നന്റെ കാലത്തെ കുതിരപ്പട്ടാളക്കാരും ഈവിധത്തിലാണ് സംസാരിക്കുകയും പ്രവർത്തിക്കുകയും ചെയ്തിരുന്നത്. ആർക്കും അനുകരണീയമായ നല്ലൊരു മാതൃകയായി

രുന്നു അത്. പക്ഷേ നിർഭാഗ്യവശാൽ നമ്മൾ ആ മഹാനായ ചക്രവർത്തിയുടെ കാലത്തല്ല ഇന്നു ജീവിക്കുന്നത്. കർദിനാളാണ് ഇപ്പോഴത്തെ നേതാവ്. ഇനി യുദ്ധം മൂന്നുദിവസം കഴിഞ്ഞാണ് നടക്കുന്നതെങ്കിൽ, അക്കാര്യം എത്ര രഹസ്യമായി സൂക്ഷിക്കുവാൻ നോക്കിയാലും അതു പുറത്ത് പാട്ടാകും. അങ്ങനെ അവർ ഈ ദ്വന്ദ്വയുദ്ധം തടഞ്ഞേക്കാം." ആതോസ് പറഞ്ഞു. അയാൾ അക്ഷമയോടെ വീണ്ടും പറഞ്ഞു. "ഛെടാ... എന്റെ സഹായിയും സാക്ഷികളുമായി വരാമെന്നേറ്റവർ ഇതുവരെയും വന്നില്ലല്ലോ?"

"നിങ്ങൾക്ക് അത്ര തിടുക്കമെങ്കിൽ എന്റെ കഥകഴിച്ചേ തീരൂവെന്നുണ്ടെങ്കിൽ ഇനി അത് താമസിപ്പിക്കേണ്ട." വളരെ വിനയത്തോടെ ആർട്ഗ്നൻ പറഞ്ഞു. "നിങ്ങളുടെ സുഹൃത്തുക്കൾ വരാത്തതൊന്നും നോക്കേണ്ട. നമുക്കിപ്പോൾത്തന്നെ തുടങ്ങാം." മൂന്നുദിവസത്തേക്ക് യുദ്ധം മാറ്റി വയ്ക്കാമെന്നു പറഞ്ഞപ്പോൾ അവനുണ്ടായിരുന്ന ആത്മാർഥതതന്നെയാണ് ഇതു പറഞ്ഞപ്പോഴും ഉണ്ടായിരുന്നത്.

"ഇത് എനിക്കിഷ്ടപ്പെട്ടു" അഭിനന്ദനത്തോടെ ആതോസ് അവനെ നോക്കി. തുടർന്ന് അയാൾ പറഞ്ഞു: "ഹൃദയമില്ലാത്തവന് ഈവിധം സംസാരിക്കാനാവില്ല. തന്നെപ്പോലുള്ളവരെ എനിക്കു വലിയ ഇഷ്ടമാണ്. ഇപ്പോൾ നാം പരസ്പരം കൊല്ലുന്നില്ലെങ്കിൽ, ഭാവിയിൽ നിങ്ങളോടൊപ്പം കൂടുതൽ ചേർന്നുപോകാൻ ഞാൻ ആഗ്രഹിക്കുന്നു. സാക്ഷികൾ വരുന്നത് കാക്കുന്നതല്ലേ നല്ലത്.... അതാ അവരിലൊരാൾ വരുന്നു...."

ആർട്ഗ്നൻ അങ്ങോട്ടുനോക്കി. ഒരു തടിമാടൻ വരുന്നു. പെട്ടെന്ന് അത് പോർത്തോസാണെന്ന് അവൻ തിരിച്ചറിഞ്ഞു.

"എന്ത്? പോർത്തോസാണോ നിങ്ങളുടെ സാക്ഷികളിൽ ഒരാൾ?" അവൻ ചോദിച്ചു.

"അതെ. അതിലെന്തെങ്കിലും തടസം വല്ലതും?" ആതോസ് ചോദിച്ചു.

"ഇല്ലേയില്ല."

"അതാ വരുന്നു രണ്ടാമത്തെ സാക്ഷി."

ആതോസ് ചൂണ്ടിയ ഇടത്തേക്ക് ആർട്ഗ്നൻ നോക്കി. അത് ആറമീസായിരുന്നു.

"എന്ത്? ആറമീസാണോ നിങ്ങളുടെ രണ്ടാം സാക്ഷി?" ഇത്തവണ ആർട്ഗ്നന്റെ അത്ഭുതം കൂടിയിരുന്നു.

"അതിലെന്താണിത്ര സംശയം? ഞങ്ങൾ ഒരുമിച്ചേ കാണൂവെന്നുള്ള കാര്യം തനിക്കറിയില്ലേ. മറ്റെല്ലാ പടയാളികളും കർദിനാളിന്റെ കാവൽഭടന്മാരും കൊട്ടാരത്തിലുള്ളവരും. എല്ലാവരും ഒക്കെ ഞങ്ങളെ വിളിക്കുന്നതെങ്ങനെയാണെന്നറിയാമോ? ആതോസ്, പോർത്തോസ്, ആറമീസ് എന്നാണ്. ചിലപ്പോൾ വേർപെടാത്ത മൂവർ എന്നും വിളിക്കുന്നു. താനിപ്പോൾ ഡാക്സിൽനിന്നോ പായിൽനിന്നോയല്ലേ ഇവിടെ വന്നത്.... ഒന്നും അറിയില്ലായിരിക്കും" ആതോസ് പറഞ്ഞു.

"ഡാക്സിൽ നിന്നോ പായിൽനിന്നോ അല്ല; ടാർബെസിൽ നിന്നാണ്" ആർട്ഗ്നൻ തിരുത്തി.

"അതുശരി. അതുകൊണ്ടാവാം നിങ്ങൾക്ക് അറിയാൻ പറ്റാതെ പോയതെന്നു തോന്നുന്നു" ആതോസ് പറഞ്ഞു.

"എന്റെ വിധി!" ആർട്ഗ്നൻ പറഞ്ഞു; "നിങ്ങൾ പേരുകേട്ട ഒരു മാന്യനാണ്; നല്ലൊരു സാഹസികനും. പക്ഷേ നമ്മുടെ ഈ ദ്വന്ദയുദ്ധം സംസാരത്തിനു വിഷയമായെങ്കിൽ, നിങ്ങളെല്ലാവരും ഒന്നാണെന്നുള്ളതിന് വേറൊരു തെളിവിന്റെ ആവശ്യമില്ലല്ലോ."

അപ്പോഴേക്കും പോർത്തോസും ആതോസും അവരുടെ അരികിൽ എത്തിക്കഴിഞ്ഞിരുന്നു. പോർത്തോസ് കൈയുയർത്തി ആതോസിനെ അഭിവാദനം ചെയ്തു. ആർട്ഗ്നനെ കണ്ടപ്പോൾ അയാൾ സ്തബ്ധനായതുപോലെ. ആ സമയത്ത് ആ പുതിയ തോൾബെൽറ്റ് മാറ്റി പകരം പഴയതൊന്നാണ് അയാളിട്ടിരുന്നത്.

"കൊള്ളാം കൊള്ളാം. ഇവയുടെയൊക്കെ അർഥം?"

"ഈ മനുഷ്യനുമായിട്ടാണ് ഞാൻ ദ്വന്ദ്വയുദ്ധത്തിനൊരുങ്ങുന്നത്" ആർട്ഗ്നനെ ചൂണ്ടിക്കൊണ്ട് ആതോസ് പറഞ്ഞു.

"പക്ഷേ, ഞാനും ഇയാളോടൊപ്പം യുദ്ധത്തിനൊരുങ്ങിയിരിക്കുകയാണല്ലോ?" പോർത്തോസും പറഞ്ഞു.

"അതെ. പക്ഷേ അത് ഒരുമണിക്കു മുമ്പല്ലല്ലോ?" ആർട്ഗ്നൻ അയാളെ ഓർമപ്പെടുത്തി.

"ഞാനും ഇയാളോടു യുദ്ധം ചെയ്യുകയാണ്...." ആറമീസും അടുത്തോട്ടു ചെന്ന് പറഞ്ഞു.

"അതും ശരിയാണ്" ആർട്ഗ്നൻ പറഞ്ഞു. "പക്ഷേ, അതു രണ്ടു മണിക്കു മുമ്പല്ലല്ലോ" ആർട്ഗ്നൻ എല്ലാത്തിനും ശാന്തനായിട്ടാണ് മറുപടി പറഞ്ഞത്.

"താനെന്തിനാണ് യുദ്ധത്തിനു പോകുന്നത്?" ആതോസിനോട് ആറമീസ് ചോദിച്ചു.

"വിധി! അല്ലാതെന്തു പറയാൻ. വാസ്തവത്തിൽ എനിക്കുതന്നെയറിയില്ല എന്തിനാണ് യുദ്ധം ചെയ്യുന്നതെന്ന്. ഇവൻ ഓടിക്കേറിവന്ന് എന്റെ തോളിലൊരു താങ്ങ്; തോളെന്തുമാത്രം വേദനിച്ചെന്നോ?" ആതോസ് പറഞ്ഞു. തുടർന്ന് അയാൾ പോർത്തോസിനോടു ചോദിച്ചു:

"താനെന്തിനാണ് യുദ്ധത്തിനു പോകുന്നത്?"

"അതും വിധി! ഓ വെറുതേ....." ഇതു പറയുമ്പോൾ പോർത്തോസിന്റെ മുഖം ചുവന്നിരുന്നു.

ആർട്ഗ്നന്റെ മുഖത്ത് ഒരു ചെറുചിരി തെളിയുന്നത് ആതോസ് കണ്ടു. ആതോസ് എല്ലാം ശ്രദ്ധിച്ചുകൊണ്ടാണ് നിന്നിരുന്നത്.

"ഞങ്ങൾ ഉടുപ്പിനെക്കുറിച്ച് ഒരു തർക്കം നടത്തി" ആർട്ഗ്നൻ അവരോടായി പറഞ്ഞു.

"അപ്പോൾ താങ്കളുടെ പ്രശ്നമെന്താണ് ആറമീസേ?" ആതോസ്

ചോദിച്ചു.

"ഞങ്ങളുടെ വഴക്ക് ദൈവശാസ്ത്രത്തെപ്പറ്റിയുള്ളതാണ്." ശരിയായ കാരണം പറയരുതെന്ന് ആർട്ഗ്നനോട് ആംഗ്യം കാണിച്ചുകൊണ്ടാണ് ആറമീസ് ഇതു പറഞ്ഞത്.

ആർട്ഗ്നന്റെ മുഖത്ത് വീണ്ടും ചെറുചിരി വിടരുന്നത് ആതോസ് കണ്ടു.

"ഇതൊക്കെയാണോ നിങ്ങൾ തമ്മിലുള്ള തർക്കത്തിനു കാരണം?" ആതോസ് ചോദിച്ചു.

"അതെ. വിശുദ്ധ അഗസ്റ്റിന്റെ പുസ്തകത്തിലെ ഒരുഭാഗത്തെ സംബന്ധിച്ച് ഞങ്ങൾ തമ്മിൽ ഒരു തർക്കമുണ്ടായി" ആർട്ഗ്നൻ പറഞ്ഞു.

"തീർച്ചയായും ഇയാളൊരു ബുദ്ധിമാനാണ്" ആതോസ് പിറുപിറുത്തു.

"ബഹുമാന്യരേ, നിങ്ങളെല്ലാവരും ഇപ്പോൾ ഇവിടെ സമ്മേളിച്ചിരിക്കുന്ന സ്ഥിതിക്ക് എനിക്ക് നിങ്ങളോട് ഒരു ക്ഷമാപണം നടത്തണമെന്നുണ്ട്" ആർട്ഗ്നൻ പറഞ്ഞു.

ക്ഷമയുടെ പ്രസ്താവന കേട്ടപ്പോൾ ആതോസ് നെറ്റിചുളിച്ചു. പോർത്തോസിന്റെ മുഖത്ത് ഒരു പുച്ഛച്ചിരിയും. ആറമീസിന്റെ മുഖത്താകട്ടെ എതിരിന്റെ ഒരു ഭാവവും. അവർക്കാർക്കും ഈ ഗാസ്കനെ ശരിക്കും മനസിലാകുന്നില്ലതന്നെ.

ആർട്ഗ്നൻ തലയുയർത്തി നെഞ്ചു വിരിച്ചുകൊണ്ടു പറഞ്ഞു: "നിങ്ങൾ എന്നെ മനസിലാക്കുന്നില്ല" സൂര്യരശ്മികൾ മുഖത്തേറ്റപ്പോൾ അവന്റെ ധീരലക്ഷണം കൂടുതൽ തിളങ്ങി വ്യക്തമായി. അയാൾ തുടർന്നു: "നിങ്ങൾ മൂന്നുപേരോടും വാക്കുപാലിക്കാനുള്ള കഴിവ് എനിക്ക് ഇല്ലാതെ പോയേക്കാം എന്നുള്ളതുകൊണ്ട്, ആദ്യമേതന്നെ ഞാൻ നിങ്ങളോടു ക്ഷമ ചോദിക്കുന്നു. എന്നെ കൊല്ലാനുള്ള ആദ്യ അവകാശം ആതോസിനാണ്. അതുകൊണ്ടുതന്നെ പോർത്തോസിനുള്ള അവകാശം സാരമായി കുറയുന്നു. ആറമീസിനാകട്ടെ തീരെ എന്നെ എന്തെങ്കിലും ചെയ്യാനുള്ള സാഹചര്യവും കിട്ടില്ല. അതിനാൽ ഈ ഒറ്റക്കാര്യംകൊണ്ട് മാന്യരോട് ഞാൻ വീണ്ടും ക്ഷമാപണം യാചിക്കുന്നു."

ഇങ്ങനെ ദീർഘമായി സംസാരിച്ചശേഷം ആർട്ഗ്നൻ ധീരതയോടെ തന്റെ ഉറയിൽനിന്നും വാളൂരി. രക്തം അവന്റെ ഉച്ചിവരെ ഇരച്ചുകയറി. ആർതോസ്, പോർത്തോസ്, ആറമീസ് ഇവരെ മൂന്നുപേരെ മാത്രമല്ല, ഫ്രാൻസിലെ എല്ലാ പോരാളികളെയും വെല്ലുവിളിക്കാനുള്ള വീറും ധീരതയും വാളൂരിയപ്പോൾ അവനുണ്ടായിരുന്നു.

സമയം പന്ത്രണ്ടേകാലായി. സൂര്യൻ നട്ടുച്ചിയിൽ നിൽക്കുന്നു. ആ ദ്വന്ദ്വയുദ്ധം നടത്താൻ തെരഞ്ഞെടുത്ത സ്ഥലത്ത് സൂര്യരശ്മികൾ ശക്തമായി വീണു.

"എന്തൊരു ചൂടാണിത്" ആതോസ് ഇതു പറഞ്ഞുകൊണ്ട് തന്റെ

വാളൂരി. തുടർന്ന് അയാൾ പറഞ്ഞു: "യുദ്ധം ചെയ്യുമ്പോൾ ഞാൻ എന്താ യാലും അടിയുടുപ്പ് ഊരുന്നില്ല. എന്റെ മുറിവിൽനിന്നും ചോരയൊലി ക്കുന്നുവെന്ന് എനിക്കു തോന്നിയതേയുള്ളൂ. അതിന്റെ പേരിൽ ഞാൻ നിങ്ങളെ ഒഴിവാക്കുന്നില്ല."

"നന്നായിട്ടുണ്ട് സർ" ആർട്ഗ്നൻ പറഞ്ഞു. "പക്ഷേ താങ്കളെപ്പോ ലുള്ള ഒരു ധീരന്റെ രക്തം കാണാനിടവരുന്നത് എനിക്കെപ്പോഴും ഖേദ മുള്ള കാര്യമാണ്. അതെന്റെ കൈകൊണ്ടാണ് സംഭവിക്കുന്നതെന്നാ കിലും.... ഞാനും എന്തായാലും താങ്കളെപ്പോലെതന്നെ അടിയുടുപ്പൂരാതെ തന്നെ യുദ്ധം ചെയ്യാം."

"വരൂ..... വരൂ.... ഭംഗിവാക്കുകളെല്ലാം മതി" പോർത്തോസ് അലറി. ഞങ്ങൾ ഞങ്ങളുടെ അവസരം നോക്കിയിരിക്കുകയാണെന്ന കാര്യം മാത്രം മറക്കരുത്."

"അനാവശ്യം മാത്രം പറയരുത്" ആറമീസ് ഇടപെട്ടു. "അവർ പറ ഞ്ഞതൊക്കെ നല്ല കാര്യങ്ങൾ തന്നെ. അത് അവരുടെ മാന്യത ഉയർത്തു ന്നു."

"സർ, യുദ്ധത്തിനു തയാർ?" ആതോസ് യുദ്ധത്തിന് വാളോങ്ങി.

"നിങ്ങളുടെ തയാറെടുപ്പ് ഞാൻ കാത്തിരിക്കുകയായിരുന്നു" ആർട് ഗ്നൻ ഇതു പറയുകയും തന്റെ വാൾകൊണ്ട് കുറുകെ തടയുകയും ചെയ്തു.

ആ രണ്ടു വാളുകളും തമ്മിൽ കൂട്ടിമുട്ടേണ്ട താമസം കർദിനാളിന്റെ ഒരു കാവൽസംഘം അവിടെ പാഞ്ഞെത്തി. ജൂസക്കായിരുന്നു ആ സംഘ ത്തിന്റെ നേതാവ്.

"അതാണ് കർദിനാളിന്റെ കാവൽസംഘം!" ആറമീസും പോർത്തോ സും ഒന്നിച്ചുപറഞ്ഞു: "വാൾ ഉറയിലിടൂ... വാൾ ഉറയിലിടൂ."

പക്ഷേ, അതു വളരെ താമസിച്ചുപോയിരുന്നു. ദ്വന്ദ്വയുദ്ധം നടത്തുന്ന വരെ അവർ ഇതിനകം കണ്ടിരുന്നു. അവർ എന്തിനാണ് ഒരുങ്ങിപ്പുറ പ്പെട്ടിരിക്കുന്നതെന്ന് ജൂസക്കിനും കൂട്ടർക്കും മനസിലായിരുന്നു.

"എന്താണവിടെ?" ജൂസക്ക് സംഘവുമായി അവരുടെ അടുക്കലേക്കു ചെന്നു. "ദ്വന്ദ്വയുദ്ധത്തിനിറങ്ങിയിരിക്കുകയാണോ? എന്താണതിനു കാര ണം?"

"നിങ്ങൾ കാവൽ നിൽക്കുകയൊന്നും വേണ്ട. കാവൽസംഘ ത്തിലെ മാന്യൻ വന്നിരിക്കുന്നു." ആതോസിന്റെ മറുപടിയിൽ വെറുപ്പു കലർന്നിരുന്നു. കഴിഞ്ഞദിവസത്തെ ലഹളയിൽ ഉണ്ടായിരുന്നവരിൽ ഒരാൾ ഇയാൾ തന്നെയായിരുന്നു. "ഇനിയും ഞങ്ങളെ വെറുതെ വിടാൻ നിങ്ങൾക്കുദ്ദേശ്യമില്ലേ. വെറുതേ നിന്നാൽ ചെലവില്ലാതെ കുറച്ചു തമാശ നിങ്ങൾക്കു കാണാം."

"മാന്യരേ" ജൂസക്ക് പറഞ്ഞു. "നിങ്ങളെ വെറുതേ വിടുന്ന പ്രശ്ന മേയില്ല. ഞങ്ങൾക്ക് ഞങ്ങളുടെ ജോലി ചെയ്തേ പറ്റൂ. അതിനാൽ ദയ വായി വാളുകൾ ഉറയിലേക്കിടൂ; എന്നിട്ട് ഞങ്ങളുടെകൂടെ വരൂ."

"സർ" ആറമീസ് അധികാരസ്വരത്തിൽ പറഞ്ഞു. "നിങ്ങൾക്ക് ഇതു പറയാനുള്ള അവകാശമില്ല. ഞങ്ങൾക്കുള്ള കൽപ്പനകൾ യഥാർഥത്തിൽ ട്രിവീലിയിൽനിന്നാണ് ഞങ്ങൾക്കു കിട്ടേണ്ടത്. അദ്ദേഹം പലതവണ ഞങ്ങളോട് കൽപ്പിച്ചിട്ടുണ്ട്. അതുകൊണ്ട് നിങ്ങൾ ഞങ്ങളുടെ കാര്യം നോക്കേണ്ട.... വേഗം സ്ഥലം കാലിയാക്ക്?"

ആറമീസിന്റെ ധിക്കാരസ്വരം ജൂസക്കിനെ അരിശംകൊള്ളിച്ചു. ജൂസക്ക് അലറി: "പറഞ്ഞത് അനുസരിച്ചില്ലെങ്കിൽ ഞങ്ങൾക്ക് ബലം പ്രയോഗിക്കേണ്ടിവരും."

ആതോസ് പതിയെ തന്റെ കൂട്ടുകാരോടു പറഞ്ഞു: "നോക്കൂ അവർ അഞ്ചുപേരുണ്ട്. നാമാകട്ടെ മൂന്നുപേരും. അവർ നമ്മെ തോൽപ്പിച്ചു കളയും. ഇവിടെക്കിടന്ന് മരിക്കേണ്ടിവരും. എന്തായാലും വിജയശ്രീലാളിതരായി ഇനി നമുക്ക് നമ്മുടെ നേതാവിന്റെ മുമ്പിൽ ചെല്ലാനാകുമെന്ന് എനിക്കു തോന്നുന്നില്ല."

ആതോസും പോർത്തോസും ആറമീസും തൽക്ഷണം ഒരുമിച്ചു കൂടി. ജൂസക്ക് തന്റെ സംഘത്തെയും അണിനിരത്തി.

സ്വന്തമായി തീരുമാനമെടുക്കാൻ ആർട്ഗ്നന് ആ സമയം ധാരാളം മതിയായിരുന്നു. തന്റെ ഭാവി മുഴുവനും നിശ്ചയിക്കാൻപോന്ന ഒരവസരമായിരുന്നു ആർട്ഗ്നന് അത്. രാജാവിനെയോ കർദിനാളിനെയോ ആരെയെങ്കിലും ഒരാളെ തെരഞ്ഞെടുക്കേണ്ടസമയം. ഒരിക്കൽ ഒരാളെ തിരഞ്ഞെടുത്താൽ എന്നുമതു നിലനിർത്തുകയും വേണം. യുദ്ധം ചെയ്യുന്നത് നിയമവിരുദ്ധമാണ്. താൻ കൊല്ലപ്പെടുകയും ചെയ്യും. മറ്റൊരു രീതിയിൽ ചിന്തിച്ചാൽ രാജാവിനെക്കാൾ കൂടുതൽ ബലവാനായ ഒരാളുടെ ആജീവനാന്ത ശത്രുവുമാകും. ഒക്കെ ഒരുനിമിഷംകൊണ്ട് ആർട്ഗ്നൻ ചിന്തിച്ചു.

പിന്നൊന്നും ആർട്ഗ്നൻ ആലോചിച്ചില്ല. അവൻ ധീരതയോടെ ആതോസിനോടും കൂട്ടരോടും പറഞ്ഞു: "സർ, എന്തോ പിശകു പറ്റിയതുപോലെ തോന്നുന്നു. നിങ്ങൾ പറഞ്ഞകാര്യത്തിൽ എന്തോ പിശകു പറ്റി. നിങ്ങൾ പറഞ്ഞത് നിങ്ങൾ മൂന്നുപേരേയുള്ളൂയെന്നല്ലേ. പക്ഷേ ഞാനും കൂടിചേർന്നാൽ നാലുപേരുണ്ടല്ലോ."

"പക്ഷേ നിങ്ങൾ ഞങ്ങളിൽ ഒരുവനല്ലല്ലോ?" പോർത്തോസ് പറഞ്ഞു.

"അതു ശരിയാണ്" ആർട്ഗ്നൻ പറഞ്ഞു. "നിങ്ങളെപ്പോലുള്ള പടയാളിവേഷവും ഇല്ല. പക്ഷേ എനിക്ക് ആവേശമുണ്ട്. പടയാളിയെപ്പോലുള്ള തന്റേടമുണ്ട്. അതുകൊണ്ടാണ് ഞാനതു പറഞ്ഞത്."

ആർട്ഗ്നന്റെ ഭാവം കണ്ടപ്പോൾ ജൂസക്കിന് എന്തോ സംശയം തോന്നി. അയാൾ ആർട്ഗ്നനു നേരെ അലറി, "മാറൂ മനുഷ്യാ.... നീ ഇവിടന്നു പോകുന്നതാണ് നിനക്കു നല്ലത്. ശരീരം കേടാകാതെ നോക്കി വേഗം സ്ഥലം വിട്ടോ...."

ആർട്ഗ്നൻ അനങ്ങാതെ തന്നെ നിന്നു.

"നിങ്ങൾ ധീരനാണ്" ആർട്ഗ്നന്റെ കൈ അമർത്തിപ്പിടിച്ചുകൊണ്ട് ആതോസ് പറഞ്ഞു.

"മതി മതി.... എന്തെങ്കിലും ഒന്നു തീരുമാനിക്കൂ" ജൂസക്ക് പറഞ്ഞു.

"നമുക്കെന്തെങ്കിലും ചെയ്യണം" പോർത്തോസ് ആറമീസിനോടു പറഞ്ഞു.

"നിങ്ങളുടെ ആത്മാർഥത ഞങ്ങൾക്കു മനസിലായി" ആതോസ് പറഞ്ഞു. പക്ഷേ, അവന്റെ പ്രായം അവരോർത്തു. അവന്റെ അനുഭവക്കുറവ് അപകടമുണ്ടാക്കിയാലോ.

"ഞങ്ങൾ മൂന്നുപേരുണ്ട്. അവരിലൊരാൾ മുറിവേറ്റിരിക്കുകയാണ്. പിന്നെ ഈ യുവാവും. പക്ഷേ, എല്ലാവരും പറയും നാം നാലുപേരുണ്ടായിരുന്നെന്ന്" ആതോസ് ആലോചിച്ചു.

"എന്തായാലും ഞങ്ങൾ അടിയറവു പറയുന്നില്ലല്ലോ" പോർത്തോസ് പറഞ്ഞു.

"അടിയറവ് അൽപ്പം ബുദ്ധിമുട്ടാണ്" ആതോസും പറഞ്ഞു.

തന്നെ ഇവർ വിശ്വസിക്കുന്നില്ലെന്നതിന് കാരണം ആർട്ഗ്നൻ മനസിലാക്കാൻ ശ്രമിച്ചു.

അവൻ പറഞ്ഞു: "എന്നെ ഒന്നു പരീക്ഷിച്ചുനോക്കൂ സർ. നാം പരാജയപ്പെടുകയാണെങ്കിൽ ഞാൻ ജീവനോടെ ഇവിടെനിന്നും പോകുകയില്ലെന്ന് സത്യം ചെയ്യാം."

"എന്താണ് ധീരാ നിന്റെ പേര്?" ആതോസ് ചോദിച്ചു.

"ആർട്ഗ്നൻ" അവൻ പറഞ്ഞു.

"കൊള്ളാം. ആതോസ്, പോർത്തോസ്, ആറമീസ്, ആർട്ഗ്നൻ. നാലുപേർക്കുംകൂടി ഒരുമിച്ചു പൊരുതാം" ആതോസ് വിളിച്ചുകൂവി.

"വരൂ മാന്യന്മാരേ. എന്തായാലും നിങ്ങൾ തീരുമാനിച്ചു കഴിഞ്ഞല്ലോ?" ജൂസക്കും അലറി.

"തുടങ്ങിക്കോളൂ കൂട്ടുകാരേ" ആതോസ് നിർദേശം നൽകി.

"എന്താണ് നിങ്ങൾ ചെയ്യാൻ പോകുന്നത്?" ജൂസക്ക് ചോദിച്ചു.

"ഞങ്ങൾ നിങ്ങളോടു യുദ്ധം ചെയ്യാനാണ് പോകുന്നത്" ഒരു കൈകൊണ്ട് തൊപ്പിയുയർത്തിയും മറ്റേ കൈകൊണ്ട് വാളും ഊരിക്കൊണ്ട് ആറമീസ് പറഞ്ഞു.

"എന്ത്, നിങ്ങൾ എതിരിടുവാനാണ് ഭാവം, അല്ലേ?" ജൂസക്ക് കോപംകൊണ്ട് കത്തി.

"എന്താ കേട്ടപ്പോൾ അതിശയം തോന്നുന്നോ, ധിക്കാരീ?" പോർത്തോസ് ചോദിച്ചു.

ഇരുസംഘവും തമ്മിൽ കോപത്താൽ ചീറിയടുത്തു. പിന്നോക്കം അവർ ഒരു നെല്ലിടപോലും വ്യതിചലിച്ചില്ല.

ആതോസ് കർദിനാളിന്റെ പ്രധാന ഭടനായ കഹുസാക്കിനോടെതിരിട്ടു. പോർത്തോസാകട്ടെ ബിക്കാരേറ്റിനോടും. ആറമീസിന് രണ്ടു ഭടന്മാരോടെതിരിടേണ്ടിവന്നു. ആർട്ഗ്നനാകട്ടെ ജൂസക്കിനുനേരെ ചാടി

വീഴുകയും ചെയ്തു.

നെഞ്ചുതകരുമാറ് ആർട്ഗ്നന്റെ ഹൃദയം പടപടാ മിടിച്ചുതുടങ്ങി; ഭയംകൊണ്ടല്ല. ദൈവകൃപകൊണ്ട് ഭയം ലവലേശം അവനുണ്ടായില്ല. ഒരു ധീരനായ പടയാളിയായി ഉയർന്നുവരണമെന്ന അത്യാർത്തിയുടെ വെപ്രാളമായിരുന്നു അത്. ഒരു കടുവയുടെ വീറുണ്ടായിരുന്നു അവന്. അവൻ തന്റെ എതിരാളിയെ പത്തുവട്ടം വട്ടംകറക്കി. ഇരുപതുപ്രാവശ്യം സ്ഥാനം പരസ്പരം മാറി. ധീരനായ പടയാളിയെന്ന് പേരെടുത്ത ആളായിരുന്നു യഥാർഥത്തിൽ ജൂസക്ക്. ആയുധകലയിൽ നല്ല പരിചയവും അയാൾക്കുണ്ട്. എങ്കിലും ഉന്മേഷവാനായി ചുറുചുറുക്കോടെ നിൽക്കുന്ന ആർട്ഗ്നനോടു സർവശക്തിയുപയോഗിച്ച് എതിരിട്ടപ്പോഴും അയാൾക്ക് എന്തോ പന്തികേടു തോന്നി. നിയമങ്ങൾ പലതും നിരാകരിച്ചുകൊണ്ടായിരുന്നു അയാളുടെ പയറ്റ്.

യുദ്ധം നീണ്ടു പോയി. ജൂസക്ക് ക്ഷീണിച്ചുതുടങ്ങി. വെറും നിസ്സാരൻ എന്നു കരുതിയിരുന്ന ഒരാളിനോടു പോരാടി ക്ഷീണിച്ചുതുടങ്ങിയപ്പോൾ ജൂസക്കിന് തന്റെ കോപമടക്കാൻ പറ്റിയില്ല. കോപം കൂടുന്നതനുസരിച്ച് വാൾപ്പയറ്റിൽ പിഴവും വന്നുതുടങ്ങി. വാൾപ്പയറ്റിൽ പരിശീലനക്കുറവെങ്കിലും ആർട്ഗ്നന് നിയമവശത്തിൽ നല്ല അറിവുണ്ടായിരുന്നു. എതിരാളിയെ അടിച്ചുവീഴ്ത്താനായി ജൂസക്ക് സർവശക്തിയുമുപയോഗിച്ച് മുന്നോട്ടുചാടി. ഒരു പാമ്പിനെപ്പോലെ ആർട്ഗ്നൻ വഴുതി മാറിക്കൊടുത്തു; ഒപ്പം വാളുകൊണ്ട് അയാളുടെ ശരീരത്തിലേക്ക് ഒറ്റവെട്ടും. ജൂസക്ക് ചത്തപോലെ താഴെവീണു.

ആർട്ഗ്നൻ യുദ്ധം നടത്തുന്ന മറ്റുള്ളവരെ ആകാംക്ഷയോടെ ഒന്നു പെട്ടെന്നു നോക്കി.

ആറമീസ് ഒരു ഭടനെ ഇതിനകം കൊന്നുവീഴ്ത്തിയിരുന്നു. എന്നാൽ മറ്റൊരാൾ അയാളെ ശക്തമായി നേരിടുന്നു. എങ്കിലും അയാൾ നന്നായിത്തന്നെ പൊരുതുന്നു.

പോർത്തോസും ബിക്കാരേറ്റും തമ്മിലുള്ള യുദ്ധത്തിൽ രണ്ടുപേർക്കും പരിക്കേറ്റു. പോർത്തോസിനു കൈയിലും ബിക്കാരേറ്റിന് തുടയിലുമാണ് മുറിവേറ്റത്. മുറിവുകൾ നിസ്സാരമായിരുന്നതുകൊണ്ട് കൊള്ളാം. പക്ഷേ, അവർ കൂടുതൽ ശക്തിയാർജിച്ചു പൊരുതി.

കഹുസാക്കിന്റെ വെട്ട് വീണ്ടും ആതോസിനേറ്റു. പക്ഷേ, അയാൾ പിന്മാറാൻ തയാറായില്ല. വാൾ ഇടത്തേക്കൈയിലേക്കു മാറ്റിപ്പിടിച്ചു കൊണ്ട് അയാൾ പൊരുതി.

അന്നത്തെ ദ്വന്ദ്വയുദ്ധ നിയമമനുസരിച്ച് ആർട്ഗ്നന് തനിക്കിഷ്ടമുള്ള ഒരു സ്നേഹിതനെ സഹായിക്കാനുള്ള സ്വാതന്ത്ര്യം ഉണ്ടായിരുന്നു. ആരെയാണ് താൻ അടിയന്തിരമായി സഹായിക്കേണ്ടതെന്ന് അറിയാനായി അവൻ ചുറ്റുംനോക്കി. എല്ലാവരെയും അവനൊന്നു നോക്കി. സഹായം അപേക്ഷിക്കുവാൻപോലും പറ്റാത്തവിധത്തിൽ ആതോസ് മരണവക്കിലെത്തിയിരിക്കുന്നു. അയാളുടെ ദയനീയമായ നോട്ടത്തിന്റെ

അർഥം തിരിച്ചറിഞ്ഞ ആർട്ഗ്നൻ വാളുമായി കഹുസാക്കിന്റെ നേരെ ചാടിച്ചെന്നു. ആർട്ഗ്നൻ അലറി. “എന്റെ നേരെ വാടാ.... ഞാൻ നിന്നെ അരിഞ്ഞുവീഴ്ത്തും.”

കഹുസാക്ക് ആർട്ഗ്നന്റെ നേരെ തിരിഞ്ഞു. തക്കസമയത്തായിരുന്നു അവൻ ഇടപെട്ടത്. ധൈര്യം കൊണ്ടുമാത്രം ഇതുവരെ പിടിച്ചുനിന്നിരുന്ന ആതോസ് അപ്പോഴേക്കും തളർന്ന് മുട്ടുമടക്കി നിന്നുപോയി.

“അയ്യോ സ്നേഹിതാ അയാളെ കൊല്ലരുതേ... എനിക്ക് അയാളോട് ഒരു പഴയ കണക്കു തീർക്കാനുണ്ട്. എനിക്കിനി സുഖമായിട്ടുവേണം ആ കണക്കുതീർക്കാൻ. അയാളുടെ ആയുധം വെട്ടിത്തെറിപ്പിച്ചോളൂ. നിങ്ങൾക്കതിനു പറ്റും..... അതുതന്നെ... നന്നായി.” ആർട്ഗ്നനോട് ആതോസ് വിളിച്ചുപറഞ്ഞു.

കഹുസാക്കിന്റെ വാൾ കൈയിൽനിന്നും തെറിക്കുന്നതു കണ്ടപ്പോഴാണ് ആതോസ് അതു പറഞ്ഞത്. ഏതാണ്ട് ഇരുപതടി അകലേക്കു അത് തെറിച്ചുവീണു. വാളെടുക്കാനായി കഹുസാക്ക് അങ്ങോട്ടു പാഞ്ഞപ്പോൾ, അതു തടയാനായി ആർട്ഗ്നനും വാളിനരികിലേക്കു പാഞ്ഞു. ചുറുചുറുക്കൻ ആർട്ഗ്നൻ വാളിനരികിൽ ആദ്യമെത്തുകയും, അതിനെ ചവിട്ടിപ്പിടിക്കുകയും ചെയ്തു.

കഹുസാക്ക് ഈ നേരം ആറമീസ് കൊന്നിട്ടിരിക്കുന്ന ആളിന്റെ അരികിലേക്കോടി. അയാളുടെ തോക്കുമെടുത്ത് യുദ്ധം ചെയ്യാനായി ആർട്ഗ്നന്റെ നേരെ അയാൾ നീങ്ങി. ഒരുവിധത്തിൽ ഇതിനകം എഴുന്നേറ്റിട്ടുണ്ടായിരുന്ന ആതോസ് കഹുസാക്കിനെ തടഞ്ഞു. തന്റെ ശത്രുവിനെ മറ്റാരുടെയും കൈയിൽ ഏൽപ്പിക്കണ്ടായെന്ന് അയാൾ ഒരുനിമിഷം തീരുമാനിച്ചിരുന്നു.

ആർട്ഗ്നനാകട്ടെ അയാളെ കൊല്ലാനുള്ള ആതോസിന്റെ അവകാശം താനായിട്ട് നശിപ്പിക്കേണ്ടെന്നും ചിന്തിച്ചു മാറിനിന്നു. നിമിഷങ്ങൾക്കകം തൊണ്ടയിൽ വാൾകൊണ്ടുള്ള കുത്തേറ്റ കഹുസാക്ക് താഴെ വീണു പിടഞ്ഞു.

ഈ സമയം ആറമീസ് താഴെ വീണുകിടക്കുന്ന രണ്ടാമത്തെ ശത്രുവിന്റെ നെഞ്ചിൽ വാൾ വച്ചുകൊണ്ട്, അടയറവു പറയിക്കാൻ ശ്രമിക്കുകയായിരുന്നു.

പോർത്തോസും ബിക്കാരറ്റും മാത്രമാണ് അപ്പോഴും യുദ്ധം ചെയ്തുകൊണ്ടിരുന്നത്. യുദ്ധം ചെയ്യുമ്പോഴും അയാൾ സംസാരിച്ചുകൊണ്ടേയിരുന്നു. സമയം എത്രയായെന്നു ചോദിക്കുകയും ബിക്കാരറ്റിന്റെ സഹോദരന് നാവാരീറെജിമെന്റിൽ ഉദ്യോഗം ലഭിച്ചതിൽ സന്തോഷമുണ്ടെന്നും ഒക്കെ അയാൾ പറഞ്ഞുകൊണ്ടിരുന്നു. ഇങ്ങനെ സംസാരിച്ചതുകൊണ്ടു മാത്രം അയാൾക്ക് ഒരു ഗുണവും യഥാർഥത്തിൽ ലഭിച്ചിരുന്നില്ല. ബിക്കാരറ്റാകട്ടെ ഒരിക്കലും പരാജയപ്പെടാത്ത ഒരു ഉരുക്കു മനുഷ്യന്മാരിൽ ഒരാളും.

ഇങ്ങനെ യുദ്ധം അവസാനിക്കാതെ നീണ്ടുപോയാൽ ശരിയാകില്ല

ല്ലോ. പൊലീസ് എപ്പോൾ വേണമെങ്കിലും അതുവഴി വരാം. യുദ്ധം ചെയ്യുന്നവർ ആരായാലും മുറിവേറ്റതോ അല്ലാത്തതോ ഏതവസ്ഥയിലായാലും പിടിച്ചുകൊണ്ടുപോകും. ആതോസും ആറമീസും ആർട്ഗ്നനും ബിക്കാരറ്റിന്റെ ചുറ്റുംകൂടി. അയാളോടു പരാജയം സമ്മതിക്കാൻ അവർ ആവശ്യപ്പെട്ടു.

ബിക്കാരറ്റിനിപ്പോൾ നാലുപേരോടാണ് യുദ്ധം ചെയ്യേണ്ടത്. തുടയ്ക്ക് മുറിവും ഏറ്റിരിക്കുകയാണ്. എങ്കിലും യുദ്ധം തുടരാൻതന്നെ അയാൾ തീരുമാനിച്ചു.

പക്ഷേ, അപ്പോൾ കൈമുട്ടുകുത്തിയെഴുന്നേറ്റ ജൂസക്ക് അയാളോടു കീഴടങ്ങാൻ അലറിക്കൊണ്ടു പറഞ്ഞു. ബിക്കാരറ്റും ആർട്ഗ്നനെപ്പോലെ ഒരു ഗാസ്കനായിരുന്നു. അയാൾ അതു കേട്ടതായി നടിച്ചില്ല. അയാൾ വെറുതെയൊന്നു ചിരിക്കുകമാത്രം ചെയ്തു. തുടർന്നയാൾ തന്റെ വാൾ നിലത്തുകുത്തിക്കൊണ്ട് *ബൈബിൾ* വാക്യം പാരഡിയായി വിളിച്ചു പറഞ്ഞു: “സത്യം സത്യമായി ഞാൻ പറയുന്നു. ഞാൻ ബിക്കാരറ്റ് തീർച്ചയായും മരിക്കും. ഇനി ഞാൻ മാത്രമേയുള്ളൂ. എല്ലാപേരും എന്റെ ജീവനെടുക്കാൻ നോക്കുന്നു.”

അപ്പോഴേക്കും ജൂസക്ക് വിളിച്ചുപറഞ്ഞു: “യുദ്ധം നിർത്തൂ; എന്നിട്ട് സ്ഥലം കാലിയാക്കൂ.”

“താങ്കൾ കൽപ്പിച്ചാൽ.... അതു മറ്റൊരു കാര്യമായി” ബിക്കാരറ്റ് പറഞ്ഞു. അങ്ങെന്റെ യജമാനനായ സ്ഥിതിക്ക് അനുസരിക്കേണ്ടത് എന്റെ കടമയാണ്.” ഇങ്ങനെ പറഞ്ഞുകൊണ്ട് ബിക്കാരറ്റ് പെട്ടെന്ന് പിന്നോട്ടുമാറി. വാളിനെ മുട്ടിന്മേൽവച്ച് രണ്ടായൊടിച്ചശേഷം അയാൾ അടിയറവു പറഞ്ഞു. മഠത്തിന്റെ മതിലിനുമുകളിലൂടെ ഒടിഞ്ഞ കഷണങ്ങളെ എറിഞ്ഞുകളയുകയും ചെയ്തു. തുടർന്ന് കൈകെട്ടിക്കൊണ്ട് യാതൊരു കൂസലുമില്ലാതെ അയാൾ ചൂളമടിച്ചുകൊണ്ടുനിന്നു.

ധീരത ശത്രുവിലാണെങ്കിലും ബഹുമാനിക്കപ്പെടുന്നു. പടയാളികൾ അവരുടെ വാളുകൊണ്ട് ബിക്കാരറ്റിനെ അഭിവാദനം ചെയ്തശേഷം, തിരിച്ചുറയിലേക്കിട്ടു. ആർട്ഗ്നനും അതുതന്നെ ചെയ്തു. തുടർന്ന് ബിക്കാരറ്റിന്റെ സഹായത്തോടെ – അയാൾക്കു മാത്രമാണല്ലോ കുഴപ്പമൊന്നും പറ്റാതിരുന്നത് – യുദ്ധത്തിൽ പരിക്കേറ്റവരെ താങ്ങിയെടുത്തു–ജൂസക്ക്, കഹുസാക്ക്, ആറമീസ് മുറിവേൽപ്പിച്ചയാൾ ഇവരെയൊക്കെ. മഠത്തിലെ പോർച്ചിൽ അവർ അവരെക്കൊണ്ടു കിടത്തി. അവരുടെ കൂട്ടത്തിലുണ്ടായിരുന്ന ഒരാൾ നേരത്തെ മരിച്ചിരുന്നല്ലോ. ദുഃഖസൂചകമായി അവർ പള്ളി മണി മുഴക്കി. പിന്നെ ഒട്ടും താമസിക്കാതെതന്നെ അവർ നാലുപേരും കൂടി തങ്ങളുടെ വാളുമെടുത്തുകൊണ്ട് ആനന്ദലഹരിയിൽ ട്രിവീലിയുടെ വീട്ടിലേക്കു മടങ്ങി.

കൈകൾ പരസ്പരം കോർത്തുപിടിച്ചുകൊണ്ട് റോഡു നിറഞ്ഞാണ് അവർ നടന്നത്. യാത്രാമധ്യേ കണ്ട എല്ലാ പോരാളികളെയും അവർ കൂടെച്ചേർത്തു നടത്തി. ഇതു കണ്ടാൽ നല്ലൊരു ഘോഷയാത്രയാ

ണെന്നേ തോന്നൂ.

ആർട്ഗ്നന്റെ ഹൃദയവും സന്തോഷംകൊണ്ടിളകി. ആതോസിനും പോർത്തോസിനും ഇടയിലൂടെയാണ് അവൻ നടന്നത്. അവർ ട്രിവീലിയുടെ വീട്ടുവാതിൽക്കലെത്തി.

വീടിന്റെ വാതിലിലേക്കു പ്രവേശിക്കുമ്പോൾ ആർട്ഗ്നൻ തന്റെ പുതിയ സുഹൃത്തുക്കളോടു വിളിച്ചുപറഞ്ഞു: "ഞാൻ ഇപ്പോഴും ഒരു പോരാളിയായിട്ടില്ല; എങ്കിലും നിങ്ങളോടൊപ്പം യുദ്ധം ചെയ്തുള്ള പരിശീലനം എനിക്കു കിട്ടിയല്ലോ."

6

ലൂയി പതിമൂന്നാമൻ രാജാവ്

ആ സംഭവം വലിയൊരു ഒച്ചപ്പാടുണ്ടാക്കി. ട്രിവീലി തന്റെ പടയാളികളെ പരസ്യമായി കുറ്റപ്പെടുത്തുകയും ചെയ്തു. എന്നാൽ സ്വകാര്യമായി അഭിനന്ദിക്കുകയും ചെയ്തു. ഇനി രാജാവിനെ വിവരം താമസം വിനാ അറിയിക്കണം. ട്രിവീലിതന്നെ അതിനായി ലൗപ്രിലേക്കു പോയി.

അവിടെയെത്തിയപ്പോൾത്തന്നെ ട്രിവീലി വൈകിയിരുന്നു. രാജാവും കർദിനാളും അപ്പോൾ എന്തോ സ്വകാര്യസംഭാഷണത്തിലായിരുന്നു. രാജാവിന് മറ്റുചില തിരക്കുകളുണ്ടെന്നും അപ്പോൾ കാണാനാവില്ലെന്നും ആളു വന്ന് അയാളോടു പറഞ്ഞു.

സായാഹ്നമായപ്പോൾ രാജാവ് ചീട്ടുകളിയിലേർപ്പെട്ടുകൊണ്ടിരുന്നപ്പോൾ ട്രിവീലി അങ്ങോട്ടുചെന്നു. അപ്പോഴത്തെ കളിയിൽ രാജാവിനായിരുന്നു വിജയം. വിജയാഹ്ലാദത്തിൽ ട്രിവീലിയെ അകലെ കണ്ടപ്പോൾത്തന്നെ അദ്ദേഹം വിളിച്ചുപറഞ്ഞു:

"വരണം വരണം ട്രിവീലി. നിങ്ങളോടൊരു കാര്യം എനിക്കു പറയാനുണ്ട്. തന്റെ പടയാളികളെക്കുറിച്ചുള്ള പുതിയ പരാതിയുമായി കർദിനാൾ ഇന്നു വന്നിട്ടുണ്ടായിരുന്നു. വല്ലാതെ അസ്വസ്ഥതപൂണ്ട അദ്ദേഹത്തിന് ചീട്ടുകളിക്കാനുള്ള മാനസികാവസ്ഥയും ഉണ്ടായിരുന്നില്ല. തന്റെ പടയാളികൾ പിശാചുക്കളാണ്. അവറ്റകളെ തൂക്കിക്കൊല്ലണം."

കാര്യങ്ങളൊക്കെ വഷളായിരിക്കുന്നുവെന്ന് വന്നപ്പോൾത്തന്നെ മനസിലാക്കിയിരുന്ന ട്രിവീലി പറഞ്ഞു: "അങ്ങനെ പറയരുത് സർ. അവർ നല്ലവരാണ്. അങ്ങയുടെ സേവനത്തെപ്രതി മാത്രമേ അവർ പോരിനിറങ്ങാറുള്ളൂ. പക്ഷേ കർദിനാളിന്റെ കാവൽഭടന്മാർ എപ്പോഴും മനഃപൂർവം പോരിനുവരുമ്പോൾ, അഭിമാനത്തെപ്രതി അവർക്കും യുദ്ധം ചെയ്യേണ്ടി വരുന്നു. അവർ അങ്ങനെ ചെയ്തല്ലേ പറ്റൂ സർ...."

"എല്ലാപേരും ട്രിവീലി പറയുന്നതു കേൾക്കൂ" അവിടെ കൂടിയിരുന്നവരോടു രാജാവു പറഞ്ഞു. "ഏതോ മതസംഘടനയെക്കുറിച്ചാണ് ഇയാൾ ഈ പറയുന്നതെന്ന് നിങ്ങൾ കരുതിയേക്കും. യഥാർഥത്തിൽ ക്യാപ്റ്റൻ സ്ഥാനം ഇയാളിൽനിന്നെടുത്ത് ആ ചിമിറാൾട്ടിയെ ഏൽപ്പിച്ചാലോയെന്ന് എനിക്കിപ്പോഴും തോന്നുന്നു. അവളെ മഠാധിപതിയാക്കാമെന്നാണ് ഞാൻ വാക്കുകൊടുത്തിരുന്നത്.... എന്തായാലും താൻ പറയുന്നതൊക്കെ വേദവാക്യമായിട്ടുതന്നെ ഞാൻ എടുക്കുന്നുണ്ടെന്ന് താൻ കരുതുന്നത് തെറ്റിപ്പോയി. എല്ലാവരും എന്നെ നീതിമാനായ ലൂയിസെന്നല്ലേ വിളിക്കുന്നത്. എന്തായാലും കൊള്ളാം യഥാർഥ വസ്തുതകൾ ഞാൻ തന്നെ കണ്ടുപിടിക്കും."

"അങ്ങു സത്യമായും നീതിമാൻ തന്നെ" ട്രിവീലി പറഞ്ഞു. "അങ്ങയുടെ ദയ കിട്ടുന്നതുവരെ ഞാൻ ക്ഷമയോടെ കാത്തിരിക്കാം."

"നിൽക്ക് നിൽക്ക്.... അൽപ്പനേരം നിൽക്ക്..... ഞാനധികനേരം തന്നെ നിർത്തി വൈകിപ്പിക്കില്ല" രാജാവു പറഞ്ഞു.

ഈസമയത്ത് ചീട്ടുകളിയിലെ ഭാഗ്യം രാജാവിന് കുറഞ്ഞുതുടങ്ങി. കഴിഞ്ഞ കളിയിൽ വിജയിച്ചിരുന്നതാണ്. ഇപ്പോൾ തിരിച്ചാകുന്നു. കളിയിൽനിന്നും വിട്ടുനിൽക്കാനുള്ള ഒരു കാരണം അപ്പോൾ കിട്ടിയതിൽ രാജാവിന് സന്തോഷവുമായി.

ഏതാനും മിനിറ്റുകൾ കഴിഞ്ഞപ്പോൾ രാജാവ് കളി മതിയാക്കി എഴുന്നേറ്റു. മേശപ്പുറത്തു തന്റെ മുന്നിൽ വച്ചിരുന്ന പണമൊക്കെ വാരിയെടുത്തു പോക്കറ്റിലിട്ടു. നേരത്തെ ജയിച്ചപ്പോൾ കിട്ടിയ പണമായിരുന്നു അത്.

അവിടെ കൂടിനിന്നിരുന്ന ഒരാളിനോടായി രാജാവു പറഞ്ഞു: "ലാവ്യൂവിലാ, വരൂ. ഇവിടെനിന്നു കളിച്ചോളൂ.... എനിക്കിപ്പോൾ ട്രിവീലിയോട് ഒരു പ്രധാന കാര്യം ചർച്ചചെയ്യാനുണ്ട്. ആ.... പിന്നെ മേശപ്പുറത്ത് എന്റേതായി എൺപത് ലൂയിസ് പണമുണ്ടായിരുന്നു. ആ പണം താൻ തന്നെ ഇറക്കിക്കോളൂ. ഇതിന്റെ പേരിൽ ഇനി കളിക്കാർക്കാർക്കും ഒരു പരാതിയും വരരുതല്ലോ; അതല്ലേ അതിന്റെ ശരിയും."

തുടർന്ന് ട്രിവീലിയെയും വിളിച്ചുകൊണ്ട് രാജാവ് അവിടെയുള്ള ഒരു ജനാലയ്ക്കരികിലേക്കു നീങ്ങി.

"കൊള്ളാം. എല്ലാം നന്നായിട്ടുണ്ട്, ട്രിവീലി" രാജാവു പറഞ്ഞു. "കർദിനാളിന്റെ കാവൽഭടന്മാരാണ് നമ്മുടെ പോരാളികളോടു യുദ്ധത്തിനു വന്നതെന്നല്ലേ താങ്കൾ പറഞ്ഞത്?"

"അതേ സർ. എപ്പോഴും അവരങ്ങനെയാണ്" ട്രിവീലി പറഞ്ഞു.

"എങ്കിൽ എങ്ങനെയാണ് സംഭവമുണ്ടായത്. ഞാൻ കേൾക്കട്ടെ. ഒരു ന്യായാധിപൻ ഒരു പ്രശ്നത്തിന്റെ രണ്ടുവശവും കേൾക്കേണ്ടതല്ലേ?" രാജാവ് ചോദിച്ചു.

"രാജാവേ, കാര്യം നിസാരമായിരുന്നു. എന്റെ മിടുക്കന്മാരായ മൂന്നു പോരാളികളോട് കർദിനാളിന്റെ അഞ്ചു ഭടന്മാർ എതിർക്കാൻ വന്നു. ആ

മൂന്നു പോരാളികളെ അങ്ങേക്കറിയാവുന്നതാണല്ലോ. ആതോസ്, പോർത്തോസ്, ആറമീസ്. എത്രയോ തവണയാണ് അവർ അങ്ങയോടുള്ള അതിഭക്തി പ്രകടിപ്പിച്ചിട്ടുള്ളത്. അവർക്കെന്തുമാത്രം രാജഭക്തിയാണുള്ളതെന്ന് ഞാൻ വേണമെങ്കിൽ സത്യം ചെയ്യാം. ഗാസ്കനിൽനിന്നും വന്ന ആ യുവാവിനെയും കൂട്ടി ഒരുല്ലാസയാത്രയ്ക്ക് അവർ ഇറങ്ങിയതായിരുന്നു. അന്നു രാവിലെയാണ് ആ യുവാവുമായി അവർ പരിചയപ്പെട്ടിരുന്നത്. സെന്റ് ജെർമെയൻ ഭാഗത്തേക്കാണെന്നു തോന്നുന്നു അവർ പോകാൻ തീരുമാനിച്ചിരുന്നത്. കാർമീസ് മഠത്തിനരികിൽവച്ച് കണ്ടുമുട്ടാമെന്നാണ് അവർ പറഞ്ഞിരുന്നത്. അവിടെവച്ച് കർദിനാളിന്റെ കാവൽഭടന്മാരായ കഹുസാക്കും ബിക്കാരറ്റും മറ്റുരണ്ടുപേരും ചേർന്നാണ് എന്റെ പോരാളികളെ തടസപ്പെടുത്തിയത്. എന്തെങ്കിലും ഒരു ഗൂഢാലോചനയില്ലെങ്കിൽ ഈ അഞ്ചുപേരുംകൂടി അവിടെ വരേണ്ടിയിരുന്നില്ല." ട്രിവീലി ദീർഘമായി ഇത്രയും പറഞ്ഞു.

"അവരുടെ ഗൂഢലക്ഷ്യമൊന്നും താൻ എന്നോടു വിശദീകരിക്കേണ്ട. യുദ്ധം തന്നെയായിരുന്നു അവരുടെ തീരുമാനം" രാജാവ് സംശയമെന്യേ പറഞ്ഞു.

"ഞാൻ എന്തായാലും അവരെ കുറ്റപ്പെടുത്തുന്നില്ല. അങ്ങേക്കു മാത്രമേ അതിനാവൂ. കാർമീസ് കോൺവെന്റിനടുത്തുള്ള ആ വിജനമായ സ്ഥലത്ത് ആയുധവുമേന്തി ആ അഞ്ചുപേരുമെത്തുകയെന്നതിന്റെ പൊരുൾ അങ്ങുതന്നെ ന്യായീകരിച്ചേ പറ്റൂ" ട്രിവീലി പറഞ്ഞു.

"താങ്കൾ ഈ പറയുന്നത് ശരിയാണ്" രാജാവ് പറഞ്ഞു.

"എനിക്കിങ്ങനെ തോന്നുന്നു. എന്റെ പോരാളികളെ കണ്ടപ്പോൾ പൊതുശത്രുവിന്റെ മുമ്പിൽ അവർ സ്വന്തം വഴക്ക് തീർത്തുകാണും. പോരാളികൾ രാജാവിനുള്ളതാണെന്ന് അങ്ങേക്കറിയാമല്ലോ. രാജാവിനു മാത്രമുള്ളവർ. അക്കാരണത്താൽ കർദിനാളിന്റെ കാവൽഭടന്മാർക്ക് അവരോടു പൊതുവെ ശത്രുതയുണ്ട്" ട്രിവീലി പറഞ്ഞു.

"ഇപ്പറഞ്ഞതും ശരിയാണ് ട്രിവീലി" രാജാവിന്റെ മുഖത്തു വിഷമം ഇരച്ചുകയറി. "ഫ്രാൻസിൽ രണ്ട് എതിർകക്ഷികളുണ്ടെന്നുള്ളത് ദുഃഖകരമായ കാഴ്ചയാണ്. പക്ഷേ, ഇതൊക്കെ വേഗംതന്നെ അവസാനിക്കും... ആ കാവൽഭടന്മാർ നമ്മുടെ പോരാളികളെ കയറി ആക്രമിച്ചുവെന്നാണോ താൻ പറയുന്നത്."

"അതുതന്നെയാണ് ഏതാണ്ട് സംഭവിച്ചതെന്ന് ഞാൻ പറയുന്നു. പക്ഷേ അതൊന്നും ആണയിട്ടുപറയാൻ എനിക്കു പറ്റത്തില്ല. ഇക്കാര്യത്തിൽ സത്യം കണ്ടെത്തുന്നത് വളരെ പ്രയാസമാണെന്ന സത്യം അങ്ങേക്കറിയാമല്ലോ. പക്ഷേ, അങ്ങയെപ്പോലുള്ള അസാധാരണമാംവിധം സൂക്ഷ്മനിരീക്ഷണമുള്ളവർക്ക് സത്യം കണ്ടെത്താനാകും; അതാണല്ലോ നീതിമാനായ ലൂയിസ് എന്ന പേര് അങ്ങേക്ക് നേടിത്തരുന്നതും" ട്രിവീലി പറഞ്ഞു.

"താങ്കൾ പറഞ്ഞതു ശരിയാണ് ട്രിവീലി. പക്ഷേ, തന്റെ പോരാളി

കൾ തനിച്ചായിരുന്നോ? അവരോടൊപ്പം ഒരു ചെറുപ്പക്കാരനുണ്ടായിരുന്നുവെന്നു കേട്ടല്ലോ?" രാജാവ് ചോദിച്ചു.

"അതെ സർ. എന്റെ മൂന്നു പോരാളികൾ ഒരാൾ മുറിവേറ്റവനായിരുന്നു. പിന്നെ കൂടെ ആ യുവാവും. കർദിനാളിന്റെ അഞ്ചു കാവൽഭടന്മാരോടു അങ്ങേയറ്റം അവർ പൊരുതി. മാത്രമല്ല, നാലുപേരെ നിലം പതിപ്പിക്കുകയും ചെയ്തു.

"ഇതൊരു വിജയംതന്നെ" രാജാവിന്റെ മുഖം തിളങ്ങി. "ഒരു പൂർണ വിജയം!"

"അതെ സർ. സീബ്രിഡ്ജിൽ ഉണ്ടായതുപോലത്തെ പരിപൂർണ വിജയം തന്നെ" ട്രിവീലി പറഞ്ഞു.

"നാലുപേർ. ഒരാളതിൽ മുറിവേറ്റവൻ. ഒന്ന് ഒരു വെറും യുവാവും എന്നാണല്ലോ താങ്കൾ പറയുന്നത്?" രാജാവ് ചോദിച്ചു.

"വെറും യുവാവായാലെന്താ. എന്തു ധീരനായിട്ടാണെന്നോ അവൻ യുദ്ധം ചെയ്തത്. അവനെപ്പറ്റി എനിക്കങ്ങയോട് ഒരു ശുപാർശ ചെയ്യണമെന്നുണ്ട്." ട്രിവീലി പറഞ്ഞു.

"അവന്റെ പേരെന്താണെന്നാണ് അവൻ പറഞ്ഞത്?"

"ആർട്ഗ്നൻ. എന്റെ പഴയൊരു സ്നേഹിതന്റെ മകനാണ്. മതപരമായ യുദ്ധങ്ങളിൽ അങ്ങയുടെ പിതാവിനോടൊപ്പം എന്റെ ആ സ്നേഹിതൻ യുദ്ധം ചെയ്തിട്ടുണ്ട്" ട്രിവീലി പറഞ്ഞു.

"അവൻ ചൊടിയായി യുദ്ധം ചെയ്തെന്നോ? ഒക്കെ വിശദമായി പറയൂ. യുദ്ധം, ധീരത എന്നിവയെക്കുറിച്ചുള്ള വിവരങ്ങൾ കേൾക്കാൻ എനിക്ക് ഇഷ്ടമാണെന്ന് തനിക്കറിയാമല്ലോ?" രാജാവ് പറഞ്ഞു.

ആ ലൂയിസ് പതിമൂന്നാമൻ രാജാവ് തുടർന്ന് തന്റെ മീശ പിരിച്ചു. കൈ ഇടുപ്പിൽ കുത്തിവച്ച് നെഞ്ചുവിരിച്ച് നിൽക്കുകയും ചെയ്തു.

"ഞാൻ അവനെക്കുറിച്ച് പറഞ്ഞതൊക്കെ സത്യമായിരുന്നു സർ" ട്രിവീലി തുടർന്നു പറഞ്ഞു. "ഒരു ആൺകുട്ടിയുടെ പ്രായം കഴിഞ്ഞിട്ടേയുണ്ടാകൂ അവന്. ഒരു പോരാളിയല്ലാത്തതിനാൽ വെറും സാധാരണ വേഷമായിരുന്നു അവന്. കർദിനാളിന്റെ കാവൽഭടന്മാർക്കു തോന്നി അവൻ വെറും കൊച്ചനാണെന്ന്. ഒരുവശത്തും ചേരേണ്ട യോഗ്യത കാണാത്തതിനാൽ, യുദ്ധം തുടങ്ങുന്നതിനുമുമ്പ് അവിടെനിന്നും മാറിപ്പോകാൻ അവർ പറഞ്ഞിരുന്നു."

"അപ്പോൾ വാസ്തവത്തിൽ കർദിനാളിന്റെ കാവൽഭടന്മാരാണല്ലേ കയറിയെതിർത്തത്" രാജാവ് ഇടയ്ക്കുകയറിപ്പറഞ്ഞു.

"അതു സത്യമാണ് സർ. അതിൽ യാതൊരു സംശയവും വേണ്ട. പിന്നൊരു കാര്യം.... അവനോടു മാറിപ്പോകാൻ പറഞ്ഞപ്പോൾ, രാജാവിനോടു കൂറുള്ള ഒരു പോരാളിയാണ് താനെന്നും, പോരാളികളോടൊപ്പം നിന്നുകൊണ്ട് യുദ്ധം ചെയ്യുമെന്നും അവനപ്പോൾ പറഞ്ഞു" ട്രിവീലി പറഞ്ഞു.

"ധീരനായ യുവാവു തന്നെ" രാജാവ് പിറുപിറുത്തു.

"അവൻ പറഞ്ഞതുപോലെതന്നെ പ്രവർത്തിക്കുകയും ചെയ്തു. അങ്ങേക്കുവേണ്ടി വിജയം നേടിയവരിൽ ഒരുവനാണവൻ. അവനാണ് ജൂസക്കിനെ അടിച്ചുവീഴ്ത്തിയത്. അതുകൊണ്ടാവും കർദിനാളിന് ഇത്രയും അരിശമുണ്ടായത്."

"എന്ത്? അവനാണോ ജൂസക്കിനെ മുറിവേൽപ്പിച്ചത്?" രാജാവിന് വിശ്വാസമായില്ല. "ആ വെറും ചെക്കനോ? അവനാകാൻ വഴിയില്ല."

"അതെ സർ. സത്യമായിട്ടും അവൻ തന്നെ" ട്രിവീലി പറഞ്ഞു.

"നമ്മുടെ നാട്ടിലെ ഏറ്റവും ശക്തരായ യോദ്ധാക്കളിൽ ഒരാളല്ലേ ആ ജൂസക്ക്?" രാജാവ് ചോദിച്ചു.

"അതെ സർ. ഇപ്പോൾ അയാൾക്കു പറ്റിയ ഒരു കരുത്തനെത്തിയിരിക്കുന്നുവെന്നർഥം."

"എനിക്കാ ആ ചെറുപ്പക്കാരനെ ഒന്നു കാണണമല്ലോ. അവന് എന്തെങ്കിലും ചെയ്യണമെന്ന് എനിക്കാഗ്രഹമുണ്ട്" രാജാവ് പറഞ്ഞു.

"എപ്പോഴാണ് അങ്ങേക്ക് അവനെ കാണാൻ സൗകര്യമെന്നു പറഞ്ഞാൽ മതി."

"നാളെ ഉച്ചയ്ക്കു പന്ത്രണ്ടുമണിക്കു കാണാം" രാജാവു പറഞ്ഞു.

"ഞാൻ അവനെ ഒറ്റയ്ക്കു കൊണ്ടുപോരട്ടെ?" ട്രിവീലി ചോദിച്ചു.

"അങ്ങനെ വേണ്ട. നാലുപേരെയും കൂട്ടി വന്നാൽമതി. എനിക്ക് എല്ലാപേരോടും നന്ദി പറയണം. അർപ്പണമനോഭാവത്തോടു ജീവിക്കുന്നവർ ഇക്കാലത്തു കുറവാണെന്ന് ട്രിവീലിക്കറിയാമല്ലോ. അവരെ സ്വീകരിക്കുന്നത് കർദിനാൾ അറിയേണ്ട. പുറകിലെ കോവണിവഴി കൊണ്ടു വന്നാൽ മതി."

"ശരി സർ" ട്രിവീലി പറഞ്ഞു.

"പക്ഷേ, ട്രിവീലി താങ്കൾക്കറിയില്ലേ, ദ്വന്ദ്വയുദ്ധം നിരോധിച്ചിട്ടുണ്ടെന്ന്. നിയമം നിയമംതന്നെയല്ലേ. ഇക്കാര്യം മറക്കരുത്."

"അതെ സർ. പക്ഷേ ഇതൊരു ദ്വന്ദ്വയുദ്ധം ആയിരുന്നില്ല. ഇതു വെറുമൊരു ശണ്ഠമാത്രമായിരുന്നു. ദ്വന്ദ്വയുദ്ധത്തിന്റെ വ്യവസ്ഥകൾ ഒന്നും ഉണ്ടായിരുന്നില്ല. അഞ്ചു കാവൽഭടന്മാരോടെതിരിടാൻ ഞങ്ങളുടെ മൂന്നു പടയാളികളും പിന്നെ ആ ചെക്കൻ ആർട്ഗ്നനും മാത്രമേയുണ്ടായിരുന്നുള്ളൂ എന്നതുതന്നെ അതിനൊരു തെളിവല്ലേ" ട്രിവീലി പറഞ്ഞു.

"അതു ശരിയാണ്" രാജാവു പറഞ്ഞു. "പിന്നെ പറഞ്ഞ കാര്യങ്ങൾ മറന്നേക്കരുത്. പുറകിലെ കോണിപ്പടിവഴി കയറി വന്നാൽ മതി."

ട്രിവീലിയുടെ മുഖത്ത് പുഞ്ചിരി നിഴലാടി. ഈ നേടിയതുതന്നെ വലിയ വിജയമായിട്ട് അയാൾ കരുതി. അയാൾ രാജാവിനെ ബഹുമാനപൂർവം വണങ്ങിയശേഷം അവിടംവിട്ടു.

തങ്ങൾക്കു ലഭിക്കാൻ പോകുന്ന ബഹുമതിയെക്കുറിച്ച് അന്നു വൈകുന്നേരം തന്നെ മൂന്നു പടയാളികളും അറിഞ്ഞു. പക്ഷേ, രാജാവിന്റെ പെരുമാറ്റത്തെക്കുറിച്ച് കുറേക്കാലമായി അറിയാമായിരുന്നതു

കൊണ്ട് അവർക്കാർക്കും ഒരത്ഭുതവും തോന്നിയില്ല. പക്ഷേ, ആർട്ഗ്നന് അങ്ങനെയായിരുന്നില്ല; അവന് അതിയായ സന്തോഷം തോന്നി. ഗാസ്കൻ ചിന്തകൾ അവന്റെ മനസിലേക്കു പറന്നെത്തി. തന്റെ ഭാവിഭാഗ്യം തന്റെ മുന്നിലെത്തിയതായി അവനു തോന്നി. രാത്രിയിൽ സുവർണ സ്വപ്നങ്ങൾ കണ്ടാണ് അവനുറങ്ങിയത്.

പിറ്റേന്നുരാവിലെ എട്ടുമണിക്ക് ആർട്ഗ്നൻ ആതോസിന്റെ താമസസ്ഥലത്തെത്തി. ആ പോരാളി നന്നായി അണിഞ്ഞൊരുങ്ങി പോകാൻ തയാറാകുകയായിരുന്നു. പന്ത്രണ്ടുമണിക്കാണ് രാജാവിനെ കാണാൻ ചെല്ലേണ്ടത്. അതുകൊണ്ട് ലക്സംബർഗ് കുതിരാലയത്തിനടുത്തുള്ള ടെന്നിസ്കോർട്ടിൽ ചെന്ന് പോർത്തോസും ആറമീസുമായി ടെന്നീസ് കളിക്കാമെന്ന് അയാൾ തീരുമാനിച്ചിരുന്നു. ആതോസ് ആർട്ഗ്നെയും കൂടെച്ചെല്ലാൻ ക്ഷണിച്ചു.

യഥാർഥത്തിൽ ആർട്ഗ്നന് ആ കളി അറിയില്ലായിരുന്നു. എങ്കിലും അവൻ കൂടെച്ചെല്ലാമെന്നു പറഞ്ഞു. രാവിലെ മുതൽ ഉച്ചവരെയുള്ള സമയം നീക്കാൻ ആ ഒരൊറ്റ മാർഗമേ ഉണ്ടായിരുന്നുള്ളൂ.

മറ്റേ രണ്ടു പോരാളികളും ഇതിനകം അവിടെയെത്തിയിരുന്നു. അവർ അവിടെ കളിക്കുകയായിരുന്നു. മെയ്വഴക്കത്തിൽ നിപുണനായിരുന്ന ആതോസ് ആർട്ഗ്നനെ തന്റെ വശത്തുനിർത്തിക്കൊണ്ട് മറ്റു രണ്ടു പേർക്കുമെതിരെ വെല്ലുവിളിച്ചു കളിക്കാൻ തുടങ്ങി. ആതോസ് പന്ത് ആദ്യമടിച്ചപ്പോൾത്തന്നെ അയാളുടെ മുറിവുപൊട്ടി രക്തമൊഴുകാൻ തുടങ്ങി; ഇടത്തേക്കൈകൊണ്ടാണവൻ യഥാർഥത്തിൽ പന്തടിച്ചിരുന്നത്. മുറിവുകാരണം അയാൾ കളിമതിയാക്കി മാറിനിന്നു. പിന്നെ ആർട്ഗ്നൻ ഒറ്റയ്ക്കായ കാര്യം പറയേണ്ടല്ലോ. തനിക്ക് ഈ കളി അറിയില്ലായെന്ന് വിളിച്ചു പറഞ്ഞിട്ടും എതിർ ടീമിലുള്ളവർ തുടർച്ചയായി പന്തടിച്ചുകൊണ്ടിരുന്നു. പെട്ടെന്ന് പോർത്തോസിന്റെ ഒരു പന്ത് അവന്റെ മുഖത്തിനു മീതെക്കൂടി തൊട്ടുതൊട്ടില്ലായെന്ന രീതിയിൽ പാഞ്ഞു.

ആ പന്ത് മുഖത്തെങ്ങാനും കൊണ്ടിരുന്നെങ്കിൽ.... അവൻ ഒരു നിമിഷം ആലോചിച്ചുപോയി. രാജാവിന്റെ മുന്നിലെത്താനും പറ്റില്ല; തന്റെ ഭാവിയെക്കുറിച്ചുള്ള സ്വപ്നങ്ങളും നശിച്ചുപോകുമായിരുന്നു. അവൻ പെട്ടെന്ന് ആറമീസിനെയും പോർത്തോസിനെയും വിനയപൂർവം അഭിവാദ്യം ചെയ്തശേഷം, കളി പഠിച്ച് തുല്യശക്തിയുള്ള എതിർടീമുകൾ ഉണ്ടാകുന്നതുവരെ കളിക്കുകയില്ലെന്നു വിളിച്ചുപറഞ്ഞു. തുടർന്ന് മാറിച്ചെന്ന് ഗാലറിയിൽ ഒരു ഭാഗത്തിരുന്നു.

നിർഭാഗ്യം എന്നല്ലാതെ എന്താണു പറയേണ്ടത്? കർദിനാളിന്റെ കാവൽഭടന്മാരിൽ ഒരാൾ അവിടെ ഗാലറിയിൽ കളിനോക്കി നിൽപ്പുണ്ടായിരുന്നു. തലേദിവസം തന്റെ സ്നേഹിതർക്കു പറ്റിയ പരാജയത്തിൽ അയാൾ അപ്പോഴും അരിശംകൊണ്ടു നിൽക്കുകയായിരുന്നു. അവസരം കിട്ടിയാലുടനെ അതിനു പ്രതികാരം ചെയ്യുമെന്ന് അയാൾ സ്വയം തീരുമാനിച്ചിരുന്നു. ഇപ്പോൾ ആ അവസരം ലഭിച്ചതായി അയാൾക്കു തോന്നി.

തന്റെ അടുത്തിരിക്കുന്ന ആർട്ഗ്നനെ നോക്കിക്കൊണ്ട് അയാൾ ഉറക്കെപ്പറഞ്ഞു: "പോരാളികളുടെ കൂട്ടത്തിലെ പുതിയൊരു മനുഷ്യനാണ് ഇയാൾ, അതുകൊണ്ടാണിയാൾ പന്തിനെ ഭയക്കുന്നത്."

ഒരു പാമ്പ് തന്നെ കുത്തിയെന്ന മാതിരി ആർട്ഗ്നൻ തിരിഞ്ഞയാളെ നോക്കി. ആ അവിവേകമായ സംസാരം നടത്തിയ അയാളെ സൂക്ഷിച്ചുനോക്കിക്കൊണ്ടു നിന്നു.

അയാൾ പറഞ്ഞു: "മതിയാവോളം നോക്കിക്കോളൂ..... മതിയാവോളം" മീശമുറുക്കിക്കൊണ്ട് അയാൾ വീണ്ടും പറഞ്ഞു: "ഞാൻ പറഞ്ഞതു പറഞ്ഞതുതന്നെ."

"താൻ പറഞ്ഞതിന് ഇനി വിശദീകരണമൊന്നും വേണ്ട. അത് വളരെ വ്യക്തമായിരുന്നു" ആർട്ഗ്നൻ തുടർന്ന് അയാളോടു പറഞ്ഞു. അൽപ്പം പതിഞ്ഞസ്വരത്തിൽ: "എന്റെകൂടെ ദയവായി ഒന്നുവരാമോ?"

"എപ്പോൾ?" അയാളുടെ മുഖം മങ്ങി.

"ഇപ്പോൾത്തന്നെ വന്നോളൂ."

"ഞാൻ ആരാണെന്ന് തനിക്ക് നന്നായിട്ടറിയാമല്ലോ?" അയാൾ ആർട്ഗ്നനോടു ചോദിച്ചു.

"എനിക്കോ? എനിക്കറിയില്ല തന്നെ; പക്ഷേ എനിക്ക് അറിയുകയും വേണ്ട" ആർട്ഗ്നൻ പറഞ്ഞു.

"നിനക്കു തെറ്റി.... എന്റെ പേര് തനിക്കറിയാമായിരുന്നെങ്കിൽ, താൻ എന്നോടിങ്ങനെ സംസാരിക്കില്ലായിരുന്നു" അയാൾ പറഞ്ഞു.

"എങ്കിൽ, എന്താണ് നിങ്ങളുടെ പേര്?"

"ബെർണജോക്സ്."

"കൊള്ളാം ബെർണജോക്സ്!" ആർട്ഗ്നൻ തുടർന്ന് ശാന്തനായി പറഞ്ഞു: "ശരി. എങ്കിൽ ഞാൻ നിങ്ങളെ പടിക്കരികിൽ കാത്തുനിൽക്കാം."

"ശരി. എന്നാൽ.... ഞാൻ എത്തിക്കോളാം."

"ധൃതിവയ്ക്കേണ്ട" ആർട്ഗ്നൻ പറഞ്ഞു. "അത് ആരെങ്കിലും കാണും. പിന്നെ എല്ലാവരും കൂടെയെത്തും കാണാനായിട്ട്. അതു വേണ്ട."

"അതു ശരിയാണ്" ആ കാവൽഭടൻ പറഞ്ഞു. തന്റെ പേരു കേട്ടിട്ടും ഈ യുവാവിന് യാതൊന്നും തോന്നിയില്ലല്ലോയെന്ന് ചിന്തിച്ച് അയാൾ അത്ഭുതപ്പെട്ടു.

യഥാർഥത്തിൽ ബെർണജോക്സിനെ നാട്ടിലെ എല്ലാപേർക്കുമറിയാം. ഒരുപക്ഷേ ആർട്ഗ്നൻ മാത്രം അയാളെക്കുറിച്ച് കേട്ടിട്ടുണ്ടാകില്ല. കർദിനാളിന്റെ കാവൽഭടന്മാരിൽ ഏറ്റവും ധീരന്മാരിൽ ഒരാളാണിയാൾ. അയാൾ ഇടപെടാത്ത ലഹളകളേയില്ല.

പോർത്തോസും ആറമീസും ഉത്സാഹത്തോടെ ടെന്നീസ് കളിച്ചുകൊണ്ടിരിക്കുകയായിരുന്നു. ആതോസ് അതീവശ്രദ്ധയോടെ കളി നോക്കിക്കൊണ്ടും നിൽക്കുകയായിരുന്നു. അക്കാരണത്താൽ തങ്ങളുടെ

പുതിയ യുവസ്നേഹിതൻ കളിസ്ഥലം വിട്ടുപോകുന്നത് അവർ ശ്രദ്ധിച്ച തേയില്ല.

പറഞ്ഞതുപോലെതന്നെ അവൻ പടിക്കൽ കാത്തുനിന്നു. അൽപ്പം കഴിഞ്ഞപ്പോൾ ബെർണജോസ്കും വന്നു. ആർട്ഗ്നനാകട്ടെ രാജാവിനെ കാണുന്നതിന് ഇനി അധികം നേരവും ഉണ്ടായിരുന്നില്ല. ഉച്ചയ്ക്കാണല്ലോ രാജാവിനെ കാണേണ്ടത്. അവൻ ചുറ്റുമൊന്ന് കണ്ണോടിച്ചു. എങ്ങും ആരുമില്ല. തന്റെ ശത്രുവിനോടവൻ പറഞ്ഞു: "നിങ്ങൾ ബെർണജോക്സായിരിക്കാം. പക്ഷേ, ഒരു പുത്തൻ പോരാളിയോട് ഇടപെടാനൊക്കുന്നത് നിങ്ങളുടെ ഒരു മഹാഭാഗ്യമാണ്. ഏതായാലും ഞാൻ എനിക്കു പറ്റുന്നവിധത്തിൽ ചെയ്യാം. വരൂ....."

"പക്ഷേ...." ബെർണജോക്സ് പറഞ്ഞു: "എനിക്കു തോന്നുന്നത് ഈ സ്ഥലം ഉചിതമല്ലെന്നാണ്. സെന്റ് ജെർമെയ്ൻ മഠത്തിന്റെ പിന്നിലോ, പ്രിഓക്സ് ക്ലെർക്സ് മൈതാനത്തിലോ ആകുന്നതാവും കൂടുതൽ നല്ലത്."

"അതുകൊള്ളാം" ആർട്ഗ്നൻ പറഞ്ഞു. "പക്ഷേ നിർഭാഗ്യവശാൽ എനിക്കിപ്പോൾ സമയമില്ല. പന്ത്രണ്ടുമണിക്ക് എനിക്കൊരിടത്ത് എത്താനുണ്ട്. അതിനാൽ നമുക്ക് ഇപ്പോൾത്തന്നെ തുടങ്ങിയാലോ?"

യുദ്ധം ചെയ്യുന്ന കാര്യത്തിൽ ബെർണജോക്സിന് രണ്ടുതവണത്തെ ക്ഷണം ആവശ്യമില്ലായിരുന്നു. അവന്റെ കൈയിൽ വാളിരുന്നു തിളങ്ങി. നിമിഷങ്ങൾക്കുള്ളിൽ അയാൾ ആർട്ഗ്നന്റെ നേരെ വാളുമായി ചാടിവീണു. യുവാവല്ലേ ഒന്നു പേടിപ്പിച്ചു കളയാമെന്നാണ് അയാൾ കരുതിയിരുന്നത്.

എന്നാൽ ദ്വന്ദ്വയുദ്ധത്തിന്റെ കാര്യത്തിൽ ആർട്ഗ്നന് ഇതിനകം നല്ല പരിശീലനം കിട്ടിക്കഴിഞ്ഞല്ലോ. തലേദിവസത്തെ വിജയം അപ്പോഴും അവന്റെ മനസിൽ തെളിഞ്ഞുനിന്നു. ഭാവിപ്രതീക്ഷകൾകൂടി മനസിലേക്ക് കയറിവന്നപ്പോൾ ഒരടി പിന്നോട്ടു പോകാൻ അവൻ ആഗ്രഹിച്ചില്ല. അങ്ങനെ ആ രണ്ടു വാളുകളും പരസ്പരം കൂട്ടിമുട്ടി.

ആർട്ഗ്നൻ നിന്ന സ്ഥലത്തുനിന്നും മാറിയതേയില്ല. അതിനാൽ ബെർണജോക്സിന് ഒരടി പുറകിലേക്കു പോകേണ്ടിവന്നു. ഒരുനിമിഷത്തേക്ക് അയാൾ വാൾ ഒന്നു താഴ്ത്തിയപ്പോൾ, ആർട്ഗ്നന് നേരെ ചൊവ്വേ ശ്വാസം വിടാനുള്ള ഒരവസരം കിട്ടി. അയാൾ പെട്ടെന്ന് ആർട്ഗ്നന്റെ തോളിൽ വെട്ടാൻ ശ്രമിച്ചപ്പോൾ, അവൻ വാളുയർത്തി തടയുകയും ഒരടി പുറകിലേക്കു മാറുകയും ചെയ്തു; പക്ഷേ അയാൾക്കു വെട്ടേറ്റു. എന്തു ചെയ്യണമെന്നറിയാതെ അയാൾ പെട്ടെന്ന് ആർട്ഗ്നന്റെ വാളിൽ തുപ്പി.

അയാൾ പരാജിതനുമായില്ല; താൻ വിജയിച്ചെന്ന് പറയുകയും ചെയ്തില്ല. തുടർന്നയാൾ തൊട്ടടുത്തുള്ള ഡിലാട്രിമൗലിയുടെ ഹോട്ടലിനരികിലേക്ക് ഓടി. അയാളുടെ ഒരു ബന്ധു അവിടത്തെ ഉദ്യോഗസ്ഥനായിരുന്നു.

തന്റെ എതിരാളിക്ക് താനേൽപ്പിച്ച പരിക്കിന്റെ ഗൗരവം മനസിലാക്കാതെ ആർട്ഗ്നൻ വീണ്ടും അയാളെ ആക്രമിച്ചുകൊണ്ടിരുന്നു. പക്ഷേ അയാൾ വേദനയുടെ ലക്ഷണമൊന്നും കാണിച്ചില്ല. ഈയൊരു വെട്ടിൽ അയാളുടെ കഥ കഴിക്കാമെന്ന് ആർട്ഗ്നനു മനസിലായി.

പക്ഷേ തെരുവിലെ ഈ ബഹളം ടെന്നിസ്കോർട്ടിൽ ഇതിനകം എത്തിയിരുന്നു. ബെർണജോക്സും ആർട്ഗ്നനും തമ്മിൽ പന്തിയില്ലാതെ സംസാരിച്ചു പുറത്തേക്കു നീങ്ങുന്നത് കർദിനാളിന്റെ രണ്ടു ഭടന്മാർ നേരത്തേതന്നെ കണ്ടിരുന്നു. അവർ വാളൂരിക്കൊണ്ട് തെരുവിലേക്ക് ഓടിയെത്തി, ആർട്ഗ്നനോടു പയറ്റാൻ തുടങ്ങി. വിവരമറിഞ്ഞ ആതോസും പോർത്തോസും ആറമീസും അവിടേക്കു പാഞ്ഞെത്തി, ആ രണ്ടുപേരെയും എതിരിടാൻ തുടങ്ങി.

ബെർണജോക്സ് അപ്പോഴേക്കും താഴെവീണു. ഇപ്പോൾ രണ്ടു കാവൽഭടന്മാരോട് എതിർക്കാൻ നാലു പടയാളികൾ! കാവൽഭടന്മാർ ഉറക്കെ വിളിച്ചുകൂവി. "രക്ഷിക്കണേ.... ഡിലാട്രിമൗലി വേഗം വന്ന് സഹായിക്കണേ...."

നിലവിളികേട്ടപ്പോൾ ഹോട്ടലിലുണ്ടായിരുന്ന ആളുകൾ പുറത്തേക്ക് കുതിച്ചെത്തി. പടയാളികളോടവർ പൊരുതാൻ തുടങ്ങി. പടയാളികളോട് ഏറ്റുമുട്ടുമ്പോൾ അപ്പോഴെത്തിയവരും ഉറക്കെ നിലവിളിച്ചു: "ഓടി വരൂ... രക്ഷിക്കാൻ ഓടി വരൂ.... രാജാവിന്റെ പടയാളികൾ....."

പതിവുപോലെതന്നെ അവരുടെ നിലവിളിക്കു മറുപടികിട്ടി. നാട്ടുകാർ ഓടിക്കൂടുമ്പോൾ അവർ ചുവപ്പൻപ്രഭുവിന്റെ പട്ടാളക്കാർക്ക് എതിർപക്ഷമാണ് ചേരുന്നത്. ആറമീസാണ് റിച്ചിലൂവ് പ്രഭുവിനെ ചുവപ്പുപ്രഭുവെന്ന് വിളിച്ചിരുന്നത്. എസാർട്സ് കൂട്ടത്തിലുള്ള മൂന്നു കാവൽഭടന്മാർ അതിലെ അപ്പോൾ കടന്നുപോയി. അവരിൽ രണ്ടുപേർ രാജാവിന്റെ പടയാളികളെ സഹായിക്കാൻ ചെന്നു. മറ്റേയാൾ ട്രിവീലിയുടെ വീട്ടിലേക്കോടി. ഓടുമ്പോൾ അയാൾ ഉറക്കെ വിളിച്ചുപറഞ്ഞിരുന്നു: "സഹായിക്കാൻ വരണേ.... രാജാവിന്റെ പോരാളികളെ സഹായിക്കാൻ വരണേ..."

സാധാരണത്തെപ്പോലെതന്നെ ട്രിവീലിയുടെ വസതിയിൽ ധാരാളം പടയാളികൾ ഉണ്ടായിരുന്നു. നിലവിളികേട്ടപ്പോൾ, സ്നേഹിതന്മാരെ സഹായിക്കാനായി അവർ ഓടിയെത്തി. അവിടെയൊരു സ്വതന്ത്രയുദ്ധം തന്നെ അരങ്ങേറി. പോരാളികളുടെ വശത്തായിരുന്നു ആളെണ്ണം കൂടുതൽ. കർദിനാളിന്റെ കാവൽഭടന്മാരും ഡിലാട്രിമൗലിയുടെ ആളുകളും ഭയന്നോടി ഹോട്ടലിലേക്കു കയറി. കയറിയപാടേ അവർ വാതിലടച്ചു; ശത്രുക്കൾ തള്ളിക്കയറരുതല്ലോ. മുറിവേറ്റ ബെർണജോക്സിനെ കുറച്ചു നേരത്തേതന്നെ കൊണ്ടുപോയിരുന്നു. ഡോക്ടർമാർ ഈ സമയം അയാളെ ശുശ്രൂഷിക്കുകയായിരുന്നു. അയാളുടെ നില ഗുരുതരമായിരുന്നു.

പോരാളികൾക്കും അവരുടെ സഹായികൾക്കും അപ്പോൾ ആവേശമായി. ഡിലാട്രിമൗലിയുടെ ഹോട്ടലിന് തീവെച്ചാലോയെന്നുപോലും

അവർ ആലോചിച്ചു. രാജാവിന്റെ പോരാളികൾക്കെതിരെ അവിടത്തെ വേലക്കാർ ആയുധമെടുക്കാൻ ധൈര്യം കാണിച്ചതിനുള്ള പ്രതികാരം ഇതു മാത്രമാണ്. തെരുവിൽ ബഹളം കൂടിക്കൊണ്ടിരുന്നു. അപ്പോഴേക്കും മണി പതിനൊന്നടിക്കുന്ന ശബ്ദം കേട്ടു. പന്ത്രണ്ടുമണിക്ക് രാജാവിനെ കാണാൻ പോകാനുള്ളതാണെന്ന് ആ നാലു സുഹൃത്തുക്കളും പെട്ടെന്നോർത്തു. അതിനാൽ ലഹളയെ ഒന്നു ശാന്തമാക്കിത്തീർക്കാൻ അവർ നോക്കി. അവർ വാതിലിലേക്കു നാലഞ്ചു കല്ലുകൾ വീശിയെറിഞ്ഞു. പക്ഷേ വാതിൽ തുറന്നില്ല. അവരുടെ ആവേശം ക്രമേണ കെട്ടുതുടങ്ങി. കർദിനാളിന്റെ കാവൽഭടന്മാരും മറ്റുള്ളവരും കുറേശ്ശെ കുറേശ്ശെ സ്ഥലംവിട്ടു. ആ സമയത്ത് ട്രിവീലിയുടെ ആളുകളും സ്ഥലം കാലിയാക്കി അയാളുടെ വീട്ടിലേക്കു ചെന്നു. ഈ പുതിയ ലഹളയെക്കുറിച്ച് ട്രിവീലി ഇതിനകം കേട്ടിരുന്നു. അവരുടെ വരവിനായി അയാൾ അപ്പോൾ കാത്തിരിക്കുകയായിരുന്നു.

"വേഗത്തിൽ നമുക്ക് ലൗവ്രിലേക്കു പോകാം" ട്രിവീലി പറഞ്ഞു. "സമയം പാഴാക്കണ്ട...... കർദിനാൾ വിവരങ്ങൾ രാജാവിനോടു പറയുന്നതിനുമുമ്പ് നമുക്കു വിവരങ്ങൾ അദ്ദേഹത്തോടു പറയണം...."

ട്രിവീലിയുടെ പിന്നാലെ നാലു സുഹൃത്തുക്കളും പാഞ്ഞു കൊട്ടാരത്തിലേക്ക്. പക്ഷേ അവിടെ എത്തിയപ്പോൾ, രാജാവ് സെന്റ് ജെർമെയ്ൻ വനത്തിലേക്ക് കലമാൻ വേട്ടയ്ക്കു പോയിരിക്കുന്നുവെന്നറിഞ്ഞു. വിശ്വാസം വരാത്തതിൽ ട്രിവീലി രാജാവെവിടെയെന്ന് പലതവണ ചോദിച്ചു. വേലക്കാരൻ അപ്പോഴും രാജാവു വേട്ടയ്ക്കുപോയ കാര്യം തന്നെ പറഞ്ഞു. അവർ നിരാശരായി. ട്രിവീലിയുടെ മുഖം കറുത്തു.

"നായാട്ടിനു പോകാൻ ഇന്നലെത്തന്നെ അദ്ദേഹം തീരുമാനിച്ചിരുന്നോ?" ട്രിവീലി ചോദിച്ചു.

"ഇല്ല സർ" ആ വേലക്കാരൻ പറഞ്ഞു. "ഇന്നു രാവിലെ ആ നായാട്ടു സേനാമേധാവി ഇവിടെവന്നു പറഞ്ഞു രാജാവിനായി ഒരു കലമാനിനെ കണ്ടുവച്ചിട്ടുണ്ടെന്ന്. താൻ വരുന്നില്ലെന്ന് രാജാവ് ആദ്യം പറഞ്ഞെങ്കിലും പിന്നീട് നായാട്ടുവിനോദം അദ്ദേഹത്തിനു തള്ളിക്കളയാനായില്ല. ഭക്ഷണം കഴിഞ്ഞയുടനെ നായാട്ടിനു പോകുകയും ചെയ്തു."

"രാജാവ് കർദിനാളിനെ കണ്ടിരുന്നോ?" ട്രിവീലി ചോദിച്ചു.

"കണ്ടിരിക്കാനുള്ള സാധ്യതയാണ് കൂടുതലുള്ളത്" വേലക്കാരൻ പറഞ്ഞു. "രാവിലെ അദ്ദേഹം കുതിരയ്ക്ക് ജീനിയിടുന്നതു കണ്ടപ്പോൾ എവിടേക്കാണ് പോകുന്നതെന്ന് ഞാൻ ചോദിച്ചു. സെന്റ് ജെർമെയ്നിയിലേക്കാണെന്ന് അദ്ദേഹം പറഞ്ഞു."

"അയ്യോ അദ്ദേഹം നമ്മെ വെട്ടിച്ചുകളഞ്ഞല്ലോ" ട്രിവീലി പറഞ്ഞു. തുടർന്ന് അദ്ദേഹം പോരാളികളോടായി പറഞ്ഞു: "നിങ്ങളിപ്പോൾ പോകുന്നതാണ് നല്ലത്. ഇന്നു വൈകുന്നേരത്ത് ഞാനെന്തായാലും രാജാവിനെ കാണും."

ഇതു തന്നെയായിരുന്നു ഏറ്റവും യുക്തിപൂർവമായ ഉപദേശവും.

ട്രിവീലിക്ക് രാജാവിന്റെ പ്രകൃതം നന്നായിട്ടറിയാം. അദ്ദേഹത്തോട് തർക്കിക്കുന്നതിൽ യാതൊരർത്ഥവുമില്ല. അതുകൊണ്ട് ആ നാലു സുഹൃത്തുക്കളോടും വീട്ടിൽപ്പോയി കാത്തിരിക്കാൻ അയാൾ വീണ്ടും അവരോടുപദേശിച്ചു.

ട്രിവീലിയും വീട്ടിലേക്കു പോയി. തന്റെ വീട്ടിലേക്കു പ്രവേശിക്കുമ്പോൾ, താൻ തന്നെ തന്റെ ശത്രുവിനെക്കാൾ മുമ്പേ പരാതി പറയണമെന്ന ചിന്ത മാത്രമേ അയാൾക്കുണ്ടായിരുന്നുള്ളൂ. അയാൾ ഉടനെ തന്റെ വേലക്കാരിലൊരാളിന്റെ ഒരു കത്തുകൊടുത്ത് ഡിലാട്രിമൗലിയുടെ അടുക്കലേക്കയച്ചു. കർദിനാളിന്റെ കാവൽഭടന്മാരെ അവിടെനിന്നും ഇറക്കിവിടണമെന്നും തന്റെ പടയാളികളുടെ നേരെ കയ്യോങ്ങാൻ ധൈര്യപ്പെട്ടതിന് കഠിനശിക്ഷ നൽകണമെന്നുമാണ് ആ കത്തിലെഴുതിയിരുന്നത്. പക്ഷേ ഡിലാട്രിമൗലി അതിനുമുമ്പുതന്നെ ബർണജോക്സിന്റെ ബന്ധുവായ തന്റെ കുതിരവകുപ്പുദ്യോഗസ്ഥനിൽനിന്നും സംഭവങ്ങളുടെ മറുവശം അറിഞ്ഞിരുന്നു; പോരാളികൾ ആക്രമിച്ചതും ഹോട്ടൽ കത്തിക്കാൻ പദ്ധതിയിട്ടതുമൊക്കെ. അതിനാൽ അയാൾ ട്രിവീലിക്ക് ഒരു മറുപടിക്കത്തു കൊടുത്തയച്ചു. അതിൽ പരാതിപ്പെടേണ്ടത് തങ്ങളാണെന്നും ട്രിവീലിയല്ലെന്നും എഴുതിയിരുന്നു. അയാളുടെ തീരുമാനത്തിൽ കൂടുതൽ ശക്തിയുണ്ടെന്ന് ട്രിവീലിക്കു തോന്നി. പക്ഷേ കാര്യങ്ങളൊക്കെ ശാന്തമായി അവസാനിപ്പിക്കുകയും വേണം. അന്നുതന്നെ ഡിലാട്രിമൗലിയുടെ വീട്ടിലേക്കു നേരിട്ടുചെല്ലാൻ ട്രിവീലി തീരുമാനിച്ചു; അയാൾ ഉടനെ തന്നെ അവിടെ എത്തുകയും ചെയ്തു.

ആ രണ്ടു കുലീന നേതാക്കളും പരസ്പരം ബഹുമാന സൂചകമായി കുമ്പിട്ടു; പരസ്പരസ്നേഹമൊന്നും യഥാർത്ഥത്തിൽ അവർ തമ്മിൽ ഉണ്ടായിരുന്നില്ല. പരസ്പര ബഹുമാനം മാത്രം. രണ്ടുപേരും ധീരന്മാരായിരുന്നു. ഡിലാട്രിമൗലി ഒരു പ്രൊട്ടസ്റ്റന്റുകാരനാണ്. അയാൾ ഒരിക്കലും രാജാവിനെ കാണാറില്ല. മാത്രമല്ല, യാതൊരു പാർട്ടിയും അയാൾക്കില്ല. അതുകൊണ്ട് പൊതുകാര്യങ്ങളിൽ ആരോടും പക്ഷംപിടിക്കാനുമില്ല.

“സർ ഡിലാട്രിമൗലി, ഈ സംഭവത്തിൽ നമ്മൾ ഇരുകൂട്ടർക്കും പരാതിയുണ്ട്. സംഭവത്തിന്റെ ശരിതെറ്റുകൾ മനസിലാക്കി ഒത്തുതീർപ്പാക്കാനാണ് ഞാൻ വന്നത്” ട്രിവീലി പറഞ്ഞു.

“എനിക്കതിന് ഒരെതിരുമില്ല” ഡിലാട്രിമൗലി പറഞ്ഞു. “പക്ഷേ ഒരു കാര്യം ഞാൻ പറഞ്ഞേക്കാം. ഈ സംഭവത്തിന്റെ എല്ലാ ഉത്തരവാദികളും നിങ്ങളുടെ പടയാളികളാണ്. എല്ലാക്കാര്യവും ഞാൻ നന്നായിട്ടറിഞ്ഞതാണ്.”

“നിങ്ങൾ നീതിമാനും മര്യാദക്കാരനുമാണ് സർ” ട്രിവീലി പറഞ്ഞു. “ഞാൻ പറയുന്നത് താങ്കൾ മനസിലാക്കുമെന്നും എനിക്കറിയാം.”

“എങ്കിൽ പറഞ്ഞോളൂ, സർ. ഞാൻ ഒക്കെ കേൾക്കട്ടെ.”

“താങ്കളുടെ കുതിരാലയത്തിലെ ബന്ധുവായ ബെർണജോക്സിന് ഇപ്പോഴെങ്ങനെയുണ്ട് സർ?”

“ഗുരുതരം! കൈയിൽ ഒരു ആഴത്തിലുള്ള മുറിവുണ്ട്. പിന്നൊന്ന് നെഞ്ചിലാണ്. അത് ഗൗരവമുള്ളതാണെന്നാണ് ഡോക്ടർ പറയുന്നത്.”

“അയാൾക്ക് ബോധം തിരിച്ചുകിട്ടിയോ?”

“അതൊന്നും കുഴപ്പമില്ല.”

“സംസാരിക്കുമോ?”

“ബുദ്ധിമുട്ടിയാണെങ്കിലും കാര്യങ്ങൾ പറയും.”

“നന്നായി സർ.... നമുക്കു രണ്ടുപേർക്കും കൂടി അയാളുടെ അരികിൽ പോകാം” ട്രിവീലി പറഞ്ഞു. “കാര്യം ഗൗരവമാണെന്നും ദൈവത്തെയോർത്തെങ്കിലും സത്യം വെളിപ്പെടുത്താൻ പറയാം. അദ്ദേഹത്തെത്തന്നെ സ്വന്തം വിചാരണയുടെ ജഡ്ജിയായി നിയമിക്കാം. അദ്ദേഹം പറയുന്നത് അതേപടി സ്വീകരിക്കാൻ ഞാൻ തയാറാണ്.”

ഡിലാട്രിമൗലി കുറച്ചുനേരമൊന്നാലോചിച്ചു. ഇതുതന്നെയാണ് ഏറ്റവും ബുദ്ധിപൂർവകമായൊരു നിർദേശമെന്നു തോന്നിയതിനാൽ അയാളതിനു സമ്മതിച്ചു.

രണ്ടുപേരുംകൂടി ആ മുറിവേറ്റുകിടക്കുന്നയാളിന്റെ മുറിയിലേക്കു ചെന്നു. രണ്ടു കുലീനന്മാർ തന്നെ സന്ദർശിക്കുവാൻ വരുന്നതു കണ്ടപ്പോൾ ബെർണജോക്സ് സാവകാശം എഴുന്നേറ്റ് കട്ടിലിലിരിക്കുവാൻ ശ്രമിച്ചു. പക്ഷേ, അയാൾ വളരെ ക്ഷീണിതനായിരുന്നു. അക്കാരണത്താൽ അയാൾക്ക് എഴുന്നേറ്റിരിക്കാൻ സാധിച്ചില്ല. തളർന്നയാൾ കിടക്കയിലേക്കു വീണുപോയി.

ഡിലാട്രിമൗലി അയാളുടെ അടുത്തുചെന്നു; ഒരു മരുന്നെടുത്ത് അയാളുടെ മൂക്കിനുസമീപത്തു വച്ചുകൊടുത്തു. അതു ശ്വസിക്കേണ്ട താമസം അയാൾക്കു ബോധം വന്നു. കാര്യങ്ങളൊക്കെ ഡിലാട്രിമൗലി തന്നെ ചോദിക്കാൻ ട്രിവീലി പറയുകയും ചെയ്തു; തന്റെ സ്വാധീനമുണ്ടായെന്ന് ആരും കുറ്റം പറയരുതല്ലോ.

ട്രിവീലി ഊഹിച്ചിരുന്നതുപോലെതന്നെ എല്ലാം സംഭവിച്ചു. ജീവനും മരണത്തിനുമിടയിൽ അനിശ്ചിതത്വത്തിൽ നിൽക്കുന്ന അയാൾക്ക് സത്യം മാത്രം പറയാനേ തോന്നിയുള്ളൂ. നടന്ന സംഭവം മുഴുവൻ അയാൾ ഇടമുറിയാതെ അവരോടു പറഞ്ഞു.

ഇതുതന്നെയാണ് ട്രിവീലി ഉദ്ദേശിച്ചിരുന്നതും. മുറിവ് വേഗത്തിൽ സുഖപ്പെടുമെന്ന് ആശ്വസിപ്പിച്ചശേഷം, അയാൾ വേഗം വീട്ടിലേക്കു പോയി. തുടർന്ന് തന്റെ നാലു സ്നേഹിതരോടും അന്ന് വൈകിട്ട് സൽക്കാരമുണ്ടെന്ന് ഒരാളിനെവിട്ട് അറിയിക്കുകയും ചെയ്തു.

തീരുമാനിച്ചതനുസരിച്ച് ട്രിവീലിയുടെ വീട്ടിൽ സൽക്കാരം തുടങ്ങി. പാരീസിലെ കർദിനാളിലെ എതിർകക്ഷിക്കാരായ പല പ്രമാണികളെയും ക്ഷണിച്ചിരുന്നു. കർദിനാളിന്റെ കാവൽഭടന്മാർക്കു രണ്ടു പ്രാവശ്യവും സംഭവിച്ച തോൽവിക്കഥ തന്നെയായിരുന്നു അവിടത്തെ സംസാരവിഷയം. ഇരുസംഭവത്തിലും നായകൻ ആർട്ഗ്നൻ തന്നെയായിരുന്നു. അങ്ങനെ അന്നത്തെ സൽക്കാരത്തിൽ പ്രധാനി അവനായി. ആതോസും

പോർത്തോസും ആറമീസും അവനു ലഭിച്ച കീർത്തിയിൽ സന്തോഷിച്ചു. അത് അവനോടുള്ള സൗഹൃദബന്ധംകൊണ്ടു മാത്രമല്ല, അവർക്ക് ഈ അവസരങ്ങളിൽ ധാരാളം പ്രശംസ അവൻ നേടിക്കൊടുത്തതുകൊണ്ടു കൂടിയുമാണ്.

ആറുമണിയാകാറായപ്പോൾ തനിക്കു ലൗറിയിലേക്കു പോകണമെന്ന് ട്രിവീലി അറിയിച്ചു. പന്ത്രണ്ടു മണിക്ക് താൻ ഏർപ്പാടാക്കിയിരുന്ന കൂടിക്കാഴ്ച രാജാവ് തെറ്റിച്ചിരുന്നതുകൊണ്ട് പുറകിലത്തെ കോണിയിലൂടെ കയറണമെന്നുള്ള കാര്യത്തിന് ട്രിവീലി വലിയ പ്രാധാന്യം കൊടുത്തില്ല. തന്റെ നാലു സ്നേഹിതരെയുംകൂട്ടി മറ്റുള്ളവരോടൊപ്പം അടുത്തമുറിയിൽ അയാൾ ചെന്നിരുന്നു. കലമാൻ വേട്ടകഴിഞ്ഞ് രാജാവ് മടങ്ങിവന്നിരുന്നില്ല. പക്ഷേ, ഏതാനും മിനിറ്റുകൾ കഴിഞ്ഞപ്പോൾ വാതിലുകളെല്ലാം പെട്ടെന്ന് തുറക്കപ്പെട്ടു. രാജാവ് വന്നതായി അവിടെ വിളിച്ചു പറയുകയും ചെയ്തു.

രാജാവെത്തിയെന്നു കേട്ടപ്പോൾ ആർട്ഗ്നന്റെ അസ്ഥികൾക്കകവും വിറയ്ക്കാൻ തുടങ്ങി. തന്റെ ജീവിതത്തിന്റെ ഇനിയുള്ള കാലം എങ്ങനെയായിരിക്കണമെന്ന് നിശ്ചയിക്കപ്പെടാൻ ഇനി ഏതാനും സമയം മാത്രമേയുള്ളു. രാജാവ് കയറിവരാൻപോകുന്ന വാതിലേക്ക് അവൻ ഇമവെട്ടാതെ അനങ്ങാതെ നോക്കിയിരുന്നു.

ലൂയി പതിമൂന്നാമൻ രാജാവ് എത്തിക്കഴിഞ്ഞു. അംഗരക്ഷകരോടൊപ്പം വേഗത്തിലാണ് കയറിവന്നത്. പൊടിപിടിച്ച തൊപ്പിയും വലിയ ഷൂസും ഒക്കെക്കണ്ടാൽ മനസിലാകും അദ്ദേഹം നായാട്ടുകഴിഞ്ഞു വരികയാണെന്ന്. കൈയിൽ ഒരു ചാട്ടയും ഉണ്ടായിരുന്നു. ഒറ്റനോട്ടത്തിൽത്തന്നെ ആർട്ഗ്നനു മനസിലായി രാജാവിന്റെ മനസിൽ ഒരു കൊടുങ്കാറ്റ് ചീറുന്നുണ്ടെന്ന്.

അവിടെ നിന്നവർക്കെല്ലാം രാജാവിന്റെ മാനസികാവസ്ഥ മനസിലായിരുന്നു. അരിശംനിറഞ്ഞ അദ്ദേഹത്തിന്റെ മുഖഭാവം ആരെയും വിഷമിപ്പിച്ചില്ല. നോക്കാത്തതിനെക്കാൾ ഭേദമാണല്ലോ അത്. മൂന്നു പോരാളികളും ഒരടി മുന്നോട്ടുകയറി. ആർട്ഗ്നൻ പരമാവധി അവർക്കു പിന്നിൽ മറഞ്ഞുനിന്നു. ആതോസിനെയും പോർത്തോസിനെയും നേരിട്ടറിയാമെങ്കിലും ഒന്നു നോക്കുകയോ സംസാരിക്കുകയോ ചെയ്യാതെ രാജാവ് പരിചയമില്ലാത്തതുപോലെ നീങ്ങി. ട്രിവീലി രാജാവിന്റെ മുഖത്തേക്ക് നോക്കിനിന്നു. രാജാവാകട്ടെ മുന്നിൽ തറയിൽ മാത്രം നോക്കിക്കൊണ്ട് സ്വന്തം മുറിയിലേക്കു കയറി. എന്തോ മുരണ്ടുകൊണ്ടാണ് അദ്ദേഹം ഉള്ളിലേക്കു കയറിയത്.

"എന്തോ പ്രശ്നമുണ്ട്....." ആതോസ് പുഞ്ചിരിച്ചുകൊണ്ടു പറഞ്ഞു. "ഇത്തവണയും നമുക്കാർക്കും കുതിരപ്പട്ടം കിട്ടുമെന്നു തോന്നുന്നില്ല."

"കുറച്ചുനേരം നിൽക്കിവിടെ" ട്രിവീലി പറഞ്ഞു. "പത്തുമിനിറ്റിനകം ഞാൻ പുറത്തുവന്നില്ലെങ്കിൽ, നിങ്ങൾ എന്റെ ഹോട്ടലിലേക്കു പൊയ്ക്കൊള്ളൂ. അതിലധികം നേരം കാത്തുനിന്ന് സമയം പാഴാക്കേണ്ടതില്ല."

ആ നാലുപേരും പത്തുമിനിറ്റുനേരം കാത്തുനിന്നു. പിന്നെ പതിനഞ്ചു മിനിറ്റായി; ഇരുപതായി. എന്നിട്ടും ട്രിവീലി പുറത്തുവന്നില്ല. അസ്വസ്ഥരായ അവർക്ക് ട്രിവീലിയുടെ ഹോട്ടലിലേക്കു മടങ്ങാനേ പറ്റിയുള്ളു; എന്താണ് സംഭവിക്കുന്നതെന്നതിനെക്കുറിച്ച് നിശ്ചയവുമില്ല.

ട്രിവീലി രാജാവിന്റെ സ്വകാര്യമുറിയിലേക്ക് ധൈര്യസമേതമാണ് പ്രവേശിച്ചിരുന്നത്. രാജാവ് അക്ഷമനായി കൈയിലിരുന്ന ചാട്ടയുടെ കൈപിടികൊണ്ട് ബൂട്സിനുമേൽ തട്ടിക്കൊണ്ട് ഒരു സോഫയിൽ ഇരിക്കുകയായിരുന്നു. അതൊന്നും വകവയ്ക്കാതെ ട്രിവീലി രാജാവിന്റെ സുഖാന്വേഷണം നടത്തി.

"എനിക്കു തീരെ സുഖമില്ല....." രാജാവ് പറഞ്ഞു. "ഞാൻ ഏറെ അസ്വസ്ഥനാകുന്നു."

രാജാവിന്റെ ഏറ്റവും വലിയ പരാതിയായിരുന്നു അദ്ദേഹത്തിന്റെ അസ്വസ്ഥത. കൂടെയുള്ള കൊട്ടാരപരിചാരകന്മാരിൽ ഒരാളിനെ വിളിച്ച ശേഷം അദ്ദേഹം സാധാരണ പറയാറുണ്ട്; "വരൂ സുഹൃത്തേ.... നമുക്ക് ഒന്നിച്ചിവിടെ അസ്വസ്ഥതകൾ അനുഭവിക്കാം" എന്ന്.

"അസ്വസ്ഥതയോ രാജാവേ?" ട്രിവീലി ചോദിച്ചു. "ഇന്നത്തെ നായാട്ടിൽ വിനോദം കണ്ടെത്തിയില്ലേ?"

"നായാട്ട് നല്ല വിനോദംതന്നെ. പക്ഷേ, എന്റെ മനസിൽ എല്ലാം നാശത്തിലേക്കു പോകുന്നുവെന്നൊരു തോന്നൽ. ഗന്ധമില്ലാത്ത ഇതിനെ വിനോദമെന്നു പറയാൻ എനിക്കു പറ്റില്ല; വേട്ടപ്പട്ടികൾക്കാകട്ടെ മൂക്കില്ലാത്തതുപോലെ. എട്ടു ശാഖയോടുകൂടിയ കൊമ്പുള്ള ഒരു കലമാനിന്റെ പുറകേ ഞങ്ങൾ ആറുമണിക്കൂറോടി. അടുത്തെത്തിയതാണ്; പെട്ടെന്നത് വഴിതിരിഞ്ഞോടി. പിന്നെ ഒരു പിടിയും കിട്ടിയില്ല. ഈ നായാട്ടു പരിപാടി ഉപേക്ഷിക്കുന്നതാണ് നല്ലതെന്നു തോന്നുന്നു. അല്ലെങ്കിൽത്തന്നെ ഹതഭാഗ്യവാനായ രാജാവാണ് ഞാൻ. ആകപ്പാടെ എനിക്കുണ്ടായിരുന്നത് ഒരു ഫാൽക്കൺപക്ഷി മാത്രമായിരുന്നു. അതു ചത്തിട്ട് രണ്ടു ദിവസമായി." രാജാവ് ദീർഘമായി ഇത്രയും പറഞ്ഞു.

"അതെ സർ, അങ്ങയുടെ നിരാശ എനിക്കു മനസിലാകുന്നുണ്ട്. അതു നഷ്ടമായത് കടുത്ത നിർഭാഗ്യം! പക്ഷേ, എനിക്കു തോന്നിയത് അങ്ങേക്ക് ധാരാളം ഫാൽക്കനുകളും കുരുവികളും ഒക്കെ ഇപ്പോഴുമുണ്ടെന്നാണ്" ട്രിവീലി പറഞ്ഞു.

"അവയെ സംരക്ഷിക്കാനായി ഒരാളുമില്ല. ഫാൽക്കനുകൾ ഇപ്പോൾ കുറഞ്ഞുകൊണ്ടിരിക്കുകയാണ്. നായാട്ടുവിനോദശാസ്ത്രത്തിൽ താൽപ്പര്യമുള്ളതായിട്ടിപ്പോൾ ഇന്നു ഞാൻ മാത്രമേയുള്ളൂ. എന്റെ കാലശേഷം പിന്നെ നായാട്ടുമില്ല. കുരുക്കുകളും കെണികളും മറ്റും വച്ചുള്ള നായാട്ടേ പിന്നെക്കാണൂ. നായാട്ടിനുള്ള ഒരു പരിശീലനം ആളുകൾക്കു നടത്താൻ പറ്റിയിരുന്നെങ്കിൽ എന്ന് ഞാനാശിച്ചുപോകുന്നു! പക്ഷേ സ്പെയിൻ, ഇംഗ്ലണ്ട്, ആസ്ത്രിയ തുടങ്ങിയ കാര്യങ്ങളെക്കുറിച്ചു സംസാരിച്ച് എന്റെ സമയം കൊല്ലാൻ ആ കർദിനാളെപ്പോഴും കൂടെ നിൽക്കുന്നതുകൊണ്ട്

ഒന്നിനും സമയം കിട്ടുന്നില്ല. ആ.... പിന്നേ..... കർദിനാളിന്റെ കാര്യം പറഞ്ഞപ്പോഴാണ് എനിക്കു താങ്കളോട് ഒരു വല്ലാത്ത അടുപ്പം തോന്നുന്നത്" രാജാവ് പറഞ്ഞു.

രാജാവിൽനിന്നും ട്രിവീലി ആഗ്രഹിച്ചിരുന്ന സാഹചര്യം ഇതുതന്നെയായിരുന്നു. രാജാവിനെക്കുറിച്ച് അയാൾക്ക് പണ്ടേ അറിയാം. ഈ പരാതികൾ മുഴുവൻ, മനസിലുള്ളതു മുഴുവൻ പുറത്തുകൊണ്ടുവരുന്നതിനുള്ളതാണെന്ന് അയാൾക്കറിയാം; അതിനുള്ള ഒരു തയാറെടുപ്പ് എന്നു വേണമെങ്കിൽ പറയാം.

"ഞാൻ എങ്ങനെയാണ് അസ്വസ്ഥനായ അങ്ങയെ സമാധാനിപ്പിക്കേണ്ടത്?" വളരെ വിഷമം പ്രകടിപ്പിച്ചുകൊണ്ടാണ് ട്രിവീലി ഇതു ചോദിച്ചത്.

"ഇങ്ങനെയാണോ താങ്കൾ സ്വന്തം ചുമതലകൾ ഏറ്റെടുത്തു നടത്തുന്നത്?" ട്രിവീലിയുടെ ചോദ്യത്തിനുത്തരം പറയാതെ രാജാവ് അയാളോടു ചോദിച്ചു. "മനുഷ്യരെ പിടിച്ചുകൊല്ലാനും നഗരം വിറപ്പിക്കാനും കത്തിച്ചു നശിപ്പിക്കാനും വേണ്ടിയാണോ ഞാൻ തന്നെ എന്റെ പോരാളികളുടെ നേതാവായി നിയമിച്ചത്? കർദിനാളിന്റെ ആളുകൾ നിങ്ങളുടെ ക്രൂരമായ പ്രവൃത്തികൾമൂലം ഡിലാട്രിമൗലിയുടെ ഹോട്ടലിൽ അഭയം പ്രാപിച്ചില്ലെന്നും നിങ്ങൾ ആ ഹോട്ടൽ കത്തിച്ചു നശിപ്പിക്കാൻ ശ്രമിച്ചില്ലെന്നും പറയാനാകുമോ? ഇതൊക്കെ തനിക്ക് നിഷേധിക്കാനാകുമോ?"

"ഈ കഥ സാറിനോട് ആരാണ് പറഞ്ഞത്?" ട്രിവീലി ശാന്തനായി രാജാവിനോടു ചോദിച്ചു.

"ആരീക്കഥ പറഞ്ഞെന്നോ അല്ലേ? ഞാൻ ഉറങ്ങുമ്പോൾ ഉണർന്നിരിക്കുന്നവനും ഞാൻ രസിക്കുമ്പോൾ അധ്വാനിക്കുന്നവനും നാട്ടിലും വീട്ടിലും വിദേശത്തും എല്ലാം നന്നായി നടത്തുന്നവനുമായ ഒരാൾ. എന്താ?"

"അങ്ങ് ദൈവത്തെക്കുറിച്ചായിരിക്കും പറഞ്ഞതെന്നു തോന്നുന്നു" ട്രിവീലി പറഞ്ഞു. "അങ്ങേക്കുപരിയായി ദൈവമല്ലാതെ മറ്റൊരാളിനെയും എനിക്കറിയില്ല."

"അതല്ല ട്രിവീലി. നാടിന്റെ മേധാവിയും എന്റെ ഒരേയൊരു വിശ്വസ്ത സേവകനും എന്റെ ഒരേയൊരു സുഹൃത്തുമായ കർദിനാൾ...." രാജാവു പറഞ്ഞു.

"പക്ഷേ അങ്ങെയേക്കാളും ഉന്നതനല്ല സാർ ആ കർദിനാൾ" ട്രിവീലി പറഞ്ഞു.

"താനെന്താണീപ്പറഞ്ഞതിന്റെ അർഥം?"

"സർ കർദിനാളിനെ അങ്ങേയറ്റം വിശ്വസിക്കേണ്ടെന്ന്" ട്രിവീലി പറഞ്ഞു.

"താനുദ്ദേശിച്ചത് കർദിനാൾ എന്നെ കബളിപ്പിക്കുകയും ചതിക്കുകയും ചെയ്യുകയാണെന്നാണോ? അതാണോ?..... പറയൂ ട്രിവീലി; തുറന്നു പറയൂ."

"സാർ ഞാനുദ്ദേശിച്ചത് അതല്ല. അദ്ദേഹം സ്വയം തെറ്റിദ്ധരിച്ചിരിക്കുന്നു എന്നതാണ് ഞാനുദ്ദേശിച്ചത്. അദ്ദേഹത്തോട് ആരോ കുപ്രചരണം നടത്തി. അങ്ങയുടെ പോരാളികളാണ് തെറ്റുകാരെന്ന് ആരോ പറഞ്ഞപ്പോൾ തൽക്ഷണം അദ്ദേഹം അതങ്ങു വിശ്വസിച്ചുപോയി. ശരിയായ ഉറവിടത്തിൽനിന്നും അദ്ദേഹം വിവരം ശേഖരിക്കണമായിരുന്നു.

"ഡിലാട്രിമൗലി തന്നെയാണ് അദ്ദേഹത്തെ വിവരമുണർത്തിച്ചത്" രാജാവു പറഞ്ഞു. "അയാളെക്കുറിച്ച് തനിക്കെന്താണ് പറയാനുള്ളത്?"

"അതിനുത്തരം ഞാൻ പറയാം സർ" ട്രിവീലി തുടർന്നു. "വെറും നിഷ്പക്ഷമാകാൻ പറ്റാത്തവിധത്തിൽ അകപ്പെട്ടുപോയ ഒരാളാണ് അയാൾ..... പക്ഷേ.... അദ്ദേഹം സത്യസന്ധനും നീതിമാനുമാണ്.... അദ്ദേഹത്തോടിക്കാര്യം അന്വേഷിക്കണം. പക്ഷേ, ഒരു വ്യവസ്ഥയിന്മേലാകണം."

"എന്ത്?"

"അങ്ങുതന്നെ അയാളോടു വരാൻ പറയണം. തുടർന്ന് അങ്ങുതന്നെ വിവരങ്ങൾ ചോദിക്കണം; ഒരു സാക്ഷിയും പാടില്ല. അയാൾ പോയാലുടനെ എന്നെ അങ്ങയെ കാണാൻ അനുവദിക്കുകയും വേണം." ട്രിവീലി പറഞ്ഞു.

"എന്നിട്ട് താങ്കളെല്ലാം വിശ്വസിക്കുമോ?" രാജാവ് ചോദിച്ചു.

"തീർച്ചയായും!"

"അയാൾ പറയുന്നതനുസരിക്കും?"

"സംശയമേ വേണ്ട."

"ശിക്ഷ വല്ലതുമെങ്കിൽ?"

"തീർച്ചയായും അനുഭവിക്കാം."

"ലാ ചെസ്നായ്.... ലാ ചെസ്നായ്" രാജാവ് കൊട്ടാര പരിചാരകനെ ഉറക്കെ വിളിച്ചു.

രാജാവിന്റെ മനഃസാക്ഷി സൂക്ഷിപ്പുകാരനായ ആ ഭൃത്യൻ അവിടെയെത്തി.

"ലാ ചെസ്നായ്" രാജാവു പറഞ്ഞു. "ഉടനെ ആരെയെങ്കിലും പറഞ്ഞുവിട്ട് ആ ഡിലാട്രിമൗലിയോട് എന്റെയടുക്കൽ വരാൻ പറയൂ. വൈകുന്നേരത്ത് എനിക്കയാളെ കാണണം."

"ഇനി ഡിലാട്രിമൗലിയോടു സംസാരിക്കുന്നതിനുമുമ്പ് വേറാരോടും അങ്ങു സംസാരിക്കുകയില്ലെന്നും എനിക്കു വാക്കുതരണം" ട്രിവീലി രാജാവിനോടു പറഞ്ഞു.

"സത്യമായും ഞാൻ ആരോടും സംസാരിക്കില്ല" രാജാവ് വാക്കു കൊടുത്തു.

"എന്നാൽ ഞാൻ നാളെ വന്നോളാം."

"അതെ നാളെ വരൂ."

"എത്ര മണിക്കു വരട്ടെ സർ?"

"താങ്കളുടെ സൗകര്യമനുസരിച്ച്."

"അതിരാവിലെ വന്നാൽ അങ്ങയുടെ ഉറക്കത്തിനതു തടസമാകുമോ ആവോ?"

"ഉറക്കത്തിനു തടസമെന്നോ? ഞാനെപ്പോഴും ഉറങ്ങുന്നയാളെന്നാണ് താൻ കരുതുന്നത്? ഞാൻ ഉറങ്ങാറേയില്ല. ഞാൻ ഒന്നു മയങ്ങും. അത്രമാത്രം. അതിനാൽ എത്ര രാവിലെ വേണമെങ്കിലും വന്നോളൂ.... ഏഴുമണിക്കെന്നു വയ്ക്കാം."

ട്രിവീലി തലകുലുക്കി.

"പക്ഷേ....." രാജാവ് തുടർന്നു. "താങ്കളുടെ പോരാളികളാണ് കുറ്റക്കാരെങ്കിൽ...."

"സർ, എന്റെ പോരാളികൾ കുറ്റക്കാരെങ്കിൽ തൽക്ഷണം അവരെപ്പിടിച്ച് ഞാൻ അങ്ങയെ ഏൽപ്പിക്കും. അങ്ങേക്കിഷ്ടമുള്ളത് ചെയ്തോളാം. പിന്നെ അങ്ങ് എന്തുവേണോ പറഞ്ഞോളൂ. ഞാൻ അതനുസരിക്കാം" ട്രിവീലി പറഞ്ഞു.

"മതി.... മതി.... ട്രിവീലി. കാരണമില്ലാതെ എന്നെ ആരും നീതിമാനായ ലൂയിസെന്ന് വിളിക്കില്ലല്ലോ. ഇപ്പോഴൊന്നും ആലോചിക്കേണ്ട. ഒക്കെ നാളെ."

"ദൈവം അങ്ങയോടൊപ്പമുണ്ട് സർ."

ട്രിവീലി അവിടംവിട്ടു. രാജാവിന് രാത്രിയിൽ ശരിക്ക് ഉറങ്ങാനേ കഴിഞ്ഞില്ല. ട്രിവീലിക്കാകട്ടെ ഒട്ടും. രാവിലെ കൃത്യം ആറരയ്ക്ക് തന്റെ മുന്നിലെത്തണമെന്ന് അയാൾ അയാളുടെ പോരാളികളോടു കൽപ്പിച്ചു.

കൃത്യസമയത്തുതന്നെ ആ പോരാളികൾ ട്രിവീലിക്കരികിൽ എത്തി. പോരാളികൾക്ക് ഒരുവിധം വാക്കുകൊടുക്കാനും അയാൾക്കായില്ല. സ്വന്തം കാര്യത്തിൽപ്പോലും എല്ലാം ഭാഗ്യത്തിനു വിട്ടുകൊടുക്കുകയേ വഴിയുണ്ടായിരുന്നുള്ളൂ.

അവർ രാജാവിന്റെ വസതിയിലെ പുറകിലെ കോണിപ്പടിയുടെ ചുവട്ടിൽ എത്തിച്ചേർന്നു. അവിടെ നിൽക്കാൻ ട്രിവീലി തന്റെ പോരാളികളോടു പറഞ്ഞു. രാജാവ് അരിശപ്പെടുകയാണെങ്കിൽ അദ്ദേഹം കാണാതെ അവിടം വിടണം. നേരെമറിച്ച്, കാണണമെന്ന് രാജാവ് സമ്മതിക്കുകയാണെങ്കിൽ ഒരുനിമിഷംകൊണ്ട് അവരെ വിളിക്കുകയും ചെയ്യാം. അതാണ് ട്രിവീലി ഉദ്ദേശിച്ചിരുന്നത്.

ട്രിവീലി പടികൾ കയറി. ലാ ചെസ്നായ് അവിടെ നിൽക്കുന്നു. അയാൾ പറഞ്ഞു: "ഡിലാട്രിമൗലിയെ ഇന്നലെ കണ്ടുപിടിക്കാൻ സാധിച്ചില്ല. വളരെ രാത്രിയായിട്ടേ അദ്ദേഹം വീട്ടിലേക്കു മടങ്ങിവന്നുള്ളൂ. പാതിരാത്രിയായതിനാൽ ലൗവ്രിലേക്കു വരാനുള്ള സമയവും തെറ്റി. ഇപ്പോൾ വെളുപ്പിനാണ് എത്തിയത്. അരമണിക്കൂറായിട്ടുണ്ടാകും. രാജാവിനോടൊപ്പം സംസാരിച്ചുകൊണ്ടിരിക്കുകയാണ്."

അതുകേട്ടപ്പോൾ ട്രിവീലിക്കു സന്തോഷമായി. മറ്റാർക്കും ഇതിനിടയിൽ വന്നുകയറി വിവരം ചോർത്താനാകില്ലല്ലോ.

പത്തുമിനിറ്റു കഴിഞ്ഞതേയുള്ളൂ. രാജാവിന്റെ മുറിയുടെ വാതിൽ

തുറന്ന് ഡിലാട്രിമൗലി പുറത്തുവന്നു. അയാൾ നേരെ ട്രിവീലിയുടെ അരികിലേക്കാണു വന്നത്.

"ഇന്നലെ രാവിലെ എന്റെ ഹോട്ടലിന്റെ അരികിലുണ്ടായ സംഭവത്തിന്റെ വിശദവിവരമറിയാൻവേണ്ടി രാജാവ് എന്നെ വിളിപ്പിച്ചതാണ്. സത്യാവസ്ഥ ഞാൻ അദ്ദേഹത്തോടു പറഞ്ഞിട്ടുണ്ട്. തെറ്റുപറ്റിയിരിക്കുന്നത് എന്റെ ഹോട്ടലിലുള്ളവർക്കാണെന്നും ഞാൻ നിങ്ങളോടു ക്ഷമ പറയാൻ തയാറാണെന്നും രാജാവിനോടു പറഞ്ഞിട്ടുണ്ട്. എന്തായാലും നമ്മളിപ്പോൾ പരസ്പരം കണ്ടിരിക്കുകയല്ലേ. താങ്കളോടു ഞാൻ ക്ഷമ ചോദിക്കുന്നു. എന്നെയും ഒരു സുഹൃത്തായി കരുതണമെന്ന് ഞാനപേക്ഷിക്കുകയും ചെയ്യുന്നു" ഡിലാട്രിമൗലി പറഞ്ഞു.

"സർ" ട്രിവീലി പറഞ്ഞു. "സാക്ഷിയായിട്ട് അങ്ങയുടെ നീതിബോധം മാത്രം മതിയെന്നും വേറെയാരുടെയും ആവശ്യമില്ലെന്നുമുള്ള ആത്മവിശ്വാസം എനിക്കുണ്ടായിരുന്നു. എന്തായാലും ഞാൻ വിചാരിച്ചത് തെറ്റിയില്ല. അങ്ങയുടെ ഈ നീതിബോധത്തിന് ഞാൻ നന്ദിപറയുന്നു."

"കൊള്ളാം കൊള്ളാം...." തുറന്നിട്ട ജനാലവഴി ഇതൊക്കെ കേട്ടു നിന്ന രാജാവ് കൈയടിച്ചു. "ട്രിവീലി, അയാളോടു മാത്രമേ നന്ദി പറയാനുള്ളൂ. തന്റെ അത്രയ്ക്കു വലിയ സ്നേഹിതനാണയാളെങ്കിലും എനിക്കും അയാളുടെ ഒരു സ്നേഹിതനാകണമെന്നു പറയൂ. അയാൾ എന്നെ എപ്പോഴും നിരാകരിക്കുന്നു. മൂന്നു കൊല്ലമായി ഞാൻ അയാളെ കണ്ടിട്ട്. എന്നിട്ടും ഒരാവശ്യം വന്നപ്പോൾ എനിക്ക് ആളയച്ചാണ് വിളിപ്പിക്കേണ്ടി വന്നത്. എനിക്കുവേണ്ടി താൻതന്നെ അയാളോടു സംസാരിക്കൂ. ഒരു രാജാവിന് ഇതൊക്കെ അയാളോടു പറയാൻ പറ്റുമോ?"

"വളരെ നന്ദിയുണ്ട് സർ" രാജാവിനോടു ഡിലാട്രിമൗലി പറഞ്ഞു. "അങ്ങു ദിവസേന കാണുന്നയാളിനാണ് അങ്ങയോടു കൂടുതൽ ഭക്തിയുള്ളതെന്ന് അങ്ങു കരുതരുത്. പക്ഷേ, ട്രിവീലി അത്തരക്കാരനല്ല."

"അതു ശരി! ഞാൻ പറഞ്ഞതപ്പോൾ കേട്ടു അല്ലേ. കേട്ടതെന്തായാലും നന്നായി" മുന്നോട്ടുവന്നുകൊണ്ട് രാജാവ് പറഞ്ഞു. "ട്രിവീലി, നിന്റെ പടയാളികൾ എവിടെ? അവരെ ഇവിടെ കൊണ്ടുവരാൻ രണ്ടു ദിവസം മുമ്പ് ഞാൻ പറഞ്ഞിരുന്നതല്ലേ. എന്നിട്ടെന്തേ കൂട്ടിക്കൊണ്ടു വരാത്തത്?"

"അവർ വന്നിട്ടുണ്ട് സർ. താഴെ നിൽക്കുകയാണ്. അങ്ങു പറയുകയാണെങ്കിൽ ലാ ചെസ്നായ് അവരെ ഇങ്ങ് കൂട്ടിക്കൊണ്ടുവരും" ട്രിവീലി പറഞ്ഞു.

"ശരി ശരി. അവൻ മുകളിലേക്കു വേഗം പോരട്ടെ. സമയമിപ്പോൾ എട്ടായല്ലോ. ഒമ്പതിന് എനിക്കു മറ്റൊരു സന്ദർശകനുണ്ട്.... എന്നാൽ അങ്ങനെയാകട്ടെ ഡിലാട്രിമൗലി. ഇനിയും കൂടെക്കൂടെ വരാൻ മറക്കരുത്" രാജാവ് പറഞ്ഞു.

കൈയുയർത്തി അഭിവാദ്യം ചെയ്തശേഷം അയാൾ അവിടംവിട്ടു. അയാൾ വാതിൽ തുറക്കേണ്ട താമസം ആർട്ഗ്നനെയും മൂന്നു പടയാ

ളികളെയും കൂട്ടിക്കൊണ്ട് ലാചെസ്നായ് കോണിപ്പടിയുടെ മുകളിലെ ത്തിയിരുന്നു.

"വരൂ അകത്ത്, ധീരന്മാരേ...." രാജാവ് വിളിച്ചു പറഞ്ഞു.

പടയാളികൾ അകത്തേക്കു കയറി. രാജാവിന്റെ മുന്നിൽ ചെന്ന് തലകുമ്പിട്ടു വണങ്ങി. ആർട്ഗ്നൻ അവരുടെ പിന്നിൽ ഒതുങ്ങിനിന്നു.

"എന്തു മോശമായിപ്പോയി" രാജാവ് തുടർന്നു പറഞ്ഞു. "നിങ്ങൾ നാലുപേരുംകൂടി കർദിനാളിന്റെ ഏഴു കാവൽഭടന്മാരെ രണ്ടുദിവസം കൊണ്ട് അടിച്ചു പരാജയപ്പെടുത്തിയെന്നോ. അത് എന്തായാലും ശരി യായില്ല; കൂടിപ്പോയി. ഈ രീതിയിലാണ് കാര്യങ്ങൾ നീങ്ങുന്നതെങ്കിൽ മൂന്നാഴ്ചകൊണ്ട് കർദിനാളിന് പുതിയ കാവൽഭടന്മാരെ മുഴുവനായി പുതുക്കേണ്ടിവരുമല്ലോ. എനിക്ക് നിയമം കുറേക്കൂടി ശക്തിയാക്കേണ്ടി വരും. ഇതു വല്ലപ്പോഴും സംഭവിക്കുന്നതായിരുന്നെങ്കിൽ ഞാനതു കാര്യ മാക്കില്ലായിരുന്നു. പക്ഷേ, അതല്ലല്ലോ സംഭവിക്കുന്നത്. മൂന്നുദിവസം കൊണ്ട് ഏഴുപേർ എന്തായാലും ഇതധികമായിപ്പോയി."

"അതുകൊണ്ടാണിവർ പശ്ചാത്താപത്തോടെ നേരിട്ട് അങ്ങയെക്കാ ണാൻ വന്നിരിക്കുന്നത്" ട്രിവീലി പറഞ്ഞു. "മാപ്പു ചോദിക്കാനായിട്ട്...."

"കൊള്ളാം നല്ല പശ്ചാത്താപവും മാപ്പു ചോദിക്കലും" രാജാവ് പുച്ഛ സ്വരത്തിൽ പറഞ്ഞു. "നിങ്ങളുടെ ഈ കപടാഭിനയം ഞാൻ വിശ്വസിക്കു മെന്ന് കരുതണ്ട. ആ ഗാസ്കൻ അവിടെന്താണു ചെയ്യുന്നത്? അവനോടു മുന്നോട്ടുവരാൻ പറയൂ."

തന്നെക്കുറിച്ചാണ് രാജാവു പറഞ്ഞതെന്നു മനസിലാക്കിയ ആർട്ഗ് നൻ പരുങ്ങലോടുകൂടി മുന്നോട്ടു വന്നുനിന്നു.

"എന്താ ട്രിവീലി? ഇയാളൊരു ചെറുപ്പക്കാരനാണെന്നല്ലേ താൻ പറഞ്ഞത്. ഇവനൊരു വെറും കൊച്ചനല്ലേ. ഈ ചെക്കനോ ജൂസക്കിനെ അടിച്ചുവീഴ്ത്തിയത്?" രാജാവ് വിശ്വാസംവരാതെ ചോദിച്ചു.

"അതെ. പിന്നെ ബെർണജോക്സിന് രണ്ടണ്ണം പറ്റിച്ചതും" ട്രിവീലി പറഞ്ഞു.

"താൻ പറയുന്നത് സത്യമോ!"

"അതുമാത്രമല്ല കഹുസാക്കിന്റെ കൈകളിൽനിന്നും എന്റെ ജവൻ രക്ഷിച്ചതും ഇവനാണ്" ആതോസ് ഒന്നും ആലോചിക്കാതെ ഇടയ്ക്കു കയറിപ്പറഞ്ഞു. "ഇവനില്ലാതിരുന്നെങ്കിൽ അങ്ങനെ ഇന്നു കാണാനുള്ള ഭാഗ്യം ഉണ്ടാകുമായിരുന്നില്ല."

"ഇവനെന്താണ്? എരിവേറ്റുന്നവനാണോ?" രാജാവു പറഞ്ഞു. "ഇക്കണക്കിനു പോകുകയാണെങ്കിൽ എന്റെ പിതാവായ രാജാവ് പറ ഞ്ഞിരുന്നതുപോലെ നാട്ടിൽ വാളുകൾ അനവധി ഒടിയുമല്ലോ. ഗാസ്ക ന്മാർ എപ്പോഴും ദരിദ്രരാണ്, അല്ലേ?"

"അതെ സർ" ട്രിവീലി പറഞ്ഞു. "അവരുടെ മലനിരകളിൽ സ്വർണ ഖനികൾ ഇതുവരെ കണ്ടെത്തിയിട്ടേയില്ല."

എന്തായാലും നിങ്ങളെല്ലാവരുംകൂടി എനിക്കൊരു വിലയുണ്ടാക്കി

ത്തന്നു. അതിലുള്ള സന്തോഷം എനിക്കറിയിക്കാതിരിക്കാൻ വയ്യ.... ലാചെസ്നായ്, എന്റെ പോക്കറ്റുകളെല്ലാം നോക്കൂ. നാൽപ്പതു സ്വർണ നാണയങ്ങളുണ്ടാകും. ഉണ്ടെങ്കിൽ അവയെടുത്തോണ്ടു പോരൂ." രാജാവ് പറഞ്ഞു. "പിന്നെ.... യുവാവേ, എന്താണവിടെ നടന്നതെന്നു പറയൂ."

തലേദിവസം നടന്ന സംഭവങ്ങൾ ആർട്ഗ്നൻ വിസ്തരിച്ചു പറഞ്ഞു. രാജാവിനെ കാണുന്നതിനെക്കുറിച്ചുള്ള ചിന്തയിൽ ഉറക്കം നഷ്ടമായതും നിശ്ചയിച്ച സമയത്തിനും മൂന്നു മണിക്കൂർ മുമ്പ് സ്നേഹിതന്മാരുടെ അരികിലേക്കു വന്നത്, ടെന്നിസ്കോർട്ടിൽ പോയത്, ബെർണജോക്സ് കളിയാക്കാൻ നോക്കിയത്, അതിനയാൾക്ക് സ്വന്തം ജീവൻ പണയം വയ്ക്കേണ്ടിവന്നത്, ഡിലാട്രിമൗലിയുടെ ഹോട്ടൽ കത്തിക്കണമെന്ന് പറയാൻ ഇടയാക്കിയത് ഒക്കെ അവൻ രാജാവിനോടു പറഞ്ഞു.

"അതു ശരി" രാജാവു പറഞ്ഞു. "ഇക്കാര്യം തന്നെയാണ് ഡിലാട്രിമൗലിയും എന്നോടു പറഞ്ഞത്. പാവം കർദിനാൾ! ഏഴു കാവൽഭടന്മാർക്കല്ലേ ദുരന്തമുണ്ടായത്. പക്ഷേ നടന്നതൊക്കെ മതി. മനസിലായോ? ഇനിയീ രീതി അവസാനിപ്പിക്കണം. റൂഫെറൗവ് സംഭവത്തിനുള്ള നിങ്ങളുടെ പ്രതികാരം നിങ്ങൾ ചെയ്തുകഴിഞ്ഞു; ഒക്കെ അധികമായിപ്പോയി. ഇനി നിങ്ങൾ തൃപ്തരായിരിക്കേണ്ടതാണ്.

"അങ്ങേക്ക് തൃപ്തിയായെങ്കിൽ, ഞങ്ങൾക്കും" ട്രിവീലി പറഞ്ഞു.

"ഉവ്വുവ്വ് എനിക്കു തൃപ്തിയായി" രാജാവ് പറഞ്ഞു. ലാ ചെസ്നായ് കൊണ്ടുവന്ന സ്വർണനാണയങ്ങളിൽ ഒരു കൈനിറയെ വാരിയെടുത്ത് അദ്ദേഹം ആർട്ഗ്നന്റെ കൈകളിലിട്ടു കൊടുത്തു. തുടർന്ന് രാജാവ് പറഞ്ഞു: "ഞാൻ എന്തുമാത്രം തൃപ്തനായി എന്നതിന് ഇതിൽപ്പരം തെളിവു വേണ്ടല്ലോ."

സ്വാഭിമാനത്തിന് സമ്മാനം വാങ്ങുന്നത് അക്കാലത്ത് തെറ്റായിരുന്നില്ല. രാജാവിന്റെ കൈയിൽനിന്നും പണം വാങ്ങുന്നതിന് യാതൊരു തെറ്റുമില്ല. രാജാവിനു നന്ദി പറഞ്ഞശേഷം അവൻ ആ നാൽപ്പതു സ്വർണ നാണയങ്ങളും പോക്കറ്റിലേക്കിട്ടു.

"മതി.... മതി....." രാജാവ് സമയം നോക്കിയശേഷം വീണ്ടും പറഞ്ഞു. "മണി എട്ടരകഴിഞ്ഞു. നിങ്ങളെല്ലാവരും പൊയ്ക്കോളൂ. ഒമ്പതു മണിക്ക് എനിക്ക് മറ്റൊരു സന്ദർശകനുണ്ട്. നിങ്ങൾ എന്നോടു കാണിക്കുന്ന അതിഭക്തിക്ക് ഞാൻ നന്ദി പറയുന്നു. ഞാൻ അതിനിയും കണക്കാക്കും."

"സർ...." അവർ നാലുപേരും ഒരുമിച്ചു പറഞ്ഞു. "അങ്ങേക്കുവേണ്ടി തുണ്ടംതുണ്ടമായി വെട്ടേറ്റു മരിക്കാനും ഞങ്ങൾ തയാറാണ്."

"വളരെക്കൊള്ളാം. പക്ഷേ നിങ്ങൾ ജീവിച്ചിരിക്കുന്നതു കാണാനാണ് എനിക്കാഗ്രഹം" രാജാവ് പറഞ്ഞു. "അതാണെനിക്കു കൂടുതൽ പ്രയോജനവും.... പിന്നെ നിങ്ങളുടെ പോരാളികളുടെ കൂട്ടത്തിൽ ഇപ്പോൾ ഒഴിവുകളൊന്നുമില്ല; മാത്രമല്ല പുതിയൊരാളിനു പ്രവേശനം കിട്ടണമെങ്കിൽ പരിശീലനവും ആവശ്യമാണ്. അതിനാൽ ഈ ചെറുപ്പക്കാരൻ

കുറച്ചുകാലം എന്റെ സഹോദരീഭർത്താവ് ഡെസസാർട്ടിന്റെകൂടെ പരിശീലനം നടത്തട്ടെ. ഇതറിയുമ്പോൾ കർദിനാൾ എന്തുവിചാരിക്കുമോന്തൊ? അദ്ദേഹത്തിന് അരിശം വരുമായിരിക്കും. പക്ഷേ അതൊന്നും ഞാൻ വകവയ്ക്കില്ല. ശരിയെന്നു തോന്നുന്നത് ഞാൻ ചെയ്തുകൊണ്ടിരിക്കുന്നു."

യാത്രപറഞ്ഞു നീങ്ങിയ ട്രിവീലിയോട് രാജാവ് കൈയുയർത്തിക്കാണിച്ചു. അപ്പോഴേക്കും ആർട്ഗ്നനു കിട്ടിയ സ്വർണനാണയത്തിന്റെ പങ്ക് മൂന്നു പടയാളികളും പങ്കിടുന്നത് രാജാവ് കണ്ടു.

രാജാവ് കരുതിയതുപോലെതന്നെ കർദിനാളിന് വല്ലാതെ അരിശം വന്നു. എട്ടുദിവസം ചീട്ടുകളിക്കാൻ രാജാവിന്റെ അരികിൽ അയാൾ വന്നതുമില്ല. എന്നാൽ ഇടയ്ക്ക് അവിചാരിതമായിക്കണ്ടപ്പോഴൊക്കെ കർദിനാളിനോടു സുഖവിവരമന്വേഷിക്കാനും ജൂസക്കിന്റെയും ബെർണജോക്സിന്റെയും വിശേഷങ്ങളറിയാനും രാജാവ് താൽപ്പര്യം കുറച്ചതേയില്ല.

7

പോരാളികൾ വീട്ടിൽ

ലൗവ്‌ലേ വിട്ടശേഷം ആർട്ഗ്നൻ തനിക്കു കിട്ടിയ സമ്മാനത്തുക എങ്ങനെ ചെലവഴിക്കണമെന്ന് സ്നേഹിതരോടു ചോദിച്ചു. പോമിഡിപിൻ ഹോട്ടലിൽക്കയറി നല്ല ഭക്ഷണം കഴിക്കാമെന്ന് ആതോസ് അവനെ ഉപദേശിച്ചു. ഒരു വേലക്കാരനെ വയ്ക്കാൻ പോർത്തോസ് സ്വയവും തീരുമാനിച്ചു. അനുയോജ്യമായ ഒരു പെണ്ണിനെ കണ്ടുപിടിക്കാൻ ആറമീസും ആഗ്രഹിച്ചു.

എന്തായാലും അന്നുതന്നെ ഭക്ഷണം അവൻ ഏർപ്പാടാക്കി. വേലക്കാരൻ വിളമ്പിക്കൊടുക്കുകയും ചെയ്തു. ഭക്ഷണം ഏർപ്പാടാക്കിയത് ആതോസാണ്; വേലക്കാരനെ ഏർപ്പാടാക്കിയത് പോർത്തോസും. ഒരു പാക്കാഡിയോക്കാരനായിരുന്നു ആ വേലക്കാരൻ. ടുവർനെലി പാലത്തിനരികിലിരുന്ന് വെള്ളത്തിൽ കല്ലുകളെറിഞ്ഞ് വളയമുണ്ടാക്കിയും വിചിത്രരൂപങ്ങൾ സൃഷ്ടിച്ച് രസിച്ചുമിരിക്കുകയായിരുന്നു അയാൾ. അയാളെ കണ്ടപാടേ പോർത്തോസ് മറ്റൊന്നുമാലോചിക്കാതെതന്നെ വേലക്കാരനാക്കി. പ്ലാഞ്ചെറ്റ് എന്നായിരുന്നു അവന്റെ പേര്.

നല്ലൊരു വേലക്കാരനാണെന്ന് തോന്നിയതുകൊണ്ടാണ് വേറാരുടെയും ശുപാർശയില്ലാതെതന്നെ പോർത്തോസ് അയാളെ വേലക്കാരനാക്കാൻ തുനിഞ്ഞത്. പക്ഷേ അയാളുടെകൂടെ മോസ്ക്യൂട്ടൻ എന്നൊരു ചങ്ങാതികൂടെയുണ്ടെന്നറിഞ്ഞപ്പോൾ പോർത്തോസിന് നിരാശയാണുണ്ടായത്; കാരണം രണ്ടു വേലക്കാരെ നിയമിക്കാനുള്ള പണമതിലില്ലല്ലോ; അതിനാൽ പ്ലാഞ്ചെറ്റിനെ ആർട്ഗ്നന്റെ വേലക്കാരനാക്കുന്നതാണ് നല്ലതെന്ന് അയാൾക്കു തോന്നി. മോസ്ക്യൂട്ടനെ പോർത്തോസും വേലക്കാരനാക്കി.

അത്താഴത്തിനുശേഷം വേലക്കാരൻ മേശയ്ക്കരികിൽത്തന്നെ

നിന്നു. തന്റെ യജമാനൻ സ്വർണനാണയങ്ങൾ കൈനിറയെയെടുത്ത് ഹോട്ടലിൽ ബില്ലൊടുക്കുന്നതു കണ്ടപ്പോൾ, ഉടനെ താനൊരു സമ്പന്ന നാകുമെന്ന് അയാൾക്കു തോന്നി. അതിനിടയാക്കിയ ദൈവത്തിനെ അയാൾ സ്തുതിച്ചു. പടയാളികൾ കഴിച്ചതിൽ മിച്ചമുണ്ടായിരുന്നതുമുഴു വൻ അയാൾ കഴിച്ചു; വയറു നിറച്ചു. പക്ഷേ ഒക്കെക്കഴിഞ്ഞ്, യജമാന നുവേണ്ടി കിടക്ക വിരിച്ചുകൊടുക്കാൻ ചെന്നപ്പോൾ പ്ലാഞ്ചെറ്റിന്റെ മുഖം വാടി. രണ്ടു മുറികളുള്ള ആർട്ഗ്നന്റെ വീട്ടിൽ ഒരൊറ്റ കട്ടിലേ ഉള്ളൂ. അതിൽ ആർട്ഗ്നൻ കിടന്നു. പ്ലാഞ്ചെറ്റാകട്ടെ മറ്റേ മുറിയിൽ തറയിൽ ക്കിടക്കുകയേ മാർഗമുണ്ടായുള്ളൂ. പക്ഷേ ആർട്ഗ്നന്റെ കിടക്കയിൽ നിന്നുമെടുത്ത പുതപ്പുണ്ടായിരുന്നതുകൊണ്ട് അയാൾക്കു പുതയ്ക്കാൻ കഴിഞ്ഞു.

ആർതോസിനു നേരത്തെതന്നെ ഒരു വേലക്കാരനുണ്ടായിരുന്നു; പ്രത്യേക പരിശീലനംകൊടുത്ത ഒരുവൻ. ഗ്രിമൗഡ് എന്നാണവന്റെ പേര്. ആതോസ് സ്വതേ ഒരു മിതഭാഷിയായിരുന്നു; ആവശ്യത്തിനേ സംസാ രിക്കുമായിരുന്നുള്ളൂ. കഴിഞ്ഞ അഞ്ചാറു വർഷങ്ങളായിട്ട് അയാൾ തന്റെ സുഹൃത്തുക്കളോടു തികഞ്ഞ അടുപ്പത്തോടെയാണ് ജീവിച്ചത്. പക്ഷേ ഒരിക്കൽപ്പോലും അയാൾ ചിരിക്കുന്നത് അവർ കണ്ടിട്ടേയില്ല; ചിലപ്പോൾ മാത്രമേ മുഖം വിടർന്നിട്ടുള്ളൂ. പറയേണ്ടിടത്തുമാത്രം സംക്ഷിപ്തമായി പറയും; യാതൊരുവിധ പൊടിപ്പും തൊങ്ങലുകളുമില്ലാതെ. അയാളുടെ അഭിപ്രായപ്രകടനങ്ങൾ വെറും സത്യപ്രസ്താവനകൾ മാത്രമായിരുന്നു.

ആതോസിന് മുപ്പതിനോടടുത്ത പ്രായംവരും. സുന്ദരനും ബുദ്ധി മാനുമാണ്. ഒരു സ്ത്രീയുമായി ഒരുവിധ പ്രേമബന്ധത്തിലും ഇതുവരെ ഏർപ്പെട്ടിട്ടുമില്ല. സ്ത്രീകളെപ്പറ്റി അയാൾ സംസാരിക്കാറേയില്ല. തന്റെ മുന്നിൽ വച്ച് ആരെങ്കിലും സ്ത്രീകളെക്കുറിച്ചു സംസാരിക്കുകയാണെ ങ്കിൽ, അതു തനിക്കിഷ്ടമായില്ലെന്ന് അയാളുടെ മുഖഭാവം കണ്ടാൽ മനസിലാകും; പക്ഷേ വാക്കുകൾകൊണ്ട് അക്കാര്യം അയാൾ തടഞ്ഞി ട്ടില്ല. തന്റെ പ്രകൃതത്തോടൊത്തു പോകുന്ന വിധത്തിലാണ് വേലക്കാര നായ ഗ്രിമൗഡിന് അയാൾ പ്രത്യേക പരിശീലനം നൽകിയിട്ടുള്ളതും. യജമാനന്റെ ഒതുക്കവും കണിശമുള്ള നിശ്ശബ്ദതയും വേലക്കാരന് നന്നായി അറിയാമായിരുന്നു. വാക്കുകളില്ലെങ്കിലും ആംഗ്യവും മുഖഭാവ വും തിരിച്ചറിഞ്ഞ് കാര്യങ്ങൾ നടത്തിക്കൊണ്ടുപോകാൻ ഗ്രിമൗഡിനാ കുന്നു. അങ്ങേയറ്റം പ്രത്യേക അവസരങ്ങളിൽ മാത്രമേ അയാൾ ആംഗ്യ ത്തിനുപകരം വാക്കുകൾ ഉപയോഗിച്ചിരുന്നുള്ളൂ.

തീയെ ഭയക്കുന്നതുപോലെയാണ് ഈ വേലക്കാരൻ ആതോസിനെ ഭയന്നത്. യജമാനനോട് ഉചിതമായ ബന്ധം നിലനിർത്തുന്നതിനെക്കു റിച്ചും അദ്ദേഹത്തിന്റെ ആജ്ഞകളും ആംഗ്യങ്ങളും മനസിലാകാതെ വരുമോയെന്നതിനെക്കുറിച്ചും ഒക്കെ അയാൾക്കു ഭയമായിരുന്നു. എന്തെ ങ്കിലും കൽപ്പിച്ചാൽ മനസിലായില്ലെങ്കിൽ അതെന്തെന്ന് ഒരിക്കൽക്കൂടി ചോദിക്കാനും ഭയമായിരുന്നു. പിന്നെ സംഭവിക്കുന്നത്, ഓടിപ്പോയി യജ

മാനൻ പറഞ്ഞതിനു വിപരീതമായ കാര്യങ്ങൾ ചെയ്യും. അപ്പോഴൊക്കെ ആതോസ് പുച്ഛത്തോടെ തോളുകുലുക്കി നിൽക്കുകയും കൈവീശി അയാളെ അടിക്കുകയും ചെയ്യാറുണ്ട്. ആ ദിവസങ്ങളിൽ മാത്രമാണ് അയാളോട് ആതോസ് അൽപ്പമെന്തെങ്കിലും സംസാരിക്കാറുള്ളതും.

ആതോസിനുനേരെ വിപരീതമായ ഒരു പ്രകൃതക്കാരനാണ് പോർത്തോസ്. സംസാരത്തിൽ വലിയൊരു വാചാലനായിരുന്നു; ഉച്ചത്തിലേ സംസാരിക്കുകയുമുള്ളൂ. താൻ പറയുന്നത് ആരെങ്കിലും ശ്രദ്ധിക്കുന്നുണ്ടോ ഇല്ലയോ എന്ന നോട്ടമൊന്നും അയാൾക്കില്ല. പലപ്പോഴും സംസാരിക്കാൻവേണ്ടി സംസാരിക്കുന്നതുപോലെ; സ്വന്തം സംസാരം കേട്ടാസ്വദിക്കാനെന്നപോലെ. ശാസ്ത്രവിഷയങ്ങളൊഴികെ മറ്റെല്ലാത്തിനെക്കുറിച്ചും അയാൾ സംസാരിക്കുമായിരുന്നു. ബാല്യം മുതൽതന്നെ ശാസ്ത്രപണ്ഡിതന്മാരോടുണ്ടായിരുന്ന അനിഷ്ടമാണ് ഇതിനു കാരണം. കാഴ്ചയിൽ ആതോസിനോളം യോഗ്യനല്ല. അയാൾക്ക് അക്കാര്യം അറിയുകയും ചെയ്യാം. അതിനാൽ ആദ്യകാലങ്ങളിൽ സ്നേഹിതരായ മറ്റു പടയാളികൾ വലിയ കൂറൊന്നും അയാളോടു കാണിച്ചിരുന്നില്ല. പക്ഷേ വർണപ്പകിട്ടുള്ള വേഷമണിഞ്ഞ് അയാൾ മാന്യനാകാൻ ശ്രമിച്ചിരുന്നു. എന്നാൽ ഈ സമയത്ത് യോഗ്യനായ ആതോസ് തന്റെ സാധാരണ വേഷമണിഞ്ഞ് അടുത്തെത്തിയാൽ മതി, പോർത്തോസിന്റെ പ്രഭാവം കെടാൻ. എന്നാൽ ഇതിനും പോർത്തോസ് പരിഹാരം കണ്ടുപിടിച്ചിട്ടുണ്ട്. ട്രിവീലിയുടെ സ്വീകരണമുറിയിലും ലൗവ്രിലെ കാവൽമുറിയിലും ഒക്കെ ചെന്നുനിന്ന് സ്വന്തം പ്രേമകഥകൾ പരസ്യമായി വിളംബരം ചെയ്യുന്നതാണ് ആ പ്രവൃത്തി. ഉദ്യോഗസ്ഥന്മാരുടെ ഭാര്യമാരിൽനിന്നും പട്ടാളക്കാരുടെ ഭാര്യമാരെയും ഒക്കെ പ്രേമിച്ച കഥകൾ അയാൾ വിളിച്ചുപറയുമായിരുന്നു. അക്കാലത്ത് അയാൾക്കടുപ്പം ഒരു വിദേശവനിതയോടായിരുന്നു. അവൾക്കും അയാളെ വല്ലാത്ത ഇഷ്ടമായിരുന്നു.

ഒരു പഴമൊഴിയുണ്ട്: "കാര്യസ്ഥനെപ്പോലെ ഭൃത്യനും." അതായത് ആതോസും പോർത്തോസും തമ്മിലുള്ള വ്യത്യാസം പോലെയാണ് ആതോസിന്റെ വേലക്കാരൻ ഗ്രിമൗഡും പോർത്തോസിന്റെ വേലക്കാരൻ മോസ്ക്യൂട്ടനും തമ്മിലുള്ള വ്യത്യാസം.

മോസ്ക്യൂട്ടൻ ഒരു നോർമാനായിരുന്നു – നോർമണ്ടിക്കാരൻ. ബോനിഫസ് എന്ന് യഥാർഥ പേര്. ആ പേരിന് ഒരു തെളിച്ചമില്ലാത്തതുകൊണ്ട് പോർത്തോസ് തന്നെയാണ് മോസ്ക്യൂട്ടൻ എന്ന പുതിയ പേരു നൽകിയത്.

ഒന്നാന്തരം വസ്ത്രവും താമസസ്ഥലവും കിട്ടണമെന്ന വ്യവസ്ഥയിലാണ് മോസ്ക്യൂട്ടൻ ജോലിചെയ്യുന്നത്. ദിവസവും രണ്ടുമണിക്കൂറെങ്കിലും നല്ല വസ്ത്രമണിഞ്ഞ് അയാൾക്കു നടക്കണം. പിന്നെ നല്ല ഭക്ഷണവും വേണം. ഈ വ്യവസ്ഥകൾ മുഴുവൻ പോർത്തോസ് അംഗീകരിച്ചിട്ടുണ്ട്. സ്വന്തം ഉടുപ്പിനെടുക്കുന്ന തുണിയിൽ മിച്ചം വരുന്നതെടുത്ത് അയാൾ വേലക്കാരനും ഉടുപ്പുണ്ടാക്കി. പോർത്തോസിന്റെ തയ്യൽക്കാരൻ

തയ്യലിൽ നിപുണനായിരുന്നു. അയാൾ രണ്ടുപേരെയും അടിമുടി മാറ്റുന്ന രീതിയിൽ യോജിച്ച വസ്ത്രങ്ങൾ നെയ്തുകൊടുത്തു. അങ്ങനെ യജമാനനെ സേവിക്കുന്ന സേവകനും ഒരുത്തമരൂപനായിരുന്നു.

ആറമീസിനെക്കുറിച്ച് ഈ കഥ വായിച്ചുപോന്നപ്പോൾ ഇതിനകം തന്നെ നിങ്ങൾക്ക് കൂടുതൽ വ്യക്തമായിക്കാണും. അയാളുടെ വേലക്കാരനായിരുന്നു ബാസിൻ. യജമാനൻ പൗരോഹിത്യത്തിൽ ചേരുന്നതിനെക്കുറിച്ചുള്ള ചിന്തകളുമായി, അയാൾ എപ്പോഴും കറുത്ത വേഷമേ ധരിക്കാറുള്ളൂ. ഒരു ക്രിസ്ത്യാനിക്ക് അതാണ് യോജിച്ചതെന്നാണ് അയാൾ കരുതുന്നത്. അയാൾ ബെറിക്കോൺകാരനായിരുന്നു; ഒരു മുപ്പത്തിയഞ്ച് നാൽപ്പതു വയസ്സ് പ്രായംവരും. ശാന്തനും പതിഞ്ഞസ്വഭാവക്കാരനുമാണയാൾ. ഒഴിവുനേരങ്ങളിൽ പ്രാർഥനയിലും *ബൈബിൾ* വായനയിലും മുഴുകുന്നു. നല്ലൊന്നാന്തരം പാചകക്കാരനാണയാൾ. മറ്റൊന്നിലും ശ്രദ്ധകൊടുക്കാതെ, കാണുകയോ കേൾക്കുകയോ ചെയ്യാതെ, അയാൾ ജീവിക്കുന്നു. യജമാനനോട് അങ്ങേയറ്റം വിശ്വസ്തനായിരുന്നുവെന്ന് സാരം.

പോരാളികളുടെയും അവരുടെ വേലക്കാരുടെയും സ്വഭാവത്തെപ്പറ്റി മനസിലാക്കിയ സ്ഥിതിക്ക്, ഇനിയവരുടെ വീടുകളെക്കുറിച്ചറിയാം.

ലക്സംബർഗിന് സമീപമുള്ള റൂഫെറൗവിലാണ് ആതോസ് താമസിച്ചിരുന്നത്. അയാളുടെ വീടിന് രണ്ടു മുറികളേയുള്ളൂ; ചെറിയവ. രണ്ടിലും ഭംഗിയായ ക്രമീകരണങ്ങളാണുള്ളത്. ആ വീടിന്റെ ഉടമ ചെറുപ്പവും സുന്ദരിയുമായിരുന്നു. അവിടെ താമസിക്കാൻ വന്ന കാലംമുതൽ അവനോടടുക്കാൻ അവൾ ശ്രമിച്ചതാണ്; പക്ഷേ, ഇതുവരെ നടന്നിട്ടില്ല.

ആതോസിന്റെ മുറികളിൽ അമൂല്യമായ വസ്തുക്കൾ അടുക്കിവച്ചിട്ടുണ്ട്. മിക്കതും അയാളുടെ കഴിഞ്ഞകാല മഹിമ വെളിപ്പെടുത്തുന്നവയായിരുന്നു. ഫ്രാൻസിസ് ഒന്നാമന്റെ കാലത്തെ ഒരു വാൾ അതിലൊന്നാണ്. രത്നങ്ങൾ പതിച്ചവയായിരുന്നു അതിന്റെ കൈപ്പിടി. അതിന് ഇരുനൂറു സ്വർണനാണയങ്ങളുടെ വിലവരും. ദാരിദ്ര്യത്തിന്റെ നെല്ലിപ്പലക കാണുമ്പോഴും അതു വിൽക്കുകയോ പണയപ്പെടുത്തുകയോ ചെയ്യുന്നതിനെപ്പറ്റി അയാൾ ആലോചിച്ചിട്ടേയില്ല. പക്ഷേ പോർത്തോസിന്റെ ജീവിതാഭിലാഷമായിരുന്നു ആ വാൾ കിട്ടുകയെന്നത്. ആ വാളു സ്വന്തമാക്കാൻ തന്റെ ഒരു പതിറ്റാണ്ടുകാലത്തെ ജീവിതം നൽകാൻപോലും പോർത്തോസ് തയാറായിരുന്നു.

ഒരുദിവസം പോർത്തോസ് പ്രഭ്വിയെ കാണാൻ പോയപ്പോൾ ആ വാൾ അന്നേയ്ക്ക് കടംകിട്ടുമോയെന്നുപോലും ആതോസിനോടു ചോദിച്ചിരുന്നു. മറുപടിയൊന്നും പറയാതെ ആതോസ് തന്റെ കൈവശമുള്ള രത്നങ്ങളും ആഭരണങ്ങളും വസ്ത്രത്തിൽ പിടിപ്പിച്ചിരുന്ന നിറംപോയ ലോഹത്തുണ്ടുകൾ തുടങ്ങിയവയെല്ലാം പെറുക്കിയെടുത്ത് പോർത്തോസിന് നൽകുകയാണുണ്ടായത്. പക്ഷേ, ആ വാളിനെ അനക്കുകയില്ലെന്ന് അയാൾ പറഞ്ഞു. അത് അവിടെ ഉറപ്പിച്ചുവച്ചിരിക്കുകയായിരുന്നു. ഉട

മസ്ഥൻ അവിടെനിന്നും മാറി മറ്റൊരിടത്തേക്കു പോകുമ്പോഴല്ലാതെ അതിനെ അവിടെന്നെടുക്കുകയില്ലെന്നും അയാൾ തറപ്പിച്ചു പറഞ്ഞു.

ആ വാളിനു പുറമേ മറ്റൊരു സാധനംകൂടി ആതോസ് ആ മുറിയിൽ സൂക്ഷിച്ചിരുന്നു. ഹെൻറി മൂന്നാമത്തെ കാലത്തെ ഒരു ധീരന്റെ ഛായാചിത്രം! നല്ല മോടിയിൽ വേഷവിധാനം. പരിശുദ്ധാരൂപിയുടെ മുദ്രയും പതിച്ചിട്ടുണ്ട്. ആതോസിന്റെ കുടുംബച്ഛായ ആ ചിത്രത്തിനുള്ളതുപോലെ. എന്തായാലും അയാളുടെ പിൻഗാമികളായ കുതിരപ്പട്ടാളക്കാരിൽ പ്രധാനിയായ ആരോ ഒരാൾ തന്നെയാണയാൾ.

ഇവ രണ്ടും കൂടാതെ, സ്വർണംകൊണ്ടു മോടിപിടിപ്പിച്ച ഒരു പെട്ടിയും അയാളുടെ മുറിയിലുണ്ടായിരുന്നു. ഈ പെട്ടിയിൽ നേരത്തെ പറഞ്ഞ ആ വാളിനെയും ആ ഛായാചിത്രത്തെയും കൊത്തിവച്ചിരിക്കുന്നു. മുറിയിലെ ഒരു പലകയലമാരയിലാണ് അതു സൂക്ഷിച്ചിരുന്നത്. അതിന്റെ ഒരു താക്കോൽ അയാൾ എപ്പോഴും കൂടെക്കൊണ്ടു നടന്നിരുന്നു. പക്ഷേ, ഒരുദിവസം പോർത്തോസിന്റെ മുന്നിൽ വച്ച് അയാൾ ആ പെട്ടി തുറന്നു. അതിനുള്ളിൽ കുറേ കത്തുകളും കടലാസുകളും മാത്രമേ ഉണ്ടായിരുന്നുള്ളൂ. അവയൊക്കെ പ്രേമലേഖനങ്ങളോ കുടുംബപരമായ രേഖകളോ ആകാനേ വഴിയുള്ളൂ.

എന്നാൽ പോർത്തോസിന്റെ വീട് വലിയതും ആകാരഭംഗിയുള്ളതും ആയിരുന്നു. റ്യൂകൊളംബിയയിലായിരുന്നു അത്. ഏതെങ്കിലും സുഹൃത്തുക്കളോടൊന്നിച്ച് അയാൾ തന്റെ വീട്ടിനുമുന്നിലൂടെ പോകുകയാണെങ്കിൽ അയാൾ തലയുയർത്തി തന്റെ വീട് ചൂണ്ടിക്കാണിച്ചുകൊണ്ടു പറയും: "അങ്ങോട്ടു നോക്കൂ..... അതാണെന്റെ വീട്" വേലക്കാരനായ മോസ്ക്യൂട്ടൻ അവിടെ ജനാലയ്ക്കരികിലുണ്ടാകും.

മിക്കപ്പോഴും അയാൾ ആ വീട്ടിലുണ്ടാകില്ല. ആരെയും അങ്ങോട്ടു ക്ഷണിക്കാറുമില്ല. അതിനാൽ പുറമേ കാണുന്ന ആ മോടി വീട്ടിനുള്ളിൽ കാണുമോയെന്ന് ആർക്കുമറിയില്ലതന്നെ.

ആറമീസിന്റെ ചെറിയ വീട്ടിൽ മൂന്നു മുറികളുണ്ട്. സ്വീകരണമുറിയും ഭക്ഷണമുറിയും പിന്നെ ഉറക്കറയും. മൂന്നുമുറികളും താഴത്തെ നിലയിലാണ്. ശുദ്ധവായു ലഭ്യമാക്കുന്ന പൂന്തോട്ടം ചുറ്റിലുമുണ്ട്. തഴച്ചു വളർന്നിട്ടുള്ള മരങ്ങളുള്ളതുകൊണ്ട് സമീപവാസികളുടെ തുറിച്ചുനോട്ടത്തിൽനിന്നും രക്ഷകിട്ടാനുള്ള ഒരു മറയാകുന്നു അവ.

ആർട്ഗ്നന്റെ വീടിനെക്കുറിച്ചും അവന്റെ വേലക്കാരൻ പ്ലാഞ്ചെറ്റിനെക്കുറിച്ചും നമുക്കറിയാവുന്നതാണല്ലോ.

ആർട്ഗ്നൻ പൊതുവെ ജിജ്ഞാസാലുവായിരുന്നു. വിവേകബുദ്ധിയുള്ളവർ പൊതുവെ ജിജ്ഞാസാലുക്കളാണ്. ആതോസും പോർത്തോസും ആറമീസും യഥാർഥത്തിൽ ആരാണെന്നു മനസിലാക്കാനായിരുന്നു ആർട്ഗ്നന്റെ അടുത്ത ശ്രമം.

അവരുടെ പേരുകൾ കപടനാമങ്ങളായി ആർട്ഗ്നനു തോന്നി. ഒരുപക്ഷേ, അവർ ഉത്തമമായ തറവാടുകളിൽ ജനിച്ചവരായിരിക്കാമെന്നും

അവൻ ഊഹിച്ചു. പ്രത്യേകിച്ച് ആതോസ്! അയാൾക്ക് അത്രയ്ക്ക് ഗാംഭീര്യമുണ്ടായിരുന്നു. അതുകൊണ്ട് ആതോസിനെപ്പറ്റിയും ആറമീസിനെപ്പറ്റിയും മനസിലാക്കാൻ പോർത്തോസിനെ ബഹുമാനാർദ്രമായി അവൻ സമീപിച്ചു. അതുപോലെ പോർത്തോസിനെപ്പറ്റി എന്തെങ്കിലും മനസിലാക്കാൻ ആറമീസിനെയും സമീപിച്ചു.

നിശ്ശബ്ദനായി ജീവിക്കുന്ന ആതോസിനെക്കുറിച്ച് നിർഭാഗ്യവശാൽ പോർത്തോസിന് പ്രത്യേകിച്ച് ഒന്നും അറിയില്ലായിരുന്നു. എല്ലാവർക്കും അറിയാവുന്ന കാര്യങ്ങൾ മാത്രമേ അയാൾക്കും അറിയാമായിരുന്നുള്ളൂ. അയാൾക്ക് ദുഃഖകരമായ ഏതോ ഒരു പ്രേമകഥയുണ്ടെന്നു കേട്ടിട്ടുണ്ട്; അത് ആ ധീരനെ ഇപ്പോഴും മഥിച്ചുകൊണ്ടിരിക്കുന്നുവെന്നുമറിയാം. പക്ഷേ, ആരെന്നും എന്തെന്നും ഈ ലോകത്തിലെ ആർക്കും തന്നെയറിയില്ല.

പോർത്തോസിന്റെ ജീവിതം നേരെ തിരിച്ചാണ്. അയാളുടെ ജീവിതത്തിൽ യാതൊരു രഹസ്യവും ഇല്ല. ആകെപ്പാടെയുള്ള രഹസ്യം അയാളുടെ പേരിനെ സംബന്ധിച്ചുള്ളതാണ്. മറ്റു രണ്ടു സുഹൃത്തുക്കളുടെയും യഥാർഥപേര് രഹസ്യമായിത്തന്നെയാണ് നിൽക്കുന്നത്. ഒരു സ്ഫടികത്തിലെന്നപോലെ അയാളുടെ അഹംഭാവസ്വഭാവം ആർക്കും മനസിലാകും. അയാളെപ്പറ്റി അയാൾതന്നെ പറയുന്ന നല്ല കാര്യങ്ങൾ വിശ്വസിച്ചാലേ, അയാളെപ്പറ്റിയുള്ള തെറ്റിദ്ധാരണകൾ ഒരാളിനു മനസിലാകുകയുള്ളൂ.

ആറമീസാകട്ടെ തുറന്ന പ്രകൃതക്കാരനാണ്; ഒരു രഹസ്യവുമില്ല. പക്ഷേ തന്റെ നിഗൂഢമായ കാര്യങ്ങൾ രഹസ്യമാക്കിത്തന്നെ വയ്ക്കാനുള്ള സൂത്രമായിരുന്നു അയാളുടെ ആ പ്രകൃതം. അയാളെക്കുറിച്ചോ മറ്റുള്ളവരെക്കുറിച്ചോ ആരെങ്കിലും എന്തു ചോദിച്ചാലും അയാൾ മറുപടി പറയാറില്ല; പെട്ടെന്നയാൾ വിഷയംതന്നെ മാറ്റിക്കളയും.

ഒരുദിവസം ആർട്ഗ്നൻ പോർത്തോസിനെക്കുറിച്ച് ഓരോന്നു ചോദിച്ച് അയാളെ ശല്യപ്പെടുത്തി. ഏതോ ഒരു രാജകുമാരിയുമായി അയാൾക്കുള്ള സൗഹൃദബന്ധത്തെക്കുറിച്ചുള്ളതായിരുന്നു വിഷയം. വിഷയം മാറ്റാനായി പോർത്തോസ് ആർട്ഗ്നനോടു തിരിച്ചൊരു ചോദ്യം കൊളുത്തി: "അപ്പോൾ സുഹൃത്തേ നിങ്ങളെക്കുറിച്ചുള്ള കഥകളെന്താണ്? മറ്റുള്ളവരുടെ പെണ്ണുങ്ങളെക്കുറിച്ചൊക്കെ പറഞ്ഞല്ലോ..... പക്ഷേ സ്വന്തം കാര്യത്തെക്കുറിച്ചുമാത്രം ഒന്നും പറയുന്നില്ലല്ലോ?"

"ക്ഷമിക്കണം സർ" ആറമീസ് പറഞ്ഞു. "പോർത്തോസിന്റെ കഥകളൊക്കെ ഞാൻ പറഞ്ഞതിനുകാരണം അയാൾക്ക് ഇതിനെപ്പറ്റി രഹസ്യമൊന്നും ഇല്ലാത്തതുകൊണ്ടാണ്. ഇക്കാര്യം അയാൾ പലരോടും തുറന്നു പറയുന്നതു ഞാൻ കേട്ടിട്ടുണ്ട്. പക്ഷേ, ആർട്ഗ്നൻ ഒരു കാര്യം ഓർക്കണം. വേറെയാരെങ്കിലുമാണ് പോർത്തോസിന്റെ ഇക്കഥകൾ പറഞ്ഞിരുന്നതെങ്കിൽ ഞാൻ അതൊരിക്കലും നിങ്ങളോടു പറയുകയില്ലായിരുന്നു."

"അതെനിക്കറിയാം" ആർട്ഗ്നൻ പറഞ്ഞു. "പക്ഷേ നിങ്ങൾക്കും ഏതെങ്കിലും സുന്ദരികളുമായിട്ട് ബന്ധമുണ്ടെന്ന് എനിക്കു തോന്നുന്നു. ആ തുന്നൽപ്പണി ചെയ്ത ഒരു തൂവാല.... അതിന്റെ കഥയെന്താണ്? നമ്മൾ തമ്മിലുള്ള പരിചയം തുടങ്ങിയത് ആ തൂവാലയിലൂടെയാണല്ലോ?"

ഇത്തവണ ആറമീസിന് കോപം വന്നില്ല. അയാൾ ക്ഷമയോടും സൗഹൃദത്തോടും പറഞ്ഞു: "സുഹൃത്തേ, ഞാൻ ഒരു പള്ളിക്കാരനാണെന്നു മറക്കരുത്. ലൗകികജീവിതങ്ങൾ എനിക്കെതിരാണ്. നിങ്ങളന്നു കണ്ട തൂവാല എനിക്കാരും തന്നതല്ല. എന്റെ സുഹൃത്തുക്കളിലൊരാൾ അബദ്ധത്തിൽ എന്റെ മുറിയിൽ ഇട്ടേച്ചുപോയതാണ്. അവരുടെ പ്രേമത്തെപ്രതി ഞാൻ അതെടുത്തു സൂക്ഷിച്ചുവെന്നുമാത്രം അല്ലാതെ എനിക്കു കാമുകിമാരില്ല. അങ്ങനെയൊന്നുണ്ടാകണമെന്ന ആഗ്രഹവുമില്ല. അക്കാര്യത്തിൽ ഞാൻ ബുദ്ധിയുള്ള ആതോസിനെപ്പോലെയാണ്."

"അതു മോശം! നിങ്ങളൊരു പുരോഹിതനല്ലല്ലോ. നിങ്ങൾ ഒരു പോരാളിയല്ലേ?" ആർട്ഗ്നൻ ചോദിച്ചു.

"കർദിനാൾ പറയുന്നതുപോലെ കുറച്ചുകാലത്തേക്കാണു സുഹൃത്തേ. പോരാളിയാകാൻ ആഗ്രഹമുള്ളതുകൊണ്ടല്ല. പുരോഹിതനാകാനാണ് മനസിനുള്ളിലെ ആഗ്രഹം. സത്യമാണ് ഞാൻ പറയുന്നത്. ആതോസും പോർത്തോസുംകൂടി എന്നെ ഈ കൂട്ടത്തിലേക്ക് വലിച്ചിട്ടതാണ്; അത്രയേയുള്ളൂ. അപ്പോളെനിക്കുണ്ടായ ഒരു കുഴപ്പത്തിൽനിന്നും രക്ഷപ്പെടുത്താൻ വേണ്ടി..... നിങ്ങൾക്ക് കേൾക്കാൻ അതു താൽപ്പര്യമുള്ള വിഷയമെന്നു തോന്നുന്നില്ല; അക്കാര്യം പറഞ്ഞ് നിങ്ങളുടെ വിലയേറിയ സമയം ഞാൻ അപഹരിക്കുന്നുമില്ല."

"അങ്ങനെയല്ലേയല്ല" ആർട്ഗ്നൻ പറഞ്ഞു. "എനിക്കതു കേൾക്കാനുള്ള ആഗ്രഹമുണ്ട്. ഇപ്പോഴാണെങ്കിൽ എനിക്ക് അതിനുള്ള സമയവുമുണ്ട്."

"പക്ഷേ, എനിക്കതിനുള്ള സമയമില്ല" ആറമീസ് പറഞ്ഞു. "ഒന്നാമതായി ഇന്നത്തെ പ്രാർഥന ചൊല്ലണം. പിന്നെ മാഡം എയ്ഗ്യുലിൻ ആവശ്യപ്പെട്ട കുറച്ചു കവിതാശകലങ്ങൾ എഴുതണം. പിന്നെ മാഡം ഡിഷിവിറിയസിനുവേണ്ടി കുറച്ചുസാധനങ്ങൾ വാങ്ങാൻ വേണ്ടി റൂസെന്റ് ഓണറോയിയിലേക്കു പോകണം..... അതുകൊണ്ട് താങ്കൾക്ക് ഒന്നിനും തിടുക്കമില്ലെങ്കിലും എനിക്കു നല്ല തിടുക്കമുണ്ട്" ആറമീസ് പറഞ്ഞു.

ആറമീസ് തുടർന്ന് ആ ചെറുപ്പക്കാരന് സ്നേഹത്തോടെ കൈകൊടുത്തു. എന്നിട്ട് വേഗം അവിടെ വിടുകയും ചെയ്തു.

എത്ര ശ്രമിച്ചിട്ടും ആർട്ഗ്നന് ആ മൂന്നു സുഹൃത്തുക്കളെക്കുറിച്ചുള്ള കൂടുതൽ വിവരങ്ങളൊന്നും കിട്ടിയില്ല. കിട്ടിയ വിവരങ്ങൾകൊണ്ട് തൃപ്തിപ്പെടാനേ വകയുണ്ടായിരുന്നുള്ളൂ. പിന്നീട് കൂടുതൽ വിവരങ്ങൾ ലഭിക്കുമെന്ന് അവൻ കരുതി. അതേസമയം ആതോസിനെ ഒരു ആഖിലസായും പോർത്തോസിനെ ഒരു അജാക്സായും ആറമീസിനെ ഒരു

ജോസഫായും അവൻ കരുതി.

പിന്നീടുള്ള ദിവസങ്ങളിൽ ആ നാലു യുവസുഹൃത്തുക്കളും തികച്ചും ആനന്ദത്തിൽ കഴിച്ചുകൂട്ടി. ആതോസ് അധികനേരവും കളികളിൽ മുഴുകി. പക്ഷേ, എല്ലായ്പ്പോഴും അയാൾ തോൽക്കുകയാണുണ്ടായത്. എങ്കിലും സുഹൃത്തുക്കളിൽനിന്നും ഒരു നയാക്കാശുപോലും അയാൾ കടംവാങ്ങിയില്ല. പക്ഷേ, ആവശ്യക്കാർക്കു കൊടുക്കാൻ അയാൾ എപ്പോഴും സന്നദ്ധനായിരുന്നു. ഏതെങ്കിലും സാഹചര്യത്തിൽ കടംപറയേണ്ട ഇടയുണ്ടായാൽ പിറ്റേന്ന് അതിരാവിലെതന്നെ അയാൾ പണം തിരിച്ചുകൊടുത്തിരിക്കും.

കളിയിൽ എപ്പോഴും ഭാഗ്യം കിട്ടുന്നത് പോർത്തോസിനാണ്. ജയിക്കുമ്പോഴൊക്കെ അയാൾ അണിഞ്ഞൊരുങ്ങി നെഞ്ചുവിരിച്ചു നടക്കും. എന്നാൽ തോറ്റുപോയാലോ കുറേദിവസത്തേക്ക് അയാൾ അവിടെനിന്നും അപ്രത്യക്ഷനാകും. പിന്നെ പ്രത്യക്ഷപ്പെടുമ്പോൾ വിളറിയ മുഖവും മെലിഞ്ഞുണങ്ങിയ ശരീരവുമായിരിക്കും; പക്ഷേ കൈയിൽ അപ്പോൾ ധാരാളം പണമുണ്ടായിരിക്കും.

എന്നാൽ ആറമീസാകട്ടെ കളിച്ചിട്ടേയില്ല. അയാൾക്കെപ്പോഴും ഗൗരവമുള്ള എന്തെങ്കിലും ചെയ്യാനുണ്ടാകും. ചിലപ്പോൾ അത്താഴത്തിന് എല്ലാവരും വീഞ്ഞിന്റെ ലഹരിയിലും സംസാരത്തിന്റെ ചൂടിലും നിറഞ്ഞു മണിക്കൂറുകളോളം നിൽക്കുമ്പോഴായിരിക്കും ആറമീസ് തന്റെ വാച്ചുനോക്കി എഴുന്നേൽക്കുന്നത്. പിന്നെ പുഞ്ചിരിച്ചുകൊണ്ട് ഒരൊറ്റപ്പോക്കാണ്. ഒരാളിനെ കാണേണ്ട പ്രധാന കാര്യമുണ്ടെന്നു പറഞ്ഞായിരിക്കും പോകുന്നത്. ചിലപ്പോഴാകട്ടെ എന്തെങ്കിലും എഴുതാനുണ്ടെന്നും പറഞ്ഞുകൊണ്ടായിരിക്കും വീട്ടിലേക്കു പായുന്നത്. ആരുംവന്ന് തന്നെ ശല്യപ്പെടുത്തരുതേയെന്ന് അപേക്ഷിച്ചുകൊണ്ടായിരിക്കും ആ പോക്ക്.

ഇതു കാണുമ്പോൾ ആതോസ് ഒന്നു ചിരിക്കുകമാത്രം ചെയ്യും. ആകർഷണീയമായ ഒരു വിഷാദച്ചിരി! പോർത്തോസാകട്ടെ വീണ്ടും വീഞ്ഞു കുടിച്ചുകൊണ്ട് ഉറക്കെപ്പറയും, ആറമീസിന് വല്ല ഗ്രാമത്തിലും ഒരു പുരോഹിതനാകാനുള്ള യോഗ്യതയേ ഉള്ളൂയെന്ന്.

ആർട്ഗ്നന്റെ വേലക്കാരൻ പ്ലാഞ്ചെറ്റിന് ഭാഗ്യം ഏറിവന്നു. ദിവസവും മുപ്പതു സോസ് കിട്ടാറുണ്ട്. ആദ്യമാസത്ത് എല്ലാദിവസവും അയാൾ വൈകുന്നേരം വീട്ടിലേക്കു മടങ്ങിപ്പോരും. യജമാനന് സന്തോഷം പകരുന്നതായിരുന്നു അയാളുടെ ലക്ഷ്യം. പക്ഷേ, ലൂയി 12-ാമൻ നൽകിയിരുന്ന സ്വർണനാണയങ്ങൾ തീർന്നു തുടങ്ങിയപ്പോൾ, സാമ്പത്തിക ബുദ്ധിമുട്ടിന്റെ കാറ്റുവീശിത്തുടങ്ങിയതോടെ പ്ലാഞ്ചെറ്റ് തന്റെ ആവലാതികൾ പ്രദർശിപ്പിച്ചുതുടങ്ങി. അയാളുടെ ആ പെരുമാറ്റം ആതോസിനു രസിച്ചില്ല. ആതോസ് അത് അയാളുടെ മര്യാദകേടായും പോർത്തോസ് അയാളുടെ വിഡ്ഢിത്തമായും കരുതി. അയാളെ എത്രയും വേഗം പറഞ്ഞയയ്ക്കണമെന്ന് ആതോസ് ആർട്ഗ്നനെ ഉപദേശിക്കുകയും ചെയ്തു. നല്ലൊരടികിട്ടാത്തതുകൊണ്ടാണെന്നായിരുന്നു ആറമീസിന്റെ അഭി

പ്രായം.

"നിങ്ങൾക്കു മൂന്നുപേർക്കും ഇങ്ങനെയൊക്കപ്പറയാൻ വളരെ എളുപ്പമാണ്" ആർട്ഗ്നൻ തുടർന്നു പറഞ്ഞു. "ആതോസാണെങ്കിൽ ഒരക്ഷരം ഉരിയാടാതെയാണ് ട്രിമൗഡിനൊപ്പം ജീവിക്കുന്നത്. അയാൾ അവനെ മിണ്ടാൻ അനുവദിക്കില്ല. അതിനാൽ അവിടെ പ്രശ്നങ്ങളും ഉണ്ടാകുന്നില്ല. പിന്നെ പോർത്തോസ്; അയാളാണെങ്കിൽ ജീവിതം അടിച്ചുപൊളിച്ചല്ലേ നീക്കുന്നത്. മോസ്ക്യൂട്ടൻ അതിനാൽ അയാളെ ദൈവത്തെപ്പോലെയാണ് കാണുന്നത്. ആറമീസാകട്ടെ എപ്പോഴും വായനയും പഠനവും. ഭക്തനായതുകൊണ്ട് ആറമീസിനോട് ബാസിനു വലിയ ബഹുമാനമാണ്. എനിക്കാണെങ്കിൽ പണമില്ലല്ലോ. ഞാൻ ഒരു പടയാളിയല്ലല്ലോ; വെറുമൊരു കാവൽഭടൻ പോലുമല്ല. അങ്ങനെയിരിക്കുന്ന സ്ഥിതിക്ക് എന്റെ വേലക്കാരൻ എന്നെ ബഹുമാനിക്കണമെന്ന് ഞാനാശിക്കുന്നതിൽ അർഥമെന്താണ്? എന്നെ സ്നേഹിപ്പിക്കാനോ ഭയപ്പെടാനോ ബഹുമാനിക്കാനോയുള്ള യാതൊന്നും എനിക്കയാളോടു ചെയ്യാനാവില്ല."

"പക്ഷേ ഇതൽപ്പം കൂടിപ്പോയി" സുഹൃത്തുക്കൾ മൂവരും പറഞ്ഞു. "ഇതൊരു കുടുംബകാര്യമാണ്. വേലക്കാർ പലപ്പോഴും പെണ്ണുങ്ങളെപ്പോലെയാണ്. അവരെ നിർത്തേണ്ടിടത്തുതന്നെ നിങ്ങൾ നിർത്തണം. അതുകൊണ്ട് പ്ലാഞ്ചെറ്റിനെ നിലയ്ക്കുനിർത്താൻ നിങ്ങൾ തന്നെ എന്തെങ്കിലും പോംവഴി കണ്ടെത്തണം."

ആർട്ഗ്നൻ എന്തെങ്കിലും പോംവഴി ലഭിക്കാൻ ആലോചിച്ചു. തൽക്കാലം രണ്ടു തല്ലു നൽകുന്നതാണ് നല്ലതെന്ന് അവൻ തീരുമാനിച്ചു. ഇക്കാര്യംതന്നെ ചെയ്യണമെന്ന് അവൻ വീണ്ടും ആലോചിച്ചുറച്ചു. തല്ലുകൊണ്ട വേലക്കാരൻ അവിടെനിന്നും വിട്ടുപോകാനൊരുങ്ങിയപ്പോൾ അവൻ അതു വിലക്കി. അവൻ പറഞ്ഞു: "ഇപ്പോഴത്തെ ബുദ്ധിമുട്ടുകൾ ഭാവിയിലുണ്ടാകില്ല. എന്തായാലും നല്ലകാലമാണ് ഇനിയുണ്ടാകുക. എന്റെകൂടെ താമസിച്ചാൽ നിനക്ക് തീർച്ചയായും ഗുണമേ ഉണ്ടാകൂ. ഭാവിയിൽ കിട്ടാൻ പോകുന്ന സൗഭാഗ്യങ്ങളെ നശിപ്പിക്കാൻ ഇടയാക്കുന്ന രീതിയിൽ ഇവിടം വിട്ടുപോകാൻ ആഗ്രഹിക്കുന്ന നിന്നെ നഷ്ടപ്പെടുത്താൻ ഞാൻ ആഗ്രഹിക്കുന്നില്ല."

ആർട്ഗ്നൻ വേലക്കാരനെ സംബന്ധിച്ചുള്ള ഇത്തരത്തിലുള്ള ഒരു തീരുമാനമെടുത്തപ്പോൾ മൂന്നു സുഹൃത്തുക്കൾക്കും അവനോടു ബഹുമാനമാണ് തോന്നിയത്. പ്ലാഞ്ചെറ്റിനും അത്ഭുതവും ബഹുമാനവും തോന്നി. അവിടം വിട്ടുപോകുന്നതിനെപ്പറ്റി അയാൾ പിന്നെ പറഞ്ഞതേയില്ല.

നാലുപേരും സഹോദരന്മാരെപ്പോലെ ജീവിച്ചു; മുഴുവൻ സമയവും ഒന്നിച്ചുനടന്നു. നാട്ടിൽനിന്നും പട്ടണത്തിൽവന്ന, നാട്ടുനടപ്പൊന്നും അറിയാത്ത ആർട്ഗ്നൻ, വളരെ താമസിയാതെതന്നെ മറ്റുമൂവരും ചെയ്യുന്നതുപോലെ വിവിധ പ്രവർത്തനങ്ങളിൽ മുഴുകി.

തണുപ്പുകാലത്ത് എട്ടുമണിക്കും വേനൽക്കാലത്ത് ആറുമണിക്കും അവൻ ഉണരും. ട്രിവീലിയുടെ വീട്ടിൽചെന്ന് ഹാജർ വയ്ക്കുകയാണ് അവരുടെ ആദ്യജോലി; അവിടെയുള്ള വിശേഷങ്ങളും അന്നത്തെ വിവിധ ജോലികളും അപ്പോഴാണറിയുന്നത്. ആർട്ഗ്നൻ യഥാർഥത്തിൽ ഒരു പോരാളിയല്ലെങ്കിലും ജോലിയോടുള്ള ഭക്തികൊണ്ട് അവനും അവിടെ കൃത്യനിഷ്ഠയോടെ ചെല്ലുമായിരുന്നു. ഡ്യൂട്ടിയിൽനിൽക്കുന്ന ആളാരായാലും അവരോടു അവൻ ചങ്ങാത്തംകൂടി. പടയാളികളുടെയിടയിൽ അവൻ വളരെവേഗം ഒരു പരിചയക്കാരനും ചങ്ങാതിയുമായി മാറി. പ്രഥമ ദൃഷ്ടിയിൽത്തന്നെ അവനോടു താൽപ്പര്യം തോന്നിയിരുന്ന ട്രിവീലി അവനോടുള്ള സ്നേഹത്തെപ്രതി രാജാവിനോട് അവനെ ശുപാർശ ചെയ്യുന്നതിൽ മടികാണിച്ചില്ല.

മൂന്നു പോരാളികൾക്കും യുവാവായ ഈ ചങ്ങാതിയോടു വളരെയിഷ്ടമായിരുന്നു. ആ കൂട്ടുകെട്ട് അവരെ ഒന്നാക്കി. എല്ലാക്കാര്യത്തിനും ബാക്കി മൂവരുമില്ലാതെ ഒന്നും ചെയ്യാനാവില്ലെന്ന സ്ഥിതി ഓരോരുത്തർക്കുമുണ്ടായി. ദ്വന്ദ്വയുദ്ധത്തിനായാലും വിവിധ ജോലികളിലേർപ്പെടാനായാലും വിനോദത്തിലേർപ്പെടാനായാലും അവർ പരസ്പരം നിഴൽപോലെ എവിടെയും നീങ്ങി.

ഇതേസമയം തന്റെ എല്ലാ വാക്കുകളും നടപ്പിലാക്കാൻ ഉത്സുകനായിരുന്നു ട്രിവീലി. ഒരുദിവസം രാജാവ് ഡെസസാർട്ടിനോട് ആർട്ഗ്നനെ തന്റെ പട്ടാളത്തിൽ കാവൽഭടന്മാരുടെ കമ്പനിയിൽ ഒരു സാധാരണ പട്ടാളക്കാരനാക്കാൻ ആവശ്യപ്പെട്ടു. പട്ടാളക്കാരന്റെ യൂണിഫോമിട്ടപ്പോൾ അവൻ ദീർഘമായൊന്നു നിശ്വസിച്ചു. പത്തുകൊല്ലം മുമ്പു മരിച്ചാലും വേണ്ടില്ല പോരാളിയുടെ ഒരു ഉടുപ്പുകിട്ടിയതിൽ അവൻ സന്തോഷിച്ചു. രണ്ടുവർഷത്തെ പരിശീലനം പൂർത്തിയാക്കണമെന്നും രാജാവു പറഞ്ഞു. തനിക്കുവേണ്ടി എന്തെങ്കിലും പ്രത്യേകമായ സേവനം ചെയ്യുകയാണെങ്കിൽ പരിശീലനകാലയളവ് കുറയ്ക്കാമെന്നും രാജാവ് പറഞ്ഞു. അല്ലെങ്കിൽ മറ്റെന്തെങ്കിലും ധീരമായ പ്രവർത്തനം കാഴ്ചവയ്ക്കണം. ഈ വ്യവസ്ഥകളുടെ ഉറപ്പിന്മേൽ ആർട്ഗ്നൻ അവിടെനിന്നും പോയി. പിറ്റേദിവസംതന്നെ ഡെസസാർട്ടിന്റെ കീഴിൽ പരിശീലനത്തിന് പ്രവേശിക്കുകയും ചെയ്തു.

ആർട്ഗ്നൻ തന്റെ ജോലി ചെയ്യുമ്പോൾ ഓരോ ദിവസവും ആതോസും പോർത്തോസും ആറമീസും അവനെ മാറിമാറി സഹായിച്ചു. ഡെസസാർട്ടിന്റെ കമ്പനിയിൽ ആർട്ഗ്നനെന്ന ഒരാളിനെ ചേർത്തപ്പോൾ നാലു പേരെയാണ് ആ കമ്പനിക്ക് യഥാർഥത്തിൽ കിട്ടിയത്.

8

കൊട്ടാരത്തിലെ ഒരു കെണി

ലൂയി പതിമൂന്നാമൻ കൊടുത്ത നാൽപ്പതു സ്വർണനാണയങ്ങൾ ലോകത്തിലെ മറ്റെല്ലാ വസ്തുക്കളെയും പോലെതന്നെ ആ സുഹൃത്തുക്കളുടെ കൈയിലും തീർന്നുപോയി. അതോടെ ആ നാലുപേരും പാരവശ്യരായി. ആതോസാണ് ആദ്യം തന്റെ കൈവശമുണ്ടായിരുന്നതെല്ലാം സുഹൃത്തുക്കൾക്കുവേണ്ടി ചെലവഴിച്ചത്.

തുടർന്ന് പോർത്തോസാണ് ചെലവാക്കേണ്ടിയിരുന്നത്. അയാൾ പതിവുപോലെ ഒന്നു ചുറ്റിക്കറങ്ങിവന്നു. മടങ്ങിവന്നപ്പോൾ നാലുപേർക്കും രണ്ടാഴ്ചത്തേക്കാവശ്യമായ പണം അയാൾ കൊണ്ടുവന്നിരുന്നു. പിന്നെ ആറമീസിന്റെ ജോലിയായിരുന്നു. അയാളും എങ്ങനെയോ കുറച്ചു സ്വർണനാണയങ്ങൾ ഒപ്പിച്ചുകൊണ്ടുവന്നു. കുറച്ചു ദൈവശാസ്ത്രഗ്രന്ഥങ്ങൾ വിറ്റാണ് താൻ അതുണ്ടാക്കിയതെന്നാണ് അയാൾ പറയുന്നത്.

ഈവിധം ലഭിച്ച പണമൊക്കെ തീർന്നപ്പോൾ അവർ ട്രിവീലിയുടെ അരികിൽപ്പോയി; തങ്ങളുടെ ശമ്പളത്തുക കുറച്ചു മുൻകൂർ വാങ്ങാനായിരുന്നു അത്. പക്ഷേ ട്രിവീലി കൊടുത്ത തുകകൊണ്ടൊന്നും അവർക്ക് ഒന്നിനും മതിയാകുമായിരുന്നില്ല. മൂന്നു പോരാളികൾക്കും അപ്പോൾത്തന്നെ വളരെ കടമുണ്ടായിരുന്നു. നാലാമത്തെ കാവൽഭടനായ ആർട്ഗ്നനാകട്ടെ ചെലവാക്കാനായി ഒരു ചില്ലിക്കാശുപോലും ഉണ്ടായിരുന്നില്ല.

നിവൃത്തിയില്ലാതെ വന്നപ്പോൾ അവർ കഠിനമായി പരിശ്രമിച്ചതിന്റെ ഫലമായി എട്ടോ പത്തോ സ്വർണനാണയങ്ങൾകൂടി അവർക്കു ലഭിച്ചു. പക്ഷേ, അതുപയോഗിച്ച് പോർത്തോസ് ചൂതുകളിച്ചു. നിർഭാഗ്യമെന്നു പറയട്ടെ കൈയിലുള്ളതും പോയി, പുതുതായി ഇരുപത്തിയഞ്ചു സ്വർണനാണയത്തിന്റെ കടവുമുണ്ടായി.

പണമില്ലാതെ വന്നപ്പോൾ അവർ കടുത്ത വിഷാദത്തിലായി. പട്ടിണിയിൽ അവർ തെരുവിൽ അങ്ങോട്ടുമിങ്ങോട്ടും നടന്നു. അവരുടെ വേലക്കാരും ഒപ്പം വിശന്നലഞ്ഞു. വിശപ്പടക്കാനായി എന്തെങ്കിലും കിട്ടാൻ അവർ മറ്റു പോരാളികളുടെ അരികിൽ ചെന്നു. ആറമീസിന്റെ നിർദേശപ്രകാരമാണ് അവർ അങ്ങനെ ചെയ്തത്. തന്റെ നല്ലകാലത്ത് ആറമീസ് അവർക്ക് ധാരാളം ഭക്ഷണം കൊടുത്തിട്ടുള്ളതായിരുന്നു.

ആതോസിനു നാലു പ്രാവശ്യം ക്ഷണം കിട്ടി. അപ്പോഴൊക്കെ സുഹൃത്തുക്കളെയും വേലക്കാരെയും കൂട്ടിക്കൊണ്ടാണ് അയാൾ പോയത്. പോർത്തോസിന് ആറു ക്ഷണങ്ങൾ കിട്ടി. അയാളും തന്റെ മറ്റു സുഹൃത്തുക്കളെയും വേലക്കാരെയും കൂട്ടി. ആറമീസിനാകട്ടെ എട്ട് അവസരങ്ങൾ ലഭിച്ചു. എല്ലാവരും അയാളുടെ പിന്നാലെയും പോയിരുന്നു.

നിർഭാഗ്യവശാൽ ആർട്ഗ്നന് പരിചയക്കാർ ആരുമുണ്ടായിരുന്നില്ല. അവനാകപ്പാടെ ചെയ്യാനായത് ഒരു പുരോഹിതന്റെ വീട്ടിൽനിന്നും ചായ കിട്ടുന്നതിനായിരുന്നു. ആ പുരോഹിതനും അവനെപ്പോലെതന്നെ ഒരു ഗാസ്കനായിരുന്നു. ഇതിനുപുറമേ ഒരു അത്താഴവും അവൻ ഒപ്പിച്ചു; അതൊരു കാവൽഭടന്റെ വീട്ടിൽനിന്നായിരുന്നു. അവൻ തന്റെ കൂട്ടരെ മുഴുവൻ ആ പുരോഹിതന്റെ വീട്ടിലേക്കു കൊണ്ടുപോയി. അവിടെ പ്രഭാതഭക്ഷണത്തിനുണ്ടായിരുന്നതു മുഴുവൻ തിന്നുതീർത്തശേഷമാണ് ആ കാവൽഭടന്റെ വീട്ടിൽ ഉച്ചഭക്ഷണത്തിനു പോയത്. അയാളും അവരെ നന്നായിത്തന്നെ സൽക്കരിച്ചു. പക്ഷേ പ്ലാഞ്ചെറ്റ് അപ്പോൾ പറഞ്ഞതുപോലെ, "എത്ര വിളമ്പിയാലും ഒരാൾക്കു പറ്റുന്നതല്ലേ കഴിക്കാനാകൂ."

ആർട്ഗ്നന് അൽപ്പം ലജ്ജതോന്നി; തന്റെ സുഹൃത്തുക്കളുടെ ഔദാര്യത്തിൽ താൻ എത്രതവണയാണ് നന്നായി ഭക്ഷണം കഴിച്ചത്. എന്നിട്ട് തനിക്ക് അവർക്ക് നൽകാനായത് വെറും ഒന്നരഭക്ഷണമാണ്. ആ പുരോഹിതന്റെ വീട്ടിൽവച്ചു നൽകിയ പ്രഭാതഭക്ഷണത്തെ ഒരു ഭക്ഷണമായേ കരുതാനാകൂ. ആതോസിനോടും പോർത്തോസിനോടും ആറമീസിനോടും കടപ്പെട്ടിരിക്കുന്നതായി അവനു തോന്നി. യഥാർഥത്തിൽ ഒരുമാസം മുഴുവൻ സ്വന്തം ചെലവിൽ അവൻ അവരെ തീറ്റിപ്പോറ്റിയതാണ്. അക്കാര്യം അവൻ മറന്നുകൊണ്ട് അസ്വസ്ഥനായി. താനും തന്റെ മൂന്നു സുഹൃത്തുക്കളും ചെറുപ്പക്കാരാണ്; മിടുക്കന്മാരുമാണ്; തങ്ങൾക്ക് ജീവിതത്തിൽ വ്യക്തമായ ലക്ഷ്യം വേണമെന്ന് അവനു തോന്നി. തമാശയ്ക്കും അല്ലാതെയും കാണുന്നവരോടെതിർത്ത് വെറുതെ അലഞ്ഞുതിരിഞ്ഞു നടക്കുന്നതിലെന്താണർഥം? ആർട്ഗ്നൻ ആലോചിച്ചു.

അവരങ്ങനെ നാലുപേർ – പരസ്പരം സ്നേഹസഹകരണത്തോടുള്ളവർ. ജീവിക്കാൻ പരസ്പരം പണം ചെലവാക്കിയും ഐക്യത്തോടെ മുന്നേറിയും ഒരിക്കലും അടിയറവു പറയാതെയും അവർ വിലസി. എന്തു ലക്ഷ്യംവച്ചാലും നേടാനാകുമെന്ന് അവനു തോന്നി. തങ്ങൾ എല്ലാവരും

കൂടിച്ചേർന്ന് കരുത്തുറ്റ ഒരു സംഘമാണെന്നും എന്തും എളുപ്പത്തിൽ നേടാനാകുമെന്നും സുഹൃത്തുക്കൾ ആലോചിക്കാതിരുന്നതായിരുന്നു ആർട്ഗ്നനെ അത്ഭുതപ്പെടുത്തിയത്.

ആർട്ഗ്നൻ വീണ്ടും മനസിരുത്തി ചിന്തിച്ചു. നാലിരട്ടി ശക്തിയുള്ള സ്വന്തം സംഘത്തെ എങ്ങനെ പ്രയോജനകരമാക്കാമെന്ന് അവൻ ഗൗരവമായിത്തന്നെ ചിന്തിച്ചു. ആർക്കിമിഡീസിന്റെ ലിവർപോലെ തങ്ങളുടെ ശക്തികൊണ്ട് ഈ ലോകത്തെത്തന്നെ ചലിപ്പിക്കാമെന്ന് അവനു തോന്നി.

പെട്ടെന്ന് ആരോ വാതിലിൽ മുട്ടുന്ന ശബ്ദം അവൻ കേട്ടു. പ്ലാഞ്ചെറ്റിനെ തട്ടിയുണർത്തിയശേഷം വാതിൽ തുറക്കാൻ ആർട്ഗ്നൻ അയാളോടു പറഞ്ഞു.

പ്ലാഞ്ചെറ്റിനെ തട്ടിയുണർത്തിയെന്നു പറയുമ്പോൾ സമയം രാത്രിയായിരുന്നെന്നോ, നേരം വെളുത്തുവരുന്നതേയുള്ളൂയെന്നും വായനക്കാർ തെറ്റിദ്ധരിക്കരുതേ. യഥാർത്ഥത്തിൽ നാലുമണിയടിച്ചതേയുള്ളു അപ്പോൾ. രണ്ടുമണിക്കൂർ മുമ്പ് വിശന്നപ്പോൾ കുറച്ചു ഭക്ഷണം വേണമെന്ന് പറഞ്ഞുകൊണ്ട് പ്ലാഞ്ചെറ്റു വന്നിരുന്നു. കൊടുക്കാൻ ഭക്ഷണമില്ലാതെ വന്നപ്പോൾ ആർട്ഗ്നൻ 'ഉറങ്ങിയാൽ വിശപ്പറിയില്ല' എന്ന ഒരു ചൊല്ലുമാത്രം പറഞ്ഞു. അങ്ങനെ പ്ലാഞ്ചെറ്റ് പോയിക്കിടന്നതാണ്, വിശപ്പറിയാതെ ഉറക്കത്തിനുവേണ്ടി.

വാതിൽ തുറന്നപ്പോൾ കച്ചവടക്കാരനെന്നു തോന്നിക്കുന്ന ഒരു മാന്യൻ നിൽക്കുന്നു. അയാൾ പ്ലാഞ്ചെറ്റിനൊപ്പം ആർട്ഗ്നന്റെ അരികിൽ വന്നു. മാറിനിന്ന് അവരുടെ സംസാരം കേൾക്കാൻ പ്ലാഞ്ചെറ്റ് ആഗ്രഹിച്ചു. സാധാരണ ഭക്ഷണത്തിനിടയിലെ ഒരു പ്രത്യേകപലഹാരം കഴിക്കുന്നതുപോലെ! പക്ഷേ, വന്നയാൾ പറഞ്ഞത് വളരെ പ്രധാനപ്പെട്ടതും രഹസ്യവുമായ ഒരു കാര്യം പറയാനുണ്ടെന്നും ഒറ്റയ്ക്കാണെങ്കിലേ പറയാനാകൂവെന്നുമാണ്.

ആർട്ഗ്നൻ പ്ലാഞ്ചെറ്റിനെ അവിടെനിന്നും പറഞ്ഞുവിട്ടു. തുടർന്ന് സന്ദർശകനോട് ഇരിക്കാൻ പറഞ്ഞു.

ഒരുനിമിഷത്തേക്ക് ഇരുവരും സംസാരിച്ചില്ല. അവർ മുഖത്തോടു മുഖം നോക്കിയിരുന്നു. അവസാനം ആർട്ഗ്നൻതന്നെ സംസാരം തുടങ്ങാനായി അയാൾ ഒന്നു തലകുനിച്ചു.

"സർ അങ്ങ് വലിയ ധീരനായ ഒരു ചെറുപ്പക്കാരനാണെന്ന് ഞാൻ കേട്ടിട്ടുണ്ട്" ആ സന്ദർശകൻ പറഞ്ഞു. "സത്യമായും നിങ്ങളങ്ങനെയായതിനാൽ ഒരു രഹസ്യമറിയിക്കാനാണ് ഞാനിവിടെ വന്നത്."

"പറയൂ..... താങ്കൾ അതു പറഞ്ഞോളൂ...." എന്തോ ഗുണമുള്ള കാര്യം അയാളുടെ വരവിൽ ആർട്ഗ്നൻ മണത്തതുപോലെ.

സന്ദർശകൻ അൽപ്പനേരം നിശ്ശബ്ദനായിരുന്നു. തുടർന്നു പറഞ്ഞു: "എനിക്കൊരു ഭാര്യയുണ്ട്. രാജ്ഞിയുടെ ദാസിയാണവൾ. സൗന്ദര്യത്തിലും ബുദ്ധിക്കും അവൾക്കൊരു കുറവുമില്ല. മൂന്നുവർഷം മുമ്പാണ്

ഞാനവളെ കല്യാണം കഴിച്ചത്; രാജ്ഞിയുടെ ഒരുയർന്ന വേലക്കാരനായിരുന്നു അവളുടെ തലതൊട്ടപ്പനും രക്ഷിതാവും. ഒരു ലാപോർട്ടി. അതുകൊണ്ട് സ്ത്രീധനം ലഭിച്ചില്ലെങ്കിലും ഞാൻ അവളെ വിവാഹം കഴിച്ചു."

"അതെയോ?" ആർട്ഗ്നൻ ചോദിച്ചു.

"അതെ സർ" സന്ദർശകൻ തുടർന്നു. "പക്ഷേ എന്റെ ഭാര്യയെ ഇന്നു പുലർച്ചെ ആരോ തട്ടിക്കൊണ്ടു പോയിരിക്കുകയാണ്; അവൾ ജോലി കഴിഞ്ഞ് പുറത്തിറങ്ങുമ്പോഴായിരുന്നു സംഭവം."

"ആരാണവളെ തട്ടിക്കൊണ്ടുപോയത്?" ആർട്ഗ്നൻ ചോദിച്ചു.

"എനിക്കത് ഉറപ്പില്ല; പക്ഷേ, ഒരാളെ സംശയമുണ്ട്."

"നിങ്ങൾ സംശയിക്കുന്ന അയാൾ ആരാണ്."

"കുറേക്കാലമായി അവളുടെ പിന്നാലെ ചുറ്റിനടക്കുന്ന ഒരാളുണ്ട്. അയാളെ."

"അതു കഷ്ടമാണല്ലോ!"

"ഇനിയുമെനിക്കൊരു കാര്യം പറയാനുണ്ട് സർ." ആ സന്ദർശകൻ പറഞ്ഞു. "പ്രേമത്തെക്കാൾ രാഷ്ട്രീയമാണ് ഈ തട്ടിക്കൊണ്ടുപോകലിനു കാരണമെന്ന് ഞാൻ തികച്ചും വിശ്വസിക്കുന്നു സർ."

"പ്രേമത്തെക്കാൾ രാഷ്ട്രീയമാണ് കാരണമെന്നോ?" ആർട്ഗ്നൻ പുനർമന്ത്രണം നടത്തി. "എന്താണ് താങ്കൾ സംശയിക്കുന്നത്? ആരെയാണ്?"

"എന്റെ സംശയം ഞാൻ പറയണമോ വേണ്ടയോയെന്ന് എനിക്ക് അറിയില്ല സർ" അയാൾ പറഞ്ഞു.

"ഞാനൊന്നു പറഞ്ഞോട്ടെ....." ആർട്ഗ്നൻ പറഞ്ഞു. "യഥാർഥത്തിൽ ഞാൻ ഒന്നും നിങ്ങളോടാവശ്യപ്പെട്ടിരുന്നില്ല. നിങ്ങളല്ലേ ഇങ്ങോട്ടു പോന്നത്. നിങ്ങളാണ് എന്നോടൊരു രഹസ്യം പറയാനുണ്ടെന്നു പറഞ്ഞതും. ഇനി നിങ്ങളുടെ ഇഷ്ടംപോലെ ചെയ്യാം. വേണമെങ്കിൽ പറയാം. അല്ലെങ്കിൽ ഇവിടെനിന്നു പോകാം."

"അതല്ല സർ. ഞാൻ പോയാൽ ശരിയാകില്ല. നിങ്ങളെക്കണ്ടാൽ ഒരു ആത്മാർഥതയുള്ള ചെറുപ്പക്കാരനായിത്തോന്നുന്നു. എനിക്കു നിങ്ങളെ വിശ്വാസമുണ്ട്. എന്റെ ഭാര്യയെ തട്ടിക്കൊണ്ടുപോയത് അവളോടുള്ള പ്രേമംകൊണ്ടൊന്നുമല്ല. വേറൊരാളുടെ പ്രേമവുമായി അതിന് ബന്ധമുണ്ട്."

"നിങ്ങൾ മാഡം ബോയ്സ് ട്രേസിയെക്കുറിച്ചാണോ പറയുന്നത്?" ആർട്ഗ്നൻ ചോദിച്ചു. കൊട്ടാരത്തിലെ പ്രേമകഥകളെക്കുറിച്ച് തനിക്കു നന്നായിട്ടറിയാമെന്ന് കാണിക്കാൻ വേണ്ടിയാണ് അവൻ ചോദിച്ചത്.

"അതിനെക്കാൾ കൂടിയ ആളാണ് സർ."

"മാഡം എയ്ഗ്വ്യുലിൻ?"

"അതിനെക്കാൾ കൂടിയ ആളാണ്."

"മാഡം ഷെവ്റ്യൂസ്?"

"അതിലും കൂടിയയാളാണ് സർ."

മറ്റൊരാളിന്റെ പേർ കൂടി ആർട്ഗ്നൻ പറയാനാഞ്ഞു. പെട്ടെന്ന് അവൻ ആ പേര് പൂർത്തിയാക്കിയില്ല; "രാ...."

"അതെ സർ. സാർ ഇപ്പോൾ പറയാൻപോയ ആൾ തന്നെ" അയാൾ ഭയചകിതനായി പറഞ്ഞു. അവ്യക്തമായാണ് അയാൾ ഇതുപറഞ്ഞതും.

"ആരുമായിട്ടാണ് അവർക്ക് പ്രേമം?" ആർട്ഗ്നൻ ചോദിച്ചു.

"ആ പ്രഭുവല്ലാതെ വേറാരുമായിട്ടാണ് സർ?"

"ഓ.... ആ പ്രഭു...."

"അതെ സർ" കൂടുതൽ സൗമ്യനായി അയാൾ പറഞ്ഞു.

"നിങ്ങളതെങ്ങനെയറിഞ്ഞു?"

"ഞാനെങ്ങനെയറിഞ്ഞെന്നോ?"

"അതെ. നിങ്ങൾക്കെല്ലാമറിയാം.... തുറന്നു പറയൂ....."

"എന്റെ ഭാര്യയാണ് പറഞ്ഞത്..... എന്റെ ഭാര്യതന്നെയാണ് പറഞ്ഞത്."

"നിങ്ങളുടെ ഭാര്യയോടാരാണ് പറഞ്ഞത്?" ആർട്ഗ്നൻ ചോദിച്ചു.

"അവളുടെ തലതൊട്ടപ്പനായ ഡി ലാപോർട്ടിയാണ് പറഞ്ഞത്. രാജ്ഞിയുടെ വിശ്വസ്ത ഏജന്റാണ് അയാൾ. എന്റെ ഭാര്യക്ക് രാജ്ഞിയുടെ അരികിൽ ഒരുദ്യോഗം വാങ്ങിച്ചുകൊടുത്തത് അയാളാണ്. രാജാവ് ഉപേക്ഷിച്ച രാജ്ഞിക്ക് ഒരു വിശ്വസ്തയായ ഒരാളുണ്ടാകട്ടേയെന്നേ കരുതിയുള്ളൂ. കർദിനാൾ അവളെക്കുറിച്ചറിയാൻ ചാരന്മാരെ അയച്ചിട്ടുണ്ട്. എല്ലാവരും അവരെ ചതിക്കുകയാണ്."

"ഇപ്പോൾ എനിക്കു കാര്യങ്ങൾ മനസിലായിത്തുടങ്ങി" ആർട്ഗ്നൻ പറഞ്ഞു.

"നാലു ദിവസങ്ങൾക്കുമുമ്പ് എന്റെ ഭാര്യ എന്നെ കാണാൻ വന്നിരുന്നു. ആഴ്ചയിൽ രണ്ടുപ്രാവശ്യം എന്നെ വന്നു കാണാനുള്ള വ്യവസ്ഥ അവളുടെ ഉദ്യോഗത്തിൽ ഉണ്ടായിരുന്നു; അവൾ എന്നെ സ്നേഹിക്കുന്നുവെന്ന് എനിക്ക് അഭിമാനത്തോടുകൂടി പറയാമല്ലോ. അവൾ വന്നപ്പോൾ എന്നോടു പറഞ്ഞത് രാജ്ഞിക്ക് ആകപ്പാടെ ഭയപ്പാടാണെന്നാണ്."

"ഭയമെന്നോ?"

"അതേ സർ. മുമ്പെന്നതിനെക്കാളേറെ കർദിനാൾ അവരെ വളരെയധികം വിഷമിപ്പിക്കുന്നതുപോലെ തോന്നുന്നു സർ. ആ സരബന്ദ് സംഭവത്തിൽ അദ്ദേഹത്തിന് അവരോടു പൊറുക്കാനാവുന്നില്ല. അക്കാര്യം നിങ്ങൾക്കറിയാമല്ലോ?"

"തീർച്ചയായും അറിയാം" ആർട്ഗ്നൻ പറഞ്ഞു. യഥാർഥത്തിൽ ആ സംഭവം അവനറിയില്ലായിരുന്നു. പക്ഷേ, താൻ ഒരു അജ്ഞനാണെന്ന് അറിയിക്കാൻ അവനു താൽപ്പര്യമുണ്ടായിരുന്നില്ല.

"ഇപ്പോൾ അദ്ദേഹത്തിന് അവരോടു വെറുപ്പിനപ്പുറം പ്രതികാരമാണുള്ളത്."

"അതെയോ?"

"രാജ്ഞി കരുതുന്നത്....."

"പറയൂ.... എന്താണവർ കരുതുന്നത്?"

"അവരുടെ പേരിൽ ഒരു കത്ത് ബക്കിംഗ്ഹാം പ്രഭുവിന് അയച്ചിട്ടുണ്ടെന്നാണ് അവർ കരുതുന്നത്."

"രാജ്ഞിയുടെ പേരിലോ?"

"അതെ. പ്രഭുവിനെ പാരീസിൽ മടക്കിവരുത്താനായിട്ട്. പിന്നെ എന്തെങ്കിലും കുരുക്കിൽപ്പെടുത്താനും."

"പക്ഷേ നിങ്ങളുടെ ഭാര്യക്ക് ഇതിലൊക്കെയെന്താണ് കാര്യം?"

"രാജ്ഞിയോട് വളരെ വിശ്വസ്തയാണ് എന്റെ ഭാര്യയെന്ന്, അവർക്കറിയാം. യജമാനത്തിയിൽനിന്നും അവളെ പിണക്കി വേർപിരിക്കാനാണ് അവർ ആഗ്രഹിക്കുന്നത്. എങ്കിലല്ലേ രാജ്ഞിയുടെ രഹസ്യങ്ങൾ അവൾ പറയുകയുള്ളൂ. അല്ലെങ്കിൽ എങ്ങനെയെങ്കിലും അവളുടെ രാജ്ഞിയുടെ കാര്യങ്ങൾ രഹസ്യമായി ചോർത്തിയെടുക്കുന്ന ഒരു ചാരയാക്കണം."

"അതാവണം അവരുടെ പദ്ധതി" ആർട്ഗ്നൻ പറഞ്ഞു. തുടർന്നവൻ ചോദിച്ചു: "അവളെ തട്ടിക്കൊണ്ടുപോയ ആളിനെ നിങ്ങൾക്കറിയാമെന്നല്ലേ പറഞ്ഞത്."

"ഞാൻ പറഞ്ഞത് ഞാൻ ഉദ്ദേശിക്കുന്ന ഒരാളാണെന്നാണ്."

"എന്താണയാളുടെ പേര്?"

"അതറിയില്ല. ആകപ്പാടെ അറിയാവുന്നത് അയാൾ കർദിനാളിന്റെ ഒരു ഏജന്റാണെന്ന കാര്യം മാത്രമാണ്."

"നിങ്ങൾ അയാളെ കണ്ടിട്ടുണ്ടോ?"

"ഉണ്ട്. ഒരിക്കൽ എന്റെ ഭാര്യ അയാളെ എനിക്കു കാണിച്ചുതന്നു."

"അയാളെ തിരിച്ചറിയാൻ പറ്റിയ അടയാളങ്ങൾ വല്ലതും പറഞ്ഞുതരാമോ?"

"തീർച്ചയായും. വ്യത്യസ്തനായ ഒരു മാന്യൻ. കറുത്ത തലമുടി. വിളറിയ മുഖം. തിളങ്ങുന്ന ഉണ്ടക്കണ്ണുകൾ; വെള്ളപ്പല്ലുകൾ; പിന്നെ മൂർധാവിൽ ഒരു തഴമ്പ്....."

"മൂർധാവിൽ തഴമ്പോ?" ആർട്ഗ്നൻ പൂണ്ടു. "മാന്യനും വിളറിയ മുഖത്തോടും തിളങ്ങുന്ന കണ്ണുകളോടും വെള്ളപ്പല്ലുകളോടും കൂടിയ ആ മനുഷ്യൻ മിയുങ്ങിലെ എന്റെ സുഹൃത്താണല്ലോ."

"അയാളെ നിങ്ങൾക്കറിയാമെന്നോ? നിങ്ങളുടെ സുഹൃത്തെന്നാണോ?"

"അതിലൊന്നും കാര്യമില്ല. പക്ഷേ അങ്ങനെയല്ലല്ലോ.... കാര്യങ്ങളൊക്കെ എളുപ്പമാകുമല്ലോ. നിങ്ങളുടെയാളാണ് എന്റെയാളെങ്കിൽ, നിങ്ങളുടെ പ്രതികാരം എന്റേതുമാകുമല്ലോ. ഒറ്റയേറിന് എനിക്കിനി രണ്ടു പക്ഷികളെ കൊല്ലാം. അയാളെ എനിക്ക് എവിടെക്കാണാൻ പറ്റും?" ആർട്ഗ്നൻ ചോദിച്ചു.

"ഒരു പിടിയുമില്ല."

"എവിടെയാണ് അയാൾ താമസിക്കുന്നതെന്ന് നിങ്ങൾക്ക് ഒരറിവുമില്ലേ?"

"ഒരറിവുമില്ല. ഒരിക്കൽ ഞാനെന്റെ ഭാര്യയെ ലൗവ്രിയിലേക്കു കൂട്ടിക്കൊണ്ടുപോകുകയായിരുന്നു. അവൾ അകത്തേക്കു കയറുന്ന കൃത്യസമയത്ത് അയാൾ പുറത്തേക്കുവന്നു. അപ്പോഴാണ് അവൾ എനിക്ക് അയാളെ കാണിച്ചുതന്നത്. അത്രയേ അറിയൂ...."

"ഒക്കെ അവ്യക്തമാണ്.... അതിരിക്കട്ടെ, നിങ്ങളുടെ ഭാര്യയെ തട്ടിക്കൊണ്ടുപോയ കാര്യം ആരാണു പറഞ്ഞത്?"

"ഡി ലാപോർട്ടി."

"മറ്റെന്തിലും അയാൾ പറഞ്ഞോ?"

"അയാൾക്ക് മറ്റൊന്നും അറിയില്ലായിരുന്നു."

"വേറെ വഴിക്ക് മറ്റെന്തെങ്കിലും വിവരങ്ങൾ കിട്ടിയോ?"

"ഒരു കാര്യം കിട്ടി...."

"എന്തു കാര്യം?"

"അതെങ്ങനെ ഞാൻ പറയും.....?"

"എന്തിനു പറയാൻ വീണ്ടും മടിക്കുന്നു? എനിക്കിനി പിന്നോക്കം പോകാൻ പറ്റില്ല." ആർട്ഗ്നൻ പറഞ്ഞു.

ധൈര്യമവലംബിച്ചുകൊണ്ട് ആ സന്ദർശകൻ അറിയാതെയൊന്നു പ്രാർഥിച്ചു: "ദൈവമേ എന്നെ പിന്നോക്കം പോകാൻ അനുവദിക്കരുതേ." തുടർന്നയാൾ പറഞ്ഞു: "സർ എന്റെ പേര് ബോണസ്യൂ എന്നാണ്....."

ആർട്ഗ്നൻ ഇടയ്ക്കുകയറി ചോദിച്ചു: "എന്ത് ബോണസ്യൂയെന്നോ?"

"അതെ സർ."

"ഇടയ്ക്കുകയറിപ്പറയുന്നതിൽ ക്ഷമിക്കണം. പക്ഷേ, എനിക്ക് ഈ പേര് എങ്ങനെയോ പരിചയമുള്ളതുപോലെ തോന്നുന്നു."

"അതിനു സാധ്യതയുണ്ട്. ഞാൻ നിങ്ങളുടെ വീട്ടുടമസ്ഥനാണ്."

"അതു ശരി. എന്റെ വീട്ടുടമസ്ഥനോ?" ബഹുമാനപൂർവം ആർട്ഗ്നൻ തലകുനിച്ചു.

"അതെ സർ. നിങ്ങൾ എന്റെ കെട്ടിടത്തിൽ താമസം തുടങ്ങിയിട്ടിപ്പോൾത്തന്നെ മൂന്നുമാസമായി. നിങ്ങളിനിയും എനിക്കു വീട്ടുവാടക തന്നിട്ടില്ല. നിങ്ങൾ ഗൗരവമുള്ള കാര്യങ്ങളിൽ ഏർപ്പെട്ടിരിക്കുന്ന സ്ഥിതിക്ക് ഞാൻ ഇതുവരെയും നിർബന്ധിച്ചില്ല. പകരം നിങ്ങൾ എന്റെ വിഷമം മനസിലാക്കുമെന്ന് ഞാൻ കരുതുന്നു."

"തീർച്ചയായും നിങ്ങളുടെ വിഷമം ഞാൻ മനസിലാക്കുന്നു. ഞാൻ നേരത്തെ പറഞ്ഞതുപോല എനിക്ക് എന്തെങ്കിലും നിങ്ങൾക്കുവേണ്ടി ചെയ്യാൻ പറ്റുമെങ്കിൽ....."

"തീർച്ചയായും കഴിയും സർ.... ഞാൻ നേരത്തെ പറഞ്ഞതുപോലെ എന്റെ പേര് ബോണസ്യൂ തന്നെയാണ്; അതുപോലെ എനിക്ക് നിങ്ങളിൽ ഉറച്ച വിശ്വാസവുമുണ്ട്."

"കൊള്ളാം. നിങ്ങൾക്കെന്തോ കിട്ടിയെന്നു പറഞ്ഞല്ലോ. അതെന്താണ്?" ആർട്ട്ഗ്നൻ ചോദിച്ചു.

ബോണസ്യൂ പോക്കറ്റിൽനിന്നും ഒരു കടലാസെടുത്തു, വായിക്കാനായി ആർട്ട്ഗ്നനു കൊടുത്തു.

"ഒരു കത്താണല്ലോ."

"അതെ. ഇന്നു രാവിലെയാണ് എനിക്കീ കത്തു കിട്ടിയത്."

ആർട്ട്ഗ്നൻ അതു തുറന്നു. നേരം ഇരുട്ടിത്തുടങ്ങിയതിനാൽ അതു വായിക്കാനായി അവൻ ജനാലയ്ക്കരികിലേക്കു നീങ്ങി. സന്ദർശകനായ ആ മനുഷ്യനും ഒപ്പം ചെന്നു.

ആർട്ട്ഗ്നൻ ആ കത്ത് ഉറക്കെ വായിച്ചു: "നിങ്ങളുടെ ഭാര്യയെ നിങ്ങൾ കണ്ടുപിടിക്കാൻ ശ്രമിക്കേണ്ട. ഞങ്ങളുടെ ആവശ്യം കഴിയുമ്പോൾ ഞങ്ങൾ അവളെ നിങ്ങൾക്കു തിരിച്ചു തന്നോളാം. നിങ്ങളവളെ കണ്ടുപിടിക്കാൻ എന്തെങ്കിലും ശ്രമം നടത്തുകയാണെങ്കിൽ നിങ്ങളുടെ കഥ ഞങ്ങളവസാനിപ്പിക്കും."

"കൊള്ളാമല്ലോ.... നല്ല പണിതന്നെ. പക്ഷേ, ഇതൊരു ഭീഷണി മാത്രമാണല്ലോ." കത്തു വായിച്ചശേഷം ആർട്ട്ഗ്നൻ തന്റെ അഭിപ്രായം പറഞ്ഞു.

"അതെ. അതൊരു ഭീഷണിയായതുകൊണ്ടാണ് അതെന്നെ ഭയപ്പെടുത്തുന്നത്. എനിക്കാണെങ്കിൽ യുദ്ധം ചെയ്യാനൊന്നുമറിയില്ല. എനിക്ക് ബാസ്റ്റിലിയെപ്പറ്റി പേടിയാണ്."

"നിങ്ങൾ ചിന്തിക്കുന്നതിനെക്കാൾ കൂടുതലായൊന്നും എനിക്ക് ബാസ്റ്റിലിയെക്കുറിച്ച് ചിന്തിക്കാൻ വയ്യ" ആർട്ട്ഗ്നൻ പറഞ്ഞു. "എന്നാൽ ഒരു ഏറ്റുമുട്ടലിന്റെ ആവശ്യമേയുള്ളൂയെങ്കിൽ എനിക്കു പ്രശ്നമില്ല."

"എനിക്കു താങ്കളിൽ പ്രതീക്ഷയുണ്ടായിരുന്നു സർ."

"ഓ?"

"ഒരുകൂട്ടം ഊർജസ്വലരും സുന്ദരന്മാരുമായ പോരാളികളുടെ കൂട്ടത്തിൽ ഞാൻ എപ്പോഴും താങ്കളെ കണ്ടിട്ടുണ്ട്. ആ ട്രിവീലിയുടെ പോരാളികളുടെ കൂട്ടത്തിൽ. നിങ്ങളൊക്കെ കർദിനാളിന്റെ എതിരാളികൾ എന്ന സ്ഥിതിക്ക് ആ പാവപ്പെട്ട രാജ്ഞിക്ക് എന്തുസഹായവും ചെയ്തുകൊടുക്കാൻ നിങ്ങൾക്കു വളരെ സന്തോഷമേയുണ്ടാകുമെന്ന് എനിക്കു തോന്നി; അതേസമയം കർദിനാളിന് എതിരായും."

"യുക്തിപരമായി അത് ശരിയാണ്."

"വീണ്ടും ഞാൻ ചിന്തിച്ചത്, നിങ്ങൾ എനിക്ക് മൂന്നു മാസത്തെ വീട്ടുവാടക തരാനുള്ളതും ഞാനത് ഇതുവരെയും ചോദിക്കാതിരിക്കുകയും ചെയ്ത സ്ഥിതിക്ക്....."

"അതെ അതെ.... അക്കാര്യം നിങ്ങളതു നേരത്തെതന്നെ പറഞ്ഞല്ലോ. അതൊരു ശരിയായ കാരണംതന്നെ."

"അതുമാത്രമല്ല, നിങ്ങൾ എന്റെ സ്ഥലത്ത് താമസിക്കുവാൻ തീരുമാനിക്കുന്നിടത്തോളംകാലം ഒരിക്കലും നിങ്ങളിൽനിന്നും വാടകവാങ്ങേ

ണ്ടന്നാണ് ഞാൻ തീരുമാനിച്ചിരിക്കുന്നത്."

"അതു വളരെ കൊള്ളാം!"

"ഇനിയുമുണ്ട് ഒരു കാര്യം. നിങ്ങൾക്ക് പണത്തിനു വല്ല ബുദ്ധിമുട്ടുമുണ്ടെങ്കിൽ, അമ്പതു സ്വർണ്ണനാണയങ്ങൾ നിങ്ങൾക്കു തരാനും ഒരുക്കമാണ്.... പണത്തിന് ബുദ്ധിമുട്ടുണ്ടാകുമെന്ന് എനിക്കു തോന്നുന്നില്ല...."

"വളരെ കൊള്ളാം. നിങ്ങൾ ഒന്നാന്തരം സമ്പന്നനാണെന്നു തോന്നുന്നല്ലോ ബോണസ്യൂ" ആർട്ഗ്നൻ പറഞ്ഞു.

"ആവശ്യത്തിനു സമ്പത്തുണ്ട്. വർഷത്തിൽ നല്ല ഒരു തുക കിട്ടുന്ന വിധത്തിലുള്ള മൂലധനമെനിക്കുണ്ട്. ഞാൻ അധികവും തുണിക്കച്ചവടം വഴിയാണ് സമ്പാദിച്ചത്. പിന്നെ കുറേ ചൂതുകളിയിലൂടെയും. അത് ആ കപ്പൽയാത്രയിൽവച്ച്. പിന്നെ താങ്കൾക്കറിയാമോ.... അയ്യോ" അയാൾ പെട്ടെന്നു സംഭാഷണം നിർത്തി.

"എന്താണു കാര്യം?" ആർട്ഗ്നൻ ചോദിച്ചു.

"അങ്ങോട്ടു നോക്കൂ!"

"എവിടേക്ക്?"

"ഈ വാതിൽവഴി തെരുവിലേക്കു നോക്കൂ; മേലങ്കിയണിഞ്ഞ ഒരു മനുഷ്യൻ അവിടെ നിൽക്കുന്നു."

"അതെന്റെ മനുഷ്യൻ തന്നെയാണ്; ഇയാളെക്കുറിച്ചാണ് ഞാൻ പറഞ്ഞത്" രണ്ടുപേരും ഒന്നിച്ച് അത്ഭുതത്തോടെ പറഞ്ഞു.

"ഇത്തവണ അയാൾ എന്റെ കൈയിൽനിന്നും രക്ഷപ്പെടുകയില്ല" ആർട്ഗ്നൻ അലറി. ഉറയിൽനിന്നും വാളൂരിയെടുത്തുകൊണ്ട് അയാൾ പുറത്തേക്കോടി.

കോണിപ്പടിയുടെ മുകളിൽ വച്ച് അവൻ ആതോസിനെയും പോർത്തോസിനെയും കണ്ടു. അവർ അവനെ കാണാൻ വന്നതായിരുന്നു. അവർ രണ്ടുപേരും അരികിലേക്കു മാറിനിന്നു. അവർക്കിടയിലൂടെ ആർട്ഗ്നൻ കുതിച്ചു.

"എങ്ങോട്ടാണോടുന്നത്?" അവനോട് അവർ വിളിച്ചു ചോദിച്ചു.

"മിയൂങ്ങിൽനിന്നുള്ള അയാൾ......" അവൻ മറുപടി പറയുകയും ഒപ്പം അവിടെനിന്നും ഓടി മറയുകയും ചെയ്തു.

മിയൂങ്ങിൽ വച്ചുണ്ടായ സംഭവത്തെപ്പറ്റി ആർട്ഗ്നൻ അവരോടു പലതവണ പറഞ്ഞിട്ടുണ്ട്; അന്ന് വണ്ടിയിൽ വച്ചുകണ്ട ആ സുന്ദരിയെപ്പറ്റിയും. അന്നത്തെ ആ മൽപ്പിടിത്തത്തിലായിരിക്കാം ആ കത്തു നഷ്ടപ്പെട്ടതെന്ന് ആതോസ് പറയാറുണ്ട്. ആർട്ഗ്നൻ വിവരിക്കുന്ന രീതിയിലാണെങ്കിൽ ആ മനുഷ്യൻ ഒരു കത്തു മോഷ്ടിക്കാൻപോന്ന രീതിയിൽ തരംതാണ ഒരാളല്ലെന്നാണ് ആതോസിന്റെ വിചാരം.

ഒരു പ്രേമകാര്യമെന്നല്ലാതെ പോർത്തോസ് മറ്റൊന്നും അതിൽ കണ്ടില്ല. ആർട്ഗ്നനും അവന്റെ മഞ്ഞക്കുതിരയും അവിടെയെത്തിയപ്പോൾ അവരുടെ പദ്ധതികളൊക്കെ പൊളിഞ്ഞിട്ടുണ്ടാകണം.

അത്തരം കാര്യങ്ങളിലൊക്കെ നിഗൂഢതകൾ ഉണ്ടാകുമെന്നും അതൊക്കെ ചികിച്ചികയാതിരിക്കുന്നതാണ് നല്ലതെന്നുമാണ് ആറമീസ് കരുതുന്നത്.

ആർട്ഗ്നൻ "മിയുങ്ങിൽനിന്നുള്ള ആൾ...." എന്നു വിളിച്ചു പറഞ്ഞു കൊണ്ട് പാഞ്ഞതെന്തുകൊണ്ടാണെന്ന് അതുകൊണ്ടവർക്കു മനസിലായി. എതിരാളിയെ പിടികൂടിയോ അല്ലാതെയോ ആർട്ഗ്നൻ മടങ്ങിവരുമെന്ന് ചിന്തിച്ചുകൊണ്ട് അവർ പടികൾ കയറി മുകളിലേക്കു പോയി.

അവർ മുറിയിൽ ചെന്നപ്പോൾ അവിടെയാരും ഉണ്ടായിരുന്നില്ല. ആർട്ഗ്നനും ആ അപരിചിതനും തമ്മിൽ ഉണ്ടാകാൻ പോകുന്ന പോരാട്ടത്തിന്റെ പരിണിതഫലമെന്തെന്ന് ആലോചിക്കാൻ ബോണസ്യൂവിനാവില്ലായിരുന്നു. അവിടം വിടുന്നതാണ് നല്ലതെന്ന് അയാൾ തീരുമാനിച്ചിരുന്നു.

9

ആർട്ഗ്നൻ കഴിവു തെളിയിക്കുന്നു

ആതോസും പോർത്തോസും കരുതിയതുപോലെതന്നെ അരമണിക്കൂർ കഴിഞ്ഞപ്പോൾ ആർട്ഗ്നൻ മടങ്ങിവന്നു. വീണ്ടും ആർട്ഗ്നന് ആ മനുഷ്യനെ കിട്ടിയിരുന്നില്ല. ഇന്ദ്രജാലത്തിലെന്നപോലെ അയാൾ അപ്രത്യക്ഷനാകുകയാണുണ്ടായത്. സമീപത്തുള്ള എല്ലാ തെരുവിലൂടെയും വാളൂരിപ്പിടിച്ചുകൊണ്ട് അവൻ ഓടി നോക്കിയതാണ്. പക്ഷേ താൻ പിടിക്കാനുദ്ദേശിച്ചയാളിന്റെ രൂപത്തിലെ ഒരാളെയും അവൻ കണ്ടില്ല. അവസാനം അവൻ ആ മനുഷ്യൻ നിന്നിരുന്ന വാതിലിനരികിലേക്കു ചെന്നു . യഥാർഥത്തിൽ ആദ്യമേ ചെയ്യേണ്ടത് അതായിരുന്നു. വാതിലിൽ പത്തുപന്ത്രണ്ടു തവണ അവൻ മുട്ടി; മറുപടിയുണ്ടായില്ല. വാതിലിൽ മുട്ടുന്ന ആ ശബ്ദംകേട്ട് അയൽവാസികൾ പലരും വാതിൽ തുറന്നു പുറത്തേക്കു വന്നു. ആറുമാസമായി ആ വീട് അടച്ചിട്ടിരിക്കുകയാണെന്ന് അവൻ ആർട്ഗ്നനോടു വിളിച്ചുപറഞ്ഞു; ആൾതാമസമില്ലായെന്നതിനു തെളിവാണല്ലോ അത്.

ആർട്ഗ്നൻ തെരുവിലൂടെ ഓടിനടന്ന് അയാളെ കണ്ടെത്താൻ ശ്രമിക്കുകയും വാതിലിൽ മുട്ടുകയും ചെയ്ത സമയത്ത് ആറമീസ് തന്റെ സ്നേഹിതരുടെ അരികിലേക്കു വന്നിരുന്നു. ആർട്ഗ്നൻ മുറിയിലേക്കു മടങ്ങിവന്നപ്പോൾ അങ്ങനെ ആ നാലുപേരുമായി.

വിയർത്തും കോപം നിയന്ത്രിച്ചും മുറിയിലേക്ക് മടങ്ങിവന്ന ആർട്ഗ്നനോട് അവർ ചോദിച്ചു: "എന്തായി?"

"അയാളൊരു പിശാചു തന്നെ" കൈയിലിരുന്ന വാൾ കട്ടിലിലേക്കെറിഞ്ഞുകൊണ്ട് അവൻ വീണ്ടും പറഞ്ഞു. "ഒരു നിഴൽപോലെയോ ഒരു പ്രേതംപോലെയോ അവനങ്ങു മറഞ്ഞു."

"നിങ്ങൾ പ്രേതങ്ങളിൽ വിശ്വസിക്കുന്നോ?" ആതോസ് പോർത്തോ

സിനോടു ചോദിച്ചു.

“കാണുന്ന കാര്യങ്ങളെ മാത്രമേ ഞാൻ വിശ്വസിക്കുകയുള്ളൂ. ഞാൻ ഇതുവരെ പ്രേതങ്ങളെ കണ്ടിട്ടില്ലാത്തതിനാൽ ഞാൻ അതിൽ വിശ്വസിക്കുന്നുമില്ല” പോർത്തോസ് പറഞ്ഞു.

“നമ്മൾ പ്രേതങ്ങളിൽ വിശ്വസിക്കണമെന്നാണല്ലോ *ബൈബിൾ* പറയുന്നത്” ആറമീസ് പറഞ്ഞു. “സാമുവലിന്റെ പ്രേതം സാവൂളിനു പ്രത്യക്ഷപ്പെട്ടല്ലോ. വിശ്വാസപ്രമാണത്തിൽ ഉൾപ്പെട്ടിട്ടുള്ള ഇക്കാര്യത്തിൽ നിങ്ങൾ സംശയിക്കരുത്.”

“ഏതായാലും.....” ആർട്ഗ്നൻ പറഞ്ഞു. “അയാൾ മനുഷ്യനോ പ്രേതമോ മിഥ്യയോ സത്യമോ എന്തുതന്നെയായാലും നമുക്കെല്ലാവർക്കും അയാൾ ഒരു ദുർദശയാണ്. നൂറോ അതിലധികമോ സ്വർണ നാണയം കിട്ടാനുള്ള ഒരവസരമാണ് അയാൾ എനിക്കു നഷ്ടപ്പെടുത്തിയത്.”

“എന്ത്?” പോർത്തോസും ആറമീസും ഒരുമിച്ച് വിളിച്ചുപോയി.

ആതോസാകട്ടെ പതിവുപോലെ നിശ്ശബ്ദത പാലിച്ചു. ഒരുത്തരം കിട്ടാനെന്നോണം അയാൾ ആർട്ഗ്നനെ ഇമവെട്ടാതെ നോക്കിനിന്നു.

“പ്ലാഞ്ചെറ്റ്....” തന്റെ വേലക്കാരനെ ആർട്ഗ്നൻ വിളിച്ചു. ഭാഗികമായി തുറന്നിട്ടിരുന്ന വാതിലിനരികിൽ ഒളിഞ്ഞുനിന്ന് അവരുടെ സംസാരം ആവുന്നത്ര കേൾക്കാൻ ശ്രമിക്കുകയായിരുന്നു വേലക്കാരനപ്പോൾ.

വേലക്കാരൻ എത്തിയപ്പോൾ ആർട്ഗ്നൻ പറഞ്ഞു: “താഴേക്കു ചെന്ന് വീട്ടുടമസ്ഥൻ ബോണസ്യൂവിനെക്കണ്ടു പറയൂ എനിക്ക് അരഡസൺ കുപ്പി ബ്യൂജൻസി കൊടുത്തയയ്ക്കാൻ. എനിക്ക് ഇഷ്ടമുള്ള വീഞ്ഞാണത്.”

“നിങ്ങൾക്ക് വീട്ടുടമയുമായി പറ്റുണ്ടോ?” പോർത്തോസ് ചോദിച്ചു.

“ഇന്നുമുതൽ തുടങ്ങുന്നു” ആർട്ഗ്നൻ പറഞ്ഞു. “വീഞ്ഞ് ചീത്തയായതാണെന്നുവരികിൽ വിഷമിക്കേണ്ട. നമുക്കതു മടക്കിക്കൊടുത്തശേഷം നല്ലതു വാങ്ങാം.”

“ഒരാളിനെ ഉപയോഗിക്കാം. പക്ഷേ നശിപ്പിക്കരുത്.” ആറമീസ് അർഥം വച്ചു പറഞ്ഞു.

“ഞാൻ പലപ്പോഴും പറഞ്ഞതല്ലേ നമുക്കുള്ളതിനേക്കാൾ കൂടുതൽ ബുദ്ധി ആർട്ഗ്നനുണ്ടെന്ന്” ആതോസ് പറഞ്ഞു. തുടർന്ന് അയാൾ നിശ്ശബ്ദനായി നിന്നു.

ആർട്ഗ്നൻ പ്രശംസകേട്ട് അതു സ്വീകരിച്ചമട്ടിൽ ഒന്നു തലകുനിച്ചു.

“ഞങ്ങളുടെ ഉൽക്കണ്ഠ കൂട്ടരുതേ ആർട്ഗ്നൻ; എല്ലാം പറയൂ” പോർത്തോസ് ആവശ്യപ്പെട്ടു.

“അതെ. സുഹൃത്തേ എന്താണു സംഭവിച്ചതെന്നു പറയൂ” ആറമീസ് പറഞ്ഞു. “പക്ഷേ.... ഏതെങ്കിലും സ്ത്രീയുടെ കാര്യം ഉൾപ്പെ

ട്ടിട്ടുണ്ടെങ്കിൽ താങ്കൾ അതു പറയാതിരിക്കുന്നതാണ് നല്ലത്."

"വിഷമിക്കേണ്ട" ആർട്ഗ്നൻ പറഞ്ഞു. "ആരുടെയും മാനം പോകുന്ന കാര്യം ഇതിലില്ല."

തുടർന്ന് ആർട്ഗ്നൻ വീട്ടുടമസ്ഥനായ ബോണസ്യൂവുമായി നടത്തിയ സംഭാഷണം മുഴുവൻ പറഞ്ഞു. ബോണസ്യൂവിന്റെ ഭാര്യയെ തട്ടിക്കൊണ്ടു പോയവനോടാണ് താൻ മിയൂങ്ങിൽവച്ച് ലഹളയുണ്ടാക്കിയതെന്നും അവൻ പറഞ്ഞു.

"നിങ്ങൾ നല്ലൊരു വിലപേശലാണല്ലോ നടത്തിയിരിക്കുന്നത്" വീഞ്ഞ് കുറച്ചു കുടിച്ചുകൊണ്ട് ആതോസ് പറഞ്ഞു. വീഞ്ഞു നല്ല രുചിയുള്ളതാണെന്ന് അയാൾ ഒപ്പം മുഖത്ത് പ്രകടിപ്പിക്കുകയും ചെയ്തു. തുടർന്ന് അയാൾ പറഞ്ഞു: "ഇക്കണക്കിന് അമ്പതോ അറുപതോ സ്വർണനാണയം നമുക്കു കിട്ടുമായിരിക്കും. പക്ഷേ, അതിനുവേണ്ടി നാം നമ്മുടെ തല നഷ്ടപ്പെടുത്തണമോയെന്ന് ആദ്യംതന്നെ ആലോചിക്കണം."

"പണത്തെക്കാൾ വലിയ കാര്യമാണിതിലുള്ളത്" ആർട്ഗ്നൻ പറഞ്ഞു. ഒരു സ്ത്രീയെ തട്ടിക്കൊണ്ടുപോയിരിക്കുകയാണ്. അവളെ വേദനിപ്പിക്കുകയോ ഭയപ്പെടുത്തുകയോ ചെയ്യുന്നുണ്ടാകാം ഇപ്പോൾ. യജമാനത്തിയോടു വിശ്വസ്തത പുലർത്തിയതുമാത്രമാണ് അവളുടെ പേരിലുള്ള കുറ്റം."

"സൂക്ഷിക്കണം ആർട്ഗ്നൻ" ആറമീസ് പറഞ്ഞു. "എനിക്കു തോന്നുന്നത് നിങ്ങൾ ബോണസ്യൂവിന്റെ കാര്യത്തിൽ അനാവശ്യമായി ഇടപെടുന്നുവെന്നാണ്. പുരുഷന്മാരുടെ നാശത്തിനുവേണ്ടിയാണ് സ്ത്രീകൾ സൃഷ്ടിക്കപ്പെട്ടിരിക്കുന്നത്. നമ്മുടെ ദുരിതങ്ങൾക്കുത്തരവാദികൾ അവരാണ്."

ആറമീസിന്റെ വാചകമടി കേട്ടപ്പോൾ ആതോസ് നെറ്റിചുളിച്ചു. അയാൾ ചുണ്ടുകടിച്ചു.

"ഞാൻ ഇടപെടുന്നത് ബോണസ്യൂവിന്റെ കാര്യത്തിലല്ല" ആർട്ഗ്നൻ പറഞ്ഞു. "രാജ്ഞിയുടെ കാര്യത്തിലാണ്. പാവം രാജ്ഞി! രാജാവ് പരിത്യജിക്കുക; കർദിനാൾ ശല്യപ്പെടുത്തുക; തന്റെ സ്നേഹിതർ ഓരോരുത്തരായി അപഹാസ്യരായിത്തീരുന്നത് നേരിട്ടു കാണേണ്ടിവരിക...."

"പക്ഷേ നമ്മളെല്ലാം വെറുക്കുന്ന സ്പെയിൻകാരോടും ഇംഗ്ലീഷുകാരോടും എന്തിനാണവർ സ്നേഹം കാണിക്കുന്നത്?"

"സ്പെയിൻ അവരുടെ ജന്മദേശമല്ലേ" ആർട്ഗ്നൻ പറഞ്ഞു. "അതുകൊണ്ട് സ്പെയിൻകാരോടു സ്നേഹം കാണിക്കുന്നത് വെറും സ്വാഭാവികം മാത്രമാണ്. പക്ഷേ, രണ്ടാമത്തെകാര്യം. അതിനവർ ഇംഗ്ലീഷുകാരോടല്ല ഒരു ഇംഗ്ലീഷുകാരനോട് ഇഷ്ടപ്പെടുന്നുയെന്നു പറയുന്നതല്ലേ ശരി."

"ആ ഇംഗ്ലീഷുകാരൻ അവരുടെ ഇഷ്ടത്തിനു പറ്റിയ ആളാണെന്ന് സമ്മതിച്ചേ പറ്റൂ" ആതോസ് പറഞ്ഞു. "ഇത്രയും സുന്ദരനായ ഒരാളെ

ഞാൻ ജീവിതത്തിൽ കണ്ടിട്ടേയില്ല."

"നന്നായിട്ട് ഒരുങ്ങിയല്ലേ അയാൾ വരുന്നത്" പോർത്തോസു പറഞ്ഞു. "ഒരുദിവസം ഞാൻ ലൗവ്രിലായിരുന്നപ്പോൾ അയാളിൽനിന്നും കുറച്ചു മുത്തുകൾ വീണുചിതറി. ഞാൻ അതിൽനിന്നും രണ്ടെണ്ണം പെറുക്കിയെടുത്തു. വിറ്റപ്പോൾ ഓരോന്നിനും പത്തു സ്വർണനാണയങ്ങൾ വീതം എനിക്കു കിട്ടി. ആറമീസ്! നിങ്ങൾക്ക് അയാളെപ്പറ്റി വല്ലതും അറിയാമോ?"

"നിങ്ങൾക്കറിയാവുന്നതുപോലെ തന്നെയാണ് എനിക്കും അറിയാവുന്നത്. അമീൻസിലെ കൊട്ടാരത്തിൽവച്ച് അയാളെ അറസ്റ്റുചെയ്യാൻ പോയവരുടെ കൂട്ടത്തിൽ ഞാനും ഉണ്ടായിരുന്നു. ഞാൻ അപ്പോഴും സെമിനാരിയിൽത്തന്നെയായിരുന്നു. രാജാവിനോടു ചെയ്യുന്നത് ക്രൂരമായിപ്പോയെന്ന് എനിക്കന്നു തോന്നി."

"അങ്ങനെയാവാം" ആർട്ഗ്നൻ പറഞ്ഞു. "പക്ഷേ ആ ബക്കിംഗ്ഹാമിലെ പ്രഭു എവിടെയാണെന്ന് എനിക്കറിയാമായിരുന്നെങ്കിൽ, കൈയോടെ പിടിച്ച് അയാളെ രാജ്ഞിയുടെ അരികിലെത്തിക്കുമായിരുന്നു. കർദിനാളിനെ ഒന്ന് അരിശപ്പെടുത്താൻ അതു മതിയാകുമായിരുന്നു. കാരണം നമ്മുടെ ഒരേയൊരു ശത്രു കർദിനാളാണല്ലോ; അക്കാര്യം നമ്മൾ മറന്നുകൂടാ. അയാൾ രണ്ടുകൊടുത്തേപറ്റൂ; തലപോയാലും വേണ്ടില്ല."

"ബക്കിംഗ്ഹാം പ്രഭുവിനെ ഇങ്ങനെ പറ്റിച്ചതാണെന്ന് രാജ്ഞി കരുതുന്നുണ്ടെന്ന് ബോണസ്യൂ വാസ്തവത്തിൽ നിങ്ങളോടു പറഞ്ഞില്ലേ?"

"അവർക്കതിനെപ്പറ്റി ഭയമുണ്ട്."

"ഒരു മിനിറ്റേ....." ആറമീസ് പറഞ്ഞു.

"എന്താ കാര്യം?" പോർത്തോസ് ചോദിച്ചു.

"ഒന്നുമില്ല. നിങ്ങൾ സംസാരിച്ചോളൂ. ഞാൻ ഒന്ന് ഓർമിച്ചെടുത്തോട്ടെ."

"ഇപ്പോൾ എനിക്ക് വിശ്വാസമായി" ആർട്ഗ്നൻ പറഞ്ഞു. "ഈ സ്ത്രീയെ തട്ടിക്കൊണ്ടുപോയതിൽ കൊട്ടാരരഹസ്യവുമായി കാര്യമായ എന്തോ ബന്ധമുണ്ട്. ബക്കിംഗ്ഹാം പ്രഭുവിന്റെ പാരീസിലെ സാന്നിധ്യമായിട്ടുപോലും ഒരുപക്ഷേ, ഇതിനു ബന്ധമുണ്ടെന്നും വരാം."

"നമ്മുടെ ഈ ഗാസ്കന് നല്ല ആശയങ്ങളാണല്ലോ" പോർത്തോസ് അവനെ പുകഴ്ത്തിക്കൊണ്ടു പറഞ്ഞു.

"ഈ ഗാസ്കൻ സംസാരിക്കുന്നതു കേൾക്കാൻ എനിക്കിഷ്ടമാണ്. ഇയാളുടെ ഉച്ചാരണത്തിനൊരു രസമുണ്ട്" ആതോസ് പറഞ്ഞു.

"കൂട്ടരേ.... ഇതു കേൾക്കൂ" ആറമീസ് പറഞ്ഞു.

"അതെ നമുക്ക് ആറമീസ് പറയുന്നതു കേൾക്കാം" പോർത്തോസ് പറഞ്ഞു.

"ഞാനെന്റെ പഠനസംശയങ്ങൾ ചോദിച്ച് നിവാരണം ചെയ്യാറുള്ള ഒരു ദൈവശാസ്ത്രപണ്ഡിതനെ ഇന്നലെ കണ്ടിരുന്നു....." ആറമീസ് പറ

ഞ്ഞുതുടങ്ങി.

ആതോസ് പുഞ്ചിരിച്ചുകൊണ്ടു നിന്നു.

"....പൊതുവെ ആൾവാസം കുറഞ്ഞ, ഒറ്റപ്പെട്ട ഒരു സ്ഥലത്താണ് അയാൾ താമസിക്കുന്നത്. അയാളുടെ സ്വഭാവത്തിനും തൊഴിലിനും അങ്ങനെയൊരു സ്ഥലംതന്നെയാണ് ഉത്തമം. അയാളെക്കണ്ടശേഷം, ഞാൻ ആ വീട്ടിൽനിന്നും പുറത്തേക്കിറങ്ങി വരികയായിരുന്നു....." ആറമീസ് പെട്ടെന്നു നിർത്തി.

"എന്നിട്ട്.... പറയൂ...." ആർട്ഗ്നൻ പറഞ്ഞു. "വീട്ടിൽനിന്നും നിങ്ങൾ പുറത്തേക്കിറങ്ങിവന്നപ്പോൾ.....?"

ആറമീസ് ഓർക്കാൻ നന്നായി പാടുപെടുന്നതുപോലെ തോന്നി. ഒരു കള്ളക്കഥ പറയാൻതുടങ്ങിയ ഒരാളിന്റെ ബാഹ്യചേഷ്ടപോലെ. മൂന്നു സുഹൃത്തുക്കളും അയാൾ പറയുന്നതുകേൾക്കാൻ കണ്ണും കാതും കൂർപ്പിച്ചിരിക്കുകയാണ്. അതുകൊണ്ട് അയാൾക്ക് പറഞ്ഞുതുടങ്ങിയത് പൂർത്തിയാക്കിയേ പറ്റൂവെന്നായി.

"ആ ദൈവശാസ്ത്രജ്ഞന് ഒരു മരുമകളുണ്ടായിരുന്നു...."

"അതെയോ. അയാൾക്കൊരു മരുമകളുണ്ടോ?" പോർത്തോസ് ഇടയ്ക്കുകയറിപ്പറഞ്ഞു.

"വളരെ അന്തസുള്ള ഒരു സ്ത്രീയാണവൾ" ആറമീസ് പറഞ്ഞു.

ഇതുകേട്ടപ്പോൾ മൂന്നുപേരും പൊട്ടിച്ചിരിച്ചു.

"നിങ്ങളിങ്ങനെ ചിരിക്കുകയും ഞാൻ പറയുന്നതിൽ സംശയിക്കുകയും ചെയ്താൽ ഞാനിനിയൊന്നും പറയുന്നില്ല."

"നിങ്ങൾ പറയുന്ന ഓരോ വാക്കും ഞങ്ങൾ വിശ്വസിക്കും. ഇനി മിണ്ടാതിരിക്കുകയും ചെയ്യാം" ആതോസ് ഉറപ്പോടെ പറഞ്ഞു.

"എങ്കിൽ പറയാം....." ആറമീസ് തുടർന്നു. "ഈ മരുമകൾ ചിലപ്പോൾ അയാളെ കാണാൻ ചെല്ലാറുണ്ട്. ഞാനിന്നലെ രാത്രി അവിടെയുണ്ടായിരുന്ന നേരത്ത് അവളവിടെ വന്നിരുന്നു. മടങ്ങിപ്പോകുമ്പോൾ ഞാനാണവളെ വണ്ടിവരെ കൊണ്ടുചെന്നാക്കിയതും."

"അപ്പോൾ അയാളുടെ മരുമകൾക്കൊരു വണ്ടിയുണ്ടല്ലേ?" പോർത്തോസ് വീണ്ടും ഇടയ്ക്കുകയറിപ്പറഞ്ഞു. വായടച്ചിരിക്കാൻ അയാൾക്ക് ഒരിക്കലും പറ്റുന്ന കാര്യമായിരുന്നില്ല. അയാൾ തുടർന്നു പറഞ്ഞു. "അപ്പോൾ നിങ്ങൾക്ക് നല്ലൊരു സുഹൃത്തിനെയാണല്ലോ കിട്ടിയിരിക്കുന്നത്?"

"പോർത്തോസേ, തന്നോട് പലതവണ പറഞ്ഞതാണ് ഇങ്ങനെ അപകമായി സംസാരിക്കരുതെന്ന്. വെറുതെയാണോ പെണ്ണുങ്ങൾ തന്നെ വെറുക്കുന്നത്?" ആറമീസിനു ശുണ്ഠികയറി.

ആറമീസ് ക്രമംതെറ്റിച്ചാണ് കാര്യങ്ങൾ പറയുന്നതെങ്കിലും അവയിൽ എന്തൊക്കെയോ കാര്യങ്ങളുടെ സൂചനയുണ്ടെന്ന് ആർട്ഗ്നനു തോന്നി. ആർട്ഗ്നൻ സുഹൃത്തുക്കളോടു പറഞ്ഞു: "സുഹൃത്തുക്കളേ, ഇത് ഒരു ഗൗരവമുള്ള കാര്യമാണ്. അതുകൊണ്ട് നമ്മൾ ശ്രദ്ധിച്ചുതന്നെ

കേൾക്കണം. ആറമീസേ, ഇനി ബാക്കി പറയൂ."

"ആ സമയത്ത്, വളരെ പൊക്കമുള്ള അന്തസുള്ള ഒരു കറുത്ത മനുഷ്യൻ..... കണ്ടാൽ ആർട്ഗ്നൻ വിവരിച്ച അപരിചിതനായ ഒരാളുണ്ടല്ലോ അയാളെപ്പോലെ തോന്നും."

"ഒരുപക്ഷേ, അയാൾ തന്നെയായിരിക്കുമത്." ആർട്ഗ്നൻ ഇടയ്ക്കു കയറിപ്പറഞ്ഞു.

"അതാകാനാണ് സാധ്യത..... അയാൾ എന്റെയരികിൽ വന്നു. അയാളോടൊപ്പം ഏതാണ്ട് പത്തുവാരയകലെയായി വേറെ അഞ്ചോ ആറോ പേർ കൂടിയുണ്ടായിരുന്നു. അയാൾ എന്റെ അരികിൽ വന്ന് തലകുനിച്ച് 'പ്രഭോ'യെന്നു വിളിച്ചു. ആ സ്ത്രീയുടെ നേരെ തിരിഞ്ഞശേഷം പറഞ്ഞു: "മാഡം...."

"ആ സ്ത്രീ ദൈവശാസ്ത്രജ്ഞന്റെ മരുമകളല്ലേ?" പോർത്തോസ് ഇടയ്ക്കു കയറിച്ചോദിച്ചു.

"വായടച്ചിരിക്ക് പോർത്തോസ്" ആതോസ് പറഞ്ഞു. "തന്നെ ഞങ്ങൾക്കു സഹിക്കാനാകുന്നില്ല."

"തുടർന്നയാൾ ഞങ്ങളോടു മടിക്കാതെ വണ്ടിയിൽക്കയറിക്കോളാൻ പറഞ്ഞു."

"നിങ്ങൾ ബക്കിഗ്ഹാം പ്രഭുവെന്ന് അയാൾ തെറ്റിദ്ധരിച്ചിട്ടുണ്ടാവാം" ആർട്ഗ്നൻ പറഞ്ഞു.

"എനിക്കും അങ്ങനെ തന്നെയാണ് തോന്നുന്നത്" ആറമീസ് പറഞ്ഞു.

"അപ്പോൾ ആ സ്ത്രീയോ?"

"രാജ്ഞിയാണെന്ന് അയാൾ തെറ്റിദ്ധരിച്ചു കാണും" ആർട്ഗ്നൻ പറഞ്ഞു.

"തീർച്ചയായും അങ്ങനെ തന്നെയാകും" ആറമീസ് പറഞ്ഞു.

"ഈ ഗാസ്കൻ എന്തായാലും ബുദ്ധിമാനാണ്. ഒന്നും അവനിൽ നിന്നും രക്ഷപ്പെട്ടു പോകില്ല" ആതോസ് അതിശയത്തോടെ പറഞ്ഞു.

"സത്യമിതാണ്....." പോർത്തോസ് പറഞ്ഞു. "ആറമീസിന് ആ പ്രഭുവിന്റെ ഉയരവും ആകാരവുമൊക്കെ ഏതാണ്ടുണ്ട്.... പക്ഷേ ഒരു പടയാളിയുടെ വേഷമുണ്ടായിരുന്നല്ലോ...."

"ഞാൻ ഒരു നീളൻ മേലങ്കിയാണ് ധരിച്ചിരുന്നത്" ആറമീസ് പറഞ്ഞു.

"എന്ത് തന്റെ പടയാളിയുടെ വേഷം കണ്ടാൽ ആ ദൈവശാസ്ത്രജ്ഞൻ പേടിക്കുമോ? പിന്നെന്തിനാണ് വേഷംമാറി അവിടെ ചെല്ലുന്നത്?" പോർത്തോസ് ചോദിച്ചു.

"പക്ഷേ നിങ്ങളുടെ മുഖം കാണാമായിരുന്നില്ലേ?" ആതോസ് ചോദിച്ചു.

"ഞാൻ അപ്പോളൊരു വലിയ തൊപ്പി വച്ചിരുന്നു" ആറമീസ് പറഞ്ഞു.

"ദൈവശാസ്ത്രപഠനത്തിനുള്ള മുൻകരുതലാണീ വേഷമാറ്റം!" പോർത്തോസ് കളിയാക്കിപ്പറഞ്ഞു.

"തമാശപറഞ്ഞ് നാം സമയം പാഴാക്കരുത്" ആർട്ഗ്നൻ പറഞ്ഞു. "നമുക്കീ രഹസ്യം കണ്ടുപിടിക്കാൻ നോക്കണം. തൽക്കാലം നമുക്കിപ്പോൾ ഇവിടം വിടാം. എന്നിട്ട് ആ തുണിക്കച്ചവടക്കാരന്റെ ഭാര്യയെ കണ്ടുപിടിക്കാം. നിഗൂഢതകളുടെ താക്കോൽ ആ സ്ത്രീയാണ്."

"ഒരു വെറും തുണിക്കച്ചവടക്കാരന്റെ ഭാര്യക്ക് ഇത്രത്തോളം പ്രാധാന്യമുണ്ടെന്ന് എനിക്ക് വിശ്വാസം വരുന്നതേയില്ല" പോർത്തോസ് അൽപ്പം പൊങ്ങച്ചത്തോടെ പറഞ്ഞു.

"രാജ്ഞിയുടെ വിശ്വസ്തനായ ഏജന്റ് ഡി ലാപോർട്ടിന്റെ സംരക്ഷണ മകളാണിവൾ. നിങ്ങളോടതു പറഞ്ഞതല്ലേ സുഹൃത്തുക്കളേ. മാത്രമല്ല, രാജ്ഞി ഒരുപക്ഷേ, മനഃപൂർവം ചെയ്തതുമായിരിക്കാം; ഈ വിധത്തിൽ വെറും താണ നിലവാരത്തിലുള്ള ഒരു സ്ത്രീയെ തിരഞ്ഞെടുത്തത്. ഉന്നതസ്ഥാനത്തുള്ള ആളുകളെങ്കിൽ ഇത്തരം കാര്യങ്ങളിൽ കൂടുതൽ സംശയിക്കേണ്ടിവരും. കർദിനാളിനാകട്ടെ ധാരാളം ചാരന്മാരുമുണ്ട്."

"നമുക്ക് ആദ്യം ആ തുണിക്കച്ചവടക്കാരനുമായി പണം കിട്ടാനുള്ള ഒരു കരാറുണ്ടാക്കാം; നമുക്ക് അതുവഴി ധാരാളം തുകകിട്ടും" പോർത്തോസ് പറഞ്ഞു.

"അതിന്റെ ആവശ്യമൊന്നുമില്ല" ആർട്ഗ്നൻ പറഞ്ഞു. "കാരണം അയാൾ പണം തരുന്നില്ലെങ്കിൽ അതു തരാൻ വേറെ എത്രയോ പേരെ വേണമെങ്കിലും നമുക്ക് കണ്ടുപിടിക്കാൻ കഴിയും."

അവർ ഇങ്ങനെ സംസാരിച്ചുകൊണ്ടിരിക്കുമ്പോൾ കോണിപ്പടിവഴി ആരോ കയറിവരുന്ന ശബ്ദം അവർ കേട്ടു. വാതിൽ പെട്ടെന്ന് തള്ളിത്തുറന്നുകൊണ്ട് ആ തുണിക്കച്ചവടക്കാരൻ ബോണസ്യൂ അകത്തേക്ക് ഓടി വന്നു.

"മാന്യന്മാരേ, എന്നെ രക്ഷിക്കണേ....." അയാൾ ഉറക്കെ വിളിച്ചു. "ദൈവത്തെയോർത്ത് എന്നെ രക്ഷിക്കണേ. നാലുപേർ എന്നെ അറസ്റ്റു ചെയ്യാൻ വന്നിരിക്കുന്നു."

പോർത്തോസും ആറമീസും ചാടിയെഴുന്നേറ്റു.

"ഒരുനിമിഷം" ആർട്ഗ്നൻ പോർത്തോസിനെയും ആറമീസിനെയും തടഞ്ഞു. അവർ ഇതിനകം വാൾ പകുതി ഊരിക്കഴിഞ്ഞിരുന്നു. ആർട്ഗ്നൻ തുടർന്നു പറഞ്ഞു: "ധൈര്യമല്ല വിവേകമാണിപ്പോൾ ആവശ്യം."

"നമുക്കിതനുവദിക്കാനാവില്ല...." പോർത്തോസ് ആർട്ഗ്നനെ എതിർത്തു.

"നമുക്കിത് ആർട്ഗ്നനു വിട്ടുകൊടുക്കുന്നതാണ് നല്ലത്" ആതോസ് പറഞ്ഞു. "ഞാൻ നേരത്തെ പറഞ്ഞത് ആവർത്തിക്കുകയാണ്. നമ്മുടെയിടയിൽ മിടുക്കൻ ഇയാളാണ്. ഇയാൾ പറയുന്നതേ ഞാൻ ഇനി അനുസരിക്കുകയുള്ളൂ. ഞങ്ങളിനിയെന്താണ് ചെയ്യേണ്ടതെന്ന് ആർട്ഗ്നൻ

തന്നെ പറഞ്ഞോളൂ."

അപ്പോഴേക്കും മുറിയുടെ വാതിൽക്കൽ നാലു കാവൽഭടന്മാർ എത്തിക്കഴിഞ്ഞിരുന്നു. വാളുമായി നാലു പടയാളികൾ അവിടെ നിൽക്കുന്നതുകണ്ടപ്പോൾ മുറിക്കുള്ളിൽക്കയറാതെ അവർ അവിടെത്തന്നെ നിന്നു.

"മാന്യരേ, അകത്തുവരൂ" ആർട്ഗ്നൻ പറഞ്ഞു. "നിങ്ങളെന്റെ അതിഥികളാണിവിടെ. ഞങ്ങളൊക്കെ രാജാവിന്റെയും കർദിനാളിന്റെയും വിശ്വസ്തരായ സേവകരും."

"ഞങ്ങളുടെ നിയമമനുസരിച്ച് ഞങ്ങൾ കാര്യങ്ങൾ ചെയ്യുമ്പോൾ നിങ്ങൾ തടയില്ലല്ലോ?" സംഘത്തിലെ തലവനെന്നു തോന്നിക്കുന്ന ഒരാൾ ചോദിച്ചു.

"തീർച്ചയായും ഇല്ല. ആവശ്യമെങ്കിൽ അക്കാര്യങ്ങളിൽ നിങ്ങളെ ഞങ്ങൾ സഹായിക്കുകയും ചെയ്യാം."

"ഇവനെന്തിനാണ് ഇങ്ങനെ പറയുന്നത്?" പോർത്തോസ് പിറുപിറുത്തു.

"വിഡ്ഢീ! ശാന്തനാകൂ" ആതോസ് അയാളോടു കൽപ്പിച്ചു.

"നിങ്ങൾ വാക്കു പറഞ്ഞതല്ലേ....." തുണിക്കച്ചവടക്കാരൻ വെപ്രാളത്തോടെ ആർട്ഗ്നനോടു ചോദിച്ചു.

"ഞങ്ങൾക്കു നിൽക്കാൻ പറ്റിയാലല്ലേ നിങ്ങളെ രക്ഷിക്കാനാകൂ" ആർട്ഗ്നൻ അയാളോടു വേഗത്തിൽ മന്ത്രിച്ചു. "നിങ്ങളെ രക്ഷിക്കാൻ ശ്രമിച്ചാൽ നിങ്ങളോടൊപ്പം ഞങ്ങളെയും ഇവർ അറസ്റ്റുചെയ്യും."

"പക്ഷേ എനിക്കു തോന്നുന്നത്......"

"വരൂ മാന്യരേ....." ആർട്ഗ്നൻ വീണ്ടും പറഞ്ഞു. "ഈ മനുഷ്യനെ സംരക്ഷിക്കേണ്ട യാതൊരാവശ്യവും ഞങ്ങൾക്കില്ല. ഞാൻ ഇന്നുവരെ ഇയാളെ കണ്ടിട്ടുപോലുമില്ല. വാടകവാങ്ങാൻ വന്നതുകൊണ്ടാണ് ഇന്നു കാണാനിടയായത്. അല്ലെങ്കിൽ നിങ്ങൾ അയാളോടുതന്നെ ചോദിച്ചു നോക്കൂ. അതല്ലേ ബോണസ്യൂ? പറയൂ!"

"അതെ ശരിയാണ്." ബോണസ്യൂ പറഞ്ഞു. "പക്ഷേ....."

"എന്നെക്കുറിച്ചോ എന്റെ സുഹൃത്തുക്കളെക്കുറിച്ചോ രാജ്ഞിയെക്കുറിച്ചോ ഒന്നും നിങ്ങൾ പറയേണ്ട." ആർട്ഗ്നൻ അയാളുടെ ചെവിയിൽ മന്ത്രിച്ചു. "അല്ലെങ്കിൽ നിങ്ങൾക്കു രക്ഷപ്പെടാനുമാകില്ല, ഞങ്ങൾ ജയിലിലാകുകയും ചെയ്യും."

തുടർന്ന് ആർട്ഗ്നൻ കാവൽഭടന്മാരുടെ നേരെ തിരിഞ്ഞുകൊണ്ടു പറഞ്ഞു: "മാന്യരേ, ഇയാളെ കൊണ്ടുപോകൂ" ഒപ്പം അവൻ ബോണസ്യൂവിനെ തള്ളി അവരുടെ കൈയിലേക്കിട്ടുകൊടുക്കുകയും ചെയ്തു. "ഒരു പോരാളിയായ എന്നോടു വന്ന് പണം ചോദിക്കാൻ ഇവനാരാണ്? ഇയാളെ കൊണ്ടുപോയി ജയിലിലടച്ചോളൂ. പറ്റുന്നിടത്തോളംകാലം അതിനകത്തിട്ടോളൂ. അപ്പോൾ എനിക്കത്രയും താമസിച്ച് അയാൾക്ക് പണം കൊടുത്താൽ മതിയല്ലോ."

കാവൽഭടന്മാർക്ക് സന്തോഷമായി. അവർ ബോണസ്യൂവിനെ പിടിച്ചുകൊണ്ട് അവിടെനിന്നും പോയി.

പടികളിറങ്ങാനായി ആ സംഘത്തിന്റെ നേതാവ് തുടങ്ങിയപ്പോൾ ആർട്ഗ്നൻ അയാളുടെ തോളിൽത്തട്ടിക്കൊണ്ടു പറഞ്ഞു: "നമുക്കൽപ്പം കുടിച്ചാലെന്താ? നമ്മുടെ ആരോഗ്യത്തിനാണ്" ആർട്ഗ്നൻ ഒപ്പം രണ്ടു ഗ്ലാസുകളിൽ അവിടെയുണ്ടായിരുന്ന വീഞ്ഞു പകർന്നു. ബോണസ്യൂവിന്റെ ഔദാര്യത്തിൽ കിട്ടിയ ആ വീഞ്ഞ്!

"നന്ദിയുണ്ട്" ആ ഭടനേതാവു പറഞ്ഞു. "നിങ്ങളോടൊപ്പം വീഞ്ഞു കുടിക്കാൻ എനിക്കു സന്തോഷമേയുള്ളൂ."

"നിങ്ങളുടെ ആരോഗ്യത്തിനുവേണ്ടി..... പിന്നെ..... സാറിന്റെ പേരെന്താ?"

"ബോയ്സ് റെനാർഡ്."

"അതെ. ബോയ്സ് റെനാർഡിന്റെ ആരോഗ്യത്തിനുവേണ്ടി....."

"നിങ്ങളുടെ.... സാറിന്റെ പേരെന്താ?"

"ഡി ആർട്ഗ്നൻ."

"അതെ ഡി ആർട്ഗ്നന്റെ ആരോഗ്യത്തിനുവേണ്ടി."

"നമുക്ക് രാജാവിന്റെയും കർദിനാളിന്റെയും ആരോഗ്യത്തിനുംകൂടി വീഞ്ഞുകുടിക്കാം....." ആർട്ഗ്നൻ ഉത്സാഹത്തോടെ പറഞ്ഞു.

വൈൻ ചീത്തയായിരുന്നെങ്കിൽ അവന്റെ ആത്മാർഥതയെപ്പറ്റി ആ ഭടനേതാവിനു സംശയമുണ്ടാകുമായിരുന്നു. പക്ഷേ അത് ഒന്നാന്തരമായിരുന്നു. അത് അയാൾക്കു ധാരാളമായി.

ഭടന്മാർ പോകുകയും നാലു പടയാളികളും തനിച്ചാവുകയും ചെയ്തപ്പോൾ പോർത്തോസ് ആർട്ഗ്നന്റെ അരികിലേക്കു ചെന്നു പറഞ്ഞു: "വളരെ മോശമായിപ്പോയി.... നാലു പോരാളികൾ നോക്കിനിൽക്കേ ഒരു ഹതഭാഗ്യനെ അറസ്റ്റുചെയ്തുകൊണ്ടുപോകുക. സഹായത്തിനുവേണ്ടി അയാൾ കെഞ്ചിയപ്പോൾ ആ പൊലീസ് നേതാവിനോടൊപ്പം വീഞ്ഞു കുടിച്ച് ആസ്വദിച്ചിരിക്കുക...... നിങ്ങൾ മാന്യനോ?"

"പോർത്തോസേ, പറയാൻ വരട്ടെ" ആറമീസ് ഇടപെട്ടു. "കുറച്ചു സാവകാശം കാണിക്കൂ." തുടർന്ന് അയാൾ ആർട്ഗ്നനോടു പറഞ്ഞു: "നിങ്ങൾ മിടുക്കനാണ്; പക്ഷേ, ട്രിവീലിയുടെ സ്ഥാനത്തെത്തുമ്പോൾ എന്നെ മറക്കരുതേ; എന്നെ ഒരു പുരോഹിതനാക്കണേ."

"നിങ്ങൾ പറയുന്നതെന്താണെന്ന് എനിക്കു മനസിലാകുന്നതേയില്ല" പോർത്തോസു പറഞ്ഞു. "ആർട്ഗ്നൻ ഈ ചെയ്തത് ശരിയായിരുന്നെന്നാണോ നിങ്ങൾ പറഞ്ഞുവരുന്നത്?"

"അതെ" ആതോസ് പറഞ്ഞു. "ഞാൻ അത് അനുകൂലിക്കുന്നുവെന്നു മാത്രമല്ല; അയാൾക്ക് എല്ലാവിധ അഭിനന്ദനങ്ങളും നൽകുന്നു."

"സുഹൃത്തുക്കളേ" ആർട്ഗ്നൻ പറഞ്ഞു: "ഒരാൾ എല്ലാവർക്കും വേണ്ടി, എല്ലാവരും ഒരാൾക്കുവേണ്ടി. അതാണു നമ്മുടെ ലക്ഷ്യം."

"പക്ഷേ...." പോർത്തോസ് എന്തോ തടഞ്ഞുകൊണ്ട് പറയാൻ തുട

ങ്ങി.

"കൈനീട്ടി പ്രതിജ്ഞ ചെയ്യെടോ...." ആതോസ് അയാളോടു പറഞ്ഞു.

മറ്റുള്ളവരെപ്പോലെ ചെയ്യാനേ പോർത്തോസിനും കഴിഞ്ഞുള്ളൂ. അയാൾ പ്രതിജ്ഞ ചെയ്യാനായി കൈനീട്ടി. നാലു സുഹൃത്തുക്കളും ഒരുമിച്ചു പ്രഖ്യാപിച്ചു: "ഒരാൾ എല്ലാവർക്കും വേണ്ടി; എല്ലാവരും ഒരാൾക്കുവേണ്ടി. അതാണ് നമ്മുടെ ലക്ഷ്യം."

"സബാഷ്! ഇനി നിങ്ങൾക്കെല്ലാവർക്കും അവരവരുടെ വീടുകളിലേക്കു പോകാം." ആർട്ഗ്നൻ പറഞ്ഞു; ഒരു നേതാവിന്റെ കൽപ്പന പോലെ. അവൻ തുടർന്നു പറഞ്ഞു: "സൂക്ഷിക്കണം; കാരണം ഇന്നു മുതൽ നമ്മൾ കർദിനാളുമായി പോരാടാൻ പോവുകയാണ്."

10

പതിനേഴാം നൂറ്റാണ്ടിലെ ഒരു എലിക്കെണി

എലിക്കെണി ഒരു ആധുനിക ഉപകരണമൊന്നുമല്ല. സമൂഹമുണ്ടായപ്പോൾത്തന്നെ ഏതെങ്കിലും വിധത്തിലുള്ള പൊലീസുശക്തിയെ കണ്ടുപിടിച്ചിട്ടുണ്ട്. ആ പൊലീസ്ശക്തി എലിക്കെണികളും കണ്ടുപിടിച്ചു.

വായനക്കാർക്ക് പൊലീസ്ശൈലിയുടെ ഗ്രാമ്യാർഥം അറിയില്ലാത്തതിനാൽ, ഈ എലിക്കെണിയെന്തെന്ന് ഞാൻ പറഞ്ഞേ മതിയാകൂ.

ഏതെങ്കിലും വീട്ടിൽച്ചെന്ന് പൊലീസ് ഒരാളെ അറസ്റ്റുചെയ്താൽ, ആ അറസ്റ്റിനെ അവർ രഹസ്യമായി സൂക്ഷിക്കുക പതിവാണ്. ആ വീട്ടിലെ ആദ്യമുറിയിൽ നാലോ അഞ്ചോ ആളുകളെ പാർപ്പിക്കുകയും ചെയ്യും. ആ വീട്ടിൽ പിന്നീടു വരുന്നവർക്കൊക്കെ വാതിൽ തുറന്നുകൊടുക്കുന്നതിവരാണ്. കടന്നയുടനെ വാതിലടച്ച് അവരെയും അറസ്റ്റുചെയ്യും. അങ്ങനെ നാലഞ്ചുദിവസംകൊണ്ട് ആ വീട്ടിൽ സാധാരണ വരാറുള്ള ആളുകളെയൊക്കെ അവർ കൈയോടെ പിടികൂടും. ഇതിനെയാണ് എലിക്കെണിയെന്ന നാട്ടുഭാഷകൊണ്ടുദ്ദേശിക്കുന്നത്.

ബോണസ്യൂവിനെ അറസ്റ്റുചെയ്തതിനുശേഷം പൊലീസ് അയാളുടെ വീടും ഒരു എലിക്കെണിയാക്കി. അങ്ങോട്ടു വന്നവരെയെല്ലാം പിടികൂടുകയും ചോദ്യം ചെയ്യുകയും ചെയ്തു, കർദിനാളിന്റെ ആളുകൾ. ആർട്ഗ്നന്റെ മുറിയിൽ പ്രവേശിക്കാൻ വേറെ പ്രത്യേകം വഴിയുണ്ടായിരുന്നതിനാൽ അവന്റെ സന്ദർശകരെയൊന്നും പൊലീസ് പിടിച്ചില്ല.

അല്ലെങ്കിൽത്തന്നെ ഈ മൂന്നു പോരാളികൾക്കപ്പുറം വേറെയാരും ആർട്ഗ്നന്റെ മുറിയിൽ വരാറില്ല. അവർ സ്വന്തം നിലയിൽ അന്വേഷണത്തിനിറങ്ങിയിരിക്കുകയാണ്; ഓരോരുത്തരും ഓരോ വഴിക്ക്, പക്ഷേ ആർക്കും ഒന്നും കണ്ടെത്താനായില്ല. ആതോസാകട്ടെ ട്രിവീലിയെപ്പോലും ചോദ്യംചെയ്തു. അത് ഒരത്ഭുതം തന്നെയായിരുന്നു. കാരണം

ആതോസ് പൊതുവെ ഒരു വാഗ്മിയാണല്ലോ. പക്ഷേ, ട്രിവീലിക്കു നൽകാൻ വിവരങ്ങളൊന്നുമുണ്ടായിരുന്നില്ല. കർദിനാളിനെയും രാജാവിനെയും രാജ്ഞിയെയും അവസാനം ട്രിവീലി കണ്ടപ്പോൾ അവരുടെ മുഖഭാവത്തിൽ എന്തോ ഒരസ്വാസ്ഥ്യമുണ്ടായിരുന്നു. രാജാവിനാകട്ടെ എന്തോ ഒരു വിഷാദം. രാജ്ഞിയുടെ കണ്ണുകൾ ചുവന്നിരുന്നു. ഒന്നുകിൽ കരഞ്ഞിരിക്കാം; അല്ലെങ്കിൽ തലേരാത്രിയിൽ ഉറങ്ങിയില്ലായിരിക്കാം. പക്ഷേ, അതിൽ ട്രിവീലിക്ക് യാതൊരു പുതുമയും തോന്നിയിരുന്നില്ല. കാരണം കല്യാണത്തിനുശേഷം എത്രയോ തവണ അവർ കരഞ്ഞിട്ടുണ്ട്; എത്രയെത്ര ഉറക്കമില്ലാത്ത രാവുകളും!

രാജാവിനും പ്രത്യേകിച്ച് രാജ്ഞിക്കും സേവനം ചെയ്യാനായി സദാ ജാഗ്രതയുണ്ടാകണമെന്ന് ആതോസിനോടു ട്രിവീലി പറഞ്ഞു. സുഹൃത്തുക്കളോടും ഇക്കാര്യം പറയണമെന്ന് അയാൾ ആവശ്യപ്പെട്ടു.

ആർട്ഗ്നൻ വീട്ടിലിരുന്നതല്ലാതെ പുറത്തുപോയില്ല. തന്റെ മുറിയെ അവൻ ഒരു നിരീക്ഷണമുറിയാക്കി മാറ്റി. ജനാലയ്ക്കരികിലിരുന്നാൽ വീട്ടിലേക്കു വരുന്നവനെ കാണാം. പൊലീസ് കെണിയിൽപ്പെടുത്തുന്നവരെയും കാണാം. ഒപ്പം ഒരു കാര്യംകൂടി അവൻ ചെയ്തു. ചുവരിന്റെ ഒരു നിരപ്പലക അവൻ ചുവട്ടിൽനിന്നും ഇളക്കിമാറ്റി. അതോടെ അവന്റെ മുറിയും ചോദ്യംചെയ്യുന്ന മുറിയും തമ്മിലുള്ള തടസം ഇല്ലാതാവുകയും ചെയ്തു. അവിടെ പറയുന്നതൊക്കെ അവനു വ്യക്തമായി കേൾക്കാമെന്നുമായി.

ആരെയെങ്കിലും അറസ്റ്റുചെയ്താൽ അയാളെ അവർ നന്നായി ആദ്യം പരിശോധിക്കുന്നു. തുടർന്ന് എല്ലാവരോടും ഏകദേശം ഒരേ ചോദ്യങ്ങൾതന്നെ ചോദിക്കുന്നു. 'മാഡം ബോണസ്യൂ അവരുടെ ഭർത്താവിനോ മറ്റാർക്കെങ്കിലുമോ കൊടുക്കാനായി എന്തെങ്കിലും തന്നിരുന്നോ?' 'അവരിലാരെങ്കിലും വ്യക്തിപരമായി നിങ്ങളോട് എന്തെങ്കിലും രഹസ്യം പറഞ്ഞിരുന്നോ?' ഇതൊക്കെയായിരുന്നു ചോദ്യങ്ങൾ.

'ഒന്നുമറിയാൻ പാടില്ലാത്തതുകൊണ്ടല്ലേ അവരിങ്ങനെ അറസ്റ്റുചെയ്യുന്നവരോട് ഇങ്ങനെ ചോദ്യം ചെയ്യുന്നത്?' ആർട്ഗ്നൻ ചിന്തിച്ചു. 'ബക്കിംഗ്ഹാം പ്രഭു പാരീസിലുണ്ടോയെന്നും രാജ്ഞിയുമായി അദ്ദേഹത്തിന് എന്തെങ്കിലും കൂടിക്കാഴ്ചയുണ്ടായിരുന്നോയെന്നും അല്ലെങ്കിൽ അതിനുള്ള തീരുമാനം വല്ലതുമുണ്ടോ എന്നൊക്കെയറിയാൻവേണ്ടിയായിരിക്കും അവർ പരിശ്രമിക്കുന്നതെന്ന് ആർട്ഗ്നൻ വീണ്ടും ചിന്തിച്ചു.

ആർട്ഗ്നൻ ചിന്തയിൽ മുഴുകി.

പൊലീസ് തന്റെ കെണിയൊരുക്കൽ തുടർന്നു. ആർട്ഗ്നൻ കൂടുതൽ ജാഗരൂകനായി.

ആ പാവം ബോണസ്യൂവിനെ അറസ്റ്റുചെയ്തതിന്റെ പിറ്റേന്ന് രാത്രിയിൽ ഒമ്പതുമണിയായപ്പോഴേക്കും ആർട്ഗ്നന്റെ അടുത്തുനിന്നും ആതോസ് പോയിരുന്നു; ട്രിവീലിയെ കാണാനായിട്ട്. പ്ലാഞ്ചെറ്റ് തന്റെ യജമാനന് ഉറങ്ങാനുള്ള കിടക്ക ശരിയാക്കാൻ തുടങ്ങുകയായിരുന്നു.

പെട്ടെന്ന് മുൻവാതിലിൽ ആരോ മുട്ടുന്ന ഒരു ശബ്ദം ആർട്ഗ്നൻ കേട്ടു. പെട്ടെന്ന് വാതിൽ തുറക്കപ്പെടുകയും തുടർന്ന് അടയ്ക്കപ്പെടുകയും ചെയ്തു. ആരോ ഒരാൾ കെണിയിലകപ്പെട്ടിരിക്കുകയാണ്.

ആർട്ഗ്നൻ വേഗത്തിൽ ചുവർപൊളിച്ച ഭാഗത്തേക്ക് ചെന്നു. പതിഞ്ഞുകിടന്നുകൊണ്ട് അവൻ എല്ലാം ശ്രദ്ധിച്ചു.

പെട്ടെന്നവൻ കരച്ചിലും ഞരക്കങ്ങളും കേട്ടു. ഇത്തവണ ചോദ്യം ചെയ്യലല്ലായിരുന്നു.

'അതൊരു സ്ത്രീയുടെ ശബ്ദമാണല്ലോ' ആർട്ഗ്നൻ ചിന്തിച്ചു. 'അവർ അവളെ പരിശോധിക്കുകയായിരിക്കും. അവൾ തടയുന്നുണ്ട്; അവർ ബലം പ്രയോഗിക്കുന്നുണ്ട്. നാശം മൃഗങ്ങൾ!'

ഒരുവിധത്തിലും പ്രതിഷേധം പ്രകടിപ്പിക്കാൻ ആർട്ഗ്നനു പറ്റുമായിരുന്നില്ല.

"ഞാനൊന്നു പറയട്ടെ. ഞാനീ വീട്ടിലെ സ്ത്രീയാണ്" അവർ പറഞ്ഞു. "ഞാൻ മാഡം ബോണസ്യൂവാണ്. ഞാൻ രാജ്ഞിക്കുവേണ്ടി ജോലി ചെയ്യുന്നവളാണ്."

"മാഡം ബോണസ്യൂ!" ആർട്ഗ്നൻ പിറുപിറുത്തു. "കൊള്ളാം! എല്ലാവരും അന്വേഷിച്ചുനടക്കുന്ന ഇവളെ കണ്ടെത്താൻ പറ്റിയ ഞാൻ ഒരു ഭാഗ്യവാൻ തന്നെയല്ലേ?"

"നിങ്ങളെത്തന്നെയാണ് ഞങ്ങൾക്കു വേണ്ടത്" അതിലൊരു ഭടൻ പറഞ്ഞു.

ആ സ്ത്രീയുടെ ശബ്ദം വീണ്ടും പതറിയതുപോലെ ആർട്ഗ്നനു തോന്നി. അവളുടെ അക്രമശബ്ദം ആ മുറിയിൽ മുഴങ്ങി. ഒരു സ്ത്രീ നാലു പുരുഷന്മാരോടു നേരിടുന്നതല്ലേ.

"ദയവായിട്ട്.... മാന്യന്മാരേ ദയവായിട്ട്...." അവൾ എന്തോ പറയാൻ ശ്രമിച്ചു. തുടർന്ന് അവളുടെ ശബ്ദം തടഞ്ഞുതുടങ്ങി.

'അവർ അവളുടെ വായിലെന്തോ കുത്തിത്തിരുകിയിരിക്കുകയാണ്. അവർ അവളെ കൊണ്ടുപോകാൻ ശ്രമിക്കുകയാണ്....' ആർട്ഗ്നൻ ചാടിയെണീറ്റു. "എവിടെ എന്റെ വാൾ. ആ അതിവിടെയുണ്ടല്ലോ. പ്ലാഞ്ചെറ്റ്!"

"എന്താ സർ" പ്ലാഞ്ചെറ്റ് വിളികേട്ടു.

"ഓടിപ്പോയി നമ്മുടെ മൂന്നു സ്നേഹിതന്മാരെയും കണ്ടുപിടിക്കൂ. ഒരാളെങ്കിലും വീട്ടിൽക്കാണും. ഒരുപക്ഷേ, എല്ലാവരും കാണും. ആയുധവുമായി എത്രയും വേഗം ഇങ്ങോട്ടു പോരാൻ അവരോടു പറയൂ.... ഓ.... ഞാനിപ്പോൾ ഓർത്തതേയുള്ളൂ, ആതോസ് ട്രിവീലിയുടെയടുത്തു കാണും...."

"പക്ഷേ സർ..... അങ്ങ് എങ്ങോട്ടുപോകുകയാണ്."

"ഞാൻ ഈ ജനാലവഴി ചാടാനൊരുങ്ങുകയാണ്; എത്രയും വേഗം അവിടെയെത്തണം. ഈ ഇളകിയ പലകകൾ പഴയപടിവച്ച് ഇവിടെ നന്നായി അടിച്ചുവൃത്തിയാക്കൂ. എന്നിട്ട് കോണിപ്പടിവഴി ഇറങ്ങിപ്പോയി ആ മൂവരെയും വേഗത്തിൽ വിളിച്ചുകൊണ്ടുവരൂ....."

“അയ്യോ.... അങ്ങുപോകരുത്.... കൊല്ലപ്പെട്ടേക്കുമേ?” വേലക്കാരൻ പരിഭ്രമത്തോടെ പറഞ്ഞു.

“വിഡ്ഢിത്തം പറയാതെ” ആർട്ഗ്നൻ പറഞ്ഞു.

ജനാലയിലൂടെ, കമ്പി പിടിച്ചുകൊണ്ട് അവൻ താഴേക്കു ചാടി. രണ്ടാം നിലയ്ക്ക് ഭാഗ്യത്തിന് വലിയ ഉയരമില്ലാതിരുന്നതുകൊണ്ട് ആ ചാട്ടം അവന് അപകടമൊന്നും ഉണ്ടാക്കിയില്ല.

അവൻ ഓടിച്ചെന്നു മുൻവാതിലിൽ മുട്ടി.

‘കെണിയിൽപ്പെടാനുള്ള എന്റെ അവസരമാണിത്’ അവൻ സ്വയം പറഞ്ഞു. ‘പക്ഷേ അവർക്കു പിടിക്കാൻ പറ്റാത്ത ഒരെലിയാകണേ ഞാൻ.’

ആർട്ഗ്നൻ വാതിലിൽ മുട്ടിയ ഉടനെ അകത്തെ ശബ്ദം നിന്നു. ആരോ നടന്നടുത്തുവരുന്ന ശബ്ദം അവൻ കേട്ടു. വാതിൽ തുടർന്ന് തുറക്കപ്പെടുകയും ചെയ്തു. വാളൂരിക്കൊണ്ട് അവൻ ബോണസ്യൂവിന്റെ മുറിയിലേക്കു പാഞ്ഞുകയറി. പെട്ടെന്ന് മുറിയുടെ വാതിൽ സ്പ്രിംഗ് പ്രവർത്തനംപോലെ ആഞ്ഞടഞ്ഞു.

ബോണസ്യൂവിന്റെ വീട്ടിലെ മറ്റാളുകളും അയൽക്കാരും ഒക്കെ അവിടത്തെ വലിയ ബഹളവും ചവിട്ടും കുത്തും വാളിന്റെ ഇരമ്പലും ഒക്കെ ക്കേട്ടു. സാധനങ്ങളൊക്കെ തട്ടിമറിഞ്ഞുവീഴുന്ന ശബ്ദം വേറെ. എന്താണ് സംഭവിക്കുന്നതെന്നറിയാൻവേണ്ടി അവർ ജനാലയിലൂടെ തല പുറത്തേക്കിട്ടുനോക്കി.

തൂവലും പൊഴിച്ച് പേടിച്ചു കൂട്ടത്തോടെ പറക്കുന്ന കാക്കകളെപ്പോലെ കറുപ്പുടുപ്പണിഞ്ഞ നാലാളുകൾ മുറിയിൽനിന്നും തെരുവിലേക്കു പാഞ്ഞുവീഴുന്നത് അവർ കണ്ടു.

ആർട്ഗ്നന് മികച്ച വിജയമാണുണ്ടായത്; അതിനു വലിയ ബുദ്ധിമുട്ടും അവനു വേണ്ടിവന്നില്ല. അതു സമ്മതിച്ചേ പറ്റൂ. കാരണം ആ ഭടന്മാരിൽ ഒരാളുടെ പക്കലേ ആയുധമുണ്ടായിരുന്നുള്ളൂ. അതിനാൽ നിസ്സാര പ്രകടനമേ വേണ്ടിവന്നുള്ളൂ. മറ്റുള്ള മൂന്നുപേരുംകൂടി കസേരകളും മറ്റു സാധനങ്ങളും വാരിയെടുത്ത് അവന്റെ നേരെയടുത്തു. പക്ഷേ അവൻ വാളുകൊണ്ട് അവരെ ഭയപ്പെടുത്തിയകറ്റി. വെറും പത്തുമിനിറ്റുപോലും വേണ്ടിവന്നില്ല അവന് അവരെ തുരത്താനായിട്ട്.

അയൽക്കാർ ജനാലയിലൂടെ നോക്കിനിന്നു. തെരുവിൽ നിത്യവും ഇത്തരം സംഭവങ്ങൾ നടക്കുന്നതിൽ ആർക്കും അത്ഭുതമില്ല. കറുത്ത വേഷധാരികൾ മുറിയിൽനിന്നിറങ്ങിയോടുന്നതു കണ്ടപ്പോൾ ലഹള തീർന്നെന്ന് അവർക്കു മനസിലായി. അവർ ജനാലകൾ വീണ്ടുമടച്ചു നേരത്തെ ഉറങ്ങാൻപോയി. നേരത്തെ ഉറങ്ങുന്നത് ലക്സംബർഗുകാർക്കൊരു ശീലവുമാണ്.

മാഡം ബോണസ്യൂവിന്റെകൂടെ ആർട്ഗ്നൻ മാത്രമേയുള്ളൂ ഇപ്പോൾ. അവൻ തിരിഞ്ഞ് അവളെ നോക്കി. ഒരു കസേരയിലേക്കു മറിഞ്ഞ് പാതിബോധത്തിലിരിക്കുകയാണവൾ. അവൻ അവളെ ആകപ്പാടെ

നോക്കി.

ഏതാണ്ട് ഇരുപത്തിയഞ്ചു വയസ്സ് പ്രായംവരുന്ന ഒരു സുന്ദരിയായിരുന്നു അവൾ. കറുത്ത കാർകൂന്തൽ. നീലക്കണ്ണുകൾ; അൽപ്പം ചരിഞ്ഞുയർന്ന മൂക്ക്. വെള്ളിപ്പല്ലുകൾ. പിങ്കുനിറത്തിലെ ശരീരം. ഇതൊക്കെക്കണ്ടാൽ ഒരു വലിയ കുടുംബത്തിൽപ്പെട്ടവളാണെന്നു തോന്നും. പക്ഷേ അവ അവിടെത്തീർന്നു. പക്ഷേ അവളുടെ കൈയും കാലും നോക്കിയാൽ യോഗ്യതയുള്ള ഒരു സ്ത്രീയുടേതാണെന്നു തോന്നുന്നില്ല. ഭാഗ്യവശാൽ ആർട്ഗ്നൻ അത്തരം ചെറിയ കാര്യങ്ങളെക്കുറിച്ച് ചിന്തിച്ചതേയില്ല.

പെട്ടെന്ന് അവളുടെ കാൽച്ചുവട്ടിൽ ഒരു വിലപിടിപ്പുള്ള തൂവാല കിടക്കുന്നത് അവൻ കണ്ടു. ജിജ്ഞാസയോടെ അവനതെടുത്തു. ആറമീസുമായി ഒരു ദ്വന്ദ്വയുദ്ധത്തിന്റെ വക്കിൽ അന്നെത്തിച്ച ഒരു തൂവാലയുണ്ടല്ലോ, അതിലുണ്ടായിരുന്ന മോണോഗ്രാം തന്നെയാണ് ഈ തൂവാലയിലും. അവൻ അതിനെ മാഡം ബോണസ്യൂവിന്റെ ഉടുപ്പിന്റെ പോക്കറ്റിലേക്കു തിരുകിവച്ചു.

അപ്പോഴേക്കും അവൾക്കു ബോധം തിരിച്ചുകിട്ടി. അവൾ കണ്ണുകൾ തുറന്നു. ഭയത്തോടെ മുറിക്കു ചുറ്റുംനോക്കി. തന്നെ രക്ഷിച്ചവന്റെ കൂടെ താനൊറ്റയ്ക്കാണെന്ന് അവളറിഞ്ഞു. അവൾ പുഞ്ചിരിച്ചുകൊണ്ട് കൈനീട്ടി. ആരെയും വശീകരിക്കുന്ന ചിരിയായിരുന്നു അവളുടേത്.

"ഓ സർ! അങ്ങാണെന്നെ രക്ഷിച്ചത്" അവൾ പറഞ്ഞു. "അങ്ങ് ചെയ്ത ഉപകാരത്തിനു വളരെ നന്ദി."

"നന്ദിയുടെ ആവശ്യമൊന്നുമില്ല" ആർട്ഗ്നൻ പറഞ്ഞു. "എന്റെ സ്ഥാനത്ത് മറ്റൊരാളായിരുന്നെങ്കിൽ ഇതുതന്നെ ചെയ്യുമായിരുന്നു."

"അതല്ല സർ..... അങ്ങ് വളരെ ഉപകാരം ചെയ്തു.... അതിനാൽ ഞാൻ അങ്ങയോടു കടപ്പെട്ടിരിക്കുന്നു; ഞാനതു തെളിയിക്കുകയും ചെയ്യും.... പിന്നെ ആ ആളുകൾ എന്തന്വേഷിച്ചാണ് നടക്കുന്നത്? കള്ളന്മാരായിരിക്കുമെന്നാണ് ഞാൻ ആദ്യം കരുതിയത്.... എന്റെ ഭർത്താവ് എവിടെപ്പോയി?"

"അവർ കള്ളന്മാരെക്കാൾ അപകടകാരികളാണ്. കാരണം അവർ കർദിനാളിന്റെ ഏജന്റുമാരാണ്.... നിങ്ങളുടെ ഭർത്താവ് ഇവിടെയില്ല. അദ്ദേഹത്തെ അറസ്റ്റുചെയ്ത് ബാസ്റ്റിലിലേക്ക് കൊണ്ടുപോയിരിക്കുകയാണ്."

"ബാസ്റ്റിലിൽ കൊണ്ടുപോയെന്നോ!" അവൾ കരഞ്ഞുപോയി. അതെന്തിനാ? അതിനെന്തു തെറ്റാണ് അദ്ദേഹം ചെയ്തത്? ഇന്നാട്ടിലെ ഏറ്റവും നല്ല നിഷ്കളങ്കനല്ലേ അദ്ദേഹം."

ഭയത്തോടൊപ്പം ഒരു പുഞ്ചിരി അവളുടെ മുഖത്തു തെളിഞ്ഞു.

"അദ്ദേഹം എന്തു ചെയ്തെന്നോ? ഭാഗ്യംകൊണ്ടോ നിർഭാഗ്യംകൊണ്ടോ നിങ്ങളുടെ ഭർത്താവായിപ്പോയതാണു കുറ്റം."

"പിന്നെന്താണ് സർ?" അവൾ ചോദിച്ചു.

"നിങ്ങളെ തട്ടിക്കൊണ്ടുപോയതായിട്ടറിയാം" ആർട്ഗ്നൻ പറഞ്ഞു.

"ആരാണെന്നെ തട്ടിക്കൊണ്ടുപോയത്? അറിയാമെങ്കിൽ അതെ

നിക്കു പറഞ്ഞു തരൂ" മാഡം ബോണസ്യൂ പറഞ്ഞു.

"ഉദ്ദേശം നാൽപ്പതുവയസുവരുന്ന ഒരാൾ. കറുത്ത തലമുടി, വിളറിയ മുഖം. ഇടത്തേ ചെന്നിയിൽ ഒരു തഴമ്പും."

"അയാളുടെ പേരെന്താണ്?"

"അതെനിക്കറിയില്ല" ആർട്ഗ്നൻ പറഞ്ഞു.

"എന്നെ തട്ടിക്കൊണ്ടുപോയ വിവരം എന്റെ ഭർത്താവിനറിയുമോ?"

"അത് തട്ടിക്കൊണ്ടുപോയവർതന്നെ നിങ്ങളുടെ ഭർത്താവിന് അക്കാര്യം പറഞ്ഞുകൊണ്ട് കത്തെഴുതിയല്ലോ."

"എന്തിനാണ് എന്നെ തട്ടിക്കൊണ്ടുപോയതെന്നതിനെപ്പറ്റി എന്റെ ഭർത്താവിനു വല്ല അറിവുമുണ്ടോ?" അവൾ ചോദിച്ചു.

"എന്തെങ്കിലും രാഷ്ട്രീയലക്ഷ്യമായിരിക്കുമെന്നായിരിക്കും അദ്ദേഹം കരുതുന്നതെന്ന് എനിക്കു തോന്നുന്നു.

"ആരംഭത്തിലേ ഇതുതന്നെയായിരുന്നു എന്റെ സംശയവും. ഇപ്പോൾ നിങ്ങൾ പറഞ്ഞതു ഞാൻ സമ്മതിക്കുന്നു. അപ്പോൾ എന്റെ പ്രിയഭർത്താവ് എന്നെ മറ്റു കാര്യങ്ങളിൽ സംശയിക്കുന്നില്ലല്ലോ."

"തീർച്ചയായുമില്ല. നിങ്ങളുടെ വിശ്വസ്തതയിൽ അദ്ദേഹത്തിന് പൂർണവിശ്വാസമുണ്ട്. പ്രത്യേകിച്ച് നിങ്ങൾക്ക് അദ്ദേഹത്തിനോടുള്ള സ്നേഹത്തിൽ."

അവളുടെ ചെഞ്ചുണ്ടിൽ വീണ്ടും അവ്യക്തമായ ഒരു പുഞ്ചിരി പടർന്നു.

"പക്ഷേ.... നിങ്ങളെങ്ങനെയാണ് രക്ഷപ്പെട്ടത്?" ആർട്ഗ്നൻ ചോദിച്ചു.

"കുറച്ചുനേരത്തേക്ക് അവരെന്നെ ഒറ്റയ്ക്കിരുത്തി. ആ നേരംകൊണ്ട് ഞാനെന്റെ കിടക്കവിരികൾ കൂട്ടിക്കെട്ടി ഒരു കയറുപോലാക്കിയശേഷം മുറിയുടെ ജനാലപ്പഴുതിൽക്കൂടി ഊർന്ന് താഴേക്കിറങ്ങി. എന്നെ തട്ടിക്കൊണ്ടുപോയതിന്റെ കാരണം രാവിലെതന്നെ ഞാനറിഞ്ഞിരുന്നു. രക്ഷപ്പെട്ട ഉടനെ ഞാനിങ്ങോട്ടുപോന്നു. എന്റെ ഭർത്താവിന്റെയടുക്കലേക്ക്."

"അദ്ദേഹം നിങ്ങളെ രക്ഷിക്കും എന്നു കരുതിയാണോ?"

"അതിനല്ല. ആ പാവം മനുഷ്യന് അതിനാവില്ല. പക്ഷേ, മറ്റൊരു വിധത്തിൽ ഞങ്ങൾക്കതുപയോഗപ്പെടുത്താമായിരുന്നു; അത് എനിക്ക് അദ്ദേഹത്തോടു പറയണമായിരുന്നു."

"അതെന്താണ്?" ആർട്ഗ്നൻ ചോദിച്ചു.

"അതെനിക്കു പരസ്യമാക്കാൻ വയ്യ. അതൊരു രഹസ്യമാണ്."

"പക്ഷേ, എന്തുതന്നെയായാലും നമുക്ക് രണ്ടുപേർക്കും സംസാരിച്ചുകൊണ്ടുനിൽക്കാനുള്ള സ്ഥലമല്ല ഇതെന്നറിയണം. ഞാനൊരു പടയാളിയാണെങ്കിലും നമ്മൾ സൂക്ഷിക്കണമെന്ന് എനിക്കു പറഞ്ഞേ പറ്റൂ. ഞാൻ ഓടിച്ചുവിട്ട അവർ കൂടുതൽ ശക്തി സംഭരിച്ചുകൊണ്ട് മടങ്ങിവന്നേക്കാം. അവർ നമ്മളിവിടെ നിൽക്കുന്നതുകണ്ടാൽ കഥ കഴിക്കും. എന്റെ മൂന്നു സുഹൃത്തുക്കളെയും കൂട്ടിക്കൊണ്ടുവരാൻ ഞാൻ എന്റെ വേലക്കാരനെ വിട്ടിട്ടുണ്ട്. പക്ഷേ, അവൻ അവരെ കണ്ടില്ലെയോ ആവോ."

"നിങ്ങൾ പറഞ്ഞതു നേരാണ്. നമ്മളിവിടെ നിൽക്കാൻ പാടില്ല. നമുക്ക് എത്രയും വേഗം ഇവിടം വിടണം. വേഗമാകട്ടെ."

ഇതു പറഞ്ഞുകൊണ്ട് അവൾ ആർട്ഗ്നന്റെ കൈപിടിച്ചു വലിച്ചു കൊണ്ട് പുറത്തേക്ക് ഓടാൻ നോക്കി.

"പക്ഷേ, എങ്ങോട്ടാണ് നാം പോകുന്നത്?" അവൻ ചോദിച്ചു.

"ആദ്യം നമുക്കിവിടം വിടാം" അവൾ പറഞ്ഞു. "എന്നിട്ട് പിന്നെ ബാക്കിയാലോചിക്കാം."

മുൻവശത്തെ വാതിൽ അടയ്ക്കാൻപോലും കൂട്ടാക്കാതെ അവർ രണ്ടുപേരും മുറിയിൽ നിന്നിറങ്ങി. ഫോസോയേഴ്സിലൂടെ ഓടി ഫോസ സ്പ്രിൻസ് വഴി സെയ്ന്റ് സൾപീസിലെത്തിയപ്പോൾ അവർ നിന്നു.

"ഇനി എന്താണ് നാം ചെയ്യാൻ പോകുന്നത്?" ആർട്ഗ്നൻ ചോദിച്ചു. "നിങ്ങളെ ഇനി ഞാൻ എവിടെക്കൊണ്ടുപോയാണാക്കേണ്ടത്?"

"എന്തുപറയണമെന്ന് എനിക്കറിഞ്ഞുകൂടാ" അവൾ പറഞ്ഞു. "ഞാൻ ഉദ്ദേശിച്ചത് എന്റെ ഭർത്താവിനെ ലൗവ്രിലേക്ക് പറഞ്ഞയച്ച് എന്താണവിടെ സംഭവിക്കുന്നതെന്നും എനിക്കങ്ങോട്ട് മടങ്ങിച്ചെല്ലാമോ യെന്നും ലാപോർട്ടിയോടു അന്വേഷിക്കാമെന്നാണ്."

"ഞാൻ ലാപോർട്ടിയെ പോയിക്കണ്ടോളാം" ആർട്ഗ്നൻ പറഞ്ഞു.

"അതെളുപ്പമല്ല.... പക്ഷേ, എന്റെ ഭർത്താവിനെയാണെങ്കിൽ കൊട്ടാരത്തിൽ അറിയും. അങ്ങോട്ടുചെന്നാൽ ആരും കടത്തിവിടും. പക്ഷേ നിങ്ങളെ അവർക്കാർക്കും അറിയില്ലല്ലോ; കടത്തിവിടുകയുമില്ല."

"പക്ഷേ നിങ്ങളോടു നല്ല വിശ്വസ്തതയുള്ള ഏതെങ്കിലും കാവൽ ക്കാർ അവിടെ ഉണ്ടായിക്കൂടേ. എന്തെങ്കിലും രഹസ്യകോഡുണ്ടെങ്കിൽ....."

അവൾ അവനെ നിർന്നിമേഷനായി നോക്കി.

"ഞാനൊരു രഹസ്യകോഡു പറഞ്ഞുതരാം. പക്ഷേ, അതു അവിടെ പറഞ്ഞുകഴിഞ്ഞാൽ ആ നിമിഷത്തിൽ നിങ്ങൾ മറന്നുകളയണം."

"തീർച്ചയായും" ആർട്ഗ്നൻ പറഞ്ഞു. തികഞ്ഞ സത്യസന്ധത നിറഞ്ഞ മറുപടിയായിരുന്നു അത്.

"ശരി! ഞാൻ നിങ്ങളെ പൂർണമായി വിശ്വസിക്കുന്നു; വിശ്വസിക്കാവുന്ന ഒരാളാണ് നിങ്ങളെന്ന് എനിക്ക് തോന്നുന്നു. നിങ്ങളുടെ വിശ്വസ്തതയ്ക്ക് ഉന്നതമായ സമ്മാനവും കിട്ടുന്നതായിരിക്കും" അവൾ പറഞ്ഞു.

"രാജാവിനെയും രാജ്ഞിയെയും സേവിക്കാൻ എനിക്ക് ഒരു സമ്മാനവും വേണ്ട" ആർട്ഗ്നൻ പറഞ്ഞു. "എന്നെ ഒരു സുഹൃത്തായി പരിഗണിച്ച്, ഞാനെന്തുചെയ്യണമെന്ന് പറഞ്ഞാൽമതി.

"നിങ്ങൾ പോയിക്കഴിഞ്ഞാൽ നിങ്ങളെന്നെ എവിടെക്കൊണ്ടാക്കും?" അവൾ ചോദിച്ചു.

"ലാപോർട്ടി വരുന്നതുവരെ നിങ്ങൾക്കു പോയിരിക്കാൻ സുരക്ഷിതമായ വീടൊന്നും ഇല്ലേ?"

"ഇല്ല; എനിക്കാരെയും വിശ്വാസമില്ല."

"എന്നാൽ എനിക്ക് വിശ്വാസമുള്ളവരുണ്ട്. നമ്മൾ ആതോസിന്റെ വീടിനടുത്താണെത്തിയിരിക്കുന്നത്...." ആർട്ഗ്നൻ പറഞ്ഞു.

"ആരാണീ ആതോസ്?"

"എന്റെ സുഹൃത്തുക്കളിലൊരാൾ."

"അയാൾ അവിടെ വീട്ടിലുണ്ടെങ്കിൽ, എന്നെ കാണുകയില്ലേ?"

"അയാൾ അവിടെയില്ല. ഞാൻ നിങ്ങളെ അയാളുടെ മുറിയിലാക്കി ഒളിപ്പിക്കാം; പൂട്ടിയ താക്കോൽ ഞാൻതന്നെ വച്ചോളാം."

"അയാൾ മടങ്ങി വരുമെങ്കിലോ?"

"അതുണ്ടാവില്ല. വരികയാണെങ്കിൽ ഞാൻ അയാളോടു പറയാൻ ഏർപ്പാടുണ്ടാക്കിക്കൊള്ളാം, അകത്തൊരു സ്ത്രീയുള്ള കാര്യം" ആർട്ഗ്നൻ പറഞ്ഞു.

"പക്ഷേ അകത്തു ഞാനുള്ള കാര്യം മറ്റുള്ളവർ അറിഞ്ഞാൽ അതെനിക്കു മാനക്കേടുണ്ടാക്കില്ലേ?"

"അതില്ല. കാരണം നിങ്ങളെ ഇവിടെയാരും അറിയില്ലല്ലോ. മാത്രമല്ല, ഇങ്ങനെയുള്ള അവസരങ്ങളിൽ അത്തരം കാര്യങ്ങൾ ആലോചിക്കാൻ പറ്റില്ലല്ലോ" ആർട്ഗ്നൻ പറഞ്ഞു.

"അതു ശരിയാണ്.... എങ്കിൽ ആ സുഹൃത്തിന്റെ വീടെവിടെയാണ്?"

"അത് റൂഫെറൗവിലാണ്. കുറച്ചടിയകലെ."

"എങ്കിൽ നമുക്കങ്ങോട്ടുപോകാം."

അവർ രണ്ടുപേരുംകൂടി പുറപ്പെട്ടു.

ആർട്ഗ്നൻ കരുതിയിരുന്നതുപോലെ ആതോസ് അവിടെ ഉണ്ടായിരുന്നില്ല. വീട്ടുടമസ്ഥയിൽനിന്നും ബുദ്ധിമുട്ടില്ലാതെതന്നെ അവർക്കു താക്കോൽ കിട്ടി; ആർട്ഗ്നന് വീട്ടുടമയുമായി നല്ല പരിചയമുള്ളതുകൊണ്ടു കൊള്ളാം. അവൻ അവളെയും കൂട്ടി മുകളിലേക്കു കയറി. തുടർന്ന് അവൻ ആർട്ഗ്നന്റെ ചെറിയമുറി അവൾക്കു കാണിച്ചുകൊടുത്തു.

"ഇവിടെ സുരക്ഷിതമായിരുന്നോളൂ" അവൻ പറഞ്ഞു. "അകത്തുനിന്നും വാതിൽ പൂട്ടിക്കോളൂ. ഇങ്ങനെ മൂന്നു മുട്ടൽ വാതിലിൽ കേട്ടാലേ വാതിലിനി തുറക്കാവൂ." അവൻ വാതിലിൽ മൂന്നുമുട്ടൽ നടത്തിക്കാണിച്ചുകൊടുത്തു. രണ്ടു മുട്ട് വേഗത്തിലും ഉച്ചത്തിലും; ഒന്നൽപ്പം കഴിഞ്ഞ് ചെറിയ ശബ്ദത്തിലും.

"കൊള്ളാം" അവൾ പറഞ്ഞു. "ഇനി ഞാൻ ചില നിർദേശങ്ങൾ നിങ്ങൾക്കു നൽകട്ടെ."

"ഞാൻ കേട്ടോളാം.... പറയൂ."

"ലൗവ്രികൊട്ടാരത്തിന്റെ റ്യൂലെച്ചിലി വാതിൽക്കൽച്ചെന്ന് ജെർമെയ്നിനെ കാണണമെന്നു പറയണം."

"ശരി. എന്നിട്ട്?"

"എന്താണു കാര്യമെന്ന് അയാൾ നിങ്ങളോടു ചോദിക്കും. അപ്പോൾ നിങ്ങൾ ഈ വാക്കുകൾ പറയണം: ടൂവേഴ്സും ബ്രസ്സെൽസും. നിങ്ങൾ

തുടർന്ന് എന്താവശ്യപ്പെട്ടാലും അയാൾ അതു ചെയ്തുതരും.”

“എന്തു ചെയ്യാനാണ് ഞാൻ അയാളോടു പറയേണ്ടത്?”

“ഡി ലാനോർട്ടിയെ കൂട്ടിക്കൊണ്ടുവരാൻ പറയണം.”

“ഡി ലാപോർട്ടി വന്നുകഴിഞ്ഞാൽ പിന്നെന്തുചെയ്യണം?”

“എന്റെ അരികിലേക്കു വരാൻ പറയൂ.”

“അതു ചെയ്യാം. പക്ഷേ, അതുകഴിഞ്ഞാൽ ഞാൻ നിങ്ങളെ എങ്ങനെ എപ്പോഴാണ് കാണുക?” ആർട്ഗ്നൻ ചോദിച്ചു.

“ഉണ്ട്.”

“എങ്കിൽ അതിനുള്ള സൗകര്യം ഞാൻ ഒരുക്കിക്കോളാം” മാഡം ബോണസ്യൂ പറഞ്ഞു.

“ഞാൻ പ്രതീക്ഷിച്ചിരിക്കും.”

“അതിനെന്താ. ഞാൻ വാക്കു പാലിക്കും.”

ആർട്ഗ്നൻ മാഡം ബോണസ്യൂവിനെ ഇമവെട്ടാതെ നോക്കിയ ശേഷം തലകുനിച്ചു. പടികളിറങ്ങി താഴോട്ടുപോയപ്പോൾ വാതിൽ അടയുന്നതിന്റെയും താഴിടുന്നതിന്റെയും ശബ്ദം ആർട്ഗ്നൻ കേട്ടു.

അവൻ വളരെ വേഗത്തിൽ ലൗവ്രിയിലെത്തി. റ്യൂലെച്ചിലി വാതിൽക്കലെത്തിയപ്പോൾ മണി പത്തടിച്ചു. അതുകൊണ്ട് നമ്മൾ ഇവിടെ വായിച്ചുകേട്ട എല്ലാ സംഭവങ്ങളും അരമണിക്കൂർകൊണ്ടാണ് സംഭവിച്ചതെന്നറിയാനാവും.

മാഡം ബോണസ്യൂ പറഞ്ഞതുപോലെ എല്ലാം നടന്നു. ആർട്ഗ്നൻ പറഞ്ഞ ആ രഹസ്യപദങ്ങൾ കേട്ടപ്പോൾ ജെർമെയ്ൻ തലകുനിച്ചു. പത്തുമിനിറ്റു കഴിഞ്ഞപ്പോൾ ലാപോർട്ടിയെത്തി. ആർട്ഗ്നൻ വിവരങ്ങളൊക്കെ ചുരുക്കത്തിൽ അയാളോടു പറഞ്ഞു. മാഡം ബോണസ്യൂ അപ്പോൾ സുരക്ഷിതമായിരിക്കുന്ന വീടും അവൻ അയാൾക്കു പറഞ്ഞുകൊടുത്തു. വീട് അയാൾക്കു ബോധ്യമായെന്ന് ഉറപ്പാക്കിയശേഷം, അവൻ അയാളെ വിട്ടു.

കുറച്ചു മുന്നോട്ടുനീങ്ങിയ അയാൾ പെട്ടെന്ന് ഒന്നു തിരിഞ്ഞുനിന്നു.

“സുഹൃത്തേ....” അയാൾ ആർട്ഗ്നനോടു പറഞ്ഞു. “എനിക്കൊരു ഉപദേശം തരാനുണ്ട്.”

“ദയവായി പറഞ്ഞോളൂ.”

“ഇതൊക്കെ സംഭവിച്ച സ്ഥിതിക്ക് സൂക്ഷിക്കണം. എന്തെങ്കിലും അപകടത്തിൽപ്പെടാൻ നിങ്ങൾ ഇടയുണ്ട്.”

“അതിന് എന്താണ് ഞാൻ ചെയ്യേണ്ടത്?” ആർട്ഗ്നൻ ചോദിച്ചു.

“സമയം തെറ്റിയോടുന്ന വാച്ചുള്ള ഒരു സുഹൃത്ത് നിങ്ങൾക്കുണ്ടോ?”

“ഒരാളുണ്ടല്ലോ.”

“എങ്കിൽ അയാളെ ഉടനെ പോയിക്കാണൂ. ഈ രാത്രി ഒമ്പതരയ്ക്കു നിങ്ങൾ അയാളുടെ കൂടെയായിരുന്നുവെന്ന് അയാളെ ബോധ്യപ്പെടുത്തണം. നിയമത്തിൽ ഉൾപ്പെടുത്താൻ വേണ്ടിയാണ്” ലാപോർട്ടി പറഞ്ഞു.

അത് വളരെ നല്ല ഉപദേശമാണെന്ന് ആർട്ഗ്നനു തോന്നി.

ആർട്ഗ്നൻ വേഗം ട്രിവീലിയുടെ വീട്ടിലേക്കോടി. സ്വീകരണമുറിയിലേക്കു ചെല്ലുന്നതിനുപകരം ട്രിവീലിയുടെ പഠനമുറിയിലേക്കാണവൻ ചെന്നത്. അവിടെയുള്ള എല്ലാവർക്കും അവനെ അവിടെ അറിയാമായിരുന്നതുകൊണ്ട് അങ്ങോട്ടു ചെല്ലുന്നതിന് പ്രയാസമുണ്ടായില്ല. ആർട്ഗ്നൻ വന്ന വിവരവും അവന് അത്യാവശ്യമായി സ്വകാര്യമായി എന്തൊക്കെയോ സംസാരിക്കാനുണ്ടെന്ന വിവരവും ട്രിവീലിയോട് അയാളുടെ വേലക്കാരൻ പോയിപ്പറഞ്ഞു. അഞ്ചു മിനിറ്റായപ്പോൾ ട്രിവീലി വന്നു. അസമയത്ത് ഓടിയെത്താനുള്ള കാരണം അയാൾ ആരാഞ്ഞു.

ആർട്ഗ്നൻ ട്രിവീലിയുടെ മുറിയിൽ കയറിയശേഷം ട്രിവീലി അവിടെയെത്തുന്നതിനു മുമ്പുതന്നെ ക്ലോക്കിന്റെ സൂചി തിരിച്ച് മുക്കാൽ മണിക്കൂർ പിന്നിലാക്കി വച്ചിരുന്നു. എന്നിട്ട് അവൻ ട്രിവീലിയോടു പറഞ്ഞു:

"സർ അസമയമോ? ഒമ്പത് ഇരുപത്തിയഞ്ചല്ലേ ആയുള്ളൂ."

"ഒമ്പത് ഇരുപത്തിയഞ്ചോ!" അയാൾ ക്ലോക്കിൽ നോക്കി. "ഇത് ആവാനുള്ള വഴിയില്ലല്ലോ."

"സാർ തന്നെ ക്ലോക്കു നോക്കിക്കോളൂ" ആർട്ഗ്നൻ പറഞ്ഞു.

"അതു ശരിയാണല്ലോ. ഞാൻ കരുതി സമയം ഒരുപാടായെന്ന്.... ശരി. വന്നതിന്റെ കാരണം പറയൂ."

രാജ്ഞിയെക്കുറിച്ചുള്ള ദീർഘമായ ഒരു കഥ അവൻ അയാളോടു പറഞ്ഞു. രാജ്ഞിയെക്കുറിച്ച് തനിക്കുള്ള ഉൽക്കണ്ഠയും ബക്കിംഗ്ഹാം പ്രഭുവിനെ സംബന്ധിച്ചുള്ള കർദിനാളിന്റെ പദ്ധതികളും അവൻ പറഞ്ഞു. ബോണസ്യൂ പറഞ്ഞതു മുഴുവനും അവൻ പറഞ്ഞു; പോരാളികളുടെ ഇടയിൽ അതൊരു സംസാരവിഷയമായിത്തീർന്നെന്നമട്ടിൽ. പക്ഷേ, ബോണസ്യൂ തന്റെ അരികിൽ വന്നതോ, പൊലീസുകാരുമായി ഏറ്റുമുട്ടിയതോ, മാഡം ബോണസ്യൂവിനെ കണ്ടതോ ഒന്നും ആർട്ഗ്നൻ പറഞ്ഞില്ല. രാജാവും രാജ്ഞിയും കർദിനാളും തമ്മിൽ എന്തൊക്കെയോ കുഴപ്പം നടക്കുന്നുവെന്നറിയാമായിരുന്നതുകൊണ്ട് ആർട്ഗ്നൻ പറഞ്ഞതൊക്കെ ട്രിവീലി അതേപടി വിശ്വസിച്ചു.

ക്ലോക്കിൽ പത്തടിച്ചപ്പോൾ ആർട്ഗ്നൻ അവിടം വിട്ടു. വിവരങ്ങൾ യഥാവിധി അറിയിച്ചതിൽ ട്രിവീലി അവനോടു നന്ദിയും പറഞ്ഞു. രാജാവിനെയും രാജ്ഞിയെയും സേവിക്കുന്നതിൽ ജാഗരൂകനാകണമെന്നും അയാൾ അവനോടു പറഞ്ഞു.

പടിയിറങ്ങി താഴെയെത്തിയപ്പോഴാണ് താൻ ചൂരലെടുക്കുന്ന കാര്യം മറന്നുപോയത് ആർട്ഗ്നൻ ഓർമിച്ചത്. അവൻ പടികളിലൂടെ ഓടി തിരിച്ചുകയറി. ട്രിവീലിയുടെ മുറിയിൽ ചെന്നു. ട്രിവീലിയവിടെ ഉണ്ടായിരുന്നില്ല. ക്ലോക്കിന്റെ സൂചി തിരിച്ച് പഴയപടി വയ്ക്കുകയും ചെയ്തു. ഇനിയാർക്കും സമയത്തെ സംബന്ധിച്ച സംശയം തോന്നുകയില്ലല്ലോ. നിയമത്തിന്റെ മുമ്പിൽ സാക്ഷി പറയാനായി അങ്ങനെ ഒരാളുമായി. ആർട്ഗ്നൻ പടികളിറങ്ങി അവിടം വിടുകയും ചെയ്തു.

11

പദ്ധതികൾ ശക്തിയാർജിക്കുന്നു

ട്രിവീലിയെ സന്ദർശിച്ചശേഷം വളഞ്ഞവഴിയിലൂടെ ചിന്താമഗ്ന നായി ആർട്ഗ്നൻ അവന്റെ വീട്ടിൽപോയി.

ആകാശത്തെ നക്ഷത്രങ്ങളെ നോക്കിയും നെടുവീർപ്പിട്ടും കൂടെ ക്കൂടെ ചിരിച്ചും വിവിധ വികാരങ്ങളോടെയാണ് അവൻ നടന്നത്.

അവൻ മാഡം ബോണസ്യൂവിനെപ്പറ്റി ആലോചിക്കുകയായിരുന്നു. സുന്ദരിയും കൊട്ടാരരഹസ്യങ്ങൾ അറിയാവുന്നതുമായ അവൾ ഒരു പോരാളിപരിശീലകനായ ആർട്ഗ്നനെ സംബന്ധിച്ചിടത്തോളം വിലയേറിയതായിരുന്നു. അവളുടെ മുഖത്ത് വശീകരണത്തിന്റെ ഗുരുത്വബലം നിഴലിച്ചിരുന്നു. ഭൂതകാലത്ത് പ്രേമാനുഭവങ്ങളൊന്നുമില്ലാത്ത അവൾ അവനോട് ഒരനിഷ്ടവും കാണിച്ചിരുന്നില്ല. അന്വേഷിച്ചു കണ്ടുപിടിച്ചു ഉപദ്രവിക്കാൻവന്ന ശത്രുക്കളിൽനിന്നും രക്ഷപ്പെടുത്തിയ ഒരാളാകുമ്പോ ഴോ? അതുണ്ടാക്കിയെടുത്ത കൃതജ്ഞതാബോധം വളരെയെളുപ്പത്തി ലാണ് അവൾക്ക് അവനോടൊരു മൃദുലവികാരമുണർത്തിയത്.

ആർട്ഗ്നന്റെ സ്വപ്നങ്ങൾ ചിന്തയുടെ ചിറകേറി. ഒരു സ്വർണ മാലയും തന്നെ വന്നു കാണുകയെന്നറിയിക്കുന്ന ഒരു കുറിപ്പുമായി മാഡം ബോണസ്യൂവിന്റെ ഒരു സന്ദേശവാഹകൻ എത്തുന്നതായി അവൻ സ്വപ്നം കണ്ടു. രാജാവിൽനിന്നും പണം കൈപ്പറ്റുന്നതിന് യുവാക്കൾക്ക് ലജ്ജയുണ്ടായിരുന്നില്ലെന്ന് നാം പറഞ്ഞുകഴിഞ്ഞതാണല്ലോ. അതു പോലെ തന്നെയായിരുന്നു അവർ തങ്ങളുടെ കമിതാക്കളുടെ കൈയിൽ നിന്നും പ്രേമത്തിന്റെ അടയാളമായി വിലപിടിപ്പുള്ള സാധനങ്ങൾ ധാരാള മായി വാങ്ങിയിരുന്നതും തങ്ങളുടെ സ്നേഹത്തിൽ എന്തെങ്കിലും കുറവു ണ്ടെങ്കിൽ, അതു സമ്മാനത്തിൽ പരിഹരിക്കണമെന്നതായിരുന്നു അവ രുടെ ചിന്ത.

പുരുഷന്മാർ തങ്ങളുടെ പുരോഗതിക്കായി സ്ത്രീകളെ കനിവില്ലാതെ ഉപയോഗിക്കുമായിരുന്ന ഒരു കാലമായിരുന്നു അന്ന്. മറ്റൊന്നും നൽകാനില്ലാതിരുന്ന സ്ത്രീകൾക്ക് അവരുടെ സൗന്ദര്യം മാത്രമേ നൽകാനുണ്ടായിരുന്നുള്ളൂ. ഉള്ളതല്ലേ ലോകത്തിലെ ഏറ്റവും വലിയ സുന്ദരിക്കും കൊടുക്കാൻ പറ്റുവെന്നുള്ള പഴഞ്ചൊല്ല് ഉണ്ടായത് അങ്ങനെയായിരിക്കാം. പണമുള്ളവർ പണം കൊടുക്കും; തങ്ങളുടെ കമിതാക്കൾ തങ്ങളുടെ കുതിരജീനിത്തുമ്പുകളിൽ കോർത്തിട്ടുകൊടുത്ത പണസഞ്ചികളുടെ സഹായത്താലാണ് യോദ്ധാക്കൾക്ക് ആരംഭത്തിൽ പ്രചോദനവും തുടർന്ന് യുദ്ധങ്ങളിൽ വൻവിജയവും കിട്ടിയിട്ടുള്ളത്.

ആർട്ഗ്നന് പണം തികച്ചുമില്ലായിരുന്നു. പക്ഷേ, മറ്റു മൂന്നു സുഹൃത്തുക്കളോടുള്ള അടുത്ത സഹവാസംകൊണ്ടും അവരുടെ ഉപദേശംകൊണ്ടും നാട്ടിൻപുറത്തെ ലജ്ജാമട്ടൊക്കെ മാറിക്കഴിഞ്ഞു. മറ്റു ചെറുപ്പക്കാരുടെ സ്വഭാവം അവനും പഠിച്ചു. വളരെ അപരിചിതമായിരുന്ന പെരുമാറ്റമാണ് അവിടത്തേതെന്ന് അവനു സ്വയം മനസിലായി. ഫ്ളാന്റേഴ്സിൽ ഒരു പടക്കളംപോലെയാണ് പാരീസെന്ന് അവനു തോന്നി. ഫ്ളാന്റേഴ്സിൽ സ്പെയ്ൻകാർ ശത്രുക്കളായിരിക്കുമ്പോൾ, പാരീസിലേക്ക് സ്ത്രീകൾ ആയിരിക്കുന്നു; അതു മാത്രമാണ് അവർ തമ്മിലുള്ള വ്യത്യാസം. രണ്ടിടത്തും ശത്രുക്കളെ കീഴടക്കുകയും കൊള്ളയടിക്കുകയും വേണം.

ആ സമയത്ത് ആർട്ഗ്നനെ നയിച്ചിരുന്നത് അയാളുടെ സാന്ദ്രവികാരമായിരുന്നു. ആ ബോണസ്യൂ അവനോടു പറഞ്ഞിരുന്നത് അയാൾ ഒരു പണക്കാരനാണെന്നാണ്. അയാളൊരു വിഡ്ഢിയാണെന്ന് തോന്നുന്നപക്ഷം, പണസഞ്ചിയുടെ ചരട് ഭാര്യയുടെ കൈയിലായിരിക്കുമെന്നത് സ്വാഭാവികമാണ്. പക്ഷേ ബോണസ്യൂവിനോടു തോന്നിയ ആദ്യ ആകർഷണത്തിനുപിന്നിൽ ആർട്ഗ്നന് സ്വാർഥതാൽപ്പര്യങ്ങൾ ഒന്നും ഉണ്ടായിരുന്നില്ല. പ്രേമംകൊണ്ടു നിറഞ്ഞ അവന്റെ ഹൃദയത്തിൽ സമ്പത്തിനേക്കുറിച്ചുള്ള ചിന്ത വളരെ ലഘുവായേ ഉണ്ടായിരുന്നുള്ളൂ. സൗന്ദര്യവും ആകർഷകത്വവും ബുദ്ധിയുമുള്ള ഒരു സ്ത്രീക്ക് കുറേ പണം കൂടിയുണ്ടെങ്കിൽ അത് പ്രേമത്തെ കുറയ്ക്കുകയല്ല, കൂടുതൽ ശക്തിപ്പെടുത്തുകയല്ലേ ചെയ്യുന്നത്.

ഒരു ധനികയായ സ്ത്രീക്ക് തന്റെ സൗന്ദര്യം വർധിപ്പിക്കാനുള്ള എല്ലാവിധ ആഡംബരവസ്തുക്കളും മറ്റും ഉണ്ടാകും. നല്ല വസ്ത്രങ്ങളും ആഭരണങ്ങളും ഒക്കെ ഒരു വിരൂപയെ സുന്ദരിയാക്കില്ല തന്നെ; പക്ഷേ അവ സുന്ദരിയെയാണ് സുന്ദരിയാക്കുന്നത്. അതുപോലെ പണം സുന്ദരിയായ സ്ത്രീയുടെ കൈകളിലിരിക്കുന്നത് നല്ലതാണ്; അവൾക്കത് സൗന്ദര്യം കാത്തുസൂക്ഷിക്കാൻ സഹായകരമാകുമല്ലോ.

ആർട്ഗ്നന്റെ സാമ്പത്തികാവസ്ഥ നാമിവിടെ രഹസ്യമാക്കിയൊന്നും വച്ചിട്ടില്ലാത്ത സ്ഥിതിക്ക് അയാൾ ഒരു കോടീശ്വരനല്ലെന്ന കാര്യം എല്ലാവർക്കും നന്നായിട്ടറിയാമല്ലോ. പക്ഷേ, എന്നെങ്കിലും ഒരു കോടീ

ശ്വരനാകുമെന്ന് അവൻ ആഗ്രഹിച്ചു. പക്ഷേ, ആ ഭാഗ്യം വളരെ വേഗത്തിൽ ഉണ്ടാകുമെന്ന് അവൻ കരുതിയിരുന്നില്ല. സന്തോഷത്തിനും സംതൃപ്തിക്കുംവേണ്ടി എല്ലാ സ്ത്രീകളും കിട്ടണമെന്ന് ആശിക്കാറുള്ള സുന്ദരവസ്തുക്കൾ ലഭിക്കാനാകാതെ തന്റെ പ്രേയസി വിഷമിക്കുന്നതു കണ്ട്, മറ്റു കാമുകന്മാരെപ്പോലെ താനും ദുഃഖിക്കേണ്ടിവരുമെന്നാണ് ആർട്ഗ്നൻ കരുതിയത്. സ്ത്രീ പണക്കാരിയും കാമുകൻ ദരിദ്രനുമെങ്കിൽ അവനു നൽകാൻ പറ്റാത്തത് അവൾക്ക് തനിയെ വാങ്ങാനാകുമല്ലോ. അതുപോലെ അവൾ ചെലവാക്കുന്നത് ഭർത്താവിന്റെ പണമാണെങ്കിലും അയാൾക്ക് അതിനുള്ള നന്ദി ലവലേശം കിട്ടുകയുമില്ല.

ആർട്ഗ്നൻ മൃദുലവികാരങ്ങളോടുകൂടിയ ഒരു കാമുകനായിത്തീർന്നു; അതേസമയം നല്ലൊരു സുഹൃത്തും. ആ തുണിക്കച്ചവടക്കാരന്റെ ഭാര്യയോടുള്ള പ്രേമപദ്ധതികളിലിങ്ങനെ മുഴുകുമ്പോഴും അവൻ ആതോസിനെയോ പോർത്തോസിനെയോ ആറമീസിനെയോ മറന്നില്ല. സുന്ദരിയായ മാഡം ബോണസ്യൂവുമായുള്ള ചുറ്റിക്കറങ്ങലുകൾ അവൻ ദിവാസ്വപ്നം കണ്ടു. അവളെ കീഴടക്കിയ കാര്യം തന്റെ മൂന്നു സുഹൃത്തുക്കൾക്കും കാണിച്ചുകൊടുക്കുന്നതവൻ മനസിൽ കണ്ടു.

വളരെ നടന്നാൽ ആർക്കും വിശക്കുമല്ലോ. ആർട്ഗ്നനും വിശന്നുതുടങ്ങി. സായാഹ്നത്തിൽ ചെറിയൊരു പാർട്ടിയിൽ താനും തന്റെ കാമുകിയും തന്റെ മൂന്നു സുഹൃത്തുക്കളോടൊപ്പമിരുന്ന് അത്താഴം കഴിക്കുന്നത് അവൻ സങ്കൽപ്പിച്ചു. അവളുള്ളപ്പോൾ തന്റെ സുഹൃത്തുക്കൾക്ക് എന്തു സഹായവും ചെയ്യാനാകുമെന്നതും അവൻ ചിന്തിച്ചു.

പക്ഷേ, ബോണസ്യൂവിനെന്തുപറ്റി? രക്ഷിക്കാമെന്ന് രഹസ്യവാക്കു കൊടുത്തശേഷം പരസ്യമായി അയാളെ ആർട്ഗ്നൻ പൊലീസിനേൽപ്പിച്ചില്ലേ? സംഭവിച്ചതിതാണ്; അവൻ അയാളെക്കുറിച്ച് ചിന്തിച്ചതേയില്ല. അയാൾ അവിടെനിന്നും ഒഴിവാകണമെന്നുതന്നെ ആർട്ഗ്നൻ ചിന്തിച്ചിട്ടുണ്ടാകണം. മനുഷ്യന്റെ എല്ലാവിധ വികാരങ്ങളിൽ വച്ചേറ്റവും സ്വാർഥമായത് പ്രേമമാണല്ലോ.

ആർട്ഗ്നൻ തന്റെ വീട്ടുടമസ്ഥനെ മറന്നിട്ടുണ്ടാകണം. അല്ലെങ്കിൽ പൊലീസുകാർ അവനെ എവിടെക്കൊണ്ടുപോയി എന്ന് അവന് നിശ്ചയമില്ലാത്തതിനാൽ മറന്നതായി ഭാവിക്കുന്നതായിരിക്കാം. പക്ഷേ, വായനക്കാർക്ക് അയാളെ മറക്കാനാവില്ലല്ലോ. എങ്കിൽ തൽക്കാലം നമുക്ക് പ്രേമാവേശംപൂണ്ടിരിക്കുന്ന ഗാസ്കന്റെ കാര്യം തന്നെപറയാം; ബോണസ്യൂവിന്റെ കാര്യം പിന്നീടു ചർച്ചചെയ്യാം.

ഭാവി പ്രേമകാര്യങ്ങൾ ചിന്തിച്ചുകൊണ്ട് പ്രേമവികാരത്തിൽ മുഴുകി നടക്കുന്ന ഒരു ആർട്ഗ്നനെയാണല്ലോ നാം കണ്ടത്. രാത്രിയോടു സംസാരിച്ചും നക്ഷത്രങ്ങളെ നോക്കി മന്ദഹസിച്ചും നടന്നുനടന്ന് അവൻ ആറമീസിന്റെ താമസസ്ഥലത്തിനടുത്തെത്തി. പെട്ടെന്നു വരാൻ ആവശ്യപ്പെട്ടുകൊണ്ട് പ്ലാഞ്ചെറ്റിനെ അയച്ചതിനു കാരണം ആറമീസിനോടു ചെന്നു പറയണമെന്ന് അവനു തോന്നി. പ്ലാഞ്ചെറ്റ് ചെന്ന സമയത്ത് ആറമീസ്

അവിടെ ഉണ്ടായിരുന്നെങ്കിൽ, അയാൾ തീർച്ചയായും ബോണസ്യൂവിന്റെ വീട്ടിൽ ചെന്നിരിക്കാം. ഒരുപക്ഷേ, തന്റെ രണ്ടു സ്നേഹിതന്മാരെ ഒഴികെ മറ്റാരെയും അവൻ അവിടെ കണ്ടിട്ടുണ്ടാകുകയുമില്ല. കാര്യമറിയാതെ അവർ അത്ഭുതപ്പെട്ടിട്ടുണ്ടാകാം. ഇത്തരത്തിലുള്ള ഒരനുഭവം അവർക്കുണ്ടാകാനിടവരുത്തിയതിന്റെ കാരണം ആറമീസിനോടു പറഞ്ഞു മനസിലാക്കേണ്ടതുണ്ടെന്ന് ആർട്ഗ്നൻ വിചാരിച്ചു.

ആറമീസിനെപ്പോയിക്കാണുമ്പോൾ തീർച്ചയായും തന്റെ അകതാരിൽ സൂക്ഷിക്കുന്ന മാഡം ബോണസ്യൂവിനെപ്പറ്റി സംസാരിക്കുവാനുള്ള ഒരു അവസരവും തനിക്കു ലഭിക്കുമെന്ന് ആർട്ഗ്നന് ഉറപ്പുണ്ടായിരുന്നു. അവളാണ് അവന്റെ ചിന്തയിലെപ്പോഴും. വേറൊരാളിനും ഇപ്പോൾ അവിടെ സ്ഥാനമില്ല. ആദ്യാനുരാഗത്തിൽ നിമഗ്നനായിരിക്കുന്ന ഒരു പുരുഷനിൽനിന്നും നമുക്ക് മറ്റൊന്നും പ്രതീക്ഷിക്കാനാവില്ല. അവന്റെ വികാരം സാന്ദ്രമായി കവിഞ്ഞൊഴുകാൻ നാം അനുവദിക്കണം. അല്ലെങ്കിൽ അതവന് ആഘാതമേൽപ്പിക്കും.

രണ്ടുമണിക്കൂറായി പാരീസ് അന്ധകാരത്തിലാണ്ടു കിടക്കുകയാണ്. തെരുവിൽ ആളുകളൊഴിഞ്ഞുകഴിഞ്ഞു. ക്ലോക്കിൽ പതിനൊന്നടിച്ചു കഴിഞ്ഞു, ചൂടുള്ള രാത്രി. സമീപത്തെ പൂന്തോട്ടത്തിലൂടെ ഒഴുകിവന്ന ഇളംകാറ്റ് പെട്ടെന്ന് സുഗന്ധവുമായി അവിടെയെത്തി. അകലെയെവിടെയോ മദ്യപാനികൾ കുടിച്ചു ലക്കുകെട്ട് ബഹളം വയ്ക്കുന്നതു കേൾക്കാം. തെരുവിലൂടെ നടന്ന് അവൻ ഇടത്തോട്ടു തിരിഞ്ഞു. ആറമീസിന്റെ വീട് അതിനടുത്തായിരുന്നു.

റൂകസിറ്റ് പിന്നിട്ടപ്പോൾ ആറമീസിന്റെ വീടു കണ്ടുതുടങ്ങി. അപ്പോഴേക്കും മൂടിപ്പുതച്ച ഒരു രൂപം വരുന്നതായി അവനു തോന്നി. ഒരു പിശാചാണെന്നു തോന്നും. പിന്നെ ഒരു പുരുഷനാണെന്ന് അവനു തോന്നി. പക്ഷേ, അതിന്റെ നടത്തയും പരുങ്ങലും ഒക്കെക്കണ്ടപ്പോൾ അത് ഒരു സ്ത്രീ തന്നെയെന്ന് അവന് ഉറപ്പായി. വഴി നിശ്ചയമില്ലാതെ ചുറ്റും നോക്കി പകച്ചും നിന്നും നടന്നും ഒക്കെയാണ് ആ സ്ത്രീ നീങ്ങിയത്.

'അവളെ ഒന്നു സഹായിച്ചാലോ' ആർട്ഗ്നൻ ഒന്നാലോചിച്ചു. 'അവളുടെ നടത്ത കണ്ടാലറിയാം അവൾ ചെറുപ്പമായിരിക്കുമെന്ന്. അവൾ സുന്ദരിയുമായിരിക്കും..... കാമുകനെത്തേടിയല്ലാതെ ഒരു സ്ത്രീയും ഈ സമയത്ത് അലയാറില്ല.... അങ്ങനെയാണെങ്കിൽ അവളെ ശല്യപ്പെടുത്താതെ വിട്ടുകളയുന്നതാണുത്തമം.' ആർട്ഗ്നൻ ഓരോന്നും ആലോചിച്ചു.

ആ സ്ത്രീ ആ സമയത്ത് വീടുകളും ജനാലകളും എണ്ണിയെണ്ണി മുന്നോട്ടു നടന്നുവരികയായിരുന്നു. യഥാർഥത്തിൽ തെരുവിന്റെ ആ ഭാഗത്ത് മൂന്നു വീടുകളേ ഉള്ളു. പുറത്തേക്കുള്ള ജനലുകൾ രണ്ടെണ്ണവും; അതിലൊന്ന് ആറമീസിന്റെ വീട്ടിലേതും മറ്റേത് തൊട്ടടുത്ത വീട്ടിലേതും.

'ഇത് അവളായിരിക്കും' പെട്ടെന്ന് ആറമീസിന്റെ ആ മരുമകളെപ്പറ്റി

ആർട്ഗ്നന് ഓർമ വന്നു. 'അവൾ ആറമീസിന്റെ വീടന്വേഷിക്കുകയായിരിക്കും. കണ്ടാൽ അങ്ങനെയാണു തോന്നുന്നത്. ആറമീസേ, ഇത്തവണ നിന്റെ രഹസ്യങ്ങൾ ഞാൻ കണ്ടുപിടിക്കാൻ പോവുകയാണ്.'

തെരുവിൽ നല്ല ഇരുട്ടുള്ള ഭാഗത്തേക്ക് അവൻ ഒളിക്കാനായി കയറി. ഒരു കൽബഞ്ചുണ്ടായിരുന്ന ഭാഗമായിരുന്നു അത്.

ആ സ്ത്രീ നടന്നടുക്കുമ്പോഴുള്ള കാലൊച്ചയിൽനിന്നും അവൾ ഒരു ചെറുപ്പക്കാരി തന്നെയെന്ന് ആർട്ഗ്നന് ഉറപ്പായി. പെട്ടെന്ന് അവളൊന്നു ചുമയ്ക്കുന്നത് അവൻ കേട്ടു; അത് എന്തോ അടയാളമാണെന്ന് അവനു തോന്നി.

അവളുടെ അടയാളം കൊടുക്കൽ ശരിയായതുകൊണ്ടോ അഥവാ അവൾ ആ സ്ഥലം ശരിയായി തിരിച്ചറിയുകയോ ചെയ്തതുകാരണം അവൾ നേരെ ആറമീസിന്റെ വീട്ടിലെ ജനാലയ്ക്കരികിലെത്തി. നിശ്ചിത താളത്തിൽ കൈവിരലുകൾകൊണ്ട് ജനാലയിൽ മൂന്നുതവണ അവൾ മുട്ടി.

'അതു ശരി. അവൾ ആറമീസിനെ കാണാൻ വന്നെത്തി' ആർട്ഗ്നൻ മന്ത്രിച്ചു. 'അതാണയാളുടെ ദൈവശാസ്ത്രപഠനം..... കപടസന്യാസി!'

പെട്ടെന്ന് ഷട്ടറിനു പുറകിലെ ജനാല തുറക്കപ്പെട്ടു. മുറിക്കുള്ളിലെ വെളിച്ചം പുറത്തേക്ക് അരിച്ചുവീശി.

'അതുശരി. അയാൾ അവളെ പ്രതീക്ഷിക്കുകയായിരുന്നു. ഇനി ജനാലയ്ക്കുമുന്നിലെ ഷട്ടർ ഉടനെ തുറക്കപ്പെടും. അവൾ അതുവഴി പിടിച്ചുകയറും' ആർട്ഗ്നൻ ചിന്തിച്ചു.

പക്ഷേ, ആർട്ഗ്നന് അതിശയമായി. ജനാലയ്ക്കു മുമ്പിലെ ഷട്ടർ തുറക്കപ്പെട്ടില്ല. അതിനു പിന്നിലൂടെ വീശിവന്നിരുന്ന വെളിച്ചവും കെട്ടു. അവിടെ കുറ്റാക്കൂരിരുട്ടായി. പക്ഷേ, ആർട്ഗ്നൻ കണ്ണും കാതും കൂർപ്പിച്ച് അവിടെത്തന്നെയിരുന്നു; പ്രതീക്ഷയോടെ.

അതെ. ആർട്ഗ്നന്റെ പ്രതീക്ഷ തെറ്റിയില്ല. ഏതാനും നിമിഷങ്ങൾ കഴിഞ്ഞപ്പോൾ ജനാലയുടെ ഉൾഭാഗത്തുനിന്നും ഉച്ചത്തിലുള്ള രണ്ടു മുട്ടുകൾ കേട്ടു.

പുറത്തുനിന്ന സ്ത്രീ മറുപടിയായി ഒരു മുട്ട് അങ്ങോട്ടും നൽകി. പെട്ടെന്ന് ഷട്ടർ ഭാഗികമായി തുറക്കപ്പെട്ടു.

എത്ര ജിജ്ഞാസയോടുകൂടിയാണ് ആർട്ഗ്നൻ എല്ലാം നിരീക്ഷിച്ചുകൊണ്ടിരുന്നതെന്ന് പറയേണ്ടതില്ലല്ലോ. നിർഭാഗ്യവശാൽ വെളിച്ചം വേറൊരു മുറിയിലേക്ക് മാറപ്പെട്ടു. പക്ഷേ, അപ്പോഴേക്കും കണ്ണുകൾ ഇരുട്ടിൽത്തപ്പാൻ അവൻ ശീലിച്ചുകഴിഞ്ഞിരുന്നു. പൂച്ചകളെപ്പോലെ രാത്രിയിൽക്കാണാൻ കഴിവുള്ളവരാണ് ഗാസ്കനുകൾ എന്നത് പ്രസിദ്ധമാണല്ലോ.

ആ സ്ത്രീ എന്തോ ഒരു വെളുത്ത സാധനം പോക്കറ്റിൽനിന്നും എടുക്കുന്നതുകണ്ടു. പെട്ടെന്നത് അവൾ മടക്കി. അതൊരു തൂവാലയാ

ണെന്ന് ആർട്ഗ്നനു മനസിലായി. തന്റെ മുന്നിൽ നിൽക്കുന്ന ആളിന്റെ നേരെ തൂവാലയുടെ ഒരു അറ്റം അവൾ നീട്ടിക്കൊടുത്തു.

ആർട്ഗ്നൻ പെട്ടെന്ന് ഓർമിച്ചു; മാഡം ബോണസ്യൂവിന്റെ കാൽക്കീഴിൽക്കിടന്ന ആ തൂവാലയെപ്പറ്റി. ആറമീസിന്റെ കാൽവക്കിൽക്കിടന്നിരുന്ന തൂവാലയെപ്പറ്റിയും അവൻ ഓർത്തു. ഇതൊക്കെയെന്താണെന്ന് അവനു മനസിലായില്ല.

അവിടെ നിൽക്കുമ്പോൾ ആ സ്ത്രീയുമായി സംസാരിക്കുന്നതാരാണെന്ന് കാണാനായില്ലെങ്കിലും അത് ആറമീസു തന്നെയെന്ന് ആർട്ഗ്നന് ഉറപ്പുണ്ടായിരുന്നു. അവർ രണ്ടുപേരും തികച്ചും സംഭാഷണത്തിൽ ഏർപ്പെട്ടപ്പോൾ, ആ അവസരം നോക്കി ആർട്ഗ്നൻ ഒളിസ്ഥലത്തു നിന്നും വേഗത്തിൽ പുറത്തിറങ്ങി ചുവരിന്റെ ഒരു മൂലയിൽ ചെന്ന് നിശ്ശബ്ദനായി ചെവിയോർത്തു; മുറിക്കകവും അവനിപ്പോൾ നന്നായിക്കാണാം.

മുറിക്കുള്ളിൽ ആറമീസിനോടല്ല ആ സ്ത്രീ സംസാരിക്കുന്നതെന്നറിഞ്ഞപ്പോൾ ആർട്ഗ്നൻ അത്ഭുതംകൊണ്ട് വിളിച്ചുകൂവുമെന്ന മട്ടായതാണ്. അവൻ സ്വയം നിയന്ത്രിച്ചു. മറ്റൊരു സ്ത്രീയോടാണ് അവൾ സംസാരിക്കുന്നത്. വേഷംകൊണ്ട് സ്ത്രീയുടെ രൂപം തിരിച്ചറിയാൻ അവനായി; പക്ഷേ അവളാരാണെന്ന് തിരിച്ചറിയാൻ അവനായില്ല.

പെട്ടെന്ന് വീടിന്റെ ഉള്ളിൽ നിന്നിരുന്ന ആ സ്ത്രീ പോക്കറ്റിൽനിന്നും ഒരു തൂവാല വലിച്ചെടുത്തു. ആ സ്ത്രീകൾ അവരുടെ തൂവാലകൾ പരസ്പരം കൈമാറുന്നത് ആർട്ഗ്നൻ കണ്ടു. കുറച്ചുനേരം അവരെന്തൊക്കെയോ സംസാരിച്ചു. തുടർന്ന് ജനാലയ്ക്കുമുമ്പിലെ ഷട്ടർ പെട്ടെന്നടഞ്ഞു. സന്ദർശകസ്ത്രീ തിരിച്ചു നടന്നുപോകുകയും ചെയ്തു.

ആർട്ഗ്നന്റെ സമീപത്തുകൂടിയാണ് ആ സ്ത്രീ നടന്നുപോയത്. അവൾ മൂടി നടന്നിരുന്ന തുണി ഒതുക്കുന്നതിനിടയിൽ അവൻ ആ സ്ത്രീയെ തിരിച്ചറിഞ്ഞു - മാഡം ബോണസ്യൂ.

അവൾ പോക്കറ്റിൽനിന്നും തൂവാല എടുത്തപ്പോൾത്തന്നെ അതു മാഡം ബോണസ്യൂ ആയിരിക്കുമെന്ന് അവൻ കരുതിയതായിരുന്നു. പക്ഷേ, അപകടമൊന്നും കൂടാതെ ലൗവ്രിലേക്കു കൂട്ടിക്കൊണ്ടുപോകുവാൻ ലാപോർട്ടിയെ വിളിച്ചിട്ട് അവൾ പിന്നെങ്ങനെയാണ് പാരീസ് തെരുവിൽക്കൂടി ഇങ്ങനെ ഒറ്റയ്ക്കു നടക്കാനിറങ്ങുന്നതെന്നും അവൻ അപ്പോൾ ചിന്തിച്ചിരുന്നു; ഇനിയും ആരെങ്കിലും അവളെ തട്ടിക്കൊണ്ടുപോകാനിടയുള്ളതിൽ അവൾക്കു ഭയമൊന്നുമില്ലേ?

എന്തായാലും വളരെ പ്രധാനപ്പെട്ട എന്തോ കാര്യങ്ങളുള്ളതുകൊണ്ടാണ് അവൾ പുറത്തേക്കിറങ്ങാൻ പ്രേരിതയായത് എന്ന കാര്യത്തിൽ സംശയമേയില്ല. പക്ഷേ, ഒരു ഇരുപത്തിയഞ്ചുകാരിപ്പെണ്ണിന് എന്താണിത്ര ഗൗരവമായ കാര്യം? പ്രേമം തന്നെയായിരിക്കും.

'പക്ഷേ, അവൾ സ്വന്തം കാര്യത്തിനാണോ അതോ മറ്റാരുടെയെങ്കിലും ആവശ്യത്തിനാണോ സ്വന്തം ജീവൻ പണയപ്പെടുത്തുന്നത്.'

ആർട്ഗ്നൻ ആഴത്തിൽ ചിന്തിച്ചു. തന്റെ കാമുകിയാണ് അവളെന്നമട്ടിൽ, അസൂയ അവന്റെ ഹൃദയത്തിൽ ദയയില്ലാതെ കരളാൻ തുടങ്ങി.

വെറുതെ അവളെ ഒന്നു പിന്തുടർന്നാൽ മതി അവൾ എങ്ങോട്ടാണ് പോകുന്നതെന്നു കണ്ടുപിടിക്കാൻ. മറ്റൊന്നുമാലോചിക്കാതെ അവൻ അവളെ പിന്തുടരാൻ തുടങ്ങി.

കാലടിശബ്ദം കേൾക്കുകയും ചുവരിനരികിൽനിന്നും നീങ്ങുന്ന അവനെയും അവൾ പെട്ടെന്നു കണ്ടു. ഉച്ചത്തിൽ വിളിച്ചുകൊണ്ട് അവൾ ഒരൊറ്റയോട്ടം.

ആർട്ഗ്നൻ അവളുടെ പിന്നാലെ ഓടി. അവൾ ധരിച്ചിരുന്ന നീണ്ടിറക്കമുള്ള വസ്ത്രം അവൾക്ക് വേഗത്തിലോടുന്നതിന് ബുദ്ധിമുട്ടുണ്ടാക്കി. അപ്പോൾ ആർട്ഗ്നന് വേഗത്തിൽ ഓടിച്ചെന്ന് അവളെ കൈയോടെ പിടിക്കാനായി.

അവൾ ആകപ്പാടെ തളർന്നിരുന്നു. ഓടിത്തളർന്നതല്ല; ഭയംകൊണ്ട് അവളെ പിടികൂടിക്കൊണ്ട് തോളത്ത് കൈവച്ചപ്പോൾ അവൾ ഒരു മുട്ടിന്മേൽ നിന്നുകൊണ്ട് കെഞ്ചി: "എന്നെ നിങ്ങൾ വേണമെങ്കിൽ കൊന്നോളൂ.... പക്ഷേ ഒന്നും ഞാൻ പറയില്ല."

ആർട്ഗ്നൻ കുനിഞ്ഞുചെന്ന് അവളുടെ അരയിൽ കൈ ചുറ്റിപ്പിടിച്ച് എഴുന്നേൽപ്പിച്ചു. അവളുടെ ശരീരം വല്ലാതെ ഭാരപ്പെടുന്നുവെന്നറിഞ്ഞപ്പോൾ, അവൾ ബോധം കെടുകയാണെന്ന് അവനു മനസിലായി. ആർട്ഗ്നൻ അവൾക്കു ധൈര്യം നൽകാൻ ശ്രമിച്ചു; തന്റെ സ്നേഹം അവളോടു പറഞ്ഞുകൊണ്ട്.

പക്ഷേ, അതൊന്നും അവൾക്ക് കരുത്തു നൽകിയില്ല. അവന്റെ സ്നേഹത്തിനു പിന്നിൽ ലോകത്തിൽവച്ചേറ്റവും നീചമായ ഉദ്ദേശ്യമായിരിക്കാം. പക്ഷേ അവൾക്കു പരിചിതമായ ശബ്ദമായതുകൊണ്ടു കൊള്ളാം. ശബ്ദം തിരിച്ചറിഞ്ഞ് ആളിനെ മനസിലാക്കിയ മാഡം ബോണസ്യൂ കണ്ണുതുറന്നു; പിന്നെ ഒറ്റക്കരച്ചിൽ; ആനന്ദത്തിന്റേതായിരുന്നു അത്.

"ഓ! നിങ്ങളാണോ?" അവൾ പറഞ്ഞു: "ദൈവമേ നന്ദി!"

"അതെ" ആർട്ഗ്നൻ പറഞ്ഞു. "നിങ്ങളെ രക്ഷിക്കാനാണ് ദൈവം എന്നെ അയച്ചത്."

"അതിനാണോ നിങ്ങൾ എന്റെ പിന്നാലെ വന്നത്?" ഒരു കുസൃതിച്ചിരിയോടെ അവൾ ചോദിച്ചു. തന്നെ പിന്തുടർന്നത് ഒരു ശത്രുവല്ലെന്നും ഒരു സ്നേഹിതനാണെന്നും മനസിലാക്കിയപ്പോൾ അവളുടെ പരിഭ്രമം മാറിയിരുന്നു. ഇപ്പോഴിതാ കൊഞ്ചിക്കുഴയലും തുടങ്ങിയിരിക്കുന്നു.

"അതല്ല" ആർട്ഗ്നൻ പറഞ്ഞു. "വെറും യാദൃച്ഛികമായിട്ടാണ് നിങ്ങൾ നീങ്ങിയ ഈ വഴിയേ എനിക്കു വരേണ്ടിവന്നത്. ഒരു സ്ത്രീ എന്റെ സ്നേഹിതന്റെ വീട്ടിലെ ജനാലയിൽ മുട്ടുന്നതുകണ്ടപ്പോൾ...."

"നിങ്ങളുടെ സ്നേഹിതൻ?" അവൾ ഇടയ്ക്കുകയറി ചോദിച്ചു.

"അതെ. ആറമീസ് എന്റെ ഉറ്റ സുഹൃത്തുക്കളിൽ ഒരാളാണ്."

"ആറമീസോ? അതാരാണ്?"

"വരൂ ഞാൻ കാണിച്ചുതരാം. മേലിൽ നിങ്ങൾ ആറമീസിനെ പരിചയമില്ലെന്ന് പറയരുതല്ലോ?"

"ഇന്നാദ്യമായാണ് ഇങ്ങനെയൊരു പേരു ഞാൻ കേൾക്കുന്നത്."

"അപ്പോൾ ഇന്നാദ്യമായാണോ നിങ്ങൾ ഈ വീട്ടിൽ പോകുന്നത്?"

"അതെ."

"ഇവിടെ താമസിക്കുന്ന ചെറുപ്പക്കാരനെ നിങ്ങൾക്കറിയില്ല?"

"ഇല്ല."

"ഒരു പോരാളി?"

"ഇല്ല."

"അപ്പോൾ നിങ്ങൾ ആറമീസിനെയല്ലേ കാണാൻ വന്നത്?"

"തീർച്ചയായും അല്ല. ഞാൻ ഒരു സ്ത്രീയോടു സംസാരിക്കുന്നതും നിങ്ങൾ കണ്ടിരിക്കുമല്ലോ?"

"അതു ശരിയാണ്. പക്ഷേ, അവൾ ആറമീസിന്റെ ഒരു ചങ്ങാതിയാണ്."

"എനിക്കക്കാര്യങ്ങളൊന്നും അറിയില്ല."

"ഉറ്റസുഹൃത്തുക്കളായ അവർ ഒറ്റവീട്ടിലാണു താമസം."

"പക്ഷേ, എനിക്കതൊന്നും അറിയേണ്ട ആവശ്യമില്ല" അവൾ പറഞ്ഞു.

"പക്ഷേ ആ സ്ത്രീ ആരാണ്?" ആർട്ട്ഗ്നൻ ചോദിച്ചു.

"എനിക്കതു പറയാൻ പറ്റില്ല; അതൊരു രഹസ്യമാണ്."

"എന്റെ പ്രിയപ്പെട്ട മാഡം ബോണസ്യൂ നിങ്ങൾ അതീവ സുന്ദരിയാണ്. അതേസമയം നിങ്ങളിൽ ഏറ്റവും നിഗൂഢതയും നിറഞ്ഞിരിക്കുന്നു."

"അതുകൊണ്ട് എന്തെങ്കിലും കുഴപ്പമുണ്ടോയെനിക്ക്?"

"ഇല്ലേയില്ല.... അതു നിങ്ങളുടെ സൗന്ദര്യം കൂട്ടുന്നതേയുള്ളൂ."

"എങ്കിൽ ആ കൈ തരൂ" അവൾ പറഞ്ഞു.

"സന്തോഷമേയുള്ളൂ. ഇപ്പോൾ?"

"ഇനി എന്റെകൂടെ നിങ്ങൾ വരില്ലേ?"

"എവിടേക്കാണ്?"

"ഞാൻ പോകുന്നിടത്തേക്കെവിടെയായാലും."

"പക്ഷേ, അതെവിടെയാണ്?"

"അതവിടെയെത്തുമ്പോൾ നിങ്ങൾക്കതു മനസിലാകും."

"പിന്നെ നിങ്ങളെയവിടെ കാത്തുനിൽക്കേണ്ടതുണ്ടോ?"

"അതിന്റെയാവശ്യമില്ല."

"നിങ്ങൾ ഒറ്റയ്ക്കു തന്നെയാണോ പിന്നെ മടങ്ങിവരുന്നത്?"

"അതിപ്പോൾ പറയാനാകില്ല."

"ആരെങ്കിലും നിങ്ങളോടൊപ്പം വരുമെങ്കിൽ അത് പുരുഷനോ സ്ത്രീയോ?"

"അതെനിക്കു പറയാനാവില്ല."

"കൊള്ളാം; പക്ഷേ ഞാൻ അറിഞ്ഞോളാം."

"എന്താണ് താങ്കളുദ്ദേശിച്ചത്?"

"നിങ്ങൾ പുറത്തിറങ്ങിവരുന്നത് ഞാൻ നോക്കി നിൽക്കും."

"അങ്ങനെയെങ്കിൽ നമുക്കിപ്പോൾത്തന്നെ പിരിയാം."

"പിരിയാം."

"അതെ. എനിക്കു നിങ്ങളുടെ ആവശ്യമില്ല."

"പക്ഷേ, നിങ്ങൾ ആവശ്യപ്പെട്ടതോ?"

"ഒരു മാന്യന്റെ സഹായമാണ് ആവശ്യപ്പെട്ടത്. ഒരു ചാരന്റെ സഹായമല്ല."

"ചാരൻ! ആ പറഞ്ഞത് ശരിയായില്ല; അൽപ്പം പരുക്കനായിപ്പോയി."

"ആവശ്യപ്പെടാതെ മറ്റുള്ളവരുടെ പുറകെ രഹസ്യമായി വരുന്നവരെ നിങ്ങൾ പിന്നേതു പേരിലാണ് വിളിക്കുന്നത്?"

"ഞാൻ അവരെ ജിജ്ഞാസാകുതുകിയെന്നു വിളിക്കും."

"ആ പറഞ്ഞത് തീരെ മയത്തിലായിപ്പോയി."

"ശരി ശരി. അതൊക്കെയിരിക്കട്ടെ; നിങ്ങൾ പറയുന്നതൊക്കെ ഞാൻ ചെയ്തോളാം" ആർട്ഗ്നൻ പറഞ്ഞു.

"അതാദ്യമേയങ്ങ് പറഞ്ഞാൽ മതിയായിരുന്നല്ലോ?"

"പശ്ചാത്താപത്തിന് കൂടുതൽ ഗുണം കിട്ടുമെങ്കിലോ?"

"യഥാർഥത്തിൽ നിങ്ങൾ പശ്ചാത്തപിച്ചതാണോ?"

"വാസ്തവത്തിൽ അതെനിക്കറിഞ്ഞുകൂടാ. പക്ഷേ, ഒരു കാര്യം എനിക്കറിയാം. നിങ്ങൾ പോകുന്നിടത്തേക്കൊക്കെ പോകാനനുവദിച്ചാൽ ആവശ്യപ്പെടുന്നതൊക്കെ ഞാൻ ചെയ്തോളാം."

"അതിനുശേഷം നിങ്ങളെന്നെ വിട്ടുപോകുമോ?"

"അതെ."

"ഞാൻ പുറത്തുവരുന്നതു കാത്ത് നിങ്ങളവിടെ ഒളിച്ചുനിൽക്കുകയില്ലല്ലോ?"

"ഇല്ല."

"സത്യമാണോ?"

"സത്യംതന്നെ."

"എങ്കിൽ നമുക്കു പോകാം."

ആർട്ഗ്നൻ മാഡം ബോണസ്യൂവിന് കൈകൊടുത്തു. അവൾ പുഞ്ചിരിച്ചെങ്കിലും അവൾക്ക് തന്റെ ഉൽക്കണ്ഠമുഴുവൻ അതിൽ മറച്ചു പിടിക്കാനായില്ല. അവർ ഡുഹാർപ്പിയുടെ അറ്റംവരെ നടന്നു. പെട്ടെന്നവൾ സംശയമായി നിൽക്കുകയും ഒരു വീടു തിരിച്ചറിഞ്ഞപ്പോൾ അവൾ അങ്ങോട്ടു നടക്കുകയും ചെയ്തു.

"ഇവിടേക്കാണ് ഞാൻ പോകുന്നത്" അവൾ പറഞ്ഞു. "എന്നോടൊപ്പം വന്നതിൽ എനിക്കു നിങ്ങളോടു നന്ദിയുണ്ട്. ഞാൻ ഒറ്റയ്ക്കു വന്നിരുന്നുവെങ്കിൽ ഉണ്ടാകാനിടയുണ്ടായിരുന്ന എല്ലാ അപകടങ്ങളിൽ

നിന്നും നിങ്ങളെന്നെ രക്ഷിച്ചു. ഇപ്പോൾ ഞാൻ വരേണ്ടിടത്ത് ഞാനെത്തി. താങ്കൾ ഇനി എനിക്കുതന്ന വാക്കുപാലിക്കേണ്ട നേരമായി."

"നിങ്ങൾ ഇനി മടങ്ങിവരുമ്പോൾ എന്തെങ്കിലും അപകടം ഉണ്ടായിക്കൂടേ?" ആർട്ഗ്നൻ ചോദിച്ചു.

"കള്ളന്മാരുടെ പ്രശ്നമേ ഉള്ളൂ."

"നിങ്ങൾക്ക് അവരെ ഭയമില്ലേ?"

"അവർക്ക് അപഹരിക്കാനായി എന്റെ കൈയിൽ പണമില്ലല്ലോ. പിന്നെ അവർ എന്താണെടുക്കുന്നത്?"

"നിങ്ങളുടെ കൈവശമുള്ള ആ മോണോഗ്രാമുള്ള മനോഹരമായ തൂവാലയുടെ കാര്യം നിങ്ങൾ മറന്നുപോയോ?"

"എന്തു തൂവാല?"

"നിങ്ങൾ തലചുറ്റിവീണപ്പോൾ എനിക്കു കിട്ടിയ ഒരു തൂവാല ഞാനതു നിങ്ങളുടെ പോക്കറ്റിൽ തിരുകിവച്ചിരുന്നു."

"അതിനെക്കുറിച്ചൊന്നും പറയാതിരിക്കൂ" അവൾ പെട്ടെന്നു പറഞ്ഞു. "ആരെങ്കിലും കേട്ടാലുണ്ടല്ലോ എന്റെ കാര്യം തീർന്നതു തന്നെ."

"എനിക്കതു തോന്നി; നിങ്ങൾ ഇപ്പോഴും അപകടത്തിലാണെന്ന്" ആർട്ഗ്നൻ പറഞ്ഞു. "തൂവാലയെന്നു കേൾക്കുമ്പോൾത്തന്നെ നിങ്ങൾ ഭയപ്പെടുകയും അപകടത്തിലായിപ്പോകുമെന്ന് പറയുകയും ചെയ്യുന്നു" ആർട്ഗ്നൻ അവളുടെ കൈപിടിച്ചുകൊണ്ട് വീണ്ടും പറഞ്ഞു: "പ്രിയപ്പെട്ട മാഡം ബോണസ്യൂ എന്നെ വിശ്വസിക്കൂ.... ഞാൻ നിങ്ങളെ എത്ര സ്നേഹിക്കുന്നുവെന്നും എത്ര ദയാവായ്പ് നൽകുന്നുവെന്നും എന്റെ കണ്ണുകളിൽ നിങ്ങൾക്കറിയാനാവുന്നില്ലേ?"

"തീർച്ചയായും ഞാൻ ഒക്കെ മനസിലാക്കുന്നു. അതിനാൽ നിങ്ങൾ ചോദിക്കുമെങ്കിൽ ഞാനെന്റെ സ്വന്തം രഹസ്യങ്ങളൊക്കെപ്പറയാം.... പക്ഷേ, മറ്റുള്ളവരുടെ രഹസ്യങ്ങൾ എനിക്കു പറയാനാവില്ല."

"എങ്കിൽ വേണ്ട; ഞാൻ സ്വയം കണ്ടുപിടിച്ചോളാം. അവയൊക്കെ നിങ്ങൾക്ക് ഇത്രയേറെ ഗൗരവമുള്ളതെങ്കിൽ എനിക്കു കണ്ടുപിടിച്ചേ മതിയാവൂ."

"നിങ്ങളതിനൊന്നും മുതിരണ്ട" വളരെ ഗൗരവത്തോടെയാണ് അവൾ ഇതുപറഞ്ഞത്. "ഞാൻ ചെയ്യുന്ന കാര്യങ്ങളിൽ താങ്കിളടപെടേണ്ട. എന്നെ ഒരുവിധത്തിലും സഹായിക്കുകയും വേണ്ട. നിങ്ങളോടുള്ള സ്നേഹംകൊണ്ടാണ് ഞാനിതു പറയുന്നത്. എന്നെ വിശ്വസിക്കുക. ഇതുവരെ എനിക്കു ചെയ്തുതന്ന എല്ലാ സഹായത്തിനും ഞാനെന്നും നന്ദിയുള്ളവളായിരിക്കും.... പക്ഷേ, നിങ്ങൾ ഇന്നുമുതൽ എന്നെക്കുറിച്ചോർക്കരുത്; ഇങ്ങനെയൊരാൾ ഭൂമിയിലുള്ളതായി കാണരുത്."

"അപ്പോൾ ആറമീസും നിങ്ങളെ മറക്കണമെന്നാണോ നിങ്ങൾ പറയുന്നത്?" ആർട്ഗ്നൻ ചോദിച്ചു.

"ഞാൻ ഒരിക്കൽ പറഞ്ഞതല്ലേ ആ പേരിലുള്ള ഒരാളെയും എനിക്കു പരിചയമില്ലായെന്ന്."

"നിങ്ങൾ അയാളുടെ ജനാലയിലാണല്ലോ മുട്ടിയത്; എന്നിട്ട് അയാളെ അറിയുകയില്ലെന്നു പറയുന്നു. മാഡം ബോണസ്യൂ, നിങ്ങൾ കരുതുന്നതുപോലെ വെറുമൊരു വിഡ്ഢിയല്ല ഞാൻ."

"എന്റെ രഹസ്യം കണ്ടുപിടിക്കാൻവേണ്ടി നിങ്ങൾ അയാളെ കണ്ടുപിടിച്ചിരിക്കുകയാണ്. അതുതന്നെയാണ് കാര്യം."

"ഞാൻ ഒരു രഹസ്യവും കണ്ടുപിടിച്ചിട്ടില്ല മാഡം. ഞാൻ പരമാർഥം പറയുന്നുവെന്നേയുള്ളൂ."

"നിങ്ങളുടെ സുഹൃത്തുക്കളിലൊരാൾ അവിടെ താമസിക്കുകയാണല്ലേ?"

"അതു ഞാൻ വീണ്ടും പറയുന്നു. എന്റെ സുഹൃത്തുക്കളിലൊരാൾ അവിടെ താമസിക്കുന്നു. അയാളുടെ പേരാണ് ആറമീസ്."

"അതൊക്കെ പിന്നീടു വ്യക്തമാകുമെന്ന് ഞാൻ കരുതുന്നു" അവൾ പിറുപിറുത്തു. "അതുവരെ അക്കാര്യങ്ങൾ ചർച്ച ചെയ്യുന്നതിൽ യാതൊരു അർഥവുമില്ല."

"നിങ്ങളെന്റെ ഹൃദയത്തിലേക്കൊന്നു നോക്കൂ; അതെത്ര ജിജ്ഞാസാഭരിതമായിരിക്കുകയാണെന്നോ. നിങ്ങൾക്കപ്പോൾ എന്നോടു ദയയും തോന്നും. ആ ജിജ്ഞാസ ഉടനെ തൃപ്തിപ്പെടുത്തേണ്ടതാണെന്ന് നിങ്ങൾ മനസിലാക്കുകയും ചെയ്യും. ഇത്രയും സ്നേഹിക്കുന്ന ഒരാളെ നിങ്ങൾ ഭയപ്പെടരുത്."

"സ്നേഹത്തെപ്പറ്റി നിങ്ങൾ പറഞ്ഞത് വളരെ ധൃതിയിലായിപ്പോയി സർ." അവളുടെ വാക്കുകളിൽ കുറ്റപ്പെടുത്തലിന്റെ ലാഞ്ചനയുണ്ടായിരുന്നു.

"സ്നേഹം എന്നിൽ ധൃതിയിൽ വന്നുപോയി. അത്രയേയുള്ളൂ. ആദ്യമായിട്ടാണ്. എനിക്ക് ഇരുപതാകുന്നതേയുള്ളൂ."

അവൾ അവനെ ഒളികണ്ണിൽ നോക്കി.

"നിങ്ങളുടെ രഹസ്യത്തിൽ ചില സൂചന ലഭിച്ചു കഴിഞ്ഞുവെന്ന് എനിക്കു തോന്നുന്നു" ആർട്ഗ്നൻ പറഞ്ഞു. "മൂന്നു മാസങ്ങൾക്കുമുമ്പ് ഞാൻ ആറമീസുമായി ഒരു ദ്വന്ദ്വയുദ്ധത്തിന്റെ വക്കിലെത്തിയതായിരുന്നു. ആ മുറിയിൽ വച്ച് നിങ്ങൾ ആ സ്ത്രീക്കു കാണിച്ചുകൊടുത്ത ഒരു തൂവാലയുണ്ടല്ലോ അതുപോലത്തെ ഒരു തൂവാലയുടെ കാര്യത്തിനായിരുന്നു ആ ദ്വന്ദ്വയുദ്ധം. ആ തൂവാലയിലും നിങ്ങളുടെ തൂവാലയിലും കണ്ട മോണോഗ്രാമുകൾ ഒരുപോലുള്ളതായിരുന്നു. അതുറപ്പുതന്നെ."

"ഈ വിഷയം ചർച്ചചെയ്ത് ഞാൻ വല്ലാതെ അസ്വസ്ഥയാകുകയാണ് സർ."

"പക്ഷേ, ആ തൂവാല കൈയിലുള്ളപ്പോൾ നിങ്ങൾ അറസ്റ്റുചെയ്തിരുന്നെങ്കിൽ കാര്യങ്ങൾ കുഴപ്പമാകില്ലായിരുന്നോ?"

"അതെന്തിനാണ് കുഴപ്പമുണ്ടാക്കുന്നത്? എന്റെ പേരാണല്ലോ അതിലുള്ളത് - സി ബി കോൺസ്റ്റൻസ് ബോണസ്യൂ."

"അഥവാ കമിലി ഡി ബോയ്സ്ട്രേസി."

"ഒന്നു ശാന്തമാകൂ സർ. ഇങ്ങനെ ഒച്ചവയ്ക്കാതെ. എനിക്കു സംഭവിക്കാൻ പോകുന്ന അപകടത്തെയോർത്തെങ്കിലും ഒന്നു പതുക്കെ പറയൂ. നിങ്ങൾക്കും അതപകടമുണ്ടാക്കുമെന്നോർക്കണം."

"എന്തപകടം?"

"എന്റെകൂടെ ഉണ്ടാകുന്നപക്ഷം നിങ്ങളെ പിടിച്ചു ജയിലിലിടും. ജീവൻതന്നെ അപകടത്തിലായെന്നും വരാം."

"അങ്ങനെയെങ്കിൽ നിങ്ങളുടെയരികിൽനിന്നും ഞാനിനി പോകാൻ തീരുമാനിക്കുന്നില്ല" ആർട്ഗ്നൻ പറഞ്ഞു.

"ദയവായി അങ്ങനെ പറയരുത് സർ" അവൾ കൈകൂപ്പി യാചിച്ചു. "ദൈവത്തെക്കുറിച്ചോർത്ത് എന്നെ വിട്ടുപോകൂ. നിങ്ങൾ നല്ലൊരു പടയാളിയും മാന്യനുമല്ലേ..... അയ്യോ കേൾക്കൂ... പന്ത്രണ്ടടിക്കുന്നു. എന്നെ അവർ പ്രതീക്ഷിക്കുന്ന സമയമാണിത്."

"മാഡം ഞാൻ നിങ്ങൾ പറഞ്ഞതുപോലെ ചെയ്തോളാം" തല കുമ്പിട്ടുകൊണ്ട് ആർട്ഗ്നൻ പറഞ്ഞു. "ഇതാണ് നിങ്ങൾ പറയുന്നതെങ്കിൽ അതും ഞാൻ അനുസരിച്ചോളാം.... ഞാൻ പൊയ്ക്കോളാം."

"നിങ്ങൾ എന്നെ പിന്തുടരുകയോ, എന്നെക്കുറിച്ചുള്ള വിവരങ്ങൾ ചോർത്തുകയോ ചെയ്യരുത്."

"ഞാൻ നേരെ വീട്ടിലേക്കു പോകുകയാണേ."

"അതെ എനിക്കറിയാം. നിങ്ങൾ ധീരനായ ഒരു യുവാവാണ്." അവൾ ഒരു കൈ അവന്റെ നേരെ നീട്ടിക്കൊണ്ട് യാത്ര പറയാനൊരുങ്ങി.

ആർട്ഗ്നൻ ആ കൈപിടിച്ച് സ്നേഹവായ്പോടെ ചുംബിച്ചു.

"ഞാൻ നിങ്ങളെ കണ്ടുമുട്ടരുതായിരുന്നു" അവൻ ആവേശത്തോടെ പറഞ്ഞു. ഇത്തരത്തിലുള്ള പുരുഷന്മാരുടെ സ്നേഹപ്രകടനങ്ങൾ സ്ത്രീകൾക്കിഷ്ടമാണല്ലോ.

"അതു ഞാൻ പറയുന്നില്ല" അവളും സ്നേഹപാരവശ്യതയോടെ പറഞ്ഞു; ഒപ്പം നീട്ടിവച്ചിരുന്ന കൈവലിക്കുകയും ചെയ്തു. അവൾ വീണ്ടും പറഞ്ഞു. "ഒരിക്കൽ നഷ്ടപ്പെട്ടത് എന്നേക്കും നഷ്ടപ്പെട്ടതായി കരുതരുത്. ഒരിക്കൽ ഞാൻ എല്ലാ പ്രശ്നങ്ങളിൽനിന്നും സ്വതന്ത്രയാകും. അന്ന് നിങ്ങളുടെ ജിജ്ഞാസയ്ക്ക് ഞാൻ പരിഹാരമുണ്ടാക്കാം."

"എനിക്ക് നിങ്ങളോടുള്ള ഇഷ്ടത്തെയും?" ആനന്ദത്തോടെ അവൻ ചോദിച്ചു.

"അതെനിക്കു പറയാൻ വയ്യ. അത് അന്ന് നിങ്ങൾ എന്നിൽ എന്തു വികാരമാണുണർത്തുന്നതെന്ന് എങ്ങനെയറിയാൻ പറ്റും?"

"അപ്പോൾ ഇതുവരെ നിങ്ങൾക്കെന്നോട്...."

"ഇതുവരെ എനിക്ക് നന്ദിക്കപ്പുറം ഒരു വികാരവും നിങ്ങളോടു ഉണ്ടായിട്ടില്ല."

"നിങ്ങൾ അതിസുന്ദരിയാണ്" ആർട്ഗ്നൻ പറഞ്ഞു. "പക്ഷേ നിങ്ങൾ എന്റെ സ്നേഹത്തെ മുതലെടുക്കുകയാണ്."

"അങ്ങനെയല്ല. ഞാൻ നിങ്ങളുടെ കരുണയെപ്പറ്റി ചിന്തിക്കുകയാണ്. വിഷമിക്കാതിരിക്കൂ. നമുക്ക് വീണ്ടും കാണാനാകും."

"ഈ ഭൂമിയിലെ ഏറ്റവും സന്തുഷ്ടനായ മനുഷ്യനായി ഞാനിപ്പോൾ മാറി. ഈ രാത്രിയും ഈ വാക്കും നിങ്ങൾ മറക്കരുത്" അവൻ പറഞ്ഞു.

"നിങ്ങൾക്ക് വിശ്വസിക്കാം. സമയമാകുമ്പോൾ ഞാൻ എല്ലാം ഓർമിക്കും. പക്ഷേ നിങ്ങൾ ഇപ്പോൾ ഇവിടം വിടുമല്ലോ. ഇപ്പോൾത്തന്നെ പോകണം. പോകൂ. പാതിരാത്രിവരെയേ അവർ എന്നെ പ്രതീക്ഷിക്കൂ. ഇപ്പോൾത്തന്നെ താമസിച്ചുപോയി."

"അതെ അഞ്ചുമിനിറ്റു താമസിച്ചു."

"അതെ. ചിലപ്പോൾ അഞ്ചുമിനിറ്റ് അഞ്ചു നൂറ്റാണ്ടുകൾ പോലെയാണ്."

"പ്രേമിക്കുന്നവർക്കും അങ്ങനെതന്നെയാണ്."

"എന്നെ കാത്തിരിക്കുന്നയാൾ പ്രേമത്തിൽപ്പെട്ടയാളല്ലെന്ന് നിങ്ങൾക്ക് എങ്ങനെയറിയാം?"

"അപ്പോൾ ഒരു പുരുഷനാണല്ലേ നിങ്ങളെ കാത്തിരിക്കുന്നത്?" ആർട്ഗ്നൻ ചോദിച്ചു.

"ഇനിയും പുതിയ വിഷയം സംസാരിച്ചുകൊണ്ടുനിൽക്കാൻ സമയമില്ല." ക്ഷമനശിച്ച ഒരു ചിരി അവളുടെ മുഖത്തുവിരിഞ്ഞു.

"ശരി ശരി. നമുക്കിനി സംസാരിക്കേണ്ട.... ഞാനിപ്പോൾ പോകുകയാണ്. ഞാൻ നിങ്ങളെ വിശ്വസിക്കുന്നു. വിഡ്ഢിത്തമായാലും എന്റെ സ്നേഹത്തിന്റെ പൂർണവില എനിക്കു കിട്ടേണ്ടതുണ്ട്. ശരി...."

ആർട്ഗ്നൻ പെട്ടെന്നുതന്നെ അവളെ പോകാൻ അനുവദിച്ചു. ഒപ്പം തിരിഞ്ഞുപോകുകയും ചെയ്തു. കുറച്ചുദൂരം നടന്നപ്പോൾത്തന്നെ വീടിന്റെ ഷട്ടറിൽ മൂന്നുപ്രാവശ്യം മുട്ടൽ അവൻ കേട്ടു. തെരുവിന്റെ മൂലയിൽ എത്തിയപ്പോൾ അവൻ ഒന്നു തിരിഞ്ഞുനിന്നു. അതിനകം വാതിൽ തുറന്ന് അടയുകയും ചെയ്തിരുന്നു. മാഡം ബോണസ്യൂവിനെ പിന്നെയവിടെ അവൻ കണ്ടില്ല.

ആർട്ഗ്നൻ നടന്നുനീങ്ങി. രഹസ്യമായി വിവരം ശേഖരിക്കുന്ന ചാരപ്പണിയൊന്നും ചെയ്യുകയില്ലെന്ന് അവൾക്കു വാക്കുകൊടുത്തതല്ലേ. അവൾ ഏറ്റവും അപകടകരമായ കുഴപ്പത്തിൽ അകപ്പെടാമെന്നുണ്ടെങ്കിലും തന്റെ വാക്കുപാലിക്കാൻ തന്നെ അവൻ തീരുമാനിച്ചു. തന്നെക്കൊണ്ട് അവൾക്ക് ഉപകാരമൊന്നും ലഭിക്കാതെ പോകുന്നതിൽ അവനു വിഷമം തോന്നി. പക്ഷേ എന്തു ചെയ്യാം? അഞ്ചു മിനിറ്റു കഴിഞ്ഞപ്പോൾത്തന്നെ അവൻ റൂഡിസ്ഫോസൊയേഴ്സിലെത്തി.

"ആതോസ് കാര്യമറിയാതെ വിഷമിച്ചു കാണും." അവൻ സ്വയം പറഞ്ഞു. "ഒന്നുകിൽ എന്നെ കാത്തിരുന്ന് അയാൾ ഉറങ്ങിപ്പോയിക്കാണും. അല്ലെങ്കിൽ അയാൾ വീട്ടിലേക്കു മടങ്ങിപ്പോയിട്ടുണ്ടാകും. അങ്ങനെയെങ്കിൽ അവിടെ ഒരു സ്ത്രീയുണ്ടായിരുന്നത് അയാൾ കണ്ടിട്ടുണ്ടാ

കും. മഹാനായ ആതോസിന്റെ വീട്ടിൽ ഒരു സ്ത്രീ! അതുപോലെ ആറമീസിന്റെ മുറിയിലും ഒരാളുണ്ടെന്നോർക്കണം. ഒക്കെ വിചിത്രമായിരിക്കുന്നു. ഇതൊക്കെ ഇനി എങ്ങനെയാണ് ഒന്നവസാനിക്കുന്നത്?"

"എല്ലാം കുഴപ്പത്തിലേ അവസാനിക്കൂ സർ."

ശബ്ദം കേട്ടപ്പോൾ പ്ലാഞ്ചെറ്റാണെന്ന് അവനു മനസിലായി. ആർട്ഗ്നൻ അങ്ങനെ ചിന്തിച്ചുകൊണ്ടിരുന്നപ്പോൾ ചുറ്റുപാടുകളെ മറന്നുപോയിരുന്നു. അപ്പോഴാണ് താൻ സ്വന്തം വീടിന്റെ മുന്നിലെത്തിയ കാര്യം പോലും അവനറിഞ്ഞത്.

"നീയെന്താണീ പറഞ്ഞത്?" ആർട്ഗ്നൻ വേലക്കാരനോടലറി.

"എല്ലാം കുഴപ്പത്തിലവസാനിക്കാൻ ഇവിടെയെന്താണുണ്ടായത്."

"സംഭവിച്ചതെല്ലാം മോശമായ കാര്യങ്ങൾതന്നെ."

"ഏതൊക്കെ?"

"ഒന്ന് ആ ആതോസിനെ അറസ്റ്റു ചെയ്തു."

"അറസ്റ്റുചെയ്തെന്നോ?..... ആതോസിനെ? അതെന്തിനാണ്?"

"ഇവിടെക്കണ്ടപ്പോൾ അങ്ങാണെന്ന് അവർ കരുതി."

"ആരാണ് അയാളെ അറസ്റ്റുചെയ്തത്?"

"അങ്ങ് ഓടിച്ചുകളഞ്ഞ ആ നാലു കറുത്തവേഷക്കാർ കൂട്ടിക്കൊണ്ടുവന്ന ഗാർഡുകൾ."

"എന്തുകൊണ്ട് ആതോസ് അവനാരാണെന്നു പറഞ്ഞില്ല. കാര്യങ്ങളൊന്നും അയാൾക്ക് അറിയില്ലെന്നു പറയാമായിരുന്നല്ലോ."

"പക്ഷേ പറയാതിരുന്നത് ആതോസിന്റെ ഒരു ബുദ്ധിയായിരുന്നു. അറസ്റ്റുചെയ്യപ്പെട്ടു പോകാനൊരുങ്ങിയപ്പോൾ അദ്ദേഹം എന്റെയരികിൽ വന്ന് ചെവിയിൽ ഇങ്ങനെ മന്ത്രിച്ചു: "ഈ സമയത്ത് ഞാൻ സ്വതന്ത്രനായിരിക്കുന്നതിനെക്കാൾ യജമാനൻ സ്വതന്ത്രനായിരിക്കുന്നതാണ് നല്ലത്. യജമാനനെല്ലാമറിയാം. എനിക്ക് ഒന്നുമറിയില്ല. അദ്ദേഹത്തെ പിടികൂടിയല്ലോ എന്നവർ സമാധാനിക്കും. മൂന്നുദിവസം കഴിഞ്ഞേ ഞാൻ ആരാണെന്ന് അവരോടു പറയൂ. അപ്പോൾ അവരെന്നെ വിട്ടയയ്ക്കും."

"അപ്പോൾ ആതോസ് ബുദ്ധിമാൻ തന്നെ" ആർട്ഗ്നൻ പറഞ്ഞു. "അങ്ങനെതന്നെയാണ് അയാൾ പെരുമാറേണ്ടത്.... അയാളെ പിടിച്ച ശേഷം പൊലീസെന്തു ചെയ്തു?"

"അവർ പൊലീസുകാർ എവിടേക്കാണ് ആതോസിനെ കൊണ്ടുപോയതെന്നറിയില്ല. ഒന്നുകിൽ ബാസ്റ്റിലിലേക്കായിരിക്കാം. അല്ലെങ്കിൽ ഫോറിവിക്യൂവിലേക്ക്. രണ്ടുപേർ ആ കറുപ്പുടുപ്പുധാരികളോടൊപ്പം ഇവിടെനിന്നു. അവർ ഇവിടെയൊക്കെ പരിശോധിച്ചു. കണ്ട കടലാസുകളെല്ലാം അവരെടുത്തു. രണ്ടുപേർ വാതിലിനരികിൽത്തന്നെ കാവൽ നിൽക്കുകയായിരുന്നു അപ്പോൾ. വീടു ശൂന്യമാക്കിയശേഷമാണ് അവർ സ്ഥലംവിട്ടത്."

"അപ്പോൾ പോർത്തോസും ആറമീസും?"

"അവർ വന്നില്ല. എനിക്കവരെ കണ്ടുപിടിക്കാൻ കഴിഞ്ഞില്ല."

"അവർ ഏതു സമയത്തും വന്നേക്കാം - ഞാൻ കാണണമെന്ന് ആവശ്യപ്പെട്ട വിവരം അറിയിച്ചിരുന്നില്ലേ?"

"അറിയിച്ചിരുന്നു സർ."

"ആ പിന്നെ..... താൻ ഇവിടെത്തന്നെയുണ്ടാകണം. അവർ ഇവിടെ വരുമ്പോൾ വിശേഷങ്ങൾ പറയണം. ഞാൻ പോംഡിപിൻ ജംഗ്ഷനിൽ ഉണ്ടാകുമെന്ന് അവരോടു പറയണം. ഞാനവിടെ കാത്തിരിക്കും. ഇവിടം പൊലീസിന്റെ നിരീക്ഷണത്തിലായതിനാൽ ഇവിടെ തമ്മിൽക്കാണുന്നത് അപകടം ക്ഷണിച്ചു വരുത്തിയേക്കും. എനിക്കാദ്യം വിവരങ്ങളൊക്കെ ട്രിവീലിയോടും പറയണം. അതിനുശേഷമാണ് പോർത്തോസിനെയും ആതോസിനെയും കാണേണ്ടത്."

"അതുകൊള്ളാം സർ" പ്ലാഞ്ചെറ്റു പറഞ്ഞു.

ആർട്ഗ്നൻ നടന്ന് വാതിലിനരികിലെത്തി. തുടർന്ന് തിരിഞ്ഞു കൊണ്ട് പ്ലാഞ്ചെറ്റിനെ നോക്കി ചോദിച്ചു: "ഇവിടെ നിൽക്കുന്നതിൽ തനിക്കു ഭയമൊന്നുമില്ലല്ലോ?"

"അതിനെക്കുറിച്ചോർത്ത് സാർ വിഷമിക്കേണ്ട" പ്ലാഞ്ചെറ്റ് പറഞ്ഞു. "അങ്ങേക്ക് എന്നെക്കുറിച്ചിനിയും അറിയില്ല. ഞാൻ വിചാരിച്ചാൽ എനിക്കെന്തും പറ്റും. വിചാരിക്കണമെന്നു മാത്രമേയുള്ളൂ. മാത്രമല്ല ഞാൻ ഒരു പാക്കാർഡുകാരനാണ്."

"എനിക്ക് തന്നെ മനസിലാകുന്നുണ്ട്. ഇവിടം വിട്ടുപോകുന്നതിനേക്കാൾ താൻ മരിക്കാനും തയാറാണെന്ന് എനിക്കു മനസിലായി."

"അതെ സർ. എനിക്കങ്ങയോടുള്ള കൂറു തെളിയിക്കാൻ ഇതു മാത്രമേയുള്ളൂ."

പ്ലാഞ്ചെറ്റിന്റെ മറുപടിയിൽ ആർട്ഗ്നനു സന്തോഷമായി. താൻ ശരിയായ രീതിയിൽത്തന്നെ അയാളോടു ഇടപെട്ടുവെന്ന് അവനപ്പോൾ തോന്നി. ഇനി ആവശ്യം വരുമ്പോൾ അങ്ങനെതന്നെ പെരുമാറണമെന്ന് അവൻ തീരുമാനിച്ചു.

രാത്രി മുഴുവൻ നടന്നലഞ്ഞ് കാൽ കുഴഞ്ഞിരുന്നെങ്കിലും ആർട്ഗ്നൻ വേഗത്തിൽ റ്യൂകൊളംബിയയിലേക്ക് പോയി.

ട്രിവീലി അവിടെയുണ്ടായിരുന്നില്ല. അയാളുടെ പടയാളികൾ ലൗവ്രിൽ കാവലിനുപോയിരിക്കുകയാണ്. ഒപ്പം ട്രിവീലിയും അങ്ങോട്ടു പോയിരിക്കുകയാണ്.

എങ്ങനെയെങ്കിലും ട്രിവീലിയെ കണ്ടുപിടിച്ച് വിവരങ്ങൾ ബോധിപ്പിച്ചേ പറ്റൂ. ലൗവ്ര് കൊട്ടാരത്തിലേക്കു കടക്കാൻതന്നെ അവൻ തീരുമാനിച്ചു. പടയാളിയുടെ യൂണിഫോമുള്ളതുകൊണ്ട് കാര്യമെളുപ്പമാകും.

ഇനിയൊരു നദികടന്നു വേണം ആർട്ഗ്നനു പോകാനുള്ളത്. അവൻ നദിക്കരയിലെത്തി. കടത്തുവഞ്ചി അവിടെയുണ്ട്. പോക്കറ്റിൽ തപ്പിനോക്കിയപ്പോഴാണ് കൈയിൽ ഒരു ചില്ലിക്കാശുമില്ലെന്ന് അവനറിഞ്ഞത്. പാലംവഴി പോകാൻ അവൻ തീരുമാനിച്ചു.

ആർട്ഗ്നൻ റ്യൂഗിനിഗാഡിലെത്താറായപ്പോൾ രണ്ടാളുകൾ വരു

ന്നത് അവൻ കണ്ടു. എങ്ങനെയോ പരിചയമുള്ളതുപോലെ അവനു തോന്നി. ഒരാൾ പുരുഷനും മറ്റേയാൾ സ്ത്രീയുമായിരുന്നു. ആ സ്ത്രീക്ക് മാഡം ബോണസ്യൂവിന്റെ ലക്ഷണം. പുരുഷന് ആറമീസിന്റെയും ഛായ. സ്ത്രീക്ക് കടുത്ത ഉടുപ്പായിരുന്നു വേഷം. ഇരുട്ടിലാണെങ്കിലും ഒക്കെ മനസിലാക്കാൻ ആർട്ഗ്നനു കഴിഞ്ഞു. ആണിനു പോരാളിയുടെ വേഷം തന്നെ. അവൾ തുണികൊണ്ട് മുഖം പരമാവധി മൂടാൻ ശ്രമിക്കുകയായിരുന്നു. ആ മനുഷ്യനാകട്ടെ ഒരു തൂവാലകൊണ്ട് തന്റെ മുഖം മറയ്ക്കാനും ശ്രമിക്കുന്നു. അവർ ഒളിച്ചുനടക്കാൻ നോക്കുന്നുവെന്നത് സ്പഷ്ടം.

അവർ പാലം കടക്കാൻ തുടങ്ങി. ആർട്ഗ്നനും ലൗവ്രിലെത്തണമെങ്കിൽ അതുവഴിതന്നെയാണ് പോകേണ്ടത്. അവൻ അവരുടെ പുറകെ നീങ്ങി.

അവരുടെ പിന്നാലെ നടന്നപ്പോൾ അവർ മാഡം ബോണസ്യൂവും ആറമീസും തന്നെയാണെന്ന് അവന് കൂടുതൽ വ്യക്തമായി. അവരുടെ ആ ഒരുമിച്ചുള്ള യാത്ര കണ്ടപ്പോൾ അസൂയകൊണ്ട് അവന്റെ ഹൃദയം വേദനിച്ചു. വഞ്ചന ഇരട്ടിയായതായി അവനു തോന്നി. തന്റെ ഉറ്റസുഹൃത്തും താൻ സ്നേഹിച്ച സ്ത്രീയും. രണ്ടുപേരും വഞ്ചിച്ചു. ആറമീസിനെ അറിയുകയേയില്ലെന്ന് അവൾ ആണയിട്ടു പറഞ്ഞതാണ്; അതു പറഞ്ഞിട്ട് അരമണിക്കൂർ ആയിട്ടേയുള്ളൂ. ഇപ്പോഴിതാ അയാളുടെകൂടെ നടന്നുപോകുന്നു.

ആർട്ഗ്നൻ അവരുമായി പരിചയപ്പെട്ടിട്ട് ഒരു മൂന്നുമണിക്കൂറേ ആയിട്ടുള്ളൂവെന്ന് നമുക്കറിയാം. ആ വിധത്തിൽ അവൾക്ക് അവനോടു യാതൊരുവിധ കടപ്പാടുമില്ല. ആ കറുപ്പുടുപ്പുധാരികളിൽനിന്നും രക്ഷിച്ചതിനുള്ള നന്ദിമാത്രമേയുണ്ടാകുകയുള്ളൂ. അതിനപ്പുറമൊന്നിനും അവൾ അവനോടു വാക്കുകൊടുത്തിട്ടുമില്ല. പക്ഷേ, ആർട്ഗ്നൻ കരുതുന്നത് താൻ ഉപദ്രവിക്കപ്പെടുകയും വഞ്ചിക്കപ്പെടുകയും ചെയ്തെന്നാണ്. രോഷത്തിന്റെ ചുടുചോര അവന്റെ മുഖത്ത് ഇരച്ചുകയറി. രണ്ടിലൊന്ന് അറിഞ്ഞിട്ടുതന്നെ കാര്യമെന്ന് അവനു തോന്നി.

തങ്ങളെ ആരോ പിന്തുടരുന്നുവെന്നു തോന്നിയപ്പോൾ അവർ നടത്തത്തിന്റെ വേഗതകൂട്ടി. ആർട്ഗ്നൻ വേഗത്തിലോടി അവരുടെ മുന്നിൽ ചെന്നിട്ട് തിരിഞ്ഞുനിന്നു. തെരുവുവിളക്കിന്റെ വെട്ടത്തിൽ പാലമുൾപ്പെടെയുള്ളഭാഗം വ്യക്തമായിക്കാണാമായിരുന്നു.

തങ്ങളുടെ വഴി തടയപ്പെട്ടപ്പോൾ ആ പടയാളി ചോദിച്ചു: "നിങ്ങൾക്കെന്തുവേണം സർ?" ഒരു വിദേശീയന്റെ ശബ്ദസ്വരമാണ് അയാൾക്കുണ്ടായിരുന്നത്. ആറമീസാണെന്ന് അയാളെ തെറ്റിദ്ധരിച്ചതാണെന്ന് പെട്ടെന്ന് ആർട്ഗ്നനു മനസിലായി.

"നിങ്ങൾ ആറമീസല്ലേ?" ആർട്ഗ്നൻ ചോദിച്ചു.

"അല്ല സർ. ഞാൻ ആറമീസല്ല. നിങ്ങൾ ആളുമാറി സംശയിച്ചുവെന്ന് എനിക്കു മനസിലായി. സാരമില്ല."

"പക്ഷേ..... ക്ഷമിക്കണം....."

"നിങ്ങൾ കരുതിയ ഒരാളല്ല ഞാനെന്നു നിങ്ങൾക്കു മനസിലായ ല്ലോ. പിന്നെ ഒന്നു മാറിനിന്നു തരൂ."

"അതെ സർ. നിങ്ങളെ സംബന്ധിച്ച് എനിക്കു കാര്യമില്ല. പക്ഷേ എനിക്ക് ഈ സ്ത്രീയോടു സംസാരിക്കണം" ആർട്ഗ്നൻ പറഞ്ഞു.

"അതിന് ഈ സ്ത്രീയെ നിങ്ങൾക്കറിയില്ലല്ലോ" അയാൾ പറഞ്ഞു.

"നിങ്ങൾ പറയുന്നതല്ല സർ. എനിക്കറിയാം ഈ സ്ത്രീയെ."

"എന്താണ് സർ? ഒരു മാന്യനും പട്ടാളക്കാരനുമെന്ന നിലയിൽ നിങ്ങൾ എനിക്കൊരു വാക്കുതന്നതല്ലേ. ഞാൻ കരുതി എനിക്കു താങ്കളെ വിശ്വസിക്കാമെന്ന്" അവൾ പറഞ്ഞു.

"മാഡം...." ആർട്ഗ്നൻ യഥാർത്ഥത്തിൽ ലജ്ജിച്ചുപോയി. "അതെ അതെ.... ഞാൻ വാക്കു...."

"വരൂ മാഡം.... എന്റെ കൈയിൽ പിടിച്ചോളൂ. നമുക്കു പോകാം" ആ അപരിചിതൻ പറഞ്ഞു.

പരിഭ്രമംകൊണ്ട് ആർട്ഗ്നൻ സ്തബ്ധനായി, അവരുടെ മുമ്പിൽ കൈകെട്ടി നിൽക്കാനേ അവനു കഴിഞ്ഞുള്ളൂ.

അപരിചിതനായ പോരാളി മുന്നോട്ടു ചെന്ന് ആർട്ഗ്നനെ ഒരുവശ ത്തേക്ക് തള്ളി. പിന്നോട്ടാഞ്ഞ ആർട്ഗ്നൻ പെട്ടെന്നുതന്നെ വാളൂരി. തൽസമയം ആ അപരിചിതനും വാളൂരിക്കഴിഞ്ഞിരുന്നു; മിന്നൽ വേഗ ത്തിൽ.

"എന്റെ തിരുമേനീ, ദൈവത്തെയോർത്തു വേണ്ട" അയാളുടെ വാളു കളിൽ കയറിപ്പിടിച്ച് ഇടയ്ക്കു കയറിയശേഷം മാഡം ബോണസ്യൂ അപേക്ഷിച്ചു.

"തിരുമേനിയെന്നോ?" ആർട്ഗ്നൻ മന്ത്രിച്ചു. "നിങ്ങൾ വിളിച്ചത്....."

"അതെ തിരുമേനി! ബക്കിംഗ്ഹാം പ്രഭു" മാഡം ബോണസ്യൂ മന്ത്രി ച്ചു. "നിങ്ങൾ ഞങ്ങളുടെ നാശത്തിനിടവരുത്തരുത്."

"മാഡം എന്നോടു ക്ഷമിക്കൂ" ആർട്ഗ്നൻ പറഞ്ഞു. തുടർന്ന് അവൻ അയാളുടെനേരെ തിരിഞ്ഞുകൊണ്ടു പറഞ്ഞു: "തിരുമേനിയെ ഞാൻ ഇഷ്ടപ്പെടുന്നു. പക്ഷേ സത്യമിതാണ്. ഞാൻ ഒരു പ്രേമത്തിൽപ്പെട്ടിരി ക്കുന്നതുകൊണ്ട് അസൂയ തോന്നിപ്പോയി. എന്നോടു ക്ഷമിക്കൂ. ഞാൻ എങ്ങനെ അങ്ങയെ സേവിക്കണമെന്നു പറയൂ."

"താൻ മിടുക്കൻ യുവാവാണല്ലോ" ബക്കിംഗ്ഹാം അവന്റെനേരെ കൈനീട്ടി. ബഹുമാനാദരവുകളോടെ അവനാ കൈപിടിച്ചു. "എനിക്കൊരു സേവനം ചെയ്യാൻ തയാറാണെന്ന് താൻ പറഞ്ഞല്ലോ. തന്റെ ആ വാക്കു കൾ ഞാൻ വിശ്വസിക്കുകയാണ്. ഞങ്ങളോടൊപ്പം ലൗവ്രിലേക്കു വരൂ. പത്തിരുപതടി പുറകിലൂടെ വന്നാൽ മതിയാകും. ആരെങ്കിലും ചാരപ്പ ണിക്കു ഞങ്ങളുടെ അരികിൽ വന്നാൽ അങ്ങു കൊന്നേക്കണം."

ആർട്ഗ്നൻ തന്റെ വാൾ തിരിച്ചുറയിലേക്കിട്ടു. അവർ ഇരുപതടി മുന്നിലേക്കു നടന്നെത്താൻ അവൻ അവിടെത്തന്നെ നിന്നു. തുടർന്ന് അവൻ അവരുടെ പുറകേ നീങ്ങി; ചാൾസ് ഒന്നാമന്റെ വിശ്വസ്തനായ

മന്ത്രിയായ ബക്കിംഗ്ഹാം പ്രഭുവിന്റെ കൽപ്പന നിറവേറ്റാനായിട്ട്.

ഭാഗ്യവശാൽ തന്റെ വിശ്വസ്തത തെളിയിക്കാൻ പറ്റിയ അവസരങ്ങളൊന്നും വഴിക്കവനു കിട്ടിയില്ല. ആ യുവതിയും സുന്ദരനായ പടയാളിയും അപകടമൊന്നുമില്ലാതെ ലൗവ്രിലെത്തി.

തുടർന്ന് ആർട്ഗ്നൻ തന്റെ സുഹൃത്തുക്കൾ കാത്തുനിൽക്കുകയായിരുന്ന സ്ഥലത്തേക്കു പോയി. പോർത്തോസും ആറമീസും അവിടെത്തന്നെയുണ്ടായിരുന്നു. താൻ വിളിപ്പിച്ചതിനെപ്പറ്റിയൊന്നും വിശദീകരിക്കാൻ അവൻ കൂട്ടാക്കിയില്ല. അവരുടെ സഹായം വേണമെന്ന് ആവശ്യപ്പെട്ട കാര്യം തനിയെ തന്നെ പൂർത്തിയാക്കിയെന്നുമാത്രം അവൻ അവരോടു പറഞ്ഞു.

നാമിപ്പോൾ കഥയിലേക്കു ശരിക്കും പ്രവേശിച്ചിരിക്കുന്ന സ്ഥിതിക്ക് ആ മൂന്നു സുഹൃത്തുക്കളെ അവരവരുടെ സ്ഥലങ്ങളിലേക്കുവിടാം. നമുക്ക് ഇനി ബക്കിംഗ്ഹാം പ്രഭുവിനെയും അയാളെ കൊട്ടാരത്തിന്റെ ഇരുണ്ട ഇടനാഴിയിലൂടെ നയിച്ചുകൊണ്ടുപോകുന്ന ആളിന്റെയും പിന്നാലെയുമാണ് പോകേണ്ടത്.

12

ജോർജ് വില്ലിയേഴ്സ് എന്ന ബക്കിംഗ്ഹാം പ്രഭു

മാഡം ബോണസ്യൂവിനും പ്രഭുവിനും യാതൊരു പ്രയാസവുമില്ലാതെതന്നെ കൊട്ടാരത്തിൽ കയറാനായി. രാജ്ഞിയുടെ കീഴിലെ ആളെന്ന നിലയിൽ കൊട്ടാരത്തിലെല്ലാവർക്കും മാഡം ബോണസ്യൂവിനെയറിയാം. ട്രിവീലിയുടെ പോരാളികൾക്ക് അന്ന് രാത്രിയിൽ കൊട്ടാരത്തിൽ കാവൽ ജോലിയുള്ളതിനാൽ, പോരാളിയുടെ വേഷത്തിൽ പ്രഭു വന്നതും ഉചിതമായി. മാത്രമല്ല, പ്രവേശനകാവൽക്കാരനായ ജെർമെയ്ൻ രാജ്ഞിയുടെ താൽപ്പര്യക്കാരൻ തന്നെയാണ്. എന്തെങ്കിലും കുഴപ്പമുണ്ടായാൽ മാഡം ബോണസ്യൂ അവളുടെ കാമുകനെ കൊട്ടാരത്തിൽ കൂട്ടിക്കൊണ്ടുവന്നതാണെന്ന് പറയാമല്ലോ; അത്രയേ ഉള്ളൂ കാര്യങ്ങളൊക്കെ. മാഡം ബോണസ്യൂ കുറ്റം ഏറ്റുകൊള്ളുകയും ചെയ്യും. അവളുടെ മാനംകെടുമെന്നതിൽ സംശയമില്ല; പക്ഷേ ഒരു വെറും തുണിക്കച്ചവടക്കാരന്റെ അഭിമാനത്തിന് ഈ ലോകത്ത് എന്താണ് വില.

അവർ കൊട്ടാരമുറ്റത്തു കയറി. ചുവരിനരികിലൂടെ ഏതാണ്ട് ഇരുപത്തിയഞ്ചടിയോളം അവർ നടന്നു. അവർ അവസാനം ഒരു ചെറിയ വാതിലിനരികിലെത്തി. പകൽനേരങ്ങളിൽ തുറന്നിടാറുള്ള മുറിയാണത്. രാത്രിനേരത്ത് അടച്ചിട്ടിരിക്കും. ഇത്തവണ വാതിൽ ചാരിയിട്ടിരുന്നതിനാൽ മാഡം ബോണസ്യൂതന്നെ അതു തുറന്നു. രണ്ടുപേരും അകത്തു കയറി. രണ്ടുപേരും ഇരുട്ടിലായി. പക്ഷേ, മാഡം ബോണസ്യൂവിനെ സംബന്ധിച്ച് എല്ലായിടവും സുപരിചിതമാണ്; അവയെല്ലാം വീട്ടിലുള്ള ഉപയോഗത്തിൽപ്പെട്ട ഭാഗങ്ങളാണ്.

കയറിയപാടെ അവൾ വാതിലടച്ചു. പ്രഭുവിന്റെ കൈയും പിടിച്ചുകൊണ്ട് മറ്റേ കൈതപ്പി കോണിപ്പടിയിൽ പിടിച്ചുകയറി. പ്രഭു എണ്ണിയെണ്ണി രണ്ടുപടികൾ കയറി. തുടർന്ന് അവൾ വലത്തോട്ടുതിരിഞ്ഞ് കുറ

ച്ചുനടന്നശേഷം മറ്റൊരു കോണികയറിയിറങ്ങി; കുറച്ചു കൂടുതൽ പടിയിറങ്ങാനുണ്ടായിരുന്നു. അവിടെയുണ്ടായിരുന്ന ഒരു വാതിൽ തുറന്ന് പ്രഭുവിനെ അതിനകത്തേക്കു കയറ്റി. ആ മുറിയിൽ ഒരു വിളക്കു കത്തിച്ചിരുന്നു.

"തിരുമേനി ഇവിടെയിരുന്നോളൂ. ആരെങ്കിലും വരും." അവൾ പറഞ്ഞു.

അവൾ ആ വാതിൽ വഴിതന്നെ പുറത്തേക്കിറങ്ങിയശേഷം ആ വാതിലുകൾ പൂട്ടി; ഒരു തടവുപുള്ളിയെപ്പോലെ.

ആ ഏകാന്തതയിലും ബക്കിങ്ഹാം പ്രഭുവിന് യാതൊരു ഭയവും ഉണ്ടായിരുന്നില്ലെന്നു പറഞ്ഞേ പറ്റൂ. സാഹസികതയും പ്രേമവുമാണ് ഇദ്ദേഹത്തിന്റെ ശക്തമായ സ്വഭാവവിശേഷങ്ങൾ. ബുദ്ധിമാനും ധീരനും എന്തിനും മടിയില്ലാത്തവനുമാണ് അദ്ദേഹം. ഈ രീതിയിൽ ജീവൻ അപകടത്തിൽപ്പെടുത്തുന്നത് അദ്ദേഹം ആദ്യമായിട്ടൊന്നുമല്ല. ആസ്ട്രിയയിലെ ആനിയുടെ സന്ദേശത്തെത്തുടർന്നാണ് പ്രഭു പാരീസിലേക്കു വന്നത്. അതൊരു കെണിയായിരുന്നെന്ന് അദ്ദേഹത്തിന് മനസിലായിരുന്നു. പക്ഷേ, താനകപ്പെട്ട സാഹചര്യത്തെക്കുറിച്ച് ഒന്നു നേരിട്ടറിയാനായിട്ടാണ് അദ്ദേഹം ഇംഗ്ലണ്ടിലേക്ക് മടങ്ങിപ്പോകാതിരുന്നത്. മാത്രമല്ല രാജ്ഞിയെ കണ്ടിട്ടേ മടങ്ങൂവെന്നുള്ള കത്തും കൊടുത്തയച്ചു. ആദ്യം രാജ്ഞിയത് നിശിതമായി നിഷേധിച്ചെങ്കിലും താൻ നിരസിക്കുന്നത് അദ്ദേഹത്തിനെക്കൊണ്ട് വല്ല കടുംകൈയും ചെയ്യിപ്പിക്കലാകുമോയെന്ന് അവൾ ഭയന്നിരുന്നു. അങ്ങനെ കണ്ടയുടനെ പോകണമെന്ന വ്യവസ്ഥയിൽ, കൊട്ടാരത്തിലേക്ക് അദ്ദേഹത്തെ കൂട്ടിക്കൊണ്ടുപോകാനുള്ള ജോലി മാഡം ബോണസ്യൂവിനു കിട്ടി. അതിനുവേണ്ടിയാണ് അവളെ തട്ടിക്കൊണ്ടുപോയതും. രണ്ടുദിവസത്തേക്ക് അവൾക്കെന്തുപറ്റിയെന്ന് ആർക്കും ഒരു പിടിയും കിട്ടിയില്ലായിരുന്നു. എല്ലാവർക്കും വല്ലാത്ത ഉൽക്കണ്ഠയായി. പക്ഷേ, അവൾ രക്ഷപ്പെടുകയും ലാപോർട്ടിയെ കാണുകയും ചെയ്തപ്പോൾത്തന്നെ കാര്യങ്ങളുടെ പ്രകൃതം മാറി. അവളെ തട്ടിക്കൊണ്ടുപോകാതിരുന്നുവെങ്കിൽ ആ അപകടംപിടിച്ച പണി മൂന്നുദിവസം മുമ്പു നടക്കുമായിരുന്നു.

ബക്കിങ്ഹാം പ്രഭുവിനെ അവിടെ തനിച്ചാക്കിയശേഷം അവൾ പോയപ്പോൾ, അദ്ദേഹം കണ്ണാടിക്കരികിലേക്കു പോയി. ഒരു പോരാളിയുടെ വേഷം തനിക്ക് പരിപൂർണമായി യോജിക്കുന്നതായി അദ്ദേഹത്തിനു തോന്നി.

അദ്ദേഹത്തിന് മുപ്പത്തിയഞ്ചായിരുന്നു പ്രായം. ഫ്രാൻസിലും ഇംഗ്ലണ്ടിലുമുള്ളതിൽവച്ച് ഏറ്റവും സുന്ദരനും യോഗ്യനുമാണ് അദ്ദേഹം. രണ്ടു രാജാക്കന്മാർക്ക് ഏറെ പ്രിയനാണ് അദ്ദേഹം. നല്ല സമ്പന്നൻ. കൊട്ടാരകാര്യങ്ങളിൽ നല്ല സ്വാധീനം. തനിക്കിഷ്ടമുള്ള രീതിയിൽ യുദ്ധത്തിലേക്കോ സമാധാനക്കരാറിലേക്കോ കാര്യങ്ങളെ നീക്കാം. അതൊക്കെയാണ് ജോർജ് വില്ലിയേഴ്സ് എന്ന ബക്കിംഗ്ഹാം പ്രഭു.

വളരെ ആത്മവിശ്വാസമുള്ള ആളായിരുന്നു അദ്ദേഹം. മറ്റുള്ള മനുഷ്യരെ ഭരിക്കുന്ന നിയമങ്ങൾക്ക് തന്റെമേൽ യാതൊരു സ്വാധീനവും അദ്ദേഹം കൊടുത്തിരുന്നില്ല. എന്തെങ്കിലും നേടണമെന്നു തോന്നിയാൽ, മറ്റുള്ളവർക്ക് ലഭ്യമല്ലെങ്കിലും, അദ്ദേഹമിറങ്ങിപ്പുറപ്പെടും. സുന്ദരിയും അഭിമാനവുമുള്ള ആസ്ട്രിയയിലെ ആനിയെ പലതവണ കാണാനും അവളെ പ്രേമത്തിൽ വശീകരിക്കാനും ഒക്കെ അദ്ദേഹത്തിനു കഴിഞ്ഞത് ഈ പ്രകൃതത്തിന്റെ പരിണതഫലംകൊണ്ടാണ്.

അദ്ദേഹം കണ്ണാടിക്കു മുമ്പിൽത്തന്നെ നിന്നു. തൊപ്പിയൂരിയപ്പോൾ ഇളകിക്കിടന്ന തലമുടിയെ കൈകൊണ്ട് ഒതുക്കിവച്ചു; മേൽമീശ ചുരുട്ടിയുയർത്തി. സ്വന്തം ആകാരഭംഗിയിൽ അഭിമാനത്തോടെ പുഞ്ചിരിതൂകി; താൻ ഇത്രയുംകാലം ആഗ്രഹിച്ച ഏതോ നിമിഷത്തോട് താൻ എത്തിച്ചേർന്നിരിക്കുന്നു എന്ന ചിന്തയോടെയും.

കർട്ടനുപിന്നിൽ മറഞ്ഞുനിൽക്കുന്ന ഒരു വാതിൽ പെട്ടെന്ന് തുറക്കപ്പെടുകയും ഒരു സ്ത്രീ അവിടെ പ്രത്യക്ഷപ്പെടുകയും ചെയ്തു. കണ്ണാടി വഴി ആ സ്ത്രീയുടെ രൂപംകണ്ട ബക്കിംഗ്ഹാം പ്രഭു അറിയാതെ പറഞ്ഞുപോയി. "അല്ലാ ഇതാരാ രാജ്ഞിയോ!"

ആസ്ട്രിയയിലെ ആനിക്ക് (ഫ്രാൻസിലെ രാജ്ഞി) ഇരുപത്തിയാറ് ഇരുപത്തിയേഴ് വയസ്സ് പ്രായംവരും; ഒരു സൗന്ദര്യധാമം. ഒരു ദേവതയെന്നേ തോന്നുകയുള്ളൂ. ഇന്ദ്രനീലക്കണ്ണുകൾ. ചെറിയ ചെഞ്ചുണ്ടുകൾ. ആകർഷണീയമായ ചിരി. ദേഷ്യംവന്നാലോ അത് ആഴത്തിൽ മുഖത്ത് പ്രതിഫലിക്കും. മാർദവമേറിയ ശരീരം. അവളുടെ സുന്ദരശരീരത്തെപ്പറ്റി കവികൾ എത്രയോ തവണ പുകഴ്ത്തിപ്പാടിയിരിക്കുന്നു. തടിച്ചുകൊഴുത്ത അവളുടെ തലമുടി ഇളംതവിട്ടു നിറത്തിലുള്ളതായിരുന്നു. അതവൾ മെടഞ്ഞിടുകയായിരുന്നു പതിവ്.

അവളെ കണ്ടപ്പോൾ എന്തുചെയ്യണമെന്നറിയാതെ അദ്ദേഹം ഒരു നിമിഷം നിന്നുപോയി. വെള്ളസാറ്റിൻ വസ്ത്രവുമണിഞ്ഞ് വന്ന അവളിൽ മറ്റൊരിടത്തും വച്ച് കാണാത്ത ഒരു സൗന്ദര്യം അദ്ദേഹം കണ്ടു. ഡാൻസുഹാളിലും ആഘോഷങ്ങളിലും പട്ടാളമാർച്ച് പരിപാടികളിലും വച്ച് പലതവണ അവളെ കണ്ടിട്ടുള്ളതാണ്. അവളോടൊപ്പം മറ്റൊരു സ്ത്രീയും വന്നിരുന്നു – ഡോണാ എസ്തഫാനിയ. രാജ്ഞിയുടെ ദാസിയായ അവൾ ഒരു സ്പെയിൻകാരിയായിരുന്നു. രാജാവും കർദിനാളും അവളെ ഇതുവരെ നാടുകടത്തിയിട്ടില്ല.

ആനി രണ്ടടി മുമ്പോട്ടുവന്നു. ബക്കിംഗ്ഹാം പ്രഭു അവളുടെ മുന്നിൽ മുട്ടുമടക്കിനിന്നു. അവൾ തടയുന്നതിനുമുമ്പ് അദ്ദേഹം അവളുടെ വസ്ത്രത്തിന്റെ അറ്റം പിടിച്ചു ചുംബിച്ചു.

"പ്രഭോ, അങ്ങേക്കറിയാമോ ആ സന്ദേശം കൊടുത്തയച്ചത് ഞാനല്ലെന്ന്?"

"എനിക്കിപ്പോൾ അതു മനസിലായി" ബക്കിംഗ്ഹാം പ്രഭു പറഞ്ഞു. "മഞ്ഞുരുകുമെന്ന് ഞാൻ വിചാരിച്ചത് വെറുതെയായിരുന്നുവെന്ന്. പ്രേമ

ത്തിൽ വീഴുന്നവന് തിരിച്ചതു ലഭിക്കുമെന്നാണ് എപ്പോഴും വിശ്വാസം. പക്ഷേ, എന്റെയീ വരവ് നഷ്ടമായിപ്പോയില്ലെന്നുറപ്പാണ്; ഒന്നു കാണാനെങ്കിലും പറ്റിയല്ലോ."

"അതെ" ആനി പറഞ്ഞു. "പക്ഷേ ഞാനങ്ങയെ എന്തിനാണ് കാണാൻ സമ്മതിച്ചതെന്നറിയണം. ജീവൻ അപകടത്തിലായിത്തീരാമെന്ന് അറിയാമായിരുന്നിട്ടും നഗരത്തിൽത്തന്നെ താമസിക്കണമെന്ന് നിങ്ങൾ നിർബന്ധം പിടിച്ചത് ഞാനറിഞ്ഞു. എന്റെ സൽപ്പേരും നഷ്ടപ്പെടുമെന്ന് നിങ്ങൾക്ക് അറിയാമായിരുന്നു. നമ്മുടെ ചിന്തകൾ വ്യത്യസ്തമാണെന്ന് നിങ്ങളോടു പറയാൻ വേണ്ടിയാണ് ഞാൻ ശ്രമിക്കുന്നത്. എല്ലാം നമ്മളെ വേർപെടുത്തുന്നു: കടലിന്റെ ആഴവും രാജ്യങ്ങൾ തമ്മിലുള്ള വൈരാഗ്യവും വാഗ്ദത്തങ്ങളുടെ പരിശുദ്ധിയും ഒക്കെ. അതു ലംഘിക്കാൻ പാടില്ല; ലംഘിക്കപ്പെട്ടിട്ടുമില്ല. കാരണം അതു ദൈവഹിതത്തിനെതിരാണ്, അതൊക്കെയിരിക്കട്ടെ..... ഞാനിപ്പോൾ നിങ്ങളെ കാണുന്നതിലുള്ള പ്രധാന ഉദ്ദേശ്യം, നാമിനി ഒരിക്കലും പരസ്പരം കാണരുതെന്ന് പറയാൻകൂടി വേണ്ടിയാണ്."

"നിങ്ങളുടെ ശബ്ദത്തിന്റെ മാധുര്യം വാക്കുകളുടെ കാഠിന്യം മറയ്ക്കുന്നു. ദൈവദോഷത്തെപ്പറ്റിയാണ് നിങ്ങൾ ഇപ്പോൾ പറഞ്ഞത്. ദൈവം ചേർത്തുവയ്ക്കുന്ന രണ്ടു ഹൃദയങ്ങളുടെ വേർപെടുത്തലാണ് യഥാർഥ ദൈവദോഷം."

"ഞാൻ നിങ്ങളെ സ്നേഹിക്കുന്നുവെന്ന് ഒരിക്കലും പറഞ്ഞിട്ടില്ലെന്ന വസ്തുത നിങ്ങൾ ഇപ്പോഴും മറക്കുകയാണ്" ആനി പറഞ്ഞു.

"നിങ്ങൾ എന്നെ സ്നേഹിക്കുന്നില്ലെന്നും ഒരിക്കലും പറഞ്ഞിട്ടില്ലല്ലോ. അങ്ങനെ പറയുന്നെങ്കിൽ അതു നിങ്ങളുടെ വലിയ നന്ദികേടായിരിക്കും. കാരണം ഞാൻ സ്നേഹിക്കുന്നതുപോലെ ലോകത്തിലാരെങ്കിലും സ്നേഹിക്കുമോ? എതിർപ്പും അസാന്നിധ്യവും സമയവും ഒന്നും എന്റെ സ്നേഹത്തെ കുറയ്ക്കാൻ കഴിഞ്ഞിട്ടില്ല. നിങ്ങളുടെ ഉടുപ്പിലെ ഒരു റിബൺ, ആ നോട്ടം, കടന്നുപോയപ്പോഴുള്ള ഒരു വാക്ക് ഇതൊക്കെക്കൊണ്ട് പൂർണമായതാണ് ഈ പ്രേമം."

പ്രഭു വീണ്ടും പറഞ്ഞു: "മൂന്നു വർഷം മുമ്പാണ് ഞാൻ നിങ്ങളെ ആദ്യമായിക്കണ്ടത്. അന്നുമുതൽ ഞാൻ നിങ്ങളെ സ്നേഹിക്കുകയാണ്. ഞാൻ ആദ്യമായി നിങ്ങളെ കണ്ടപ്പോൾ നിങ്ങൾക്കുണ്ടായിരുന്ന വേഷമെന്താണെന്നു ഞാൻ പറയട്ടെ? അണിഞ്ഞിരുന്ന ആഭരണങ്ങളെപ്പറ്റിയും പറയാം. എനിക്ക് ഇപ്പോൾ അതു കാണാം..... ഉയരമുള്ള കുഷ്യനുമേലായിരുന്നു നിങ്ങൾ ഇരുന്നിരുന്നത്. സ്വർണവും വെള്ളിയും തുന്നിയ പച്ച സാറ്റിൻ വേഷമായിരുന്നു. മനോഹരമായ കൈമുഴുവൻ മറയുന്ന ഉടുപ്പ്. രത്നങ്ങൾ അതിൽ പതിച്ചിരുന്നു. ഉടുപ്പിന്റെ നിറത്തിലുള്ള തൊപ്പി. തൊപ്പിയിൽ വർണാഭമായ തൂവലും തിരുകിയിരുന്നു."

ആനി ഒന്നും മറുപടി പറഞ്ഞില്ല.

പ്രഭു വീണ്ടും തുടർന്നു: ".....എന്റെ കണ്ണൊന്നടച്ചാൽമതി, അന്നത്തെ

നിങ്ങൾ എന്റെ കണ്ണിൽ നിറഞ്ഞുവരുന്നു. കണ്ണൊന്നു തുറന്നാലോ കൂടുതൽ സുന്ദരിയായി മുന്നിലും കാണുന്നു....."

"എന്തു ഭ്രാന്താണ് അങ്ങ് പറയുന്നത്? ഓർമകളിൽ ആശയറ്റ വികാരങ്ങളെ പോറ്റിവളർത്തുകയാണോ" ആനി പറഞ്ഞു. പക്ഷേ, തന്നെപ്പറ്റി ഈവിധത്തിൽ കൃത്യമായ ഓർമ സൂക്ഷിച്ച അദ്ദേഹത്തെ രാജ്ഞിക്കു യഥാർഥത്തിൽ കുറ്റപ്പെടുത്താനായില്ല.

"പിന്നെങ്ങനെ ഞാൻ ജീവിക്കണമെന്നാണ് പറയുന്നത്?" പ്രഭു ചോദിച്ചു. "എനിക്കീ ഓർമകളേയുള്ളൂ. അതാണെന്റെ ആനന്ദവും പ്രതീക്ഷയും. ഓരോ പ്രാവശ്യവും നിങ്ങളെ സ്വപ്നം കാണുമ്പോഴും എന്റെ ഹൃദയച്ചെപ്പിൽ നിധിയുടെ ഓരോ വൈരക്കല്ലുകളാണ് എനിക്കു ശേഖരിക്കാനാകുന്നത്. എന്റെ ഹൃദയച്ചെപ്പിലിപ്പോൾ നാലാമത്തെ വൈരക്കല്ലായിരിക്കുകയാണ്; അതായത്, ഈ മൂന്നു വർഷത്തിനിടയിൽ നാലുപ്രാവശ്യമാണ് ഞാൻ നിങ്ങളെ കണ്ടിട്ടുള്ളത്. ഒന്നാംതവണ കണ്ട കാര്യം പറഞ്ഞല്ലോ. മാഡം ഷെവ്റ്യൂസിന്റെ വീട്ടിൽവച്ചാണ് രണ്ടാം പ്രാവശ്യം കണ്ടത്. മൂന്നാംതവണ ആമീൻസിലെ തോട്ടത്തിൽവച്ചും."

"പ്രഭോ" അവളുടെ മുഖം ചുവന്നു. "ആ സായാഹ്നത്തിലെ കാര്യത്തെക്കുറിച്ചു പറയരുത്."

"അതിനെക്കുറിച്ചു ഞാൻ പറയുന്നതിനെ നിങ്ങൾ തടയരുത്. എന്റെ ജീവിതത്തിലെ ഏറ്റവും സന്തുഷ്ടകരമായ ഒരു സായാഹ്നമായിരുന്നു അത്. ആ സുന്ദരമായ രാത്രി നിങ്ങൾ ഓർമിക്കുന്നില്ലേ? തണുത്ത കാറ്റ്.... തെളിഞ്ഞ ആകാശം. പിന്നെ മിന്നുന്ന നക്ഷത്രങ്ങൾ. എല്ലാം ഓർക്കുന്നില്ലേ? അന്ന് കുറച്ചു നിമിഷത്തേക്ക് എനിക്കു നിങ്ങളെ ഒറ്റയ്ക്കു കിട്ടി. ഏകാകിനിയായ ജീവിതത്തെക്കുറിച്ചുള്ള ദുഃഖം നിങ്ങളന്നു തുറന്നു പറഞ്ഞു. നിങ്ങളെന്റെ കരംപിടിച്ചു. നിങ്ങളെ കേൾക്കാൻ ഞാൻ ചെവി ചായ്ചപ്പോഴൊക്കെ നിങ്ങളുടെ തലമുടി എന്റെ മുഖത്തുരസി. അപ്പോഴൊക്കെ ഞാൻ അടിമുടി വിറങ്ങലിച്ചിരുന്നു. എന്റെ രാജ്ഞീ, ഞാനനുഭവിച്ച ആ സ്വർഗീയാനന്ദം നിങ്ങൾക്ക് സങ്കൽപ്പിക്കാനേയാവില്ല. അതുപോലുള്ള ഒരു രാവുകൂടി കിട്ടാനായി എനിക്കുള്ളതെല്ലാം ത്യജിക്കാൻ ഞാൻ തയാറാണ്. എന്റെ സമ്പത്തും പേരും ശേഷിച്ച എന്റെ ജീവിതവും എല്ലാം. കാരണമുണ്ട്.... എല്ലാത്തിനും കാരണമുണ്ട്. ആ രാത്രി നിങ്ങളെന്നെ സ്നേഹിച്ചു. എനിക്കതു നിശ്ചയമാണ്."

"അങ്ങു പറഞ്ഞത് നേരായിരിക്കാം. ആ സ്ഥലത്തിന്റെ ഭംഗിയും രാത്രിയുടെ സ്വാധീനവും അങ്ങയുടെ ആകർഷണീയമായ നോട്ടം ഒക്കെ എന്നെ അന്ന് ആവേശംകൊള്ളിച്ചിരിക്കാം; ഇതൊക്കെ ഏതൊരു സ്ത്രീയെയും വികാരങ്ങൾക്കടിമപ്പെടുത്തുമല്ലോ. പക്ഷേ, അന്നത്തെ എന്റെ വികാരങ്ങളും എന്റെ ദൗർബല്യവും താൽക്കാലികമായിരുന്നു."

"അതെ അതെ. മറ്റൊരു പ്രേമം. മറ്റൊരാൾകൂടി ആ ക്രൂരതയിൽ അടിമപ്പെട്ടു. പക്ഷേ, നിങ്ങളുടെ ആ പെരുമാറ്റം എന്നെ കൂടുതൽ ശക്തനും വിശ്വസ്തനുമാക്കുകയാണ് ചെയ്തത്. പാരീസിലേക്കുപോയി രക്ഷ

പ്പെടാമെന്ന് നിങ്ങൾ വിചാരിച്ചു. എന്റെ രാജാവ് എന്നെ സൂക്ഷിക്കാനേൽപ്പിച്ച നിധി ഞാൻ വിട്ടുമാറില്ലെന്നും നിങ്ങൾ കരുതി. ഈ ലോകത്തിലെ രാജാക്കന്മാരും സമ്പത്തും എനിക്കെന്തിനാണ്? ഒരാഴ്ച കഴിഞ്ഞപ്പോൾ ഞാൻ തിരിച്ചെത്തി. ഞാനന്ന് നിങ്ങളോടു ഒരു പരിഭവവും പറഞ്ഞില്ല. ഒരുനിമിഷത്തേക്ക് നിങ്ങളെ കാണുവാൻവേണ്ടി എന്റെ ഭാവിജീവിതം പോലും ഞാൻ പണയപ്പെടുത്തുകയായിരുന്നു. അന്നു ഞാൻ നിങ്ങളുടെ കരം സ്പർശിച്ചില്ല. പശ്ചാത്താപത്തോടും വിനീതഹൃദയനുമായിനിന്ന എന്നോടു നിങ്ങൾ ക്ഷമിക്കുകയാണുണ്ടായത്."

"പക്ഷേ, എന്നെക്കുറിച്ച് എന്തെല്ലാം ദുർവ്യാഖ്യാനങ്ങളാണുണ്ടായതെന്ന് നിങ്ങൾക്ക് നന്നായിട്ടറിയാമല്ലോ; ഒക്കെ നിങ്ങൾ കാരണമായിരുന്നു. കർദിനാൾ രാജാവിന്റെ വീറുണർത്തി. രാജാവ് കടുത്ത നടപടികളാണുണ്ടാക്കിയത്. മാഡം വെർനെറ്റിനെ പിരിച്ചുവിട്ടു. പ്യൂട്ടാങ്ങിനെ നാടുകടത്തി. മാഡം ഷെവ്റ്യൂസിനെ അപമാനിച്ചു. നിങ്ങൾ ഫ്രാൻസിലെ അംബാസിഡർ ആവാൻ ആഗ്രഹിച്ചപ്പോൾ, രാജാവ് നിങ്ങളെ സ്വീകരിക്കുകയില്ലെന്നു പറഞ്ഞു."

"ശരിതന്നെ. പക്ഷേ രാജാവിന്റെ ആ പിടിവാശിക്ക് യുദ്ധംകൊണ്ടുള്ള പിഴ ഫ്രാൻസ് കൊടുക്കേണ്ടിവരും. നിങ്ങളെ കാണാൻ എനിക്കു കഴിയുകയില്ലെങ്കിൽ എന്നെപ്പറ്റി പറയുന്നതെങ്കിലും നിങ്ങൾക്കു കേൾക്കാൻ കഴിയും. ഫ്രാൻസ് മുഴുവൻ എന്നെപ്പറ്റി പറയാൻ ഞാൻ ഇടവരുത്തും. റീയിലേക്കു പോയി റ്യൂലെച്ചിലിയിലെ പ്രൊട്ടസ്റ്റന്റുകാരുമായി കൂട്ടുപിടിക്കുന്നതെന്തിനാണെന്നറിയാമോ? നിങ്ങളെ കാണാനുള്ള ഇഷ്ടം കൊണ്ട്! ഒരു പട്ടാളത്തലവനെന്നപേരിൽ പാരീസിലേക്കു കടക്കാൻ എനിക്കവസരം കിട്ടില്ലെന്നറിയാം. പക്ഷേ, ഈ യുദ്ധം ഒരിക്കലവസാനിക്കും. അപ്പോൾ സമാധാനമാകും. വ്യവസ്ഥകളെപ്പറ്റിയുള്ള ചർച്ചയ്ക്കായി എന്റെ രാജ്യത്തെ പ്രതിനിധിയായി എന്നെ നിയമിക്കാൻ ഞാൻ ഏർപ്പാടു ചെയ്യും. അന്നവർക്ക് എന്നെ സ്വീകരിക്കേണ്ടിവരും. ഒരുനിമിഷത്തേക്കെങ്കിലും എനിക്കു സന്തോഷിക്കുകയും ചെയ്യാം. എന്റെ ആനന്ദത്തിനുവേണ്ടി ആയിരക്കണക്കിനാളുകൾ ജീവൻ കളയേണ്ടിവരും; അതും എനിക്കറിയാം; പക്ഷേ നിങ്ങളെ കാണാൻ കഴിയുമെന്നുവരികിൽ മറ്റൊന്നും എനിക്കറിയേണ്ട ആവശ്യമില്ല. ഒക്കെ എന്റെ വിഡ്ഢിത്തമായി നിങ്ങൾ കരുതുന്നുണ്ടാകും. പക്ഷേ, നിങ്ങൾ പറയൂ; ഏതെങ്കിലും ഒരു സ്ത്രീക്ക് എന്നെക്കാൾ ഭക്തനായ ഒരു കാമുകനുണ്ടായിട്ടുണ്ടോ? ഏതൊരു രാജ്ഞിക്കാണ് എന്നെക്കാൾ വിശ്വസ്തനായ ദാസനുണ്ടായിട്ടുള്ളത്?"

"നിങ്ങൾ സ്വന്തംകാര്യം ശരിയാക്കാൻ വേണ്ടിയാണ് ഈവിധം പറയുന്നത്. എന്നോടുള്ള പ്രേമം തെളിയിക്കാൻവേണ്ടി നിങ്ങൾ ഈ കാണിക്കുന്നതെല്ലാം കുറ്റകരമാണെന്നറിയണം" ആനി പറഞ്ഞു.

"നിങ്ങളിതു പറയുന്നത് നിങ്ങൾക്കെന്നോടു സ്നേഹമില്ലാത്തതുകൊണ്ടാണ്. നിങ്ങൾ എന്നെ ഇഷ്ടപ്പെട്ടിരുന്നുവെങ്കിൽ മറ്റൊരു തരത്തിലേ നിങ്ങൾ എല്ലാം കാണുമായിരുന്നുള്ളൂ. നിങ്ങൾ എന്നെ സ്നേഹി

ച്ചിരുന്നെങ്കിൽ എന്റെ സന്തോഷത്തിനതിരുണ്ടാകുമായിരുന്നില്ല. എനിക്കു ഭ്രാന്തു പിടിക്കുമായിരുന്നു. മാഡം ഷെവ്ര്യൂസിനെക്കുറിച്ച് നിങ്ങൾ നിങ്ങളിപ്പോൾ പറഞ്ഞതല്ലേയുള്ളൂ. നിങ്ങളെപ്പോലെ അത്ര ക്രൂരയല്ല അവൾ. ആ ഹോളണ്ടുകാരൻ അവളെ പ്രേമിച്ചു. അവൾ തിരിച്ചും അയാളെ പ്രേമിച്ചു."

"അതിന് അവൾ ഒരു രാജ്ഞിയൊന്നുമായിരുന്നില്ലല്ലോ" ആനി പിറുപിറുത്തു. അവളുടെ മനസ്സ് അലിഞ്ഞുതുടങ്ങി.

"അപ്പോൾ നിങ്ങൾ ഒരു രാജ്ഞിയല്ലായെന്നുവരികിൽ എന്നെ സ്നേഹിക്കുമായിരുന്നു അല്ലേ? അപ്പോൾ നിങ്ങളുടെ അന്തസാർന്ന സ്ഥാനമാണ് എന്നോടുള്ള ഈ ക്രൂരത കാണിക്കാൻ ഇടയാക്കുന്നത്. നിങ്ങൾ വെറും മാഡം ഷെവ്ര്യൂസ് ആയാൽ മതിയായിരുന്നു. നിങ്ങളുടെ മധുരമുള്ള വാക്കുകൾക്കു നന്ദി! വളരെ നന്ദി!"

"നിങ്ങൾ എന്നെ തെറ്റിദ്ധരിച്ചിരിക്കുകയാണ്..... നിങ്ങൾ ഞാൻ പറഞ്ഞതിനെ ദുർവ്യാഖ്യാനം ചെയ്തിരിക്കുകയാണ്..... യഥാർഥത്തിൽ ഞാൻ അങ്ങനൊന്നും ഉദ്ദേശിച്ചിരുന്നില്ല" ആനി മറുപടി പറഞ്ഞു.

"ഇനിയൊന്നും പറയണ്ട!" പ്രഭു പറഞ്ഞു. എന്റെ തെറ്റിദ്ധാരണയാണ് എനിക്കു സന്തോഷം തന്നതെങ്കിൽ ആ തെറ്റുതിരുത്തുന്നതല്ലേ ക്രൂരത. എന്നെ കെണിയിൽ വീഴ്ത്തിയതാണെന്ന് നിങ്ങൾതന്നെ പറഞ്ഞുകഴിഞ്ഞല്ലോ. എന്റെ ജീവൻതന്നെ അപകടത്തിൽപ്പെട്ടേക്കാം. അല്ലെങ്കിൽത്തന്നെ ഈയിടെയായി ഞാൻ മരിച്ചുപോകുമെന്നൊക്കെ തോന്നാറുണ്ട്."

ബക്കിങ്ഹാം പ്രഭു വിഷാദത്തോടെ അവളെനോക്കി; ആകർഷണീയമായ രീതിയിൽ പുഞ്ചിരിക്കുകയും ചെയ്തു.

"ഓ! എന്റെ ദൈവമേ!" ഭയംകൊണ്ട് അവൾ അറിയാതെ വിളിച്ചുപോയി. സമ്മതിക്കാൻ തയാറായതിനേക്കാളധികം തനിക്ക് അദ്ദേഹത്തോടു താൽപ്പര്യമുണ്ടായിരുന്നുവെന്ന ധ്വനി ആ ശബ്ദത്തിനുണ്ടായിരുന്നു.

"നിങ്ങളെ പേടിപ്പിക്കാൻ വേണ്ടിയല്ല ഞാനിതു പറഞ്ഞത്. വാസ്തവത്തിൽ അതൊരു കൊച്ചു വിഡ്ഢിത്തമാണ്; പൊങ്ങച്ചമാണ്. ആ സ്വപ്നങ്ങളെക്കുറിച്ചോർത്ത് ഞാൻ വിലപിക്കാറില്ല. പക്ഷേ, നിങ്ങൾ ഇപ്പോൾ പറഞ്ഞത് ഏറെക്കുറെ പ്രതീക്ഷയ്ക്കു വകനൽകുന്നു. ഇനിയെന്തും സഹിക്കാനും മരിക്കുവാനും എനിക്ക് ഇഷ്ടംതന്നെ."

"എനിക്കും ചില സ്വപ്നങ്ങളും തോന്നലുമുണ്ട്. മുറിവേറ്റ് രക്തത്തിൽ കുളിച്ച് നിങ്ങൾ കിടക്കുന്നതായി ഞാനൊരു സ്വപ്നം കണ്ടതാണ്" അവൾ പറഞ്ഞു.

"ഇടതു പള്ളയ്ക്ക് കത്തികൊണ്ടൊരു മുറിവ്. അല്ലേ?" ബക്കിംഗ്ഹാം പ്രഭു ചോദിച്ചു.

"അതെ! ഇടതുവശത്ത് കത്തികൊണ്ടു മുറിവ്! എന്റെ സ്വപ്നത്തെക്കുറിച്ച് നിങ്ങളോടു പറഞ്ഞത്? എന്റെ പ്രാർഥനയിൽ ദൈവത്തോടു

മാത്രമേ ഞാനതു പറഞ്ഞിട്ടുള്ളൂ."

"ഇപ്പോൾ എനിക്കു മനസിലായി നിങ്ങൾ എന്നെ സ്നേഹിക്കുന്നു. ഇനി മറ്റൊന്നും എനിക്കു വേണ്ട."

"എന്ത്? ഞാൻ നിങ്ങളെ സ്നേഹിക്കുന്നെന്നോ?"

"അതെ. നിങ്ങൾ എന്നെ സ്നേഹിക്കുന്നു. നിങ്ങൾ എന്നെ സ്നേഹിക്കുന്നില്ലെങ്കിൽ ദൈവം ഒരേ സ്വപ്നം നമുക്കയച്ചു തരുമായിരുന്നോ? നമ്മുടെ ഹൃദയങ്ങൾ ഒന്നല്ലെങ്കിൽ നമുക്ക് ഒരേ സംശയങ്ങൾ ഉണ്ടാകുമായിരുന്നോ? നിങ്ങൾ എന്നെ സ്നേഹിക്കുന്നു. എന്നെ കാണാൻ വേണ്ടി നിങ്ങൾ എന്നെ കൊതിക്കില്ലേ?"

"എന്റെ ദൈവമേ എനിക്കിതു സഹിക്കാൻ പറ്റുന്നില്ല" ആനി കരഞ്ഞുകൊണ്ടു പറഞ്ഞു. "ദൈവത്തെയോർത്ത് ഇവിടെനിന്നും ഒന്നു പോകൂ. ഞാൻ നിങ്ങളെ സ്നേഹിക്കുന്നുണ്ടോ ഇല്ലയോ എന്നൊന്നും എനിക്ക് അറിയില്ല. പക്ഷേ, ഞാൻ എന്റെ ശപഥങ്ങൾ തെറ്റിക്കില്ലെന്നറിയാം. അതുകൊണ്ട് എന്നോടൽപ്പം കരുണ കാണിക്കണേ.... ഫ്രാൻസിൽ വച്ച് നിങ്ങൾ കൊല്ലപ്പെടുക, അതും നിങ്ങൾ എന്നെ സ്നേഹിക്കുന്നു എന്ന ഒറ്റക്കാരണത്താൽ.... എനിക്കൊന്നും താങ്ങാനാവുന്നില്ല.... എന്റെ വേദന എന്നെ ഭ്രാന്തുപിടിപ്പിക്കുന്നു..... ദയവായി ഒന്നു പോകൂ...."

"വികാരാധീനയാകുന്ന നിങ്ങളെക്കാണാൻ എത്ര സുന്ദരമായിരിക്കുന്നു.... ഞാൻ നിങ്ങളെ എന്തുമാത്രം സ്നേഹിക്കുന്നെന്നോ?" ബക്കിങ്ഹാം പ്രഭു പറഞ്ഞു.

"ഒന്നു ദയവായി പോകൂ..... രാജാവിന്റെ അംബാസിഡറായിട്ടോ മന്ത്രിയായിട്ടോ പിന്നീടു മടങ്ങിവന്നാൽ മതി. അപ്പോൾ അങ്ങയെ രക്ഷിക്കാൻ വേലക്കാരും കാവൽഭടന്മാരുമുണ്ടാകുമല്ലോ. അപ്പോൾ അങ്ങയുടെ ജീവനെക്കുറിച്ച് എനിക്ക് ഭയപ്പെടേണ്ട ആവശ്യവും വരുന്നില്ല.... സന്തോഷത്തോടുകൂടി എനിക്കങ്ങയെ കാണാനും കഴിയും."

"ഓ! നിങ്ങൾ ഇപ്പോൾ ഈപറഞ്ഞത് സത്യമാണോ?"

"അതെ....."

"എങ്കിൽ നിങ്ങളുടെ സ്നേഹത്തിന്റെ അടയാളമായി എനിക്കെന്തെങ്കിലും തരൂ. ഞാൻ സ്വപ്നം കാണുകയായിരുന്നില്ലായെന്ന് എനിക്കൊന്നു വിശ്വസിക്കാൻ. നിങ്ങൾ അണിഞ്ഞിരിക്കുന്ന എന്തെങ്കിലും തന്നാൽ മതി. ഞാൻ അത് അണിഞ്ഞോളാം. ഒരു മോതിരമോ ഒരു നെക്‌ലസോ ഒരു മാലയോ എന്തായാലും മതി" പ്രഭു പറഞ്ഞു.

"ആവശ്യപ്പെട്ടതു തരികയാണെങ്കിൽ നിങ്ങൾ ഇവിടെനിന്നും പോകുമോ?" ആനി ചോദിച്ചു.

"തീർച്ചയായും."

"ഇപ്പോൾത്തന്നെ?"

"അതെ."

"ഫ്രാൻസ് വിട്ട് ഇംഗ്ലണ്ടിൽ പോകുമോ?" അവൾ ചോദിച്ചു.

"അതെ. ഞാൻ ആണയിടുന്നു."

"എങ്കിൽ ഒരുനിമിഷം നിൽക്കൂ....." ആനി തന്റെ മുറിയിലേക്ക് ഓടിക്കയറി. അപ്പോൾത്തന്നെ മടങ്ങിവരികയും ചെയ്തു. സ്വർണംകൊണ്ട് മോണോഗ്രാം പതിച്ച ഒരു ചെപ്പ് അവളുടെ കൈയിലുണ്ടായിരുന്നു.

"ഇതെടുത്തോളൂ പ്രഭോ" മടങ്ങി വന്നപാടേ അവൾ പറഞ്ഞു. "എന്റെ ഓർമയ്ക്കുവേണ്ടി അതിരിക്കട്ടെ."

ബക്കിംഗ്ഹാം പ്രഭു അതു വാങ്ങി. തുടർന്ന് ഒരിക്കൽക്കൂടി അവളുടെ മുമ്പിൽ മുട്ടുമടക്കി.

"ഇപ്പോൾത്തന്നെ ഇവിടെനിന്നും പോകുമെന്നാണ് നിങ്ങൾ വാക്കു തന്നത്" ആനി ഓർമപ്പെടുത്തി.

"ഞാനെന്റെ വാക്കു പാലിക്കുകതന്നെ ചെയ്യും. ആ കൈയൊന്നു തരൂ. ഞാൻ പൊയ്ക്കോളാം." വികാരഭരിതനായി ബക്കിംഗ്ഹാം പറഞ്ഞു.

കണ്ണുകളടച്ചുകൊണ്ട് അവൾ തന്റെ ഒരു കൈ അദ്ദേഹത്തിനുനേരെ നീട്ടി. തന്റെ ശക്തി ക്ഷയിക്കുന്നതായി അവൾക്കു തോന്നി.

ബക്കിംഗ്ഹാം അവളുടെ കൈയിൽ പതിയെ ചുംബിച്ചുകൊണ്ട്, സാവധാനം എഴുന്നേറ്റു.

"ഞാൻ ജീവിച്ചിരിക്കുകയാണെങ്കിൽ ആറുമാസത്തിനകം വന്ന് നിങ്ങളെ വീണ്ടും ഞാൻ കണ്ടുകൊള്ളാം" ബക്കിംഗ്ഹാം പ്രഭു പറഞ്ഞു. "അതിനുവേണ്ടി ഈ ലോകത്തെ തലകീഴായ് മറിക്കേണ്ടി വന്നാലും."

തന്റെ വാക്കു പാലിച്ചുകൊണ്ട് അദ്ദേഹം പെട്ടെന്ന് മുറിയിൽനിന്നും പുറത്തിറങ്ങി.

ഹാളിനുള്ളിൽ മാഡം ബോണസ്യൂ അദ്ദേഹത്തെ കാത്തുനിൽക്കുകയായിരുന്നു. അകത്തേക്കു കൊണ്ടുവന്നതുപോലെ സുരക്ഷിതമായി അദ്ദേഹത്തെ അവർ പുറത്തേക്കും കൊണ്ടുവന്നു; അതേ ഭാഗ്യത്തോടെ.

13

മോൺസ്യൂർ ബോണസ്യൂ

നാം ഒരാളിനെ ഇതിനകം മറന്നിട്ടുണ്ടാകുമെന്ന് ഒരുപക്ഷേ വായനക്കാർ കരുതുന്നുണ്ടാകും; ആ പാവം മോൺസ്യൂർ ബോണസ്യൂവിനെക്കുറിച്ച്. അയാൾ ഇപ്പോൾ പൊലീസിന്റെ കൈയിലാണല്ലോ.

പക്ഷേ, വായനക്കാർ അയാളെ ഓർമിച്ചാലും ഇല്ലെങ്കിലും നാം ഒരിക്കലും അയാളെ വിട്ടുകളയാൻ പാടില്ല.

അയാളെ അറസ്റ്റുചെയ്തവർ നേരെ ബാസ്റ്റിലിലേക്കാണ് കൊണ്ടുപോയത്. തോക്കിൽ വെടിയുണ്ട നിറയ്ക്കുന്ന ഒരുകൂട്ടം പട്ടാളക്കാരുടെ അടുത്തേക്ക്. പട്ടാളക്കാരെക്കണ്ടപ്പോൾ ബോണസ്യൂ വിറച്ചില്ലെങ്കിലേ അത്ഭുതമുള്ളൂ.

തുടർന്ന് അവർ അയാളെ ഭൂഗർഭത്തിലെ ഒരു ഗുഹയിലേക്കു കൊണ്ടുപോയി. അവിടെവച്ച് അവർ അയാളോടു മൃഗീയമായാണ് പെരുമാറിയത്. അയാൾ തികച്ചും മാന്യനല്ലെന്ന തോന്നലാണ് അവരെക്കൊണ്ട് അങ്ങനെയൊക്കെ ചെയ്യാൻ പ്രേരിപ്പിച്ചത്.

ചോദ്യംചെയ്യേണ്ട മുറിയിൽ കൂട്ടിക്കൊണ്ടുപോകാനായി ഒരു ക്ലാർക്ക് അപ്പോൾ വന്നു; ഒരു അരമണിക്കൂറിനുശേഷം. അതോടെ അവരുടെ മാനസികപീഡനം തീർന്നെങ്കിലും ഉൽക്കണ്ഠയ്ക്ക് ശമനമുണ്ടായില്ല. സാധാരണയായി തടവുപുള്ളികളെ സ്വന്തം മുറിയിൽവച്ചാണ് ചോദ്യംചെയ്യുന്നത്. പക്ഷേ, ആ പരിഗണന ലഭിക്കാൻ മാത്രം അർഹത അയാൾക്കില്ലെന്ന് അവർ കരുതിയിരുന്നു.

രണ്ടു ഭടന്മാർ ബോണസ്യൂവിനെ മുറ്റംവഴി ഒരിടനാഴിവഴി ഒരു മുറിയിലേക്കു കൂട്ടിക്കൊണ്ടുപോയി. രണ്ടു കസേരയും ഒരു മേശയും മാത്രമേ ആ മുറിയിൽ ഉണ്ടായിരുന്നുള്ളൂ. മേശയ്ക്കരികിൽ ഒരു മജിസ്ട്രേറ്റിരുന്ന് എന്തോ എഴുതിക്കൊണ്ടിരിക്കുകയായിരുന്നു.

ബോണസ്യൂവിനെ അവർ മേശയ്ക്കടുത്തെത്തിച്ചപ്പോൾ, മജിസ്ട്രേറ്റ് ഭടന്മാരോട് ആംഗ്യം കാണിച്ചു. അവിടെ നടക്കുന്നതൊന്നും കേൾക്കാതിരിക്കാൻവേണ്ടി പിന്നിലേക്ക് അവർ ഉടനെ നീങ്ങുകയും ചെയ്തു.

തലകുനിച്ചിരുന്ന് എഴുതിക്കൊണ്ടിരുന്ന മജിസ്ട്രേറ്റ്, തലയുയർത്തി തന്റെ മുന്നിൽനിൽക്കുന്ന ബോണസ്യൂവിനെ നോക്കി. നീണ്ട മൂക്കുള്ള അയാളുടെ തുറിച്ചുള്ള നോട്ടം ബോണസ്യൂവിനെ ഭയപ്പെടുത്തി. മഞ്ഞ നിറവും ഉന്തിയ കവിളെല്ലും ചെറിയ കണ്ണും ഒക്കെക്കണ്ടാൽ ഒരു കുറുക്കനെന്നേ തോന്നുകയുള്ളൂ. നീണ്ട കഴുത്തായിരുന്നു അയാൾക്ക്. തന്റെ പുറംതോടിൽനിന്നും തല പുറത്തേക്കു നീട്ടുന്ന ഒരാമയെപ്പോലെ, തന്റെ കറുത്ത ഉടുപ്പിനുമുകളിലൂടെ അയാളും തലനീട്ടി.

പേര്, പ്രായം, തൊഴിൽ, മേൽവിലാസം എന്നിവയൊക്കെ ബോണസ്യൂവിനോട് അയാൾ ചോദിച്ചു.

തന്റെ പേര് ജാക്യസ് മൈക്കിൾ ബോണസ്യൂയെന്നും പ്രായം അമ്പത്തിയൊന്നെന്നും തുണിക്കച്ചവടമാണ് തൊഴിലെന്നും റ്യൂഡിസ് ഫോസൊയേഴ്സ് പതിനൊന്നാം നമ്പറിലാണ് താമസിക്കുന്നതെന്നും ബോണസ്യൂ പറഞ്ഞു.

തന്റെ ചോദ്യംചെയ്യൽ തുടരുന്നതിനുപകരം, സാധാരണക്കാരനായ ഒരാൾ സർക്കാർ കാര്യങ്ങളിൽ ഇടപെടുന്നത് എത്രയോ അപകടകരമാണെന്നതിനെക്കുറിച്ചുള്ള ഒരു നീണ്ട പ്രസംഗമാണ് മജിസ്ട്രേറ്റ് നടത്തിയത്. പ്രസംഗത്തിൽ കർദിനാളിന്റെ പ്രവർത്തനങ്ങളെ അയാൾ പുകഴ്ത്തി. മുൻകാലങ്ങളിലെ ഭരണാധികാരികൾക്ക് കർദിനാളിനുള്ളത്രയും വിശിഷ്ടഗുണങ്ങൾ ഉണ്ടായിട്ടില്ലായെന്നും ഇനിയുള്ളകാലം ഏതൊരു ഭരണാധികാരിക്കും അദ്ദേഹം ഒരുത്തമ മാതൃകയായിരിക്കുമെന്നും അയാൾ പ്രസംഗിച്ചു. ഒരാളിനും അദ്ദേഹത്തിൽ കളങ്കം ചാർത്താനാവില്ലെന്നും മജിസ്ട്രേറ്റ് പറഞ്ഞു.

പ്രസംഗത്തിന്റെ രണ്ടാം ഘട്ടത്തിനുശേഷം മജിസ്ട്രേറ്റ് ആ പാവം ബോണസ്യൂവിന്റെ നേരെ തുറിച്ചുനോക്കി. കാര്യത്തിന്റെ ഗൗരവത്തെപ്പറ്റി ചിന്തിക്കുവാൻ നിഷ്കർഷിക്കുകയും ചെയ്തു.

കാര്യത്തിന്റെ ഗൗരവമൊക്കെ ബോണസ്യൂവിന് നേരത്തെതന്നെ അറിയാമായിരുന്നു. ഡി ലാപോർട്ടി തന്റെ സംരക്ഷണമകളെ തനിക്കു വിവാഹം ചെയ്തുതന്ന ദിവസത്തെ അയാൾ ശപിച്ചു. രാജ്ഞിയുടെ ദാസിയായി അവളെ നിയമിച്ച ദിവസത്തെ അതിലധികം അയാൾ ശപിച്ചു.

പ്രാഥമികമായും തികഞ്ഞ ആത്മാർഥതയില്ലായ്മ, പണക്കൊതി, ഒടുങ്ങാത്ത ഭീതി തുടങ്ങിയവയുടെ സമ്മിശ്രവികാരത്തിന്റെ ഒരുടമയായിരുന്നു ബോണസ്യൂ. എന്നാൽ ആ യുവതിയായ സ്വന്തം ഭാര്യയോടുള്ള സ്നേഹത്തിന് വെറും രണ്ടാം സ്ഥാനവും.

താൻ കേട്ടതിനെക്കുറിച്ച് ഒരൽപ്പനിമിഷം ആലോചിച്ചതിനുശേഷം ബോണസ്യൂ പറഞ്ഞു: “എന്നെ വിശ്വസിക്കണം സർ.”

തുടർന്ന് ഭയചകിതനായി അയാൾ പറഞ്ഞു: “ഭരണകർത്താവായി

ക്കിട്ടാൻ ഈ രാജ്യത്ത് ഭാഗ്യമുണ്ടായിട്ടുള്ള കർദിനാളിനെ ഞാൻ വളരെ യധികം ബഹുമാനിക്കുകയും പുകഴ്ത്തുകയും ചെയ്യുന്നു."

"അതു ശരി?" മജിസ്ട്രേറ്റിന്റെ ആ ചോദ്യത്തിൽ അൽപ്പം നീരസ മുണ്ടായിരുന്നു. "അങ്ങനെയെങ്കിൽ താനെങ്ങനെയാണ് ഈ ബാസ്റ്റിലി ലേക്കു വരാനിടയായത്?"

"പക്ഷേ, ഈ ചോദ്യത്തിനുള്ള മറുപടി പറയാൻ എനിക്കാവില്ല. ഒരു കാര്യംകൂടി പറയട്ടെ. കർദിനാളിനെ എനിക്കറിയില്ല തന്നെ. അസന്തു ഷ്ടിയുണ്ടാക്കുന്ന യാതൊന്നും ഞാൻ അറിഞ്ഞുകൊണ്ട് ചെയ്തിട്ടില്ല" ബോണസ്യൂ പറഞ്ഞു.

"നിങ്ങൾ എന്തെങ്കിലും തെറ്റുചെയ്തു കാണും. അല്ലെങ്കിൽ ഇത്ര യും വലിയ കുറ്റാരോപണം വന്നതെങ്ങനെ?" മജിസ്ട്രേറ്റ് ചോദിച്ചു.

"വലിയ കുറ്റാരോപണം!" ഭയംകൊണ്ട് ബോണസ്യൂ വിളിച്ചു പോയി. "ഈ പാവപ്പെട്ട തുണിക്കാരനായ എന്റെനേരെ വലിയ കുറ്റാ രോപണമോ? ഞാനാകട്ടെ സ്പെയിൻകാരെ വെറുക്കുന്ന ഒരാൾ കൂടിയാ ണല്ലോ."

"ബോണസ്യൂ, തനിക്കൊരു ഭാര്യയില്ലേ." മനസ്സ് പഠിക്കാൻ തന്റെ കണ്ണിനാകുമെന്ന മട്ടിൽ മജിസ്ട്രേറ്റു ചോദിച്ചു.

"അതെ സർ" അയാൾ വിറച്ചുകൊണ്ടു പറഞ്ഞു. കാര്യങ്ങളൊക്കെ സങ്കീർണമാകാൻ തുടങ്ങുന്നതായി ബോണസ്യൂവിനു തോന്നി. "അതെ സർ എനിക്കൊരു ഭാര്യയുണ്ടായിരുന്നു."

"ഉണ്ടായിരുന്നെന്നോ? അവൾ ഇപ്പോഴില്ലെങ്കിൽ അവൾക്കെന്താണു സംഭവിച്ചത്?" മജിസ്ട്രേറ്റ് ചോദിച്ചു.

"അവളെ തട്ടിക്കൊണ്ടുപോയി, സർ."

"തട്ടിക്കൊണ്ടുപോയെന്നോ? അതുശരി."

'അതു ശരി' എന്ന മജിസ്ട്രേറ്റിന്റെ പ്രയോഗം കേട്ടപ്പോൾ താൻ വിചാരിച്ചതിനെക്കാൾ കൂടുതൽ സങ്കീർണതയിലേക്കു കാര്യങ്ങൾ പോകുമെന്ന് ബോണസ്യൂവിനു തോന്നി.

"ആരാണ് അവളെ തട്ടിക്കൊണ്ടു പോയതെന്ന് നിങ്ങൾക്കറിയില്ലേ?"

"അറിയാമെന്നാണ് തോന്നുന്നത്."

"എങ്കിൽ, ആരാണയാൾ?"

"പക്ഷേ, ഉറപ്പിച്ചു പറയാനാവില്ല സർ. അതിനെപ്പറ്റിയുള്ള സംശയ മേയുള്ളൂ."

"ആരെയാണ് നിങ്ങൾക്ക് സംശയം?"

ബോണസ്യൂവിന് ആകെ പരിഭ്രമമായി. എല്ലാം തുറന്നു പറയണമോ വേണ്ടയോയെന്ന് ഒരുനിമിഷം അയാൾ ചിന്തിച്ചു. പറയാതിരിക്കുകയാ ണെങ്കിൽ തനിക്കറിയാവുന്ന കാര്യം പറയുന്നതിൽ തനിക്ക് ഭയമുണ്ടെന്ന് മജിസ്ട്രേറ്റ് ഊഹിച്ചേക്കാം. എല്ലാം തുറന്നു പറഞ്ഞാൽ എല്ലാത്തിനും മജിസ്ട്രേറ്റിനോടു വഴങ്ങിക്കൊടുക്കുന്നുവെന്നും ഊഹിച്ചേക്കാം. എന്താ യാലും എല്ലാം തുറന്നു പറയാൻതന്നെ ബോണസ്യൂ തീരുമാനിച്ചു.

"കാഴ്ചയ്ക്കു ഭംഗിയുള്ള ഉയരമുള്ള ഒരു കറുത്ത മനുഷ്യനെയാണ് ഞാൻ സംശയിക്കുന്നത്" ബോണസ്യൂ പറഞ്ഞു. "ഞാൻ അവളെ ലൗവ്ര്കൊട്ടാരത്തിൽനിന്നും വീട്ടിലേക്കു കൂട്ടിക്കൊണ്ടുപോരുമ്പോൾ പലപ്പോഴും അയാൾ എന്റെ ഭാര്യയെ പിന്തുടർന്നിരുന്നു."

മജിസ്ട്രേറ്റിന്റെ മുഖത്ത് ഒരുതരം ഉൽക്കണ്ഠ പരന്നു.

"എന്താണയാളുടെ പേര്?"

"പേരിനെക്കുറിച്ച് എനിക്കറിയില്ല. പക്ഷേ, കണ്ടാൽ നന്നായി എനിക്കു തിരിച്ചറിയാനാകും. ആയിരങ്ങളുടെ ഇടയിൽനിന്നാലും എനിക്ക് അയാളെ തിരിച്ചറിയാൻ സാധിക്കും" ബോണസ്യൂ പറഞ്ഞു.

മജിസ്ട്രേറ്റ് നെറ്റിചുളിച്ചു.

"അപ്പോൾ എവിടെ വച്ചായാലും അയാളെ നിങ്ങൾക്കു തിരിച്ചറിയാനാകും, അല്ലേ?"

"അ..... അ..... അതേ" താൻ പറഞ്ഞത് അബദ്ധമായിപ്പോയോയെന്ന് അയാൾക്കു തോന്നി.

"കണ്ടാൽ തിരിച്ചറിയുമല്ലോ അപ്പോൾ. ഇപ്പോഴത്തേക്ക് അത്രയും മതി. ഇനിയും കൂടുതൽ കാര്യങ്ങൾ നാം ചർച്ച ചെയ്യുന്നതിനുമുമ്പ് അവളെ തട്ടിക്കൊണ്ടുപോയ ആളിനെ നിങ്ങൾക്ക് കണ്ടാലറിയാമെന്ന കാര്യം എനിക്ക് ചിലരെ തീർച്ചയായും അറിയിക്കേണ്ടതുണ്ട്" മജിസ്ട്രേറ്റ് പറഞ്ഞു.

"എനിക്കയാളെ അറിയാമെന്നല്ല സർ ഞാനതുകൊണ്ടുദ്ദേശിച്ചത്" അയാൾ നിരാശയോടു പറഞ്ഞു. "ഞാൻ ഉദ്ദേശിച്ചത്....."

"ഈ തടവുപുള്ളിയെ കൊണ്ടുപോകൂ" മജിസ്ട്രേറ്റ് അയാളെ പിടിച്ചുകൊണ്ടുവന്ന രണ്ടു ഭടന്മാരോടും പറഞ്ഞു.

"എങ്ങോട്ടാണ് ഇയാളെ കൊണ്ടുപോകേണ്ടത്?"

"ഒരു അറയിൽ."

"ഏതറയിൽ?"

"ഏതായാലും മതി. വാതിൽ നന്നായി താഴിട്ടു പൂട്ടിയാൽ മതി" മജിസ്ട്രേറ്റു പറഞ്ഞു. മജിസ്ട്രേറ്റിന്റെ പെരുമാറ്റത്തിൽ ബോണസ്യൂ ഭയന്നു പോയി.

"ആകെ പ്രശ്നമായല്ലോ!" ബോണസ്യൂ സ്വയം പറഞ്ഞു. "എന്റെ ഭാര്യ എന്തെങ്കിലും ഭയങ്കരകുറ്റം ചെയ്തിട്ടുണ്ടാകും. ഞാനും അതിൽ ഇടപെട്ടിട്ടുണ്ടാകുമെന്നാണ് അവർ കരുതുന്നത്. എന്നെയും അവളെയും അവർ ശിക്ഷിക്കും. അവൾ എല്ലാം തുറന്നു സമ്മതിച്ചിരിക്കാം. എന്നോടും എല്ലാം പറഞ്ഞിട്ടുണ്ടെന്നും അവൾ പറഞ്ഞിട്ടുണ്ടാകും. സ്ത്രീകൾ അബലകളല്ലേ! അവരെന്നെ ഇപ്പോൾ അറയ്ക്കകത്തിടുകയാണ്. ഏതറയായാലും സാരമില്ല. ഒരു രാത്രി അവിടെയുണ്ടാകാം. നാളെ നേരം പുലരുമ്പോൾ ഏതെങ്കിലും ചക്രത്തിലോ കഴുമരത്തിലോ ഇവർ എന്നെക്കയറ്റും; അതിനാണു സാധ്യത..... ദൈവമേ, എന്റെ ദൈവമേ എന്നോടു കരുണ തോന്നണമേ...."

ബോണസ്യൂ സ്വയം ആവലാതിപ്പെട്ടുകൊണ്ടിരുന്നു. ഭടന്മാർ അതൊന്നും ശ്രദ്ധിച്ചില്ല. അവർ അയാളെ ഓരോ കൈക്കും പിടിച്ചുകൊണ്ട് മുന്നോട്ടു നടന്നു. അവർ മൂവരും അവിടെനിന്നു പോകുമ്പോൾ മജിസ്ട്രേറ്റ് ഒരു കുറിപ്പെഴുതി അവിടെ നിൽക്കുകയായിരുന്ന ഒരു ക്ലാർക്കിന്റെ കൈയിൽക്കൊടുത്തു.

രാത്രിയിൽ ബോണസ്യൂവിന് ഉറക്കമേ വന്നില്ല. അറയുടെ സൗകര്യക്കുറവുകൊണ്ടൊന്നുമല്ല; തികഞ്ഞ ഭയംമൂലം.

ഒരു മര സ്റ്റൂളിലിരുന്ന് അയാൾ രാത്രി മുഴുവൻ കഴിച്ചുകൂട്ടി. നിസാര ശബ്ദം കേട്ടപ്പോഴൊക്കെ അയാൾ വിറച്ചു. നേരം പരപരാ വെളുത്തു തുടങ്ങി. അയാൾ സാവകാശം ഇഴഞ്ഞ് മുറിയുടെ മൂലയിലെത്തി; പകലിന്റെ വെട്ടം തന്റെ ശരീരത്തിൽ പതിക്കാതിരിക്കാൻവേണ്ടി. തന്റെ നാശംകൊണ്ടുവരുന്ന ഒന്നാണതെന്ന് അയാൾക്കു തോന്നി.

പെട്ടെന്ന് മുറിയുടെ പൂട്ടു തുറക്കുന്ന ശബ്ദം അയാൾ കേട്ടു. അയാൾ അങ്ങേയറ്റം ഞെട്ടി. കഴുമരത്തിലേക്കു തന്നെ കൂട്ടിക്കൊണ്ടു പോകാൻ അവർ വരുന്നതായിരിക്കുമെന്ന് അയാൾക്കു തോന്നി.

പക്ഷേ, മജിസ്ട്രേറ്റും അദ്ദേഹത്തിന്റെ ആ ക്ലാർക്കുമായിരുന്നു അത്. അവർ അയാളെ ചോദ്യംചെയ്യുന്ന മുറിയിലേക്കു കൂട്ടിക്കൊണ്ടുപോയി. കഴുമരത്തിലേക്കല്ലെന്നറിഞ്ഞപ്പോൾ ബോണസ്യൂവിനു സന്തോഷമായി.

“എന്റെ സുഹൃത്തേ, ഇന്നലെ രാത്രിക്കുശേഷം നിങ്ങളുടെ കാര്യത്തിൽ പുതിയ പുതിയ കാര്യങ്ങൾ സംഭവിച്ചുകൊണ്ടിരിക്കുകയാണ്” മജിസ്ട്രേറ്റു പറഞ്ഞു. “നിങ്ങൾ ഇനി ഒരൊറ്റക്കാര്യം മാത്രം ചെയ്താൽ മതിയാകും; സത്യം മുഴുവനും തുറന്നു പറയുക. കർദിനാളിന്റെ കോപത്തിൽനിന്നും നിങ്ങൾക്ക് രക്ഷപ്പെടണമെങ്കിൽ ഈ ഒരു മാർഗമേയുള്ളൂ.”

“എല്ലാ സത്യങ്ങളും പറയാൻ ഞാൻ സന്നദ്ധനാണ്. അറിയാവുന്നതെല്ലാം” ബോണസ്യൂ പറഞ്ഞു. “ഇനി എന്നോടു ചോദ്യങ്ങൾ ചോദിച്ചോളൂ.”

“എങ്കിൽ ആദ്യത്തെ ചോദ്യമിതാ. എവിടെയാണ് നിങ്ങളുടെ ഭാര്യ?”

“അവളെ തട്ടിക്കൊണ്ടുപോയിരിക്കുകയാണെന്ന് ഞാൻ പറഞ്ഞതാണല്ലോ” ബോണസ്യൂ പറഞ്ഞു.

“പക്ഷേ ഇന്നലെ വൈകുന്നേരം അഞ്ചു മണിക്ക് അവൾ രക്ഷപ്പെട്ടിരിക്കുകയാണ്.... നിങ്ങളുടെ അറിവോടെ.”

“അവൾ രക്ഷപ്പെട്ടോ? എന്നിട്ട് അവളെങ്ങോട്ടുപോയി.... എന്നിട്ട് എന്തു സംഭവിച്ചു... എനിക്കൊന്നുമറിയില്ലല്ലോ.”

“അങ്ങനെയെങ്കിൽ നിങ്ങൾ ഇന്നലെ എന്തിനാണ് തന്റെ സ്ഥലത്തു താമസിക്കുന്ന ആർട്ഗ്നനെ പോയിക്കണ്ടത്? അയാളോടൊപ്പം നിങ്ങൾ ദീർഘനേരം സംസാരിച്ചുമിരുന്നല്ലോ.”

“അതു ശരിയാണ് സർ. ഞാൻ ആർട്ഗ്നനെ കാണാൻ പോയിരുന്നു. ഞാനതു ചെയ്യരുതായിരുന്നു” ബോണസ്യൂ പറഞ്ഞു.

“എന്തിനാണ് നിങ്ങൾ അയാളെപ്പോയിക്കണ്ടത്?”

"എന്റെ ഭാര്യയെ കണ്ടുപിടിക്കാൻ എന്നെ സഹായിക്കണമെന്ന് പറയാൻവേണ്ടി. അവളെ കണ്ടുപിടിച്ചെടുക്കുന്നത് എന്റെ അവകാശമായിട്ട് എനിക്കു തോന്നിയിരുന്നു. പക്ഷേ എനിക്കു തെറ്റുപറ്റിപ്പോയെന്ന് ഇപ്പോളെനിക്കു തോന്നുന്നു. ക്ഷമിക്കണം സർ."

"എന്നിട്ട് ആർട്ഗ്നൻ എന്താണു പറഞ്ഞത്?"

"എന്നെ സഹായിക്കാമെന്ന് വാക്കുതന്നു. പിന്നീടാണ് ഞാൻ തിരിച്ചറിഞ്ഞത് അയാൾ എന്നെ ചതിക്കുകയായിരുന്നെന്ന്."

"നുണ പറയൽ നിർത്തൂ! ഭാര്യയെ കണ്ടുപിടിച്ചുതരാൻ വേണ്ടി നിങ്ങൾ അയാളുമായി കരാറുണ്ടാക്കി. അയാൾ അതു നടപ്പാക്കുകയും ചെയ്തു. നിങ്ങളുടെ ഭാര്യയെ അറസ്റ്റുചെയ്യാൻ വന്ന പൊലീസുകാരെ അയാൾ വിരട്ടിയോടിച്ചു. എന്നിട്ടവളെ എവിടെയോ ഒളിപ്പിച്ചിരിക്കുകയാണ്."

"ആർട്ഗ്നനും എന്റെ ഭാര്യയെ തട്ടിക്കൊണ്ടുപോയെന്നാണോ നിങ്ങൾ പറയുന്നത്?"

"ഭാഗ്യംകൊണ്ട് ആർട്ഗ്നൻ ഇപ്പോൾ ഞങ്ങളുടെ കൈയിലായിട്ടുണ്ട്. നിങ്ങൾക്ക് അയാളെ കാണിച്ചുതരാം" മജിസ്ട്രേറ്റ് പറഞ്ഞു.

"കൊള്ളാം! പരിചിതമായ ഒരു മുഖം കാണാമല്ലോ."

"ആ ആർട്ഗ്നനെ ഇങ്ങോട്ടു കൊണ്ടുവരൂ" മജിസ്ട്രേറ്റ് അവിടെ നിന്ന ഭടന്മാരോടായി പറഞ്ഞു.

അവർ ആതോസിനെ കൂട്ടിക്കൊണ്ടുവന്നു.

"ഇതാ ആർട്ഗ്നൻ" മജിസ്ട്രേറ്റ് പറഞ്ഞു. "നിങ്ങൾ തമ്മിൽ എന്തൊക്കെയുണ്ടായിയെന്ന് ഇനി പറയൂ."

"ഇത് ആർട്ഗ്നനല്ലല്ലോ!" ബോണസ്യൂ അത്ഭുതംകൂറി.

"അല്ലേ?"

"അല്ല."

"പിന്നെയാരാണ്?"

"എനിക്കു പറയാൻ കഴിയില്ല. എനിക്കറിയില്ല."

"നിങ്ങൾക്കിയാളെ അറിയില്ലെന്നാണോ?"

"അറിയില്ല."

"ഇതിനുമുമ്പ് ഇയാളെ നിങ്ങൾ കണ്ടിട്ടേയില്ല?"

"കണ്ടിട്ടുണ്ട്; പക്ഷേ ഇയാളുടെ പേരറിയത്തില്ല."

"നിങ്ങളുടെ പേരെന്താണ്?" മജിസ്ട്രേറ്റ് ആതോസിനോടു ചോദിച്ചു.

"ആതോസ്" അയാൾ പറഞ്ഞു.

"ഇതൊരു ആളിന്റെ പേരല്ലല്ലോ; ഒരു പർവതത്തിന്റെ പേരല്ലേ?" മജിസ്ട്രേറ്റ് കോപത്തോടെ ചോദിച്ചു.

"ഇതെന്റെ പേരു തന്നെയാണ്" അയാൾ ശാന്തമായി പറഞ്ഞു.

"പക്ഷേ നിങ്ങൾ ആർട്ഗ്നനാണെന്ന് പറഞ്ഞിരുന്നതോ."

"ഞാൻ അങ്ങനെ പറഞ്ഞിട്ടില്ല."

"നിങ്ങളതു പറഞ്ഞു."

“പറഞ്ഞില്ല സർ. സംഭവിച്ചതിതാണ്. നിങ്ങളുടെ ആളുകൾ എന്റെയരികിൽ വന്നിട്ടു പറഞ്ഞു ഞാൻ ആർട്ഗ്നനാണെന്ന്. ഞാൻ പറഞ്ഞത് അവർക്കതു തോന്നിയതാണെന്നാണ്. പക്ഷേ, അവർ ഞാൻ പറഞ്ഞതൊന്നും വിശ്വസിച്ചില്ല.

“നിങ്ങൾ നിയമത്തെ കളിയാക്കുകയാണോ?”

“അല്ല സർ. ഞാൻ അങ്ങനെ ചെയ്യുന്നതല്ല.”

“നിങ്ങൾ ആർട്ഗ്നൻ തന്നെയാണ്” മജിസ്ട്രേറ്റു പറഞ്ഞു.

“സാറും അങ്ങനെ എന്നെ കരുതുന്നതുകൊണ്ടാണ്.”

“സർ ഞാനൊന്നു പറഞ്ഞോട്ടെ” ബോണസ്യൂ ഇടപെട്ടു. “സർ ഇയാൾ ആർട്ഗ്നനല്ല. അതെനിക്കുറപ്പാണ്. വാടക തരുന്നില്ലെങ്കിലും ആർട്ഗ്നൻ എന്റെ വീട്ടിലാണ് താമസിക്കുന്നത്. അതുകൊണ്ട് എനിക്ക് അയാളെ നന്നായിട്ടറിയാം. ആർട്ഗ്നൻ ഒരു ഇരുപതുവയസുവരുന്ന ചെറുപ്പക്കാരനാണ്. ഈ മാന്യന് മുപ്പതുവയസെങ്കിലും കാണുമല്ലോ. ആർട്ഗ്നൻ എസാർട്സ് കമ്പനിയിലെ ഒരു ഭടനാണ്. ഇയാളുടെ യൂണിഫോം ആ കമ്പനിയുടേതല്ല; ട്രിവീലിയുടെ പോരാളികളുടേതാണ്.”

“എന്റെ ദൈവമേ! ഇതാണോ സത്യം!” മജിസ്ട്രേറ്റ് പിറുപിറുത്തു.

ആ സമയത്ത് മുറിയുടെ വാതിൽ തള്ളിത്തുറന്നുകൊണ്ട് ബാസ്റ്റിലി സൂക്ഷിപ്പുകാരിൽ ഒരാൾ ഒരു കത്തുമായി അവിടെയെത്തി. മജിസ്ട്രേറ്റ് ആ കത്തുവാങ്ങി വായിച്ചു.

“ആ നശിച്ച സ്ത്രീ!” കത്തുവായിച്ചശേഷം മജിസ്ട്രേറ്റ് നെടുവീർപ്പിട്ടു.

“ഏതു സ്ത്രീ?” ബോണസ്യൂ ചോദിച്ചു. “എന്റെ ഭാര്യയെക്കുറിച്ചല്ലല്ലോ പറയുന്നത്?”

“നിങ്ങളുടെ ഭാര്യയെക്കുറിച്ചുതന്നെയാണ് പറയുന്നത്..... എന്തായാലും നിങ്ങളുടെ കാര്യം വളരെ ഗുരുതരം തന്നെയാണ്” മജിസ്ട്രേറ്റ് പറഞ്ഞു.

“അയ്യോ! എനിക്കൊന്നും ഊഹിക്കാൻ പറ്റുന്നില്ല..... ഞാൻ ജയിലിലായിരുന്നപ്പോൾ എന്റെ ഭാര്യ കാര്യങ്ങളൊക്കെ ഗുരുതരമാകുന്നവിധത്തിൽ എന്തുചെയ്തുവെന്നാണ് സർ പറയുന്നത്?”

“നിങ്ങൾ രണ്ടുപേരും കൂടിയുണ്ടാക്കിയ ഒരു ദുഷിച്ച പദ്ധതിയിൽ ഇപ്പോഴും അവൾ പ്രവർത്തിക്കുകയാണ്.”

“സർ, ഞാനാണയിടാം ഇതൊന്നും സത്യമല്ല. എന്റെ ഭാര്യ എന്തൊക്കെയാണ് ചെയ്തതെന്നതിനെപ്പറ്റി എനിക്കൊന്നും അറിയില്ല; എനിക്കതിൽ ഒരു പങ്കുമില്ല. അവൾ എന്തെങ്കിലും ദുഷ്ടതയാണ് ചെയ്തിട്ടുള്ളതെങ്കിൽ ഞാനവളെ ഉപേക്ഷിക്കുകയും ശപിക്കുകയും ചെയ്യുന്നു.”

“സർ” ആതോസ് പറഞ്ഞു. “എന്നെ ഇവിടെ ഇനി ആവശ്യമില്ലെങ്കിൽ എന്നെ വിട്ടേക്കൂ.”

“ഇവരെ അറകളിലേക്കു കൊണ്ടുപോകൂ” മജിസ്ട്രേറ്റ് രണ്ടുപേരെയും ചൂണ്ടിക്കൊണ്ട് ഭടന്മാരോടു പറഞ്ഞു. “അവരെ നന്നായി ശ്രദ്ധിക്കു

കയും വേണം."

"നിങ്ങൾക്ക് ആർട്ഗ്നനെയാണ് വേണ്ടതെങ്കിൽ എന്നെ തടവറയിൽ ഇടേണ്ട ആവശ്യമില്ലല്ലോ" ആതോസ് ശാന്തനായി പറഞ്ഞു.

"ഞാൻ പറഞ്ഞതുപോലെ ചെയ്യൂ" മജിസ്ട്രേറ്റ് ഭടന്മാരോട് അലറി. "ഇക്കാര്യങ്ങളൊക്കെ നിങ്ങൾ രഹസ്യമായും വയ്ക്കണം. ആരോടും പറയരുത്."

ഭടന്മാർ അവരെ അറകളിലേക്കു കൊണ്ടുപോയി.

അന്നു മുഴുവൻ അറയിൽ പൊട്ടിക്കരഞ്ഞുകൊണ്ട് ബോണസ്യൂ ഇരുന്നു. വെറും ഒരു തുണിക്കച്ചവടക്കാരനായ അയാൾക്ക് എന്താണ് ചെയ്യാനാകുക. വിധിയെ സഹിച്ച് അയാളിരുന്നു.

രാത്രി മണി ഒമ്പതായി. കിടക്കാനായി അയാൾ എഴുന്നേറ്റതാണ്. പെട്ടെന്ന് ആരോ നടന്നുവരുന്ന ശബ്ദം അയാൾ കേട്ടു.

കാലടിശബ്ദം മുറിയുടെ വാതിൽക്കൽവരെയെത്തി. പെട്ടെന്ന് വാതിൽ തുറന്ന് ഭടന്മാർ അകത്തുകയറി; ഒപ്പം ഒരു ഉദ്യോഗസ്ഥനും.

"വരൂ" ആ ഉദ്യോഗസ്ഥൻ പറഞ്ഞു.

"ഈ രാത്രിയിലോ? എങ്ങോട്ടാണ് പോകുന്നത്?" ബോണസ്യൂ ചോദിച്ചു.

"ചെല്ലുമ്പോളറിയാം; ഞങ്ങളോടു പറഞ്ഞിടത്തേക്ക്."

"അതൊരു മറുപടിയാണോ?"

"ഇപ്പോൾ അതേ പറയാനാകൂ."

"എന്റെ ദൈവമേ! എല്ലാം പോയി!" ബോണസ്യൂ വിലപിച്ചു.

എന്തു ചെയ്യണമെന്നറിയാതെ ഭടന്മാരോടൊപ്പം ബോണസ്യൂ സാവകാശം നടന്നു; ആരോടും എതിർക്കാതെ.

അവർ നടന്നുനടന്ന് ഒരു മുറ്റം കടന്നു. പിന്നെ മറ്റൊരു കെട്ടിടത്തിലൂടെ. അവർ തുടർന്ന് ഒരു പടിവാതിൽക്കലെത്തി. അവിടെ ഒരു വണ്ടി കിടക്കുന്നത് ബോണസ്യൂ കണ്ടു. കൂടെ ആയുധധാരികളായ നാലു ഭടന്മാർ കുതിരപ്പുറത്തു നിൽക്കുന്നു.

ബോണസ്യൂവിനോട് വണ്ടിയിൽക്കയറാൻ അവർ പറഞ്ഞു. ഉദ്യോഗസ്ഥരും ഒപ്പം കയറി. വാതിലടയുകയും വണ്ടി നീങ്ങുകയും ചെയ്തു. ബോണസ്യൂ അങ്ങനെ ചക്രത്തിന്മേലുള്ള തടവറയിലായി.

ജനാലയിലൂടെ പുറത്തേക്കു നോക്കിക്കൊണ്ട് ബോണസ്യൂ ഇരുന്നു. റോഡുകളും വീടുകളുമല്ലാതെ മറ്റൊന്നും അയാൾ കണ്ടില്ല. പാരീസിൽ ജനിച്ചുവളർന്ന ഒരാളായിരുന്നതിനാൽ ഓരോ തെരുവും അവിടത്തെ വീടും തൂണും അയാൾക്ക് സുപരിചിതമായിരുന്നു. ബാസ്റ്റിലി തടവുകാരെ തൂക്കിക്കൊല്ലുന്ന സെന്റ് പോളിലെത്തിയപ്പോൾ അയാളുടെ ബോധം കെട്ടു. വാഹനം അവിടെ നിർത്തുമെന്നായിരുന്നു അയാൾ കരുതിയിരുന്നത്. പക്ഷേ, വണ്ടി അവിടവും വിട്ടു.

വണ്ടി കുറേക്കഴിഞ്ഞപ്പോൾ സെന്റ് ജോൺ സെമിത്തേരിയിലൂടെ നീങ്ങിയപ്പോൾ ബോണസ്യൂവിന്റെ പരിഭ്രമം വീണ്ടും കൂടി. രാജ്യദ്രോഹ

ക്കുറ്റത്തിന് ആളുകളെ കുഴിച്ചിടുന്ന സ്ഥലമായിരുന്നു അത്. പക്ഷേ കുറ്റക്കാരെ തൂക്കിക്കൊന്നശേഷമാണ് അവിടെ കുഴിച്ചിടാൻ കൊണ്ടുവരാറുള്ളത്. അയാൾ ഒരുനിമിഷം സ്തബ്ധനായി. വണ്ടി വീണ്ടും ലിഗ്രീവിലേക്കു നീങ്ങി. അയാൾ വീണ്ടും വിറച്ചു തുടങ്ങി. തന്റെ അവസാനം സംഭവിക്കാൻ പോകുന്നതായി അയാൾക്കു തോന്നി. തന്റെ അവസാന കുമ്പസാരം കേൾക്കണമെന്ന് അയാൾ ഭടന്മാരോടു പറഞ്ഞു. പക്ഷേ അവർ അതു കൂട്ടാക്കിയില്ല. ബോണസ്യൂ ഉച്ചത്തിൽ നിലവിളിക്കാൻ തുടങ്ങി. ഒച്ചവച്ചാൽ കൊന്നുകളയുമെന്ന് ഭടന്മാർ അയാളെ ഭയപ്പെടുത്തി.

ഭയപ്പെടുത്തലിൽ ബോണസ്യൂ അൽപ്പം അടങ്ങി. ലിഗ്രീവിലേക്കാണ് അവർ തൂക്കിക്കൊല്ലാൻ കൊണ്ടുപോകുന്നതെങ്കിൽ, എവിടെവച്ചാണ് അവർക്ക് അയാളെ കൊന്നുകളയാൻ പറ്റാത്തത്. പക്ഷേ, വണ്ടി അവിടവും കഴിഞ്ഞു മുന്നോട്ടുപോയി. ഇനി ഭയപ്പെടാനായി ഒരു സ്ഥലമേയുള്ളൂ – ക്രോയിക്സ് ഡുട്രാഹയർ. എന്തായാലും വണ്ടി അങ്ങോട്ടുതന്നെ നീങ്ങുന്നതായി ബോണസ്യൂവിനു മനസിലായി.

ഇനിയൊരു സംശയവുമില്ല. ക്രിമിനലുകളെ തൂക്കിക്കൊല്ലുന്ന സ്ഥലം തന്നെയാണവിടവും; പ്രത്യേകിച്ച് അന്തസ്സല്ലാത്തവരെ. സെന്റ് പോളിലോ ലിഗ്രീവിലോ തൂക്കിക്കൊല്ലാൻ മാത്രമുള്ള പ്രാധാന്യം തനിക്കുണ്ടെന്ന് ബോണസ്യൂ ആദ്യം വിചാരിച്ചത് തെറ്റായിരുന്നു. ക്രോയിക്സ് ഡുട്രാഹയറിലേക്കു വണ്ടി അടുത്തു തുടങ്ങി.

ഇനി അവിടെയെത്താൻ ഇരുപതടി ദൂരമേയുള്ളൂ. പെട്ടെന്നവർ ഒരു ജനക്കൂട്ടത്തിന്റെ ഒച്ച കേട്ടുതുടങ്ങി. അവർ വണ്ടിയും നിർത്തി. നിർഭാഗ്യവാനായ ബോണസ്യൂവിന് ഇതുവരെ അനുഭവിച്ചുതീർത്ത വേദനയേക്കാളും കൂടുതലായിരുന്നു അത്; തന്റെ അവസാനമായിയെന്ന് അയാൾക്കു തോന്നി. അയാൾ ദയനീയമായി കരഞ്ഞു. മരിക്കുന്ന ഒരുവന്റെ അവസാനത്തെ കരച്ചിൽ! ഒപ്പം അയാൾ ബോധം കെട്ടുവീഴുകയും ചെയ്തു.

14

കറുത്ത മേലങ്കി ധരിച്ച അപരിചിതൻ

ജനക്കൂട്ടം ബോണസ്യൂവിനെ കൊണ്ടുവന്ന വണ്ടിക്കു ചുറ്റുംകൂടി. ആരെയെങ്കിലും തൂക്കിക്കൊല്ലുന്നതു കാണാൻ വന്നവരായിരുന്നില്ല അവർ. മറിച്ച് ഇതിനകം തൂക്കിലേറ്റിയിരുന്ന ഒരാളിനെ കാണാനാണ് അവർ വന്നിരുന്നത്.

കുറച്ചു നേരത്തേക്ക് ആ വണ്ടിയവിടെ നിർത്തിയിട്ടിരുന്നു. തുടർന്ന് അത് ജനക്കൂട്ടത്തിനിടയിലൂടെ നീങ്ങി, ഒരു വാതിൽപ്പടിയിലെത്തി.

ആ വാതിൽ തുറക്കപ്പെടുകയും രണ്ടു ഭടന്മാർ പുറത്തിറങ്ങുകയും ചെയ്തു. വണ്ടിയിൽനിന്നും പുറത്തേക്ക് ഒരാൾ ബോണസ്യൂവിനെ വലിച്ചിറക്കി. അയാൾ ബോധക്കേടിൽ വീഴുമെന്നു തോന്നിയപ്പോൾ ഭടന്മാർ അയാളെ പിടിച്ചു. അയാളുടെ ഇരുവശങ്ങളും താങ്ങി, ഇടനാഴിയിലൂടെ നീങ്ങി. തുടർന്ന് ഒരു കോണിപ്പടികയറ്റി ഒരു മുറിയിലെത്തിച്ചു.

ഒരു സ്വപ്നത്തിലെന്നപോലെ യാന്ത്രികമായാണ് ബോണസ്യൂ നടന്നിരുന്നത്. കൺമുന്നിൽ ഒരു മൂടൽമാത്രം അയാൾക്കനുഭവപ്പെട്ടു. ചെവിയിൽ മനസിലാക്കാൻ പറ്റാത്തവിധത്തിലുള്ള ഒരു മൂളലും. കാരുണ്യത്തിനുവേണ്ടിപ്പോലും യാചിക്കാതെ ഒന്നും തടയാതെ അയാൾ നടക്കുകയായിരുന്നു.

ഭടന്മാർ അയാളെ ഇരുത്തിയ ബഞ്ചിൽത്തന്നെ ബോണസ്യൂ ചുവരു ചാരി ഇരുന്നു. കൈകൾ നിർജീവമായപോലെ ഞാന്നു കിടന്നിരുന്നു.

പക്ഷേ, തനിക്ക് അപകടകരമായതൊന്നും അയാൾ ചുറ്റും കണ്ടില്ല. താനിരിക്കുന്ന ബഞ്ച് നന്നായി കുഷ്യൻ പതിപ്പിച്ചതായിരുന്നു. നന്നായി ആഡംബരമാക്കിയിരുന്ന മുറിയും. ക്രമേണ അയാളുടെ ഭയം മാറിത്തുടങ്ങി. അയാൾ ഇരുവശങ്ങളിലേക്കും തല ചലിപ്പിച്ചു.

അയാൾക്ക് ധൈര്യം തിരിച്ചുകിട്ടി. ഇരുകൈകളും ബഞ്ചിലൂന്നി

അയാൾ സാവധാനം എഴുന്നേറ്റുനിന്നു.

അപ്പോഴേക്കും വാതിലിന്റെ കർട്ടൺ മാറ്റിക്കൊണ്ട് ഒരു സുമുഖനായ ഉദ്യോഗസ്ഥൻ അങ്ങോട്ടെത്തി. അടുത്തമുറിയിലുണ്ടായിരുന്ന ആരോടോ എന്തോ സംസാരിച്ചശേഷം അയാൾ ബോണസ്യൂവിന്റെ അരികിലേക്കു വന്നു.

"ബോണസ്യൂ എന്നല്ലേ നിങ്ങളുടെ പേര്?" അയാൾ ചോദിച്ചു.

"അതെ സർ. ബോണസ്യൂ."

"അങ്ങകത്തേക്കു പൊയ്ക്കോളൂ" ഉദ്യോഗസ്ഥൻ പറഞ്ഞു.

അയാൾക്കു നടന്നുപോകാനുള്ള സ്ഥലംകൊടുക്കാൻ ആ ഉദ്യോഗസ്ഥൻ അൽപ്പം മാറിനിന്നു കൊടുത്തു.

ആയുധങ്ങളും മറ്റുംകൊണ്ട് അലങ്കരിച്ചിരുന്ന ഒരു വലിയ മുറിയായിരുന്നു അത്. ഒരു പഴക്കമുള്ള മുറി. നെരിപ്പോടിൽ തീ എരിഞ്ഞുകൊണ്ടിരിക്കുന്നു. സെപ്റ്റംബർപോലും ആയിട്ടില്ല. മുറിയുടെ മധ്യത്തിൽ ഒരു ചതുരമേശയുണ്ട്. അതിന്റെ മുകളിൽ കടലാസുകളും പുസ്തകങ്ങളും. മാത്രമല്ല ലാറൊച്ചിലി പട്ടണത്തെക്കുറിച്ച് വിവരിക്കുന്ന ഒരു വലിയ മേപ്പും അതിലുണ്ടായിരുന്നു.

നെരിപ്പോടിനരികിൽ ഒരാൾ നിന്നിരുന്നു. കാഴ്ചയിൽ അധികാരഭാവമുള്ള ശരാശരി ഉയരമുള്ള ഒരു മനുഷ്യൻ. സൂക്ഷ്മമുള്ള കണ്ണുകളും വിശാലമായ നെറ്റിത്തടവും. മെലിഞ്ഞു നീണ്ട മുഖം. നീണ്ട താടിമീശ കൂടിയായപ്പോൾ മുഖത്തിന്റെ നീളം കൂടുതലായി. മുപ്പത്തിയഞ്ച് മുപ്പത്തിയാറു വയസു പ്രായമേയുള്ളൂവെങ്കിലും അയാളുടെ തലമുടിയും മീശയും താടിരോമവുമൊക്കെ ചെമ്പിച്ചു തുടങ്ങിയിട്ടുണ്ട്. കൈയിൽ ഒരു വാളുപോലുമില്ലെങ്കിലും ഒരു പട്ടാളക്കാരന്റെ പ്രകൃതം തോന്നുന്നു. കുതിരപ്പുറത്തുനിന്നും ഇപ്പോൾ ഇറങ്ങിയതേയുള്ളുവെന്നേ തോന്നൂ; ബൂട്ടുമുഴുവൻ പൊടിപിടിച്ചിരിക്കുകയാണ്.

കർദിനാൾ റിച്ചിലൂവായിരുന്നു അത്. സാധാരണ നാം ചിത്രീകരിച്ചിരുന്ന രൂപമല്ലായിരുന്നു അദ്ദേഹത്തിന്. വയസനായ ആരോഗ്യംനശിച്ച ഒരാളായിട്ടാണ് ചിത്രത്തിൽ കാണുന്നത്. എന്നാൽ യഥാർഥത്തിൽ ഈ സംഭവങ്ങൾ നടക്കുന്ന സമയത്ത് കർദിനാൾ റിച്ചില്യൂ പ്രത്യക്ഷത്തിൽ ഒരു പരിഷ്കാരിയായിരുന്നു. അതിശക്തനല്ല തന്നെ; പക്ഷേ വേണ്ടത്ര ആരോഗ്യമുണ്ട്. ആ കാലഘട്ടത്തിലുണ്ടായിരുന്നവരിലെല്ലാവരെക്കാളും ഉന്നതനും പ്രമാണിയുമായി അദ്ദേഹം മാറിയിരുന്നു. എല്ലാത്തിനും കാരണം അദ്ദേഹത്തിന്റെ ആധ്യാത്മികശക്തിയായിരുന്നു. അനേകം വിജയങ്ങൾ നേടിക്കൊണ്ട് പ്രശസ്തിയുടെ ഉന്നതങ്ങളിൽ നിൽക്കുന്ന കാലമായിരുന്നു അത്. നിംസും കാസ്ട്രെസും ഉസിസും ഒക്കെ അദ്ദേഹം പിടിച്ചടക്കിയിരുന്നു. ഇൽഡെറിയിൽനിന്നും ഇംഗ്ലീഷുകാരെ തോൽപ്പിച്ച് റൊച്ചിലി പിടിച്ചടക്കുകയായിരുന്നു അദ്ദേഹത്തിന്റെ അടുത്ത ശ്രമം.

കാഴ്ചയിൽ ഒരു കർദിനാളിന്റെ മട്ടൊന്നും അദ്ദേഹത്തിനുണ്ടായിരുന്നില്ല. അതിനാൽ പരിചയമില്ലാത്തവർക്ക് അദ്ദേഹത്തെ എപ്പോഴെങ്കിലും

കണ്ടാൽ തിരിച്ചറിയാൻ ആകുമായിരുന്നില്ല.

ബോണസ്യൂവിന്റെ ഭൂതകാലത്തിന്റെ ആഴങ്ങളെ ചുഴ്ന്നെടുക്കുന്ന മാതിരി അദ്ദേഹം അയാളെ നോക്കി.

"ഇതാണോ ബോണസ്യൂ?" ഒരുനിമിഷം കഴിഞ്ഞപ്പോൾ അദ്ദേഹം ചോദിച്ചു.

"അതെ സർ" ആ ഓഫീസർ മറുപടി പറഞ്ഞു.

"കൊള്ളാം. ആ കടലാസുകൾ ഇങ്ങോട്ടു തന്നശേഷം പൊയ്ക്കോളൂ."

ഓഫീസർ കടലാസുകൾ മേശപ്പുറത്തുനിന്നുമെടുത്ത് അദ്ദേഹത്തെ ഏൽപ്പിച്ചു. തുടർന്ന് ബഹുമാനപൂർവം തലകുനിച്ചശേഷം മുറിയിൽ നിന്നും പോയി.

ബാസ്റ്റിലിൽവച്ച് മജിസ്ട്രേറ്റ് തന്നോടു ചോദിച്ചിരുന്ന ചോദ്യങ്ങൾക്കു താൻ കൊടുത്ത മറുപടികൾ മജിസ്ട്രേറ്റ് കുറിച്ചുവച്ചിരുന്നു. ആ കടലാസുകളാണതെന്ന് അയാൾക്കു മനസിലായി. കടലാസിലെ കുറിപ്പിനെയും ബോണസ്യൂവിനെയും മാറിമാറി നോക്കി; രൂക്ഷമായിട്ട്.

പത്തുമിനിട്ടുനേരം അദ്ദേഹം ഫയർ പരിശോധിച്ചു. തുടർന്ന് പത്തു നിമിഷത്തേക്ക് ബോണസ്യൂവിനെയും നിരീക്ഷിച്ചു. തുടർന്ന് അദ്ദേഹം മനസിൽ പറഞ്ഞു: 'ഇയാൾക്ക് ഗൂഢാലോചനക്കാരന്റെ ലക്ഷണമില്ലല്ലോ.'

എങ്കിലും അദ്ദേഹം ബോണസ്യൂവിനോടു സാവധാനം ചോദിച്ചു.

"രാജ്യദ്രോഹക്കുറ്റമാണ് നിങ്ങളിൽ ചുമത്തിയിരിക്കുന്നത്."

"അതുതന്നെയാണ് സർ അവർ എന്നോടും പറഞ്ഞത്......" ബോണസ്യൂ പറഞ്ഞു. "പക്ഷേ എനിക്കതിനെപ്പറ്റിയൊന്നും അറിയില്ലെന്ന് ഞാൻ ആണയിടാം സർ."

ഇതുകേട്ടപ്പോൾ കർദിനാളിന്റെ ഉള്ളിൽ ചിരിയാണ് വന്നത്.

"നിങ്ങൾ നിങ്ങളുടെ ഭാര്യയോടൊപ്പം ചേർന്ന് മാഡം ഷെവ്റ്യൂസും ബക്കിംഗ്ഹാം പ്രഭുവുമായി കൂട്ടുചേർന്ന് ചില ഗൂഢപ്രവർത്തനങ്ങൾ നടത്തി."

"ഈ പേരുകൾ എന്റെ ഭാര്യ പറയുന്നത് ഞാൻ കേട്ടിട്ടുണ്ട് സർ."

"ഏതവസരത്തിലാണ്."

"കർദിനാൾ റ്യൂലെച്ചിലി ബക്കിംഗ്ഹാം പ്രഭുവിനെ പാരീസിലേക്കു ആകർഷിച്ചു വരുത്തിയിട്ടുണ്ടെന്നവൾ പറഞ്ഞു. രാജ്ഞിയും അദ്ദേഹവുമായുള്ള കൂട്ടുകെട്ട് പാട്ടാക്കുന്നതിനുവേണ്ടിയാണത്രേ അതു ചെയ്യുന്നത്."

"അവളതു പറഞ്ഞു അല്ലേ?" കർദിനാളിന് അത്ഭുതമായി.

"അതേ സർ. പക്ഷേ ഞാൻ അവളോടു പറഞ്ഞത് അതു തെറ്റിദ്ധാരണയാണെന്നാണ്. കർദിനാൾ അത്തരം കാര്യങ്ങൾ ചെയ്യുകയുമില്ല."

"മതിയാക്കൂ. താനൊരു വിഡ്ഢിയാണ്."

"ഇതു തന്നെയാണ് എന്റെ ഭാര്യയും പറഞ്ഞത്, സർ."

"തന്റെ ഭാര്യയെ തട്ടിക്കൊണ്ടുപോയതാരാണെന്ന് തനിക്കറിയാമോ?"

"ഇല്ല സർ."

"ആരെയെങ്കിലും നിങ്ങൾക്കു സംശയമുണ്ടോ?"

"ഉണ്ട് സർ. അക്കാര്യം ഞാൻ മജിസ്ട്രേറ്റിനോടു പറഞ്ഞിട്ടുണ്ട്. പക്ഷേ, ഞാൻ പറഞ്ഞതുകേട്ടപ്പോൾ അദ്ദേഹം എന്നോടു കോപിക്കുകയാണുണ്ടായത്. അതിനാൽ ഇനി ഞാൻ ആരെയും സംശയിക്കുന്നില്ല."

"തന്റെ ഭാര്യ രക്ഷപ്പെട്ടതറിഞ്ഞോ?"

"ഇല്ല സർ. ഞാൻ ജയിലിലായിരുന്നപ്പോഴാണ് അതിനെപ്പറ്റി കേട്ടത്. മജിസ്ട്രേറ്റിന്റെ സന്മനസുകൊണ്ട് എനിക്കതു കേൾക്കാൻ പറ്റി. വളരെ കരുണയും മര്യാദയും ഉള്ള ഒരാളാണ് ആ മജിസ്ട്രേറ്റ്."

കർദിനാളിന് വീണ്ടും ചിരി വന്നു.

"രക്ഷപ്പെട്ട അവൾ എങ്ങോട്ടു പോയെന്നറിയാമോ നിങ്ങൾക്ക്?"

"നിശ്ചയമായും അറിയില്ല സർ. അവൾ ലൗവ്രിലേക്കു മടങ്ങിപ്പോയിട്ടുണ്ടാകാനാണ് സാധ്യത."

"വെളുപ്പിന് ഒരുമണിവരെ അവൾ മടങ്ങിവന്നിട്ടില്ല."

"എന്റെ ദൈവമേ! അവൾ പിന്നെ എവിടെയായിരിക്കും?"

"നമുക്ക് കണ്ടുപിടിക്കാം; പ്രയാസപ്പെടേണ്ട. കർദിനാളിന്റെ മുന്നിൽ ഒരു കാര്യവും രഹസ്യമായിരിക്കുകയില്ല. അദ്ദേഹത്തിനെല്ലാം അറിയാം."

"അങ്ങനെയെങ്കിൽ എന്റെ ഭാര്യ എവിടെയാണെന്ന് അദ്ദേഹം എന്നെ അറിയിക്കുമോ സർ?"

"ചെയ്യുമായിരിക്കാം. പക്ഷേ നിങ്ങളുടെ ഭാര്യക്ക് മാഡം ഷെവ്റ്യൂസുമായുള്ള ബന്ധത്തെക്കുറിച്ച് നിങ്ങൾക്കറിയാവുന്നതെല്ലാം തുറന്നു പറയണം."

"എനിക്ക് അതിനെപ്പറ്റി യാതൊന്നും അറിഞ്ഞുകൂടാ സർ. മാഡം ഷെവ്റ്യൂസിനെ ഞാൻ കണ്ടിട്ടുപോലുമില്ല."

"ലൗവ്രിൽനിന്നും ഭാര്യയെ മടക്കിവിളിച്ചു പോരുമ്പോൾ നിങ്ങൾ വീടുവരെ അവളുടെ കൂടെ പോകാറുണ്ടോ?"

"അതില്ല സർ. അവൾക്കെപ്പോഴും ഒന്നോ രണ്ടോ തുണിക്കടയിൽ കയറാനുണ്ടാകും. രാജ്ഞി പറയുന്നതനുസരിച്ചായിരിക്കും അത്."

"എത്ര തുണിക്കടകളുണ്ടവിടെ?"

"രണ്ടെണ്ണം."

"അവ എവിടെയാണ്?"

"ഒന്ന് വൗഗിരാർഡിലാണ്. മറ്റേത് ഹാർപ്പിയിലും."

"നിങ്ങൾ അവളോടൊപ്പം കടയിൽ പോകാറുണ്ടോ?"

"ഒരിക്കലും ഇല്ല സർ. ഞാൻ എപ്പോഴും പുറത്തേ നിൽക്കാറുള്ളൂ."

"എന്തു പറഞ്ഞാണ് അവൾ നിങ്ങളെ പുറത്തുനിർത്തുന്നത്?"

"അങ്ങനെ പ്രത്യേകിച്ചൊന്നും പറയാറില്ല. എന്നോടവിടെ നിൽ

ക്കാൻ പറയും. അത്രതന്നെ."

"നിങ്ങൾ വളരെ പ്രത്യേകതയുള്ള ഭർത്താവാണല്ലോ? എന്റെ പ്രിയപ്പെട്ട ബോണസ്യൂ" കർദിനാൾ പറഞ്ഞു.

തന്നെ 'പ്രിയപ്പെട്ട ബോണസ്യൂ'യെന്നു വിളിച്ചത് കാര്യങ്ങളൊക്കെ അലിഞ്ഞു തുടങ്ങിയതിന്റെ ലക്ഷണമായി അയാൾക്കു തോന്നി.

"ആ കടയുടെ വാതിലുകൾ നിങ്ങൾക്കു തിരിച്ചറിയാനാകുമോ?"

"തിരിച്ചറിയാനാകും സർ."

"അതിലെ നമ്പറുകൾ?"

"അതും അറിയാം. വൗഗിരാർഡിലേത് 25 ഉം ഹാർപ്പിയിലേത് 75 ഉം."

"അതു മതി."

അദ്ദേഹം അവിടെയുണ്ടായിരുന്ന ഒരു വെള്ളിമണിയടിച്ചു. അപ്പോൾ ആ ഓഫീസർ കടന്നുവന്നു.

"റോച്ചിഫോർട്ടിനെ പോയി കണ്ടുപിടിക്കൂ; അയാൾ മടങ്ങിവന്നിട്ടുണ്ടെങ്കിൽ ഇങ്ങോട്ടു കൂട്ടിക്കൊണ്ടു വരൂ."

"റോച്ചിഫോർട്ട് പ്രഭു ഇവിടെയുണ്ട് തിരുമേനി. തിരുമേനിയെ കാണാൻ വേണ്ടിത്തന്നെ ഇവിടെ കാത്തുനിൽക്കുകയാണ്" ഓഫീസർ പറഞ്ഞു.

"എന്നാൽ കൂട്ടിക്കൊണ്ടു പോരൂ" കർദിനാൾ പറഞ്ഞു.

ഓഫീസർ അനുസരണയോടെ പുറത്തേക്കു പോയി. ഓഫീസറിന്റെ ആ 'തിരുമേനി'യെന്ന അഭിസംബോധനയിൽ ബോണസ്യൂ പകച്ചുനിന്നു. അപ്പോൾ ഇദ്ദേഹം കർദിനാൾ തന്നെയാണെന്ന് അയാൾക്കു തോന്നി.

നാലഞ്ചു സെക്കന്റുകൾ കഴിഞ്ഞപ്പോൾ വാതിൽ തുറന്നുകൊണ്ട് മറ്റൊരാൾ മുറിയിലേക്കു വന്നു.

"ഇതാണാ മനുഷ്യൻ!" ബോണസ്യൂ അലറി.

"നിങ്ങളെന്താണുദ്ദേശിച്ചത്?" കർദിനാൾ ചോദിച്ചു.

"എന്റെ ഭാര്യയെ തട്ടിക്കൊണ്ടുപോയ ആൾ ഇയാളാണ്."

കർദിനാൾ ഒരിക്കൽക്കൂടി ആ വെള്ളിമണിയടിച്ചു. ആ ഓഫീസർ കയറിവന്നു.

"ഇയാളെ കൊണ്ടുപോയി ആ ഭടന്മാരുടെ അടുത്താക്കൂ. ഞാൻ വിളിക്കുന്നതുവരെ അയാൾ അവിടെ നിൽക്കട്ടെ."

"അല്ല സർ... ഇയാളല്ല അത്.... ഞാൻ പറഞ്ഞതു തെറ്റിപ്പോയി" ബോണസ്യൂ തൊണ്ടയിടറിക്കൊണ്ട് പറഞ്ഞു.

"ഈ ഭ്രാന്തനെ ഇവിടെനിന്നും പുറത്താക്കൂ" കർദിനാൾ അലറി.

ഓഫീസർ അയാളെ പിടിച്ചുവലിച്ചുകൊണ്ട് അടുത്ത മുറിയിലേക്ക് കൊണ്ടുപോയി. അവിടെ ആ ഭടന്മാരുണ്ടായിരുന്നു.

ബോണസ്യൂവിനെ പിടിച്ചിട്ട മുറി അടഞ്ഞുവെന്ന് ഉറപ്പായപ്പോൾ ആ പുതിയ സന്ദർശകൻ കർദിനാളിന്റെ അടുക്കലേക്കു ചെന്നു.

"അവർ പരസ്പരം കണ്ടിരുന്നു."

"ആര്?" കർദിനാൾ ചോദിച്ചു.

"അവനും അവളും തമ്മിൽ."

"പ്രഭുവും രാജ്ഞിയും തമ്മിലോ?"

"അതെ."

"എവിടെവച്ച്?"

"ലൗവ്രിൽ."

"നിശ്ചയമാണോ?"

"തീർച്ചയാണ്."

"ആരാണിക്കാര്യം പറഞ്ഞത്?"

"മാഡം ഡിലാനോയി; തിരുമേനിയോട് വിശ്വസ്തയാണല്ലോ അവൾ."

"നേരത്തെ ഇക്കാര്യം അവൾ അറിയിക്കാത്തതെന്താണ്?" കർദിനാൾ ചോദിച്ചു.

"അതു മനഃപൂർവമായിരിക്കില്ല.... എന്തിനോ മാഡം ഡിസുർഗിസിനെ ഡിലാനോയിയുടെ മുറിയിലാണ് കിടത്തിയത്. പിറ്റേന്ന് പകൽ മുഴുവനും അവരെ കൂടെ നിർത്തുകയും ചെയ്തിരുന്നു. രാജ്ഞിക്ക് അവരെപ്പറ്റി സംശയമുണ്ടെന്നു തോന്നുന്നു."

"അപ്പോൾ നമുക്കു തോൽവിയുണ്ടായല്ലേ; എന്തായാലും നമുക്ക് പകരം വീട്ടണം."

"ഞാനെപ്പോഴും അങ്ങയോടൊപ്പം ഉണ്ടായിരിക്കും."

"അവർ എങ്ങനെയാണ് പരസ്പരം കണ്ടത്?"

"പാതിരാത്രി കഴിഞ്ഞിരുന്നു. രാജ്ഞി കാത്തിരിക്കുകയായിരുന്നു.... തോഴിമാരോടൊപ്പം...."

"എവിടെ?"

"കിടക്കറയിൽ."

"ബാക്കി പറയൂ....."

"ഒരു തൂവാലയുംകൊണ്ട് ഒരാൾ കടന്നുവന്നു."

"എന്നിട്ട്?"

"ആ തൂവാല കണ്ടപ്പോൾ രാജ്ഞി വികാരഭരിതമാകുകയും അവരുടെ മുഖം വിളറുകയും ചെയ്തു."

"പറയൂ....."

"രാജ്ഞി എഴുന്നേറ്റശേഷം തൊണ്ടയിടറിക്കൊണ്ട് കൂടെയുള്ള തോഴിയോട് ഉടനെ മടങ്ങിവരാമെന്നു പറഞ്ഞുകൊണ്ട് മുറിയുടെ പുറത്തേക്കു പോയി."

"മാഡം ഡിലാനോയി അപ്പോൾത്തന്നെ അക്കാര്യം പറയാത്തതെന്താണ്?"

"മറ്റു കാര്യങ്ങളൊന്നും അറിയില്ലല്ലോ. ഉടനെ മടങ്ങിവരാമെന്നും കാത്തിരിക്കണമെന്നും പറഞ്ഞിട്ടുപോകുമ്പോൾ ഡിലാനോയിക്ക് അനുസരിക്കാതിരിക്കാൻ പറ്റില്ലല്ലോ."

"എത്രനേരം കഴിഞ്ഞാണ് രാജ്ഞി മടങ്ങിവന്നത്?"

"മുക്കാൽ മണിക്കൂർ നേരം."

"സ്ത്രീകളാരും കൂടെപ്പോയിരുന്നില്ലേ?"

"ഡോണാ എസ്തഫാനിയ മാത്രം."

"അപ്പോൾ മുക്കാൽ മണിക്കൂർ കഴിഞ്ഞാണല്ലേ മടങ്ങിവന്നത്?"

"അതെ. പക്ഷേ അപ്പോൾ വന്നത് മോണോഗ്രാം പതിച്ച മരച്ചെപ്പ് എടുക്കാനായിരുന്നു. വീണ്ടും അവർ പുറത്തുപോയി."

"പിന്നീടു തിരിച്ചുവന്നപ്പോൾ രാജ്ഞി മരച്ചെപ്പ് കൊണ്ടുവന്നിരുന്നോ?"

"ഇല്ല."

"ആ ചെപ്പിൽ എന്താണുണ്ടായിരുന്നതെന്ന് ഡിലാനോയിക്ക് അറിയാമായിരുന്നോ?"

"അറിയാമായിരുന്നു. രാജ്ഞിയുടെ പിറന്നാളിനു രാജാവു സമ്മാനിച്ച രത്നച്ചരടുകൾ!"

"മടങ്ങിവന്നപ്പോൾ ആ മരച്ചെപ്പ് അവരുടെ കൈയിലില്ലായിരുന്നുവെന്നത് ഉറപ്പാണോ?"

"അതെ."

"ബക്കിംഗ്ഹാമിന് ആ ചെപ്പ് രാജ്ഞി കൊടുത്തിട്ടുണ്ടാകുമെന്ന് മാഡം ഡിലാനോയി കരുതുന്നുണ്ടോ?"

"തീർച്ചയായും കരുതുന്നുണ്ട്."

"അതെന്തുകൊണ്ട്?"

"രാജ്ഞിയുടെ വസ്ത്രധാരണത്തെ സംബന്ധിച്ച ചുമതല ഡിലാനോയിക്കാണ്. പിറ്റേന്ന് അവൾ മരച്ചെപ്പ് എടുക്കാൻ ചെന്നപ്പോൾ അതവിടെയുണ്ടായിരുന്നില്ല. കാണാത്തതിൽ അവൾ പരിഭ്രാന്തയായി രാജ്ഞിയോടക്കാര്യം പറഞ്ഞു."

"അപ്പോൾ രാജ്ഞി എന്താണ് പറഞ്ഞത്?"

"അപ്പോൾ രാജ്ഞിയുടെ മുഖം ചുവന്നു. രത്നച്ചരടുകളിൽ ഒരെണ്ണം പൊട്ടിപ്പോയെന്നും അതു നന്നാക്കിയെടുക്കാൻ രത്നവ്യാപാരിയെ ഏൽപ്പിച്ചെന്നുമാണ് അവർ പറഞ്ഞത്."

"ആ രത്നവ്യാപാരിയെക്കണ്ടെത്തി അക്കാര്യം ശരിയാണോ അല്ലയോയെന്ന് അന്വേഷിക്കണം."

"ഞാനത് അന്വേഷിച്ചു തിരുമേനി."

"അപ്പോൾ അയാൾ എന്താണു പറഞ്ഞത്?"

"ഒരു രത്നച്ചരടും തനിക്കു നന്നാക്കിക്കൊടുക്കാൻ കിട്ടിയിട്ടേയില്ലെന്ന് അയാൾ പറഞ്ഞു."

"കൊള്ളാം റൊച്ചിഫോർട്ട്. നമ്മൾ തോറ്റിട്ടില്ല.... ഈ സംഭവിച്ചതെല്ലാം നല്ലതിനാണെന്നു തോന്നുന്നു."

"അങ്ങയുടെ ബുദ്ധികൊണ്ട് അങ്ങനെതന്നെയാകുമെന്ന് ഞാൻ കരുതുന്നു."

“എന്റെ ഏജന്റുമാരുടെ വിഡ്ഢിത്തങ്ങളും അവസാനിപ്പിക്കണം.”

“ഞാൻ അതുപറയാൻ തുടങ്ങുകയായിരുന്നു. അപ്പോഴേക്കും തിരുമേനിതന്നെ അതു പറഞ്ഞു.”

“അതിരിക്കട്ടെ..... മാഡം ഷെവ്റ്യൂസും ബക്കിംഗ്ഹാം പ്രഭുവും ഈ സമയമത്രയും ഒളിച്ചിരുന്നതെവിടെയാണെന്ന് നിങ്ങൾക്കറിയാമോ?”

“ഇല്ല തിരുമേനി. അതിനെപ്പറ്റിയുള്ള വിവരങ്ങൾ കണ്ടെത്താൻ എന്റെ ആളുകൾക്കായില്ല തിരുമേനി.”

“പക്ഷേ എനിക്കറിയാം അവർ എവിടെയാണ് ഒളിച്ചിരുന്നതെന്ന്.”

“എനിക്കു വിശ്വസിക്കാനാകുന്നില്ല തിരുമേനി.”

“എന്തായാലും ഞാനങ്ങനെ കരുതുന്നു. അതിലൊരാൾ വൗഗിരാർഡ് നമ്പർ 25ൽ. മറ്റേയാൾ ഹാർപ്പി നമ്പർ 75ൽ.”

“ഞാനവരെ അറസ്റ്റു ചെയ്തുവരട്ടെ തിരുമേനി?”

“വേണ്ട. സമയം താമസിച്ചുപോയി. അവരിപ്പോൾ അവിടം വിട്ടിട്ടുണ്ടാകും.”

“എങ്കിലും ഞാൻ ഒന്നു ശ്രമിച്ചുനോക്കാം.”

“എങ്കിൽ ആ ഭടന്മാരിൽനിന്നും പത്തുപേരെ അയച്ചോളൂ. രണ്ടു സ്ഥലങ്ങളും പരിശോധിക്കണം.”

റൊച്ചിഫോർട്ട് അപ്പോൾത്തന്നെ അവിടംവിട്ടു.

കുറച്ചുനേരം എന്തോ ആലോചിച്ചിരുന്നശേഷം കർദിനാൾ വീണ്ടും വെള്ളിമണി മുഴക്കി.

ആ ഓഫീസർ വീണ്ടും അവിടെ വന്നു.

“ആ തടവുപുള്ളിയെ ഇങ്ങു കൊണ്ടുവരൂ” കർദിനാൾ കൽപ്പിച്ചു.

ബോണസ്യൂവിനെ ഓഫീസർ വീണ്ടും കർദിനാളിന്റെ അരികിലേക്കു കൂട്ടിക്കൊണ്ടുവന്നു. കർദിനാൾ ആംഗ്യത്തിലൂടെ ഓഫീസറിനോട് അവിടെനിന്നും പോകാൻ പറഞ്ഞു. ഓഫീസർ അപ്പോൾത്തന്നെ ആ മുറിവിടുകയും ചെയ്തു.

“നിങ്ങൾ എന്നോടു നുണ പറഞ്ഞു” കർദിനാൾ കനത്ത സ്വരത്തിൽ പറഞ്ഞു.

“ഇല്ല തിരുമേനി. ഞാൻ നുണ പറഞ്ഞിട്ടേയില്ല” ബോണസ്യൂ കരയാൻ തുടങ്ങി.

“തന്റെ ഭാര്യ വൗഗിരാർഡും ഹാർപ്പിയും സന്ദർശിക്കുമ്പോൾ യഥാർഥത്തിൽ തുണിക്കച്ചവടക്കാരെയല്ലല്ലോ കാണുന്നത്.”

“പിന്നെയാരെയാണ് അവൾ കാണുന്നത്?.... ദൈവത്തെയോർത്ത് പറയൂ തിരുമേനീ.....”

“മാഡം ഷെവ്റ്യൂസിനെയും ബക്കിംഗ്ഹാം പ്രഭുവിനെയും.”

“ഓ ശരിയാണ് തിരുമേനി....” ബോണസ്യൂവിന്റെ മനസിൽ എന്തൊക്കെയോ ഓർമ വന്നു. “അങ്ങു പറഞ്ഞത് ശരിയാണ്. തുണിക്കടകളെന്നു തോന്നുന്ന സ്ഥലമേയല്ല അത്. ഒരു ബോർഡുമില്ല. ഇതിനെപ്പറ്റി ഒരിക്കൽ ഞാൻ എന്റെ ഭാര്യയോടു ചോദിച്ചതുമാണ്. അപ്പോൾ അവളെന്നെ

കളിയാക്കുകയായിരുന്നു....."

ബോണസ്യൂ പെട്ടെന്ന് കർദിനാളിന്റെ കാൽക്കൽ വീണു. തുടർന്നു പറഞ്ഞു: "ഓ തിരുമേനി! അങ്ങ് യഥാർഥത്തിൽ കർദിനാൾ തന്നെയാണ്. മഹാനായ കർദിനാൾ. ഏവരും ബഹുമാനിക്കുന്ന ബുദ്ധിമാൻ."

ബോണസ്യൂവിനെപ്പോലുള്ള ഒരു വെറും തുണിക്കച്ചവടക്കാരന്റെ ബഹുമാനം അദ്ദേഹം നേടിയതിൽ ഒരു വലിയ വിജയമുണ്ടെന്നും പറയാനാവില്ല. എന്നാലും കർദിനാൾ ഒരുനിമിഷത്തേക്ക് ഒരു സുഖം ആസ്വദിച്ചു. അദ്ദേഹത്തിന്റെ കണ്ണുകൾ പെട്ടെന്നു വിടർന്നു. എന്തോ പുതുമ തോന്നിയതുപോലെ. കാൽക്കൽ വീണുകിടക്കുന്ന അയാളെ പിടിച്ചെഴുന്നേൽപ്പിച്ചശേഷം അദ്ദേഹം പറഞ്ഞു: "സുഹൃത്തേ നിങ്ങൾ എഴുന്നേൽക്കൂ..... നിങ്ങൾ ഒരു നല്ല മനുഷ്യൻ തന്നെയാണ്."

"അയ്യോ തിരുമേനി എന്റെ കൈയിൽ പിടിച്ചു! ഞാനീ മഹാന്റെ കൈമേൽ തൊട്ടു. എന്നെ അദ്ദേഹം സുഹൃത്തെന്നും വിളിച്ചു!" സന്തോഷംകൊണ്ട് അയാൾ വിളിച്ചുകൂവി.

"അതേ സുഹൃത്തേ" കർദിനാൾ വീണ്ടും പറഞ്ഞു. പലപ്പോഴും അദ്ദേഹം ഉപയോഗിക്കുന്ന പദമാണിത്. അപരിചിതരെ അതുവഴി പറ്റിക്കാനും അദ്ദേഹത്തിനായിട്ടുണ്ട്.

കർദിനാൾ തുടർന്നു പറഞ്ഞു: "വളരെ തെറ്റായിട്ടാണ് ഞാൻ നിങ്ങളെ വിധിച്ചത്. വളരെ മര്യാദയില്ലാതെ പെരുമാറുകയും ചെയ്തു. എനിക്കതിൽ ദുഃഖമുണ്ട്. അതിന് നിങ്ങൾക്ക് ഒരു പരിഹാരം കിട്ടേണ്ടതുണ്ടെന്നു ഞാൻ വിശ്വസിക്കുന്നു. ഈ പഴ്സ് എടുത്തോളൂ. മുന്നൂറു നാണയങ്ങൾ ഇതിലുണ്ട്. എന്നിട്ട് എന്നോടു പൊറുക്കൂ."

ബോണസ്യൂ പകച്ചുനിന്നു. തമാശയ്ക്കാണോ കർദിനാൾ ഇങ്ങനെ പറഞ്ഞതെന്ന് അയാൾക്കു തോന്നി. അയാൾ പേഴ്സ് വാങ്ങാതെ പറഞ്ഞു: "ഞാൻ ക്ഷമിക്കുന്നു തിരുമേനി."

ബോണസ്യൂ വീണ്ടും പറഞ്ഞു: "തിരുമേനിക്ക് എന്നെ അറസ്റ്റുചെയ്യാനുള്ള പൂർണസ്വാതന്ത്ര്യമുണ്ട്. എന്നെ ദേഹോപദ്രവം ചെയ്യാൻ പൂർണാധികാരവും ഉണ്ട്. വേണമെങ്കിൽ തൂക്കിലുമേറ്റാം. എന്നെപ്പോലുള്ള ഒരു നിസ്സാരന് വിമർശിക്കാനോ കുറ്റപ്പെടുത്തുവാനോ അവകാശമില്ല.... അങ്ങെന്നോടു ക്ഷമിക്കാൻ പറയുകയാണോ.... എന്താണു തിരുമേനി അങ്ങനെ?"

"ബോണസ്യൂ, നിങ്ങൾ നല്ല ഒരു മനുഷ്യനാണ്. അതിനാൽ നിങ്ങളെ ഞാൻ അഭിനന്ദിക്കുന്നു. ഈ പേഴ്സ് എടുത്തശേഷം അസംതൃപ്തനാകാതെ പൊയ്ക്കോളൂ."

"അസംതൃപ്തനോ? എന്റെ സന്തോഷം യഥാർഥത്തിൽ എനിക്ക് അടക്കാനാകുന്നില്ല."

"ശരിയെന്നാൽ പൊയ്ക്കോളൂ. വീണ്ടുമൊരിക്കൽ നമുക്ക് കാണാനാകട്ടെയെന്ന് ആഗ്രഹിക്കുന്നു" തിരുമേനി അയാളോടു പോകാനുള്ള ആംഗ്യവും കാണിച്ചു. "ബൈ..... ബൈ...."

ബോണസ്യൂ ബഹുമാനപൂർവം നിലംതൊട്ടു കുനിഞ്ഞു. പിന്നോക്കം നടന്നശേഷം അയാൾ മുറിയിൽനിന്നും പുറത്തുകടക്കുകയും ചെയ്തു.

അടുത്തമുറിയിൽ ചെന്നശേഷം ബോണസ്യൂ ഉച്ചത്തിൽ വിളിച്ചു കൂവുന്നത് കർദിനാളിന് വ്യക്തമായി കേൾക്കാമായിരുന്നു:

"തിരുമേനി നീണാൾ വാഴട്ടെ! തിരുമേനി നീണാൾ വാഴട്ടെ!"

കർദിനാൾ അറിയാതെ ചിരിച്ചുപോയി. തന്റെ അതിഥിയുടെ ശബ്ദം അകലത്തിൽ മാഞ്ഞുതീർന്നപ്പോൾ അദ്ദേഹം സ്വയം പറഞ്ഞു: "കൊള്ളാം. എനിക്ക് ഉറച്ച ഒരു സഹായിയെക്കൂടികിട്ടി; വിഡ്ഢിയാണെങ്കിലും!"

മേശപ്പുറത്തുകിടന്നിരുന്ന മേപ്പിൽ സൂക്ഷിച്ചുനോക്കിക്കൊണ്ട് ചിന്താമഗ്നനായി അദ്ദേഹം അൽപ്പനേരമിരുന്നു. ഒരു പെൻസിലെടുത്ത് അതിലൊരിടത്ത് അദ്ദേഹം തുടർന്ന് അടയാളപ്പെടുത്തി. പട്ടണം സംരക്ഷിക്കുന്നതുവരെ തുറമുഖത്തിൽനിന്നും തടയുന്ന സുപ്രസിദ്ധമായ ഒരു കിടങ്ങുപണിയാനുള്ള ഒരു സ്ഥാനമാണ് അദ്ദേഹം അടയാളപ്പെടുത്തിയത്; പതിനെട്ടു മാസങ്ങൾക്കുശേഷം.

നയതന്ത്രപ്രാധാന്യമുള്ള കാര്യങ്ങളുമാലോചിച്ചുകൊണ്ട് അദ്ദേഹം നിന്നു. പെട്ടെന്ന് വാതിൽ തുറന്നുകൊണ്ട് റൊച്ചിഫോർട്ട് അവിടേക്കു കടന്നുവന്നു.

"എന്തായി?" കർദിനാൾ ചോദിച്ചു. വല്ലാത്ത ഒരു നോട്ടമായിരുന്നു ഇതു ചോദിച്ചപ്പോൾ കർദിനാളിനുണ്ടായിരുന്നത്. റൊച്ചിഫോർട്ടിനോടു പറഞ്ഞിരുന്ന കാര്യത്തിന്റെ ഗൗരവത്വം ആ നോട്ടത്തിലുണ്ടായിരുന്നു.

"തിരുമേനി പറഞ്ഞ ആ രണ്ടിടങ്ങളിലും ആൾ താമസമുണ്ടായിരുന്നു. ഒന്നിൽ ഏതാണ്ട് ഇരുപത്തെട്ടുവയസ്സ് പ്രായം വരുന്ന ഒരു സ്ത്രീ. മുപ്പത്തഞ്ചു വയസുവരുന്ന ഒരു പുരുഷനായിരുന്നു മറ്റേതിൽ. ആ സ്ത്രീ അഞ്ചുദിവസം അവിടെ താമസിച്ചിരുന്നു. പുരുഷൻ നാലുദിവസവും. ആ സ്ത്രീ ഇന്നലെ രാത്രിയാണ് അവിടം വിട്ടത്. ആ പുരുഷൻ ഇന്നു രാവിലെയും...."

"ബക്കിംഗ്ഹാം പ്രഭുവും മാഡം ഷെവ്റ്യൂസുമാണവർ" കർദിനാൾ പറഞ്ഞു. ക്ലോക്കിൽ നോക്കിക്കൊണ്ട് അദ്ദേഹം തുടർന്നു പറഞ്ഞു: "മാഡം ഷെവ്റ്യൂസ് ഇപ്പോൾ ടൂർസിൽ എത്തിക്കാണും. പ്രഭു ബൗലോങ്ങിലും. നമുക്ക് അവർ ലണ്ടനിലെത്തുമ്പോൾ പിടികൂടാം....."

"അതിനായി ഞാൻ എന്തൊക്കെയാണ് ചെയ്യേണ്ടത് തിരുമേനി."

"സംഭവിച്ചതെല്ലാം രഹസ്യമായി സൂക്ഷിക്കണം. രാജ്ഞിക്ക് യാതൊരുവിധ സംശയവും തോന്നരുത്. അവരുടെ രഹസ്യം നമുക്കറിയാമെന്നും അവർക്കു തോന്നരുത്. ഏതോ രാഷ്ട്രീയകാര്യങ്ങൾ അന്വേഷിക്കുന്നു എന്നു മാത്രമേ അവർക്കു തോന്നാവൂ. അതു മറക്കരുത്. എനിക്കിപ്പോൾ മറ്റൊരാശയം തോന്നുന്നു. നിങ്ങൾ പെട്ടെന്നുപോയി മുദ്ര സൂക്ഷിപ്പുകാരനായ സെഗ്യൂറിനെ കൂട്ടിക്കൊണ്ടുവരൂ."

"മറ്റേയാളിൽനിന്ന് അങ്ങേക്കെന്തെങ്കിലും വിവരം കിട്ടിയോ?"

"ഏത് ആൾ?"

"ഇവിടെയുണ്ടായിരുന്ന ബോണസ്യൂവിൽനിന്ന്."

"അയാളിൽനിന്നും കിട്ടാവുന്നതൊക്കെ കിട്ടിയിട്ടുണ്ട്; ഇനിമുതൽ സ്വന്തം ഭാര്യയുടെ കാര്യത്തിലും അയാൾ ചാരപ്പണി ചെയ്തോളും."

കർദിനാളിന്റെ ബുദ്ധിയിലുള്ള ഭയഭക്തി കാണിക്കാൻ റൊച്ചി ഫോർട്ട് തല കുമ്പിട്ടു. തുടർന്ന് മുറിവിടുകയും ചെയ്തു.

കർദിനാൾ വീണ്ടും മേശയ്ക്കരികിലിരുന്നു. ഒരു കത്തെഴുതി ഒട്ടിച്ച ശേഷം അതിന്മേൽ സ്വന്തം മുദ്രയടിച്ചു. ശേഷം വെള്ളിമണി ഒന്നുകൂടി യടിച്ചു. അങ്ങനെ നാലാം തവണയും ഓഫീസർ മുറിയിലെത്തി.

"വിട്രെയെ ഇങ്ങോട്ടു പറഞ്ഞയക്കൂ" കർദിനാൾ പറഞ്ഞു. "യാത്ര യ്ക്കുള്ള തയാറെടുപ്പുവേണമെന്നും പറഞ്ഞേക്കൂ."

കുറച്ചുനേരം കഴിഞ്ഞപ്പോൾത്തന്നെ വിട്രെ അവിടെയെത്തി. പൂർണമായ വേഷത്തിൽ.

"വിട്രെ, എത്രയുംവേഗം താൻ ലണ്ടനിലേക്കു പോകണം. ഇടയ് ക്കൊന്നും തങ്ങാതെവേണം പോകേണ്ടത്. ലണ്ടനിലെത്തിയാലുടനെ മിലഡിയെ ചെന്നുകണ്ട് ഈ കത്തുകൊടുക്കണം. ഇരുന്നൂറ് പിസ്റ്റലി നുള്ള ചെക്കിതിലുണ്ട്. അത് ഖജാൻജിയെ ഏൽപ്പിക്കണം. അയാളതു മാറി പണം തരുന്നതായിരിക്കും. കാര്യങ്ങൾ പൂർത്തിയാക്കി ആറുദിവസ ത്തിനകം താൻ മടങ്ങിവരികയാണെങ്കിൽ ഇരുന്നൂറു പിസ്റ്റലിനുള്ള മറ്റൊരു ചെക്ക് തനിക്കു ഞാൻ തരും."

കത്തും ചെക്കും വാങ്ങിയശേഷം വിട്രെ ലണ്ടനിലേക്കു പുറപ്പെട്ടു.

എഴുത്തിലുണ്ടായിരുന്നതിതാണ്:

മിലഡി,

ബക്കിംഗ്ഹാം പ്രഭു ഡാൻസ്ഹാൾ ഇനി സന്ദർശിക്കുമ്പോൾ അങ്ങോട്ടു ചെല്ലണം. പന്ത്രണ്ടു രത്നച്ചരടുകൾ അദ്ദേഹം ഉടുപ്പിൽ പിടി പ്പിച്ചിരിക്കും. അടുത്തുചെന്ന് രണ്ടെണ്ണം മുറിച്ചെടുക്കണം. അവ നിന്റെ കൈയിലെത്തിയാലുടനെ തൽക്ഷണം എന്നെ അറിയിക്കണം.

15

ന്യായാധിപന്മാരും പടയാളികളും

ആതോസ് വീട്ടിലേക്കു മടങ്ങിവരാത്തതിനെത്തുടർന്നുള്ള പിറ്റേ ദിവസംതന്നെ അക്കാര്യം ആർട്ഗ്നനും പോർത്തോസും ട്രിവീലിയെ അറിയിച്ചു. ആതോസിനെ അറസ്റ്റു ചെയ്തിരുന്നല്ലോ.

ആറമീസാകട്ടെ അഞ്ചുദിവസത്തെ അവധിക്ക് അപേക്ഷ കൊടുത്തിരുന്നു. കുടുംബസംബന്ധമായ കാര്യങ്ങളുടെ പേരിൽ അയാൾ അവിടെ നിന്നും പോകുകയും ചെയ്തു.

പടയാളികൾക്കെല്ലാം ട്രിവീലി ഒരു പിതാവിനെപ്പോലെയായിരുന്നു. പടയാളിയുടെ വേഷമുണ്ടെങ്കിൽ എത്ര നിസ്സാരക്കാരനായിരുന്ന ആളായാലും ഒരു കുടുംബാംഗത്തിനോടെന്നപോലെ ട്രിവീലി സഹായിക്കുമായിരുന്നു. അതിനാൽ ആതോസിനെ അറസ്റ്റു ചെയ്തുവെന്ന വാർത്ത കേട്ടപ്പോൾത്തന്നെ ന്യായാധിപന്റെ ഓഫീസിലേക്ക് വിവരങ്ങൾ അന്വേഷിക്കാൻ ചെന്നു. അന്വേഷണത്തിൽ, ആതോസിനെ താൽക്കാലികമായി ഈവിക്യൂ ജയിലിൽ പാർപ്പിച്ചിരിക്കുകയാണെന്ന് ട്രിവീലിയറിഞ്ഞു.

ബോണസ്യൂവിനെ ആദ്യം ചെയ്തതുപോലെ ആതോസിനെയും ചോദ്യം ചെയ്തിട്ടുണ്ടായിരുന്നു. ആതോസ് ബോണസ്യൂവിനെ കണ്ട രംഗം നാം ഓർക്കുന്നുണ്ടല്ലോ. താൻ ആർട്ഗ്നനല്ലെന്നും ആതോസാണെന്നും അയാൾ അപ്പോൾ പറഞ്ഞിരുന്നു. അതുവരെ ആതോസ് യാതൊന്നും പറഞ്ഞിരുന്നുമില്ല. ആർട്ഗ്നനെ പിടികൂടി അറസ്റ്റുചെയ്യുമെന്ന് ഭയന്നിട്ടാണ് അയാൾ ഒന്നും പറയാതിരുന്നത്. ആർട്ഗ്നനെക്കൊണ്ടുള്ള ആവശ്യം അവർക്ക് ധാരാളമുള്ളതാണല്ലോ.

ബോണസ്യൂവിനെയോ മാഡം ബോണസ്യൂവിനെയോ തനിക്കു പരിചയമില്ലെന്നും അയാൾ പ്രഖ്യാപിച്ചിരുന്നു. അവരോടു സംസാരിച്ചിട്ടു പോലുമില്ലന്നയാൾ പറഞ്ഞു. അന്നു രാത്രിയിൽ പത്തുമണിക്ക് ആർട്ഗ്

നന്റെ വീട്ടിൽ പോകുന്നതിനുമുമ്പ് താൻ ട്രിവീലിയുടെ വീട്ടിലാണ് ചെലവഴിച്ചിരുന്നതെന്നും അയാൾ പറഞ്ഞു. താൻ പറഞ്ഞതൊക്കെ നേരാണെന്ന് തെളിയിക്കാൻ ഇരുപതുസാക്ഷികളെ വേണമെങ്കിലും കൊടുക്കാൻ തയാറാണെന്നും ആതോസ് പറഞ്ഞു. ഡിലാട്രിമൗലി ഉൾപ്പെടെയുള്ള പ്രമുഖരായ സാക്ഷികളായിരിക്കും അവരെല്ലാമെന്നും അയാൾ പറഞ്ഞു.

ആതോസിന്റെ ഉറച്ചതും വ്യക്തമായതുമായ പ്രസ്താവന കേട്ടപ്പോൾ മജിസ്ട്രേറ്റ് അമ്പരന്നു. ബോണസ്യൂവിന്റെ മജിസ്ട്രേറ്റും അമ്പരന്നിരുന്നല്ലോ. എങ്ങനെയെങ്കിലും ആതോസിനെ കബളിപ്പിച്ചുവിടാനായിരുന്നു അയാൾ ആദ്യം ശ്രമിച്ചിരുന്നത്. കാരണം പടയാളികളും ഉദ്യോഗസ്ഥരും തമ്മിൽ എപ്പോഴും അന്ന് വൈരാഗ്യത്തിലായിരുന്നല്ലോ. പക്ഷേ ഡിലാട്രിമൗലിയും ട്രിവീലിയും ഒക്കെ ഉൾപ്പെടുന്ന ഒരു കാര്യമായ സ്ഥിതിക്ക് അതുവേണ്ടായെന്ന് മജിസ്ട്രേറ്റു തീരുമാനിച്ചു.

ആതോസിനെയും അപ്പോൾത്തന്നെ ചോദ്യം ചെയ്യാനായി അവിടെനിന്നും കൂട്ടിക്കൊണ്ടുപോയി. പക്ഷേ, നിർഭാഗ്യവശാൽ കർദിനാൾ അവിടെയുണ്ടായിരുന്നില്ല. ലൗവ്രിൽ രാജാവിനെക്കാണാൻ അദ്ദേഹം കൊട്ടാരത്തിൽ പോയിരുന്നു.

അതേസമയത്ത് ട്രിവീലിയും രാജാവിനെക്കാണാൻ പോയി. ആതോസിനെ ജയിലിൽക്കാണാനാകാത്തതിനാലാണ് അദ്ദേഹം അങ്ങോട്ടു പോയത്. പോരാളികളുടെ നേതാവെന്നനിലയിൽ ഏതുസമയത്തും രാജാവിനെക്കാണാൻ അദ്ദേഹത്തിനവകാശമുണ്ടായിരുന്നു.

രാജാവിന് രാജ്ഞിയോടു സ്നേഹമില്ലെന്ന കാര്യം കർദിനാളിനറിയാമായിരുന്നു. കെണിയൊരുക്കുന്ന കാര്യത്തിൽ പുരുഷന്മാരെക്കാൾ സ്ത്രീകളോടായിരുന്നു അദ്ദേഹത്തിനു ഭയവും. രാജ്ഞിക്ക് മാഡം ഷെവ്റ്യൂസുമായുണ്ടായിരുന്ന കൂട്ടുകെട്ടാണ് രാജാവിന്റെ സ്നേഹമില്ലായ്മയ്ക്കുള്ള കാരണങ്ങളിൽ ഒന്ന്. ഇംഗ്ലണ്ടുമായുള്ള സംഘർഷങ്ങൾ, സ്പാനിഷ് യുദ്ധങ്ങൾ, രാജ്യത്തെ സാമ്പത്തിക ബുദ്ധിമുട്ടുകൾ തുടങ്ങിയവയെക്കാൾ കൂടുതൽ വിഷമമാണ് ഈ രണ്ടുപേരും തമ്മിലുള്ള കൂട്ടുകെട്ട് രാജാവിനുണ്ടാക്കിയത്. രാഷ്ട്രീയമായ ചതികളിൽ മാത്രമല്ല, പ്രേമകാര്യങ്ങളിലും രാജ്ഞിയെ മാഡം ഷെവ്റ്യൂസ് സഹായിച്ചിരുന്നുവെന്ന കാര്യം രാജാവിന് ബോധ്യമായിരുന്നു.

മാഡം ഷെവ്റ്യൂസ് ടൂർസിലേക്കു നാടുകടത്തപ്പെട്ടതായിരുന്നു. പക്ഷേ, അവർ പാരീസിലേക്കു വന്നുവെന്നും പൊലീസിനെ കബളിപ്പിച്ച് അഞ്ചുദിവസം അവിടെ താമസിച്ചുവെന്നും കർദിനാൾ പറഞ്ഞപ്പോൾ രാജാവിനു ക്രോധം അടക്കാനായില്ല. ശുണ്ഠിക്കാരനും അവിശ്വസ്തനുമെങ്കിലും 'നീതിമാനായ ലൂയിസ്' 'ഭക്തനായ ലൂയിസ്' എന്നൊക്കെ താൻ അറിയപ്പെടണമെന്ന് അദ്ദേഹത്തിന് ആഗ്രഹമുണ്ടായിരുന്നു. ഭാവിതലമുറയിലെ ആളുകൾ ഒരാളിന്റെ പ്രവർത്തിയെ ആസ്ഥാനമാക്കിമാത്രം പ്രതികരിക്കുന്നതിനാൽ, അദ്ദേഹത്തിന് അത്തരം സൽപ്പേരുകൾ കിട്ടു

മെന്നുള്ള പ്രതീക്ഷയേ വേണ്ട.

പാരീസിലായിരുന്നപ്പോൾ തന്റെ രഹസ്യ ഏജന്റുകൾവഴി മാഡം ഷെവ്റ്യൂസ് രാജ്ഞിയുമായി ബന്ധപ്പെട്ടിരുന്ന വിവരം കർദിനാൾ പറഞ്ഞു. ഇവർക്കിടയിൽ ഒരു മധ്യവർത്തിയായിനിന്ന ആ സ്ത്രീയെക്കുറിച്ചും കർദിനാളറിഞ്ഞിരുന്നു. അവർ തമ്മിലുള്ള ബന്ധത്തിന്റെ എല്ലാവിധ ചുരുളുകളുമഴിക്കാൻ അവൾ മതിയായിരുന്നു. നാലുപൊലീസുകാർ അവളെ അറസ്റ്റുചെയ്യാനൊരുങ്ങിയ സമയത്താണ് ഒരു പോരാളി അനാവശ്യമായി ഇടപെടുകയും അവൾ രക്ഷപ്പെടുകയും ചെയ്തത്.

ഇതൊക്കെകേട്ടപ്പോൾ രാജാവിന്റെ കോപം കൂടുതൽ ആളിക്കത്തി. രാജ്ഞിയുടെ മുറിയിലേക്കു കോപത്തോടെ അദ്ദേഹം നടന്നു.

പക്ഷേ, ബക്കിംഗ്ഹാം പ്രഭുവിനെക്കുറിച്ചുള്ള ഒരു കാര്യവും കർദിനാൾ രാജാവിനോടു പറഞ്ഞതേയില്ല.

ആ സമയത്താണ് ട്രിവീലി അവിടെയെത്തിയത്; യാതൊരു വികാരപ്രകടനവും ആ മുഖത്തുണ്ടായിരുന്നില്ല. അവിടെ കർദിനാളിനും രാജാവിനുമിടയിൽ എന്താണു സംഭവിച്ചതെന്ന് അവരുടെ മുഖഭാവത്തിൽ നിന്നും ഊഹിച്ച ട്രിവീലി ഫെലിസ്ത്യരെ നേരിടുന്ന സാംസനെപ്പോലെ ശക്തി സംഭരിച്ചുനിന്നു.

രാജ്ഞിയുടെ മുറിതുറക്കാൻ വാതിലിൽ രാജാവു കൈവച്ച സമയത്താണ് ട്രിവീലി അവിടെയെത്തിയിരുന്നത്. ട്രിവീലി വരുന്നതുകണ്ടപ്പോൾ രാജാവ് തിരിഞ്ഞുനോക്കി.

"നിങ്ങൾ കൃത്യസമയത്തെത്തിയല്ലോ!" രാജാവ് പറഞ്ഞു. തനിക്കുണ്ടായിരുന്ന വികാരത്തെ മറച്ചുപിടിക്കാൻ രാജാവ് ഒത്തിരി പാടുപെട്ടു. രാജാവു വീണ്ടും പറഞ്ഞു: "നിങ്ങളുടെ പോരാളികളുടെ ചില നല്ല പെരുമാറ്റം ഞാൻ ഇപ്പോൾ കേട്ടതേയുള്ളൂ."

"അങ്ങയുടെ പൊലീസുകാരെക്കുറിച്ചും ന്യായാധിപന്മാരെക്കുറിച്ചും ചില നല്ല കാര്യങ്ങൾ ഞാനും കേട്ടു" ശാന്തനായി ട്രിവീലി പറഞ്ഞു.

"എന്താണ് നിങ്ങൾ പറഞ്ഞത്?" കുപിതനായിക്കൊണ്ട് രാജാവു ചോദിച്ചു.

"അതെല്ലാം ഞാൻ അങ്ങയോടു പറയാം....." അതേ ശാന്തതയിൽ ട്രിവീലി തുടർന്നു. "ഒരുസംഘം പൊലീസുകാർ. ഒരു വീട്ടിലേക്കു പാഞ്ഞുകയറി ഞങ്ങളുടെ പോരാളികളിൽ ഒരാളെ അറസ്റ്റുചെയ്തു. ആ പൊലീസുകാർ ശക്തരായവർതന്നെ. അവർക്ക് പോരാളികളോടെന്തായാലും വെറുപ്പുതന്നെ. തുടർന്ന് ആ പോരാളിയെ തെരുവിലൂടെ വലിച്ചിഴച്ചുകൊണ്ടുപോയി തുറുങ്കിലടച്ചു; നിയമമനുസരിച്ച് എന്നെപ്പോലും കാണിച്ചില്ല. വളരെ നല്ല പ്രകൃതക്കാരനായ ഒരു പോരാളിയാണ് അയാൾ. അങ്ങേക്കും അയാളെയറിയാം. ആ ആതോസ്."

"ആതോസ്" രാജാവ് പറഞ്ഞു. "എനിക്ക് ആ പേരറിയാം."

"ഒരു കാര്യംകൂടി ഞാനങ്ങയെ ഓർമപ്പെടുത്തിക്കോട്ടെ. കഴിഞ്ഞ ദിവസത്തെ ആ ഖേദകരമായ ബഹളത്തിനിടയിൽപ്പെട്ട ഒരാളായിരുന്നു

അയാൾ; കഹുസാക്കിനെ വല്ലാതെ മുറിവേൽപ്പിക്കാനുള്ള ആ ഭാഗ്യക്കേടുണ്ടായത് അയാൾക്കാണ്."

തുടർന്ന് ട്രിവീലി കർദിനാളിന്റെ നേരെ തിരിഞ്ഞുകൊണ്ടു പറഞ്ഞു: "കഹുസാക്കിന് പൂർണസുഖമായി അല്ലേ തിരുമേനീ?"

"അതെ. അന്വേഷിച്ചതിനു നന്ദി" അപ്പോൾ കർദിനാൾ പല്ലുകടിക്കുകയായിരുന്നു.

ട്രിവീലി തന്റെ കഥ വീണ്ടും പറഞ്ഞുതുടങ്ങി: "ഒരു സ്നേഹിതനെ സന്ദർശിക്കാൻ പോയതായിരുന്നു ആതോസ്. എസാർട്ട് കമ്പനിയിലെ ഒരാളിനെ. അയാൾ അവിടെയുണ്ടായിരുന്നില്ല. അതിനാൽ ആതോസ് ഒരു പുസ്തകവും വായിച്ചുകൊണ്ട് അയാളെ കാത്തിരുന്നു. ഏതാനും നിമിഷം കഴിഞ്ഞപ്പോൾ, ഒരുസംഘം പൊലീസുകാർ പാഞ്ഞുവന്നു. വാതിലുകൾ തകർത്ത് അവർ അകത്തുകയറി....."

സംഭവത്തിന്റെ ഈ ഭാഗമെത്തിയപ്പോൾ കർദിനാൾ രാജാവിന്റെ മുഖത്തേക്കു നോക്കിക്കൊണ്ട് ഒരു ആംഗ്യം കാണിച്ചു; താൻ നേരത്തെ പറഞ്ഞതിന്റെ ഒരു ഭാഗമാണത് എന്നയർഥത്തിൽ.

"അതിനെപ്പറ്റിയൊക്കെ ഞങ്ങൾക്കറിയാം" രാജാവു പറഞ്ഞു. "ഞങ്ങൾ പറഞ്ഞതനുസരിച്ചു തന്നെയാണ് അവരതുചെയ്തത്."

"അങ്ങു പറഞ്ഞതനുസരിച്ച് നിഷ്കളങ്കനായ ഒരാളിനെ അറസ്റ്റുചെയ്യുക. രണ്ടു ഭടന്മാരുടെ ഇടയിലൂടെ കുറ്റവാളിയെപ്പോലെ നടത്തിക്കൊണ്ടുപോകുക; തെരുവിലൂടെ വലിച്ചിഴയ്ക്കുക. അങ്ങേക്കുവേണ്ടി എത്രതവണയാണ് അയാൾ രക്തം ചിന്തിയത്? അങ്ങേക്കുവേണ്ടി ഇനിയും രക്തം ചിന്താൻ അയാൾ തയാറുമാണ്...."

"ഇങ്ങനെയൊക്കെയാണോ യഥാർഥത്തിൽ കാര്യങ്ങൾ നടന്നത്?" രാജാവ് ചോദിച്ചു.

കർദിനാൾ അപ്പോൾ ഇടപെട്ടു. "ഈ സംഭവത്തിന് ഒരുമണിക്കൂർ മുമ്പ് നിഷ്കളങ്കനായ ഈ പോരാളി നാലു പൊലീസുകാരെ ആക്രമിച്ച കഥ നിങ്ങൾ പറഞ്ഞില്ലല്ലോ. എന്റെ കൽപ്പനപ്രകാരം ഒരു രഹസ്യാന്വേഷണം നടത്തുകയായിരുന്നു അവർ."

"ഇതു തെളിയിക്കാൻ ഞാൻ അങ്ങയെ വെല്ലുവിളിക്കുന്നു" ട്രിവീലി പറഞ്ഞു. "കാരണം ആ സത്സ്വഭാവിയായ ആതോസ് അന്ന് സായാഹ്നത്തിൽ എന്നോടൊപ്പം വീട്ടിലുണ്ടായിരുന്നു. അറസ്റ്റുചെയ്യുന്നതിന് ഒരു മണിക്കൂർ മുമ്പ് അയാൾ എന്റെ സ്വീകരണമുറിയിലായിരുന്നു. മറ്റതിഥികളായ ട്രിമോയിലിയും ചാലസും അപ്പോൾ എന്റെ വീട്ടിൽ അയാളോടൊപ്പമുണ്ടായിരുന്നു."

രാജാവ് കർദിനാളിനെ നോക്കി.

"ഒരു ഔദ്യോഗികറിപ്പോർട്ടിന് നിയമസാധുതയുണ്ട്" രാജാവിന്റെ മൗനമായ ചോദ്യത്തിനുത്തരമായി കർദിനാൾ പറഞ്ഞു. "മുറിവേറ്റവർ ഒരു റിപ്പോർട്ടു തയാറാക്കിയിട്ടുണ്ട്."

"ഒരു യോദ്ധാവിന്റെ മാന്യമായ വാക്ക് പൊലീസിന്റെ വാക്കിനെ

ക്കാൾ ചെറുതാണോ?" ട്രിവീലി ധിക്കാരഭാവത്തിൽ ചോദിച്ചു.

"അതെ. അങ്ങനെയും വരും" രാജാവു പറഞ്ഞു.

"എന്റെ പോരാളികളിലൊരുവൻ നിയമവിരുദ്ധമായി എന്തെങ്കിലും ചെയ്തെന്ന് അങ്ങേക്കു സംശയമുണ്ടെങ്കിൽ, അതന്വേഷിക്കാൻ ഞാൻ അങ്ങയോടപേക്ഷിക്കുന്നു.... കാരണം അങ്ങയുടെ നീതിബോധത്തിൽ എനിക്കു നല്ല വിശ്വാസമുണ്ട്" ട്രിവീലി പറഞ്ഞു.

കർദിനാൾ ഇടപെട്ടുകൊണ്ടു പറഞ്ഞു: "നിങ്ങളുടെ പോരാളികളുടെ ബേണിൽനിന്നും വന്ന ഒരു സ്നേഹിതനായിരുന്നു ആ മുറികളിൽ താമസിച്ചിരുന്നത്."

"ആർട്ഗ്നനെക്കുറിച്ചാണോ അങ്ങു പറയുന്നത്?"

"നിങ്ങൾ പ്രത്യേക താൽപ്പര്യം കൊടുക്കുന്ന ആ യുവാവിനെക്കുറിച്ചാണ് ഞാൻ പറയുന്നത്."

"അതെ. അയാൾ തന്നെയാണ് ആർട്ഗ്നൻ.... പക്ഷേ അയാൾ അന്ന് വൈകുന്നേരത്ത് എന്റെ വീട്ടിലുണ്ടായിരുന്നല്ലോ" ട്രിവീലി പറഞ്ഞു.

"കേട്ടിടത്തോളം അന്നു സായാഹ്നത്തിൽ ആ നാട്ടിലെ എല്ലാപേരും നിങ്ങളുടെ വീട്ടിലുണ്ടായിരുന്നെന്നു തോന്നുന്നു."

"എന്റെ വാക്കുകളെ അങ്ങേക്ക് വിശ്വാസമാകുന്നില്ലേ?" ഇതു ചോദിക്കുമ്പോൾ ട്രിവീലിയുടെ മുഖം രോഷംകൊണ്ട് ചുവന്നിരുന്നു.

"തീർച്ചയായും ഇല്ല" കർദിനാൾ പറഞ്ഞു. "എപ്പോഴാണ് ആർട്ഗ്നൻ അവിടെയുണ്ടായിരുന്നതെന്നു പറഞ്ഞാൽ മതി."

"സമയം ഞാൻ കൃത്യമായിത്തന്നെ പറയാം; അയാൾ മുറിയിൽ വന്നപ്പോൾ ഞാൻ സമയം നോക്കിയിരുന്നു. സമയം കൂടുതലായിരുന്നെന്നാണ് ഞാൻ വിചാരിച്ചിരുന്നത്. പക്ഷേ, അപ്പോൾ സമയം എട്ടു മുപ്പതേ ആയിരുന്നുള്ളൂ" ട്രിവീലി പറഞ്ഞു.

"എപ്പോഴാണ് അയാൾ അവിടെനിന്നും പോയതെന്നു പറയാമോ?"

"പത്തരയ്ക്കുശേഷം. ആ സംഭവം കഴിഞ്ഞിട്ടപ്പോൾ ഒരുമണിക്കൂർ കഴിഞ്ഞിരുന്നു" ട്രിവീലി പറഞ്ഞു.

"എന്തായാലും റ്യൂഡിസ്ഫോസൊയേഴ്സിലെ ആ വീട്ടിൽനിന്നും ആതോസിനെ അറസ്റ്റു ചെയ്തെന്നത് ഇപ്പോഴും ശരിയാണ്" കർദിനാൾ പറഞ്ഞു. ട്രിവീലിയുടെ സത്യസന്ധമായ മറുപടിയെ ചോദ്യം ചെയ്യാൻ അദ്ദേഹത്തിനായില്ല.

"സ്നേഹിതന്മാർ പരസ്പരം കാണുന്നതു വിലക്കുന്ന നിയമങ്ങൾ ഒന്നുമില്ലല്ലോ. എസാർട്ട് കമ്പനിയിലെ പടയാളികളുമായി എന്റെ പോരാളികൾക്ക് കൂട്ടുകൂടരുതെന്നുണ്ടോ?" ട്രിവീലി ചോദിച്ചു.

"ഉണ്ട്. പൊലീസിന്റെ സംശയത്തിൽപ്പെട്ട വീട്ടിലാണെങ്കിൽ."

"ഒരുപക്ഷേ നിങ്ങളറിഞ്ഞുകാണില്ല" രാജാവു പറഞ്ഞു. "അത് പൊലീസിന്റെ നോട്ടത്തിൽപ്പെട്ട വീടായിരുന്നു."

"ഇല്ല. ഞാനതറിഞ്ഞിരുന്നില്ല. ആ വീടിന്റെ കൂടുതൽ ഭാഗവും

പൊലീസിന്റെ നിരീക്ഷണത്തിലാണെങ്കിലും ആർട്ഗ്നൻ താമസിക്കുന്ന ഭാഗം അങ്ങനെയാവില്ലെന്ന് എനിക്കറിയാം. കാരണം അയാൾ അത്ര മാത്രം അങ്ങയോടു വിശ്വസ്തതയുള്ളയാളാണ്; കർദിനാളിന്റെ നല്ലൊരു ആരാധകനും."

"അന്നൊരിക്കൽ കാർമീസ് മഠത്തിനരികിൽ വച്ചുണ്ടായ ലഹളയിൽ ജൂസക്കിനെ മുറിവേൽപ്പിച്ചത് ആർട്ഗ്നനല്ലേ?" രാജാവ് കർദിനാളിനോടു ചോദിച്ചു. തന്റെ ജാള്യത മറയ്ക്കാൻ കർദിനാളിനായില്ല.

"അതെ തിരുമേനി. പിറ്റേന്ന് ബർണജോക്സിനെയും മുറിവേൽപ്പിച്ചു. അങ്ങേക്കെന്തായാലും നല്ല ഓർമയുണ്ട്."

"ഇക്കാര്യം നാം വളരെയേറെ ചർച്ച ചെയ്തതാണ്" രാജാവു പറഞ്ഞു. "ഇനി നമ്മൾ എന്താണ് ചെയ്യേണ്ടത്?" രാജാവ് ചോദിച്ചു.

"അക്കാര്യം തീരുമാനിക്കേണ്ടത് അങ്ങാണ്" കർദിനാൾ പറഞ്ഞു. "എന്റെ അഭിപ്രായമിതാണ്. ആ പടയാളി ശരിക്കും കുറ്റം ചെയ്തിരിക്കുകയാണ്."

"ഞാനതു പറയില്ല.... അയാൾ നിഷ്കളങ്കനാണ്" ട്രിവീലി പറഞ്ഞു. "നിങ്ങൾക്ക് കോടതിയും ജഡ്ജിയും ഉണ്ടല്ലോ അവർ തീരുമാനിക്കട്ടെ."

"അതു ശരിയാണ്. നമുക്ക് ഇക്കാര്യം നിയമത്തിനു മുമ്പിൽ വിട്ടുകൊടുക്കാം." രാജാവു പറഞ്ഞു.

"പക്ഷേ കുറ്റക്കാരനല്ലാത്ത ഒരാൾ നിർഭാഗ്യകരമായ അവസ്ഥയിൽ വീണുപോകുന്നത് വാസ്തവത്തിൽ ദുഃഖകരമാണ്." ട്രിവീലി തുടർന്നു പറഞ്ഞു: "ഞങ്ങളുടെ പടയാളികളിൽ ഒരാളെ ചെയ്യാത്ത തെറ്റിന് പിടികൂടുകയും അയാൾക്ക് വ്യക്തമല്ലാത്ത ചില രാഷ്ട്രീയക്കുറ്റങ്ങളുടെ പേരിൽ ചോദ്യം ചെയ്യുകയെന്നത് പടയാളിസമൂഹത്തിനു മുഴുവൻ നാണക്കേടാണ്."

പെട്ടെന്നാണ് ട്രിവീലി ഇതു പറഞ്ഞതെങ്കിലും ഒരു പൊട്ടിത്തെറിക്കുള്ള തീ കത്താൻ പോന്നതായിരുന്നു.

"രാഷ്ട്രീയക്കുറ്റമോ?" രാജാവ് ചോദിച്ചു. "അവയെപ്പറ്റി നിങ്ങൾക്കെന്തെങ്കിലും അറിയാമോ? ഞാനൊന്നു പറഞ്ഞോട്ടെ. നിങ്ങൾ പോരാളികളുടെ കാര്യങ്ങൾ മാത്രം നോക്കിയാൽ മതി. മറ്റുകാര്യങ്ങളിലൊന്നും തലകൊണ്ടുവയ്ക്കേണ്ട. നിങ്ങളുടെ പോരാളികളിൽ ഒരുത്തനെ അറസ്റ്റുചെയ്താൽ രാജ്യം മുഴുവൻ ഒരു യുദ്ധത്തിലേക്കകപ്പെടുമെന്നാണോ നിങ്ങൾ കരുതിയത്. അല്ലെങ്കിൽത്തന്നെ ഈ ഒച്ചയൊക്കെ ഒരു പാവം പോരാളിയെപ്പറ്റിയാണ്. ഞാനൊന്നുകൂടി പറഞ്ഞോട്ടെ. ഞാനവയിൽ പത്തുപേരെ അറസ്റ്റുചെയ്യുകയാണ്. അതല്ലെങ്കിൽ ഒരു നൂറുപേരെ. അതുമല്ലെങ്കിൽ ആ കമ്പനിയിൽ ഉള്ള സർവപോരാളികളെയും. ഒരുത്തരും ഇതിലിടപെടില്ല...."

"രാജാവിന് സംശയം തോന്നിയാൽപ്പിന്നെ പോരാളികളെല്ലാം കുറ്റക്കാരാണല്ലോ" ട്രിവീലി പറഞ്ഞു. "ഞാൻ അങ്ങയോടൊന്നു പറയട്ടെ. അങ്ങ് എന്റെ രാജിക്കത്ത് ഒന്നു സ്വീകരിക്കണം. അതാണ് നല്ലതെന്നു

തോന്നുന്നു. കർദിനാൾ എന്റെ പോരാളികളെ കുറ്റക്കാരായി കാണുകയാണ്. എന്നെക്കൂടിയേ ഇനി കുറ്റപ്പെടുത്താനുള്ളൂ. അതിനിനി താമസമില്ല. അതിനാൽ എല്ലാക്കാര്യങ്ങളും മുൻകൂട്ടിക്കണ്ട് ജയിലിലേക്കു പോകാൻ തന്നെ ഞാൻ ആഗ്രഹിക്കുകയാണ്. ആതോസ് അവിടെ എത്തിക്കഴിഞ്ഞിട്ടുണ്ടല്ലോ. അയാളുടെ സഹായം എനിക്കു ലഭിക്കും. ഒരുപക്ഷേ ആർട്ഗ്നനും അവിടെയെത്തിയേക്കും. ഒന്നോ രണ്ടോ ദിവസത്തിനകം അയാളെയും പിടികൂടിയേക്കും."

"മതി മതി....." രാജാവ് പറഞ്ഞു. "അല്ലെങ്കിലും ഗാസ്കന്മാർ വായാടികളാണ്."

"സർ, എനിക്ക് ഒരു കാര്യം അങ്ങയോടു പറയണം" ട്രിവീലി പറഞ്ഞു. "ഒന്നുകിൽ എന്റെ പോരാളിയെ തടവറയിൽനിന്നും മോചിപ്പിക്കണം. അല്ലാത്തപക്ഷം അയാളെ വിചാരണചെയ്യാനായി കോടതിയിൽ വിടണം."

"അയാൾ വിചാരണ ചെയ്യപ്പെടും" കർദിനാൾ പറഞ്ഞു.

"കൊള്ളാം വളരെക്കൊള്ളാം. അങ്ങനെയെങ്കിൽ അദ്ദേഹത്തിനു വേണ്ടി കോടതിയിൽ വാദിക്കാൻ അങ്ങ് എന്നെ അനുവദിക്കണം."

അവർ തമ്മിൽ ഒരു കലാപമുണ്ടാകുമോയെന്ന് രാജാവ് യഥാർഥത്തിൽ ഭയപ്പെട്ടു. കാര്യങ്ങൾ ഒന്നു തണുപ്പിക്കാനായി രാജാവു പറഞ്ഞു:

"തിരുമേനിക്ക് വ്യക്തിപരമായ കാര്യങ്ങൾ ഒന്നുമില്ലെങ്കിൽ...."

കർദിനാളിന് മനസിലായി കാര്യങ്ങളുടെ കിടപ്പ്. അദ്ദേഹം ഉടനെ പറഞ്ഞു: "ക്ഷമിക്കണം സർ. ഇക്കാര്യത്തിൽ ഞാൻ വൈരാഗ്യംവച്ച് പെരുമാറുകയാണെന്ന് അങ്ങേക്ക് ഏതെങ്കിലും വിധത്തിൽ തോന്നിയിട്ടുണ്ടെങ്കിൽ ഞാൻ അയാളുടെ പേരിൽ കൊണ്ടുവന്നിട്ടുള്ള ആരോപണം പിൻവലിക്കാൻ തയാറാണ്."

"നിങ്ങളുടെ പിതാവിന്റെ ഓർമയെപ്പിടിച്ച് സത്യം ചെയ്യാമോ, ഈ ബഹളം നടന്ന സമയത്ത് ആതോസ് നിങ്ങളുടെ വീട്ടിലുണ്ടായിരുന്നില്ലെന്ന്" രാജാവ് ചോദിച്ചു.

"എന്റെ പിതാവിന്റെ പേരിലും ഞാൻ ഈ ലോകത്തിൽ ഏറ്റവും അധികം സ്നേഹബഹുമാനങ്ങൾ നൽകുന്ന അങ്ങയുടെ പേരിലും ഞാൻ അക്കാര്യം സത്യം ചെയ്യുന്നു."

കർദിനാൾ ഇടയ്ക്കു കയറിപ്പറഞ്ഞു: "ഒരു കാര്യം മറക്കരുത്. വിചാരണകൂടാതെ ആ തടവുപുള്ളിയെ പുറത്തുവിടുകയാണെങ്കിൽ സത്യം കണ്ടെത്താൻ ഒരിക്കലും നമുക്ക് കഴിഞ്ഞില്ലെന്നു വരും."

"ആതോസിനെ എപ്പോൾ വേണമെങ്കിലും കിട്ടും" ട്രിവീലി പറഞ്ഞു. "ഞാനതിനു വാക്കുതരാം. അയാളെങ്ങും ഓടിപ്പോകുകയില്ല. ചോദ്യം ചെയ്യണമെങ്കിൽ എപ്പോൾ വിളിച്ചാലും മതി. അയാൾ വരും."

"അയാളെങ്ങും പൊയ്ക്കളയില്ലെന്ന് എനിക്ക് ഉറപ്പുണ്ട്" രാജാവ് പറഞ്ഞു. "ട്രിവീലി പറഞ്ഞതുപോലെ ഏതുസമയത്തും നമുക്ക് അയാളെ പിടികൂടാം. മാത്രമല്ല ഇക്കാര്യത്തിൽ നമുക്ക് തെല്ലുമയത്തിലൊന്നു

പെരുമാറാം."

തെല്ലു നയത്തെപ്പറ്റിയുള്ള രാജാവിന്റെ അഭിപ്രായം കേട്ടപ്പോൾ കർദിനാളിന് ചിരിയാണ് വന്നത്.

"എങ്കിൽ തടവുപുള്ളിയെ മോചിപ്പിക്കൂ സർ" അദ്ദേഹം പറഞ്ഞു. "അങ്ങേക്ക് ക്ഷമിക്കുവാനുള്ള അവകാശമുള്ളതാണല്ലോ."

"തെറ്റുകാരനാണെങ്കിലല്ലേ ക്ഷമയുടെ ആവശ്യം വരുന്നുള്ളൂ" ട്രിവീലി പറഞ്ഞു. ട്രിവീലി പറയേണ്ടതുതന്നെയാണ് പറഞ്ഞത്. അയാൾ തുടർന്നു പറഞ്ഞു: "എന്റെ പോരാളി നിഷ്കളങ്കനാണ് സർ. അയാളെ മോചിപ്പിക്കുന്നത് നീതിയുടെ കാര്യമാണ്. അല്ലാതെ ക്ഷമയുടേതല്ല."

"അയാൾ ഇവിക്യൂ ജയിലിലാണല്ലേ?" രാജാവ് ചോദിച്ചു.

"അതെ സർ. ഗുഹയിൽ കുറ്റവാളിയെപ്പോലെ ഏകാന്തതടവറയിലാക്കിയിരിക്കുകയാണ്."

"ഇനി ഞാനെന്തു ചെയ്യണം....." രാജാവ് മന്ത്രിച്ചു.

"അയാളെ മോചിപ്പിക്കാനുള്ള കൽപ്പനയിറക്കണം. അതാണ് ശരിയായ രീതി" കർദിനാൾ പറഞ്ഞു. "ട്രിവീലിയുടെ വാക്ക് അങ്ങയുടേതുപോലെ തന്നെ ഞാൻ കണക്കാക്കുന്നു."

ട്രിവീലി ബഹുമാനപൂർവം തലകുനിച്ചു. താൻ വിജയിക്കുന്നതിലുള്ള ആനന്ദം ആ മുഖത്ത് സ്ഫുരിച്ചിരുന്നു; ഒപ്പം തെല്ല് ഉൽക്കണ്ഠയും.

ആതോസിന് മോചിപ്പിക്കാനുള്ള കൽപ്പനയിൽ രാജാവ് ഒപ്പുവച്ചു. ട്രിവീലി അതു വാങ്ങിച്ചു; അതു വേഗം നടപ്പിലാക്കാനായിട്ട്.

ട്രിവീലി മുറിവിടാനൊരുങ്ങിയപ്പോൾ, കർദിനാൾ അയാളെ നോക്കി പുഞ്ചിരിതൂകി. തുടർന്നു രാജാവിനോടു പറഞ്ഞു: "ഉദ്യോഗസ്ഥരും പോരാളികളും തമ്മിൽ നല്ല ബന്ധം നിലനിൽക്കുന്നുണ്ടെന്ന് ഞാൻ കാണുന്നു. ഇതു നല്ല കാര്യമാണ്. നമുക്കെല്ലാവർക്കും അതിൽ അഭിമാനവുമുണ്ട്."

'ഇന്നുമുതൽ അയാളെനിക്ക് ചതിപണിയും' എന്നു വിചാരിച്ചുകൊണ്ട് ട്രിവീലി കൊട്ടാരം വിട്ടു. അയാൾ വീണ്ടും ചിന്തിച്ചു: 'ഇത്തരക്കാരോടു ഒരു അവസാനവാക്കു പറഞ്ഞൊപ്പിക്കുന്നതും പ്രയാസമാണ്. രാജാവ് ഏതുനിമിഷമാണ് തന്റെ മനസു മാറ്റുന്നതെന്നറിയില്ല. എന്തായാലും ഒരു കാര്യമെങ്കിലും ഞാൻ നേടി. ഒരു തടവുപുള്ളിയെ തടവറയിൽ സൂക്ഷിക്കുന്നതിനേക്കാൾ പ്രയാസമാണ് മോചിതനായ ഒരാളിനെ അവിടെ തിരിച്ചെത്തിക്കുന്നത്."

വിജയശ്രീലാളിതനായി ട്രിവീലി ഇവിക്യൂ ജയിലിലെത്തി, ആതോസിനെ മോചിപ്പിച്ചു.

തുടർന്ന് അദ്ദേഹം ആർട്ഗ്നനെപ്പോയിക്കണ്ടു. അദ്ദേഹം അവനോടു പറഞ്ഞു: "നിങ്ങൾ കഷ്ടിച്ചാണ് രക്ഷപ്പെട്ടത്. ജൂസക്കിനു മുറിവേൽപ്പിച്ചതിന് ശിക്ഷകിട്ടേണ്ടതായിരുന്നു. പിന്നെ ബർണജോക്സിനെ മുറിവേൽപ്പിച്ചതിനും....."

കർദിനാളിനെ ട്രിവീലി അവിശ്വസിച്ചത് ന്യായമായ കാര്യമായിരുന്നു.

കൂടുതൽ പ്രശ്നങ്ങൾ ഉണ്ടാകുമെന്ന് പ്രതീക്ഷിച്ചതും ന്യായമായ കാര്യമായിരുന്നു. കാരണം ട്രിവീലി കൊട്ടാരംവിട്ട് പുറത്തിറങ്ങേണ്ട താമസം കർദിനാൾ രാജാവിനോടു ഇങ്ങനെ പറയുന്നത് ട്രിവീലി കേട്ടിരുന്നു: "നമ്മൾ ഇനി തനിച്ചല്ലേ. ഇനി നമുക്ക് ഗൗരവമായി സംസാരിക്കാം. ബക്കിംഗ്ഹാം പ്രഭു അഞ്ചുദിവസം മുമ്പാണ് പാരീസിൽ വന്നത്. ഇന്നു രാവിലെയാണ് ഇവിടെനിന്നും പോയത്.

16

ചാൻസലർ സെഗ്യൂർ താൻ ചെറുപ്പത്തി ലടിച്ച പള്ളിമണി അന്വേഷിക്കുന്നു

കർദിനാളിന്റെ വാക്കുകൾ രാജാവിനുണ്ടാക്കിയ ഫലം വിവരിക്കുക തികച്ചും അസാധ്യമായിരുന്നു. അദ്ദേഹത്തിന്റെ മുഖം ആദ്യം ചുവന്നു. തുടർന്ന് വിളറി വെളുത്തു. നഷ്ടപ്പെട്ടതെല്ലാം താൻ വീണ്ടെടുത്തുവെന്ന് പ്രഥമ വീക്ഷണത്തിൽത്തന്നെ കർദിനാളിനു മനസിലായി.

"ബക്കിംഗ്ഹാം പാരീസിൽ?" രാജാവ് അലറി. "അയാൾ എന്താണ് അവിടെ ചെയ്യുന്നത്?"

"ഗൂഹിൻകാരും സ്പെയിൻകാരുമായ അങ്ങയുടെ ശത്രുക്കളോടൊപ്പം ചാരപ്രവൃത്തിയിലേർപ്പെട്ടിരിക്കാം."

"അല്ല! എന്നെ അപമാനിക്കാൻവേണ്ടി ഷെവ്റ്യൂസും കൂട്ടുകാരുമായി ചാരപ്രവൃത്തിയിലേർപ്പെട്ടിരിക്കാനാണ് സാധ്യത."

"അല്ല സർ! അവൾ ബുദ്ധിയുള്ളവളാണ്. മാത്രമല്ല അങ്ങയോടു കൂറുള്ളവളുമാണ്."

"സ്ത്രീകൾ അബലകളാണ്" രാജാവു പറഞ്ഞു. "അവർക്കെന്നോടുള്ള വിശ്വസ്തതയെപ്പറ്റിയുള്ള കാര്യമാണെങ്കിൽ അക്കാര്യത്തെക്കുറിച്ച് എനിക്കു പ്രത്യേക അഭിപ്രായം തന്നെയുണ്ട്."

"പക്ഷേ എനിക്കിപ്പോഴും എന്റെ അഭിപ്രായത്തിൽനിന്നും മാറാൻ കഴിയില്ല; തികച്ചും രാഷ്ട്രീയ കാര്യത്തിനായിട്ടുതന്നെയാണ് ബക്കിംഗ്ഹാം പാരീസിൽ വന്നതെന്ന് ഞാൻ ഉറച്ചു വിശ്വസിക്കുന്നു."

"മറ്റേതോ കാര്യത്തിനാണ് വന്നതെന്നതെന്നാണ് എന്റെ അഭിപ്രായം.... രാജ്ഞി കുറ്റക്കാരിയെങ്കിൽ, അതിന്റെ ഫലം അവൾതന്നെ അനുഭവിക്കേണ്ടിവരും."

"പക്ഷേ ആ വിധത്തിൽ ഒരുനിമിഷത്തേക്കുപോലും ചിന്തിക്കുവാൻ എനിക്കു പറ്റില്ല" കർദിനാൾ പറഞ്ഞു. "പക്ഷേ അത് അങ്ങുപറയു

മ്പോൾ അതിലെന്തോ സത്യമുണ്ടെന്ന് വിചാരിക്കാതിരിക്കാനും വയ്യ. അങ്ങ് ആവശ്യപ്പെട്ടതനുസരിച്ച് ഞാൻ പലതവണ ചോദ്യം ചെയ്തപ്പോൾ മാഡം ഡിലാനോയി പറഞ്ഞ കാര്യം ഞാനിപ്പോൾ ഓർക്കുകയാണ്. ഇന്നലെ രാത്രി രാജ്ഞി വളരെ അധികം നേരത്തേക്ക് ഉറങ്ങാതിരുന്നുവത്രേ. ഇന്നു രാവിലെയാകട്ടെ വളരെ നേരമിരുന്നു കരഞ്ഞുപോലും. അതിനുശേഷം മേശയ്ക്കരികിലിരുന്ന് എന്തോ എഴുതിക്കൊണ്ടിരുന്നു."

"എന്തായാലും അവൾ അയാൾക്കാകണം കത്തെഴുതിയിരുന്നത്. ആ എഴുത്തുകളൊക്കെ എത്രയും വേഗം കണ്ടുപിടിക്കണമല്ലോ."

"പക്ഷേ അതെങ്ങനെ കണ്ടുപിടിക്കും. അല്ലെങ്കിൽത്തന്നെ അവയൊക്കെ വായിക്കാനുള്ള അവകാശം നമുക്കുണ്ടെന്നു തോന്നുന്നില്ല."

"മാർഷൽ ആൻക്രിയയുടെ ഭാര്യയുടെ കാര്യത്തിൽ അതെങ്ങനെ ചെയ്തുവെന്ന് ഓർമയില്ലേ?" രാജാവിന് കോപമാണുണ്ടായത്. "ഓർമയില്ലെങ്കിൽ ഞാൻ പറഞ്ഞുതരാം. ആദ്യം അവളുടെ വീടു പരിശോധിച്ചു. പിന്നെ അവളുടെ ശരീരംതന്നെ പരിശോധിക്കേണ്ടിവന്നു."

"മാർഷൽ ആൻക്രിയയുടെ ഭാര്യ ഒരു ഫ്ളോറൻസുകാരിയായിരുന്നല്ലോ. എന്നാൽ അങ്ങയുടെ ഭാര്യയോ? ആസ്ട്രിയായിലെ ആനിയാണ്! ഫ്രാൻസിലെ രാജ്ഞി!"

"പക്ഷേ ആ സ്ഥാനം അവളെ കൂടുതൽ മോശമാക്കുന്നതേയുള്ളൂ" രാജാവു പറഞ്ഞു. "സ്ഥാനത്തിന്റെ നിലവാരം കൂടുന്നതനുസരിച്ച് പെരുമാറ്റത്തിലും നിലവാരം കൂടേണ്ടതുണ്ട്. എന്തായാലും, വൃത്തിഹീനമായ രാഷ്ട്രീയ ഇടപെടലുകളും രഹസ്യമായ പ്രേമബന്ധങ്ങളും ഒക്കെ അവസാനിപ്പിച്ചാലേ പറ്റൂ. ഞാനതു തീരുമാനിച്ചിട്ടുണ്ട്. അവളുടെ സഹായിയായി ഒരു ലാപോർട്ടിയുണ്ട്....."

"അതെ. അയാളാണ് ഇക്കാര്യത്തിലെ പ്രധാന മധ്യവർത്തിയെന്ന് ഞാൻ തെളിച്ചുപറയുകയാണ്."

"അപ്പോൾ രാജ്ഞി എന്നെ ചതിക്കുകയാണെന്ന കാര്യത്തിൽ നിങ്ങളും സമ്മതിക്കുകയാണോ?" രാജാവ് ചോദിച്ചു.

"നേരത്തെ പറഞ്ഞകാര്യം ഒരിക്കൽക്കൂടി പറഞ്ഞെന്നേയുള്ളൂ. എന്തായാലും അങ്ങേക്കെതിരായി രാജ്ഞി ഒരു കെണികെട്ടുകയാണ്. രാഷ്ട്രീയമായതാണ്; വിശ്വസ്തതയുടെ കാര്യത്തിലല്ല."

"പക്ഷേ, എനിക്കു തോന്നുന്നത് അവൾ കെണിയൊരുക്കുന്നത് രണ്ടു കാര്യത്തിലുമായിട്ടാണെന്നാണ്. അവൾ എന്നെ സ്നേഹിക്കുന്നില്ല, ആ കുപ്രസിദ്ധനായ ബക്കിംഗ്ഹാമിനോടാണ് അവൾക്കിഷ്ടം. അയാൾ പാരീസിലായിരുന്നപ്പോൾ നിങ്ങൾ അയാളെ അറസ്റ്റു ചെയ്യാതിരുന്നത് എന്തുകൊണ്ടാണ്?"

"ചാൾസ് ഒന്നാമന്റെ പ്രധാനമന്ത്രിയല്ലേ അയാൾ. അയാളെ അപ്പോൾ എനിക്ക് അറസ്റ്റുചെയ്യാനാവില്ല. അതുണ്ടാക്കുന്ന പരദൂഷണം ഒന്നാലോചിച്ചു നോക്കൂ. അങ്ങു സംശയിക്കുന്ന കാര്യങ്ങൾ ശരിയാണെ

ന്നുവരികിൽ - എനിക്ക് അക്കാര്യത്തിൽ യാതൊരു വിശ്വാസവുമില്ല - കാര്യങ്ങൾ എന്തുമാത്രം അപഹാസ്യമായിട്ടാവും മാറുന്നത്."

"പക്ഷേ, അയാൾ ഒരു കള്ളനെപ്പോലെ പാരീസിൽ വരികയും രഹസ്യമായി അവിടെ താമസിച്ചുപോരുകയും ചെയ്ത സ്ഥിതിക്ക്....." രാജാവ് പറയാനുദ്ദേശിച്ചത് പൂർത്തിയാക്കിയില്ല; ഉള്ളിൽത്തോന്നിയ ഭയംകൊണ്ടായിരുന്നു അത്. റിച്ചിലൂവ് രാജാവ് പറഞ്ഞ വാക്യം ചാഞ്ഞുനിന്നു കേൾക്കാൻ ശ്രമിച്ചു.

"ഞാൻ എന്തു ചെയ്യണമായിരുന്നു?"

"ഒന്നുമില്ല. ഒന്നുമില്ല" രാജാവു പറഞ്ഞു. "പക്ഷേ അയാൾ പാരീസിൽ ഉണ്ടായിരുന്നിടത്തോളംകാലം നിങ്ങൾ അയാളെ നിരീക്ഷിച്ചിരുന്നു; അല്ലേ?"

"അതേ സർ."

"എവിടെയാണയാൾ താമസിച്ചിരുന്നത്?"

"ഡി ലാഹാർപ്പി 75-ാം നമ്പരിൽ."

"എവിടെയാണത്?"

"ലക്സംബർഗിനരികിൽ."

"രാജ്ഞിയും അയാളും തമ്മിൽ കണ്ടില്ലെന്നുള്ളത് ഉറപ്പാണോ?"

"അത്തരം വിഡ്ഢിത്തം ചെയ്യാൻപോന്ന ബുദ്ധിയില്ലാത്ത ആളൊന്നുമല്ലല്ലോ രാജ്ഞി."

"പക്ഷേ, അവർ തമ്മിൽ എഴുത്തുകുത്തുകൾ നടത്തിയിരുന്നല്ലോ. ഇന്നും മണിക്കൂറുകളോളം ഇരുന്നെഴുതിയിരുന്നതായി നിങ്ങൾ എന്നോടു പറഞ്ഞതാണല്ലോ. എനിക്കാ കത്തുകൾ കിട്ടണം" രാജാവു പറഞ്ഞു.

"പക്ഷേ....."

"ഒരു പക്ഷേയുമില്ല; എന്തു വിലകൊടുത്തായാലും എനിക്കതു കിട്ടണം."

"പക്ഷേ ഞാനൊരു കാര്യം പറഞ്ഞോട്ടെ....."

"എന്റെ തീരുമാനത്തിന് എതിരായി താങ്കളെപ്പോഴും നിൽക്കുന്നതെന്തിനാണ് കർദിനാൾ? എന്നെയും നിങ്ങൾ വഞ്ചിക്കുകയാണോ? സ്പാനിഷുകാരോടും ഇംഗ്ലീഷുകാരോടും മാഡം ഷെവ്റ്യൂസുമായും രാജ്ഞിയുമായുമൊക്കെ താങ്കൾക്കു വല്ല ബന്ധവുമുണ്ടോ?"

"അങ്ങ് എന്റെ വിശ്വസ്തതയിൽ സംശയിക്കുമെന്ന് ഞാൻ ചിന്തിച്ചിട്ടേയില്ല." കർദിനാൾ ഒരു ദീർഘനിശ്വാസത്തോടെ പറഞ്ഞു.

"ഞാൻ ആവർത്തിച്ചു പറയുകയാണ്, എനിക്കാ കത്തു വേണം."

"അതിന് ഒരു മാർഗമേയുള്ളൂ" കർദിനാൾ പറഞ്ഞു.

"അതെന്താണ്?" രാജാവ് ചോദിച്ചു.

"ചാൻസലർ സെഗ്യൂറിനെക്കൊണ്ടേ അതു പറ്റൂ; അത് അയാളുടെ സ്വാധീനത്തിൽപ്പെടുന്നതാണ്."

"അയാളെ ആളയച്ചു വരുത്തൂ."

"അയാൾ എന്റെ വീട്ടിൽ ഉണ്ടാകണം. എന്റെ വീട്ടിൽ വരാൻ ഞാൻ

അയാളോടു പറഞ്ഞിരുന്നു. പക്ഷേ, അയാൾ അവിടെ വരുന്നതിനുമുമ്പ് ഞാൻ ഇങ്ങോട്ടു പോന്നു. അയാളോടു കാത്തുനിൽക്കാൻ അറിയിച്ചി ട്ടുണ്ട്."

"അയാളെ വേഗം ആളയച്ചു വരുത്തൂ."

"ഞാനതു ചെയ്യാം..... പക്ഷേ....."

"എന്തു പക്ഷേ?"

"രാജ്ഞി അതെതിർത്തേക്കും."

"രാജ്ഞി എന്റെ കൽപ്പനകളെ എതിർക്കുമെന്നോ?"

"അതെ. അങ്ങയുടെ കൽപ്പനയാണെന്ന് അവർ അറിയാത്ത പക്ഷം..."

"അങ്ങനെയെങ്കിൽ ഞാൻതന്നെ പോകാം; എല്ലാം നേരിട്ടു പറയാം. അപ്പോൾ പ്രശ്നമൊന്നുമില്ലല്ലോ."

"അങ്ങും രാജ്ഞിയും തമ്മിലുള്ള വഴക്ക് തടയുന്നതിനുള്ള എല്ലാ വിധ ശ്രമങ്ങളും ഞാൻ നടത്തിയിട്ടുള്ള കാര്യം അങ്ങ് ഓർക്കുന്നെന്ന് ഞാൻ കരുതുന്നു."

"അതേ കർദിനാൾ. അങ്ങ് രാജ്ഞിയോട് എപ്പോഴും അനുകമ്പ യോടേ പെരുമാറിയിട്ടുള്ളൂ. അതിനെക്കുറിച്ച് നമുക്ക് മറ്റൊരിക്കൽ സംസാരിക്കേണ്ടതുണ്ട്." രാജാവു പറഞ്ഞു.

"അങ്ങ് ആവശ്യപ്പെടുന്ന സമയത്ത് അക്കാര്യം സംസാരിക്കാം. അങ്ങും ഫ്രാൻസിലെ രാജ്ഞിയും തമ്മിൽ സൗഹൃദബന്ധം നില നിർത്തുന്നതിന് ഞാൻ എന്തും ത്യജിക്കാൻ തന്നെ തയാറാണ്."

"കൊള്ളാം കർദിനാൾ. ചാൻസലർ സെഗ്യൂറിനെ ആളയച്ചുവരു ത്താൻമാത്രം മറക്കരുത്..... ഞാൻ രാജ്ഞിയെ കാണാൻ പോകുക യാണ്."

രാജാവു വാതിൽ തുറന്നു. രാജ്ഞിയുടെ മുറിയിലേക്കു നീങ്ങുന്ന ഇടനാഴിയിലൂടെ അദ്ദേഹം നടന്നു.

രാജ്ഞിക്കു ചുറ്റും ധാരാളം തോഴിമാർ ഉണ്ടായിരുന്നു. ഗിറൗട്ട്, സേബ്ൾ, മോൺഡ് ബാസൺ, ഗ്യൂമെനിസ് തുടങ്ങിയ തോഴിമാരിൽ പലരും. കൂട്ടത്തിൽ തോഴി ഡോണയും ഉണ്ടായിരുന്നു. അവൾ മുറി യുടെ ഒരു മൂലയിൽ ഇരിക്കുകയായിരുന്നു. മാഡം ഗ്യൂമെനിസ് ഉറക്കെ വായിച്ചുകൊണ്ടിരുന്നു. രാജ്ഞി ഒഴികെ എല്ലാവരും അവളെ ശ്രദ്ധിച്ചു. രാജ്ഞി മനഃപൂർവം അവളോടു വായിക്കാൻ പറഞ്ഞതായിരുന്നു. കാഴ്ചയ്ക്ക് മറ്റാർക്കും ഒന്നും തോന്നാതിരിക്കുന്ന രീതിയിൽ തനിയെ ചിന്തിക്കാൻ സൗകര്യം കിട്ടാൻ വേണ്ടിയാണ് അവളെക്കൊണ്ട് വായിപ്പി ച്ചത്.

രാജ്ഞി വളരെയധികം അസ്വാസ്ഥ്യംകൊണ്ടിരുന്നു. ബക്കിംഗ്ഹാമു മായുള്ള സ്നേഹബന്ധം താൽക്കാലികാശ്വാസം മാത്രം അവൾക്കു നൽകി. പക്ഷേ, മനസിന്റെ സ്വാഭാവികദുഃഖത്തിന് യാതൊരു മാറ്റവും വന്നില്ല. ഭർത്താവിന്റെ (രാജാവിന്റെ) വിശ്വാസം അവൾക്കെന്നേ നഷ്ട

പ്പെട്ടിരുന്നു. കർദിനാളിന് അവളെ വെറുപ്പായിരുന്നു; വല്ലാതെ അവളെ ഉപദ്രവിച്ചിരുന്നു. അമ്മ രാജ്ഞി മേരി മെഡലിന്റെ ഉദാഹരണം അവളുടെ മനസിൽ എപ്പോഴും ഉണ്ടായിരുന്നു. ജീവിതകാലം മുഴുവനും വെറുപ്പ് അനുഭവിക്കേണ്ടിവന്നവരായിരുന്നു അവർ. തെളിവുകൾ പരിശോധിച്ചാൽ മനസിലാകും, തന്റെ ഭരണത്തിന്റെ ആരംഭകാലത്ത് ആ രാജ്ഞി തന്റെ മരുമകൾ അദ്ദേഹത്തിനു നിഷേധിച്ച ആനുകൂല്യങ്ങൾ കുറെയേറെ അനുവദിച്ചുകൊടുത്തിരുന്നു എന്ന് തന്റെ അനുകൂലികളും വിശ്വസ്ത സ്നേഹിതരുമായ പലരും ഓരോരുത്തരായി അപമാനിതരാകുന്നതു രാജ്ഞി കണ്ടിട്ടുണ്ട്. വിധിയുടെ ശാപത്താൽ നിർഭാഗ്യം വിതറിയ ഒരാളാണ് ആ സ്ത്രീ. അവരുടെ സ്നേഹം സമ്പാദിക്കുന്നത് അപകടത്തിലേക്കുള്ള ഒരു കാൽവയ്പ്പാണ്. അവരുടെ സ്നേഹവലയത്തിൽപ്പെട്ടവർക്കൊക്കെ അങ്ങനെതന്നെയാണ് സഹിക്കേണ്ടിവന്നിട്ടുള്ളത്. മാഡം ഷെവ്റ്യൂസും മാഡം വെർനെറ്റും നാടുകടത്തപ്പെട്ടു. എപ്പോൾ വേണമെങ്കിലും അറസ്റ്റു ചെയ്യപ്പെടാമെന്നു ഭയന്നു തന്നെയാണ് ലാപോർട്ടി ജീവിക്കുന്നത്.

ഇത്തരം വ്യാകുലചിന്തയിൽ രാജ്ഞി മുഴുകിയിരുന്നപ്പോഴാണ്, വാതിൽ തുറന്നുകൊണ്ട് രാജാവ് അവിടെയെത്തിയത്.

മാഡം ഗ്യൂമെനിസ് ഉടനെ തന്റെ വായന നിർത്തി.

സ്ത്രീകളെല്ലാവരും എഴുന്നേറ്റുനിന്നു. മുറിയിലാകമാനം നിശ്ശബ്ദത തളംകെട്ടി.

രാജാവാകട്ടെ യാതൊരു മര്യാദയും കാണിച്ചില്ല. നേരെ രാജ്ഞിയുടെ നേരെ ചെന്നശേഷം ഉച്ചത്തിൽ അദ്ദേഹം അലറി: "ചാൻസിലർ സഗ്വ്യൂർ ഉടനെ ഇവിടം സന്ദർശിക്കുന്നുണ്ട്. അയാളോട് ഒരു കാര്യം ചെയ്യാൻ ഞാൻ ആവശ്യപ്പെട്ടിട്ടുണ്ട്. എന്റെ കൽപ്പനപ്രകാരമായിരിക്കും അയാൾ അക്കാര്യം ചെയ്യുന്നത്."

വിവാഹമോചനം, നാടുകടത്തൽ, പരസ്യമായി കുറ്റാരോപണവിധേയമാക്കൽ ഇതൊക്കെ എപ്പോൾ വേണമെങ്കിലും സംഭവിക്കാമെന്ന് രാജ്ഞിക്ക് അറിയാമായിരുന്നു. രാജ്ഞി വിളറിപ്പോയി.

എങ്കിലും രാജ്ഞിക്ക് ഒരു കാര്യം ചോദിക്കാതിരിക്കാൻ പറ്റില്ലായിരുന്നു. അവൾ ചോദിച്ചു: "അങ്ങേക്ക് തനിയേ ചെയ്യാൻ പറ്റാത്തതെന്താണ് ആ ചാൻസലർ സെഗ്വ്യൂറിനെക്കൊണ്ടു ചെയ്യിക്കുന്നത്?"

രാജാവ് ഇതിനു മറുപടിയൊന്നും പറഞ്ഞില്ല. തല വെട്ടിത്തിരിക്കുക മാത്രം ചെയ്തു. അപ്പോഴേക്കും ചാൻസലർ സെഗ്വ്യൂർ അവിടെയെത്തിക്കഴിഞ്ഞ കാര്യം ഭടന്മാരുടെ നേതാവ് മോൺസ്യൂർ ഗിതൗട്ട് വിളിച്ചുപറഞ്ഞു.

ചാൻസലർ സെഗ്വ്യൂർ അകത്തേക്കു വന്നപ്പോൾ, രാജാവ് മറ്റൊരു വാതിലിലൂടെ പുറത്തുകടന്നിരുന്നു.

സെഗ്വ്യൂറിന്റെ മുഖം വിളറിവെളുത്തിരുന്നു. വല്ലാത്ത ഒരു മുഖഭാവമായിരുന്നു അത്. കഥ പുരോഗമിക്കുമ്പോൾ ഇയാളെ ഇനിയും നാം കാണാനിടയുള്ളതുകൊണ്ട് അയാളെക്കുറിച്ച് കുറച്ചറിയുന്നത് നല്ലതാ

ണെന്ന് തോന്നുന്നു.

ഒരു രസികനാണ് സെഗ്യൂർ. കർദിനാളുടെ വിശ്വസ്തനായിരുന്നു അയാൾ. അയാളുടെ സേവനങ്ങളിൽ കർദിനാൾ സംതൃപ്തനായിരുന്നു.

അയാളെക്കുറിച്ചുള്ള പല കഥകളും നിലവിലുണ്ട്:

നിയന്ത്രണരഹിതമായ യൗവന ജീവിതത്തെത്തുടർന്ന്, പാപപരിഹാരത്തിനായി അയാൾ മഠത്തിലേക്കു പോയി. ആ പുണ്യസ്ഥലത്ത് പ്രവേശിച്ച അയാൾ വേഗതയിൽ അതിന്റെ വാതിലടച്ചില്ല. മഠത്തിനുള്ളിലായിരുന്നപ്പോഴും അയാളുടെ അനിയന്ത്രിതജീവിതം അയാളെ പിന്തുടർന്നു. അതയാളെ അസഹനീയമായ രീതിയിൽ വേട്ടയാടി. തന്റെ പുരോഹിതനോട് അയാളെല്ലാം തുറന്നുപറഞ്ഞു. മാംസദാഹമുണ്ടാകുമ്പോഴൊക്കെ ഓടിച്ചെന്ന് മഠത്തിലെ മണി ആഞ്ഞടിക്കാൻ പുരോഹിതൻ അയാളോടു പറഞ്ഞു. മണിയൊച്ച കേൾക്കുമ്പോൾ മറ്റു പുരോഹിതർക്ക് മനസിലാകും അവരുടെ സഹോദരൻ പരീക്ഷണവിധേയനായിരിക്കുകയാണെന്ന്. അപ്പോൾ അവിടെയുള്ള മുഴുവൻ ആളുകളും ഒരുമിച്ചു പ്രാർഥിച്ചു തുടങ്ങുകയും ചെയ്യും.

ആ ഉപദേശം നല്ലതാണെന്ന് അയാൾക്കു തോന്നി. പുരോഹിതന്മാരുടെ പ്രാർഥനയിൽ അയാളുടെ പാപബാധ ഇല്ലാതായിത്തുടങ്ങി. പക്ഷേ അയാളുടെ പാപബാധ അയാളിൽ പരാജയം സമ്മതിച്ചിറങ്ങിപ്പോകാൻ തയാറായില്ല. അത് അയാളിൽത്തന്നെ നിലകൊണ്ടു. രക്ഷപ്പെടാൻ ശ്രമിക്കുന്നതനുസരിച്ച് അയാൾ വീണ്ടും വീണ്ടും ആ പാപത്തിൽ വീണുകൊണ്ടിരുന്നു. അതുകൊണ്ടു സംഭവിച്ചതെന്താണെന്നറിയേണ്ടേ? രാപ്പകലില്ലാതെ അയാൾക്ക് മഠത്തിലെ മണിയടിക്കേണ്ടിവന്നു.

പുരോഹിതന്മാർക്ക് വിശ്രമത്തിനുള്ള നേരം കിട്ടാതായി. പകൽ നേരങ്ങളിൽ മണിയൊച്ച കേൾക്കുമ്പോൾ അവർക്ക് പടികയറി പള്ളിയിലേക്കു പ്രാർഥനയ്ക്കായിട്ടോടണം. രാത്രിയിലും യാതൊരു സ്വസ്ഥതയുമില്ല. ഒരു ഇരുപതുതവണയെങ്കിലും കിടക്കയിൽനിന്നുമെണീറ്റ് അവരവരുടെ മുറിയിലിരുന്ന് മുട്ടിന്മേൽനിന്ന് പ്രാർഥിക്കണമായിരുന്നു.

എന്തായാലും മൂന്നു മാസം കഴിഞ്ഞപ്പോൾ ആ മാംസദാഹപാപി മഠംവിട്ട് പുറത്തേക്കുവന്നു. അത്രയും ദുഷിച്ച ഒരാൾ മഠത്തിൽ പ്രവേശിച്ചിട്ടേയില്ല എന്ന ഖ്യാതിയോടെ. ഇവിടെ സാത്താനാണോ പരാജയപ്പെട്ടത് പുരോഹിതന്മാരാണോ ക്ഷീണിച്ചുതളർന്നതെന്നറിയില്ല.

മഠം വിട്ടതിനുശേഷം അയാൾ നിയമപഠനം നടത്തി. തന്റെ അമ്മാവന്റെ പിൻഗാമിയായി അയാൾ ഹൈക്കോടതി ന്യായാധിപൻവരെയാകുകയും ചെയ്തു. തുടർന്ന് കർദിനാളിന് വിശ്വസ്തനാകുകയും ചാൻസിലറായി ഉയരുകയും ചെയ്തു. വളരെ വിശ്വസ്തനായ ഒരാളായതിനാലാണ് രാജ്ഞിയുടെ കത്തു പരിശോധിക്കേണ്ട വിചിത്രവും കുഴപ്പം പിടിച്ചതുമായ ജോലിക്ക് അയാളെത്തന്നെ രാജാവ് നിയമിച്ചത്.

സെഗ്യൂർ അകത്തേക്കു വന്നപ്പോൾ രാജ്ഞി നിൽക്കുകയായിരുന്നു. പക്ഷേ, അയാളെക്കണ്ടപ്പോൾ രാജ്ഞി തന്റെ ചാരുകസേരയിൽ

ഇരുന്നു. മറ്റു സ്ത്രീകളോട് അവരവരുടെ സ്ഥാനങ്ങളിൽ ഇരിക്കാനും പറഞ്ഞു.

"നിങ്ങളെന്തിനാണിവിടെ വന്നത്?" കോപത്തോടെ രാജ്ഞി ചോദിച്ചു. നിങ്ങൾക്കെന്താണു വേണ്ടത്?"

"രാജാവ് ആവശ്യപ്പെട്ടതനുസരിച്ചാണ് ഞാനിവിടെ വന്നത്. എല്ലാ വിധ ബഹുമാനവുമുണ്ട്. നിങ്ങളുടെ കടലാസുകളൊക്കെ പരിശോധിക്കുവാൻ എന്നോട് ആവശ്യപ്പെട്ടിരിക്കുകയാണ്."

"എന്ത്? പേപ്പറുകൾ പരിശോധിക്കാൻ? അപമാനംതന്നെ!"

"ക്ഷമിക്കണം..... രാജാവിനുവേണ്ടിയുള്ള ഒരു ഉപകരണം മാത്രമാണ് ഞാൻ. ഞാൻ ഇവിടെ വരുന്നതിനെപ്പറ്റി രാജാവ് നിങ്ങളോടു പറഞ്ഞതാണല്ലോ?"

"എന്നെ കുറ്റവാളിയായിക്കാണുന്ന സ്ഥിതിക്ക് പരിശോധിച്ചോളൂ" രാജ്ഞി അയാളോടു പറഞ്ഞു. തുടർന്ന് സമീപത്തു നിൽക്കുന്ന ഡോണയോടു പറഞ്ഞു: "ഡോണാ, എന്റെ മേശയുടെയും മറ്റും താക്കോലുകളും കൊടുത്തോളൂ."

ചാൻസലർ രാജ്ഞിയുടെ മേശയും അലമാരയും ഒക്കെ പരിശോധിച്ചു. ശേഷം അയാൾ പറഞ്ഞു: "എനിക്ക് പരിശോധന പൂർത്തിയാക്കേണ്ടതുണ്ട്."

"എന്താണ് താങ്കളുദ്ദേശിച്ചത്" ചാൻസലർ ഉദ്ദേശിച്ച കാര്യം മനസിലാകാത്തതിനാൽ രാജ്ഞി ചോദിച്ചു.

"ഇന്ന് നിങ്ങൾ ഒരു കത്തെഴുതിയെന്നും അതാർക്കും ഇതുവരെ അയച്ചു കൊടുത്തിട്ടില്ലെന്നും രാജാവ് അറിഞ്ഞിരിക്കുകയാണ്. പക്ഷേ ഈ മേശപ്പുറത്തൊന്നും അതു കാണുന്നില്ല..... ഈ മുറിയിലെവിടെയെങ്കിലും അതുണ്ടായിരിക്കണം" ചാൻസലർ പറഞ്ഞു.

"അപ്പോൾ താങ്കളെന്നെ തൊടാൻ ശ്രമിക്കുകയാണോ?" രാജ്ഞി അയാളുടെ മുഖത്തേക്കു തുറിച്ചുനോക്കി. അവരുടെ കണ്ണുകൾ കോപവും വെറുപ്പുംകൊണ്ട് ജ്വലിച്ചിരുന്നു.

"മാഡം, ഞാൻ രാജാവിന്റെ ഒരു വിശ്വസ്തനായ പ്രജയാണ്. അദ്ദേഹം കൽപ്പിക്കുന്നതെന്തും എനിക്കു ചെയ്തേ മതിയാകു."

"എങ്കിൽ ചെയ്തോളൂ" രാജ്ഞി പറഞ്ഞു. തുടർന്ന് മാറിൽ കൈവച്ചുകൊണ്ട് പറഞ്ഞു: "കർദിനാളിന്റെ ചാരന്മാർ അദ്ദേഹത്തെ പിടികൂടിയിട്ടുണ്ടെന്ന് ഞാൻ അറിഞ്ഞു. ഞാൻ ഇന്നൊരു കത്തെഴുതിയത് എന്റെ കൈയിലുണ്ട്. ഇതാ ഇവിടെ."

"അതു ശരി. എങ്കിൽ അതിങ്ങോട്ടു തരൂ" സെഗ്വ്യൂർ പറഞ്ഞു.

"രാജാവിനല്ലാതെ മറ്റൊരാൾക്കും ഞാനിതു കൊടുക്കുകയില്ല" രാജ്ഞി മറുപടി പറഞ്ഞു.

"നേരിട്ട് ഇതിൽ കൈയിൽ കിട്ടണമെന്നു വരികിൽ രാജാവത് നേരിട്ടു ചോദിക്കുമായിരുന്നല്ലോ" ചാൻസലർ ചോദിച്ചു. "എന്റെ കൈയിൽ തരാനാണദ്ദേഹം ആവശ്യപ്പെട്ടിരിക്കുന്നത്."

"എന്ത്?"

"അല്ലാത്തപക്ഷം ബലം പ്രയോഗിച്ചെടുക്കാൻതന്നെ രാജാവ് കൽപ്പിച്ചിരിക്കുകയാണ്" അയാൾ പറഞ്ഞു.

"നിങ്ങളെന്താണീ പറയുന്നത്?"

"ആ കത്തു കിട്ടുവാൻ വേണ്ടിവരികിൽ രാജ്ഞിയെത്തന്നെ പരിശോധിക്കാനും എന്നോടു പറഞ്ഞിട്ടുണ്ട്."

"അതു ഭയങ്കരമായിരിക്കുന്നു" രാജ്ഞി അറിയാതെ കരഞ്ഞുപോയി.

"അതിനാൽ കാര്യങ്ങൾ കൂടുതൽ വഷളാക്കരുത്, മാഡം."

"രാജ്ഞിയുടെമേൽ കൈവയ്ക്കുവാൻ നിങ്ങൾക്കു കൽപ്പന ലഭിച്ചെങ്കിൽ അതു വളരെ ഭയങ്കരമായിപ്പോയി, സർ."

"രാജാവിന്റെ കൽപ്പനയാണ് സർ, എന്നോടു ക്ഷമിക്കണം."

"ഞാനിത് അനുവദിക്കുകയേ ഇല്ല" സ്പെയിനിന്റെയും ആസ്ട്രിയായുടെയും ചുടു രാജരക്തം അവളുടെ ശിരസിലേക്കിരച്ചു കയറി "അയ്യോ..... ഞാൻ മരിക്കുകയേ ഉള്ളൂ."

ചാൻസലർ സെഗ്യൂർ തലകുനിച്ചു. പക്ഷേ, അയാൾ തന്റെ തീരുമാനം മാറ്റിയില്ല. രാജകൽപ്പന നിറവേറ്റുകതന്നെ ചെയ്യുമെന്ന രീതിയിൽ അയാൾ നിന്നു. അയാൾ രാജ്ഞിയുടെ അടുത്തേക്കു നീങ്ങി. ശപിക്കപ്പെട്ട ഗുഹയിൽ കഴിയുന്ന തടവുപുള്ളിയെ പിടിക്കാൻ അടുക്കുന്ന ഒരു ആരാച്ചാരെപ്പോലെ.

രാജ്ഞിയുടെ കണ്ണുകൾ നിറഞ്ഞു. സുന്ദരിയായിരുന്ന അവളുടെ കണ്ണുകൾ ജ്വലിച്ചു.

ചാൻസലർ പെട്ടെന്ന് പരിഭ്രമിച്ചു. അയാൾ ഒരുനിമിഷം എല്ലാം മറന്നതുപോലെ. പഴയ മാംസദാഹപാപം അയാളിലേക്കടുത്തതുപോലെ. ഓടിച്ചെന്ന് മഠത്തിലെ പള്ളിമണി ഒന്നാഞ്ഞടിക്കാൻ, ആ കയറിന്റെ തുമ്പൊന്നു കിട്ടിയാലോയെന്ന് ഒരുനിമിഷമെങ്കിലും അയാൾ മോഹിച്ചിട്ടുണ്ടാകണം. പക്ഷേ, അതപ്പോൾ അവിടെയില്ലല്ലോ. അയാൾ അതുകൊണ്ട് രാജ്ഞിയുടെ മാറിലേക്കു കൈനീട്ടി; വിലപ്പെട്ട ആ കത്തു സൂക്ഷിച്ചിരുന്ന ഭാഗത്തേക്ക്.

രാജ്ഞി ഭയന്നു പിന്നോക്കം മാറി. അവളുടെ മുഖം വിളറിവെളുത്തു.

ഇടതുകൈകൊണ്ട് മേശമേൽ പിടിച്ച് അവൾ ചാരി നിന്നു. ഒപ്പം വലതുകൈകൊണ്ട് വസ്ത്രത്തിന്റെ ഇടയിൽനിന്ന് ആ കത്തെടുത്ത് ചാൻസലർ സെഗ്യൂറിന്റെ നേരെ അവൾ നീട്ടുകയും ചെയ്തു.

"ഇതാ ആ കത്ത്" കോപവും സങ്കടവും ഒരേസമയം അവളിൽ നിന്നു. "ഇനിയെന്റെ കൺമുന്നിൽനിന്നും പൊയ്ക്കൂടേ."

രാജ്ഞിയെപ്പോലെതന്നെ അയാളും ആ സമയം ആവേശഭരിതനായിരുന്നു; അയാളെ സംബന്ധിച്ച് കാര്യം മറ്റൊന്നായിരുന്നു. എങ്കിലും മനസിനെ നിയന്ത്രിച്ച അയാൾ കത്തുമായി അവിടെനിന്നും പോയി. അയാൾ പുറത്തിറങ്ങി. പിന്നിൽ വാതിൽ ചാരേണ്ട താമസം രാജ്ഞി

ബോധരഹിതയായി തോഴിമാരുടെ കൈകളിലേക്കു വീണു.

സെഗ്യൂർ നേരെ രാജാവിന്റെ അരികിലേക്കു നീങ്ങി.

രാജാവ് ആ കത്തു വാങ്ങുമ്പോൾ, അദ്ദേഹത്തിന്റെ കൈകൾ വിറപൂണ്ടു. കവറിൽ മേൽവിലാസമായി ഒന്നും എഴുതിയിരുന്നില്ല. വിളറിയ മുഖത്തോടെ കത്തുപൊട്ടിച്ച് അദ്ദേഹം വായിക്കാൻ തുടങ്ങി. സ്പെയിനിലെ രാജാവിനാണ് ആ കത്ത് എഴുതിയിരിക്കുന്നതെന്നു മനസിലായപ്പോൾ തെല്ലാശ്വാസത്തോടെ അദ്ദേഹം ദീർഘമായി നിശ്വസിച്ചു.

അദ്ദേഹം കത്ത് വളരെ വേഗത്തിൽ വായിച്ചു. കർദിനാളിനെതിരായി ഒരു വൻകെണി ഒരുക്കുന്നതിനെപ്പറ്റിയാണ് ആ കത്തിൽ എഴുതിയിരുന്നത്. ആസ്ട്രിയായെ അപമാനിക്കുവാനുള്ള റ്യൂലെച്ചിലിയുടെ ഒടുങ്ങാത്ത ശ്രമത്തിൽ അസ്വസ്ഥരായിരിക്കുന്ന തന്റെ സഹോദരനും ചക്രവർത്തിയും ഒന്നിച്ചുനിന്ന് ഫ്രാൻസിനെ എതിർക്കുമെന്ന് ഭയപ്പെടുത്തണമെന്ന് ആ കത്തിലെഴുതിയിരുന്നു. കർദിനാളെ പിരിച്ചുവിടുന്നതാണ് സമാധാനത്തിനുള്ള വ്യവസ്ഥയെന്നും അതിൽ പറഞ്ഞിരുന്നു. ഈ നിർദേശങ്ങളല്ലാതെ പ്രേമത്തെപ്പറ്റിയുള്ള യാതൊരു സൂചനയും ആ കത്തിലുണ്ടായിരുന്നില്ല.

രാജാവിനു സന്തോഷമായി. അദ്ദേഹം കർദിനാളെ വിളിപ്പിച്ചു; അടുത്തമുറിയിൽത്തന്നെ അദ്ദേഹം കാത്തുനിൽപ്പുണ്ടായിരുന്നു.

“എന്റെ പ്രിയപ്പെട്ട കർദിനാൾ” രാജാവു പറഞ്ഞു. “അങ്ങു പറഞ്ഞത് തികച്ചും ശരിയാണ്. ഞാൻ പറഞ്ഞതൊക്കെ തെറ്റും. പ്രേമത്തെപ്പറ്റി യാതൊന്നും ഇതിലില്ല. മുഴുവനും രാഷ്ട്രീയം. വായിക്കൂ ഈ കത്ത്.... ഇത് മുഴുവനും അങ്ങയേപ്പറ്റിത്തന്നെ.”

കർദിനാൾ ആ കത്തു വായിച്ചു. ഒരു പ്രാവശ്യമല്ല രണ്ടു പ്രാവശ്യം. ആദ്യാവസാനം സൂക്ഷ്മമായിത്തന്നെ വായിച്ചു.

“ഇപ്പോൾ മനസിലായില്ലേ, സർ” കർദിനാൾ പറഞ്ഞു. “എന്റെ ശത്രുക്കൾ ഒന്നും അവസാനിപ്പിച്ചിട്ടില്ല. എന്നെ പുറത്താക്കാത്തപക്ഷം ഒരുഭാഗത്തുനിന്നും യുദ്ധമുണ്ടാക്കുമെന്ന് ഭയപ്പെടുത്തുകയാണ്. എനിക്കൊന്നേ പറയാനുള്ളൂ. ഞാൻ അങ്ങയുടെ സ്ഥാനത്തായിരുന്നുവെങ്കിൽ ഇത്തരം ശക്തികളുടെ എന്താവശ്യവും ഞാൻ സമ്മതിച്ചുകൊടുക്കും. ഇനി എന്നെപ്പറ്റി പറയുകയാണെങ്കിൽ ഈ പൊതുജീവിതത്തിൽനിന്നും പിന്മാറാൻ എനിക്കു സന്തോഷമേയുള്ളൂ.”

“എന്റെ പ്രിയപ്പെട്ട കർദിനാൾ, അങ്ങ് എന്തു വിഡ്ഢിത്തമാണീ പറയുന്നത്?” രാജാവ്.

“ഈ സ്ഥിരം വഴക്കും തീരാത്ത ജോലിയും ഒക്കെ എന്റെ ആരോഗ്യത്തെ നശിപ്പിക്കുകയാണ്. അവർ ആക്രമിക്കുകയാണെങ്കിൽ അതു കാണാൻ എനിക്കാവില്ല. അതിനാൽ കഴിവുള്ള മറ്റാരെയെങ്കിലും അങ്ങു നിയമിക്കണം. എന്നെ നിയമിക്കേണ്ട; ഞാൻ ഒരു വൈദിക മേലധികാരിയാണ്. എന്നെ പുരോഹിതവൃത്തിക്കു വിടുന്നതാണ് നല്ലത്. മറ്റു ജോലിക്കൊന്നും എന്നെക്കൊണ്ടാവില്ല. എന്നെ ഉപേക്ഷിക്കുകയാണെങ്കിൽ

നാട്ടിലും വിദേശത്തും അങ്ങേക്ക് കൂടുതൽ സൽപ്പേരും ബഹുമാനവും ഉണ്ടാവുകയും ചെയ്യും."

"ശരി കർദിനാൾ" രാജാവു പറഞ്ഞു. "അങ്ങേക്ക് അത്രമാത്രം മനഃപ്രയാസം ഉണ്ടെന്ന് ഞാൻ മനസിലാക്കുന്നു.... ഞാൻ അങ്ങേക്ക് ഒരു വാക്കു തരുന്നു. ഈ കത്തിൽ പറഞ്ഞിരിക്കുന്ന എല്ലാവരെയും അവരർഹിക്കുന്ന വിധത്തിൽത്തന്നെ ഞാൻ ശിക്ഷിക്കുന്നതാണ്; രാജ്ഞിയെപ്പോലും."

"രാജ്ഞിയെ ശിക്ഷിക്കരുത് സർ" കർദിനാൾ പറഞ്ഞു. "എന്നെ പ്രതി അവർക്ക് ഒരു നിസ്സാരവേദനയും ദൈവം നൽകാതിരിക്കട്ടെ! ഞാൻ അവർക്കെതിരു പ്രവർത്തിക്കുകയാണെന്ന് അവർക്കു ബോധ്യപ്പെട്ടിരിക്കുകയാണ്. പക്ഷേ, അങ്ങേക്കറിയാമല്ലോ അങ്ങേക്കെതിരായിട്ടായാലും അവരുടെ പക്ഷത്താണല്ലോ നിൽക്കാറുള്ളത്. രാജ്ഞി രഹസ്യമായിട്ട് അങ്ങേക്കെതിരാണെന്ന് ഞാൻ അറിഞ്ഞിരുന്നെങ്കിൽ കാര്യങ്ങളുടെ രീതി മാറിയേനെ. അവരെ ശിക്ഷിക്കണമെന്ന് പറയുന്നവരിൽ ആദ്യത്തെയാൾ ഞാൻ ആകുമായിരുന്നു. ഭാഗ്യംകൊണ്ട് ആ അവസ്ഥ ഉണ്ടാകുന്നില്ല. എന്തായാലും അവർ നിഷ്കളങ്കയാണെന്ന കാര്യത്തെപ്പറ്റി ഒരു തെളിവു കൂടി അങ്ങേക്കു ലഭിച്ചുവല്ലോ."

"അതു ശരിയാണ്" രാജാവ് പറഞ്ഞു. "പതിവുപോലെ അങ്ങ് ഇപ്പോൾ പറഞ്ഞതും ശരിയാണ്. പക്ഷേ, രാജ്ഞിക്ക് മറ്റൊരുവിധത്തിൽ തെറ്റുപറ്റിയിട്ടുണ്ട്. അതിന് അവർ ശിക്ഷിക്കപ്പെടേണ്ടതാണ്."

"അവരെ അങ്ങ് ആവശ്യത്തിനു ശിക്ഷിച്ചു കഴിഞ്ഞല്ലോ സർ. അവർക്ക് ഇപ്പോൾ ദേഷ്യത്തിന് അവകാശമുണ്ട് സർ. അവർ ഇനി അങ്ങയോടു തെറ്റിപ്പിരിയുകയാണെങ്കിൽ എനിക്കവരോട് അനുകമ്പയാണുണ്ടാകുന്നത്. തീരെ ദയയില്ലാതെയാണ് അങ്ങ് അവരോടു പെരുമാറിയത്."

"എന്റെ ശത്രുക്കളോട് ഞാൻ എപ്പോഴും അങ്ങനെ തന്നെയാണ് പെരുമാറുന്നത്. അങ്ങയുടെ ശത്രുക്കളോടും ആ വിധത്തിൽത്തന്നെ. അവരെത്ര ശക്തിയുള്ളവരായാലും അതുവഴി എനിക്ക് എന്തപകടമുണ്ടായാലും എനിക്ക് ഒരു പ്രശ്നമേയില്ല" രാജാവ് പറഞ്ഞു.

"രാജ്ഞിക്ക് എന്നോടു വെറുപ്പാണ് സർ. അല്ലാതെ അങ്ങയോടല്ല. അങ്ങയോട് അവർക്ക് ഭക്തിയും അനുസരണയും ഉണ്ട്. അങ്ങയുടെ വിശ്വസ്തയായ ഭാര്യയാണവർ. അതിനാൽ ഒരുതരത്തിലും അവരോടു കഠിനമായി അങ്ങു പെരുമാറരുത്" കർദിനാൾ പറഞ്ഞു.

"എങ്കിൽ അവർ വന്ന് എന്നോട് ഇതിന് ഒരു പരിഹാരം ചെയ്യട്ടെ."

"അതല്ല സർ. ഇത്തവണ അബദ്ധം പറ്റിയത് അങ്ങേക്കാണ്. അവർ ചെയ്തിട്ടില്ലാത്ത ഒരു തെറ്റിനെപ്പറ്റി അങ്ങ് അവരെ സംശയിച്ചു. ആ സ്ഥിതിക്ക് എനിക്കു തോന്നുന്നത് അങ്ങുചെന്ന് അവരോടു പരിഹാരം ചെയ്യേണ്ടതുണ്ട്."

"ഞാനത് ഒരിക്കലും ചെയ്യുകയില്ല."

"അങ്ങു ചെയ്യണമെന്നാണ് എനിക്കു പറയാനുള്ളത്."

"എങ്കിൽ എങ്ങനെയാണ് ഞാൻ അതു ചെയ്യേണ്ടത്?" രാജാവ് ആരാഞ്ഞു.

"അവരെ സന്തോഷിപ്പിക്കുന്നതിനുള്ള എന്തെങ്കിലും കാര്യങ്ങൾ ചെയ്യേണ്ടതുണ്ട്."

"ഒരു ഉദാഹരണം പറയൂ."

"രാജ്ഞിക്ക് ഇഷ്ടമുള്ള കാര്യമാണല്ലോ ഡാൻസ്. അപ്പോൾ ഒരു ഡാൻസ് നടത്തുക. അങ്ങ് അത് ചെയ്യുകയാണെങ്കിൽ തന്റെ വിഷമങ്ങളൊക്കെ രാജ്ഞി മറക്കുമെന്ന് എനിക്കുറപ്പുണ്ട്."

"പക്ഷേ..... എനിക്ക് ഡാൻസ് എന്തുമാത്രം വെറുപ്പാണെന്നറിയാമല്ലോ?" രാജാവ് ഓർമിപ്പിച്ചു.

"അവർക്കുവേണ്ടി ഒരു ത്യാഗം ചെയ്യൂ. അപ്പോൾ അങ്ങയുടെ നന്ദി വർധിക്കുകയേ ഉള്ളൂ. മാത്രമല്ല കഴിഞ്ഞതവണ അങ്ങ് പിറന്നാളിന് സമ്മാനിച്ചിരുന്ന രത്നച്ചരടുകൾ അണിയാനുള്ള നല്ലൊരവസരവും അവർക്കു കിട്ടും; ആദ്യമായിട്ടായിരിക്കും അവർ അതു ധരിക്കുന്നത്."

"കൊള്ളാം" രാജാവു പറഞ്ഞു.

തന്നെ സംബന്ധിച്ചിടത്തോളം വളരെ നിസ്സാരമായ ഒരു തെറ്റുമാത്രമാണ് രാജ്ഞി ചെയ്തിട്ടുള്ളത്. തനിക്ക് ഏറ്റവും വലുതെന്ന കുറ്റത്തിൽ അവൾ നിഷ്കളങ്കയുമാണ്. ഒക്കെ അറിഞ്ഞപ്പോൾ രാജാവിനു സന്തോഷമായി; തമ്മിലുള്ള വഴക്ക് എങ്ങനെയെങ്കിലും അവസാനിപ്പിക്കണമെന്ന് അദ്ദേഹത്തിനു തോന്നി.

"കൊള്ളാം" രാജാവ് വീണ്ടും പറഞ്ഞു. "പക്ഷേ.... ഒന്നെനിക്കു പറയാനുണ്ട്. രാജ്ഞിയോട് അതിരുകടന്ന അനുകമ്പ കാണിക്കണമെന്നല്ലേ അങ്ങു പറഞ്ഞതിന്റെ അർഥം."

"കാഠിന്യം കാണിക്കുന്നതൊക്കെ മന്ത്രിക്കു വിട്ടുകൊടുക്കൂ, സർ" കർദിനാൾ പറഞ്ഞു. "രാജാവിന് കരുണ കാണിക്കാനുള്ള അവകാശമാണ്. ആ അവകാശം അങ്ങ് പരമാവധി സ്വതന്ത്രമായിട്ട് ഉപയോഗിക്കണം."

ആ സമയം ക്ലോക്കിൽ മണി പതിനൊന്നടിച്ചു.

രാജ്ഞിയോടു സമാധാനമാകണമെന്ന് രാജാവിനോട് ഒരിക്കൽക്കൂടി കർദിനാൾ അപേക്ഷിച്ചു. തുടർന്ന് അദ്ദേഹം തലകുമ്പിട്ടശേഷം അവിടം വിടുകയും ചെയ്തു.

സെഗ്യൂറിന്റെ സന്ദർശനത്തിനുശേഷം രാജാവ് തന്നെ കഠിനമായി ശാസിക്കുമെന്ന് രാജ്ഞി ആനി കരുതി. അതിനാൽ കത്തു കണ്ടെടുത്തതിന്റെ പിറ്റേന്ന് രാജാവിന്റെ സമാധാനഭാവം കണ്ടപ്പോൾ രാജ്ഞിക്കുണ്ടായ അത്ഭുതം വിവരണാതീതമാണ്. അവളാദ്യം അതൊന്നും അംഗീകരിക്കാൻ കൂട്ടാക്കിയില്ല; തന്റെ സ്ത്രീയെന്ന പേരിലുള്ള അന്തസും രാജ്ഞിയെന്ന പേരിലുള്ള അഭിമാനവുമല്ലേ അവിടെ കഠിനമായി അപമാനിക്കപ്പെട്ടത്? പക്ഷേ സംഭവിച്ചതൊക്കെ മറന്നുകൊണ്ട് പെരുമാറാൻ

തോഴിമാർ അവളെ ഉപദേശിച്ചു. രാജ്ഞിയുടെ മനസ്സ് മാറുന്നതു മനസിലാക്കിയ രാജാവ്, താൻ ഒരു ഡാൻസ് നടത്താൻ തീരുമാനിച്ചിരിക്കുന്ന വിവരം അവളോടു പറഞ്ഞു.

വളരെ അപൂർവമായ സംഭവമാണ് രാജ്ഞിയുടെ ജീവിതത്തിൽ നൃത്തം കിട്ടുകയെന്നു പറയുന്നത്. അതിനാൽ കർദിനാൾ മുൻകൂട്ടി പറഞ്ഞിരുന്നതുപോലെതന്നെ, ഡാൻസിന്റെ കാര്യം കേട്ടപ്പോൾ അവളുടെ മുഖം വിടർന്നു. എന്നാണ് അതു നടത്തുന്നതെന്ന് അവൾ ചോദിച്ചു. കർദിനാളിനോട് ആലോചിച്ചു തീരുമാനിക്കേണ്ടതാണെന്ന് രാജാവ് പ്രത്യുത്തരം പറഞ്ഞു. അന്നുമുതൽ അതിനുപറ്റിയ ഒരുദിവസം കുറിക്കാൻ രാജാവ് കർദിനാളെ നിർബന്ധിച്ചു തുടങ്ങി. ഓരോ കാരണം പറഞ്ഞ് അദ്ദേഹം അതു നീട്ടിക്കൊണ്ടു പോകുകയാണുണ്ടായത്.

പത്തുദിവസങ്ങൾ കഴിഞ്ഞു.

കർദിനാളിന് ഇതിനകം ഒരു കത്തു കിട്ടിയിട്ടുണ്ടായിരുന്നു. ലണ്ടൻ സീൽ പതിപ്പിച്ച ഒരു കത്ത്.

കത്തിന്റെ ഉള്ളടക്കം ഇപ്രകാരമായിരുന്നു:

“എനിക്കവ കിട്ടി. പക്ഷേ പണമില്ലാത്ത സ്ഥിതിക്ക് എനിക്ക് ലണ്ടൻ വിടാൻ നിവർത്തിയില്ല. ഒരഞ്ഞൂറു പണം എനിക്ക് അയച്ചു തരൂ. എങ്കിൽ നാലഞ്ചു ദിവസത്തിനകം ഞാൻ പാരീസിലെത്തും.”

ഈ കത്തു കിട്ടിയ ദിവസവും കർദിനാളിനോടു തന്റെ പതിവു ചോദ്യം രാജാവ് ചോദിച്ചു: “ഡാൻസിനുള്ള ദിവസം നിശ്ചയിച്ചോ?”

കർദിനാൾ വിരലുകൾ മടക്കി എണ്ണിക്കൊണ്ടു പറഞ്ഞു: “പണം കിട്ടിയാൽ നാലഞ്ചു ദിവസത്തിനകം ഇവിടെ വരാമെന്ന് അവൾ പറഞ്ഞിരിക്കുന്നു. കത്തു തന്നുപോയ ആൾക്ക് അവിടെ തിരിച്ചെത്താൻ നാലോ അഞ്ചോ ദിവസം വേണ്ടിവരും. അപ്പോൾ എല്ലാംകൂടി ഒരു പത്തു ദിവസമായി. ഇനി ഒരു രണ്ടുദിവസം കൂടിയിരിക്കട്ടെ; കാറ്റും ഒഴുക്കും റോഡിലെ ഒഴുക്കും ഒക്കെ തടയണമല്ലോ. അപ്പോൾ പന്ത്രണ്ടു ദിവസമാകും.”

“കൊള്ളാം കൊള്ളാം..... അങ്ങയുടെ കണക്കുകൂട്ടലുകൾ കഴിഞ്ഞോ കർദിനാൾ?” രാജാവ് ചോദിച്ചു.

“കഴിഞ്ഞു സർ” കർദിനാൾ പറഞ്ഞു. “ഇന്ന് സെപ്റ്റംബർ 20. നഗരത്തിൽ കൗൺസിലർമാർക്കായി ഒരു ഡാൻസുണ്ട്. നമ്മുടെ ഡാൻസ് ഒക്ടോബർ 3ന്. അങ്ങേക്കും രാജ്ഞിക്കും ആ നൃത്തത്തിനു പോകാം. അങ്ങനെയാകുമ്പോൾ അങ്ങ് രാജ്ഞിക്കു വഴങ്ങിക്കൊടുത്തെന്നും വരില്ല.” അദ്ദേഹം പെട്ടെന്നു നിർത്തി. തുടർന്നു പറഞ്ഞു: “പിന്നെ ഒരു കാര്യം.... നൃത്തത്തിനു പോകുന്നതിനുമുമ്പ് അങ്ങു പിറന്നാളിനു കൊടുത്ത ആ രത്നച്ചരടു ധരിക്കുമ്പോൾ രാജ്ഞി എങ്ങനെയിരിക്കുമെന്ന് അങ്ങേക്ക് കാണണമെന്ന് അവരെ ഓർമപ്പെടുത്താൻ മറക്കരുതേ.”

17

ബോണസ്യൂ വീട്ടിൽ

കർദിനാൾ രണ്ടാമത്തെ തവണയാണ് ആ രത്നച്ചരടിനെക്കുറിച്ചു പറഞ്ഞത്. അക്കാര്യം അദ്ദേഹം ഊന്നിപ്പറഞ്ഞതിൽ രാജാവ് ഒന്ന് ശ്രദ്ധിച്ചു; അതിന്റെ പിന്നിൽ എന്തോ നിഗൂഢതയുണ്ടെന്ന് അദ്ദേഹത്തിനു തോന്നുകയും ചെയ്തു.

തന്നേക്കാളധികം തന്റെ രാജകീയവീട്ടിൽ നടക്കുന്ന കാര്യങ്ങൾ കർദിനാൾ മനസിലാക്കുന്നുവെന്നു മനസിലാക്കിയ രാജാവ് പലതവണ ലജ്ജിതനായതാണ്. ചാരന്മാരുടെ ഒന്നാന്തരം രഹസ്യപ്രവർത്തനമാണ് അതിനു കാരണം; ആധുനികനിലയിലുള്ള പൊലീസുകാരുടെ നിലയിൽ അവർ എത്തിയില്ലെന്ന ഒരു കുറവേയുള്ളൂ. അതിനാൽ രാജ്ഞിയിൽ നിന്നും സംസാരിച്ച് കുറേക്കാര്യങ്ങൾ അറിയണമെന്നും അതു കർദിനാളിനോടു ചെന്നു പറയണമെന്നും അദ്ദേഹം തീരുമാനിച്ചു. അക്കാര്യങ്ങൾ അദ്ദേഹത്തിന് അറിയാമായിരുന്നാലും തന്റെ കഴിവിൽ അദ്ദേഹം കൂടുതൽ വിലമതിക്കുമെന്ന് രാജാവു കരുതി.

രാജാവ് പതിവുപോലെ രാജ്ഞിയുടെ അരികിലേക്കു പോയി; അഭിവാദ്യം നടത്തി. ഒപ്പം രാജ്ഞിയോട് അടുപ്പമുള്ളവരെ ഭയപ്പെടുത്തുകയും ചെയ്തു. ഉത്തരമൊന്നും പറയാതെ രാജ്ഞി തലകുനിച്ചു നിന്നു; രാജാവ് തന്റെ ഘോരമായ വാക്കുകൾ ഉടനെ നിർത്തുമെന്ന പ്രതീക്ഷയോടെ. പക്ഷേ, അതല്ല രാജാവ് ഉദ്ദേശിച്ചത്. പക്ഷേ കള്ളിവെളിവാക്കാനുള്ള ഒരു ചൂടേറിയ ചർച്ചയാണ് അദ്ദേഹം ഉദ്ദേശിച്ചത്. കർദിനാളിന് എന്തോ അസന്തുഷ്ടിയുയർത്തുന്ന വാർത്ത കിട്ടിയിട്ടുണ്ടെന്നും അത് തന്നോടു പറയാൻ അദ്ദേഹം തീരുമാനിച്ചിട്ടുണ്ടെന്നും രാജാവിനു തോന്നി; പണ്ടും പലതവണ അങ്ങനെ സംഭവിച്ചിട്ടുള്ളതാണ്.

അതിനാൽ രാജാവ് രാജ്ഞിയോട് എതിർക്കാൻ തുടങ്ങി; അവളെ

ശുണ്ഠിപിടിച്ചാലേ അവളെന്തെങ്കിലും പറയുവെന്ന് അദ്ദേഹത്തിനറിയാമായിരുന്നു. അവസാനം രാജ്ഞി സംസാരിച്ചുതുടങ്ങി.

"അങ്ങയുടെ മനസിലുള്ളതെല്ലാം അങ്ങു പറയുന്നില്ലല്ലോ.... ഉറപ്പാണ്" രാജ്ഞി പറഞ്ഞു. "ഞാനെന്താണു ചെയ്തത്? ഞാനെന്തു കുറ്റമാണ് ചെയ്തത്? ഞാൻ എന്റെ സഹോദരന് ഒരു കത്തെഴുതിയതുകൊണ്ട് അങ്ങ് ഒന്നും പറയുന്നില്ലല്ലോ."

യഥാർഥത്തിൽ ഇപ്പോൾ രാജാവാണ് അപകടത്തിൽപ്പെട്ടത്. എന്തു മറുപടി പറയണമെന്നറിയാതെ അദ്ദേഹം കുഴങ്ങി. പെട്ടെന്നു വിഷയം മാറ്റാനായി അദ്ദേഹം രത്നച്ചരടിനെക്കുറിച്ചു പറഞ്ഞുതുടങ്ങി. ഡാൻസു നടക്കുന്നതിനു തലേദിവസംവരെ അതിനെക്കുറിച്ചു പറയരുതെന്ന് കർദിനാൾ രാജാവിനോടു നിഷ്കർഷിച്ചിട്ടുണ്ടായിരുന്നു.

"മാഡം" രാജാവ് അരിശപ്പെട്ടു. "നഗരത്തിലെ ഹാളിൽ ഉടനെ ഒരു ഡാൻസു പരിപാടി നടക്കുന്നുണ്ട്. മുനിസിപ്പൽ ന്യായാധിപന്മാരുടെ ബഹുമാനാർഥം രാജകീയവേഷവിധാനത്തോടുകൂടി അതിൽ പങ്കെടുക്കണം. ആ രത്നച്ചരടും അണിഞ്ഞിരിക്കണം. ഞാനെന്റെ മനസിലുള്ളതെല്ലാം തുറന്നുപറഞ്ഞതാണ്."

ഈ മറുപടി രാജ്ഞിക്കു തികച്ചും ഏറ്റു. എല്ലാം രാജാവ് അറിഞ്ഞിട്ടുണ്ടെന്ന് അവൾക്കു തോന്നി. കർദിനാളിന്റെ നിർദേശപ്രകാരം ഏഴെട്ടു ദിവസമായിട്ട് രാജാവ് ഒന്നുമറിയില്ലായെന്ന് ഭാവിക്കുകയാണെന്നും അവൾക്കു തോന്നി. അവളുടെ മുഖം വിളറി. ഒരു വാക്കുപോലും ഉരിയാടാതെ അവൾ രാജാവിനെത്തന്നെ നോക്കിനിന്നു. വീണുപോകാതിരിക്കാൻ അരികിലെ മേശയിൽ അവൾ പിടിച്ചു.

"ഞാൻ പറഞ്ഞതു നിനക്കു മനസിലായോ?" രാജാവ് ചോദിച്ചു.

"അ.... അതെ. മനസിലായി" അവൾ വിക്കിവിക്കി പറഞ്ഞു.

"ഡാൻസിനു വരുമല്ലോ?"

"വരും.... ഡാൻസിനു വരും."

"രത്നച്ചരടും ധരിച്ചുകൊണ്ട്?"

"ഉവ്വ്."

അവൾ കൂടുതൽ വിളറി. അവൾ തലചുറ്റി വീഴുമെന്നപോലെ രാജാവിനു തോന്നി. അതുകണ്ട രാജാവിന്റെ ഉള്ളു ചിരിച്ചു. അദ്ദേഹത്തിന്റെ ക്രൂരതയുടെ ഒരു പ്രകൃതം.

"അപ്പോൾ അത് ഉറപ്പായി" അദ്ദേഹം പറഞ്ഞു. "യഥാർഥത്തിൽ ഇക്കാര്യമാണ് എനിക്ക് നിന്നോടു പറയാനുണ്ടായിരുന്നത്."

"ഡാൻസ് എന്നാണ് നടക്കുന്നത്?" രാജ്ഞി ചോദിച്ചു. പതറിയ സ്വരത്തോടെയാണ് അവളതു ചോദിച്ചത്.

രാജാവ് അവളെ തുറിച്ചുനോക്കി. ആ ചോദ്യത്തിനു മറുപടി പറയാതിരിക്കുന്നതാണ് നല്ലതെന്ന് അദ്ദേഹത്തിനു തോന്നി.

"ഉടനെയുണ്ടാകും" അദ്ദേഹം പറഞ്ഞു. "തീയതി ഞാൻ ഓർക്കുന്നില്ല. കർദിനാളിനോടു ചോദിക്കണം."

"അപ്പോൾ കർദിനാളാണോ ഡാൻസ് ഏർപ്പാടു ചെയ്തത്?" അവൾ ചോദിച്ചു.

"അതേ മാഡം. കർദിനാൾ തന്നെ." അദ്ദേഹം ഇതുപറയുമ്പോൾ അറിയാതൊന്നു വിളറുന്നത് രാജ്ഞി ശ്രദ്ധിച്ചു. അദ്ദേഹം തുടർന്ന് ഉച്ച സ്വരത്തിൽ ചോദിച്ചു. "അതിനെന്താ? അദ്ദേഹത്തിന് ഏർപ്പാടു ചെയ്തു കൂടേ?"

"അപ്പോൾ ഞാൻ രത്നച്ചരട് ധരിക്കണമെന്ന് പറഞ്ഞത്?"

"അത്....."

"കർദിനാളായിരുന്നു അല്ലേ അതും പറഞ്ഞത്?"

"അങ്ങനെയാണെങ്കിലെന്താ കുഴപ്പം? നീ ആ രത്നച്ചരട് അണിയുന്നതിലൊരു കുറ്റവുമില്ലല്ലോ.... ധരിക്കുന്നതിലെന്താ?"

"അതിനു കുഴപ്പമൊന്നുമില്ലന്നറിയാം...." രാജ്ഞി പറഞ്ഞു.

"അപ്പോൾ നീ ഡാൻസിനു വരും."

"അതേ സർ."

"കൊള്ളാം.... നിന്നെ ഞാനവിടെ പ്രതീക്ഷിക്കുന്നുണ്ടാവും" ഇതു പറഞ്ഞശേഷം രാജാവ് അവിടെനിന്നും പോകാനൊരുങ്ങി.

രാജ്ഞി അദ്ദേഹത്തിന്റെ പുറകേ കുറച്ചുദൂരം ചെന്നു. അപ്പോൾ അവളുടെ മുട്ടുകൾ ഭയംമൂലം കൂട്ടിയിടിക്കുന്നുണ്ടായിരുന്നു.

സന്തോഷത്തോടെ രാജാവ് അവിടംവിട്ടു.

'ഞാൻ തോറ്റു' രാജ്ഞി മനസിൽ പറഞ്ഞു. 'കർദിനാൾ ഒക്കെ അറിഞ്ഞു. കർദിനാൾ പറഞ്ഞിട്ടാണ് എന്നോടു രത്നച്ചരടു ധരിക്കാൻ പറഞ്ഞതും. രാജാവിന് ഒന്നും അറിയില്ല. ഒക്കെ കർദിനാളിൽനിന്നും അദ്ദേഹം അറിയും..... എന്റെ ദൈവമേ! ഞാൻ തോറ്റു!'

അവൾ കുഷ്യനിൽ മുട്ടുകുത്തി പ്രാർഥിച്ചു. വിറയ്ക്കുന്ന കൈകൾ അവൾ തലയിൽ വച്ചു.

രാജ്ഞിയുടെ അവസ്ഥ യഥാർഥത്തിൽ നിരാശാജനകമായിരുന്നു. ബക്കിംഗ്ഹാംപ്രഭു ഇതിനകം ലണ്ടനിലേക്കു പോയിക്കഴിഞ്ഞു. മാഡം ഷെവ്റ്യൂസ് യാത്രയിലുമാണ്. തന്നെ ഇപ്പോൾ കൂടുതൽ എല്ലാവരും ശ്രദ്ധിക്കുന്നതായി അവർക്കറിയാമായിരുന്നു. തോഴിമാരിൽ ഒരാൾ തന്നെ വഞ്ചിക്കുന്നുവെന്ന സംശയവും രാജ്ഞിക്കുണ്ടാകാതിരുന്നില്ല. പക്ഷേ അത് ആരാണെന്ന് അവൾക്കു മനസിലായില്ല. ഡി ലാപോർട്ടിയെ ലൗവ്ര് വിടാൻ അനുവദിച്ചിരുന്നില്ല. ഈ ലോകത്തിൽ താൻ ഇനി ആരെയാണ് വിശ്വസിക്കേണ്ടത്? ഭയങ്കരമായ ഒരപകടമാണ് തനിക്കു മുന്നിലുള്ളത്.

തന്റെ ഒറ്റപ്പെടലിൽ അവൾ വിങ്ങി. ആ ദുരന്തം അവളെ ഭയപ്പെടുത്തി. അവൾ തേങ്ങിക്കരയാൻ തുടങ്ങി.

"അങ്ങേക്കുവേണ്ടി എന്തെങ്കിലും എനിക്കു ചെയ്യാൻ പറ്റുമോ?" ഒരു കാരുണ്യംനിറഞ്ഞ ശബ്ദം പെട്ടെന്നവിടെ കേട്ടു.

രാജ്ഞി പെട്ടെന്ന് ഞെട്ടി ചുറ്റുംനോക്കി. പക്ഷേ ആ തെളിഞ്ഞ ശബ്ദത്തിന്റെ ഉടമയാരാണെന്ന് രാജ്ഞി തിരിച്ചറിഞ്ഞു; തന്റെ സുഹൃ

ത്തായ മാഡം ബോണസ്യൂ.

മാഡം ബോണസ്യൂ വാതിൽക്കൽത്തന്നെ നിൽക്കുന്നത് രാജ്ഞി കണ്ടു. രാജാവ് അവിടെ എത്തിയസമയത്ത് അവർ അലമാരയിൽനിന്ന് വസ്ത്രങ്ങൾ എടുക്കുന്ന തിടുക്കത്തിലായിരുന്നു. അപ്പോൾ അവിടെ നിന്നും അവൾക്ക് പോകാൻ സാധിക്കാതെ വന്നതിനാൽ രാജ്ഞിയോട് അദ്ദേഹം പറയുന്നതൊക്കെ മാഡം ബോണസ്യൂ കേട്ടിരുന്നു.

അപ്രതീക്ഷിതമായി അവളുടെ ശബ്ദം കേട്ടപ്പോൾ രാജ്ഞി ഞെട്ടിയിരുന്നു.

"ഭയപ്പെടേണ്ട മാഡം" മാഡം ബോണസ്യൂ പറഞ്ഞു. അവരുടെ കണ്ണിൽ അനുകമ്പയുടെ കണ്ണീർ വന്നുനിറഞ്ഞിരുന്നു. രാജ്ഞിയുടെ കൈകൾ പിടിച്ചുകൊണ്ട് അവൾ പറഞ്ഞു: "എന്റെ ഹൃദയവും ആത്മാവും മാഡത്തിനുള്ളതാണ്.... മാഡത്തിന്റെ പ്രയാസത്തിന് ഞാനൊരു പരിഹാരം കണ്ടെത്തിയിരിക്കുകയാണ്."

"എന്റെ കണ്ണുകളിലേക്കു നീയൊന്നു നോക്കൂ" രാജ്ഞി കരഞ്ഞു പറഞ്ഞു. എല്ലാവശത്തും എനിക്കായി അപകടം പതിയിരിക്കുകയാണ്. ഞാൻ നിന്നെ വിശ്വസിച്ചോട്ടെ."

"ഓ, മാഡം! അങ്ങേക്കുവേണ്ടി ഞാനെന്റെ ജീവൻ വേണമെങ്കിലും തരാമെന്ന് ആണയിടുന്നു." മാഡം ബോണസ്യൂ രാജ്ഞിയുടെ മുന്നിൽ മുട്ടുമടക്കിക്കൊണ്ടു പറഞ്ഞു. തുടർന്നവൾ പറഞ്ഞു: "അതേ മാഡം.... അങ്ങയുടെ എല്ലാവശത്തും അപകടം പതിയിരിക്കുകയാണ്.... ഞാൻ കന്യകാമാതാവിനെക്കൊണ്ട് ആണയിട്ടുപറയാം. ഞാനല്ലാതെ മറ്റൊരു സഹായി അങ്ങേക്ക് ഉണ്ടാവില്ല.... പിന്നെ രാജാവു പറഞ്ഞ ആ രത്നച്ചരടുകൾ.... അത് ബക്കിംഗ്ഹാംപ്രഭുവിന് മാഡം കൊടുത്തിരിക്കുകയല്ലേ. അദ്ദേഹം പോയപ്പോൾ അദ്ദേഹത്തിന്റെ കൈയിലുണ്ടായിരുന്ന റോസ്‌വുഡ് മരച്ചെപ്പിനകത്ത് അതായിരുന്നല്ലോ.... അതല്ലേ സത്യം?"

"അതെ അതെ.... അതാണു സത്യം!"

"എന്തായാലും നമുക്ക് അത് തിരിച്ചെടുക്കണം" മാഡം ബോണസ്യൂ പറഞ്ഞു.

"അതെ... പക്ഷേ എങ്ങനെ പറ്റും?" രാജ്ഞി ചോദിച്ചു.

"നമുക്ക് പ്രഭുവിന്റെ അരികിലേക്ക് ഒരാളിനെ അയയ്ക്കാം."

"അതുകൊള്ളാം. പക്ഷേ..... ആരെ വിശ്വസിച്ചയയ്ക്കാമെന്നാണ് പറയുന്നത്?"

"മാഡം എന്നെ വിശ്വസിക്കണം..... ഞാൻ ഒരാളെ കണ്ടുപിടിക്കാം."

"പക്ഷേ ഞാൻ കത്തുകൊടുത്തയയ്ക്കണമോ?"

"ഉവ്വ്! അതു വേണ്ടിവരും. കുറച്ചുവരിയിൽ കത്തെഴുതിയാൽ മതി. സ്വന്തം കൈയക്ഷരത്തിൽ വേണം. മുദ്രയും വയ്ക്കണം."

"പക്ഷേ.... ആ കത്തു കണ്ടുപിടിച്ചാൽ.... എന്റെ അവസാനമായിരിക്കും. വിവാഹമോചനം, പിന്നെ നാടുകടത്തൽ!"

"അതെ. അതു പിടികൂടിയാൽ മാത്രം. പക്ഷേ ആരുമറിയാതെ ആ

കത്ത് എത്തേണ്ടിടത്തെത്തും. അതിനു ഞാൻ ഉറപ്പുതരുന്നു."

"അങ്ങനെയെങ്കിൽ എന്റെ സൽപ്പേരും എന്റെ ജീവനും നിന്റെ കൈകളിൽ ഏൽപ്പിക്കണമല്ലോ."

"അതേ മാഡം. അവയെ ഞാൻ സംരക്ഷിച്ചോളാം."

"അതെങ്ങനെ? തെളിച്ചു പറയൂ."

"രണ്ടുമൂന്നു ദിവസങ്ങൾക്കുമുമ്പാണ് എന്റെ ഭർത്താവിനെ ജയിലിൽനിന്നും മോചിപ്പിച്ചത്. എനിക്ക് ഇതുവരെയായിട്ടും അദ്ദേഹത്തെ കാണാനുള്ള സമയം കിട്ടിയില്ല. അദ്ദേഹം നല്ലവനാണ്. ധീരനാണ്. ഞാൻ ആവശ്യപ്പെടുന്നതെന്തും അദ്ദേഹം ചെയ്തു തരും. ഞാൻ പറഞ്ഞാലുടനെതന്നെ അദ്ദേഹം ഈ കത്തുമായി പൊയ്ക്കോളും. യാതൊരു എതിർപ്പും കാണിക്കില്ല. സുരക്ഷിതമായി എത്തിക്കേണ്ടിടത്ത് എത്തിക്കുകയും ചെയ്യും, ഉറപ്പ്."

രാജ്ഞിക്കു സന്തോഷമായി. അവർ മാഡം ബോണസ്യൂവിന്റെ കൈയിൽ ആവേശത്തോടെ മുറുക്കെപ്പിടിച്ചു. അവളുടെ കണ്ണുകളിലേക്ക് ഇമയനക്കാതെ നോക്കി; ആത്മാവിനെ വായിക്കുന്ന മട്ടിൽ. ആത്മാർഥത നിറഞ്ഞ ആ കണ്ണുകളെ തിരിച്ചറിഞ്ഞപ്പോൾ രാജ്ഞി അവളെ സ്നേഹ ചാരുതയോടെ ചുംബിച്ചു.

"നീ ഇതു ചെയ്യുമ്പോൾ, എന്റെ ജീവൻ രക്ഷിക്കുകയാണ് ചെയ്യുന്നത്" രാജ്ഞി അവളോടു പറഞ്ഞു. "ഞാൻ എന്തിനും നിന്നോടു കടപ്പെട്ടിരിക്കും; എന്തിനും."

"ഓ! മാഡം.... ഞാനീ ചെയ്യുന്നത് ഒരു നിസ്സാരമായ കാര്യമല്ല. മാഡത്തിനിപ്പോഴും സൽപ്പേരുണ്ട്..... വഞ്ചിതയായിപ്പോയെന്നല്ലേയുള്ളൂ."

"അതേ മാഡം ബോണസ്യൂ..... നീ പറഞ്ഞതു ശരിയാണ്."

"ഇനി ആ കത്തെഴുതിത്തരൂ.... കാര്യങ്ങൾ വളരെ വേഗത്തിൽ ത്തന്നെ ചെയ്യേണ്ടതുണ്ട്."

രാജ്ഞി മേശയുടെ അരികിലേക്കു പോയി. കടലാസെടുത്ത് കത്തെഴുതി. കവറിന്റെ മുകളിൽ സ്വന്തം മുദ്രവയ്ക്കുകയും ചെയ്തു. തുടർന്ന് അത് മാഡം ബോണസ്യൂവിന്റെ കൈകളിൽ ഏൽപ്പിച്ചു.

"അയ്യോ! പ്രധാനപ്പെട്ട ഒരു കാര്യം നാം മറന്നല്ലോ" രാജ്ഞി പറഞ്ഞു.

"എന്താണത്?" മാഡം ബോണസ്യൂ ചോദിച്ചു.

"പണം."

മാഡം ബോണസ്യൂവിന്റെ മുഖം ചുവന്നു. വീണ്ടും അവൾ പറഞ്ഞു. "അതേ മാഡം. സത്യമായും എന്റെ ഭർത്താവിന്റെ കൈയിൽ...."

"പണമില്ലെന്നല്ലേ ഉദ്ദേശിച്ചത്?" രാജ്ഞി ചോദിച്ചു.

"ഓ അല്ല. പണമുണ്ട്; പക്ഷേ വലിയ പിശുക്കനാണ്. അതാണ് അദ്ദേഹത്തിന് ആകപ്പാടെയുള്ള കുറവും. പക്ഷേ പണം കിട്ടിയില്ലെങ്കിലും സാരമില്ല. ഞങ്ങളത് എങ്ങനെയെങ്കിലും പരിഹരിച്ചോളാം."

"എന്റെ കൈയിലും പണമില്ലെന്ന് നിനക്കറിയാമെന്ന് ഞാൻ കരു

തുന്നു." രാജ്ഞി പറഞ്ഞു (മാം മോട്ടീവിലിയുടെ ഓർമക്കുറിപ്പുകൾ വായിച്ചുള്ള ആരും ഈ മറുപടി കേൾക്കുമ്പോൾ ആശ്ചര്യപ്പെടുകയില്ല).

"പക്ഷേ നിൽക്കൂ..." രാജ്ഞി പറഞ്ഞു. അവൾ തന്റെ ആഭരണ പ്പെട്ടിക്കരികിലേക്കു നീങ്ങി. പെട്ടിയിൽനിന്നും ഒരു മോതിരമെടുത്തു. "ഇതാ ഈ മോതിരം വച്ചോളൂ. വിലപിടിപ്പുള്ളതാണിത്. സ്പെയിനിലെ രാജാവായ എന്റെ സഹോദരൻ എനിക്കു തന്നതാണിത്. അതിനാൽ എനിക്ക് ഇതിനെ എന്തും ചെയ്യാം.... കൊണ്ടുപോയി പണയംവെച്ച് നിന്റെ ഭർത്താവിന് ആവശ്യമായ പണം കൊടുത്തോളൂ; യാത്രയാകട്ടെ."

"ഒരുമണിക്കൂറിനകം ഒക്കെ ശരിയാക്കാം, മാഡം."

"ഇതാ നോക്കൂ. ഈ മേൽവിലാസം ഇങ്ങനെ മതിയോ?" രാജ്ഞി വളരെ ശബ്ദം താഴ്ത്തി ചോദിച്ചു. "ബക്കിംഗ്ഹാം പ്രഭു, ലണ്ടൻ."

"ഞാൻ ഈ കത്ത് നേരിട്ടുതന്നെ എന്റെ ഭർത്താവിനെ ഏൽപ്പി ക്കാം."

"എനിക്കെങ്ങനെ നിന്നോടു നന്ദി പറയണമെന്നറിയില്ല..." രാജ്ഞി സന്തോഷത്തിന്റെ ആവേശം പൂണ്ടു.

മാഡം ബോണസ്യൂ രാജ്ഞിയുടെ കരങ്ങളെ ചുംബിച്ചു. ബോഡീ സിനുള്ളിൽ കത്തു തിരുകിയൊളിപ്പിച്ചശേഷം അവൾ അവിടംവിട്ടു.

പത്തുമിനിട്ടു കഴിഞ്ഞപ്പോൾ അവൾ വീട്ടിലെത്തി. അവൾ രാജ്ഞി യോടു പറഞ്ഞതു സത്യമായിരുന്നു. ജയിൽമോചിതനായശേഷം അവൾ തന്റെ ഭർത്താവിനെ കണ്ടിരുന്നില്ല. കർദിനാളിനെപ്പറ്റി അയാളുടെ മനസി ലുണ്ടായ മാറ്റത്തെക്കുറിച്ച് അവൾക്ക് അറിഞ്ഞുകൂടായിരുന്നു. അവളെ തട്ടിക്കൊണ്ടു പോയതിന്റെ പിന്നിൽ യാതൊരു ദുരുദ്ദേശ്യവുമില്ലെന്നും അതുവെറും രാഷ്ട്രീയ നടപടിയായിരുന്നുവെന്നും പറഞ്ഞു വിശ്വസി പ്പിക്കാൻ റൊച്ചിഫോർട്ട് പലതവണ അയാളുടെവയരികിൽ വന്നിരുന്ന താണ്.

ബോണസ്യൂ വീട്ടിൽ തനിച്ചിരിക്കുകയായിരുന്നു. വീട്ടിലെ സാധന ങ്ങളൊക്കെ അടുക്കിപ്പെറുക്കിവയ്ക്കുന്ന തിരക്കിലായിരുന്നു. അയാൾ ജയിലിൽനിന്നും വന്നപ്പോൾ തടിസാധനങ്ങളൊക്കെ ഒടിഞ്ഞുകിടക്കുക യായിരുന്നു. അലമാരയിൽ ഒന്നുമുണ്ടായിരുന്നില്ല. യജമാനനെ അറസ്റ്റു ചെയ്യുന്നത് കണ്ടപ്പോൾ വേലക്കാരി ഓടിരക്ഷപ്പെട്ടതാണ്. പാരീസിൽ അവളുടെ നാടായ ബർഗണ്ടിയിലേക്ക്; അതും കാൽനടയായിട്ട്.

വീട്ടിൽ എത്തിയപ്പോൾത്തന്നെ, താൻ മടങ്ങിവന്ന വിവരം ഭാര്യയെ അറിയിക്കാൻ അയാൾ ആളിനെ അയച്ചിരുന്നു. സുരക്ഷിതമായി മടങ്ങി വന്നതിനെ അഭിനന്ദിച്ചുകൊണ്ടുള്ള ഒരു മറുപടിക്കുറിപ്പ് അവൾ ഭർത്താ വിന് തിരിച്ചുകൊടുത്തയച്ചിരുന്നു. ജോലിത്തിരക്കിനിടയിൽ അൽപ്പം സമയം കിട്ടിയാലുടനെ ഭർത്താവിനെ വന്നു കണ്ടുകൊള്ളാമെന്നും ആ കുറിപ്പിൽ എഴുതിയിരുന്നു.

ജോലിത്തിരക്കിനിടയിൽ വീണുകിട്ടുന്ന അൽപ്പം സമയത്തിന് അവൾക്ക് അഞ്ചുദിവസം വേണ്ടിവന്നു. സാധാരണ സ്വഭാവമനുസരിച്ച്

അവളുടെ അഞ്ചുദിവസം കഴിഞ്ഞുള്ള വരവ് ബോണസ്യൂവിനെ കോപിഷ്ടനാക്കുകയാണ് വേണ്ടത്. പക്ഷേ കർദിനാളുമായുണ്ടായ സന്ദർശനം, റൊച്ചിഫോർട്ട് നേരിട്ടുതന്നെ തന്നെ വന്നുകണ്ടത് ഇതൊക്കെ ചിന്തിച്ചുകൊണ്ടിരുന്നപ്പോൾ ദിവസങ്ങൾ പോയതും അയാൾ അറിഞ്ഞിരുന്നില്ല.

ബോണസ്യൂവിന്റെ ചിന്തകളെല്ലാം സന്തോഷപരമായിരുന്നു. 'സ്നേഹിതൻ പ്രിയപ്പെട്ട സ്നേഹിതൻ' എന്നാണ് റൊച്ചിഫോർട്ട് തന്നെ വിളിച്ചത്. കർദിനാളിനും തന്നെപ്പറ്റി വലിയ അഭിപ്രായമുണ്ട്. പേരും പെരുമയുമാർന്ന വഴികളിലൂടെയാണ് താൻ സഞ്ചരിക്കുന്നതെന്ന് ആ തുണിക്കച്ചവടക്കാരനു തോന്നി.

മാഡം ബോണസ്യൂവും ചിന്തിക്കുക തന്നെയായിരുന്നു അപ്പോൾ; പക്ഷേ, ബോണസ്യൂവിന്റെ അഭിലാഷങ്ങളിൽനിന്നും വ്യത്യസ്തമായിട്ട്. ധീരനും സുന്ദരനുമായ തന്നെ വളരെയധികം സ്നേഹിക്കുകയും ചെയ്യുന്ന തന്റെ ഭർത്താവിനെക്കുറിച്ചാണ് അവൾ ചിന്തിച്ചത്. പതിനെട്ടാം വയസിലാണ് അയാൾ അവളെ വിവാഹം കഴിച്ചത്. അതിനുശേഷം അയാളുടെ സുഹൃത്തുക്കളുടെ ഇടയിലാണ് അവൾ ജീവിച്ചത്. ഹൃദയവികാരങ്ങൾ ഉണർത്തപ്പെടാത്ത ജീവിതമായിരുന്നു അവളുടേത്. അക്കാലത്ത് ഇടത്തരം സമ്പന്നസ്ത്രീകൾക്കിടയിൽ മാന്യന്മാരായ പുരുഷന്മാർക്ക് നല്ലൊരു പേരുണ്ടായിരുന്നു. ആർട്ഗ്നനും പേരുള്ള കാലമായിരുന്നു. മാത്രമല്ല അയാൾ ഭടന്റെ വേഷമാണ് ധരിച്ചിരുന്നത്. പോരാളികളുടെ വേഷം കഴിഞ്ഞാൽ പിന്നെ ഭടന്റെ വേഷത്തിലാണ് സ്ത്രീകളുടെ ശ്രദ്ധ. അതവരുടെ മനസിനെ ഇളക്കുമായിരുന്നു. അല്ലെങ്കിൽത്തന്നെ ആർട്ഗ്നൻ ചെറുപ്പവും സുന്ദരനുമായിരുന്നല്ലോ. അവൻ തന്റെ സ്നേഹം അവളോടു പറഞ്ഞതാണ്; തിരിച്ചും സ്നേഹമുണ്ടെന്നറിയാൻ അവൻ തന്റെ മുഖം കൂർപ്പിച്ചത് അവളോർത്തു.

ആർട്ഗ്നനെക്കുറിച്ചുള്ള ചിന്തയായിരുന്നു മാഡം ബോണസ്യൂവിന്റെ മനസിൽ നിറഞ്ഞുനിന്നത്.

പരസ്പരം കണ്ടിട്ട് ഒരാഴ്ചയായിരുന്നിട്ടും സ്വന്തം ചിന്തകളിൽ അവർ നിമഗ്നരായിരുന്നതിനാൽ ആ ഭാര്യാഭർത്താക്കന്മാർക്ക് പ്രത്യേക ആവേശമോ വികാരമോ ഒന്നും ഉണ്ടായില്ല. ഇതിനിടയിൽ നാടകീയമായ എത്രയോ സംഭവങ്ങളും നടന്നുകഴിഞ്ഞു. എന്നിട്ടും ബോണസ്യൂവിന് ഒരു കൂസലും ഉണ്ടായിരുന്നില്ല.

അയാൾ കൈവിടർത്തി അവളുടെ അടുത്തേക്കു ചെന്നു.

അവൾ ഒരടി മുന്നോട്ടു നീങ്ങി; അയാൾ അവളുടെ നെറ്റിത്തടത്തു ചുംബിച്ചു.

"നമുക്കിനി സംസാരിക്കാം" അവൾ പറഞ്ഞു.

"എന്തിനെക്കുറിച്ച്?" അത്ഭുതത്തോടെ അയാൾ ചോദിച്ചു.

"എനിക്ക് വളരെ പ്രധാനപ്പെട്ട കാര്യങ്ങൾ നിങ്ങളോടു പറയാനുണ്ട്."

"എനിക്കു നിന്നോടു വളരെ ഗൗരവമായ ചില കാര്യങ്ങൾ ചോദി

ക്കാനുമുണ്ട്. നിന്നെ തട്ടിക്കൊണ്ടുപോയ കാര്യങ്ങളൊക്കെ പറയൂ."

"അതൊക്കെ പിന്നീടു പറയാം....."

"അതു ശരി.... അപ്പോൾ എന്നെ അറസ്റ്റുചെയ്തതിനെക്കുറിച്ചും എന്റെ ജയിൽവാസത്തെക്കുറിച്ചും ആദ്യം അറിയാനാണ് നിനക്കിഷ്ടം. അല്ലേ?"

"അല്ല. അതൊക്കെ അന്നുതന്നെ ഞാനറിഞ്ഞു. എനിക്കറിയാമായിരുന്നു നിങ്ങൾ മോചിതനാകുമെന്ന്. അതിനാൽ എനിക്ക് ദുഃഖമൊന്നും തോന്നിയിരുന്നില്ല. നിങ്ങൾ ഒരു കുറ്റവും ചെയ്തിരുന്നില്ലല്ലോ....."

"എത്ര നിസ്സാരമായാണ് നീയതു കാണുന്നത്?" തന്റെ വിഷയത്തിൽ ഒട്ടും താൽപ്പര്യമില്ലാതെ അവൾ സംസാരിച്ചപ്പോൾ അയാൾക്ക് നീരസമാണുണ്ടായത്. "ആ ബാസ്റ്റിലി ജയിലിൽ ഒരു രാത്രിയും പകലും ഞാൻ കഴിച്ചുകൂട്ടിയതെങ്ങനെയാണെന്ന് നിനക്കറിയാമോ?"

"ആ രാത്രിയും പകലും ഇപ്പോൾ കഴിഞ്ഞല്ലോ. നമുക്ക് അക്കാര്യം കളയാം. ഞാനിവിടെ നിങ്ങളെ കാണാൻ വന്നതിന്റെ കാര്യം സംസാരിക്കാം." അവൾ പറഞ്ഞു.

"എന്ത്? നീ എന്നെ കാണാൻ വന്നതിന്റെ പിന്നിൽ കാര്യമുണ്ടെന്നോ?" അയാൾ അസ്വസ്ഥനായി. തുടർന്നു പറഞ്ഞു: "ഞാൻ കരുതി ഒരാഴ്ച കാണാതിരുന്ന നീ എന്നോടൊപ്പം കഴിയാൻ വേണ്ടി വന്നതാണെന്നാണ്."

"അത് എന്റെ ഒരു പ്രധാന കാര്യംതന്നെ. പക്ഷേ മറ്റൊരു കാര്യം കൂടിയുണ്ട്" അവൾ പറഞ്ഞു.

"എങ്കിൽ അതെന്താണെന്നു പറയൂ."

"നമ്മുടെ ഭാവി അഭിവൃദ്ധിയുമായി ബന്ധമുള്ള വിഷയമായതിനാൽ നിങ്ങൾക്ക് അക്കാര്യം വളരെ സന്തോഷമായിരിക്കും."

"കഴിഞ്ഞതവണ ഞാൻ നിന്നെ കണ്ടതിനുശേഷം നമ്മുടെ അഭിവൃദ്ധി കൂടുതൽ മെച്ചമായിട്ടുണ്ടെന്ന് എനിക്കു തോന്നുന്നു. ഇനിയെന്നാണ് നാട്ടുകാർക്ക് നമ്മോടു അസൂയ തോന്നുന്നതെന്നറിയില്ല."

"ഞാൻ പറയുന്നതുപോലെ നിങ്ങൾ ചെയ്യുകയാണെങ്കിൽ....."

"നീ എന്തെങ്കിലും എന്നോടു ചെയ്യാൻ പറയുകയാണോ?"

"അതെ. വളരെ പ്രധാനപ്പെട്ട ഒരു കാര്യം ചെയ്യാൻ ഞാൻ പറയുകയാണ്. അതുവഴി ധാരാളം പണവും കിട്ടും."

പണത്തിന്റെ കാര്യം തന്റെ ഭർത്താവിന്റെ ദൗർബല്യമാണെന്ന് അവൾക്ക് നന്നായി അറിയാമായിരുന്നു.

"ഒരുപാടു പണമോ?" അയാളുടെ ചുണ്ടുകളനങ്ങി.

"അതെ."

"എത്ര വരും?"

"ഒരായിരം നാണയങ്ങൾ കിട്ടും."

"അപ്പോൾ എന്തോ വളരെ പ്രധാനപ്പെട്ട കാര്യമായിരിക്കും ഞാൻ ചെയ്യേണ്ടതെന്നു തോന്നുന്നു."

"അതെ..... അതെ....."

"എങ്കിലതു പറയൂ."

"ഒരു കത്തുണ്ട്. അതുമായി പാരീസിൽ ചെന്ന് പ്രത്യേകം ഒരാളിനെ ഏൽപ്പിക്കണം. മറ്റാരെയും കാണിക്കരുത്."

"എവിടെയാണ് കൊണ്ടുപോകേണ്ടത്?"

"ലണ്ടനിൽ."

"ലണ്ടനിലേക്കോ? നീ എന്തു വിഡ്ഢിത്തമാണീ പറയുന്നത്? എനിക്ക് ലണ്ടനിൽ ഒരു കാര്യവുമില്ല ചെയ്യാനായിട്ട്."

"നിങ്ങളൊന്നും ചെയ്യണ്ട. വേറെ ആളുകൾക്കുവേണ്ടിയാണ് അവിടെ ചെല്ലേണ്ടത്."

"ആരൊക്കെയാണീ വേറെ ആളുകൾ? ഞാനൊരു കാര്യം പറഞ്ഞേക്കാം. ഞാനിനി ഒരു കാര്യവും അന്ധമായി വിശ്വസിച്ചുകൊണ്ട് ചെയ്യുകയേയില്ല. ആര്, എന്ത്, എങ്ങനെ തുടങ്ങിയ എല്ലാ വിവരങ്ങളും അറിഞ്ഞേ പറ്റൂ" ബോണസ്യൂ വികാരഭരിതനായി.

"വലിയൊരു ഉയർന്ന ആളാണ് നിങ്ങളെ അയക്കുന്നത്. നിങ്ങളെ ലണ്ടനിൽ സ്വീകരിക്കുന്നതും ഉയർന്ന ഒരാളായിരിക്കും.... പിന്നെ നിങ്ങൾ ഉദ്ദേശിക്കുന്നതിനെക്കാൾ ഉയർന്ന പ്രതിഫലവും കിട്ടും. അത്രമാത്രമേ എനിക്കിപ്പോൾ പറയാനുള്ളൂ."

"നീയൊന്നും തെളിച്ചു പറയുന്നില്ല. എനിക്കെന്തായാലും ഇനി കുഴപ്പങ്ങളിലൊന്നും പോയി വീഴാൻ വയ്യ. കർദിനാൾ എന്റെ കണ്ണുകൾ തുറന്നു തന്നിരിക്കുകയാണ്."

"കർദിനാൾ!" മാഡം ബോണസ്യൂ ആശ്ചര്യപ്പെട്ടു. "എന്ത് നിങ്ങൾ കർദിനാളിനെ കണ്ടിരുന്നോ?"

"അതേ, അദ്ദേഹം ആളയച്ച് എന്നെ വിളിപ്പിച്ചിരുന്നു" തെല്ലഭിമാനത്തോടെ അയാൾ പറഞ്ഞു.

"എന്നിട്ട് നിങ്ങൾ അവിടെ പോയിരുന്നോ? അത് അപകടം പിടിച്ചതായിരുന്നുവെന്ന് നിങ്ങൾക്ക് മനസിലായില്ലേ?"

"എനിക്ക് സ്വന്തമായൊരു തീരുമാനമെടുക്കാൻ അപ്പോൾ ആയിരുന്നില്ല. രണ്ടു ഭടന്മാർ വന്ന് എന്നെ അദ്ദേഹത്തിന്റെ അരികിലേക്കു കൂട്ടിക്കൊണ്ടു പോകുകയായിരുന്നു" ബോണസ്യൂ പറഞ്ഞു.

"അദ്ദേഹം നിങ്ങളോടു മോശമായി പെരുമാറിയോ? ഭയപ്പെടുത്തിയോ?"

"അങ്ങനെയൊന്നും ഉണ്ടായില്ല. അദ്ദേഹം എന്റെ കൈപിടിച്ചു കുലുക്കിയശേഷം എന്നെ 'സുഹൃത്തേ' എന്നുവിളിച്ചു. അദ്ദേഹത്തിന്റെ സുഹൃത്താണ് ഞാനിപ്പോൾ! ഞാനിന്ന് അദ്ദേഹത്തിന്റെ സ്വന്തം സുഹൃത്താണ്!"

"ആ മഹാനായ കർദിനാൾ?"

"അദ്ദേഹത്തിന്റെ മാഹാത്മ്യത്തെ നീയെന്തായാലും നിഷേധിക്കുന്നില്ലല്ലോ."

"ഞാൻ ഒന്നും നിഷേധിക്കുന്നില്ല. പക്ഷേ, ഒരു കാര്യം ഞാൻ പറയുന്നു. ഒരു മന്ത്രിയുടെ അഥവാ ഭരണാധികാരിയുടെ സേവ എപ്പോൾ വേണമെങ്കിലും നിന്നുപോകും. വിഡ്ഢികൾക്കേ അതിന്റെ പുറകേ പോകാനാകൂ. അവരേക്കാൾ ശക്തരായ ആളുകളുണ്ടെന്നറിയാമോ? അവർ മനുഷ്യരുടെ അഭിപ്രായങ്ങളെയോ സംഭവങ്ങളുടെ ഫലമോ നോക്കാറില്ല. അത്തരക്കാരോട് നാം കൂറു പാലിക്കേണ്ടതാണ്."

"ക്ഷമിക്കണം മാഡം. ആ മഹാനേക്കാളും വലിയൊരാളിനെ ഞാൻ കണ്ടിട്ടില്ല. ഞാൻ അദ്ദേഹത്തെത്തന്നെയാണ് സേവിക്കാൻ പോകുന്നതും."

"എന്ത്? നിങ്ങൾ കർദിനാളിനെ സേവിക്കുന്നെന്നോ?"

"അതെ" അയാൾ പറഞ്ഞു. "അതിനാൽ നാടിന്റെ രക്ഷയെ തകർക്കുന്ന ഒരു പ്രവർത്തനത്തിലും നിന്നെ ഇടപെടാൻ ഞാൻ അനുവദിക്കുകയില്ല. ഫ്രഞ്ചുകാരിയല്ലാത്തതും എന്നാൽ സ്പെയിനിനോടു താൽപ്പര്യം പുലർത്തുന്നതുമായ ആ സ്ത്രീയോടു നീയിനി സേവ ചെയ്യാനും പാടില്ല. ഭാഗ്യംകൊണ്ട് കർദിനാളാണ് നമ്മെ രക്ഷിച്ചത്. അദ്ദേഹം തന്റെ കണ്ണുകൾകൊണ്ട് എല്ലാം നിരീക്ഷിക്കുന്നു. എല്ലാവരുടെയും ഹൃദയവും അദ്ദേഹം വായിക്കുന്നു." റൊച്ചിഫോർട്ടിന്റെ നാവിൽനിന്നും വീണിരുന്ന വാക്കുകൾ അയാൾ ഇവിടെ ആവർത്തിക്കുകയായിരുന്നു.

തന്റെ ഭർത്താവു പറഞ്ഞതൊക്കെ അവൾ കാര്യമായിത്തന്നെയെടുത്തു. ആ കത്ത് തന്റെ ഭർത്താവിന്റെ സഹായത്താൽ എത്തിക്കാമെന്ന് എന്ത് ആത്മവിശ്വാസത്തോടെയാണ് പറഞ്ഞത്. പക്ഷേ, ഇപ്പോൾ ഒരു നിമിഷം അവൾ നിസ്സഹായയായി. പക്ഷേ, തന്റെ ഭർത്താവിന്റെ 'പണ' മെന്ന ദൗർബല്യത്തെ മുതലെടുക്കാമെന്ന പ്രതീക്ഷ അവളിൽ നില നിന്നു.

"അപ്പോൾ നിങ്ങൾ കർദിനാളിന്റെ കക്ഷിയാണ് അല്ലേ?" അവൾ ചോദിച്ചു. "അപ്പോൾ ഭാര്യയെ അപമാനിക്കുകയും രാജ്ഞിക്കെതിരായി പ്രവർത്തിക്കുകയും ചെയ്യുന്ന ഒരാളിന്റെ കക്ഷിയെന്നർഥം!"

"പൊതുതാൽപ്പര്യങ്ങൾക്കു പിന്നിൽ വ്യക്തിതാൽപ്പര്യങ്ങൾക്ക് യാതൊരു സ്ഥാനവുമില്ലെന്ന് നീയറിയണം. നാടിനെ സംരക്ഷിക്കുന്നവരോടാണ് ഞാൻ നിൽക്കുന്നത്." റൊച്ചിഫോർട്ട് പറഞ്ഞിരുന്ന മറ്റൊരു വാചകത്തെ അയാൾ അവസരോചിതമായി വീണ്ടും ഉപയോഗിച്ചു.

"നാടിനെക്കുറിച്ച് നിങ്ങൾക്ക് എന്താണ് അറിയാവുന്നത്?" മാഡം ബോണസ്യൂ നീരസത്തോടെ ചോദിച്ചു. "വെറും സാധാരണ മനസുള്ള വെറും സാധാരണക്കാരനാണ് നിങ്ങൾ. നിങ്ങൾക്കു പറ്റുന്ന കാര്യങ്ങൾ മാത്രം ചിന്തിച്ചാൽ മതി. പിന്നെ നിങ്ങൾക്കു ഗുണംകിട്ടുന്ന കാര്യങ്ങളും."

"നീയെന്നെ പഠിപ്പിക്കേണ്ട" തുടർന്ന് അടുത്തിരുന്ന ഒരു പണക്കിഴി കുലുക്കിക്കൊണ്ട് അയാൾ ചോദിച്ചു: "ഇതിലെത്രയുണ്ടെന്ന് നിനക്കു പറയാമോ?"

"എവിടെന്നാണ് ആ പണം കിട്ടിയത്?"

"ഊഹിച്ച് നീ തന്നെ പറയൂ."

"കർദിനാളിന്റെ കൈയിൽനിന്നും?"

"അതെ അദ്ദേഹത്തിന്റെയും എന്റെ മറ്റേ സുഹൃത്തായ റൊച്ചി ഫോർട്ടിന്റെയും കൈയിൽനിന്നും."

"റൊച്ചിഫോർട്ട്! അയാളാണ് എന്നെ തട്ടിക്കൊണ്ടുപോയത്."

"ആയിരിക്കാം."

"ആ ആളിൽനിന്നും നിങ്ങൾ പണം വാങ്ങിയെന്നോ?"

"അതിനെന്താ. നിന്നെ തട്ടിക്കൊണ്ടുപോയത് രാഷ്ട്രീയ കാര്യങ്ങ ളുടെ പേരിലാണെന്ന് നീ തന്നെ പറഞ്ഞതല്ലേ."

"അതെ. പക്ഷേ ഇതിന്റെ പിന്നിലെ ഗൂഢോദ്ദേശ്യം ഞാൻ രാജ്ഞി യെ ഒറ്റിക്കൊടുക്കാനാണ്. രാജ്ഞിയെ അപമാനിതയാക്കാനുള്ള രഹ സ്യങ്ങളൊക്കെ എന്നിൽനിന്നും ചോർത്തിയെടുക്കാൻ വേണ്ടിയായിരുന്നു അത്...."

"നിന്റെ യജമാനത്തി ഗൂഢവേല ചെയ്യുന്ന സ്പാനിഷ് സ്ത്രീയാ ണ്. കർദിനാൾ ചെയ്യുന്നതെല്ലാമാണ് ശരി" അയാൾ പറഞ്ഞു.

"നിങ്ങൾ ഒരു ഭീരുവും പിശുക്കനും വിഡ്ഢിയുമാണ്. പക്ഷേ, വഞ്ച കനായിരുന്നെന്ന് ഇപ്പോഴാണ് എനിക്കു മനസിലായത്" അവൾ വളരെ യധികം അരിശപ്പെട്ടുകൊണ്ടാണിതു പറഞ്ഞത്.

"നീയെന്താണീ പറയുന്നത്?" അയാൾ അമ്പരന്നുകൊണ്ട് ചോദിച്ചു.

അയാളുടെ അമ്പരപ്പു വീണ്ടുമുയർത്താൻതന്നെ മാഡം ബോണ സ്യൂ തീരുമാനിച്ചു.

"അതെ നിങ്ങൾ ഭീരുവും പിശുക്കനും വിഡ്ഢിയും വഞ്ചകനും തന്നെ. പിന്നെ ഒരു രാഷ്ട്രീയക്കാരൻ! കർദിനാളിന്റെ വശം ചേർന്നു നടക്കുന്നവൻ! നിങ്ങൾ നിങ്ങളെത്തന്നെ ചെകുത്താനു വിൽക്കുക യാണ്."

"ചെകുത്താനല്ല, കർദിനാളിനാണ് വിൽക്കുന്നത്."

"രണ്ടുപേരും ഒന്നുതന്നെ. അവ പരസ്പരം പര്യായങ്ങളെന്നേ യുള്ളൂ."

"അൽപ്പം ശാന്തമാകൂ! വല്ലവരും കേൾക്കും."

"ഓ ഞാൻ ഇനി പതുക്കെത്തന്നെ പറയാം. എന്റെ ഭർത്താവ് ഇത്രയും പമ്പരവിഡ്ഢിയാണെന്ന് മറ്റാരെങ്കിലും അറിഞ്ഞാൽ അത് എനി ക്കുതന്നെ നാണക്കേടുണ്ടാക്കും."

"പറഞ്ഞതൊക്കെ ധാരാളം. ഇനി നിർത്തൂ.... എന്താ ഞാൻ എന്തു ചെയ്യണമെന്നാണ് നീ പറയുന്നത്?"

"അക്കാര്യം ഞാൻ പറഞ്ഞു കഴിഞ്ഞല്ലോ. നിങ്ങൾ ഒരു കത്തു മായി ലണ്ടനിൽ പോകണം. ഒരു പ്രധാനപ്പെട്ട ജോലി ലഭിച്ചതിൽ നിങ്ങൾ അഭിമാനിക്കുകയാണു വേണ്ടത്. നിങ്ങളീ ഭൗത്യം ചെയ്യുകയാണെങ്കിൽ ഞാൻ എല്ലാം മറക്കാം പൊറുക്കാം." അയാളുടെ നേരെ കൈ നീട്ടി ക്കൊണ്ട് അവൾ തുടർന്നു പറഞ്ഞു. "ഞാൻ എന്റെ സൗഹൃദബന്ധം

അങ്ങേക്കു മടക്കിത്തരികയും ചെയ്യാം."

ബോണസ്യൂ ഭീരുവും പിശുക്കനും തന്നെ. പക്ഷേ, അയാൾക്ക് ഭാര്യ യെ വളരെ സ്നേഹമായിരുന്നു. അവൾ പറയുന്നതിൽനിന്നും തെല്ലിട മാറാൻ അയാൾക്ക് ആകുമായിരുന്നില്ല. ഒരു അമ്പത്തിയൊന്നുകാരൻ മനുഷ്യന് ഒരു ഇരുപത്തിമൂന്നുകാരിപ്പെണ്ണിനോടു ദീർഘനേരം കോപം കൊള്ളാനാവില്ലല്ലോ.

അയാളിൽ മാറ്റമുണ്ടാകുന്നത് ബോണസ്യൂ തിരിച്ചറിഞ്ഞു.

"അപ്പോൾ പറഞ്ഞതുപോലെ ചെയ്യുമല്ലോ?" അവൾ ചോദിച്ചു.

"നീയെന്നോടു പറഞ്ഞതൊന്നാലോചിച്ചു നോക്കൂ. പാരീസിൽ നിന്നും എന്തകലെയാണ് ലണ്ടനെന്ന് നിനക്കറിയാമോ? മാത്രമല്ല അപ കടംപിടിച്ച ദൗത്യവും!"

"നിങ്ങൾ അപകടങ്ങൾ വരാതെ സൂക്ഷിച്ചാൽ മതി; പിന്നെ പ്രശ്ന മില്ല" അവൾ പറഞ്ഞു.

"പക്ഷേ.... എനിക്കിതു പറ്റില്ല.... കൊട്ടാരത്തിലെ കാര്യങ്ങളുമായി എനിക്കിടപെടാനാവില്ല. ബാസ്റ്റിലി ജയിലിൽനിന്നും ഞാൻ ഇറങ്ങിയതേ യുള്ളുവെന്ന് നിനക്കറിയാമല്ലോ..... നീ തന്നെ പൊയ്ക്കോളൂ. എനിക്ക് നിന്നെക്കുറിച്ചുള്ള ധാരണ ഇതുവരെ തെറ്റായിരുന്നു. നീയൊരു പുരു ഷനെപ്പോലെ തന്നെയാണ്."

"അപ്പോൾ നിങ്ങൾ ഒരു പെണ്ണും. വിഡ്ഢിയായ ഒരു സ്ത്രീ! അപ്പോൾ നിങ്ങൾക്ക് ബാസ്റ്റിലി ഭയമാണല്ലേ? ഇപ്പോൾത്തന്നെ ലണ്ടനി ലേക്ക് നിങ്ങൾ പോയില്ലെങ്കിൽ, രാജ്ഞിയെക്കൊണ്ട് നിങ്ങളെ അറസ്റ്റു ചെയ്യിച്ച് ബാസ്റ്റിലിയിലേക്കു പറഞ്ഞയയ്ക്കും കേട്ടോളൂ."

ബോണസ്യൂ ഒരുനിമിഷം ആലോചിച്ചു. രാജ്ഞിയുടെയും കർദി നാളിന്റെയും വൈരാഗ്യങ്ങളെ പരസ്പരം തൂക്കിനോക്കി. കർദിനാളിന്റേത് കൂടുതൽ ഭാരമുള്ളതായി അയാൾക്കു തോന്നി.

"എന്നാലങ്ങനെയാവട്ടെ. രാജ്ഞിയുടെ കൽപ്പനയനുസരിച്ച് എന്നെ അറസ്റ്റ് ചെയ്യിപ്പിച്ചോളൂ. കർദിനാൾ എന്നെ സഹായിക്കുമെന്ന് അപ്പോൾ നിനക്കു കാണാം."

താൻ പറഞ്ഞത് അധികമായിപ്പോയെന്ന് മാഡം ബോണസ്യൂവിനു തോന്നി. ഭർത്താവിന്റെ വിഷണ്ണമായ മുഖത്തേക്ക് അവൾ നോക്കി. പരി ഭ്രാന്തിയും എതിർപ്പും പ്രകടിപ്പിക്കുന്ന ഒരു പ്രത്യേക മുഖം അവൾ കണ്ടു.

"ഒന്നുകൂടിയാലോചിച്ചാൽ...." അവർ പറഞ്ഞു. ".....നിങ്ങൾ പറ ഞ്ഞതു ശരിയാണ്. അല്ലെങ്കിൽത്തന്നെ പുരുഷന്മാർക്കായിരിക്കുമല്ലോ സ്ത്രീകളെക്കാൾ കൂടുതൽ അറിവ് രാഷ്ട്രീയത്തിലുണ്ടാകുന്നത്. നിങ്ങ ളാണെങ്കിൽ കർദിനാളിനോടു സംസാരിച്ചിട്ടുമുണ്ട്. അതു നിങ്ങൾക്ക് പ്രയോജനം ചെയ്യും.... പക്ഷേ എനിക്കു നിങ്ങൾക്കെന്നോടുള്ള സ്നേഹ മറിയാം. പക്ഷേ ഞാൻ പറയുന്നതനുസരിച്ച് നിങ്ങൾ ചെയ്യാതെ പോകു ന്നതിൽ എനിക്ക് വലിയ വിഷമമുണ്ട്."

"നിന്റെ ചിന്തകളും അഭിപ്രായങ്ങളും അപകടമുണ്ടാക്കുന്നവയാണ്."

"എങ്കിൽ ഞാനീക്കാര്യം ഇവിടെ നിർത്തുന്നു" ഒരു ദീർഘനിശ്വാസത്തോടെ അവൾ തുടർന്നു പറഞ്ഞു: "ഇതിനെക്കുറിച്ച് ഇനിയൊന്നും സംസാരിക്കുകയേ വേണ്ട."

ഭാര്യയുടെ പക്കൽനിന്നും കിട്ടാവുന്നിടത്തോളം വിവരങ്ങൾ ചോദിച്ചറിയണമെന്ന് റൊച്ചിഫോർട്ട് ആവശ്യപ്പെട്ടിരുന്ന കാര്യം അയാൾ പെട്ടെന്നോർത്തു. അയാൾ ചോദിച്ചു: "ലണ്ടനിൽ പോയി ഞാൻ എന്തുചെയ്യണമെന്നാണ് നീ പറയുന്നത്?"

കൂടുതൽ കാര്യങ്ങൾ പുറത്തുവിടുന്നത് അപകടമുണ്ടാക്കുമോയെന്ന് അവൾ ഭയന്നു.

"ഇനി അതൊക്കെ പറയുന്നതിൽ യാതൊരർഥവുമില്ല" അവൾ പറഞ്ഞു. "രാജ്ഞിക്കു കുറേ ആഭരണങ്ങൾ വാങ്ങാനുണ്ടായിരുന്നു. അതു ലണ്ടനിലേ കിട്ടൂ. എന്തു വിലകൊടുത്തും അവർ വാങ്ങണമെന്നു പറഞ്ഞതായിരുന്നു."

അവളുടെ മറുപടിയിൽ എന്തോ പന്തികേടുള്ളതുപോലെ അയാൾക്കു തോന്നി. എന്തോ കാര്യങ്ങൾ അവൾ മറച്ചുവയ്ക്കുന്നതുപോലെ അപ്പോൾ അയാൾ തീരുമാനിച്ചുറച്ചു – ലണ്ടനിലേക്കു പറഞ്ഞയയ്ക്കാൻ ഒരാളിനെ വേണമെന്ന് റൊച്ചിഫോർട്ടിനോടു പോയി പറയണം.

"എനിക്കിപ്പോൾ പോകണം" അയാൾ പറഞ്ഞു. "നീ ഇന്ന് എന്നെ ക്കാണാൻ വരുമായിരുന്നെന്ന് ഞാൻ വിചാരിച്ചിരുന്നില്ല. ഞാൻ ഒരു സുഹൃത്തിനെ ചെന്നുകാണാമെന്ന് ഏറ്റിരുന്നതാണ്. ഞാനുടനെതന്നെ തിരിച്ചെത്തിക്കോളാം. നിന്നെ അപ്പോൾ ലൗവ്രിൽ കൊണ്ടുചെന്നാക്കാം. ഇപ്പോൾത്തന്നെ വളരെ വൈകിയിരിക്കുകയാണ്. തനിച്ചുപോകേണ്ട; ഞാൻ കൂടെവരാം."

"വേണ്ട" അവൾ പറഞ്ഞു. "എന്റെ കാര്യം ഞാൻ നോക്കിക്കോളാം. എനിക്ക് ഗുണം ചെയ്യാൻ പറ്റിയ ധീരതയൊന്നും നിങ്ങൾക്കില്ല. ഞാൻ തനിയെതന്നെ ലൗവ്രിൽ പോയിക്കോളാം."

"നിന്റെ ഇഷ്ടംപോലെ, ഉടനെ നമുക്ക് വീണ്ടും കാണാമല്ലോ?"

"ആവാം. അടുത്തയാഴ്ച എനിക്കൽപ്പം സമയം കിട്ടിയേക്കും. അപ്പോൾ വന്ന് ഇവിടെ ഒരുപാടു കാര്യങ്ങൾ ക്രമീകരിക്കാനുണ്ട്."

"കൊള്ളാം. ഞാൻ നിന്നെ പ്രതീക്ഷിക്കും. നിനക്കെന്നോടു പരിഭവമൊന്നും ഇല്ലല്ലോ?"

"അൽപ്പംപോലുമില്ല."

അയാൾ അവളുടെ കൈകൾ ചുംബിച്ചശേഷം അവിടം വേഗംവിട്ടു.

അയാൾ അവിടം വിട്ടപ്പോൾ മാഡം ബോണസ്യൂ ചിന്തിച്ചു: "അപ്പോൾ അയാളിപ്പോൾ കർദിനാളിന്റെ വശത്തായിരിക്കുന്നു. വിഡ്ഢി! അയാൾ ആ കത്തുമായി ലണ്ടനിൽ പോകുമെന്നാണ് ഞാൻ രാജ്ഞിയോടു പറഞ്ഞിരിക്കുന്നത്. രാജ്ഞി എന്നെ വിശ്വസിച്ചിരിക്കുകയാണ്.

മറ്റുള്ളവരെപ്പോലെ ഞാനും ചാരപ്പണിയാണ് ചെയ്യുന്നതെന്ന് അവർ ഇനി ചിന്തിക്കേണ്ടി വരുമല്ലോ. എത്ര നീചനാണ് ആ ബോണസ്യൂ. ഞാന യാളെ വെറുക്കുന്നു. അയാളെ ഇതിനൊരു പാഠം പഠിപ്പിച്ചേ പറ്റൂ."

ഇങ്ങനെ ചിന്തിച്ചിരുന്നപ്പോൾ ആരോ മുട്ടുന്ന ശബ്ദം അവൾ കേട്ടു. "മാഡം ബോണസ്യൂ. ആ വശത്തെ ചെറിയ വാതിലൊന്നു തുറക്കാമോ? നിന്നെക്കാണാനായി ഞാനിതാ വരികയാണ്" എന്ന ശബ്ദവും അവൾ കേട്ടു.

18

കാമുകനും ഭർത്താവും

മാഡം ബോണസ്യൂ അൽപ്പം തുറന്നു കൊടുത്ത വാതിലിലൂടെ ആർട്ഗ്നൻ അകത്തേക്കു കയറി. അകത്തേക്കു കയറുമ്പോൾ അവൻ അവളോടു ചോദിച്ചു: "ആ നാശം മനുഷ്യനാണല്ലേ നിങ്ങളുടെ ഭർത്താവ്?"

"അപ്പോൾ ഞങ്ങൾ സംസാരിച്ചതെല്ലാം കേട്ടു, അല്ലേ?" ഉൽക്കണ്ഠയോടെ അവനെ നോക്കിക്കൊണ്ട് അവൾ ചോദിച്ചു.

"എല്ലാ കാര്യങ്ങളും കേട്ടു."

"എങ്ങനെ?"

"എനിക്കുമാത്രം അറിയാവുന്ന ഒരു പ്രത്യേക രീതിയിൽ. നിങ്ങളെ അറസ്റ്റുചെയ്യാനായി കർദിനാൾ അയച്ചിരുന്ന ഭടന്മാരോടു നിങ്ങൾ സംസാരിച്ച ആ ഭാഷണവും ഇതേ രീതിയിലാണ് ഞാൻ മാറിനിന്നു കേട്ടത്" ആർട്ഗ്നൻ പറഞ്ഞു.

"ഞാനും എന്റെ ഭർത്താവും തമ്മിലുള്ള സംഭാഷണത്തിൽനിന്നും നിങ്ങൾക്ക് എന്തു വിവരമാണ് കിട്ടിയത്?"

"ഒരുപാടു വിവരങ്ങൾ കിട്ടി. ആദ്യം മനസിലാക്കിയത് നിങ്ങളുടെ ഭർത്താവ് ഒരു വിഡ്ഢിയാണെന്നാണ്. അതെന്തായാലും നന്നായി. മറ്റൊന്ന് നിങ്ങൾ പ്രയാസകരമായ ഒരു പ്രശ്നത്തിലായിരിക്കുന്നു എന്ന കാര്യം. അക്കാര്യം അറിഞ്ഞാൽ എനിക്കു നിങ്ങളെ സഹായിക്കാനാകുമെന്ന് ഞാൻ കരുതുന്നു. ദൈവത്തിനറിയാം എന്തൊക്കെ ഞാൻ ചെയ്യുമെന്ന്. മറ്റൊന്ന് ലണ്ടനിൽ പോകാനായി രാജ്ഞിക്ക് ധീരനും ബുദ്ധിമാനും സേവകനുമായ ഒരാളിനെ വേണം. ഈ മൂന്നു ഗുണങ്ങളിൽ എനിക്ക് കുറഞ്ഞത് രണ്ടു ഗുണങ്ങളെങ്കിലും ഉണ്ടാകുമെന്ന് ഞാൻ കരുതുന്നു."

മാഡം ബോണസ്യൂവിന്റെ ഹൃദയം സന്തോഷംകൊണ്ട് തുള്ളാൻ തുടങ്ങി. പ്രതീക്ഷ അവളുടെ കണ്ണുകളിൽ തിളങ്ങി.

“ആ ദൗത്യം നിങ്ങളെ ഞാനേൽപ്പിച്ചാൽ” അവൾ ചോദിച്ചു, “നിങ്ങൾക്ക് എന്ത് ഉറപ്പുതരാനാകും?”

“എനിക്കു നിങ്ങളോടുള്ള സ്നേഹം മാത്രം! എന്നോടതു ചെയ്യാൻ പറയൂ. ഞാൻ ആ ദൗത്യം ഏറ്റെടുക്കാം” ആർട്ഗ്നൻ പറഞ്ഞു.

“പക്ഷേ ആ രഹസ്യം നിങ്ങളോട് എനിക്കു പറയാമോയെന്ന് അറിയില്ല.” അവൾ ശബ്ദം താഴ്ത്തിപ്പറഞ്ഞു. “നിങ്ങൾ വെറും യുവാവല്ലേ.”

“അപ്പോൾ എനിക്കുവേണ്ടി സംസാരിക്കാൻ ഒരു സാക്ഷിയെ വേണമോ?”

“എന്നാൽ എനിക്കതു കൂടുതൽ ഉറപ്പാകുമായിരുന്നു.”

“നിങ്ങൾക്ക് ആതോസിനെ അറിയുമോ?”

“ഇല്ല.”

“പോർത്തോസിനെ?”

“ഇല്ല.”

“ആറമീസിനെ?”

“ഇല്ല; ആരൊക്കെയാണീ മാന്യന്മാർ?”

“അവർ പോരാളികളാണ്. അവരുടെ ക്യാപ്റ്റനാണ് ട്രിവീലി. അദ്ദേഹത്തെ നിങ്ങൾക്കറിയാമോ?”

“അദ്ദേഹത്തെ എനിക്കറിയാം. നേരിട്ടറിയില്ല. കേട്ടിട്ടുണ്ട്. അദ്ദേഹം ധീരനും ബഹുമാന്യനുമാണെന്ന് രാജ്ഞി പറഞ്ഞിട്ടുണ്ട്.”

“നിങ്ങളെ കർദിനാളിനുവേണ്ടി വഞ്ചിക്കുന്നയാളാണ് അയാളെന്ന് കേട്ടാൽ ഞെട്ടില്ലല്ലോ?”

“അയ്യോ! തീർച്ചയായും അദ്ദേഹം അങ്ങനെയാവില്ല.”

“എങ്കിൽ ആ രഹസ്യം അദ്ദേഹത്തിനോടു പോയി പറയൂ. എത്ര പ്രധാനപ്പെട്ടതായാലും അപകടകരമായതായാലും വേണ്ടില്ല. എന്നിട്ട് അദ്ദേഹത്തോടു ചോദിക്കൂ അക്കാര്യം എന്നോടു പറയാവുന്നതാണോ അല്ലയോ എന്ന്.”

“പക്ഷേ ഇതെന്റെ രഹസ്യമല്ല. അങ്ങനെ ഒരു അപരിചിതന്റെ കൈയിൽ എങ്ങനെ കൊടുക്കുമെന്ന് വിചാരിച്ചെന്നേയുള്ളൂ.”

“പക്ഷേ, ബോണസ്യൂവിനോടു പറയാൻ നിങ്ങൾക്ക് ആ അങ്കലാപ്പൊന്നും ഉണ്ടായിരുന്നില്ലല്ലോ” ആർട്ഗ്നൻ വീണ്ടും പറഞ്ഞു, “അയാളുടെ പക്കൽ ആ കത്തു കൊടുക്കാൻ നിങ്ങൾ തികച്ചും തയാറായിരുന്നല്ലോ.”

“അദ്ദേഹത്തിന്റെ കാര്യത്തിൽ വ്യത്യാസമുണ്ട്. അയാൾ ശുദ്ധ വിഡ്ഢിയാണ്. കത്ത് ഒരു മരപ്പൊത്തിൽ വയ്ക്കുന്നുവെന്നു കരുതിയാൽ മതി; അല്ലെങ്കിൽ ഒരു പക്ഷിയുടെ ചിറകിനോടോ ഒരു പട്ടിക്കുട്ടിയുടെ ബെൽറ്റിനോടോ കൂട്ടിക്കെട്ടുന്നുയെന്നു കരുതിയാൽ മതി.”

“പക്ഷേ എന്റെ കാര്യത്തിൽ വ്യത്യാസമുണ്ട്; ഞാൻ നിങ്ങളെ

സ്നേഹിക്കുന്നത് നിങ്ങൾക്ക് കാണാമല്ലോ."

"അതു നിങ്ങൾ പറയുന്നതല്ലേ?"

"പറയുന്നതു മാത്രമല്ല; വാക്കും ഞാൻ പാലിക്കും."

"അതെ. നിങ്ങളെ ഞാൻ വിശ്വസിക്കുന്നു."

"ഞാൻ ധീരനാണ്."

"അതുമെനിക്കുറപ്പുണ്ട്."

"എങ്കിൽ ആ ദൗത്യം എന്നെ ഏൽപ്പിച്ചുകൂടെ."

മാഡം ബോണസ്യൂ അയാളെ നോക്കി; തീരുമാനമെടുക്കാൻ പറ്റുന്നില്ല. അവന്റെ കണ്ണുകളുടെ തിളക്കവും ശബ്ദത്തിന്റെ വശ്യതയും അവളെ അയാളെ വിശ്വസിക്കുവാൻ പ്രേരിപ്പിച്ചു. അല്ലെങ്കിൽത്തന്നെ അപകടംപിടിച്ച സാഹചര്യത്തിലായിരുന്നല്ലോ അവൾ. കൂടുതൽ കരുതലായാലും കരുതൽ കുറഞ്ഞുപോയാലും രാജ്ഞിക്കു ചിലപ്പോൾ ആപത്തുണ്ടാക്കിയേക്കും. അവസാനം അവളുടെ ഉള്ളിലെ വികാരങ്ങൾ അവനോടു സംസാരിച്ചു തുടങ്ങി.

"ഞാൻ നിങ്ങളെ വിശ്വസിക്കുന്നു" അവൾ പറഞ്ഞു. "പക്ഷേ ഞാൻ ദൈവത്തിന്റെ പേരിൽ ആണയിടുന്നു, നിങ്ങൾ എന്നെ ചതിക്കുകയാണെങ്കിൽ എന്റെ ശത്രുക്കൾ എനിക്കു ജീവൻ ശേഷിപ്പിക്കുമെങ്കിൽ ഞാൻ സ്വയം മരിക്കുകയും അതിനുത്തരവാദിയായി നിങ്ങളെ മാറ്റുകയും ചെയ്യും."

"എന്നാൽ ഞാനും ദൈവത്തിന്റെ പേരിൽ ആണയിടുന്നു" ആർട്ഗ്നൻ പറഞ്ഞു. "ഈ ദൗത്യത്തിന്റെ പേരിൽ ഞാൻ പിടിക്കപ്പെടുകയാണെങ്കിൽ ഇതിൽ ആരെയും ഉൾപ്പെടുത്താൻവേണ്ടി ഞാൻ ഒരക്ഷരവും പറയില്ല. അതിനെക്കാൾ നല്ലത് ഞാൻ മരിക്കുന്നതാണ് നല്ലതെന്നു കരുതും."

മാഡം ബോണസ്യൂ ആ രഹസ്യം ആർട്ഗ്നനോടു പറഞ്ഞു. അതിന്റെ കുറച്ചു കാര്യങ്ങൾ അവനു നേരത്തേതന്നെ അറിയാമായിരുന്നു. ഇത് അവർ തമ്മിലുള്ള പരസ്പര സ്നേഹപ്രഖ്യാപനമെന്നു പറയാം.

ആർട്ഗ്നൻ ആനന്ദത്തിലും അഭിമാനത്തിലും തിളങ്ങി. ആ രഹസ്യം കിട്ടി; താൻ സ്നേഹിക്കുന്ന അവൾ തന്നെ വിശ്വസിക്കുന്നു. അവൾ നൽകിയ ആത്മവിശ്വാസം അവനെ രാക്ഷസനോളം ശക്തിയാർജിക്കാൻ സഹായിച്ചു.

"ഞാൻ ഉടനെതന്നെ പോകുന്നു" ആർട്ഗ്നൻ പറഞ്ഞു.

"പക്ഷേ നിങ്ങളുടെ പട്ടാളം? നിങ്ങളുടെ ക്യാപ്റ്റൻ?"

"അയ്യയ്യോ! ഒക്കെ മറന്നു; എന്തായാലും എനിക്ക് അവധിയെടുക്കേണ്ടി വരും" അവൻ പറഞ്ഞു.

"അപ്പോൾ വീണ്ടും തടസമോ?" മാഡം ബോണസ്യൂ സങ്കടത്തോടെ പിറുപിറുത്തു.

"അതിനു വിഷമിക്കേണ്ടതില്ല" ആർട്ഗ്നൻ ആലോചിച്ചശേഷം പറ

ഞ്ഞു. "അതൊക്കെ ശരിയാക്കാനാവുന്നതേയുള്ളൂ."

"എങ്ങനെ?"

"ഞാൻ ഇന്നു വൈകുന്നേരത്ത് ട്രിവീലിയെ ചെന്നുകണ്ട് എനിക്കു വേണ്ടി അദ്ദേഹത്തിന്റെ അളിയനായ എസാർട്ടിനോട് ഒരു അവധി തരാൻ പറയും."

"ഇനിയൊരു കാര്യം കൂടിയുണ്ട്."

"അതെന്താണ്?" അവൾ സംശയത്തോടെ ചോദിച്ചു.

"നിങ്ങളുടെ കൈയിൽ പണമില്ലല്ലോ?"

"എന്തിനാണങ്ങനെ സംശയിച്ചത്? ഇല്ല തന്നെ."

അവൾ ഒരു അലമാരയുടെ അരികിലേക്കു ചെന്നു. അതു തുറന്ന് അകത്തുനിന്നും ഒരു പേഴ്സെടുത്തു. അരമണിക്കൂർ മുമ്പ് അവളുടെ ഭർത്താവ് തൊട്ടുതൊഴുതുവച്ച പണമായിരുന്നു അത്.

"ഇതെടുത്തോളൂ...." അവൾ ആ പണം നീട്ടി.

"ഇത് കർദിനാൾ അയാൾക്കു കൊടുത്തതല്ലേ!" ആർട്ഗ്നൻ പറഞ്ഞു. എല്ലാം അവൻ നേരത്തെ മാറിനിന്നു കേട്ടതായിരുന്നല്ലോ.

"അതെ കർദിനാളിന്റെ വക സമ്മാനംതന്നെ."

"അപ്പോൾ കർദിനാളിന്റെ പണം കൊണ്ടുവേണം രാജ്ഞിയെ രക്ഷിക്കേണ്ടത്. അല്ലേ" ആർട്ഗ്നൻ അറിയാതെ ചിരിച്ചുപോയി.

"നിങ്ങൾ ദയയുള്ളവനും സുന്ദരനുമാണ്" മാഡം ബോണസ്യൂ പറഞ്ഞു. "നിങ്ങളീ ചെയ്യുന്ന പ്രവൃത്തി രാജ്ഞി ഒരിക്കലും മറക്കുകയില്ലെന്നോർക്കണം; അവർ സമ്മാനങ്ങൾ തരും."

"എനിക്കിപ്പോൾത്തന്നെ സമ്മാനങ്ങൾ കിട്ടിക്കഴിഞ്ഞല്ലോ. ഞാൻ നിങ്ങളെ സ്നേഹിക്കുന്നു; അങ്ങനെ സ്നേഹിക്കുവാൻ നിങ്ങളെന്നെ അനുവദിക്കുകയും ചെയ്തു. ഞാൻ ആഗ്രഹിക്കാൻ ധൈര്യപ്പെട്ടതിനെക്കാൾ അധികമാണിത്" ആർട്ഗ്നൻ പറഞ്ഞു.

"ഒന്നു നിർത്തൂ" മാഡം ഞെട്ടലോടെ അയാളെ തടഞ്ഞു.

"എന്താണു കാര്യം?"

"ആരോ തെരുവിൽ സംസാരിക്കുന്നുണ്ട്."

"അതെ.... അതെ.... ആരോ സംസാരിക്കുന്നു."

"എന്റെ ഭർത്താവാണത്, അദ്ദേഹത്തിന്റെ ശബ്ദംതന്നെ."

ആർട്ഗ്നൻ ഓടിച്ചെന്ന് വാതിലിന്റെ താഴിട്ടു.

"ഞാൻ പോകുന്നതുവരെ അയാളെ അകത്തു കയറ്റരുതേ" ആർട്ഗ്നൻ പറഞ്ഞു.

"പക്ഷേ എനിക്കും പോകണം. ഞാനിവിടെ നിന്നാൽ, ആ പണത്തിന്റെ കാര്യം ചോദിച്ചാൽ ഞാനെന്തു പറയും?"

"അതു ശരിയാണ്. നമുക്ക് രണ്ടുപേർക്കും പോകാം."

"പക്ഷേ എങ്ങനെ? നമ്മൾ ഈ വീട്ടിൽ നിന്നിറങ്ങിപ്പോകുമ്പോൾ അയാൾ നമ്മെ കാണില്ലേ?"

"നമുക്ക് മുകളിൽ എന്റെ മുറിയിലേക്കു പോകാം" ആർട്ഗ്നൻ

പറഞ്ഞു.

"അയ്യോ! എനിക്കു വല്ലാത്ത ഭയം തോന്നുന്നു."

അവളുടെ കണ്ണുകളും പെട്ടെന്നു നിറഞ്ഞു. ആർട്ഗ്നൻ അതുകണ്ടപ്പോൾ മനസലിഞ്ഞ് അവളുടെ മുമ്പിൽ മുട്ടുകുത്തി.

"എന്റെ പ്രിയപ്പെട്ട മാഡം ബോണസ്യൂ, ഞാൻ വാക്കുതരാം. നിങ്ങൾ എന്നോടൊപ്പം സുരക്ഷിതയായിരിക്കും."

"ശരി..... ഞാനതു വിശ്വസിക്കുന്നു" അവൾ പറഞ്ഞു. "എങ്കിൽ നമുക്കു പോകാം."

ആർട്ഗ്നൻ മെല്ലെ വാതിലിന്റെ പാളി പതിയെ നീക്കി. രണ്ടുപേരും നിഴൽമാതിരി വഴുതി മുറിയിൽ നിന്നിറങ്ങി, ഹാളിലെത്തി. തുടർന്ന് കോണിപ്പടിവഴി അവർ ആർട്ഗ്നന്റെ മുറിയിലെത്തി. ആ യുവാവിന്റെ മുറിയുടെ വാതിൽ സോഫകളും കസേരകളുംകൊണ്ട് ചെറുത്തിട്ടു. ജനാലയുടെ അരികിലിരുന്ന് അവർ പുറത്ത് തെരുവിലേക്കു ഒളിഞ്ഞു നോക്കി; ജനൽപ്പാളിയിന്മേലുള്ള ഒരു സുഷിരത്തിലൂടെ. നേരെ താഴെ ബോണസ്യൂ ഒരു മേലങ്കിയണിഞ്ഞ മനുഷ്യനോടു സംസാരിച്ചു നിൽക്കുന്നതു അവർ കണ്ടു.

മേലങ്കിയണിഞ്ഞ ആ മനുഷ്യനെക്കണ്ടപ്പോൾ ആർട്ഗ്നൻ ഒന്നു ഞെട്ടി. അവൻ വാളൂരി വാതിലിന്റെ അരികിലേക്കു നീങ്ങി. മിയൂങ്ങിൽ നിന്നുള്ള മനുഷ്യനായിരുന്നു അത്.

"നിങ്ങൾ എവിടേക്കാണു പോകുന്നത്?" മാഡം ബോണസ്യൂ ചോദിച്ചു. "അവർ കണ്ടാൽ നമ്മുടെ കാര്യം പോക്കാണ്."

"ഞാൻ ആ മനുഷ്യനെ കൊല്ലുമെന്ന് സത്യം ചെയ്തിട്ടുള്ളതാണ്" ആർട്ഗ്നൻ പറഞ്ഞു.

"നിങ്ങളുടെ ജീവൻ ഇനി സൗകര്യംപോലെ പന്താടാനുള്ളതല്ല" അവൾ പറഞ്ഞു. "നിങ്ങൾ ഇപ്പോൾ വേറൊരാളിനുവേണ്ടി പണയപ്പെട്ടിരിക്കുകയാണ്. ചെയ്യാമെന്നേറ്റ ദൗത്യമേ ഇനി മനസിലുണ്ടാകാവൂ."

"ശരി ശരി.... അപ്പോൾ ഞാനിനിയെന്താണ് ചെയ്യേണ്ടത്?"

"രാജ്ഞിയുടെ പേരിൽ ഞാൻ നിങ്ങളോടു കൽപ്പിക്കുകയാണ്, നിങ്ങൾ ഈ മുറിയിൽനിന്നും പുറത്തു പോകരുത്."

"നിങ്ങളുടെ സ്വന്തം പേരിലുള്ള എന്തെങ്കിലും കൽപ്പനകളുണ്ടോ?"

"ഉണ്ട്.... അനാവശ്യമായി നിങ്ങൾ നിങ്ങളുടെ ജീവൻ അപായപ്പെടുത്തരുത്.... പക്ഷേ ശ്രദ്ധിക്കൂ....." അവൾ പതുക്കെ പറഞ്ഞു. "അവരിപ്പോൾ എന്നെക്കുറിച്ച് എന്തോ പറഞ്ഞതുപോലെ എനിക്കു തോന്നി."

ആർട്ഗ്നൻ ജനാലയുടെ അരികിലേക്കു പോയി ശ്രദ്ധിച്ചു. ബോണസ്യൂ അപ്പോഴേക്കും മുറിയിലേക്കു കയറിയിരുന്നു. മുറിയിൽ ആരുമില്ലാതിരുന്നതിനാൽ അയാൾ വീണ്ടും തെരുവിലേക്കിറങ്ങി. ആ സ്നേഹിതന്റെ അരികിലേക്ക്.

"അവൾ അവിടെയില്ല." ബോണസ്യൂ പറഞ്ഞു. "അവൾ ലൗവ്രിലേക്കു മടങ്ങിയിട്ടുണ്ടാവണം."

“എന്തിനാണ് നിങ്ങൾ ഇത്ര പെട്ടെന്ന് ഇവിടംവിട്ടതെന്നതിനെപ്പറ്റി എന്തെങ്കിലും അവൾക്കു സംശയമുണ്ടോ?”

“തീർച്ചയായും ഇല്ല....” ബോണസ്യൂ ഉറപ്പിച്ചു പറഞ്ഞു. “അവളൊരു വിഡ്ഢിയാണ്.”

“ആ വാടകക്കാരൻ വീട്ടിലുണ്ടോ?”

“ഉണ്ടെന്നു തോന്നുന്നില്ല. നോക്കൂ.... ജനാലകളൊക്കെ അടഞ്ഞു കിടക്കുന്നു; ജനാലകൾക്കിടയിലൂടെ വെളിച്ചവും കാണുന്നില്ല.”

“എങ്കിലും നമ്മൾ അതു പരിശോധിച്ച് ഉറപ്പിക്കേണ്ടതുണ്ട്.”

“എങ്ങനെ?”

“ആ വാതിലിൽപ്പോയി മുട്ടണം.”

“ഞാൻ അയാളുടെ വേലക്കാരനോടു ചോദിക്കാം.”

“അതെ. നിങ്ങൾ അയാളോടു പോയി ചോദിച്ചോളൂ.”

ബോണസ്യൂ വീണ്ടും വീട്ടിലേക്കു കയറിച്ചെന്നു. ഇപ്രാവശ്യം അരികിലുള്ള വാതിലിലൂടെയാണ് അയാൾ അകത്തു കയറിയത്. ആർട്ഗ്നന്റെ മുറിയിലേക്കുള്ള കോണിപ്പടികയറിച്ചെന്ന് അയാൾ വാതിലിൽ മുട്ടി.

മറുപടിയൊന്നും ഉണ്ടായില്ല. പോർത്തോസ് അന്ന് ഒരു നല്ല സ്ത്രീയെ ഒപ്പിക്കാൻവേണ്ടി, ആർട്ഗ്നന്റെ വേലക്കാരനായ പ്ലാഞ്ചെറ്റിനെ സഹായിയായി കൂട്ടിയിരുന്നു. ആർട്ഗ്നനും മാഡം ബോണസ്യൂവും അയാളുടെ മുട്ടലുകൾ കേട്ട് അനങ്ങാതെ നിന്നു; രണ്ടു പ്രതിമകൾ പോലെ. മണിക്കൂറുകൾ അങ്ങനെ കാത്തുനിന്നതുപോലെ! ഒടുവിൽ അയാൾ കോണിപ്പടിയിറങ്ങിപ്പോകുന്ന ശബ്ദം അവർ കേട്ടു.

അയാൾ തെരുവിലേക്കു ചെന്നു.

“അവിടെ ആരുമില്ല” അയാൾ പറഞ്ഞു.

“ശരി” ആ മേലങ്കിധരിച്ച ആൾ പറഞ്ഞു. “നമുക്ക് നിങ്ങളുടെ വീട്ടിൽ കയറിയിരിക്കാം. ഏതായാലും ഈ തെരുവിൽ നിൽക്കുന്നതിനെക്കാൾ അവിടെക്കയറിയിരുന്ന് സംസാരിക്കുന്നതല്ലേ നല്ലത്. അപ്പോൾ നമ്മുടെ സംസാരം ആരും കേൾക്കുകയുമില്ലല്ലോ.”

“ഇനി അവർ സംസാരിക്കുന്നത് നമുക്ക് കേൾക്കാനാവില്ലല്ലോ” മാഡം ബോണസ്യൂ ആർട്ഗ്നനോടു പതിയെ പറഞ്ഞു.

“അതല്ല... നമുക്കിനി എല്ലാം വ്യക്തമായിക്കേൾക്കാം” ആർട്ഗ്നൻ ഉറപ്പുകൊടുത്തു.

ആർട്ഗ്നൻ തറയിൽ മുട്ടുകുത്തിയിരുന്ന്, നിലത്തെ പാളി അൽപ്പം മാറ്റി. ഇനി ചുവട്ടിൽ പറയുന്നത് നന്നായി കേൾക്കാം. ഒരു പായ അവിടേക്കു വിരിച്ചിട്ടശേഷം കുനിഞ്ഞ് ആ പാളിമാറ്റിയ ഭാഗത്ത് ചെവിചേർത്തു വച്ചു. മാഡം ബോണസ്യൂവും അവന്റെ അരികിൽ മുട്ടുകുത്തിയിരുന്ന് അതുതന്നെ ചെയ്യാനായി അയാൾ അവളോട് ആംഗ്യം കാണിച്ചു.

“ഈ വീട്ടിൽ ആരുമില്ലെന്ന് ഉറപ്പുതന്നല്ലോ?” ആ അപരിചിതൻ ചോദിച്ചു.

“അക്കാര്യത്തിൽ ഉറപ്പാണ്” ബോണസ്യൂ പറഞ്ഞു.

"നിങ്ങൾ വിചാരിക്കുന്നോ നിങ്ങളുടെ ഭാര്യ....."

"അവൾ ലൗവ്രിലേക്കു പോയല്ലോ."

"നിങ്ങളോടല്ലാതെ മറ്റാരോടും അവൾ ഒന്നും പറഞ്ഞിട്ടില്ലെന്നുള്ളത് തീർച്ചയാണോ?"

"തീർച്ച തന്നെ."

"അതു വളരെ പ്രധാനപ്പെട്ട ഒരു കാര്യമാണ്. നിങ്ങളതു മനസിലാക്കിയിട്ടുണ്ടെന്നു ഞാൻ വിചാരിക്കുന്നു."

"അപ്പോൾ ഞാൻ കൊണ്ടുവന്ന വിവരത്തിന് പ്രാധാന്യമില്ലെന്നാണോ നിങ്ങൾ പറയുന്നത്?" ബോണസ്യൂ ചോദിച്ചു.

"അയ്യയ്യോ! അതു തീർച്ചയായും പ്രാധാന്യമുള്ളതാണ്" അയാൾ പറഞ്ഞു.

"അതിനാൽ കർദിനാളിന് എന്നോടു സന്തോഷമായിരിക്കും."

"തീർച്ചയായും."

"മഹാനായ കർദിനാൾ! മഹാൻ തന്നെ!"

"നിങ്ങൾ സംസാരിച്ച സമയത്ത് നിങ്ങളുടെ ഭാര്യ ആരുടെയെങ്കിലും പേരു പറഞ്ഞില്ലെന്നുള്ളത് തീർച്ചയാണോ?"

"വേറെ പേരൊന്നും അവൾ പറഞ്ഞില്ലല്ലേ" ബോണസ്യൂ പറഞ്ഞു.

"മാഡം ഷെവ്റ്യൂസിയുടെയോ ബക്കിംഗ്ഹാം പ്രഭുവിന്റെയോ മാഡം വെർനെറ്റിന്റെയോ പേരൊന്നും പറഞ്ഞില്ലല്ലോ?"

"അതൊന്നും പറഞ്ഞില്ല. ഏതോ ഒരു വലിയ ആളിനുവേണ്ടി ലണ്ടനിലേക്കു വിടേണ്ട കാര്യമുണ്ടെന്നു മാത്രമേ അവൾ പറഞ്ഞുള്ളൂ."

"രാജ്യദ്രോഹി!" മുകളിലിരുന്നുകൊണ്ട് മാഡം ബോണസ്യൂ അറിയാതെ പറഞ്ഞുപോയി.

"ശബ്ദമുണ്ടാക്കരുതേ" ആർട്ഗ്നൻ അവളുടെ കൈപിടിച്ചുകൊണ്ട് മന്ത്രിച്ചു. കൈ പിടിച്ചുകൊണ്ടിരിക്കാൻ അവൾ അവനെ അനുവദിച്ചു.

"സാരമില്ല" അപരിചിതൻ തുടർന്നു: "പക്ഷേ നല്ലൊരവസരം നിങ്ങൾ കളഞ്ഞുകുളിക്കരുതായിരുന്നു. നിങ്ങൾ പോകാമെന്നു പറയണമായിരുന്നു. അപ്പോൾ കത്ത് നിങ്ങളുടെ കൈയിൽ കിട്ടുമായിരുന്നു. നിങ്ങൾക്ക് അപ്പോൾ അത് ഞങ്ങളെ ഏൽപ്പിക്കാമായിരുന്നു. അങ്ങനെ ഒരു അപകടം ഇല്ലാതാക്കാമായിരുന്നു."

"ഞാൻ പോകാമെന്നു പറയണമായിരുന്നെന്നോ?"

"അതെ. നിങ്ങൾക്ക് കർദിനാളിൽ നിന്നുള്ള ബഹുമതിയും ലഭിക്കുമായിരുന്നു."

"അദ്ദേഹം നിങ്ങളോടതു പറഞ്ഞിരുന്നോ?"

"അതെ പറഞ്ഞിരുന്നു. അതു നിങ്ങൾക്കൊരു അതിശയമാകട്ടേയെന്ന് അദ്ദേഹം കരുതിയിരുന്നു."

"സാരമില്ല...." ബോണസ്യൂ പറഞ്ഞു. "എന്റെ ഭാര്യ എന്നെ പുകഴ്ത്താറുണ്ട്. ആ ദൗത്യം ഏറ്റെടുക്കാൻ ഇനിയും സമയമുണ്ട്."

"വിഡ്ഢീ!" മാഡം ബോണസ്യൂ മുകളിലിരുന്ന് പിറുപിറുത്തു.

"ശബ്ദമുണ്ടാക്കരുതേ" ആർട്ഗ്നൻ അവളുടെ കൈകൾ കൂടുതൽ അമർത്തി.

"എത്ര സമയമുണ്ടെന്നാണ് നിങ്ങൾ പറയുന്നത്?" അപരിചിതൻ ചോദിച്ചു.

"ഞാൻ ഉടനെ ലൗവ്രിൽച്ചെന്ന് അവളെ കാണാം. എന്നിട്ട് ഞാൻ അവളോടു പറയാം ഒക്കെ ആലോചിച്ചപ്പോൾ പോകാമെന്ന് തീരുമാനിച്ചുയെന്ന്. അപ്പോൾ അവൾ എന്നെ കത്തേൽപ്പിക്കും. ഞാനത് കർദിനാളിനു കൊടുക്കുകയും ചെയ്യും" ബോണസ്യൂ പറഞ്ഞു.

"എന്നാലത് വേഗം ചെയ്യൂ. ഞാൻ കുറച്ചുകഴിഞ്ഞ് വിവരങ്ങൾ അന്വേഷിക്കാനായി ഇവിടെത്തന്നെയെത്താം."

ആ അപരിചിതൻ ഉടനെ അവിടെനിന്നും പോയി.

"ഓ! രാജ്യദ്രോഹി!" മാഡം ബോണസ്യൂ പറഞ്ഞുപോയി.

"ശബ്മുണ്ടാക്കരുതേ" അവൻ കൂടുതൽ അവളുടെ കൈയെ അമർത്തിപ്പിടിച്ചു.

പെട്ടെന്ന് താഴെ ചില ഒച്ചയും ബഹളവും അവർ കേട്ടു. അലമാരയിൽ വച്ചിരുന്ന പഴ്സ് കാണാത്തതിൽ അയാൾ ഉച്ചത്തിൽ വിളിക്കുകയായിരുന്നു. "കള്ളൻ വന്നേ.... കള്ളൻ വന്നേ...." അയാൾ അലറി.

"എന്റെ ദൈവമേ!" മാഡം ബോണസ്യൂ വിളിച്ചുപോയി. "അയൽക്കാരെ മുഴുവൻ അയാൾ വിളിച്ചുവരുത്തുമല്ലോ."

ബോണസ്യൂ കുറേനേരം ഒച്ചവച്ചുകൊണ്ടേയിരുന്നു. കൊള്ളയും കൊലയും അവിടങ്ങളിൽ സർവസാധാരണവും ആ വീട്ടിൽ പലകാര്യങ്ങളിലും കുപ്രശസ്തിയുണ്ടായിരുന്നതിനാലും ആരും അങ്ങോട്ടു ചെന്നതേയില്ല. കുറേനേരം കഴിഞ്ഞപ്പോൾ അയാൾ ഒച്ചവച്ചുകൊണ്ടുതന്നെ മുറിയിൽനിന്നും പുറത്തേക്കിറങ്ങി. റ്യൂഡിബക്കിലേക്കോടിയ അയാളുടെ ഒച്ച നേർത്തു നേർത്ത് ഇല്ലാതാകുന്നത് അവർ മുകളിലിരുന്നുകൊണ്ട് കേട്ടു.

"അയാൾ പോയി" മാഡം ബോണസ്യൂ പറഞ്ഞു. "നിങ്ങളും ഉടനെ ഇവിടം വിടണം. ധൈര്യമായിരിക്കണം; ഒപ്പം ശ്രദ്ധയും വേണം. നിങ്ങളുടെ ജീവിതം രാജ്ഞിയെ ആശ്രയിച്ചാണിരിക്കുന്നതെന്ന കാര്യവും ഓർമവേണം."

"പേടിക്കേണ്ട സുന്ദരീ.... ഞാൻ രാജ്ഞിയുടെ കൃതജ്ഞത ലഭിക്കുമാറ് മടങ്ങിവരും. ഒപ്പം നിന്റെ സ്നേഹം കിട്ടാനും."

അവന്റെ മറുപടി കേട്ട് അവളുടെ മുഖം ചുവന്നു.

കുറച്ചുനേരം കഴിഞ്ഞപ്പോൾ ആർട്ഗ്നൻ അവിടം വിട്ടു. കട്ടിയുള്ള ഒരു തുണിമൂടിക്കൊണ്ട്. പക്ഷേ അയാളുടെ തോക്കിന്റെ ഒരറ്റം പുറത്തു കാണാമായിരുന്നു.

സ്നേഹപാരവശ്യമായ കണ്ണുകളോടെ ജനാലവഴി അവൻ മറയുന്നതുവരെ അവൾ അവനെ നോക്കിനിന്നു. അയാൾ അകലങ്ങളിലേക്കു മറഞ്ഞപ്പോൾ, അവൾ മുട്ടുകുത്തി കൈകളുയർത്തി പ്രാർഥിച്ചു. "എന്റെ ദൈവമേ എന്റെ രാജ്ഞിയെയും എന്നെയും രക്ഷിക്കണേ."

19

പദ്ധതികൾ

ആർട്ഗ്നൻ നേരെ ട്രിവീലിയുടെ വീട്ടിലേക്കാണു പോയത്. കർദിനാളിന്റെ ഏജന്റാകാൻ സാധ്യതയുള്ള ആ അപരിചിതൻ കർദിനാളിന്റെ അരികിൽ ചെന്നിട്ടുണ്ടാകുമെന്ന് അവൻ കരുതി. കർദിനാൾ എന്തെങ്കിലും നടപടിയെടുക്കാനിടയുമുണ്ട്; അതിനാൽ ഒരുനിമിഷംപോലും പാഴാക്കാനില്ലെന്ന് അവനു തോന്നി.

ആർട്ഗ്നന്റെ ഹൃദയം സന്തോഷംകൊണ്ട് നിറഞ്ഞൊഴുകി. തനിക്ക് പണവും പെരുമയും ലഭിക്കുന്ന ഒരവസരമെത്തിയിരിക്കുന്നു. താൻ ആരാധിക്കുന്ന സ്ത്രീയോടു തനിക്ക് അടുക്കാനും പറ്റി. ദൈവംപോലും വിചാരിക്കാത്ത കാര്യങ്ങളാണിപ്പോൾ നടന്നിരിക്കുന്നത്.

ആർട്ഗ്നൻ അവിടെ ചെന്നപ്പോൾ, ട്രിവീലി തന്റെ സ്വീകരണമുറിയിൽ മറ്റു ചിലരോടൊത്ത് ഇരിക്കുകയായിരുന്നു. ആർട്ഗ്നൻ അവിടത്തെ സ്ഥിരം സന്ദർശകനെന്ന നിലയ്ക്ക്, അനുവാദമൊന്നുമില്ലാതെ തന്നെ അടുത്തമുറിയിലേക്കു ചെല്ലാൻ കഴിഞ്ഞു. ഒരു പ്രധാനപ്പെട്ട കാര്യം ചർച്ചചെയ്യാൻ താൻ ഇവിടെ കാത്തിരിക്കുകയാണെന്ന വിവരം ട്രിവീലിയോടു പറയാൻ ആർട്ഗ്നൻ അവിടത്തെ വേലക്കാരനോടു പറഞ്ഞു.

അഞ്ചു മിനിറ്റു കഴിഞ്ഞു കാണും. ട്രിവീലി അടുത്ത മുറിയിലേക്കു വന്നു. ആവേശംകൊണ്ടു തിളങ്ങുന്ന കണ്ണുകൾ ആർട്ഗ്നനിൽ കണ്ടപ്പോൾ എന്തോ പുതിയ കാര്യം സംഭവിച്ചിട്ടുണ്ടെന്ന് ട്രിവീലിക്കു തോന്നി.

അങ്ങോട്ടുപോകുന്ന വഴിക്ക് ആർട്ഗ്നൻ ചിന്തിക്കുന്നുണ്ടായിരുന്നു ക്യാപ്റ്റനോടു കാര്യങ്ങൾ തുറന്നു പറയണമോ അതോ ഒരു രഹസ്യ കാര്യത്തിനു പോകാൻ ഒരു ലീവു തരണം എന്നുമാത്രം പറഞ്ഞാൽ മതിയോ എന്ന്. പക്ഷേ, ട്രിവീലി അവനോട് എപ്പോഴും വളരെയധികം

താൽപ്പര്യമേ കാണിച്ചിട്ടുള്ളൂ. അദ്ദേഹം രാജാവിനോടും രാജ്ഞിയോടും അതിവിശ്വസ്തനുമാണ്. എന്നാൽ കർദിനാളിനെ അദ്ദേഹം പരമാവധി വെറുത്തിരുന്നു. ഇക്കാര്യങ്ങളൊക്കെ ആർട്ഗ്നനു നന്നായിട്ടറിയാമായി രുന്നു. അവസാനം അവൻ എല്ലാം തുറന്നുപറയാൻതന്നെ തീരുമാനിച്ചു.

"എന്നെ കാണണമെന്നു പറഞ്ഞോ, കൊച്ചുസുഹൃത്തേ?" ട്രിവീലി വന്നപാടേ ചോദിച്ചു.

"അതെ സർ. അങ്ങയെ ബുദ്ധിമുട്ടിക്കുന്നതിൽ ക്ഷമിക്കണം. ഒരു പ്രധാന കാര്യത്തിനാണ് ഞാൻ വന്നത്" ആർട്ഗ്നൻ പറഞ്ഞു.

"എന്താണത്? ഞാൻ കേൾക്കട്ടെ."

"അത്.... അത്...." അവൻ പറഞ്ഞു: "അത് രാജ്ഞിയുടെ സൽപ്പേരി നെപ്പോലും ബാധിക്കുന്ന ഒരു കാര്യമാണ്; ഒരുപക്ഷേ ജീവനെപ്പോലും."

"എന്താണത്?"

ട്രിവീലി ചുറ്റുംനോക്കി. അവർ ഇരുവരുമല്ലാതെ മറ്റാരുമില്ലെന്ന് ഉറപ്പുവരുത്താൻ. അവർ തനിച്ചാണെന്ന് ബോധ്യമായശേഷം അദ്ദേഹം അവന്റെ മുഖത്തുനോക്കി.

"ഒരു രഹസ്യം എന്നെ ഏൽപ്പിച്ചിരിക്കുകയാണ്...."

"നീ നിന്റെ ജീവൻകൊടുത്തുപോലും അതു സംരക്ഷിക്കുമെന്ന് എനിക്ക് ഉറപ്പുണ്ട്."

"അക്കാര്യം എനിക്ക് അങ്ങയോടു പറഞ്ഞേ പറ്റൂ. രാജ്ഞിക്കുവേണ്ടി ഞാൻ എന്നെ ഒരു ദൗത്യമേൽപ്പിച്ചിരിക്കുകയാണ്. അതു പൂർത്തിയാ ക്കാൻ അങ്ങേക്കു മാത്രമേ എന്നെ സഹായിക്കാനാകൂ."

"ഇതു നിന്റെ രഹസ്യമായ കാര്യമാണോ?"

"ഇല്ല സർ. ഇത് രാജ്ഞിയുടെ രഹസ്യമാണ്."

"എന്നോടു പറയണമെന്ന് അവർ പറഞ്ഞിരുന്നോ?" ട്രിവീലി ചോദി ച്ചു.

"ഇല്ല. എന്നോടും രഹസ്യമായി സൂക്ഷിക്കണമെന്നു പറഞ്ഞു."

"എന്നിട്ടെന്തിനാണ് എന്നോടു പറയാൻ ആഗ്രഹിക്കുന്നത്?"

"കാരണം, അങ്ങയുടെ സഹായംകിട്ടാതെ എനിക്ക് ഒന്നും ചെയ്യാ നാവില്ല അതുതന്നെ."

"എന്നാൽ ആ രഹസ്യം നീ തന്നെ സൂക്ഷിച്ചോളൂ. ഞാനെന്തു ചെയ്യണമെന്ന് പറഞ്ഞാൽമതി."

"മോൺസ്യൂർ എസാർട്ടിനോട് എനിക്ക് രണ്ടാഴ്ചത്തെ അവധി തരാൻ അങ്ങു പറയണം."

"എന്നുമുതൽ?"

"ഇന്നു രാത്രിമുതൽ."

"നീ പാരീസിൽനിന്നും പോകുകയാണോ?"

"അതെ. ആ ദൗത്യത്തിന്."

"നീയെവിടെയാണ് പോകുന്നതെന്നു പറയാമോ?"

"ലണ്ടനിലേക്ക്."

"നിന്നെ വഴിയിൽ തടയാൻ ആരെങ്കിലുമുണ്ടാകുമോ?"

"ഉണ്ടെങ്കിൽ അത് കർദിനാൾ ആയിരിക്കും."

"തനിച്ചാണോ പോകുന്നത്?"

"അതെ."

"എന്നാൽ നിനക്കു ബോണ്ടി വരെയല്ലേ പോകാനാകൂ."

"അതെന്താ സർ?"

"നിന്നെ കൊന്നിരിക്കും."

"എന്നാൽ ഞാൻ എന്റെ ദൗത്യം പൂർത്തിയാക്കിയിട്ടു മരിക്കാം."

"പക്ഷേ, നിന്റെ ദൗത്യം വിജയകരമായി പൂർത്തിയാകുകയില്ല."

"അങ്ങു പറഞ്ഞതു ശരിയാണ്" ആർട്ഗ്നൻ സമ്മതിച്ചു.

"ഇത്തരം കാര്യങ്ങൾക്കു പോകുമ്പോൾ ഒരാൾ മാത്രം പോയാൽ പോരാ" ട്രിവീലി പറഞ്ഞു. "നാലുപേർ പോകണം. എങ്കിലേ ഒരാൾക്കു സ്ഥലത്തെത്താൻ പറ്റുകയുള്ളൂ."

"ശരി സർ. എനിക്കു കാര്യം മനസിലാകുന്നുണ്ട്.... ആതോസിനെയും പോർത്തോസിനെയും ആറമീസിനെയും കൂട്ടിക്കൊണ്ടു പോകട്ടെ?" ആർട്ഗ്നൻ ചോദിച്ചു.

"രഹസ്യമായിരിക്കുന്ന ഒരു കാര്യത്തിനുവേണ്ടി അവർ ഇടപെടുമോ?"

"പരസ്പരം എല്ലാ കാര്യത്തിനും വിശ്വസിക്കണമെന്ന് ഞങ്ങൾ സത്യം ചെയ്തിട്ടുണ്ട്. അങ്ങയുടെ സഹായമുണ്ടെന്നു കൂടിയറിഞ്ഞാൽ അവർ ഒരിക്കലും ചോദ്യം ചെയ്യില്ല."

"അപ്പോൾ നിങ്ങൾക്കെല്ലാവർക്കും രണ്ടാഴ്ചത്തെ ലീവുതരാം. പിന്നെ ആതോസിന്റെ മുറിവ് ഇതുവരെയും ഉണങ്ങിയിട്ടില്ല. അതിനാൽ ഫോർജോസിലെ വെള്ളം അയാൾക്കുപയോഗിക്കാം. ആറമീസിനും പോർത്തോസിനും കൂടെപ്പോകാം. ഏതു പ്രവിശ്യയിലോ പട്ടണത്തിലോ നിങ്ങൾക്കു പ്രവേശിക്കാനുള്ള അനുവാദം തരുന്ന ഒരു പാസ്പോർട്ടായിട്ട് ഞാൻ തരുന്ന ഈ അവധിയെ കണ്ടാൽ മതിയാകും."

"നന്ദിയുണ്ട് സർ."

"വേഗം ചെന്ന് നിന്റെ സുഹൃത്തുക്കളെയെല്ലാവരെയും കൂടെ ചേർക്കൂ. ഇന്നുതന്നെ പുറപ്പെട്ടോളൂ. പിന്നെ ലീവ് ചോദിക്കുന്ന ഒരപേക്ഷ ഇപ്പോൾത്തന്നെ ഇവിടെയിരുന്ന് എസാർട്ടിന് എഴുതിത്തന്നോളൂ. ആരെങ്കിലും നിന്നെ ഇതിനകംതന്നെ പിന്തുടർന്ന് തുടങ്ങിയിട്ടുണ്ടാവാൻ സാധ്യതയുണ്ട്. അങ്ങനെയെങ്കിൽ നീ ഇവിടെ വന്ന കാര്യം കർദിനാൾ ഉടനറിയും. എനിക്കു നിന്നു പറ്റാനായി നിന്റെ അവധിക്കുള്ള അപേക്ഷ മതിയാകും."

അവധിക്കുള്ള അപേക്ഷ അവൻ അവിടെയിരുന്നുതന്നെ എഴുതി ട്രിവീലിയുടെ കൈയിലേൽപ്പിച്ചു. പോകാനുള്ള അനുവാദം അതിരാവിലെ രണ്ടുമണിക്കു മുമ്പുതന്നെ എല്ലാവർക്കും അവരവരുടെ സ്ഥലങ്ങളിൽ എത്തിച്ചുകൊടുക്കുമെന്ന് അദ്ദേഹം പറയുകയും ചെയ്തു.

“എനിക്കുള്ള അനുവാദക്കത്ത് ആതോസിന്റെ വീട്ടിലേക്കു കൊടുത്തയയ്ക്കുമോ സർ” ആർട്ഗ്നൻ ചോദിച്ചു. “ഞാനിനി എന്റെ വീട്ടിലേക്കു പോകുകയാണെങ്കിൽ അവിടെ ചില കുഴപ്പങ്ങൾ ഉണ്ടായേക്കും.”

“ശരി ശരി” ട്രിവീലി പറഞ്ഞു. “ബൈ..... ദൈവം നിങ്ങളുടെ കൂടെയുണ്ടാകും.”

ആർട്ഗ്നൻ പോകാൻ തിരിഞ്ഞപ്പോൾ ട്രിവീലി വീണ്ടും പറഞ്ഞു: “പിന്നെ, പണം വല്ലതും കൈവശമുണ്ടോ?”

ആർട്ഗ്നൻ പോക്കറ്റിൽനിന്നും പഴ്സെടുത്തു കുലുക്കി കർദിനാളിന്റെ ആ പേഴ്സ്.

“അതു മതിയാകുമോ?”

“മൂന്നു പിസ്റ്റൽ!”

“ധാരാളം. അതുകൊണ്ട് നിനക്ക് ഈ ലോകം മുഴുവനും വേണമെങ്കിൽ ചുറ്റാം.” ഇതു പറഞ്ഞുകൊണ്ട് അദ്ദേഹം ആർട്ഗ്നന്റെ കൈ പിടിച്ചുകുലുക്കി.

ആർട്ഗ്നന് അദ്ദേഹത്തിനോടു പറഞ്ഞറിയിക്കാനാകാത്തത്ര ആത്മാർഥതയും കടപ്പാടും തോന്നി. താൻ പാരീസിലെത്തിയതുമുതൽ അദ്ദേഹം എനിക്ക് താങ്ങും തണലുമായിരുന്നു. അദ്ദേഹത്തിന്റെ തുറന്ന ഹൃദയത്തെ അവൻ ബഹുമാനിച്ചു.

ആർട്ഗ്നൻ ആറമീസിന്റെ മുറിയിലേക്കുപോയി. മാഡം ബോണസ്യൂവിന്റെ പിന്നാലെ ആ രാത്രിയിൽ പോയ ആ സംഭവത്തിനുശേഷം പിന്നെ ആദ്യമായാണ് അവൻ അവിടെ ചെല്ലുന്നത്. അതിനുശേഷം പലപ്പോഴും ആറമീസിനെ കണ്ടപ്പോഴൊക്കെ അയാളുടെ മുഖത്ത് ദുഃഖം നിഴലിച്ചിരുന്നു.

ആർട്ഗ്നൻ അവിടെ ചെന്നപ്പോൾ ആറമീസ് അപ്പോഴും ദുഃഖിതനായിരുന്നു; അയാൾ ചിന്താമഗ്നനായി ഇരിക്കുകയായിരുന്നു. ദുഃഖത്തിനുള്ള കാരണം അവൻ അയാളോടന്വേഷിച്ചു. വിശുദ്ധ അഗസ്റ്റിന്റെ പുസ്തകത്തിലെ പതിനെട്ടാമത്തെ അധ്യായത്തിലെ പ്രധാനഭാഗങ്ങൾ ലാറ്റിനിലേക്ക് പരിഭാഷപ്പെടുത്താനുണ്ടായിരുന്നു; ആ അധ്വാനത്തിന്റെ ക്ഷീണമാണതെന്നും അയാൾ പറഞ്ഞു.

അവർ പത്തുമിനിറ്റോളം സംസാരിച്ചിരുന്നു. അപ്പോഴേക്കും ട്രിവീലിയുടെ ഒരു പരിചാരകൻ മുദ്രപതിച്ച ഒരു കവറുമായി അവിടെയെത്തി. അയാൾ അത് ആറമീസിന്റെ കൈയിൽ കൊടുത്തു.

“എന്താണിത്?” ആറമീസ് ചോദിച്ചു.

“അങ്ങ് ആവശ്യപ്പെട്ട അവധിയുടെ കടലാസാണ്” അയാൾ പറഞ്ഞു.

“ഞാൻ അവധിക്ക് അപേക്ഷിച്ചിരുന്നില്ലല്ലോ.”

“അതു വാങ്ങിക്കൂ; മറ്റൊന്നും പറയേണ്ട” ആർട്ഗ്നൻ പറഞ്ഞു.

ആർട്ഗ്നൻ ആ പരിചാരകനോടു പറഞ്ഞു, “ഇതാ കുറച്ചു പണം. വാങ്ങിച്ചോളൂ; താങ്കൾ ബുദ്ധിമുട്ടിയതിന്.”

ദയകാണിച്ചതിന് ട്രിവീലിയോടു തനിക്കു നന്ദിയുണ്ടെന്ന് അറിയിക്കാനും ആർട്ഗ്നൻ ആ പരിചാരകനോടറിയിച്ചു. അയാൾ തലകുമ്പിട്ട് വണങ്ങിയശേഷം അവിടെനിന്നും പോയി.

"എന്താണിതിന്റെയർഥം?" ആറമീസ് ചോദിച്ചു.

"രണ്ടാഴ്ചത്തേക്ക് ആവശ്യമായ കുറച്ചു സാധനങ്ങളെടുത്ത് തയാറായിക്കോളൂ.... എന്നിട്ട് എന്നോടൊപ്പം വരണം" ആർട്ഗ്നൻ പറഞ്ഞു.

"പക്ഷേ കാര്യമറിയാതെ....."

ആറമീസ് പറയാൻ തുടങ്ങിയ കാര്യം പെട്ടെന്നു നിർത്തി.

"നിർത്തിയതെന്തിനാണ്? അവൾക്കെന്തു സംഭവിച്ചുവെന്ന കാര്യമറിയാതെ എന്നല്ലേ ഉദ്ദേശിച്ചത്?" ആർട്ഗ്നൻ ചോദിച്ചു.

"ഏതവൾക്ക്?"

"ഈ വീട്ടിലുണ്ടായിരുന്ന ആ സ്ത്രീക്ക്; ആ തുന്നൽപ്പണിചെയ്ത തൂവാലയുള്ള ആ സ്ത്രീക്ക്."

"നിങ്ങളോടാരാണ് പറഞ്ഞത് ഇവിടെയൊരു സ്ത്രീയുണ്ടെന്ന്?" ആറമീസിന്റെ മുഖം വല്ലാതെ വിളറിയിരുന്നു.

"ഞാൻ നേരിൽ കണ്ടതല്ലേ?"

"ആ സ്ത്രീയെ നിങ്ങൾക്കറിയാമോ?"

"അറിയാമെന്നു തോന്നുന്നു."

"നിങ്ങൾക്ക് അതൊക്കെ അറിയാമെങ്കിൽ, ആ സ്ത്രീക്കെന്തുപറ്റിയെന്ന് നിങ്ങൾക്ക് ഒരുപക്ഷേ അറിയാനാകുമല്ലോ?"

"അവൾ ടൂർസിൽ പോകാനാണു വഴി."

"ടൂർസിലേക്കോ? അതെ അതെ..... അതു ഏതു സ്ത്രീയാണെന്ന് നിങ്ങൾക്കറിയാമെന്ന് എനിക്കിപ്പോൾ മനസിലായി. പക്ഷേ അവളെന്തിനാണ് എന്നോടുപറയാതെ ടൂർസിലേക്കു മടങ്ങിപ്പോയത്?"

"അറസ്റ്റു ചെയ്യപ്പെട്ടേക്കുമോയെന്ന ഭയം."

"ആർട്ഗ്നൻ, നീയെനിക്ക് ജീവൻ തന്നതുപോലെ" ആറമീസ് തുടർന്നു പറഞ്ഞു. "അവൾ എന്നെ ഉപേക്ഷിച്ചുകൊണ്ട് മറ്റാരുടെയെങ്കിലും കൂടെ പോയിട്ടുണ്ടാകുമെന്നാണ് ഞാൻ കരുതിയത്. അവളെ വീണ്ടും കണ്ടത് എനിക്കെന്തു സന്തോഷമാണ് നൽകിയത്. എന്നെക്കാണാൻ വേണ്ടി മാത്രം അവൾ ജയിൽജീവിതത്തിനുപോലും തയാറായി. ഹോ! എനിക്കൊന്നും വിശ്വസിക്കാനാകുന്നില്ല. പക്ഷേ, പാരീസിലേക്ക് മടങ്ങിപ്പോകാൻ അവളെ എന്താണ് പ്രേരിപ്പിച്ചതെന്ന കാര്യമാണ് എനിക്കു മനസിലാകാതിരിക്കുന്നത്."

"അവരുടെ അതേ ലക്ഷ്യംതന്നെയാണ് നമ്മളെയും ഇംഗ്ലണ്ടിലേക്കു കൊണ്ടുപോകുന്നത്."

"എന്താണാ ലക്ഷ്യം?"

"അതു പിന്നാലെ നിങ്ങളറിയും. ആ ദൈവശാസ്ത്രജ്ഞന്റെ മരുമകളുമായുള്ള നിങ്ങളുടെ കഥ ഞങ്ങളോടു പറഞ്ഞപ്പോൾ നിങ്ങൾ കാണിച്ച ആ വിവേചനം തന്നെയാണ് ഞങ്ങളും ഇവിടെക്കാണിക്കു

ന്നത്.”

അന്നൊരിക്കൽ സായാഹ്നത്തിൽ താൻ ആ കഥ സുഹൃത്തുക്കളോടൊത്ത് പറഞ്ഞതോർത്തപ്പോൾ ആറമീസിന്റെ ഉള്ളിൽ പുഞ്ചിരിനിറഞ്ഞു.

“കൊള്ളാം ആർട്ട്ഗ്നൻ. അവൾ യഥാർഥത്തിൽ പാരീസു വിട്ടിട്ടുണ്ടെങ്കിൽ ഞാൻ ഇനിയിവിടെ നിൽക്കേണ്ടതില്ല. ഞാൻ സന്തോഷത്തോടെ നിന്റെ കൂടെത്തന്നെവരാം..... പിന്നെ എങ്ങോട്ടു പോകുന്നുവെന്നാണ് നിങ്ങൾ പറഞ്ഞത്?”

“ആദ്യം ആതോസിന്റെ അടുത്തേക്ക്. നിങ്ങൾ യഥാർഥത്തിൽ വരുന്നെങ്കിൽ വേഗത്തിൽ വരണം; വിലപ്പെട്ട സമയം ഇതിനകം പലേയിടത്തും നാം നഷ്ടപ്പെടുത്തിയിട്ടുണ്ട്. പിന്നെ ബേസിനിനെ അറിയിക്കണം.”

“അയാൾ നമ്മുടെയൊപ്പം വരുന്നുണ്ടോ?” ആറമീസ് ചോദിച്ചു.

“അതൊന്നുമറിയില്ല; എന്തായാലും റൂഫെറൗവരെ അയാൾ വരുന്നതിൽ കുഴപ്പമൊന്നുമില്ല.”

ആറമീസ് ബേസിനെ വിളിച്ചു പറഞ്ഞു ആതോസിന്റെ വീട്ടിലേക്കു പോരാൻ. തുടർന്ന് അയാൾ ഉടുപ്പും വാളും മൂന്നു തോക്കുകളും എടുത്തു. തന്റെ മുറിയിലുള്ള മേശകളും അലമാരകളും ഒക്കെ അയാൾ ഉടനെ തപ്പി; വല്ല പണവും കിട്ടുമോയെന്ന് അറിയാൻവേണ്ടി.

ഒക്കെ അരിച്ചുപെറുക്കിയശേഷം, അയാൾ ആർട്ട്ഗ്നന്റെ കൂടെ താഴേക്കിറങ്ങി. തന്റെ അതിഥിയായ സ്ത്രീ ആരെന്നു കണ്ടുപിടിക്കാനും അവളുടെ ചർച്ചകളെപ്പറ്റി കൂടുതൽ മനസിലാക്കാനും ഈ ആർട്ട്ഗ്നനെങ്ങനെ പറ്റിയെന്ന് അയാൾ ഒരുനിമിഷം ചിന്തിച്ചുപോയി.

അവർ വീട്ടിൽനിന്നിറങ്ങി. ആ സമയത്ത് ആറമീസ് ആ യുവസ്നേഹിതന്റെ തോളിൽ കൈവച്ചുകൊണ്ടു ചോദിച്ചു: “ആ സ്ത്രീയുടെ പേര് നീ ആരോടും പറഞ്ഞിട്ടില്ലല്ലോ?”

“ആരോടും പറഞ്ഞിട്ടില്ല.”

“ആതോസിനോടോ പോർത്തോസിനോടോ പറഞ്ഞോ?”

“അവരോടും പറഞ്ഞിട്ടില്ല.”

“നന്നായി.”

അവർ നടന്നു നടന്ന് ആതോസിന്റെ വീട്ടുവാതിൽക്കലെത്തി. അവർ മുറിയിൽ കയറിയപ്പോൾ അവധിക്കുള്ള അനുവാദം ഒരു കൈയിലും ട്രിവീലിയുടെ കത്ത് മറ്റേകൈയിലും പിടിച്ചുകൊണ്ട് അയാൾ നിൽക്കുകയായിരുന്നു; ആകെ പരിഭ്രമിച്ചിരുന്നു അയാൾ.

“ഈ കത്ത് വായിച്ചശേഷം ഇതിനർഥം നിങ്ങളാരെങ്കിലും പറഞ്ഞുതരുമോ?” ആതോസ് തന്റെ സ്നേഹിതരോടു ചോദിച്ചു. തുടർന്ന് അയാൾ തന്നെ ആ കത്ത് ഉറക്കെ വായിച്ചു.

“പ്രിയപ്പെട്ട ആതോസിന്,

നിങ്ങളുടെ ആരോഗ്യനില ഇനിയും മെച്ചപ്പെട്ടിട്ടില്ലാത്ത സ്ഥിതിക്ക് നിങ്ങൾ രണ്ട് ആഴ്ചത്തേക്ക് അവധിയെടുക്കണമെന്ന് ഞാൻ ആഗ്രഹി

ക്കുന്നു. അതിനാൽ പോയി ഫോർജോസിലെ വെള്ളത്തിൽ പോയിക്കുളിക്കൂ. അല്ലെങ്കിൽ ഇഷ്ടമുള്ള മറ്റെവിടെയെങ്കിലും പൊയ്ക്കോളൂ. എന്നിട്ടു വേഗത്തിൽ മടങ്ങിവരികയും വേണം.

ആത്മാർഥതയോടെ,

ട്രിവീലി."

"നിങ്ങൾ എന്റെകൂടെ ഒരു ഉല്ലാസയാത്രയ്ക്കു വരണമെന്നാണ് ആ എഴുത്തും അനുവാദവും സൂചിപ്പിക്കുന്നത്" ആർട്ഗ്നൻ ആതോസിനോടു പറഞ്ഞു."

"ഫോർജോസിലേക്കു പോകാൻ?"

"അവിടെ അല്ലെങ്കിൽ വേറെയെവിടെയെങ്കിലും പോകാൻ."

"രാജാവിനു വേണ്ടിയാണോ?"

"അല്ലെങ്കിൽ രാജ്ഞിക്കുവേണ്ടി. നമ്മൾ രണ്ടുപേർക്കും സേവ ചെയ്യേണ്ടതല്ലേ."

അപ്പോഴേക്കും പോർത്തോസ് അവിടേക്കു കടന്നുവന്നു."

"ഇതു വിചിത്രം!" പോർത്തോസ് പറഞ്ഞു. "ആവശ്യപ്പെടാതെ പോരാളികൾക്ക് അവധിപോലും."

"ആവശ്യപ്പെടാതെയല്ല... സുഹൃത്തുക്കൾ ആവശ്യപ്പെട്ടതുകൊണ്ടാണ്" ആർട്ഗ്നൻ പറഞ്ഞു.

"അതു ശരി! അപ്പോൾ എന്തോ പുതിയ കാര്യമുണ്ട്."

"അതെ. ഞങ്ങളൊക്കെ ഇറങ്ങിക്കഴിഞ്ഞു" ആറമീസ് പറഞ്ഞു.

"എങ്ങോട്ടേക്ക്?"

"എനിക്കൊരു പിടിയുമില്ല" ആതോസ് പറഞ്ഞു. "ആർട്ഗ്നനോടു ചോദിക്കൂ."

"നമ്മൾ ലണ്ടനിലേക്കു പോകുകയാണ് സുഹൃത്തുക്കളേ" ആർട്ഗ്നൻ പ്രഖ്യാപനം നടത്തി.

"ലണ്ടനിലേക്ക്!" ആതോസ് അന്തിച്ചു. "എന്തിനാണ് നാം അങ്ങോട്ടു പോകുന്നത്?"

"അതിപ്പോൾ പറയാൻ നിർവാഹമില്ല; പക്ഷേ നിങ്ങളെല്ലാവരും എന്നെ വിശ്വസിക്കണം" ആർട്ഗ്നൻ പറഞ്ഞു.

"പക്ഷേ അങ്ങോട്ടു പോകാനുള്ള പണമോ?" പോർത്തോസ് ചോദിച്ചു. "എന്റെ കൈയിൽ ഒരു ചില്ലിത്തുട്ടുപോലുമില്ല."

"എന്റെ കൈയിലുമില്ല" ആറമീസ് പറഞ്ഞു.

"എന്റെ അവസ്ഥയും അതുതന്നെയാണ്" ആതോസ് പറഞ്ഞു.

"എന്നാൽ പണം എന്റെ കൈയിലുണ്ട്" ആർട്ഗ്നൻ പറഞ്ഞു. ഒപ്പം പോക്കറ്റിൽനിന്നും പെഴ്സ് എടുത്തു പുറത്തുവയ്ക്കുകയും ചെയ്തു.

"ഈ പെഴ്സിൽ മുന്നൂറു പിസ്റ്റലുണ്ട്" ആർട്ഗ്നൻ തുടർന്നു പറഞ്ഞു. "നമുക്ക് ഓരോരുത്തർക്കും എഴുപത്തിയഞ്ചുവീതം എടുത്താലോയെന്ന് ഞാൻ വിചാരിക്കുന്നു. അതുമതിയാകും ഒരാളിന് ലണ്ടനിൽ പോയി മടങ്ങിവരാനായിട്ട്. പക്ഷേ, എല്ലാപേർക്കും ലണ്ടൻവരെ ചെല്ലേ

ണ്ടിവരുമെന്ന് എനിക്കു തോന്നുന്നില്ല."

"അതെന്താ കാര്യം?"

"കാരണം പോകുമ്പോൾ ഒന്നോരണ്ടോപേർ വഴിയരികിൽ വീണു പോയേക്കാനിടയുണ്ട്" ആർട്ഗ്നൻ പറഞ്ഞു.

"ദൈവമേ ഇതെന്താ യുദ്ധത്തിനു വല്ലതിനുമാണോ പോകുന്നത്?"

"അങ്ങനെ കരുതിക്കോളൂ. എന്തായാലും അപകടകരമായ ഒരു കാര്യത്തിനുവേണ്ടിയാണ് പോകുന്നത്. സൂക്ഷിക്കണം."

"അത്രയും അപകടം പിടിച്ചതെങ്കിൽ എന്തിനാണ് പോകുന്നതെന്ന് ഞങ്ങൾക്കറിയണമായിരുന്നു" പോർത്തോസ് പറഞ്ഞു.

"ഞങ്ങൾ അറിയുന്നതുകൊണ്ട് എന്താണ് കുഴപ്പം?" ആതോസ് ചോദിച്ചു.

"അവർ പറഞ്ഞതാണ് ശരി" ആറമീസ് പറഞ്ഞു. "എന്തിനാണെന്ന് ഞങ്ങൾക്ക് അറിഞ്ഞേ പറ്റൂ."

"രാജാവ് എന്തെങ്കിലും നിങ്ങളോടു പറയാറുണ്ടോ?" ആർട്ഗ്നൻ ചോദിച്ചു. "തീർച്ചയായും ഇല്ല തന്നെ. അദ്ദേഹം ഇത്രമാത്രം പറയുന്നു. മാന്യരേ, ഗാസ്കനിയിൽ അല്ലെങ്കിൽ ഫ്ളാൻഡേഴ്സിൽ ഒരു ആക്രമണം നടക്കുന്നു. പോയി എതിരിടൂ – അതുപോലെ നിങ്ങളും പോകുക. എന്തിനാണെന്ന കാര്യത്തെക്കുറിച്ച് നിങ്ങൾ ആശങ്കപ്പെടേണ്ട."

"ആർട്ഗ്നൻ പറഞ്ഞതു ശരിയാണ്" ആതോസ് പറഞ്ഞു. തുടർന്ന് അയാൾ പറഞ്ഞു: "എന്തായാലും ട്രിവീലിയുടെ പക്കൽനിന്നും നമുക്ക് അവധി കിട്ടിയിട്ടുണ്ട്. മൂന്നു പിസ്റ്റലുമുണ്ട്; ഇതൊക്കെ എവിടെന്നാണാവോ? എന്തായാലും പോകാൻ ആവശ്യപ്പെട്ടിടത്തേക്ക് പോയി യുദ്ധം ചെയ്യുകതന്നെയാണ് വേണ്ടത്. എന്തായാലും ഞാൻ ആർട്ഗ്നനോടു പോകുന്നു."

"ഞാനും" പോർത്തോസ് പറഞ്ഞു.

"ഞാനും" ആറമീസ് പറഞ്ഞു. "ഞാനിവിടെ മടുത്തു തുടങ്ങി. ഇവിടം വിടുന്നതാണ് എനിക്കിഷ്ടം."

"പക്ഷേ, ഇനിമുതൽ നിങ്ങൾ മടുക്കുകയില്ല. അതു ഞാൻ ഉറപ്പു തരാം" ആർട്ഗ്നൻ പറഞ്ഞു.

"എപ്പോഴാണ് പോകുന്നത്?" ആതോസ് ചോദിച്ചു.

"ഇതാ ഇപ്പോൾത്തന്നെ. ഇനി സമയം പാഴാക്കാനില്ല" ആർട്ഗ്നൻ പറഞ്ഞു.

പോരാളികൾ അവരവരുടെ വേലക്കാരെ ഉടനെതന്നെ വിളിപ്പിച്ചു. അവരെക്കൊണ്ട് അവരുടെ ബൂട്സുകളൊക്കെ മിനുക്കി. അവർ അവരുടെ കുതിരകളെയും കൊണ്ടുവന്നു. തുടർന്ന് വേലക്കാർ അവിടെനിന്നും പോയി.

"ഇനി നമുക്ക് നമ്മുടെ യാത്രയെപ്പറ്റി ഒരു പദ്ധതി തയാറാക്കാം" പോർത്തോസ് പറഞ്ഞു. "ആദ്യം പോകേണ്ടത് എങ്ങോട്ടാണ്?"

"കലൈസിലേക്ക്" ആർട്ഗ്നൻ പറഞ്ഞു. "ലണ്ടനിലേക്കു പോകാ

നുള്ള എളുപ്പവഴിയാണിത്."

"എങ്കിൽ അതുമതി" പോർത്തോസ് പറഞ്ഞു. "എന്റെ ഒരഭിപ്രായം പറഞ്ഞോട്ടെ."

"പറഞ്ഞോളൂ."

"നാലുപേർ ഒന്നിച്ചുപോകുന്നതു കണ്ടാൽ പെട്ടെന്ന് ആർക്കെങ്കിലും സംശയം തോന്നിയേക്കാം. അതുകൊണ്ട് നാം എങ്ങനെ നീങ്ങണമെന്ന് ആർട്ട്ഗ്നൻ തന്നെ പറയട്ടെ. ഞാൻ ആദ്യമേ ബോളോങ്ങി റോഡുവഴി പോകാം. രണ്ടുമണിക്കൂർ കഴിയുമ്പോൾ ആതോസ് ആമീൻസ് റോഡു വഴി പോരും. വീണ്ടും രണ്ടുമണിക്കൂർ കഴിഞ്ഞിട്ട് നൊയോൻ റോഡു വഴി ആറമീസ് പോകട്ടെ. അതുകഴിഞ്ഞിട്ടിറങ്ങിയാൽ മതി ആർട്ട്ഗ്നൻ. അവൻ ഇഷ്ടമുള്ള വഴിയിലൂടെ പോരട്ടെ. അതുപോലെ ആർട്ട്ഗ്നൻ അയാളുടെ വേലക്കാരൻ പ്ലാഞ്ചെറ്റിന്റെ വേഷത്തിൽ പോരട്ടെ. അതു പോലെ പ്ലാഞ്ചെറ്റ് ആർട്ട്ഗ്നന്റെ വേഷത്തിൽ നമ്മെത്തുടർന്ന് പിന്തുട രുകയും വേണം."

"നമ്മുടെ വേലക്കാരെ ഇത്തരം കാര്യങ്ങളിൽ ഉൾപ്പെടുത്തണമെന്ന് ഞാൻ പറയുന്നില്ല" ആതോസ് പറഞ്ഞു. "അവർ നമ്മെ പറ്റിക്കുകയി ല്ലെന്ന് ആർക്കു പറയാനാകും."

"പോർത്തോസിന്റെ പദ്ധതി നടക്കുമെന്ന് എനിക്കു തോന്നുന്നില്ല" ആർട്ട്ഗ്നൻ പറഞ്ഞു. "കാരണം നിങ്ങൾക്ക് കൽപ്പനകൾ തരാനുള്ള അധികാരം എനിക്കു കിട്ടിയിട്ടില്ല. എനിക്കൊരു കത്തു കൊടുക്കുവാനു ണ്ട്. അതു മാത്രമേയുള്ളൂ. അത് മുദ്രവച്ച കത്താണ്. അതിനാൽ എനിക്ക തിന്റെ പകർപ്പുകൾ എടുക്കാൻ തരമില്ല. ആ കത്ത് ഞാൻ പോക്കറ്റിൽ സൂക്ഷിച്ചിട്ടുണ്ട്" ആർട്ട്ഗ്നൻ സ്വന്തം പോക്കറ്റിൽ തട്ടിക്കാണിച്ചുകൊടു ത്തു.

തുടർന്ന് വീണ്ടും ആർട്ട്ഗ്നൻ പറഞ്ഞു: "ഞാൻ കൊല്ലപ്പെട്ടുപോകു കയാണെങ്കിൽ ആരെങ്കിലും ഈ കത്ത് എടുത്തുകൊണ്ടു പോകണം. അയാളും കൊല്ലപ്പെടുകയാണെങ്കിൽ മറ്റൊരാൾ ആ കത്തെടുത്തു കൊണ്ടു പോകണം. അയാളും കൊല്ലപ്പെടുകയാണെങ്കിൽ അടുത്തയാൾ അതെടുക്കണം. ചുരുക്കത്തിൽ ആരെങ്കിലും ഒരാൾ ഈ കത്ത് ലണ്ട നിൽ എത്തിക്കണം."

"കൊള്ളാം ആർട്ട്ഗ്നൻ" ആതോസ് പറഞ്ഞു. "നിങ്ങൾ പറഞ്ഞ തൊക്കെ ഞാൻ സമ്മതിക്കുന്നു. അതുപോലെ ഒരുമിച്ചു യാത്രചെയ്യുന്ന തിനാൽ അതിന് ഔദ്യോഗികമായ ഒരു കാരണം വേണം. ഞാൻ ഫോർ ജോസിൽ വെള്ളത്തിനു പോകുകയാണ്. അതിനാൽ എനിക്ക് ഇഷ്ടമു ള്ളിടത്ത് എവിടെയും പോകാം. അതിനാൽ ഞാൻ കടൽത്തീരത്തേക്കു പോകുകയാണ്. ആരെങ്കിലും എന്നെ അറസ്റ്റുചെയ്യാൻ നോക്കിയാൽ ഞാൻ ട്രിവീലിയുടെ അവധിക്കത്തു കാണിച്ചുകൊടുക്കാം. ആരെങ്കിലും നമ്മളെ ആക്രമിച്ചാൽ കാര്യമായിട്ടെതിർക്കണം. കോടതിയിലെത്തിച്ചാൽ, കുളിക്കുന്നതിനു കടലിൽപ്പോകുന്ന ലക്ഷ്യമേ ഉണ്ടായിരുന്നുള്ളൂ എന്നു

പറയാം. ഒറ്റയ്ക്കൊറ്റയ്ക്കു പോയാൽ തോൽക്കാനിടയുണ്ട്; ഒന്നിച്ചുപോയാൽ അതൊരു ശക്തിയാണ്. നമുക്ക് നമ്മുടെ വേലക്കാർക്കും ആയുധങ്ങൾ കൊടുത്താലെന്താണ്. ആർട്ഗ്നൻ പറഞ്ഞതുപോലെ രക്ഷപ്പെടുന്നയാൾ കത്തുമായി പോകണം."

"ആതോസ് പറഞ്ഞതു കൊള്ളാം" ആറമീസ് പറഞ്ഞു. "നിങ്ങൾ കുറച്ചേ സംസാരിക്കാറുള്ളൂവെങ്കിലും പറയുന്നതൊക്കെ പ്രസക്തമായതാണ്. എന്തായാലും നിങ്ങൾ പറഞ്ഞതിനോടു ഞാൻ യോജിക്കുന്നു."

"ഞാനും അതിനോടു യോജിക്കുന്നു" പോർത്തോസ് പറഞ്ഞു. "ആർട്ഗ്നനു സമ്മതമാണെങ്കിൽ, കത്ത് അവന്റെ കൈയിലായതിനാൽ അവൻ നമ്മുടെ യാത്രയുടെ നേതാവാകട്ടെ. അവന്റെ തീരുമാനമാണ് നമ്മുടേതും."

"ശരി.... ശരി. ആതോസ് പറഞ്ഞതുപോലെ നമുക്ക് ചെയ്യാം. അര മണിക്കൂറിനകം നമുക്ക് പോകുകയും വേണം" ആർട്ഗ്നൻ പറഞ്ഞു.

"അതു മതി" മൂന്നു പോരാളികളും തലകുലുക്കി.

തുടർന്നവർ എഴുപത്തിയഞ്ച് പിസ്റ്റലുകൾ വീതമെടുത്തു. യാത്രയ്ക്കുവേണ്ട ഒരുക്കങ്ങൾ തുടങ്ങുകയും ചെയ്തു.

20

യാത്ര

രാവിലെ രണ്ടുമണിക്കുതന്നെ നമ്മുടെ ആ നാലു സാഹസികരും സെന്റ് ഡെനീസ് കവാടത്തിലൂടെ പാരീസിലേക്കു പുറപ്പെട്ടു.

ഇരുട്ടായിരുന്നതിനാൽ അവർ പരസ്പരം സംസാരിച്ചില്ല. പക്ഷേ ഇരുട്ട് അവരിൽ എന്തോ വല്ലായ്മയുണ്ടാക്കിയതുപോലെ. മരങ്ങൾക്കിട യിൽ ചാരന്മാർ ഒളിച്ചിരിക്കുന്നതുപോലെ അവർക്കു തോന്നി.

നേരം പുലർന്നപ്പോൾ അവരുടെ നാവുകൾ അയഞ്ഞു. സൂര്യോദയം അവർക്കു സന്തോഷവുമായെത്തി. യുദ്ധത്തിനു പുറപ്പെടുമ്പോൾ തോന്നുന്നതുപോലത്തെ ഒരു സന്തോഷം! അവരുടെ ഹൃദയങ്ങൾ ത്രസി ച്ചു. കണ്ണുകൾ തിളങ്ങി. ത്യജിക്കപ്പെടാൻ പോകുന്ന ജീവിതത്തോട് അവർക്ക് കൂടുതൽ ഇഷ്ടം തോന്നുകയും ചെയ്തു.

ഒരു യുദ്ധത്തിനെന്നപോലെ കുതിരകൾ നീങ്ങി. പരിശീലനബദ്ധ രായ കുതിരകൾ മാർച്ചു ചെയ്യുന്നതുപോലെയാണ് നീങ്ങിയത്.

അവരുടെ വേലക്കാരും ആയുധധാരികളായി അവരെ പിന്തുടർന്നു.

എട്ടുമണിക്ക് അവർ ചാന്റിലിയിലെത്തി. പ്രഭാതഭക്ഷണത്തിനായി അവർ കുതിരപ്പുറത്തുനിന്നും ആ സത്രത്തിലിറങ്ങി.

അവർ തീൻമേശയ്ക്കരികിൽ ചെന്നിരുന്നു. ഡമ്മാർട്ടിൻ റോഡുവഴി വന്ന ഒരാൾ ഭക്ഷണം കഴിച്ചുകൊണ്ട് അവിടെയിരിക്കുകയായിരുന്നു. അയാൾ കാലാവസ്ഥയെക്കുറിച്ചുള്ള ചില അഭിപ്രായങ്ങൾ പറഞ്ഞു. നാലു പോരാളികളും ഒപ്പം അയാളോടു സംസാരിച്ചു. അവർ ഒരുമിച്ച് മദ്യപിക്കുകയും ചെയ്തു; അയാൾ അവരുടെ ആരോഗ്യത്തിനും അവർ അയാളുടെ മര്യാദയ്ക്കുംവേണ്ടി മദ്യം കഴിച്ചു.

തുടർന്ന് അവർ പോകാനായി എഴുന്നേറ്റു. കുതിരകൾ തയാറായി നിൽക്കുകയാണെന്ന് ആതോസിന്റെ വേലക്കാരൻ മോസ്ക്യൂട്ടൻ പറ

ഞ്ഞു. അപ്പോഴേക്കും ആ അപരിചിതൻ പോർത്തോസിന്റെ നേരെ തിരിഞ്ഞശേഷം കർദിനാളിന്റെ ആരോഗ്യത്തിനുവേണ്ടി മദ്യമെടുത്തു. പോർത്തോസും അതു സമ്മതിച്ചു. അയാൾ രാജാവിന്റെ ആരോഗ്യത്തിനായി മദ്യമെടുത്തു. അപ്പോൾ തനിക്ക് കർദിനാളിനെയല്ലാതെ മറ്റൊരു രാജാവിനെ അറിയുകയേയില്ലെന്ന് അയാൾ ആക്രോശിച്ചു.

പോർത്തോസ് അയാളെ 'മുക്കുടിയൻ' എന്നുവിളിച്ചു.

ഉടനെ അയാൾ വാളൂരി; വെട്ടാനായി.

"എന്തു വിഡ്ഢിത്തമാണീ ചെയ്തത്" ആതോസ് പോർത്തോസീനോടു പറഞ്ഞു. "പക്ഷേ ഇനി പിന്മാറാൻ പറ്റത്തില്ല. അയാളുടെ കഥ കഴിച്ചശേഷം ഞങ്ങളോടൊപ്പം ചേർന്നോളൂ."

പോർത്തോസ് ശത്രുവിനോടു മല്ലിടാൻ തുടങ്ങി. മറ്റു മൂന്നുപേരും കുതിരപ്പുറത്തുകയറി ഓടിച്ചുപോയി.

"ഒരുത്തൻ വീണു!" കുറച്ചുദൂരം പിന്നിട്ടപ്പോൾ ആതോസ് വിളിച്ചുപറഞ്ഞു.

"നമ്മളിലാരെയും നോക്കാതെ പോർത്തോസിനെത്തന്നെ അയാൾ എതിർത്തതെന്തിനാണെന്ന് നിങ്ങൾക്കറിയാമോ?" ആറമീസ് ചോദിച്ചു.

"പോർത്തോസ് ഉച്ചത്തിൽ സംസാരിക്കുന്നതിനാൽ നേതാവെന്നേ മറ്റുള്ളവർക്കു തോന്നൂ" ആർട്ഗ്നൻ പറഞ്ഞു.

"ഞാൻ പറയാറില്ലേ നമ്മുടെ ഗാസ്കൻ ആർട്ഗ്നൻ മിടുമിടുക്കനാണെന്ന്?" ആതോസ് പറഞ്ഞു.

അവർ മുന്നോട്ടു യാത്ര തുടർന്നുകൊണ്ടിരുന്നു.

ബ്യൂവെയ്സിലെത്തിയപ്പോൾ അവർ കുതിരയെ വീണ്ടും നിർത്തി. പോർത്തോസിനെയും നോക്കാം കുതിരകൾക്കു വിശ്രമവും കിട്ടുമല്ലോ എന്ന് അവർ കരുതി. രണ്ടു മണിക്കൂർ കാത്തിരുന്നിട്ടും അയാളെത്തിയില്ല. അതിനാൽ അവർ വീണ്ടും യാത്ര തുടർന്നു.

ഏതാണ്ട് ഒരുമൈൽ കൂടി അവർ പിന്നിട്ടു. അവർ നിരപ്പില്ലാത്ത ഒരു വഴിയിലെത്തി. വീതികുറഞ്ഞ ആ വഴിക്കിരുപുറവും മതിലുണ്ടായിരുന്നു. എട്ടോ ഒമ്പതോപേർ റോഡുപണിയിൽ ഏർപ്പെട്ടിരിക്കുന്നു. റോഡ് സഞ്ചാരയോഗ്യമാക്കുകയാണവർ. റോഡുവെട്ടിയും ഇളക്കിയും അവർ ചളിമാറ്റിക്കൂട്ടിയിരിക്കുകയാണ്.

തന്റെ ബൂട്സ് ചീത്തയാകുമെന്നോർത്ത് ആ റോഡുപണിക്കാരെ ആറമീസ് പഴിക്കാൻ തുടങ്ങി. ആതോസ് അയാളെ തടയാൻ നോക്കി. പക്ഷേ, അയാൾക്കതിനു കഴിഞ്ഞില്ല. പണിക്കാരും പോരാളികളെ നോക്കി എതിർത്തുപറയാൻ തുടങ്ങി. ആതോസിന് അരിശംമൂത്തു. അയാൾ തന്റെ കുതിരയെ അവരുടെ അടുത്തേക്ക് പായിച്ചു.

ജോലിക്കാർ ഒരുവശത്തേക്കു പെട്ടെന്ന് ഒതുങ്ങിനിന്നു. ഒപ്പം അവർ ഒളിച്ചുവച്ചിരുന്ന തോക്കെടുക്കുകയും ചെയ്തു.

ഒരു വെടിയുണ്ട ആറമീസിന്റെ തോളിൽക്കൂടി കടന്നുപോയി. മറ്റൊന്ന് മോസ്ക്യൂട്ടന്റെ നിതംബത്തിലും. ആറമീസ് കുതിരപ്പുറത്തുനിന്നും

ഇറങ്ങിയില്ല; പക്ഷേ, മോസ്ക്യൂട്ടൻ അപ്പോൾത്തന്നെ കുതിരപ്പുറത്തു നിന്നും താഴെവീണു. അയാൾക്ക് കാര്യമായൊന്നും മുറിവേറ്റിരുന്നില്ല. പക്ഷേ, മുറിവ് അയാൾക്ക് കാണാൻ പറ്റാത്തതിനാൽ അയാൾ വിചാരിച്ചത് താൻ ഭയങ്കരമായി മുറിവേറ്റുവെന്നാണ്.

"വേഷം മാറിനടക്കുന്ന ഭടന്മാരാണ്" ആർട്ഗ്നൻ പറഞ്ഞു. "വെടി വയ്ക്കരുത്, നമുക്ക് സ്ഥലംവിടാം."

മുറിവേറ്റിരിക്കുന്നതിനാൽ വളരെ പ്രയാസപ്പെട്ടാണ് ആറമീസ് കുതിര ഓടിച്ചത്. വല്ലവിധേനയും അയാൾ മറ്റുള്ളവരോടൊപ്പമെത്തി. മോസ്ക്യൂട്ടന്റെ കുതിര ആളില്ലാതെ അവരോടൊപ്പം പാഞ്ഞു.

"അപ്പോൾ മാറിമാറി ഉപയോഗിക്കാൻ നമുക്കൊരു കുതിരയുണ്ട്" ആതോസ് പറഞ്ഞു.

"എനിക്കൊരു തൊപ്പി കിട്ടിയിരുന്നെങ്കിൽ!" ആർട്ഗ്നൻ പറഞ്ഞു. ആ വെടിയേറ്റപ്പോൾ എന്റെ തൊപ്പി തെറിച്ചുപോയിരുന്നു. എന്തായാലും ആ കത്ത് തൊപ്പിക്കുള്ളിൽ വയ്ക്കാതിരുന്നത് നന്നായി."

"പോർത്തോസ് എത്തിയില്ലല്ലോ. അയാൾ ആ വഴിയരികിൽ എത്തുമ്പോൾ ആ വേഷം മാറി നടക്കുന്നവർ കൊന്നുകളയുമോ ആവോ?" ആറമീസ് പറഞ്ഞു.

അവർ വീണ്ടും പാഞ്ഞു. രണ്ടു മണിക്കൂർ കഴിഞ്ഞപ്പോൾ അവരുടെ കുതിരകൾ വല്ലാതെ ക്ഷീണിച്ചു.

പിന്നീടവർ ഒരു നാട്ടിൻപുറത്തുകൂടി യാത്രതുടർന്നു. അവിടെയാകുമ്പോൾ അനാവശ്യമായ അപകടങ്ങൾ ഒന്നും ഉണ്ടാകുകയില്ലല്ലോ. അവർ ക്രിവീകൊയിറിലെത്തി. തനിക്കിനി ഒരടി മുന്നോട്ടുപോകാനാവില്ലെന്ന് ആറമീസ് വിളിച്ചുപറഞ്ഞു.

അയാളുടെ ധൈര്യത്തിന്റെ ബലംകൊണ്ടാണ് അയാൾ ഇതുവരെ യാത്രചെയ്തത്. അയാളുടെ മുഖം വല്ലാതെ വിളറി. ഒരു സത്രത്തിനരികിലെത്തിയപ്പോൾ അവർ അയാളെ താങ്ങി കുതിരപ്പുറത്തുനിന്നുമിറക്കി. അയാളുടെ വേലക്കാരൻ ബാസിനെക്കൂടെ അയാളുടെ കൂട്ടിനാക്കിക്കൊടുത്തു. തുടർന്ന് മറ്റുള്ളവർ വീണ്ടും യാത്ര തുടർന്നു; ആമീൻസിൽ ചെന്നിട്ടുവേണം അവർക്ക് ഒന്നുറങ്ങേണ്ടത്.

ഇപ്പോൾ സംഘത്തിൽ ആർട്ഗ്നനും ആതോസും അവരുടെ വേലക്കാരായ പ്ലാഞ്ചെറ്റും ഗ്രിമൗഡും മാത്രം.

"ഞാനിനി ഒന്നിനും എടുത്തു ചാടുകയില്ല" ആതോസ് പറഞ്ഞു. "ആമീൻസിൽ എത്തുന്നതുവരെ ഞാൻ വായ് തുറക്കുകയോ, എന്റെ ചെറുവിരൽ അനക്കുകയോ ഇല്ല. ഞാനിതു സത്യം ചെയ്യുന്നു."

"ആവശ്യമില്ലാതെ വേവലാതിപിടിച്ച് ശ്വാസംകളയണ്ട" ആർട്ഗ്നൻ പറഞ്ഞു. "കുതിരകൾക്കാവുമെങ്കിൽ നമുക്ക് യാത്ര തുടരാം."

അവർ വീണ്ടും പാഞ്ഞു; ഒരു പുതുജീവൻ കിട്ടിയതുപോലെ. അർധരാത്രിയായപ്പോൾ അവർ ആമീൻസിലെത്തി. അവിടെയുള്ള ഒരു സത്രത്തിൽ അവർ കുതിരകളെ നിർത്തിയശേഷം ഇറങ്ങുകയും ചെയ്തു.

സത്രമുടമ കൂടുതൽ സത്യസന്ധനും മര്യാദക്കാരനും ആണെന്ന് അവർക്കു തോന്നി. ഒരു കൈയിൽ കത്തിച്ച മെഴുകുതിരിയും മറ്റേകൈയിൽ രാത്രിക്കുള്ള പരുത്തിത്തൊപ്പിയും വച്ചുകൊണ്ട് അയാൾ അവരെ എതിരേറ്റു. അവർക്ക് നല്ല മുറികൾ നൽകാമെന്ന് അയാൾ പറഞ്ഞു. സത്രത്തിന്റെ രണ്ടറ്റങ്ങളിലുള്ള മുറികളായതിനാൽ അവർ അതു വേണ്ടായെന്നു പറഞ്ഞു. എന്നാൽ നല്ല മുറികൾ വേറെയില്ലെന്ന് സത്രമുടമ പറഞ്ഞപ്പോൾ, സാധാരണമുറി മതിയെന്നും അവിടെ പായവിരിച്ചു കിടന്നുകൊള്ളാമെന്നും അവർ പറഞ്ഞു. സത്രമുടമ അതെതിർത്തെങ്കിലും അവസാനം അയാൾ അവർക്കതു സമ്മതിച്ചുകൊടുത്തു.

നിലത്തു പായ വിരിച്ചശേഷം അകത്തുനിന്നും വാതിൽ കുറ്റിയിട്ടു. ശേഷം ആതോസും ആർട്ഗ്നനും ഒന്നു കിടക്കാനൊരുങ്ങുകയായിരുന്നു. പെട്ടെന്ന് പുറത്താരോ നിന്ന് മുട്ടുന്ന ശബ്ദം അവർ കേട്ടു.

ആരാണതെന്ന് അവർ ആദ്യം വിളിച്ചുചോദിച്ചു. തങ്ങളുടെ വേലക്കാരുടെ ശബ്ദമാണെന്ന് തിരിച്ചറിഞ്ഞ അവർ ആശ്വാസത്തോടെ ജനാലപ്പാളി തുറന്നു. പ്ലാഞ്ചെറ്റും ഗ്രിമൗഡുമായിരുന്നു അവർ.

"ഗ്രിമൗഡിന് കുതിരകളെ നന്നായി നോക്കാനാകും" പ്ലാഞ്ചെറ്റു പറഞ്ഞു. "അങ്ങ് അനുവദിക്കുകയാണെങ്കിൽ ഞാൻ അകത്തുവന്ന് നിങ്ങളുടെ വാതിലിനരികിൽ കിടന്നോളാം. അപ്പോൾ നിങ്ങളെ ആർക്കും ആക്രമിക്കാൻ പറ്റുകയില്ല."

"എന്തിനുമേൽ നിങ്ങൾ കിടക്കും?" ആർട്ഗ്നൻ ചോദിച്ചു.

"ആ വൈക്കോലിനുമേൽ കിടക്കാം."

"ശരി. എങ്കിൽ അങ്ങനെ കിടന്നോളൂ." ആർട്ഗ്നൻ തുടർന്നു പറഞ്ഞു. "എനിക്ക് ഇവിടത്തെ സത്രമുടമയെ ഇഷ്ടപ്പെട്ടില്ല. അയാൾ തീരെ സൗഹൃദം ചമയ്ക്കുന്നു."

"എനിക്കും അതു തോന്നിയിരുന്നു" ആതോസ് പറഞ്ഞു.

പ്ലാഞ്ചെറ്റ് ജനാലപ്പടിവഴി കയറി നിലത്തു വാതിലിന്റെ നേരെ കിടന്നു. പുലർച്ചെ അഞ്ചുമണിക്കുതന്നെ കുതിരകളെ തയാറാക്കിക്കൊണ്ട് വരാമെന്ന് പറഞ്ഞശേഷം ഗ്രിമൗഡ് കുതിരലായത്തിലേക്കു പോയി; രാത്രി ഉറങ്ങാനായിട്ട്.

വലിയ സംഭവങ്ങളൊന്നും അന്നു രാത്രിയിൽ ഉണ്ടായില്ല. പുലർച്ചെ രണ്ടു മണിയായപ്പോൾ ആരോ വാതിൽ തുറക്കാൻ ശ്രമിച്ചു. പ്ലാഞ്ചെറ്റ് പെട്ടെന്ന് ഞെട്ടിയുണർന്നു. "ആരാണത്?" അയാൾ ഉറക്കെ വിളിച്ചു ചോദിച്ചു. താൻ മുറി മാറിവന്നു തള്ളിയതാണെന്ന് പറഞ്ഞുകൊണ്ട് ആരോ അവിടെനിന്നും പോയി.

നാലുമണിയായപ്പോൾ കുതിരലായത്തിൽ എന്തോ ഒരലർച്ച കേട്ടു. ഗ്രിമൗഡ് ലായത്തിലെ ആളുകളെ വിളിച്ചുണർത്തി. പക്ഷേ, അവർ കൂട്ടം ചേർന്ന് ഗ്രിമൗഡിനെപ്പിടിച്ചടിച്ചു. ആതോസും ആർട്ഗ്നനും ജനാല തുറന്നു നോക്കിയപ്പോൾ വേലക്കാരൻ അടിയേറ്റ് ബോധരഹിതനായി കിടക്കുന്നതാണു കണ്ടത്; അടിയേറ്റ് അയാളുടെ തലപൊട്ടി ചോരയൊലി

ക്കുന്നുണ്ടായിരുന്നു.

പ്ലാഞ്ചെറ്റ് കുതിരകളെ തയാറാക്കാൻ പുറത്തേക്കു പോയി. പക്ഷേ അവ സവാരിക്കു പറ്റിയ രീതിയിലായിരുന്നില്ല. എന്നാൽ മോസ്ക്യൂട്ടന്റെ കുതിരയ്ക്കു മാത്രം പ്രശ്നമുണ്ടായിരുന്നില്ല. കാരണം അവസാനസമയത്ത് അവന്റെ ചുമലിൽ സവാരിക്കാരാരും നാലഞ്ചുമണിക്കൂർ നേരത്തേക്ക് ഉണ്ടായിരുന്നില്ലല്ലോ. ഇതിനിടയിൽ സത്രമുടമയുടെ കുതിരയുടെ രക്തമെടുക്കാൻവന്ന മൃഗഡോക്ടർക്ക് ഒരബദ്ധം പറ്റി. ആ ഡോക്ടർ അറിയാതെ മോസ്ക്യൂട്ടന്റെ കുതിരയുടെ രക്തം പരിശോധനയ്ക്കായി എടുത്തുകൊണ്ടുപോയിരുന്നു.

പ്രശ്നങ്ങൾ വഷളായിക്കൊണ്ടിരുന്നു; സംഭവിച്ച പ്രശ്നങ്ങളെല്ലാം യാദൃച്ഛികമായിരുന്നു. ഒരുപക്ഷേ, അവയെല്ലാം ചാരന്മാരുടെ പ്രവൃത്തികളായിക്കൂടെന്നില്ല. അവർ പ്ലാഞ്ചെറ്റിനെ സത്രമുടമയുടെ അരികിലേക്കു വിട്ടു; അടുത്തെങ്ങാനുംനിന്ന് കുതിരയെ വാങ്ങാൻ കിട്ടുമോയെന്ന് അറിയാൻവേണ്ടി.

ആർട്ഗ്നനും ആതോസും പുറത്തേക്കിറങ്ങി. സത്രത്തിന്റെ മുന്നിൽ പ്രധാനഭാഗത്ത് രണ്ടു കുതിരകളെ തയാറാക്കി നിർത്തിയിരിക്കുന്നത് പ്ലാഞ്ചെറ്റ് കണ്ടു. അന്നുരാത്രിയിൽ അവിടെ സത്രത്തിൽ താമസിച്ചിരുന്ന രണ്ടുപേരുടേതാണെന്ന് അയാൾ അന്വേഷിച്ചറിഞ്ഞു; അവർ സത്രത്തിന്റെ കണക്കുകൾ തീർക്കുവാൻ പോയിരുന്ന സമയമായിരുന്നു.

ആതോസ് സത്രത്തിന്റെ കണക്കുകൾ തീർക്കാൻ പോയപ്പോൾ ആർട്ഗ്നനും പ്ലാഞ്ചെറ്റും മുൻവാതിൽക്കൽത്തന്നെ നിന്നു. ഇടനാഴിയിലൂടെ നടന്ന് ഉള്ളിലേക്കുള്ള സത്രമുടമയുടെ മുറിക്കുള്ളിലേക്ക് യാതൊരു സംശയവുമില്ലാതെ കയറിയശേഷം, പണമൊടുക്കാനായി അയാൾ പണമെടുത്തു.

ഒരു മേശയ്ക്കരികിൽ സത്രമുടമ ഇരിക്കുകയായിരുന്നു. മേശയുടെ വലിപ്പുകളിലൊന്നിൽ പാതി വലിച്ചുതുറന്നിട്ടിരുന്നു. ആതോസ് രണ്ടു ക്രൗണുകൾ അയാൾക്കുനേരെ നീട്ടി. ആ തുട്ടുകൾ വാങ്ങി തിരിച്ചും മറിച്ചും നോക്കിയശേഷം അയാൾ പറഞ്ഞു അത് കള്ളനാണയമാണെന്ന്. ആതോസിനെയും കൂട്ടരെയും എത്രയും വേഗം അറസ്റ്റുചെയ്യിക്കുമെന്ന് അയാൾ ആക്രോശിച്ചു.

"കള്ളം പറയുന്നോ തെമ്മാടി" ആതോസ് അലറി. അയാൾ ചീറിക്കൊണ്ട് വീണ്ടും പറഞ്ഞു. "നിന്റെ ചെവിയെടുത്തു കളയും ഞാൻ."

ആയുധധാരികളായ നാലുപേർ അപ്പോൾ വശങ്ങളിലുള്ള വാതിലിലൂടെ അകത്തേക്കു പെട്ടെന്ന് ഇരച്ചുകയറി.

"എന്നെ കുടുക്കി" ആതോസ് പരമാവധി ഉച്ചത്തിൽ വിളിച്ചുകൂവി. "ഇവരെന്നെ കുടുക്കി. ആർട്ഗ്നൻ വിട്ടോളൂ...." ഒപ്പം അയാൾ രണ്ടു വെടിപൊട്ടിക്കുകയും ചെയ്തു.

വീണ്ടും ആ വിളിച്ചുകൂവൽ കേൾക്കാൻ ആർട്ഗ്നനും പ്ലാഞ്ചെറ്റും നിന്നില്ല. പടിക്കൽ തയാറാക്കി നിർത്തിയിരുന്ന ആ മറ്റാരുടെയോ കുതിര

കളിൽ അവർ ചാടിക്കയറി. പിന്നെ ഒറ്റപ്പാച്ചിൽ!

യാത്രാമധ്യേ ആർട്ഗ്നൻ പ്ലാഞ്ചെറ്റിനോടു ചോദിച്ചു: "ആതോസിന് എന്താണു പറ്റിയതെന്ന് നീ വല്ലതും കണ്ടോ?"

"ആ കണ്ണാടിവാതിലിലൂടെ ഞാൻ ഒക്കെക്കണ്ടു" അയാൾ പറഞ്ഞു. "അവരിൽ രണ്ടുപേരെ അദ്ദേഹം അടിച്ചു വീഴ്ത്തി. മറ്റുള്ളവരോടു നന്നായി എതിരിട്ടു നിൽക്കുന്നതും കണ്ടു."

"അയാൾ എപ്പോഴും ധീരനായിരുന്നു" ആർട്ഗ്നൻ പറഞ്ഞു. "പക്ഷേ അയാളെ ഉപേക്ഷിച്ചു വരരുതായിരുന്നു. ഒരുപക്ഷേ ഇതേ അനുഭവം ഇനി അടുത്ത വളവിൽ നമുക്കുണ്ടായിക്കൂടെന്നില്ല. പ്ലാഞ്ചെറ്റ്, നീയെന്തായാലും മിടുക്കനാണെന്ന് എനിക്കറിയാം."

"എന്തായാലും ഞങ്ങൾ പിക്കാഡ്സുകാർക്ക് ഞങ്ങളുടെ കഴിവു തെളിയിക്കാനുള്ള അവസരം യഥാർഥത്തിൽ കിട്ടാറില്ല, സർ" പ്ലാഞ്ചെറ്റ് പറഞ്ഞു.

അവർ പരമാവധി വേഗത്തിൽ പാഞ്ഞു. അവർ സെന്റ് ഓമറിലെത്തി. കുതിരകളെ വിശ്രമിക്കാനായി അവിടെത്തന്നെ വിട്ടു. പക്ഷേ, അവർ കടിഞ്ഞാണിൽനിന്നും കൈയെടുത്തിരുന്നില്ല; ഒരു സുരക്ഷിതത്വത്തിനുവേണ്ടി. റോഡരികിൽ നിന്നുകൊണ്ടുതന്നെ അവർ അൽപ്പം ഭക്ഷണം കഴിച്ചശേഷം വീണ്ടും പാഞ്ഞു.

ഇനി കലൈസിന്റെ പ്രവേശനകവാടത്തിലെത്താൻ ഒരു നൂറു വാരയേയുള്ളൂ. അപ്പോഴേക്കും ആർട്ഗ്നന്റെ കുതിര തളർന്നു വീണിരുന്നു; മൂക്കിലൂടെയും വായിലൂടെയും രക്തവുമൊഴുകി. അതിന് എഴുന്നേറ്റു നിൽക്കാനേ കഴിഞ്ഞില്ല. പ്ലാഞ്ചെറ്റിന്റെ കുതിര അവിടെ നിൽപ്പുണ്ടായിരുന്നു. അതും ആകെപ്പാടെ തളർന്നവശനായിരുന്നു. അത് മുന്നോട്ടു നീങ്ങാൻ കൂട്ടാക്കാതെ നിന്നു.

ഭാഗ്യമെന്നു വേണമെങ്കിൽ പറയാം. കവലയിലെത്താൻ ഇനി ഒരു നൂറു വാരയേയുള്ളൂ. അവർ കുതിരകളെ റോഡിൽ വിട്ടിട്ട് തുറമുഖത്തേക്കോടി. കുറച്ചു മുന്നോട്ടു ചെന്നപ്പോൾ ഒരു മാന്യൻ തന്റെ വേലക്കാരനുമായി അവിടെ നിൽക്കുന്നത് പ്ലാഞ്ചെറ്റ് കണ്ടു. അയാളെ അവർക്കു ആർട്ഗ്നൻ ചൂണ്ടിക്കാണിച്ചുകൊടുത്തു.

അവർ അവരെക്കണ്ടു. ആ മാന്യൻ എന്തോ തിടുക്കത്തിലായിരുന്നു. അയാളുടെ ബൂട്സ് മുഴുവൻ പൊടിപറ്റിയിരുന്നു. തന്നെ ഇംഗ്ലണ്ടിലേക്കു വേഗത്തിൽ കൊണ്ടുപോകുമോയെന്ന് അയാൾ കപ്പലിന്റെ കപ്പിത്താനോടു ചോദിക്കുകയായിരുന്നു.

"ഞാൻ നിങ്ങളെ എളുപ്പത്തിൽക്കൊണ്ടുപോകുമായിരുന്നു" കപ്പിത്താൻ പറഞ്ഞു. "പക്ഷേ ഇന്നു രാവിലെ കർദിനാൾ ഒരു കൽപ്പന പുറപ്പെടുവിച്ചിരുന്നു. അദ്ദേഹത്തിന്റെ അനുവാദത്തോടെ മാത്രമേ ആരെയും കപ്പലിൽ കൊണ്ടുപോകാവൂയെന്ന്."

"എനിക്ക് അതിനുള്ള അനുവാദമുണ്ട്" പോക്കറ്റിൽനിന്നും ഒരു കടലാസ് വലിച്ചെടുത്തു കാണിച്ചുകൊണ്ട് അയാൾ പറഞ്ഞു. "ഇതാ ആ

കടലാസ്."

"തുറമുഖ ഉദ്യോഗസ്ഥനെക്കാണിച്ച് മുദ്രവച്ചോ?" കപ്പിത്താൻ ചോദിച്ചു. "എങ്കിലേ കപ്പലിൽ കൊണ്ടുപോകാനാകൂ."

"തുറമുഖ ഉദ്യോഗസ്ഥൻ എവിടെയാണ്?"

"ഇപ്പോൾ തുറമുഖത്തിൽ വന്നിട്ടില്ല; വീട്ടിലുണ്ട്."

"വീടെവിടെയാണ്?"

"പട്ടണത്തിൽനിന്നും ഏതാണ്ട് അരമൈൽ അകലെ. ഇവിടെനിന്നു നോക്കിയാൽ കാണാം. ആ കുന്നിൻചെരിവിൽക്കാണുന്ന വീടാണ്."

"ശരി" ആ മാന്യൻ പറഞ്ഞു.

അയാളും ആ വേലക്കാരനുംകൂടി തുറമുഖ ഉദ്യോഗസ്ഥന്റെ വീടു ലാക്കാക്കി നടന്നു.

ആർട്ഗ്നനും പ്ലാഞ്ചെറ്റും അവരുടെ പുറകേ നടന്നു; കുറച്ചു പുറകിലായിട്ട്.

പട്ടണത്തിന്റെ അതിർത്തിയിലെത്തിയപ്പോൾ ആർട്ഗ്നൻ അൽപ്പം വേഗത്തിൽ നടന്നു. ആ മാന്യൻ കാട്ടുപ്രദേശത്തിലേക്കു കയറുകയായിരുന്നു. ആർട്ഗ്നൻ നടന്ന് അയാളുടെ അടുത്തെത്തി.

"സർ, നിങ്ങൾ വളരെ ധൃതിയിലാണെന്നു തോന്നുന്നു" ആർട്ഗ്നൻ ചോദിച്ചു.

"അതെ. അൽപ്പം ധൃതിയിലാണ്" ആ മാന്യൻ പറഞ്ഞു.

"എനിക്ക് അതു കേൾക്കുമ്പോൾ പ്രയാസം തോന്നുന്നു!" ആർട്ഗ്നൻ പറഞ്ഞു. "കാരണം ഞാനും വലിയ ധൃതിയിലാണ്. എനിക്ക് നിങ്ങളോട് ഒരു ഉപകാരം ചോദിച്ചോട്ടെ."

"എന്താണത്?"

"നിങ്ങൾക്കു മുന്നേ കടന്നുപോകാൻ എന്നെ ഒന്ന് അനുവദിക്കുമോ?"

"അതുപറ്റില്ല സർ. നാൽപ്പത്തിനാലു മണിക്കൂർകൊണ്ട് നൂറ്റിയമ്പതു മൈൽ യാത്ര ചെയ്താണ് ഞാനിവിടംവരെയെത്തിയത്. പുലർച്ചെ പത്തുമണിക്ക് എനിക്കു ലണ്ടനിലെത്തേണ്ടതാണ്."

"ഞാനും അതേ ദൂരം നാൽപ്പതു മണിക്കൂർകൊണ്ട് യാത്ര ചെയ്തു വന്നതാണ്" ആർട്ഗ്നൻ പറഞ്ഞു. നാളെ പത്തുമണിക്ക് എനിക്കും ലണ്ടനിൽ എത്തേണ്ടതാണ്."

"ക്ഷമിക്കണം സർ. ഞാനാണിവിടെ ആദ്യം വന്നത്. എനിക്കിനി രണ്ടാമനാകാൻ വയ്യ." ആ മാന്യനായ ആൾ പറഞ്ഞു.

"ഞാൻ രണ്ടാമതുതന്നെയാണിവിടെ വന്നത്. പക്ഷേ എനിക്ക് ആദ്യം പോകേണ്ടതുണ്ട്" ആർട്ഗ്നൻ പറഞ്ഞു.

"ഞാൻ രാജാവിന്റെ കാര്യത്തിനായി പോകുകയാണ്" മാന്യൻ പറഞ്ഞു.

"ഞാൻ എന്റെ ഒരാവശ്യത്തിനാണ് പോകുന്നത്."

"നിങ്ങൾ വഴക്കടിക്കാൻ മനഃപൂർവം ശ്രമിക്കുന്നതുപോലെ എനിക്കു

തോന്നുന്നു."

"അതു ശരിയാണ്."

"നിങ്ങൾക്കെന്താണു വേണ്ടത്?"

"നിങ്ങൾക്കത് അറിയണമോ?"

"അതെ. അറിയണം."

"എനിക്ക് നിങ്ങളുടെ കൈയിലിരിക്കുന്ന യാത്രാനുമതി വേണം. എന്റെ കൈവശം അതില്ല; എനിക്കൊന്നു വേണമായിരുന്നു."

"നിങ്ങൾ തമാശ പറയുകയാണോ?"

"ഞാൻ തമാശ പറയാറേയില്ല."

"എന്നാൽ ഞാൻ പോകട്ടെ."

"ഞാൻ സമ്മതിക്കില്ല."

"ഞാൻ വെടിവച്ചു നിങ്ങളെ കൊന്നുകളയും" ആ മാന്യൻ അലറി. "എടാ ലുബിൻ ആ തോക്കെടുക്ക്."

"പ്ലാഞ്ചെറ്റ്" ആർട്ഗ്നൻ വിളിച്ചു. "നീ വേലക്കാരനോടിടപെട്ടോളൂ. ഞാൻ ഇയാളുടെ കാര്യം നോക്കാം."

പ്ലാഞ്ചെറ്റ് തന്റെ ഒന്നാമത്തെ വിജയത്തിൽ വേണ്ടത്ര പ്രോത്സാഹനം കിട്ടിയിരിക്കുകയാണല്ലോ. അയാൾ ലുബിന്റെമേൽ ചാടിവീണു. നല്ല ആരോഗ്യവും ശക്തിയും ഉണ്ടായിരുന്നതിനാൽ, അയാൾ ലുബിനെ അടിച്ചുവീഴ്ത്തിയശേഷം അവന്റെ നെഞ്ചിൽ ഒരു മുട്ടുകുത്തിനിന്നു.

"ഞാൻ എന്റെ ജോലി ചെയ്തു കഴിഞ്ഞു സർ" പ്ലാഞ്ചെറ്റ് ആർട്ഗ്നനോടു പറഞ്ഞു. "ഇനി അങ്ങ് അങ്ങയുടെ ജോലി ചെയ്തോളൂ."

വേലക്കാരൻ വീണുപോയതു കണ്ടപ്പോൾ ആ മാന്യൻ വാളൂരിക്കൊണ്ട് ആർട്ഗ്നന്റെ നേരെ പാഞ്ഞു. പക്ഷേ, ആർട്ഗ്നൻ അവനെ അടുപ്പിച്ചില്ല. അവൻ ചാടി വാളുകൊണ്ട് അയാളുടെ നെഞ്ചിനു വച്ചൊരു ഇടി. "ഒന്ന് ആതോസിന്റെ പേരിൽ."

രണ്ടാമതും മൂന്നാമതും ആർട്ഗ്നൻ വാളുകൊണ്ട് അയാളെ പ്രഹരിച്ചു. "ഒന്ന് പോർത്തോസിന്.... ഒന്ന് ആറമീസിന്റെ പേരിൽ" മൂന്നാമത്തെ പ്രഹരത്തോടെ അയാൾ താഴെ വീണു.

അയാൾ മരിച്ചുപോയെന്നാണ് ആർട്ഗ്നൻ വിചാരിച്ചത്. കുറഞ്ഞ പക്ഷം ബോധമെങ്കിലും നശിച്ചിട്ടുണ്ടാകും. അയാളുടെ പക്കൽനിന്നും ആ യാത്രാനുമതി എടുക്കാൻവേണ്ടി ആർട്ഗ്നൻ അടുത്തുവന്നു. അവൻ അയാളുടെ പോക്കറ്റിൽ കൈയിടേണ്ട താമസം, തളർന്നു കിടന്നിരുന്ന മനുഷ്യൻ ആഞ്ഞ് ആർട്ഗ്നന്റെ നെഞ്ചിലൊരു തൊഴി കൊടുത്തു. എന്നിട്ടയാൾ പറഞ്ഞു: "ഒന്നു തനിക്ക്!"

"ഒന്നെനിക്കോ? എന്നാൽ നിനക്ക് അവസാനമായൊന്ന്" എന്നു പറഞ്ഞുകൊണ്ട് ആർട്ഗ്നൻ അയാളുടെ വയറ്റിലേക്ക് വാൾ കുത്തിയിറക്കി.

മാന്യൻ കണ്ണുകളടച്ചു; ബോധവുമറ്റു.

ആർട്ഗ്നൻ അയാളുടെ പോക്കറ്റിൽ കൈയിട്ട് ആ യാത്രാനുമതി എടുത്തു. അതു വാർഡ്സിലെ പ്രഭുവിന്റെ പേരിലുള്ളതായിരുന്നു.

ബോധമില്ലാതെയോ അഥവാ മരിച്ചോ കിടക്കുന്ന ആ ഇരുപത്തിയഞ്ചു തോന്നിക്കുന്ന ആ മാന്യനെ ഒന്നുകൂടി ആർട്ട്ഗ്നൻ നോക്കി. വ്യക്തികൾ പരസ്പരം അവരുടെ താൽപ്പര്യങ്ങൾ തിരിച്ചറിയാതെ പരസ്പരം വെട്ടിച്ചാകുന്ന വിധിയുടെ വിചിത്രത അവൻ ഒരുനിമിഷം ചിന്തിച്ചു.

ലുബിൻ രക്ഷയ്ക്കായി നിലവിളിക്കുന്ന ശബ്ദം കേട്ടപ്പോഴാണ് ആർട്ട്ഗ്നൻ തന്റെ ആ ചിന്തയിൽ നിന്നുമുണർന്നത്.

പ്ലാഞ്ചെറ്റ് അവന്റെ കഴുത്തിൽ കടന്നുപിടിച്ചു. കഴുത്തു ഞെക്കിപ്പിടിച്ചുകൊണ്ട് അയാൾ പറഞ്ഞു: "ഞാനിവന്റെ കഴുത്തിൽ പിടിച്ചിരിക്കുന്നിടത്തോളം നേരം ഇവനിനി മിണ്ടില്ല."

പ്ലാഞ്ചെറ്റ് വീണ്ടും പറഞ്ഞു: "ഞാൻ കയ്യൊന്നയച്ചാൽ ഇവൻ വീണ്ടും ഉച്ചത്തിൽ കീറും. ഇവനൊരു നോർമാനാണ്. നോർമാന്മാർ ചങ്കൂറ്റമുള്ളവരാണ്."

അതു ശരിയായിരുന്നു. പ്ലാഞ്ചെറ്റിന്റെ കൈ അയാളുടെ കഴുത്തിൽ ചുറ്റിമുറുകിയിരുന്നപ്പോഴും അയാൾ അലറുകയായിരുന്നു.

"നിൽക്ക് നിൽക്ക്" ആർട്ട്ഗ്നൻ പറഞ്ഞു.

അവൻ ഒരു തൂവാല കൈയിലെടുത്തു. അവന്റെ വായിൽ കുത്തിത്തിരുകിവയ്ക്കുകയും ചെയ്തു.

"നമുക്കിവനെ ഒരു മരത്തിൽ കെട്ടിയിടാം" പ്ലാഞ്ചെറ്റ് നിർദേശിച്ചു.

അവർ അതുതന്നെ ചെയ്തു. അവനെ പിടിച്ച് ഒരു മരത്തിൽ കെട്ടിയിട്ടു: തുടർന്ന് വാർഡ്സ് പ്രഭുവിനെ വലിച്ചിഴച്ച് അവന്റെയരികിലേക്കിട്ടു.

ഇരുട്ടു പരന്നുതുടങ്ങി. രാത്രിയായി. ഇനി ഈ രണ്ടുപേരെയും നേരം വെളുക്കുന്നതുവരെ ഒരു മനുഷ്യനും കാണുകയില്ല.

"നമുക്കിനി തുറമുഖ ഉദ്യോഗസ്ഥന്റെ അരികിൽ പോകാം" ആർട്ട്ഗ്നൻ പറഞ്ഞു.

"പക്ഷേ, അങ്ങ് മുറിവേറ്റിരിക്കുകയാണല്ലോ" പ്ലാഞ്ചെറ്റു പറഞ്ഞു.

"ആദ്യം ചെയ്യേണ്ടത് ആദ്യം ചെയ്യാം. മുറിവിനെക്കുറിച്ച് പിന്നീടു സംസാരിക്കാം. അല്ലെങ്കിൽത്തന്നെ അതു വലിയ പ്രശ്നമുള്ളതൊന്നുമല്ല" ആർട്ട്ഗ്നൻ പറഞ്ഞു.

അവർ ധൃതിയിൽ തുറമുഖ ഉദ്യോഗസ്ഥന്റെ വീട്ടിലേക്കോടി. വാർഡ്സിലെ പ്രഭുവെന്ന രീതിയിൽ അയാൾ ഉദ്യോഗസ്ഥന്റെ മുമ്പിൽ നിന്നു.

"കർദിനാൾ ഒപ്പിട്ട ഒരു അനുവാദം നിങ്ങളുടെ കൈയിലുണ്ടല്ലോ" തുറമുഖ ഉദ്യോഗസ്ഥൻ ചോദിച്ചു.

"ഉണ്ട് സർ" ആർട്ട്ഗ്നൻ മറുപടി പറഞ്ഞു. "ഇതാ സർ."

"ഇത് ശരിയായ അനുവാദം തന്നെയാണ്" ഉദ്യോഗസ്ഥൻ പറഞ്ഞു.

"എനിക്കറിയാം സർ" ആർട്ട്ഗ്നൻ പറഞ്ഞു. "ഞാൻ കർദിനാൾ തിരുമേനിയുമായി വലിയ അടുപ്പത്തിലാണ്."

"ഇംഗ്ലണ്ടിൽ പോകുന്ന ഏതോ ഒരാളെ കർദിനാൾ തടയാൻ ശ്രമിക്കുന്നുണ്ടെന്നു തോന്നുന്നു" ഉദ്യോഗസ്ഥൻ പറഞ്ഞു.

"അതെ അതെ. ആർട്ട്ഗ്നൻ എന്നു പേരുള്ള ഒരു ഗാസ്കനെ.

അയാൾ മൂന്നു സ്നേഹിതന്മാരുമായി ലണ്ടനിലേക്കു പോകാൻ ഇറങ്ങിയിട്ടുണ്ടെന്നാണ് കേട്ടത്" ആർട്ഗ്നൻ പറഞ്ഞു.

"നിങ്ങൾക്കയാളെ അത്രയ്ക്ക് പരിചയമാണോ?"

"ആരെ."

"ആ ആർട്ഗ്നനെ."

"അതെ. അയാളെ എനിക്കു നന്നായി പരിചയമുണ്ട്."

"എന്നാൽ അയാളെക്കുറിച്ചുള്ള ഒരു വിവരണം തരാമോ?"

"തീർച്ചയായും."

താൻ വഴിക്കരികിൽ ആക്രമിച്ചിട്ട ആ വാർഡ്സ് പ്രഭുവിനെക്കുറിച്ചുള്ള വിവരണം അവൻ ആ ഉദ്യോഗസ്ഥനു നൽകി.

"നിങ്ങളോടൊപ്പം വേറെയാരാണ് വരുന്നത്?" ഉദ്യോഗസ്ഥൻ ചോദിച്ചു.

"ലുബിൻ എന്ന എന്റെ വേലക്കാരൻ."

"ഞങ്ങൾ അവരെ അന്വേഷിച്ചു കണ്ടുപിടിക്കാം. കണ്ടെത്തുകയാണെങ്കിൽ സംരക്ഷണത്തോടെ കർദിനാളിന്റെ സഹായത്താൽ ഞങ്ങൾ ലണ്ടനിലെത്തിക്കാം" ഉദ്യോഗസ്ഥൻ പറഞ്ഞു.

"നിങ്ങൾ അതു ചെയ്താൽ കർദിനാൾക്ക് നിങ്ങളോടു നന്ദിയുണ്ടായിരിക്കും" ആർട്ഗ്നൻ പറഞ്ഞു.

"നിങ്ങൾ മടങ്ങിവരുമ്പോൾ കർദിനാളിനെ വന്നു കാണുമോ?"

"തീർച്ചയായും കാണും."

"ഞാൻ വിശ്വസ്തനായ ഒരു ഉദ്യോഗസ്ഥനാണെന്ന് തിരുമേനിയോടൊന്നു പറഞ്ഞേക്കണേ."

"അതൊക്കെ ഞാൻ പറഞ്ഞോളാം."

തുറമുഖ ഉദ്യോഗസ്ഥന് സന്തോഷമായി. അയാൾ അനുവാദക്കടലാസുകളിൽ വളരെ വേഗം ഒപ്പിട്ടു മുദ്ര പതിച്ചു. ശേഷം അത് ആർട്ഗ്നന്റെ കൈകളിലേൽപ്പിച്ചു.

പ്രയോജനമില്ലാത്ത സംസാരം നടത്തിക്കൊണ്ടുനിൽക്കാൻ ആർട്ഗ്നൻ ആഗ്രഹിച്ചില്ല. അവൻ തലകുമ്പിട്ടു വണങ്ങിയശേഷം അവിടം വിട്ടു.

ആർട്ഗ്നനും പ്ലാഞ്ചെറ്റും കാട്ടിലൂടെയല്ലാതെ മറ്റൊരു സ്ഥലംവഴി തുറമുഖത്തെത്തി. കപ്പൽ പുറപ്പെടാൻ തയാറായി നിൽക്കുകയായിരുന്നു.

"വരികയാണോ?" കപ്പിത്താൻ ആർട്ഗ്നനോടു ചോദിച്ചു.

"ഇതാ യാത്രയ്ക്കുള്ള എന്റെ അനുമതി. തുറമുഖ ഉദ്യോഗസ്ഥൻ ഒപ്പിട്ടു മുദ്രയും പതിപ്പിച്ചിട്ടുണ്ട്."

"എവിടെ കൂടെയുള്ള ആൾ?"

"അയാൾ ഇതാ നിൽക്കുന്നു" ആർട്ഗ്നൻ പറഞ്ഞു. "രണ്ടുപേർക്കുള്ള യാത്രാക്കൂലിയും തന്നേക്കാം."

"എങ്കിൽ കയറിക്കോളൂ. നമുക്ക് പോകാം" കപ്പിത്താൻ പറഞ്ഞു.

"അതെ നമുക്ക് പോകാം" ആർട്ഗ്നനും പറഞ്ഞു.

ആർട്ഗ്നനും പ്ലാഞ്ചെറ്റുംകൂടി ബോട്ടിൽക്കയറി. അഞ്ചു മിനിറ്റിനുള്ളിൽ അവർ കപ്പലിലെത്തിപ്പെടുകയും ചെയ്തു.

കപ്പലിലിരുന്നുകൊണ്ട് ആർട്ഗ്നൻ തന്റെ മുറിവു പരിശോധിച്ചു. എതിരാളിയുടെ വാളിന്റെ അറ്റം വന്നുകൊണ്ടത് വാരിയെല്ലിലാണ്. ഇട്ടിരുന്ന വസ്ത്രം മുറിവേറ്റ ഭാഗത്ത് ഇറുകിയിരുന്നതായതുകൊണ്ടു വലുതായിട്ട് രക്തമൊഴുകിയില്ല.

പക്ഷേ, അവൻ വല്ലാതെ ക്ഷീണിതനായിരുന്നു. അവർ അവന് ഒരു പായ വിരിച്ചുകൊടുത്തു. കിടക്കേണ്ടതാമസം അവനുറങ്ങുകയും ചെയ്തു.

നേരം പുലർന്നപ്പോൾ ഇംഗ്ലണ്ടിന്റെ തീരത്തെത്താൻ ഇനിയും പത്തു പന്ത്രണ്ടു മൈൽ ദൂരമുണ്ടായിരുന്നു. നേരിയ കാറ്റുമാത്രം. കപ്പൽ സാവധാനത്തിലാണ് നീങ്ങിയിരുന്നതും.

പത്തുമണിക്ക് അവർ ഡോവർ തുറമുഖത്തെത്തി.

ഇരുപതു മിനിറ്റുകൂടി കഴിഞ്ഞപ്പോൾ ആർട്ഗ്നൻ ഇംഗ്ലണ്ടിന്റെ മണ്ണിൽ കാൽവച്ചു.

അവൻ ഉറക്കെപ്പറഞ്ഞു: "ഒടുവിൽ ഇംഗ്ലണ്ടിലെത്തി!"

പക്ഷേ, അവന്റെ യാത്ര അവിടെ തീരുന്നതായിരുന്നില്ല. ലണ്ടനിലെത്താൻ ഇനിയും പോകണം. അവിടെ വാടകക്കുതിരകളെ കിട്ടുമായിരുന്നു. യാത്ര കഴിഞ്ഞശേഷം വാടകകൊടുത്താൽ മതിയാകും. ആർട്ഗ്നനും പ്ലാഞ്ചെറ്റും ഓരോ കുതിരയെവീതം വാങ്ങിയശേഷം യാത്രതുടർന്നു. നാലുമണിക്കൂർ യാത്രയ്ക്കുശേഷം അവർ തലസ്ഥാനനഗരിയിലെത്തി.

ആർട്ഗ്നന് ലണ്ടനിൽ മുൻപരിചയമൊന്നുമില്ല; അവിടത്തെ ഭാഷയും അറിയില്ല. ബക്കിംഗ്ഹാം പ്രഭുവിന്റെ പേരെഴുതിയ ഒരു കടലാസ് വഴിയാത്രക്കാരെ കാണിച്ചു വഴി മനസിലാക്കിയാണ് അവൻ നടന്നത്.

അവിടെയെത്തിയപ്പോൾ ബക്കിംഗ്ഹാം അവിടെയില്ലെന്ന് ആർട്ഗ്നൻ അറിഞ്ഞു. വിൻഡ്സറിൽ രാജാവിനോടൊപ്പം വേട്ടയ്ക്കുപോയിരിക്കുകയായിരുന്നു.

ബക്കിംഗ്ഹാമിന്റെ വേലക്കാരന് ഫ്രഞ്ച് അറിയാമായിരുന്നു. അയാൾ എവിടെയാണെന്ന് ആർട്ഗ്നൻ അന്വേഷിച്ചു.

ജീവനും മരണവുമായി ബന്ധപ്പെട്ട ഒരു കാര്യത്തിനുവേണ്ടി താൻ പാരീസിൽനിന്നും വന്നതാണെന്നും ബക്കിംഗ്ഹാം പ്രഭുവിനോടക്കാര്യം എളുപ്പത്തിൽ അറിയിക്കണമെന്നും ആർട്ഗ്നൻ, വേലക്കാരൻ പാട്രിക്കിനോടു പറഞ്ഞു.

ആർട്ഗ്നന്റെ വാക്കുകൾ പാട്രിക് അതേപടി വിശ്വസിച്ചു. വളരെ പ്രധാനപ്പെട്ട ഒരു കാര്യമെന്നു തോന്നിയതിനാൽ രണ്ടു കുതിരകളെ വേഗത്തിൽ അയാൾ ഏർപ്പാടു ചെയ്തു; ആർട്ഗ്നനെ വിൻഡ്സറിലേക്കു കൊണ്ടുപോകാൻ. പ്ലാഞ്ചെറ്റ് വളരെ ക്ഷീണിതനായിരുന്നതിനാൽ പൊക്കിയെടുത്ത് കുതിരപ്പുറത്തേക്കു കയറ്റേണ്ടിവന്നു. എന്നാൽ ആർട്ഗ്നൻ ലോഹംകൊണ്ട് നിർമിച്ചവനെപ്പോലെയിരുന്നു.

അവർ കൊട്ടാരത്തിലേക്കു പാഞ്ഞു. അവിടെനിന്നും അഞ്ചാറു കിലോമീറ്റർ അകലെയുള്ള ഒരിടത്താണ് രാജാവും പ്രഭുവുമുള്ളതെന്ന് അവരറിഞ്ഞു.

തുടർന്നവർ അങ്ങോട്ടു പാഞ്ഞു. അരമണിക്കൂർകൊണ്ട് അവർ അവിടെയെത്തി. പാട്രിക് വളരെ അകലെവച്ചുതന്നെ തന്റെ യജമാനന്റെ ശബ്ദം കേട്ടു.

"ഞാൻ നിങ്ങളെ തിരുമേനിയോട് എന്തു പറഞ്ഞാണ് പരിചയപ്പെടുത്തേണ്ടത്?" പാട്രിക് ചോദിച്ചു.

"പോന്റ്–നിയിഫിൽ വച്ച് ഒരു രാത്രിയിൽ അദ്ദേഹത്തെ അപമാനിച്ച ആ ചെറുപ്പക്കാരനാണെന്ന് പറഞ്ഞാൽ മതി."

"ഈവിധം പരിചയപ്പെടുത്തുന്നതിൽ ഒരു സുഖം തോന്നുന്നില്ലല്ലോ."

"മറ്റേതുവിധത്തെക്കാൾ ഏറ്റവും നല്ല പരിചയപ്പെടുത്തലായിരിക്കും ഇത്" ആർട്ഗ്നൻ പറഞ്ഞു.

ആർട്ഗ്നൻ പറഞ്ഞതുപോലെതന്നെ അയാൾ പ്രഭുവിനോടു അക്കാര്യം പറഞ്ഞു.

പ്രഭു അതിഥിയെ കാണാൻ വന്നു. ഒറ്റനോട്ടത്തിൽത്തന്നെ അവനെ പ്രഭു തിരിച്ചറിഞ്ഞു. താനുമായി ബന്ധമുള്ള എന്തോ ഒരത്യാവശ്യകാര്യവുമായിട്ടാണ് അവൻ എത്തിയിരിക്കുന്നതെന്ന് അദ്ദേഹത്തിനു മനസിലായി. വേലക്കാരൻ മനഃപൂർവം ഒന്നു മാറിനിന്നു കൊടുത്തു. ബക്കിംഗ്ഹാം പ്രഭുവും ആർട്ഗ്നനും സ്വകാര്യമായി സംസാരം തുടങ്ങി.

"എന്താണു വിശേഷിച്ച്? രാജ്ഞിക്കെന്തെങ്കിലും സംഭവിച്ചോ?" ബക്കിംഗ്ഹാം പ്രഭു ചോദിച്ചു.

"അങ്ങനെയൊന്നും സംഭവിച്ചിട്ടില്ല സർ" ആർട്ഗ്നൻ പറഞ്ഞു. "പക്ഷേ അവർ ഏതോ അപകടത്തിലാണ്. അങ്ങേക്കുമാത്രമേ അതിൽനിന്നും അവരെ രക്ഷിക്കാനാവൂ."

"ഞാൻ എന്താണു ചെയ്യേണ്ടതെന്നു പറയൂ."

"ഈ കത്തു വായിക്കൂ സർ."

"ആരു തന്നതാണ്?"

"രാജ്ഞിയാണ്."

ബക്കിംഗ്ഹാമിന്റെ മുഖം വിളറി. താൻ ബോധംകെട്ടു വീണുപോകുമോയെന്നുപോലും അദ്ദേഹം ഭയന്നു.

"രാജ്ഞിയുടെ കത്തെന്നോ" പ്രഭു അത്ഭുതംകൂറി. തുടർന്ന് ആ കത്തിൽക്കണ്ട കീറൽ കാണിച്ചുകൊണ്ട് അദ്ദേഹം ചോദിച്ചു: "ഇതെന്താ ഇങ്ങനെ?"

"ഞാനതു കണ്ടിരുന്നില്ലല്ലോ" ആർട്ഗ്നൻ പറഞ്ഞു. "വാർഡ്സിലെ പ്രഭുവിന്റെ വാൾ കൊണ്ടപ്പോൾ വല്ലതും സംഭവിച്ചതായിരിക്കാം."

"എന്ത് വാൾ കൊണ്ടെന്നോ?" ബക്കിംഗ്ഹാം ചോദിച്ചു.

"അതു വലിയ മുറിവൊന്നും ഉണ്ടാക്കിയില്ല."

ബക്കിംഗ്ഹാം ആ കത്തുവായിച്ചു.

"ദൈവമേ!" പ്രഭു വിളിച്ചുപോയി. "കാര്യങ്ങൾ കുഴപ്പത്തിലായല്ലോ."

അദ്ദേഹം വേലക്കാരനെ വിളിച്ചുകൊണ്ടു പറഞ്ഞു: "പാട്രിക്, നീ ഉടനെ രാജാവിനെ പോയിക്കണ്ടുപറയണം എന്നോടു പൊറുക്കണമെന്ന്. ഒരു പ്രധാനപ്പെട്ട കാര്യത്തിനുവേണ്ടി ലണ്ടനിൽനിന്നും എനിക്കു പോകേണ്ടതുണ്ടെന്ന് അദ്ദേഹത്തോടു പറയുകയും വേണം."

തുടർന്ന് ബക്കിംഗ്ഹാം പ്രഭു ആർട്ഗ്നനോടു പറഞ്ഞു: "വരൂ സർ."

അവർ കുതിരപ്പുറത്ത് ലണ്ടനിലേക്കു പാഞ്ഞു.

21

ലേഡി ഡി വിന്റർ

അവർ കുതിരപ്പുറത്ത് യാത്ര തുടർന്നു. ആർട്ഗ്നൻ സംഭവിച്ചതിനെക്കുറിച്ച് തനിക്ക് അറിയാവുന്നതെല്ലാം ബക്കിംഗ്ഹാം പ്രഭുവിനോടു പറഞ്ഞു. ആർട്ഗ്നൻ പറഞ്ഞതും രാജ്ഞി കൊടുത്തയച്ചിരുന്ന കത്തിൽ പറഞ്ഞിരുന്നതും കൂടിയായപ്പോൾ കാര്യങ്ങളുടെ യഥാർഥ ഗൗരവം ബക്കിംഗ്ഹാം പ്രഭുവിന് മനസിലാക്കാൻ കഴിഞ്ഞു.

ഇംഗ്ലണ്ടിൽ എത്താതിരിക്കാൻ കർദിനാൾ ആർട്ഗ്നനെ എല്ലാവിധത്തിലും തടഞ്ഞെങ്കിലും അദ്ദേഹത്തിനതാകുമായിരുന്നില്ല. അത്ഭുതകരമായി അവിടെയെത്തിയ ആർട്ഗ്നനോടു പ്രഭു അത്ഭുതംകൂറി. അപ്പോൾ തന്റെ വിശ്വസ്തരായ മൂന്നു സ്നേഹിതരെക്കുറിച്ചും അവർ വഴിയരികിൽ വീണുപോയതിനെപ്പറ്റിയും ആർട്ഗ്നൻ പറഞ്ഞു. താൻ കഷ്ടിച്ചു രക്ഷപ്പെട്ടെന്നേയുള്ളൂ; അല്ലെങ്കിൽ വാർഡ്സ് പ്രഭുവിന്റെ വാളേറ്റ് നശിച്ചേനെ. ഭാഗ്യംകൊണ്ട് വാൾ പോക്കറ്റിൽക്കിടന്നിരുന്ന കത്തിൽ ഉരുമിപ്പോയി. കത്തിന്റെ ഒരിടം അൽപ്പം കീറിയെന്നേയുള്ളൂ. പക്ഷേ അയാൾക്കു കിട്ടേണ്ട ശിക്ഷ കിട്ടിക്കഴിഞ്ഞു. ആർട്ഗ്നൻ പറഞ്ഞതൊക്കെ ശ്രദ്ധയോടെ പ്രഭു കേട്ടു. ഇടയ്ക്കിടയ്ക്ക് തലകുലുക്കുകയും അവനെ നോക്കുകയും ചെയ്തു. ഇപ്രകാരം ധൈര്യവും തന്റേടവും ഈ ചെറുപ്പക്കാരന് എങ്ങനെ കിട്ടിയെന്നതിനെപ്പറ്റി അദ്ദേഹം ആലോചിക്കുകയും ചെയ്തു.

കാറ്റിനെപ്പോലെ കുതിരകൾ പാഞ്ഞു. അവർ വളരെപ്പെട്ടെന്നു തന്നെ തലസ്ഥാനനഗരിയിലെത്തി. ഇത്രയും വേഗത്തിൽ ബക്കിംഗ്ഹാം പ്രഭു തെരുവിലൂടെ കുതിരയെ ഓടിക്കുമെന്ന് ആർട്ഗ്നൻ വിചാരിച്ചിരുന്നില്ല. ആൾക്കൂട്ടത്തെ ശ്രദ്ധിക്കാതെ കുതിരയെ പായിക്കുമ്പോൾ ഒന്നോ രണ്ടോ യാത്രക്കാരെ അത് ഇടിച്ചു വീഴ്ത്തിയിരുന്നു. അവർക്കെന്തു സംഭവിച്ചുവെന്ന് തിരിഞ്ഞുനോക്കാതെ അദ്ദേഹം പാഞ്ഞുകൊണ്ടിരുന്നു. ആളു

കൾ അരിശപ്പെട്ടുകൊണ്ട് പ്രഭുവിനുനേരെ എന്തൊക്കെയോ പറയുന്നതു ആർട്ഗ്നൻ കണ്ടു. പറഞ്ഞതെന്താണെന്ന് കേട്ടില്ലെങ്കിലും അതൊക്കെ പ്രഭുവിനോടുള്ള കോപത്തിന്റെ പഴിവാക്കുകളായിരുന്നുവെന്ന് അവനു മനസിലായി.

പ്രഭുവിന്റെ വീട്ടുമുറ്റത്ത് അവരെത്തി. ബക്കിംഗ്ഹാംപ്രഭു കുതിരപ്പുറത്തുനിന്നുമിറങ്ങി. കുതിരയുടെ കടിഞ്ഞാണിനെ അതിന്റെ കഴുത്തിലേക്കുതന്നെ എറിഞ്ഞുകൊടുത്തുകൊണ്ട്, അദ്ദേഹം വാതിലിനുനേരെ നടന്നു. തന്റെ കുതിരയെ ആ വിധത്തിൽ അശ്രദ്ധമായി വിടുന്നത് ആർട്ഗ്നന് ഇഷ്ടമില്ലാതിരുന്നിട്ടും അവനും അതുപോലെ തന്നെ ചെയ്തു. പക്ഷേ, കുതിരലായത്തിൽനിന്നും അടുക്കളയിൽനിന്നും വേലക്കാർ കുതിരയെ സൂക്ഷിക്കാനായി ഓടിയിറങ്ങിവരുന്നതു കണ്ടപ്പോൾ അവനു ആശ്വാസമായി.

ആർട്ഗ്നന് നടന്ന് പ്രഭുവിനൊപ്പമെത്താനായില്ല; അത്ര വേഗത്തിലായിരുന്നു അദ്ദേഹം നടന്നിരുന്നത്. ഫ്രാൻസിലെ മഹാന്മാരായ പ്രഭുക്കന്മാരുടെ വീടുകളിൽപ്പോലും കാണാത്ത അലങ്കാരപ്പണികളുള്ള പല സ്വീകരണമുറികളിലൂടെ അവർ നടന്ന് അവസാനം അവർ കിടപ്പറയിലെത്തി. ആഡംബരപൂർണമായ മുറി. അതിന്റെ അറ്റത്ത് ചുവരിന്മേലുള്ള ഒരു വാതിൽ അദ്ദേഹം താക്കോലെടുത്തു തുറന്നു. സ്വർണച്ചരടിൽ തൂങ്ങുന്ന സ്വർണത്താക്കോലായിരുന്നു അത്. ആ മുറിയിൽനിന്നും പുറത്തിറങ്ങി നിൽക്കുന്നതാണ് നല്ലതെന്ന് ആർട്ഗ്നനു തോന്നി; അവൻ പുറത്തേക്കിറങ്ങാനായി ശ്രമിച്ചു.

ബക്കിംഗ്ഹാം പ്രഭു പറഞ്ഞു: "വരൂ.... രാജ്ഞിയെ കാണാൻ നിങ്ങൾക്കു ഭാഗ്യംകിട്ടിയാൽ ഇവിടെക്കാണുന്നതൊക്കെ അവരോടു പോയിപ്പറയാമല്ലോ."

ക്ഷണത്തിൽ പ്രേരിതനായ അവൻ പ്രഭുവിന്റെ പുറകേ നടന്നു. അദ്ദേഹം വാതിലടച്ചു.

താൻ ഒരു ചെറിയ പള്ളിക്കകത്തു നിൽക്കുന്നതുപോലെ അവനു തോന്നി. ചുവരുകൾ പേർഷ്യൻ മാതൃകയിലുള്ള ചിത്രപ്പണികൾ ചെയ്തവയായിരുന്നു. മെഴുകുതിരികൾ നിരനിരയായി കത്തിച്ചുനിർത്തിയിരിക്കുന്നു. അറ്റത്ത് ഒരു അൾത്താര. നീലവെൽവറ്റു തുണികൊണ്ട് അൾത്താരമേശ വിരിച്ചിരിക്കുന്നു. അതിനുമുകളിലായി ഫ്രാൻസിലെ രാജ്ഞിയുടെ അതേ വലിപ്പത്തിലുള്ള ഒരു രൂപം വച്ചിരിക്കുന്നു. യഥാർഥത്തിൽ രാജ്ഞിതന്നെയാണെന്നേ തോന്നൂ; സംസാരിക്കാൻ തുനിഞ്ഞുനിൽക്കുന്നതുപോലെ. ആർട്ഗ്നൻ അന്തിച്ചുനിന്നു.

അതിനടുത്തായി റോസ്വുഡിൽ തീർത്ത ഒരു പെട്ടിയിരിക്കുന്നു. അതിനുള്ളിലാണ് രാജ്ഞിയുടെ രത്നച്ചരട്!

ബക്കിംഗ്ഹാം അൾത്താരയുടെ സമീപത്തേക്കു ചെന്നു. പ്രാർഥിക്കാൻ മുട്ടുകുത്തുന്നതുപോലെ അതിനുമുമ്പിൽ മുട്ടുകുത്തിയശേഷം ആ പെട്ടിതുറന്നു.

"ഇതാണ് ആ രത്നച്ചരടുകൾ" ബക്കിംഗ്ഹാം പറഞ്ഞു.

നീലച്ചരടിൽ കോർത്ത രത്നങ്ങൾ തിളങ്ങുന്നു.

ബക്കിംഗ്ഹാം തുടർന്നുപറഞ്ഞു: "ഈ വിലപിടിപ്പുള്ള രത്നച്ചരടിനെ എന്റെ കുഴിമാടത്തിൽ എന്നോടൊപ്പം സംസ്കരിക്കണമെന്നാണ് ഞാൻ ആശിച്ചത്. രാജ്ഞി എനിക്കു തന്നതാണിത്; ഇപ്പോൾ അവളിതു തിരിച്ചുവേണമെന്ന് പറഞ്ഞിരിക്കുകയാണ്..... എല്ലാം ദൈവേഷ്ടം പോലെ. അവളുടെ കാര്യം നടക്കട്ടെ."

തനിക്കു നഷ്ടപ്പെടാൻ പോകുന്ന രത്നച്ചരടിനെ അദ്ദേഹം ഇമയിളകാതെ നോക്കിനിന്നു. രത്നങ്ങളെ അദ്ദേഹം ഒന്നൊന്നായി ചുംബിച്ചു. ഒപ്പം അദ്ദേഹം ഉച്ചത്തിൽ നിലവിളിച്ചുപോകുകയും ചെയ്തു.

"അങ്ങേക്ക് എന്തുപറ്റി? എന്താണുണ്ടായത്?" ആർട്ഗ്നൻ ചോദിച്ചു.

"എന്റെ ദൈവങ്ങളേ...." ശവംമാതിരിയായി അദ്ദേഹം. "ഇതിൽ പത്തു മുത്തേയുള്ളൂ; രണ്ടെണ്ണം കാണാനില്ലല്ലോ."

"അങ്ങയുടെ കൈയിൽനിന്നും നഷ്ടപ്പെട്ടതോ അഥവാ ആരെങ്കിലും മോഷ്ടിച്ചതോ?" ആർട്ഗ്നൻ ചോദിച്ചു.

"ഇത് മോഷ്ടിക്കപ്പെട്ടതാണ്" ബക്കിംഗ്ഹാം പറഞ്ഞു. "കർദിനാളിന്റെ തന്ത്രമാണിത്. നോക്കൂ മുത്തുകൾ കോർത്തിരിക്കുന്ന ചരടുകളും മുറിച്ചിരിക്കുന്നു."

"അങ്ങേക്ക് ആരെയെങ്കിലും സംശയമുണ്ടോ? എങ്കിൽ അവരുടെ കൈകളിൽത്തന്നെ ആ മുത്തുകൾ കാണും" ആർട്ഗ്നൻ പറഞ്ഞു.

"അതെ ഞാനോർക്കുന്നു!" ബക്കിംഗ്ഹാം പറഞ്ഞു. "ഒരാഴ്ചയ്ക്കു മുമ്പ് മാത്രമാണ് ഞാനാ രത്നച്ചരടുകൾ അണിഞ്ഞത്. രാജാവ് നടത്തിയ നൃത്തപരിപാടിക്ക്. ലേഡി ഡിവിന്റർ എനിക്ക് താൽപ്പര്യമില്ലാത്തവളായിരുന്നു. പക്ഷേ, അന്നുരാത്രിയിൽ അവൾ എന്നോടു വലിയ താൽപ്പര്യം കാണിച്ചുവന്നു. അപമാനിക്കപ്പെട്ട അവളുടെ പ്രതികാരമായിരുന്നു അതെന്ന് എനിക്കിപ്പോൾ തോന്നുന്നു. അവൾ കർദിനാളിന്റെ ഏജന്റുകളിൽ ഒരാളാണ്."

"എന്ത്? അദ്ദേഹത്തിന് എല്ലായിടത്തും ഏജന്റുമാരോ?"

"അതെ. അദ്ദേഹം ഒരു ഭീകരനാണ്" ബക്കിംഗ്ഹാം പറഞ്ഞു. "പിന്നെ, പാരീസിൽ ഇനിയെന്നാണ് നൃത്തം നടക്കാൻ പോകുന്നത്?"

"അടുത്ത തിങ്കളാഴ്ച."

"തിങ്കളാഴ്ചയോ? ഇനിയും അഞ്ചുദിവസമുണ്ടല്ലോ" ബക്കിംഗ്ഹാം പറഞ്ഞു. "അതുതന്നെ ധാരാളം."

അദ്ദേഹം മുറി തുറന്നശേഷം വേലക്കാരൻ പാട്രിക്കിനെ വിളിച്ചു.

വിശ്വസ്തസേവകൻ പെട്ടെന്നെത്തി.

"ആ ആഭരണവ്യാപാരിയെയും എന്റെ സെക്രട്ടറിയെയും ഇങ്ങോട്ടു പറഞ്ഞുവിടൂ" ബക്കിംഗ്ഹാം ആവശ്യപ്പെട്ടു.

മറുപടിയൊന്നും പറയാതെ അയാൾ കൽപ്പന അനുസരിച്ചു. തല കുനിച്ച് വണങ്ങിയശേഷം അയാൾ പുറത്തേക്കിറങ്ങി.

സെക്രട്ടറിയാണ് ആദ്യമെത്തിയത്. ബക്കിംഗ്ഹാം ആ സമയത്ത് മേശയ്ക്കരികിലിരുന്ന് എന്തോ എഴുതിക്കൊണ്ടിരിക്കുകയായിരുന്നു.

"ജാക്സൺ!" പ്രഭു പറഞ്ഞു. "ഈ കത്ത് ചാൻസലർ പ്രഭുവിനെ ഏൽപ്പിക്കൂ. എന്നിട്ട് ഇക്കാര്യം പെട്ടെന്നു നടത്തണമെന്നു പറയൂ."

ജാക്സൺ കത്തുവായിച്ചു. പകച്ചുകൊണ്ട് അയാൾ നിന്നു. തുടർന്ന് അയാൾ ചോദിച്ചു: "ഈവിധം അസാധാരണമായ ഒരു തീരുമാനം അങ്ങ് എന്തുകൊണ്ടാണെടുക്കുന്നതെന്നു ചോദിച്ചാൽ ഞാൻ എന്താണ് മറുപടി പറയേണ്ടത്?"

"എനിക്കത് ചെയ്യേണ്ടിവരുന്നതുകൊണ്ടുതന്നെ. അതിനുള്ള മറുപടി ഞാൻ ആരോടുവേണമെങ്കിലും പറയാം; അതെന്റെ കാര്യമാണ്."

"ഒറ്റൊരു ഇംഗ്ലീഷ് തുറമുഖത്തുനിന്നും ഒരൊറ്റ കപ്പൽപോലും പുറപ്പെടുവാൻ പാടില്ലെന്നുള്ളതു കേൾക്കുമ്പോൾ അതിനു കാരണമെന്തെന്ന് അദ്ദേഹത്തിനറിയണമെന്ന് ചോദിക്കുമെങ്കിൽ, അങ്ങു ചെയ്യുന്നത് അങ്ങയുടെ കാര്യമാണെന്ന് ചാൻസിലർ പ്രഭു അദ്ദേഹത്തിനോടു പറയണമോ?" സെക്രട്ടറി ചോദിച്ചു.

"തീർച്ചയായും അങ്ങനെയല്ല" ബക്കിംഗ്ഹാം പറഞ്ഞു. "പക്ഷേ നിങ്ങൾ പറഞ്ഞ ചോദ്യം ശരിയാണ്. രാജാവ് ഇക്കാര്യം കേൾക്കാൻ ഇടവരികയാണെങ്കിൽ യുദ്ധത്തിനു തീരുമാനിച്ചിരിക്കുകയാണെന്ന് ചാൻസിലർ പ്രഭു പറഞ്ഞോട്ടെ. ഫ്രാൻസിനെതിരായുള്ള എന്റെ യുദ്ധത്തിന്റെ പ്രഥമപ്രവർത്തനമാണ് ഇതെന്നും."

സെക്രട്ടറി തലകുമ്പിട്ടശേഷം അവിടെനിന്നും പോയി.

"ഏതായാലും ഇക്കാര്യത്തിൽ നമുക്ക് വിഷമിക്കേണ്ട കാര്യങ്ങൾ ഒന്നുമില്ല" ബക്കിംഗ്ഹാം പ്രഭു ആർട്ഗ്നനോടു പറഞ്ഞു. "രത്നങ്ങൾ ഫ്രാൻസിൽനിന്നും പൊയ്ക്കഴിഞ്ഞിട്ടില്ലെന്നുവരികിൽ നിങ്ങൾ പൊയ്ക്കഴിയുന്നതിനുമുമ്പ് അവ ഇവിടന്നിനി കടക്കുകയുമില്ല."

"അങ്ങേക്കത് ഉറപ്പാണോ?"

"രാജാവിന്റെ തുറമുഖങ്ങളിൽ നിൽക്കുന്ന എല്ലാ കപ്പലുകളിന്മേലും ഞാൻ നിരോധനം ഏർപ്പെടുത്തിയിട്ടുണ്ട്. പ്രത്യേകം അനുവാദം ലഭിച്ചാലേ അവ അവിടെനിന്നും പോകുകയുള്ളൂ.

ആർട്ഗ്നൻ അത്ഭുതപ്പെട്ടുപോയി. രാജാവ് വിശ്വസനീയമായി തന്നിലർപ്പിച്ച അപരിമിതമായ അധികാരത്തെ സ്വന്തം രഹസ്യലക്ഷ്യത്തിനുവേണ്ടി ഉപയോഗപ്പെടുത്തുന്നു! ബക്കിംഗ്ഹാം അവന്റെ മുഖഭാവം നോക്കി. അയാൾ എന്താണ് ചിന്തിക്കുന്നതെന്നാലോചിച്ചുകൊണ്ട് അദ്ദേഹം വെളുക്കെച്ചിരിച്ചു.

"അതെ" ബക്കിംഗ്ഹാം പറഞ്ഞു. "ആസ്ട്രിയായിലെ ആനിയാണ് എന്റെ യഥാർഥ രാജ്ഞി. അവരുടെ സന്തോഷത്തിനുവേണ്ടി എന്റെ രാജ്യത്തെയും എന്റെ ദൈവത്തെപ്പോലും ഞാൻ ഒറ്റിക്കൊടുക്കും. ലാറൊച്ചിലിയിലെ പ്രൊട്ടസ്റ്റന്റുകാർക്ക് ഞാൻ വാക്കുനൽകിയിരുന്ന സഹായം നൽകരുതെന്ന് രാജ്ഞി എന്നോടു പറഞ്ഞു. ഞാനതനുസരിച്ചു. അവ

ളുടെ ആഗ്രഹം നടത്തിയതു മതിയെനിക്ക്. എനിക്കതിന് പ്രതിഫലവും കിട്ടി. അവളുടെതന്നെ ഈ രൂപം എനിക്കു സമ്മാനമായിട്ടുകിട്ടിയതാണ്."

രാഷ്ട്രങ്ങളുടെ വിധി മിക്കപ്പോഴും ഒട്ടും സംശയിക്കപ്പെടാത്തതും എളുപ്പത്തിൽ നശിക്കുന്നതുമായ നൂലുകളിലാണ് തൂങ്ങിക്കിടക്കുന്നതെന്ന് ഒരുനിമിഷം ആർട്ഗ്നൻ ചിന്തിച്ചു.

അപ്പോഴേക്കും ആഭരണവ്യാപാരി റീലി അവിടെയെത്തി.

അയാൾ ഒരു ഐറിഷുകാരനായിരുന്നു. അതിസമർഥനായ വ്യാപാരി. ബക്കിംഗ്ഹാം പ്രഭുവുമായുള്ള വ്യാപാരംകൊണ്ടുതന്നെ വർഷത്തിൽ ആറായിരം ലിവറിവരെ അയാൾ സമ്പാദിച്ചിരുന്നു.

പ്രഭു അയാളെ ആനയിച്ചുകൊണ്ട് ആ കൊച്ചു പ്രാർഥനാലയത്തിലേക്കു കൊണ്ടുപോയി.

"ഓ റീലി!" പ്രഭു പറഞ്ഞു. "ഈ രത്നങ്ങളൊന്നു നോക്കൂ. ഇതിനോരോന്നിനും എന്തു വില വരും?"

അയാൾ രത്നങ്ങളെ സൂക്ഷ്മമായി പരിശോധിച്ചശേഷം പറഞ്ഞു: "ഓരോന്നിനും ആയിരത്തിയഞ്ഞൂറു പിസ്റ്റൽ വീതം വരും."

"ഇതു നോക്കൂ. രണ്ടെണ്ണം കൊഴിഞ്ഞു പോയിട്ടുണ്ട്. ഇതുപോലുള്ള രണ്ടെണ്ണം ഉണ്ടാക്കാൻ നിങ്ങൾക്കെത്ര സമയം വേണ്ടിവരും?"

"ഒരാഴ്ചയെങ്കിലും വേണം പ്രഭോ."

"രണ്ടുദിവസംകൊണ്ടു തയാറാക്കിത്തരാമെങ്കിൽ ഓരോന്നിനും ഇരട്ടി തുക തരാം."

"അങ്ങനെ ചെയ്യാം പ്രഭോ."

"നീയെനിക്കൊരു സമ്പത്താണ് റീലി..... ഒരു കാര്യം കൂടിയുണ്ട്. പുറത്തോട്ടൊന്നും പോയല്ല ഈ പണിചെയ്യേണ്ടത്. ഇവിടെയിരുന്നുതന്നെ പണിചെയ്യണം."

"അതു പറ്റില്ല പ്രഭോ.... എനിക്കു മാത്രമേ ഇതുപോലെ കൃത്യമായി ചെയ്യാൻ പറ്റുകയുള്ളൂ" ആഭരണവ്യാപാരി പറഞ്ഞു.

"അതുകൊണ്ടു തന്നെയാണ് നിങ്ങളെയിവിടെ തടവുപുള്ളിയാക്കുന്നത്" ബക്കിംഗ്ഹാം പ്രഭു പറഞ്ഞു. "നിങ്ങൾക്ക് എന്താവശ്യമുണ്ടായിരുന്നാലും ഇന്ന് വീട്ടിൽ പോകാൻ പറ്റത്തില്ല. അതുകൊണ്ട് വേണ്ടവിധത്തിൽ ചെയ്തോളൂ. പണിചെയ്യാൻ എന്തുപകരണങ്ങൾ വേണമെങ്കിലും പറഞ്ഞോളൂ. ഞാൻ അവയെ ഇവിടെയെത്തിക്കാം."

എതിർക്കുന്നതിൽ യാതൊരു കാര്യവുമില്ലെന്ന് റീലിക്കറിയാമായിരുന്നു; അയാൾക്ക് പണ്ടേ അദ്ദേഹത്തോടു പരിചയമായിരുന്നല്ലോ.

"ശരി സർ!" അയാൾ പറഞ്ഞു. "ഞാൻ വിവരങ്ങൾ എന്റെ ഭാര്യയോട് ഒന്ന് എഴുതിക്കോട്ടെ."

"പറഞ്ഞോളൂ" പ്രഭു പറഞ്ഞു. "വാസ്തവത്തിൽ വേണമെങ്കിൽ താങ്കൾ ഭാര്യയെ പോയിക്കണ്ടോളൂ. നിങ്ങളുടെ താമസം കഴിയുന്നതും ഇവിടെ സൗകര്യപ്രദമാക്കാൻ നോക്കാം. ഞാൻ നിങ്ങൾക്ക് അപ്രതീക്ഷിതമായുണ്ടാക്കുന്ന അസൗകര്യത്തിന് പരിഹാരവും ചെയ്യാം. ഇതാ

ഞാൻ വ്യവസ്ഥ ചെയ്തതിനു പുറമേയുള്ള ഒരു തുക... വാങ്ങിച്ചോളൂ."

സ്വന്തം കാര്യസാധ്യത്തിനുവേണ്ടി ആളിനെയും പണത്തെയും കണ്ടമാനം അമ്മാനമാടുന്ന അദ്ദേഹത്തിന്റെ പ്രകൃതത്തിൽ ആർട്ഗ്നന് അത്ഭുതം തോന്നി.

റീലി തന്റെ ഭാര്യക്കൊരു കത്തെഴുതി. പ്രഭു അധികംകൊടുത്ത ആ തുകയും അതിൽ വച്ചു. തന്റെ ഏറ്റവും മെച്ചപ്പെട്ട പണിക്കാരെയും നല്ല തൂക്കം വരുന്ന കുറേ രത്നങ്ങളും പണിയായുധങ്ങളും മറ്റും കൊടുത്തയയ്ക്കാൻ ആ കത്തിൽ അയാൾ ആവശ്യപ്പെട്ടിരുന്നു.

ആഭരണവ്യാപാരിയെ പണിചെയ്യാനുള്ള ഒരു മുറിയിലേക്കു കൊണ്ടുപോയി. അകത്താക്കിയശേഷം വാതിലുകളെല്ലാം പൂട്ടുകയും; ഓരോ വാതിലുകളിലും കാവൽക്കാരെ ഏർപ്പാടു ചെയ്യുകയും ചെയ്തു. തന്റെ വേലക്കാരൻ പാട്രിക്കിനെയല്ലാതെ മറ്റൊരെയും അങ്ങോട്ടു കടത്തിവിടുകയില്ലെന്നു കൽപ്പിക്കുകയും ചെയ്തു.

ഈവിധം കാര്യങ്ങളൊക്കെ ഏർപ്പാടാക്കിയശേഷം ബക്കിംഗ്ഹാം പ്രഭു ആർട്ഗ്നന്റെ അരികിലേക്കു മടങ്ങിവന്നു.

"യുവസുഹൃത്തേ" പ്രഭു പറഞ്ഞു. "ഇംഗ്ലണ്ട് നമ്മുടെ കൈയിലാണ്. നിനക്ക് എന്തുവേണം?"

"ഒരു കിടക്ക" ആർട്ഗ്നൻ പറഞ്ഞു. "വളരെ ക്ഷീണിതനായ എനിക്ക് ഇപ്പോൾ വേണ്ടത് ഒരു കിടക്കയാണ്."

തന്റെ സ്വന്തം മുറിക്കടുത്തുള്ള ഒരു മുറി ആർട്ഗ്നന് ഉറങ്ങാനായി അദ്ദേഹം നൽകി. അവൻ വഞ്ചിക്കുമെന്ന ഭയംകൊണ്ടല്ല; മറിച്ച് രാജ്ഞിയെപ്പറ്റി സംസാരിക്കാവുന്ന ഒരു സുഹൃത്തിനെ അടുത്തുകിട്ടാൻ വേണ്ടിയായിരുന്നു.

ഒരുമണിക്കൂർ കഴിഞ്ഞപ്പോൾ നിരോധനാജ്ഞാ ഉത്തരവു പുറപ്പെടുവിച്ചു; ഒരു കപ്പലും ലണ്ടൻ തുറമുഖത്തുനിന്നും പുറപ്പെടരുതെന്ന്.

ഉത്തരവ് ലണ്ടനിൽ പരസ്യപ്പെടുത്തി. ഫ്രാൻസിനെതിരായുള്ള യുദ്ധപ്രഖ്യാപനമായാണ് ആളുകൾ അതിനെ കരുതിയത്.

രണ്ടാംദിവസം രാവിലെ പതിനൊന്നു മണിയോടെ രത്നച്ചരടുകൾ തയാറായി. പഴയതും പുതിയതുമായ രത്നങ്ങൾ തമ്മിൽ തിരിച്ചറിയാനാവാത്തവിധത്തിൽ ഒരുപോലെ അവ തോന്നി. വിദഗ്ധർക്കുപോലും അതു തിരിച്ചറിയാൻ പറ്റാത്തവിധത്തിലായിരുന്നു ആ ആഭരണവ്യാപാരി പണി ചെയ്തത്.

പ്രഭു ആർട്ഗ്നനെ വിളിപ്പിച്ചു.

"താൻ കൊണ്ടുപോകാൻ വന്ന രത്നച്ചരടുകൾ ഇതാ" പ്രഭു പറഞ്ഞു. "ചെയ്യാവുന്നതൊക്കെ ചെയ്തിട്ടുണ്ടെന്നുള്ളതിന് നീയും സാക്ഷിയാണല്ലോ."

"ഞാൻ കണ്ടതൊക്കെ രാജ്ഞിയോടു പോയിപ്പറയും. പക്ഷേ പെട്ടിയിൽ വയ്ക്കാതെ എങ്ങനെയാണ് ആ രത്നച്ചരടുകൾ കൊണ്ടുപോകുന്നത്?"

“പെട്ടി വേണ്ട; നിനക്ക് അതൊരു ബുദ്ധിമുട്ടായിരിക്കും; ഇനി വേറൊന്നും രാജ്ഞി തന്നതിൽ നിന്നില്ലാത്തതിനാൽ പെട്ടി എനിക്ക് വലിയ വിലയുള്ളതാണ്. അതെനിക്കു വേണമെന്ന് ഞാൻ നിർബന്ധിച്ചതായി പറഞ്ഞാൽ മതിയാകും.”

“ശരി പ്രഭോ!”

“ഇനിയെന്താണ്?” ആർട്ഗ്നന്റെ മുഖത്തേക്ക് പ്രഭു നോക്കി. “നിന്റെ കടം ഞാനിനി എങ്ങനെയാണ് തീർക്കേണ്ടത്?”

ആർട്ഗ്നന്റെ മുഖം ചുവന്നു. എന്തെങ്കിലും സ്വീകരിക്കാൻ തന്നെ പ്രഭു നിർബന്ധിക്കുകയാണെന്ന് ആർട്ഗ്നനു തോന്നി. തന്റെയും തന്റെ സ്നേഹിതന്റെയും രക്തത്തിന് ഇംഗ്ലീഷ് സ്വർണനാണയത്തിൽ വില വാങ്ങുന്നത് നല്ലതാണെന്ന് അവനു തോന്നിയില്ല.

“നമുക്കു വ്യക്തമായ വസ്തുതകൾ നോക്കാം, സർ” ആർട്ഗ്നൻ പറഞ്ഞു. “നമ്മൾ തമ്മിൽ യാതൊരു തെറ്റിദ്ധാരണയുമില്ല. ഫ്രാൻസിന്റെ രാജാവിന്റെയും രാജ്ഞിയുടെയും സേവനത്തിലാണ് ഞാൻ. മോൺസ്യൂർ എസാർട്സിന്റെ കുതിരപ്പട്ടാളത്തിലാണ് ഞാൻ ജോലി ചെയ്യുന്നത്. മോൺസ്യൂർ എസാർട്സും അദ്ദേഹത്തിന്റെ അളിയൻ മോൺസ്യൂർ ട്രിവീലിയും രാജാവിന്റെയും രാജ്ഞിയുടെയും ആത്മാർഥ സ്നേഹിതരാണ്. മറ്റൊരുകാര്യം കൂടിയുണ്ട്. അങ്ങ് രാജ്ഞിയെ സ്നേഹിക്കുന്നതുപോലെ ഞാൻ സ്നേഹിക്കുന്ന ഒരു സ്ത്രീയുണ്ട്. അവളെ സന്തോഷിപ്പിക്കുവാൻവേണ്ടി മാത്രമാണ് ഞാൻ ഈ യാത്രയ്ക്ക് ഇറങ്ങിപ്പുറപ്പെട്ടത്.

“അതു ശരി” പ്രഭു പുഞ്ചിരിച്ചുകൊണ്ടു പറഞ്ഞു. “ഈ പറയുന്ന സ്ത്രീയെ എനിക്ക് അറിയാമല്ലോ? അവൾ....”

“അതിന് ഞാൻ അവളുടെ പേരു പറഞ്ഞില്ലല്ലോ” ആർട്ഗ്നൻ പെട്ടെന്നു പറഞ്ഞു.

“അതു ശരിയാണ്.... നിന്റെ വിശ്വസ്തതയ്ക്കും ധൈര്യത്തിനും കാരണം അവൾ തന്നെയാണ്” പ്രഭു പറഞ്ഞു.

“അതെ സർ” ആർട്ഗ്നൻ പറഞ്ഞു. “നമ്മുടെ രണ്ടു രാജ്യങ്ങൾ തമ്മിൽ യുദ്ധമുണ്ടാകുമെന്ന് സംസാരമുള്ള ഈ സാഹചര്യത്തിൽ ഞാൻ അങ്ങയെ ഒരു ഇംഗ്ലീഷുകാരനായിക്കാണുന്നു. അതുകൊണ്ട് ഞാൻ ഒരു കാര്യവും മറച്ചുവയ്ക്കുന്നില്ല. വിൻസർ പാർക്കിലോ ലൗവ്രിലോ എന്നതിനേക്കാൾ ഒരു യുദ്ധക്കളത്തിലെ ഒരു ശത്രുവിനെപ്പോലെ അങ്ങയോടെതിരിടാനാണ് എനിക്കാഗ്രഹം. പക്ഷേ ഞാൻ തുടങ്ങിവച്ച കാര്യം ഞാൻ തന്നെ അവസാനിപ്പിക്കേണ്ടേ. എന്റെ വ്യക്തിപരമായ വികാരങ്ങളെ എനിക്ക് ഇതിനോടു കൂട്ടിക്കുഴയ്ക്കാൻ വയ്യ. വേണ്ടിവന്നാൽ ഞാൻ മരിക്കാൻപോലും സന്നദ്ധനാണ്.... നാം ആദ്യമായിക്കണ്ടപ്പോൾ അങ്ങേക്ക് ഉണ്ടായ കഷ്ടപ്പാടിനെക്കാൾ കൂടുതലൊന്നും ഇപ്പോൾ അങ്ങേക്ക് ഉണ്ടാകേണ്ടതില്ല.”

“ഞങ്ങൾ ഇംഗ്ലണ്ടിൽ പറയുന്നതുപോലെ, നിങ്ങൾ സ്കോട്ട്ലന്റുകാരനെപ്പോലെ അഭിമാനിതന്നെയാണ്” ബക്കിംഗ്ഹാം പറഞ്ഞു.

"ഞങ്ങൾ ഫ്രാൻസിൽ ഗാസ്കനെപ്പോലെ അഭിമാനിയെന്നും പറയാറുണ്ട്" ആർട്ഗ്നൻ പെട്ടെന്നു പറഞ്ഞു. ഫ്രാൻസിലെ സ്കോട്ട്ലന്റുകാരാണ് ഗാസ്കനുകൾ.

ആർട്ഗ്നൻ പ്രഭുവിനെ നോക്കി വണങ്ങിയശേഷം അവിടെനിന്നും പോകാനൊരുങ്ങി.

"ഒരുനിമിഷം!" പ്രഭു പറഞ്ഞു. "എങ്ങനെയാണ് നിങ്ങൾ ഫ്രാൻസിൽ എത്താൻ തീരുമാനിച്ചിരിക്കുന്നത്?"

"സത്യം പറഞ്ഞാൽ ഞാൻ അതിനെക്കുറിച്ച് ഇതുവരെ ആലോചിച്ചില്ല."

"എന്തായാലും അതിനെക്കുറിച്ചോർത്ത് നിങ്ങൾ ഫ്രഞ്ചുകാർ വിഷമിക്കാറില്ലല്ലോ."

"ഇംഗ്ലണ്ട് ഒരു ദ്വീപാണെന്നും നിങ്ങളാണിവിടത്തെ ഭരണാധികാരിയെന്നും ഒരുനിമിഷം ഞാൻ മറന്നുപോയി."

"നിങ്ങൾ തുറമുഖത്തേക്കു ചെല്ലൂ. സണ്ട് എന്ന പേരിലുള്ള ഒരു കൊച്ചുകപ്പൽ അവിടെയുണ്ട്. അതിന്റെ കപ്പിത്താന് ഈ കത്തുകൊടുക്കൂ. അയാൾ നിങ്ങളെ ഒരു ചെറിയ ഫ്രഞ്ചു തുറമുഖത്തെത്തിച്ചു തരും. ആരും അവിടെ പിടികൂടാനുണ്ടാകില്ല; അവിടെ അധികവും വരുന്നത് മീൻബോട്ടുകളാണ്."

"ആ തുറമുഖത്തിന്റെ പേരെന്താണ് സർ?"

"സെന്റ്വാലറി. പക്ഷേ ഒരു കാര്യം കൂടിയുണ്ട്. അവിടെ കരയ്ക്കിറങ്ങുമ്പോൾ പേരോ ബോർഡോ ഒന്നും ഇല്ലാത്ത ഒരു പൊളിഞ്ഞുതുടങ്ങിയ സത്രം കാണും. അവിടെ ആ ഒരു സത്രം മാത്രമേയുള്ളൂ. അപ്പോൾ കണ്ടുപിടിക്കാൻ ബുദ്ധിമുട്ടുണ്ടാകില്ല. ആ സത്രത്തിലേക്കു ചെല്ലണം."

"എന്നിട്ട്?"

"അയാളോടു 'മുന്നോട്ട്' എന്ന വാക്കു പറയണം. അതൊരു രഹസ്യകോഡാണ്. ജീനികെട്ടി തയാറാക്കിയ ഒരു കുതിരയെ അയാൾ നിങ്ങൾക്കു തരും; ഒപ്പം യാത്ര ചെയ്യേണ്ട വഴിയും നിങ്ങൾക്കു പറഞ്ഞു തരും. യാത്രാവേളയിൽ ഇടയ്ക്കിടയ്ക്ക് മൂന്നു പുതിയ കുതിരകളെയും നിങ്ങൾക്കു കിട്ടും. സത്രം സൂക്ഷിപ്പുകാർക്ക് നിങ്ങളുടെ മേൽവിലാസം കൂടി കൊടുത്തോളൂ. അപ്പോൾ അവർ കുതിരകളെ നിങ്ങളുടെ പിന്നാലെ വിട്ടുകൊള്ളും. അവയിൽ രണ്ടെണ്ണത്തെ നിങ്ങൾക്കിപ്പോൾത്തന്നെയറിയാം. അവയുടെ ഗുണമറിയാൻ നിങ്ങൾക്കാവുമല്ലോ; അതിലൊന്നിലാണ് നിങ്ങൾ ഇങ്ങോട്ടു പോന്നത്. മറ്റു രണ്ടെണ്ണത്തിനും ഇതേ ഗുണംതന്നെയുണ്ട്. എല്ലാത്തിനും നല്ല പരിശീലനം ലഭിച്ചിട്ടുണ്ട്. അവയെ നിങ്ങൾ സ്വീകരിക്കുക. നിങ്ങൾക്കും നിങ്ങളുടെ സ്നേഹിതർക്കുമായി ആ കുതിരകൾ മതിയാകും. ഈ കുതിരകൾ യുദ്ധത്തിനു പറ്റിയവയാണ്. ലക്ഷ്യം മാർഗങ്ങളെ ആശ്രയിച്ചിരിക്കുന്നുവെന്ന വസ്തുത മറക്കേണ്ട."

"അങ്ങയുടെ സമ്മാനങ്ങൾ ഞാൻ സ്വീകരിച്ചോളാം" ആർട്ഗ്നൻ

പറഞ്ഞു. "ഈ സമ്മാനങ്ങളെ ഞങ്ങൾ പരമാവധി ഉപയോഗിച്ചോളാം."

"യുവാവേ, ആ കൈതരു. താമസംവിനാ നമ്മൾ തമ്മിൽ യുദ്ധക്കളത്തിൽ വച്ച് കണ്ടേക്കാം. പക്ഷേ നമുക്കിപ്പോൾ സുഹൃത്തുക്കളെപ്പോലെ പിരിയുന്നതാണിഷ്ടം" ബക്കിംഗ്ഹാം പ്രഭു പറഞ്ഞു.

"അതേ പ്രഭോ. പക്ഷേ വേഗം ശത്രുക്കളാകും എന്നുള്ള പ്രതീക്ഷയോടുതന്നെ."

"അതെനിക്കു വാക്കുതരാൻ പറ്റുന്ന ഒന്നു തന്നെയാണ്."

"അങ്ങയുടെ വാക്കു ഞാൻ വിശ്വസിക്കുന്നു" ആർട്ഗ്നൻ പറഞ്ഞു. തലകുനിച്ച് വണങ്ങിയശേഷം ആർട്ഗ്നൻ അവിടംവിട്ടു.

ആർട്ഗ്നൻ നേരെ തുറമുഖത്തേക്കു പോയി.

ലണ്ടൻ ടവറിന് എതിർഭാഗത്ത് സണ്ട് എന്ന കൊച്ചുകപ്പൽ അടുപ്പിച്ചിരിക്കുന്നു. അവൻ പ്രഭു കൊടുത്തയച്ചിരുന്ന കത്ത് അതിലെ കപ്പിത്താനെ ഏൽപ്പിച്ചു. അദ്ദേഹം അത് തുറമുഖ ഉദ്യോഗസ്ഥന്റെ അരികിലേക്കു കൊണ്ടുപോയി; ഒപ്പിട്ടു മുദ്രപതിപ്പിക്കുന്നതിനായിട്ട്.

കപ്പൽ ഉടനെ പുറപ്പെട്ടു.

പോകാൻ അനുവാദവും പ്രതീക്ഷിച്ചുകൊണ്ട് അമ്പതു കപ്പലുകൾ അവിടെ കാത്തുകിടപ്പുണ്ടായിരുന്നു. അവയിൽ ഒന്നിന്റെ അരികിലൂടെ സണ്ട് നീങ്ങിയപ്പോൾ അതിൽ ഒരു സ്ത്രീ ഇരിക്കുന്നത് അവൻ കണ്ടു. മിയുങ്ങിൽ കണ്ട ആ സ്ത്രീ. ആ അപരിചിതൻ 'മിലഡി' എന്നു വിളിച്ച ആ സ്ത്രീ.

കാറ്റിൽപ്പെട്ട് സണ്ട് വേഗത്തിൽ പാഞ്ഞു. നിമിഷങ്ങൾക്കുള്ളിൽ ആ കപ്പലും സ്ത്രീയും ആർട്ഗ്നന്റെ കണ്ണിൽനിന്നും മറഞ്ഞു.

പിറ്റേന്ന് ഏതാണ്ട് പകൽ ഒമ്പതുമണിയോടടുത്തപ്പോൾ അവർ സെന്റ് വിലേറിയിലെത്തി.

ആർട്ഗ്നൻ അവിടെയുള്ള സത്രം അന്വേഷിച്ചിറങ്ങി. ദൂരെ ഒരു ബഹളം നടന്നുകൊണ്ടിരുന്നതിനാൽ അവൻ അങ്ങോട്ടുപോയി. സത്രം കണ്ടുപിടിക്കാൻ എളുപ്പമാവുകയും ചെയ്തു.

ഒരുകൂട്ടം കപ്പൽ ജോലിക്കാർ ഉച്ചത്തിൽ സംസാരിക്കുകയായിരുന്നു. ഫ്രാൻസും ഇംഗ്ലണ്ടും തമ്മിൽ നടക്കാൻ പോകുന്ന യുദ്ധമായിരുന്നു അവരുടെ വിഷയം.

ആർട്ഗ്നൻ തിരക്കിനിടയിലൂടെ നടന്ന് സത്രത്തിനുള്ളിൽക്കയറി. ഉടമയോട് 'മുന്നോട്ട്' എന്ന രഹസ്യകോഡു പറഞ്ഞു. ഉടനെ അയാൾ അവനെ കൂട്ടിക്കൊണ്ടു പോയി. പിൻവാതിലിലൂടെ കടന്ന് അവർ ഒരു കുതിരലായത്തിലെത്തി. അവിടെ ഒരു കുതിരയെ തയാറാക്കി നിർത്തിയിരുന്നു. വേറെയെന്തെങ്കിലും സഹായം വേണ്ടതുണ്ടോയെന്നും അയാൾ ആർട്ഗ്നനോടു ചോദിച്ചു.

"ഏതുവഴിയാണ് പോകേണ്ടതെന്നു പറഞ്ഞുതന്നാൽ കൊള്ളാം" ആർട്ഗ്നൻ പറഞ്ഞു.

"ആദ്യം ബ്ലാഞ്ചിയിലേക്ക്. പിന്നെ ന്യൂചാറ്റിലേക്ക്. തുടർന്ന് ഗോൾ

ഡൻ ആരോയിലേക്കും. എല്ലായിടത്തും സത്രമുടമയെ ചെന്നുകണ്ട് ആ രഹസ്യവാക്ക് പറഞ്ഞാൽ മതി" അയാൾ പറഞ്ഞു. "എല്ലായിടത്തും നല്ല കുതിരകളെ നിങ്ങൾക്കു കിട്ടും."

"നിങ്ങൾക്ക് എത്ര രൂപയാണ് ഞാൻ തരേണ്ടത്?"

"കിട്ടേണ്ട പണമെല്ലാം ഇതിനകം നന്നായിത്തന്നെ കിട്ടിക്കഴിഞ്ഞല്ലോ. ഇനി നിങ്ങൾ യാത്ര ചെയ്തോളൂ. ദൈവം നിങ്ങളെ അനുഗ്രഹിക്കട്ടെ."

"ശരി" ആർട്ഗ്നൻ പറഞ്ഞു.

അവൻ കുതിരപ്പുറത്തുകയറി. ബ്ലാഞ്ചി വഴി ന്യൂചാറ്റിലേക്കു കുതിച്ചു. നാലുമണിക്ക് അവിടെ അവനെത്തുകയും ചെയ്തു.

തനിക്കു നൽകിയിരുന്ന നിർദേശങ്ങൾ മുഴുവൻ അവൻ അതേപടി അനുസരിച്ചു. അവിടെയും കുതിര അയാളെ കാത്തുനിന്നിരുന്നു.

പഴയ കുതിരജീനിസഞ്ചിയിലെ തോക്കുകൾ മുഴുവൻ പുതിയതിലേക്കു മാറ്റാൻ ആർട്ഗ്നൻ തുടങ്ങി. പക്ഷേ, പുതിയ കുതിരയിലെ ജീനിസഞ്ചിയിൽ പുതിയ തോക്കുകൾ ഉണ്ടായിരുന്നതിനാൽ അവനതു മാറ്റേണ്ടിവന്നില്ല.

"പാരീസിലെ നിങ്ങളുടെ മേൽവിലാസമെന്താണ്?" സത്രമുടമ ചോദിച്ചു.

"ഹെഡ്ക്വാർട്ടേഴ്സ്, എസാർട്സ് കമ്പനി, കിങ്സ് ഗാർഡ്സ്" ആർട്ഗ്നന്റെ മേൽവിലാസം പറഞ്ഞുകൊടുത്തു.

"കൊള്ളാം" അയാൾ പറഞ്ഞു.

"ഇനി ഞാൻ ഏതു വഴിയാണ് പോകേണ്ടത്?" ആർട്ഗ്നൻ ചോദിച്ചു.

"റൂയിൻ റോഡുവഴി പോകണം. പട്ടണത്തിൽ എത്തുന്നതിനുമുമ്പ് ഇടത്തോട്ടു തിരിയണം. അവിടെയാണ് ഇകൂയ്സ് ഗ്രാമം. അവിടെയും ഒരു സത്രമുണ്ട്. ലക്ഷണംകണ്ടാൽ അങ്ങനെയൊന്ന് ഉള്ളതായി തോന്നുകയില്ല. ഇപ്പോൾ കിട്ടിയ മാതിരിയുള്ള ഒരു കുതിരയെ നിങ്ങൾക്കവിടെയും കിട്ടും."

"രഹസ്യവാക്ക് പഴയതു മതിയോ?"

"അതുമതി."

"എന്നാൽ ഞാൻ നീങ്ങുന്നു."

"ശരി എന്നാൽ."

ആർട്ഗ്നൻ കുതിരപ്പുറത്തു പാഞ്ഞു.

ഇകൂയ്സ് ഗ്രാമത്തിലും ഇതുപോലെതന്നെ കാര്യങ്ങൾ സംഭവിച്ചു. അവിടെയുള്ള ഒരു മര്യാദക്കാരനായ സത്രമുടമ അവന് മറ്റൊരു കുതിരയെ കൊടുത്തു.

പാരീസിലെ മേൽവിലാസം അയാളും വാങ്ങിച്ചു.

അവിടെനിന്നും ആർട്ഗ്നൻ പാരീസിലേക്കു പാഞ്ഞു. പോൺടൂയിസിലെത്തിയപ്പോൾ അവന് വീണ്ടും ഒരു പുതിയ കുതിരയെ കിട്ടി. യാത്രയിലെ കുതിരയുടെ അവസാനമാറ്റമായിരുന്നു അത്.

രാത്രി ഒമ്പതു മണിയായപ്പോൾ ട്രിവീലിയുടെ വീട്ടുമുറ്റത്ത് ആർട്ഗ്നൻ തന്റെ കുതിരയെ അടുപ്പിച്ചു. പന്ത്രണ്ടുമണിക്കൂർകൊണ്ട് നൂറ്റിയമ്പതുമൈലാണ് അവൻ പിന്നിട്ടത്.

ട്രിവീലി സന്തോഷപൂർവം ആർട്ഗ്നനെ സ്വീകരിച്ചു. പതിവിൽ നിന്നും വ്യത്യസ്തമായി ഊഷ്മളമായി കൈപിടിച്ചു കുലുക്കിക്കൊണ്ട്.

എസാർട്സ് കമ്പനിക്ക് ലൗവ്ര് കൊട്ടാരത്തിൽ അന്ന് പ്രത്യേക ഡ്യൂട്ടിയുണ്ടായിരുന്നു. അതിനാൽ ഉടനെ പോയി റിപ്പോർട്ടുചെയ്യാൻ ട്രിവീലി അവനോടു പറയുകയും ചെയ്തു.

22

മെർലെയ്സൻ ബാലെ

പിറ്റേദിവസം.

മുനിസിപ്പൽ ന്യായാധിപന്മാർ രാജാവിന്റെയും രാജ്ഞിയുടെയും ബഹുമാനാർത്ഥം നടത്തുന്ന നൃത്തത്തെപ്പറ്റിയല്ലാതെ മറ്റൊന്നും പാരീസിലെ ആളുകൾ സംസാരിച്ചില്ല. രാജാവിന് ഏറ്റവും പ്രിയപ്പെട്ടതായ മെർലെയ്സൻ ബാലെ (നൃത്തം)യായിരിക്കും നടത്താൻ പോകുന്നതെന്ന് ജനങ്ങൾ അറിഞ്ഞിരുന്നു.

ഒരാഴ്ചയ്ക്കു മുമ്പേതന്നെ പ്രതിനിധികൾ സിറ്റി ഹാളിലെത്തി അലങ്കാരത്തിന്റെ നടപടികൾ തുടങ്ങിയിരുന്നു. പട്ടണത്തിലെ നൈപുണ്യമാർജിച്ച ആശാരികൾ, കൊട്ടാരത്തിലെ സ്ത്രീകൾക്ക് ഇരിക്കുന്നതിനുവേണ്ടി തടിയിൽ പ്രത്യേക ഇരിപ്പിടങ്ങൾ ഉയർത്തിക്കെട്ടി. മുറി പ്രകാശമാനമാക്കുന്നതിനുവേണ്ടി ഇരുന്നൂറു വെള്ള മെഴുകുതിരികൾ നഗരത്തിലെ സ്റ്റേഷനറി കടക്കാർ കൊടുത്തയച്ചു. ഇരുപതു വയലിനിസ്റ്റുകളെ വാടകക്കെടുക്കാൻ ഏർപ്പാടാക്കി. രാത്രി മുഴുവനും അവർ വയലിൻ വായിക്കേണ്ടതുള്ളതുകൊണ്ട് ഇരട്ടിതുക കൊടുക്കാനായിരുന്നു ഏർപ്പാട്.

ഒക്ടോബർ മൂന്നായി. അന്ന് രാവിലെ പത്തുമണിക്ക് രാജാവിന്റെ ഉദ്യോഗസ്ഥനായ മോൺസ്യൂർ കോസ്റ്റി സിറ്റിഹാളിൽ വന്നു. അദ്ദേഹത്തിനോടൊപ്പം രണ്ടു ഭടന്മാരും മറ്റു കുറച്ചനുയായികളും ഉണ്ടായിരുന്നു. ക്ലമന്റ് എന്ന സിറ്റിഗുമസ്തന്റെ കൈയിൽനിന്നും ഹാളിന്റെ അകത്തേക്കും പുറത്തേക്കുമുള്ള വാതിലുകളുടെയും അലമാരകളുടെയും താക്കോൽ ആവശ്യപ്പെടാനാണ് അവരെത്തിയത്; അതൊരു ഔദ്യോഗികച്ചട്ടങ്ങുകൂടിയായിരുന്നു. തിരിച്ചറിയാനുള്ള അടയാളങ്ങളോടുകൂടിയ താക്കോലുകൾ അവർ വാങ്ങി. അപ്പോൾ മുതൽതന്നെ കെട്ടിടത്തിന്റെ സംരക്ഷണം അവർ ഏറ്റെടുക്കുകയും ചെയ്തു.

എല്ലാ വാതിലുകളും ഔദ്യോഗികമായും ഭടന്മാരുടെ നിയന്ത്രണത്തിലായി. പതിനൊന്നു മണിയായപ്പോൾ രാജാവിന്റെ ഉദ്യോഗസ്ഥരിൽപ്പെട്ട ക്യാപ്റ്റൻ ദുഹാലിയർ അമ്പതു ഭടന്മാരോടൊപ്പം ലൗവ്രിൽനിന്നും വന്നു. മൂന്നു മണിയായപ്പോൾ രണ്ടു സംഘംകൂടി വന്നു. ഒന്ന് ഫ്രഞ്ചും മറ്റൊന്ന് സ്വിസും. ഫ്രഞ്ചുകമ്പനിയിൽ ദുഹാലിയറുടെയും എസാർട്സിന്റെയും ആളുകളിൽ പകുതിപ്പേരുമുണ്ടായിരുന്നു.

ആറുമണിയോടെ അതിഥികൾ എത്തിച്ചേരാൻ തുടങ്ങി.

അവരെത്തിയപ്പോൾ ഓരോരുത്തരെയായി അകത്തേക്ക് കയറ്റി ഉയരത്തിൽ നിർമിച്ചിരിക്കുന്ന ബഞ്ചുകളിന്മേൽ അതാത് ഇരിപ്പിടങ്ങളിലേക്ക് അവരെ ആനയിക്കപ്പെട്ടു.

ഒമ്പതുമണിക്ക് നിയമസഭാ പ്രസിഡന്റിന്റെ ഭാര്യയെത്തി. രാജ്ഞി കഴിഞ്ഞാൽ അടുത്ത ബഹുമാന്യയായ വനിതാതിഥി അവരാണ്. മുനിസിപ്പൽ ന്യായാധിപന്മാർ അവരെ സ്വീകരിച്ച് രാജ്ഞിക്കുനേരെ എതിർഭാഗത്തുള്ള ഒരു ഇരിപ്പിടത്തിലേക്ക് ഇരുത്തി.

പത്തുമണിക്ക് രാജാവിന്റെ ബഹുമാനാർഥത്തിലുള്ള ലഘു അത്താഴം സെന്റ് ജീൻ ദേവാലയത്തിനരികിലുള്ള ഹാളിൽ ഒരുക്കി. നാലു ഭടന്മാരെ അവിടെയും നിയമിച്ചിരുന്നു.

പാതിരാത്രിയായപ്പോൾ ചിരിയും അലർച്ചയും കേട്ടുതുടങ്ങി. ലൗവ്രിൽനിന്നും പുറപ്പെട്ട രാജാവ് സിറ്റിഹാളിലേക്കു വരികയായിരുന്നു; ഇരുവശങ്ങളും വർണവിളക്കുകൾകൊണ്ട് അലങ്കരിച്ച വഴിയിലൂടെ. അവിടത്തെ ഒച്ചയായിരുന്നു ആ ശബ്ദം.

മുനിസിപ്പൽ ന്യായാധിപന്മാർ അവരുടെ ഔദ്യോഗിക വേഷങ്ങളിലായിരുന്നു. അവർക്ക് അകമ്പടിയായി ആറു ഭടന്മാർ. അവർ രാജാവിനെ സ്വീകരിക്കാനായി സിറ്റി ഹാളിന്റെ മുമ്പിലെത്തി. പാരീസിലെ ഒരു വൻ വ്യാപാരി രാജാവിനു സ്വാഗതം പറഞ്ഞു. തന്റെ മറുപടിപ്രസംഗത്തിൽ താൻ വൈകിവന്നതിന് അദ്ദേഹം ക്ഷമാപണം നടത്തി. രാജ്യകാര്യങ്ങൾ ചർച്ചചെയ്തുചെയ്ത് കർദിനാൾ പതിനൊന്നുമണിവരെ തന്നെ പിടിച്ചിരുത്തിയതിനാലാണ് താൻ താമസിച്ചതെന്ന് അദ്ദേഹം കർദിനാളിനെ കുറ്റപ്പെടുത്തി.

ഔദ്യോഗികവേഷത്തിൽത്തന്നെയായിരുന്നു രാജാവ്. രാജാവിന്റെ പിന്നാലെ അദ്ദേഹത്തിന്റെ സഹോദരനായ ഡി ഓർലിൻസും സോയ്സൺസ് പ്രഭുവിനെപ്പോലുള്ള മറ്റു പ്രമുഖരും അവിടെ വന്നിരുന്നു.

രാജാവ് ദുഃഖിതനും അസ്വസ്ഥനുമായിരുന്നു; അക്കാര്യം എല്ലാവരും ശ്രദ്ധിക്കുകയും ചെയ്തു.

രാജാവിനും അദ്ദേഹത്തിന്റെ സഹോദരനും വസ്ത്രം മാറാനും മറ്റുമായി പ്രത്യേകം പ്രത്യേകം മുറികൾ സജ്ജീകരിച്ചിരുന്നു. നൃത്തസമയത്ത് അവർ അണിയേണ്ട പ്രത്യേക വേഷങ്ങൾ ആ മുറികളിൽ നേരത്തെ തയാറാക്കി വച്ചിരുന്നു. രാജ്ഞിക്കും നിയമസഭാപ്രസിഡന്റിന്റെ ഭാര്യക്കും അതേ ക്രമീകരണങ്ങൾ നടത്തിയിരുന്നു. പ്രഭുക്കന്മാർക്കും

പ്രഭ്വിമാർക്കും ഒപ്പംവന്ന സേവകർക്കും വേഷം മാറാനുള്ള സൗകര്യങ്ങളും ഉണ്ടായിരുന്നു; രണ്ടുരണ്ടു മുറികൾ വീതം.

കർദിനാൾ എത്തിയാൽ ഉടനെ അക്കാര്യം തന്നെ അറിയിക്കണമെന്ന്. തന്റെ സ്വകാര്യമുറിയിൽ പ്രവേശിക്കുന്നതിനുമുമ്പ് രാജാവു കൽപ്പിച്ചു.

അരമണിക്കൂർ കഴിഞ്ഞപ്പോൾ തെരുവിൽ വീണ്ടും ബഹളം കേട്ടുതുടങ്ങി. ഇത്തവണ രാജ്ഞി വരികയായിരുന്നു. മുനിസിപ്പൽ ന്യായാധിപന്മാർ സിറ്റിഹാളിന്റെ മുമ്പിൽ വീണ്ടുമെത്തി രാജ്ഞിയെ സ്വീകരിച്ചു.

രാജ്ഞി നൃത്തശാലയിൽക്കയറി. അവരും ദുഃഖിതയും അസ്വസ്ഥയും ആയിരുന്നു. എല്ലാവരും അതും ശ്രദ്ധിച്ചു.

രാജ്ഞി മുറിയിൽ പ്രവേശിച്ച് അൽപ്പനേരം കഴിഞ്ഞപ്പോൾ ഗാലറിയുടെ ഒരുഭാഗത്തെ വിരി മാറി. കർദിനാളിന്റെ വിളറിയമുഖം അവിടെ പ്രത്യക്ഷപ്പെട്ടു. ഒരു സ്പാനിഷ് പ്രഭുവിന്റേതുപോലുള്ള ഒരു തൊപ്പിയാണ് അദ്ദേഹം ധരിച്ചിരുന്നത്. അദ്ദേഹത്തിന്റെ കണ്ണുകൾ രാജ്ഞിയുടെമേൽ പതിച്ചു. സന്തോഷത്തിന്റെ ഒരു കള്ളച്ചിരി ആ മുഖത്ത് പെട്ടെന്നു തെളിഞ്ഞു; രാജ്ഞി രത്നച്ചരടുകൾ ധരിച്ചിരുന്നില്ല.

കുറച്ചുനേരം രാജ്ഞി നൃത്തശാലയിൽ നിന്നു. മുനിസിപ്പൽ ന്യായാധിപന്മാരും അവരുടെ ഭാര്യമാരും രാജ്ഞിക്ക് അഭിവാദ്യങ്ങൾ നൽകിക്കൊണ്ടിരുന്നു.

പെട്ടെന്ന് രാജാവ് കർദിനാളിനോടൊപ്പം ഒരു വാതിലിൽ പ്രത്യക്ഷപ്പെട്ടു. കർദിനാൾ രാജാവിനോട് എന്തോ പറയുന്നുണ്ടായിരുന്നു. രാജാവിന്റെ മുഖം വിളറുകയും എന്താണ് സംഭവിച്ചതെന്ന് മനസിലാക്കാൻ സാധിക്കുന്നതിനുമുമ്പ്, അവിടെ കൂടിയിരുന്ന ആളുകൾക്കിടയിലൂടെ അദ്ദേഹം രാജ്ഞിയുടെ അരികിലെത്തുകയും ചെയ്തു. അദ്ദേഹം നൃത്തത്തിനുള്ള വേഷമൊന്നും ധരിച്ചിരുന്നില്ല.

രാജാവ് രാജ്ഞിയോടു ചോദിച്ചു: "നീ നിന്റെ രത്നച്ചരടുകൾ ധരിക്കാത്തതെന്തുകൊണ്ട്?" അതു ചോദിക്കുമ്പോൾ രാജാവിന്റെ ശബ്ദം ഇടറിയിരുന്നു. "അത് അണിയണമെന്ന് ഞാൻ നിന്നോടു പ്രത്യേകം പറഞ്ഞിരുന്നതല്ലേ."

രാജ്ഞി ചുറ്റുംനോക്കി. രാജാവിന്റെ പുറകിലായി പൈശാചികവദനത്തോടെ ചിരിച്ചുകൊണ്ട് കർദിനാൾ നിൽക്കുന്നു.

"ആൾത്തിരക്കല്ലേ? ഇവിടെ രത്നങ്ങൾ നഷ്ടപ്പെട്ടാലോയെന്നു ഭയന്നു. ആ ഭയംകൊണ്ട്" രാജ്ഞി വിക്കിവിക്കിപ്പറഞ്ഞു.

"നീ പറയുന്നത് കള്ളമാണ്. ഞാൻ രത്നങ്ങൾ തന്നത് നീ അതു ധരിക്കണമെന്ന എന്റെ ആഗ്രഹംകൊണ്ടാണ്. ഞാൻ പറഞ്ഞത് നീ ചെയ്യണമായിരുന്നു" രാജാവു കലിപൂണ്ടു.

കാണികൾ ആ രംഗം നോക്കിക്കൊണ്ടുനിന്നു; എന്താണ് യഥാർഥത്തിൽ സംഭവിച്ചതെന്ന് അവർക്ക് ഒരു പിടിയും കിട്ടിയില്ല.

"രത്നങ്ങൾ ലൗവ്രിൽനിന്നും ഉടനെ വരുത്താം; അങ്ങേക്ക് ഇഷ്ട

മാണെന്നുവരികിൽ" രാജ്ഞി പറഞ്ഞു.

"എങ്കിൽ അതുടനെ തന്നെ ചെയ്യൂ. നൃത്തം ഒരുമണിക്കൂറിനകം തുടങ്ങേണ്ടതാണ്."

അതിനുള്ള സമ്മതത്തോടെ രാജ്ഞി വസ്ത്രം മാറ്റുന്ന മുറിയിലേക്കു പോയി. അവരെ ആനയിച്ചുകൊണ്ടുപോകാൻ മറ്റു സ്ത്രീകൾ ഉണ്ടായിരുന്നു.

രാജാവ് എതിർദിശയിലേക്ക് തിരിഞ്ഞ് തന്റെ സ്വകാര്യമുറിയിലേക്കും പോയി.

പെട്ടെന്ന് അവിടെ കൂടിയിരുന്നവർക്കിടയിൽ ഒരു പൂർണനിശ്ശബ്ദതയുണ്ടായി. എല്ലാവരും അനങ്ങാതിരുന്നു. രാജാവും രാജ്ഞിയും ശണ്ഠ കൂടിയത് അവർ കണ്ടതാണ്. അവർ വളരെ ഒച്ചയില്ലാതെയാണ് യഥാർഥത്തിൽ സംസാരിച്ചത്. സമീപത്തുണ്ടായിരുന്നവർ ബഹുമാനസൂചകമായിട്ട് അൽപ്പം മാറിനിന്നിരുന്നു. അതിനാൽ അവരുടെ സംസാരത്തിന്റെ ഒരക്ഷരംപോലും ആരും കേട്ടിരുന്നില്ല.

വയലിനുകൾ സ്വരമധുരമായി ശബ്ദിച്ചുകൊണ്ടിരുന്നു; പക്ഷേ ആരും അതു ശ്രദ്ധിച്ചില്ല.

രാജാവ് ആദ്യം മുറിയിൽനിന്നും പുറത്തുവന്നു. അദ്ദേഹവും അദ്ദേഹത്തിന്റെ ആളുകളും വളരെ നന്നായി ഉടുത്തൊരുങ്ങിയിരുന്നു. ഫ്രാൻസിന്റെ പ്രഥമപൗരൻ എന്ന നിലയിൽ അദ്ദേഹത്തിന് ഏറ്റവും യോജിച്ച വേഷമായിരുന്നു അത്.

കർദിനാളും പ്രത്യക്ഷനായി. അദ്ദേഹം ഒരു പെട്ടി രാജാവിനെയേൽപ്പിച്ചു. രാജാവതു തുറന്നു.

അതിനകത്ത് രത്നച്ചരടിലെ രണ്ടു രത്നങ്ങൾ!

"എന്തൊക്കെയാണിതിനർഥം?" അദ്ദേഹം ചോദിച്ചു.

"സർ, രാജ്ഞിയുടെ കൈയിൽ അവരുടെ രത്നങ്ങളുണ്ടെങ്കിൽ അതൊന്ന് എണ്ണിനോക്കൂ" കർദിനാൾ പറഞ്ഞു. "പത്തു രത്നങ്ങളേയുള്ളൂവെങ്കിൽ ബാക്കി രണ്ടെണ്ണം ആരാണ് മോഷ്ടിച്ചതെന്ന് ചോദിക്കൂ."

രാജാവ് കർദിനാളിന്റെ മുഖത്തേക്കു തുറിച്ചുനോക്കി; അതിനെക്കുറിച്ച് കൂടുതൽ ചോദിക്കാനുള്ള ആഗ്രഹം ആ മുഖത്തുണ്ടായിരുന്നു. പക്ഷേ, ആ സമയത്ത് ഹാളിൽ വലിയൊരു കൈയടി കേട്ടു.

രാജ്ഞി പ്രത്യേക വേഷത്തിൽ ഇറങ്ങിവരുന്നു; രാജ്യത്തെ പ്രഥമ വനിതയെന്ന വേഷത്തിൽ. ശരീരത്തിലൊതുങ്ങിയ വേഷം. നീല തൂവലുകളുള്ള തൊപ്പി. മുത്തുകളും രത്നങ്ങളും പതിച്ച സാറ്റിൻ പാവാട. തിളങ്ങുന്ന വെള്ളി കൈത്തുന്നൽപ്പണിയും അതിലുണ്ട്. ഇടത്തെത്തോളിന്റെ ഭാഗത്ത് ഉടുപ്പിൽ രത്നച്ചരടുകൾ പിടിപ്പിച്ചിരിക്കുന്നു.

രാജാവ് ആനന്ദംകൊണ്ടു തുള്ളി. കർദിനാളിന് അരിശമാണ് നുരഞ്ഞുപൊന്തിയത്. വളരെ ദൂരത്തായിരുന്നതിനാൽ രാജ്ഞിയുടെ തോളിൽ ഉറപ്പിച്ചിരിക്കുന്ന രത്നച്ചരടിലെ രത്നങ്ങളുടെ എണ്ണം തിട്ടപ്പെടുത്താൻ അദ്ദേഹത്തിനു സാധ്യമായില്ല. രത്നച്ചരടുകൾ ധരിച്ചിരുന്നുവെന്നത് ഉറ

പ്പാണ്. പക്ഷേ അവയിൽ പത്താണോ പന്ത്രണ്ടാണോ രത്നങ്ങൾ ഉള്ള തെന്ന് നിശ്ചയമില്ല.

നൃത്തം ആരംഭിക്കാറായെന്ന് അറിയിച്ചുകൊണ്ട് വയലിൻ ശബ്ദി ച്ചുതുടങ്ങി. പ്രസിഡന്റിന്റെ ഭാര്യക്ക് രാജാവ് കൈകൊടുത്തു. അദ്ദേഹ ത്തിന്റെ സഹോദരൻ മോൺസ്യൂർ രാജ്ഞിക്കും കൈകൊടുത്തു.

നൃത്തം ചെയ്യുവാൻ ഉള്ളവരെല്ലാം ഹാളിൽ അവരവരുടെ സ്ഥാനങ്ങ ളിൽ ഇരുന്നു. നിമിഷങ്ങൾക്കകം നൃത്തം തുടങ്ങി.

രാജാവ് രാജ്ഞിയുടെ എതിർവശത്തായിട്ടാണ് നിന്നിരുന്നത്. ഓരോ തവണയും അവൾ അരികിൽ വന്നപ്പോൾ തോളത്തുതിളങ്ങുന്ന രത്നങ്ങ ളിന്മേൽ അദ്ദേഹം സൂക്ഷിച്ചുനോക്കി; രത്നങ്ങൾ എണ്ണാൻ നോക്കിയെ ങ്കിലും സാധിച്ചില്ല. അദ്ദേഹത്തിന്റെ നെറ്റിയിൽ വിയർപ്പൊലിച്ചു.

നൃത്തം ഒരുമണിക്കൂർ നേരം നീണ്ടുനിന്നു. പതിനാറ് ഭാഗങ്ങൾ നൃത്തത്തിനുണ്ടായിരുന്നു. നൃത്തം തീർന്നപ്പോൾ ഹാളിലുണ്ടായിരുന്ന വർ കയ്യടിച്ചു.

രാജാവ് രാജ്ഞിയുടെ അരികിലേക്കു നീങ്ങി. അദ്ദേഹം പറഞ്ഞു: “മാഡം, ഞാൻ പറഞ്ഞപ്പോൾത്തന്നെ അനുസരിച്ചതിനു നന്ദി. പിന്നെ രണ്ടു രത്നങ്ങൾ നിനക്കു നഷ്ടപ്പെട്ടിട്ടുണ്ട്. ദാ ഇതു ഞാനിപ്പഴേ തന്നോ ളാം.”

കർദിനാൾ കൊടുത്തിട്ടുണ്ടായിരുന്ന രണ്ടു രത്നങ്ങളെ രാജാവ് രാജ്ഞിയെ ഏൽപ്പിച്ചു.

“എനിക്കു രണ്ടു രത്നങ്ങൾ കൂടുതൽ തരികയോ?” അത്ഭുതം അഭിനയിച്ചുകൊണ്ട് രാജ്ഞി ചോദിച്ചു: “അപ്പോൾ ഇതിൽ പതിനാലു ണ്ടാകുമല്ലോ.”

രാജാവ് രാജ്ഞിയുടെ തോളിലെ രത്നച്ചരടിലെ രത്നങ്ങൾ എണ്ണി നോക്കി. അതിൽ പന്ത്രണ്ടെണ്ണമുണ്ടായിരുന്നു.

രാജാവ് കർദിനാളിനെ വിളിപ്പിച്ചു. തുടർന്നു ചോദിച്ചു: “എന്താണീ കാണുന്നത്?”

“സർ, അത്.... രാജ്ഞിക്ക് രണ്ട് രത്നങ്ങൾ സമ്മാനിക്കണമെന്നു ണ്ടായിരുന്നു എനിക്ക്. നേരിട്ടു കൊടുക്കാനുള്ള ധൈര്യമില്ലാതിരുന്നതിനാ ലാണ് ഇത്തരത്തിലുള്ള സൂത്രപ്പണി കണ്ടുപിടിച്ചത്. അവർ ഇതു സ്വീക രിക്കാൻ വേണ്ടിയാണിത്” കർദിനാൾ പറഞ്ഞു.

എന്നോടു യാതൊരു സൂത്രപ്പണിയും നടക്കുകയില്ലെന്നമട്ടിൽ രാജ്ഞി കുലുങ്ങിച്ചിരിച്ചു. തുടർന്നവൾ പറഞ്ഞു: “അങ്ങയോട് എനിക്കു നന്ദിയുണ്ട്. അങ്ങയുടെ സമ്മാനം ഞാൻ വിലമതിക്കുകതന്നെ ചെയ്യു ന്നു. അതുപോലെ രാജാവ് ഈ പന്ത്രണ്ടെണ്ണത്തിനു കൊടുത്തതിനെ ക്കാൾ കൂടുതൽ തുക ഈ രണ്ടെണ്ണത്തിന് അങ്ങു കൊടുത്തുകാണു മെന്ന് ഞാൻ കരുതുന്നു.”

തുടർന്ന് രാജാവിനെയും രാജ്ഞിയെയും വണങ്ങിയശേഷം രാജ്ഞി അവളുടെ മുറിയിലേക്കു പോയി; നൃത്തത്തിനണിഞ്ഞിരുന്ന വസ്ത്രങ്ങൾ

മാറ്റാൻ വേണ്ടി.

കഥയിലെ പ്രധാനപ്പെട്ട ആളുകൾ ഇതിനകം പ്രത്യക്ഷപ്പെട്ടു കഴിഞ്ഞല്ലോ. കർദിനാളിന്റെമേൽ വിജയം നേടാൻ രാജ്ഞി കടപ്പെട്ട ചെറുപ്പക്കാരിൽനിന്നും നമ്മുടെ ശ്രദ്ധ തൽക്കാലത്തേക്ക് അകന്നിരിക്കുകയാണ്. പ്രധാനപ്പെട്ട ആളുകൾക്കിടയിൽ ആർട്ഗ്നൻ ഉണ്ടായിരുന്നെങ്കിലും അവൻ ശ്രദ്ധിക്കപ്പെട്ടിരുന്നില്ല. സിറ്റിഹാളിന്റെ പ്രധാനപ്പെട്ട വാതിൽക്കൽ ഉണ്ടായിരുന്ന അതിഥികളുടെ കൂട്ടത്തിലിരിക്കാതെ അവൻ മാറിയാണിരുന്നത്; ഒറ്റയ്ക്ക്. നൃത്തശാലയിലെ നാലുപേർക്കുമാത്രം അറിയാവുന്ന നാടകരംഗങ്ങൾ – തനിക്കും രാജ്ഞിക്കും രാജാവിനും കർദിനാളിനും – വീക്ഷിച്ചുകൊണ്ട് ആർട്ഗ്നൻ നിന്നു.

രാജ്ഞി അവരുടെ മുറിയിലേക്കു പോയതേയുള്ളൂ. ആർട്ഗ്നൻ അവിടംവിടാനൊരുങ്ങിയപ്പോൾ ആരോ തോളിൽ തൊടുന്നതുപോലെ അവനു തോന്നി. തിരിഞ്ഞുനോക്കിയപ്പോൾ ഒരു സ്ത്രീ തന്നെ വിളിക്കുന്നത് ആർട്ഗ്നൻ കണ്ടു. ഒരു കറുത്ത വെൽവറ്റ് മൂടുപടമണിഞ്ഞ ഒരു സ്ത്രീ. തെളിഞ്ഞ മൂടുപടത്തിൽ ആർട്ഗ്നൻ ആ സ്ത്രീയെ തിരിച്ചറിഞ്ഞു – മാഡം ബോണസ്യൂ.

തലേദിവസം ലൗവ്രിൽ ചെന്നപ്പോൾ ആർട്ഗ്നൻ കവാടസൂക്ഷിപ്പുകാരനായ ജെറമിയോടു പറഞ്ഞിരുന്നു മാഡം ബോണസ്യൂവിനോടു തന്നെ വന്നുകാണണമെന്നു പറയാൻ. അവളോട് അയാൾക്കു കുറച്ചുമാത്രമേ സംസാരിക്കാൻ കഴിഞ്ഞിരുന്നുള്ളൂ. കാരണം അതിനുമുമ്പു ദൗത്യത്തിനു പോയ താൻ സുരക്ഷിതമായും വിജയകരമായും തിരിച്ചെത്തിയ വിവരം ഝടുതിയിൽ രാജ്ഞിയെപ്പോയി അറിയിക്കേണ്ടതുണ്ടായിരുന്നു ആർട്ഗ്നന്.

ആർട്ഗ്നൻ ജിജ്ഞാസയോടും പ്രേമത്തോടും മാഡം ബോണസ്യൂവിന്റെ പിന്നാലെ പോയി.

വിജനമായ ഇടവഴികളിലൂടെ അവർ നടന്നു. ഒരുനിമിഷത്തേക്ക് അവളെ തടഞ്ഞുനിർത്തിപ്പിടിച്ച് ആ കണ്ണുകളിലേക്കു നോക്കാൻ അവൻ പലതവണ വിചാരിച്ചതാണ്. പക്ഷേ അവൾ തെന്നിമാറിമാറി മുന്നോട്ടു നീങ്ങി. അവൻ എന്തൊക്കെയോ സംസാരിക്കാൻ തുനിഞ്ഞപ്പോഴൊക്കെ അവളതു വിലക്കി. അവൾ തന്റെ യജമാനത്തിയും താൻ അവൾക്ക് ദാസനുമെന്ന് അവനു തോന്നി. അതിനാൽ അവൻ അവളെ പിന്തുടർന്നു; വിനയത്തോടെ.

അവർ ഒരു ചെറിയമുറിയുടെ വാതിലിനരികിലെത്തി.

മാഡം ബോണസ്യൂ വാതിൽ തുറന്ന് ആർട്ഗ്നനെ ആ മുറിയിലേക്കു കയറ്റി. കുറ്റാക്കൂരിരുട്ടായിരുന്നു അവിടം. അവൾ വാതിലടച്ചു. ശബ്ദമുണ്ടാക്കരുതെന്ന് ആംഗ്യം കാണിച്ചശേഷം ആ മുറിയുടെ മറ്റൊരു വാതിൽ അവൾ തുറന്നു. ഒരു വിരിയിട്ട മുറിയായിരുന്നു അത്. വെളിച്ചം അതുവഴി നേർത്തു കയറുന്നുണ്ട്. വിരിക്കിടയിലൂടെ അവൾ പുറത്തേക്കിറങ്ങിപ്പോകുകയും ചെയ്തു.

താൻ എവിടെയാണെന്ന് മനസിലാക്കാനാകാതെ ആർട്ഗ്നൻ വിഷണ്ണനായി നിന്നു. പെട്ടെന്ന് വാതിലിലൂടെ ഊഷ്മളമായ കാറ്റ് അകത്തേക്കു കയറി. രണ്ടുമൂന്നു സ്ത്രീകളുടെ സംഭാഷണവും അവൻ കേട്ടുതുടങ്ങി. "തിരുമേനീ...." എന്നു പലതവണ പറഞ്ഞുകൊണ്ട് അതീവ ബഹുമാനത്തോടെ എന്തോ സംസാരിക്കുന്നതുകേട്ടപ്പോൾ താൻ രാജ്ഞിയുടെ സ്വകാര്യമുറിയുടെ അടുത്താണു നിൽക്കുന്നതെന്ന് ആർട്ഗ്നനു മനസിലായി. ഇരുട്ടുഭാഗത്തേക്ക് അവൻ മാറിനിന്നു.

ദുഃഖിതയും അസ്വസ്ഥയുമായി കണ്ടുപോന്ന രാജ്ഞി സന്തോഷിച്ചിരിക്കുന്നതുകണ്ടപ്പോൾ, തോഴിമാർക്ക് അത്ഭുതമായി. സിറ്റിഹാളിന്റെ അലങ്കാരവും ആ നൃത്തവുമാണ് തന്നെ സന്തോഷിപ്പിച്ചതെന്ന് രാജ്ഞി പറഞ്ഞു. രാജ്ഞിയുടെ വികാരങ്ങൾ തോഴികളും പ്രതിഫലിപ്പിക്കേണ്ടതുണ്ട്; അത് അവരുടെ പ്രഥമമായ കടമയാണ്. മുനിസിപ്പൽ ന്യായാധിപന്മാരുടെ മഹത്വവും ആദരവും ആ തോഴിമാർ പ്രകീർത്തിച്ചു.

രാജ്ഞിയെ ആർട്ഗ്നന് പരിചയമില്ലെങ്കിലും അവരുടെ ശബ്ദം അവൻ തിരിച്ചറിഞ്ഞു – അൽപ്പം വിദേശസ്വരം. പിന്നെ അധികാരത്തിന്റെ ഉച്ചതയും. അവരുടെ ശബ്ദം വാതിലിനരികിലേക്കു വരുന്നതായും അവിടെനിന്നും അകലുന്നതായും അവനു പലതവണ മനസിലായി. താൻ നിൽക്കുന്ന മുറിയിലേക്ക് അവരുടെ നിഴൽ പലതവണ വന്നുപോകുന്നതായും അവൻ കണ്ടു; രാജ്ഞി നടന്നുനടന്ന് സംസാരിക്കുന്നതായി അവനു മനസിലായി.

പെട്ടെന്ന് ആർട്ഗ്നൻ നിന്ന മുറിയിലേക്ക് ഒരു കൈ നീട്ടപ്പെട്ടു. മനോഹരമായ ഒരു കരം! പെട്ടെന്ന് അവൻ തിരിച്ചറിഞ്ഞു അതു തനിക്കു ലഭിക്കുന്ന രാജ്ഞിയുടെ പ്രതിഫലമാണെന്ന്. അവൻ മുട്ടുകുത്തിനിന്ന് ആ കരംപിടിച്ച് ചുണ്ടുകളിലേക്ക് അടുപ്പിച്ചു. പെട്ടെന്ന് ആ കൈ വലിക്കപ്പെട്ടു. ആ വിരലിൽനിന്നും എന്തോ ഊരി തൽക്ഷണം അവിടെ വീഴുകയും ചെയ്തു. ആ വാതിലും പെട്ടെന്നടഞ്ഞു. വീണസാധനം ഒരു മോതിരമാണെന്ന് അവൻ മനസിലാക്കി. അവൻ ഇരുട്ടിൽത്തന്നെ നിന്നു.

ആർട്ഗ്നൻ ആ മോതിരം തന്റെ വിരലിലിട്ടുകൊണ്ട് കാത്തുനിന്നു. ഒന്നും പൂർത്തിയായിട്ടില്ലെന്ന് അവനു തോന്നി. തന്റെ ധീരതയ്ക്കുള്ള സമ്മാനമാണ് ആ മോതിരം. ഇനി തന്റെ സ്നേഹത്തിനു സമ്മാനം കിട്ടേണ്ടതുണ്ട്.

നൃത്തം അവസാനിച്ചെങ്കിലും ഇനിയുമുണ്ട് പരിപാടികൾ. സെന്റ് ജീൻ പള്ളിയിൽ മൂന്നു മണിയടിക്കുമ്പോൾ അത്താഴമുണ്ട്. ഇനി മൂന്നാകാൻ പതിനഞ്ചു മിനിറ്റേയുള്ളൂ.

രാജ്ഞിയും അവരുടെ തോഴിമാരും ആ മുറിയിൽനിന്നും അടുത്ത മുറിയിലേക്കു പോയതായി ആർട്ഗ്നനു മനസിലായി. കാരണം അവരുടെ ശബ്ദം നേർത്തില്ലാതാകുന്നതായി അവനറിഞ്ഞു. മാഡം ബോണസ്യൂ അവന്റെയരികിൽ വരികയും ചെയ്തു.

"അവസാനം.....!" ആർട്ഗ്നൻ പറഞ്ഞു.

"ഒച്ചയുണ്ടാക്കരുതേ" കൈകൊണ്ട് അവന്റെ ചുണ്ടുകളമർത്തിക്കൊണ്ട് അവൾ തടഞ്ഞു. "വന്ന വഴിക്കുതന്നെ പൊയ്ക്കോളൂ."

"നമ്മൾ ഇനി എപ്പോൾ എവിടെ വച്ചു കാണും?" ആർട്ഗ്നൻ ചോദിച്ചു.

"നിങ്ങൾ വീട്ടിൽ ചെല്ലുമ്പോൾ അവിടെയൊരു കുറിപ്പുണ്ടായിരിക്കും.... ഇപ്പോൾ എന്തായാലും ഇവിടെനിന്നു പോകണം" മാഡം ബോണസ്യൂ പറഞ്ഞു.

ഇടവഴിയിലേക്കിറങ്ങിപ്പോകാനായി അവൾ അവനു വാതിൽ തുറന്നുകൊടുത്തു. തോളിൽ തള്ളി അവനെ പുറത്തിറക്കുകയും ചെയ്തു. ഒരു കുട്ടിയെപ്പോലെ അവൻ അവളെ അനുസരിച്ചു; ഒരെതിർപ്പുമില്ലാതെ. അവന്റെ അവളോടുള്ള ഇഷ്ടത്തിന്റെ യഥാർഥ തെളിവ് ഇതല്ലാതെ മറ്റെന്താണ്.

23

കൂടിക്കാഴ്ച

നൃത്തപരിപാടിക്കുശേഷം ആർട്ഗ്നൻ തന്റെ വീടുവരെ ഓടി. വെളുപ്പാൻകാലം മൂന്നുമണി കഴിഞ്ഞിരിക്കുന്നു. പാരീസിന്റെ അപകടം പിടിച്ച വഴികളിലൂടെയാണ് അവന്റെ ഓട്ടം. പക്ഷേ, കുഴപ്പങ്ങളൊന്നും ഉണ്ടായില്ല. അല്ലെങ്കിൽത്തന്നെ കുടിയന്മാർക്കും കാമുകന്മാർക്കും ഒക്കെ പ്രത്യേകം പ്രത്യേകം ദൈവങ്ങളുണ്ടല്ലോ.

തന്റെ വീടിന്റെ വശത്തുള്ള ചെറിയ വാതിൽ തുറന്നു കിടക്കുന്നത് ആർട്ഗ്നൻ കണ്ടു. സ്വകാര്യ കോണിവഴി കയറിയശേഷം അവൻ വാതിലിൽമുട്ടി. അവനും വേലക്കാരനുംകൂടി അങ്ങനെ കയറാനാണ് തീരുമാനിച്ചിരുന്നതും. രണ്ടുമണിക്കൂർ മുമ്പ് വേലക്കാരൻ പ്ലാഞ്ചെറ്റിനെ വീട്ടിലേക്കു പറഞ്ഞയച്ചിരുന്നു. അയാൾ വാതിൽ തുറന്നു.

"ആരെങ്കിലും എനിക്കു തരാൻ ഒരു കത്തു കൊണ്ടുവന്നിരുന്നോ?" ആർട്ഗ്നൻ ചോദിച്ചു.

"ആരും കൊണ്ടുവന്നില്ല സർ" പ്ലാഞ്ചെറ്റ് പറഞ്ഞു. "പക്ഷേ ഒരു കത്ത് തനിയെ ഇങ്ങുവന്നിട്ടുണ്ട്."

"നീയെന്താണീ പറയുന്നത്?"

"ഇതിന്റെ താക്കോൽ രാത്രി മുഴുവൻ എന്റെ കൈയിലുണ്ടായിരുന്നു. എന്നിട്ടും ഒരു കത്ത് അങ്ങ് കിടക്കുന്ന മുറിയുടെ മേശപ്പുറത്തു ഇരുന്നു. ഞാൻ കയറിവന്നപ്പോഴാണ് അതു കണ്ടത്."

"എന്നാൽ ആ കത്തെവിടെ?"

"ആ മേശപ്പുറത്തു തന്നെയുണ്ട് സർ. ആരുടെയും വീട്ടിൽ കത്തുകൾ തനിയെ വരാറില്ല. ജനാല അടയ്ക്കാതിരിക്കുകയാണെങ്കിൽ ഇതിനൊരു നിഗൂഢത കാണില്ലായിരുന്നു. പക്ഷേ, എല്ലാം ഞാൻ അടച്ചു പൂട്ടിയിരുന്നു. അതുകൊണ്ട് സൂക്ഷിക്കണം സർ. ഈ കത്തിനെന്തോ

ഒരു മന്ത്രശക്തിയുണ്ട്."

പ്ലാഞ്ചെറ്റ് ഇങ്ങനെ സംസാരിച്ചുകൊണ്ടു നിൽക്കുമ്പോൾത്തന്നെ ആർട്ഗ്നൻ അവന്റെ കിടപ്പുമുറിയിലേക്ക് ഓടിക്കയറി കത്തെടുത്തു വായിച്ചുകഴിഞ്ഞിരുന്നു. അതിൽ ഇപ്രകാരം എഴുതിയിരുന്നു.

"ഞങ്ങൾ നിങ്ങളോടു നന്ദിപറയുന്നു.

ഇന്നുരാത്രി പത്തുമണിക്ക് സെന്റ് ക്ലൗഡിലേക്കു വരൂ. മോൺസ്യൂർ ഈസ്ട്രിയുടെ വീടിന്റെ ഒരു മൂലയ്ക്കായിട്ട്."

ഈ കത്തു വായിക്കുന്ന നേരത്ത് അവന് തന്റെ ഹൃദയം ത്രസിക്കുന്നതുപോലെ തോന്നി. അവനുകിട്ടിയ ആദ്യത്തെ പ്രേമലേഖനമായിരുന്നു ഇത്. പരസ്പരം കാണാനുള്ള ആദ്യത്തെ സന്ദർഭമൊരുക്കലായിരുന്നു അത്.

വായിക്കുമ്പോൾ തന്റെ യജമാനന്റെ മുഖത്തുണ്ടാകുന്ന ഭാവമാറ്റം പ്ലാഞ്ചെറ്റ് ശ്രദ്ധിച്ചു.

"സർ" പ്ലാഞ്ചെറ്റ് പറഞ്ഞു, "ഞാൻ പറഞ്ഞത് ശരിയല്ലേ? ആ കത്തിന് എന്തോ ഒരു മാന്ത്രികതയില്ലേ?"

"നീ പറഞ്ഞതിൽ പൂർണമായും തെറ്റുപറ്റി" ആർട്ഗ്നൻ പറഞ്ഞു. "അതു തെളിയിക്കാൻ ഇതാ ഈ പണംകൊണ്ടുപോയി നന്നായി കുടിക്കൂ" ആർട്ഗ്നൻ പറഞ്ഞു.

"നന്ദിയുണ്ട് സർ. അങ്ങു പറയുന്നതെന്തും ഞാൻ ചെയ്തോളാമെന്ന് വാക്കുതരുന്നു. എങ്കിലും എനിക്കു പറയാതിരിക്കാൻ നിർവാഹമില്ല. ആ കത്തുവന്നത് അടച്ചിട്ടിരുന്ന മുറിക്കകത്തേക്കാണ്."

"സുഹൃത്തേ അതു സ്വർഗത്തിൽനിന്നും വീണതാണ്. അതെ സ്വർഗത്തിൽനിന്നും വീണത്."

"എങ്കിൽ അതിൽ തെറ്റൊന്നുമില്ല സർ."

"ഒരു തെറ്റുമില്ലേയില്ല പ്ലാഞ്ചെറ്റ്. ഈ ഭൂമുഖത്ത് ഏറ്റവും സന്തുഷ്ടനായ മനുഷ്യനാണ് ഞാൻ" ആർട്ഗ്നൻ പറഞ്ഞു.

"അങ്ങേക്ക് സന്തോഷമായ സ്ഥിതിക്ക് എനിക്കിനി ഉറങ്ങാൻ പോകാമല്ലോ."

"തീർച്ചയായിട്ടും. ശുഭരാത്രി നേരുന്നു!"

"അങ്ങേക്ക് എല്ലാ അനുഗ്രഹങ്ങളും സ്വർഗത്തിൽനിന്നും കിട്ടട്ടെ. പക്ഷേ എനിക്ക് പറയാതിരിക്കാൻ നിവർത്തിയില്ല. ആ കത്ത്...."

പറയാനുദ്ദേശിച്ച കാര്യം അപൂർണമാക്കിവിട്ടശേഷം പ്ലാഞ്ചെറ്റ് അവിടെനിന്നും പോയി. യജമാനന്റെ ഔദാര്യത്തെക്കുറിച്ച് തലയിളക്കിച്ചിരിച്ചുകൊണ്ടാണ് അയാൾ അവിടെനിന്നും പോയത്.

ആർട്ഗ്നൻ ഒറ്റയ്ക്കായി. അവൻ ആ കത്ത് പലതവണ വായിച്ചു. താൻ സ്നേഹിക്കുന്ന പെണ്ണിന്റെ കൈകൊണ്ടെഴുതിയ ആ കത്തിനെ വൻ പലവുരു ചുംബിച്ചു.

തുടർന്നയാൾ ഉറങ്ങാൻ പോയി. ഉറക്കത്തിന്റെ ഗാഢതയിൽ അവൻ സുന്ദരമായ സ്വപ്നങ്ങൾ കണ്ടു.

പിറ്റേന്ന് ഏഴുമണിക്ക് അവൻ എഴുന്നേറ്റു. പ്ലാഞ്ചെറ്റിനെ അവൻ വിളിച്ചു. രണ്ടാമത്തെ തവണ വിളിച്ചപ്പോൾ പ്ലാഞ്ചെറ്റ് ഓടിയെത്തി. തലേ ദിവസത്തെ സംഭവത്തിന്റെ അസ്വസ്ഥത അവന്റെ മുഖത്ത് അപ്പോഴും പ്രതിഫലിച്ചിരുന്നു.

"പ്ലാഞ്ചെറ്റ്" ആർട്ഗ്നൻ അയാളോടു പറഞ്ഞു. "ഞാൻ പകൽ മുഴുവൻ പുറത്തായിരിക്കും. നിങ്ങൾക്ക് വൈകുന്നേരം ഏഴുമണിവരെ മറ്റു ജോലികൾ ഒന്നുമില്ലല്ലോ. ഏഴുമണിയാകുമ്പോൾ രണ്ടു കുതിരകളെ തയാറാക്കി നിർത്തിയിരിക്കണം."

"അപ്പോൾ നമ്മുടെ ശരീരത്തിൽ കുറച്ചു സുഷിരങ്ങൾ കൂടിയുണ്ടാക്കാനുള്ള പുറപ്പാടാണ്, അല്ലേ?" പ്ലാഞ്ചെറ്റ് ചോദിച്ചു.

"ആ തോക്കുകളും എടുത്തോളൂ."

"എനിക്കറിയാം സർ" പ്ലാഞ്ചെറ്റ് പറഞ്ഞു. "ആ നശിച്ച കത്ത്...."

"ശാന്തമാകൂ വിഡ്ഢി! നാം ഒരു കൊച്ച് ഉല്ലാസയാത്രയ്ക്കു പോകുകയാണ്. അതല്ലാതെ മറ്റൊന്നിനുമല്ല."

"അതുശരി. മുമ്പൊരിക്കൽ നാം പോയതുപോലുള്ളത്. വെടിയുണ്ടകൾ അന്നു നമ്മുടെമേൽ പാഞ്ഞെത്തിയതും വാളുകൾ നമ്മുടെ മുഖത്തുരഞ്ഞതുമൊക്കെ ഞാൻ ഓർക്കുന്നു."

"തനിക്കു പേടിയാണെങ്കിൽ ഇവിടെത്തന്നെ നിന്നോളൂ. ഒരു പേടിത്തൊണ്ടൻ കൂടെ വരുന്നതിനെക്കാൾ ഒറ്റയ്ക്കു പോകുന്നതാണു നല്ലത്" ആർട്ഗ്നൻ പറഞ്ഞു.

"അതു നല്ലതല്ല സർ. ഞാൻ പ്രവർത്തിക്കുന്നത് അങ്ങു നേരിട്ടു കണ്ടറിഞ്ഞതാണല്ലോ."

"അന്നുപയോഗിച്ച ധീരതയുടെ ബാക്കിയൊന്നും മിച്ചമായിട്ടുണ്ടാകില്ലെന്നാണ് ഞാൻ കരുതിയത്" ആർട്ഗ്നൻ പറഞ്ഞു.

"ഓ! ഞാനൊന്നു വേണമെന്ന് വിചാരിച്ചാൽ മതി. അപ്പോൾ ധൈര്യം കിട്ടും. പക്ഷേ നീണ്ടുനിൽക്കണമെന്ന് അങ്ങു കരുതുന്നെങ്കിൽ ഇത് വെറുതെ നഷ്ടപ്പെടുത്തിക്കളയരുത്."

"ഇന്നുരാത്രിയിൽ അൽപ്പം ധീരത എടുക്കാൻ നിങ്ങളുടെ കൈയിലുണ്ടാകുമോ?"

"ഉണ്ടാകുമെന്നു തോന്നുന്നു" പ്ലാഞ്ചെറ്റ് പറഞ്ഞു.

"കൊള്ളാം. എന്നാൽ ഞാൻ നിന്നെ പരിഗണിക്കുന്നു."

"ഞാൻ കൃത്യം ഏഴുമണിക്ക് തയാറായിരിക്കും. പക്ഷേ നമ്മുടെ കുതിരലായത്തിൽ ഒരു കുതിരയല്ലേയുള്ളൂ" പ്ലാഞ്ചെറ്റ് പറഞ്ഞു.

"ഇപ്പോൾ ഒന്നേയുള്ളൂ. പക്ഷേ ഇന്നു വൈകുന്നേരമാകുമ്പോൾ നാലു കുതിരകൾകൂടി അവിടെയുണ്ടാകുമെന്ന് ഞാൻ പറയുന്നു."

"അപ്പോൾ കൂടുതൽ കുതിരകളെ കിട്ടാനാണല്ലേ നാം ഇംഗ്ലണ്ടിൽ പോയത്?"

"അതെ."

തുടർന്ന് ആർട്ഗ്നൻ അവിടംവിട്ടു.

മോൺസ്യൂർ ബോണസ്യൂ ആർട്ഗ്നന്റെ വീടിന്റെ വാതിലിനരികിൽ നിൽക്കുകയായിരുന്നു. അയാളോട് ഒന്നും സംസാരിക്കേണ്ടെന്നാണ് യഥാർഥത്തിൽ ആർട്ഗ്നൻ തീരുമാനിച്ചിരുന്നത്. പക്ഷേ ആ തുണിക്കച്ചവടക്കാരൻ സൗഹൃദത്തോടെ അഭിവാദ്യം ചെയ്തപ്പോൾ, തിരിച്ച് അഭിവാദ്യം ചെയ്യാതിരിക്കാനോ അവിടെനിന്നു സംസാരിക്കാതിരിക്കാനോ അവനു കഴിഞ്ഞില്ല. അല്ലെങ്കിൽത്തന്നെ അയാളോടു താൽപ്പര്യം കാണിക്കാതിരിക്കുന്നതെങ്ങനെ? അയാളുടെ ഭാര്യയല്ലേ തന്നോടൊത്ത് ഒരു കൂടിക്കാഴ്ച നടത്താൻ താൽപ്പര്യം കാണിച്ചിരിക്കുന്നത്.

അവരുടെ സംഭാഷണവിഷയം സ്വാഭാവികമായും ആ സാധുവിന്റെ ജയിൽവാസത്തിലേക്കു തിരിഞ്ഞു. മിയൂങ്ങിലെ അപരിചിതനുമായി അയാൾ നടത്തിയ സംഭാഷണം ആർട്ഗ്നൻ മാറിനിന്നു കേട്ടിരുന്നു. ഇതൊന്നുമറിയാതെ അയാൾ മോൺസ്യൂർ ലാഫിമാസ് നടത്തിയ മർദനങ്ങളെക്കുറിച്ച് വിവരിച്ചു. അയാളായിരുന്നു കർദിനാളിന്റെ കൽപ്പനകൾ നടപ്പിലാക്കുന്ന ഉദ്യോഗസ്ഥൻ. ബാസ്റ്റിലിനെക്കുറിച്ചും അവിടത്തെ പൂട്ടിനെയും താഴിനെയുംകുറിച്ചും രഹസ്യദ്വാരങ്ങളെക്കുറിച്ചും ഇരുമ്പുദണ്ഡുകളെക്കുറിച്ചും ശിക്ഷ നടത്തുന്ന ആയുധങ്ങളെക്കുറിച്ചും ദീർഘമായി സംസാരിച്ചു.

ആർട്ഗ്നൻ ക്ഷമയോടെ എല്ലാം കേട്ടുനിന്നു. തുടർന്ന് ആർട്ഗ്നൻ അയാളോടു ചോദിച്ചു: "മാഡം ബോണസ്യൂ എവിടെയാണ്? തട്ടിക്കൊണ്ടുപോകപ്പെട്ട അവരെ നിങ്ങൾ കണ്ടുപിടിച്ചോ? നമ്മളെ പരസ്പരം അടുപ്പിച്ചത് ആ സംഭവമായിരുന്നല്ലോ?"

"ആരാണ് അവളെ തട്ടിക്കൊണ്ടുപോയതെന്നതിനെപ്പറ്റിയുള്ള ഒരു സൂചനയും ആരും എനിക്കു തന്നില്ല" ബോണസ്യൂ പറഞ്ഞു. "ആരാണ് തട്ടിക്കൊണ്ടു പോയതെന്ന് അറിയില്ലെന്ന് എന്റെ ഭാര്യയും ആണയിട്ടു പറയുന്നു."

ബോണസ്യൂ വീണ്ടും സൗഹൃദസ്വരത്തിൽ പറഞ്ഞു: "പിന്നെന്തൊക്കെയാണ് ഈ ദിവസങ്ങളിലെ വിശേഷങ്ങൾ? നിങ്ങളെയും നിങ്ങളുടെ സുഹൃത്തുക്കളെയും ഈയിടെയായി കാണാറില്ലല്ലോ. പ്ലാഞ്ചെറ്റ് ഇന്നലെ ബൂട്സ് വൃത്തിയാക്കുന്നതു കണ്ടു. അതു നിറയെ മണ്ണായിരുന്നു. മിനുമിനുത്ത ഈ പാരീസ് റോഡിലെവിടെനിന്നാണാവോ ഈ മണ്ണും ചെളിയും?"

"നീ പറഞ്ഞതു ശരിയാണ്. ഞങ്ങൾക്ക് ഇന്നലെ ഈ നഗരം വിട്ടു കുറച്ചുദൂരം യാത്ര ചെയ്യേണ്ടതുണ്ടായിരുന്നു" ആർട്ഗ്നൻ പറഞ്ഞു.

"ഒരുപാടു ദൂരം യാത്ര ചെയ്തില്ലേ?"

"ഇല്ലില്ല.... ഒരു നൂറ്റിയിരുപത് മൈൽ പോയിട്ടുണ്ടാകും. ഫോർജോസിൽ ചെന്ന് ആതോസിന് ജലം ശേഖരിക്കേണ്ടതുണ്ടായിരുന്നു. ഞങ്ങൾ അവനോടൊപ്പമാണ് പോയത്. എന്റെ സുഹൃത്തുക്കളൊക്കെ പിന്നീടവിടെത്തന്നെ താമസിച്ചു."

"അപ്പോൾ നിങ്ങൾക്ക് മടങ്ങിപ്പോരേണ്ടിവന്നു, അല്ലേ?" ബോണ

സ്യൂ ഒക്കെ മനസിലാക്കിയതുപോലെ പറഞ്ഞു. "നിങ്ങളെപ്പോലെ ചെറുപ്പക്കാരനായ ഒരാൾക്ക് അധികസമയം അവധിയെടുത്തുനിൽക്കാൻ പറ്റില്ലെന്നാണ് എനിക്കു തോന്നുന്നത്. അല്ലെങ്കിൽത്തന്നെ അങ്ങനെ മാറിനിന്നാൽ പെണ്ണുങ്ങൾക്ക് പറയാനായി ധാരാളം കഥകളുണ്ടാകും."

ആർട്ഗ്നൻ മനസു തുറന്നു ചിരിച്ചു; ശബ്ദത്തോടെ തന്നെ.

ആർട്ഗ്നൻ പറഞ്ഞു: "നിങ്ങളിൽ നിന്നൊന്നും ആർക്കും മറച്ചു വെയ്ക്കാനാവില്ലെന്ന് എനിക്കു മനസിലാകുന്നുണ്ട്. നിങ്ങൾ പറഞ്ഞതു ശരിതന്നെയാണ്. അപ്പോഴാണ് പെണ്ണുങ്ങൾക്ക് പറയാൻ കഥകളുണ്ടാകുന്നത്. ഞാൻ മടങ്ങിവരണമെന്ന് ഒരാൾക്ക് പക്ഷേ നിർബന്ധമായിരുന്നു."

ബോണസ്യൂവിന്റെ മുഖത്തു കാർമേഘം മൂടിയതുപോലെ. പക്ഷേ അതു പ്രകടിപ്പിക്കാതിരിക്കാൻ അയാൾ നോക്കി.

"നിങ്ങളുടെ വിശ്വസ്തതയ്ക്ക് ഉടനെ സമ്മാനം കിട്ടാൻ പോകുന്നെന്നു തോന്നുന്നല്ലോ" അയാൾ പറഞ്ഞു. അയാളുടെ സ്വരത്തിൽ ഒരു ഇടർച്ച ഉണ്ടായിരുന്നു. പക്ഷേ അയാൾ അതു നിയന്ത്രിച്ചിരുന്നു.

"നിങ്ങൾ സമ്മതിക്കുന്നു അല്ലേ? നിങ്ങൾക്കങ്ങനെ ഒരു കൂടിക്കാഴ്ചയ്ക്ക് അവസരം ഒത്തുകിട്ടിയിട്ടില്ലെന്നു വെറുതെയൊന്ന് അഭിനയിച്ചു കൂടായിരുന്നോ?" ആർട്ഗ്നൻ ചിരിച്ചുകൊണ്ടു ചോദിച്ചു.

"ഞാനങ്ങനെ സമ്മതിച്ചതൊന്നുമല്ല. ഇന്നു വൈകുന്നേരത്ത് നിങ്ങൾ വരുമോയെന്ന് അറിയാൻവേണ്ടി ചോദിച്ചതാണ്."

"അതെന്തിനാണ് നിങ്ങൾ അറിയുന്നത്? എനിക്കുവേണ്ടി നിങ്ങൾ കാത്തിരിക്കാൻ തീരുമാനിച്ചിട്ടുണ്ടോ?" ആർട്ഗ്നൻ ചോദിച്ചു.

"അതൊന്നുമല്ല. കാര്യമിതാണ്. എന്നെ പൊലീസ് അറസ്റ്റുചെയ്തതിനുശേഷം വാതിൽ തുറക്കുന്ന ശബ്ദം കേട്ടാൽമതി – പ്രത്യേകിച്ച് രാത്രിയിൽ – വലിയ പേടിയാണെനിക്ക്. നിങ്ങൾക്കെന്നെ കുറ്റം പറയാനാവില്ല. ഞാനൊരു വസ്ത്രവ്യാപാരിയല്ലേ. യോദ്ധാവല്ലല്ലോ."

"മതി മതി. എത്ര വൈകിയാലും ഞാൻ മടങ്ങിവരുമ്പോൾ നിങ്ങൾ പേടിക്കേണ്ട ആവശ്യമേയില്ല. എന്റെ വരവ് ഒരുമണിക്കോ രണ്ടുമണിക്കോ വെളുപ്പിന് മൂന്നുമണിക്കോ ആവാം. ഞാനാണെന്ന് ഓർത്താൽ മതി. രാത്രി മുഴുവൻ ഞാൻ വന്നില്ലെങ്കിലും നിങ്ങൾക്കു ഭയപ്പെടാനില്ല."

ബോണസ്യൂ വളരെയധികം വിളറി.

ആർട്ഗ്നൻ അയാളുടെ മുഖമാറ്റം ശ്രദ്ധിച്ചു.

"എന്തുപറ്റി?" ആർട്ഗ്നൻ ചോദിച്ചു.

"ഏയ് ഒരു പ്രശ്നവുമില്ല" ബോണസ്യൂ പറഞ്ഞു. "എനിക്ക് ഈയിടയായുണ്ടായ പ്രശ്നങ്ങൾക്കുശേഷം പെട്ടെന്ന് തലചുറ്റാറുണ്ട്. ഇപ്പോൾ അങ്ങനെയൊന്ന് ഉണ്ടായതാണ്. അതു കാര്യമാക്കേണ്ട. നിങ്ങൾ നിങ്ങളുടെ കാര്യം നോക്കിക്കോളൂ."

"അതിനു പ്രത്യേകമായൊന്നും എനിക്കു വേണ്ട. ഞാൻ നല്ലതുപോലെ എന്റെ കാര്യങ്ങൾ നോക്കുന്നുണ്ട്."

"നിങ്ങൾക്ക് അത് അത്ര ഉറപ്പിച്ചു പറയാൻ പറ്റില്ല. ഇന്നു വൈകു

ന്നേരം യഥാർഥത്തിൽ എന്തു സംഭവിക്കുമെന്ന് നിങ്ങൾക്കറിഞ്ഞുകൂടാ."

"ഞാൻ വൈകുന്നേരംവരെ നോക്കിയിരിക്കാം. ഒരുപക്ഷേ നിങ്ങളും നോക്കിയിരിക്കുകയായിരിക്കും. മാഡം ബോണസ്യൂ ഒരുപക്ഷേ നിങ്ങളെ കാണാൻ വരുന്നുണ്ടായിരിക്കും" ആർട്ഗ്നൻ പറഞ്ഞു.

"അവൾക്ക് ഇന്ന് വരാൻ പറ്റുകയില്ല" അയാൾ അൽപ്പം ഗൗരവത്തിൽ പറഞ്ഞു. അവരെ ഇന്നു ലൗവ്രിൽ പിടിച്ചു നിർത്തിയിരിക്കുകയാണ്."

"അതു കഷ്ടമായിപ്പോയല്ലോ ബോണസ്യൂ. എനിക്കു സന്തോഷമായിരിക്കുമ്പോൾ ലോകത്തിൽ എല്ലാവരും സന്തോഷമായിരിക്കണമെന്നാണ് എന്റെ ആഗ്രഹം. പക്ഷേ ഇക്കാര്യത്തിലതു പറ്റുമെന്നു തോന്നുന്നില്ല."

ആർട്ഗ്നൻ ആ തമാശയിൽ സ്വയം ചിരിച്ചുകൊണ്ട് നടന്നുനീങ്ങി. അവന്റെ തമാശയുടെ അർഥം അവനേ മനസിലായുള്ളൂ.

"ആ ചിരിച്ചോളൂ.... ധാരാളം ചിരിച്ചോളൂ" ബോണസ്യൂ പല്ലുകടിച്ചു.

പക്ഷേ, അപ്പോഴേക്കും ആർട്ഗ്നൻ നടന്നകന്നിരുന്നു. അല്ലെങ്കിൽത്തന്നെ അയാളുടെ വാക്കുകളിൽ അസാധാരണമായതൊന്നും ആർട്ഗ്നൻ പ്രതീക്ഷിച്ചിരുന്നില്ല.

ട്രിവീലിയുടെ വീട്ടിലേക്കാണ് ആർട്ഗ്നൻ പോയത്. കഴിഞ്ഞ തവണത്തെ സന്ദർശനസമയത്ത് അയാൾക്ക് എല്ലാം ചർച്ചചെയ്യാനായിരുന്നില്ലല്ലോ.

ട്രിവീലി അത്യുത്സാഹത്തിലായിരുന്നു. സിറ്റിഹാളിലെ നൃത്തസമയത്ത് രാജാവും രാജ്ഞിയും അയാളോട് അതീവസന്തോഷത്തോടെയാണ് പെരുമാറിയത്. എന്നാൽ നേരെമറിച്ച് കർദിനാൾ വളരെ ദുഃഖിതനായിരുന്നു. പക്ഷേ, അതൊന്നും അദ്ദേഹം കാര്യമാക്കിയിരുന്നില്ല. ഒരു മണിയായപ്പോൾ സുഖമില്ലെന്നു പറഞ്ഞുകൊണ്ട് അദ്ദേഹം അവിടം വിട്ടിരുന്നു. എന്നാൽ രാജാവും രാജ്ഞിയും പുലർച്ചെ ആറുമണിവരെ സിറ്റിഹാളിൽ ഉണ്ടായിരുന്നു.

"ഇനി ഞാൻ നിങ്ങളുടെ കാര്യം ഒന്നു ചോദിച്ചോട്ടെ" ശബ്ദം താഴ്ത്തിയും ചുറ്റും ആരുമില്ലെന്ന് ഉറപ്പുവരുത്തിയുമാണ് ട്രിവീലി ചോദിച്ചത്. "നിങ്ങളുടെ മടങ്ങിവരവ് രാജാവിന് ആനന്ദവും രാജ്ഞിക്ക് വിജയവും കർദിനാളിന് നാണക്കേടും ഉണ്ടാക്കിയിരിക്കുന്നുവെന്നു തോന്നുന്നു. സ്വയം സൂക്ഷിച്ചോണം."

"രാജാവിനും രാജ്ഞിക്കും ആനന്ദവും വിജയവും നൽകിയെങ്കിൽ ഞാൻ എന്തിനു ഭയപ്പെടണം?" ആർട്ഗ്നൻ ചോദിച്ചു. "എന്റെ കാര്യം ശരിയായില്ലേ."

"മുഴുവനും ശരിയല്ല. ഞാൻ പറയുന്നത് കേൾക്കണം. നിങ്ങൾ ഭയപ്പെടണം. പ്രതികാരം ചെയ്തുതീരുന്നതുവരെ ഒരുപദ്രവവും കർദിനാൾ ഒരിക്കലും മറക്കുകയില്ല. ഇക്കാര്യത്തിൽ ആ മനുഷ്യൻ പിടികൂടാൻ

നോക്കുന്നത് ഒരു ഗാസ്കനെയാണ്."

"യഥാർഥത്തിൽ അങ്ങേക്കു തോന്നുന്നുണ്ടോ ലണ്ടനിലേക്കു പോയത് ഞാനാണെന്ന് തിരുമേനിക്ക് അറിയാമെന്ന്?"

"അതു ശരി. നിങ്ങൾ ലണ്ടനിലേക്കാണോ പോയിരുന്നത്? ആ കൈയിൽ കിടക്കുന്ന മോതിരം അവിടെനിന്നും കിട്ടിയതാണല്ലേ. സൂക്ഷിക്കണം. ശത്രുക്കളിൽനിന്നും സമ്മാനം വാങ്ങുന്നത് നല്ലതല്ല. അക്കാര്യം പറയുന്ന ഒരു ലാറ്റിൻകവിത തന്നെയുണ്ട്. ഞാനിപ്പോൾ പറയാം...."

"അതെ എനിക്കതറിയാം. ഒരു ലാറ്റിൻകവിത തന്നെയാണത്" ആർട്ഗ്നൻ പറഞ്ഞു.

യഥാർഥത്തിൽ ലാറ്റിൻഭാഷയുടെ ആദ്യാക്ഷരംപോലും അവനറിയില്ലായിരുന്നു. അവന്റെ അധ്യാപകൻപോലും അവനോടു തോറ്റുപോയത് അക്കാര്യത്തിലായിരുന്നു.

"ആ വരികൾ ഞാനിപ്പോൾ ഓർമിച്ചെടുക്കാം" സാഹിത്യവാസനയുള്ള ട്രിവീലി പറഞ്ഞു. 'സമ്മാനം തരുന്ന ശത്രുവിനെ സൂക്ഷിക്കുക' എന്നു തുടങ്ങുന്ന കവിതാഭാഗം അവൻ ചൊല്ലികേൾപ്പിച്ചു.

"അയ്യോ ഈ മോതിരം എനിക്ക് ഒരു ശത്രുവല്ല തന്നത്" ആർട്ഗ്നൻ പറഞ്ഞു. "രാജ്ഞി തന്നതാണ്."

"രാജ്ഞി തന്നതെന്നോ?" ട്രിവീലിക്ക് അതിശയമായി. "അങ്ങനെയെങ്കിൽ ഇത് രാജകീയമായ ഒരു രത്നം തന്നെ. ആയിരം പിസ്റ്റൽസെങ്കിലും ഇതിനു വിലവരും. ആരുടെ പക്കലാണ് ഇതു കൊടുത്തയച്ചിരുന്നത്?"

"നേരിട്ട് തന്നത്" ആർട്ഗ്നൻ പറഞ്ഞു.

"എവിടെവച്ച്?"

"സിറ്റിഹാളിൽ വച്ച്; അവർ വസ്ത്രം മാറുന്നതിനടുത്തുള്ള ഒരു മുറിയിൽവച്ച്."

"അവർ എങ്ങനെയാണിതു തന്നത്?"

"ചുംബിക്കാൻ കൈ നീട്ടിത്തന്നപ്പോൾ കൈയിലതുണ്ടായിരുന്നു."

"വാസ്തവത്തിൽ കൈയ്ക്ക് ചുംബനം കൊടുത്തോ?" ട്രിവീലി അത്ഭുതത്തോടും ആകാംക്ഷയോടും ചോദിച്ചു.

"ഉവ്വ്. ആ ആനുകൂല്യം തന്നുകൊണ്ടാണ് രാജ്ഞി എന്നെ ബഹുമാനിച്ചത്."

"എന്ത് മറ്റുള്ളവരുടെ മുന്നിൽ വച്ചോ? അതവർ കാണിച്ച ബുദ്ധിയില്ലായ്മയാണല്ലോ."

"ആരുടെയും മുന്നിൽ വച്ചായിരുന്നില്ല; ആരും കണ്ടില്ല സർ."

ആർട്ഗ്നൻ നടന്നതു മുഴുവൻ ട്രിവീലിയോടു പറഞ്ഞു.

"ഓ പെണ്ണുങ്ങൾ!" ട്രിവീലി പറഞ്ഞു. "അവർക്കെല്ലാവർക്കും ഒരേപോലുള്ള പ്രേമഭാവനകൾ തന്നെ..... അപ്പോൾ നിങ്ങൾ കണ്ടത് രാജ്ഞിയുടെ കൈ മാത്രമാണ്. അതായത് എപ്പോഴെങ്കിലും നിങ്ങളിനി കണ്ടുമുട്ടുകയാണെങ്കിൽ പരസ്പരം തിരിച്ചറിയുകയില്ലല്ലോ."

“അല്ല സർ.... എന്റെ കൈയിൽ ആ രത്നമോതിരമുണ്ടല്ലോ അപ്പോൾ.....”

“ഞാനൊരു കാര്യം പറയട്ടെ” ട്രിവീലി ചോദിച്ചു.

“തീർച്ചയായും പറയൂ സർ.”

“നീ വീട്ടിൽ പോകുന്ന വഴിയിൽ ആദ്യം കാണുന്ന രത്നക്കടയിൽ കയറി കിട്ടുന്ന വിലയ്ക്ക് ഇത് വിറ്റുകളയൂ. അയാൾ എത്ര പിശുക്കനാ യാലും എണ്ണൂറു പിസ്റ്റൽസിൽ കുറയാത്ത വിലതരും. പിസ്റ്റലുകൾക്ക് പിന്നെ പേരോ ചരിത്രമോ കാണില്ലല്ലോ. പക്ഷേ മോതിരമായിട്ടിരുന്നാൽ അതിനൊരു ചരിത്രം കാണും. ഭയങ്കരചരിത്രം! ഒപ്പം അത് അണിഞ്ഞു കൊണ്ടു നടക്കുന്നവന് അപകടവും!”

“ഈ മോതിരം വിൽക്കണമെന്നോ? ഒരിക്കലുമില്ല. രാജ്ഞി തന്നതാ ണിത്” ആർട്ഗ്നൻ പറഞ്ഞു.

“എങ്കിൽ ആ രത്നം പുറത്തു കാണാത്തരീതിയിൽ ആ മോതിരം ഒന്നു തിരിച്ചിടു. ഗാസ്കൻ പയ്യന്മാർക്ക് രത്നങ്ങളൊന്നും കാണുകയി ല്ലെന്ന് എല്ലാവർക്കുമറിയാം.”

“അപ്പോൾ വാസ്തവത്തിൽ ഞാൻ എന്തെങ്കിലും അപകടത്തിലാ ണോ സർ.”

“കൊളുത്തിയ വെടിക്കരികിൽ ഉറങ്ങുന്ന ഒരാൾ നിന്നെക്കാൾ സുര ക്ഷിതനായിരിക്കും” ട്രിവീലി പറഞ്ഞു.

“എങ്കിൽ ഞാൻ എന്തു ചെയ്യണമെന്നാണ് പറയുന്നത്?”

“സ്വയരക്ഷ നോക്കണം. കർദിനാളിന് ഓർമശക്തിയുണ്ട്. നല്ല ശക്തി യുമുണ്ട്. ആ മനുഷ്യൻ എന്തെങ്കിലും നിങ്ങൾക്കെതിരായി പ്രവർത്തി ക്കും.”

“അദ്ദേഹത്തിന് എന്തുചെയ്യാനൊക്കും സർ?”

“എന്തും ചെയ്തേക്കാം. ചെകുത്താന്റെ പ്രവൃത്തിയാണ് അയാളു ടേത്. നിങ്ങളെ അറസ്റ്റുചെയ്യുന്നതായിരിക്കും നിങ്ങൾക്കെതിരെ അയാൾ ക്കു ചെയ്യാവുന്ന ഏറ്റവും ചെറിയ പ്രവൃത്തി.”

“രാജാവിന്റെ കീഴിലുള്ള ഒരാളിനെ അറസ്റ്റുചെയ്യുവാൻ അദ്ദേഹം ധൈര്യം കാണിക്കുമോ?”

“അവർ ആതോസിനെ അങ്ങനെ അറസ്റ്റുചെയ്തില്ലല്ലോ. മുപ്പതു വർഷക്കാലത്തെ കൊട്ടാരജീവിതാനുഭവമുള്ള ഒരാളിന്റെ അഭിപ്രായം തന്നെ കേട്ടോളൂ. അർഥമില്ലാത്ത സുരക്ഷിതാവസ്ഥയിലിരുന്ന് സ്വയം നശിക്കരുത്. എവിടെയും ശത്രുക്കളുണ്ട്. ഒരു പത്തുവയസുള്ള കുട്ടിയാ ണെങ്കിലും തർക്കത്തിനിടയുണ്ടായാൽ തർക്കത്തിനിറങ്ങരുത്. അതിൽ ലജ്ജിതനാകേണ്ട. ഒരു പാലം കടക്കേണ്ടിവരുമ്പോൾ അതിന്റെ പലക കൾ ഉറച്ചിട്ടുണ്ടോയെന്നു നോക്കണം. ഉയരമുള്ള ഏതെങ്കിലും ഒന്നിന്റെ അരികിൽക്കൂടി പോകുമ്പോൾ ആരും കല്ലുവലിച്ച് തലയിലിടാതിരിക്കാൻ ശ്രദ്ധിക്കണം. വീട്ടിലേക്കെത്തുമ്പോൾ താമസിച്ചുപോയിട്ടുണ്ടെങ്കിൽ, സഹായിയായി വേലക്കാരൻ എപ്പോഴും പരിരക്ഷിക്കാൻ ഉണ്ടാകണം;

വേലക്കാരനും ആയുധം ഉണ്ടായിരിക്കണം. നിനക്കയാളെ വിശ്വസിക്കാമെങ്കിൽ ആയിക്കോട്ടെ; അതുപോലെ സുഹൃത്തുക്കളെയോ ബന്ധുക്കളെയോ വിശ്വസിക്കരുത്. നിന്റെ പ്രിയപ്പെട്ടവളെപ്പോലും."

ആർട്ഗ്നന്റെ മുഖം ചുവന്നു.

"എന്തുകൊണ്ടാണ് പ്രിയപ്പെട്ടവളെ വിശ്വസിച്ചു കൂടാത്തത്?" അവൻ ചോദിച്ചു.

"കാരണമുണ്ട്. കർദിനാളിന് ഏറ്റവും ഉചിതമായ ഉപകരണമാണ് പ്രിയപ്പെട്ടവൾ! അവർ ഏറ്റവും വേഗത്തിലും ഫലവത്തായും ഫലം തരുന്നു.

ഒരു സ്ത്രീ നിങ്ങളെ പത്തു പിസ്റ്റലുകൾക്ക് ചതിക്കും. സാംസനെ ദലീലി ചതിച്ചത് ഓർമയുണ്ടല്ലോ. നിനക്കും *ബൈബിളി*ലെ കഥയറിയാവുന്നതാണല്ലോ."

ആർട്ഗ്നൻ പെട്ടെന്ന് ഓർമിച്ചു; അന്നു രാത്രിയിൽ മാഡം ബോണസ്യൂവുമായി നടത്തേണ്ട കൂടിക്കാഴ്ചയെപ്പറ്റി. സ്ത്രീകളെപ്പറ്റി പൊതുവെയുള്ള ട്രിവീലിയുടെ ചീത്ത അഭിപ്രായം അവളിലുള്ള അവന്റെ വിശ്വാസത്തെ നശിപ്പിച്ചതേയില്ല.

ട്രിവീലി വിഷയം മാറ്റിക്കൊണ്ട് തന്റെ സംസാരം തുടർന്നു: "നിങ്ങളുടെ മൂന്നു സുഹൃത്തുക്കൾക്ക് എന്തുപറ്റി?"

"അക്കാര്യം ഞാൻ അങ്ങോട്ടു ചോദിക്കാനിരിക്കുകയായിരുന്നു. അവരെപ്പറ്റി എന്തെങ്കിലും വിവരം കിട്ടിയോ സർ?"

"ഇല്ല. ഒന്നും കിട്ടിയില്ല."

"യാത്രയിൽ ഓരോരുത്തരെയായി എനിക്കു വിടേണ്ടിവന്നു. പോർത്തോസിനെ ചാന്റിലിൽ ഒരു ദ്വന്ദ്വയുദ്ധത്തിനു വിട്ടു. ക്രെവികോയ്റിൽ ആറമീസിനെ വിട്ടുപോയപ്പോൾ അയാളുടെ തോളത്ത് ഒരു മുറിവുണ്ടായിരുന്നു. കള്ളനാണയത്തിന്റെ പേരിൽ ആമീൻസിൽവച്ച് ആതോസിനെ കുറേപ്പേർ പിടികൂടുകയും ചെയ്തു."

"അതുശരി! അപ്പോൾ നിങ്ങൾ എങ്ങനെയാണ് രക്ഷപ്പെട്ടത്?"

"ഞാൻ ഭാഗ്യത്തിനു രക്ഷപ്പെട്ടതാണ്. വാർഡ്സിലെ പ്രഭുവിന്റെ കൈയിൽനിന്ന് വാളുകൊണ്ട് എന്റെ പള്ളയ്ക്കൊരു കുത്തുകൊണ്ടതാണ്. പക്ഷേ, വഴിയരികിൽ ഞാനയാളെ മൃതപ്രാണനാക്കിയിട്ടു."

"ഞാൻ പറഞ്ഞുവരുന്നത് കൂടുതൽ ശരിയാകുകയാണ്. കർദിനാളിന്റെ ഏജന്റുമാരിൽ ഒരാളാണ് വാർഡ്സിലെ പ്രഭു. റൊച്ചിഫോർട്ടിന്റെ കസിൻ! സുഹൃത്തേ എനിക്കൊരുപായം തോന്നുന്നു."

"എന്താണെന്നു പറയൂ സർ" ആർട്ഗ്നൻ പറഞ്ഞു.

"കർദിനാൾ അടുത്ത കുറച്ചുനാളത്തേക്കു നിങ്ങളെ പാരീസിൽ അന്വേഷിക്കാനിടയുണ്ട്. അതിനാൽ നിങ്ങൾ ഇവിടംവിട്ട് പിക്കാർഡിയിലേക്കു പോകുന്നതാണ് നല്ലത്; നിങ്ങളുടെ മൂന്നു സുഹൃത്തുക്കളെ അന്വേഷിക്കാൻവേണ്ടി. അവർ ചെയ്ത ഉപകാരത്തിന് നിങ്ങൾക്കു ചെയ്യാവുന്ന ഏറ്റവും ചെറിയ പ്രവൃത്തിയാണിത്."

“അങ്ങുപറഞ്ഞത് ശരിയാണ്; നാളെത്തന്നെ ഞാൻ പോയേക്കാം.”

“നാളെയോ? ഇന്നെന്തുകൊണ്ടു പൊയ്ക്കൂടാ?”

“ഇന്നുരാത്രിയിൽ എനിക്കൊരാളെ പാരീസിൽ കാണാനുണ്ട്. എനിക്ക് അത് ഒരു പ്രധാന കാര്യമാണ്.”

“എന്തു പ്രധാനപ്പെട്ട കാര്യം? വല്ല പ്രേമവും? ഒന്നും മറച്ചുവയ്ക്കേണ്ട. ഞാൻ വീണ്ടും പറയുകയാണ് സൂക്ഷിക്കണം. സ്ത്രീകളാണ് നമുക്ക് കുഴപ്പങ്ങൾ ഉണ്ടാക്കിവയ്ക്കുന്നത്. എപ്പോഴും അങ്ങനെയായിരുന്നു. ഇനിയും അങ്ങനെതന്നെ ആകാനാണ് സാധ്യത. അതിനാൽ നിങ്ങൾ ഇന്നുതന്നെ പോകണം.”

“അതുപറ്റില്ല സർ.”

“നിങ്ങൾ കാണാമെന്ന് വാക്കു പറഞ്ഞിട്ടുണ്ടോ?”

“അതെ സർ.”

“എന്നാൽ നിങ്ങൾ ആ വാക്കു പാലിക്കണം. ഇന്നു നിങ്ങൾ കൊല്ലപ്പെട്ടില്ലെങ്കിൽ നാളെ നിങ്ങൾ ഇവിടെനിന്നും പൊയ്ക്കൊള്ളാമെന്ന് വാക്കു പറയണം.”

“ഞാൻ വാക്കുപറയുന്നു.”

“നിനക്കു പണം വല്ലതും വേണോ?”

“പണം ഉണ്ട്. അമ്പതുപിസ്റ്റൽസ് ഇനിയുമുണ്ട്; അതു മതിയാകുമെന്നാണ് എനിക്കു തോന്നുന്നത്.”

“നിന്റെ സുഹൃത്തുക്കൾക്കോ?”

“അവരുടെ കൈയിലും ആവശ്യത്തിനുണ്ടാകും. പാരീസ് വിട്ടപ്പോൾ ഞങ്ങൾ ഓരോരുത്തരുടെയും കൈയിൽ എഴുപത്തിയഞ്ചു പിസ്റ്റൽസു വീതം ഉണ്ടായിരുന്നു.”

“നിങ്ങൾ പോകുന്നതിനുമുമ്പ് ഞാൻ വീണ്ടും കാണണമോ?”

“ഇതിന്റെ ഇടയ്ക്ക് പ്രത്യേക വിശേഷങ്ങളൊന്നും ഉണ്ടാകില്ലെന്നാണ് എന്റെ വിശ്വാസം.”

“അങ്ങനെയെങ്കിൽ യാത്രയായിക്കോളൂ; എല്ലാ മംഗളങ്ങളും!”

“നന്ദിയുണ്ട് സർ.”

ആർട്ഗ്നൻ യാത്രപറഞ്ഞിറങ്ങി. ട്രിവീലിയുടെ തന്നോടുള്ള പ്രത്യേക താൽപ്പര്യവും വിശ്വസ്തതയും അവന്റെ മനസിൽത്തന്നെക്കിടന്നു.

ആർട്ഗ്നൻ തന്റെ മൂന്നു സ്നേഹിതന്മാരുടെയും താമസസ്ഥലത്തേക്കാണു പോയത്. ആരും മടങ്ങിവന്നിട്ടുണ്ടായിരുന്നില്ല. അവരെക്കുറിച്ചുള്ള വിവരങ്ങളും ലഭിച്ചില്ല. വിവരങ്ങൾ അറിയുന്നതിനുവേണ്ടി അവരുടെ ഇഷ്ടപ്പെട്ടവരായ സ്ത്രീകളുടെ അരികിൽ ചെന്നാലോയെന്നും അവൻ ആലോചിച്ചു. പക്ഷേ, നിർഭാഗ്യവശാൽ പോർത്തോസിന്റെയും ആരമീസിന്റെയും പ്രിയേശ്വരികളെക്കുറിച്ച് അവനറിയില്ലായിരുന്നു.

പോകുന്നവഴിയിൽ അവൻ കുതിരലായത്തിലേക്കു നോക്കി. ബക്കിംഗ്ഹാംപ്രഭു പറഞ്ഞതനുസരിച്ചുള്ള നാലു കുതിരകളും അവിടെ

യെത്തിയിട്ടുണ്ട്, അവയെ കണ്ടപ്പോൾ അവനു സന്തോഷമായി. ചന്തമുള്ള കുതിരകൾ! പ്ലാഞ്ചെറ്റ് അവയുടെ ശരീരം തുടയ്ക്കുകയായിരുന്നു.

"അങ്ങു വന്നത് ഭാഗ്യം" ആർട്ഗ്നനെ കണ്ടപ്പോൾ പ്ലാഞ്ചെറ്റ് വിളിച്ചു പറഞ്ഞു.

"എന്താ വിശേഷം?"

"നമ്മുടെ വീട്ടുടമ ബോണസ്യൂവിനെക്കുറിച്ച് എനിക്കൊരു കാര്യം പറയാനുണ്ട്. അങ്ങ് യഥാർഥത്തിൽ അയാളെ വിശ്വസിക്കുന്നോ?"

"ഇല്ല; വിശ്വസിക്കാമെന്നു തോന്നുന്നുമില്ല."

"സന്തോഷമായി സർ."

"അതെന്താ? എന്താ നീയുദ്ദേശിച്ചത്?"

"ഇന്നുരാവിലെ അയാൾ അങ്ങയോടു സംസാരിച്ചുകൊണ്ടു നിൽക്കുമ്പോൾ ഞാൻ അയാളുടെ മുഖത്തുനോക്കി. യഥാർഥത്തിൽ അയാൾ അങ്ങയെ ശ്രദ്ധിക്കുന്നില്ലായിരുന്നു; വെറുതെയുള്ള നിൽപ്പ്. രണ്ടോ മൂന്നോ തവണ അയാളുടെ മുഖം വല്ലാതെ വിളറുന്നുണ്ടായിരുന്നു."

"അതെന്താ?"

"അങ്ങ് അതു ശ്രദ്ധിച്ചിട്ടുണ്ടാകില്ല. കാരണം അങ്ങയുടെ ചിന്ത മുഴുവൻ ആ കിട്ടിയ കത്തിനെക്കുറിച്ചായിരുന്നല്ലോ. അങ്ങേക്കറിയാമല്ലോ, ഞാൻ വളരെ സൂക്ഷ്മമായി കാത്തിട്ടും ആ കത്ത് മുറിക്കകത്തുവന്നു. ഒരുപക്ഷേ, ആ വീട്ടുടമയ്ക്ക് ഈ കത്തുമായി എന്തെങ്കിലും ഒരു ബന്ധമുണ്ടായിക്കൂടെന്നില്ലേ. അതുകൊണ്ട് നിങ്ങൾ സംസാരിക്കുമ്പോൾ ഞാൻ അയാളുടെ മുഖത്തുമാത്രം നോക്കിയാണ് നിന്നത്."

"എന്നിട്ട് നിനക്കു വല്ലതും മനസിലായോ?"

"അയാളുടെ മുഖത്ത് കള്ളലക്ഷണം തന്നെയായിരുന്നു."

"സത്യമാണോ?"

"എനിക്കു സംശയം തോന്നാൻ വേറെയും കാരണമുണ്ട് സർ. അങ്ങു പോയ ഉടനെ അയാൾ ഓടി അകത്തേക്കു കയറി. തൊപ്പിവെച്ചു പുറത്തുവന്നശേഷം മുൻവാതിൽ പൂട്ടുകയും റോഡിലേക്ക് ഓടിയിറങ്ങി അങ്ങുപോയതിന്റെ എതിർവശത്തേക്ക് പോകുകയും ചെയ്തു."

"ശരിയാണ് അതിലൊക്കെ വലിയ സംശയങ്ങൾ നിഴലിക്കുന്നുണ്ട്. സാരമില്ല. മുഴുവൻ വിവരങ്ങളും ലഭിക്കുന്നതുവരെ നമുക്കിനി അയാൾക്കു വാടക കൊടുക്കേണ്ട" ആർട്ഗ്നൻ പറഞ്ഞു.

"സർ തമാശ പറയുകയാണെന്നു തോന്നുന്നു; കാര്യങ്ങൾ ഗൗരമാണെന്ന് സാറിനു മനസിലാകണം."

"എന്നാൽ ഞാനിനി എന്താണ് ചെയ്യേണ്ടതെന്ന് പ്ലാഞ്ചെറ്റുതന്നെ പറയൂ" ആർട്ഗ്നൻ പറഞ്ഞു. "വരാനുള്ളത് വഴിയിൽത്തങ്ങുകയില്ലല്ലോ."

"സർ, ഇന്നത്തെ ആ കൂടിക്കാഴ്ച വേണ്ടെന്നു വയ്ക്കരുതോ?"

"ഇല്ല പ്ലാഞ്ചെറ്റ്. നിന്റെ സംഭാഷണമൊക്കെ കേട്ടപ്പോൾ അത് ഒരിക്കലും മാറ്റിവയ്ക്കരുതെന്ന് എനിക്ക് തോന്നിപ്പോകുന്നു. ബോണസ്യൂവി

നോടുള്ള എന്റെ ഇഷ്ടക്കേട് കൂടുന്നതനുസരിച്ച്, ആ കൂടിക്കാഴ്ച നടത്താൻ ഞാൻ കൂടുതൽ ഒരുക്കങ്ങൾ നടത്തുന്നതാണ്."

"അങ്ങ് അങ്ങനെ തീരുമാനിച്ചു കഴിഞ്ഞെങ്കിൽ....."

"അതെ തീരുമാനിച്ചു കഴിഞ്ഞു. ഇനി വേറൊന്നും പറയാനില്ല. രാത്രി ഒമ്പതുമണിക്ക് ഞാനിവിടെ വരും. നീ തയാറായിരുന്നോളണം."

തന്റെ യജമാനന്റെ തീരുമാനം മാറ്റാനാവില്ലെന്ന് പ്ലാഞ്ചെറ്റിനു മനസിലായി. ഉച്ചത്തിൽ ദീർഘനിശ്വാസം വിട്ടുകൊണ്ട് അയാൾ മൂന്നാമത്തെ കുതിരയെ തുടച്ചുവൃത്തിയാക്കാനായി ലായത്തിലേക്കു പോയി.

മിക്ക സാഹചര്യങ്ങളിലും ആർട്ഗ്നൻ വളരെ ശ്രദ്ധയുള്ള ആളായിരുന്നല്ലോ. ഈ സാഹചര്യത്തിലും അവൻ അതുതന്നെ ചെയ്തു. താമസസ്ഥലത്തേക്ക് അവൻ പോയില്ല. ഗാസ്കൻ പുരോഹിതന്റെ അരികിൽ ച്ചെന്ന് ഭക്ഷണം വാങ്ങിക്കഴിക്കാമെന്ന് അയാൾ തീരുമാനിച്ചു. സാമ്പത്തികബുദ്ധിമുട്ട് ഉണ്ടായിരുന്ന ഒരുകാലത്ത് ആ നാലു സുഹൃത്തുക്കൾക്കും ചായസൽക്കാരം നടത്തിയ ആളായിരുന്നു ആ പുരോഹിതൻ.

24

മട്ടുപ്പാവ്

ഒമ്പതുമണിയായപ്പോൾത്തന്നെ ആർട്ഗ്നൻ പടയാളികളുടെ കേന്ദ്രത്തിലെത്തിയിരുന്നു. ആയുധവുമേന്തി പ്ലാഞ്ചെറ്റ് അവനെ കാത്തുനിൽക്കുകയായിരുന്നു. നാലാമത്തെ കുതിരയും എത്തിക്കഴിഞ്ഞിരുന്നു.

ആർട്ഗ്നന്റെ കൈയിൽ നേരത്തെതന്നെ വാളുണ്ടായിരുന്നു. അവൻ രണ്ടു പിസ്റ്റലുകൾ എടുത്ത് ബൽറ്റിനിടയിൽത്തിരുകി.

രണ്ടുപേരും കുതിരപ്പുറത്തുകയറി; ശാന്തമായി അവർ കുതിരയെ തെളിച്ചു.

ഇരുട്ടായിരുന്നതിനാൽ അവർ കുതിരപ്പുറത്തുപോകുന്നത് ആരും കണ്ടില്ല. തന്റെ യജമാനന്റെ പിന്നിലൂടെ പത്തുവാര അകലെയായിട്ടായിരുന്നു പ്ലാഞ്ചെറ്റ് കുതിരയോടിച്ചത്.

അവർ നദി പിന്നിട്ട്, കോൺഫറൻസ് വാതിൽവഴി സെന്റ്ക്ലൗഡ് റോഡിൽക്കൂടി അവിടംവിട്ടു. ഇന്നത്തേതിനെക്കാൾ മനോഹരമായിരുന്നു അന്ന് അവിടത്തെ കാഴ്ചകൾ.

നഗരത്തിലൂടെ കുതിച്ചപ്പോൾ പ്ലാഞ്ചെറ്റ് തന്റെ യജമാനന്റെ പിന്നിൽ ബഹുമാനപൂർവം ആ നിശ്ചിത അകലം പാലിച്ചിരുന്നു. എന്നാൽ ഇരുട്ട് കൂടുതൽ പരക്കുകയും റോഡിൽ ആളുകളുടെ എണ്ണം വളരെക്കുറയുകയും ചെയ്തപ്പോൾ അയാൾ യജമാനന്റെ അരികിലേക്ക് കൂടുതൽ ചെന്നു. ബോയ്സ്ഡിബോളോങ്ങിലെത്തിയപ്പോൾ അയാൾ യജമാനന്റെ അരികിലെത്തിയിരുന്നു. ചന്ദ്രികയുടെ വെട്ടത്തിൽ വൻമരങ്ങളുടെ നിഴലുകൾ തറയിൽ ഭീകരമായി പടർന്നപ്പോൾ പ്ലാഞ്ചെറ്റ് ഭയത്താൽ അസ്വസ്ഥനാകുന്നതായി ആർട്ഗ്നനു തോന്നി.

"എന്തുപറ്റി പ്ലാഞ്ചെറ്റ്?" ആർട്ഗ്നൻ ചോദിച്ചു.

"അങ്ങ് ശ്രദ്ധിച്ചില്ലേ, ഈ മരങ്ങൾ പള്ളികളെപ്പോലെയാണെന്ന്?"

"അതെങ്ങനെ?"

"രണ്ടിടങ്ങളിലും ശാന്തമായല്ലേ സംസാരിക്കൂ."

"അതെന്തിനാണ് നിങ്ങൾ ശാന്തമായി സംസാരിക്കുന്നത്? എന്തെങ്കിലും ഭയമുണ്ടോ?"

"അതെ സർ. സംസാരം കേട്ടെങ്കിലോയെന്ന ഭയം."

"നമ്മുടെ സംസാരം തികച്ചും ശരിയായ സ്ഥിതിക്ക്, നാം ഭയപ്പെടുന്നതിൽ യാതൊരു അർഥവുമില്ല. കേൾക്കുന്നവർക്കാർക്കും തടയാനുമാകില്ല."

"ആ ബോണസ്യൂവിന്റെ ക്രൂരമായ പുരികം..... ഹോ ഓർക്കാൻ വയ്യ" തന്റെ മനസിൽ വിമ്മിനിന്നകാര്യം അയാൾ പറഞ്ഞു.

"ബോണസ്യൂവോ?" ആർട്ഗ്നൻ ചോദിച്ചു. "ഇപ്പോഴെന്തിനാണ് നിങ്ങൾ അയാളെക്കുറിച്ച് ചിന്തിച്ചത്?"

"എന്തൊക്കെയാണ് ഞാൻ ചിന്തിച്ചുപോകുന്നതെന്ന് എനിക്കുതന്നെ പറയാനാകുന്നില്ല. ഒന്നും എനിക്കു നിയന്ത്രിക്കാനാവുന്നില്ല."

"അതു നിനക്ക് മനഃസ്ഥൈര്യമില്ലാഞ്ഞിട്ടാണ്."

"ചിലപ്പോൾ അതു ശരിയായിരിക്കും; മനഃസ്ഥൈര്യമില്ലാഞ്ഞിട്ടായിരിക്കും സർ. എന്തായാലും അത് നന്മയിലേക്കുള്ള ചിന്തയാണ്."

"എന്തായാലും നിങ്ങൾ പറഞ്ഞത് സത്യമാണ്" ആർട്ഗ്നൻ പറഞ്ഞു.

"അതാ അങ്ങോട്ടു നോക്കൂ. ചന്ദ്രികയിൽ തോക്കിന്റെ അറ്റം മിന്നുന്നതു കണ്ടില്ലേ. അതവിടെന്നു മാറ്റുന്നതാണ് നല്ലത്" പ്ലാഞ്ചെറ്റ് പറഞ്ഞു.

ആ താക്കീത് ആർട്ഗ്നനും പെട്ടെന്ന് ചിന്തിച്ചു.

ഞാൻ പ്ലാഞ്ചെറ്റിനെ ശ്രദ്ധിക്കുകയാണെങ്കിൽ, അയാൾ എന്നെക്കൂടി ഭയചകിതനാക്കുമെന്ന് ആർട്ഗ്നനു തോന്നി.

ആർട്ഗ്നൻ തന്റെ കുതിരയെ കുതിപ്പിച്ചു. പ്ലാഞ്ചെറ്റും അങ്ങനെ തന്നെ ചെയ്തു. അയാൾ ആർട്ഗ്നനൊപ്പം നീങ്ങിക്കൊണ്ടിരുന്നു.

"ഇന്നുരാത്രി മുഴുവൻ ഇങ്ങനെ യാത്ര ചെയ്തുകൊണ്ടിരിക്കണമോ?" പ്ലാഞ്ചെറ്റ് ചോദിച്ചു.

"ഇല്ല; നിങ്ങളിവിടെ നിൽക്കുകയാണ്."

"എന്ത് ഞാനോ? എന്നിട്ട് അങ്ങ്?"

"എനിക്കു കുറച്ചുകൂടി പോകാനുണ്ട്."

"എന്നെ ഒറ്റയ്ക്കാക്കിയിട്ടാണോ അങ്ങു പോകുന്നത്?"

"എന്താ ഭയമുണ്ടോ?"

"ഇല്ല സർ. പക്ഷേ എനിക്കൊരു കാര്യം പറയാനുണ്ട്. ഇതൊരു തണുത്ത രാത്രിയാണ്. ഈ തണുപ്പിൽ പുറത്തു കഴിച്ചുകൂട്ടിയാൽ വല്ല വാതരോഗവും വരും. അങ്ങനെയുള്ള ഒരാളിനെ അങ്ങേക്കൊണ്ട് ഉപയോഗമൊന്നുമില്ലല്ലോ."

"നിങ്ങൾക്ക് അങ്ങനെ തണുപ്പു തോന്നുന്നെങ്കിൽ അതാ അപ്പുറം കാണുന്ന ഏതെങ്കിലും ഒരു സത്രത്തിൽ പോയി രാത്രി കഴിച്ചുകൂട്ടുക.

നാളെ രാവിലെ എന്നെ നോക്കിനിന്നാൽ മതിയാകും."

"ഇന്നലെ രാത്രിതന്ന പണം മുഴുവൻ ചെലവായി. ആഹാരത്തിനും വെള്ളത്തിനുമായിട്ടാണ് ചെലവാക്കിയത്. ഇന്നിനി ഈ തണുപ്പിൽനിന്നും രക്ഷപ്പെടാൻ കൈയിൽ പണമൊന്നുമില്ല, സർ."

"ഇതു പകുതി പിസ്റ്റൽസുണ്ട്. വാങ്ങിച്ചോളൂ... ഇനി നാളെക്കാണാം."

ആർട്ഗ്നൻ കുതിരപ്പുറത്തുനിന്നും ഇറങ്ങി. കടിഞ്ഞാണെടുത്ത് പ്ലാഞ്ചെറ്റിനുനേരെ എറിഞ്ഞുകൊടുത്തു. മേൽമൂടി ശരീരത്തിൽ പുതച്ചു കൊണ്ട് അവൻ നടന്നകലുകയും ചെയ്തു.

യജമാനൻ കണ്ണിൽനിന്നും മറയുന്നതുവരെ പ്ലാഞ്ചെറ്റ് നോക്കി നിന്നു. 'എന്റെ ദൈവമേ! ഞാൻ തണുത്തുതുടങ്ങിയോ!' അയാൾ പിറു പിറുത്തു.

ശരീരം ചൂടാക്കാൻവേണ്ടി അയാൾ അവിടെയുള്ള സത്രങ്ങളിൽ വച്ച് ഏറ്റവും സൗകര്യമുള്ള ഒന്നിലേക്കു പോയി.

ആർട്ഗ്നൻ ഒരു കൊച്ചുവഴിയിലൂടെ നടന്നുനടന്ന് സെന്റ്ക്ലൗഡി ലെത്തി. പ്രധാന തെരുവിലൂടെ പോകാതെ, അവൻ കോട്ടയുടെ പിന്നിലെ ഒറ്റതിരിഞ്ഞുകിടക്കുന്ന വഴിയിലൂടെ നടന്നുനടന്ന് മാഡം ബോണസ്യൂ പറഞ്ഞിരുന്ന കൊട്ടാരത്തിന്റെ പിൻഭാഗത്തെത്തിയത്. അവിടം ആളൊ ഴിഞ്ഞ ഒരു സ്ഥലമായിരുന്നു. വഴിയുടെ ഓരത്ത് ഉയർന്ന മതിൽക്കെട്ട്. അതിന്റെ ഒരുഭാഗത്താണ് ഈ മട്ടുപ്പാവ്. മറ്റേയറ്റത്ത് തകർന്നുകിടക്കുന്ന ഒരു കൊച്ചുവീടുണ്ട്, ഒപ്പം വേലികെട്ടിയൊതുക്കിയ പൂന്തോട്ടവും.

കൂടിക്കാഴ്ചയ്ക്കാണ് ആ യുവാവെത്തിയത്. ഒരടയാളം കൊടുക്കാ നുള്ള നിർദേശങ്ങളൊന്നും കത്തിലുണ്ടായിരുന്നില്ല. അതുകൊണ്ട് ആ വീടിന്റെ മുൻവശത്ത് നേരെചെന്ന് അവൻ നിന്നു.

നിശ്ശബ്ദമായ രാത്രിയായിരുന്നു അത്. താൻ പാരീസിൽനിന്നും ആയിരം മൈൽ അകലെയായിരിക്കുന്നുവെന്ന് അവനു തോന്നി. തന്റെ പിന്നിൽ ആരെങ്കിലും നിൽപ്പുണ്ടോയെന്ന് അവനൊന്നു നോക്കി. പൂന്തോട്ടത്തിന്റെ മതിൽ ചാരി അവൻ നിന്നു. നഗരം ഉറങ്ങുമ്പോൾ അവിടം ഇരുട്ടും മഞ്ഞും പുതയ്ക്കപ്പെട്ടു. നക്ഷത്രംപോലെ തിളങ്ങുന്ന പ്രകാശത്തിന്റെ ജ്വാലകൾ കുറച്ചെണ്ണം അവിടെ കാണാമായിരുന്നു.

കാണുന്ന വസ്തുക്കളിലെല്ലാം ആർട്ഗ്നൻ സൗന്ദര്യം കണ്ടു; അവന്റെ ചിന്തകളും ആനന്ദദായകമായിരുന്നു. താൻ സ്നേഹിക്കുന്ന പെണ്ണിനെ കണ്ടുമുട്ടാനുള്ള സമയം സമാഗതമായിരിക്കുകയാണല്ലോ. അയാൾ സന്തോഷത്തോടെ നിന്നു.

സെന്റ്ക്ലൗഡിലെ മന്ദിരത്തിൽ സമയം പത്തുമണിയടിച്ചു. രാത്രി യിൽ മുഴങ്ങുന്ന മണിശബ്ദം. എന്തോ ദുഃഖസൂചനയായിട്ടാണ് എല്ലാ ചെവികളിലും എത്തുന്നത്. പക്ഷേ, ആർട്ഗ്നന്റെ മനസിൽ അത് ആനന്ദ പ്രേരിതമായി ഹൃദയത്തിൽ പ്രതിധ്വനിച്ചുകൊണ്ടിരുന്നു.

അവൻ മട്ടുപ്പാവിൽത്തന്നെ നോക്കിക്കൊണ്ടുനിന്നു. എല്ലാ ജനാല കളും അതിന്റെ ഷട്ടറുകളും അടഞ്ഞുകിടക്കുന്നു. എന്നാൽ രണ്ടാംനില

യിലെ ഒരു ജനാല തുറന്നുകിടക്കുന്നതായി അവൻ കണ്ടു. അതിനുള്ളിൽ ഒരു ചെറിയവെട്ടം. അതു പുറത്തെ മൈതാനത്തിലേക്കു വെള്ളി വെളിച്ചം വീശുന്നു. കത്തിച്ച വിളക്കുവെട്ടത്തിൽത്തന്നെ മാഡം ബോണസ്യൂ കാത്തിരിക്കുകയാണെന്ന് ആർട്ഗ്നന് ഉറപ്പായിരുന്നു.

സുന്ദരസ്വപ്നങ്ങളിൽ മുഴുകി അരമണിക്കൂർനേരം അവൻ ക്ഷമയോടെ അവളെ കാത്തുനിന്നു.

ജനാലയിലൂടെ മുറിയുടെ മുകൾത്തട്ടിന്റെ കുറച്ചുഭാഗം ആർട്ഗ്നൻ കണ്ടു. മുറിയുടെ സൗന്ദര്യവും ആഡംബരവും ഊഹിക്കാൻ അവന് അതുമാത്രം മതിയായിരുന്നു.

സെന്റ് ക്ലൗഡിൽനിന്നും സമയം പത്തരയടിക്കുന്നത് അവൻ കേട്ടു.

ആർട്ഗ്നൻ പെട്ടെന്നു വിറച്ചുപോയി. എന്തിനാണെന്നറിയില്ല. രാത്രിയുടെ കടുത്ത തണുപ്പ് അവനെ ബാധിച്ചോ ആവോ. അതോ അവന്റെ മാനസികാവസ്ഥ അവനെ അങ്ങനെ ചിന്തിപ്പിച്ചതോ.

പെട്ടെന്ന് അവൻ ആലോചിച്ചു. കത്തിൽ പതിനൊന്നു മണിക്ക് കൂടിക്കാഴ്ചയെന്നെഴുതിയത് താൻ തെറ്റായിട്ട് പത്തുമണിക്കെന്നു വായിച്ചതാണോ. അവൻ ആ ജനാലയ്ക്കരികിലേക്കു നടന്നു. വെളിച്ചം പുറത്തേക്കിറങ്ങിയ ഭാഗത്തുനിന്നു. പോക്കറ്റിൽ സൂക്ഷിച്ചിരുന്ന കത്തെടുത്ത് ഒന്നുകൂടി വായിക്കുകയും ചെയ്തു.

എന്തായാലും തെറ്റുപറ്റിയിട്ടില്ല. കൂടിക്കാഴ്ച പത്തുമണിക്കാണെന്നു തന്നെയാണ് കത്തിലെഴുതിയിരിക്കുന്നത്.

അവൻ മുന്നോട്ടു നടന്നു. രാത്രിയുടെ നിശ്ശബ്ദതയും ഏകാന്തതയും അവനെ അസ്വസ്ഥനാക്കാൻ തുടങ്ങി.

മണി പതിനൊന്നടിച്ചു.

മാഡം ബോണസ്യൂവിന് എന്തെങ്കിലും അപകടം സംഭവിച്ചോയെന്ന് ആർട്ഗ്നൻ ഭയന്നുതുടങ്ങി. അവൻ മൂന്നുപ്രാവശ്യം കൈകൊട്ടി നോക്കി. കാമുകീകാമുകന്മാരുടെ അംഗീകരിക്കപ്പെട്ട ഒരു അടയാളമായിരുന്നു ഈ കൈകൊട്ടൽ. പക്ഷേ മറുപടിയുണ്ടായില്ല; ഒരു പ്രതിധ്വനിപോലും ഉണ്ടായില്ല. വീണ്ടും ആർട്ഗ്നൻ ആലോചിച്ചു. അവൾ തന്നെ കാത്തിരുന്നു ക്ഷീണിച്ച് ഉറങ്ങിപ്പോയിരിക്കുമോ? മതിലിന്റെ അരികിലേക്കു ചെല്ലാൻ തന്നെ അവൻ തീരുമാനിച്ചു. അതിൽ അവൻ കയറാൻ ശ്രമിച്ചു. തേച്ചിട്ട് വളരെ കാലമായിട്ടില്ലാത്ത ആ മതിലിൽ നഖംകൊണ്ടു പോറിക്കാനല്ലാതെ അവന് അതിന്റെ മുകളിൽ കയറാനായില്ല.

പെട്ടെന്ന് മരക്കൊമ്പുകളിന്മേൽ വെളിച്ചം വീഴുന്നത് ആർട്ഗ്നൻ കണ്ടു. മരത്തിന്റെ ഒരു കൊമ്പ് റോഡിലേക്കു തള്ളി നിൽക്കുകയാണ്. അതിൽ കയറിയിരിക്കാനായി അവന്റെ അടുത്ത തീരുമാനം; അപ്പോൾ വീടിന്റെ ഉൾഭാഗം വ്യക്തമായി കാണാനാകുമല്ലോ.

മരത്തിൽ കയറുവാൻ എളുപ്പമായിരുന്നു; അല്ലെങ്കിൽത്തന്നെ ഇരുപതുവയസിനോടടുത്ത അവന് അതൊരു വിഷയമേ ആയിരുന്നില്ല. കുട്ടിക്കാലത്തെ കുസൃതിത്തരങ്ങൾ അവന് അപ്പോഴും ഉണ്ടായിരുന്നു.

കൊമ്പിൽക്കയറി സുഖമായിട്ടിരുന്നുകൊണ്ട് മുറിക്കകത്തേക്ക് അവൻ സൂക്ഷ്മമായി നോക്കി.

കണ്ടകാഴ്ചയിൽ ആർട്ഗ്നൻ അടിമുടി വിറച്ചു. വെളിയിൽനിന്നു നോക്കുമ്പോൾ മങ്ങിക്കണ്ട ആ വിളക്ക് വല്ലാത്ത പ്രശ്നമുള്ള ഒരിടത്താണ് കത്തുന്നത്. ജനാലയുടെ ഒരു പാളി അടിച്ചുപൊളിച്ചിരിക്കുന്നു. പിൻവശത്തെ കിടപ്പുമുറിയുടെ വാതിൽപ്പാളിയും കീറിപ്പൊളിഞ്ഞിരിക്കുന്നു. അത് വിജാഗിരിയിൽ തൂങ്ങിയാടുകയാണ്. പാചകം ചെയ്ത് മേശപ്പുറത്തു വിളമ്പിവച്ചിരുന്ന ഭക്ഷണം മുഴുവൻ മേശ കമഴ്ന്ന് ചിതറിക്കിടക്കുന്നു. കുപ്പികൾ പൊട്ടിക്കിടക്കുന്നു. ചതഞ്ഞ പഴവർഗങ്ങൾ ചിതറിക്കിടക്കുന്നു. മേശവിരിയിലും വാതിൽവിരിയിലുമൊക്കെ രക്തത്തുള്ളികളും.

ആർട്ഗ്നൻ മരത്തിൽനിന്നും ഇറങ്ങി. നടന്ന ആക്രമണത്തിന്റെ കൂടുതൽ വിവരങ്ങൾ ശേഖരിക്കാറായി. വീടിന്റെ ചുറ്റും ഒന്നു പരിശോധിക്കണം. അവൻ വല്ലാതെ വിയർത്തു തുടങ്ങി. ഹൃദയം ശക്തിയായി മിടിച്ചു.

ഇരുട്ടിൽ ഒരു ചെറിയ വെളിച്ചം അപ്പോഴും മിന്നുന്നുണ്ടായിരുന്നു. ആദ്യം കണ്ണിൽപ്പെടാത്ത എന്തോ ഒന്ന് അവൻ പെട്ടെന്നു കണ്ടു. കാരണം അതുവരെ അവൻ ശ്രദ്ധിച്ചത് മട്ടുപ്പാവു മാത്രമായിരുന്നല്ലോ. ജനാലയുടെ കീഴിലെ തറയിൽ കാലടികൾ! കുതിരയുടെ കുളമ്പടിയടയാളവും വണ്ടിച്ചക്രം മണ്ണിൽത്താണ അടയാളവും! ആർട്ഗ്നൻ ദിശ പരിശോധിച്ചപ്പോൾ, ആ വണ്ടി പാരീസിൽനിന്നുള്ള റോഡിൽക്കൂടിയാണ് നീങ്ങിയതെന്നു മനസിലായി. മട്ടുപ്പാവിന്റെ മുൻവശത്തുവന്നാണ് അത് തിരിഞ്ഞിരിക്കുന്നത്.

അവൻ വീണ്ടും സൂക്ഷ്മപരിശോധന നടത്തി. ഒരു സ്ത്രീയുടെ പുത്തൻ കൈയുറ മതിലിനരികിൽ കിടക്കുന്നു. അതിലും അവിടവിടെയായി മണ്ണുപുരണ്ടിരിക്കുന്നു. അതിന്റെ മണം തനിക്കു പരിചയമുള്ളതായി ആർട്ഗ്നനു തോന്നി. കാമുകന്മാർ കാമുകിമാരിൽനിന്നും ഓർമയ്ക്കായി കട്ടെടുക്കുന്ന തരത്തിലുള്ള ഒരു കൈയുറയായിരുന്നു അത്.

കൂടുതൽ പരിശോധിക്കുമ്പോഴും അവന്റെ ഭയം കൂടിക്കൊണ്ടേയിരുന്നു. അവൻ വിയർത്തൊഴുകി. ശ്വാസോച്ഛ്വാസം അതിവേഗത്തിലായി. മാഡം ബോണസ്യൂറ്യുമായിട്ട് ആ വീടിന് കാര്യമൊന്നുമില്ലെന്ന് ചിന്തിച്ച് അവൻ സ്വയം സമാധാനിക്കാൻ തുടങ്ങി. കൂടിക്കാഴ്ചയ്ക്ക് ഉദ്ദേശിച്ച ഒരു അടയാളസ്ഥലം മാത്രമല്ലേ ഇത്. തന്നെക്കാണാൻ ഉദ്ദേശിച്ചത് വെളിയിൽവച്ചായിരിക്കും. ലൗവ്‌റ്ലെ ജോലിത്തിരക്കുകൊണ്ട് ഒരുപക്ഷേ പാരീസിൽനിന്നും അവൾ ഇങ്ങുപോന്നിട്ടുണ്ടാകില്ലയോ. ഒരുപക്ഷേ, ഭർത്താവ് അസൂയതോന്നിയിട്ട് അവളെ വീട്ടിൽ അടച്ചിട്ടുണ്ടാകാം. ഇങ്ങനെ പലവിധ ചിന്തകൾ ആർട്ഗ്നന്റെ മനസിലൂടെ നീങ്ങി.

പക്ഷേ, ഈ ചിന്തകൾ പെട്ടെന്നുതന്നെ മലക്കം മറിഞ്ഞു. എന്തോ അപകടംതന്നെ അവൾക്കു പറ്റിയിട്ടുണ്ടെന്ന് അവൻ തുടർന്ന് ചിന്തിച്ചു.

ആർട്ഗ്നന്റെ മനോവേദന അവനെ ഭ്രാന്തിലേക്ക് എടുത്തിട്ടു. അവൻ തെരുവിലൂടെ ഓടി. താൻ മട്ടുപ്പാവിലേക്കു വന്ന വഴിയിലൂടെ തന്നെ ഓടി. കടത്തുവരെ ഓടി. അവിടെ കടത്തുകാരൻ ഉണ്ടായിരുന്നു.

ആർട്ഗ്നൻ അയാളെ ചോദ്യംചെയ്തു. രാത്രി ഏഴുമണിക്ക് താൻ ഒരു സ്ത്രീയെ കരയിലേക്ക് എത്തിച്ചിരുന്നുവെന്ന് അയാൾ പറഞ്ഞു. അവൾ ഒരു കറുത്ത മേലങ്കിയാണ് ഇട്ടിരുന്നതെന്നും ചെറുപ്പവും സുന്ദരിയുമായിരുന്നെന്നും അയാൾ പറഞ്ഞു. എന്തോ ഒരു ഉൽക്കണ്ഠകൊണ്ട് താൻ മറ്റാരെയും ശ്രദ്ധിക്കാതെ അവളെ ശ്രദ്ധിച്ചിരുന്നതുകൊണ്ട് ഇതു സത്യമാണെന്നും കടത്തുകാരൻ പറഞ്ഞു.

അക്കാലത്ത് ചെറുപ്പക്കാരികളായ സുന്ദരികൾ എന്തെങ്കിലും പ്രത്യേക കാര്യത്തിനായി സെന്റ്ക്ലൗഡിൽ പോകാറുള്ളത് പതിവാണ്; തങ്ങൾ തിരിച്ചറിയപ്പെടരുതെന്ന് ആ സ്ത്രീകൾക്ക് ആഗ്രഹമുണ്ടായിരിക്കും. പക്ഷേ, ആർട്ഗ്നന് ഉറപ്പായി ആ സ്ത്രീ മാഡം ബോണസ്യു തന്നെയായിരുന്നെന്ന്.

കടത്തുകാരന്റെ കുടിലിലുള്ള വിളക്കിന്റെ ചുവട്ടിൽ നിന്നുകൊണ്ട് ആർട്ഗ്നൻ ഒരിക്കൽക്കൂടി ആ കത്തെടുത്തു. സെന്റ്ക്ലൗഡിൽ വച്ചാണോ അതോ മറ്റേതെങ്കിലും സ്ഥലത്തുവച്ചാണോ കാണണമെന്ന് പറഞ്ഞിരുന്നതെന്ന് ഒന്നുകൂടി പരിശോധിക്കാൻ.

അതെ. കത്തിൽ പറയുന്നിടത്തുതന്നെയാണ് താൻ നിൽക്കുന്നത്. തന്റെ സംശയങ്ങളൊക്കെ അസ്ഥാനത്താണെന്ന് ആർട്ഗ്നനു തോന്നി. പക്ഷേ എന്തോ ഒരു അപകടം സംഭവിച്ചിട്ടുണ്ട്.

ആർട്ഗ്നൻ മട്ടുപ്പാവിലേക്ക് തിരിച്ചോടി. താനില്ലാത്ത അവസരത്തിൽ പുതിയ അപകടങ്ങളെന്തെങ്കിലും സംഭവിക്കുമോയെന്നോർത്ത് അവൻ വിളറിപിടിച്ചു. സംഭവം മനസിലാക്കാൻ എന്തെങ്കിലും സൂചന കിട്ടിയാലോ.

തെരുവ് വിജനമായിരുന്നു. ജനാലയ്ക്കരികിലൂടെ വിളക്ക് അപ്പോഴും മങ്ങിയ പ്രകാശം വീശിക്കൊണ്ടിരുന്നു.

മട്ടുപ്പാവിന്റെ മുൻവശത്തെ പൂന്തോട്ടത്തിന്റെ അപ്പുറത്തെ കുടിലിന്മേൽ ആ വിളക്കിന്റെ വെട്ടം ചെന്നുനിൽക്കുന്നു. അതിനുള്ളിൽ ആരുമില്ലെന്ന് അവനു തോന്നി. ഒരുപക്ഷേ നടന്ന സംഭവങ്ങളുടെ ഒരു നിശ്ശബ്ദ സാക്ഷിയായിരിക്കണം അത്; ഒരുപക്ഷേ വെറും നിശ്ശബ്ദസാക്ഷിയാവാനും സാധ്യമല്ല; അതെന്തെങ്കിലും പറഞ്ഞുതന്നാലോ. ആർട്ഗ്നൻ അങ്ങോട്ടു നടന്നു. വാതിലിനരികിൽ ചങ്ങലയിലിട്ടിരിക്കുന്ന ഒരു പട്ടി ഉച്ചത്തിൽ കുരയ്ക്കാൻ തുടങ്ങി.

ആർട്ഗ്നൻ വാതിൽ രണ്ടുതവണ ഉച്ചത്തിൽ തട്ടി. മറുപടിയുണ്ടായില്ല. മട്ടുപ്പാവിന്റെ നിശ്ശബ്ദത തന്നെയായിരുന്നു ആ കുടിലിലും. അവൻ ഒരിക്കൽക്കൂടി ആ വാതിലിൽ മുട്ടി.

പെട്ടെന്ന് ആ മുറിക്കുള്ളിൽ എന്തോ ശബ്ദം കേൾക്കുന്നതുപോലെ ആർട്ഗ്നനു തോന്നി. അവൻ വാതിലിൽ മുട്ടാതെ എന്താണ് ആ ശബ്ദ

മെന്ന് കേൾക്കാൻ ശ്രമിച്ചു. അൽപ്പം കഴിഞ്ഞപ്പോൾ വലത്തേയറ്റത്തെ ചിതൽപിടിച്ച വാതിൽ സാവകാശം തുറന്നുവിടരുന്നത് അവൻ കണ്ടു. കുറച്ചേ തുറന്നുള്ളൂ. പെട്ടെന്നത് അടയുകയും ചെയ്തു. ഒരു വൃദ്ധന്റെ മുഖം ആ മങ്ങിയ വെളിച്ചത്തിൽ ആർട്ഗ്നൻ ഒന്നു കാണുകയും ചെയ്തു.

"ദൈവത്തെയോർത്ത് ഒന്നു കേൾക്കൂ" ആർട്ഗ്നൻ വിളിച്ചുപറഞ്ഞു. "ഇവിടെ വരാമെന്നേറ്റ ഒരു സ്നേഹിതനെ കാണാൻവേണ്ടി ഇവിടെ നിൽക്കുകയാണ്. അയാളെത്തിയില്ല. ഉൽക്കണ്ഠയാൽ ഞാൻ ചാകാറായി. ഇവിടെ എന്തെങ്കിലും സംഭവിച്ചോ? ദയവായി പറയൂ."

ജനാല സാവകാശം തുറക്കപ്പെട്ടു. ആ വൃദ്ധന്റെ മുഖം വീണ്ടും ആർട്ഗ്നൻ കണ്ടു. അയാളുടെ മുഖം പരിഭ്രമത്താൽ വിളറിയിരുന്നു.

ആർട്ഗ്നൻ കഥ മുഴുവൻ വൃദ്ധനോടു പറഞ്ഞു. പക്ഷേ, ആരുടെയും പേര് അവൻ പറഞ്ഞിരുന്നില്ല. ഒരു ചെറുപ്പക്കാരി ഈ മട്ടുപ്പാവിൽവച്ച് കാണാമെന്നുപറഞ്ഞ് കത്തു കൊടുത്തതും താനിവിടെ വന്നതും മരത്തിൽക്കയറി കാഴ്ചകൾ കണ്ടതും ഒക്കെ അവൻ വൃദ്ധനോടു പറഞ്ഞു.

വൃദ്ധൻ ശ്രദ്ധയോടെ എല്ലാം കേട്ടു. ഒക്കെ മനസിലാകുന്നുണ്ടെന്ന വിധത്തിൽ അയാൾ തലയാട്ടുകയും ചെയ്തു. പക്ഷേ, ആർട്ഗ്നൻ പറഞ്ഞകാര്യങ്ങളുടെ അവസാന ഭാഗമെത്തിയപ്പോൾ അയാളുടെ തലകുലുക്കലിന് എന്തോ മാറ്റമുള്ളതായി ആർട്ഗ്നനു തോന്നി.

"നിങ്ങൾക്ക് കാര്യമറിയാം" ആർട്ഗ്നൻ പറഞ്ഞു. "ദയവായി എന്താണെന്നു പറയൂ.... നിങ്ങൾ പറഞ്ഞേ പറ്റൂ."

"ദയവായി എന്നോടു ചോദിക്കരുത്" വൃദ്ധൻ പറഞ്ഞു. "കണ്ടതൊക്കെ പറഞ്ഞതുകൊണ്ട് ഒന്നും ഇനി ചെയ്യാനാകില്ല."

"അപ്പോൾ നിങ്ങൾ എല്ലാം കണ്ടു" ആർട്ഗ്നൻ പറഞ്ഞു. "ആ സ്ഥിതിക്ക് ദൈവത്തെയോർത്ത് എന്താണെന്നു പറയൂ. സത്യമായും ഞാൻ അക്കാര്യം ആരോടും പറയുകയില്ല" ഒപ്പം ആർട്ഗ്നൻ ഒരു പിസ്റ്റൽ എടുത്ത് ആ വൃദ്ധനു കൊടുക്കുകയും ചെയ്തു.

ആർട്ഗ്നന്റെ ആത്മാർഥതയും അവന്റെ മുഖത്തു നിഴലിച്ചിരുന്ന ഉൽക്കണ്ഠയും ആ വൃദ്ധനെ ചലിപ്പിച്ചു. അയാൾ അവന്റെ അരികിലേക്കു വന്നശേഷം ശബ്ദംതാഴ്ത്തി സംസാരിച്ചുതുടങ്ങി.

"രാത്രി ഒമ്പതുമണിയായിക്കാണും. തെരുവിൽ ഞാനൊരു ശബ്ദം കേട്ടു" ആ വൃദ്ധൻ പറഞ്ഞു. "എന്താണ് സംഭവിക്കുന്നതെന്നറിയാൻ വേണ്ടി ഞാൻ എന്റെ വാതിലിനരികിലേക്കു വന്നു. പൂന്തോട്ടത്തിൽ മൂന്ന് ആളുകൾ നിൽക്കുന്നു. ഞാൻ ദരിദ്രനായിരുന്നതിനാൽ എനിക്കു കള്ളന്മാരെ ഭയമില്ലായിരുന്നു. ഞാൻ വാതിൽ തുറന്നിറങ്ങിക്കൊണ്ട് എന്തു വേണമെന്ന് അവരോടു ചോദിച്ചു. ഒരു വണ്ടിയും ജീനികെട്ടിയ മൂന്നു കുതിരകളും മരച്ചുവടുകളിൽ നിൽക്കുകയായിരുന്നു; ആ മൂവർക്കുമുള്ളതാണ് ആ കുതിരകളെന്ന് എനിക്കു മനസിലായി. അവർ ബൂട്സ് ധരിച്ച്

ഒരുങ്ങിയിരുന്നു.”

“മാന്യരേ, എന്നെക്കൊണ്ട് എന്തു സഹായമാണു വേണ്ടത്?” ഞാൻ ചോദിച്ചു.

“ഞങ്ങൾക്കൊരു ഏണി വേണം” നേതാവെന്നു തോന്നുന്ന ഒരാൾ പറഞ്ഞു.

“തരാമല്ലോ” ഞാൻ പറഞ്ഞു. “പഴങ്ങൾ പറിക്കാൻ ഞാൻ ഉപയോഗിക്കുന്ന ഒരു ഏണി ഇവിടുണ്ട്.”

“അതിങ്ങോട്ടു തരൂ. എന്നിട്ട് നിങ്ങൾ നിങ്ങളുടെ വീട്ടിലേക്കുതന്നെ പൊയ്ക്കോളൂ” ആ മനുഷ്യൻ പറഞ്ഞു. “ഇതാ നിങ്ങളെ ബുദ്ധിമുട്ടിച്ചതിന് കുറച്ചു പണം. വാങ്ങിച്ചോളൂ.... പിന്നെ ഒരു കാര്യം നേരത്തെ പറയുകയാണ് അസാധാരണമായ ഒരു കാര്യം ഇവിടെ നടക്കാൻ പോകുകയാണ്. അതു കാണുകയോ കേൾക്കുകയോ ചെയ്യരുത്; പ്രതികരിച്ചാൽ തട്ടിക്കളയും.”

“അയാൾ പണം തന്നശേഷം എന്റെ കൈയിൽനിന്നും ഏണിയുമെടുത്തുകൊണ്ടുപോയി. മതിലിന്റെ ഗേറ്റ്ചാരി പൂട്ടിയശേഷം ഞാൻ എന്റെ മുറിയിലേക്കു പോരുകയും ചെയ്തു. എന്നാൽ ഞാൻ വീടിന്റെ പുറകിലെ വാതിൽ തുറന്ന് സാവകാശം പുറത്തിറങ്ങുകയും ആർക്കും കാണാൻ പറ്റാത്തവിധത്തിൽ കുറ്റിക്കാട്ടിൽ ഒളിച്ചിരിക്കുകയും ചെയ്തു.” വൃദ്ധൻ സംഭവം തുടർന്നു.

ആർട്ഗ്നൻ സംഭവം കേട്ടുനിന്നു.

വൃദ്ധൻ വീണ്ടും പറഞ്ഞു, “ആ മൂന്നുപേരും ഒച്ചയുണ്ടാക്കാതെ മട്ടുപ്പാവിനരികിലേക്കു വണ്ടിതെളിച്ചു. വണ്ടിയിൽനിന്നും ഉയരം കുറഞ്ഞതും തടിച്ചതുമായ ഒരാൾ - നരച്ച തലമുടിയായിരുന്നു അയാൾക്ക് - പുറത്തിറങ്ങി. അയാൾ ഏണി ചാരി അതിലൂടെ മട്ടുപ്പാവിന്റെ രണ്ടാം നിലയിലെ ജനാലയിലൂടെ അകത്തേക്കു സൂക്ഷ്മമായി നോക്കി. തുടർന്ന് അയാൾ ഏണിയിറങ്ങി താഴെ വന്നതിനുശേഷം “അവൾ അവിടെയുണ്ടെന്ന്” പറയുന്നതു ഞാൻ കേട്ടു. എന്നോടു സംസാരിക്കാൻ വന്നിരുന്ന അയാൾ മട്ടുപ്പാവിന്റെ വാതിലിനരികിൽച്ചെന്നശേഷം പോക്കറ്റിലുണ്ടായിരുന്ന താക്കോലെടുത്ത് വാതിൽ തുറന്ന് അതിനകത്തു കയറി. മറ്റു രണ്ടുപേരും ഏണിവഴി കയറി. ആ തടിയൻ വണ്ടിക്കരികിൽ നിന്നു. വണ്ടിക്കാരൻ വണ്ടിയിൽ കെട്ടിയിരുന്ന കുതിരകളെ പിടിച്ചുകൊണ്ടുനിന്നു. ഒരു വേലക്കാരൻ പയ്യൻ മറ്റേ കുതിരകളെയും.....

...മട്ടുപ്പാവിൽനിന്നും പെട്ടെന്നൊരു കരച്ചിൽ ഞാൻ കേട്ടു. ഒരു സ്ത്രീ ജനാലയുടെ അരികിലേക്കു പാഞ്ഞെത്തുന്നതും ഞാൻ കണ്ടു. താഴേക്ക് എടുത്തു ചാടാനായിട്ടായിരുന്നു അവളുടെ ഭാവം. പക്ഷേ, ഏണിയിൽ നിൽക്കുന്ന രണ്ടുപേരെ കണ്ടപ്പോൾ അവൾ പുറകോട്ടുപോയി. അവർ രണ്ടുപേരും ജനാലവഴി അകത്തിറങ്ങി.

....പിന്നീടൊന്നും ഞാൻ കണ്ടില്ല. അകത്ത് എന്തൊക്കെയോ എറിഞ്ഞു തകരുന്ന ശബ്ദം മാത്രം കേട്ടു. ആ സ്ത്രീ ഉച്ചത്തിൽ നില

വിളിക്കുന്നതും കേട്ടു. സഹായിക്കാൻ ആരെയും കിട്ടാതെ പിന്നീട് അവളുടെ ശബ്ദം നിലച്ചു. മൂന്നുപേരുംകൂടി അവളെ കൈകളിലെടുത്തു കൊണ്ട് ജനാലയുടെ അരികിൽ വന്നു. ആ രണ്ടുപേർ അവളെയും കൊണ്ട് ഏണിയിറങ്ങി; വണ്ടിയിൽ കിടത്തുകയും ചെയ്തു. ആ തടിയൻ പിന്നാലെ വണ്ടിയിൽ കയറി. മട്ടുപ്പാവിന്റെ അകത്തുണ്ടായിരുന്ന അയാൾ അപ്പോൾ ജനാലയടച്ചു. അൽപ്പംകഴിഞ്ഞ് താഴെ വാതിലിലൂടെ പുറത്തു വരികയും ചെയ്തു. വണ്ടിക്കുള്ളിൽ അവൾ എത്തിയോയെന്നറിയാൻ അയാൾ അങ്ങോട്ടുവന്ന് നോക്കുകയും ചെയ്തു. തുടർന്ന് അയാൾ അയാളുടെ കൂട്ടരുടെ അടുത്തേക്കു ചെന്നു. അവർ കുതിരയെ തയാറാക്കി നിർത്തിയിരിക്കുകയായിരുന്നു. മൂവരും കുതിരപ്പുറത്തുകയറി. വേലക്കാരൻ വണ്ടിക്കാരന്റെ പെട്ടിക്കരികിലും കയറി. നിമിഷങ്ങൾക്കകം വണ്ടി പാഞ്ഞു. മൂന്നു കുതിരക്കാർ മുന്നിലും. അതാണ് സംഭവിച്ചത്. തുടർന്ന് എന്തുണ്ടായെന്ന് എനിക്ക് അറിയുകയേ ഇല്ല." വൃദ്ധൻ സംഭവം വിവരിച്ചു നിർത്തി.

സംഭവങ്ങൾകേട്ട ആർട്ഗ്നൻ സ്തബ്ധനായി. ഒന്നും പറയാനാകാതെ അവൻ നിന്നു. ചിന്തകൾ അവനിൽ നുരപൊന്തി. വൈരാഗ്യത്തിന്റെയും അസൂയയുടെയും പൈശാചിക ചിന്തകൾ അവനിലേക്ക് അടിച്ചു കയറി.

"നിരാശപ്പെടരുത് സർ" ആർട്ഗ്നന്റെ മുഖത്ത് നിഴലിച്ച നിരാശാഭാവം കണ്ടപ്പോൾ ആ വൃദ്ധൻ പറഞ്ഞു. "അവർ ആ സ്ത്രീയെ കൊന്നില്ലല്ലോ. അതാണല്ലോ നമുക്ക് പ്രധാനപ്പെട്ട കാര്യം."

"ആ സംഭവത്തിന്റെ നേതാവാരാണെന്ന് പറയാമോ?"

"അതെനിക്കറിയില്ല സർ."

"പക്ഷേ നിങ്ങൾ അയാളോടു സംസാരിച്ചതാണല്ലോ. അയാളെക്കണ്ടാൽ എങ്ങനെയിരിക്കുമെന്നു പറയാമോ?"

"നല്ല ഉയരമുണ്ട്. കറുത്ത മനുഷ്യൻ. കറുത്ത മീശ. കണ്ടാൽ നല്ലൊരു മാന്യൻ."

"അയാളെയറിയാം" ആർട്ഗ്നൻ സ്വയം പറഞ്ഞു. "അയാൾ വീണ്ടും വന്നു അല്ലേ. എപ്പോഴും അയാൾ തന്നെ. അല്ലാതെയാരാണു വരാൻ."

"ഏതു മനുഷ്യൻ?" ആ വൃദ്ധൻ ചോദിച്ചു.

"ആ പൊക്കംകുറഞ്ഞ തടിച്ച മനുഷ്യൻ" അവൻ മാറ്റിപ്പറഞ്ഞു.

"ഓ അയാളോ അയാൾ മാന്യനൊന്നുമല്ല; അതുറപ്പാണ്. അയാളുടെ കൈയിൽ വാളുണ്ടായിരുന്നില്ല. മറ്റാരും അയാളെ ബഹുമാനിക്കുന്നതായും കണ്ടില്ല" വൃദ്ധൻ പറഞ്ഞു.

"അയാൾ അപ്പോൾ വേലക്കാരനായിരിക്കും" ആർട്ഗ്നൻ പറഞ്ഞു. "ഓ ആ പാവം പെണ്ണ്! അവർ അവളെ എന്തു ചെയ്തു?"

"ആരോടും പുറത്തുപറയുകയില്ലെന്ന് അങ്ങ് എന്നോടു വാക്കു തന്നത് മറക്കരുതേ" ആ വൃദ്ധൻ ഓർമിപ്പിച്ചു.

"വിഷമിക്കേണ്ട" ആർട്ഗ്നൻ പറഞ്ഞു. "ഞാനൊന്നും പറയില്ല. ഞാൻ വാക്കു തരുന്നു."

ദുഃഖത്തിൽ ആണ്ടുപോയ ആർട്ഗ്നൻ കടവിന്റെ കരയിലേക്കു നടന്നു. ഭയത്താൽ അവന്റെ മനസ്സ് തണുത്തുപോയിരുന്നു. ആ സ്ത്രീ മാഡം ബോണസ്യൂ തന്നെയാണെന്ന് അവനു വിശ്വസിക്കാൻപോലും പ്രയാസം തോന്നി. എല്ലാം സ്വപ്നമാണെന്ന് കരുതാൻ അവനു തോന്നി. പിറ്റേന്ന് സാധാരണമട്ടിൽ അവളെ പോയിക്കാണാമെന്നും അവൻ ആഗ്രഹിക്കാൻ ശ്രമിച്ചു. ഇനി വേറെ ആരോടെങ്കിലും അവൾക്കു പ്രേമമുണ്ടോ? അസൂയകൊണ്ട് ആരെങ്കിലും തട്ടിക്കൊണ്ടുപോയതാണോ? വിവിധ ചിന്തകൾ അവനെ വീണ്ടും അലട്ടി. ദുഃഖംകൊണ്ട് അവൻ അങ്ങേയറ്റം അസ്വസ്ഥനാകുകയും ചെയ്തു.

"എന്റെ സ്നേഹിതർ എന്റെ കൂടെയുണ്ടായിരുന്നെങ്കിൽ അവളെ കണ്ടുപിടിക്കാൻ എനിക്കാശയ്ക്കു വകയുണ്ടായിരുന്നു. അവൻ ചിന്തിച്ചു. പക്ഷേ അവരൊക്കെ ഇപ്പോൾ തടവുപുള്ളികളാണല്ലോ."

പാതിരാവായി. എങ്ങനെയെങ്കിലും പ്ലാഞ്ചെറ്റിനെ കണ്ടുപിടിക്കണം. ആ പ്രദേശത്ത് വെളിച്ചംകണ്ട എല്ലാ സത്രങ്ങളിലും അവൻ പോയി മുട്ടി. പക്ഷേ അവിടെയൊന്നും പ്ലാഞ്ചെറ്റ് ഉണ്ടായിരുന്നില്ല.

ആറാമത്തെ സത്രത്തിൽ അന്വേഷിച്ചെത്തിയപ്പോഴും തന്റെ ശ്രമം പരാജയപ്പെട്ടതായി അവനു തോന്നി. പിറ്റേദിവസം രാവിലെ ആറുമണിക്കുശേഷം കാണാമെന്നാണല്ലോ അയാളോടു പറഞ്ഞിരുന്നത്. അപ്പോൾ അതുവരെ അവന് ഇഷ്ടമുള്ളിടത്ത് നിൽക്കാമായിരുന്നു.

അതിനാൽ ആർട്ഗ്നൻ കൂടുതലൊന്നും അയാളെ അന്വേഷിക്കാൻ മുതിർന്നില്ല. സംഭവംനടന്ന സ്ഥലത്ത് ചുറ്റിപ്പറ്റി നിന്നാൽ കൂടുതൽ രഹസ്യവിവരങ്ങൾ തനിക്കു ലഭിക്കുമെന്ന് അവനു തോന്നി. ആ സത്രത്തിൽ കിട്ടാവുന്നതിൽ വച്ച് ഏറ്റവും നല്ല ഒരു കുപ്പി വൈൻ അവൻ വാങ്ങി. അവിടെ മുറിയുടെ ഇരുണ്ട മൂലയ്ക്ക് മേശയ്ക്കരികിൽ അതുമായി അവനിരുന്നു; രാവിലെവരെ ഉണർന്നിരിക്കാൻ ഇതു മാത്രമേ മാർഗമായി തോന്നിയുള്ളൂ.

അവിടെയുണ്ടായിരുന്ന ജോലിക്കാരുടെയും വേലക്കാരുടെയും കുതിരക്കാരുടെയും സംഭാഷണം അവൻ ശ്രദ്ധിച്ചു. അവരാണ് അവിടത്തെ പതിവുകാർ. പക്ഷേ ഒന്നും അവന് കേൾക്കാൻ കഴിഞ്ഞില്ല. എല്ലാവരും ശബ്ദം താഴ്ത്തിയാണ് സംസാരിച്ചിരുന്നത്. മാത്രമല്ല ആ അനിഷ്ട സംഭവത്തെക്കുറിച്ച് യാതൊന്നും അവർ സംസാരിച്ചിരുന്നുമില്ല. അതിനാൽ തനിക്കാ രാത്രിയിൽ ഒന്നും ചെയ്യാനില്ലെന്ന് ആർട്ഗ്നനു തോന്നി.

വൈൻ കുടിച്ചുതീർത്ത് ഒരു മൂലയിൽക്കിടന്ന് ഉറങ്ങാൻതന്നെ ആർട്ഗ്നൻ തീരുമാനിച്ചു. എത്ര വിഷമത്തിലും ചെറുപ്പക്കാർക്ക് ഉറങ്ങാനാകുമല്ലോ.

രാവിലെ ആറുമണിക്ക് അവൻ ഉണർന്നു. ആ നശിച്ച രാത്രിയിലെ ഉറക്കം അവന് ആശ്വാസം കൊടുത്തിരുന്നില്ല. അവൻ പെട്ടെന്നുതന്നെ

തയാറായി. ഉറക്കത്തിൽ ആരെങ്കിലും തന്നെ കൊള്ളയടിച്ചിട്ടുണ്ടോയെന്ന് അവൻ നോക്കി. വിരലിലെ രത്നമോതിരവും പേഴ്സും പിസ്റ്റലും ഒക്കെയുണ്ട്. ഒന്നും നഷ്ടപ്പെട്ടിട്ടില്ല. വീഞ്ഞിന്റെ തുക സത്രത്തിലേൽപ്പിച്ച ശേഷം അവൻ അവിടെനിന്നുമിറങ്ങി.

അയാൾ പ്ലാഞ്ചെറ്റിനെ നോക്കിനടന്നു. രാവിലത്തെ അന്വേഷണം രാത്രിയിലേതുപോലെയായിരുന്നില്ല. അന്വേഷിച്ചിറങ്ങേണ്ട താമസംതന്നെ അയാളെ കണ്ടെത്തി. ആ രണ്ടു കുതിരകളെയുംകൊണ്ട് ആ നശിച്ച സത്രത്തിന്റെ മുൻഭാഗത്തുതന്നെ നിൽക്കുന്നു. രാത്രിയിൽ ആ സത്രത്തിന്റെ മുന്നിലൂടെ ആർട്ഗ്നൻ കടന്നുപോയതായിരുന്നു; പക്ഷേ, കണ്ടിരുന്നില്ല.

25

പോർത്തോസ്

നേരെ വീട്ടിലേക്ക് പോകുന്നതിനുപകരം ആർട്ഗ്നൻ ട്രിവീലിയുടെ വീട്ടിനരികിൽ ഒന്നുനിന്നു. പടികൾ ഓടിക്കയറി അവൻ മുകളിൽ ചെന്നു. ഇത്തവണ എല്ലാം ട്രിവീലിയോടു തുറന്നു പറയാൻതന്നെ അവൻ തീരുമാനിച്ചു. അദ്ദേഹത്തിന്റെ ഉപദേശം അവന് വളരെ അത്യാവശ്യമായിരുന്നു. മാത്രമല്ല, അവനറിയാമായിരുന്നു അദ്ദേഹം മിക്കദിവസങ്ങളിലും രാജ്ഞിയെ കാണാറുണ്ടായിരുന്നെന്ന്. ആ ഭാഗ്യഹീനയായ പെണ്ണിനെക്കുറിച്ച് അന്വേഷിക്കാൻ അദ്ദേഹത്തിന് രാജ്ഞിയെ പ്രേരിപ്പിക്കാനാകുമെന്ന് ആർട്ഗ്നൻ കരുതി.

ട്രിവീലി വളരെ ശ്രദ്ധാപൂർവം ഗൗരവത്തോടെതന്നെ ആർട്ഗ്നൻ പറഞ്ഞ കഥ കേട്ടുകൊണ്ടിരുന്നു. തുടർന്ന് ട്രിവീലി പറഞ്ഞു.

"ഈ മുഴുവൻ സംഗതികളും കർദിനാളിന്റെ പണിതന്നെയാണ്."

"ഇക്കാര്യത്തിൽ ഞാനെന്താണ് ചെയ്യേണ്ടത്?" ആർട്ഗ്നൻ ചോദിച്ചു.

"തൽക്കാലം ഒന്നും ചെയ്യേണ്ടതില്ല. എത്രയും വേഗം നിങ്ങൾ പാരീസു വിടുന്നതാണ് നല്ലത്. ഞാൻ രാജ്ഞിയെക്കണ്ട് അവളെ തട്ടിക്കൊണ്ടുപോയ വിവരങ്ങളൊക്കെ പറയാം. ഇതിനെപ്പറ്റിയുള്ള വിവരങ്ങൾ അവർക്കറിയുമോയെന്നറിയില്ല. എന്തായാലും ഒരു അന്വേഷണം നടത്താൻ അവർക്ക് കഴിയും. നിങ്ങൾ മടങ്ങിവരുമ്പോൾ എന്തെങ്കിലും ശുഭവാർത്ത ഇതിനെക്കുറിച്ച് എനിക്കു പറയാൻ കഴിഞ്ഞേക്കും. എനിക്കു ചെയ്യാവുന്നതെല്ലാം ഞാനും ചെയ്യുന്നതായിരിക്കും."

ട്രിവീലി ഒരു ഗാസ്കനാണെങ്കിലും ധൃതിപിടിച്ചൊന്നും വാക്കുപറയുന്ന ഒരാളല്ലെന്ന് ആർട്ഗ്നന് നന്നായിട്ടറിയാം. പറയുന്നതിനേക്കാളധികം ചെയ്യുന്നയാളാണ് അദ്ദേഹം. അവൻ നന്ദിയുള്ള ഹൃദയവുമായി

അവിടെനിന്നും യാത്ര പറഞ്ഞിറങ്ങി. അദ്ദേഹത്തിന്റെ കരുണനിറഞ്ഞ പ്രവർത്തനങ്ങളെപ്പറ്റിയും ഭാവിയിൽ വേണ്ടതൊക്കെ ചെയ്യാമെന്നു പറഞ്ഞ സഹായത്തെപ്പറ്റിയും അവൻ ഒന്നോർമിച്ചു. ഉത്സാഹിയായ ആർട്ഗ്നനോട് ട്രിവീലിക്ക് യഥാർഥത്തിൽ പ്രത്യേക ഇഷ്ടമായിരുന്നു.

ട്രിവീലി പറഞ്ഞതനുസരിച്ച് പാരീസ് വിടാൻതന്നെ ആർട്ഗ്നൻ തീരുമാനിച്ചു. അവൻ നേരെ വീട്ടിലേക്കുപോയി. അവിടം വിടുന്നതുമായി ബന്ധപ്പെട്ട നിർദേശങ്ങൾ പ്ലാഞ്ചെറ്റിനു കൊടുക്കണം. വീട്ടിനടുത്തെത്താറായപ്പോഴാണ് ബോണസ്യൂ ഉടുത്തൊരുങ്ങി വീട്ടിന്റെ മുന്നിൽ നിൽക്കുന്നത് ആർട്ഗ്നൻ കണ്ടത്. വീട്ടുടമസ്ഥനായ അയാളെപ്പറ്റി തലേദിവസം പ്ലാഞ്ചെറ്റ് പറഞ്ഞിരുന്നത് അവൻ പെട്ടെന്നോർത്തു.

പതിവിന് വിരുദ്ധമായി അയാൾ ആർട്ഗ്നനെ സൂക്ഷിച്ചുനോക്കി. ബോണസ്യൂവിന്റെ മുഖം അനാരോഗ്യമെന്നു തോന്നുംവിധം മങ്ങിയിരുന്നു. എന്തോ ഒരു ശാരീരികമായ രോഗമുണ്ടെന്നു തോന്നും. എങ്കിലും അയാളുടെ മുഖഭാവത്തിൽ എന്തോ നിഗൂഢതയുള്ളതുപോലെ അവനു തോന്നി. കള്ളന്മാരുടെ ചിരി സൂക്ഷിക്കണമല്ലോ. മുതലക്കണ്ണീർ യഥാർഥ വേദനയല്ലല്ലോ. എല്ലാ കള്ളത്തരങ്ങളും ഒരു മൂടുപടമാണ്. എത്ര സാമർഥ്യത്തോടെ അതു നിർമിച്ചിരുന്നാലും സൂക്ഷ്മനിരീക്ഷകന് അതിന്റെയുള്ളിലെ യഥാർഥ സ്വഭാവം വ്യക്തമാകും.

ബോണസ്യൂ കാപട്യത്തിന്റെ മൂടുപടം ധരിച്ചിരിക്കുന്നുവെന്ന് അവനു മനസിലായി. അതു കാണാനും മോശമായിരുന്നു.

അയാളെ കാണാത്തമട്ടിൽ സംസാരിക്കാതെ പോകാനാണ് ആർട്ഗ്നൻ നോക്കിയത്. എന്നാൽ തലേദിവസത്തെപ്പോലെ അയാൾ സൗഹൃദത്തോടെ ആർട്ഗ്നനെ അടുത്തേക്കു വിളിച്ചു.

“എന്തുപറ്റി യുവാവേ” അയാൾ ചോദിച്ചു. “രാത്രി നേരങ്ങളിൽ വളരെ തിരക്കാണല്ലോ. സമയമിപ്പോൾ ഏഴായി. പതിവുശീലങ്ങളൊക്കെ തെറ്റുന്നല്ലോ. എല്ലാവരും പുറത്തേക്കിറങ്ങുമ്പോഴാണല്ലോ നിങ്ങൾ അകത്തേക്കു കയറുന്നത്.”

“അതിൽ നിങ്ങൾക്കെന്തായിത്ര ചേതം?” ആർട്ഗ്നൻ ചോദിച്ചു. “നിങ്ങളുടെ ജീവിതത്തിൽ പതിവുശീലങ്ങൾ ഉണ്ടായാൽ മതി.” അർഥം വച്ചുതന്നെയാണ് ആർട്ഗ്നൻ ഇതു പറഞ്ഞത്. “സുന്ദരിയായ ഭാര്യയുള്ളപ്പോൾ ഒരു സാധാരണ പുരുഷനു സന്തോഷമന്വേഷിച്ചു പുറത്തു പോകേണ്ടതില്ല; സന്തോഷം അവന്റെ വീട്ടിൽത്തന്നെ എത്തിക്കോളും. അല്ലേ ബോണസ്യൂ?”

കുത്തുവാക്കേറ്റ് അയാൾ വിളറി വെളുത്തു.

“നിങ്ങൾ അല്ലെങ്കിലും തമാശയേ പറയൂ” ബോണസ്യൂ പറഞ്ഞു. തുടർന്ന് അവന്റെ ബൂട്സുകളിൽ നോക്കിക്കൊണ്ട് അയാൾ പറഞ്ഞു: “എവിടെയായിരുന്നു ഇന്നലെ രാത്രി? മോശമായ റോഡിൽക്കൂടി ഒത്തിരി നടക്കേണ്ടിവന്നു, അല്ലേ?”

ആർട്ഗ്നൻ തന്റെ ബൂട്സിൽ ഒന്നു നോക്കി. ശരിയാണ്; അതു

മുഴുവൻ ചെളി പിടിച്ചിരിക്കുകയാണ്. അപ്പോൾത്തന്നെ അവൻ ബോണസ്യൂവിന്റെ ഷൂസിലും നോക്കി. അതിലും ചെളിപുരണ്ടിരിക്കുന്നു. ഒരേ പോലുള്ള ചെളിയടയാളം. ഇരുവരും ഒരേയിടത്തു യാത്ര ചെയ്തതു പോലെ.

പെട്ടെന്ന് ആർട്ഗ്നന്റെ ചിന്ത തെളിഞ്ഞു. അതെ ആ വൃദ്ധൻ പറഞ്ഞ ഉയരം കുറഞ്ഞതും നരച്ച തലമുടിയുള്ളതുമായ തടിയൻ മനുഷ്യൻ ബോണസ്യൂ തന്നെയാണ്. സ്വന്തം ഭാര്യയെ തട്ടിക്കൊണ്ടു പോകുന്ന കാര്യത്തിൽ അയാൾ പ്രധാനമായും കൂട്ടുനിന്നിരിക്കുകയാണ്.

ബോണസ്യൂവിന്റെ കഴുത്തുപിടിച്ചു ഞെരിച്ചു കൊന്നാലോയെന്ന് ആർട്ഗ്നനു തോന്നി. പക്ഷേ അവൻ സ്വയം നിയന്ത്രിച്ചു. എങ്കിലും അവന് അയാളോടു തോന്നിയ അരിശവും അമർഷവും അവന്റെ മുഖത്തു നിഴലിച്ചു. ബോണസ്യൂ അതുകണ്ടു ഞെട്ടുകപോലും ചെയ്തു. അയാളൊന്നു പിന്നോക്കം നീങ്ങി. വീടിന്റെ മുൻവശത്തെ വാതിലിനോടു തൊട്ടുനിന്നിരുന്നതിനാലും ആ വാതിൽ അടഞ്ഞുകിടന്നിരുന്നതിനാലും അയാൾക്ക് അധികം പുറകോട്ടുപോകാൻ സാധിച്ചില്ല.

"ബോണസ്യൂ" ആർട്ഗ്നൻ വിളിച്ചു. "നിങ്ങൾ എന്നെ കബളിപ്പിക്കാൻ പോകുന്നതിനുമുമ്പ് സ്വന്തം ഷൂസുകളും ഒന്നു നോക്കൂ. നിങ്ങളും ഇന്നലെ രാത്രിയിൽ പുറത്തായിരുന്നുവെന്നതിന് മറ്റു തെളിവുകളൊന്നും വേണ്ടല്ലോ. അതും ഈ പ്രായത്തിൽ; ഒരു സുന്ദരിയും ചെറുപ്പവുമായ ഭാര്യയുടെ ദുഃസ്ഥിതിക്ക്. നാണമില്ലേ ബോണസ്യൂ നിങ്ങൾക്ക്?"

"അങ്ങനെയൊന്നും സംഭവിച്ചില്ല.... ഇല്ല...." ബോണസ്യൂ പറഞ്ഞു. "ഞാൻ എവിടെയായിരുന്നുയെന്നറിയണമെങ്കിൽ പറയാം. എനിക്ക് അത്യാവശ്യമുള്ള ഒരു വേലക്കാരനെ അന്വേഷിക്കുന്നതിനുവേണ്ടി ഞാൻ സെന്റ് മാണ്ടിയിലേക്കു പോയിരുന്നു. അപ്പോൾ റോഡുമുഴുവൻ ചീത്തയായിരുന്നു. അങ്ങനെയാണ് ഈ ഷൂസു മുഴുവൻ ചെളിയായത്. ഇതൊന്ന് വൃത്തിയാക്കിയെടുക്കാനായിട്ട് നേരവും കിട്ടിയില്ല."

അയാൾ പോയത് സെന്റ് മാണ്ടിയിലേക്കാണെന്നറിഞ്ഞപ്പോൾ ആർട്ഗ്നന്റെ സംശയംകൂടി. കാരണം സെന്റ് മാണ്ടി ആ സെന്റ് കൗഡിനുനേരെ എതിർവശം കിടക്കുന്ന സ്ഥലമായിരുന്നു.

തന്റെ സംശയം കൂടിയപ്പോൾ ആർട്ഗ്നനു പ്രതീക്ഷയ്ക്കുള്ള വകയും കൂടി. ഭാര്യ എവിടെയാണെന്ന് അയാൾക്ക് അറിയാമെന്നുണ്ടെങ്കിൽ, അത്യാവശ്യമുണ്ടെങ്കിൽ ബലം പ്രയോഗിച്ചുതന്നെ ആ രഹസ്യം കണ്ടെത്താനാകുമല്ലോ. പക്ഷേ, ആദ്യം പരിശോധിക്കേണ്ടത് കുറ്റത്തിൽപ്പെട്ടിട്ടുണ്ടോയെന്നതാണ്.

"ഒരു സഹായം ചെയ്യാമോ ബോണസ്യൂ" ആർട്ഗ്നൻ ചോദിച്ചു. "ഇന്നലെ ഉറങ്ങാത്തതുകൊണ്ട് ഒരു വല്ലായ്മ. വല്ലാത്ത ക്ഷീണം. ഞാൻ നിങ്ങളുടെ വീട്ടിൽക്കയറി ഒരു ഗ്ലാസ് വെള്ളമെടുത്തോട്ടെ. നിങ്ങളുടെ വീട്ടിൽ താമസിക്കുന്ന ഒരാളിന് ആ ഒരു സ്വാതന്ത്ര്യം എടുക്കുന്നതിൽ കുഴപ്പമൊന്നുമില്ലെന്നാണ് തോന്നുന്നത്."

ബോണസ്യൂ എന്തെങ്കിലും മറുപടി പറയുന്നതിനു മുമ്പുതന്നെ ആർട്ഗ്നൻ അയാളുടെ വീട്ടിലേക്കു ഓടിക്കയറി. കിടക്കുന്ന മുറിയിലേക്കുചെന്ന് അവൻ വേഗം കിടക്കയിലേക്കു നോക്കി. അതിന്മേൽ കിടന്നുറങ്ങിയിരുന്ന ലക്ഷണമൊന്നുമില്ല. രാത്രിമുഴുവൻ അയാൾ വെളിയിലായിരുന്നുവെന്നതിനു തെളിവാണിത്. ഒന്നോ രണ്ടോ മണിക്കൂറേ ആയിട്ടുണ്ടാകൂ അയാൾ മടങ്ങി വന്നിട്ട്. അവർ അയാളെ കൊണ്ടുപോയ ഇടത്തേക്ക് ഇയാളും പോയിട്ടുണ്ടാകും; കുറച്ചുദൂരം വരേക്കെങ്കിലും.

"നന്ദിയുണ്ട് ബോണസ്യൂ" വെള്ളംകുടിച്ചശേഷം ആർട്ഗ്നൻ പറഞ്ഞു. "ഇത്രമാത്രമേ എനിക്കു നിങ്ങളിൽനിന്നും വേണ്ടിയിരുന്നുള്ളൂ. ഇനി ഞാൻ എന്റെ മുറിയിലേക്കു ഒന്നു പൊയ്ക്കോട്ടെ. എന്റെ ബൂട്സ് വൃത്തിയാക്കാൻ പ്ലാഞ്ചെറ്റിനോടു പറയണം. നിങ്ങളുടെ ബൂട്സ് വൃത്തിയാക്കാൻ അയാളുടെ ആവശ്യമുണ്ടെങ്കിൽ ഞാൻ താഴോട്ടു പറഞ്ഞയയ്ക്കാം."

ആർട്ഗ്നൻ അവന്റെ മുറിയിലേക്കു കയറിപ്പോയി.

പ്ലാഞ്ചെറ്റ് എന്തോ വെപ്രാളത്തിൽ നിൽക്കുന്നതായി ആർട്ഗ്നൻ കണ്ടു.

"അങ്ങ് ഇങ്ങ് എത്തിയോ?" പ്ലാഞ്ചെറ്റ് പറഞ്ഞു. "എനിക്ക് അങ്ങയോട് ചിലതു പറയാനുണ്ട്."

"എന്താണത്?" ആർട്ഗ്നൻ ചോദിച്ചു.

"അങ്ങയെ കാണാൻ ആരാണ് വന്നതെന്ന് അങ്ങേക്ക് ഊഹിക്കാനേ പറ്റില്ല."

"എപ്പോൾ വന്നു ആൾ?"

"അരമണിക്കൂർ മുമ്പ്. അങ്ങ് അപ്പോൾ ട്രിവീലിയുടെ വീട്ടിലായിരുന്നു."

"ആരായിരുന്നു അത്?"

"മോൺസ്യൂർ ഡി കാവോയ്സ്."

"കർദിനാളിന്റെ ഭടന്മാരുടെ നേതാവോ?"

"അതെ സർ!"

"എന്നെ അറസ്റ്റു ചെയ്യാനാണോ വന്നത്?"

"അതിനാണെന്നു തോന്നുന്നു; പക്ഷേ അയാൾ സൗഹൃദരീതിയിലാണ് സംസാരിച്ചത്. ഒരു സൗഹൃദസന്ദർശനത്തിനായി അങ്ങയെ ക്ഷണിക്കാൻ കർദിനാൾ പറഞ്ഞുവിട്ടതാണെന്ന് അദ്ദേഹം പറഞ്ഞു."

"എന്നിട്ട് നിങ്ങളെന്തു പറഞ്ഞു?"

"ആളിവിടെയില്ലാത്തതിനാൽ അതു പറ്റില്ലെന്നു പറഞ്ഞു."

"അപ്പോൾ അയാൾ എന്തു പറഞ്ഞു."

"ഇന്ന് എപ്പോഴെങ്കിലും ചെല്ലാൻ അങ്ങയോടു പറയണമെന്ന് അയാൾ പറഞ്ഞു. പിന്നെ അയാൾ പറഞ്ഞത് കർദിനാളിന് അങ്ങയെപ്പറ്റി നല്ല മതിപ്പാണെന്നാണ്. അദ്ദേഹത്തിന്റെ ഭാവി മുഴുവൻ അങ്ങയുടെ സന്ദർശനത്തെ ആശ്രയിച്ചിരിക്കുമെന്നും പറഞ്ഞു."

"ഇതു കർദിനാളിന്റെ അപരിഷ്കൃതമായ കെണിയാണ്" ആർട്ഗ്നൻ ചിരിച്ചുകൊണ്ട് അഭിപ്രായം പറഞ്ഞു.

"ശരിയാണ് സർ. അതെനിക്കു മനസിലായി. മടങ്ങിവന്ന് ആ വിവരമറിയുമ്പോൾ അയാളെ കാണാൻ പറ്റാതെപോയതിൽ അങ്ങേക്ക് വിഷമമുണ്ടായിരിക്കുമെന്ന് ഞാൻ അയാളോടു പറഞ്ഞു. അപ്പോൾ അങ്ങെവിടെപ്പോയിരിക്കുകയാണെന്ന് അയാൾ എന്നോടു ചോദിച്ചു. ചാംപെയ്നിലെ ട്രോയ്സിലേക്കു പോയിരുന്നെന്നു ഞാൻ പറഞ്ഞു."

"പ്ലാഞ്ചെറ്റേ നീ ബുദ്ധിയുള്ളവനാണ്" ആർട്ഗ്നൻ പറഞ്ഞു.

"അങ്ങേക്ക് യഥാർഥത്തിൽ കാവോയ്സിനെ കാണേണ്ടതുണ്ടെങ്കിൽ അങ്ങ് ദൂരെപ്പോയിരിക്കുകയാണെന്ന് ഞാൻ പറഞ്ഞ വാക്ക് അങ്ങേക്കു മാറ്റാമല്ലോ. ഞാനല്ലേ കള്ളനാകു. അല്ലെങ്കിൽത്തന്നെ ഞാൻ മാനം മര്യാദയുള്ള ഒരു ആളല്ലല്ലോ. അതിനാൽ എന്റെ കള്ളത്തരത്തിൽ ആരും പ്രത്യേകതയൊന്നും കാണില്ല."

"അതൊന്നും കാര്യമാക്കേണ്ട പ്ലാഞ്ചെറ്റേ. നിങ്ങൾ കള്ളം പറഞ്ഞതാണെന്നുള്ള വസ്തുതയൊന്നും വരാൻ പോകുന്നില്ല. അരമണിക്കൂറിനകം നാം പാരീസ് വിടുകയാണ്" ആർട്ഗ്നൻ പറഞ്ഞു.

"ഞാൻ കേട്ടതിൽവച്ച് ഏറ്റവും നല്ല വർത്തമാനമാണിത്. നാം എവിടേക്കാണ് പോകുന്നതൊന്ന് ഞാൻ ഒന്ന് ചോദിച്ചോട്ടെ?"

"ഏതായാലും ഞാൻ പോയിയെന്ന് നീ അയാളോടു പറഞ്ഞിരുന്നതിന്റെ നേരെ എതിർഭാഗത്തേക്കാണ് പോകുന്നത്. അതിരിക്കട്ടെ. ഞാനൊന്നു ചോദിച്ചോട്ടെ. ഞാൻ കൂട്ടുകാരായ ഗ്രിമോഡു, മോസ്ക്യൂട്ടൻ, ബേസിൻ ഇവർക്കൊക്കെ എന്താണു സംഭവിച്ചത്. അതൊക്കെ നിങ്ങൾക്ക് അറിയണമെന്നില്ലേ. ആതോസ്, പോർത്തോസ്, ആറമീസ് എന്നിവരെപ്പറ്റി അറിയണമെന്ന് എനിക്കു നല്ല ആഗ്രഹമുണ്ട്."

"അവരെക്കുറിച്ചറിയാൻ തീർച്ചയായും ആഗ്രഹമുണ്ട് സർ" പ്ലാഞ്ചെറ്റ് പറഞ്ഞു. "അങ്ങു പറയുന്ന നിമിഷത്തിൽ ഞാൻ വരാനും തയാറാണ്. ഈ പാരീസിലെ കാറ്റിനെക്കാൾ ഗ്രാമത്തിലെ കാറ്റാണ് നമുക്ക് കൂടുതൽ ആരോഗ്യകരമെന്ന് ഞാൻ കരുതുന്നു."

"എന്നാൽ എല്ലാം തയാറാക്കിക്കോളൂ നമുക്കു പുറപ്പെടാം. ഞാൻ ആദ്യം വിടാം. ഞാൻ ഒന്നും എടുക്കുന്നില്ല. അതിനാൽ ആരും എന്നെ സംശയിക്കുകയില്ല. നിങ്ങൾ എടുക്കേണ്ടതെല്ലാം എടുത്ത് എന്റെ പിന്നാലെ പോരണം. ഭടന്മാരുടെ ഹെഡ് ആഫീസിൽവച്ച് നമുക്ക് കാണാം.... പിന്നെ നിങ്ങൾ നമ്മുടെ വീട്ടുടമസ്ഥനായ ബോണസ്യൂവിനെക്കുറിച്ച് പറഞ്ഞതു ശരിയാണ്. അയാൾ വൃത്തികെട്ട ഒരു തെമ്മാടി തന്നെയാണ്."

"അത്തരം കാര്യങ്ങളിൽ ഞാൻ പറയുന്നതൊക്കെ ശരിയാണ് സാർ. എനിക്കു മുഖശാസ്ത്രം അറിയാം" പ്ലാഞ്ചെറ്റു പറഞ്ഞു.

ആർട്ഗ്നൻ ആവശ്യപ്പെട്ടതനുസരിച്ച് കാര്യങ്ങൾ നടന്നു. ആദ്യം അവൻ തന്നെ വീട്ടിൽ നിന്നുമിറങ്ങി. ഹെഡ്ക്വാർട്ടേഴ്സിലേക്കു

പോകുന്ന വഴിക്ക് ആ മൂന്നു സ്നേഹിതന്മാരുടെയും വീടുകളിലേക്കു അവൻ ചെന്നു. അവരാരും മടങ്ങിയെത്തിയിട്ടുണ്ടായിരുന്നില്ല. അവരെ പ്പറ്റി യാതൊരു വിവരവും ലഭിച്ചതുമില്ല.

ആറമീസിന്റെ വീട്ടിലാകട്ടെ ഒരു കത്തു വന്നു കിടന്നിരുന്നു. നല്ല മണമുള്ള ഒരു കവറിൽ. മേൽവിലാസം ഭംഗിയുള്ള ഒരു കൈയക്ഷരത്തി ലാണ് എഴുതിയിരുന്നത്. ആർട്ഗ്നൻ ആ കത്തെടുത്തു സൂക്ഷിച്ചു. പത്തുമിനിറ്റു കഴിഞ്ഞപ്പോൾ അവൻ ഹെഡ്ക്വാർട്ടേഴ്സിലെ കുതിരലായ ത്തിൽ എത്തി. പ്ലാഞ്ചെറ്റും അവിടെയെത്തി. രണ്ടുപേരും പുറപ്പെടാനൊ രുങ്ങി.

"മറ്റേ മൂന്നു കുതിരകളെ തയാറാക്കിക്കോളൂ" അവൻ പ്ലാഞ്ചെറ്റി നോടു പറഞ്ഞു. "നമുക്കു പോകാം."

"ഓരോരുത്തർക്കും ഈരണ്ടു കുതിരകൾ വീതമുണ്ടെങ്കിൽ വേഗ ത്തിൽ പോകാൻ സാധിക്കുമെന്നാണ് എനിക്കു തോന്നുന്നത്" പ്ലാഞ്ചെ റ്റിന്റെ മുഖത്ത് അൽപ്പം തമാശ കലർന്നിരുന്നു.

"അതല്ല ഞാനുദ്ദേശിച്ചത്. നാലു കുതിരകളുണ്ടെങ്കിൽ നമുക്ക് നമ്മുടെ മൂന്നു സുഹൃത്തുക്കളെ തിരിച്ചു കൊണ്ടുവരാനാകും – അവർ ഇപ്പോഴും ജീവിച്ചിരിക്കുന്നുണ്ടെങ്കിൽ."

"അങ്ങനെയെങ്കിൽ നമുക്ക് ഭാഗ്യമുണ്ട്. ദൈവത്തോടുള്ള നമ്മുടെ പ്രതീക്ഷ നമുക്ക് വിട്ടുകളയേണ്ട" പ്ലാഞ്ചെറ്റു പറഞ്ഞു.

"ആമേൻ ആമേൻ?" ആർട്ഗ്നൻ കുതിരപ്പുറത്തുകയറി.

അവർ വിപരീതദിശകളിലേക്കു പാഞ്ഞു. ഒരാൾ വിലിറ്റ് കവാടം വഴി പാരീസു വിടും; മറ്റേയാൾ മോണ്ട്മാർട്രി കവാടം വഴിയും. സെന്റ് ഡെനിസു കഴിയുമ്പോൾ അവർ ഒന്നിച്ചാകും.

തീരുമാനിച്ചതനുസരിച്ച് അവർ വളരെ വേഗംതന്നെ ഈ രണ്ടു കവാടങ്ങളിലൂടെ യാത്ര ചെയ്ത് സെന്റ് ഡെനിസുകഴിഞ്ഞ് പിയ്റിഫിറ്റി ലെത്തി.

പ്ലാഞ്ചെറ്റിന് രാത്രിയെക്കാൾ ധൈര്യം പകലിനാണെന്നു പറഞ്ഞേ പറ്റൂ. അവന്റെ ആ സ്വാഭാവികബുദ്ധി എപ്പോഴും അവനോടൊപ്പം ഉണ്ടാ യിരുന്നു. ഇംഗ്ലണ്ടിലേക്കുള്ള അയാളുടെ ആദ്യയാത്രയെക്കുറിച്ചുള്ള എല്ലാ വിവരങ്ങളും അയാൾ ഓർക്കുന്നുണ്ടായിരുന്നു. റോഡരികിൽ കണ്ട ഏതൊരാളെയും അയാൾ ശത്രുവായിക്കരുതി. അതിനാൽ അവരോടു ബഹുമാനം കാണിക്കുന്നതിന്റെ അടയാളമായി അയാൾ മുഴുവൻ സമ യവും തന്റെ കൈയിൽ തൊപ്പിയൂരിവച്ചിരുന്നു. ഒന്നിലധികം തവണ ആർട്ഗ്നൻ അവനെ അങ്ങനെ ചെയ്യുന്നതിൽനിന്നും തടഞ്ഞതാണ്. വെറും നിസാരക്കാരനായ ഏതോയൊരുവന്റെ വേലക്കാരനാണെന്ന് ആളുകൾ തന്നെ കരുതുമെന്ന് ആർട്ഗ്നൻ കരുതിപ്പോയി.

എന്തായാലും പ്ലാഞ്ചെറ്റിന്റെ അതിമര്യാദകൊണ്ടോ വഴിവക്കിൽ വഴി തടയാനുള്ള ലഹളക്കാരില്ലാതിരുന്നതുകൊണ്ടോ യാതൊരു അനിഷ്ടവും സംഭവിക്കാതെ തന്നെ രണ്ടുപേരും ചിന്റിലിലെത്തി. അവർ കുതിരപ്പുറ

ത്തു നിന്നുമിറങ്ങിയശേഷം നേരെ ഗ്രാന്റ് സെന്റ് മാർട്ടിൻ സത്രത്തിലേക്കു ചെന്നു. ആദ്യയാത്രയിൽ അവർ അവിടെയാണ് തങ്ങിയിരുന്നത്.

ഒരു യുവാവും ഒരു വേലക്കാരനും അധികം രണ്ടു കുതിരകളും കയറി വരുന്നതു കണ്ടപ്പോൾ സത്രമുടമ തൊപ്പിയൂരി ബഹുമാനത്തോടെ അവരെ അഭിവാദ്യം ചെയ്യാനായി പുറത്തിറങ്ങി. അവർ ഏതാണ്ട് മുപ്പതു മൈലോളം യാത്ര ചെയ്തിരുന്നു. പോർത്തോസ് അവിടെയുണ്ടോയെന്നൊന്നും അന്വേഷിക്കാൻ അവർ മെനക്കെടാതെ അൽപ്പമൊരാശ്വാസം കിട്ടാൻ അവർ തീരുമാനിച്ചു.

ആദ്യംതന്നെ പോർത്തോസിന്റെ വിവരങ്ങൾ അന്വേഷിക്കേണ്ടന്ന് അവൻ തീരുമാനിച്ചു. കുതിരകളെ നോക്കിക്കോളാൻ പ്ലാഞ്ചെറ്റിനോടു പറഞ്ഞശേഷം അവൻ അതിഥികൾക്കുള്ള സ്വകാര്യമുറിയിലേക്കു കയറി. തുടർന്ന് ഒന്നാന്തരം ഒരു കുപ്പി വീഞ്ഞും മെച്ചപ്പെട്ട ഭക്ഷണവും കൊണ്ടു വരാൻ സത്രയുടമയോടു കൽപ്പിച്ചു.

സത്രമുടമയ്ക്ക് അതിഥിയെക്കുറിച്ചുള്ള നല്ല അഭിപ്രായം ഉറച്ചു. വളരെവേഗം തന്നെ അയാൾ അവനെ സൽക്കരിച്ചു. നല്ല കുടുംബങ്ങളിൽപ്പെട്ടവരെയാണ് സാധാരണ ഭടന്മാരായി തെരഞ്ഞെടുക്കുന്നത്. അതിനാൽ ഒരു വേലക്കാരനും നാലു കുതിരകളുമായി അവൻ കയറി വന്നപ്പോൾ സത്രത്തിൽ ചെറിയ സംസാരം തന്നെയുണ്ടായി. സത്രയുടമ തന്നെ അവനു വിളമ്പിക്കോട്ടെ എന്ന അനുവാദം ചോദിച്ചു. അതിനെ മുതലെടുക്കാൻതന്നെ അവനും തീരുമാനിച്ചു.

ആർട്ഗ്നൻ അയാളെ ക്ഷണിക്കുകയും കൂടെയിരുന്ന് വീഞ്ഞുകഴിച്ച് വർത്തമാനം പറഞ്ഞിരിക്കാൻ ആഗ്രഹം പ്രകടിപ്പിക്കുകയും ചെയ്തു.

"നല്ലൊന്നാന്തരം വീഞ്ഞുകൊണ്ടുവരാനാണ് ഞാൻ പറഞ്ഞത്" ആർട്ഗ്നൻ പറഞ്ഞു. "നിങ്ങൾ അക്കാര്യത്തിൽ എന്നെ പറ്റിച്ചിട്ടുണ്ടെങ്കിൽ ഇപ്പോൾ തനിയെ സഹിക്കേണ്ടിവരും. എനിക്ക് ഒറ്റയ്ക്കിരുന്ന് കുടിക്കാനിഷ്ടമില്ല. അതുകൊണ്ട് ഈ കുപ്പിയുടെകൂടെ പങ്കുകൂടാനാണ് ഞാൻ ക്ഷണിച്ചത്. ഗ്ലാസ് എടുത്തോളൂ. നമുക്കിനി തുടങ്ങാം. എന്തിനെപ്പറ്റിയാണ് കുടിക്കേണ്ടതെന്നറിയാമോ? നാം തമ്മിൽ തർക്കംവരാത്ത ഒന്നിനെപ്പറ്റി.... നിങ്ങളുടെ സത്രത്തിന്റെ നന്മയ്ക്കുവേണ്ടി കുടിക്കാം...."

"എനിക്കു നിങ്ങളോടു ബഹുമാനം തോന്നുന്നു" സത്രമുടമ പറഞ്ഞു. "നിങ്ങൾ ദയയുള്ളയാളാണെന്ന് എനിക്കു തോന്നുന്നു."

"അങ്ങനെ എന്നെക്കുറിച്ചു പറയാതെ" ആർട്ഗ്നൻ പറഞ്ഞു. "നിങ്ങൾ ആഗ്രഹിക്കുന്നതുപോലെതന്നെ ഈ സത്രം അഭിവൃദ്ധിപ്പെടാൻ ഞാൻ ആഗ്രഹിക്കുന്നു. കാരണം ഞാൻ മിക്കപ്പോഴും ഇതുവഴി പോകാറുണ്ട്. ഇത്തരം സ്ഥലങ്ങളിൽ അഭിവൃദ്ധിപ്പെട്ട സത്രങ്ങൾ ഉണ്ടാകുന്നത് നല്ലതാണ്. അതാണ് ഞാൻ പറഞ്ഞതും."

"എന്താ ഈ റോഡിലൂടെ അങ്ങ് യാത്ര ചെയ്യാറുണ്ടെന്നോ. പക്ഷേ ഇതിനുമുമ്പ് ഞാൻ അങ്ങയെ കണ്ടിട്ടില്ലെന്നു തോന്നുന്നു" സത്രമുടമ പറഞ്ഞു.

"വളരെ ശരിയായിരിക്കാം. പക്ഷേ, ഞാൻ ചാന്റിലിയിലൂടെ പത്തു പന്ത്രണ്ടു തവണയെങ്കിലും കടന്നു പോയിട്ടുണ്ടാകും. മൂന്നു നാലു തവണയെങ്കിലും ഈ സത്രത്തിൽ ഇറങ്ങിയിട്ടുണ്ടാകും. രണ്ടാഴ്ചമുമ്പ് ഞാനിവിടെ വന്നിരുന്നത് എനിക്ക് ഇപ്പോൾ ഓർമവരുന്നു; മൂന്നു സ്നേഹിതന്മാരും അപ്പോൾ എന്റെകൂടെയുണ്ടായിരുന്നു – മൂന്നു പടയാളികൾ. എനിക്ക് ആ സംഭവം ഓർമവരുന്നു. കാരണം ആ പടയാളികളിൽ ഒരാൾ നിങ്ങളെ ശല്യപ്പെടുത്തിയ ഒരു അപരിചിതനോടു വഴക്കടിച്ചിരുന്നു."

"അതു ശരിയാണല്ലോ" സത്രമുടമ പറഞ്ഞു. "ആ ദിവസം എനിക്കു നല്ലയോർമയുണ്ട്. മോൺസ്യൂർ പോർത്തോസിനെക്കുറിച്ചാണ് നിങ്ങളീപ്പറയുന്നതെന്നു തോന്നുന്നു."

"അതെ. അതുതന്നെ." ആർട്ഗ്നൻ പറഞ്ഞു. "പിന്നെ.... അയാൾക്കു എന്തു സംഭവിച്ചുയെന്നറിഞ്ഞാൽ നന്നായിരുന്നു."

"അയാൾക്ക് വീണ്ടും യാത്ര ചെയ്യാൻ പറ്റാതിരുന്നത് നിങ്ങൾ കണ്ടിരുന്നല്ലോ" സത്രമുടമ പറഞ്ഞു.

"അതെ. പക്ഷേ ഒപ്പം എത്തിക്കോളാമെന്ന് അയാൾ പറഞ്ഞിരുന്നു. പക്ഷേ ഞങ്ങൾ അയാളെ പിന്നെ കണ്ടതേയില്ല."

"അദ്ദേഹം ഇവിടെത്തന്നെ താമസിച്ചല്ലോ" സത്രമുടമ പറഞ്ഞു.

"എന്ത്? അയാൾ ഇവിടെയുണ്ടെന്നോ?"

"അതെ സർ.... ഞങ്ങൾക്കതിൽ വിഷമമുണ്ട്."

"അതെന്തിനാണ്?"

"അത് ബില്ലടയ്ക്കാനുണ്ട്...."

"അത് അയാൾതന്നെയടയ്ക്കും."

"അങ്ങ് ഇതു പറയുന്നതുകേൾക്കുമ്പോൾ എനിക്കുണ്ടാകുന്ന ആശ്വാസം പറഞ്ഞറിയിക്കാനാവുന്നില്ല. ഇപ്പോൾ അയാളുടെ കടം അധികമായിരിക്കുകയാണ്. ഇന്നുരാവിലെ അദ്ദേഹത്തെ പരിശോധിക്കുന്ന ഡോക്ടർ പറഞ്ഞത് പരിശോധനാഫീസ് കിട്ടിയില്ലെങ്കിൽ ഞാൻ തന്നെ കൊടുക്കണമെന്നാണ്. കാരണം അദ്ദേഹത്തെ പരിശോധിക്കാൻ ഡോക്ടറെ വിളിച്ചുവരുത്തിയത് ഞാനായിരുന്നല്ലോ."

"ഡോക്ടറോ? എന്താ അയാൾ മുറിവേറ്റിരുന്നോ?"

"അതിനെപ്പറ്റി എനിക്കു പറയാനാവില്ല സർ."

"നിങ്ങൾക്കു പറയാനാവില്ലായെന്നു പറഞ്ഞാൽ? മറ്റാരെക്കാളും നിങ്ങൾക്കല്ലേ വ്യക്തമായിട്ടറിയാനാകൂ."

"അതെ സർ. പക്ഷേ, ജീവിതത്തിൽ എന്റെ അവസ്ഥയിലുള്ള ആളുകൾ അറിയുന്നതെല്ലാം അതുപോലെ പറയാനാകില്ല. നാവനക്കിയാൽ ചെവിയറുത്തുകളയുമെന്ന് ഭയപ്പെടുത്തിയാൽ പിന്നെന്തുചെയ്യും?" സത്രമുടമ പറഞ്ഞു.

"എങ്കിൽ ഞാൻ പോർത്തോസിനെ കണ്ടോട്ടെ?"

"തീർച്ചയായും സർ. രണ്ടാം നിലയിലേക്കു പൊയ്ക്കോളൂ. ഒന്നാം നമ്പർ മുറിയിൽ മുട്ടിയാൽ മതി. ഇതി നിങ്ങളാണെന്ന് പറഞ്ഞേക്കണം."

"അതെന്താ?"

"അല്ലെങ്കിൽ എന്തെങ്കിലും അപകടമുണ്ടാകും. അയാൾ കരുതും വാതിൽ മുട്ടിയത് സത്രത്തിലെ മറ്റാരെങ്കിലും ആയിരിക്കുമെന്ന്. പിന്നെ അയാൾ ദേഷ്യത്തിൽ വാളുമായി ഓടിയെത്തി തലതെറിപ്പിച്ചേക്കും."

"അതെന്താണ് അയാളെ ഇത്രയും ദേഷ്യം പിടിപ്പിക്കുന്നത്?"

"കടം തീർക്കാനുള്ള പണം ഞങ്ങൾ ആവശ്യപ്പെട്ടിരുന്നു."

"അതുശരി. എനിക്കിപ്പോൾ മനസിലായി. പോക്കറ്റിൽ പണമൊന്നും ഇല്ലാതിരിക്കുമ്പോൾ കടംതീർക്കാൻ ആവശ്യപ്പെടുന്നത് അയാൾക്ക് കോപമുണ്ടാക്കും. പക്ഷേ, ഇവിടെ വന്നപ്പോൾ അയാളുടെ കൈയിൽ പണമുണ്ടായിരുന്നല്ലോ."

"അങ്ങനെ തന്നെയാണ് ഞങ്ങളും കരുതിയത്.... സർ നല്ലൊരു ചിട്ടവട്ടമുള്ള ഒരു സത്രമാണ് ഞങ്ങളുടേത്. ആഴ്ചതോറും ഞങ്ങൾ കണക്ക് പരിശോധിക്കും. ആദ്യത്തെ ആഴ്ചയുടെ അവസാനത്തുതന്നെ ഞങ്ങൾ അദ്ദേഹത്തിനു ബില്ലു കൊടുത്തയച്ചു. അതൊരു നശിച്ച സമയമായിരുന്നിരിക്കാം. അദ്ദേഹം ആ ബില്ല് മടക്കി. ഞാൻ അതെന്തിനാണ് തിരിച്ചയച്ചതെന്ന് ചോദിച്ചതിന് എനിക്കു കിട്ടി അദ്ദേഹത്തിന്റെ വക ചീത്ത. തലേദിവസം അദ്ദേഹം ചൂതുകളിച്ചിരുന്നു."

"ചൂതുകളിച്ചെന്നോ? ആരോടൊപ്പം?"

"അന്നിവിടെ താമസിച്ചിരുന്ന ഒരു മനുഷ്യനോടൊന്നിച്ച്.... പണം കൊണ്ടുള്ള കളിയായിരുന്നു അത്."

"ഉള്ള പണം മുഴുവൻ ആ കളിയിൽ നഷ്ടപ്പെട്ടിരിക്കും."

"അതെ സർ. അദ്ദേഹത്തിന്റെ കുതിരപോലും! അദ്ദേഹം കളി മതിയാക്കി പോകാനൊരുങ്ങിയപ്പോഴാണ് വേലക്കാരൻ അദ്ദേഹത്തിന്റെ കുതിരയെ തയാറാക്കിക്കൊണ്ടിരുന്നത്.... കളിയിൽ അതുകൂടി നഷ്ടപ്പെടുത്തേണ്ടിവന്നു."

"അതാണ് പോർത്തോസ്" ആർട്ഗ്നൻ പിറുപിറുത്തു.

"പോർത്തോസിന്റെ കൈവശം യാതൊരു പണവുമില്ലെന്ന് ഞാൻ മനസിലാക്കിയപ്പോൾ, എന്റെ ബില്ല് അനുസരിച്ചുള്ള തുക എനിക്കു കിട്ടുകയില്ലെന്ന് എനിക്കുറപ്പായി. അപ്പോൾ ഞാൻ ഒരാളിനെ പോർത്തോസിന്റെ അരികിലേക്കു വിട്ടു. അദ്ദേഹത്തിനോടു സ്വർണക്കഴുകൻ എന്ന സത്രത്തിലേക്കു താമസം മാറ്റാനായി. പക്ഷേ, ആ സത്രത്തെക്കാൾ നല്ലത് എന്റേതാണെന്ന് പറഞ്ഞ് അദ്ദേഹം വീണ്ടും ഇവിടെത്തന്നെ താമസിച്ചു. എനിക്കതു കേട്ടപ്പോൾ സന്തോഷമായി. അതിനാൽ ഇവിടെനിന്നും പോകാൻ ഞാൻ അദ്ദേഹത്തെ നിർബന്ധിച്ചില്ല. മൂന്നാംനിലയിലുള്ള ചെറിയൊരു മുറിയിലേക്കു ഒന്നു മാറാനുള്ള ദയവുണ്ടാകണം എന്നുമാത്രം അപേക്ഷിച്ചു. ഹോട്ടലിന്റെ നല്ല മുറിയിലാണ് അദ്ദേഹം താമസിച്ചിരുന്നത്. അതിനു പോർത്തോസ് പറഞ്ഞ മറുപടി അയാൾ അയാളുടെ ഭാര്യയെ പ്രതീക്ഷിച്ചിരിക്കുകയാണെന്നാണ്. ഹോട്ടലിലെ ഈ മുറി വലുതാണെന്ന് എനിക്കു ചിന്തയുള്ളത് ശരിയാണെന്ന് സമ്മതിക്കാമെങ്കിലും

വലിയ അന്തസുള്ള ആ സ്ത്രീക്ക് അത് വളരെ നിസ്സാരമായിരിക്കുമെന്നും അദ്ദേഹം പറഞ്ഞു. അദ്ദേഹം പറഞ്ഞത് ശരിയായിരിക്കുമെന്ന് എനിക്കു തോന്നി. പക്ഷേ, അതിനെക്കുറിച്ച് സംസാരിക്കാൻപോലും അയാൾ കൂട്ടാക്കിയില്ല. കട്ടിലിനരികിൽ ഇട്ടിരിക്കുന്ന മേശപ്പുറത്ത് ഒരു തോക്ക് എടുത്തുവച്ചശേഷം അദ്ദേഹം പറഞ്ഞിരിക്കുന്നതിങ്ങനെയാണ് – ഞാനോ എന്റെ വേലക്കാരോ അദ്ദേഹത്തെ മുറിയിൽനിന്നും മാറ്റാൻ ശ്രമിച്ചാൽ ഞങ്ങളുടെ തല തകർത്തുകളയുമെന്ന്. അതിനുശേഷം അദ്ദേഹത്തിന്റെ വേലക്കാരൻ മോസ്ക്യൂട്ടല്ലാതെ മറ്റൊരാളും ആ മുറിയിലേക്കു ചെല്ലാൻ ധൈര്യം കാണിച്ചിട്ടേയില്ല" സത്രമുടമ ദീർഘമായി വിവരിച്ചു.

"ആ മോസ്ക്യൂട്ടൻ ഇവിടെയുണ്ടോ?"

"ഉണ്ടല്ലോ. അങ്ങുപോയിക്കഴിഞ്ഞ് അഞ്ചുദിവസങ്ങൾക്കുശേഷം ഇവിടെ വന്നു. യാത്രയിൽ അയാളെയും രോഗം ബാധിച്ചിരുന്നു. ഭാഗ്യവശാൽ യജമാനനെപ്പോലെ രോഗഗ്രസ്തനായിരുന്നില്ല. യജമാനന് ആവശ്യമായ എന്തും കൊടുക്കാനുള്ള ശ്രമത്തിൽ ഈ സത്രത്തെ അയാൾ കീഴ്മേൽ മറിക്കുകയാണ്."

"എനിക്കെപ്പോഴും തോന്നിയിട്ടുണ്ട്, അസാധാരണമായവിധത്തിൽ ബുദ്ധിയുള്ളവനാണ് മോസ്ക്യൂട്ടനെന്ന്" ആർട്ഗ്നൻ പറഞ്ഞു.

"ശരിയായിരിക്കാം. പക്ഷേ, അത്തരം ബുദ്ധിയുള്ള കുറച്ചുപേർകൂടി ഈ സത്രത്തിൽ വന്നാൽ, എന്റെ കാര്യം അതോടെ തീർന്നുകിട്ടും."

"പോർത്തോസ് നിങ്ങൾക്കുള്ള പണം തരും" ആർട്ഗ്നൻ പറഞ്ഞു.

"നിങ്ങൾ പറയുന്നത് നേരാണോ?"

"ആ അന്തസുകാരി സ്ത്രീ അയാളുടെ ജീവനാണ്. നിങ്ങൾക്കു കിട്ടാനുള്ള തുക അവരെ സംബന്ധിച്ച് നിസ്സാരമാണ്" ആർട്ഗ്നൻ പറഞ്ഞു.

"പക്ഷേ ഞാൻ കരുതുന്നത്...."

"പറയൂ നിങ്ങൾ."

"എനിക്കറിയാവുന്നത്...."

"പറയൂ എന്താണെന്ന്?"

"ആ അന്തസുകാരി സ്ത്രീയെ ഞാനൊരിക്കൽ കണ്ടതാണ്" സത്രമുടമ പറഞ്ഞു.

"എവിടെവച്ച്?"

"ആരോടും പറയുകയില്ലെന്ന് അങ്ങേക്ക് ഉറപ്പുതരാമോ?"

"ഉറപ്പുതരുന്നു. ഇനി പറയൂ."

"ശരി സർ. അങ്ങേക്ക് ഒരുപക്ഷേ മനസിലാകും. അസ്വസ്ഥനായിരിക്കുന്ന നേരത്ത് ഒരാൾ സാധാരണഗതിയിൽ ചെയ്യാതിരിക്കുന്നതും ചെയ്യും;"

"നിങ്ങൾ എന്തുചെയ്തെന്നാണ് പറയുന്നത്?"

"കടംകൊടുക്കുന്നവന് എന്താണ് ചെയ്യാനാവാത്തത്?"

"കൊള്ളാമല്ലോ എന്താണെന്നു തെളിച്ചു പറയൂ."

"പോർത്തോസ് എന്റെ കൈവശം ഒരു കത്തു തന്നിരുന്നു. അദ്ദേഹത്തിന്റെ ആ സ്ത്രീക്കു നൽകാനായിട്ട്. അദ്ദേഹത്തിന്റെ വേലക്കാരൻ വരുന്നതിനു മുമ്പായിരുന്നു അത്. അദ്ദേഹത്തിന് മുറിയിൽനിന്നും പുറത്തിറങ്ങാൻ പറ്റാതിരുന്നതിനാൽ ഞങ്ങളായിരുന്നു പുറത്തെ കാര്യങ്ങളൊക്കെ ചെയ്തുകൊടുത്തിരുന്നത്. പക്ഷേ, ആ കത്ത് ഞാൻ തപാൽ പെട്ടിയിലിട്ടില്ല; കിട്ടിയില്ലെങ്കിലോയെന്ന് ഞാൻ സംശയിച്ചു. പകരം പാരീസിലേക്കു പോകുന്ന എന്റെ ഒരു ജോലിക്കാരൻ വഴി ഞാനതു കൊടുത്തയച്ചു. നേരിട്ട് ആ സ്ത്രീക്ക് കൊടുക്കാനായിട്ട്. പോർത്തോസ് ആവശ്യപ്പെട്ടതു തന്നെയാണ് ഞാൻ ചെയ്തത്."

"പറഞ്ഞതൊക്കെ നിങ്ങൾ ചെയ്തെന്നു തന്നെയാണ് ഞാൻ കരുതുന്നത്" ആർട്ഗ്നൻ പറഞ്ഞു.

"അതെ സർ, ആ സ്ത്രീ ആരാണെന്ന് അങ്ങേക്കറിയാമോ?"

"ഇല്ല. പോർത്തോസ് അവളെക്കുറിച്ചു പറയുന്നതു ഞാൻ കേട്ടിട്ടുണ്ട്. പക്ഷേ ഇത്രയുംകാലം ഞാൻ അവളെ കണ്ടിട്ടേയില്ല."

"അവൾ പേരുകേട്ട പ്രഭ്വിയൊന്നുമല്ല."

"അതു ഞാനും നിങ്ങളോടു പറഞ്ഞിട്ടുണ്ടല്ലോ."

"അവൾ ഒരു വക്കീലിന്റെ ഭാര്യയാണ്. പേര് മാഡം കോക്വിനാർഡ്. ഒരു അമ്പതു വയസുവരും. എന്നിട്ടും അസൂയയൊന്നും വിട്ടിട്ടില്ല."

"അവൾക്ക് അസൂയയെന്ന് എന്തുകൊണ്ടാണ് നിങ്ങൾ പറയുന്നത്?"

"അതൊ? ആ സ്ത്രീ കത്തുവായിച്ചശേഷം വല്ലാതെ ദേഷ്യപ്പെട്ടത്രേ. പോർത്തോസ് തന്നോടു തീരെ അവിശ്വസ്തനാണെന്നും വേറെ ഒരു സ്ത്രീക്കുവേണ്ടി യുദ്ധം ചെയ്തപ്പോൾ മുറിവേറ്റിട്ടുണ്ടാകുമെന്നും പറഞ്ഞാണ് ആ സ്ത്രീ ബഹളം വച്ചത്."

"യഥാർഥത്തിൽ അയാൾക്ക് മുറിവേറ്റോ?"

"എന്റെ ദൈവമേ! ഞാനെന്താണീ പറഞ്ഞത്?" സത്രമുടമ പറഞ്ഞു.

"യുദ്ധത്തിൽ പോർത്തോസിന് മുറിവേറ്റുയെന്നാണ് നിങ്ങൾ പറഞ്ഞത്."

"അയ്യോ! അക്കാര്യം ആരോടും പറയരുതെന്നാണ് അദ്ദേഹം എന്നോടു കൽപ്പിച്ചിരുന്നത്."

"അതെന്ത്?" ആർട്ഗ്നൻ ചോദിച്ചു.

"അതിനു കാരണമുണ്ട്. ആ അപരിചിതനെ തല്ലിച്ചതയ്ക്കാൻ വിട്ടതാണ്. പക്ഷേ ആ അപരിചിതൻ അയാളെ തല്ലിച്ചതച്ചു. പിന്നെ അയാൾക്കൽപ്പം പൊങ്ങച്ചമുണ്ട്. താൻ തോൽപ്പിക്കപ്പെട്ടവിവരം മറ്റൊരാൾ അറിയുന്നത് അയാൾക്ക് ഇഷ്ടമേയല്ല; അയാളുടെ പ്രഭ്വിയറിയുന്നതിനു കുഴപ്പമില്ല. കാരണം അവളുടെ അനുകമ്പ അയാൾക്കു കിട്ടേണ്ടതല്ലേ."

"കിടപ്പിലാകാൻ തക്കവണ്ണം അയാൾക്ക് മുറിവേറ്റോ?"

"അതെ സർ. ഇനി ചതവു പറ്റേണ്ടയിടമേയില്ല. എന്നിട്ടും എന്തുകൊണ്ടാണ് അയാൾക്ക് ജീവിച്ചിരിക്കാൻ പറ്റുന്നതെന്നറിയില്ല. അയാളുടെ ജീവൻ ഏതോവിധം ശരീരത്തിൽ പൂട്ടിയിരിക്കുകയാണ്."

“നിങ്ങൾ ആ ദ്വന്ദ്വയുദ്ധം കണ്ടിരുന്നോ?” ആർട്ഗ്നൻ ചോദിച്ചു.

“ആകാംക്ഷകൊണ്ട് ഞാൻ അവരുടെ പിന്നാലെ പോയിരുന്നു. അവർക്കു കാണാൻ പറ്റാത്ത ഒരു സ്ഥലത്തിരുന്ന് ഞാൻ എല്ലാം വീക്ഷിച്ചു.”

“എന്താണപ്പോൾ കണ്ടത്?”

“ദ്വന്ദ്വയുദ്ധം യഥാർഥത്തിൽ അധികനേരമുണ്ടായിരുന്നില്ല. രണ്ടു പേരും ശ്രദ്ധിച്ചാണ് തുടങ്ങിയത്. പക്ഷേ, ആ അപരിചിതൻ പോർത്തോസിന്റെമേൽ ചാടിവീണു. അയാൾക്കുതടയാൻ പറ്റുന്നതിനുമുമ്പ് മൂന്നിഞ്ച് ആഴത്തിൽ ഇരുമ്പ് പോർത്തോസിന്റെ ശരീരത്തിൽ കയറിക്കഴിഞ്ഞിരുന്നു. അപരിചിതൻ ഉടനെ വാളെടുത്തുകൊണ്ട് പോർത്തോസിന്റെ കഴുത്തിലേക്കു വച്ചു. തോൽവി സമ്മതിക്കുന്നതുവരെ. അയാൾ ആർട്ഗ്നനല്ലെന്നും പോർത്തോസാണെന്നും മനസിലാക്കിയപ്പോഴാണ് പിന്നൊന്നും ചെയ്യാതിരുന്നത്. അയാളെ പൊക്കിയെടുത്ത് സത്രത്തിലേക്ക് എത്തിച്ച ശേഷം, ബില്ലുതുകയും തന്നു. അപ്പോൾത്തന്നെ വിടുകയും ചെയ്തു.”

“അപ്പോൾ ആർട്ഗ്നനോടു മൽപ്പിടിത്തം നടത്താനാണല്ലേ ആ അപരിചിതൻ ആഗ്രഹിക്കുന്നത്?”

“അങ്ങനെ തന്നെന്നാണ് തോന്നുന്നത്?”

“പിന്നെ അയാളെക്കുറിച്ച് എന്തൊക്കെയറിഞ്ഞു.”

“ഒന്നുമറിഞ്ഞില്ല. അതിനുമുമ്പും അയാളെ ഞാൻ കണ്ടിട്ടില്ല; ആ സംഭവത്തിനുശേഷവും കണ്ടിട്ടില്ല.”

“ശരി ശരി. എനിക്കറിയേണ്ടതെല്ലാം ഞാനറിഞ്ഞു. മുകളിലത്തെ നിലയിൽ ഒന്നാം മുറിയല്ലേ പോർത്തോസിന്റേത്?”

“അതെ. ഈ സത്രത്തിലെ ഒന്നാന്തരം മുറി. അയാൾ അവിടെ വന്നതിനുശേഷം പത്തുപന്ത്രണ്ടുതവണ അത് വാടകയ്ക്കു കൊടുക്കാൻ എനിക്ക് അവസരം കിട്ടിയതാണ്.”

“വിഷമിക്കേണ്ട” ആർട്ഗ്നൻ പറഞ്ഞു. “ആ കോക്വിനാർഡ് പ്രഭ്വിയുടെ പണംകൊണ്ട് അയാൾ മുഴുവൻ പണവുമടയ്ക്കും.”

“അവൾ ഒരു പ്രഭ്വിയോ ഒരു വക്കീലിന്റെ ഭാര്യയോ ആരായാലും എനിക്കു പ്രശ്നമില്ല. എനിക്കു ആ പണം കിട്ടിയാൽ മതി. പക്ഷേ, പോർത്തോസിന്റെ അവിശ്വസ്തതയിലും അയാളുടെ പണത്തിനോടുള്ള ആർത്തിയിലും അവൾ ക്ഷീണിച്ചിരിക്കുകയാണ്. ഇനിയൊരു ചില്ലിക്കാശുപോലും അയാൾക്കു കൊടുക്കുകയില്ലെന്നാണ് അവൾ പറഞ്ഞിരിക്കുന്നത്.”

“അക്കാര്യം നിങ്ങൾ പോർത്തോസിനോടു പറഞ്ഞോ?”

“പറഞ്ഞില്ല. പറഞ്ഞാൽ ഞാൻ എങ്ങനെ കത്തെത്തിച്ചുയെന്ന കാര്യം അദ്ദേഹം കണ്ടുപിടിക്കില്ലേ.”

“അപ്പോൾ ഇനിയും പണം കിട്ടുമെന്നുള്ള വിചാരത്തിലായിരിക്കും അയാൾ” ആർട്ഗ്നൻ പറഞ്ഞു.

“അതെ സർ. ഇന്നലെയും അദ്ദേഹം പണത്തിനുവേണ്ടി അവൾ

ക്കൊരു കത്തെഴുതി. ആ കത്ത് വേലക്കാരനാണ് ഇടാൻ പോയത്."

"ആ സ്ത്രീ വൃദ്ധയും വിരൂപയുമെന്നാണോ നിങ്ങൾ പറയുന്നത്?"

"പത്തൗഡ് പറയുന്നത് അവൾക്കൊരു അമ്പതെങ്കിലും വരുമെന്നാണ്. എന്തായാലും കാണാൻ സുന്ദരിയൊന്നുമല്ല."

"എങ്കിൽ നിങ്ങൾ സമാധാനമായിരിക്ക്. അവൾ താമസിയാതെ പോർത്തോസിന്റെ അരികിൽവരും. പിന്നെ അയാൾക്ക് നിങ്ങളോടു വലിയ കടംപറയേണ്ടി വരില്ല."

"എന്ത്? വലിയ കടംപറയേണ്ടി വരില്ലെന്നോ? ഇപ്പോൾത്തന്നെ അദ്ദേഹം ഇരുപത് പിസ്റ്റൽസാണ് എനിക്കു തരാനുള്ളത്; അതു ഡോക്ടർക്കുകൊടുക്കേണ്ടതു കണക്കാക്കാതെയുള്ളതാണ്. വൃത്തിയായിട്ടു തിന്നുജീവിക്കാൻ മാത്രമേ അദ്ദേഹത്തിനറിയൂ."

"അയാളുടെ പ്രിയേശ്വരി അയാളെ ഉപേക്ഷിച്ചാലും സാരമില്ല - അവന്റെ സുഹൃത്തുക്കൾ അതു ചെയ്യുകയില്ല - മുറിവേറ്റു കിടക്കുകയല്ലേ; ആവശ്യമുള്ളതെല്ലാം കൊടുത്തോളൂ."

"സർ മറക്കരുതേ, അയാളുടെ മുറിവിനെപ്പറ്റിയോ ആ വക്കീലിന്റെ ഭാര്യയെക്കുറിച്ചോ ആരോടും പറയുകയില്ലെന്ന് അങ്ങുപറഞ്ഞ ആ വാക്ക്."

"ഞാൻ പറഞ്ഞത് നിങ്ങൾ വിശ്വസിച്ചോളൂ" ആർട്ഗ്നൻ പറഞ്ഞു.

"ഇക്കാര്യമൊക്കെ അങ്ങയോടു പറഞ്ഞെന്ന് അദ്ദേഹമറിഞ്ഞാൽ, എന്നെ കൊന്നുകളയും" സത്രമുടമ പറഞ്ഞു.

"ധൈര്യം വിടാതെ, നാം കാണുന്നതുപോലെ അത്ര ക്രൂരനൊന്നുമല്ല അയാൾ."

ഇത്രയും പറഞ്ഞശേഷം ആർട്ഗ്നൻ കോണിപ്പടികയറി; രണ്ടു കാര്യങ്ങളിൽ സത്രമുടമയ്ക്ക് പ്രയാസമുണ്ടായിരുന്നു. ഒന്ന് കിട്ടാനുള്ള പണവും മറ്റൊന്ന് സ്വന്തം ജീവനും.

ആർട്ഗ്നൻ രണ്ടാം നിലയിലെത്തി. ഒന്നാം മുറിയിലെ വാതിലിൽ കറുത്ത പെയിന്റുകൊണ്ട് വലിപ്പത്തിൽ നമ്പർ എഴുതിയിരുന്നു. ആർട്ഗ്നൻ വാതിലിൽ മുട്ടിയപ്പോൾ, അകത്തേക്കു ചെല്ലാൻ അകത്തുനിന്നും വിളിച്ചുപറഞ്ഞു. വാതിൽതുറന്ന് അവൻ അകത്തേക്കു കയറി.

പോർത്തോസ് കട്ടിലിൽ കിടക്കുകയായിരുന്നു. മോസ്ക്യൂട്ടനോടൊപ്പം അയാൾ ചീട്ടുകളിക്കുകയായിരുന്നു. മുറിയിൽ അടുപ്പിലിരുന്ന് എന്തോ വേകുന്നുണ്ട്; രണ്ടു പാത്രങ്ങൾ സ്റ്റൗവുകളിലിരുന്ന് തിളയ്ക്കുന്നുമുണ്ട്. വേകുന്ന ആഹാരത്തിന്റെ മണം മുറിയിൽ നിറഞ്ഞിട്ടുണ്ട്. മേശകളിൽ ഒഴിഞ്ഞ കുപ്പികളുമിരിക്കുന്നു. ആർട്ഗ്നൻ ഒക്കെ വീക്ഷിച്ചു.

അത്യാനന്ദത്തോടെ പോർത്തോസ് തന്റെ സുഹൃത്തിനെ അഭിവാദ്യം ചെയ്തു. ആർട്ഗ്നൻ ഇരിക്കുന്നതുവരെ ബഹുമാനാർഥം മോസ്ക്യൂട്ടൻ എഴുന്നേറ്റുനിന്നു. തുടർന്ന് അയാൾ അടുപ്പത്ത് കുടത്തിലിരിക്കുന്ന സാധനങ്ങൾ നോക്കാനായി അങ്ങോട്ടുപോയി.

"ഇതാരാ ആർട്ഗ്നനോ!" പോർത്തോസ് ആശ്ചര്യപ്പെട്ടു. "എനിക്ക്

എഴുന്നേൽക്കാൻ പറ്റാത്തതുകൊണ്ടാണേ കിടക്കുന്നത്, ക്ഷമിക്കണം... എനിക്കു എന്താണ് സംഭവിച്ചതെന്ന് ആരെങ്കിലും പറഞ്ഞിരുന്നോ?"

"ഇല്ല."

"ആ സത്രമുടമ ഒന്നും പറഞ്ഞില്ലേ?"

"നിങ്ങൾ കിടക്കുന്ന മുറിയെവിടെയാണെന്ന് ചോദിച്ചതേയുള്ളൂ. തുടർന്ന് ഞാൻ നേരെയിങ്ങോട്ടു പോന്നു" ആർട്ഗ്നൻ പറഞ്ഞു. പോർത്തോസിന്റെ മുഖത്തുവന്ന ആശ്വാസം അവൻ ശ്രദ്ധിച്ചു. തുടർന്ന് അവൻ ചോദിച്ചു. "എന്താണ് നിങ്ങൾക്കു സംഭവിച്ചത്?"

"ഞാനെന്റെ എതിരാളിയെ മൂന്നുപ്രാവശ്യം മുറിവേൽപ്പിച്ചു. നാലാമത്തെ വെട്ടിൽ തീർക്കാമെന്നു കരുതി. ഞാൻ അതിനായി അയാളുടെ അടുത്തേക്കു പാഞ്ഞു. നിർഭാഗ്യം! എന്റെ കാൽവഴുതി മുട്ടിടിച്ചുവീണു."

"അതെയോ?"

"അതെ. അയാളുടെ ഭാഗ്യമെന്നല്ലാതെ എന്തുപറയാൻ. അല്ലായിരുന്നെങ്കിൽ അയാൾ തട്ടിപ്പോയേനെ" പോർത്തോസ് പറഞ്ഞു.

"അയാൾക്കെന്തു സംഭവിച്ചു പിന്നീട്?"

"ഒന്നുമറിയില്ല. നല്ല രീതിയിൽ അയാൾക്കു കിട്ടി. അതോടെ അയാൾ വേഗത്തിൽ അവിടംവിട്ടു. അതിരിക്കട്ടെ, നിങ്ങൾക്ക് എന്തൊക്കെയുണ്ട് വിശേഷങ്ങൾ? ഇപ്പോൾ എന്താണ് പരിപാടി?"

അയാളുടെ ചോദ്യത്തിനുത്തരം പറയാതെ ആർട്ഗ്നൻ മറ്റൊരു ചോദ്യം അയാളോടു ചോദിച്ചു, "അപ്പോൾ മുട്ടിടിച്ചുവീണതാണ് കിടപ്പിലാകാൻ കാരണം, അല്ലേ?"

"അതെ. അത്രയേയുള്ളൂ. പക്ഷേ ഏതാനും ദിവസത്തിനകം ഞാൻ എഴുന്നേറ്റു നിൽക്കും."

"കുഴപ്പം ഇത്രയേയുള്ളൂവെങ്കിൽ ഒരു വണ്ടിപിടിച്ചു പാരീസിലേക്കു വന്നാൽ മതിയായിരുന്നല്ലോ. ഇവിടെ വല്ലാത്ത മുഷിപ്പു തോന്നുന്നില്ലേ" ആർട്ഗ്നൻ ചോദിച്ചു.

"അങ്ങനെ ചെയ്യാൻ വിചാരിച്ചതാണ് ഞാൻ. പക്ഷേ, ഒരു കാര്യം നിങ്ങളോടു എനിക്കു പറയണം."

"അതെന്താണ്?"

"നിങ്ങൾ പറഞ്ഞതുപോലെ എനിക്കിവിടെ വല്ലാത്ത മുഷിപ്പനുഭവപ്പെടുന്നുണ്ട്. നിങ്ങൾതന്നെ ആ എഴുപത്തിയഞ്ചു പിസ്റ്റൽസുണ്ടായിരുന്നു. അങ്ങനെ ഞാൻ ആ പണം ഉപയോഗിച്ച് സത്രത്തിൽ താമസിക്കുന്ന ഒരാളിനോടൊപ്പം ചീട്ടുകളിച്ചു; സമയം തള്ളിനീക്കാനായിട്ട്. അയാളും അതുസമ്മതിച്ചു. എന്താണു സംഭവിച്ചതെന്നറിയില്ല. എന്റെ എഴുപത്തിയഞ്ചു പിസ്റ്റൽസും എന്റെ പോക്കറ്റിൽനിന്നും പോയി. എന്റെ കുതിര മുതൽ ഷൂസുവരെ അയാൾക്കു നൽകേണ്ടിയും വന്നു.... ഇനി നിങ്ങളുടെ വിശേഷങ്ങൾ കേൾക്കട്ടെ."

വിഷയം അയാൾ മാറ്റുന്നതായി ആർട്ഗ്നനു തോന്നി.

ആർട്ഗ്നൻ പറഞ്ഞു; "എല്ലാകാര്യത്തിലും ഒരാൾക്ക് ഭാഗ്യംകിട്ടു

മോ? ഒരു പഴമൊഴി കേട്ടിട്ടില്ലേ – ചീട്ടിൽ നർഭാഗ്യം; പ്രേമത്തിൽ ഭാഗ്യം. ഏതാനും പിസ്റ്റൽസുകൾ നഷ്ടപ്പെട്ടാലെന്താ പ്രേമത്തിൽ ദുഃഖിക്കേണ്ട ആവശ്യമൊന്നും വന്നില്ലല്ലോ. ഇപ്പോഴും നിങ്ങളോടൊപ്പം ആ പ്രഭിയുണ്ടല്ലോ; അവൾ തീർച്ചയായും നിങ്ങളെ സഹായിക്കും."

"എന്റെ നിർഭാഗ്യം ഇനിയും മാറിയിട്ടില്ല" പോർത്തോസ് പരുങ്ങലോടെ പറഞ്ഞു. "ഞാൻ അവൾക്കെഴുതി; എന്റെ അവസ്ഥ പറഞ്ഞു. കുറച്ചു പണമയയ്ക്കാനും പറഞ്ഞു...."

"എന്നിട്ട്?"

"മറുപടി കിട്ടിയിട്ടില്ല. അവൾ നാട്ടിൽ പോയിട്ടുണ്ടാകണം."

"അതിനു വഴിയില്ലെന്നു തോന്നുന്നു."

"അല്ല. ഇന്നലെ ഞാൻ വേറൊരു കത്തെഴുതി. ആദ്യം എഴുതിയതിനെക്കാൾ കൂടുതൽ ഗൗരവമുള്ള ഒരു കത്ത്.... ഇനി എന്റെ വിശേഷമൊക്കെ നിർത്താം. നിങ്ങളുടെ വിശേഷങ്ങൾ കേൾക്കട്ടെ. എനിക്ക് നിങ്ങളെക്കുറിച്ച് അൽപ്പം ഉൽക്കണ്ഠയുണ്ടെന്നുതന്നെ പറഞ്ഞോട്ടെ."

മുറിയിലിരിക്കുന്ന കുടങ്ങളും ഒഴിഞ്ഞ കുപ്പികളും ചൂണ്ടിക്കാണിച്ചുകൊണ്ട് അവൻ ചോദിച്ചു: "സത്രമുടമ എന്തായാലും നന്നായി നിങ്ങളെ പോറ്റുന്നുണ്ടല്ലോ?"

"ഏയ്. വലിയ കുഴപ്പമില്ല. കുറച്ചു ദിവസങ്ങൾക്കുമുമ്പ് അയാൾ ബില്ലുകൊണ്ടുവരാനുള്ള ധൈര്യം കാണിച്ചു. ഞാൻ അയാളെ ബില്ലുമായി സ്ഥലംവിട്ടോളാൻ വിരട്ടിവിട്ടു. അതോടെ ഞാൻ ഒരു രാജ്യത്തെ ചക്രവർത്തിയെപ്പോലെയായി. എന്നെ ഇവിടെനിന്നും പറഞ്ഞയയ്ക്കാൻ അവരാരെങ്കിലും ശ്രമിച്ചാൽ ഞാൻ ആരെയും വെറുതെ വിടുകയില്ല" പോർത്തോസ് പറഞ്ഞു.

"പക്ഷേ സാധനങ്ങൾ മിക്കതും ഇവിടെത്തന്നെ കഴിക്കാൻ കിട്ടുന്നല്ലോ" ആർട്ഗ്നൻ ചിരിച്ചുകൊണ്ട് പറഞ്ഞു. ഒപ്പം അവിടെയിരിക്കുന്ന കുപ്പികളെയും കുടങ്ങളെയും അവൻ ചൂണ്ടുകയും ചെയ്തു.

"നിർഭാഗ്യവശാൽ ഈ സാധനങ്ങളൊന്നും ഞാനല്ല ഉപയോഗിച്ചുവരുന്നത്" പോർത്തോസ് പറഞ്ഞു. "ഞാനിവിടെ മുട്ടിടിച്ചു കിടക്കുകയല്ലേ. പക്ഷേ മോസിക്യൂട്ടൻ പുറത്തു ചുറ്റിക്കറങ്ങി വല്ലതും ഒപ്പിച്ചുകൊണ്ടുവരും" തുടർന്ന് അയാൾ വേലക്കാരനെ നോക്കിക്കൊണ്ടു പറഞ്ഞു: "പിന്നെ മോസിക്യൂട്ടൻ കൂടെയുള്ളതുകൊണ്ട് നമുക്ക് കൂടുതൽ ആഹാരം വേണ്ടിവരും."

"മോസിക്യൂട്ടൻ, നിങ്ങൾ എനിക്കൊരു ഉപകാരം ചെയ്തു തരുമോ?" ആർട്ഗ്നൻ വേലക്കാരനോടു ചോദിച്ചു.

"എന്തു സഹായമാണ് സർ ഞാൻ ചെയ്യേണ്ടത്."

"നിങ്ങളുടെ ഈ ഒപ്പിക്കൽ പ്ലാഞ്ചെറ്റിനെക്കൂടി പഠിപ്പിക്കണം. ഞാനും എന്നെങ്കിലും ഇതുപോലെ അപകടത്തിൽ അകപ്പെട്ട് കിടപ്പിലായാൽ എനിക്കും വല്ലതും കഴിക്കേണ്ടേ ഇതുപോലെ."

"ഇതത്ര കാര്യമൊന്നുമല്ല." മോസിക്യൂട്ടൻ ആത്മാർഥമായി പറ

ഞ്ഞു. "ചെയ്യുന്ന കാര്യത്തെക്കുറിച്ച് ബോധ്യം വേണമെന്നേയുള്ളൂ. ഞാൻ നാട്ടിൻപുറത്തുകാരനാണല്ലോ. എന്റെ അച്ഛന് ഒഴിവുസമയങ്ങളിൽ ഈ ഒപ്പിക്കൽ – കൊള്ളയടിക്കൽ – പരിപാടി തന്നെയായിരുന്നു."

"ബാക്കിയുള്ള നേരങ്ങളിൽ നിങ്ങളുടെ അച്ഛൻ എന്തുചെയ്യുമായിരുന്നു?"

"അച്ഛനൊരു ജോലിയുണ്ടായിരുന്നു; അതൊരു ബുദ്ധിയുള്ള ഏർപ്പാട് തന്നെയായിരുന്നു."

"അതെന്തായിരുന്നു?" ആർട്ഗ്നൻ ചോദിച്ചു.

"കത്തോലിക്കരും ഹുജിനോട്ടുകാരും തമ്മിൽ യുദ്ധം നടക്കുന്ന കാലമായിരുന്നു അന്ന്. മതത്തിന്റെ പേരിൽ കത്തോലിക്കർ ഹുജിനോട്ടുകാരെ കൊല്ലുമായിരുന്നു. ഹുജിനോട്ടുകാർ കത്തോലിക്കക്കാരെയും. എന്റെ അച്ഛനാണെങ്കിൽ ഒരു മിശ്രമതവിശ്വാസമായിരുന്നു. ചിലപ്പോൾ കത്തോലിക്കനാകും; ചിലപ്പോൾ ഹുജിനോട്ടുകാരനാകും. റോഡിനരികിലുള്ള കുറ്റിക്കാടിനു പിന്നിലൂടെ അച്ഛൻ പതുങ്ങി നടക്കും; കൈയിൽ ഒരു കൈത്തോക്കുണ്ടാകും. ഒരു കത്തോലിക്കൻ തനിച്ച് റോഡിൽക്കൂടി വരുന്നതുകണ്ടാൽ അച്ഛന് ഹുജിനോട്ടുകാരന്റെ വികാരമാകും. തുടർന്ന് അയാളുടെനേരെ അച്ഛൻ തോക്കുചൂണ്ടും. ഒടുവിൽ രക്ഷപ്പെടാൻവേണ്ടി അയാൾ പോക്കറ്റിൽനിന്നും പേഴ്സെടുത്തു കൊടുക്കും. പിന്നെ ഞാനൊരു കത്തോലിക്കനാണ്. എന്നാൽ എന്റെ ജ്യേഷ്ഠനെ അച്ഛൻ ഒരു ഹുജിനോട്ടാക്കിയിരിക്കുകയാണ്. അച്ഛൻ തന്റെ പ്രത്യേക തത്വങ്ങളിൽ ജീവിക്കുന്നതാണിതിനു കാരണം...."

"പിന്നെ നിങ്ങളുടെ അച്ഛന് എന്തു സംഭവിച്ചു" ആർട്ഗ്നൻ ചോദിച്ചു.

"അവസാനം അച്ഛന്റെ ആ തൊഴിലിൽ ഭാഗ്യക്കേടുവന്നു. ഒരിക്കൽ ഒരു ചെറിയ റോഡിൽവച്ച് ഒരു കത്തോലിക്കന്റെയും ഹുജിനോട്ടിന്റെയും ഇടയിൽ എന്റെ അച്ഛൻ വന്നുപെട്ടു. ആ രണ്ടുപേരുമായിട്ട് അച്ഛൻ നേരത്തെ തോക്കുകാണിച്ച് പണം വാങ്ങിയിട്ടുള്ളതായിരുന്നു. യാത്രക്കാർക്ക് അച്ഛനെ മനസിലായി. പൊതുശത്രുവായ എന്റെ അച്ഛനെതിരെ അവർ ഒരു താൽക്കാലിക കരാറുണ്ടാക്കി. അവർ അച്ഛനെ പിടിച്ച് അടുത്തുള്ള ഒരു മരത്തിൽ കെട്ടിയിട്ടു. എന്നിട്ടവർ ഗ്രാമത്തിനടുത്തുള്ള ഹോട്ടലിലേക്കു വന്നു. ഞാനും എന്റെ ജ്യേഷ്ഠനും അവിടെയുണ്ടായിരുന്നു ആ സമയത്ത്. ഞങ്ങൾ അവിടെയിരുന്ന് മദ്യപിക്കുകയായിരുന്നു."

"എന്നിട്ട് നിങ്ങൾ എന്തു ചെയ്തു?"

"ഞങ്ങൾ അവരോടു കാര്യം പറയാനനുവദിച്ചു" മോസ്ക്യൂട്ടൻ പറഞ്ഞു. "തുടർന്ന് അവർ സത്രത്തിന് എതിരേയുള്ള റോഡിലൂടെ പോകുന്നതു കണ്ടു. പക്ഷേ ഞങ്ങൾ അവരെ വിട്ടില്ല. ഞാൻ കത്തോലിക്കനെ പിടികൂടാൻ ഓടി. എന്റെ ജ്യേഷ്ഠൻ ഹുജിനോട്ടിനെപിടിക്കാനും. രണ്ടു മണിക്കൂർകൊണ്ട് ഞങ്ങൾ ചെയ്യേണ്ടത് ഞങ്ങൾ ചെയ്തു. രണ്ടു വിശ്വാസം പഠിപ്പിച്ച ഞങ്ങളുടെ അച്ഛന് ഞങ്ങൾവന്ന് നന്ദി പറഞ്ഞു."

"അങ്ങനെയെങ്കിൽ നിങ്ങളുടെ അച്ഛൻ വലിയ ബുദ്ധിമാൻ തന്നെ. പിന്നെ ഒഴിവുനേരങ്ങളിൽ കെണിയൊരുക്കുന്നവനാണെന്നും പറഞ്ഞല്ലോ."

"അതേ സർ. കെണിയൊരുക്കാനും കൊളുത്തിൽ ഇരകോർക്കാനും ഒക്കെ അച്ഛനാണ് എന്നെ പഠിപ്പിച്ചത്. അതിനാൽ സത്രമുടമ ഞങ്ങളുടെ വയറ്റിനുപിടിക്കാത്ത ഭക്ഷണം തന്നുതുടങ്ങിയപ്പോൾ ഞാൻ എന്റെ പഴയജോലിയിലേക്കു പോകാൻതന്നെ തീരുമാനിച്ചു. ഞാൻ ദിവസവും കാട്ടിലേക്കു നടക്കാനിറങ്ങുമ്പോൾ വഴിയിൽ ഒന്നുരണ്ടിടങ്ങളിൽ കെണി വയ്ക്കും. മാത്രമല്ല കൊളുത്തിൽ ഇരകോർത്ത് കുളത്തിലോ തടാകത്തിലോ ഇട്ടേക്കും. തുടർന്ന് കൊളുത്തിന്റെ ചരടിൽപിടിച്ച് ഞാൻ ഒളിഞ്ഞുകിടക്കും. ഈലും മുയലും എലിയുമൊക്കെ എന്റെ കെണികളിൽ വീഴും. മുറിവേറ്റു കിടക്കുന്നവർക്കു പറ്റിയ സാധനങ്ങളാണിവ."

"അപ്പോൾ വീഞ്ഞോ?" ആർട്ഗ്നൻ ചോദിച്ചു. "സത്രമുടമതന്നെയാണോ അതുണ്ടാക്കുന്നത്?"

"അതെ; അല്ല."

"എനിക്കൊന്നും മനസിലായില്ല. വ്യക്തമായിപ്പറയൂ."

"അയാൾ വീഞ്ഞു തരുന്നുണ്ട്. പക്ഷേ അയാളാണ് തരുന്നതെന്ന് അയാൾക്ക് അറിഞ്ഞുകൂടായെന്നാണ് ഞാൻ ഉദ്ദേശിച്ചത്."

"ഒന്നു വ്യക്തമായിപ്പറയൂ; നീ പറയുന്നതിലെന്തോ കാര്യമുണ്ടെന്നു തോന്നുന്നു."

"ഞാൻ എല്ലാം വിവരിച്ചു പറയാം സർ. ഞാൻ എന്റെ ചെറുപ്പത്തിൽ സ്പെയിൻകാരനുമായി ഒരുപാട് പരിചയപ്പെട്ടിട്ടുണ്ട്. അയാൾ വിവിധ രാജ്യങ്ങൾ സന്ദർശിച്ചിട്ടുള്ള ആളായിരുന്നു; ഈ പുതുലോകത്തിലെ ധാരാളം രാജ്യങ്ങൾ!"

"ആ പുതുലോകവും മേശപ്പുറത്തിരിക്കുന്ന ആ വീഞ്ഞുകുപ്പികളുമായിട്ട് എന്താണ് ബന്ധം?"

"ക്ഷമിക്കൂ സർ. സമാധാനമായിരിക്കൂ. ആ ബന്ധം ഞാൻ പറഞ്ഞുതരാം" മോസിക്യൂട്ടൻ പറഞ്ഞു.

"ശരി ശരി. എന്നാൽ പറഞ്ഞുതരൂ."

"ആ സ്പെയിൻകാരന് ഒരു വേലക്കാരനുണ്ടായിരുന്നു. ഒരിക്കൽ മെക്സിക്കോയിൽ പോയപ്പോൾ അയാൾ അവനെയും കൊണ്ടുപോയി. അവൻ എന്റെ അയൽക്കാരനായിരുന്നു; എന്നെപ്പോലെ ഒരു നോർമാൻകാരനും. ഞങ്ങൾ കൂട്ടുകാരായിരുന്നു. നായാട്ടിനും പോകാറുണ്ടായിരുന്നു. മെക്സിക്കോയിലെ ആളുകൾ കുരുക്കിട്ട് കരടിയെയും കാട്ടുപോത്തിനെയുമൊക്കെ പിടിക്കുമായിരുന്നു. അതെങ്ങനെയെന്ന് അവൻ എന്നോടു പറയുമായിരുന്നു. ആദ്യം എനിക്കതു വിശ്വസിക്കാൻ പറ്റിയിരുന്നില്ല. ഇരുപതോ മുപ്പതോ അടി അകലെനിന്ന് ഒരു കയറിന്റെ അറ്റമെറിഞ്ഞാൽ എങ്ങനെ കൃത്യസ്ഥലത്ത് ചെന്നുവീഴും? പക്ഷേ അവൻ എറിഞ്ഞു കാണിച്ചുതരികയും ചെയ്തു. അവൻ ആദ്യമൊരു കുപ്പിവച്ചു. തുടർന്ന്

ഇരുപതടി അകലെനിന്ന് കുരുക്കുള്ള കയറിന്റെ അറ്റമെറിഞ്ഞു. കൃത്യം അത് കുപ്പിയുടെ കഴുത്തിൽ ചെന്നു വീണു. കയറെറിയാൻ ഞാനും പരിശീലിച്ചുതുടങ്ങി. നല്ല ഉന്നമുണ്ടായിരുന്നതിനാൽ ഞാനതു പെട്ടെന്നു പഠിച്ചു. ഞാൻ ഈ കഥ പറയുന്നതിന്റെ ഉദ്ദേശ്യം അങ്ങേക്കു മനസിലാകുന്നുണ്ടോ? നമ്മുടെ സത്രമുടമയ്ക്ക് വീഞ്ഞുസാധനങ്ങൾ വയ്ക്കുന്ന ഒരു അറയുണ്ട്. പക്ഷേ താക്കോൽ എപ്പോഴും അയാളുടെ കൈയിലായിരിക്കും. അറയുടെ മുകളിൽ ഒരു ദ്വാരമുണ്ട്. കാറ്റും വെളിച്ചവും കയറാനുള്ള ദ്വാരം. അതിലൂടെ ഞാൻ ഒരു കെണിച്ചരട് എറിയും. നല്ല കുപ്പികൾ ഇരിക്കുന്ന ഭാഗത്തെറിഞ്ഞ് ഓരോ ദിവസവും ഞാൻ വീഞ്ഞെടുക്കും. ഇപ്പോൾ പുത്തൻലോകവും മേശപ്പുറത്തിരിക്കുന്ന കുപ്പികളും തമ്മിലുള്ള ബന്ധം സാറിനു മനസിലായിക്കാണുമല്ലോ. അങ്ങേക്ക് വീഞ്ഞു വേണമെങ്കിൽ കുറച്ചു കഴിച്ചശേഷം അഭിപ്രായം പറഞ്ഞോളൂ."

"വേണ്ട. ഞാനിപ്പോൾ ഭക്ഷണം കഴിച്ചതേയുള്ളൂ" ആർട്ഗ്നൻ പറഞ്ഞു.

"മോസ്ക്യൂട്ടൻ, നിങ്ങൾ ആ മേശ ശരിയാക്കൂ" പോർത്തോസ് പറഞ്ഞു. "നാം ഭക്ഷണം കഴിക്കുമ്പോൾ നമ്മൾ പിരിഞ്ഞതിനുശേഷമുള്ള ആ പത്തുദിവസങ്ങളിലെ വിശേഷങ്ങൾ ആർട്ഗ്നൻ പറയട്ടെ."

"അക്കാര്യങ്ങൾ പറയാൻ എനിക്കു സന്തോഷമേയുള്ളൂ" ആർട്ഗ്നൻ പറഞ്ഞു.

പോർത്തോസും മോസ്ക്യൂട്ടനും അത്യാർത്തിയോടെ ഭക്ഷണം കഴിച്ചുതുടങ്ങി. അപ്പോൾ ആർട്ഗ്നൻ കാര്യങ്ങൾ പറഞ്ഞു. ആറമീസ് മുറിവേൽക്കുകയും ക്രിവെസൊറിൽ താമസിക്കാൻ നിർബന്ധിതനായിപ്പോയ കാര്യവും അവൻ പറഞ്ഞു. ആതോസ് നാലുപേരോടു ആമീൻസിൽവച്ച് ജീവൻമരണ പോരാട്ടത്തിലേർപ്പെട്ട കാര്യവും അവൻ വിശദമായിത്തന്നെ പറഞ്ഞു. കള്ളനാണയം കൊടുത്തുയെന്ന പേരിലാണ് അയാളെ ആക്രമിച്ചിരുന്നത്. വാർഡിലെ പ്രഭുവിനെ കൊലയ്ക്കുകൊടുത്തശേഷം താൻ ഇംഗ്ലണ്ടിൽച്ചെന്ന കാര്യവും അവൻ പറഞ്ഞു.

പക്ഷേ, എന്തിനാണ് താൻ ഇംഗ്ലണ്ടിൽ പോയതെന്ന് ആർട്ഗ്നൻ പറഞ്ഞതേയില്ല. ഇംഗ്ലണ്ടിൽനിന്നും അവൻ നാലു കുതിരകളെ കൊണ്ടുവന്ന കാര്യം മാത്രം പറഞ്ഞു. ഒന്നു തനിക്കും മറ്റു മൂന്നെണ്ണം മൂന്നു സ്നേഹിതന്മാർക്കും. പോർത്തോസിനു തരാനുള്ള കുതിരയെ ഇപ്പോൾ ത്തന്നെ സത്രത്തിലെ ലായത്തിൽ എത്തിച്ചിട്ടുണ്ടെന്നും ആർട്ഗ്നൻ പറഞ്ഞു.

അപ്പോഴേക്കും പ്ലാഞ്ചെറ്റ് അവിടേക്കു വന്നു. കുതിരകളുടെ ക്ഷീണം മാറിയെന്നും ഉടനെ പുറപ്പെട്ടാൽ രാത്രിക്കു മുമ്പുതന്നെ ക്ലെർമൊണ്ടിലെത്താനുള്ള സമയമുണ്ടെന്നും പറയാനാണ് അയാൾ വന്നത്.

പോർത്തോസിനെക്കുറിച്ചുള്ള വിവരം ആർട്ഗ്നന് ആവശ്യത്തിനു കിട്ടിയതിൽ അവനു സന്തോഷമാണ്. ഇനി മറ്റു രണ്ടുപേരെക്കുറിച്ചുള്ള വിവരങ്ങൾ കിട്ടേണ്ടതുണ്ട്.

ആർട്ഗ്നൻ പോർത്തോസിന്റെ കൈപിടിച്ചു കുലുക്കുകയും അന്വേഷണം തുടരാൻ പോകുന്നെന്നും പറഞ്ഞ് യാത്ര പറഞ്ഞിറങ്ങി. ഒരാഴ്ച കഴിഞ്ഞ് അതേ റോഡിൽക്കൂടി മടങ്ങിവരുമ്പോൾ പോർത്തോസിന് സുഖം പ്രാപിക്കുമെങ്കിൽ കൂട്ടിക്കൊണ്ടുപോകാമെന്നും അവൻ പറഞ്ഞു.

തനിക്കു മുട്ടിനുപറ്റിയ അപകടം ഒരാഴ്ചയ്ക്കകം സുഖമാകാൻ സാധ്യതയില്ലെന്നും പോർത്തോസു പറഞ്ഞു. തന്റെ പ്രീയേശ്വരിയിൽ നിന്നും ഒരു മറുപടി കിട്ടുന്നതുവരെ ചാന്റിലിയിൽത്തന്നെ കുറേക്കാലം താമസിക്കേണ്ടതുണ്ടെന്നും അവൻ കൂട്ടിച്ചേർത്തു.

അനുകൂലമായ ഒരു മറുപടി താൻ പ്രതീക്ഷിക്കുന്നുവെന്ന് ആർട്ഗ്നൻ ആശംസിച്ചു. തന്റെ യജമാനനെ സേവിക്കുന്നതിലും സ്നേഹിക്കുന്നതിലും മോസിക്യൂട്ടൻ കാണിക്കുന്ന ആത്മാർഥതയെ അവൻ അഭിനന്ദിക്കുകയും ചെയ്തു. ഇനിയും അങ്ങനെതന്നെയാവണമെന്നും അവൻ പറഞ്ഞു. സത്രത്തിലെ കണക്കുപൂർത്തിയാക്കിയശേഷം പ്ലാഞ്ചെറ്റിനോടൊപ്പം അവൻ വീണ്ടും യാത്ര പുറപ്പെട്ടു. അപ്പോൾ കുതിരകളിലൊന്നിനെ പോർത്തോസിനുവേണ്ടി അവർ ലായത്തിൽത്തന്നെ വിട്ടിരുന്നു.

26

ആറമീസിന്റെ ഗവേഷണപ്രബന്ധം

ആർട്ഗ്നൻ തന്റെ മുറിവിനെപ്പറ്റിയോ ആ വക്കീലിന്റെ ഭാര്യയെക്കുറിച്ചോ യാതൊന്നും പോർത്തോസിനോടു പറഞ്ഞതേയില്ല. ആർട്ഗ്നനാകട്ടെ യുവാവെങ്കിലും വളരെ ശ്രദ്ധയും നയവുമുള്ള ആളായിരുന്നു. പോർത്തോസ് പറഞ്ഞതെല്ലാം വിശ്വസിച്ചതായി നടിക്കുകമാത്രമേ ആർട്ഗ്നൻ ചെയ്തുള്ളൂ. അയാൾ അത്രത്തോളം രഹസ്യമാക്കിവയ്ക്കുന്ന കാര്യം താനറിഞ്ഞൂയെന്നുവന്നാൽ അത് തങ്ങളുടെ സൗഹൃദത്തിനു തന്നെ വിള്ളലേൽപ്പിക്കുമെന്ന് ആർട്ഗ്നനറിയാമായിരുന്നു. മാത്രമല്ല ഒരാളുടെ രഹസ്യജീവിതം അറിയുകയെന്നതുതന്നെ അയാളുടെമേലുള്ള ധാർമികതയിലേക്കുള്ള ഒരു കടന്നുകയറലുമാണല്ലോ.

നല്ല പദ്ധതികളുള്ള ഒരാളായിരുന്നതിനാൽ തന്റെയും സുഹൃത്തുക്കളുടെയും ഗുണത്തിനുവേണ്ടി ഓരോരുത്തരെയും ഉപയോഗപ്പെടുത്തേണ്ടതുണ്ടെന്ന് അവനു തോന്നി. അദൃശ്യമായ പല ചരടുകളും ഇതിനകം തനിക്കു നിയന്ത്രണവിധേയമാക്കാൻ കഴിഞ്ഞതിനാൽ, ഇനി തന്റെ ആഗ്രഹമനുസരിച്ച് അവരെ നയിക്കാമെന്നും അവനു തോന്നി.

ഒറ്റയ്ക്ക് സവാരിചെയ്തപ്പോഴും ആർട്ഗ്നന്റെ ഹൃദയത്തിൽ ആഴത്തിലുള്ള ദുഃഖം നിലനിന്നു. സുന്ദരിയും ചെറുപ്പവുമായിരുന്ന മാഡം ബോണസ്യൂവിനെപ്പറ്റിയുള്ള ചിന്ത മാത്രമേ അവനുണ്ടായിരുന്നുള്ളൂ. അന്നുരാത്രിയിൽ അവളിൽനിന്നും തനിക്കു സമ്മാനം കിട്ടേണ്ടതായിരുന്നു. നഷ്ടപ്പെട്ടുപോയ സുന്ദരനിമിഷങ്ങളെക്കുറിച്ചുള്ള വ്യഥയെക്കാളും അവനെ കൂടുതൽ അലട്ടിയത് അവൾക്കെന്തു സംഭവിച്ചുവെന്നതിനെക്കുറിച്ചുള്ള ചിന്തയാണ്. കർദിനാളിന്റെ പ്രതികാരത്തിലുള്ള ഏതെങ്കിലും പദ്ധതിയിൽ അവളെ കുടുക്കിയിരിക്കുകയാണോ? കർദിനാളിന്റെ പ്രതികാരം വളരെ ഭയങ്കരമായതാണെന്ന് എല്ലാവർക്കുമറിയാവുന്നതാ

ണ്. തനിക്കെങ്ങനെ അദ്ദേഹത്തിന്റെ താൽപ്പര്യമുള്ള ഒരാളാകാൻ കഴിഞ്ഞുയെന്നതു അവന് അത്ഭുതമുണ്ടാക്കി. ഭടന്മാരുടെ നേതാവായിരുന്ന ക്യാപ്റ്റൻ മോൺസ്യൂ ഡി കാവോയിസ് വീട്ടിൽവന്ന സമയത്ത് അയാളെ കാണാൻ കഴിഞ്ഞിരുന്നെങ്കിൽ എല്ലാ രഹസ്യവും മനസിലാക്കാമായിരുന്നെന്ന് ആർട്ഗ്നനു തോന്നി.

ചിന്താമഗ്നനായാൽ യാത്രയുടെ ദൈർഘ്യം കുറയുകയും സമയം പെട്ടെന്നു നീങ്ങുകയും ചെയ്യുന്നു. മാഡം ബോണസ്യൂവിനെക്കുറിച്ച് ചിന്തിച്ചുകൊണ്ടിരുന്നതിനാൽ ചാന്റിലിക്കും ക്രെവിസോറിനും ഇടയിലുള്ള ഇരുപതോളം മൈൽ ദൂരം ഒരു സ്വപ്നത്തിലെന്നപോലെ അവനിൽ നീങ്ങി. വഴിയരികിലെ ആളുകളെയോ സംഭവങ്ങളെയോ ഒന്നും അവൻ കണ്ടിരുന്നില്ല. ക്രെവിസോറിലെത്തിയപ്പോഴാണ് സ്വബോധം പോലും വന്നത്. മരങ്ങളും പർവതങ്ങളും സമതലങ്ങളും എല്ലാം അവ്യക്തമായാണ് അതുവരെ മുന്നിലൂടെ കടന്നുപോയിരുന്നത്.

അവന്റെ മനസ്സ് ഉടനെ തെളിഞ്ഞു. ആറമീസിനെ ഉപേക്ഷിച്ചുപോയ സത്രം അവൻ പെട്ടെന്നു കണ്ടു. കുതിരയെ അവൻ അങ്ങോട്ടു തെളിച്ചു. വാതിലിനരികിൽ കുതിരയെ നിർത്തുകയും ചെയ്തു.

പതിവുള്ള പുരുഷനല്ല, ഒരു സ്ത്രീയാണ് സ്വീകരിക്കാനായി അപ്പോൾ എത്തിയത്. അവളുടെ പ്രസന്നത നിറഞ്ഞ വദനം കണ്ടപ്പോൾ ഭയപ്പെടാനൊന്നുമില്ലെന്നും എല്ലാം തുറന്നു സംസാരിക്കാമെന്നും അവനു തോന്നി.

"പ്രിയപ്പെട്ട മാഡം" ആർട്ഗ്നൻ പറഞ്ഞു. "പത്തു പന്ത്രണ്ടു ദിവസങ്ങൾക്കുമുമ്പ് എന്റെ സ്നേഹിതന്മാരിൽ ഒരാളെ ഇവിടെ വിട്ടേച്ചു പോകേണ്ടിവന്നിരുന്നു. അയാളെക്കുറിച്ചുള്ള വല്ല വിവരവും തരാമോ?"

"മാന്യനും സുന്ദരനുമായ ഒരു യുവാവാണോ? ഒരു ഇരുപത്തിമൂന്ന് ഇരുപത്തിനാലു വയസ്സ് തോന്നിക്കും."

"അതെ അതെ. തോളിൽ ഒരു മുറിവുണ്ടായിരുന്നു!"

"എങ്കിൽ നമ്മൾ പറയുന്ന രണ്ടുപേരും ഒരാൾ തന്നെയാണ്. അയാൾ ഇപ്പോഴും ഇവിടെയുണ്ട്."

"എനിക്കു സന്തോഷമായി" ആർട്ഗ്നൻ കുതിരപ്പുറത്തുനിന്നുമിറങ്ങി. കുതിരയുടെ കടിഞ്ഞാണിനെ പ്ലാഞ്ചെറ്റിനെയേൽപ്പിച്ചു.

"എനിക്ക് എന്റെ സുഹൃത്തിനെക്കാണാൻ ആകാംക്ഷയാകുന്നു. അയാൾ എവിടെയാണ്" ആർട്ഗ്നൻ ധൃതികാണിച്ചു.

"ക്ഷമിക്കണം സർ. ഇപ്പോൾ അയാൾക്ക് നിങ്ങളെ കാണാൻ പറ്റുമെന്നു തോന്നുന്നില്ല" ആ സത്രയുടമ പറഞ്ഞു.

"അതെന്താ? അയാളോടൊപ്പം ഒരു പെണ്ണുണ്ടോ?"

"എന്റെ ദൈവമേ! ഇല്ല അയാളെക്കുറിച്ചെന്താണ് നിങ്ങൾ കരുതിയത്? അയാൾ ഒരു പെണ്ണിനോടൊപ്പമല്ല."

"പിന്നെ ആരോടൊപ്പമാണ് അയാൾ?"

"ആമീസിലെ ജെസ്യൂട്ട് സഭയിലെ സുപ്പീരിയർ പുരോഹിതനും

ഫാദർ മോൺടിഡിഡിയറും അകത്തുണ്ട്. അദ്ദേഹമാണ് കൂടെയുള്ളത്."

"എന്റെ ദൈവമേ!" ആർട്ഗ്നൻ ആശ്ചര്യപ്പെട്ടു. "അയാൾ മരണാസന്നനാണോ?"

"ഇല്ല സർ. സുഖപ്പെട്ടതിനുശേഷം ദൈവീകമായ എന്തോ ഒന്ന് അയാളുടെ മനസിനെ സ്വാധീനിച്ചിരിക്കുകയാണ്. ഇപ്പോൾ ഒരു പുരോഹിതനാകാൻ പോകുന്നുയെന്ന് പറഞ്ഞിരിക്കുകയാണ്."

"അയാൾ താൽക്കാലികമായിട്ടു മാത്രമാണ് ഒരു പടയാളിയായത്; ഇക്കാര്യം എനിക്കിപ്പോഴാണ് ഓർമ വരുന്നത്."

"ഇനിയും അദ്ദേഹത്തെ കാണണമെന്നുണ്ടോ സർ?"

"ഇപ്പോൾ കൂടുതൽ കാണണമെന്നു തോന്നുന്നു."

"എങ്കിൽ മുറ്റത്ത് വലതുവശത്തെ കോണിപ്പടികയറി മുകളിൽ ചെന്നോളൂ. മൂന്നാം നിലയിലെ അഞ്ചാമത്തെ മുറിയിലുണ്ടാകും അയാൾ."

സത്രയുടമ പറഞ്ഞ ദിശയിലേക്ക് ആർട്ഗ്നൻ പോയി. അവൾ പറഞ്ഞ കോണിപ്പടിയും അവൻ കണ്ടു. അവൻ അതു കയറി മുകളിലേക്കു പോയി. പക്ഷേ, പുരോഹിതനാകാൻ തീരുമാനിച്ചിരുന്ന അയാളുടെ മുറിയിൽക്കയറാൻ അത്ര എളുപ്പമായിരുന്നില്ല. കാരണം പ്രവേശനഭാഗം അർമിഡയിലെ പൂന്തോട്ടങ്ങൾപോലെ സംരക്ഷിക്കപ്പെട്ടിരിക്കുന്നു.

ആറമീസിന്റെ വേലക്കാരൻ ബാസിൻ വാതിൽക്കൽത്തന്നെ നിൽക്കുന്നു. വളരെക്കാലത്തെ പ്രയാസങ്ങളിലൂടെ അവസാനം ലക്ഷ്യത്തിലെത്തിച്ചേർന്നിരിക്കുന്ന ഒരാളിന്റെ തീരുമാനത്തെ ആർക്കും പിന്തിരിപ്പിക്കാൻ പറ്റത്തില്ലെന്ന തീരുമാനത്തോടെയാണ് അയാൾ അവിടെ കാവൽ നിന്നതെന്നു തോന്നുന്നു.

ഒരു പള്ളിക്കാരനെ സേവിക്കുന്നതു തന്നെയായിരുന്നു ബാസിനിന്റെ ഇഷ്ടവും. പടയാളിയുടെ വേഷം ഊരിമാറ്റിയശേഷം പുരോഹിതന്റെ കാസ(ളോഹ) ധരിക്കുന്ന ഒരുസമയം കാത്തിരിക്കുകയായിരുന്നു അയാൾ. താൻ ഒരു പുരോഹിതനാകുമെന്ന് ആറമീസ് എപ്പോഴും വേലക്കാരനോടു പറയുമായിരുന്നു. അതുകൊണ്ടാണ് ദൈവരക്ഷയുടെ പേരിൽ അയാൾ ആറമീസിനോടൊപ്പം സേവനം ചെയ്തതും.

ബാസിൻ അത്യാനന്ദംകൊണ്ടു. യജമാനൻ തന്റെ വാക്കു പാലിക്കാൻ പോകുന്ന നിമിഷം അടുത്തുകൊണ്ടിരിക്കുന്നതായി അയാൾക്കു തോന്നി. ശാരീരികവും മാനസികവുമായ കടുത്ത പ്രയാസങ്ങൾ ഒന്നിച്ചനുഭവിക്കേണ്ടിവന്നപ്പോഴാണ് ആറമീസിന് മതത്തെക്കുറിച്ചുള്ള പുതിയ തീരുമാനമെടുക്കേണ്ടിവന്നത്. തന്റെ തോളിലേറ്റ മുറിവും പ്രിയേശ്വരിയുടെ പെട്ടെന്നുള്ള അപ്രത്യക്ഷമാകലും സ്വർഗത്തിൽനിന്നുള്ള ചില താക്കീതുകളുമായി അയാൾക്കു തോന്നിയിരുന്നു.

ഈ സാഹചര്യത്തിൽ ആർട്ഗ്നന്റെ അവിടേക്കുള്ള വരവല്ലാതെ മറ്റൊന്നും ബാസിന് പ്രയാസമുണ്ടാക്കുകയില്ല. ഇത്രയുംകാലം താൻ

തടുത്തുനിർത്തിയ ലൗകികജീവിതത്തിന്റെ നീർച്ചുഴിയിലേക്ക് തന്റെ യജമാനനെ ആർട്ഗ്നൻ തിരിച്ചുകൊണ്ടിടുമോയെന്ന് അയാൾ ഭയന്നു. അതുകൊണ്ട് അവനെ മുറിക്കകത്തു പ്രവേശിപ്പിക്കാതിരിക്കാൻ തന്നെ ബാസിൻ തീരുമാനിച്ചു. ആറമീസ് അകത്തില്ലായെന്ന് ഇനിപറയാൻ പറ്റില്ലല്ലോ; സത്രത്തിന്റെ ഉടമ അക്കാര്യം പറഞ്ഞിരുന്നതാണല്ലോ. അതിനാൽ അയാൾ മറ്റൊരു അടവുപയോഗിച്ചു. രാവിലെയാരംഭിച്ച ഒരു മതസമ്മേളനം അകത്തു നടക്കുകയാണെന്നും അതു വൈകുന്നേരംവരെ നീണ്ടുനിൽക്കുമെന്നും അയാൾ പറഞ്ഞു.

പക്ഷേ, അയാൾ പറഞ്ഞത് ആർട്ഗ്നന് വിശ്വാസം വന്നില്ല. അയാളോടു വെറുതെ സംസാരിക്കുന്നതിൽ അർഥമില്ലെന്നുകണ്ട അവൻ അയാളെ ഒരു കൈകൊണ്ട് ഒരു വശത്തേക്കു തള്ളിമാറ്റിയശേഷം മറ്റേ കൈകൊണ്ട് വാതിലിന്റെ കുറ്റിയെടുക്കുകയും ചെയ്തു.

വാതിൽ തുറക്കപ്പെട്ടു; അവൻ അകത്തു കയറി.

ഒരു കറുത്ത കോട്ടും ധരിച്ച്, പുരോഹിതന്മാർ ധരിക്കുന്ന മാതിരിയുള്ള ഒരു തൊപ്പിയുമണിഞ്ഞ് അയാൾ ഇരിക്കുന്നത് ആർട്ഗ്നൻ കണ്ടു. അയാളുടെ വലതുവശത്ത് ജെസ്യൂട്ട് സഭാമേധാവിയിരിക്കുന്നു. ഇടതുവശത്ത് ഫാദർ മോൺടിസിഡിയറും ഇരിക്കുന്നു. ജനാലവിരികൾ പാതിയടച്ചിരിക്കുന്നു; ധ്യാനത്തിനുപറ്റിയ രീതിയിൽ മങ്ങിയവെളിച്ചം മാത്രമേ മുറിയിലേക്കു പ്രവേശിച്ചിട്ടുള്ളൂ. ഒരു ലൗകികജീവിതം നയിക്കുന്ന ഒരാളിനു കാണുന്ന, പ്രത്യേകിച്ച് ഒരു പടയാളിക്കുണ്ടാകുന്ന, ഒരു സാധനങ്ങളും ആ മുറിയിൽ ഉണ്ടായിരുന്നില്ല; എന്തോ ഇന്ദ്രജാലം സംഭവിച്ചതുപോലെ. ലൗകികസാധനങ്ങളൊക്കെക്കണ്ടാൽ തന്റെ യജമാനൻ ദൈവീകകാര്യങ്ങളിൽനിന്നും പിന്മാറിയാലോയെന്ന് ഭയന്നതിനാൽ ബാസിൻ അതൊക്കെ എടുത്തുമാറ്റിയതായിരുന്നു – വാളും തോക്കും ഒക്കെ.

ആർട്ഗ്നൻ വാതിൽ തുറന്നു കയറിയപ്പോൾ, ആറമീസ് അവനെ ഒന്നുനോക്കി. യാതൊരു വികാരമാറ്റവും അയാൾക്കുണ്ടായില്ല. അതു കണ്ടപ്പോൾ അവന് അത്ഭുതമാണുണ്ടായത്; ഈ ലോകകാര്യങ്ങളിലല്ല അയാൾ വിഹരിക്കുന്നതെന്ന് അവനപ്പോൾ മനസിലായി.

“ഹലോ ആർട്ഗ്നൻ” ആറമീസ് പറഞ്ഞു. “കണ്ടതിൽ സന്തോഷമുണ്ട്.”

“നിങ്ങളെ കണ്ടതിൽ എനിക്കും സന്തോഷമുണ്ട്” ആർട്ഗ്നൻ പറഞ്ഞു. “പക്ഷേ ഞാൻ ആറമീസിനോടാണ് സംസാരിക്കുന്നതെന്ന് യാതൊരു വിശ്വാസവും വരുന്നില്ല.”

“നിങ്ങളുടെ സ്നേഹിതൻ തന്നെയാണ് ഞാൻ. അതിലെന്തായിത്ര സംശയം?”

“മുറി മാറിക്കയറിയതാണോയെന്ന് ഞാൻ ആദ്യം സംശയിച്ചതാണ്. ആദ്യം ഞാൻ കരുതിയത് ഇതൊരു പ്രാർഥനാമുറിയാണെന്ന്. എന്നാൽ ഈ മാന്യന്മാരോടൊപ്പം കണ്ടപ്പോൾ ഞാൻ കരുതി നിങ്ങൾക്ക് മാരകമായും രോഗമുണ്ടെന്നും” ആർട്ഗ്നൻ പറഞ്ഞു.

ആർട്ഗ്നൻ പറഞ്ഞവാക്കുകളുടെ അർഥം അവിടെയുണ്ടായിരുന്ന പുരോഹിതന്മാർക്കു മനസിലായെന്നു തോന്നുന്നു. അവർ ക്രൂരമായി ആർട്ഗ്നനെ നോക്കി. ആർട്ഗ്നൻ കാണാത്ത ഭാവേന മുഖം തിരിച്ചു.

"ഞാൻ നിങ്ങളെ ശല്യപ്പെടുത്തിയെങ്കിൽ" ആർട്ഗ്നൻ പറഞ്ഞു, "ക്ഷമിക്കണം. നിങ്ങൾ അവരോടു കുമ്പസാരിക്കുകയാണോ?"

ആറമീസിന്റെ മുഖം ഒന്നു ചുവന്നു തുടങ്ങി.

"നിങ്ങൾ വന്നതിൽ എനിക്ക് യാതൊരുവിധ ശല്യവുമുണ്ടായില്ല. നിങ്ങൾ സുരക്ഷിതനും സന്തോഷവാനുമാണെന്ന് കണ്ടതിൽ സന്തോഷം തോന്നുന്നു."

കുറേ താമസിച്ചാണെങ്കിലും നിങ്ങൾ പഴയ ആളായല്ലോ ആർട്ഗ്നൻ മനസിൽ പറഞ്ഞു.

"ഇത് എന്റെ സ്നേഹിതനാണ്" ആറമീസ് കൂടെയുണ്ടായിരുന്ന പുരോഹിതന്മാർക്ക് ആർട്ഗ്നനെ പരിചയപ്പെടുത്തിക്കൊടുത്തു. "ഒരു വലിയ അപകടത്തിൽനിന്നും അയാൾ ഇപ്പോൾ കഷ്ടിച്ചു രക്ഷപ്പെട്ടതേയുള്ളൂ."

"ദൈവത്തിനു സ്തുതി!" ആർട്ഗ്നനെ വണങ്ങിക്കൊണ്ട് അവർ പറഞ്ഞു.

"ഞാനും അങ്ങനെ വണങ്ങിയതാണേ" ആർട്ഗ്നൻ അവരെയും വണങ്ങി.

"നല്ല സമയത്തു തന്നെയാണ് നിങ്ങൾ വന്നത്" ആറമീസ് പറഞ്ഞു. "ഞങ്ങളുടെ ചർച്ചയിൽ നിങ്ങൾക്കും പങ്കെടുക്കാം. നിങ്ങളുടെ ബുദ്ധി ഞങ്ങളുടെ ഒപ്പമെത്തട്ടെ. ഞങ്ങളിവിടെ ദൈവശാസ്ത്രത്തിലെ ചില വിഷയങ്ങൾ ചർച്ച ചെയ്യുകയാണ്. കുറേക്കാലമായിട്ട് ആഗ്രഹിച്ച കാര്യമായിരുന്നു. അതിനെപ്പറ്റിയുള്ള നിങ്ങളുടെ അഭിപ്രായവും നിങ്ങൾക്കു പറയാവുന്നതാണ്."

"ഇത്തരം കാര്യങ്ങളിൽ ഒരു പടയാളിയുടെ അഭിപ്രായത്തിന് യാതൊരു വിലയും കാണുകയില്ല" സംസാരിക്കാൻ താൽപ്പര്യമില്ലാത്ത മട്ടിൽ ആർട്ഗ്നൻ പറഞ്ഞു. "ഇക്കാര്യത്തിൽ നിങ്ങൾ മാന്യന്മാർ തമ്മിൽ സംസാരിക്കുന്നതാണ് കൂടുതൽ ഉചിതം."

"നിങ്ങളുടെ അഭിപ്രായം ഞങ്ങൾക്ക് വളരെയേറെ വിലപ്പെട്ടതായിരിക്കും." ആറമീസ് തിരിച്ചു മറുപടി പറഞ്ഞു. "ചർച്ച ചെയ്യുന്ന വിഷയമറിയേണ്ടേ: എന്റെ ഗവേഷണവിഷയം തത്വപരവും ധാർമികപഠനപരവുമായിരിക്കണമോ?"

"നിങ്ങളുടെ ഗവേഷണ ഉപന്യാസമോ? നിങ്ങൾ ഗവേഷണ പ്രബന്ധം എഴുതാൻ പോകുകയാണോ?"

"അതെ തീർച്ചയായും" ആ ജെസ്യൂട്ടു പറഞ്ഞു. "പൗരോഹിത്യപ്പട്ടം ലഭിക്കുന്നതിനുമുമ്പുള്ള പരീക്ഷയാണിത്."

"പൗരോഹിത്യപ്പട്ടമോ?" ആർട്ഗ്നൻ ആശ്ചര്യപ്പെട്ടു.

ആറമീസ് തിരുപ്പട്ടം സ്വീകരിക്കാൻ പോകുന്നുയെന്നത് ആർട്ഗ്നനു

വിശ്വസിക്കാനേ കഴിഞ്ഞില്ല; സത്രമുടമയും ബാസിനും അക്കാര്യം പറഞ്ഞിട്ടുപോലും. ആ മൂവരെയും അവൻ മാറിമാറി അത്ഭുതത്തോടെ നോക്കി.

ആറമീസ് ഒരു ചാരുകസേരയിൽ ആശ്വാസത്തോടെ ചാരിയിരിക്കുകയായിരുന്നു. തന്റെ സ്വകാര്യ കിടക്കയിൽ ഇരിക്കുന്ന ലാഘവത്തോടെ. ഒരു സ്ത്രീയുടെ കൈപോലെ മാർദവവും വെളുത്തതുമായിരിക്കുന്ന കൈകളെ അവൻ സംതൃപ്തിയോടെ നോക്കുകയും രക്തം ഒലിച്ചുപോകാനായി അതിനെ ഉയർത്തിപ്പിടിക്കുകയും ചെയ്തു.

"ഞാൻ പറഞ്ഞില്ലേ ആർട്ഗ്നൻ, എന്റെ ഗവേഷണപ്രബന്ധം തത്വപരമായിരിക്കണമെന്നാണ് വികാരിയുടെ അഭിപ്രായം. പക്ഷേ ആദർശപരമായിരിക്കണമെന്നാണ് എന്റെ ആഗ്രഹം. ജസ്യൂട്ട് സഭാമേധാവി തത്വപരമായിട്ട് എഴുതാൻ പറ്റിയ ഒരു വിഷയമാണ് തന്നിരിക്കുന്നത്" ഇക്കാര്യം അയാൾ ലാറ്റിൻഭാഷയിലാണ് പറഞ്ഞത്.

നമുക്കറിയാമല്ലോ ആർട്ഗ്നന് ഔപചാരികമായ വിദ്യാഭ്യാസമൊന്നും കിട്ടിയിട്ടില്ലായെന്ന്. ആറമീസ് ലാറ്റിൻഭാഷയിൽ വിഷയം അവതരിപ്പിക്കുമ്പോൾ അവൻ പകച്ചുനിന്നു.

വിഷയത്തെ ആറമീസ് വ്യാഖ്യാനിച്ചു: "വൈദികരുടെ കീഴ്സഭകൾ വാഴ്ത്തി പ്രാർഥിക്കുമ്പോൾ രണ്ടു കരങ്ങളും ഉപയോഗിക്കേണ്ട ആവശ്യമുണ്ട്."

"ഒന്നാന്തരം വിഷയം തന്നെ" ജസ്യൂട്ട് പറഞ്ഞു.

"ഒന്നാന്തരമെന്നു മാത്രമല്ല തത്വപരവുമാണ്" രണ്ടാമത്തെ പുരോഹിതനും പറഞ്ഞു. ലാറ്റിൻഭാഷയെ സംബന്ധിച്ച് ഈ പുരോഹിതനും ആർട്ഗ്നനു തുല്യമാണ്. അതിനാൽ സംഭാഷണങ്ങളിൽ ആശയമെടുക്കാൻ മിക്കപ്പോഴും അയാൾ ജസ്യൂട്ടിന്റെ സംഭാഷണമുപയോഗിച്ചിരുന്നു.

രണ്ടു പുരോഹിതന്മാരുടെ ഉത്സാഹം ആർട്ഗ്നൻ കണ്ടു. അവൻ അഭിപ്രായമൊന്നും പറഞ്ഞില്ല.

"അതെ ഒന്നാന്തരം തന്നെ" ആറമീസ് തുടർന്നു പറഞ്ഞു. "കാര്യമൊക്കെ കൊള്ളാം. പക്ഷേ, സഭാപിതാക്കന്മാരെക്കുറിച്ചും വേദഗ്രന്ഥങ്ങളെപ്പറ്റിയും ആഴത്തിൽ പഠിച്ചാലേ ഇതു പൂർത്തിയാക്കാൻ പറ്റൂ. ഇതൊക്കെ ഈ പണ്ഡിതന്മാരായ പുരോഹിതന്മാരെ അറിയിച്ചതാണ്. വളരെക്കാലം രാജാവിന്റെ സേവനത്തിൽ ജീവിച്ചതിനാൽ എന്റെ വേദഗ്രന്ഥപഠനം തീരെ കുറഞ്ഞിട്ടുണ്ട്. അതിനാൽ ഞാൻ സ്വന്തമായി ഒരു വിഷയം തെരഞ്ഞെടുത്താൽ പൂർത്തിയാക്കാൻ എനിക്കു എളുപ്പമായിരിക്കും" ആറമീസ് വിഷയത്തെ സംബന്ധിച്ച് ഈവിധം പലതും പറഞ്ഞു.

സംഭാഷണം കേട്ടുനിന്ന ആർട്ഗ്നന് മുഷിപ്പുതോന്നി. അതുപോലെ തന്നെ ആ പുരോഹിതനും.

"അടിപൊളി വിഷയം!" ജെസ്യൂട്ട് പറഞ്ഞു.

"അടിപൊളി തന്നെ!" രണ്ടാമത്തെ പുരോഹിതനും പറഞ്ഞു.

ആറമീസ് ആർട്ഗ്നന്റെ മുഖത്തുനോക്കി; അഭിപ്രായം കിട്ടാനായി.

പക്ഷേ, അവൻ കോട്ടുവായിടുന്നതായി അയാൾ കണ്ടു.

"വികാരിമാരേ നമുക്ക് ഫ്രഞ്ചിൽ സംസാരിക്കാം" ആറമീസ് പറഞ്ഞു. "നമ്മുടെ സംഭാഷണം ആർട്ഗ്നനു രസിക്കണമെങ്കിൽ അതേ മാർഗമുള്ളൂ."

"അയ്യോ ഞാൻ വളരെ യാത്ര ചെയ്തു തളർന്നിരിക്കുകയാണ്, ഏതു ഭാഷയിൽ സംസാരിച്ചാലും എനിക്കിപ്പോൾ മനസിലാകുകയില്ല" ആർട്ഗ്നൻ പറഞ്ഞു.

"കൊള്ളാം" ജെസ്യൂട്ടു പറഞ്ഞു. അദ്ദേഹത്തിന് ആ മറുപടി കേട്ടപ്പോൾ ഒരിനം നിരാശയാണുണ്ടായത്. എന്നാൽ രണ്ടാമത്തെ പുരോഹിതന് അതു നന്നായി രസിച്ചിരുന്നു. അദ്ദേഹം സന്തോഷത്തോടെ ആർട്ഗ്നനെ നോക്കുകയും ചെയ്തു.

"ഈ വിഷയത്തിൽ നമുക്ക് എന്തൊക്കെചെയ്യാമെന്നു നോക്കാം" ജെസ്യൂട്ട് പറഞ്ഞു.... കർത്താവിന്റെ ദാസനാണല്ലോ മോശ... അദ്ദേഹം ഒരു ദാസൻ മാത്രമാണ്. അത് നാമറിയണം. മോശ രണ്ടു കരങ്ങൾ കൊണ്ടും പൊക്കിപ്പിടിക്കുകയാണ്. ശത്രുക്കളെ നശിപ്പിക്കാൻ ഹീബ്രൂക്കാർക്ക് ശക്തിയുണ്ടാകുന്നതിനുവേണ്ടി. മറ്റൊരു രീതിയിൽ പറഞ്ഞാൽ അദ്ദേഹം ഇരുകരങ്ങളുംകൊണ്ട് അനുഗ്രഹിക്കുകയാണ്. സുവിശേഷം പറയുന്നതെന്താണെന്നറിയാമോ – രണ്ടുകരങ്ങളുംകൊണ്ട് അനുഗ്രഹിക്കാനാണ്."

"രണ്ടു കരങ്ങളുംകൊണ്ട്" രണ്ടാമത്തെ പുരോഹിതൻ ആവർത്തിച്ചു. രണ്ടു കരങ്ങളും അദ്ദേഹം നീട്ടിക്കാണിക്കുകയും ചെയ്തു.

"എല്ലാ പോപ്പുമാരുടെയും മുൻഗാമിയായ വിശുദ്ധ പത്രോസിനെക്കുറിച്ച് വേദപുസ്തകത്തിൽ പറയുന്നതിപ്രകാരമാണ് – വിരലുകൾ നൽകുക. ഞാൻ പറയുന്നത് നിങ്ങൾക്കു മനസിലാകുന്നുണ്ടോ?" ജെസ്യൂട്ടു ചോദിച്ചു.

"അതെ" ആറമീസ് സംഭാഷണം ആസ്വദിക്കുകയായിരുന്നു. "അതു നല്ലൊരു ആശയമായിരുന്നു."

"അതെ വിരലുകൾ!" ജെസ്യൂട്ട് പറഞ്ഞു. "വിശുദ്ധ പത്രോസ് വിരലുകൾകൊണ്ട് അനുഗ്രഹിക്കുന്നു. അതുകൊണ്ട് മാർപ്പാപ്പയും അങ്ങനെ ചെയ്യുന്നു. എത്ര വിരലുകളാണ് ഉപയോഗിക്കുന്നതെന്നറിയാമോ? മൂന്നു വിരലുകൾ. ഒന്നു പിതാവിനും മറ്റൊന്ന് പുത്രനും മൂന്നാമത്തേത് പരിശുദ്ധാത്മാവിനുമാണ്."

അവർ പരസ്പരം നോക്കി.

ആർട്ഗ്നനും അമ്പരന്നുപോയി.

"പോപ്പ് വിശുദ്ധ പത്രോസിന്റെ പിൻഗാമിയാണ്. പരിശുദ്ധ ത്രിത്വത്തിന്റെ പ്രതിനിധിയും. ബാക്കിയുള്ളവർ അതായത് പുരോഹിതന്മാർ മാലാഖമാരുടെയും മുഖ്യദൂതന്മാരുടെയും പേരിലാണ് അനുഗ്രഹിക്കുന്നത്. ദേവാലയങ്ങളിലെ ഏറ്റവും കീഴ്ദാസന്മാരായ ഡീക്കന്മാരും ഉപദേശിമാരും പുണ്യവെള്ളം തളിച്ച് അനുഗ്രഹിക്കുന്നു. ഇതൊക്കെക്കാ

ണിക്കുന്നത് അനുഗ്രഹിക്കുന്ന വിരലുകളുടെ അന്യൂനതയാണ്. നിങ്ങളുടെ വിഷയത്തെ കുറച്ചുകൂടി ലഘൂകരിക്കാം – ആർഗ്യുമെന്റും ഓമ്നി ഡിന്യൂഡെറ്റം ഓർണമെന്റോ. ഇതിനെപ്പറ്റി രണ്ടു വാല്യങ്ങൾ ഞാൻ എഴുതാം" ജസ്യൂട്ട് പറഞ്ഞു. തുടർന്ന് മേശപ്പുറത്ത് കിടന്നിരുന്ന കനമുള്ള ഒരു വിശുദ്ധ ക്രൈസ്സോസ്റ്റം പുസ്തകമെടുത്തുകൊണ്ട് പറഞ്ഞു. "ഈ കനത്തിലുള്ള രണ്ടു വാല്യങ്ങൾ എഴുതാം."

ആർട്ഗ്നൻ ഞെട്ടിപ്പോയി.

"ഞാൻ ഈ വിഷയത്തിന്റെ സൗന്ദര്യം മനസിലാക്കുന്നു" ആറമീസ് പറഞ്ഞു. "പക്ഷേ, ഞാൻ തെരഞ്ഞെടുത്ത വിഷയമിതാണ്. ആർട്ഗ്നൻ, എന്റെ വിഷയം കേട്ടോളൂ – നോൺ ഇനുറ്റിൽ എസ്റ്റ് ഡെസിഡേറിയം ഇൻ ഒബ്ലേഷനി. ഇതിന്റെ അർഥമറിയേണ്ടേ: അൽപ്പം ദുഃഖത്തോടെ ദൈവത്തിനു ബലിയർപ്പിക്കുന്നതാണ് നല്ലതാണ്. നിങ്ങൾക്കിത് ഇഷ്ടപ്പെട്ടോ? ആർട്ഗ്നൻ പറയൂ."

"നിർത്തൂ" ജെസ്യൂട്ട് പറഞ്ഞു. "ദൈവദൂഷണമാകുന്നല്ലോ നിങ്ങളുടെ വിഷയം. ജാൻസെനിയസിന്റെ അഗസ്റ്റിനസിൽ ഏതാണ്ട് ഇതുപോലെയുള്ള ഒരു വിഷയമുണ്ട്. ഇന്നല്ലെങ്കിൽ നാളെ ആ ഗ്രന്ഥത്തെ പൊതുസ്ഥലത്തുവച്ച് കത്തിച്ചുകളയേണ്ടി വരും. സൂക്ഷിക്കണേ. നിങ്ങൾ തെറ്റിലേക്കു തിരിയരുത്. ആത്മാവ് അപകടത്തിൽപ്പെടും."

"നിങ്ങൾ തെറ്റിലേക്കു നീങ്ങുന്നു. നിങ്ങളുടെ ആത്മാവ് അപകടത്തിൽപ്പെടുന്നു" ആ പുരോഹിതനും ആറമീസിനോട് അതു പറഞ്ഞു.

"മതസ്വാതന്ത്ര്യം വളരെ പേരുകേട്ട വിഷയമാണ്. നിങ്ങളതിൽ തൊട്ടു കളിക്കുന്നു. പുരോഹിതരായ പെലാജിയൻസുകളുടെയും സെമി പെലാജിയന്മാരുടെയും അഭിപ്രായത്തോട് ഇതിനു സാമ്യമുണ്ട്."

"വികാരിയച്ചൻ അങ്ങനെ പറയരുതേ...." തന്റെമേൽ ചുമത്തിയ കുറ്റാരോപണത്തിൽ ആറമീസ് ഒന്നു ഞെട്ടി.

"നിങ്ങൾക്ക് അതെങ്ങനെ തെളിയിക്കാൻ പറ്റും?" ജെസ്യൂട്ടു ചോദിച്ചു. "നാം സ്വയം ദൈവത്തിനു സമർപ്പിക്കുമ്പോൾ നാം ദുഃഖം പ്രകടിപ്പിക്കുന്നതെന്തിന്? ഈ പ്രശ്നം ഒന്നു കേൾക്കൂ. ദൈവം ദൈവമാണ്; ലോകം സാത്താനാണ്. ലോകത്തെപ്പറ്റി ഖേദിക്കുകയെന്നത് സാത്താനെപ്പറ്റി ഖേദിക്കുക എന്നതാണ്, അതാണ് എന്റെ നിഗമനം."

"അതുതന്നെയാണ് എന്റെ നിഗമനവും" രണ്ടാമത്തെ പുരോഹിതനും പറഞ്ഞു.

"ദയവായി....." ആറമീസ് പറഞ്ഞു.

"ഓ! പാപീ!" ജസ്യൂട്ട് ആക്രോശിച്ചു.

"സാത്താനെ ഉപേക്ഷിക്കുന്നതിൽ ഇയാൾ ഖേദിക്കുന്നു" രണ്ടാമത്തെ പുരോഹിതനും പറഞ്ഞു. "അങ്ങനെ ചെയ്യരുതേ യുവാവേ; ഞാൻ അപേക്ഷിക്കുകയാണ് അങ്ങനെ ചെയ്യരുതേ യുവാവേ!"

ആർട്ഗ്നൻ യാഥാർഥ്യമറിയാതെ കുഴഞ്ഞു. തനിക്കു ഭ്രാന്തുപിടിച്ചുവോയെന്നുപോലും അവനു തോന്നി. കാരണം അവരുടെ ഭാഷ

അവനു മനസിലാകുമായിരുന്നില്ല.

"ഞാൻ പറയുന്ന കാര്യങ്ങൾ കേൾക്കൂ" ആറമീസ് മാന്യമായി അവരോടു ആവശ്യപ്പെട്ടു. "സാത്താനെ ഉപേക്ഷിക്കുന്നതിൽ ഖേദിക്കുന്നുയെന്ന് ഞാൻ പറഞ്ഞതേയില്ല; ഞാൻ അതൊരിക്കലും പറയുകയുമില്ല."

ജസ്യൂട്ട് പുരോഹിതൻ തന്റെ കരങ്ങൾ മുകളിലേക്കുയർത്തി. രണ്ടാമത്തെ പുരോഹിതനും അതുപോലെ ചെയ്തു.

"നിങ്ങൾ സമ്മതിച്ചേ പറ്റൂ" ആറമീസ് തുടർന്നു. നമുക്ക് അനിഷ്ടമായ കാര്യങ്ങൾ ദൈവത്തിനു നൽകുന്നത് അപമര്യാദയാണ്. അതല്ലേ ശരിയെന്ന് ആർട്ഗ്നൻ തന്നെ പറയട്ടെ."

"അതു ശരിയാണ്" ആ പുരോഹിതൻ പറഞ്ഞു.

രണ്ടു പുരോഹിതന്മാരും അവരവരുടെ കസേരകളിൽ ഇരുന്നു.

"എനിക്കിതാണു പറയാനുള്ളത്" ആറമീസ് പറഞ്ഞു. "ഇതൊക്കെ യുക്തിപരമാണ്. ഈ ലോകം ആകർഷണമായ വസ്തുക്കൾകൊണ്ട് നിറഞ്ഞിരിക്കുന്നു. ഞാൻ ലോകത്തെ ഉപേക്ഷിക്കുകയാണ്. അതുകൊണ്ട് ഞാൻ ഒരു ത്യാഗം ചെയ്യുകയാണ്. നാം ദൈവത്തിനുവേണ്ടി ത്യാഗങ്ങൾ സഹിക്കണമെന്ന് സുവിശേഷം പറയുന്നുണ്ട്."

"അതു ശരിയാണ്" ജസ്യൂട്ട് പറഞ്ഞു. രണ്ടാമത്തെ പുരോഹിതൻ ആ അഭിപ്രായത്തോട് അനുകൂലിക്കുകയും ചെയ്തു.

"ആ വിഷയത്തെപ്പറ്റി ഞാനൊരു കവിത എഴുതിയിട്ടുണ്ട്" ആറമീസ് പറഞ്ഞു. "ഞാനത് മോൺസ്യൂർ വോയിട്ടിയൂറിനെ കാണിക്കുകയും ചെയ്തു. അദ്ദേഹം അതു നന്നായിട്ടുണ്ടെന്ന് പറയുകയും ചെയ്തു."

"കവിത എഴുതിയെന്നോ?" ജെസ്യൂട്ടിന് വിശ്വാസമായില്ല.

"കവിതയോ!" രണ്ടാമത്തെ പുരോഹിതനും ആശ്ചര്യപ്പെട്ടു.

"നമുക്ക് ആ കവിത കേൾക്കാം" ആർട്ഗ്നൻ പറഞ്ഞു. "നമുക്ക് അതൊരു സുഖം തരും."

"അയ്യോ! അതു നിങ്ങൾ ഉദ്ദേശിക്കുന്ന തരത്തിലുള്ളതല്ല; മതപരമായ കവിതയാണ്. ദൈവശാസ്ത്രമാണ് അതിലുള്ളത്."

ആർട്ഗ്നന്റെ മുഖം വാടി.

"എങ്കിൽ ഞാൻ പാടാം" ആറമീസ് പാടി. വിനയഭാവം അയാളുടെ മുഖത്ത് നിഴലിച്ചിരുന്നു. അയാൾ ലാറ്റിൻഭാഷയിലാണ് പാടിയത്:

"സുഖങ്ങൾ മാത്രം നിറഞ്ഞിരുന്ന ഭൂതകാലത്തെയോർത്ത്
നിങ്ങൾ കരയരുത്.
വേദനയെ നിങ്ങൾ ദൈവത്തിലേക്കു മാത്രമർപ്പിച്ചാൽ
നിങ്ങൾക്കു ആശ്വാസം കിട്ടും!"

ആർട്ഗ്നനും പുരോഹിതനും ആ കവിത ഇഷ്ടമായി. പക്ഷേ, ജസ്യൂട്ടു പുരോഹിതന് അതിഷ്ടമായില്ലെന്നു തോന്നുന്നു.

"ദൈവശാസ്ത്രവിഷയത്തിൽ ആലങ്കാരികതകൾ അധികമായിപ്പോയി" അദ്ദേഹം പറഞ്ഞു. "വിശുദ്ധ അഗസ്തിൻ പറഞ്ഞിട്ടുള്ളത് നിങ്ങൾ

ക്കു ഓർമയില്ലേ."

"അതെ മതപ്രസംഗം വ്യക്തമായിരിക്കണം" രണ്ടാമത്തെ പുരോഹിതൻ പറഞ്ഞു.

അദ്ദേഹത്തിന്റെ ലത്തീൻഭാഷയിൽ തെറ്റുപറ്റിയതു മനസിലാക്കിയപ്പോൾ ജസ്യൂട്ടു പറഞ്ഞു. "നിങ്ങളുടെ പ്രബന്ധം ഒരുപക്ഷേ സ്ത്രീകൾക്ക് ഇഷ്ടപ്പെടും. കോടതിയിൽ അപേക്ഷിക്കുമ്പോൾ വക്കീൽ പാട്രുവിനു കിട്ടുന്ന വിജയംപോലെ."

"എനിക്കും അങ്ങനെ തോന്നുന്നു" ആറമീസ് പറഞ്ഞു.

"നിങ്ങൾക്കറിയാമോ?" ജസ്യൂട്ടു പറഞ്ഞു. "ലോകത്തിനിപ്പോഴും നിങ്ങളുടെമേൽ പിടിയുണ്ട്. നിങ്ങൾക്ക് ഇനിയും അനുഗ്രഹം കിട്ടുകയില്ലെന്ന് എനിക്കു ഭയത്തോടെ ഓർക്കാനേ പറ്റുന്നുള്ളൂ."

"വിഷമിക്കേണ്ട വികാരിയച്ചാ. എന്റെ തീരുമാനം അവസാനത്തേതാണ്."

"അപ്പോൾ ഈ വിഷയംതന്നെ നിങ്ങൾ സ്വീകരിക്കാൻ ഒരുങ്ങുകയാണോ?"

"ഇതിനെപ്പറ്റി എഴുതുന്നതിനാണ് എനിക്ക് കൂടുതൽ പ്രചോദനം. മറ്റൊരു വിഷയവും എനിക്ക് ചേരുന്നില്ല. അതുകൊണ്ടുതന്നെ അങ്ങയുടെ അനുഗ്രഹ അനുവാദത്തോടെ ഞാൻ എന്റെ ഗവേഷണം ആരംഭിക്കാം. അങ്ങ് അഭിപ്രായപ്പെട്ട രീതിയിൽത്തന്നെ ആരംഭിച്ചതായിട്ട് ഞാൻ നാളെത്തന്നെ അച്ഛനു കാണിച്ചുതരാം."

"ധൃതിവയ്ക്കേണ്ട ആവശ്യമില്ല" പുരോഹിതൻ പറഞ്ഞു. "വിഷയത്തിനൊത്തവിധത്തിൽ ഞങ്ങൾ മനസ്സ് ഒരുക്കിത്തരാം."

"മണ്ണ് ശരിയാക്കിയശേഷമല്ലേ വിതയ്ക്കാനാകൂ" ജസ്യൂട്ട് പറഞ്ഞു. "ചില വിത്തുകൾ പാറപ്പുറത്താണു വീണതെന്ന് നാം ഭയപ്പെടേണ്ടതില്ല. ചിലതു വഴിയരികിൽ വീണതാണെന്നും ബാക്കിയുള്ളവ പക്ഷികൾ കൊത്തിക്കൊണ്ടുപോയെന്നും ഒന്നുംതന്നെ ഭയപ്പെടേണ്ടതില്ല."

ആർട്ഗ്നന്റെ ക്ഷമ നശിച്ചു.

"നിങ്ങളും നിങ്ങളുടെ ഒരു ലാറ്റിനും" ആർട്ഗ്നൻ പിറുപിറുത്തു.

"ഞാൻ പോകുന്നു, മകനേ നാളെക്കാണാം" പുരോഹിതൻ പറഞ്ഞു.

"യുവാവേ പോകുന്നു" ജസ്യൂട്ടും പറഞ്ഞു. "പള്ളിയുടെ തിളങ്ങുന്ന ദീപങ്ങളിലൊന്നാകുമെന്ന് നീ വാക്കു പറഞ്ഞിട്ടുണ്ട്. അത് ആളിക്കത്തിപ്പിടിക്കുന്ന ഒന്നാകാതിരിക്കാം പ്രാർഥിക്കാം...."

സ്വയം നിയന്ത്രിക്കാനായി ആർട്ഗ്നൻ പരമാവധി നോക്കി. നഖം കടിച്ചുകൊണ്ട് അവൻ നിന്നു. നഖവും തീരാറായി.

പുരോഹിതന്മാർ രണ്ടുപേരും എഴുന്നേറ്റു. ആർട്ഗ്നനും ആറമീസും തലകുമ്പിട്ടുകൊണ്ട് വാതിലിനരികിലേക്കു നടന്നു. തികഞ്ഞ ആധ്യാത്മിക നിറവോടെ ആ സംഭാഷണം മുഴുവൻ ശ്രദ്ധിച്ചുകൊണ്ടു നിന്നിരുന്ന ബാസിൻ അവരുടെ അരികിലേക്കു ഓടിയെത്തി. പുരോഹിതന്മാ

രുടെ പ്രാർഥനാപുസ്തകങ്ങൾ വാങ്ങിക്കൊണ്ട് അയാൾ മുന്നിലൂടെ നടന്നു; ഒരു പ്രദക്ഷിണത്തിന് വഴിതെളിക്കുംപോലെ.

കോണിപ്പടി അവർ ഇറങ്ങിത്തീരുന്നതുവരെ ആറമീസ് അവരുടെ പിന്നാലെ പോയി. മടങ്ങി ആർട്ഗ്നന്റെ അരികിൽ വന്നപ്പോൾ അവൻ പകച്ചിരിക്കുന്നതാണ് അയാൾ കണ്ടത്.

അവർ പരസ്പരം മിണ്ടിയില്ല. വല്ലാത്ത ഒരു നിശ്ശബ്ദത അവിടെ തളംകെട്ടി. ആരെങ്കിലും സംസാരിച്ചുതുടങ്ങിയാലല്ലേ പറ്റൂ. ആർട്ഗ്നൻ സംസാരിക്കുകയില്ലെന്ന് തോന്നിയപ്പോൾ ആറമീസ് തന്നെ സംസാരിച്ചുതുടങ്ങി.

"അതെ. ഞാൻ എന്റെ ജീവിതാന്തസ്സ് തെരഞ്ഞെടുക്കുകയാണ്. നഷ്ടപ്പെട്ട ഒരാട്ടിൻകുട്ടി തിരിച്ചു ചെല്ലുന്നതുപോലെ" ആറമീസ് പറഞ്ഞു.

"നിങ്ങൾക്ക് ദൈവാനുഗ്രഹം കിട്ടിയിരിക്കുകയാണ്. അതാണല്ലോ ആ പുരോഹിതന്മാരും പറഞ്ഞത്" ആർട്ഗ്നൻ പറഞ്ഞു.

"നിങ്ങൾക്കറിയാമല്ലോ ഒരു പുരോഹിതനാകണമെന്ന് ഞാനെപ്പോഴും ആഗ്രഹിച്ചിരുന്നുവെന്ന്. ഞാനത് നിങ്ങളോടു പലപ്പോഴും പറഞ്ഞിട്ടുമുണ്ടല്ലോ."

"ഓ! ഇത്രയും ഗൗരവമുള്ള വിഷയത്തെപ്പറ്റി തമാശ പറയുകയാണോ" ആർട്ഗ്നൻ ചോദിച്ചു.

"അതാണോ കാര്യം. മരണത്തെപ്പറ്റിപോലും ആളുകൾ തമാശ പറയാറില്ലേ?"

"അതു പാടില്ലാത്തതാണ്. കാരണം മരണം രക്ഷയിലേക്കാണോ നാശത്തിലേക്കാണോ കൊണ്ടുചെന്നെത്തിക്കുന്നതെന്ന് പറയാനാവില്ല."

"ശരി ശരി. എന്തായാലും നമുക്ക് ഇനി ദൈവശാസ്ത്രത്തെക്കുറിച്ചൊന്നും സംസാരിക്കേണ്ട. ഒരു ദിവസത്തേക്കു അത്തരം കാര്യങ്ങൾ നിങ്ങൾക്കു ധാരാളം കിട്ടിയിട്ടുണ്ടല്ലോ. ഒരൽപ്പം ലത്തീൻഭാഷ എനിക്കറിയാമായിരുന്നു. അതൊക്കെയിപ്പോൾ മറന്നിരിക്കുകയാണ്. അതിരിക്കട്ടെ, എനിക്ക് നിന്നോടൊരു കാര്യം പറയാനുണ്ട്. ഇന്ന് രാവിലെ മുതൽ ഞാനൊന്നും കഴിച്ചിട്ടില്ല. നല്ല വിശപ്പാണ്."

"ഉടനെ തന്നെ നമുക്കു ഭക്ഷണം കഴിക്കാം. ഇന്നു വെള്ളിയാഴ്ചയാണെന്നകാര്യം മറക്കട്ടെ. ഈ ദിവസം ഇറച്ചി ഞാൻ കഴിക്കാറില്ല, ഇറച്ചിയെ നോക്കുകപോലുമില്ല. പഴങ്ങളും പച്ചക്കറികളും നമുക്ക് കഴിക്കാം. എങ്കിലും നിങ്ങൾക്കുവേണ്ടി ഞാൻ നിയമം ചെറുതായിട്ടൊന്ന് തെറ്റിച്ച് മുട്ടകഴിക്കാം. മുട്ട യഥാർഥത്തിൽ ഒരു മാംസം തന്നെയാണ്. അതിൽനിന്നല്ലേ കോഴിക്കുഞ്ഞുങ്ങൾ വിരിഞ്ഞുവരുന്നത്. അതിനാൽ മുട്ട കഴിക്കുന്നതും ഗൗരവമായ തെറ്റാണെന്ന് അറിയാം" ആറമീസ് പറഞ്ഞു.

"വിശപ്പു മാറ്റാനായിട്ടുള്ള ഭക്ഷണമൊന്നും വേണ്ട. നിങ്ങളോടൊപ്പം ഒന്നിച്ചിരുന്നു സന്തോഷത്തോടെ കഴിക്കാൻവേണ്ടി മാത്രം" ആർട്ഗ്നൻ പറഞ്ഞു.

“നിങ്ങളുടെ ത്യാഗത്തിനു നന്ദിയുണ്ട്” ആറമീസ് പറഞ്ഞു. “ഈ ഭക്ഷണം നിങ്ങളുടെ ശരീരത്തിന് രുചി തരില്ലെങ്കിൽ ആത്മാവിനു സുഖം നൽകും, തീർച്ച.”

“യഥാർഥത്തിൽ തിരുപ്പട്ടം സ്വീകരിക്കാൻ നിങ്ങൾ തീരുമാനിച്ചോ?” ആർട്ഗ്നൻ ചോദിച്ചു. “നിങ്ങളുടെ സുഹൃത്തുക്കളും ട്രിവീലിയും ഇതിനെപ്പറ്റി എന്താണ് അഭിപ്രായം പറയുന്നത്? ഇറങ്ങിപ്പോയവനെന്നു വിളിക്കില്ലേ.”

“ഞാൻ പള്ളിയിൽ പോകുകയില്ല. അതു പുനഃപ്രവേശനമല്ലേ. ഞാൻ പള്ളിയെ ഉപേക്ഷിച്ചാണ് ഭൗതികജീവിതത്തിലേക്ക് പോയത്. പടയാളികളുടെ ഈ വേഷം ധരിക്കുവാൻ വാസ്തവത്തിൽ എനിക്കു പ്രയാസമായിരുന്നു. അക്കാര്യം നിങ്ങൾക്ക് അറിയില്ലയോ?”

“ഇല്ല അറിയില്ലല്ലോ.”

“എന്തുകൊണ്ടാണ് ജസ്യൂട്ട് സഭക്കാർ കോളേജു വിട്ടതെന്ന് നിങ്ങൾക്കറിയാമോ?” ആറമീസ് വീണ്ടും ചോദിച്ചു.

“ഇല്ല, അതുമറിയില്ല.”

“എന്നാൽ ഞാൻ ആ കഥ പറയാം. അന്യോന്യം കുമ്പസാരം ചെയ്യാൻ വേദപുസ്തകവും പറയുന്നുണ്ടല്ലോ. ഞാനിപ്പോൾ നിങ്ങളോടു കുമ്പസരിക്കുകയാണ്.”

“ഞാൻ ഇതാ മുൻകൂർ പാപമോചനവും നിങ്ങൾക്കു തരികയാണ്. അപ്പോൾ ഞാൻ നല്ലവനല്ലേ.”

“ദൈവീകമായ കാര്യങ്ങൾക്കിടയിൽ നിങ്ങൾ ദയവായിട്ട് തമാശ പറയാതിരിക്കൂ.”

“എന്നാൽ പറയൂ. ഞാൻ ആ കഥ കേൾക്കട്ടെ.”

“ഞാൻ ഒമ്പതു വയസുമുതൽ സെമിനാരിയിലാണ് പഠിച്ചത്; ഒരു പുരോഹിതനാകാൻവേണ്ടി. ഇരുപതുവയസാകാൻ വെറും മൂന്നുദിവസം മാത്രമുള്ള സമയത്തെ കാര്യമാണ് ഞാൻ പറയുന്നത്. ഞാൻ ഇടയ്ക്കൊക്കെ പോകാറുണ്ടായിരുന്ന ഒരു വീടുണ്ടായിരുന്നു. ഒരുദിവസം വൈകുന്നേരം ഞാൻ അങ്ങോട്ടുചെന്നു. എന്റെ കൂട്ടുകാരനെപ്പോലെ തന്നെ ഒരു മനുഷ്യൻ ആ വീട്ടിൽ അക്കാലത്ത് ചെല്ലുക പതിവുണ്ടായിരുന്നു. അയാൾ ഒരു ഉദ്യോഗസ്ഥനായിരുന്നു. അയാൾക്ക് എന്നോട് അസൂയയായിരുന്നു. ഒരുദിവസം രാത്രിയിൽ അപ്രതീക്ഷിതമായിട്ട് ആ മനുഷ്യൻ കടന്നുവന്നു. ആ വീട്ടിലെ സ്ത്രീയുടെ അടുത്തിരുന്ന് ഞാൻ പുസ്തകം വായിച്ചുകൊടുക്കുകയായിരുന്നു. അയാൾ വന്നപാടെ അതുകണ്ടു. ജൂഡിത്തിന്റെ ഒരു ഭാഗം ഞാൻ വിവർത്തനം ചെയ്തുകഴിഞ്ഞിരുന്നു അപ്പോൾ. ഞാനതു വായിച്ചു തീർത്തപ്പോൾ അവർ എന്നെ പുകഴ്ത്തുകയും എന്നോടൊപ്പം പുനർവായന നടത്തുകയും ചെയ്യുകയായിരുന്നു. അവൾ എന്റെ തോളിലേക്ക് ചാഞ്ഞാണിരുന്നത്. അങ്ങനെ ഞങ്ങൾ ഇരിക്കരുതായിരുന്നുയെന്നത് ശരിതന്നെ. ഇത് ആ ഉദ്യോഗസ്ഥനെ ചൊടിപ്പിച്ചു. ആ സമയത്ത് അയാൾ ഒന്നും എന്നോടു പറഞ്ഞില്ല. പക്ഷേ ഞാൻ

അവിടെനിന്നുമിറങ്ങിയപ്പോൾ, ഏതാനും നിമിഷങ്ങൾ കഴിഞ്ഞപ്പോൾ അയാൾ എന്റെ പിന്നാലെവന്ന് എന്നെ പിടികൂടി....

"....എന്റെ ഭക്തസുഹൃത്തേ" അയാൾ പറഞ്ഞു. "ഒരു വീക്കുവച്ചു തന്നാലുണ്ടല്ലോ. എന്താ തരട്ടെ."

"ഇത്രയുംകാലം എന്നോടിതുചെയ്യാൻ ആരും ധൈര്യം കാണിച്ചിട്ടില്ലല്ലോ" ഞാൻ പറഞ്ഞു.

"ഇനി ഈ വീട്ടിലേക്കു നീ വന്നാൽ ഞാൻ ശരിയാക്കിക്കളയും" അയാൾ അലറി.

ഞാൻ വല്ലാതെ ഭയപ്പെട്ടു. എന്റെ മുഖം വിളറി. എന്റെ കാലുകൾ കുഴഞ്ഞതുപോലെ. നാവനക്കാൻ പോലും എനിക്കു കഴിഞ്ഞില്ല. എന്നിൽനിന്നും ഒരു മറുപടികിട്ടാൻ അയാൾനിന്നു. ഞാനൊന്നും മിണ്ടുകയില്ലെന്നു മനസിലാക്കിയ അയാൾ ഉറക്കെച്ചിരിക്കുകയും അവിടെനിന്നും ആ വീട്ടിലേക്കു തിരിച്ചുപോകുകയും ചെയ്തു. ഞാൻ സെമിനാരിയിലേക്കും പോയി....

....ഞാൻ നല്ല കുടുംബത്തിൽ ജനിച്ചവനാണ്. എന്റെ പൂർവികർക്ക് നല്ലൊരു പാരമ്പര്യമുണ്ട്. എനിക്ക് ആ സംഭവം വലിയ വേദനയുണ്ടാക്കി. വേറൊരാളും അതുകണ്ടിരുന്നില്ലെങ്കിലും. അപ്പോൾ ഞാൻ നിസ്സഹായനായിരുന്നു. പക്ഷേ പക എന്നിലിരുന്ന് വീർപ്പുമുട്ടി. ഞാൻ സെമിനാരിയിൽ ചെന്ന് അവിടത്തെ മേലധികാരികളോടു പറഞ്ഞു, ഞാൻ തിരുപ്പട്ടം സ്വീകരിക്കാനുള്ള ഒരുക്കങ്ങൾ നടത്തിയില്ലെന്ന്. എന്റെ അപേക്ഷപ്രകാരം അവർ എനിക്ക് ഒരുവർഷംകൂടി സമയം തന്നു.

പാരീസിലെ ഒരു യോഗ്യനായ വാൾപ്പയറ്റ് അധ്യാപകന്റെ അരികിൽ ഞാൻ പോയി. ഒരു വർഷക്കാലത്തേക്ക് ദിവസേന എന്നെ പഠിപ്പിക്കുവാൻ അദ്ദേഹത്തെ ഏർപ്പാടാക്കി. ഒരുദിവസം പോലും മുടങ്ങാതെ ഞാൻ പരിശീലിച്ചു. ആ ഉദ്യോഗസ്ഥനുമായി നടന്ന സംഭവത്തിന്റെ വാർഷികദിനമായി. ളോഹ ഞാനൂരി മുറിയിലെ ചുവരിലെ ഒരാണിയിൽ തൂക്കി. നല്ല ആർജവത്തോടെ പുറത്തേക്കിറങ്ങി. എന്റെ ഒരു പരിചയക്കാരിയുടെ നൃത്തമുണ്ടായിരുന്നു അന്ന്. ഞാൻ അങ്ങോട്ടുപോയി. എന്നെ അന്ന് അപമാനിച്ച അയാൾ അന്നവിടെയുണ്ടാകുമെന്ന് എനിക്ക് വിശ്വാസമുണ്ടായിരുന്നു. പെട്ടെന്നുതന്നെ ഞാൻ അയാളെ കണ്ടുപിടിച്ചു. ഞാൻ അയാളുടെ അരികിലേക്കു ചെന്നു. അയാൾ ഏതോ ഒരു ഗാനത്തിന്റെ അനുപല്ലവി കേൾക്കുകയായിരുന്നു.....

"സർ" ഞാൻ അയാളെ വിളിച്ചു. "റ്യൂപെയ്നിയിലെ ആ വീട്ടിലേക്ക് ഞാൻ പോകരുതെന്ന് ഇനിയും അങ്ങേക്ക് നിർബന്ധമുണ്ടോ. ഞാൻ നിങ്ങളെ അനുസരിക്കാതിരുന്നാൽ നിങ്ങൾ എന്നെ തല്ലിച്ചതയ്ക്കുമോ?"

ഉദ്യോഗസ്ഥൻ പകച്ചുപോയി.

അയാൾ പറഞ്ഞു: "നിങ്ങൾ എന്തിനെക്കുറിച്ചാണിതു പറയുന്നത്. എനിക്ക് നിങ്ങളെ അറിയില്ലല്ലോ. ഇതത്ഭുതം തന്നെ."

"ഞാൻ സെമിനാരിയിലെ വിദ്യാർഥിയാണ്" ഞാൻ പറഞ്ഞു.

"പുണ്യവാളന്മാരുടെ പുസ്തകങ്ങൾ വായിക്കുകയും ജൂഡിത്തിന്റെ കവിതകൾ പരിഭാഷപ്പെടുത്തുകയും ചെയ്തയാളാണ്."

"അതു ശരി. ഇപ്പോൾ ഓർക്കുന്നു" അയാൾ തമാശയിൽ പറഞ്ഞു. "പിന്നെ എന്തൊക്കെയുണ്ട് വിശേഷങ്ങൾ?"

"നിങ്ങളൊരൽപ്പം സമയം എന്നോടൊപ്പം നടക്കണം."

"നാളെ രാവിലെയാകട്ടെ" അയാൾ പറഞ്ഞു.

"ഇപ്പോൾ വരണമല്ലോ."

"നിങ്ങൾക്ക് നിർബന്ധമാണെങ്കിൽ...."

"എനിക്കു നിർബന്ധമാണ്."

"എന്നാൽ നമുക്കു പോകാം" ഉദ്യോഗസ്ഥൻ പറഞ്ഞു. തുടർന്നയാൾ അവിടെയുണ്ടായിരുന്ന സ്ത്രീകളോടായിട്ടു പറഞ്ഞു: "ഞാനിതാ വരുന്നു. ഈ മാന്യനെയൊന്ന് തട്ടിക്കളയണം. തുടർന്ന് പാട്ട് പാടിത്തീർക്കാം."

ഞങ്ങൾ ഒന്നിച്ചു പുറത്തിറങ്ങി. ഞാൻ അയാളെ റൂപെയ്നിലേക്കു കൊണ്ടുപോയി. അവിടെ വച്ചാണ് അയാൾ തലേവർഷം എന്നെ അപമാനിച്ചിരുന്നത്. സമയം രാത്രിയായിരുന്നു. ചന്ദ്രികമാത്രം സാക്ഷിയായുണ്ടായിരുന്നു. ഞങ്ങൾ ഇരുവരും വാളൂരി. എന്റെ ആദ്യത്തെ കുത്തേറ്റു തന്നെ അയാൾ പിടഞ്ഞുവീണു മരിച്ചു."

അപ്പോൾ ജോലി എളുപ്പം തീർന്നു അല്ലേ" ആർട്ഗ്നൻ ചോദിച്ചു.

"ആ ഉദ്യോഗസ്ഥൻ മടങ്ങിച്ചെല്ലാത്തതിനാലും റൂപെയ്നിലിൻ നെഞ്ചിൽ കുത്തേറ്റ് മരിച്ചുകിടക്കുന്നതും കണ്ടപ്പോൾ, ഞാനാണ് കൊലയാളിയെന്ന് എല്ലാവർക്കും മനസിലായി. അത് എനിക്കൊരു ചീത്തപ്പേരുമായി. അതിനുശേഷം കുറേക്കാലത്തേക്ക് പുരോഹിതനാകണമെന്ന ചിന്ത എനിക്കുണ്ടായിരുന്നില്ല. ആ കാലത്താണ് ഞാൻ ആതോസിനെ പരിചയപ്പെട്ടത്. പോത്തോസിനെയും പരിചയപ്പെട്ടു. വാൾപ്പയറ്റു തന്ത്രങ്ങൾ ഞാൻ അയാളിൽനിന്നാണ് പഠിച്ചത്. അവർ എന്നെ പടയാളിയാക്കാൻ പ്രേരിപ്പിച്ചുകൊണ്ടിരുന്നു. അരോസ് യുദ്ധത്തിൽ മരണമടഞ്ഞ എന്റെ അച്ഛൻ രാജാവിന്റെ ആത്മസുഹൃത്തായിരുന്നു. എന്നെ വളരെപ്പെട്ടെന്നാണ് രാജാവ് പടയാളികളോടൊപ്പം ചേർത്തത്. പുരോഹിത ജീവിതത്തിലേക്ക് മടങ്ങിവരാനുള്ള സമയം എനിക്കിപ്പോൾ ആയിട്ടുണ്ടെന്ന് നിങ്ങൾക്കിപ്പോൾ മനസിലായിക്കാണുമല്ലോ."

"ഇല്ല. എനിക്കു മനസിലാകുന്നില്ല" ആർട്ഗ്നൻ പറഞ്ഞു. "എന്തിനാണ് നിങ്ങളുടെ തലയിലിപ്പോൾ ഈവിധം ചിന്തകളുണ്ടാകുന്നത്?"

"എനിക്കിപ്പോൾ ഏറ്റിരിക്കുന്ന മുറിവ് സ്വർഗത്തിൽനിന്നുള്ള ഒരു താക്കീതാണെന്ന് ഞാൻ വിശ്വസിക്കുന്നു."

"വിഡ്ഢിത്തം പറയാതെ. അത് ഏറെക്കുറെ പൊറുത്തു കഴിഞ്ഞല്ലോ. ഇതിനെക്കാൾ വലിയ ഏതോ ഒരു മുറിവ് നിങ്ങളുടെ മനസിന് ഏറ്റിട്ടുണ്ടെന്നു തോന്നുന്നു. അതു തീർച്ചയാണ്."

"അതെന്താണ് നിങ്ങൾ ഉദ്ദേശിച്ചത്?" ആറമീസിന്റെ മുഖം ചുവന്നു.

"അത് ഹൃദയത്തിലെ ഒരു മുറിവാണ്. ഒരു സ്ത്രീയുണ്ടാക്കിയ മുറിവ്" ആർട്ഗ്നൻ പറഞ്ഞു.

ആറമീസിന്റെ മുഖത്ത് പെട്ടെന്നൊരു വിഷാദഭാവമുണ്ടായി. അയാൾ അതു പരമാവധി മറച്ചുകൊണ്ട് ചിരിക്കാൻ ശ്രമിച്ചു.

"വിഡ്ഢിത്തം പറയാതിരിക്കൂ. ഒരു സ്ത്രീക്ക് എന്നെ വളരെക്കാലം ശല്യപ്പെടുത്താനാകുമെന്ന് നിങ്ങൾക്കു തോന്നുന്നുണ്ടോ? ഞാൻ ഒരിക്കലും അത്തരം കാര്യങ്ങൾ ആലോചിച്ചിട്ടേയില്ല – വാനിറ്റാ വാനിറ്റാറ്റം – ഒരു സ്ത്രീയുടെ പേരിൽ ഞാനെന്റെ ഹൃദയം നശിപ്പിച്ചുയെന്ന് നിങ്ങൾ യഥാർഥത്തിൽ വിശ്വസിക്കുന്നുണ്ടോ? അതൊരു തെരുവുതെണ്ടിയോ വേശ്യയോ എന്തെന്നാണ് നിങ്ങൾ കരുതുന്നത്?"

"അതല്ല ആറമീസ്. അതിനെക്കാൾ ഉയർന്ന അഭിലാഷങ്ങൾ നിങ്ങൾക്കുണ്ടെന്നാണ് ഞാൻ കരുതുന്നത്."

"ഉയർന്ന അഭിലാഷങ്ങൾ എനിക്കുണ്ടെന്നോ! ദരിദ്രനായ ഒരു പടയാളിക്കോ? ഭൗതികകാര്യങ്ങളിൽ കെട്ടപ്പെടുന്നതിൽ വെറുപ്പുള്ള സമൂഹത്തിൽനിന്നും പുറത്താകപ്പെട്ട എനിക്കോ?"

"ആറമീസേ കൊള്ളാം.... പറഞ്ഞതൊക്കെ കൊള്ളാം" അർഥം വച്ചുകൊണ്ടു ആർട്ഗ്നൻ ഒന്നു ചിരിച്ചു.

"ചാരം ചാരത്തോട്. മണ്ണ് മണ്ണോട്" ആറമീസ് തുടർന്നു പറഞ്ഞു. "മനുഷ്യൻ ദുഃഖിക്കാൻ ജനിച്ചവനാണ്. അവന് സന്തോഷം ഒരു ദിവസത്തേക്കുപോലും നിലനിൽക്കില്ല. നിങ്ങൾക്ക് ഞാനൊരു ഉപദേശം തരാം. നിങ്ങൾക്ക് ബുദ്ധിമുട്ടാകുമ്പോൾ സൂക്ഷിക്കണം. നിശ്ശബ്ദമാകണം ദുഃഖിതൻ. അതാണ് അവന്റെ ആശ്രയം. നിങ്ങളുടെ ഹൃദയരഹസ്യങ്ങളറിയുവാൻ നിങ്ങൾ ആരെയും അനുവദിക്കരുത്. ചേർന്നുവരുന്നവർക്ക് നിന്റെ കണ്ണീരായിരിക്കും ദാഹശമനം; ചോര ഊറ്റിക്കുടിക്കുന്ന പ്രാണികളെപ്പോലെ."

"നിങ്ങൾ ദുഃഖത്തെപ്പറ്റി സംസാരിച്ചപ്പോൾ എന്താണ് ഉദ്ദേശിച്ചതെന്ന് എനിക്കു മനസിലായി" ഒരു നെടുവീർപ്പോടെ ആർട്ഗ്നൻ പറഞ്ഞു.

"നിങ്ങൾ എന്താണുദ്ദേശിക്കുന്നത്...." ആറമീസ് ചോദിച്ചു.

"അതെ അതെ.... ഞാൻ പ്രേമിച്ച ഒരു സ്ത്രീയെ തട്ടിക്കൊണ്ടുപോയിരിക്കുകയാണ്. അവൾ ഇപ്പോൾ എവിടെയാണെന്നുമറിയില്ല. അവർ അവളെ എവിടേക്കെങ്കിലും കൊണ്ടുപോയിട്ടുണ്ടാകും. ഒന്നുകിൽ അവൾ തടവറയിലായിരിക്കും. അല്ലാത്തപക്ഷം മരിച്ചിട്ടുണ്ടാകും."

"എന്തായാലും അവൾ സ്വമേധയാ നിങ്ങളെ ഉപേക്ഷിച്ചുപോയിട്ടില്ലായെന്ന കാര്യത്തിൽ നിങ്ങൾക്ക് സമാധാനമുണ്ടാകുമല്ലോ. അവൾക്ക് നിങ്ങൾക്ക് ഒരു കത്തെങ്കിലും എഴുതുവാനുള്ള സൗകര്യമില്ലാതിരിക്കും... എന്നാൽ...."

"എന്താണ് നിർത്തിയത്?"

"ഒന്നുമില്ല" ആറമീസ് പെട്ടെന്നു നിർത്തി.

"എന്താ ഈ ലോകത്തെ യഥാർഥത്തിൽ നിങ്ങൾ ത്യജിക്കാൻ തന്നെ തീരുമാനിച്ചോ?" ആർട്ഗ്നൻ ചോദിച്ചു.

"അതെ. എന്നെന്നേക്കുമായി.... ഇന്ന് നിങ്ങൾ എന്റെ സുഹൃത്താണ്. നാളെ നിങ്ങൾ എനിക്കൊരു നിഴൽ മാത്രമാണ്. മാത്രമല്ല നിങ്ങൾ ഈ ലോകത്തിൽ അധികകാലം നിലനിൽക്കുകയുമില്ല. ഭൂമിയിൽ ശവകുടീരം മാത്രം കാണും; മറ്റൊന്നും കാണില്ല."

"നിങ്ങൾ പറയുന്നതെല്ലാം എന്നെ വേദനിപ്പിക്കുന്നു!"

"ഇതല്ലാതെ മറ്റെന്താണ് ഞാൻ നിങ്ങളോടു പറയേണ്ടത്. ഈ ലോകജീവിതത്തിൽനിന്നും അകന്നുപോകാനാണ് എന്റെ ജീവിതാന്തസ്സ് എന്നെ പഠിപ്പിക്കുന്നത്."

ആർട്ഗ്നൻ ഒന്നുംപറയാതെ നിന്നു.

"ഏതായാലും നന്മയ്ക്കുവേണ്ടി ഈ ലോകം ഞാൻ ഉപേക്ഷിക്കുന്ന തിനുമുമ്പ് നിങ്ങൾക്കും മറ്റു രണ്ടുപേർക്കും എന്താണ് സംഭവിച്ചതെന്ന് അറിഞ്ഞാൽ കൊള്ളാമെന്നുണ്ട്" ആറമീസ് തുടർന്നു പറഞ്ഞു.

"നിങ്ങളെക്കുറിച്ചും നിങ്ങളുടെ കാര്യങ്ങളെക്കുറിച്ചും കൂടുതലറി യാൻ ഞാനും ആഗ്രഹിക്കുന്നു" ആർട്ഗ്നൻ പറഞ്ഞു. "പക്ഷേ നിങ്ങൾ എല്ലാക്കാര്യങ്ങളിൽനിന്നും അകന്നിരിക്കുന്നതായിട്ടാണല്ലോ കാണുന്നത്. പ്രേമം നിങ്ങൾക്ക് ഒന്നുമല്ലെന്നായിരിക്കുന്നു. നിങ്ങളുടെ സുഹൃത്തുക്കൾ നിഴലുകൾ മാത്രമാണ്; ലോകം ഒരു കുഴിമാടവും!"

"നിങ്ങൾ നിങ്ങളെത്തന്നെ തിരിച്ചറിഞ്ഞോ" ആറമീസ് ചോദിച്ചു.

"എന്നാൽ നമുക്ക് ഇനി അതിനെക്കുറിച്ച് സംസാരിക്കണ്ട. നിന്റെ കത്തും നമുക്ക് കത്തിച്ചുകളയാം. നിങ്ങളുടെ പ്രേയസിക്ക് അല്ലെങ്കിൽ തെരുവുപെണ്ണിന് അല്ലെങ്കിൽ വേശ്യക്ക് നിങ്ങളോടു അവിശ്വസ്തതയു ണ്ടെന്ന് കാണിക്കുന്ന കാര്യമല്ലാതെ മറ്റൊന്നും ആ കത്തിൽ ഉണ്ടാകു മെന്ന് തോന്നുന്നില്ല" ആർട്ഗ്നൻ പറഞ്ഞു.

"എന്ത് കത്ത്?" ആറമീസ് അലറി.

"നിങ്ങളിവിടെയില്ലാതിരുന്ന ഒരുസമയത്ത് നിങ്ങൾക്കിവിടെയെ ത്തിയ ഒരു കത്ത്. തരാൻ ഞാനിവിടെ കൊണ്ടുവന്നിട്ടുണ്ട്."

"ആരിൽനിന്നാണ് കിട്ടിയത്?"

"ഏതെങ്കിലും ഹൃദയംതകർന്ന സ്ത്രീയുടേതായിരിക്കും. മാഡം ഡി ഷിവറിയസിന്റെ വേലക്കാരിയുടെ കത്താണെന്നു തോന്നുന്നു. യജ മാനത്തിയോട് അവൾ മടങ്ങിപ്പോയിട്ടുണ്ടാകുമെന്നും എനിക്കു തോന്നു ന്നു. കത്തെഴുതിയ കടലാസിനാണെങ്കിൽ നല്ല സുഗന്ധം. മാത്രമല്ല ഒരു പ്രഭിയുടെ മുദ്രയും ഉണ്ട്. കൂടുതൽ ആകർഷണം കിട്ടാൻ വേണ്ടിയാ യിരിക്കാം അവൾ ഇതൊക്കെ ചെയ്തത്; ഒക്കെ യജമാനത്തിയിൽനിന്നും മോഷ്ടിച്ചെടുത്തതായിരിക്കും."

"എന്ത്?...."

"അയ്യേ! ആ കത്ത് എന്റെ കൈയിൽനിന്നും നഷ്ടപ്പെട്ടുപോയെന്നു തോന്നുന്നു" പോക്കറ്റിൽ തപ്പിക്കൊണ്ട് ആർട്ഗ്നൻ പറഞ്ഞു. "സാര

മില്ല. അല്ലെങ്കിൽത്തന്നെ ലോകം ഒരു ശവകുടീരമല്ലേ. പുരുഷനും സ്ത്രീയും നിഴലുകളല്ലേ. സ്നേഹവും പ്രേമവും നിങ്ങൾക്ക് ഒന്നുമല്ലല്ലോ."

"ആർട്ഗ്നൻ നിർത്തൂ... ഇതിനെക്കാൾ നിങ്ങൾ എന്നെ കൊല്ലുന്നതാണ് നല്ലത്."

"ആ ഇതാ അതു കിട്ടി."

ആർട്ഗ്നൻ ആ കത്ത് പോക്കറ്റിൽനിന്നും എടുത്തു. ആറമീസ് പെട്ടെന്നുതന്നെ അതിനെ തട്ടിപ്പറിച്ചു. തുറന്നുവായിച്ചു തുടങ്ങി. ആവേശത്താൽ വായിച്ചു. അയാളുടെ മുഖം തിളങ്ങി.

"നന്ദിയുണ്ട് ആർട്ഗ്നൻ!" ആറമീസ് പറഞ്ഞു. "അവൾക്ക് ടൂർസിലേക്കു മടങ്ങിപ്പോകേണ്ടിവന്നു. അവൾ എന്നോടു അവിശ്വസ്തതയൊന്നും കാണിച്ചിട്ടില്ല. അവൾ ഇപ്പോഴും എന്നെ സ്നേഹിക്കുന്നുണ്ട്. സുഹൃത്തേ നിങ്ങളെന്റെ അടുത്തുവരൂ. ഞാനൊന്ന് നിങ്ങളെ കെട്ടിപ്പിടിച്ചോട്ടെ. എനിക്ക് സന്തോഷംകൊണ്ട് നിൽക്കാനേ പറ്റുന്നില്ല."

ക്രിസോസ്റ്റോം പുണ്യവാന്റെ മഹദ്ഗ്രന്ഥങ്ങളുടെ ഇടയിൽ അവർ ആനന്ദത്താൽ തുള്ളിക്കളിച്ചു. ആറമീസിന്റെ ഗവേഷണപ്രബന്ധത്തിന്റെ വിഷയമടങ്ങിയ കടലാസുകളിൽ അവർ ചവിട്ടി മെതിച്ചു.

ബാസിൻ മുട്ടയും പച്ചക്കറിയുമായി കയറി വന്നു.

"പുറത്തുപോടാ വിഡ്ഢീ!" തൊപ്പിയൂരി ബാസിന്റെ മുഖത്തേക്കെറിഞ്ഞുകൊണ്ട് ആറമീസ് അലറി. "ഈ വൃത്തികെട്ട മുട്ടയും പച്ചക്കറിയും എടുത്തുമാറ്റിയശേഷം വെളുത്തുള്ളി ചേർത്തുണ്ടാക്കിയ ആട്ടിറച്ചിയും പൊരിച്ച മുയലിറച്ചിയും നാലു കുപ്പി നല്ല ബർഗണ്ടിയും വേഗത്തിൽ കൊണ്ടു വാടാ."

ബാസിൻ നിശ്ചലനായി കണ്ണുമിഴിച്ചുനിന്നു. കൈയിലിരുന്ന മുട്ടയും പച്ചക്കറികളും കൈയിൽനിന്നും താഴെവീണു ചിതറിയത് അയാൾ പോലും അറിഞ്ഞില്ല.

"ഇതാ രാജാക്കന്മാരുടെ രാജാവിന് നിന്റെ ജീവൻപോലും ബലിയർപ്പിക്കാനുള്ള സമയം" ആർട്ഗ്നൻ പറഞ്ഞു. "നിങ്ങൾക്ക് യഥാർഥത്തിൽ യജമാനനുവേണ്ടി എന്തെങ്കിലും ചെയ്യാനുണ്ടെങ്കിൽ അതു ചെയ്യാനുള്ള അവസരമാണിത്."

"ലാറ്റിൻഭാഷയേ നീ നിന്റെ പാടുനോക്ക് – നോൺ ഈയൂറ്റിൽ എസ്റ്റ് ഡിസിഡേറിയം ഇൻ ഒബ്ലാഷനി – നമുക്കു കുടിക്കാം ആർട്ഗ്നൻ. എനിക്കിന്ന് ഭയങ്കര ദാഹമുണ്ട്. നാം കുടിച്ചുകൊണ്ടിരിക്കുമ്പോൾ പാരീസിലെ എല്ലാ വിഷയങ്ങളും നീ എന്നോടു പറയണം."

27

ആതോസിന്റെ ഭാര്യ

ആതോസിന് എന്തുപറ്റിയെന്നാണ് ഇനി നാം അറിയേണ്ടത്. മദ്യം കഴിച്ചുകൊണ്ടിരുന്ന സമയത്ത് പാരീസിലെ വിശേഷങ്ങൾ മുഴുവൻ ആർട്ഗ്നൻ ആറമീസിനോടു പറഞ്ഞിരുന്നു.

ഉഗ്രൻ ഭക്ഷണവും മദ്യവും കഴിച്ചപ്പോൾ ആർട്ഗ്നന്റെ ക്ഷീണം മാറി. ആറമീസ് തന്റെ ഗവേഷണപ്രബന്ധത്തിന്റെ കാര്യവും മറന്നു.

"ആറമീസിന്റെ ധീരതയ്ക്കും കഴിവിനും ഞാൻ നൽകുന്ന ബഹുമാനത്തിനേക്കാൾ അധികമായി മറ്റാരും നൽകുകയില്ല." ആർട്ഗ്നൻ പറഞ്ഞു. "ഇരുമ്പിനോടു മല്ലടിക്കാനുള്ള ആരോഗ്യവും ശക്തിയും. പക്ഷേ, എനിക്കു ഭയം തോന്നുന്നു. അവന്മാരുടെ കൈകളിൽ വടികളുണ്ട്. അടിച്ചു തുടങ്ങിയാൽ ശക്തിയായി നിർത്താതെ അടിച്ചുകൊണ്ടിരിക്കും. അതിനാൽ എത്രയും വേഗം ഇവിടെനിന്നും പോയി ആതോസിനെ കണ്ടുപിടിക്കണം."

"ഞാനും നിങ്ങളോടൊപ്പം വരാൻ ശ്രമിക്കാം" ആറമീസ് പറഞ്ഞു. "കുതിരപ്പുറത്ത് കയറാനുള്ള ശരീരസുഖമുണ്ടോയെന്നറിയില്ല. എങ്കിലും ഞാനും വരുന്നു. ഇന്നലെ ആ ചുമരിൽക്കിടക്കുന്ന ചരടുകൊണ്ട് ചമ്മട്ടി കൊണ്ട് അടിക്കുന്നപോലെ ഒന്നു ചെയ്തുനോക്കി. എന്തൊരു വേദനയായിരുന്നെന്നോ ശരീരത്തിന്. പറ്റില്ലെന്നു തോന്നിയപ്പോൾ അപ്പോൾ ത്തന്നെ നിർത്തി."

"വെടിയുണ്ടകൊണ്ടുള്ള മുറിവൊന്നും ചാട്ടകൊണ്ടു പൊറുപ്പിക്കാനാവില്ലായെന്ന് നിങ്ങളറിയണം. എന്തായാലും നിങ്ങൾക്ക് സുഖമില്ല. രോഗം നിങ്ങളുടെ മനസിനെയും തളർത്തിക്കഴിഞ്ഞു. എല്ലാത്തിനും ഞാൻ നിങ്ങളോടു പൊറുക്കുന്നു."

"എപ്പോഴാണ് നാം പോകുന്നത്?" ആറമീസ് ചോദിച്ചു.

"രാവിലെ. ഇന്നാവശ്യത്തിന് ഉറങ്ങി വിശ്രമിച്ചോളണം. കുതിരസവാരിക്ക് പറ്റുമെങ്കിൽ നിങ്ങളും രാവിലെ എന്നോടൊപ്പം വരണം" ആർട്ഗ്നൻ പറഞ്ഞു.

"ഞാനും ഇതേ ഉപദേശമാണ് നിങ്ങളോടും പറയുന്നത്" ആറമീസ് പറഞ്ഞു. "നിങ്ങളും ഒരു ഉരുക്കുമനുഷ്യനാണെങ്കിലും ഇന്ന് ആവശ്യത്തിനുറങ്ങി വിശ്രമമെടുത്തോളണം."

പിറ്റേന്നുരാവിലെ ആർട്ഗ്നൻ ആറമീസിന്റെ മുറിയിൽവന്നപ്പോൾ അയാൾ ജനാലയ്ക്കരികിൽ നിൽക്കുന്നത് അവൻ കണ്ടു.

"എന്താ നോക്കിനിൽക്കുന്നത്?" അവൻ ചോദിച്ചു.

"ആ കുതിരലായക്കാരൻ പിടിച്ചുകൊണ്ടുനിൽക്കുന്ന മൂന്നു കുതിരകളുടെയും ഭംഗിനോക്കുകയാണ് ഞാൻ. അത്തരം കുതിരകളിൽ യാത്ര ചെയ്യുന്നതിന് ഒരു രാജകീയ സുഖമുണ്ട്."

"നിങ്ങൾക്ക് രാജകീയ സുഖത്തിൽത്തന്നെയാണ് യാത്ര ആറമീസേ. അതിലൊരു കുതിര നിങ്ങൾക്കു യാത്ര ചെയ്യാനുള്ളതുതന്നെയാണ്" ആർട്ഗ്നൻ പറഞ്ഞു.

"സത്യമാണോ?" ആറമീസിനു വിശ്വാസം വന്നില്ല. "അതിലേതാണ്?"

"നിങ്ങൾക്ക് ഏതിനെ വേണമെങ്കിലും എടുത്തോളാം. എനിക്ക് പ്രത്യേക ഇഷ്ടാനിഷ്ടങ്ങൾ ഒന്നുമില്ല."

"ആ ജീനും ചരടുമൊക്കെ എനിക്കാണോ?"

"തീർച്ചയായും."

"നിങ്ങൾ തമാശ പറയുകയാണോ? കാര്യത്തിലാണോ?"

"തമാശയല്ലേയല്ല; നിങ്ങൾ ലാറ്റിൻ സംസാരിച്ചു നിർത്തിയതു മുതൽ ഞാൻ കാര്യത്തിലാണ് സംസാരിക്കുന്നത്."

"ആ സ്വർണപ്പിടികളും വെൽവറ്റ് ജീനിത്തുണികളും ആ വെള്ളി ജീനിയും ഒക്കെ എനിക്കാണോ?" ആറമീസ് വീണ്ടും ചോദിച്ചു.

"എല്ലാം നിങ്ങൾക്കുള്ളതുതന്നെ" ആർട്ഗ്നൻ പറഞ്ഞു. "തലകുലുക്കിനിൽക്കുന്ന ആ കുതിര എനിക്കുള്ളതാണ്. മറ്റേത് ആതോസിനും."

"എല്ലാം അടിപൊളി!"

"നിങ്ങൾക്ക് അവയെല്ലാം ഇഷ്ടപ്പെട്ടതിൽ എനിക്കു സന്തോഷമുണ്ട്."

"നിങ്ങൾക്ക് ഈ കുതിരകളെ തന്നത് രാജാവായിരുന്നോ?"

"എന്തായാലും കർദിനാളല്ലെന്ന് ഉറപ്പുണ്ടല്ലോ. എന്തായാലും എവിടെ നിന്നാണു കിട്ടിയതെന്ന് നോക്കേണ്ട. വേണ്ട കുതിരയെ തെരഞ്ഞെടുത്താൽ മതി."

"ആ ചുവന്ന മുടിക്കാരൻ കുതിരലായപ്പയ്യൻ പിടിച്ചിരിക്കുന്ന കുതിരയെ ഞാനെടുത്തോളാം."

"അതുകൊള്ളാം."

"ഒരു ഡസൻ വെടിയുണ്ട എന്റെ ശരീരത്തിലേറ്റാലും സാരമില്ല,

എനിക്ക് ആ കുതിരപ്പുറത്തു സഞ്ചരിച്ചാൽ മതി. അതിന്റെ മനോഹാരിത നോക്കൂ. ബാസിൻ ഇങ്ങുവരൂ. ഇവിടെ വരൂ."

ബാസിൻ വാതിൽപ്പടിക്കൽ ഓടിവന്നു.

"എന്റെ വാളിന് മൂർച്ചകൂട്ടൂ. തോക്കിൽ വെടിയുണ്ട നിറയ്ക്കൂ. വസ്ത്രമെല്ലാം തേയ്ച്ചെടുക്കൂ" ആറമീസ് വേലക്കാരനോടു കൽപ്പിച്ചു.

"തോക്കിൽ വെടിയുണ്ട നിറയ്ക്കാൻ പറഞ്ഞത് വെറുതെയായിപ്പോയി" ആർട്ഗ്നൻ പറഞ്ഞു. "നിറച്ച തോക്കുകളാണ് നിങ്ങൾക്ക് വച്ചേക്കുന്നത്."

ബാസിൻ നെടുവീർപ്പിട്ടു.

"വിഷമിക്കേണ്ട ബാസിൻ" ആർട്ഗ്നൻ പറഞ്ഞു. "പുരോഹിതന്മാർക്കെന്നപോലെ പട്ടാളക്കാർക്കും സ്വർഗത്തിൽ സ്ഥലമുണ്ട്."

"ഒരു ദൈവശാസ്ത്രജ്ഞൻ എന്ന നിലയിലെത്തിയതായിരുന്നു എന്റെ യജമാനൻ" ബാസിൻ പറഞ്ഞു. "ഒരു ബിഷപ്പോ കർദിനാളോ ഒക്കെ ആകേണ്ട ആളായിരുന്നു അദ്ദേഹം."

"ഒന്നു കേൾക്കൂ ബാസിൻ. ഒരു പുരോഹിതനെന്നതിന്റെ പേരിൽ യുദ്ധത്തിനു പോകുന്നതിൽനിന്നും ഒഴിവാക്കാൻ പറ്റുകയില്ല. കർദിനാളിന്റെ കാര്യം നോക്കൂ. ഒന്നാമത്തെ യുദ്ധത്തിൽത്തന്നെ അദ്ദേഹമുണ്ടായിരുന്നു. മോൺസ്യൂർ നൊഗാരെറ്റ് ഡിലാവലേറ്റിന്റെ കാര്യം നോക്കൂ. അദ്ദേഹവും ഒരു കർദിനാൾ ആണല്ലോ. അദ്ദേഹത്തിന്റെ വേലക്കാരൻ പറഞ്ഞുതരും എത്രതവണ അദ്ദേഹം യുദ്ധത്തിൽ പങ്കെടുത്തെന്ന്; എത്ര പ്രാവശ്യം മുറിവു കെട്ടിക്കൊടുത്തിട്ടുണ്ടെന്നും അയാളോടു ചോദിച്ചാലും മതി."

"എനിക്കറിയാം സർ" ബാസിൻ വിഷമത്തോടെ പറഞ്ഞു, "പക്ഷേ എല്ലാം ഇപ്പോൾ തലകുത്തനെയായിരിക്കുകയാണ് സർ."

ആ രണ്ടു ചെറുപ്പക്കാരും ഒപ്പം ബാസിനുംകൂടി പടികളിറങ്ങി താഴെ മുറ്റത്ത് കുതിരകൾ നിൽക്കുന്നിടത്തേക്ക് വന്നു.

"ആ കാൽത്താങ്ങ് ഒന്നു പിടിക്കൂ ബാസിൻ" ആറമീസ് വേലക്കാരനോടു പറഞ്ഞു.

പതിവു അന്തസോടെ അയാൾ കുതിരപ്പുറത്തു കയറി. പക്ഷേ തന്റെ മുറിവുകൾ ഉലയുന്നതുപോലെ അയാൾക്കുതോന്നി. അയാളിരുന്നു വിളറുകയും വിറയ്ക്കുകയും ചെയ്തു. വീഴുമെന്നുറപ്പായി.

ആർട്ഗ്നൻ ഒക്കെ കാണുന്നുണ്ടായിരുന്നു. അവൻ ഓടി അങ്ങോട്ടു ചെന്നു. കുതിരപ്പുറത്തുനിന്നും അയാളെ താഴെയിറക്കുകയും മുറിയിലേക്കു തിരിച്ചുകൊണ്ടുപോകുകയും ചെയ്തു.

"സാരമില്ല ആറമീസേ" അവൻ പറഞ്ഞു. "ഇവിടെത്തന്നെ താമസിച്ച് അസുഖം ഭേദമാക്കൂ. ഞാൻ അമീൻസിൽ ഒറ്റയ്ക്കുതന്നെ പൊയ്ക്കോളാം."

"നിങ്ങളുടെ ശരീരം എന്തുകൊണ്ടാണുണ്ടാക്കിയിരിക്കുന്നത്?" ആറമീസ് ചോദിച്ചു. "ഒന്നും ഒരിക്കലും നിങ്ങളെ ക്ഷീണിപ്പിക്കാറില്ലേ?"

“ഞാൻ ഭാഗ്യവാനാണ്. അല്ലാതെന്തുപറയാൻ. പക്ഷേ ഞാൻ വിട്ടുപോകുമ്പോൾ എങ്ങനെയാണ് നിങ്ങൾ സമയം ചെലവഴിക്കുന്നത്. പ്രാർഥനകളും *ബൈബിൾ* പാരായണവും ഒന്നും ഉണ്ടാകുകയില്ലെന്ന് ഞാൻ ആശിക്കുന്നു.”

ആറമീസ് പുഞ്ചിരിച്ചു.

“അതൊന്നും ഉണ്ടാകില്ല; ഞാൻ കവിതയെഴുതും.”

“അതെ അതെ. മാഡം ഡിഷിവറിയസി (ഷെവ്റ്യൂസ്)ന്റെ കത്തിനെക്കുറിച്ചുള്ള കവിതകൾ, അല്ലേ? ബാസിനെ അതു പാരായണം ചെയ്യാൻ പഠിപ്പിക്കണം. അവന് തെല്ലൊരാശ്വാസം കിട്ടും. ദിവസവും കുതിരയെയുംകൊണ്ട് കുറച്ചു പുറത്തുപോകണം. എങ്കിലേ അവന്റെ സൂത്രങ്ങളോടു ഇണങ്ങാൻ പറ്റൂ.”

“സാരമില്ല” ആറമീസ് പറഞ്ഞു.

“നിങ്ങൾ മടങ്ങിയെത്തുമ്പോൾ ഞാൻ നല്ല മിടുക്കനായിത്തീർന്നിരിക്കും” ആറമീസ് പറഞ്ഞു.

ഇരുസുഹൃത്തുക്കളും അന്യോന്യം ഹസ്തദാനം ചെയ്തു. ആർട്ഗ്നൻ ബാസിലിനോടും സത്രമുടമയായ സ്ത്രീയോടും യാത്ര പറഞ്ഞു. കുറച്ചുനേരം കഴിഞ്ഞപ്പോൾ ആമീൻസിലേക്കുള്ള റോഡിലേക്ക് അവൻ കുതിച്ചുപാഞ്ഞു തുടങ്ങിയിരുന്നു.

എങ്ങനെയായിരിക്കും ആതോസിനെ അവൻ കണ്ടുപിടിക്കുന്നത്? അതിനവനു സാധിക്കുമോ? ഒരു വല്ലാത്ത പരിസ്ഥിതിയിലാണ് അവൻ അകപ്പെട്ടിരിക്കുന്നത്. അതിൽനിന്നും പുറത്തുകടക്കാൻ പറ്റുമെന്നു തോന്നുന്നില്ല. അതു ചിന്തിച്ചപ്പോൾ ആർട്ഗ്നന്റെ മുഖം കറുത്തു. പ്രതികാരത്തിനുള്ള പല പദ്ധതികളും അവൻ ആലോചിക്കാൻ തുടങ്ങി. തന്റെ മൂന്നു സുഹൃത്തുക്കളിലുംവച്ച് ഏറ്റവും പ്രായമുള്ളയാളാണ് ആതോസ്. അതുകൊണ്ടാവാം അയാളുമായിട്ട് അവന് അടുപ്പക്കുറവെന്നു തോന്നുന്നത്. വാസ്തവത്തിൽ യാഥാർഥ്യം നേരെ മറിച്ചാണ്. ആർട്ഗ്നന് മറ്റു രണ്ടുപേരോടുള്ളതിനേക്കാൾ കൂടുതൽ സ്നേഹം ആതോസിനോടാണ്. പ്രായക്കൂടുതലുള്ള അയാളുടെ അന്തസാർന്ന പ്രകൃതവും സ്വാഭാവികമായും ഗൗരവമട്ടു വേണ്ടാത്ത അവസരങ്ങളിൽ പ്രകടിപ്പിക്കുന്ന ബുദ്ധിയും തമാശയും അപകടപ്രതിസന്ധികളിൽ കാണുന്ന അചഞ്ചലതയും ഒക്കെ ആർട്ഗ്നന്റെ സ്നേഹവും ആദരവും സൗഹൃദവും ആർജിക്കാൻ ആർട്ഗ്നനെ വളരെയധികം സഹായിച്ചിരുന്നു.

മോൺസ്യുർ ട്രിവീലിയോടു സാമ്യപ്പെടുത്താൻപോന്ന കഴിവും തന്റേടവും ആതോസിന് ചെറുപ്പകാലത്തുണ്ടായിരുന്നു. ഉയരം ഇടത്തരമാണ്. പക്ഷേ, നല്ല ശരീരസൗകുമാര്യത! അതിനാൽ സൗന്ദര്യമത്സരങ്ങളിൽ അയാളെ ആർക്കും തോൽപ്പിക്കാനാകുമായിരുന്നില്ല. ശാരീരികാരോഗ്യത്തിന് അവരുടെ കൂട്ടത്തിൽ പേരെടുത്തിരുന്നതും പോർത്തോസായിരുന്നു. സൗകുമാര്യം നിറഞ്ഞ മുഖവും സൂക്ഷ്മമുള്ള കറുത്ത കണ്ണുകളും കൂർത്ത മൂക്കും ഉറച്ച ശരീരവും ഒക്കെ അയാൾക്ക് മാറ്റുകൂട്ടി.

ചെവിയിൽ തുളച്ചു കയറുന്ന രീതിയിലുള്ള അയാളുടെ ശബ്ദമാധുര്യവും പുകഴ്ത്തേണ്ടതാണ്.

എല്ലാ മാന്യന്മാരെയുംപോലെ അയാളും നല്ല നൈപുണ്യമുള്ള ഒരു കുതിര സവാരിക്കാരനായിരുന്നു. ഒപ്പം തികഞ്ഞ സാമർത്ഥ്യമുള്ള ഒരു വാൾപ്പയറ്റുകാരനും. മാത്രമല്ല അയാൾക്ക് ആധികാരികമായും ദൈവ ശാസ്ത്രഗ്രന്ഥങ്ങളിൽ നല്ല അറിവുമുണ്ടായിരുന്നു. ആറമീസ് ലാറ്റിൻ ഭാഷയിൽ സംസാരിക്കുമ്പോൾ ആതോസ് വെറുതെ ചിരിക്കുകമാത്ര മാണ് ചെയ്യുന്നത്; കേട്ടതൊക്കെ മനസിലായിയെന്നു നടിക്കുകയും ചെയ്യുന്നു. വ്യാകരണത്തിൽ പിശകുകൾ പറ്റുമ്പോൾ ആതോസ് അയാൾക്കു തിരുത്തിക്കൊടുക്കുകയും ചെയ്യാറുണ്ട്. അയാളുടെ സത്യസന്ധതയും എടുത്തു പറയേണ്ടതുണ്ട്. അക്കാലത്ത് പടയാളികൾ സത്യസന്ധത പുലർത്തുന്നവരല്ലല്ലോ; മതപരമായ വിശ്വാസവും കുറവായിരിക്കും. അവർ ദൈവത്തിന്റെ ഏഴാം പ്രമാണം പാലിക്കാത്തവരാണ്. എന്നാൽ ആതോസ് അറിവിലും പ്രവൃത്തിയിലും യോഗ്യതയുള്ളയാളായിരുന്നു.

അങ്ങനെ അസാധാരണ കഴിവുള്ള ഒരാളായിരുന്നു ആതോസ്. എങ്കിലും പലപ്പോഴും അയാൾ ആ സത്ഗുണങ്ങളിൽനിന്നും അകന്നുപോകുന്നതുപോലെ. ശാരീരികവും മാനസികവുമായ തളർച്ചയിലേക്കും അയാൾ നീങ്ങുന്നു. എല്ലാം അയാളുടെ സുഹൃത്തുക്കൾക്കറിയാം. പക്ഷേ എന്തുകൊണ്ടാണെന്ന് ആർക്കുമറിയില്ല.

ആതോസിന് മനോദുഃഖമുണ്ടാകുന്ന അവസരങ്ങളിലാണ് മറ്റു സുഹൃത്തുക്കൾ എല്ലാവരും തമ്മിൽ കൂടിക്കാഴ്ചയ്ക്കിടവരുന്നത്. അപ്പോൾ സുഹൃത്തുക്കൾക്ക് അയാളിൽനിന്നും ചില വാക്കുകളല്ലാതെ യാതൊന്നും സംഭാഷണത്തിൽനിന്നും കിട്ടുകയില്ല. മദ്യപിക്കുന്ന കാര്യം പറഞ്ഞാലോ? കുടിച്ചു കുടിച്ചു ബോധം തീരുന്നതുവരെ അയാൾ തുടരുമായിരുന്നു.

ആർട്ഗ്നൻ എല്ലാക്കാര്യത്തിലും ആകാംക്ഷാലുവാണല്ലോ. സുഹൃത്തിന്റെ ദുഃഖത്തിന്റെ കാരണം എന്തെന്ന് കണ്ടുപിടിക്കാൻ അവൻ ശ്രമിച്ചിരുന്നു. ആതോസിന് ഒരിക്കലും കത്തുകൾ കിട്ടാറില്ലെന്ന് അവനറിയാം. രഹസ്യമായ കൂടിക്കാഴ്ചകളുമില്ല. പോർത്തോസ് പതിവായി അപ്രത്യക്ഷമാകുന്നതുപോലെ, അയാൾ അപ്രത്യക്ഷമാകുകയുമില്ല. ഇനി എന്താണാവോ അയാളുടെ മദ്യപാനത്തിനു കാരണം. ദുഃഖമായിരിക്കും അയാളെ മദ്യപിക്കാൻ പ്രേരിപ്പിക്കുന്നതെന്നു തോന്നുന്നു – മരുന്ന് പലപ്പോഴും രോഗത്തെക്കാൾ പ്രശ്നം വരുത്തിയേക്കുമെന്ന് നമുക്കറിയാമല്ലോ. ഇനി ചൂതുകളി വല്ലതും? അതുകൊണ്ടുമല്ലെന്ന് ആർട്ഗ്നനു തോന്നി. കാരണം ചൂതിൽ ജയിക്കുമ്പോൾ അഭിമാനത്തോടെ അയാൾ അഹങ്കരിക്കുകയോ പരാജയപ്പെടുമ്പോൾ പിറുപിറുക്കുകയോ അയാൾ ചെയ്യാറില്ല. വിജയത്തിലും പരാജയത്തിലും ഒരേപോലെ അക്ഷോഭ്യനാകുകയാണ് അയാളുടെ പതിവ്. ഒരുദിവസം മൂവായിരം പിസ്റ്റൽസു

കൾവരെ ചീട്ടുകളി വഴി അയാൾക്ക് ലഭിച്ചിട്ടുണ്ട്. അന്ന് അതു പോരാഞ്ഞ് അയാൾ വീണ്ടും കളിക്കുകയും കൈയിൽ കിട്ടിയതും നഷ്ടമാക്കുകയും ചെയ്തു. അയാൾക്കുണ്ടായിരുന്ന സ്വർണബെൽറ്റുകൂടി അന്നു നഷ്ട മാക്കി. എന്നെങ്കിലും നഷ്ടമായതുമുഴുവനും തിരിച്ചുകിട്ടുമെന്നായിരുന്നു അയാളുടെ പ്രതീക്ഷ. അതുകൊണ്ട് അയാൾ വികാരഭരിതനായി ഒച്ച വയ്ക്കുകയേ ഇല്ലായിരുന്നു; എപ്പോഴും ഒരിനം ശാന്തത അയാൾ നില നിർത്തി വന്നിരുന്നു.

ഇനി കാലാവസ്ഥയിലെ മാറ്റങ്ങൾ വല്ലതുംകൊണ്ടാണോ അയാൾ ദുഃഖിതനായിരിക്കുന്നതെന്നുമറിയില്ല; കാലാവസ്ഥാ വ്യതിയാനം സമീപ ത്തെ ഇംഗ്ലീഷുകാർക്ക് പ്രയാസമുണ്ടാക്കാറുണ്ട്; ഏറ്റവും മോശമായ കാലാവസ്ഥയുള്ള ജൂൺ ജൂലൈ മാസങ്ങളിലാണ് അവർക്ക് പ്രയാസം തോന്നാറുള്ളത്. എന്നാൽ ആതോസാകട്ടെ സുഖകരമായ കാലാവസ്ഥ യുള്ള മാസങ്ങളിലാണ് വിഷമിക്കാറുള്ളത്.

എന്തായാലും ആതോസിന്റെ ദുഃഖത്തിന്റെ കാരണം പ്രത്യേകിച്ചൊ ന്നുമല്ലെന്നു വ്യക്തമാണ്. ഭാവിയെക്കുറിച്ച് അയാൾക്ക് ഉൽക്കണ്ഠയൊ ന്നുമുണ്ടാകാറില്ല; അയാളുടെ രഹസ്യങ്ങളെല്ലാം കിടക്കുന്നത് ഭൂതകാല ത്തിലായിരിക്കുമല്ലോ.

ആതോസിനെ വ്യാപിച്ചിരിക്കുന്ന ദുഃഖത്തിന്റെ രഹസ്യം ആർട്ഗ്നന് വീണ്ടും രസമുണ്ടാക്കുകയാണുണ്ടായത്. മദ്യപിച്ച് എത്ര മനോന്മത്ത നായിരുന്നാലും തന്റെ ദുഃഖത്തിന്റെ ഒരു സൂചനപോലും ഒരു വാക്കു കൊണ്ടോ നോട്ടംകൊണ്ടോ അയാൾ തരുമായിരുന്നില്ല.

"പാവം ആതോസ്. ഇപ്പോൾ അയാൾ മരിച്ചിട്ടുണ്ടാകും" ആമീൻസി ലേക്കു പാഞ്ഞുകൊണ്ടിരുന്നപ്പോൾ ആർട്ഗ്നൻ പ്ലാഞ്ചെറ്റിനോടു പറ ഞ്ഞു. "അതിനു ഉത്തരവാദി ഞാനാണ്. കാരണമൊന്നും ഇല്ലാതെ ഞാനാണ് അയാളെ ഇങ്ങോട്ടു വലിച്ചിഴച്ചത്. ഇതിൽനിന്നും അയാൾക്ക് യാതൊരു ലാഭവും കിട്ടാനില്ലായിരുന്നു; ഇതിന്റെ പരിണിതഫലങ്ങളൊ ന്നും ആലോചിക്കാതെയാണ് അയാൾ ഇറങ്ങിവന്നിരുന്നത്."

"അദ്ദേഹത്തിന്റെ ജീവനു നാം മറുപടി പറയേണ്ടിവരും" പ്ലാഞ്ചെറ്റ് ആർട്ഗ്നനോടു പറഞ്ഞു.

"അയാൾ എങ്ങനെയാണ് അലറിയതെന്ന് നിങ്ങൾക്ക് ഓർമയു ണ്ടോ? – ഓടിക്കോ ആർട്ഗ്നൻ, അവരെന്നെ പിടിക്കുന്നേ – അയാൾ തോക്കുകൊണ്ടു രണ്ടു വെടി പൊട്ടിച്ചിരുന്നു. പിന്നെ വാൾകൊണ്ട് അയാൾ കാണിച്ച പരാക്രമണത്തിന്റെ ഒച്ച പിന്നാലെ കെട്ടു. പത്തിരു പതു എതിരാളികളോടു എതിരിടുന്നതുപോലത്തെ ശബ്ദം!"

ആതോസിന്റെ അലർച്ച ആർട്ഗ്നന്റെ മനസിൽ വീണ്ടും മുഴങ്ങി. ഓടിക്കോ ആർട്ഗ്നൻ; അവരെന്നെ പിടിക്കുന്നേ – അവൻ അമീൻസി ലേക്കും തന്റെ കുതിരയെ വേഗത്തിൽ പായിച്ചുകൊണ്ടിരുന്നു.

പതിനൊന്നു മണിയായിക്കാണും. അവർ ആമീൻസ് കണ്ടുതുടങ്ങി. പതിനൊന്നരയ്ക്ക് അവർ ആ സത്രത്തിലിറങ്ങി.

ക്രൂരനായ ആ സത്രമുടമസ്ഥനോടു പ്രതികാരം ചെയ്യുന്നതിനെപ്പറ്റി ആർട്ഗ്നൻ മിക്കപ്പോഴും ചിന്തിച്ചിട്ടുള്ളതാണ്. ആ രംഗത്തെക്കുറിച്ച് അവൻ വെറുതെ ആലോചിച്ചു; അതിലൽപ്പം സംതൃപ്തി അവനു തോന്നുകയും ചെയ്തു. പലതവണ അതാഗ്രഹിച്ചിരുന്നതിനാൽ, സത്രത്തിലിറങ്ങിയപ്പോൾത്തന്നെ അറിയാതെ തന്നെ അവൻ ചില കാര്യങ്ങൾ ചെയ്തുപോയി. തൊപ്പി കണ്ണുകളിലേക്കു വലിച്ചിറക്കുകയും വാൾപിടിയിൽ ഇടതുകൈകൊണ്ടു പിടിക്കുകയും ചാട്ടവാറിനെ വലതുകൈകൊണ്ട് അൽപ്പമൊന്ന് വലിച്ചെടുക്കുകയും അവൻ ചെയ്തു.

"നിങ്ങളെന്നെ അറിയുമോ?" തന്നെ സ്വാഗതം ചെയ്യാനെത്തിയ സത്രമുടമയോട് ആർട്ഗ്നൻ ചോദിച്ചു.

"എനിക്കതിനുള്ള ഭാഗ്യമുണ്ടായിട്ടില്ല" അവന്റെ പ്രഭ കണ്ട് അന്ധാളിച്ചുനിന്നുകൊണ്ട് സത്രമുടമ പറഞ്ഞു.

"അപ്പോൾ നിങ്ങൾക്ക് എന്നെ അറിയില്ലെന്നാണോ പറയുന്നത്?"

"അറിയില്ല, സർ" സത്രമുടമ വീണ്ടും പറഞ്ഞു.

"അങ്ങനെയെങ്കിൽ നിങ്ങളെ ഓർമപ്പെടുത്താൻ ഞാനൊരു കാര്യം ചോദിക്കാം. കള്ളപ്പണം തന്നു എന്ന പേരിൽ നിങ്ങൾ പിടിക്കാൻ ധൈര്യപ്പെട്ട ആ മനുഷ്യനെ നിങ്ങളെന്തുചെയ്തു?"

സത്രയുടമ വല്ലാതെ വിളറി. ആർട്ഗ്നൻ അയാളുടെ കണ്ണുകളിലേക്കു സൂക്ഷിച്ചുനോക്കി.

"അയ്യോ ദൈവമേ! എനിക്കു കൈയബദ്ധം പറ്റിപ്പോയി എന്നല്ലാതെ ഞാൻ എന്താണ് പറയേണ്ടത്?"

"നിങ്ങൾ ആ മനുഷ്യനെ എന്തു ചെയ്തു?"

"ദയവായി ഇരിക്കൂ സർ. എന്നോടു കരുണ കാണിക്കണം സർ."

ആർട്ഗ്നൻ കോപംകൊണ്ട് നാവനക്കാതെ നിന്നു. ഒപ്പം ഉൽക്കണ്ഠയും. അവൻ തുടർന്ന് അവിടെയിരുന്നുകൊണ്ട് സത്രയുടമയെ നോക്കി. പ്ലാഞ്ചെറ്റ് അവന്റെ പിന്നിൽ നിന്നു. ഒരു ജഡ്ജിയുടെ ഉറച്ച നിശ്ശബ്ദതപോലെയായിരുന്നു അവന്റേത്.

"എല്ലാ കഥയും ഞാൻ പറയാം സർ" സത്രമുടമ പറഞ്ഞു. അയാൾ വിറയ്ക്കുന്നുണ്ടായിരുന്നു. "ഇപ്പോഴാണ് ഞാൻ നിങ്ങളെ തിരിച്ചറിഞ്ഞത്. അങ്ങയുടെ സുഹൃത്തായ ആ മനുഷ്യനുമായി ആ നിർഭാഗ്യമായ രംഗം നടന്നുകൊണ്ടിരുന്നപ്പോഴാണല്ലോ അങ്ങ് ഓടിപ്പോയത്?"

"അതെ. സത്യം പറഞ്ഞില്ലെങ്കിൽ നിങ്ങൾ എന്റെ സ്വഭാവം തിരിച്ചറിയും" ആർട്ഗ്നൻ പറഞ്ഞു.

"പറയാം സർ. സർ ദയവായീ കേൾക്കൂ."

"ഞാൻ കേൾക്കുക തന്നെയാണ്."

"കുപ്രസിദ്ധരായ കുറേ കള്ളന്മാർ കള്ളനോട്ടുകളുമായി ഈ സത്രത്തിൽ താമസിക്കുവാൻ വരുന്ന വിവരം ഞാൻ അധികാരികളിൽ നിന്നുമറിഞ്ഞു. പടയാളികളുടെ വേഷത്തിൽ അവർ വരുമെന്നാണ് ഞാൻ അറിഞ്ഞിരുന്നത്. നിങ്ങൾ എല്ലാവരുടെയും, കുതിരകളുടെയും നിങ്ങളുടെ

വേലക്കാരുടെയും ഒക്കെ പൂർണവിവരം എനിക്ക് കിട്ടിയിരുന്നു."

"പറയൂ.... ബാക്കി പറയൂ." എവിടെനിന്നാവാം ഈ വിവരങ്ങളൊക്കെ കിട്ടിയതെന്ന് മനസിലാക്കിയ ആർട്ഗ്നൻ പറഞ്ഞു.

"അധികാരികൾ എനിക്ക് ആറുപേരെ അയച്ചു തന്നിരുന്നു; ഈ കള്ളനാണയക്കാരെ അറസ്റ്റുചെയ്യാൻ."

"കള്ളനാണയക്കാരെന്ന് ഇനി ഞങ്ങളെ പറയരുത്" ആ വാക്ക് ആർട്ഗ്നനെ വല്ലാതെ അരിശംകൊള്ളിച്ചു.

"ഇത്തരം കാര്യങ്ങൾ പറയുന്നതിൽ അങ്ങ് ക്ഷമിക്കണം. പക്ഷേ, എന്റെ വശത്തുള്ള വാദങ്ങളാണിവ. അധികാരികൾ എന്നെ വളരെയധികം ഭയപ്പെടുത്തി. പാവപ്പെട്ട ഒരു സത്രയുടമയ്ക്ക് അധികാരികളെ ബഹുമാനിക്കാതിരിക്കാനുള്ള അവകാശമില്ലെന്ന് അങ്ങേക്കറിയാമല്ലോ."

"സാരമില്ല പറഞ്ഞോളൂ.... ആ മാന്യനെക്കുറിച്ചുമാത്രം നിങ്ങൾ പറഞ്ഞാൽ മതി. എവിടെ അയാൾ? ജീവിച്ചിരിപ്പുണ്ടോ? അതോ മരിച്ചോ?" ആർട്ഗ്നൻ ചോദിച്ചു.

"ക്ഷമിക്കൂ സർ" അയാൾ പറഞ്ഞു. "ഞാൻ അതാണ് പറയാൻ പോകുന്നത്. പിന്നെ എന്താണ് സംഭവിച്ചിട്ടുണ്ടാകുന്നതെന്ന് അങ്ങേക്കു തന്നെ അറിയാവുന്നതാണല്ലോ. ഞാൻ തുറന്നു പറയട്ടെ....."

പെട്ടെന്ന് അയാളുടെ മുഖഭാവം മാറുന്നത് ആർട്ഗ്നൻ ശ്രദ്ധിച്ചു.

അയാൾ തുടർന്നുപറഞ്ഞു. "അങ്ങു പാഞ്ഞു പോയതുകണ്ടപ്പോൾ എന്റെ അധികാരികൾ പറഞ്ഞത് ശരിയാണെന്ന് എനിക്കുതോന്നി. എന്തായാലും നിങ്ങളുടെ സ്നേഹിതൻ അങ്ങേയറ്റം പടവെട്ടി. അദ്ദേഹത്തിന്റെ വേലക്കാരൻ ഭാഗ്യക്കേടിന് അധികാരികളിൽ ഒരാളിനെ വല്ലാണ്ട് അരിശപ്പെടുത്തി. അധികാരികൾ കുതിരക്കാരായിട്ടാണ് വേഷം മാറിയാണ് നിന്നിരുന്നത്."

"നീചനായ തെമ്മാടീ...." ആർട്ഗ്നൻ അലറി. "നിങ്ങളെല്ലാവരും ആ ഗൂഢാലോചനയിൽ ഉണ്ടായിരുന്നു.... നിങ്ങളെ എന്നേ വെട്ടിയരിയേണ്ടതായിരുന്നു."

"സർ..... അങ്ങ് കരുതുന്നതുപോലെ ഞങ്ങളെല്ലാവരും ഗൂഢാലോചനയിൽ ഉണ്ടായിരുന്നില്ല..... നിങ്ങളുടെ സുഹൃത്ത് കാര്യമൊന്നുമില്ലാതെ രണ്ടുപേരെ വെടിവച്ചിട്ടു. തുടർന്നു വാളുകൊണ്ട് ആക്രമണം തുടങ്ങി. ഞങ്ങളുടെ ആളുകളെ അയാൾ വെട്ടി മുറിവേൽപ്പിച്ചു. വാളിന്റെ പിടികൊണ്ട് അവനെന്നെ അടിച്ചു ബോധംകെടുത്തിയിട്ടു."

"എടോ കാര്യം പറ! ആതോസിനെന്തു പറ്റി?" ആർട്ഗ്നൻ വീണ്ടും അലറി.

"ഒരു മുറിയുടെ അരികിലേക്ക് അദ്ദേഹം മാറി. വാതിൽ തുറന്നു കിടക്കുകയായിരുന്നു. ഒരു മിന്നൽപോലെ അകത്തേക്കു നീങ്ങി വാതിലടയ്ക്കുകയും ചെയ്തു. അദ്ദേഹം അങ്ങനെ അതിനകത്തായി. അദ്ദേഹത്തിനവിടെന്ന് പുറത്തുകടക്കാൻ പറ്റുകയില്ലെന്ന് മനസിലാക്കിയ ആളുകൾ അയാളെ തനിച്ചതിനകത്തുതന്നെയാക്കി."

"നിങ്ങൾ അയാളെ കൊല്ലണമെന്ന് തീരുമാനിച്ചിട്ടുണ്ടായിരുന്നില്ലാ?" ആർട്ഗ്നൻ ചോദിച്ചു. "തടവിലാക്കുക മാത്രമായിരുന്നോ ഉദ്ദേശ്യം?"

"തടവുപുള്ളിയാക്കുകയോ?" അയാൾ പറഞ്ഞു. "അദ്ദേഹം തനിയെ തടവുപുള്ളിയായതാണ്. ഞാൻ സത്യം പറയാം. അത് അദ്ദേഹം തനിയെ ചെയ്തതാണ്. ഞങ്ങളല്ല, ഏതായാലും മുറിക്കകത്താകുന്നതിനുമുമ്പ് അദ്ദേഹം അന്തസായിട്ടുതന്നെ പോരാടിയിരുന്നു. ഒരാളെ കൊന്നു. രണ്ടു പേരെ രക്ഷപ്പെടാനാകാത്തവിധത്തിൽ മുറിവേൽപ്പിച്ചു. മരിച്ചവരെയും മുറിവേറ്റവരെയും അവരുടെ ആളുകൾ അപ്പോൾത്തന്നെ എടുത്തുകൊണ്ടുപോയി. അതിനുശേഷം അവരെപ്പറ്റി ഞാൻ യാതൊന്നും കേട്ടിട്ടേയില്ല. എനിക്കു ബോധം വീണപ്പോൾ ഞാൻ ഗവർണറെ കാണാൻ പോയി. നടന്നതെല്ലാം അദ്ദേഹത്തോടു പറഞ്ഞു. തടവിൽക്കിടക്കുന്ന അദ്ദേഹത്തെ എന്തുചെയ്യണമെന്ന് ഞാൻ ചോദിച്ചു. ഗവർണർ എന്റെ മുഖത്തേക്ക് തുറിച്ചുനോക്കി. എന്റെ കാര്യത്തിൽ അദ്ദേഹത്തിനു യാതൊരു കാര്യവും ഈ സംഭവത്തിലില്ലെന്നും യാതൊരു നിർദേശവും തരാനില്ലെന്നും അദ്ദേഹം പറഞ്ഞു. ഇതിൽ എന്തെങ്കിലും ബന്ധം അദ്ദേഹത്തിനുണ്ടെന്ന് പുറത്തു പറയുകയാണെങ്കിൽ എന്നെ തൂക്കിലേറ്റുമെന്നും അദ്ദേഹം എന്നെ ഭയപ്പെടുത്തി. ഞാൻ തെറ്റു ചെയ്തു എന്നപ്പോഴാണ് ബോധ്യമായത്. ഞാൻ തടവറയിലാക്കിയിരിക്കുന്ന ആള് വേറെയാണെന്നും യഥാർഥ കുറ്റക്കാരൻ രക്ഷപ്പെട്ടിരിക്കുകയാണെന്നും എനിക്കപ്പോഴാണ് മനസിലായത്."

"അപ്പോൾ ആതോസിന്?" ആർട്ഗ്നൻ വീണ്ടും അക്ഷമനായി. അധികാരികൾ കാര്യങ്ങൾ മുഴുവൻ വിട്ടുകളയുകയാണു ചെയ്തതെന്നു വന്നപ്പോൾ അവന്റെ ഉൽക്കണ്ഠ കൂടി. "ആതോസിനു പിന്നെന്തുണ്ടായി?"

"കാര്യങ്ങളൊക്കെ പെട്ടെന്ന് തിരുത്തണമെന്ന് എനിക്കു തോന്നി." സത്രമുടമ പറഞ്ഞു. "അങ്ങനെ ഞാൻ മുറിയിലേക്കു പോയി; അദ്ദേഹത്തെ മോചിപ്പിക്കാൻ! പക്ഷേ അദ്ദേഹം പിന്നെ ഒരു മനുഷ്യനെപ്പോലെയായിരുന്നില്ല; ഒരു കാട്ടുമൃഗമായി മാറിയിരുന്നു. പുറത്തിറക്കിവിടാമെന്നു പറഞ്ഞപ്പോൾ അതു ചതിയായിരിക്കുമെന്നും ചില വ്യവസ്ഥകളുടെ അടിസ്ഥാനത്തിലേ പുറത്തുവരികയുള്ളൂയെന്നും പറഞ്ഞു. രാജാവിന്റെ പടയാളികളിൽ ഒരാളിനെ എതിർത്തതു തെറ്റായിപ്പോയി എന്നെനിക്കു ബോധ്യമായി. അതിനാൽ എന്തു വ്യവസ്ഥകളും സ്വീകരിക്കാൻ ഞാൻ തയാറായിരുന്നു. 'ആദ്യം' അദ്ദേഹം പറഞ്ഞു "എനിക്കെന്റെ വേലക്കാരനെ ആയുധധാരിയായി തിരിച്ചുകിട്ടണം."

സത്രമുടമ വീണ്ടും തുടർന്നു:

"ഞങ്ങൾ അത് ചെയ്യുവാൻ തയാറായിരുന്നു. ഞങ്ങൾക്ക് എല്ലാവിധത്തിലും അദ്ദേഹത്തെ സന്തോഷിപ്പിക്കണമെന്നതായിരുന്നു. വേലക്കാരൻ ഗ്രിമൗഡിനെ മുറിയിലേക്കു വിട്ടുകൊടുത്തു. അവൻ മുറിവേറ്റിട്ടുണ്ടായിരുന്നു. സുരക്ഷിതമായിട്ടവനെ അകത്തുകിട്ടിയപ്പോൾ അദ്ദേഹം വീണ്ടും

വാതിലടച്ചുകൊണ്ട് ഞങ്ങളോടു പൊയ്ക്കൊള്ളാൻ പറഞ്ഞു."

"അപ്പോൾ ഇനിയെങ്കിലും പറയൂ" ആർട്ഗ്നൻ പറഞ്ഞു. "അയാൾ ഇപ്പോൾ എവിടെയാണെന്നു പറയൂ."

"അദ്ദേഹം മുറിയിലുണ്ട് സർ."

"എന്ത്? ഇത്രയുംകാലം നിങ്ങൾ അയാളെ അതിനകത്തിട്ടിരിക്കുകയായിരുന്നോ?"

"ദൈവമേ! അങ്ങനെയല്ല. ഞങ്ങൾ അദ്ദേഹത്തെ പൂട്ടിയിട്ടിരുന്നെന്നോ? അദ്ദേഹം അവിടെ എന്താണ് ചെയ്തിരുന്നതെന്ന് അങ്ങേക്ക് മനസിലായില്ലേ? അദ്ദേഹത്തെ പുറത്തേക്കു കൊണ്ടുവരാൻ അങ്ങേക്കു കഴിയുമെന്നുവരികിൽ ഞാനതിനങ്ങയോടെന്നും നന്ദിയുള്ളവനാകാം."

"എങ്കിൽ ഞാൻ ആ തടവറയിലേക്കു വരാം, അയാളെ കാണട്ടെ."

"അതെ സർ. അവിടെത്തന്നെ കഴിച്ചുകൂട്ടണമെന്നദ്ദേഹം നിർബന്ധിച്ചു. എല്ലാദിവസവും ഒരു കത്തിയിൽ റൊട്ടി കുത്തി ഒരു ദ്വാരത്തിൽക്കൂടി കൊടുക്കുകയായിരുന്നു പതിവ്. അതുപോലെതന്നെ ഇറച്ചിയും ആവശ്യപ്പെടുമ്പോൾ കൊടുക്കുമായിരുന്നു. പക്ഷേ മറ്റുപലതും അദ്ദേഹം ആവശ്യപ്പെടുമായിരുന്നു. എന്റെ രണ്ടാളുകളെയും കൂട്ടിക്കൊണ്ടുചെന്നിട്ട് ആ മുറി ഞാൻ ഒരിക്കൽ കുത്തിത്തുറക്കാൻ ശ്രമിച്ചു. അപ്പോൾ അദ്ദേഹം കോപത്താൽ അലറി. ഉടനെ തോക്കു നിറയ്ക്കുന്ന ശബ്ദം ഞങ്ങൾ കേട്ടു. വേലക്കാരൻ വാളെടുക്കുന്ന ശബ്ദവും കേട്ടു. വാതിലിന്റെ വിടവിൽക്കൂടി ഞങ്ങൾ അദ്ദേഹത്തോട് വ്യവസ്ഥകൾ പറഞ്ഞു. പക്ഷേ, വാതിൽ തുറന്നുകയറിയാൽ തങ്ങളുടെ കൈവശമുള്ള തോക്കുകൊണ്ട് എല്ലാപേരെയും വെടിവച്ചിടുമെന്ന് അദ്ദേഹം പറഞ്ഞു. ഞാൻ വീണ്ടും ഗവർണറെപ്പോയിക്കണ്ടു വിവരങ്ങൾ പറഞ്ഞു. എനിക്കു സംഭവിക്കേണ്ടതുതന്നെയാണ് സംഭവിച്ചതെന്നും ഭക്ഷണവും പാർപ്പിടവും തേടി എന്റെ അരികിൽവന്ന മര്യാദക്കാരെ മേലിൽ മാനംകെടുത്താതിരിക്കാൻ ഇത് എനിക്കൊരു പാഠമായിരിക്കട്ടേയെന്നും അദ്ദേഹം പറഞ്ഞു."

സത്രമുടമകളുടെ ദുഃഖപ്രകടനത്തിൽ വല്ലാത്ത കൃത്രിമത്വം കണ്ടപ്പോൾ ആർട്ഗ്നന് ചിരിയടക്കാൻ പറ്റാതെ അവൻ ചോദിച്ചു: "എന്നിട്ട് എന്താണ് ഉണ്ടായത്?"

"അതിനുശേഷം ഈ ലോകത്തിൽ വച്ച് ഏറ്റവും കുഴപ്പം പിടിച്ച ഒരു ഇടമായിമാറി ഈ സത്രം. സാറിനറിയാമോ ഇവിടത്തെ എന്റെ ഹോട്ടലിൽ സാധനങ്ങൾ മുഴുവൻ ഇരിക്കുന്നത് ആ മുറിയിലാണ്. വൈൻ, ബിയർ, ഇറച്ചി, എണ്ണ, അടുക്കളസാധനങ്ങൾ എല്ലാം. വാതിൽതുറന്ന് അവയൊക്കെ എടുക്കാനും വയ്യ. ഇവിടെ വരുന്ന ആളുകൾക്ക് ഭക്ഷണം കൊടുക്കാൻ നിവൃത്തിയില്ല. അതുകൊണ്ട് എന്റെ വരുമാനം കുറഞ്ഞുതുടങ്ങിയിരിക്കുകയാണ്. അങ്ങയുടെ സുഹൃത്ത് ആ മുറിയിൽ ഒരാഴ്ചകൂടി താമസിക്കുകയാണെങ്കിൽ എന്റെ സർവവും നശിച്ചു."

"നിങ്ങൾക്ക് അതുതന്നെ സംഭവിക്കണമായിരുന്നു" ആർട്ഗ്നൻ പറഞ്ഞു. "ഞങ്ങളുടെ മുഖത്തുനോക്കിയല്ലേ നിങ്ങൾ അന്നുപറഞ്ഞത്

ഞങ്ങൾ കള്ളനാണയം കൊണ്ടുനടക്കുന്നവരാണെന്ന്?"

"നിങ്ങൾ പറഞ്ഞത് ശരിയാണ് സർ..... അയ്യോ സർ.... അദ്ദേഹം ആരോടോ അരിശപ്പെടുന്ന ശബ്ദം കേൾക്കുകയാണ്.... കേൾക്കുന്നില്ലേ?"

"ആരോ അയാളെ ശല്യപ്പെടുത്തിയിട്ടുണ്ടാകാം."

"ഞങ്ങൾക്ക് അയാളെ ശല്യപ്പെടുത്തേണ്ടതുണ്ട്!" സത്രമുടമ പറഞ്ഞു. "രണ്ട് ഇംഗ്ലീഷ് മാന്യന്മാർ ഈ സത്രത്തിൽ ഇപ്പോൾ വന്നതേയുള്ളൂ."

"കൊള്ളാം. എന്തിനാണ്?"

"സർ ഇംഗ്ലീഷുകാർക്ക് നല്ല വൈൻ ഇഷ്ടമാണ്. രണ്ടുപേർ നല്ല വൈൻ ആവശ്യപ്പെട്ടിരിക്കുകയുമാണ്. എന്റെ ഭാര്യ അങ്ങോട്ടുചെന്ന് മുറി തുറന്ന് അവയെടുത്തോട്ടേയെന്ന് ചോദിച്ചിട്ടുണ്ടാകും. അദ്ദേഹം പതിവനുസരിച്ച് അവളെ ഓടിച്ചുകാണും. ഓ! എന്റെ ദൈവമേ! ഇങ്ങനെ ഒരു ശബ്ദം അങ്ങ് എന്നെങ്കിലും കേട്ടിട്ടുണ്ടോ?"

തടവറയിൽനിന്നുമുള്ള ശബ്ദം ആർട്ഗ്നൻ കേട്ടു. അയാൾ എഴുന്നേറ്റു. സത്രമുടമയോടൊപ്പം ശബ്ദംകേട്ട ഭാഗത്തേക്കു നീങ്ങി. അയാൾ കൈകൾ ദേഷ്യംകൊണ്ട് തിരുമ്മുന്നുണ്ടായിരുന്നു. തോക്കും പിടിച്ചുകൊണ്ട് പ്ലാഞ്ചെറ്റും കൂടെ നടന്നു.

ആ ഇംഗ്ലീഷുകാരുടെ ക്ഷമയറ്റിരുന്നു. നീണ്ടയാത്ര കഴിഞ്ഞ് ക്ഷീണിച്ച് ദാഹിച്ചുവലഞ്ഞെത്തിയവരായിരുന്നു അവർ.

"നോക്കൂ. ഒരു ഭ്രാന്തൻ ബാക്കിയുള്ളവരെ ഈവിധം പുറത്തു നിർത്തണോ ദാഹിച്ചു ചാകാനായിട്ട്? എന്തിനാണ് ഇയാളെ ഇതിനനുവദിക്കുന്നത്? വരൂ നമുക്ക് വാതിൽ തള്ളിത്തുറക്കാം. അയാൾ അനുസരണക്കേടു വല്ലതും കാണിച്ചാൽ വെടിവച്ചവനെ കൊന്നുകളയാം" ഒരു ഇംഗ്ലീഷുകാരൻ പറഞ്ഞു.

"മാന്യരേ നിൽക്കൂ" ആർട്ഗ്നൻ വിളിച്ചുപറഞ്ഞു. ഒപ്പം ബെൽറ്റിൽ തിരുകിയിരുന്ന തോക്കും അവൻ വലിച്ചൂരി. "നിങ്ങൾ ആരെയും കൊല്ലേണ്ടതില്ല."

"അവർ അകത്തേക്കു വരട്ടെ" ആതോസിന്റെ ശാന്തമായ മറുപടി പുറത്തുകേട്ടു. "അപ്പോൾ അവർ തനിയെ മനസിലാകും ഇവിടെയുള്ളതൊക്കെ വളരെ ക്രൂരമായതാണെന്ന്."

ധീരരെങ്കിലും ആ ഇംഗ്ലീഷുകാർ പരസ്പരം നോക്കി. നാടോടിക്കഥകളിൽ കാണുന്നമാതിരി, രക്തദാഹിയായ ഭീകരജീവി താമസിക്കുന്ന ഗുഹയ്ക്കുവെളിയിൽ നിൽക്കുന്ന കഥാപാത്രങ്ങളെപ്പോലെ അവർക്കു തോന്നി. ഒരു നിമിഷത്തേക്ക് അവർ നിശ്ശബ്ദത പാലിച്ചു. ഇംഗ്ലീഷുകാർ ധൈര്യമവലംബിച്ചു. രണ്ടുപേരിലും ഏറ്റവും ധീരനായ ഒരാൾ വാതിലിന്റെ അരികിലെത്തി. അയാൾ അതിൽ ഒരിടിവച്ചുകൊടുത്തു; വാതിൽ പൊളിഞ്ഞുവീഴുന്ന ശക്തിയിൽ!

"പ്ലാഞ്ചെറ്റ്" ആർട്ഗ്നൻ തോക്കുനിറച്ചുകൊണ്ടു പറഞ്ഞു. "ഒരാളെ ഞാൻ ഇവിടെ നോക്കിക്കൊള്ളാം. നിങ്ങൾ ഒരാളിനെ കൈകാര്യം

ചെയ്തോളണം.”

“എന്റെ ദൈവമേ!” മുറിക്കുള്ളിൽ ആതോസ് നെടുവീർപ്പിട്ടു. “ആർട്ഗ്നന്റെ ശബ്ദമാണല്ലോ ഞാൻ കേട്ടത്?”

“അതെ.... അതെ...” മുറിക്കുള്ളിൽ വീണ്ടും ശബ്ദം. “ആതോസാണ് ഞാൻ.”

“കൊള്ളാം! ഇനി നമുക്ക് ഈ ഇംഗ്ലീഷ് കൊള്ളക്കാരെ വകവരുത്താം” ആർട്ഗ്നൻ പറഞ്ഞു.

ഇംഗ്ലീഷുകാർ ഇതിനകം വാളൂരിക്കഴിഞ്ഞിരുന്നു. പക്ഷേ തങ്ങൾ അപ്പോൾ തീയ്ക്കുള്ളിൽ നിൽക്കുന്നതായി അവർക്കു തോന്നി. അവർ പിന്നെയും സംശയിച്ചു. പക്ഷേ, സ്വാഭിമാനം അവരിൽ ഉയർന്നുനിന്നു. അവർ വാതിലിൽ ചെന്ന് വീണ്ടുമിടിച്ചു. വാതിൽ തകർന്നു പോകുകയും ചെയ്തു.

“ആർട്ഗ്നൻ മാറി നിൽക്കൂ. ഞാൻ വെടിവയ്ക്കാൻ പോകുകയാണ്” ആതോസ് അലറി.

ആർട്ഗ്നൻ മനോധൈര്യത്തോടെ പറഞ്ഞു. “ആതോസ്, ശാന്തമാകൂ.” തുടർന്ന് അവൻ ഇംഗ്ലീഷുകാരോടായി പറഞ്ഞു. “നിങ്ങൾ വിഡ്ഢിത്തമാണ് കാണിക്കുന്നത്. എല്ലാം നിങ്ങൾക്കെതിരാണെന്നറിയണം. നിങ്ങൾ യുദ്ധം ചെയ്യാൻ തുടങ്ങുന്നതിനുമുമ്പുതന്നെ മരിച്ചു വീഴും. എന്റെയും എന്റെ വേലക്കാരന്റെയും കൈയിൽ വെടിയുണ്ട്. വെടി കഴിഞ്ഞാൽ പിന്നെ ഞങ്ങൾക്ക് വാളുണ്ട്. ഞങ്ങളൊക്കെ നല്ല വാൾപ്പയറ്റുകാരാണെന്നറിയാമോ? ആതോസും ഈ സത്രമുടമയും തമ്മിലുള്ള പ്രശ്നങ്ങൾ ഞാൻ ഏറ്റോളാം. നിങ്ങൾക്ക് വൈനും എത്തിക്കാം.”

“ബാക്കി വല്ലതുമുണ്ടെങ്കിൽ....” വാതിലിന്റെ അപ്പുറത്തുനിന്നുള്ള ആതോസിന്റെ ശബ്ദം.

അതുകേട്ടപ്പോൾ സത്രമുടമയുടെ ഹൃദയം ഒന്നു കാളി.

“എന്താണ്? ബാക്കി വല്ലതുമുണ്ടെങ്കിലെന്നോ?” അയാൾ പിറുപിറുത്തു.

“ഓ വിഷമിക്കേണ്ട. ബാക്കി ധാരാളം കാണും” ആർട്ഗ്നൻ പറഞ്ഞു. “അവർക്കു മുറിയിൽ ഉള്ളതു മുഴുവൻ കുടിക്കാൻ പറ്റുമോ? മാന്യരേ, നിങ്ങൾ വാൾ ഉറയിലിടൂ.”

“ശരി, നിങ്ങൾ തോക്കുമാറ്റുമെന്നു വരികിൽ.”

“തീർച്ചയായിട്ടും” കൈത്തോക്കിനെ ആർട്ഗ്നൻ ബൽറ്റിലേക്കു തിരുകി.

മടിച്ചിട്ടെങ്കിലും ഇംഗ്ലീഷുകാർ അവരുടെ വാൾ ഉറയിലിട്ടു. ആതോസിനെ തടവിലാക്കപ്പെട്ട കഥ ആർട്ഗ്നൻ അവരോടു പറയുകയും ചെയ്തു. അവർ മര്യാദക്കാരായിരുന്നു. അവർ സത്രമുടമയെയാണ് ഈ സംഭവത്തിൽ കുറ്റം പറഞ്ഞതും.

“അപ്പോൾ മാന്യരേ, ഇനി നിങ്ങൾ നിങ്ങളുടെ മുറിയിലേക്കു പോകൂ. ഞാൻ വാക്കു തരുന്നു. പത്തുമിനിറ്റിനകം നിങ്ങൾക്കു കുടി

ക്കാനുള്ളതും തിന്നാനുള്ളതുമെല്ലാം അവിടെക്കിട്ടും."

ഇംഗ്ലീഷുകാർ തലകുനിച്ച് അങ്ങോട്ടുപോയി.

"അവർ പൊയ്ക്കഴിഞ്ഞു ആതോസ്" വാതിലിനിടയിൽക്കൂടി ആർട്ഗ്നൻ വിളിച്ചുപറഞ്ഞു.

"സത്യമാണോ?" ആതോസ് ചോദിച്ചു.

"അതെ."

ആകട്ടെ എന്തോ ഞെരിയുകയും പൊട്ടുകയും ചെയ്യുന്ന ശബ്ദം ആർട്ഗ്നൻ കേട്ടു. അയാൾ അകത്തുനിന്നും വാതിൽ പൊളിക്കുകയായിരുന്നു. നിമിഷങ്ങൾക്കകം വാതിൽ രണ്ടായി തുറന്നു.

ആതോസിന്റെ വിളറിയ മുഖം കാണാറായി. അയാൾ പുറത്തേക്കു മുഴുവൻ ഒന്നു കണ്ണോടിച്ചു; ആരെങ്കിലും എതിരിടാനായി ഉണ്ടോയെന്ന് മനസിലാക്കാനായിട്ട്.

ആർട്ഗ്നൻ അയാളുടെ അരികിലേക്കോടി. സ്നേഹപാരമ്പര്യത്തിൽ ആലിംഗനം ചെയ്തു. അവന്റെ ആദ്യമോഹം സ്നേഹിതനെ പിടിച്ച് പുറത്തുകൊണ്ടുവരികയെന്നതായിരുന്നു. പക്ഷേ, കൈപിടിച്ചപ്പോൾ അയാൾ വിറയ്ക്കുന്നതുപോലെ തോന്നി.

"മുറിവുപറ്റിയോ നിങ്ങൾക്ക്?" ആർട്ഗ്നൻ ചോദിച്ചു.

"ഇല്ല. എനിക്കു മുറിവേറ്റിട്ടില്ല. ഞാൻ കുടിച്ചു മത്തനായിരിക്കുകയാണ്. കഴിഞ്ഞ കുറച്ചുദിവസമായിട്ട് ഇതായിരുന്നു എന്റെ പ്രധാന ജോലി. കുറഞ്ഞപക്ഷം ഒരു നൂറ്റമ്പത് കുപ്പിയെങ്കിലും ഞാൻ കുടിച്ചുതീർത്തിട്ടുണ്ടാകും."

"അയ്യോ എന്റെ ദൈവമേ!" സത്രമുടമ അറിയാതെ വിളിച്ചുപോയി. "യജമാനന്റെ പകുതിയെങ്കിലും വേലക്കാരൻ കുടിച്ചിട്ടുണ്ടെങ്കിൽ ഞാൻ നശിച്ചതുതന്നെ."

"ഗ്രിമൗഡ് അത്തരക്കാരനല്ല. യജമാനൻ കഴിക്കുന്ന വീഞ്ഞുകഴിക്കാത്ത യഥാർഥ വേലക്കാരനാണ് അയാൾ. കാസ്കിൽനിന്നും നേരിട്ടാണ് വീഞ്ഞുകുടിച്ചത്. അവൻ അതിന്റെ അടപ്പ് തിരിപ്പിടാൻ മറന്നെന്നു തോന്നുന്നു. ഒരു ശബ്ദം കേൾക്കുന്നില്ലേ? വീഞ്ഞ് തറയിൽ ഇറ്റിറ്റു വീഴുന്ന ശബ്ദമാണത്."

ആർട്ഗ്നൻ അറിയാതെ ചിരിച്ചുപോയി. സത്രമുടമയുടെ കലി ആളിക്കത്തി.

ഗ്രിമൗഡ് അപ്പോഴേക്കും ഇരുട്ടിൽനിന്നും പുറത്തുവന്നു. അവൻ തന്റെ തോക്ക് തോളിൽ തൂക്കിയിരുന്നു. തല അങ്ങോട്ടുമിങ്ങോട്ടും ആടുന്നു. ശരീരമാസകലം അവനെന്തോ പുരട്ടിയിരിക്കുന്നു. അതു ഒലിവെണ്ണയാണെന്ന് സത്രമുടമയ്ക്കു മനസിലാക്കി.

ആർട്ഗ്നൻ മറ്റു മൂന്നുപേരെയും കൂട്ടി വലിയ ഹാളിൽക്കൂടി നടന്നുപോയി. ഏറ്റവും നല്ല ഒരു മുറിയിൽ അവർ കയറി. അവർ അവിടെ സുഖമായിട്ടിരിക്കുന്ന നേരത്ത് സത്രമുടമയും ഭാര്യയും വിളക്കുമായി സ്റ്റോറിലേക്കു ഓടിച്ചെന്നു. കുറേക്കാലമായി തങ്ങൾക്ക് കയറാൻ സാധി

ക്കാതിരുന്ന ഒരു മുറിയായിരുന്നല്ലോ അത്.

വാതിലിന്റെ അരികിൽത്തന്നെ ഒരുപാടു തടിക്കഷണങ്ങൾ അടുക്കി വച്ചിരുന്നു. ഒഴിഞ്ഞ പാട്ടകളും പാത്രങ്ങളും ഒക്കെ അടുക്കിവച്ച് വാതിലിൽ കോട്ട കെട്ടിയിരുന്നു. അതിനപ്പുറത്ത് എണ്ണയും വൈനും ഉപയോഗിച്ച് കളം കെട്ടിയിരുന്നു. ഇറച്ചിക്കഷണവും എല്ലും തറയിൽ ചിതറിക്കിടക്കുന്നു. ഉടഞ്ഞതും ഒഴിഞ്ഞതുമായ വൈൻകുപ്പികൾ മൂലയിൽക്കിടക്കുന്നു. പ്രാചീന കവികൾ യുദ്ധരംഗത്തെപ്പറ്റി പറയുന്ന മാതിരി നാശത്തിന്റെയും മരണത്തിന്റെയും ലക്ഷണം ആ മുറിയിലാകെ വ്യാപിച്ചിരുന്നു.

സത്രമുടമയും അയാളുടെ ഭാര്യയും അറിയാതെ പൊട്ടിക്കരഞ്ഞുപോയി. അവരുടെ സങ്കടം ആർട്ട്ഗ്നന്റെ ഉള്ളിൽത്തട്ടി. ആതോസിനാകട്ടെ യാതൊരു ഭാവമാറ്റവും ഉണ്ടായില്ല.

സത്രമുടമയുടെ വേദന കോപമായി മാറി. അയാൾ ഒരു പാരയുമായി മുറിയിലേക്ക് പാഞ്ഞെത്തി. നിരാശ ജനിപ്പിച്ച ധൈര്യമായിരുന്നു അത്.

ആതോസ് അയാളെക്കണ്ടപ്പോൾ വിളിച്ചുപറഞ്ഞു: "ഞങ്ങൾക്ക് കുറച്ചു വീഞ്ഞു കൊണ്ടുവരൂ."

"നിങ്ങൾക്കു വീഞ്ഞു വേണമല്ലേ?" സത്രയുടമ അരിശത്തോടെ ചോദിച്ചു. "നൂറു പിസ്റ്റൽസിനുള്ള വീഞ്ഞു നിങ്ങൾ ഇതിനകം കുടിച്ചു കഴിഞ്ഞു. ഞാൻ നശിച്ചു. എനിക്കു എല്ലാം നഷ്ടമായി."

"വിഡ്ഢിത്തം പറയാതെ" ആതോസ് പറഞ്ഞു. "ദാഹം തീർക്കാനുള്ളത്രപോലും ഞങ്ങൾ കുടിച്ചില്ലല്ലോ."

"നിങ്ങൾ കുടിക്കുക മാത്രമല്ല, കുപ്പികൾ നശിപ്പിക്കുകപോലും ചെയ്തു."

"അതു നിങ്ങൾ എന്നെ ഒരു കൂട്ടം കുപ്പികളുടെ മുകളിലേക്കു തള്ളിയിട്ടതുകൊണ്ടാണ് സംഭവിച്ചത്. എന്റെ കുഴപ്പംകൊണ്ടല്ല" ആതോസ് പറഞ്ഞു.

"എന്റെ ഒലിവെണ്ണ മുഴുവൻ തീർന്നു."

"മുറിവുകൾക്ക് പുരട്ടാൻ പറ്റുന്നതാണ് ഒലിവെണ്ണ. നിങ്ങൾ എന്റെ ശരീരത്തിലുണ്ടാക്കിയ മുറിവുകൾക്ക് മുഴുവൻ എണ്ണയിട്ടുതന്നത് ഗ്രിമൗഡിയായിരുന്നു."

"ഇറച്ചി മുഴുവനും തിന്നുതീർത്തു."

"ഈ മുറി നിറയെ എലികളാണെന്ന് നിങ്ങൾക്കറിയാമോ?"

"എല്ലാത്തിന്റെയും പണം നിങ്ങൾ തന്നെയൊടുക്കിയേ പറ്റൂ" സത്രമുടമ പറഞ്ഞു.

"ഞാൻ എല്ലാത്തിന്റെയും പണം ഒടുക്കുന്നതെങ്ങനെയെന്നു കാണിച്ചുതരാം" ആതോസ് അലറിക്കൊണ്ട് അയാളുടെ നേരെ നീങ്ങി. പക്ഷേ അയാൾ പിന്നോട്ട് കസേരയിൽ വീണുപോയി. അയാൾ പരമാവധി അറ്റത്തെത്തിയതായിരുന്നു. ചാട്ടവാറുമായി ആർട്ട്ഗ്നൻ അയാളെ സഹായി

ക്കാനായി ഓടിയെത്തി. സത്രമുടമ ഭയചകിതനാകുകയും മാറിനിന്ന് കരയുകയും ചെയ്തു തുടങ്ങി.

"ഇതു നിങ്ങൾക്കൊരു പാഠമായിരിക്കും" ആർട്ഗ്നൻ പറഞ്ഞു. "നല്ലവനായ ദൈവം നിങ്ങളുടെ അടുത്തേക്കു പറഞ്ഞയയ്ക്കുന്ന അതിഥികളോടു നിങ്ങൾ ഇനിയെങ്കിലും മര്യാദാപൂർവം പെരുമാറണം."

"ദൈവമോ? അതു പിശാചാണ്."

"ഈവിധം നിങ്ങൾ ഞങ്ങളെ ശല്യപ്പെടുത്തുന്നത് ഇനിയും നിർത്തിയില്ലെങ്കിൽ ഞങ്ങൾ നാലുപേരുംകൂടി ഈ മുറിയിലേക്കു കയറും. പിന്നെ എന്തൊക്കെ നാശമാണ് ഞങ്ങൾ വരുത്താൻ പോകുന്നതെന്ന് നിങ്ങൾക്കപ്പോൾ കാണാം."

"മാന്യരേ, ക്ഷമിക്കണം. എനിക്കു തെറ്റു പറ്റിപ്പോയി. ഒരു പാപവും പൊറുക്കാനാകാത്തതാണെന്ന് എനിക്കറിയാം. നിങ്ങൾ കുലീനരായ പ്രഭുക്കന്മാരാണ്. ഞാൻ വെറും ഒരു സത്രയുടമയും. എന്നോടു ദയയുണ്ടാകണേ." സത്രയുടമ കെഞ്ചി.

"നിങ്ങൾ ഇങ്ങനെ സംസാരിച്ചാൽ ഞങ്ങൾ ഹൃദയം തകർന്നു മരിക്കും" ആതോസ് പറഞ്ഞു. "കുപ്പിയിൽനിന്നും വീഞ്ഞൊഴുകുന്ന മാതിരി കണ്ണീര് കണ്ണിൽനിന്നുമൊഴുകും. ഞങ്ങൾ കാണുന്നതുപോലെ ക്രൂരന്മാരൊന്നുമല്ല. ഇങ്ങോട്ടിരിക്കൂ നമുക്ക് എല്ലാക്കാര്യങ്ങളും സംസാരിക്കാം."

ഉൽക്കണ്ഠയോടെ സത്രയുടമ അടുത്തേക്കു ചെന്നു.

"ഭയപ്പെടേണ്ട. പോന്നോളൂ" ആതോസ് പറഞ്ഞു. "ഞാൻ നിങ്ങൾക്കു പണം തരാൻ ഒരുങ്ങിയതായിരുന്നു.... ഞാൻ എന്റെ പെഴ്സ് അപ്പോൾ മേശപ്പുറത്തു വച്ചു. ഓർക്കുന്നില്ലേ?"

"അതെ സർ."

"അതിനുള്ളിൽ അറുപത് പിസ്റ്റൽസുകൾ ഉണ്ടായിരുന്നു. പക്ഷേ ആ പെഴ്സെവിടെയാണ്?"

"അത് ഓഫീസ് രേഖകൾക്കൊപ്പം കൊണ്ടുവച്ചു; അതു കള്ളനാണയങ്ങളാണെന്ന് പറയപ്പെടുന്നു."

"അതെടുത്തോണ്ടു വരൂ. ആ അറുപതു പിസ്റ്റൽസുകളും നിങ്ങളെടുത്തോളൂ."

"ഓഫീസ് രേഖകളിൽ വച്ച കാര്യങ്ങൾ ഒന്നും തിരിച്ചെടുക്കാനാവില്ല സർ. അതു വാസ്തവത്തിൽ കള്ളനാണയമായിരുന്നെങ്കിൽ അവരതു ഒരുപക്ഷേ തിരിച്ചുതരുമായിരുന്നു. പക്ഷേ നിർഭാഗ്യവശാൽ അതൊക്കെ നല്ല നാണയങ്ങൾ ആയിരുന്നു."

"ആ പ്രശ്നം നിങ്ങൾതന്നെ പരിഹരിക്കണം; ഏറ്റവും നല്ല രീതിയിൽ" ആതോസ് പറഞ്ഞു. "മാത്രമല്ല അതു നിങ്ങളുടെ കാര്യം കൂടിയാണ്. കാരണം എന്റെ കൈയിൽ ഇനി പണമൊന്നുമില്ല."

"ആതോസ്, നിങ്ങളുടെ കുതിരയെവിടെ?" ആർട്ഗ്നൻ ചോദിച്ചു.

"കുതിരലായത്തിലുണ്ട്" സത്രമുടമ പറഞ്ഞു.

"അതിനെന്തു വിലവരും?"

"കൂടിപ്പോയാൽ അമ്പതു പിസ്റ്റൽസ്."

"അല്ല. അതിന് എൺപതു പിസ്റ്റൽസ് വില വരും. ആ കുതിരയെ നിങ്ങൾ എടുത്തോളൂ. കണക്കൊക്കെ അതിൽ തീർന്നോളും."

"എന്ത്!" ആതോസ് ആശ്ചര്യപ്പെട്ടു. "നിങ്ങൾ എന്റെ കുതിരയെ വിൽക്കാൻ പോകുകയാണോ? എനിക്കെങ്ങനെയിനി യുദ്ധത്തിനു പോകാനാകും? ഞാനിനി വേലക്കാരന്റെ മുതുകിൽക്കയറി സവാരി ചെയ്യണമോ?"

"ഞാൻ മറ്റൊരു കുതിരയെ കൊണ്ടുവന്നിട്ടുണ്ട്" ആർട്ഗ്നൻ പറഞ്ഞു.

"മറ്റൊരു കുതിരയോ?"

"ഒന്നാന്തരമായ മറ്റൊന്ന്" സത്രയുടമ പറഞ്ഞു.

"ഒന്നാന്തരം കുതിരയെയാണ് നിങ്ങൾ കൊണ്ടുവന്നിട്ടുള്ളതെങ്കിൽ എന്റെ പഴയ കുതിരയെ നിങ്ങൾ എടുത്തോളൂ" ആതോസ് പറഞ്ഞു. "ഇനി ഞങ്ങൾക്ക് എന്തെങ്കിലും കുടിക്കാൻ കൊണ്ടുവരൂ."

ഹോട്ടലുടമയുടെ മുഖത്ത് പുഞ്ചിരി തിളങ്ങി.

"എന്താണ് വേണ്ടത് സർ?" സത്രയുടമ ചോദിച്ചു.

"ആ മുറിയുടെ പിൻഭാഗത്തിരിക്കുന്നതു കൊണ്ടുവരൂ. ഒരു ഇരുപത്തിയഞ്ച് കുപ്പി അവിടെയുണ്ടാകും. ബാക്കിയൊക്കെ ഞാൻ വീണപ്പോൾ പൊട്ടിപ്പോയി. അതിൽ ഒരാറെണ്ണം കൊണ്ടുവരൂ."

സത്രമുടമ മുറിയുടെ അടുക്കലേക്കു തിരിഞ്ഞു. അയാൾ മനസിൽ കരുതി. 'ഒരു മീൻ വെള്ളം കുടിക്കുന്നതുപോലെയല്ലേ ഇയാൾ കുടിക്കുന്നത്. ഒരു രണ്ടാഴ്ചകൂടി ഇയാൾ ഇവിടെ താമസിച്ചാൽ എന്റെ കച്ചവടം അങ്ങു കയറിയേനെ.'

"രണ്ടുകുപ്പി വീഞ്ഞ് ആ ഇംഗ്ലീഷ് അതിഥികൾക്കു കൊണ്ടുകൊടുക്കാൻ മറക്കരുതേ" ആർട്ഗ്നൻ വിളിച്ചു പറഞ്ഞു.

സത്രമുടമ രണ്ടു കുപ്പിയുമായി ഇംഗ്ലീഷ് അതിഥികളുടെ അടുക്കലേക്കു ഓടി.

"പ്രിയപ്പെട്ട ആർട്ഗ്നൻ" ആതോസ് പറഞ്ഞു. "നാം നമ്മുടെ വീഞ്ഞും കാത്തിരിക്കുന്ന സമയത്ത് മറ്റു രണ്ടുപേരുടെയും വിശേഷങ്ങൾ പറയൂ. അവർക്ക് എന്തുപറ്റി?"

കാലൊടിഞ്ഞുകിടക്കുന്ന പോർത്തോസിനെ കണ്ട വിവരവും രണ്ടു പുരോഹിതന്മാരുടെ ഇടയിൽ ആറമീസിനെ കണ്ട കാര്യവും അവൻ വിശദീകരിച്ചു.

കുറച്ചുകഴിഞ്ഞപ്പോൾ സത്രമുടമ കുപ്പികളും ഭക്ഷണവുമായി എത്തി. ഭക്ഷണം അയാൾ ആ മുറിയലല്ല സൂക്ഷിച്ചിരുന്നത്.

"പോർത്തോസിന്റെയും ആറമീസിന്റെയും വിശേഷങ്ങൾ അപ്പോൾ അങ്ങനെയാണ് അല്ലേ?" ആതോസ് ഗ്ലാസ് ചുണ്ടിലേക്കടുപ്പിച്ചുകൊണ്ടു പറഞ്ഞു. "ഇനി നിങ്ങൾ നിങ്ങളെപ്പറ്റിത്തന്നെ പറയൂ. എന്തോ വിഷാദം

നിങ്ങളുടെ മുഖത്തുള്ളതുപോലെ."

"നമ്മുടെ ഇടയിൽ ഏറ്റവും ദുഃഖിതൻ ഞാൻ തന്നെയാണ്" ആർട്ഗ്നൻ പറഞ്ഞു.

"നിങ്ങൾ ദുഃഖിതനെന്നോ?" ആതോസ് ചോദിച്ചു. "പറയൂ. എല്ലാം എന്നോടു തുറന്നു പറയൂ."

"അതൊക്കെ പിന്നീടു പറയാം."

"എന്തിനാണ് പിന്നീടാക്കുന്നത്? ഞാൻ മദ്യപിച്ച് ലഹരിപിടിച്ചുയെന്നാണോ നിങ്ങൾ വിചാരിക്കുന്നത്? യഥാർഥത്തിൽ ഒന്നുരണ്ടു കുടിക്കുമ്പോഴാണ് എനിക്ക് യഥാർഥബോധം ഉണ്ടാകുന്നത്. എന്താണ് സംഭവിച്ചതെന്ന് പറയൂ."

ആർട്ഗ്നൻ എല്ലാം വിശദമാക്കിപ്പറഞ്ഞു. മാഡം ബോണസ്യൂവുമായുള്ള തന്റെ കഥ മുഴുവനും അവൻ പറഞ്ഞു. ആതോസ് സശ്രദ്ധം എല്ലാം കേട്ടുകൊണ്ടിരുന്നു.

"ആ കുരുത്തംകെട്ട ഇടപാട്" എല്ലാം കേട്ടുതീർന്നപ്പോൾ ആതോസ് പറഞ്ഞു. എല്ലാ പ്രേമകാര്യങ്ങളിലും അയാൾക്കുള്ള ഒറ്റ അഭിപ്രായമായിരുന്നു ഇത്.

"നിങ്ങൾ എപ്പോഴും അങ്ങനെയാണല്ലോ ഇത്തരം കാര്യങ്ങൾക്ക് പറയാറുള്ളത്" ആർട്ഗ്നൻ പറഞ്ഞു. "പരമാർഥം നിങ്ങൾക്ക് അറിയാൻ പാടില്ലാത്ത സ്ഥിതിക്ക് ഈ അഭിപ്രായം പറയുന്നതെങ്ങനെയാണ്. നിങ്ങൾ ഒരിക്കലും പ്രേമത്തിൽ ഉൾപ്പെട്ടിട്ടില്ലല്ലോ."

ആതോസിന്റെ കണ്ണുകൾ തെളിയുന്നതും തുടർന്ന് വീണ്ടും മങ്ങുന്നതും ആർട്ഗ്നൻ കണ്ടു.

"നിങ്ങൾ പറഞ്ഞത് ശരിയാണ്" ആതോസ് പറഞ്ഞു. "ഞാൻ പ്രേമത്തിൽ അകപ്പെട്ടിട്ടേയില്ല."

"നിങ്ങളുടെ ഹൃദയം കല്ലുപോലുള്ളതാണ്; ഞങ്ങളുടേതുപോലുള്ള മൃദുലഹൃദയം നിങ്ങൾക്കുണ്ടാകേണ്ടിയിരിക്കുന്നു" ആർട്ഗ്നൻ പറഞ്ഞു.

"മൃദുലഹൃദയമാണ് യഥാർഥത്തിൽ എന്നെ തകർത്തുകളഞ്ഞത്."

"നിങ്ങളെന്താണുദ്ദേശിച്ചത്?"

"പ്രേമമെന്നത് ഒരു ഭാഗ്യക്കുറി പോലെയാണ്; അതിന്റെ സമ്മാനം മരണവും. നിങ്ങൾക്ക് അതു നഷ്ടപ്പെട്ടതുതന്നെ നന്നായിപ്പോയി. ഞാൻ പറയുന്ന ഉപദേശം കേൾക്കുകയാണെങ്കിൽ നിങ്ങൾക്ക് എക്കാലവും അതു ഗുണം ചെയ്യും."

"പക്ഷേ, അവൾ എന്നെ വളരെയധികം സ്നേഹിക്കുന്നുണ്ടെന്നു തോന്നുന്നു" ആർട്ഗ്നൻ പറഞ്ഞു.

"തോന്നുന്നതല്ലേ?"

"അല്ല. അവൾ സ്നേഹിച്ചു."

"നിങ്ങളെന്തിനാണ് ഒരു കുട്ടിയെപ്പോലെ സംസാരിക്കുന്നത്. തന്റെ പ്രേയസി തന്നെ സ്നേഹിക്കുമെന്ന് നിങ്ങളല്ലാതെ മറ്റൊരാളും ഈ ലോകത്ത് ഇതുവരെ വിശ്വസിച്ചിട്ടില്ല. പ്രേയസിയാൽ വഞ്ചിക്കപ്പെട്ടിട്ടി

ല്ലാത്ത ഒരു പുരുഷനും ഈ ലോകത്തിലില്ല" ആതോസ് പറഞ്ഞു.

"നിങ്ങളൊഴികെ" ആർട്ഗ്നൻ പറഞ്ഞു. "നിങ്ങൾക്ക് കമിതാക്കളേയില്ലല്ലോ."

ഒരുനിമിഷത്തെ നിശ്ശബ്ദതയ്ക്കുശേഷം ആതോസ് പറഞ്ഞു. "അതു സത്യമാണ്. എനിക്ക് ഇതുവരെയും പ്രേയസിമാരില്ല." തുടർന്ന് അയാൾ പറഞ്ഞു. "നോക്കിയിരുന്നാൽ മതിയോ. കഴിയ്ക്കൂ."

"നിങ്ങൾ ഒരു തത്വചിന്തകൻ തന്നെ" ആർട്ഗ്നൻ പറഞ്ഞു. "നിങ്ങളുടെ അറിവുകൾ മുഴുവൻ എനിക്കുവേണ്ടി ഉപയോഗിച്ചുകൂടെ?" എനിക്ക് മനഃസമാധാനം ലഭിക്കാനാണ്."

"എന്തിനുള്ള മനഃസമാധാനം?"

"എന്റെ നിർഭാഗ്യത്തിനുള്ള മനഃസമാധാനം."

"നിങ്ങളുടെ നിർഭാഗ്യം വെറും നിസ്സാരമാണ്" ആതോസ് തോളു കുലുക്കിക്കൊണ്ടു പറഞ്ഞു. "ഞാനൊരു പ്രേമകഥ പറഞ്ഞാൽ നിങ്ങൾ എന്തഭിപ്രായമാണ് പറയുന്നതെന്ന് കേൾക്കാൻ എനിക്ക് അതിയായ ആഗ്രഹമുണ്ട്."

"എന്ത് നിങ്ങളുടെ പ്രേമകഥയാണോ?"

"അല്ലെങ്കിൽ നമ്മുടെ സ്നേഹിതന്മാരിൽ ഒരാളിന്റേതായാൽ കുഴപ്പമൊന്നുമില്ലല്ലോ?"

"ആതോസേ, കഥ പറയൂ."

"ഞാനൊന്നു ഇതു കുടിച്ചോട്ടെ."

"കുടിക്കുകയും പറയുകയും ചെയ്യുന്നത് ഒരുമിച്ചായിക്കോട്ടെ."

"അതു ശരിയാണല്ലോ. രണ്ടും ഒരുമിച്ചാകാം" ആതോസ് പറഞ്ഞു. ഗ്ലാസിലെ വീഞ്ഞുമുഴുവൻ കുടിച്ചുതീർത്തതിനുശേഷം അയാൾ അതിൽ വീണ്ടും നിറച്ചു. "കുടിയും കഥയും നല്ല സുഖമുള്ള ഏർപ്പാടാണ്."

"ഞാൻ ശ്രദ്ധിക്കുകയാണേ; കഥ പറയൂ" ആർട്ഗ്നൻ പറഞ്ഞു.

ആതോസ് തന്റെ ചിന്തകളെല്ലാം ഓർത്തെടുത്തും അയാളുടെ മുഖം വിളറുന്നതായി ആർട്ഗ്നൻ കണ്ടു. മദ്യപിച്ച് സാധാരണയാളുകൾ കറങ്ങി തറയിൽ വീഴുന്നനിലയിൽ അയാളെത്തിയിരുന്നു. പക്ഷേ അയാൾ ഒന്നും സംഭവിക്കാതെ ഉണർന്നിരുന്നു. അയാൾ ഒരു സ്വപ്നത്തിലെന്നപോലെയായി അയാൾ തന്നോടും സ്നേഹിതനോടും പറയുന്ന രീതിയിൽ സംസാരിച്ചുതുടങ്ങി.

"നിങ്ങൾക്ക് യഥാർഥത്തിൽ കഥ കേൾക്കണമോ?" ആതോസ് ചോദിച്ചു.

"അതെ. എനിക്കു കേൾക്കാൻ താൽപ്പര്യമുണ്ട്."

"നിങ്ങൾ നിർബന്ധിക്കുന്നതുകൊണ്ടുമാത്രം പറയുന്നു. എനിക്കു ഒരു സുഹൃത്തുണ്ടായിരുന്നു...." പെട്ടെന്ന് ആതോസ് നിർത്തി. തുടർന്ന് വിഷാദംനിറഞ്ഞ പുഞ്ചിരിയോടെ പറഞ്ഞു. "ഞാൻ എന്റെ ഒരു സുഹൃത്തിന്റെ കഥയാണ് പറയുന്നതെന്ന് നിങ്ങൾ മനസിലാക്കണം. എന്റെ സ്വദേശമായ ബെറിയിലെ പ്രഭുവാണ് ആ സുഹൃത്ത്. അവൻ അവന്റെ

ഇരുപത്തിയഞ്ചാമത്തെ വയസിലാണ് പതിനാറു വയസുള്ള ഒരു സൗന്ദര്യധാമവുമായി പ്രേമത്തിലായത്. പ്രായക്കുറവെങ്കിലും കാവ്യഭാവനയും ഉയർന്ന വൈകാരികതയും ഉള്ള പെൺകുട്ടിയായിരുന്നു അവൾ. ആകർഷണീയതയെക്കാൾ ഒരിനം വശീകരണഭംഗിയായിരുന്നു അവളിൽ. തന്റെ സഹോദരനോടൊപ്പമാണ് അവൾ പട്ടണത്തിൽ താമസിച്ചത്; സഹോദരൻ ഒരു പുരോഹിതനും. കുറച്ചുകാലമേ അവർ അവിടെ താമസിച്ചിരുന്നുള്ളു. എവിടെനിന്നുമാണ് അവർ അവിടെ വന്നു താമസിച്ചിരുന്നതെന്ന് ആർക്കുമറിയില്ലായിരുന്നു. അവൾ സുന്ദരിയും അവളുടെ സഹോദരൻ ദൈവവിശ്വാസിയും ആയ സ്ഥിതിക്ക് ആരും അവരോടു അക്കാര്യം അന്വേഷിച്ചതുമില്ല. എന്തായാലും നല്ല കുടുംബത്തിൽപ്പെട്ടവരാണെന്നതിൽ സംശയമേയില്ല. എന്റെ ആ സുഹൃത്ത് അവിടത്തെ പ്രാദേശികമായ പ്രഭുവായിരുന്നു. അയാൾക്കു വേണമെങ്കിൽ അവളെ തട്ടിക്കൊണ്ടുപോകാമായിരുന്നു. അത്രയ്ക്ക് അധികാരം അയാൾക്ക് ആ നാട്ടിലുണ്ട്. നിർഭാഗ്യവശാൽ അയാൾ മാന്യനായിപ്പോയി. അയാൾ അവളെ ച്ചെന്നു കല്യാണം കഴിച്ചു. വിഡ്ഢി!"

"അയാൾ അവളെ സ്നേഹിച്ചതായിരുന്നല്ലോ. പിന്നെന്താ?" ആർട്ഗ്നൻ ചോദിച്ചു.

"ധൃതിപിടിക്കാതെ. നിങ്ങൾക്കെല്ലാം മനസിലാകും" ആതോസ് പറഞ്ഞു. "അയാൾ അവളെ തന്റെ കോട്ടയിൽക്കൊണ്ടുപോയി; അവിടത്തെ രാജ്ഞിയാക്കുകയും ചെയ്തു. അവൾ അവൾക്കുകിട്ടിയ അന്തസിൽ നന്നായി ശോഭിക്കുകതന്നെ ചെയ്തു."

"അതു നല്ലതുതന്നെ. എന്നിട്ടെന്തുണ്ടായി?"

"ഒരുദിവസം അവൾ അയാളോടൊപ്പം പുറത്തേക്കു പോയി" ആതോസ് പറഞ്ഞു. അയാൾ കുതിരയിൽ വേഗത്തിൽ പാഞ്ഞു. "പെട്ടെന്നവൾ കുതിരപ്പുറത്തുനിന്നും തെറിച്ചുവീണു; വീഴ്ചയിൽ അവളുടെ ബോധം പോയി. അവളെ രക്ഷിക്കാനായി അയാൾ ഓടിയെത്തി. അവളുടെ കെട്ടുപിണഞ്ഞ വസ്ത്രത്തെ ഒന്നു അയഞ്ഞതാക്കാൻ അയാൾ തുണിയെ കത്തികൊണ്ടു മുറിച്ചു. അങ്ങനെ അപ്പോൾ അവളുടെ തോൾഭാഗം വിവസ്ത്രമാകപ്പെട്ടപ്പോൾ, അവളുടെ തോളിൽ എന്തു കണ്ടുയെന്നു പറയാമോ?" ഇതു ചോദിക്കുമ്പോൾ ആതോസ് ഉറക്കെയൊന്നു ചിരിക്കുകയും ചെയ്തു.

"എന്താണുണ്ടായിരുന്നത്?"

"ഒരു മുദ്ര! ഒരു മുദ്ര പതിപ്പിച്ചിരുന്നു" ഒപ്പം ആതോസ് ആ ഗ്ലാസും കാലിയാക്കിയിരുന്നു.

"അത് ഭീകരമായിപ്പോയി!" ആർട്ഗ്നൻ അത്ഭുതംകൂറി.

"ഭീകരമെങ്കിലും സത്യമാണത്. അയാളുടെ ഭാര്യ ഒരു മാലാഖയല്ല ഒരു രാക്ഷസിയായിരുന്നു. ഒരുഗ്രൻ കൊള്ളക്കാരി തന്നെ. ചാര!"

"പിന്നെ അയാൾ എന്തു ചെയ്തു?"

"അയാൾ നല്ലവനല്ലേ. നീതിബോധമേ അയാളുടെ ഉള്ളിലുണ്ടായിരു

ന്നുള്ളൂ. അറുത്തുകളയേണ്ട തുണി മുറിച്ചുമാറ്റിയശേഷം അവളുടെ കൈകൾ പിന്നിൽകെട്ടി; തുടർന്ന് ഒരു മരത്തിന്മേൽ കെട്ടിത്തൂക്കിക്കൊല്ലു കയും ചെയ്തു."

"അയാൾ അവളെ തൂക്കിക്കൊന്നെന്നോ!"

"അതെ, അയാൾ അവളെ തൂക്കിക്കൊന്നു." ആതോസ് പറഞ്ഞു. അയാൾ ഇതുപറയുമ്പോൾ മരിച്ചപോലെ വിളറിയിരുന്നു. തുടർന്നയാൾ വീഞ്ഞുഗ്ലാസ് നോക്കിയിട്ടു പറഞ്ഞു. "ഈ ഗ്ലാസിൽ വീഞ്ഞുതീർന്നു പോയല്ലോ."

വീഞ്ഞുകുപ്പിയിൽ അവശേഷിച്ചിരുന്ന വീഞ്ഞും അയാൾ ഊറ്റിക്കു ടിച്ചു. അതൊരു ഗ്ലാസെന്ന വിധത്തിലാണ് അയാൾ വായിലേക്ക് ഒഴി ച്ചത്. തുടർന്ന് കൈക്കുമേൽ തലയുംവച്ച് കമഴ്ന്നു കിടന്നു. ഭയന്നുപോയ ആർട്ഗ്നൻ ഒന്നുംപറയാതെ അയാളെ നോക്കിക്കൊണ്ടുതന്നെയിരുന്നു.

കുറച്ചുകഴിഞ്ഞ് ആതോസ് തലയുയർത്തി. തുടർന്ന് എഴുന്നേറ്റുമി രുന്നു.

"ആ സംഭവത്തോടുകൂടി എനിക്ക് സുന്ദരികളും കാവ്യഹൃദയവു മുള്ള സുന്ദരികളോടുള്ള അടുപ്പം തീർന്നു. ദൈവം നിങ്ങൾക്കും ആ ഒരു അവസ്ഥ തന്നെയുണ്ടാക്കട്ടെ.... നമുക്കിനി കുടിക്കാം" ആതോസ് പറഞ്ഞു.

"അപ്പോൾ ആ സ്ത്രീ.... സ്ത്രീ..... മരിച്ചു അല്ലേ...." ആർട്ഗ്നന്റെ തൊണ്ടയിടറി.

"അതു സത്യമാണ്...... നിങ്ങൾ ഈ ഗ്ലാസു പിടിയ്ക്കൂ.... വീഞ്ഞെ ല്ലാം തീർന്നെന്നു തോന്നുന്നു. കുടിക്കാനൊന്നുമില്ലെങ്കിൽ നമുക്കിനി വല്ലതും ഇവിടെയിരുന്നു കൊറിക്കാം."

"ആ സഹോദരന് എന്തു സംഭവിച്ചു?" ആർട്ഗ്നൻ ഭീതിയോടെ തിരക്കി.

"അവളുടെ സഹോദരനോ?"

"അതെ. ആ പുരോഹിതന്?"

"അയാളെയും തൂക്കിക്കൊല്ലാൻവേണ്ടി ഞാൻ ആളിനെ വിട്ടു വിളി പ്പിച്ചു. പക്ഷേ അയാൾ അതിനകം മുങ്ങിയിരുന്നു."

"അയാൾ വാസ്തവത്തിൽ ആരായിരുന്നുന്നെന്ന് നിങ്ങൾ പിന്നീടെ പ്പോഴെങ്കിലും കണ്ടുപിടിച്ചിരുന്നോ?"

"ഒരുപക്ഷേ അവളുടെ ആദ്യ കാമുകനാകാനാണ് സാധ്യത. കൊള്ള യിൽ സഹപങ്കാളിയും. അവളെ കല്യാണം കഴിക്കാൻവേണ്ടി ഒരു പുരോ ഹിതന്റെ വേഷത്തിൽ വന്നതാണയാൾ. അയാളെയും തൂക്കിക്കൊന്നി രിക്കാനാണ് വഴി."

"എന്റെ ദൈവമേ!" ആർട്ഗ്നന് വിശ്വസിക്കാനോ സഹിക്കാനോ പറ്റിയില്ല.

കൊറിക്കാനുള്ള ഒരു കഷണം നീട്ടിയശേഷം ആതോസ് പറഞ്ഞു. "ഇതു കഴിക്കൂ. വളരെ രുചികരമാണിത്. ആ മുറിയിൽ ഇതുമാതിരി

ഒരു നാലു ടിൻ ഉണ്ടായിരുന്നെങ്കിൽ ഒരു അമ്പതുകുപ്പി വൈൻകൂടി ഞാൻ ഇതിനകം തീർത്തിരുന്നേനെ."

കഥകേട്ട താൻ വട്ടുപിടിക്കുന്നതായി ആർട്ഗ്നനു തോന്നി. തലയിൽ കൈവച്ചുകൊണ്ട് ഉറങ്ങുന്ന ഭാവം അവൻ നടിച്ചു.

"ഇന്നത്തെ ചെറുപ്പക്കാർക്ക് വീഞ്ഞടിക്കാൻ കൊള്ളില്ലത്രേ" ആർട്ഗ്നനെ ദയയോടെ നോക്കിക്കൊണ്ട് ആതോസ് പറഞ്ഞു. "അത്തരത്തിൽ ഒരുത്തമൻ തന്നെയാണ് ഈ ആർട്ഗ്നൻ."

28

തിരിച്ചുവരവ്

ആതോസ് പറഞ്ഞ ഭയങ്കരമായ കഥകേട്ട് ആർട്ഗ്നൻ നടുങ്ങി. പക്ഷേ, പല കാര്യങ്ങളിലും അവ്യക്തതയുള്ളതായി അവനു തോന്നി. മൂക്കറ്റം കുടിച്ച ഒരാളാണല്ലോ അൽപ്പം കുടിച്ച ഒരാളിനോട് ആ കഥ പറഞ്ഞിരുന്നത്.

പിന്നേറ്റ് രാവിലെ ഉറക്കമുണർന്നെണീറ്റപ്പോൾ അവൻ അതെല്ലാം വ്യക്തമായിട്ടോർത്തു. ആതോസ് പറഞ്ഞ കാര്യങ്ങൾ മുഴുവൻ അവന്റെ മനസിൽ ആഞ്ഞുറച്ചിരുന്നു. കൂടുതൽ അറിയണമെന്ന ആഗ്രഹവും ഒപ്പം അവനുണ്ടായി. അവ്യക്തതയുടെ ആശങ്ക തീർക്കേണ്ടതുണ്ടായിരുന്നതിനാൽ അവൻ അയാളുടെ മുറിയിൽ മുട്ടി. പക്ഷേ അപ്പോഴേക്കും അയാൾ തന്റെ അതീവഗൗരവമുള്ള പഴയഭാവത്തിലേക്ക് തിരിച്ചുപോയിരുന്നു.

ആർട്ഗ്നന്റെ കൈപിടിച്ചു കുലുക്കിയശേഷം തലേ രാത്രിയിൽ ഉണ്ടായ സംഭാഷണത്തെപ്പറ്റി അയാൾ സംസാരിച്ചുതുടങ്ങി.

"ഇന്നലെ രാത്രിയിൽ ഞാൻ ഒത്തിരി മദ്യപിച്ചു" ആതോസ് പറഞ്ഞു. "ഇന്നുരാവിലത്തെ നാക്കിന്റെ സ്ഥിതികണ്ടപ്പോൾ അതെനിക്കു മനസിലായി; എന്റെ നാഡിയിടിപ്പിനും വ്യത്യാസമുണ്ടായിരുന്നു. ഞാൻ എല്ലാവിധ വിഡ്ഢിത്തങ്ങളും ഇന്നലെ വിളമ്പിയിട്ടുണ്ടാകണം."

ആതോസ് വല്ലാത്തഭാവത്തിൽ ആർട്ഗ്നനെ തുറിച്ചുനോക്കി. ഒരു മറുപടി കിട്ടാനായിട്ട്.

"നിങ്ങൾ വിഡ്ഢിത്തങ്ങളൊന്നും പറഞ്ഞില്ലല്ലോ" ആർട്ഗ്നൻ പറഞ്ഞു. "എന്റെ ഓർമ ശരിയാണെങ്കിൽ നിങ്ങൾ സാധാരണ കാര്യങ്ങൾ മാത്രമേ പറഞ്ഞിട്ടുള്ളൂ."

"അതു അതിശയമായിട്ടാണ് എനിക്കു തോന്നുന്നത്" ആതോസ് പറഞ്ഞു. "ഞാൻ കരുതി ഞാൻ ഏതോ ഭയങ്കരമായ കഥ നിങ്ങളോടു

പറഞ്ഞിരുന്നുവെന്നാണ്" ഇതുപറയുമ്പോൾ അയാൾ കൂടുതൽ തീവ്രമായി അവനെ തുറിച്ചുനോക്കി.

"ഒരുപക്ഷേ, നിങ്ങളെക്കാൾ കൂടുതൽ ഞാൻ മദ്യപിച്ചിരുന്നെന്നു തോന്നുന്നു. കാരണം എനിക്കപ്പോഴത്തെ കാര്യങ്ങളൊന്നും ഓർമവരുന്നില്ല" ആർട്ഗ്നൻ പറഞ്ഞു.

അവന്റെ മറുപടി ആതോസിന് യഥാർഥത്തിൽ വിശ്വാസമായില്ല.

"മദ്യപാനം ചിലർക്ക് സന്തോഷം കൊടുക്കുന്നു; ചിലർക്ക് ദുഃഖവും. നിങ്ങളത് ശ്രദ്ധിച്ചിട്ടുണ്ടാകുമല്ലോ. മദ്യപാനം എനിക്കു ദുഃഖമാണു നൽകുന്നത്. ഞാൻ മദ്യപിച്ചു തുടങ്ങിയാൽ എന്റെ നഴ്സ് എനിക്കു പറഞ്ഞുതന്നിട്ടുള്ള ദുഃഖകഥകളൊക്കെ ഞാൻ പറഞ്ഞുതുടങ്ങും. അതൊരു വലിയ തെറ്റുതന്നെയാണ്. അതെനിക്കറിയാം. ആ പ്രകൃതമൊഴിച്ചാൽ ഞാൻ നല്ലൊരു മദ്യപാനിയാണ്" ആതോസ് പറഞ്ഞു.

ആതോസിന്റെ സ്വാഭാവികമാർന്ന മറുപടിയിൽ ആർട്ഗ്നന് സംശയമാണുണ്ടായത്. സത്യം കണ്ടുപിടിക്കാനായി അവൻ പറഞ്ഞു.

"അതുശരി. അപ്പോൾ ആരെയോ തൂക്കിക്കൊന്ന ഒരു കഥ പറഞ്ഞല്ലോ."

"പറഞ്ഞോ?" മുഖം വിളറിയതു മാറ്റിക്കൊണ്ട് ആതോസ് ചിരിക്കാൻ ശ്രമിച്ചു. "അതെ തൂക്കിക്കൊല്ലുകയെന്നത് എന്റെ പേടിസ്വപ്നമാണ്."

"ഞാൻ എല്ലാം ഓർക്കുകയാണ്.... നിങ്ങൾ എന്നോടു പറഞ്ഞത്.... ഒരു സ്ത്രീയെക്കുറിച്ചുള്ള കാര്യമാണ്" ആർട്ഗ്നൻ പറഞ്ഞു.

ആതോസ് കൂടുതൽ വിളറി.

"ആ ആ സുന്ദരി.... സുന്ദരിപ്പെണ്ണിനെക്കുറിച്ചായിരിക്കും. ഞാൻ കുടിച്ച് ബോധമില്ലാതെയാകുമ്പോഴാണ് ആ കഥ പറയുന്നത്."

"അതെ.... അതെ.... ഒരു സുന്ദരിയെക്കുറിച്ചുള്ളതായിരുന്നു കഥ."

"അവളെയാണ് തൂക്കിക്കൊന്നത്."

"നിങ്ങളുടെ സുഹൃത്തുകൂടിയായ അവളുടെ ഭർത്താവല്ലേ തൂക്കിക്കൊന്നത്" ആർട്ഗ്നൻ പറഞ്ഞു.

"മദ്യപിച്ചുകഴിഞ്ഞാൽ ഞാൻ എന്തുമാത്രം ബോധമില്ലാത്തവനാകുന്നു എന്ന് കണ്ടോ. ഞാനിനിമേൽ മദ്യപിക്കുകയേ ഇല്ല; അതെന്തായാലും ഒരു നല്ല ശീലമല്ലല്ലോ."

ആർട്ഗ്നൻ തുടർന്ന് മറുപടിയൊന്നും പറഞ്ഞില്ല.

ആതോസ് പെട്ടെന്നുതന്നെ വിഷയം മാറ്റി. "അതിരിക്കട്ടെ.... എന്തായാലും എനിക്ക് ആ പുതിയ കുതിരയെ കൊണ്ടുവന്നതിനു നന്ദിയുണ്ട്."

"നിങ്ങൾക്ക് ആ കുതിരയെ ഇഷ്ടമാണോ?"

"പക്ഷേ അതിന് നല്ല ആരോഗ്യമുണ്ടെന്നു തോന്നുന്നില്ലല്ലോ" ആതോസ് അഭിപ്രായപ്പെട്ടു.

"നിങ്ങൾക്കു തെറ്റുപറ്റി. വെറും ഒന്നര മണിക്കൂർകൊണ്ട് ഇരുപത്തിയഞ്ചു മൈലാണ് ഞാൻ അതിൽ യാത്ര ചെയ്തത്; എന്നിട്ടും അതിന് യാതൊരുവിധ ക്ഷീണവുമില്ല."

"ശരി ശരി. കൂടുതൽ പറഞ്ഞ് ഞാൻ ചെയ്ത പ്രവൃത്തിയോട് എനിക്ക് ഖേദത്തിനിടവരുത്തേണ്ട."

"നിങ്ങൾ എന്തു ചെയ്തുവെന്നാണ് പറയുന്നത്?"

"ഞാനതിനെ ഒഴിവാക്കിക്കളഞ്ഞു."

"എങ്ങനെ?"

"ഒക്കെപ്പറയാം. ഇന്നുരാവിലെ ഞാൻ ആറുമണിക്കാണുണർന്നത്. നിങ്ങളാകട്ടെ ഒരു തടിക്കഷണംപോലെ കിടക്കുകയായിരുന്നു; എനിക്കു യാതൊന്നും ചെയ്യാനുണ്ടായിരുന്നില്ല. തലേരാത്രിയിൽ മദ്യപിച്ചതിന്റെ കറക്കം തീർന്നിട്ടുണ്ടായിരുന്നില്ല. ഞാൻ താഴെ പ്രധാന ഹാളിലേക്കു ചെന്നു. അവിടെ ആ ഇംഗ്ലീഷുകാരിൽ ഒരാൾ ഉണ്ടായിരുന്നു. അയാളുടെ ഒരു കുതിര മസ്തിഷ്കാസുഖം മുഖേന ചത്തുപോയിരുന്നു. മറ്റൊരു കുതിരയെ വാങ്ങാൻ അയാൾ കച്ചവടക്കാരനുമായി വിലപേശുകയായിരുന്നു. ഒരു ചെമ്പൻകുതിരയ്ക്ക് നൂറു പിസ്റ്റൽസുവരെ കൊടുക്കാൻ അയാൾ തയാറാകുന്നത് അയാളുടെ അരികിൽച്ചെന്നപ്പോൾ ഞാൻ കേട്ടു. ഒരു കുതിരയെ എനിക്കു വിൽക്കാനുണ്ടെന്ന് ഞാൻ ആ ഇംഗ്ലീഷുകാരനോടു പറഞ്ഞു....."

"അതു നല്ലൊരു കുതിരതന്നെയാണ്" ആ ഇംഗ്ലീഷുകാരൻ പറഞ്ഞു. "നിങ്ങളുടെ സ്നേഹിതന്റെ വേലക്കാരൻ ഇന്നലെ അതിൽ യാത്ര ചെയ്യുന്നത് ഞാൻ കണ്ടതാണ്."

"ആ കുതിര നൂറു പിസ്റ്റൽസിനുണ്ടോ?" ഞാൻ ചോദിച്ചു.

"തികച്ചും" അയാൾ പറഞ്ഞു. "ആ വിലയ്ക്ക് ഞങ്ങൾക്ക് നിങ്ങളുടെ കുതിരയെത്തരാമോ?"

"ഇല്ല. പക്ഷേ അതിനെ വച്ചു ഞാൻ ചൂതുകളിക്കു തയാറാണ്."

"എന്തുതരം ചൂതുകളിയാണ് നിങ്ങളുദ്ദേശിച്ചത്?"

"ചതുരംഗം...."

"അങ്ങനെ ഞങ്ങൾ ചതുരംഗം കളിക്കുകയും കളിയിൽ എനിക്ക് ആ കുതിരയെ നഷ്ടപ്പെടുകയും ചെയ്തു" ആതോസ് പറഞ്ഞു. "പക്ഷേ അതിന്റെ ജീനി ഞാൻ തിരിച്ചു പിടിച്ചിട്ടുണ്ട്."

ആർട്ഗ്നൻ വല്ലാതെ പകച്ചുപോയി. അവൻ ആകെ അസ്വസ്ഥനായി.

"നിങ്ങൾക്ക് ദേഷ്യം വരുകയാണോ?" ആതോസ് ചോദിച്ചു.

"അതെ. എനിക്കു ദേഷ്യം വരുക തന്നെയാണ്. യുദ്ധക്കളത്തിൽ നമ്മളെ തിരിച്ചറിയിപ്പിക്കുന്ന കുതിരയായിരുന്നു അത്. സ്നേഹത്തിന്റെ ഒരടയാളമായിരുന്നു! അതിനെവച്ച് നിങ്ങൾ ചൂതുകളിക്കരുതായിരുന്നു."

"നിങ്ങൾ എന്റെ സ്ഥാനത്തുനിന്ന് ഒന്നാലോചിച്ചു നോക്കൂ. ഞാൻ ആകപ്പാടെ മുഷിഞ്ഞുനിന്ന നേരമായിരുന്നു. മാത്രമല്ല, എനിക്ക് ഇംഗ്ലീഷ് കുതിരകളെ ഇഷ്ടവുമല്ല. പിന്നെ യുദ്ധക്കളത്തിൽ തിരിച്ചറിയണമെന്നുണ്ടെങ്കിൽ എനിക്കതിന്റെ ജീനുമതി. നഷ്ടപ്പെട്ടതിനെക്കുറിച്ചാലോചിച്ചിട്ടെന്താ വിശേഷം. അല്ലെങ്കിൽത്തന്നെ കുതിരകൾ ചത്തുപോകേണ്ടതു

തന്നെയാണ്. ആരോഗ്യമില്ലാത്ത കുതിരയായിരുന്നുവെന്ന് പറഞ്ഞ് നമുക്ക് സമാധാനിക്കാം" ആതോസ് പറഞ്ഞു.

ആർട്ഗ്നന്റെ മുഖം തെളിഞ്ഞതേയില്ല.

"ആ കുതിര നിങ്ങൾക്ക് അത്രയ്ക്ക് വലുതായിരുന്നെന്ന് എനിക്കു അറിയില്ലായിരുന്നു" ആതോസ് വീണ്ടും പറഞ്ഞു. "പക്ഷേ ഞാൻ ഈ കഥ മുഴുവനും പറഞ്ഞുതീർന്നിട്ടില്ല....."

"പിന്നെന്തൊക്കെയാണ് പറയാനുള്ളത്?"

"പത്തിന് ഒമ്പതായിട്ടാണ് എന്റെ കുതിരയെ ഞാൻ നഷ്ടപ്പെടുത്തിയത്; ഏറക്കുറെ ഞാൻ ജയിച്ചിരുന്നു. പിന്നീടാണ് നിങ്ങളുടെ കുതിരയെക്കൂടി ഉപയോഗിക്കാമെന്ന് എനിക്കു തോന്നിത്തുടങ്ങിയത്."

"അങ്ങനെ ചെയ്യണമെന്ന് നിങ്ങൾ ഉദ്ദേശിച്ചിരുന്നില്ല, അല്ലേ?"

"അതെ. പക്ഷേ ചെയ്യേണ്ടി വന്നു."

"എന്നിട്ട്?" വിഷാദത്തോടെ ആർട്ഗ്നൻ ചോദിച്ചു.

"എനിക്ക് നഷ്ടമായി."

"നിങ്ങൾക്ക് എന്റെ കുതിരയെ നഷ്ടമായി?"

"അങ്ങനെ പറയുന്നതാണ് നല്ലത്. എട്ടിന് ഏഴായിട്ട്. ഒരൊറ്റ പോയിന്റിനാണ് തോറ്റത്. 'ഒരു നഷ്ടം ഒരു മൈൽ മാതിരി' എന്ന പഴമൊഴി നീ കേട്ടിട്ടില്ലേ?"

"ആതോസേ, നിങ്ങൾ ബോധത്തോടെ തന്നെയാണോ സംസാരിക്കുന്നത്?"

"ഇന്നലെ രാത്രിയിൽ ഞാൻ ആ വിഡ്ഢിക്കഥകൾ പറഞ്ഞപ്പോൾ നീയതു പറയണമായിരുന്നു. അല്ലാതെ ഇപ്പോൾ രാവിലെയല്ല. ഞാൻ ഒരു കാര്യം നിന്നോടു പറയാൻ മറന്നുപോയി. കുതിരയെ മാത്രമല്ല കുതിരയുടെ കടിഞ്ഞാണും എല്ലാം നഷ്ടപ്പെട്ടു."

"ഇതു പൊറുക്കാനാവില്ല! നിങ്ങൾ...."

"നിൽക്ക്. ഇനിയുമുണ്ട് കാര്യങ്ങൾ. എനിക്കു വാശിയില്ലാതിരുന്നെങ്കിൽ ഞാൻ ഒന്നാന്തരം ചൂതുകളിക്കാരനാകുമായിരുന്നു. മദ്യപിക്കുന്നതുപോലെ തന്നെ കളിക്കുന്നതിനും എനിക്കു വല്ലാത്ത വാശിയാണ്. അതെനിക്കുമാറ്റാൻ പറ്റത്തില്ല."

"പക്ഷേ നിങ്ങൾക്കു ചൂതുകളിക്കാനായി മറ്റൊന്നും ഇല്ലാതിരുന്നല്ലോ. പിന്നെങ്ങനെ നിങ്ങൾ തുടർന്നുകളിച്ചു?"

"ഇന്നലെ നിങ്ങളുടെ കൈയിൽ ആ വൈരക്കല്ല് മോതിരം കിടക്കുന്നത് ഞാൻ കണ്ടിരുന്നല്ലോ."

"എന്റെ മോതിരം!" ആർട്ഗ്നൻ ഇതു പറഞ്ഞുകൊണ്ട് തന്റെ കൈവിരലിൽക്കിടക്കുന്ന മോതിരത്തെ തൊട്ടുനോക്കി.

"മുമ്പ് എനിക്കു കുറച്ച് വൈരക്കല്ലുകളുണ്ടായിരുന്നതുകൊണ്ട്, അവയെക്കുറിച്ചുള്ള വിവരങ്ങൾ എനിക്കു നന്നായിട്ടറിയാം. ഞാൻ നിങ്ങളുടെ മോതിരത്തിന് ആയിരം പിസ്റ്റൽസാണ് വിലയിട്ടത്."

ആർട്ഗ്നൻ വല്ലാതെ പരിഭ്രമിച്ചു. അവന്റെ നേരെ തുറിച്ചുനോക്കി

ക്കൊണ്ട് അവൻ പറഞ്ഞു. "എന്റെ മോതിരത്തെക്കുറിച്ചല്ലല്ലോ നീയിപ്പറഞ്ഞത്?"

"ഈ മോതിരമാണ് ഞാൻ പറഞ്ഞത്" ആതോസ് പറഞ്ഞു. "നിങ്ങൾക്ക് അറിയാമല്ലോ എനിക്ക് മറ്റൊന്നും ഇതല്ലാതെ ഉണ്ടായിരുന്നില്ലെന്ന്. ഈ മോതിരംകൊണ്ട് നമുക്ക് ആ കുതിരയെ തിരിച്ചെടുക്കാം; പിന്നെ മടക്കയാത്രയ്ക്കുള്ള കുറെ പണവുമാകും."

"നിങ്ങൾ സംഭവിച്ചതു പറയൂ."

"ഞാൻ ആ ഇംഗ്ലീഷുകാരനോടു നിങ്ങളുടെ കൈയിലെ മോതിരത്തെക്കുറിച്ചു പറഞ്ഞിരുന്നു. അയാൾ അതു കാണുകയും ചെയ്തു. ഇങ്ങനെ ഒരു മോതിരം അണിഞ്ഞുകൊണ്ടു നടക്കുമ്പോൾ, മറ്റുള്ളവർ അതു കാണരുതെന്ന് ആർക്കെങ്കിലും പറയാനാകുമോ?"

"വിശദീകരണം നിർത്തൂ; നിങ്ങൾ കളിയിൽ വിജയിച്ചോ അതോ പരാജയപ്പെട്ടോ?" ആർട്ഗ്നൻ ചോദിച്ചു.

"ഞങ്ങൾ ആ രത്നത്തെ പത്തായി മുറിച്ചു; ഓരോന്നിനും നൂറു പിസ്റ്റൽസ് മൂല്യം വരുന്ന വിധത്തിൽ."

"നിങ്ങളെന്താണ് തമാശ പറയുകയാണോ?" ആർട്ഗ്നന് കടും കോപമാണ് ഉണ്ടായത്.

"ഞാൻ തമാശ പറയുന്നതേയല്ല" ആർട്ഗ്നൻ പറഞ്ഞു.

"ഞാൻ പറയുന്നത് മനസിലാക്കൂ ആർട്ഗ്നൻ. ആ ഗ്രിമൗഡിലെ തടവറയിലായിരുന്നപ്പോൾ രണ്ടാഴ്ച എനിക്കൊന്നും ചെയ്യാനുണ്ടായിരുന്നില്ല; വെറുതെ കുടിച്ചുകൊണ്ടിരിക്കുകമാത്രം ചെയ്തു."

"അതിനു എന്റെ മോതിരമുപയോഗിച്ചെന്തിനാണ് ചൂതുകളിച്ചത്?" ആർട്ഗ്നൻ കോപംകൊണ്ട് മുഷ്ടി ചുരുട്ടി.

"ഞാനൊന്നു പറഞ്ഞു തീർത്തോട്ടെ. കളിയിലെ ഓരോ നീക്കു വിജയത്തിനും നൂറു പിസ്റ്റൽസുവച്ച് കളിക്കാൻ ഞങ്ങൾ തീരുമാനിച്ചു. പതിമൂന്നാമത്തെ നീക്കത്തിൽ എനിക്കുള്ളതെല്ലാം നഷ്ടപ്പെട്ടു. പതിമൂന്ന്! ആ അക്കം എനിക്കെപ്പോഴും ദുർഭാഗ്യനമ്പരായിരുന്നു. ഒരു ജൂലൈ പതിമൂന്നിനാണ്...."

"എന്റെ ദൈവമേ!" ആർട്ഗ്നൻ അറിയാതെ ചാടിയെഴുന്നേറ്റു പോയി. പകലത്തെ കഥ മുഴുവൻ അവൻ രാത്രിയിൽ കേട്ട കഥകളെ ആട്ടിപ്പായിച്ചു.

"ഒന്നു ശാന്തനാകൂ" ആതോസ് വീണ്ടും പറഞ്ഞു. "എനിക്കൊരു ചിന്തയുണ്ടായിരുന്നു. ആ ഇംഗ്ലീഷുകാരൻ ഒരിനം മന്ദബുദ്ധിക്കാരനായിരുന്നു. അന്നുരാവിലെ അയാൾ ഗ്രിമൗഡിനോടു സംസാരിക്കുന്നത് ഞാൻ കണ്ടിരുന്നു. എന്നെ ഉപേക്ഷിച്ച് അയാളുടെ കൂടെ ചെല്ലാമോയെന്ന് അയാൾ ഗ്രിമൗഡിനോടു ചോദിച്ചിരുന്നു. പിന്നെ ഞാൻ വേലക്കാരനെ വച്ചുകളിച്ചു. അയാളെ പത്തായി ഞാൻ ഭാഗിച്ചു; ആ രത്നത്തെ ഭാഗിച്ചതുപോലെ!"

"ഒക്കെ അവിശ്വസനീയം!" ആർട്ഗ്നൻ അറിയാതെ പൊട്ടിച്ചിരിച്ചു

പോയി.

"അതെ. ഞാൻ ഗ്രിമൗഡിനെ പങ്കുവച്ചു!" ആതോസ് പറഞ്ഞു. "അവനെ ഞാൻ മുഴുവൻ പത്താക്കിപ്പിടിച്ചു പന്തയം ജയിച്ചു. അങ്ങനെ ആ കളിയിൽ ജയിച്ച ഞാൻ ആ മോതിരം മടക്കിയെടുത്തു."

"കേൾക്കുമ്പോൾ തമാശ തോന്നുന്നു!" ആർട്ഗ്നൻ കുലുങ്ങിച്ചിരിച്ചുകൊണ്ടു പറഞ്ഞു. അവന് അൽപ്പം ആശ്വാസം കിട്ടുകയും ചെയ്തു.

"ഭാഗ്യം എന്റെ ഭാഗത്താണെന്നു തോന്നിയപ്പോൾ ഞാൻ വീണ്ടും മോതിരം വച്ചു കളിച്ചു."

ആർട്ഗ്നൻ തന്റെ ചിരി പെട്ടെന്നു നിർത്തി. "ഓ.... എന്നിട്ട്?"

"ആദ്യം ഞാൻ നിങ്ങളുടെ കുതിരയുടെ ജീനി പിടിച്ചെടുത്തു. പിന്നെ നിങ്ങളുടെ കുതിരയെയും. പിന്നെ എന്റെ കുതിരയുടെ ജീനിയും എന്റെ കുതിരയും! തുടർന്നുള്ള കളിയിൽ അവയെല്ലാം നഷ്ടമായി. പിന്നീടുള്ള കളികളിൽ നമ്മുടെ ജീനികളെ മാത്രം കിട്ടി. എന്തായാലും അതു ഭാഗ്യം തന്നെയായിരുന്നു. അവിടെവച്ച് എല്ലാം അവസാനിപ്പിക്കാൻ തന്നെ ഞാൻ തീരുമാനിച്ചു."

"എന്റെ മോതിരം എനിക്കു കിട്ടുമോ?" തെല്ലാരാശ്വാസത്തോടെയും എന്നാൽ അൽപ്പം ഭയത്തോടുമാണ് ആർട്ഗ്നൻ ചോദിച്ചത്.

"തീർച്ചയായും. നമ്മുടെ കുതിരകളുടെ ജീനുമുണ്ട്."

"കുതിരകളില്ലാതെ കുതിരജീനുകളുണ്ടായിട്ടെന്താണു കാര്യം?"

"അതുകൊണ്ട് എനിക്കൊരുദ്ദേശ്യമുണ്ട്."

"എന്താണത്?"

"നിങ്ങൾ വളരെക്കാലമായി ചൂതുകളിച്ചതല്ലേ?"

"ഇല്ല; കളിക്കണമെന്ന ആഗ്രഹവും ഇല്ല" ആർട്ഗ്നൻ പറഞ്ഞു.

"അങ്ങനെ തീർത്തു പറയാതെ. നിങ്ങൾ വർഷങ്ങളായി ചൂതുകളിക്കാതിരുന്ന സ്ഥിതിക്ക് നിങ്ങളുടെ ഭാഗ്യം കുന്നുകൂടിക്കിടപ്പുണ്ടാകും."

"അങ്ങനെ വേണമെങ്കിൽ പറയാം....."

"ആ രണ്ടു ഇംഗ്ലീഷുകാരും ഇപ്പോഴും ഇവിടെയുണ്ട്. ജീനി കിട്ടാത്തതിൽ അവർക്കു വിഷമമുണ്ടെന്നു തോന്നുന്നു. കുതിര പോയതിൽ നിങ്ങൾക്കും വിഷമമുണ്ടെന്നറിയാം. ആ ജീനി വച്ചു കളിച്ചാൽ നമുക്ക് ആ കുതിരയെ തിരിച്ചെടുക്കരുതോ?"

"ഒരു ജീനിക്കുവേണ്ടി മാത്രം അവർ കളിക്കുമെന്നു തോന്നുന്നില്ല."

"എന്റെ ജീനിയും എടുത്തോളൂ. നിങ്ങളെപ്പോലെ സ്വാർഥനൊന്നുമല്ല ഞാൻ" ആതോസ് പറഞ്ഞു. "രണ്ടും വച്ച് ഒരു കളി കളിക്കൂ."

ആതോസിന്റെ പ്രേരണയിൽ ആർട്ഗ്നന് വഴങ്ങാതിരിക്കാൻ ആയില്ല.

"പക്ഷേ നമ്മുടെ കുതിരകൾ പോയി. ജീനികളും നഷ്ടപ്പെടുത്താൻ എനിക്കാഗ്രഹമില്ല."

"അങ്ങനെയെങ്കിൽ ആ മോതിരം വച്ചു കളിക്കൂ."

"ഇല്ല. ഞാൻ ഒരിക്കലും അതു ചെയ്യില്ല."

"എന്നാൽ ആ പ്ലാഞ്ചെറ്റിനെ വച്ചു കളിക്കൂ. ഞാൻ ഗ്രിമൗഡിനെ വച്ചു കളിച്ചത് ഓർമയില്ലേ."

"ഒന്നും നഷ്ടപ്പെടുത്താതിരിക്കുന്നതല്ലേ നല്ലത്?" ആർട്ഗ്നൻ പറഞ്ഞു.

"അതു കഷ്ടംതന്നെ!" ആതോസ് പറഞ്ഞു. "എന്തു ചെയ്യണമെന്നറിയാതെ കൈനിറയെ പണവുമായാണ് ഇംഗ്ലീഷുകാരൻ നിൽക്കുന്നത്. കളിക്കൂ."

"എനിക്ക് നഷ്ടമായാൽ?"

"അതില്ല; നിങ്ങൾ ജയിക്കും."

"അതുറപ്പാണോ?"

"തോറ്റാൽ ജീനി പോകുമെന്നല്ലേയുള്ളൂ."

"എന്നാൽ ഞാൻ ഒരു കളികളിക്കാം" ആർട്ഗ്നൻ പറഞ്ഞു.

ആ ഇംഗ്ലീഷുകാരനെ അന്വേഷിച്ചുകൊണ്ട് ആതോസ് നീങ്ങി. ലായത്തിൽ അയാൾ നിൽപ്പുണ്ടായിരുന്നു. ജീനിനോക്കി സന്തോഷിച്ചുകൊണ്ട് അയാൾ അവിടെ നിൽക്കുകയായിരുന്നു; എന്തായാലും നല്ല സമയമായിരുന്നു. വീണ്ടും കളിക്കുന്നതിനെപ്പറ്റി ആതോസ് പറഞ്ഞു. രണ്ടു ജീനികൾ കുതിരയ്ക്ക്; അല്ലെങ്കിൽ നൂറു പിസ്റ്റൽസിന്. ഇംഗ്ലീഷുകാരനും കണക്കുകൂട്ടി നോക്കി. രണ്ടു ജീനികൾക്കും കൂടി കുറഞ്ഞത് മുന്നൂറ് പിസ്റ്റൽസ് വില കിട്ടും. അയാളും കളി സമ്മതിച്ചു.

വിറയ്ക്കുന്ന കൈയോടെയാണ് ആർട്ഗ്നൻ കളിയിൽ കരുകുലുക്കിയെറിഞ്ഞത്. ഡൈസിൽ മൂന്നെന്ന അക്കം വന്നപ്പോൾ അയാൾ വിളറി.

"ഇപ്പോഴത്തേത് ശരിയായില്ല ആർട്ഗ്നൻ" ആതോസ് പറഞ്ഞു. തുടർന്ന് ഇംഗ്ലീഷുകാരനോടായി അയാൾ പറഞ്ഞു. "കുതിരയും ജീനും നിങ്ങൾക്കു കിട്ടുമെന്നാണ് തോന്നുന്നത്."

ഇംഗ്ലീഷുകാരൻ വിജയശ്രീലാളിതനായി ചിരിച്ചു. ഇനി അയാളുടെ ഊഴമാണ്. അയാൾ വെറുതെ ആ കരുയിട്ടു. ആർട്ഗ്നൻ അക്കം കാണാതിരിക്കാൻവേണ്ടി മുഖം തിരിച്ചു.

"ഇതു വളരെ അസാധാരണമായ ഏറാണല്ലോ" ആതോസ് പറഞ്ഞു. "ഞാൻ എന്റെ ജീവിതത്തിൽ ഒരു നാലുതവണമാത്രമേ ഇത്തരം ഒരേറു കണ്ടിട്ടുള്ളൂ. രണ്ട് ഏസുകൾ!"

ഇംഗ്ലീഷുകാരൻ പകച്ചുപോയി. ആർട്ഗ്നനും നോക്കി; അവൻ ആനന്ദംകൊണ്ടു നിറഞ്ഞു.

"അതെ നാലു തവണമാത്രം" ആതോസ് പറഞ്ഞു. "ഒന്ന്, മോൺസ്യൂർ കിക്വീസിന്റെ വീട്ടിൽവച്ച്. ഒരിക്കൽ എന്റെ വീട്ടിൽ വച്ച്. മറ്റൊന്ന് മോൺസ്യൂർ ട്രിവീലിയുടെ വീട്ടിൽ വച്ച്. അന്ന് എല്ലാവരും അതിശയിച്ചുപോയിരുന്നു. പിന്നൊരിക്കൽ ഒരു സത്രത്തിൽവച്ചായിരുന്നു. അന്ന് ഞാനാണെറിഞ്ഞത്. അന്നെനിക്ക് നൂറു ലൂയിസ് പണവും ഒരു അത്താഴ

വും നഷ്ടമായിപ്പോയി.”

“നിങ്ങൾ നിങ്ങളുടെ കുതിരയെ മടക്കിയെടുത്തോളൂ സർ” ഇംഗ്ലീഷുകാരൻ പറഞ്ഞു.

“തീർച്ചയായും” ആർട്ഗ്നൻ പറഞ്ഞു.

“ഇനി കരു എറിയണമോ?”

“വേണ്ട. ഒരു കളി മാത്രമല്ലേ നമ്മൾ പറഞ്ഞിരുന്നുള്ളൂ.”

“അതു ശരിയാണ്. കുതിരയെ ഞാൻ നിങ്ങളുടെ വേലക്കാരനെ ഏൽപ്പിച്ചേക്കാം.”

“ഒരുനിമിഷം സർ” ആതോസ് പറഞ്ഞു. “ഞാൻ എന്റെ സുഹൃത്തിനോടു ഒരു കാര്യം പറഞ്ഞോട്ടെ.”

“ശരി പറഞ്ഞോളൂ.”

ആതോസ് അവന്റെ അരികിലേക്കു ചെന്നു.

“നിങ്ങൾ എന്നെ വീണ്ടും പ്രലോഭിപ്പിക്കാനോ നോക്കുന്നത്?” ആർട്ഗ്നൻ ചോദിച്ചു. “ഒരു കളികൂടി വേണമെന്നു പറയാനാണോ പോകുന്നത്?”

“അല്ല, നിങ്ങളൊന്ന് ആലോചിക്കണം.”

“എന്താണ് ആലോചിക്കേണ്ടത്?”

“നിങ്ങൾ ആ കുതിരയെ മടക്കിയെടുക്കുകയല്ലേ?”

“അതിലെന്തെങ്കിലും കുഴപ്പം?”

“കുഴപ്പമുണ്ട്. ഞാനായിരുന്നെങ്കിൽ നൂറു പിസ്റ്റൽസേ വാങ്ങൂ. ഞാൻ ജീനിവച്ചു കളിച്ചത് ഒരു കുതിരക്കോ അല്ലെങ്കിൽ നൂറു പിസ്റ്റൽസോ എന്ന വ്യവസ്ഥയിലായിരുന്നു. നിങ്ങൾക്കതോർമയുണ്ടോ?”

“ഓർമയുണ്ട്.”

“ഞാനാണെങ്കിൽ നൂറു പിസ്റ്റൽസേ വാങ്ങൂ.”

“എനിക്കു കുതിരയെ മതി.” ആർട്ഗ്നൻ പറഞ്ഞു.

“അതു വിഡ്ഢിത്തമാണെന്ന് എനിക്കു തോന്നി. നമുക്ക് രണ്ടുപേർക്കുംകൂടി ഒരു കുതിരയുണ്ടായിട്ടെന്തു ഗുണമാണുള്ളത്? എനിക്കു നിങ്ങളെ പിന്നിൽ ഇരുത്തി ഓടിക്കാനൊക്കുകയില്ല. സഹോദരന്മാരെ നഷ്ടപ്പെട്ട എയ്മോനിന്റെ രണ്ടു മക്കളെപ്പോലെയിരിക്കും നാം. എനിക്കത് കുറച്ചിലാണ്; നിങ്ങളുടെകൂടെ ഒട്ടിച്ചേർന്നു നടക്കുന്നത്.... ഞാനാണെങ്കിൽ പണമേ വാങ്ങൂ; കുതിരയെയല്ല. നമുക്കു പാരീസിലേക്കു മടങ്ങിപ്പോകാൻ പണം വേണം.”

“എനിക്കാ കുതിരകളെ വളരെ ഇഷ്ടമാണ്, ആതോസേ.”

“ആർട്ഗ്നൻ നിങ്ങൾ ശരിക്കാലോചിക്കണം. ഈ കുതിരകൾക്കൊക്കെ എപ്പോഴാണ് ഒരസുഖം വരുന്നതെന്നറിയില്ല; ദൈവത്തിനു മാത്രമേ അറിയൂ. പിന്നെ ചത്തുപോയാൽ വെറും മാംസമായി. നൂറുപിസ്റ്റൽസ് അതോടെ വെള്ളത്തിലായി. അവയെ തീറ്റാനായി ഉടമസ്ഥൻ വേണം. പണമില്ലെങ്കിൽ അതു ഉടമസ്ഥനെത്തന്നെ വെള്ളം കുടിപ്പിക്കും.”

“പക്ഷേ കുതിരയില്ലാതെ നാമെങ്ങനെ മടങ്ങിപ്പോകും?”

"നമ്മുടെ വേലക്കാരുടെ കുതിരകളിൽ. മുഖംകണ്ട് ആളുകൾ നമ്മെ തിരിച്ചറിഞ്ഞോളും."

"പോർത്തോസും ആറമീസും ഒന്നാന്തരം കുതിരകളിന്മേൽ വരുമ്പോൾ...."

"ഒരു പോർത്തോസും ആറമീസും!" അമർത്തിച്ചിരിച്ചുകൊണ്ട് ആതോസ് പറഞ്ഞു.

ആർട്ഗ്നന് ആ ചിരിയുടെ അർഥം മനസിലായില്ല.

"അവരിലെന്തായിത്ര തമാശ?" ആർട്ഗ്നൻ ചോദിച്ചു.

"ഏയ് ഒന്നുമില്ല..... ഒന്നുമില്ല. നമുക്ക് ആ നൂറ് പിസ്റ്റൽസിന്റെ കാര്യം പറയാം."

"അപ്പോൾ ഞാൻ ആ നൂറു പിസ്റ്റൽസ് വാങ്ങണമെന്നാണോ നിങ്ങൾ പറയുന്നത്?"

"അതെ. അതുണ്ടെങ്കിൽ ഈ മാസാവസാനംവരെ നമുക്ക് സുഖമായി കഴിയാം. കഴിഞ്ഞത് വളരെ പ്രയാസമുള്ള ഒരു കാലമായിരുന്നു. നമുക്ക് കുറച്ച് വിശ്രമം വേണ്ടതല്ലേ."

"വിശ്രമവും ഉല്ലാസവും വേണ്ടേ വേണ്ട." ആർട്ഗ്നൻ പറഞ്ഞു. "ഞാൻ നേരെ പാരീസിലേക്കു പോകുകയാണ്. ചെന്നാലുടനെ മാഡം ബോണസ്യൂവിനെ കണ്ടുപിടിക്കണം" ആർട്ഗ്നൻ വീണ്ടും പറഞ്ഞു. "കൊള്ളാം നിങ്ങൾക്ക് കുതിരയെക്കാൾ വലുത് പണമായിരിക്കും. ഞാൻ കുതിരയേ എടുക്കൂ."

പക്ഷേ നല്ല കാരണമുണ്ടെങ്കിൽ ആർട്ഗ്നന്റെ മനസ്സ് മാറാറുണ്ട്. അയാളുടെ മനസ്സ് ഇവിടെയും മാറി. സുഹൃത്തിന്റെ മുന്നിൽ വെറും സ്വാർഥനാകാൻ അവൻ ആഗ്രഹിച്ചില്ല. അതിനാൽ അവൻ സ്നേഹിതൻതന്നെ പറഞ്ഞതു സമ്മതിച്ചു. കുതിരയ്ക്കുപകരം അവൻ നൂറു പിസ്റ്റൽസ് പണംതന്നെ വാങ്ങി.

ഇനി എത്രയും വേഗം അവിടം വിടണം. ആറു പിസ്റ്റൽസും ആതോസിന്റെ പഴയ കുതിരയും നൽകി സത്രത്തിലെ ഇടപാട് അവർ തീർത്തു. ആർട്ഗ്നനും ആതോസും അവരുടെ വേലക്കാരുടെ കുതിരകളെടുത്തു. വേലക്കാർ മറ്റു സാധനങ്ങളും തലയിൽ ചുമന്നുകൊണ്ട് നടന്നു.

ആ കുതിരപ്പുറത്തുള്ള സവാരി അവർക്ക് അത്ര സുഖകരമായിരുന്നില്ല. വേലക്കാരെ പിന്നിലാക്കിക്കൊണ്ട് അവർ പാഞ്ഞു.

അവർ ക്രിവീകൊയിറിൽ വളരെ വേഗമെത്തി. ആറമീസിനെ അവർ വളരെ ദൂരത്തുവച്ചുതന്നെ കണ്ടു. അയാൾ മുറിയിൽ ജനാലയ്ക്കരികിൽ ഇരിക്കുകയായിരുന്നു; സൂര്യപ്രകാശത്തിൽ തിളങ്ങിയ പ്രകൃതിസൗന്ദര്യം ആസ്വദിച്ചുകൊണ്ട്.

"ആറമീസ്!" ആർട്ഗ്നൻ അയാളെ ഉറക്കെ വിളിച്ചുകൂവി. "അവിടെ എന്തെടുക്കുകയാണ്?"

"ഓ! ആർട്ഗ്നനോ? ആതോസുമുണ്ടോ? ഞാൻ ലൗകികവസ്തുക്കളെ വെറുതെ ധ്യാനിച്ചുകൊണ്ടിരിക്കുകയാണേ..... എന്റെ ഇംഗ്ലീഷ്

കുതിര പൊടിപടലത്തിൽ പാഞ്ഞുപോകുന്നത് ഞാൻ കണ്ടു. ഈ ലോകം നശ്വരമാണ്....."

"വളച്ചുകെട്ടാതെ പറയൂ ആറമീസ്" ആർട്ഗ്നൻ പറഞ്ഞു. "എന്താണു സംഭവിച്ചത്?"

"ഞാനിന്നൊരു ഇടപാടിൽ വിഡ്ഢിത്തം കാണിച്ചു, അത്രതന്നെ." ആറമീസ് പറഞ്ഞു. "മണിക്കൂറിൽ പതിനഞ്ചു മൈൽ ദൂരം പായുന്ന ഒരു കുതിരയെ വെറും അറുപത് ലൂയിസ് പണത്തിനു ഞാൻ വിറ്റു പോയി."

ആർട്ഗ്നനും ആതോസും അറിയാതെ പൊട്ടിച്ചിരിച്ചുപോയി.

"നിങ്ങളെന്നോടു കോപിക്കില്ലല്ലോ ആർട്ഗ്നൻ?" ആറമീസ് പറഞ്ഞു. "അടിയന്തിരാവശ്യം വന്നാൽ പിന്നെ ഞാനെന്താണ് ചെയ്യേണ്ടത്. എന്തായാലും അതു നഷ്ടക്കച്ചവടമായിപ്പോയി. ഒരു അൻപത് ലൂയിസെങ്കിലും കൂടുതൽ കിട്ടേണ്ടിയിരുന്നു. പക്ഷേ നിങ്ങൾ രണ്ടുപേരും മിടുക്കരായിട്ടാണല്ലോ വരുന്നത്. സ്വന്തം കുതിരകളെ വെറുതെ വിട്ടുകൊണ്ട് വേലക്കാരുടെ കുതിരപ്പുറത്താണല്ലോ വരവ്. നിങ്ങളുടെ കുതിരകളെവിടെയാണ്? നടത്തിക്കൊണ്ടുവരികയാണല്ലേ?"

അപ്പോഴേക്കും ആമീൻസിൽനിന്നും വന്ന ഒരു വണ്ടി സത്രത്തിന്റെ മുന്നിൽനിന്നു. ഗ്രിമൗഡും പ്ലാഞ്ചെറ്റും അതിൽനിന്നിറങ്ങി. സാധനങ്ങൾ അവർ ഇറക്കിവച്ചു. പാരീസിലേക്ക് ഒഴിഞ്ഞുവന്നതായിരുന്നു ആ വണ്ടി. വരുന്നവഴിയിൽ മദ്യം വാങ്ങിക്കൊടുക്കാമെന്നാണ് അവർ ഡ്രൈവറോട് വ്യവസ്ഥ ചെയ്തിരുന്നത്.

"ഇതെന്താണ്?" ആറമീസ് ചോദിച്ചു. "ഈ സാധനങ്ങൾ മാത്രമേയുള്ളൂ?"

"ചോദിച്ചതിന്റെ അർഥം മനസിലായോ?" ആതോസ് ചോദിച്ചു.

"സുഹൃത്തുക്കളേ, നിങ്ങൾ ചെയ്തതുതന്നെ ചെയ്തു...." ആർട്ഗ്നൻ പറഞ്ഞു. "നിങ്ങളുടെ ആ പുരോഹിതന്മാരെ എന്തുചെയ്തു?"

"ഞാൻ അവരെ അന്നു ഭക്ഷണത്തിനു വിളിച്ചു." ആറമീസ് പറഞ്ഞു. "അന്ന് അവിടെ കുറച്ചു വീഞ്ഞുണ്ടായിരുന്നു. ഞാൻ അവരെ പ്രഭുക്കന്മാരെയെന്നപോലെ നന്നായി കുടിപ്പിച്ചു. ആ പുരോഹിതൻ എന്നോടുപറഞ്ഞത് എന്റെ പടയാളിവേഷത്തെ ലോഹയോടു കച്ചവടം നടത്തരുതെന്ന്. ആ ജസ്യൂട്ട്സഭക്കാരൻ പറഞ്ഞത് പട്ടാളക്കാരുടെ കൂട്ടത്തിൽ അയാൾക്കൊരു ജോലി വാങ്ങിച്ചുകൊടുക്കണമെന്നാണ്."

ആർട്ഗ്നന് പൊട്ടിച്ചിരിയാണ് വന്നത്.

"ഗവേഷണപ്രബന്ധമില്ലാതെ!" ആർട്ഗ്നൻ പറഞ്ഞു. "ഗവേഷണപ്രബന്ധമില്ലാതെ എങ്ങനെയാണ് ചേർക്കുന്നത്!" ആർട്ഗ്നൻ തമാശയോടു പറഞ്ഞു.

"അതിനുശേഷം വളരെ സന്തോഷത്തോടെയാണ് ഞാൻ ജീവിച്ചത്." ആതോസ് പറഞ്ഞു. "ഒറ്റ സില്ബ്ൾ വരുന്ന വരിയോടുകൂടിയ കവിതകൾ ഞാനിപ്പോൾ എഴുതുകയാണ്. അതെഴുതാൻ ബുദ്ധിമുട്ടാണ്.

പക്ഷേ, ആ ബുദ്ധിമുട്ടുകൾ തരണം ചെയ്യുന്നതാണല്ലോ അതിന്റെ വിജയവും.... ഞാൻ അത് ആദ്യം വായിക്കാം. അതൊരു പ്രേമകാവ്യമാണ്. നാനൂറുവരിയുണ്ടതിന്. ആദ്യഭാഗം ഞാൻ വായിക്കാം. അതു വായിക്കാൻ കുറച്ചുനേരം മതിയാകും."

ലാറ്റിൻഭാഷയെ വെറുക്കുന്നതുപോലെ താൻ കവിതയെ വെറുക്കുന്നെന്ന് ആർട്ഗ്നൻ പറഞ്ഞു. "ആദ്യഭാഗം വളരെ ചെറുതെങ്കിൽ, ഇതിന് ഒന്നല്ല പല മെച്ചമുണ്ടാകും."

"എന്തായാലും എന്റെ കവിതയെക്കുറിച്ച് അങ്ങനെ വിചാരിക്കുന്നതിൽ സന്തോഷം..... പക്ഷേ അതിരിക്കട്ടെ. നാമിപ്പോൾ പാരീസിലേക്കു മടങ്ങുകയാണല്ലേ. ഞാനും നിങ്ങളോടൊപ്പം വരുന്നു. പോകുന്നവഴിക്ക് പോർത്തോസിനെയും കൂട്ടണം. അയാളെ കണ്ടിട്ടു കുറച്ചുകാലമായി. അയാളുടെ അന്തസും അഹങ്കാരവുമൊക്കെ എനിക്ക് ഇഷ്ടമാണ്. അയാൾ ഒപ്പമുണ്ടെങ്കിൽ എനിക്കത് സന്തോഷകരമാണ്. അയാൾ കുതിര വിറ്റിട്ടുണ്ടാകില്ല. അതിനു വേണമെങ്കിൽ ഞാൻ പന്തയം വയ്ക്കാം. ആ പുത്തൻ ജീനിയിട്ട് അയാൾ കുതിരപ്പുറത്ത് കയറിയിരിക്കുന്നത് കാണാൻ എനിക്കു കൊതിയാകുന്നു."

കുതിരയ്ക്ക് വിശ്രമം നൽകാനായി അവർ അവിടെ ഒരു മണിക്കൂറോളം ചെലവഴിച്ചു. ആറമീസ് സത്രത്തിലെ കണക്കുമുഴുവൻ തീർത്തു. ഗ്രിമൗഡും പ്ലാഞ്ചെറ്റും ഒരുമിച്ച് ബാസിനെയും ആ വണ്ടിയിൽക്കയറ്റി. തുടർന്ന് എല്ലാവരുംകൂടി യാത്രയായി; ചാന്റിലിയിലേക്ക്.

പോർത്തോസ് കിടക്കയിലായിരുന്നില്ല; ആരോഗ്യമൊക്കെ തിരിച്ചുകിട്ടിയിരുന്നു. മുഖത്തെ വിളർച്ചയൊക്കെ മാറിക്കഴിഞ്ഞിരുന്നു. നാലുപേർക്കൊരുക്കിയ മേശയ്ക്കരികിൽ അയാൾ ഒറ്റയ്ക്കിരിക്കുകയായിരുന്നു. ഇറച്ചിയും വീഞ്ഞും പഴങ്ങളും ഒക്കെ മേശപ്പുറത്ത് നിരന്നിരുന്നു.

"സ്വാഗതം! സുഹൃത്തുക്കളേ വരൂ!" എഴുന്നേറ്റുകൊണ്ട് അയാൾ സുഹൃത്തുക്കളെ ക്ഷണിച്ചു. "നല്ല നേരത്തുതന്നെ നിങ്ങൾ വന്നല്ലോ. ഞാനിതാ കഴിക്കാൻ തുടങ്ങുന്നതേയുള്ളൂ. വരൂ, നമുക്ക് ഒരുമിച്ചുകഴിക്കാം."

"ആ കുപ്പികളെ ഒന്നു നോക്കൂ" ആർട്ഗ്നൻ പറഞ്ഞു. "ഈ കാണുന്നതൊന്നും മോസ്ക്യൂട്ടൻ തയാറാക്കിയിട്ടുള്ളതല്ല."

"ഞാൻ എന്റെ ആരോഗ്യം ഒന്നു വീണ്ടെടുക്കാൻ നോക്കുകയാണ്." പോർത്തോസ് പറഞ്ഞു. "കാലിന്റെ മുട്ടു ചതയുക എന്നുപറഞ്ഞാൽ അതിനെക്കാൾ മനുഷ്യനെ ക്ഷീണിപ്പിക്കുന്ന മറ്റൊന്നില്ല. എന്നെങ്കിലും തന്റെ കാൽമുട്ടു പൊട്ടിയിട്ടുണ്ടോ, ആതോസ്?"

"ഒരിക്കലുമില്ല" ആതോസ് പറഞ്ഞു. "പക്ഷേ റൂഫെറോയിൽവച്ച് ഞാൻ മുറിവേറ്റതിന്റെ ഒരാഴ്ചയ്ക്കുശേഷം നിങ്ങൾ പറഞ്ഞരീതിയിലുള്ള ഒരു വിഷമം എനിക്കുണ്ടായതായി ഞാൻ ഓർക്കുന്നു."

"ഈ മേശപ്പുറത്തിരിക്കുന്ന ഭക്ഷണം മുഴുവനും നിങ്ങൾക്കു മാത്രമായിട്ടുള്ളതല്ലല്ലോ" ആറമീസ് അയാളോടു ചോദിച്ചു.

"ഇവിടെയടുത്തു താമസിക്കുന്ന ചില മാന്യരെ ഞാൻ പ്രതീക്ഷിക്കുന്നുണ്ട്. പക്ഷേ അവർ വരത്തില്ലെന്ന വിവരം ഇപ്പോഴാണറിയിച്ചത്. നിങ്ങൾ അവർക്കു പകരമായിക്കോട്ടെ. ആ മാറ്റത്തിൽ എനിക്കു സന്തോഷമേയുള്ളൂ" തുടർന്ന് പോർത്തോസ് വേലക്കാരനോടു പറഞ്ഞു. "മോസ്ക്യൂട്ടെൻ! മൂന്നു കസേര കൂട്ടി കൊണ്ടുവരൂ; കുറേ വീഞ്ഞുകൂടിയാവട്ടെ."

പത്തുമിനിറ്റു കഴിഞ്ഞപ്പോൾ അവർ ഭക്ഷണം കഴിച്ചുതുടങ്ങി.

"നിങ്ങൾക്കറിയാമോ നാം എന്താണ് കഴിക്കുന്നതെന്ന്?" ആതോസ് കൂട്ടുകാരോടായി ചോദിച്ചു.

"എനിക്കറിയാം ഞാനെന്താണ് കഴിക്കുന്നതെന്ന്" ആർട്ഗ്നൻ പറഞ്ഞു. "ഇതു പന്നിയിറച്ചിയാണ്."

"ഞാൻ ആട്ടിറച്ചിയാണ് കഴിക്കുന്നത്" പോർത്തോസ് പറഞ്ഞു.

"ഞാൻ കോഴിയിറച്ചിയാണ് കഴിക്കുന്നത്" ആറമീസ് പറഞ്ഞു.

"മാന്യസുഹൃത്തുക്കളേ, നിങ്ങൾ പറഞ്ഞതൊക്കെ തെറ്റാണ്" ആതോസ് പറഞ്ഞു. "നിങ്ങൾ കഴിക്കുന്നത് കുതിരയെയാണ്."

"കളിയാക്കാതിരിക്കൂ ആതോസ്!" ആർട്ഗ്നൻ പറഞ്ഞു.

"അതെ കുതിരയാണ്" ആതോസ് തറപ്പിച്ചു പറഞ്ഞു.

പോർത്തോസ് മറുപടിയൊന്നും പറയാതിരുന്നു.

"അതെ. ഇതു കുതിരയിറച്ചിയാണ്" ആതോസ് പറഞ്ഞു. "തുടർന്ന് അയാൾ പോർത്തോസിനോടു ചോദിച്ചു. "അല്ലേ സുഹൃത്തേ. അതിന്റെ ജീനികൂടി നാം തിന്നുന്നുണ്ടാകും."

"ഇല്ല. ജീനിയെ ഞാൻ മാറ്റി വച്ചിട്ടുണ്ട്" പോർത്തോസ് പറഞ്ഞു.

"നാം എല്ലാവരും പറ്റിക്കപ്പെട്ടിരിക്കുകയാണല്ലോ" ആറമീസ് പറഞ്ഞു. "ഇത് മുൻകൂട്ടി തീരുമാനിച്ചതുപോലെ തോന്നുന്നു."

"ഞാൻ അതല്ലാതെ പിന്നെന്തുചെയ്യണമായിരുന്നു?" പോർത്തോസ് പറഞ്ഞു. "ആ കുതിര സന്ദർശകർക്ക് നാണക്കേടുണ്ടാക്കി. എനിക്കവരെ വിഷമിപ്പിക്കണമെന്നുണ്ടായിരുന്നില്ല."

"നിങ്ങളുടെ പ്രഭ്വി ഇപ്പോൾ നാട്ടിലൊന്നുമില്ലേ" ആർട്ഗ്നൻ ചോദിച്ചു.

"അവൾ അവിടെത്തന്നെയുണ്ട്. ഞാനിന്ന് ഭക്ഷണത്തിന് പ്രതീക്ഷിച്ചിരുന്ന ഒരാൾ പ്രവിശ്യയിലെ ഗവർണറാണ്. അദ്ദേഹത്തിന് ആ കുതിരയെ വേണമെന്നു നിർബന്ധമായിരുന്നു."

"അദ്ദേഹത്തിനു കൊടുത്തോ?"

"അതെ എന്നു പറയുന്നതായിരിക്കും ശരി. ആ കുതിരക്ക് ഒരു നൂറ്റിയമ്പതു ലൂയിസ് വിലയുണ്ടാകും. പക്ഷേ, ആ പിശുക്കൻ എൺപതിലധികം ലൂയിസ് പണം അതിനു തരികയില്ലായെന്നു പറഞ്ഞു."

"ജീനിയില്ലാതെയായിരുന്നോ?" ആറമീസ് ചോദിച്ചു.

"അതെ ജീനിയില്ലാതെ തന്നെ."

"മാന്യരേ ഞാനൊരു കാര്യം സൂചിപ്പിച്ചോട്ടെ" ആതോസ് പറഞ്ഞു. "നല്ല കച്ചവടവും വിലപേശലും നമ്മെക്കാൾ കൂടുതൽ പോർത്തോസി

നാണ്."

പോർത്തോസ് നിശ്ശബ്ദനായിരുന്നു. മറ്റുള്ളവർക്ക് ചിരിയാണ് വന്നത്. അവർ ചിരിയുടെ കാര്യം പറഞ്ഞപ്പോഴാണ് അയാൾ ചിരിച്ചു തുടങ്ങിയത്. വെറും ചിരിയല്ല; പൊട്ടിച്ചിരി.

"അങ്ങനെ നമ്മളെല്ലാവരും പണക്കാരാണ്" ആർട്ഗ്നൻ പറഞ്ഞു.

"ഞാൻ പണക്കാരനല്ലേ" ആതോസ് പറഞ്ഞു. "ആറമീസിന്റെ ആ സ്പാനിഷ് വീഞ്ഞ് എനിക്ക് രുചികരമായിത്തോന്നി. അറുപതു കുപ്പി ഞാൻ വണ്ടിയിൽക്കയറ്റി വെച്ചു. അങ്ങനെ എന്റെ കൈയിലെ പണം ഒരുപാട് നഷ്ടമായി."

"എനിക്കുള്ളതെല്ലാം ഞാനും ശരിയാക്കി" ആറമീസ് പറഞ്ഞു. "അവസാനത്തെ ചില്ലിക്കാശുപോലും പള്ളിക്കും പാതിരിക്കുമായി കൊടുത്തു. ഏറ്റിരുന്ന മറ്റുപല കാര്യങ്ങളും എനിക്കു ചെയ്യേണ്ടി വന്നു. നിങ്ങൾക്കും എനിക്കുമായി പൂജ നടത്താനായി പണം ചെലവാക്കി; എന്തായാലും അതുകൊണ്ട് നമുക്കു ഗുണമേയുള്ളൂ."

"എന്റെ മുട്ടു തകർന്നതിന് എനിക്കൊന്നും ചെലവായില്ലെന്നാണോ നിങ്ങൾ പറയുന്നത്?" പോർത്തോസ് ചോദിച്ചു. "പിന്നെ മോസ്ക്യൂട്ടനു പറ്റിയ മുറിവ്. ദിവസം രണ്ടുപ്രാവശ്യം വന്നാണ് ഡോക്ടർ അവനെ ചികിത്സിച്ചത്; മാത്രമല്ല സാധാരണ ഫീസിന്റെ ഇരട്ടിയാണ് ഡോക്ടറിനു കൊടുക്കേണ്ടിയും വന്നത്."

"എന്തായാലും നിങ്ങൾ അലിവുള്ളയാൾ തന്നെയാണ്" ആർട്ഗ്നനെയും ആറമീസിനെയും നോക്കിച്ചിരിച്ചുകൊണ്ട് ആതോസ് പറഞ്ഞു. "നിങ്ങൾ നല്ല യജമാനൻ തന്നെയാണ്."

"എന്റെ ചെലവെല്ലാം കഴിഞ്ഞപ്പോൾ വെറും മുപ്പതു തുട്ടു പണമാണ് മിച്ചം വന്നത്" പോർത്തോസ് തുടർന്നു പറഞ്ഞു.

"എനിക്ക് ഏകദേശം പത്തു പിസ്റ്റൽസ് മിച്ചം വരും" ആറമീസ് പറഞ്ഞു.

"ആർട്ഗ്നൻ, നിങ്ങൾക്കെത്ര പണമാണ് മിച്ചമുള്ളത്?" ആതോസ് ചോദിച്ചു.

"ആദ്യം നിങ്ങൾക്കു അമ്പതു പിസ്റ്റൽസു തന്നു."

"എനിക്കോ?"

"എനിക്കോർമയുണ്ട്."

"ശരിയാ. എനിക്കിപ്പോൾ ഓർമയുണ്ട്."

"പിന്നെ സത്രയുടമയ്ക്ക് ആറ് പിസ്റ്റൽസു കൊടുത്തു."

"ആ കള്ളന് അത്രയും കൊടുക്കരുതായിരുന്നു."

"അത്രയും കൊടുക്കാൻ നിങ്ങളാണല്ലോ എന്നോടു പറഞ്ഞത്."

"അതു ശരിയാണല്ലോ. ഞാൻ വലിയ ദയാലുവായിപ്പോയി. ഇനി നിങ്ങളുടെ ചെലവുകൾ ഈവിധം വിശദീകരിക്കട്ടെ. എത്ര ബാക്കിയുണ്ടെന്നുമാത്രം പറഞ്ഞാൽ മതി."

"ഇരുപത്തിയഞ്ചു പിസ്റ്റൽസുകൾ."

തന്റെ പോക്കറ്റിൽനിന്നും കുറച്ചു ചില്ലറവാരിയെടുത്തുകൊണ്ട് ആതോസ് പറഞ്ഞു. "എനിക്കുള്ള....."

"അത്രയേയുള്ളൂ" ആർട്ഗ്നൻ ചോദിച്ചു.

"അതെ. വളരെ കുറച്ചേയുള്ളൂ..... ഇനി നമുക്ക് എല്ലാവർക്കും കൂടി എത്ര മിച്ചമുണ്ടെന്നു നോക്കാം; പോർത്തോസിനെത്രയെന്നാണ് പറഞ്ഞത്?"

"മുപ്പതു തുട്ടുകൾ."

"ആറമീസിനോ?"

"പത്തു പിസ്റ്റൽസുകൾ!"

"ആർട്ഗ്നനോ?"

"ഇരുപത്തിയഞ്ച്."

"അപ്പോൾ എല്ലാംകൂടി കൂട്ടിയാൽ എത്ര കിട്ടും?" ആതോസ് ചോദിച്ചു.

"നാനൂറ്റിയെഴുപത്തിയഞ്ച് ലിവറിസ് പണം കിട്ടും" പെട്ടെന്ന് കണക്കുകൂട്ടിയശേഷം ആർട്ഗ്നൻ പറഞ്ഞു.

"നമ്മൾ ഇനി പാരീസിൽ മടങ്ങിച്ചെല്ലുമ്പോൾ?" പോർത്തോസ് പറഞ്ഞു. "കുറേ മിച്ചമുണ്ടാകും. ഒപ്പം ജീനുകളും."

"പക്ഷേ യുദ്ധത്തിനു നമുക്ക് കുതിരകൾ വേണ്ടതല്ലേ?" ആറമീസ് പറഞ്ഞു.

"നമ്മുടെ വേലക്കാരുടെ നാലെണ്ണത്തിനെയും വിറ്റു നമുക്ക് നല്ല രണ്ടെണ്ണത്തെ വാങ്ങാം. അതു തുടർന്ന് നമുക്ക് നറുക്കിട്ടെടുക്കാം." ആതോസാണിതു പറഞ്ഞത്. തുടർന്ന് അയാൾ പറഞ്ഞു: "ആ നാനൂറു ലിവറിയിൽ പകുതി കുതിരയില്ലാത്ത ഒരാളിനു കൊടുക്കാം. നമ്മുടെ പോക്കറ്റിൽക്കിടക്കുന്ന ചില്ലറത്തുട്ടുകൾ ആർട്ഗ്നനു നൽകാം. ചൂതുകളിയിൽ ഭാഗ്യവാനല്ലേ ആർട്ഗ്നൻ. ഇനിക്കാണുന്ന ആദ്യത്തെ സ്ഥലത്തുതന്നെ അയാൾ കളിക്കട്ടെ. ഇങ്ങനെയാണ് നമ്മുടെ പദ്ധതി. എന്താ?"

"ശരി. ഭക്ഷണം തണുക്കുന്നതിനുമുമ്പ് നമുക്കത് ആദ്യം കഴിക്കാം" പോർത്തോസ് പറഞ്ഞു.

ഭാവിയെക്കുറിച്ചുള്ള ആകുലതകൾ മാറിയപ്പോൾ നാലുപേരും സന്തോഷപൂർവം ഭക്ഷണം കഴിച്ചു. ബാക്കിയുള്ളവ വേലക്കാർക്കും നൽകി.

അവർ പാരീസിൽ വേഗം മടങ്ങിയെത്തി.

അവിടെ ചെല്ലുമ്പോൾ ട്രിവീലിയിൽനിന്നും ആർട്ഗ്നന് ഒരു കത്തു കിട്ടി. മെയ് ഒന്നാം തീയതിതന്നെ യുദ്ധം തുടങ്ങാൻ രാജാവു തീരുമാനിച്ചിട്ടുണ്ടെന്നും എല്ലാ ക്രമീകരണങ്ങളോടും തയാറാകണമെന്നുമായിരുന്നു കത്തിന്റെ ഉള്ളടക്കം.

സുഹൃത്തുക്കൾ അരമണിക്കൂർ മുമ്പാണ് പിരിഞ്ഞത്. ആർട്ഗ്നൻ അവരെ കണ്ടുപിടിക്കാൻ കത്തുമായി ഓടി. അവർ ആതോസിന്റെ മുറിയിൽ ഉണ്ടായിരുന്നു. എന്തോ ഗൗരവമായ കാര്യത്തിനായി അവർ അവിടെ

കൂടിയതായിരുന്നെന്ന് ആർട്ഗ്നനു മനസിലായി.

എല്ലാവർക്കും യുദ്ധത്തിന്റെ വിവരം ട്രിവീലി നൽകിയിരുന്നു.

"ആയുധങ്ങൾ വാങ്ങാനും സജ്ജീകരിക്കുവാനുമായി നമുക്കു എത്ര തുകയാകും?" ആർട്ഗ്നൻ ചോദിച്ചു.

"ഞാൻ ഒക്കെ കൂട്ടിനോക്കി. ഓരോരുത്തർക്ക് ആയിരത്തിയഞ്ഞൂറു ലിവറീസെങ്കിലും കുറഞ്ഞതു വേണ്ടിവരും" ആറമീസ് പറഞ്ഞു.

"പതിനഞ്ചിന്റെ നാലുമടങ്ങ് അറുപത്; ആറായിരം ലിവറീസ്." ആതോസ് പറഞ്ഞു.

"ആയിരത്തിയഞ്ഞൂറ് ലിവറികൊണ്ടൊന്നും തികയുമെന്ന് എനിക്കു തോന്നുന്നില്ല" ആർട്ഗ്നൻ പറഞ്ഞു. "അങ്ങേയറ്റം നൂറു ലിവറിയേ നമുക്ക് ഉണ്ടാക്കാൻ പറ്റുകയുള്ളൂയെന്നാണ് തോന്നുന്നത്."

"എനിക്കൊരു ആശയം തോന്നുന്നു" പോർത്തോസ് പെട്ടെന്നു പറഞ്ഞു.

"അതു മണ്ടൻ ആശയമായിരിക്കും" ആതോസ് പറഞ്ഞു. "എനിക്ക് ഒരു ആശയവും തോന്നുന്നില്ല. പടയാളിയാകാനുള്ള ആവേശംകൊണ്ട് ആർട്ഗ്നനു വട്ടായിയെന്നാണ് തോന്നുന്നത്. രണ്ടായിരം ലിവറീസെങ്കിലും കിട്ടാതെ എനിക്കൊന്നും ചെയ്യാനാവില്ല."

"എന്നാൽ നമുക്ക് ആ തുക തന്നെ നിശ്ചയിക്കാം" ആറമീസ് പറഞ്ഞു. "നമുക്ക് നാലുപേർക്കുമായി ആയുധം വാങ്ങാനായിട്ട് എണ്ണായിരം ലിവറീസ്. ജീനികൾ കൈവശമുണ്ടല്ലോ."

ട്രിവീലിയുടെ അരികിലേക്കു പോകാനായി ആർട്ഗ്നൻ അപ്പോൾ ത്തന്നെ അവിടംവിട്ടു. അവൻ മുറിയിൽനിന്നിറങ്ങിയ ഉടനെ ആതോസ് വാതിലടച്ചു. തുടർന്ന് അയാൾ മറ്റുള്ളവരോടായി പറഞ്ഞു. "നമുക്ക് വേറെയും ജീനികൾ വേണം. ആർട്ഗ്നൻ അണിഞ്ഞിരിക്കുന്ന മാതിരി വൈര്യമോതിരവും വേണം. നമ്മെ ഒരിക്കലും ദാരിദ്ര്യത്തിലിടാൻ ആർട്ഗ്നൻ ശ്രമിക്കുകയേ ഇല്ല; നല്ല സുഹൃത്തല്ലേ അയാൾ."

29

ആയുധങ്ങൾക്കുള്ള അന്വേഷണം

ഒരു ഭടൻ എന്ന നിലയിൽ ആർട്ഗ്നന് താരതമ്യേന കുറഞ്ഞ ചെലവിലെ ആയുധങ്ങളേ വേണ്ടതുള്ളൂ. എന്നാൽ മറ്റു പടയാളികൾക്കാകട്ടെ അതിനു നല്ലൊരു തുകതന്നെ വേണ്ടിവരും. എങ്കിലും യുദ്ധത്തിനിറങ്ങുമ്പോൾ അസലായിട്ടുനിൽക്കേണ്ട പൊങ്ങച്ച ചിന്ത അവനുണ്ടായി. ഇടയ്ക്കിടെ മാഡം ബോണസ്യൂവിനെക്കുറിച്ചും അവനോർത്തു. അവളെക്കുറിച്ച് നടത്തിയ ശ്രമങ്ങൾ ഒന്നും ഉപയോഗപ്രദമായില്ല. ട്രിവീലി അക്കാര്യം രാജ്ഞിയോടു പറഞ്ഞപ്പോൾ, അതിനെക്കുറിച്ച് അന്വേഷണം നടത്താമെന്ന് അവർ ഏൽക്കുകയും ചെയ്തു. പക്ഷേ അവരുടെ മറുപടി വെറും പാഴ്മറുപടിയായിരുന്നെന്ന് ആർട്ഗ്നനു മനസിലായി.

ആതോസ് വീട്ടിൽനിന്നും പുറത്തിറങ്ങിയതേയില്ല. ആയുധങ്ങൾ അടിപ്പിക്കുന്ന കാര്യത്തിൽ ചെറുവിരൽപോലും അനക്കുകയില്ലെന്ന് അയാൾ തീരുമാനിച്ചിരുന്നു.

"നമുക്കിനി രണ്ടാഴ്ചയുണ്ട്" അയാൾ സുഹൃത്തുക്കളോടായി പറഞ്ഞു. "ഈ സമയത്തിനുള്ളിൽ ഞാൻ ഒന്നും അടുപ്പിച്ചില്ലെങ്കിൽ പരിഹാരത്തിന് ഒരു പോംവഴിയേ എനിക്കുള്ളൂ. ആത്മഹത്യ മതവിശ്വാസം വിലക്കിയിരിക്കുന്നതിനാൽ, ഞാനൊരു പണി ചെയ്യും. കർദിനാളിന്റെ ഏറ്റവും പ്രധാനപ്പെട്ട അഞ്ചു ഭടന്മാരോട് അല്ലെങ്കിൽ ഒരു എട്ട് ഇംഗ്ലീഷുകാരോടു ഞാൻ ലഹളയ്ക്കിറങ്ങും. തുടർന്ന് അവരിലൊരുത്തൻ എന്നെ കൊല്ലുന്നതുവരെ ഞാൻ യുദ്ധം ചെയ്യും. അത്രയുംപേർ എന്റെ എതിരാളികളാകുമ്പോൾ അതിനുള്ള സാധ്യതയേയുള്ളൂ. അപ്പോൾ ആളുകൾ പറയും ഞാൻ അധികാരിയുടെ സേവനത്തിൽ മരിച്ചെന്ന്. ആയുധങ്ങളൊന്നും ഉപയോഗിക്കാതെതന്നെ എന്റെ ജോലി ഞാൻ

ചെയ്തു തീർത്തിരിക്കും."

"ഞാൻ എന്റെ ആശയങ്ങൾ നടത്തും" പോർത്തോസ് പറഞ്ഞു. കൈകൾ പുറകിൽകെട്ടിക്കൊണ്ട് അയാൾ അങ്ങോട്ടുമിങ്ങോട്ടും നടന്നു.

വളരെ വിഷാദത്തിലിരുന്നതിനാൽ ആറമീസ് ഒന്നും പറഞ്ഞില്ല.

ചുരുക്കത്തിൽ വളരെ നിരാശ നിറഞ്ഞ അന്തരീക്ഷമാണ് അവരുടെ ഇടയിൽ വ്യാപിച്ചിരുന്നതെന്നർഥം.

യജമാനന്മാരുടെ അസ്വസ്ഥതയെ വേലക്കാരും പങ്കുവച്ചു. മോസ്ക്യൂട്ടൻ അപ്പക്കഷണങ്ങൾ ശേഖരിച്ചു തുടങ്ങി. മതപരമായ കാര്യങ്ങളിൽ പൊതുവെ താൽപ്പര്യക്കാരനായിരുന്ന ബാസിൻ മുഴുവൻ സമയവും പള്ളിയിൽത്തന്നെ ചെലവഴിച്ചു. പ്ലാഞ്ചെറ്റ് തട്ടിൻപുറത്ത് ഇമയനക്കാതെ നോക്കിക്കിടന്നു. ഗ്രിമൗഡ് ആവശ്യത്തിനുമാത്രം സംസാരിച്ച് യജമാനനു മുമ്പിൽ വിധേയത്വത്തോടെ കഴിഞ്ഞു. ഇടയ്ക്കിടയ്ക്ക് അയാൾ നെടുവീർപ്പിട്ടു നീങ്ങി. അതുകണ്ടാൽ ഏതു കല്ലൻഹൃദയവും അലിഞ്ഞു തീരും.

ആതോസ് ആയുധങ്ങൾ സംഘടിപ്പിക്കുന്ന കാരത്തിൽ യാതൊരു ശ്രമവും നടത്താതെ നീങ്ങിയപ്പോൾ, ബാക്കി മൂന്നുപേരും അഹോരാത്രം അതിനുവേണ്ടി പരിശ്രമം നടത്തിക്കൊണ്ടിരുന്നു. അവർ തെരുവുകൾ തോറും അലഞ്ഞു. വല്ല യാത്രക്കാരിൽനിന്നും വീണുപോയ പെഴ്സ് കിട്ടുമെന്ന പ്രതീക്ഷയോടെ. വേട്ടനായ്ക്കൾ തങ്ങളുടെ ഇരയ്ക്കുവേണ്ടി മണത്തുനടക്കുന്നതുപോലെ അവർ നടന്നു. പരസ്പരം കണ്ടുമുട്ടുമ്പോൾ അവർ നിശ്ശബ്ദതയിൽ മാത്രം നോക്കി. "നിങ്ങൾ വല്ലതും കണ്ടുപിടിച്ചോ?" എന്നതായിരുന്നു അവരുടെ മൗനത്തിന്റെ ചോദ്യം."

പോർത്തോസ് ആദ്യം ഒരു വഴി കണ്ടുപിടിച്ചു. അതു നടപ്പിൽ വരുത്താനും അയാൾ തീരുമാനിച്ചു. പെട്ടെന്ന് പരാജയം സമ്മതിക്കുന്ന ഒരാളല്ല യഥാർഥത്തിൽ അയാൾ. ഒരുദിവസം അയാൾ സെന്റ് ല്യൂ ദേവാലയ നടയിലൂടെ നടന്നുപോകുന്നത് ആർട്ഗ്നൻ കണ്ടു. ജിജ്ഞാസയോടെ അവൻ അയാളുടെ പുറകേ രഹസ്യമായി നടന്നു. പള്ളിയിലേക്കു കയറുന്നതിനുമുമ്പ് അയാൾ മീശപിരിക്കുന്നതും താടിപിടിക്കുന്നതും ആർട്ഗ്നൻ കണ്ടു. അതൊരു വിജയസൂചനയായിട്ടാണ് അവനു തോന്നിയത്. ആർട്ഗ്നൻ അയാളുടെ പിന്നാലെ ദേവാലയത്തിൽ കയറി. അയാൾ കാണാതെ തന്നെ അവൻ ഒളിച്ചുനിൽക്കാൻ ശ്രമിച്ചു; എതിർവശത്തെ ഒരു തൂണിൽ ചാരിനിന്നുകൊണ്ട്.

ആളുകളെക്കൊണ്ട് പള്ളി നിറഞ്ഞിരുന്നു. മതപ്രസംഗം നടക്കുന്ന സമയമായിരുന്നു. പോർത്തോസ് അവിടെയുണ്ടായിരുന്ന പെണ്ണുങ്ങളെ ഇടക്കണ്ണിട്ടു നോക്കാൻ തുടങ്ങി. മോസ്ക്യൂട്ടന്റെ സഹായത്തോടെ നന്നായി വേഷമിട്ടാണ് അയാൾ അന്നു വന്നിരുന്നത്. സാമ്പത്തികശേഷിക്കുറവ് വേഷം കാണിക്കുകയില്ലല്ലോ.

അയാളുടെ തൊപ്പി അൽപ്പം പഴകിയതായിരുന്നു. ഉടുപ്പിന്റെ കോളറിനും തുന്നൽപ്പണിയിലും മറ്റും സ്വർണപ്പകിട്ടും കുറവായിരുന്നു. പക്ഷേ

പള്ളിക്കുള്ളിലെ മങ്ങിയ വെളിച്ചത്തിൽ ആരാണ് ഇതൊക്കെ ശ്രദ്ധിക്കുന്നത്. അന്തസും യോഗ്യതയുമുള്ള സുന്ദരനെപ്പോലെ ആതോസ് തൂണും ചാരിനിന്നു.

ഒരു മധ്യവയസ്കയായ ഒരു സ്ത്രീ കറുത്ത തൊപ്പിയും ധരിച്ചു കൊണ്ടിരിക്കുന്നത് ആതോസ് ശ്രദ്ധിച്ചു. ആതോസ് ചാരിനിന്നിരുന്ന തൂണിനെതിർവശത്തായി അടുത്തായിട്ടാണ് ആ സ്ത്രീ ഇരുന്നത്. ശരീരത്തിൽ ചുളിവുകൾ വീണുതുടങ്ങിയ ഒരു മെലിഞ്ഞ സ്ത്രീയായിരുന്നു അവർ. പൂജയിൽ പങ്കെടുക്കാനിരിക്കുന്ന മറ്റു സ്ത്രീകളെയും ഈ സ്ത്രീയെയും അയാൾ മാറിമാറി നോക്കി.

ആ സ്ത്രീയും അയാളെക്കണ്ടു. അവൾ ഇടയ്ക്കിടയ്ക്ക് അയാളെ നോക്കി. അവൾ ഓരോ പ്രാവശ്യവും അയാളെ നോക്കിയപ്പോൾ അയാൾ തന്റെ ശ്രദ്ധ കൂടുതൽ തവണ മറ്റു സ്ത്രീകളിലേക്കു വിട്ടു. അയാളുടെ ആ നോട്ടം അവളെ അലോസരപ്പെടുത്തിയെന്നു തോന്നുന്നു. അവൾ ചുണ്ടുകടിക്കുകയും മൂക്കുവികസിപ്പിക്കുകയും ചെയ്തു.

അവളുടെ പ്രതികരണം ഈവിധം കണ്ടപ്പോൾ ആതോസ് തന്റെ മീശ ചുരുട്ടുകയും താടി തടവിയൊതുക്കുകയും ചെയ്തു. തുടർന്ന് അയാൾ ആ സ്ത്രീയുടെ അരികിലിരുന്ന മറ്റൊരു സുന്ദരിയെ നോക്കാൻ തുടങ്ങി. അവൾ സുന്ദരിയെന്നുമാത്രമല്ല, ഏതോ ഒരു ഉയർന്ന പദവിയുള്ള സ്ത്രീയുമാണെന്ന് അയാൾക്കു തോന്നി. കാരണം ഒരു നീഗ്രോ ബാലൻ കൊണ്ടുവന്ന ചുവന്ന കുഷ്യനിലാണ് അവൾ മുട്ടുകുത്തിയിരുന്നത്. ആ ബാലന്റെയരികിൽ ഒരു വേലക്കാരിപ്പെണ്ണും നിൽക്കുന്നു. അവൾ ആ സുന്ദരിക്കായി അലങ്കൃതമായ പ്രാർഥനാപുസ്തകം പിടിച്ചിരുന്നു.

കറുത്ത തൊപ്പി ധരിച്ചിരുന്ന ആ സ്ത്രീ ആതോസിന്റെ നോട്ടം മുഴുവൻ ശ്രദ്ധിച്ചുകൊണ്ടിരുന്നു. അയാളുടെ ശ്രദ്ധ മുഴുവനും ചുവന്ന കുഷ്യനിലിരിക്കുന്ന സ്ത്രീയിലും സമീപത്തുനിൽക്കുന്ന നീഗ്രോബാലനിലും വേലക്കാരിയിലുമാണെന്ന് അവൾ മനസിലാക്കി.

കറുത്ത തൊപ്പിധരിച്ച ആ ആദ്യ സ്ത്രീക്ക് അയാളുടെ ഈ പുതിയ നോട്ടം കണ്ടത് അത്ര പിടിച്ചില്ലതന്നെ. അവൾ പെട്ടെന്ന് നെഞ്ചത്തടിച്ചു കൊണ്ട് നിലവിളിക്കാൻ തുടങ്ങി. വേദനയിൽ പുളയുന്ന ഒരു ജീവിയെപ്പോലെ. പള്ളിക്കകത്തിരുന്ന എല്ലാപേരും നിലവിളിക്കുന്ന സ്ത്രീയെ തിരിഞ്ഞുനോക്കി. പക്ഷേ പോർത്തോസ് മാത്രം അവളെ നോക്കിയില്ല. ഞാനൊന്നുമറിഞ്ഞില്ലേയെന്ന മട്ടിൽ ഒന്നും കേൾക്കാത്തമട്ടിൽ അയാൾ നിന്നു.

ചുവന്ന കുഷ്യനിലിരുന്ന സുന്ദരി സ്ത്രീക്ക് കരയുന്ന സ്ത്രീയോടു വല്ലാത്ത ശത്രുത തോന്നി. തന്റെ ദുഷ്ടശത്രുവായ അടയാളക്കാരൻ മനുഷ്യൻ 'മിലാഡി'യെന്നു വിളിച്ച മീയുങ്ങിലെ സ്ത്രീയാണവളെന്ന് പെട്ടെന്നുതന്നെ ആർട്ഗ്നനു തോന്നി.

ആ സ്ത്രീ തന്റെ കണ്ണിൽനിന്നും മറയാത്ത രീതിയിൽത്തന്നെ

നിന്നുകൊണ്ട് ആർട്ഗ്നൻ തന്റെ സുഹൃത്തിന്റെ പ്രവൃത്തികൾ രസത്തോടെ നോക്കിനിന്നു. ആ കറുത്ത തൊപ്പി ധരിച്ച സ്ത്രീ റൂ ആക്സിലിൽ താമസിച്ച മാഡം കോകിനാർഡാണെന്ന് അവൻ കരുതി; ആ തെരുവിനടുത്താണ് ആ പള്ളിയിരിക്കുന്നതും. ചാന്റിലിയിലായിരുന്നപ്പോൾ അവൾ പണം എത്തിക്കാതിരുന്നതിനുള്ള പ്രതികാരംചെയ്യുകയായിരിക്കണം അയാളെന്ന് അവൻ കരുതി. പോർത്തോസിന്റെ ആ കള്ള ലക്ഷണത്തിനെതിരെ അവിടെയുള്ള ഒരു സ്ത്രീപോലും പ്രതികരിക്കുന്നില്ലെന്നും ആർട്ഗ്നൻ കണ്ടു.

മതപ്രസംഗം കഴിഞ്ഞപ്പോൾ അവൾ എഴുന്നേറ്റു. പുണ്യവെള്ളം വച്ചിരിക്കുന്ന പാത്രത്തിനരികിലേക്ക് അവൾ നടന്നു. പോർത്തോസ് ആദ്യമേ അങ്ങോട്ടുചെന്നു. അവൾ വെള്ളം തൊടാൻ കൈ നീട്ടിയപ്പോൾ അയാളും അതുതന്നെ ചെയ്തു. അയാൾ കൈമുഴുവൻ വെള്ളത്തിൽ മുക്കി. തന്നോട് ഇഷ്ടം കാണിച്ചതാണെന്നു കരുതിയ അവൾ അയാളെ നോക്കി പുഞ്ചിരിച്ചു. പെട്ടെന്നാണ് അവൾ വഞ്ചിക്കപ്പെട്ടത്. അവളിൽനിന്നും മൂന്നടി മാറിയ അയാൾ രണ്ടാമത്തെ ആ സുന്ദരിയെത്തന്നെ നോക്കാൻ തുടങ്ങി. അവൾ ആ വേലക്കാരിയോടും ആ നീഗ്രോബാലനോടുമൊപ്പം ഒരുമിച്ച് നടന്നു വരികയായിരുന്നു.

അവൾ അടുത്തെത്തിയപ്പോൾ, പുണ്യവെള്ളം പുരണ്ടിരിക്കുന്ന തന്റെ കൈ ഒന്നുയർത്തി. അവൾ തന്റെ മൃദുവായ കൈകൾകൊണ്ട് അതിനെ ഒന്നുതൊട്ടുവണങ്ങി. തുടർന്ന് അവൾ പള്ളിയിൽനിന്നും പോകുകയും ചെയ്തു.

മാഡം കോകിനാർഡിന് അസ്വസ്ഥതയാണുണ്ടായത്. പോർത്തോസും തന്റെ എതിരാളിയും തമ്മിൽ എന്തോയൊരു രഹസ്യധാരണയിൽ ഇതിനകം എത്തിക്കഴിഞ്ഞുയെന്ന് അവൾക്കു തോന്നി. വേറെയാരെങ്കിലുമായിരുന്നെങ്കിൽ ഈ സാഹചര്യത്തിൽ ബോധം കെട്ടുവീണേനെ; അവൾ ഒരു വക്കീലിന്റെ ഭാര്യയായതുകൊണ്ടു കൊള്ളാം.

“കൊള്ളാം, മോൺസ്യൂർ പോർത്തോസ്, എനിക്കും നീ പുണ്യജലം തരില്ലേ?” അരിശപ്പെട്ടുകൊണ്ട് മാഡം കോകിനാർഡ് ചോദിച്ചു.

ഒരുനിമിഷം വേറെയേതോ ചിന്തയിലാണ്ടിരുന്ന പോർത്തോസ് പെട്ടെന്ന് ഒന്നു ഞെട്ടിത്തിരിഞ്ഞു നോക്കി.

“മാഡം!” അയാൾ പറഞ്ഞു. “നിങ്ങൾ ഇവിടെയുണ്ടായിരുന്നത് ഞാൻ അറിഞ്ഞിരുന്നില്ല. നിങ്ങളുടെ ഭർത്താവിനു സുഖമാണോ? ഇപ്പോഴും അയാൾ പിശുക്കനാണോ. ഈ രണ്ടു മണിക്കൂർ നീണ്ട മതപ്രസംഗവേളയിൽ എനിക്ക് നിങ്ങളെ കാണാനേ പറ്റിയില്ലല്ലോ....”

“ഞാൻ നിങ്ങളുടെ അരികിൽത്തന്നെ ഉണ്ടായിരുന്നേ; ഏതാനും അടി ദൂരത്തിൽ” അവൾ പറഞ്ഞു. “നിങ്ങൾ എന്നെക്കാണാത്തതിനു കാരണമുണ്ട്. നിങ്ങൾ ഇത്രയും നേരം മറ്റൊരു സ്ത്രീയെയല്ലേ നോക്കിക്കൊണ്ടിരുന്നത്.”

പോർത്തോസ് വല്ലാതെ പരുങ്ങി.

"അപ്പോൾ നിങ്ങളതു ശ്രദ്ധിച്ചോ....."

"അതെന്താ.... ഞാൻ അന്ധയൊന്നുമല്ലല്ലോ."

"അത് എന്റെ ഒരു സ്നേഹിതയാണ്" പോർത്തോസ് ശാന്തനായി പറഞ്ഞു. "ഒരു പ്രഭി. വളരെ അസൂയക്കാരനായ ഭർത്താവിനെ വെട്ടിച്ച് എന്നെക്കാണുന്നതിനുവേണ്ടിയാണ് ഇത്രയും ദൂരം പിന്നിട്ട് ഈ പള്ളിയിൽപ്പോലും അവൾ വന്നത്."

"പോർത്തോസ്" മാഡം കോക്വിനാർഡ് പറഞ്ഞു. "എന്നോടൊപ്പം കുറച്ചുദൂരം നടക്കാമോ? എനിക്കു കുറച്ചു കാര്യങ്ങൾ പറയാനുണ്ട്."

"അതിനെന്താ വരാമല്ലോ" പോർത്തോസ് പറഞ്ഞു.

പോർത്തോസ് ഉള്ളിൽ ചിരിച്ചു. സംശയിക്കാത്ത ഒരു എതിരാളിയോടു ഏറ്റുമുട്ടുമ്പോൾ പ്രയോഗിക്കാൻ പോകുന്ന സൂത്രത്തെക്കുറിച്ചോർത്തു ചിരിക്കുന്ന ഒരു ചൂതുകളിക്കാരനെപ്പോലെ.

അപ്പോഴേക്കും ആർട്ഗ്നൻ ഒളിച്ചിരുന്ന സ്ഥലത്തുനിന്നും പുറത്തിറങ്ങി. മിലാഡിയെ കണ്ടുപിടിക്കാൻവേണ്ടി അവൻ നേരെ നടന്നു. പോർത്തോസും ആ സ്ത്രീയുംകൂടി ഒരുമിച്ചു നടക്കുകയാണ്.

അവൻ പോർത്തോസിന്റെ മുഖത്തൊന്നു നോക്കി. അയാളുടെ കണ്ണുകളിൽ എന്തോ ഒരു വിജയഭാവമാണ് അവൻ കണ്ടത്. "അയാൾക്ക് യുദ്ധത്തിന്റെ ആയുധത്തിനുള്ള വകയൊത്തു" ആർട്ഗ്നൻ മനസിൽ പറഞ്ഞു.

ചക്രം തിരിക്കുന്നതനുസരിച്ച് കപ്പൽ അതിനു വഴങ്ങിക്കൊടുക്കുന്നതുപോലെ, മാഡം കോക്വിനാർഡിന്റെ വഴിക്ക് പോർത്തോസ് നടന്നു. അവർ സെന്റ് മംഗ്ലോയിർ വീഥിയിൽ എത്തി. ഭിക്ഷക്കാർ വല്ലതും വച്ചു കഴിക്കാനും കുട്ടികൾ കളിക്കാനും മാത്രമാണ് ആ സ്ഥലത്തു ചെല്ലുന്നത്.

അവർ ചുറ്റുംനോക്കി. പതിവു ഭിക്ഷക്കാരും കുട്ടികളുമല്ലാതെ അവിടെ ആരുമില്ല.

"നിങ്ങൾ വലിയൊരു സ്ത്രീക്കൊലയാളിയാണെന്നു തോന്നുന്നു" അവൾ പറഞ്ഞു.

"അതെന്താ നിങ്ങൾ അങ്ങനെ പറഞ്ഞത്?" അയാൾ ചോദിച്ചു.

"ആ പള്ളിയിലിരുന്ന സ്ത്രീയെ നിങ്ങൾ നോക്കിയനോട്ടം ഞാൻ കണ്ടായിരുന്നു. പിന്നെ പുണ്യവെള്ളം കൊടുത്തരീതിയും ഞാൻ കണ്ടു. വേലക്കാരിയും നീഗ്രോബാലനുമായി വന്ന അവൾ ഒരു രാജകുമാരിയാകാനാണ് സാധ്യത."

"അല്ലേയല്ല. അവൾ ഒരു പ്രഭിയാണ്."

"അപ്പോൾ അവിടെ വാതിൽപ്പടിക്കൽനിന്ന വേലക്കാരനും വണ്ടിയും വണ്ടിക്കാരനുമൊക്കെയോ?" അവൾ പറഞ്ഞു.

യഥാർത്ഥത്തിൽ വണ്ടിയെയും വണ്ടിക്കാരനെയുമൊന്നും പോർത്തോസ് കണ്ടിരുന്നില്ല. എന്നാൽ മാഡം കോക്വിനാർഡിന്റെ അസൂയക്കണ്ണുകളിൽനിന്നും ഒന്നും വിട്ടുപോയിരുന്നില്ല. ആ സുന്ദരിയെ ഒരു

രാജകുമാരിയായി തനിക്കു കാണാൻ പറ്റാതിരുന്നതിന് അയാൾക്കു ദുഃഖം തോന്നി.

"സ്ത്രീകളാരും നിങ്ങളെ എതിർക്കുകയില്ല" ഒരു നെടുവീർപ്പോടെ അവൾ പറഞ്ഞു.

"അതെ. എന്റെ ഈ ശരീരപ്രകൃതമാണ് ഞാൻ സ്ത്രീകളിൽ എപ്പോഴും വിജയിക്കുന്നതിനുള്ള കാരണം."

"എന്റെ ദൈവമേ! എത്ര പെട്ടെന്നാണ് പുരുഷന്മാർ മറക്കുന്നത്!" കണ്ണുകൾ മുകളിലേക്കുയർത്തിക്കൊണ്ട് വിഷമത്തോടെ അവൾ പറഞ്ഞു.

"സ്ത്രീകളുടെ വേഗത്തിലല്ല ഞാനെന്നു തോന്നുന്നു" പോർത്തോസ് പറഞ്ഞു. "നിങ്ങളുടെ കാര്യത്തിൽത്തന്നെ അതിനു തെളിവുകളുണ്ടല്ലോ. എനിക്കു മുറിവേറ്റു. ഞാൻ മരിക്കുകയായിരുന്നു. ഡോക്ടർമാർപോലും നിരാശരായി. ഞാൻ നിങ്ങൾക്ക് എന്റെ സ്നേഹം തന്നിരുന്നതാണ്; എല്ലാം വിശ്വസിച്ചു തന്നിരുന്നു. എന്നിട്ടും ആ ചാന്റിലിയിലെ സത്രത്തിൽ പട്ടിണികിടന്നു മരിക്കത്തക്കരീതിയിൽ നിങ്ങൾ എന്നെ ഉപേക്ഷിച്ചുപോയി. പണത്തിനും സഹായത്തിനും വേണ്ടിയുള്ള എന്റെ കത്തുകൾപോലും നിങ്ങൾ കൈപ്പറ്റിയില്ല."

മാഡം കോക്വിനാർഡ് വല്ലാതെ വിളറി. ഒരു മാന്യസ്ത്രീക്ക് നിരക്കാത്ത പ്രവൃത്തിയാണ് താൻ ചെയ്തത്. "മോൺസ്യൂർ പോർത്തോസ്.... അത്...." അവൾ വിതുമ്പി.

"നിങ്ങൾക്കു വേണ്ടിയാണ് ഞാൻ പെനാഫ്ളോർ പ്രഭ്വിയെ ഉപേക്ഷിച്ചതെന്നറിയാമല്ലോ."

"അതെ എനിക്ക് അറിയാം" അവൾ പറഞ്ഞു.

"ബരോനെസ്സിയുമായിട്ടും....."

"എന്നോടു ദയ കാണിക്കു. ഒന്നും ഓർമപ്പെടുത്താതെ."

"പിന്നെ പ്രഭ്വി...."

"ദയവായിട്ട് ഒന്നും ഇനി പറയരുതേ."

"ശരി. നിങ്ങൾക്കുവേണ്ടി ഞാൻ ചെയ്ത ത്യാഗങ്ങളൊക്കെ ഞാനിനി ഓർമപ്പെടുത്തുന്നില്ല" പോർത്തോസ് പറഞ്ഞു.

"എന്റെ ഭർത്താവിന്റെ കുഴപ്പംകൊണ്ടാണ് ഒക്കെ സംഭവിച്ചത്. ആർക്കും കടം കൊടുക്കാൻപോലും അയാൾ സമ്മതിക്കുകയില്ല."

"നിങ്ങൾ എനിക്കുതന്ന ആദ്യ കത്ത് ഓർമയുണ്ടോ?" പോർത്തോസ് ചോദിച്ചു. "ഞാൻ അതിലെ ഓരോ വാക്കും എന്റെ ഹൃദയത്തിൽ കൊത്തിവച്ചിട്ടുണ്ട്."

അവൾ ഏങ്ങിക്കരയാൻ തുടങ്ങി.

"നിങ്ങൾ ആവശ്യപ്പെട്ട തുകയും അൽപ്പം കൂടുതലായിരുന്നു...."

"ഞാൻ നിങ്ങളോടാണ് ആദ്യം ചോദിച്ചത്. എനിക്കു വേണമെങ്കിൽ ആ പ്രഭ്വിയോടു ചോദിക്കാമായിരുന്നു. അവളുടെ പേരു ഞാൻ പറയില്ല; കാരണം ഞാൻ അവൾക്കൊന്നിനും വാക്കുകൊടുത്തിട്ടില്ല. പക്ഷേ

ഞാൻ അവൾക്ക് കത്തെഴുതിയിരുന്നെങ്കിൽ എനിക്കപ്പോൾത്തന്നെ ആയിരത്തിയഞ്ഞൂറ് തുക അയച്ചുതന്നേനെ."

മാഡം കോക്വാനാർഡിന്റെ കണ്ണിൽനിന്നും കണ്ണീരൊഴുകി.

"അതെ ഞാൻ തെറ്റുചെയ്തു..... നിങ്ങൾക്ക് ഇനി ഈവിധത്തിൽ ബുദ്ധിമുട്ടുവരുന്ന സാഹചര്യത്തിൽ ഞാൻ നിങ്ങളെ തീർച്ചയായും സഹായിക്കും. ഞാനതു സത്യം ചെയ്യുകയാണ്."

"നമുക്കിനി പണത്തെക്കുറിച്ചു സംസാരിക്കേണ്ട" പോർത്തോസ് പറഞ്ഞു. "അതു നമുക്ക് പ്രയാസമുണ്ടാക്കുന്നു."

"അപ്പോൾ നിങ്ങളിനി എന്നെ സ്നേഹിക്കുകയില്ലേ?" വിഷമത്തോടെ അവൾ ചോദിച്ചു.

പോർത്തോസ് മറുപടിയൊന്നും പറഞ്ഞില്ല.

"മറുപടിയില്ലേ?.... മറുപടിയില്ലാത്തതിന്റെ അർഥം എനിക്കു മനസിലാകുന്നുണ്ട്...."

"നിങ്ങളെന്നെ വേദനിപ്പിച്ചു. അതിപ്പോഴും എന്നെ വിഷമിപ്പിക്കുന്നു" അയാൾ കൈകൾ നെഞ്ചത്തു വച്ചുകൊണ്ടു പറഞ്ഞു.

"എന്റെ പ്രിയപ്പെട്ട പോർത്തോസേ,..... ഞാൻ അതിനു പരിഹാരം ചെയ്തോളാം" അവൾ പറഞ്ഞു.

ഇതുതന്നെ നല്ല അവസരം. അയാൾ വിചാരിച്ചു.

"ഞാൻ നിങ്ങളോടു ഒരു കടമല്ലേ ചോദിച്ചത്? അതെന്താ കൂടുതലായിപ്പോയോ? ഞാൻ അത്രയ്ക്ക് മര്യാദകേടുകാരനോ? എനിക്കറിയാം നിങ്ങൾ സമ്പന്നയല്ലെന്ന്. നിങ്ങളുടെ ഭർത്താവിന് കുറേ പാവപ്പെട്ട കക്ഷികളെയേ കിട്ടുന്നുള്ളൂയെന്നും എനിക്കറിയാം; അവരിൽനിന്ന് കഷ്ടിച്ചു വല്ലതും കിട്ടുമായിരിക്കും. നിങ്ങൾ വല്ല പ്രഭ്വി വല്ലതുമായിരുന്നെങ്കിൽ അങ്ങനെയാകുമായിരുന്നില്ല....."

"അതെ ഞാനൊരു വക്കീലിന്റെ ഭാര്യമാത്രമാണ്" അവൾ പറഞ്ഞു. "പക്ഷേ നിങ്ങൾ പറയുന്ന ആ നശിച്ചമാതിരിയുള്ള പ്രഭ്വിമാർക്കുള്ളതിനേക്കാൾ കൂടുതൽ പണം എന്റെ കൈവശമുള്ള കാര്യം നിങ്ങൾ മറക്കരുത്."

"ഞാൻ കരുതിയതിനേക്കാൾ കൂടുതലായിട്ടാണല്ലോ നിങ്ങൾ സംസാരിക്കുന്നത്" പോർത്തോസ് പറഞ്ഞു. അവളുടെ കൈയിൽ നിന്നുള്ള പിടിവിട്ടശേഷം അയാൾ വീണ്ടും പറഞ്ഞു. "നിങ്ങൾ അത്രയ്ക്ക് വലിയ പണക്കാരിയെങ്കിൽ എനിക്ക് പണം തരാതിരിക്കുന്നതിന് യാതൊരു ക്ഷമാപണവുമില്ല."

താൻ പറഞ്ഞത് കുറേ കൂടിപ്പോയെന്ന് അവൾക്കു തോന്നി.

"ഞാൻ യഥാർഥത്തിൽ പണക്കാരിയല്ല. ആ പദം ശരിയായ ഒരു പദമല്ല. സുഖമായി കഴിയുന്നവൾ എന്നു പറയുന്നതാണ് നല്ലത്."

"എന്തായാലും ഞാനിനി ഇക്കാര്യം ചർച്ചചെയ്യാൻ ഉദ്ദേശിക്കുന്നില്ല. നിങ്ങൾ എന്നെ വളരെയധികം വേദനിപ്പിച്ചു. ഇനി നമ്മൾ തമ്മിൽ യാതൊരു ബന്ധവുമില്ല" പോർത്തോസ് പറഞ്ഞു.

“നിങ്ങൾ കഠിനഹൃദയനാണ്.”

“ആവലാതിപ്പെടുന്നതിൽ യാതൊരർഥവുമില്ല.”

“എന്നാൽപ്പിന്നെ ആ സുന്ദരിയുടെ പുറകേ പോകൂ. ഞാൻ നിങ്ങളെ തടയുന്നില്ല.”

“ഒരുപക്ഷേ ഞാനതു ചെയ്യും. മറ്റുള്ള സ്ത്രീകളെപ്പോലെയല്ല അവളെന്നു തോന്നുന്നു.”

“പോർത്തോസ് ഞാൻ നിങ്ങളോട് അവസാനമായി ചോദിക്കുകയാണ്. നിങ്ങളെന്നെ സ്നേഹിക്കുന്നുണ്ടോ?”

ഹൃദയവേദനയോടെ അയാൾ അവളെ നോക്കി.

“ഞാൻ ഒരു യുദ്ധത്തിനു പോകാനൊരുങ്ങുകയാണ്. ഞാൻ മരിച്ചു പോകാനാണിടയുള്ളത്....”

“അയ്യോ! അങ്ങനെ പറയരുത്” അവൾ കൂടുതൽ വിതുമ്പി.

“എന്റെ മനസ്സ് പറയുന്നു ഞാൻ മടങ്ങിവരികയില്ലെന്ന്” അയാൾ വിഷാദത്തോടെ പറഞ്ഞു.

“അതുകൊണ്ടൊന്നുമല്ല നിങ്ങൾ എന്നെ സ്നേഹിക്കുന്നതിനെപ്പറ്റിയുള്ള മറുപടി പറയാത്തത്. നിങ്ങൾ വേറൊരാളെ സ്നേഹിക്കുന്നതുകൊണ്ടാണ്.”

“ഞാൻ മനസ്സ് തുറന്നു പറയുകയാണ്. ഞാൻ ആരെയും സ്നേഹിക്കാൻ തുടങ്ങിയിട്ടില്ല. ഹൃദയത്തിന്റെ ആഴങ്ങളിൽ നിന്നോടുള്ള മൃദുലവികാരങ്ങളാണ് എന്നെ കുളിരണിയിക്കുന്നത്. നിങ്ങൾക്കറിയാമോയെന്ന് എനിക്കറിയില്ല. രണ്ടാഴ്ചയ്ക്കുള്ളിൽ യുദ്ധം തുടങ്ങും. ആയുധങ്ങളെക്കുറിച്ചാണ് എനിക്കുള്ള ചിന്ത. ആവശ്യമായ പണം വാങ്ങാനായി ബ്രിട്ടാണിയായിലെ എന്റെ വീട്ടിൽ എനിക്കൊന്നു പോകണം.” ഇത്രയും പറഞ്ഞശേഷം അവളുടെ മനോഭാവമറിയാൻവേണ്ടി അയാളൊന്നു നിറുത്തി.

തുടർന്നയാൾ വീണ്ടും പറഞ്ഞു: “പള്ളിയിൽക്കണ്ട ആ പ്രഭ്വിയും ബ്രിട്ടാണിയിൽ പോകുകയാണ്. എന്റെ വീട്ടിനരികിൽ അവൾക്ക് കുറച്ചു ഭൂമിയുണ്ട്. ഞങ്ങൾ ഒരുമിച്ചു പോകും; സംസാരിച്ചിരിക്കാൻ ഒരാളുണ്ടെങ്കിൽ യാത്രയുടെ ദൈർഘ്യം കുറഞ്ഞിരിക്കുമല്ലോ.”

“നിങ്ങളെ സഹായിക്കാൻ പറ്റിയ സുഹൃത്തുക്കളാരും പാരീസിൽ ഇല്ലേ?” അവൾ ചോദിച്ചു.

“ഞാൻ അങ്ങനെയാണ് കരുതിയത്” അയാൾ പറഞ്ഞു. “എന്റെ ധാരണ തെറ്റാണെന്ന് ഞാൻ ഇപ്പോഴാണറിഞ്ഞത്.”

“നിങ്ങളെ സഹായിക്കുന്ന ഒരു സുഹൃത്തുണ്ട്” വികാരഭരിതയായി അവൾ പറഞ്ഞു. “നാളെ നിങ്ങൾ എന്റെ വീട്ടിലേക്കു വരൂ. നിങ്ങൾ എന്റെ കസിനാണ്. പികാർഡിയിലെ നൊയോണിൽനിന്നാണ് വരുന്നത്. പാരീസിൽ പല കേസുകളും നടത്താനുണ്ട്; പക്ഷേ വക്കീലില്ല. ഇതൊക്കെ വരുമ്പോൾ മറക്കില്ലല്ലോ?”

“എല്ലാം ഞാൻ ഓർത്തോളാം.”

“ഭക്ഷണനേരത്താണു വരേണ്ടത്.”

"അതുകൊള്ളാം."

"ഭർത്താവിന്റെ അടുത്തിരിക്കണം. എഴുപത്തിയഞ്ചു വയസുകാരനാണ്. പക്ഷേ കൂർമചിന്തയാണ്."

"എഴുപത്തിയഞ്ചോ! ജീവിതത്തിന്റെ..... നല്ല സമയമാണല്ലോ."

"ജീവിതത്തിന്റെ നല്ല നാളുകൾ അദ്ദേഹത്തിനു നഷ്ടമായിട്ടെത്രയോ നാളുകളായിക്കാണും" അവൾ പറഞ്ഞു. "എന്നെ ഒരു വിധവയാക്കിക്കൊണ്ട് എപ്പോൾ വേണമെങ്കിലും അയാൾ ഈ ലോകം വിട്ടുപോകാം." എന്തോ അർഥം മനസിൽവച്ചുകൊണ്ട് അയാളെ നോക്കിക്കൊണ്ട് അവൾ വീണ്ടും പറഞ്ഞു. "മരണശേഷം ഉള്ളതെല്ലാം അടുത്ത പങ്കാളിക്ക് എന്ന് വിവാഹകരാറിൽ എഴുതിവച്ചത് ഭാഗ്യമായിപ്പോയി."

"ഉള്ളതു മുഴുവനും?"

"അതെ, ഉള്ളതു മുഴുവൻ."

"നിങ്ങൾക്കെന്തായാലും ദീർഘവീക്ഷണമുണ്ട്" അയാൾ സ്നേഹപൂർവം അവളുടെ കൈകൾ പിടിച്ചമർത്തി.

"നമ്മുടെ പ്രശ്നങ്ങളെല്ലാം തീർന്നല്ലോ?" അവൾ ചോദിച്ചു.

"എന്നെന്നേക്കുമായി തീർന്നു" പോർത്തോസ് പറഞ്ഞു.

"എന്നാൽ നമുക്കു പോകാം, അവിശ്വസ്തനായ പോർത്തോസേ."

"എന്നാൽ നമുക്കു പോകാം, മറവിപ്പെണ്ണേ" അയാൾ വീണ്ടും പറഞ്ഞു. "നാളെക്കാണാം എന്റെ മാലാഖേ!"

"എന്റെ ജീവിതസ്നേഹം മുഴുവൻ ഞാൻ നേരുന്നു."

30

മിലാഡി

മിലാഡിയറിയാതെയാണ് ആർട്ഗ്നൻ അവളുടെ പുറകേ പോയത്. അവൾ വണ്ടിക്കുള്ളിൽ കയറുന്നതും സെന്റ് ജെർമയിനിലേക്കു വണ്ടിവിടാൻ വണ്ടിക്കാരനോടു പറയുന്നതും അവൻ കേട്ടു.

രണ്ടു ശക്തിയുള്ള കുതിരകളെ പൂട്ടിപായിക്കുന്ന വണ്ടിയുടെ പുറകേ നടന്ന് പിന്തുടരാൻ ശ്രമിക്കുന്നത് പാഴ്വേലയാണ്. നിമിഷങ്ങൾക്കകം അവ കുതിച്ചിരുന്നു. അതിനാൽ ആർട്ഗ്നൻ റൂഫെറോവിലേക്കു മടങ്ങി.

റൂസെയ്നിയിലെത്തിയപ്പോൾ അവിടെ പ്ലാഞ്ചെറ്റ് ഒരു കടയരികിൽ നിൽക്കുന്നതു കണ്ടു. വിശന്നു നിൽക്കുകയായിരുന്നു അയാൾ. ട്രിവീലിയുടെ കുതിരലായത്തിൽച്ചെന്ന് രണ്ടു കുതിരകളെ സംഘടിപ്പിച്ചുകൊണ്ടു വരാൻ അവൻ അയാളോടു പറഞ്ഞു. ആതോസിന്റെ വീട്ടിൽ താനുണ്ടാകുമെന്നും അവൻ പറഞ്ഞു. ആർട്ഗ്നന് സൗകര്യാർഥം ലായം ഉപയോഗിക്കാനുള്ള സ്വാതന്ത്ര്യം നേരത്തെ തന്നെ ട്രിവീലി കൊടുത്തിരുന്നു.

പ്ലാഞ്ചെറ്റ് ട്രിവീലിയുടെ അരികിലേക്കു നീങ്ങി. ആർട്ഗ്നൻ ആതോസിന്റെ വീട്ടിലേക്കും.

ആതോസ് വീട്ടിലുണ്ടായിരുന്നു. പിക്കാർഡിയിൽനിന്നും കൊണ്ടു വന്നിരുന്ന ഒരു കുപ്പി സ്പാനിഷ് വീഞ്ഞും കാലിയാക്കിക്കൊണ്ട് ഇരിക്കുകയായിരുന്നു അയാൾ. ഒരു ഗ്ലാസ് ആർട്ഗ്നനുവേണ്ടി കൊണ്ടു വരാൻ അയാൾ ഗ്രിമൗഡിനോടു ആംഗ്യം കാണിച്ചു. അയാൾ ഗ്ലാസെടുക്കാൻ അകത്തേക്കു പോയി.

പള്ളിയിൽ വച്ചുകണ്ട വിവരം മുഴുവനും ആർട്ഗ്നൻ അയാളോടു പറഞ്ഞു. പോർത്തോസ് ആ വക്കീലിന്റെ ഭാര്യവഴി ആവശ്യത്തിനുള്ള ആയുധങ്ങൾ സംഘടിപ്പിക്കാനിടയുണ്ടെന്നും ആർട്ഗ്നൻ പറഞ്ഞു.

"പക്ഷേ എനിക്കൊരു കാര്യം ഉറപ്പാണ്" ആതോസ് പറഞ്ഞു. "എനിക്ക് ആയുധം ഒരു സ്ത്രീയും വാങ്ങിത്തരാൻ പോകുന്നില്ല."

"ഇത്രയും സുന്ദരനും സുമുഖനുമായ നിങ്ങൾക്ക് വേണമെന്നു വിചാരിച്ചാൽ ഏതു സ്ത്രീയാണ് വലയിൽ വീഴാത്തത്?" ആർട്ഗ്നൻ ചോദിച്ചു.

"നിങ്ങളാണ് വളരെ ചെറുപ്പം, ആർട്ഗ്നൻ" ആതോസ് പറഞ്ഞു.

മറ്റൊരു വീഞ്ഞുകുപ്പികൂടി കൊണ്ടുവരാൻ അയാൾ വേലക്കാരനോടു ആംഗ്യം കാണിച്ചു.

ആ സമയത്ത് പാതി തുറന്നിട്ട വാതിലിലൂടെ പ്ലാഞ്ചെറ്റ് വിളിച്ചു പറഞ്ഞു, രണ്ടു കുതിരകളെ കൊണ്ടുവന്നിട്ടുള്ള കാര്യം.

"എന്തു കുതിരകൾ?" ആതോസ് ചോദിച്ചു.

"സെന്റ് ജെർമിയ്നിലേക്കു പോകുവാൻ മോൺസ്യൂർ ട്രിവീലിയുടെ ലായത്തിൽനിന്നും ഞാൻ രണ്ടു കുതിരകളെ കടംവാങ്ങിയതാണ്."

"അവിടെച്ചെന്ന് എന്തു ചെയ്യാനാണ്?"

മീയുങ്ങിൽക്കണ്ട സ്ത്രീയെക്കുറിച്ചും ആർട്ഗ്നൻ ആതോസിനോടു പറഞ്ഞു.

"അപ്പോൾ നിങ്ങൾ അവളിൽ ആകൃഷ്ടനായിരിക്കുന്നു, അല്ലേ? മാഡം ബോണസ്യൂവിനോട് അനുരാഗം തോന്നിയതുപോലെ" ആതോസ് ചോദിച്ചു. തുടർന്ന് മനുഷ്യന്റെ പ്രേമത്തിലുള്ള ദൗർബല്യത്തെക്കുറിച്ചോർത്തുകൊണ്ട് അയാൾ അറിയാതെ തോളുകുലുക്കിപ്പോയി.

"അല്ലേയല്ല" ആർട്ഗ്നൻ അയാളുടെ അഭിപ്രായത്തെ തടഞ്ഞു. "അവളുമായി ബന്ധപ്പെട്ട നിഗൂഢതയുടെ ചുരുളഴിക്കണമെന്നേ എനിക്കുള്ളൂ. എനിക്ക് അവളെയോ, അവൾക്ക് എന്നെയോ യഥാർഥത്തിലറിയില്ല. പക്ഷേ എന്താണെന്നറിയില്ല, അവൾ എന്റെ ജീവിതത്തിൽ ബാധിക്കുന്നുണ്ടെന്നു എനിക്കു തോന്നുന്നു."

"അപ്പോൾ നിങ്ങൾക്ക് മാഡം ബോണസ്യൂവിനെ ഉപേക്ഷിക്കേണ്ടതായി വരുന്നു" ആതോസ് പറഞ്ഞു. "മാഡം ബോണസ്യൂ നിങ്ങൾക്ക് മതിയായിക്കഴിഞ്ഞു. ഇനി അവൾ അതു സഹിച്ചാൽ മതിയല്ലോ; നിങ്ങൾക്ക് യാതൊരു കുഴപ്പവുമില്ലല്ലോ."

"അരുത്. അങ്ങനെയല്ല ഞാൻ ഉദ്ദേശിച്ചത്. ആ പാവം സ്ത്രീയെ ഞാൻ മുൻപെന്നത്തേതിനെക്കാളും സ്നേഹിക്കുന്നു. അവളെ രക്ഷിക്കാൻ ലോകത്തിന്റെ ഏതു കോണിലും ഞാൻ പോകാൻ തയാറാണ്; പക്ഷേ, നിർഭാഗ്യമെന്നല്ലാതെ എന്തുപറയാൻ. അവളെവിടെയാണെന്ന് എനിക്ക് ഇപ്പോഴുമറിയില്ല. ഇനി ഞാനെന്താണു ചെയ്യേണ്ടത്?"

"മിലാഡിയുമായിട്ട് ഇനിയൊരു സാഹസികതയ്ക്കാണ് ഒരുക്കമെങ്കിൽ അത് നിങ്ങളുടെ ജീവിതത്തിന് മറ്റൊരു തിളക്കമായിരിക്കും; എല്ലാവിധ വിജയാശംസകളും നേരുന്നു."

"ആതോസേ, നിങ്ങളെന്തിനാണ് ഇവിടെ ഒരു തടവുപുള്ളിയെപ്പോലെ ഇരിക്കുന്നത്? എന്നോടൊപ്പം സെന്റ് ജെർമെയ്നിലേക്കു വരു

ന്നുണ്ടോ?" ആർട്ഗ്നൻ ചോദിച്ചു.

"എനിക്കൊരു കുതിരയുണ്ടെങ്കിൽ ഞാൻ സവാരിചെയ്യും. അല്ലെങ്കിൽ നടക്കും."

ഇത് ആതോസ് പറഞ്ഞതുകൊണ്ട് കൊള്ളാം. വേറെയാരെങ്കിലും പറഞ്ഞിരുന്നെങ്കിൽ ആർട്ഗ്നനെ അതു വിഷമിപ്പിക്കുമായിരുന്നു. അവൻ ചിരിച്ചുകൊണ്ടു പറഞ്ഞു: "ഞാൻ എന്തായാലും നിങ്ങളെപ്പോലെ ഒരു അഭിമാനിയല്ല. എനിക്കു കിട്ടുന്ന ഏതു കുതിരപ്പുറത്തും ഞാൻ യാത്ര ചെയ്യും.... ഞാൻ പോകുന്നു ആതോസ്."

"ഗുഡ്ബൈ!" ആതോസ് പറഞ്ഞു.

വേലക്കാരൻ അപ്പോഴേക്കും പുതിയൊരു കുപ്പി വീഞ്ഞു കൊണ്ടുവന്നിരുന്നു. അതു തുറക്കാൻ അയാൾ വേലക്കാരനോട് ആംഗ്യം കാണിച്ചു.

ആർട്ഗ്നനും പ്ലാഞ്ചെറ്റും സെന്റ് ജെർമെയ്നിലേക്കു പുറപ്പെട്ടു. പോകുന്ന വഴിയിൽ തന്നെക്കുറിച്ചും മാഡം ബോണസ്യൂവിനെക്കുറിച്ചും ആതോസ് പറഞ്ഞതു മുഴുവൻ ആർട്ഗ്നൻ ഓർത്തു. ആർട്ഗ്നൻ വികാരലോലുപനായില്ലെങ്കിലും തികച്ചും ആത്മാർഥതയുള്ളവനായിരുന്നു; ലോകത്തിന്റെ ഏതു കോണിൽപ്പോയും അവളെ രക്ഷിക്കുമെന്ന് അവൻ പറഞ്ഞതിന്റെ പൊരുൾ അതായിരുന്നു.

അതേസമയം മിലാഡി ആരാണെന്ന് അയാൾക്ക് കണ്ടെത്തേണ്ടിയുമിരിക്കുന്നു. ആ കറുത്ത കുപ്പായക്കാരനെ അവൾക്ക് അറിയാമായിരിക്കും. അയാളോടാണല്ലോ അവൾ സംസാരിച്ചത്. രണ്ടുപ്രാവശ്യവും മാഡം ബോണസ്യൂവിനെ തട്ടിക്കൊണ്ടുപോയത് ഇയാൾതന്നെയാണെന്ന് ആർട്ഗ്നന് ഉറപ്പുണ്ടായിരുന്നു. ആ നിലയ്ക്ക് മിലാഡിയെ അന്വേഷിച്ചിറങ്ങുന്നത്, മാഡം ബോണസ്യൂവിനെ അന്വേഷിച്ചിറങ്ങുന്നതിനു തുല്യമാണ്.

ഇത്തരം സമ്മിശ്രവികാരങ്ങളോ അവൻ സെന്റ് ജെർമെയ്നിൽ എത്തി. പത്തുവർഷങ്ങൾക്കുശേഷം ലൂയി പതിനാലാമന്റെ വീടിന്റെ ഓരത്തിലൂടെ പോകുന്നതുവരെ അവൻ ചിന്തയിൽനിന്നും ഉണർന്നില്ല. ആ സുന്ദരിയായ ഇംഗ്ലീഷുകാരിയെ നോക്കിക്കൊണ്ട് ആ വിജനമായ തെരുവിലൂടെ അവൻ തന്റെ കുതിരയിൽ ഒഴുകിക്കൊണ്ടിരുന്നു. റോഡരികിലെ ഒരു വീടിന്റെ മുന്നിൽ ഒരാൾ നിൽക്കുന്നതു പെട്ടെന്ന് അവന്റെ ശ്രദ്ധയിൽപ്പെട്ടു. റോഡിന്റെ ഒരു വളവായിരുന്നു അവിടം. മിക്ക വീടുകളിലേതുപോലെതന്നെ അതിനും തെരുവിലേക്കു തുറക്കുന്ന വാതായനങ്ങൾ ഉണ്ടായിരുന്നില്ല. പെട്ടെന്ന് ആ മനുഷ്യന്റെ മുഖത്തിൽ ഒരു പരിചിതത്വം ആർട്ഗ്നനു തോന്നി.

പ്ലാഞ്ചെറ്റ് അയാളെ ശരിക്കും തിരിച്ചറിഞ്ഞു.

"ആ നിൽക്കുന്ന മനുഷ്യനെ സർ കണ്ടോ?" പ്ലാഞ്ചെറ്റ് ചോദിച്ചു. "അയാളെ അങ്ങ് ഓർമിക്കുന്നുണ്ടോ?"

"ഓർക്കുന്നില്ല" ആർട്ഗ്നൻ പറഞ്ഞു. "പക്ഷേ എവിടെയോ കണ്ട

മാതിരിയുണ്ട്."

"അതെ. അങ്ങു തീർച്ചയായും അയാളെ കണ്ടിട്ടുണ്ട്. ലുബിനാണ യാൾ. വാർഡ്സിലെ പ്രഭുവിന്റെ വേലക്കാരൻ. കാലൈസിനപ്പുറത്തു വച്ച് ഒരു മാസത്തിനുമുമ്പ് നമ്മൾ അവരോടു യുദ്ധം ചെയ്തതാണ്."

"ഇപ്പോൾ ഞാൻ ഓർക്കുന്നു" ആർട്ഗ്നൻ പറഞ്ഞു. "അയാൾ നിങ്ങളെ മനസിലാക്കിയോ?"

"അതിനു വഴിയില്ല. അയാൾ അങ്ങനെ വ്യക്തമായി ഓർക്കുമെന്ന് എനിക്കു തോന്നുന്നില്ല."

"എങ്കിൽ അയാളോട് ചെന്ന് കുശലം നടത്തൂ. അയാളുടെ യജമാനൻ ജീവിച്ചിരിപ്പുണ്ടോയെന്ന് അന്വേഷിക്കണം."

പ്ലാഞ്ചെറ്റ് കുതിരപ്പുറത്തുനിന്നുമിറങ്ങി. ലുബിനിന്റെ അരികിലേക്കു അയാൾ നടന്നു. എന്തായാലും അയാൾ പ്ലാഞ്ചെറ്റിനെ തിരിച്ചറിഞ്ഞില്ല.

അവർ സാവകാശം സംസാരിച്ചുതുടങ്ങി. ആർട്ഗ്നൻ ആ സമയത്ത് രണ്ടു കുതിരകളെയും കൂട്ടി റോഡിനരികിൽ മാറിനിന്നു. അടുത്തുകണ്ട ആ വീടിന്റെ പിൻവശത്തായിട്ട്; രണ്ടു വേലക്കാരും തമ്മിൽ സംസാരിക്കുന്നത് കേൾക്കാൻ പറ്റുന്ന അകലത്തിലാണ് അവൻ നിന്നത്.

അവൻ അവിടെനിന്ന് ഏതാനും നിമിഷം കഴിഞ്ഞപ്പോൾ ഒരു വണ്ടിയുരുണ്ടുവരുന്ന ശബ്ദം അവൻ കേട്ടു. അടുത്തനിമിഷം മിലാഡി വന്ന കുതിരവണ്ടി ആ വീടിനു മുന്നിൽ വന്നുനിന്നു. കുതിരയുടെ കഴുത്തു ഭാഗത്തായി ആർട്ഗ്നൻ മറഞ്ഞുനിന്ന് എല്ലാം വീക്ഷിക്കാൻ ശ്രമിച്ചു.

കുതിരവണ്ടിയുടെ വാതിലിലൂടെ മിലാഡിയുടെ സുന്ദരമായ മുഖം അവൻ കണ്ടു. വണ്ടിപ്പടിയിലിരിക്കുന്ന വേലക്കാരിയോട് എന്തൊക്കെയോ അവൾ നിർദേശം കൊടുക്കുന്നു.

ആ വേലക്കാരിയും മിടുക്കിയായിരുന്നു. ഒരു ഇരുപതു വയസു വരുന്ന സുന്ദരി. അവൾ വണ്ടിയിൽനിന്നും ചാടിയിറങ്ങിക്കൊണ്ട് ആ വീട്ടിലേക്കു ഓടിക്കയറി; പ്ലാഞ്ചെറ്റും ലുബിനും സംസാരിച്ചുനിന്ന ആ ഭാഗത്തേക്ക്.

ലുബിനിനെ ആ സമയത്ത് ആരോ വീട്ടിനുള്ളിലേക്കു വിളിച്ചു. പ്ലാഞ്ചെറ്റു മാത്രം അപ്പോളവിടെ നിന്നു. തന്റെ യജമാനൻ ആർട്ഗ്നൻ എവിടെയെന്നറിയാതെ ചുറ്റുംനോക്കി ഉൽക്കണ്ഠപ്പെട്ടുകൊണ്ടായിരുന്നു അയാളുടെ നിൽപ്പ്. മിലാഡിയുടെ വേലക്കാരി നേരെ പ്ലാഞ്ചെറ്റിന്റെ അരികിലേക്കു ചെന്നു. ആളുമാറി ഒരു കത്ത് അയാളെ അവളേൽപ്പിച്ചു.

"നിങ്ങളുടെ യജമാനനാണ് ഈ കത്ത്" അവൾ പറഞ്ഞു.

"എന്റെ യജമാനനോ?" അത്ഭുതത്തോടെ അയാൾ ചോദിച്ചു.

"അതെ" അവൾ പറഞ്ഞു. "നോക്കൂ ഈ കത്ത് അടിയന്തിരമാണ്. വേഗം ഏൽപ്പിക്കണം."

പിന്നെയവൾ അവിടെ നിന്നില്ല. അവൾ വണ്ടിയിലേക്കു തിരിച്ചോടിക്കയറി. വണ്ടി അവിടെനിന്നും ഒന്നു വട്ടം കറങ്ങിയശേഷം വന്ന വഴിയേ തന്നെ തിരിച്ചു പാഞ്ഞു.

പ്ലാഞ്ചെറ്റ് കത്ത് തിരിച്ചും മറിച്ചും നോക്കി. എന്തു ചെയ്യണമെന്നറിയാതെ അയാൾ നിന്നു. അയാൾ ഓടി റോഡിലേക്കു വന്നു. അങ്ങകലെയായി തന്റെ യജമാനൻ നിൽക്കുന്നു. അയാളുടെ അരികിലേക്ക് അവൻ വരികയായിരുന്നു.

"ഇത് അങ്ങേക്കാണ് സർ" പ്ലാഞ്ചെറ്റ് കത്തു നീട്ടി.

"എനിക്കോ? ഉറപ്പാണോ?" ആർട്ഗ്നൻ ചോദിച്ചു.

"അതെ സർ. ആ വേലക്കാരിയാണ് തന്നത്. യജമാനനു കൊടുക്കാനായി പറഞ്ഞു. എനിക്ക് ആകപ്പാടെ ഒരു യജമാനനല്ലേയുള്ളൂ.... പിന്നെ ആ വേലക്കാരി എന്തായാലും സുന്ദരിയാണ്."

ആർട്ഗ്നൻ ആ കത്തു തുറന്നു. അതിൽ ഇപ്രകാരം എഴുതിയിരുന്നു:

നിങ്ങളിൽ അതീവതാൽപ്പര്യമുള്ള ഒരാൾ നിങ്ങളോടു സംസാരിക്കണമെന്ന് ആഗ്രഹിക്കുന്നു. എപ്പോഴാണ് കാട്ടിലൂടെ അൽപ്പനേരം നടക്കാനായി നിങ്ങൾക്ക് സൗകര്യമുണ്ടാകുന്നത്. കറുപ്പും ചുവപ്പും നിറമുള്ള ഉടുപ്പിട്ട ഒരാൾ നാളെ മറുപടിക്കായി ഡ്രേപ്പിഡോർ സത്രത്തിൽ കാത്തുനിൽക്കുന്നുണ്ടാകും.

ആർട്ഗ്നൻ കുറിപ്പു വായിച്ചു.

"എനിക്കും മിലാഡിക്കും ഒരേ ആളിന്റെ ആരോഗ്യത്തെ സംബന്ധിച്ചാണല്ലോ ആകാംക്ഷ" ആർട്ഗ്നൻ ചിന്തിച്ചു.

ആർട്ഗ്നൻ തുടർന്ന് വേലക്കാരനോടു ചോദിച്ചു. "പ്ലാഞ്ചെറ്റേ, വാർഡ്സിലെ പ്രഭുവിനെങ്ങനെയുണ്ട്? മരിച്ചിട്ടില്ലല്ലോ."

"മരിച്ചിട്ടില്ല സർ. അങ്ങ് ഏൽപ്പിച്ച ആ നാലു കുത്തുകളുണ്ടല്ലോ അതു ഭേദമാകാൻ തരമില്ല. രക്തം വാർന്നുപോയതിനാൽ വളരെ ക്ഷീണിതനാണദ്ദേഹം. എന്തായാലും ലുബിൻ എന്നെ തിരിച്ചറിഞ്ഞില്ല. അയാൾ അയാളുടെ യജമാനനു സംഭവിച്ച കഥ മുഴുവൻ എന്നോടു പറഞ്ഞു."

"കൊള്ളാം പ്ലാഞ്ചെറ്റേ. നീ കുതിരപ്പുറത്തു കേറിക്കോളൂ" ആർട്ഗ്നൻ പറഞ്ഞു. "നിങ്ങൾ എന്തായാലും വേലക്കാരുടെ രാജാവും രാജകുമാരനും ഒക്കെയാണ്.... നമുക്ക് ആ വണ്ടിക്കടുത്തെത്താമോയെന്നു നോക്കാം."

അധികനേരമെടുത്തില്ല; അഞ്ചു മിനിറ്റുകൊണ്ട് അവർ ആ വണ്ടി കണ്ടു. റോഡരികിൽ വണ്ടി ഒതുക്കിയിട്ടിരിക്കുന്നു. നന്നായി വേഷവിധാനം ചെയ്ത ഒരാൾ വണ്ടിക്കരികിൽ കുതിരയുമായി നിൽക്കുന്നു. അയാൾ വണ്ടിക്കകത്തിരിക്കുന്ന മിലാഡിയോടു എന്തോ സംസാരിക്കുകയായിരുന്നു.

വണ്ടിയുടെ അരികിൽ ആർട്ഗ്നൻ ചെന്നുനിന്നു; സംസാരം കേൾക്കാനായിട്ട്. ആ വേലക്കാരിപ്പെണ്ണല്ലാതെ മറ്റാരും അവനെ കണ്ടില്ല.

അവർ ഇംഗ്ലീഷിലാണ് സംസാരിച്ചത്. അതുകൊണ്ട് ആർട്ഗ്നന് ഒന്നും മനസിലായില്ല. പക്ഷേ, അവരുടെ സ്വരംകൊണ്ട് ആർട്ഗ്നന് ഒരു കാര്യം മനസിലായി. ആ സുന്ദരിയായ ഇംഗ്ലീഷുകാരിക്ക് എന്തോ കോപ

മുണ്ടെന്ന്. തന്റെ കൈവശമിരുന്ന വിശറികൊണ്ട് അവൾ അയാളുടെ പുറത്ത് ഒരടി വച്ചുകൊടുത്തതും അവൻ കണ്ടു; വിശറിയും പൊളിഞ്ഞു പോയി. അയാൾ ചിരിച്ചുകൊണ്ടുനിൽക്കുകമാത്രം ചെയ്തു. അത് അവളുടെ കോപം ഇരട്ടിപ്പിച്ചു.

ഇടപെടാൻ പറ്റിയ അവസരമാണതെന്ന് ആർട്ഗ്നനു തോന്നി. അവൻ വണ്ടിയുടെ വാതിലിനരികിലേക്കു ചെന്നു. തൊപ്പിയൂരി വിനയത്തോടെ നിന്നു.

"എന്റെ സഹായം ആവശ്യമുണ്ടോ മാഡം? ഇയാൾ നിങ്ങളെ ശല്യപ്പെടുത്തുകയാണെന്നു തോന്നുന്നു. നിങ്ങൾ അനുവദിക്കുകയാണെങ്കിൽ ഞാൻ ഇയാളെ ഒരു പാഠം പഠിപ്പിക്കാം." ആർട്ഗ്നൻ പറഞ്ഞു.

മിലാഡി തിരിഞ്ഞുനോക്കി. അത്ഭുതംകൊണ്ട് അവൾ ഞെട്ടി.

"മറ്റേതെങ്കിലും ഒരവസരത്തിൽ നിങ്ങളുടെ സഹായം ഞാൻ ആവശ്യപ്പെടാം, സർ. പക്ഷേ, ഈ മനുഷ്യൻ എന്റെ സഹോദരനാണ്." മിലാഡി ശുദ്ധമായ ഫ്രഞ്ചിൽ പറഞ്ഞു.

"അയ്യോ! ക്ഷമിക്കണം മാഡം" ആർട്ഗ്നൻ പറഞ്ഞു. "ഇതറിഞ്ഞിരുന്നുയെങ്കിൽ ഞാൻ ഇടപെടുകയില്ലായിരുന്നു."

"ഈ വിഡ്ഢിച്ചെറുക്കൻ എന്താണീ പറയുന്നത്?" അയാൾ ആർട്ഗ്നനെ നോക്കിയലറി. "താൻ പോയി തന്റെ പണിനോക്ക്."

"ഞാനല്ല വിഡ്ഢി, താനാണ്." ആർട്ഗ്നൻ തലകുമ്പിട്ടുകൊണ്ട് അയാളോടു പറഞ്ഞു. "ഞാൻ നിങ്ങളെ രസിപ്പിക്കാനല്ല ഇവിടെനിന്നും പോകുന്നത്."

അയാൾ തന്റെ സഹോദരിയോട് എന്തോ ഇംഗ്ലീഷിൽ പറഞ്ഞു.

"സർ, ഞങ്ങൾ ഫ്രഞ്ചിലാണ് സംസാരിച്ചത്" ആർട്ഗ്നൻ പറഞ്ഞു. "അതുകൊണ്ട് വല്ലതുമുണ്ടെങ്കിൽ എന്നോട് ആ ഭാഷയിൽത്തന്നെ പറയണം. നിങ്ങൾ ആ സ്ത്രീയുടെ സഹോദരനാണെന്ന് എനിക്കറിയാം. പക്ഷേ നിങ്ങൾ എന്റെ സഹോദരനല്ല; അങ്ങനെയായതിന് ഞാൻ ദൈവത്തോടു നന്ദി പറയുകയാണ്."

മിലാഡി ഒന്നും തടയാൻ ശ്രമിച്ചില്ല. അവൾ സാധാരണ സ്ത്രീയെപ്പോലെ അല്ലായിരുന്നു.

"വണ്ടി വീട്ടിലേക്കു വിടൂ." കുഷ്യൻ സീറ്റിലേക്കു ചാഞ്ഞിരുന്നുകൊണ്ട് അവൾ വണ്ടിക്കാരനോടു പറഞ്ഞു.

സുന്ദരിയായ വേലക്കാരി ആർട്ഗ്നന്റെ മുഖത്തേക്കു നോക്കി. അവന്റെ യോഗ്യത അവൾക്ക് വളരെ ആകർഷകമായിട്ടു തോന്നി.

വണ്ടി പാഞ്ഞുപോയി.

രണ്ടു പുരുഷന്മാരും മുഖത്തോടുമുഖം നോക്കിക്കൊണ്ട് തെരുവിൽ നിന്നു; ശൂന്യമായ തെരുവിൽ.

അയാൾ വണ്ടിക്കു പിന്നാലെ പോകാനൊരുങ്ങി. പക്ഷേ, ആർട്ഗ്നൻ അയാളുടെ അടുത്തേക്കു ചെന്ന് കുതിരയുടെ കടിഞ്ഞാൺ പിടിച്ചുനിർത്തി.

ആതോസിന്റെ കൈയിൽനിന്നും തന്റെ കുതിരയും മോതിരവും ചൂതുകളിയിൽ തട്ടിയെടുത്ത ആമീൻസിലെ ഇംഗ്ലീഷുകാരനായിരുന്നു അയാൾ. ആർട്ഗ്നൻ അയാളെ മനസിലാക്കി. ആ സംഭവവും ഇന്നത്തെ സംഭവവും കൂടിയായപ്പോൾ ആർട്ഗ്നന് തന്നെ നിയന്ത്രിക്കാനായില്ല.

"എന്നെക്കാൾ വലിയ വിഡ്ഢിയാണല്ലോ താങ്കൾ. നമ്മൾ തമ്മിൽ ഒരു ചെറിയ ഇടപാടു തീർക്കാനുള്ള കാര്യം നിങ്ങൾ മറന്നില്ലല്ലോ" ആർട്ഗ്നൻ ചോദിച്ചു.

"ഇതു നീയാണോ. ഞാനിപ്പോൾ നിന്നെ ഓർക്കുന്നു" ഇംഗ്ലീഷുകാരൻ പറഞ്ഞു. "നീയിനിയും ചൂതുകളിക്കൊരുങ്ങിയിരിക്കുകയാണോ?"

"അതെ അതെ. ഇത്തവണ കരുകൊണ്ടല്ല; വാളുകൊണ്ടാണെന്നു മാത്രം" ആർട്ഗ്നൻ പറഞ്ഞു.

"അതിന് എന്റെ കൈയിൽ വാളില്ലല്ലോ. ആയുധമില്ലാത്ത നേരത്താണോ നിന്റെ ആയുധംകൊണ്ടുള്ള കളി."

"നിങ്ങളുടെ വീട്ടിൽ വാളുണ്ടാകുമല്ലോ; ഇല്ലെങ്കിൽ വേണ്ട. എന്റെ കൈയിൽ രണ്ടു വാളുണ്ട്. ഒന്ന് നിനക്കു കളിക്കാൻ തരാം."

"അതിന്റെയാവശ്യമില്ല. എന്റെ വാൾ എന്റെ കൈവശമുണ്ട്."

"എന്നാൽ ഏറ്റവും നീളംകൂടിയ ഒരെണ്ണം എടുത്തോളൂ" ആർട്ഗ്നൻ പറഞ്ഞു. "എന്നിട്ട് വൈകുന്നേരം എന്നെക്കൊണ്ടു കാണിക്കൂ."

"എവിടെ?"

"ലക്സംബർഗിനു പിന്നിൽ. ഇത്തരം ചൂതുകളിക്ക് പറ്റിയ ഒരിടം വേറെയില്ല."

"കൊള്ളാം കൊള്ളാം. ഞാനവിടെ വരാം."

"എത്ര മണിക്ക്?"

"ആറു മണിക്ക്."

"നിങ്ങൾക്ക് പാരീസിൽ ഒന്നോ രണ്ടോ സുഹൃത്തുക്കളെ കൂടെക്കൂട്ടാൻ കിട്ടില്ലേ?"

"ഈ കളിയിൽ എന്റെ കൂടെ വരാൻ മൂന്നുപേരുണ്ടാകും."

"മൂന്നുപേരോ?" ആർട്ഗ്നൻ ചോദിച്ചു. "എന്തൊരു സാദൃശ്യം; എനിക്കും മൂന്നുപേരുണ്ട്."

"ഇനി നിങ്ങളുടെ പേരു പറയൂ" ഇംഗ്ലീഷുകാരൻ പറഞ്ഞു.

"ഞാൻ മോൺസ്യൂർ ഡി ആർട്ഗ്നൻ! മോൺസ്യൂർ എസാർട്സിന്റെ കമ്പനിയിലെ ഒരു ഭടൻ.... നിങ്ങളാരാണ്?"

"ഞാൻ വിന്റർ പ്രഭു."

"അടിയൻ, പ്രഭോ" ആർട്ഗ്നൻ പറഞ്ഞു.

അയാൾ കുതിരയെ കുതിപ്പിച്ചു പാരീസിലേക്കു പാഞ്ഞു.

ഇത്തരം അവസരങ്ങളിൽ പതിവുള്ളതുപോലെതന്നെ ആർട്ഗ്നൻ നേരെ ആതോസിന്റെ അടുത്തേക്കു ചെന്നു.

ആതോസ് വലിയൊരു സോഫയിൽ മലർന്നു കിടക്കുകയായിരുന്നു.

അപ്പോൾ സംഭവിച്ചുകഴിഞ്ഞ കാര്യങ്ങളെക്കുറിച്ചു ആർട്ഗ്നൻ അയാളോടു പറഞ്ഞു. വാർഡ്സിലെ പ്രഭുവിന് നൽകാനുദ്ദേശിച്ചിരുന്ന ആ കത്തിനെക്കുറിച്ചുമാത്രം അവൻ അയാളോടു പറഞ്ഞില്ല.

ഒരു ഇംഗ്ലീഷുകാരനോടു താൻ യുദ്ധത്തിനു പോകുന്ന വിവരമറിഞ്ഞപ്പോൾ ആതോസിനു സന്തോഷമായി. കുറേക്കാലമായുള്ള അയാളുടെ ആഗ്രഹങ്ങളിൽ ഒന്നുതന്നെയായിരുന്നു അത്.

ആതോസും ആർട്ഗ്നനും തങ്ങളുടെ വേലക്കാരെ പോർത്തോസിനോടും ആറമീസിനോടും ഈ വിവരങ്ങൾ മുഴുവനുമറിയിക്കുവാൻ വേണ്ടി വിളിച്ചുകൊണ്ടുവരാൻ അറിയിച്ചു. അവർ വന്നപ്പോൾ ആർട്ഗ്നൻ കഥകൾ മുഴുവൻ അവരോടും പറഞ്ഞു.

പെട്ടെന്ന് പോർത്തോസ് ഉറയിൽക്കിടന്ന വാളൂരി ചുവരിനെ ശത്രുവെന്ന് കരുതി പൊരുതുന്നതായി അഭിനയിച്ചു. തന്റെ കാൽമുട്ടുകൾ നൃത്തം ചെയ്യുന്നമാതിരി വളയുന്നതായി അയാൾക്കു തോന്നി. ആറമീസാകട്ടെ തനിക്ക് കവിതയെഴുതി പൂർത്തിയാക്കാനുണ്ടെന്നും യുദ്ധം ആരംഭിക്കുന്നതുവരെ തന്നെ ശല്യപ്പെടുത്തി വിളിക്കരുതെന്നും പറഞ്ഞുകൊണ്ട് ആതോസിന്റെ മുറിയിലേക്കു പോയി. ഒരു കുപ്പി മദ്യം കൊണ്ടുവരാനായി ആതോസ് ഗ്രിമൗഡിനോട് ആംഗ്യം കാണിച്ചു.

കാര്യങ്ങളൊക്കെ എങ്ങനെ നടപ്പിലാക്കണമെന്ന് ആർട്ഗ്നൻ ആലോചിക്കാൻ തുടങ്ങി – അതൊക്കെ കഥയുടെ ബാക്കി ഭാഗത്ത് നിങ്ങൾക്കു മനസിലാകും. ചെയ്യാൻ പോകുന്ന കൊച്ചുകൊച്ചു സൂത്രപ്പണികളുടെ ഭാവന അയാളുടെ മുഖത്ത് ഇടയ്ക്കിടെ പുഞ്ചിരിയുണ്ടാക്കി.

31

ഇംഗ്ലീഷുകാരും ഫ്രഞ്ചുകാരും

ലക്സംബർഗിനു പിന്നിൽ ആടുകൾക്കു മേയാനുള്ള ഒരു സ്ഥലമായിരുന്നു ദ്വന്ദ്വയുദ്ധത്തിനു തെരഞ്ഞെടുത്തിരുന്നത്. കൃത്യസമയമായപ്പോൾത്തന്നെ നാലു സുഹൃത്തുക്കളും അവരുടെ വേലക്കാരും അവിടെയെത്തിയിരുന്നു. ആതോസ് ആട്ടിടയബാലന് ഒരു തുട്ടുകൊടുത്തശേഷം ആടുകളെയുംകൂട്ടി അവിടം വിടാനായി ആവശ്യപ്പെട്ടു. അവനതു ചെയ്യുകയും ചെയ്തു. വേലക്കാരെ കാവൽക്കാരായി നിർത്തുകയും ചെയ്തു.

എതിർസംഘവും നിശ്ശബ്ദരായെത്തി. ദ്വന്ദ്വയുദ്ധം തുടങ്ങുന്നതിനു മുമ്പ് ഇരുകക്ഷികളും പരസ്പരം പരിചയപ്പെടുന്നത് ഒരു സാധാരണ ചടങ്ങളാണ് ഇംഗ്ലണ്ടിൽ. ഇംഗ്ലീഷുകാർ നാലുപേരും കുലീനരും രാജകീയകുടുംബത്തിൽപ്പെട്ടവരുമായിരുന്നു. ആർട്ഗ്നന്റെ സ്നേഹിതന്മാരായ മൂന്നു പടയാളികളുടെ വിചിത്രമായ പേരുകേട്ടപ്പോൾ അവർ അതിശയിച്ചുപോയി.

"ഇപ്പോഴും നിങ്ങൾ ആരൊക്കെയാണെന്ന് ഞങ്ങൾക്കു മനസിലായില്ല" വിന്റർപ്രഭു പറഞ്ഞു. "ഇത്തരം പേരുകൾ ഞങ്ങൾ ആളുകൾക്കു കേട്ടിട്ടേയില്ല; ഇതു വല്ല ആട്ടിടയന്മാരുടെ പേരുമാണോ?"

"നിങ്ങൾ കരുതുന്നതുപോലെ ഇതൊന്നും ഞങ്ങളുടെ യഥാർഥ പേരുകളല്ല" ആതോസ് പറഞ്ഞു.

"അതുകൊണ്ടാണ് നിങ്ങളുടെ ശരിയായ പേരുകൾ അറിയണമെന്ന് ഞങ്ങൾ നിർബന്ധം പിടിക്കുന്നത്."

"ആമീൻസിൽ വച്ച് നിങ്ങൾ ഞങ്ങളോടു ചൂതുകളിച്ച നേരത്തും നിങ്ങൾ ഞങ്ങളുടെ ഈ പേരുകളാണല്ലോ കേട്ടത്. അന്നു നിങ്ങൾ ഞങ്ങളെ തടഞ്ഞില്ലല്ലോ; എന്റെ രണ്ടു കുതിരകളെ നിങ്ങൾ തട്ടിയെടുക്കുകയും ചെയ്തു."

“അന്നു പണം വച്ചല്ലേ കളിച്ചത്. ഇതോ ജീവൻ വച്ചുള്ള കളിയല്ലേ. ചൂതുകളിക്കുമ്പോൾ ആർക്കും ആരോടും കളിക്കാം. എന്നാൽ ദ്വന്ദ്വയുദ്ധത്തിനാകുമ്പോൾ സമന്മാരോടേ പാടുള്ളൂ.”

“അതു ശരിയാണ്” ആതോസ് സമ്മതിച്ചു.

താൻ യുദ്ധം ചെയ്യാൻ പോകുന്ന ഇംഗ്ലീഷുകാരനെ സമീപത്തു വിളിച്ചശേഷം തന്റെ യഥാർഥപേര് ആതോസ് ചെവിയിൽ മന്ത്രിച്ചു. പോർത്തോസും ആതോസും അതുപോലെതന്നെ ചെയ്തു.

“നിങ്ങൾക്കു മതിയായോ?” ആതോസ് തന്റെ എതിരാളിയോടു ചോദിച്ചു. നിങ്ങളോടു എതിരിടാനുള്ള അന്തസ്സ് എനിക്കുണ്ടോ?”

“ഉണ്ട് സർ” ആ ഇംഗ്ലീഷുകാരൻ തല കുനിച്ചുകൊണ്ടു പറഞ്ഞു.

“എന്നാൽ ഞാനൊരു കാര്യം പറഞ്ഞോട്ടെ.”

“പറയൂ സർ.”

“എന്റെ യഥാർഥപേര് നിങ്ങൾ ചോദിക്കരുതായിരുന്നു.”

“അതെന്തുകൊണ്ടാണ്?”

“ഞാൻ മരിച്ചിരിക്കുന്നുയെന്നാണ് ആളുകൾ കരുതിയിരിക്കുന്നത്. ഞാൻ ജീവിച്ചിരിക്കുന്നതായി ആരെയും അറിയിക്കാനും എനിക്കാഗ്രഹമില്ല. എന്റെ ഈ രഹസ്യം ഇനിയും നിലനിർത്താൻ ഞാൻ നിങ്ങളെ കൊന്നേ മതിയാകൂ.”

ആ ഇംഗ്ലീഷുകാരൻ ആതോസിനെ നോക്കി. അയാൾ തമാശ പറയുന്നുവെന്നാണ് അയാൾ കരുതിയത്. ആതോസാകട്ടെ ഗൗരവത്തോടെ തന്നെ നിന്നു.

“മാന്യരേ” തന്റെ സുഹൃത്തുക്കളെയും അവരുടെ എതിരാളികളെയും ആതോസ് വിളിച്ചു. “യുദ്ധം തുടങ്ങാറായോ?”

“അതെ” ഇരുകൂട്ടരും വിളിച്ചുകൂവി.

“എന്നാൽ യുദ്ധം തുടങ്ങിക്കോളൂ” ആതോസ് പറഞ്ഞു.

അസ്തമയസൂര്യന്റെ പ്രഭയിൽ എട്ടുവാളുകൾ തിളങ്ങി. വ്യക്തിപരവും ദേശീയപരവുമായ രണ്ടു സംഘങ്ങൾ തീവ്രമായി ഏറ്റുമുട്ടി; ദയയില്ലാതെ.

ആതോസ് വളരെ അടുക്കും ചിട്ടയോടുംകൂടി ഒരു പരിശീലനക്കളരിയിലെന്നപോലെ യുദ്ധം ചെയ്തു.

ചാന്റ്ലിയിൽ വച്ച് തന്റെ അമിത ആത്മവിശ്വാസം നശിച്ചിരുന്ന പോർത്തോസ് വളരെ ശ്രദ്ധയോടും നന്നായും വാൾ പയറ്റി.

തന്റെ കവിതയുടെ മൂന്നാംഭാഗം പൂർത്തിയാക്കാനുള്ളതിനാൽ ആറമീസ് വളരെ ധൃതിയിലാണ് പയറ്റിയത്.

തന്റെ എതിരാളിയെ ആദ്യം തറപറ്റിച്ചത് ആതോസായിരുന്നു. അയാൾ തന്റെ എതിരാളിക്ക് ഒരൊറ്റ കുത്തേ കൊടുത്തുള്ളൂ. അതും ഹൃദയത്തിലൂടെ. തീരാൻ അതുമതിയാകുമെന്ന് അയാൾ പറയുകയും ചെയ്തു.

തുടയിൽ വെട്ടേറ്റ് പോർത്തോസിന്റെ എതിരാളി താഴെ വീണു. ഇനി

എതിരിടാൻ വയ്യെന്ന് പറഞ്ഞുകൊണ്ട് വാളുംകളഞ്ഞ് അയാൾ അടിയറവു പറഞ്ഞു. പോർത്തോസ് അയാളെ പൊക്കിയെടുത്ത് വണ്ടിയിൽ ക്കൊണ്ടിട്ടു. ആറമീസ് തന്റെ ശത്രുവിനെ അടിച്ചു. അമ്പതടിയെങ്കിലും ദൂരെക്കളഞ്ഞതാണ്. പക്ഷേ അവിടെനിന്നും അയാൾ എഴുന്നേറ്റു; പിന്നെ എങ്ങോട്ടോടിപ്പോയെന്നറിയില്ല.

ആർട്ഗ്നൻ ആദ്യം ചെയ്തത് തടയൽ വിദ്യയായിരുന്നു. തന്റെ എതിരാളി വിന്ററിലെ പ്രഭു തളരുന്നതുവരെ അയാളുടെ ആക്രമണം അവൻ തടഞ്ഞു. അവസാനം അയാൾ തളർന്നു, വാൾ ആകാശത്തിലൂടെ പറന്ന് ദൂരെച്ചെന്നു വീഴുകയും ചെയ്തു. പരാജിതനായി പിന്നോക്കം മാറിനിന്ന അയാൾ കാൽവഴുതി മലർന്നടിച്ചു വീണു.

ആർട്ഗ്നൻ അയാളുടെ മുമ്പിൽ ചാടിവീണു. അയാളുടെ കഴുത്തിൽ വാൾ വച്ചുകൊണ്ടു പറഞ്ഞു: "എനിക്ക് നിങ്ങളെ നേരത്തെതന്നെ കൊല്ലാമായിരുന്നു. പക്ഷേ നിങ്ങളുടെ സഹോദരിയെ പ്രതിമാത്രം വെറുതേ വിടുന്നു."

ആർട്ഗ്നനു സന്തോഷമായി. ആതോസിന്റെ മുറിയിലിരുന്ന് തീരുമാനിച്ച കാര്യം അതേപടി നടപ്പിലാക്കാൻ അവനു കഴിഞ്ഞു. അവനു ചിരിയാണ് വീണ്ടും വന്നത്.

ആർട്ഗ്നൻ നിയന്ത്രണംവിട്ട് ആനന്ദിക്കുന്നതുകണ്ട വിന്റർപ്രഭു എഴുന്നേറ്റ് ആർട്ഗ്നനെ നന്ദിസൂചകമായി കെട്ടിപ്പിടിച്ചു. മൂന്നു പട്ടാളക്കാരെയും അഭിനന്ദിക്കുകയും ചെയ്തു.

പോർത്തോസിന്റെ എതിരാളി വണ്ടിയിൽത്തന്നെയുണ്ടായിരുന്നു. ആറമീസിന്റെ ശത്രു എങ്ങോട്ടോ ഓടിക്കളയുകയും ചെയ്തു. ഇനി നെഞ്ചിൽ കുത്തേറ്റ അയാളെക്കുറിച്ചു മാത്രമേ ചിന്തിക്കാനുള്ളൂ.

പോർത്തോസും ആറമീസുംകൂടി അവന്റെ ചട്ടയഴിച്ചുനോക്കി. നെഞ്ചിലേറ്റകുത്ത് മാരകമാണോയെന്നറിയാൻ. അയാളുടെ ബൽറ്റിൽ നിന്നും വീണ പെഴ്സെടുത്ത് ആർട്ഗ്നൻ വിന്റർപ്രഭുവിനെ ഏൽപ്പിച്ചു.

"ഇതുകൊണ്ട് ഞാനിനിയെന്താണ് ചെയ്യേണ്ടത്. നീ പറ?" ആ ഇംഗ്ലീഷുകാരൻ ചോദിച്ചു.

"നിങ്ങൾ അത് അയാളുടെ കുടുംബത്തിനു കൊടുത്തോളൂ."

"ഈ നിസ്സാരപണംകൊണ്ട് ആ കുടുംബത്തിനൊരു കാര്യവുമില്ല. അവർക്ക് നല്ലൊരു തുകയാണ് അവകാശമായി കിട്ടാനിരിക്കുന്നത്. ഇത് നിങ്ങൾ നിങ്ങളുടെ വേലക്കാർക്കു കൊടുത്തോളൂ."

ആർട്ഗ്നൻ ആ പഴ്സ് തന്റെ പോക്കറ്റിൽ തിരുകി.

"എന്റെ യുദ്ധ സുഹൃത്തേ – അങ്ങനെ എനിക്ക് നിങ്ങളെ വിളിക്കാമെന്ന് ഞാൻ കരുതുന്നു" വിന്റർപ്രഭു പറഞ്ഞു. "ഞാൻ എന്റെ സഹോദരിയെ ഇന്നു വൈകുന്നേരം നിങ്ങൾക്കു പരിചയപ്പെടുത്താം; നിങ്ങൾക്കു താൽപ്പര്യമുണ്ടെങ്കിൽ. അവൾ നിങ്ങളെ പരിചയപ്പെടണമെന്നും എനിക്കാഗ്രഹമുണ്ട്; അവൾക്കുവേണ്ടിത്തന്നെ. കൊട്ടാരത്തിൽ അവൾക്കു നല്ല സ്വാധീനമുണ്ട്. നിങ്ങൾക്കുവേണ്ടി നല്ല വാക്കു കൊട്ടാരത്തിൽ പറയാൻ

അവൾക്കു കഴിഞ്ഞേക്കും."

ആർട്ഗ്നന് അതു വളരെ സന്തോഷമായി. തലകുമ്പിട്ടുകൊണ്ട് അവൻ ആ ക്ഷണം സ്വീകരിച്ചു.

ആതോസ് അപ്പോൾ അങ്ങോട്ടു വന്നു. വിന്റർപ്രഭു സംസാരം നിർത്തുന്നതുവരെ കാത്തുനിന്നു.

"നിങ്ങൾ ഈ പഴ്സിനെ എന്തു ചെയ്യാനാണു പോകുന്നത്?" ആതോസ് ആർട്ഗ്നനോടു ചോദിച്ചു.

"ഞാൻ ഇതു നിങ്ങൾക്കാണ് തരാൻ പോകുന്നത്" ആർട്ഗ്നൻ പറഞ്ഞു.

"എനിക്കോ? അതെന്തിനാണ്?"

"ഈ പെഴ്സിന്റെ ഉടമസ്ഥനെ നിങ്ങളല്ലേ കൊന്നത്. പാരിതോഷികമായി ഇതു നിങ്ങൾതന്നെ എടുത്തോളൂ."

"ഒരു ശത്രുവിന്റെ പണം ഞാൻ എടുക്കുമെന്നാണോ നിങ്ങൾ കരുതുന്നത്? എന്നെക്കുറിച്ച് നിങ്ങൾ എന്താണ് കരുതിയത്?"

"യുദ്ധത്തിൽ ഇതു ചെയ്യാറുണ്ടല്ലോ. പിന്നെന്തുകൊണ്ട് ദ്വന്ദ്വയുദ്ധത്തിൽ ചെയ്തുകൂടാ?"

"എന്നാൽ ഞാൻ അത്തരക്കാരനല്ല; യുദ്ധക്കളത്തിലായാലും" ആതോസ് പറഞ്ഞു.

പോർത്തോസും ആറമീസും സംഭാഷണം കേട്ടുകൊണ്ടു നിന്നതല്ലാതെ ഒന്നുംപറഞ്ഞില്ല. ഒരാൾ തോളുകുലുക്കുകയും രണ്ടാമൻ തല കുലുക്കി സമ്മതം കാണിക്കുകയും മാത്രം ചെയ്തു.

"എന്നാൽ നമുക്ക് ഈ പഴ്സിനെ വിന്റർപ്രഭു പറഞ്ഞതുപോലെ വേലക്കാർക്കു നൽകാം" ആർട്ഗ്നൻ പറഞ്ഞു.

"എനിക്കു സമ്മതമാണ്" ആതോസ് പറഞ്ഞു. "പക്ഷേ നമ്മുടെ വേലക്കാർക്കല്ല നൽകേണ്ടത്; ഇംഗ്ലീഷ് വേലക്കാർക്കുതന്നെ കൊടുക്കണം."

അയാൾ പഴ്സെടുത്ത് വണ്ടിക്കാരന്റെ കൈയിലേക്കിട്ടുകൊടുത്തശേഷം പറഞ്ഞു: "പിടിച്ചോളൂ. ഇതു നിങ്ങൾക്കും നിങ്ങളുടെ കൂട്ടുകാർക്കുമുള്ളതാണ്."

ദരിദ്രനായ ആതോസ് കാണിച്ച ആ മഹാമനസ്കതകണ്ട് പോർത്തോസിന് അത്ഭുതമായി. വിന്റർപ്രഭുവും അദ്ദേഹത്തിന്റെ കൂട്ടുകാരും പിന്നീടുപോയ പലയിടങ്ങളിലും ഈ സംഭവം പറഞ്ഞുനടന്നു. പക്ഷേ അയാളുടെ പ്രവൃത്തി നമ്മുടെ നാലു വേലക്കാർക്കുമാത്രമേ സുഖിക്കാതെ വന്നുള്ളൂ.

അവിടെനിന്നും പോകുന്നതിനുമുമ്പ് വിന്റർപ്രഭു തന്റെ സഹോദരിയുടെ മേൽവിലാസം ആർട്ഗ്നനു കൊടുത്തു – റോയൽ കൊട്ടാരത്തിലെ വിലാസം; നമ്പർ 6. പാരീസിലെ ഏറ്റവും കൂടുതൽ പരിഷ്കാരംകൊണ്ട സ്ഥലമായിരുന്നു അത്. സഹോദരിയെ പരിചയപ്പെടുത്താനായി ആർട്ഗ്നനെ ആതോസിന്റെ വീട്ടിൽ വന്നു കൂട്ടിക്കൊണ്ടു പൊയ്ക്കൊള്ളാ

മെന്നും വിന്റർപ്രഭു പറഞ്ഞു.

മിലാഡിയെ പരിചയപ്പെടാൻ പോകുന്നതിൽ ആർട്ഗ്നന് ആവേശമായി. വിധി ഏതൊക്കെ വിധത്തിലാണ് വഴികൾ കൂട്ടിയിണക്കിത്തരുന്നത്; ഒക്കെ അത്ഭുതകരം തന്നെ. അവൾ കർദിനാളിന്റെ ഒരു ഏജന്റാണെന്ന് ആർട്ഗ്നന് ഉറപ്പുണ്ടായിരുന്നു. എങ്കിലും ഏതോ ഒരു വികാരം അവനെ അവളിലേക്കു അടുപ്പിച്ചു. എങ്കിലും മനസിന്റെ ബുദ്ധി സൂക്ഷിക്കണമെന്നും സ്വയം അവൻ ഉപദേശിച്ചു. ലണ്ടൻ തുറമുഖത്തുവച്ചും മിയൂങ്ങിൽവച്ചും രണ്ടുതവണ തന്നെക്കണ്ട കാര്യം അവൾ ഓർമിക്കുമോ എന്നതായിരുന്നു അവന്റെ ഭയം. അങ്ങനെയെങ്കിൽ താൻ രാജപക്ഷക്കാരനായ മോൺസ്യൂർ ട്രിവീലിയുടെ പക്ഷക്കാരനാണെന്ന് അവൾ തൽക്ഷണം മനസിലാക്കും. ബുദ്ധിപ്രകാശനത്തിനുള്ള എല്ലാ സാധ്യതകളും അതോടെ നശിക്കും.

വാർഡ്സിലെ പ്രഭുവിന് മിലാഡിയുമായിട്ടുള്ള ബന്ധം ആർട്ഗ്നന് ഒരു വിഷയമേയല്ലായിരുന്നു. ആ പ്രഭു സുന്ദരനും പണക്കാരനും കർദിനാളിന്റെ ആളുമാണല്ലോ. എന്നാൽ ആർട്ഗ്നനാകട്ടെ വെറുമൊരു ഇരുപതുകാരൻ ചെക്കൻ. ജനിച്ചതോ ടാർബീസിലും. അതുകൊണ്ട് ആർട്ഗ്നന്റെ ഈ മനോഭാവത്തിൽ യാതൊരുവിധ അതിശയവുമുണ്ടാക്കുകയില്ല.

അവൻ വീട്ടിൽപോയി. നല്ല വേഷവും ധരിച്ചു. തുടർന്ന് അവൻ ആതോസിന്റെ വീട്ടിലേക്കു ചെന്നു. പതിവുപോലെ വിശേഷങ്ങൾ മുഴുവനും പറഞ്ഞു. എല്ലാം ശ്രദ്ധയോടെ കേട്ടിരുന്നശേഷം, ഇഷ്ടമില്ലാത്ത വിധം തലകുലുക്കുകയും സൂക്ഷിക്കണമെന്ന് ആതോസ് പറയുകയും ചെയ്തു.

“നിങ്ങൾക്ക് ഒരു സ്ത്രീ ഇപ്പോൾ നഷ്ടമായതേയുള്ളൂ. അവൾ എല്ലാവിധത്തിലും നല്ലവളും സുന്ദരിയുമായിരുന്നു” ആതോസ് പറഞ്ഞു. “ഇപ്പോഴിതാ, മറ്റൊരു പെണ്ണിന്റെ പുറകേ പോകുന്നു.”

ആതോസ് പറഞ്ഞതിൽ തെറ്റൊന്നുമില്ലെന്ന് ആർട്ഗ്നനു തോന്നി.

“അതെ മാഡം ബോണസ്യൂവിനെ ഞാൻ ഹൃദയംകൊണ്ടാണ് സ്നേഹിച്ചത്” ആർട്ഗ്നൻ പറഞ്ഞു. “എന്നാൽ മിലാഡിയെ ഞാൻ സ്നേഹിക്കുന്നത് എന്റെ ബുദ്ധികൊണ്ടാണ്. കൊട്ടാരത്തിലെ അവളുടെ സ്ഥാനം കണ്ടുപിടിക്കാൻ വേണ്ടിയാണ്; പരിചയപ്പെടാനും പരിചയപ്പെടുത്താനും വേണ്ടിയാണ് ഞാൻ പോകുന്നത്.”

“കൊട്ടാരത്തിലെ അവളുടെ സ്ഥാനമോ? അതിന് ആലോചിക്കാൻ എന്തിരിക്കുന്നു. നീ പറഞ്ഞകാര്യത്തിൽത്തന്നെയുണ്ടല്ലോ. അവൾ കർദിനാളിന്റെ ഏജന്റാണ്; നിങ്ങളെ ചതിപ്പെടുത്തുകയും ചെയ്യും.”

“കാര്യങ്ങളെ നിങ്ങൾ അശുഭരീതിയിൽ മാത്രമാണ് കാണുന്നതെന്ന് തോന്നുന്നു” ആർട്ഗ്നൻ പറഞ്ഞു.

“എനിക്കു സ്ത്രീകളെ വിശ്വാസമില്ല തന്നെ. അതിനു കാരണവുമുണ്ട്. എനിക്ക് സുന്ദരികളെയാണ് കൂടുതൽ വിശ്വാസമില്ലാത്തത്....

മിലാഡി സുന്ദരിയെന്നല്ലേ നിങ്ങൾ പറഞ്ഞത്?" ആതോസ് ചോദിച്ചു.

"ഞാൻ കണ്ടിട്ടുള്ളതിൽ വച്ചേറ്റവും സുന്ദരിയാണവൾ."

"അയ്യോ! കഷ്ടം ആർട്ഗ്നൻ!" ആതോസ് പറഞ്ഞു.

"എനിക്ക് അവളെക്കുറിച്ചുള്ള വിവരങ്ങൾ മാത്രം അറിഞ്ഞാൽ മതി. എനിക്കറിയേണ്ടതൊക്കെ അറിഞ്ഞുകഴിഞ്ഞാൽ, പിന്നെ എനിക്ക് അവളുമായി ബന്ധമുണ്ടാകില്ല" ആർട്ഗ്നൻ പറഞ്ഞു.

"വേണ്ടതൊക്കെ എന്നാൽ പോയറിയൂ" ആതോസ് പറഞ്ഞു.

കൃത്യസമയത്തുതന്നെ വിന്റർപ്രഭുവെത്തി. അയാൾ ഉള്ളിൽ കടക്കുന്നതിനു മുമ്പ് ആതോസ് അവിടെനിന്നും പുറത്തിറങ്ങിയിരുന്നു. ആർട്ഗ്നൻ ഒറ്റയ്ക്കുനിൽക്കുന്നതാണ് പ്രഭു കണ്ടത്. രണ്ട് ഉഗ്രൻ കുതിരകളെ പൂട്ടിയ മനോഹരമായ വണ്ടിയിലാണ് അയാൾ വന്നത്. അവർ അതിൽക്കയറി കൊട്ടാരത്തിലേക്കു നീങ്ങി.

മിലാഡി ആർട്ഗ്നന് ഊഷ്മളമായ ഒരു സ്വാഗതം നൽകി. അവളുടെ വീട് അങ്ങേയറ്റം ആഡംബരപരമായിരുന്നു. യുദ്ധഭീതിമൂലം ഇംഗ്ലീഷുകാർ മിക്കവരും അവിടം വിട്ടിരുന്നു. പക്ഷേ, മിലാഡി അപ്പോഴും തന്റെ വീട്ടിൽ വേണ്ട മാറ്റങ്ങൾ വരുത്തിക്കൊണ്ടിരുന്നു; ബ്രിട്ടീഷുകാർ ഫ്രാൻസിൽനിന്നും വിട്ടുപോകുന്ന രീതി അവൾ മാത്രം ഒഴിവാക്കിക്കൊണ്ടിരുന്നുയെന്നർഥം.

വിന്റർപ്രഭു തന്റെ സഹോദരിക്ക് ആർട്ഗ്നനെ പരിചയപ്പെടുത്തിക്കൊണ്ടു പറഞ്ഞു: "ഈ ചെറുപ്പക്കാരന്റെ കൈയിലായിരുന്ന എന്റെ ജീവൻ എനിക്കു തിരിച്ചുകിട്ടി. വ്യക്തിപരമായ കാര്യത്തിലും ദേശപരമായ കാര്യത്തിലുമായിരുന്നു ഞങ്ങളുടെ ദ്വന്ദ്വയുദ്ധം. എങ്കിലും ഇദ്ദേഹം എന്റെ ജീവൻ തിരിച്ചുതന്നു. അതുകൊണ്ട് നിനക്കെന്തെങ്കിലും സ്നേഹം എന്നോടുണ്ടെങ്കിൽ ഇദ്ദേഹത്തോടു നീ നന്ദി പറയണം."

മിലാഡിയുടെ പുരികം ചുളിഞ്ഞു. ഒരു നീരസം അവളുടെ മുഖത്തിലൂടെ കടന്നുപോയി. പിന്നെ വിചിത്രമായ ഒരു ചിരിയും. അവളുടെ ഭാവമാറ്റം കണ്ടപ്പോൾ ആർട്ഗ്നനു പ്രയാസമാണ് അനുഭവപ്പെട്ടത്.

വിന്റർപ്രഭു ഇതൊന്നും കണ്ടില്ല. തന്റെ ഉടുപ്പിൽ കയറിപ്പിടിച്ച അവളുടെ ഓമനക്കുരങ്ങിനെ കളിപ്പിച്ചുകൊണ്ട് അയാൾ ഇരിക്കുകയായിരുന്നു.

"സ്വാഗതം സർ" ആരംഭത്തിൽ പ്രകടിപ്പിച്ച എല്ലാ ഭാവങ്ങളും മാറ്റി സന്തോഷത്തോടെ അവൾ പറഞ്ഞു. "നിങ്ങൾ ഇന്നു ചെയ്തതിന് ഞാൻ എന്നും നിങ്ങളോട് കൃതജ്ഞതയുള്ളവളായിരിക്കും."

അപ്പോഴേക്കും വിന്റർപ്രഭു മിലാഡിയുടെ അരികിലേക്കു വന്നു. യുദ്ധവിശേഷങ്ങൾ അയാൾ വിവരിച്ചു. കഥയിൽ രസിക്കുന്നുയെന്ന ഭാവത്തിൽ അവൾ ശ്രദ്ധിച്ചിരുന്നു. പക്ഷേ അവളുടെ ചില ബാഹ്യചേഷ്ടകൾ അവളുടെ നീരസത്തെയാണ് പ്രകടിപ്പിച്ചത്.

വിന്റർപ്രഭുവിന് തന്റെ സഹോദരിയുടെ നീരസം മനസിലായില്ല. പരിചയപ്പെടലും മറ്റും കഴിഞ്ഞപ്പോൾത്തന്നെ രണ്ടു ഗ്ലാസ് സ്പാനിഷ് വീഞ്ഞ് അയാൾ കൊണ്ടുവന്നു; ഒരുമിച്ച് കുടിക്കാൻ. മദ്യം കഴിക്കാൻ

ക്ഷണം കിട്ടിയാൽ ഒരു ഇംഗ്ലീഷുകാരനും അതു നിരസിക്കാറേയില്ലെന്ന് ആർട്ഗ്നനറിയാമായിരുന്നു. അക്കാരണത്താൽ വീഞ്ഞുകുടിക്കാനായി അവൻ അങ്ങോട്ടുചെന്നിരുന്നു.

അപ്പോഴും അവൻ മിലാഡിയെ സൂക്ഷിച്ചുനോക്കി. അവളുടെ യഥാർഥനോട്ടം കണ്ണാടിയിലൂടെ അവൻ കണ്ടു. അസ്വസ്ഥയാകുകയും കുപിതയാകുകയും സ്വയംനിയന്ത്രിക്കാനായി കൈയിലിരുന്ന തൂവാല കടിക്കുകയും ചെയ്തു.

മിലാഡിയുടെ ആ സുന്ദരിയായ വേലക്കാരി മുറിക്കകത്തുവന്ന് എന്തോ വിന്റർപ്രഭുവിന്റെ ചെവിയിൽ ഇംഗ്ലീഷിൽ മന്ത്രിച്ചു. പ്രഭു പെട്ടെന്നെഴുന്നേറ്റ് ഉടനെ വരാമെന്ന് പറഞ്ഞ് അനുവാദത്തോടുകൂടെ പുറത്തേക്കിറങ്ങി. അയാൾ ആർട്ഗ്നന്റെ കൈപിടിച്ചുകുലുക്കിയശേഷമാണ് പുറത്തേക്കു പോയത്.

അയാൾ പോയപ്പോൾ ആർട്ഗ്നൻ മിലാഡിയുടെ അടുക്കൽവന്നു. മനസിലെ ഭാവമാറ്റം മുഴുവനും അവളുടെ മുഖത്ത് തെളിഞ്ഞിരുന്നു. അവൾ സ്വയം ചുണ്ടുകടിച്ചതിനാൽ ചുണ്ടുപൊട്ടുകയും രക്തത്തുള്ളികൾ തൂവാലയിൽ പടർന്നിരിക്കുന്നതും അവൻ കണ്ടു.

അവർ സാവകാശം സംസാരിച്ചിരുന്നു. സംഭാഷണം നീണ്ടുതുടങ്ങിയപ്പോൾ തന്റെ ഭർത്താവിന്റെ സഹോദരനാണ് വിന്റർപ്രഭുവെന്നും ഭർത്താവ് ഈ കുടുംബത്തിലെ ഇളയമകനാണെന്നും അവൾ പറഞ്ഞു. അദ്ദേഹം മരിച്ചുപോയെന്നും ഒരു കുഞ്ഞിന്റെ അമ്മയായ താനിന്ന് ഒരു വിധവയാണെന്നും അവൾ പറഞ്ഞു. വിന്റർപ്രഭു വിവാഹിതനായില്ലെങ്കിൽ ഈ കുഞ്ഞായിരിക്കും എല്ലാത്തിനും അവകാശിയെന്നും അവൾ പറഞ്ഞു.

കഥയിത്രയും പറഞ്ഞെങ്കിലും ചില കാര്യങ്ങൾ മിലാഡി മറച്ചുവച്ചതായിട്ട് ആർട്ഗ്നനു തോന്നിയിരുന്നു. പക്ഷേ, അതെന്തായിരുന്നെന്ന് ഊഹിച്ചെടുക്കാനൊന്നും അവനായില്ല.

അരമണിക്കൂറോളം അവളുമായി സംസാരിച്ചിരുന്നപ്പോൾ, അവൾ ഒരു ഇംഗ്ലീഷുകാരിയല്ലെന്ന് ആർട്ഗ്നനു മനസിലായി. അവൾ നന്നായി ഫ്രഞ്ചു സംസാരിച്ചിരുന്നു. ഇംഗ്ലീഷ് ഭാഷയുടെ സ്വാധീനം അവളുടെ സംഭാഷണത്തിൽ ലവലേശം ഉണ്ടായിരുന്നില്ല.

അവളെ സന്തോഷിപ്പിക്കുന്നതിനുവേണ്ടി അവൻ മനസുതുറന്നു സംസാരിച്ചു. അവന്റെ പ്രശംസാവചനങ്ങൾ മുഴുവൻ അവൾ സ്വീകരിക്കുകയും ചെയ്തു.

ആർട്ഗ്നന് അവിടെനിന്നും പോകേണ്ട നേരമായി. അവൾ അവളോടു സന്തോഷപൂർവം യാത്ര പറഞ്ഞു. പടികളിറങ്ങി വന്നപ്പോഴാണ്, ആ സുന്ദരി വേലക്കാരിപ്പെണ്ണ് അവിടെ നിൽക്കുന്നത് അവൻ കണ്ടത്. കടന്നുപോയപ്പോൾ അവൾ അയാളുടെ കയ്യിന്മേലൊന്ന് അറിയാതെ ഉരസി നീങ്ങി. അവളുടെ മുഖം വല്ലാണ്ടു ചുവന്നു; ക്ഷമാപണത്തിന്റെ ലക്ഷണം മുഖത്തു സ്ഫുരിച്ചു. അവൻ സാരമില്ലെന്നു പറഞ്ഞു നീങ്ങി.

പിറ്റേന്നും ആർട്ഗ്നൻ മിലാഡിയെ കാണാൻ ചെന്നു. അന്നവൾ അവനെ കൂടുതൽ ഊഷ്മളമായി സ്വീകരിച്ചു. വിന്റർപ്രഭു അപ്പോൾ അവിടെ ഉണ്ടായിരുന്നില്ല. അവൾ തനിച്ചായിരുന്നു. അവൾ അവനോടു കൂടുതൽ താൽപ്പര്യം അന്നു പ്രകടിപ്പിച്ചു. വീടും കൂട്ടുകാരുമൊക്കെയാരാണെന്നും കർദിനാളിന്റെ സേവനത്തിൽ പ്രവേശിക്കാൻ എപ്പോഴെങ്കിലും ആഗ്രഹം കാണിച്ചിട്ടുണ്ടോയെന്നൊക്കെ അവൾ ചോദിച്ചു.

പ്രായത്തിൽക്കവിഞ്ഞ കൂർമബുദ്ധിയുള്ള ആർട്ഗ്നൻ മിലാഡിയെ സംബന്ധിച്ച് തനിക്കുണ്ടായിരുന്ന സംശയത്തെപ്പറ്റി അപ്പോൾ കൂടുതൽ ചിന്തിക്കാൻ പ്രേരിപ്പിച്ചു. ആർട്ഗ്നൻ കർദിനാളിനെ വാനോളം പ്രശംസിക്കാൻ തുടങ്ങി. മോൺസ്യൂർ ട്രിവീലിക്കു പകരം മോൺസ്യൂർ കാവോയ്സിനെയാണ് പരിചയപ്പെട്ടിരുന്നതെങ്കിൽ, കണിശമായും രാജാവിന്റെ കൂടെയല്ല കർദിനാളിന്റെ സേവനത്തിലേ ചേരുകയുണ്ടായിരുന്നുള്ളൂയെന്നും അവൻ ഉറപ്പിച്ചുപറഞ്ഞു.

മിലാഡി തന്റെ വിഷയം തന്ത്രത്തിൽ മാറ്റിയശേഷം, പ്രാധാന്യമൊന്നും കൽപ്പിക്കാത്ത രീതിയിൽ അവൻ എപ്പോഴെങ്കിലും ഇംഗ്ലണ്ടിൽ പോയിട്ടുണ്ടോയെന്നു ചോദിച്ചു. കുറച്ചു കുതിരകളെ സവാരിക്കായി വാങ്ങുന്നതിന് ഒരിക്കൽ മോൺസ്യൂർ ട്രിവീലി തന്നെ ഇംഗ്ലണ്ടിൽ അയച്ചിരുന്നെന്നും നാലു കുതിരകളെ അങ്ങനെ ഇവിടെക്കൊണ്ടെത്തിച്ചിട്ടുണ്ടെന്നും ആർട്ഗ്നൻ പറഞ്ഞു.

സംസാരിക്കുന്നതിനിടയിൽ മിലാഡി ഒന്നു രണ്ടുതവണയെങ്കിലും അരിശത്തിൽ ചുണ്ടു കടിച്ചിട്ടുണ്ടാകും. ആർട്ഗ്നനെ എങ്ങനെയെങ്കിലും കെണിപ്പെടുത്തണമെന്ന ഉദ്ദേശ്യം അവൾക്കുണ്ടായിരുന്നു.

തലേദിവസം ഇറങ്ങിയ നേരത്തുതന്നെ അന്നും ആർട്ഗ്നൻ അവളോടു യാത്ര പറഞ്ഞിറങ്ങി. വേലക്കാരിപ്പെണ്ണ് കിറ്റിയെ അവൻ അന്നും കണ്ടു. അവൻ ഊഷ്മളമായി അവളെ നോക്കി. പക്ഷേ, അവളിലുണ്ടായ ഭാവമാറ്റം ശ്രദ്ധിക്കാൻ ആർട്ഗ്നനായില്ല; കാരണം അവന്റെ ചിന്ത മുഴുവനും മിലാഡിയെക്കുറിച്ചുള്ളതായിരുന്നു.

വീണ്ടും തുടർച്ചയായി രണ്ടുദിവസം അവൻ അവളെ കാണാൻ വന്നു. ഓരോ ദിവസവും കൂടുതൽ സ്നേഹത്തോടെ അവൾ അവനെ സ്വീകരിച്ചു. എല്ലാദിവസവും വേലക്കാരിപ്പെണ്ണിനെയും അവൻ കണ്ടു. ചിലപ്പോൾ സ്വകാര്യമുറിയിൽ, ചിലപ്പോൾ കോണിയിൽ വച്ച് ഒക്കെയാണ് അവൻ കിറ്റിയെ കണ്ടത്. പക്ഷേ ആർട്ഗ്നന് അവളെ ശ്രദ്ധിക്കാനേ കഴിഞ്ഞില്ല.

32

കോകിനാർഡിന്റെ വീട്ടിലെ ഭക്ഷണം

പോർത്തോസ് ദ്വന്ദ്വയുദ്ധത്തിൽ മഹാവിജയമാണല്ലോ നേടിയത്. പക്ഷേ, മാഡം കോകിനാർഡ് തന്നെ ഭക്ഷണത്തിനു ക്ഷണിച്ചിരുന്ന വിവരമൊന്നും അതുകൊണ്ടൊന്നും അയാൾ മറന്നില്ല.

വേലക്കാരൻ മോസ്ക്യൂട്ടൻ യജമാനന്റെ വസ്ത്രമൊക്കെ തേയ്ച്ചു മിനുക്കിക്കൊടുത്തു. പിറ്റേന്ന് ഒരു മണിക്കു മുമ്പുതന്നെ അയാൾ കോകിനാർഡിന്റെ വീട്ടിലേക്കു പുറപ്പെടുകയും ചെയ്തു.

അയാളുടെ ഹൃദയം ശക്തിയായുമിടിച്ചു. പക്ഷേ ആർട്ഗ്നന്റേതു മാതിരി ഇളംപ്രേമത്തിൽപ്പെട്ടതിന്റെ ഹൃദയമിടിപ്പൊന്നുമല്ല. കൂടുതൽ ഭൗതികമായ കാര്യസാധ്യത്തിനാണ് അയാൾ പോകുന്നത്. വർഷങ്ങളിലൂടെ ആ വക്കീൽ സമ്പാദിച്ച നിധിയുടെ അടുക്കലെത്താൻ അപരിചിതമായ വാതായനം അയാൾക്കു കടക്കേണ്ടതുണ്ടായിരുന്നു. താൻ പല തവണ സ്വപ്നം കണ്ടിട്ടുള്ള ഏതോ ഒരു നിധിപ്പെട്ടി കാണാൻ പോകുകയാണ്. അടച്ചു താഴിട്ടുപൂട്ടിയിട്ടുള്ള ആ പെട്ടിയെപ്പറ്റി മാഡം കോകിനാഡ് അവനോട് പറഞ്ഞിട്ടുമുണ്ട്. ഇപ്പോൾ അവൾ അത് സ്വന്തം കൈകൾകൊണ്ട് തുറക്കാൻ പോകുകയാണ്. ഒക്കെക്കണ്ട് തനിക്കിന്ന് ആഘോഷിക്കാം.

കുടുംബമോ സമ്പത്തോയില്ലാത്ത അലഞ്ഞു തിരിഞ്ഞു നടക്കുന്ന ഒരു പട്ടാളക്കാരനാണ് പോർത്തോസ്. സത്രങ്ങളിലാണ് ഭക്ഷണം. കൂട്ടുകാരുമായിട്ടോ, കിട്ടുന്ന മറ്റവസരങ്ങൾ ഉപയോഗപ്പെടുത്തിയോ ആണ് അവൻ കഴിഞ്ഞുകൂടുന്നത്. അങ്ങനെയുള്ള ഒരാളിനെയാണ് ഒരു സ്ത്രീ കുടുംബത്തിൽ ഭക്ഷണത്തിനു ക്ഷണിച്ചിരിക്കുന്നതും.

തന്റെ ഭാവി തിളക്കമുള്ളതായി പോർത്തോസിനു തോന്നി. മാഡം ബോണസ്യൂവിന്റെ കസിനായിട്ട് എന്നും അവളുടെ വീട്ടിൽ ഭക്ഷണം

കഴിക്കാൻ ചെല്ലുന്നതായി അയാൾ ഭാവന ചെയ്തു; അതും ആ വക്കീലിനോടൊട്ടിയിരുന്നുകൊണ്ട്. കാർഡും ചൂതും കളിക്കുന്നതിനുള്ള ബുദ്ധിമാർഗങ്ങൾ ക്ലാർക്കുമാർക്കു വക്കീൽ പറഞ്ഞുകൊടുത്തും അതുവഴി എല്ലാ മാസവും നല്ലൊരു സമ്പാദ്യമുണ്ടാക്കണമെന്നുമൊക്കെ പോർത്തോസ് ആലോചിച്ചു.

വക്കീലന്മാരെക്കുറിച്ച് ധാരാളം മോശമായ കഥകൾ അക്കാലത്ത് കേട്ടിരുന്നു. പിശുക്കന്മാർ, നുണയന്മാർ, ചൂഷണം ചെയ്യുന്നവർ എന്നൊക്കെ അവരെ സാധാരണ വിളിച്ചിരുന്നു. പക്ഷേ, മാഡം കോക്വിനാർഡ് ഉദാരമസ്കതയുള്ളവളായിരുന്നു.

പോർത്തോസ് വക്കീലിന്റെ വീട്ടിലെത്തി; അയാൾക്ക് അപ്പോൾ ചില സംശയങ്ങൾ ഉണ്ടായി. കയറിച്ചെല്ലുന്ന സ്ഥലംതന്നെ ആകപ്പാടെ അസുഖകരമായിരുന്നു. ഇരുട്ടും നാറ്റവും പിടിച്ച ഒരു ഊടുവഴി. വല്ലവിധേന നടന്നുചെന്ന് അയാൾ വീട്ടുവാതിൽക്കൽ മുട്ടി.

ഉയരമുള്ള ഒരു ക്ലാർക്കുവന്ന് വാതിൽ തുറന്നു. മുടിവെട്ടാത്ത തലയും വിളറിയ മുഖവും. പട്ടാളത്തിലെ ഉയർന്ന പദവിക്കാരുടെ വേഷവും അന്തസും നല്ല ചുവന്ന മേനിയുമൊക്കെ കണ്ടപ്പോൾ ആ ക്ലാർക്ക് പോർത്തോസിന്റെ മുമ്പിൽ ബഹുമാനപൂർവം തലകുനിച്ചു.

ആ ക്ലാർക്കിനു പിന്നിൽ പൊക്കം കുറഞ്ഞ ഒരാളും അയാൾക്കു പിന്നിൽ പൊക്കം കൂടിയ ഒരാളും നിൽക്കുന്നു. അയാൾക്കും പുറകിൽ ഒരു പന്ത്രണ്ടു വയസ്സ് പ്രായം തോന്നിക്കുന്ന ഒരു ബാലനും. ഇങ്ങനെ ഈ മൂന്നര ക്ലാർക്കുമാർ ഉള്ളത് നല്ല അന്തസുള്ള വക്കീലന്മാരുടെ ലക്ഷണമായിരുന്നു.

ഒരുമണിവരെ പോർത്തോസ് അവിടെ ചെല്ലണമെന്ന് പ്രതീക്ഷിച്ചിരുന്നില്ലെങ്കിലും ഉച്ചമുതലേ മാഡം കോക്വിനാർഡ് അയാളെ കാത്തിരിക്കുകയായിരുന്നു; അയാളുടെ ഹൃദയമളന്നുകൊണ്ട്. നല്ല തീറ്റക്കാരനായ അയാൾ സമയത്തിനുമുമ്പ് എത്തിച്ചേരുമെന്നും അവൾക്കറിയാമായിരുന്നു.

അയാൾ അകത്തേക്കു വരണ്ടേ താമസം സ്വീകരിക്കാനായി അവൾ ചെന്നു. ജിജ്ഞാസയോടെ ക്ലാർക്കുമാർ അയാളെ തുറിച്ചുനോക്കിക്കൊണ്ടിരുന്നു. അവൾ തന്നെ സ്വീകരിക്കാൻ വരുന്നതുകണ്ടപ്പോഴാണ് പോർത്തോസിന് അൽപ്പമൊരാശ്വാസം തോന്നിയത്.

“ഇതാണെന്റെ കസിൻ” അവൾ ഉറക്കെപ്പറഞ്ഞു. “അകത്തു വരൂ കസിനേ. മോൺസ്യൂർ പോർത്തോസേ, അകത്തുവരൂ.”

അയാളുടെ പേരുകേട്ടപ്പോൾ ക്ലാർക്കുമാർക്കു ചിരിയാണു വന്നത്. പക്ഷേ, പോർത്തോസ് തിരിഞ്ഞവരെ നോക്കിയപ്പോൾ അവർ ഗൗരവത്തോടെ ചിരിയടക്കി നിന്നു.

മാഡം കോക്വിനാർഡ് അയാളെ ക്ലാർക്കുകൾ നിന്നിരുന്ന മുറിയിൽ നിന്നും സ്വീകരണമുറിയിലേക്കു കൂട്ടിക്കൊണ്ടുപോയി. ഓഫീസ് മുറിവഴി അവിടെ കടലാസുകളുടെ കൂമ്പാരം – അടുക്കളവഴിയാണ് അയാളെ

അങ്ങോട്ടു കൊണ്ടുപോയത്.

പരസ്പരബന്ധമുള്ള മുറികൾ ആ വിധം ഉണ്ടാകുന്നത് പോർത്തോസിന് ഇഷ്ടമായില്ല. കാരണം മുറികൾ ഈവിധം തുറന്നു പരസ്പരബന്ധമുള്ളതാക്കി മാറ്റിയാൽ പറയുന്നതെല്ലാം മറ്റുള്ളവർ കേൾക്കുമല്ലോ. മാത്രമല്ല, വരുന്ന വഴിയിൽ അടുക്കളയിൽ അയാൾ ശ്രദ്ധിച്ചതാണ്. ഉദ്ദേശിച്ചതൊന്നും ഉണ്ടെന്ന് അയാൾക്കു തോന്നിയിരുന്നില്ല. വലിയ കൊതിയോടെയാണ് അയാൾ അങ്ങോട്ടു നോക്കിയിരുന്നത്.

ഒരു സന്ദർശകൻ വരുന്ന കാര്യം അവൾ നേരത്തെതന്നെ വക്കീലിനെ ധരിപ്പിച്ചിരുന്നു. അതിനാൽ പോർത്തോസിനെ കണ്ടപ്പോൾ അയാൾക്കു അമ്പരപ്പൊന്നുമുണ്ടായില്ല. പോർത്തോസ് വക്കീലിനെ ആദരവോടെ തലകുനിച്ചു വണങ്ങി.

"നമ്മൾ കസിനുകളാണെന്നാണ് പറഞ്ഞുവരുന്നത്." കസേരയിൽ ഒന്നനങ്ങി നിവർന്നിരുന്നുകൊണ്ട് വക്കീൽ അതിഥിയോടു പറഞ്ഞു.

മെലിഞ്ഞുണങ്ങിയ ശരീരത്തിൽ അയാൾ ഒരു വലിയ കറുത്ത കോട്ടാണ് ധരിച്ചിരുന്നത്. അയാളുടെ കണ്ണിനും വായ്ക്കും മാത്രമേ ജീവനുള്ളൂയെന്നു തോന്നും. അഞ്ചാറു മാസങ്ങൾക്കുമുമ്പാണ് അയാൾക്ക് കാലിൽ ഒരു വേദന തുടങ്ങിയത്. ഭാര്യയുടെ കാരുണ്യത്തിലാണ് അതിനുശേഷം അയാൾ കഴിയുന്നത്.

ഭാര്യയുടെ കസിനെ എല്ലാ ആദരവോടും അയാൾ സ്വീകരിച്ചു. എന്നാൽ കാലിന് അസുഖമൊന്നുമില്ലാതിരുന്നെങ്കിൽ പോർത്തോസിനോടു യാതൊരുവിധ വ്യക്തിബന്ധവും അയാൾ സ്ഥാപിക്കുമായിരുന്നില്ല.

"അതെ സർ. നാം കസിനുകളാണ്" പോർത്തോസ് മറുപടി പറഞ്ഞു. വക്കീലിൽനിന്നും ഇത്തരം ഒരു ഊഷ്മളസ്വീകരണം അയാൾ പ്രതീക്ഷിച്ചിരുന്നില്ല.

"ഭാര്യവഴിക്കുള്ള കസിനാണല്ലേ" അൽപ്പം ഫലിതം വച്ചാണ് വക്കീൽ ഇതു പറഞ്ഞത്.

പോർത്തോസിന് ആ ഫലിതം നന്നായി രസിച്ചു. അയാൾ പറഞ്ഞതിന്റെ ഏതോ ഒരു ആന്തരികാർഥം മനസിലാക്കിയ പോർത്തോസ് സ്വയം ചിരിച്ചു. വക്കീലന്മാർ ഇത്തരം പ്രകൃതക്കാരാണെന്ന് അറിയാമായിരുന്ന മാഡം കോക്വിനാർഡിന്റെ ചിരി വിഷാദമയമായി. അവളുടെ മുഖം ചുവന്നു. പോർത്തോസ് മുറിയിൽ പ്രവേശിച്ചതുമുതൽ ഓക്കുമേശയ്ക്കരികിൽ കിടക്കുന്ന അലമാരയിലേക്കു വക്കീൽ ഉൽക്കണ്ഠയോടെ നോക്കുകയായിരുന്നു. താൻ സ്വപ്നത്തിൽ കാണുന്ന അലമാര അതായിരിക്കുമെന്ന് പോർത്തോസിനു തോന്നി. പക്ഷേ, രൂപവും വലിപ്പവും ഉദ്ദേശിച്ചതിനെക്കാൾ വ്യത്യാസപ്പെട്ടതായിരുന്നു. വലിപ്പം വളരെ കൂടുതലായിരുന്നു.

വക്കീൽ കുടുംബക്കഥകളോ അന്വേഷണങ്ങളോയൊന്നും നടത്തിയില്ല. അയാൾ അലമാരയിൽനിന്നും കണ്ണെടുത്തശേഷം ഭാര്യയോടു പറ

ഞ്ഞു. "നമ്മുടെ കസിൻ പാരീസിൽനിന്നും പോകുന്നതിനുമുമ്പ് ഒരു ദിവസം നമ്മോടൊത്തു ഭക്ഷണം കഴിക്കുമെന്ന് ഞാൻ കരുതുന്നു."

വക്കീലിന്റെ വാക്കിന്റെ ആഘാതമേറ്റത് പോർത്തോസിന്റെ ആമാശയത്തിലാണ്. മാഡം കോക്വിനാർഡ് അസ്ഡാളിച്ചുപോയി.

"നന്നായിട്ടിയാളെ സ്വീകരിക്കുന്നതായി ഇയാൾക്കു തോന്നിയില്ലെങ്കിൽ പിന്നെ ഇയാൾ ഇങ്ങോട്ടു വരുമെന്നു എനിക്കു തോന്നുന്നില്ല" അവൾ പറഞ്ഞു. "പാരീസിൽ കുറച്ചുകാലം മാത്രമേ എന്റെ കസിനുള്ളൂയെന്നതുകൊണ്ട്, വിശ്രമസമയം മുഴുവനും നമ്മോടൊപ്പം ചെലവഴിക്കാൻ വിളിക്കണം."

"അയ്യോ എന്റെ കാല്!" അയാൾ പിറുപിറുത്തു. അയാൾ തുടർന്ന് ഒന്നു ചിരിക്കാൻ ശ്രമിച്ചു.

പ്രതീക്ഷകളൊക്കെ വീണുടഞ്ഞുപോകുന്ന അവസരത്തിൽ ബുദ്ധിപൂർവം വന്ന് ഇടപെട്ടതിന് മാഡം കോക്വിനാർഡിനോടു പോർത്തോസിന് നന്ദിതോന്നി.

ഭക്ഷണത്തിനുള്ള നേരമായി. അടുക്കളയ്ക്കരികിലുള്ള ഇരുണ്ടതും എന്നാൽ വിശാലവുമായ മുറിയിലേക്ക് അയാൾ ചെന്നു.

ആ ക്ലാർക്കുമാർ പതിവില്ലാത്ത മണംപിടിച്ചുകൊണ്ട് അവിടെ നിൽപ്പുണ്ടായിരുന്നു. ഇരിക്കാൻ പാകത്തിന് സ്റ്റൂളിട്ട് അവർ തയാറായി നിൽക്കുകയായിരുന്നു. അവർ നാവും നുണയുന്നു.

അതു കണ്ടപ്പോൾ പോർത്തോസ് സ്വയം പറഞ്ഞു: "എന്റെ കസിന്റെ സ്ഥാനത്ത് ഞാനായിരുന്നെങ്കിൽ ഇത്തരം തീറ്റിക്കൊതിയന്മാരെ വച്ചുപൊറുപ്പിക്കില്ലായിരുന്നു. തകർന്ന കപ്പലിൽ ഭക്ഷണം കഴിക്കാതെ ആറുമാസം കഴിഞ്ഞവരെപ്പോലെയാണല്ലോ അവരുടെ പെരുമാറ്റം."

ചക്രക്കസേരയിൽ കയറ്റിയിരുത്തിയശേഷം തന്റെ ഭർത്താവിനെ അവൾ ഭക്ഷണമുറിയിലെത്തിച്ചു. മേശയ്ക്കരികിൽ അയാളെയിരുത്താൻ പോർത്തോസും സഹായിച്ചു.

ക്ലാർക്കുമാർ ചെയ്തതുപോലെതന്നെ വക്കീലും മണംപിടിക്കുകയും നാവു നുണയുകയും ചെയ്തു.

"ഇതുഗ്രൻ സൂപ്പു തന്നെ" വക്കീൽ പറഞ്ഞു.

ഈ സൂപ്പിനെന്താണിത്ര പ്രത്യേകത? പോർത്തോസ് ചിന്തിച്ചു. വെറും വെള്ളംമാതിരിയാണിരിക്കുന്നത്. അവിടവിടെയായി റൊട്ടിക്കഷണങ്ങൾ പൊന്തിക്കിടക്കുന്നു. വെള്ളത്തിൽ ചെറിയ ദ്വീപുകൾ ചിതറിക്കിടക്കുന്നതുപോലെ.

മാഡം കോക്വിനാർഡ് പുഞ്ചിരിച്ചുകൊണ്ട് എല്ലാവരോടും ഇരിക്കാൻ ആംഗ്യം കാണിച്ചു. എല്ലാവരും ഇരുന്നു.

ആദ്യം അവൾ തന്റെ ഭർത്താവിനു വിളമ്പി, പിന്നെ പോർത്തോസിനും. തുടർന്ന് അവൾക്കാവശ്യമുള്ളത് അവളുമെടുത്തു. ബാക്കിയുള്ളത് – വെള്ളം തീർന്ന റൊട്ടിക്കഷണങ്ങൾ – അക്ഷമരായി കൊതിമൂത്തു നിൽക്കുന്ന ക്ലാർക്കുമാർക്ക് അവൾ നീക്കിവച്ചു കൊടുത്തു.

അപ്പോഴേക്കും ഭക്ഷണമുറിയുടെ വാതിൽ തള്ളിത്തുറക്കപ്പെടുന്നത് പോർത്തോസ് കണ്ടു. ക്ലാർക്കുമാരോടൊപ്പമുണ്ടായിരുന്ന ആ കൊച്ചു ബാലനായിരുന്നു അത്. മുതിർന്നവരുടെ കൂട്ടത്തിൽ ചേരാൻ വിലക്കുള്ള തിനാൽ അവനൊറ്റയ്ക്ക് റൊട്ടി തിന്നുകയായിരുന്നു; അടുക്കളയിൽ നിന്നും ഒഴുകിനീങ്ങുന്ന നല്ല മണം അവൻ ഒപ്പം ആസ്വദിക്കുന്നുമുണ്ടായി രുന്നു.

സൂപ്പു കഴിച്ചുകഴിഞ്ഞപ്പോൾ അവിടത്തെ വേലക്കാരി വേവിച്ച ഒരു കോഴിയെ കൊണ്ടുവന്നു. മുഖത്തുനിന്നും താഴെ വീഴുന്നമാതിരിയുള്ള ക്ലാർക്കുമാരുടെ കണ്ണുകൾ! അവ പുറത്തേക്കു തള്ളിനിൽക്കുന്നു.

"നീ നിന്റെ കുടുംബത്തെ സ്നേഹിക്കുന്നുണ്ടെന്ന് എനിക്ക് മനസി ലാക്കാൻ കഴിയുന്നുണ്ട്" വേദനനിറഞ്ഞ ചെറുചിരിയോടെ വക്കീൽ തന്റെ ഭാര്യയോടു പറഞ്ഞു. "നീ നിന്റെ കസിനു നൽകുന്ന ആദരവിൽ അയാൾ നിന്നെ പുകഴ്ത്തും."

പോർത്തോസ് നോക്കി. എല്ലും തോലുമായ കോഴിയായിരുന്നു അത്. കുറ്റിരോമങ്ങൾ അവിടവിടെ അതിന്റെ തൊലിപ്പുറത്തുകാണാം. എന്തായാലും ചാകാറായിത്തുടങ്ങിയ ഒരു കോഴിയായിരുന്നുയെന്ന് അയാൾക്കു തോന്നി. "എന്തൊരു കാഴ്ചയാണിത്? വാർധക്യത്തോട് എനിക്കു ബഹുമാനമാണ്. പക്ഷേ, അതിനെ അവിച്ചും പൊരിച്ചും കൊണ്ടുവന്നൂന്നുകരുതി? എനിക്കു വേണ്ടേ" പോർത്തോസ് കരുതി.

മറ്റുള്ളവർ എന്തു പറയുന്നൂവെന്നറിയാൻ അയാൾ ചുറ്റും ശ്രദ്ധിച്ചു. അതിനെ തിന്നാനുള്ള വെപ്രാളത്തിൽ അവരെല്ലാവരും കണ്ണും തള്ളി യിരിക്കുകയാണ്.

മാഡം കോകിനാർഡ് പാത്രം അടുപ്പിച്ചുവച്ചു. കോഴിയുടെ കാലു കൾ അരിഞ്ഞെടുത്ത് ഭർത്താവിന്റെ പാത്രത്തിൽ വച്ചുകൊടുത്തു. തലയും കഴുത്തും സ്വന്തം പാത്രത്തിൽ വച്ചു. പോർത്തോസിന് ഒരു ചിറകുഭാഗം കൊടുത്തു. ബാക്കി ആ വേലക്കാരിയെ തിരിച്ചേൽപ്പിച്ചു. അവൾ അതു അടുക്കളയ്ക്കുള്ളിൽ കൊണ്ടുവച്ചു; ക്ലാർക്കുമാരുടെ മനോ നില പഠിക്കാൻ പറ്റുന്നതിനുമുമ്പുതന്നെ സാധനം അങ്ങ് അടുക്കളയിൽ എത്തിയിരുന്നു.

പിന്നെ വന്നത് പയറുകൂട്ടാനായിരുന്നു. അതിനകത്ത് ആട്ടിറച്ചിയു ണ്ടോയെന്ന സംശയമായിരുന്നു. ഒന്നുരണ്ട് എല്ലുകൾ പുറത്തേക്ക് ഉന്തി നിന്നിരുന്നു. ഇത്തവണ ക്ലാർക്കുമാർ നാവുനുണച്ചതേയില്ല; അവർ ക്ഷമ യോടെ നിന്നു. മാഡം കോകിനാർഡ് അതു വാങ്ങിയശേഷം ഓരോരു ത്തർക്കായി ആവശ്യത്തിനുമാത്രം വിളമ്പിക്കൊടുത്തു.

പിന്നെ വീഞ്ഞുകുടിക്കാനുള്ള സമയമായിരുന്നു. വക്കീൽ ഒരു നീണ്ട കല്ലുകുപ്പിയെടുത്തശേഷം ഒരു ഗ്ലാസിൽ മൂന്നിലൊന്നുഭാഗം നിറ ച്ചു. തനിയെയങ്ങു മോന്തുകയും ചെയ്തു. ക്ലാർക്കുമാർക്കും അതുപോ ലെതന്നെ അയാൾ കൊടുത്തു. തുടർന്ന് ആ കുപ്പി പോർത്തോസിനും മാഡം കോകിനാർഡിനും തിരിച്ചേൽപ്പിച്ചു.

ക്ലാർക്കുമാർ അതിൽ വെള്ളം ചേർത്തു കുടിച്ചുതുടങ്ങി. ഭക്ഷണം തീരുന്നതുവരെ അവർ വെള്ളം ചേർത്തുചേർത്ത് കുടിച്ചതിനാൽ അവസാനം വീഞ്ഞിന്റെ രുചിതന്നെ വല്ലാണ്ടു മാറി.

പോർത്തോസ് കോഴിയിറച്ചി തിന്നുകൊണ്ടിരുന്നു. അവളുടെ കാൽ മുട്ട് മേശക്കടിയിലൂടെ തന്റെ കാലിൽ സ്പർശിച്ചുതുടങ്ങിയപ്പോൾ അവൻ വല്ലാതെ ഭയന്നു. പോർത്തോസും അരഗ്ലാസ് വീഞ്ഞുകുടിച്ചു. വല്ലാണ്ടു രുചിമാറിയിരുന്നതായി അയാൾക്കു തോന്നി.

വെള്ളം ചേർത്തുചേർത്ത് രുചിമാറിയ വീഞ്ഞു പോർത്തോസ് കുടിക്കുന്നതു കണ്ടപ്പോൾ വക്കീൽ ദീർഘമായി നിശ്വസിച്ചു.

“പോർത്തോസേ, നിങ്ങൾക്കു കുറച്ചു പയറുകറി വേണോ?” വേണ്ടായെന്ന് മറുപടി പറയണമെന്ന അർഥം വച്ച് അവൾ അയാളെ ഒപ്പം നോക്കുകയും ചെയ്തു.

“വേണ്ട” പോർത്തോസ് പറഞ്ഞു. “വളരെ ഉപകാരം. കഴിക്കാവുന്നതിൽ പരമാവധി കഴിച്ചു.”

പെട്ടെന്ന് അവിടെ നിശ്ശബ്ദത വ്യാപിച്ചു. പോർത്തോസിനു പരിഭവമായി. നിശ്ശബ്ദതയെ ഭേദിച്ചുകൊണ്ട് വക്കീൽ പറഞ്ഞു: “അടിപൊളിയായിരുന്നു. ഇത്രയും നല്ല സദ്യ ഈ അടുത്തകാലത്തെങ്ങും ഞാൻ കഴിച്ചിട്ടില്ല.”

വക്കീൽ ആ സൂപ്പും രണ്ടു ചിക്കൻകാലും ആട്ടിറച്ചിയും ഒക്കെ കഴിച്ചിരുന്നു.

തന്നെ വിഡ്ഢിയാക്കാനുള്ള എന്തെങ്കിലും പരിപാടിയാണോയിതെന്ന് പോർത്തോസിനു തോന്നി. അയാൾ മുഖം ചുളിച്ചുകൊണ്ട് മീശ പിരിച്ചു. സമാധാനമായിരിക്കാൻ അവൾ അയാളുടെ കാൽമുട്ടിൽ മുട്ടുകൊണ്ടിടിച്ചുകൊണ്ട് ആംഗ്യം കാണിച്ചു.

വക്കീൽ എന്തോ ഒരു നോട്ടം കാണിച്ചു; അവൾ ചിരിച്ചുകൊണ്ട് തലയാട്ടുകയും മറ്റുള്ളവർ എഴുന്നേറ്റു പോവുകയും ചെയ്തു.

പോയിച്ചെന്ന് ജോലി ചെയ്യൂ; തിന്നതൊക്കെ ദഹിക്കട്ടെ” വക്കീൽ അവരെ നോക്കിപ്പറഞ്ഞു.

ക്ലാർക്കുമാർ പോയിക്കഴിഞ്ഞപ്പോൾ അവൾ എഴുന്നേറ്റ് ചുമരലമാരയുടെ അടുക്കലേക്കു ചെന്നു. അവിടെനിന്നും ഒരു കഷണം കട്ടിനെയ്യും കുറച്ചു ജാമും എടുത്തുകൊണ്ടു വന്നു. തേനിൽ പാചകം ചെയ്തെടുത്ത ഒരു കഷണം ചെറിയ കേക്കും ഉണ്ടായിരുന്നു.

ഇത്രയും സാധനങ്ങൾ ഒരുമിച്ചുകൊണ്ടുവരുന്നത് കണ്ടപ്പോൾ വക്കീലിന്റെ പുരികം ചുളിഞ്ഞു.

പോർത്തോസ് അമർത്തി ചുണ്ടുകളടച്ചു; കാരണം ഒരു സദ്യയ്ക്കുള്ള വകയൊന്നുമായിരുന്നില്ല അത്. നേരത്തെ മേശപ്പുറത്തിരുന്ന പയറുകറി ഉണ്ടോയെന്ന് അവൻ നോക്കി. അതവിടെനിന്നും അപ്രത്യക്ഷമായിരുന്നു.

“ഇതാണ് യഥാർഥ സദ്യ!” കസേരയിൽ നേരെ ചൊവ്വേയിരുന്നു

കൊണ്ട് വക്കീൽ വിളിച്ചുകൂവി.

പോർത്തോസ് തന്റെ മുന്നിലിരിക്കുന്ന കുപ്പിയിലേക്കു നോക്കി. വീഞ്ഞും റൊട്ടിയും നെയ്യും കഴിച്ച് അൽപ്പം വിശപ്പടക്കാമെന്നാണ് അയാൾ പ്രതീക്ഷിച്ചത്. പക്ഷേ, കുപ്പിയെടുത്തുയർത്തിയപ്പോഴാണ് അത് ഒഴിഞ്ഞതാണെന്നു മനസിലായത്. അതു തീർന്നകാര്യം ആതിഥേയർ അറിഞ്ഞിട്ടില്ലെന്നു തോന്നുന്നു. എന്തായാലും പ്രതീക്ഷിക്കുന്നതിൽ കുഴപ്പമില്ലെന്ന് അയാൾക്കു തോന്നു.

ഒരു കരണ്ടി നിറയെ ജാമെടുത്ത അയാൾ രുചിച്ചു. ഉറപ്പുള്ള തേൻ കേക്കിന്റെ കഷണവും ചവച്ചരച്ചു.

ഭക്ഷണം കഴിച്ചശേഷം വക്കീലിനൊന്നുറങ്ങണമെന്നു തോന്നി; അയാൾ അതു പറയുകയും ചെയ്തു. അയാളെ മുറിയിൽ കൊണ്ടുപോയിക്കിടത്തുമെന്നു തോന്നി. പോർത്തോസിനു സന്തോഷമായി. പക്ഷേ, അയാൾക്ക് അലമാരയിരിക്കുന്ന മുറിയിൽത്തന്നെ പോയുറങ്ങണമെന്ന് നിർബന്ധമായി. അലമാരയിൽ തന്റെ കാലുകൾ സ്പർശിച്ചിരിക്കുന്ന രീതിയിൽ അയാൾ അതിനടുത്തു ചെന്നുകിടന്നു.

മാഡം കോക്വിനാർഡ് ഉടനെതന്നെ പോർത്തോസിനെ തൊട്ടടുത്ത മുറിയിലേക്കു കൂട്ടിക്കൊണ്ടുപോയി. സ്വീകരണത്തിൽ വന്ന പിഴവുകളിലെ ഖേദം പ്രകടിപ്പിക്കാനായിട്ട്.

"ആഴ്ചയിൽ മൂന്നുതവണ നിങ്ങൾ ഇവിടെ ഭക്ഷണം കഴിക്കാൻ വരണം" അവൾ പറഞ്ഞു.

"ക്ഷണത്തിനു നന്ദി" പോർത്തോസ് പറഞ്ഞു. "പക്ഷേ എനിക്കു കിട്ടുന്ന അവസരത്തെ ഒരുതരത്തിലും ഞാൻ മുതലെടുക്കുകയില്ല. എന്റെ സമയം മുഴുവൻ ആയുധശേഖരണത്തനു മാറ്റിവയ്ക്കണമല്ലോ?"

"അതെ അതെ..... ആയുധങ്ങൾ ശേഖരിക്കണം" അവൾ വിഷമത്തോടു പറഞ്ഞു.

"അതു കിട്ടുന്നതുവരെ എനിക്കു വിശ്രമമില്ല" അയാൾ പറഞ്ഞു.

"യഥാർഥത്തിൽ എന്തൊക്കെയാണവ?" അവൾ ചോദിച്ചു.

"എല്ലാം വരും.... പടയാളികളുടെ കൈയിൽ എല്ലാം വേണമല്ലോ. ഭടന്മാർക്കു വേണ്ടാത്ത പലതും ഞങ്ങൾക്കു വേണം." പോർത്തോസ് പറഞ്ഞു.

"അതെന്തൊക്കെയാണ്? ആ ലിസ്റ്റൊന്നു പറയാമോ?" അവൾ ചോദിച്ചു.

വിവരങ്ങളുടെ പട്ടിക നിരത്തിക്കൊണ്ട് ഒരു വിശാലമായ ചർച്ചയിലേക്കു നീങ്ങാൻ യഥാർഥത്തിൽ അയാൾ ആഗ്രഹിച്ചില്ല. കാര്യത്തിന്റെ പ്രധാനഭാഗം മാത്രം പറയാനേ അയാൾ ആഗ്രഹിച്ചുള്ളൂ. അതു പണമാണല്ലോ.

"ഒരു നീണ്ട പട്ടിക നിരത്തി നിങ്ങളെ മുഷിപ്പിക്കാൻ ഞാനാഗ്രഹിക്കുന്നില്ല" പോർത്തോസ് പറഞ്ഞു. "ഞാൻ വേണമെങ്കിൽ അവയ്ക്കു വേണ്ടിവരുന്ന ആകെ ചെലവു പറയാം."

"എത്രയാണ്?" അവൾ ചോദിച്ചു. "അത്ര കൂടുതലൊന്നും...."

"ഇല്ല. കൂടുതലൊന്നും വരില്ല" പോർത്തോസ് പറഞ്ഞു. "ഒരു രണ്ടായിരത്തിയഞ്ഞൂറ് ലിവറിസ് വരും. പിന്നെ സൂക്ഷിച്ചു ചെലവാക്കിയാൽ ഒരു രണ്ടായിരം വേണം."

"എന്റെ ദൈവമേ! രണ്ടായിരം ലിവറിസോ?" അവൾ അത്ഭുതപ്പെട്ടു. "അതു നല്ലൊരു നിധിയുടെ തുക വരുമല്ലോ."

അയാൾ അർഥംവച്ചൊന്നു ചിരിച്ചു. അവൾ കാര്യം മനസിലാക്കി.

"ഞാൻ നിങ്ങളോടു പറയുന്നത് ആവശ്യമുള്ള സാധനങ്ങളുടെ ഒരു ലിസ്റ്റ് തരാനാണ്" അവൾ പറഞ്ഞു. "കാരണം എനിക്ക് ധാരാളം സുഹൃത്തുക്കളും ബന്ധുക്കളും കച്ചവടക്കാരായിട്ടുണ്ട്. കുറഞ്ഞ വിലയ്ക്ക് സാധനങ്ങളൊക്കെ അവരിൽനിന്നൊക്കെ സംഘടിപ്പിക്കാം.

"അതാണോ ഉദ്ദേശിച്ചത്?"

"അതേ പോർത്തോസേ. ആദ്യം നിങ്ങൾക്കുവേണ്ടത് ഒരു കുതിരയെ ആയിരിക്കും, അല്ലേ?" അവൾ ചോദിച്ചു.

"അതു ശരിയാണ്."

"എനിക്കറിയാമത്. പക്ഷേ എവിടെനിന്നാണ് നല്ലൊരു കുതിരയെ കിട്ടുന്നത്?"

"അതു സാരമില്ല. എളുപ്പത്തിൽ ഒരു കുതിരയെ നമുക്ക് സംഘടിപ്പിക്കാം" അയാൾ പറഞ്ഞു. "പിന്നെ കുതിരയുമായി ബന്ധപ്പെട്ട എല്ലാ കാര്യങ്ങളും വേണം. അത് പടയാളികൾക്കേ വാങ്ങാനാകൂ. അതെല്ലാം കൂടി വാങ്ങാൻ മുന്നൂറ് ലിവറിയെങ്കിലും വേണം."

"അതിനുവേണ്ടി മുന്നൂറു ലിവറിയെന്നോ!" അവൾ നെടുവീർപ്പിട്ടു.

പോർത്തോസ് ചിരിക്കുകമാത്രം ചെയ്തു. യഥാർഥത്തിൽ ബക്കിങ്ഹാം പ്രഭുവിൽനിന്നു കിട്ടിയ ഒരു ജീനി അയാളുടെ കൈയിൽ ഉണ്ടായിരുന്നു. അത് അയാൾ രഹസ്യമാക്കി വച്ചത് ആ മുന്നൂറ് ലിവറി അവളറിയാതെ ഒപ്പിച്ചെടുക്കാൻ വേണ്ടിയായിരുന്നു.

"പിന്നെ വേലക്കാരനൊരു കുതിര വേണം" അയാൾ പറഞ്ഞു. "പിന്നെ എന്റെ ആയുധങ്ങളെപ്പറ്റി വിഷമിക്കേണ്ട. അതൊക്കെ എന്റെ കൈവശമുണ്ട്."

"അപ്പോൾ വേലക്കാരനും കുതിരവേണമെന്നാണ്? അപ്പോൾ നിങ്ങൾ ആള് വമ്പനാണല്ലോ?" അവൾ അത്ഭുതംകൂറി.

"ഞങ്ങൾ പിന്നെയാരാണെന്നാണ് നിങ്ങൾ കരുതിയത്?" അൽപ്പം നീരസത്തോടെയാണ് അയാൾ ചോദിച്ചത്.

"ഇല്ലില്ല.... ഒരു നല്ല കഴുതക്കുട്ടി ഒരു കുതിരയെപ്പോലെയിരിക്കും. ഞാൻ കരുതി മോസ്ക്യൂട്ടന് ഒരു കഴുതയെ കൊടുത്താൽ മതിയെന്ന്."

"എന്നാൽ ഒന്ന് കൊണ്ടുവരൂ" പോർത്തോസ് പറഞ്ഞു. "അല്ലെങ്കിൽത്തന്നെ സ്പാനിഷുകാരുടെ വേലക്കാർ കഴുതപ്പുറത്താണ് സഞ്ചരിക്കുന്നത്. പക്ഷേ, എന്റെ വേലക്കാരന് നല്ലൊരെണ്ണം വേണം. നല്ലൊരു മണികെട്ടിയതുതന്നെ."

"അതെ."

"പിന്നെ ഒരു സഞ്ചി വേണം."

"അതു നിസ്സാരമല്ലേ" അവൾ പറഞ്ഞു. "എന്റെ ഭർത്താവിന്റെ കൈവശം ധാരാളമുണ്ട്. അതിൽ നല്ലതൊന്ന് നിങ്ങൾക്കു തെരഞ്ഞെടുക്കാം. അയാൾ യാത്രയ്ക്കു പോകുമ്പോൾ സാധാരണ കൊണ്ടുപോകുന്ന ഒരു സഞ്ചിയുണ്ട്. ആവശ്യത്തിന് സാധനങ്ങൾ കൊണ്ടുപോകാനുള്ള വലിപ്പം അതിനുണ്ട്."

"അതൊഴിഞ്ഞ സഞ്ചിയാണോ?" അയാൾ നയത്തിൽ ചോദിച്ചു.

"അതെ. അതിനകത്തൊന്നുമില്ല" അതേ മനോഭാവത്തിൽത്തന്നെ അവളും മറുപടി പറഞ്ഞു.

"ശരി. എനിക്കെന്തായാലും വല്ലതും ഉള്ള സഞ്ചിയാണ് വേണ്ടത്."

മാഡം കോക്വിനാർഡ് ഒരു തവണകൂടി ദീർഘനിശ്വാസം വിട്ടു.

ആവശ്യമുള്ള മറ്റു സാധനങ്ങളുടെ കാര്യം എണ്ണിയെണ്ണിപ്പറഞ്ഞുകൊണ്ട് അയാൾ അവളോടു വിലപേശി. അവരുടെ സംഭാഷണത്തിന്റെ ചുരുക്കം ഈ വിധത്തിലാണ് – മാഡം കോക്വിനാർഡ് ഭർത്താവിൽ നിന്നും എണ്ണൂറ് ലിവറിസ് കടംവാങ്ങി നൽകണം; ഒപ്പം അയാൾക്കും അയാളുടെ വേലക്കാരനുമായി ഒരു കുതിരയെയും ഒരു കഴുതയെയും നൽകണം.

തുകയുടെ തിരിച്ചടവ്, പലിശ, തീയതികൾ തുടങ്ങിയവയൊക്കെ അവർ നിശ്ചയിച്ചു. തുടർന്ന് പോർത്തോസ് അവളോടു യാത്ര പറഞ്ഞിറങ്ങുകയും ചെയ്തു. വികാരഭരിതമായ നോട്ടംകൊണ്ട് അയാളെ കുറച്ചുനേരം കൂടി അവിടെ നിർത്താൻ അവൾ ശ്രമിച്ചു. പക്ഷേ, തനിക്ക് വളരെയധികം തിരക്കും ജോലിയുമുണ്ടെന്ന് അയാൾ പറഞ്ഞു. തന്റെ രാജാവിനു വേണ്ടിയുള്ള നിസ്വാർഥമായ സേവനമാണതെന്നും അയാൾ പറഞ്ഞു.

വിശപ്പോടും ക്ഷീണത്തോടുംകൂടി പോർത്തോസ് അവിടെനിന്നും പോയി.

33

വേലക്കാരിയും യജമാനത്തിയും

തന്റെ മനഃസാക്ഷിയെയും ആതോസിന്റെ വിവേകംനിറഞ്ഞ ഉപദേശവും മറികടന്നുകൊണ്ട് ഓരോ നിമിഷം കഴിയുന്തോറും ആർട്ഗ്നന് മിലാഡിയോടുള്ള വികാരഭരിതമാർന്ന പ്രേമം കൂടിക്കൊണ്ടേയിരുന്നു. അവൻ ദിവസവും അവളെ കാണാൻ ചെന്നിരുന്നു. വളരെ താമസിയാതെ തന്നെ അവൾ തന്റെ മനസിനെ ശരിയായി തിരിച്ചറിയുമെന്ന് അവൻ കരുതി.

ഒരു സായാഹ്നത്തിൽ വലിയ ഒരന്തസോടെ അവൻ അവളുടെ വീട്ടിലേക്കു ചെന്നതാണ്. വണ്ടികടക്കുന്ന ഗേറ്റിനരികിൽ അവളുടെ സുന്ദരി വേലക്കാരി കിറ്റി നിൽക്കുന്നത് അവൻ കണ്ടു. ഇത്തവണ അവൾ അവൻ കടന്നുപോകുന്നതു കണ്ടപ്പോൾ ചിരിക്കുക മാത്രമല്ല ചെയ്തത്; അവന്റെ കൈയിൽ പതിയെ പിടിക്കുകയും ചെയ്തു.

"എനിക്കു തരാനായി മിലാഡി വല്ല കത്തും കൊടുത്തുവിട്ടിട്ടുണ്ടാകും" അവൻ കരുതി. "എവിടെയെങ്കിലും വച്ച് ഒരു കൂടിക്കാഴ്ച നടത്താൻ അവൾ ഉദ്ദേശിക്കുന്നുണ്ടാവാം. നേരിട്ടുപറയാൻ ധൈര്യമില്ലാത്തതിനാൽ വേലക്കാരി വഴി കൊടുത്തുവിട്ടിട്ടുണ്ടാകാം."

അതിരറ്റ ആത്മവിശ്വാസത്തോടെ അവൻ കിറ്റിയെ നോക്കി.

"എനിക്ക് നിങ്ങളോടു സംസാരിക്കണം സർ" അവൾ പ്രയാസപ്പെട്ടുകൊണ്ടാണ് പറഞ്ഞത്.

"പറയൂ."

"ഇവിടെ വച്ചല്ല. പറയാൻ ധാരാളമുണ്ട്; രഹസ്യവുമാണ്."

"എവിടെയാണ് നാം പോകേണ്ടത്?"

"എന്നെ എങ്ങോട്ടെങ്കിലും കൂട്ടിക്കൊണ്ടുപോയാൽ മതി" അവൾ ഭീതിയോടെയാണ് പറഞ്ഞത്.

"അതെ. നീ പറയുന്ന ഏതു സ്ഥലത്തേക്കായാലും."

"എങ്കിൽ വരൂ, സർ."

അവൾ അയാളുടെ കൈപിടിച്ചുകൊണ്ട് ഒരു ഇരുട്ടുസ്ഥലത്തെ വളഞ്ഞുയരുന്ന കോണിപ്പടിവഴി മുകളിലേക്കു കൊണ്ടുപോയി. ഒരു ഡസൻ പടികൾ കയറിയപ്പോൾത്തന്നെ അവർ മുകളിലെത്തി. അവൾ വാതിൽ തുറന്നു.

"അകത്തു വരൂ, സർ" അവൾ പറഞ്ഞു. "ഇവിടെ വേറെയാരുമില്ല; ഇനി നമുക്ക് സംസാരിക്കാം."

"ഇത് ഏതു മുറിയാണ്?" ആർട്ഗ്നൻ ചോദിച്ചു.

"എന്റെ ഉറക്കറയാണ്. ആ വാതിൽ തുറന്നാൽ എന്റെ യജമാനത്തിയുടെ ഉറക്കറയാകും. പക്ഷേ, സാരമില്ല. നമ്മൾ ഇവിടെ പറയുന്നത് യജമാനത്തിക്കു കേൾക്കാനാവില്ല. കാരണം പാതിരാവെങ്കിലും ആയാലേ അവർ ഉറങ്ങാനെത്തൂ."

ആർട്ഗ്നൻ ആ ചെറിയ മുറി മുഴുവൻ പരതി. നല്ല വൃത്തിയും വെടിപ്പുമുണ്ട്. എങ്കിലും മിലാഡിയുടെ മുറിയിലേക്കു നീളുന്ന വാതിലാണ് അവൻ കൂടുതൽ ശ്രദ്ധിച്ചത്.

അവന്റെ മാനസികാവസ്ഥ ഊഹിച്ചുകൊണ്ട്, കിറ്റി നെടുവീർപ്പിട്ടു.

"നിങ്ങൾ എന്റെ യജമാനത്തിയുമായി പ്രേമത്തിലാണോ?"

"അതെ! എനിക്കതിൽ ഭ്രാന്തുപിടിച്ചെന്നു തോന്നുന്നു."

കിറ്റി വീണ്ടും നെടുവീർപ്പിട്ടു.

"എനിക്കതിന് വലിയ ദുഃഖമുണ്ട് സർ."

"അതെന്തിനാണ്?"

"എന്റെ യജമാനത്തി അങ്ങയെ സ്നേഹിക്കുന്നതേയില്ല."

"എന്ത്! അതു പറയാൻ അവൾ നിന്നോടറിയിച്ചിരുന്നോ?"

"ഇല്ലില്ല! എന്റെ താൽപ്പര്യംകൊണ്ട് ഞാൻ തീരുമാനിച്ചു പറഞ്ഞതാണ്."

"നിന്റെ തീരുമാനത്തിനെ ഞാൻ അഭിനന്ദിക്കുന്നു. പക്ഷേ, ഞാൻ ഇതിനു നന്ദി പറയുമെന്നുമാത്രം നീ കരുതേണ്ട. കാരണം ഈ വാർത്ത എനിക്ക് യാതൊരുവിധ സന്തോഷവും നൽകിന്നില്ല."

"അപ്പോൾ ഞാൻ പറഞ്ഞതിൽ വിശ്വാസമില്ലേ?"

"ഇത്തരം കാര്യങ്ങൾ വിശ്വസിക്കാൻ അൽപ്പം ബുദ്ധിമുട്ടുണ്ട്; കാരണം അത് അഭിമാനത്തെയാണ് മുറിവേൽപ്പിക്കുന്നത്."

"എന്നെ വിശ്വസിക്കുന്നുവോ ഇല്ലയോ? അതു പറയൂ."

"എന്തെങ്കിലും തെളിവു തരാത്തിടത്തോളം കാലം...."

"ഈ തെളിവു മതിയോ?" ഒരു കത്ത് ബോഡീസിൽനിന്നും വലിച്ചെടുത്ത് അവൾ നീട്ടി.

അവൻ അത് തട്ടിയെടുത്തു. തുടർന്നു ചോദിച്ചു: "എനിക്കാണോ ഈ കത്ത്?"

"അല്ല.... മറ്റൊരാൾക്കുള്ളതാണ്."

"മറ്റൊരാളിനോ?"

"അതെ."

"അയാളുടെ പേരെന്താണ്?" ആർട്ഗ്നൻ ചോദിച്ചു.

"അത് കവറിലുണ്ട്...."

"വാർഡ്സിലെ പ്രഭുവിന്...."

സെയ്ന്റ് ജെർമെയ്നിൽ വച്ചുനടന്ന സംഭവങ്ങൾ ആർട്ഗ്നന്റെ മനോമുകുരത്തിൽ ഒന്നൊന്നായി വന്നു നിരന്നു. കിറ്റിയുടെ എതിർപ്പൊന്നും വകവയ്ക്കാതെ അവൻ ധൃതിയിൽ ആ കത്തു പൊട്ടിച്ചു.

"സർ, അതു പൊട്ടിക്കരുതേ...."

അവനതു പൊട്ടിച്ചു വായിക്കുകതന്നെ ചെയ്തു.

എന്റെ ആദ്യ കത്തിന് നിങ്ങൾ മറുപടി തന്നില്ല. നിങ്ങളുടെ അസുഖം ഭേദമായില്ലേ? അതോ ആ നൃത്തശാലയിൽവച്ച് എന്നെ നോക്കിപ്പുഞ്ചിരിച്ചതു മറന്നോ? ഇതിപ്പോൾ നിങ്ങൾക്കുള്ള അവസരമാണ്. നഷ്ടപ്പെടുത്തരുത്.

ആർട്ഗ്നന്റെ മുഖം വിളറി. അസൂയയിൽ അവൻ മുറിവേറ്റു. പക്ഷേ താൻ പ്രേമത്തിൽ മുറിവേറ്റതായി അവനു തോന്നി.

"പാവം ആർട്ഗ്നൻ!" അവന്റെ കൈപിടിച്ചമർത്തിക്കൊണ്ട് കിറ്റി പറഞ്ഞു.

"നിനക്ക് എന്നോടു ദുഃഖം തോന്നുന്നോ?" അവൻ ചോദിച്ചു.

"അതെ സർ. എന്റെ ഹൃദയത്തിൽ പ്രേമത്തിൽ വേദനിക്കുന്നവരുടെ ഹൃദയം എനിക്കറിയാം സർ."

"നിനക്കറിയാമെന്നോ?" അവളെ സൂക്ഷിച്ചുനോക്കിക്കൊണ്ട് അവൻ ചോദിച്ചു. ആദ്യമായാണ് അവൻ അവളെ ഇമ്മാതിരി നോക്കിയതും.

"അതെ. നിർഭാഗ്യവശാൽ."

"എങ്കിൽ ദുഃഖം കാണിക്കുന്നതിനുപകരം നീയെന്നെ സഹായിക്കണം. നിന്റെ യജമാനത്തിയോടു എനിക്ക് പ്രതികാരം തീർക്കാൻ നീ സഹായിക്കണം."

"എന്തുതരം പ്രതികാരമാണ് അങ്ങ് ഉദ്ദേശിക്കുന്നത്?"

"എനിക്കവളിൽ ജയിക്കണം; അവളെക്കൊണ്ട് എന്നെ സ്നേഹിപ്പിക്കണം."

"അതിന് എനിക്ക് നിങ്ങളെ സഹായിക്കാനേയാവില്ല" അവൾ തറപ്പിച്ചു പറഞ്ഞു.

"അതെന്തുകൊണ്ടാണ് പറ്റാത്തത്?"

"രണ്ടു കാരണങ്ങൾ ഉണ്ട്."

"എന്തൊക്കെ?"

"ഒന്ന്, എന്റെ യജമാനത്തി നിങ്ങളെ സ്നേഹിക്കുകയില്ല."

"അതെങ്ങനെ നിനക്കറിയാം."

"നിങ്ങൾ അവരെ വളരെയധികം വേദനിപ്പിച്ചു."

"അതു പരിഹാസ്യമായിപ്പോയി! ഞാൻ എങ്ങനെയാണ് അവളെ

വേദനിപ്പിച്ചത്. ഞാൻ എപ്പോഴും അവൾക്കുകീഴിൽ ഒരടിമയെപ്പോലെയാണ് നിന്നത്. എന്താണുദ്ദേശിച്ചതെന്ന് വ്യക്തമായിപ്പറയൂ....."

"എന്റെ ഹൃദയം കാണുന്ന ഒരാളിനോടല്ലാതെ മറ്റാരോടും ഞാൻ അക്കാര്യം പറയില്ല" കിറ്റി പറഞ്ഞു.

ആർട്ഗ്നൻ കിറ്റിയെ സൂക്ഷിച്ചുനോക്കി. അവൻ രണ്ടാംതവണയാണ് ഈരീതിയിൽ അവളെ നോക്കിയത്. അവളുടെ സൗന്ദര്യവും വശീകരണശക്തിയും അവൻ കണ്ടു.

"എങ്കിൽ അക്കാര്യം എന്നോടു പറയൂ" ആർട്ഗ്നൻ പറഞ്ഞു. "ഞാൻ നിന്റെ ഹൃദയം കാണാം."

ഒപ്പം ആർട്ഗ്നൻ അവളെ ഒന്നു ചുംബിക്കുകയും ചെയ്തു. അവളുടെ മുഖം ചെറിപ്പഴംപോലെ ചുവന്നു തുടുത്തു.

"ഇല്ല! നിങ്ങൾ എന്നെ സ്നേഹിക്കുന്നില്ല" അവൾ പറഞ്ഞു. "നിങ്ങൾ എന്റെ യജമാനത്തിയെയാണ് സ്നേഹിക്കുന്നത്. അക്കാര്യം നിങ്ങൾ തന്നെയാണല്ലോ എന്നോടു പറഞ്ഞത്."

"രണ്ടാമത്തെ കാരണം പറയുന്നതിന് അതു തടസമാണോ?"

"രണ്ടാമത്തെ കാരണം ഞാൻ പറയാം" കിറ്റി പറഞ്ഞു. "പ്രേമത്തിൽ എല്ലാവരും സ്വാർഥരാണ്."

വഴിയരികിലും കോണിപ്പടിയിലും വച്ച് കിറ്റിയുടെ യാദൃച്ഛികമായിട്ടുള്ള മുട്ടലുകളും ഉരസലുകളും ദാഹംനിറഞ്ഞ നോട്ടം, നെടുവീർപ്പുകൾ ഇവയുടെയൊക്കെ അർഥം ആർട്ഗ്നന് അപ്പോഴാണ് മനസിലായത്. അപ്പോഴൊക്കെ മിലാഡിയെക്കുറിച്ചുള്ള ചിന്തകളായിരുന്നതുകൊണ്ട് അവൻ ഒന്നും ശ്രദ്ധിച്ചിരുന്നില്ല. കഴുകനെ വേട്ടയ്ക്കുപോകുമ്പോൾ കുരുവിയെ ആരും ശ്രദ്ധിക്കാറില്ലല്ലോ.

പക്ഷേ, ആർട്ഗ്നന് ഒരാശയം തോന്നി. കിറ്റിക്ക് തന്നോടുള്ള സ്നേഹം ഉപയോഗിച്ചുകൊണ്ട് പല കാര്യങ്ങളും നേടിയെടുക്കാം. പ്രേമത്തെപ്പറ്റി അവൾ വളരെ വ്യക്തമായും പ്രകടമാക്കിയതാണ്. വാർഡ്സിലെ പ്രഭുവിനുള്ള കത്തുകൾ ഇടയ്ക്കു കയറിപ്പിടിച്ച് പുത്തൻ രാഷ്ട്രീയ വിവരങ്ങൾ അപ്പപ്പോൾ ചോർത്തിയെടുക്കാൻ സാധിക്കുമെന്ന് അവനു തോന്നി. ഏതു രാത്രിനിലും പകലിലും ഇനി ആ വീട്ടിൽ പ്രവേശിക്കാം. ആ വളഞ്ഞ കോണിപ്പടികയറി കിറ്റിയുടെ മുറിയിലെത്താം. മിലാഡിയുടെ മുറി അതിനടുത്തുമാണ്. മിലാഡിക്കുവേണ്ടി ഇവളെ ചൂഷണം ചെയ്യാൻതന്നെ അവൻ വിചാരിച്ചു.

"നീ സംശയിക്കുന്ന സ്നേഹത്തിന് ഇനി ഒരു തെളിവു വേണമോ?" ആർട്ഗ്നൻ ചോദിച്ചു.

"ഏതു സ്നേഹം?"

"എനിക്ക് നിന്നോടുള്ള സ്നേഹം."

"നിങ്ങൾക്ക് അതെങ്ങനെ തെളിയിക്കാം?"

"സാധാരണ സായാഹ്നങ്ങളിൽ ഞാൻ നിന്റെ യജമാനത്തിയോടു ചെലവഴിക്കാറുള്ള സമയം മുഴുവൻ ഇന്ന് ഞാൻ നിനക്കുവേണ്ടി ചെല

വഴിച്ചാലോ?"

"ഓ തീർച്ചയായും!" അവൾ അറിയാതെ കൈകൊട്ടിപ്പോയി.

"എങ്കിൽ വരൂ" ചാരുകസേരയിൽ ഇരുന്നുകൊണ്ട് ആർട്ഗ്നൻ പറഞ്ഞു. "ഞാൻ കണ്ടിട്ടുള്ളതിൽവച്ച് ഏറ്റവും സുന്ദരിയായ പെണ്ണാണ് നീ."

വളരെ തഞ്ചത്തിലാണ് അവൻ ഇങ്ങനെ പറഞ്ഞത്. പാവം കിറ്റി! അവൾ സംശയിക്കാൻ തുടങ്ങിയതാണ്. പക്ഷേ, അവൾക്കിപ്പോൾ വിശ്വാസമായി. പക്ഷേ, അവൾ വഴിവിട്ടു പോകാതെ സൂക്ഷിച്ചു. അവളുടെ ആ കടുത്ത തീരുമാനം ആർട്ഗ്നന് ഇഷ്ടമായി.

ഇത്തരം കുസൃതിത്തരങ്ങളിൽ കഴിഞ്ഞുകൂടിയാൽ സമയം പോകുന്നതറിയില്ല.

സമയം പാതിരാവായി. പെട്ടെന്നാണ് മിലാഡിയുടെ മുറിയിൽ ഒരു ബെല്ല് ശബ്ദം കേട്ടത്.

"അയ്യോ" കിറ്റി അത്ഭുതംകൂറി. "യജമാനത്തി എന്നെ അങ്ങോട്ടു വിളിക്കുകയാണ്. നിങ്ങൾ വേഗം പൊയ്ക്കോളൂ. വേഗമാകട്ടെ."

അവൻ എഴുന്നേറ്റു. അവൾ പറഞ്ഞത് ചെയ്യാമെന്നവിധത്തിൽ തൊപ്പിയെടുത്തു തലയിൽ വച്ചു. പുറത്തേക്കു പോകുന്നതിനുപകരം മിലാഡിയുടെ തുണികൾ വച്ചിരുന്ന വലിയ അലമാരയുടെ അടുത്തേക്കാണു പോയത്. അവൻ അതുതുറന്ന് അകത്തുകയറി.

"നിങ്ങൾ എന്താണു ചെയ്യുന്നത്?" കിറ്റി വിളിച്ചുചോദിച്ചു.

ആർട്ഗ്നൻ താക്കോൽ എടുത്തിട്ടുണ്ടായിരുന്നു. അകത്തുകയറിയയുടനെ അവൻ അലമാര പൂട്ടി മിണ്ടാതെയിരുന്നു.

"നീയെന്താ ഉറങ്ങുകയാണോ?" മിലാഡി ഉറക്കെ വിളിച്ചുചോദിച്ചു. "പിന്നെന്താ ബെല്ലടിച്ചപ്പോൾ നീ വരാതിരിക്കുന്നത്?"

അവൾ വാതിൽ തള്ളിത്തുറക്കുന്ന ശബ്ദം അവൻ അതിനകത്തിരുന്നു കേട്ടു.

"ഞാൻ ഇതാ വരുന്നു മാഡം" കിറ്റി യജമാനത്തിയുടെ അരികിലേക്കു പാഞ്ഞു.

ഇടയ്ക്കുള്ള വാതിൽ തുറന്നു കിടന്നിരുന്നതുകൊണ്ട് അവർ അടുത്തമുറിയിലേക്കു പോയി. അതിനാൽ അവർ സംസാരിക്കുന്നതു മുഴുവൻ ആർട്ഗ്നനു കേൾക്കാൻ കഴിഞ്ഞു. കിറ്റിയെ മിലാഡി ശകാരിക്കുന്നത് അവൻ വ്യക്തമായി കേട്ടു. അവളുടെ ദേഷ്യം ശമിച്ചുകഴിഞ്ഞപ്പോൾ അവൾ അവനെക്കുറിച്ചു സംസാരിച്ചു തുടങ്ങി. അപ്പോൾ കിറ്റി യജമാനത്തിക്ക് ഉറങ്ങാനുള്ള കിടക്ക ശരിയാക്കിക്കൊണ്ടിരുന്നു.

"ഇന്ന് നമ്മുടെ ഗാസ്കനെ വൈകുന്നേരം കണ്ടില്ലല്ലോ" മിലാഡി പറഞ്ഞു.

"അയാൾ വന്നില്ലേ, മാഡം?" കിറ്റി ചോദിച്ചു. "യജമാനത്തി അയാൾക്കു സ്നേഹവും സന്തോഷവും കൊടുക്കുന്നതിനുമുമ്പ് അയാൾ പൊയ്ക്കഴിഞ്ഞോ?"

"അയാൾ പോയിട്ടൊന്നുമില്ല" മിലാഡി പറഞ്ഞു. "മോൺസ്യൂർ ട്രിവീലിയോ മോൺസ്യൂർ എസാർട്സോ എന്തെങ്കിലും ആവശ്യത്തിനു അവിടെ പിടിച്ചുനിർത്തിയിട്ടുണ്ടാകും. ഞാൻ അയാളെ എന്റെ വലയിലാക്കിയിരിക്കുകയാണ്."

"ആ മനുഷ്യനെ യജമാനത്തി എന്താണ് ചെയ്യാൻ പോകുന്നത്?" കിറ്റി ചോദിച്ചു.

"ഞങ്ങൾ തമ്മിൽ ഒരിടപാടുണ്ട്. കർദിനാളിന്റെ മുന്നിൽ എനിക്കുണ്ടായിരുന്ന പ്രീതി നഷ്ടപ്പെടാനുള്ള കാരണക്കാരിൽ ഒരാൾ അയാൾ കൂടിയാണ്. എനിക്ക് അയാളെ ഒരു പാഠം പഠിപ്പിക്കണം."

"എനിക്കു തോന്നുന്നത് അയാൾ യജമാനത്തിയെ സ്നേഹിക്കുന്നുയെന്നാണ്" കിറ്റി പറഞ്ഞു.

"അവനോ? ഞാൻ അയാളെ വെറുക്കുന്നു. വിന്റർപ്രഭുവിന്റെ ജീവൻ അയാളുടെ കൈയിലായതായിരുന്നു; പക്ഷേ കൊന്നില്ല. അതുവഴി എനിക്കു വളരെയധികം പണമാണ് നഷ്ടമായത്."

"അതു നേരാണ്" കിറ്റി പറഞ്ഞു. "യജമാനത്തിയുടെ മകനല്ലേ എല്ലാത്തിനും അവകാശി. അവൻ പ്രായപൂർത്തിയാകുന്നതുവരെ എല്ലാ നിയന്ത്രണവും യജമാനത്തിക്കാണ് വേണ്ടത്."

മിലാഡിയുടെ വാചകങ്ങൾ കേട്ടപ്പോൾ ആർട്ഗ്നൻ കലിതുള്ളി. അവൾ തന്നെ വെറുക്കുന്നുവെന്നും അവളുടെ അടുത്ത സുഹൃത്തെന്നു പറഞ്ഞ അയാളെ കൊല്ലാത്തതിന് പരിഭവവും ഉണ്ടെന്നാണല്ലോ അവൾ പറയുന്നത്.

"എന്തോ കാരണംകൊണ്ട് അയാളോടു നയത്തിൽ പെരുമാറാനാണ് കർദിനാൾ എന്നോടു പറഞ്ഞത്" മിലാഡി പറഞ്ഞു. "അല്ലാത്തപക്ഷം എന്നേ ഞാൻ അയാളോടു പ്രതികാരംപോക്കുമായിരുന്നു."

"പക്ഷേ അയാൾ സ്നേഹിച്ചിരുന്ന സ്ത്രീയോട് മാഡം അത്ര മയത്തിലൊന്നുമല്ല പെരുമാറിയിരുന്നതെന്നു തോന്നുന്നു" കിറ്റി പറഞ്ഞു.

"ആ തുണിക്കച്ചവടക്കാരന്റെ ഭാര്യയോ? അവളെ അയാൾ മറന്നിട്ട് കാലം എത്രയോ കഴിഞ്ഞു" മിലാഡി പറഞ്ഞു. "അതുകൊണ്ട് അതിൽ വലിയ പ്രതികാരമൊന്നുമില്ല."

അയാൾ അകത്തിരുന്നു വിയർത്തു; കലിതുള്ളി. അവളൊരു രാക്ഷസിതന്നെ! അവൾ പറയുന്നത് കേൾക്കാൻ വീണ്ടും അവൻ കാതോർത്തിരുന്നു. പക്ഷേ അപ്പോഴേക്കും കിറ്റി അവൾക്കുറങ്ങാനുള്ള കിടക്ക ശരിയാക്കിക്കഴിഞ്ഞിരുന്നു.

"ഇനി നീ നിന്റെ മുറിയിലേക്കു പൊയ്ക്കോളൂ" വേലക്കാരിയോടു മിലാഡി പറഞ്ഞു. "നാളെ ഞാൻ തന്ന കത്തിനു രാവിലെതന്നെ മറുപടി വാങ്ങിച്ചുകൊണ്ടുവരണം."

"വാർഡ്സിലെ പ്രഭുവിനുള്ള കത്താണോ?"

"അതുതന്നെ."

"അപ്പോൾ ആർട്ഗ്നനോടുള്ള പ്രകൃതമല്ല യജമാനത്തിക്ക് വാർഡ്

സിലെ പ്രഭുവിനോടുള്ളത്" കിറ്റി പറഞ്ഞു.

"നിന്റെ അഭിപ്രായം ഞാൻ ചോദിച്ചില്ലല്ലോ" മിലാഡി പറഞ്ഞു. "നീ പോയിക്കിടന്ന് ഉറങ്ങു."

വാതിൽ അടയ്ക്കുന്ന ശബ്ദം ആർട്ഗ്നൻ കേട്ടു. മിലാഡി അകത്ത് വാതിലിന്റെ കുറ്റിയിടുന്ന ശബ്ദവും അവൻ കേട്ടു. കിറ്റി തന്റെ ഭാഗത്തെ വാതിലിന്റെ കുറ്റിയുമിട്ടു. തുണിയലമാരയ്ക്കകത്തുനിന്നും ആർട്ഗ്നൻ സാവധാനം പുറത്തിറങ്ങി.

"എന്താണ് കാര്യം?" ഉൽക്കണ്ഠയോടെ കിറ്റി ചോദിച്ചു. "നിങ്ങൾ ആകപ്പാടെ വിളറിയിരിക്കുകയാണല്ലോ."

"എന്തൊരു ഭീകരജീവിയാണയാൾ!" ആർട്ഗ്നൻ പറഞ്ഞു.

"ഒന്നു ശാന്തമാകൂ" കിറ്റി പറഞ്ഞു. "നിങ്ങൾ ഇപ്പോൾ പോകൂ. ഈ മുറികൾക്കിടയിലെ ചുവര് കനംകുറഞ്ഞതാണ്. ഇവിടെ പറയുന്ന തെല്ലാം അപ്പുറത്തു കേൾക്കും."

"അതുകൊണ്ടുതന്നെയാണ് ഞാൻ പോകാത്തതും" അവൻ പറഞ്ഞു.

"നിങ്ങളെന്താണീ പറയുന്നത്?" കിറ്റിയുടെ മുഖം ചുവന്നു.

"കുറച്ചു നേരത്തേക്കെങ്കിലും ഞാൻ ഇവിടെ നിന്നോട്ടെ...."

അവൻ അവളെ തന്റെ അരികിലേക്കു വലിച്ചടുപ്പിച്ചു. ഇനി തടയാൻ ശ്രമിച്ചാൽ ശബ്ദം പുറത്തുകേൾക്കും. അതുകൊണ്ട് അവന് അവൾ വഴങ്ങി നിന്നു.

മിലാഡിയോടുള്ള പ്രതികാരം പോക്കലായിരുന്നു ഇത്. പ്രതികാരം ദൈവത്തിന്റെ ആനന്ദമാണെന്ന പഴമൊഴിയോട് അവൻ പൂർണമായും യോജിച്ചു. ഒരു ചെറിയ ഹൃദയം മാത്രമാണ് അവനുണ്ടായിരുന്നതെങ്കിൽ കിറ്റിയെ കീഴ്പ്പെടുത്തിയതോടെ അവൻ അടങ്ങുമായിരുന്നു. പക്ഷേ അവന് അഭിമാനവും അഭിലാഷവുമൊക്കെ ഒപ്പമുണ്ടായിരുന്നു.

കിറ്റിയോടുള്ള സ്വാധീനം ഉപയോഗിച്ച് മാഡം ബോണസ്യൂവിനെക്കുറിച്ചുള്ള വിവരങ്ങൾ ശേഖരിക്കാമെന്ന് അവൻ കരുതി. പക്ഷേ, അവൾ കുരിശു സത്യം ചെയ്തു പറഞ്ഞു അവൾക്കൊന്നും അറിയില്ലായെന്ന്. എന്തായാലും മാഡം ബോണസ്യൂ മരിച്ചിട്ടില്ലെന്ന് താൻ കരുതുന്നെന്നും കിറ്റി പറഞ്ഞു.

കർദിനാളിന്റെ പ്രീതി തനിക്കു നഷ്ടപ്പെട്ടുവെന്ന് മിലാഡി പറഞ്ഞതിന്റെ അർഥവും കിറ്റിക്കു വിശദീകരിക്കാനായില്ല. പക്ഷേ അക്കാര്യത്തെക്കുറിച്ച് അവളെക്കാൾ ആർട്ഗ്നന് ഊഹിക്കാനാകുമായിരുന്നു. താനന്ന് ഇംഗ്ലണ്ടിൽനിന്നും പോരുന്ന സമയത്ത് ലണ്ടൻ തുറമുഖത്തുവച്ച് മിലാഡിയെ കണ്ടപ്പോൾ അവൾ രത്നച്ചരടുകളെക്കുറിച്ച് അന്വേഷിക്കുകയായിരുന്നുവെന്നാണ് ആർട്ഗ്നൻ കരുതിയത്.

പക്ഷേ, ഒരുകാര്യം അവനിപ്പോൾ വ്യക്തമായി. വിന്റർപ്രഭുവിനെ കൊല്ലാതിരുന്നതാണ് അവൾക്ക് തന്നോട് ഇത്രയും ദേഷ്യം വരാനുള്ള കാരണം.

പിറ്റേന്ന് അവളുടെ വീട്ടിൽ ആർട്ഗ്നൻ പോയി.

മിലാഡിക്ക് വലിയ കോപമായിരുന്നു. വാർഡ്സിലെ പ്രഭുവിൽ നിന്നും മറുപടി ഇതുവരെയും കിട്ടാത്തതുകൊണ്ടായിരിക്കുമെന്ന് അവൻ കരുതി.

അപ്പോഴാണ് കിറ്റി അവിടെ കയറി വന്നത്. അവളോടും മിലാഡി കോപത്തിലായിരുന്നു. 'നിങ്ങൾക്കുവേണ്ടി ഞാൻ സഹിക്കേണ്ടി വരുന്നതുകണ്ടോ'യെന്ന അർഥത്തിൽ ആർട്ഗ്നനെ കിറ്റി നോക്കി.

വൈകുന്നേരമായപ്പോൾ അവളുടെ കോപം ശമിച്ചെന്നു തന്നെ പറയാം. ആർട്ഗ്നന്റെ പ്രകീർത്തനങ്ങൾ അവൾ ശ്രദ്ധയോടെ കേട്ടിരിക്കുകയും ഒരു ചുംബനം കിട്ടാനായി കൈനീട്ടിക്കൊടുക്കുകയും ചെയ്തു.

അവൻ അവിടെനിന്നും പോയി. അവന്റെ പെരുമാറ്റത്തെക്കുറിച്ച് എങ്ങനെ ചിന്തിക്കണമെന്ന് അവൾക്കറിയില്ലായിരുന്നു; യഥാർഥത്തിൽ അവൻ അവളോടു ചങ്ങാത്തം കൂടുന്നത് ചില പ്രതികാരം വച്ചുകൊണ്ടുള്ളതാണെന്ന് നമുക്കേ അറിയാവൂ.

അവനെ വാതിൽക്കൽ കാത്തുനിൽക്കുകയായിരുന്നു കിറ്റി. പുതിയ വിവരങ്ങളറിയാൻ അവൻ അവളുടെ മുറിയിലേക്കു ചെന്നു. കത്തിന്റെ കാര്യത്തിൽ യജമാനത്തി തന്നെ ക്രൂരമായി വഴക്കു പറഞ്ഞിരുന്നകാര്യം അവനോട് അവൾ പറഞ്ഞു.

വാർഡ്സിലെ പ്രഭുവിന്റെ മറുപടി കിട്ടാത്തതിൽ മിലാഡി കുഴങ്ങിയിരുന്നു. പിറ്റേന്ന് രാവിലെ ഒമ്പതു മണിക്കുവന്ന് തന്റെ മൂന്നാമത്തെ കത്തെടുക്കാൻ അവളോട് മിലാഡി പറയുകയും ചെയ്തിരുന്നു.

ആ കത്ത് തന്റെയടുക്കൽ കൊണ്ടുവരണമെന്ന് അവളോടു ആർട്ഗ്നൻ പറഞ്ഞു. അവൾ ഭ്രാന്തുപിടിച്ചമട്ടിൽ അവനെ സ്നേഹിച്ചുതുടങ്ങിയതുകൊണ്ട് അവൻ എന്തു പറഞ്ഞാലും അനുസരിക്കാൻ തയാറായിരുന്നു.

ആർട്ഗ്നൻ അന്നുരാത്രിയിലും മിലാഡിയുടെ അലമാരയ്ക്കകത്തു കയറിയിരുന്നു. അന്നും മിലാഡി ബെല്ലടിച്ചപ്പോൾ കിടക്കയൊരുക്കാനായി കിറ്റി പോയി. കിടക്ക ശരിയാക്കി അവൾ മടങ്ങിവന്നു. പ്രഭാതത്തിൽ അഞ്ചുമണിവരെ ആർട്ഗ്നൻ അവളോടൊപ്പം ഉണ്ടായിരുന്നു; പിന്നീടാണ് അവിടെനിന്നും അവൻ പോയത്.

പിറ്റേന്ന് പതിനൊന്നു മണിയായപ്പോൾ മിലാഡിയിൽനിന്നും വാങ്ങിയ പുതിയ കത്തുമായി കിറ്റി ആർട്ഗ്നന്റെ അരികിൽ ചെന്നു. അതു പൊട്ടിച്ചു വായിക്കാൻ അവൻ തുടങ്ങിയപ്പോൾ അവൾ അവനെ തടഞ്ഞതേയില്ല; കാരണം അവളുടെ ശരീരവും മനസും അവന്റേതായിരുന്നല്ലോ.

അവൻ കത്തു വായിച്ചു.

ഞാൻ നിങ്ങളെ സ്നേഹിക്കുന്നുവെന്നറിയിക്കുന്ന മൂന്നാമത്തെ കത്താണിത്. ഞാൻ നിങ്ങളെ വെറുക്കുന്നുയെന്നറിയിച്ചുകൊണ്ടുള്ള നാലാമത്തെ ഒരു കത്തെഴുതാൻ നിങ്ങൾ അവസരമുണ്ടാക്കരുത്. നിങ്ങൾ

എന്നോടു കാണിക്കുന്ന പെരുമാറ്റത്തിൽ നിങ്ങൾക്ക് ഖേദമുണ്ടെങ്കിൽ, അതെങ്ങനെ ചെയ്യാനൊക്കുമെന്ന് ഈ കത്തുമായി വരുന്ന പെൺകുട്ടി നിങ്ങൾക്കു പറഞ്ഞുതരും.

കത്തു വായിക്കുമ്പോൾ ആർട്ഗ്നന്റെ മുഖം വല്ലാതെ പലതവണ മാറി. അവൾ ആ മുഖത്തു നോക്കിനിന്നു.

"എന്ത്! നിങ്ങൾക്കിപ്പോഴും എന്റെ യജമാനത്തിയെ സ്നേഹമാണോ?"

"ഇല്ല കിറ്റി. എനിക്ക് അവളോടു സ്നേഹമില്ല; എനിക്കു പ്രതികാരമാണ് ചെയ്യേണ്ടത്."

"എനിക്കറിയാമത്. എന്തുതരം പ്രതികാരമാണ് നിങ്ങൾക്ക് എന്റെ യജമാനത്തിയോടുള്ളത്. നിങ്ങൾ എന്നോടു പറഞ്ഞിട്ടുണ്ടല്ലോ." കിറ്റി പറഞ്ഞു.

കിറ്റി ഒരു നെടുവീർപ്പോടെ നിന്നു.

ആർട്ഗ്നൻ ഒരു പേനയെടുത്ത് എഴുതാൻ തുടങ്ങി.

പ്രിയ മാഡം,

ആദ്യത്തെ ആ രണ്ടു കത്തുകളും എനിക്കുവേണ്ടിയെഴുതിയതാണോയെന്ന് ഇതുവരെയും ഞാൻ സംശയിക്കുകയായിരുന്നു. കാരണം ഇത്രയും വലിയ ബഹുമാനത്തിന് അർഹനല്ലാ ഞാനെന്ന് എനിക്കു തോന്നിയിരുന്നു. മാത്രമല്ല ഒന്നിനും മറുപടിയയയ്ക്കാൻ പോന്ന മാനസികാവസ്ഥയും അല്ലാതിരുന്നു.

പക്ഷേ, ഇന്ന് നിങ്ങളുടെ എന്നോടുള്ള അനന്തമായ ദയ മനസിലാക്കാൻ ഞാൻ നിർബന്ധിതനായിരിക്കുകയാണ്. കത്തിൽനിന്നും നിങ്ങൾ കത്തു കൊടുത്തയച്ച വേലക്കാരിയിൽനിന്നും ഞാൻ മനസിലാക്കിയത് നിങ്ങളുടെ സ്നേഹം കിട്ടുന്നത് മഹാഭാഗ്യമെന്നാണ്.

പിന്നെ, ഒരു ബഹുമാന്യന് നിങ്ങളിൽനിന്ന് ക്ഷമ കിട്ടേണ്ടതെങ്ങനെയെന്ന് ഒരു വേലക്കാരിയിൽനിന്നും എനിക്ക് പഠിക്കേണ്ടതുണ്ടെന്നു തോന്നുന്നില്ല. ഇന്ന് രാത്രിയിൽ പതിനൊന്നു മണിക്ക് ഞാനവിടെ വരും. ഇനിയും ഒരുദിവസംകൂടി താമസിപ്പിച്ചാൽ നിങ്ങളോടു കാണിക്കുന്ന ക്രൂരതയുടെ കാഠിന്യം കൂടുമെന്ന് ഞാൻ കരുതുന്നു.

എല്ലാവരിലുംവെച്ച് ഏറ്റവും ധന്യനായിക്കൊണ്ട്,

വാർഡ്സിലെ പ്രഭു

അങ്ങനെ ആർട്ഗ്നൻ ഒരു കള്ളക്കത്തെഴുതി. ഇന്നത്തെ ധാർമികബോധം ആലോചിച്ചുനോക്കിയാൽ അവൻ ചെയ്തത് ഒരു ക്രൂരമായ കാര്യമാണ്. പക്ഷേ അന്ന് ആവിധം സദ്ചിന്തകൾ ഉണ്ടായിരുന്നില്ലല്ലോ. അല്ലെങ്കിൽത്തന്നെ മിലാഡിക്ക് തന്നോട് വെറുപ്പുള്ളതാണല്ലോ, തന്നോടുള്ള വെറുപ്പിനെ പ്രതിയാണല്ലോ മാഡം ബോണസ്യൂവിനെ അവൾ കഠിനമായി ശിക്ഷിച്ചതും. എല്ലാത്തിനും പ്രതികാരം ചെയ്തേ പറ്റൂ. ആർട്ഗ്നൻ ചിന്തിച്ചു.

വളരെ ചെറിയൊരു പദ്ധതിയായിരുന്നു അവന്റേത്. കിറ്റിയുടെ മുറിയിൽക്കൂടി മിലാഡിയുടെ മുറിയിൽക്കയറി അവളെ അമ്പരിപ്പിക്കണം; അവൾ അങ്ങനെ നാണംകെടുകയും ഭയപ്പെടുകയും ചെയ്യും. അങ്ങനെയൊന്നും അവൾക്കനുഭവപ്പെട്ടില്ലെങ്കിലും സാരമില്ല; ആ അവസരത്തെ ഏതെങ്കിലും വിധത്തിൽ അവനുപയോഗപ്പെടുത്താനാകും. യുദ്ധം തുടങ്ങിക്കഴിഞ്ഞാൽ പിന്നെ കണ്ടുമുട്ടൽ എങ്ങനെ നീളുമെന്നുമറിയില്ല.

"ഇത് മിലാഡിക്കു കൊടുത്തോളൂ." ഒട്ടിച്ച കത്ത് അവളെ അവൻ ഏൽപ്പിച്ചു.

"വാഡ്സിലെ പ്രഭുവിന്റെ മറുപടിയാണ് ഇത്."

കിറ്റി വിളറി. അതിന്റെ ഉള്ളടക്കം എന്താണെന്നറിയാതെ അവൾ വിഷമിച്ചു.

"പ്രിയപ്പെട്ടവളേ ഞാൻ പറയുന്നതു കേൾക്കൂ" ആർട്ഗ്നൻ പറഞ്ഞു. "അപകടത്തിൽനിന്നും രക്ഷപ്പെടാനാകാത്തവിധത്തിൽ നീയും ആയിപ്പോയിട്ടുണ്ട്. ഇനി നിനക്കതു മനസിലായിക്കാണുമെന്ന് ഞാൻ കരുതുന്നു. ആദ്യ കത്ത് പ്രഭുവിന്റെ വേലക്കാരനല്ലാ നീ കൊടുത്തതെന്നും മറ്റു രണ്ടെണ്ണവും ഞാനാണ് തുറന്നതെന്നും ഒരുപക്ഷേ മിലാഡി കണ്ടുപിടിച്ചേക്കാം. അങ്ങനെയെങ്കിൽ അവൾ നിന്നെ ഇവിടെനിന്നും പറഞ്ഞുവിടും. എന്നെക്കാളും നന്നായിട്ട് നിന്റെ യജമാനത്തിയെ നിനക്കറിയാമല്ലോ; വേറെയും അവൾ എന്തെങ്കിലുമൊക്കെ ചെയ്തേക്കാം..."

"ഈ അപകടമൊക്കെ ഞാൻ ഏറ്റെടുക്കുന്നത് അങ്ങേക്കു വേണ്ടിയാണ്" കിറ്റി പറഞ്ഞു.

"എല്ലാം എനിക്കറിയാം കിറ്റീ" ആർട്ഗ്നൻ പറഞ്ഞു. "എനിക്ക് സത്യമായും നിന്നോട് കടപ്പാടുണ്ട്."

"ഈ കത്തിൽ എന്താണെഴുതിയത്?"

"മിലാഡി നിനക്കു പറഞ്ഞുതരും."

"അപ്പോൾ നിങ്ങൾക്കെന്നോടു സ്നേഹമില്ല അല്ലേ....?" അവൾ കരഞ്ഞുതുടങ്ങി. "പറയാത്തതിൽ എനിക്കു വിഷമമുണ്ട്."

മിലാഡിയുടെ അരികിൽ ആ കത്തു കൊണ്ടുകൊടുക്കുന്നതിനു മുമ്പ് കിറ്റി ഒരുപാടു കരഞ്ഞു. തന്റെ പ്രിയസ്നേഹിതന്റെ ആഗ്രഹമതാണെങ്കിൽ അതു ചെയ്യാമെന്നു തന്നെ അവൾ പറഞ്ഞു.

അന്നുരാത്രിയിൽ മിലാഡിയുടെ അരികിൽനിന്നും വേഗം കിറ്റിയുടെ അരികിലെത്താമെന്ന് അവൻ അവളോടു പറഞ്ഞു. കിറ്റി സന്തോഷപൂർവം തന്റെ കണ്ണുകൾ തുടച്ചു.

34

ആറമീസിനും പോർത്തോസിനുമുള്ള ആയുധങ്ങൾ

യുദ്ധത്തിനാവശ്യമായ ആയുധങ്ങൾ അന്വേഷിച്ചിറങ്ങിയശേഷം ആ നാലു സ്നേഹിതന്മാരും വല്ലപ്പോഴും മാത്രമേ പരസ്പരം കാണാറുണ്ടായിരുന്നുള്ളൂ. കിട്ടുന്നിടത്തിരുന്ന് കിട്ടുന്ന സാധനങ്ങൾ അവർ ഒറ്റയ്ക്കൊറ്റയ്ക്കാണ് കഴിച്ചത്. എപ്പോഴും ജോലിയിലേർപ്പെട്ടിരുന്നതുകൊണ്ട് അവരുടെ സമയവും പെട്ടെന്ന് നീങ്ങിക്കൊണ്ടിരുന്നു.

ആഴ്ചയിലൊരിക്കൽ ഉച്ചയ്ക്ക് ഒരു മണിക്ക് ആതോസിന്റെ വീട്ടിൽ വച്ച് കാണണമെന്നാണ് അവരുടെ തീരുമാനം. താൻ തന്റെ വീട്ടിൽ നിന്നും പുറത്തിറങ്ങുകയേയില്ലായെന്ന് അയാൾ ശപഥം ചെയ്തിരുന്നതിനാലാണ് അയാളുടെ വീട്ടിൽത്തന്നെ വന്ന് ഒത്തുകൂടാമെന്ന് അവർ തീരുമാനിച്ചത്.

ആർട്ഗ്നനെ കിറ്റിയെ കണ്ട ദിവസം അവർക്ക് ആഴ്ചയിൽ ഒരിക്കൽ ഒത്തുകൂടേണ്ട ദിവസമായിരുന്നു. അവൾ പോയ ഉടനെ ആർട്ഗ്നൻ റൂഫെറോയിലേക്കു തിരിച്ചു.

ആർട്ഗ്നൻ അവിടെ ചെന്നപ്പോൾ ആതോസും ആറമീസും തമ്മിൽ തത്വശാസ്ത്രം പറയുകയായിരുന്നു. വെറുതേയല്ലെങ്കിലും ആറമീസ് പുരോഹിതനാകുന്നതിനെക്കുറിച്ച് ചിന്തിച്ചുകൊണ്ടിരുന്നു അപ്പോഴും; അതയാൾ പറയുകയും ചെയ്തു. ആ ആശയത്തോട് ആതോസ് യോജിക്കുകയോ വിയോജിക്കുകയോ ചെയ്തില്ല. ഓരോരുത്തർക്കും അവരവരുടെ കാര്യങ്ങൾ സ്വയം തീരുമാനിക്കാൻ കഴിയണം. അതുകൊണ്ട് അയാൾ ആർക്കും ഉപദേശം കൊടുക്കാറില്ല. ആരെങ്കിലും ആവശ്യപ്പെട്ടാൽത്തന്നെ പുനരാലോചന നടത്തിയതിനുശേഷമേ ചെയ്യാറുമുള്ളൂ.

"സാധാരണയായി...." ആതോസ് ഒരിക്കൽ പറഞ്ഞു, "ജനങ്ങൾ ഉപദേശം സ്വീകരിക്കുന്നത് അത് സ്വീകരിക്കാനല്ല. ഒരുപക്ഷേ സ്വീകരി

ച്ചാൽത്തന്നെ പിന്നീടു പ്രശ്നം വല്ലതും സംഭവിച്ചാൽ ആ കുറ്റം അയാളുടെ തലയിൽ കെട്ടിവയ്ക്കാമല്ലോ."

ആർട്ഗ്നൻ എത്തിച്ചേർന്നു കുറച്ചുനേരം കഴിഞ്ഞപ്പോൾ പോർത്തോസും അവിടെയെത്തി. അങ്ങനെ സ്നേഹിതന്മാർ എല്ലാപേരുമായി.

നാലുപേർക്കും നാലുതരം മാനസികാവസ്ഥയായിരുന്നു. പോർത്തോസിന് ഒരു വല്ലായ്മയും ആർട്ഗ്നനു പ്രതീക്ഷയും ആറമീസിനു ദുഃഖവും ആതോസിന് കൂസലില്ലായ്മയുമായിരുന്നു.

പോർത്തോസ് ആദ്യം കുറച്ചുനേരം സംസാരിച്ചു. തനിക്കുവേണ്ട ആയുധങ്ങൾ സമൂഹത്തിലെ ഒരുയർന്ന മനുഷ്യൻ തരാമെന്നേറ്റകാര്യം അയാൾ പറഞ്ഞു. അപ്പോഴേക്കും മോസ്ക്യൂട്ടെൻ അകത്തേക്കു വന്നു. വീട്ടിലേക്ക് പെട്ടെന്നു പോകണമെന്ന് അയാൾ പോർത്തോസിനോടു പറഞ്ഞു.

"എനിക്കുള്ള ആയുധങ്ങൾ എത്തിയോ?" പോർത്തോസ് ചോദിച്ചു.

"എത്തി; ഇല്ല."

"നിങ്ങളെന്താണീ പറയുന്നത്?"

"ദയവായി വരൂ സർ."

പോർത്തോസ് എഴുന്നേറ്റു. സുഹൃത്തുക്കളെ തലകുമ്പിട്ടു വണങ്ങിയശേഷം മോസ്ക്യൂട്ടെനോടൊത്തു പോകുകയും ചെയ്തു.

കുറച്ചുനേരം കഴിഞ്ഞപ്പോൾ വാതിൽക്കൽ ബാസിൻ എത്തി.

"എന്താണു സുഹൃത്തേ?" വേലക്കാരനോട് ആറമീസ് ചോദിച്ചു. അങ്ങനെ ചോദിക്കുമ്പോഴും അയാളുടെ ചിന്ത പൗരോഹിത്യജീവിതമായിരുന്നു.

"വീട്ടിൽ അങ്ങയെ നോക്കി ഒരാൾ വന്നിരിക്കുന്നു" ബാസിൻ പറഞ്ഞു.

"ഒരാളോ? ആരാണയാൾ?"

"ഒരു യാചകൻ."

"കുറച്ചു പണം കൊടുത്തേരെ" ആറമീസ് പറഞ്ഞു. "പിന്നെ പാവപ്പെട്ട ഒരു പാപിക്കുവേണ്ടി പ്രാർഥിക്കാനും അയാളോടു പറയൂ."

"അങ്ങയോടു സംസാരിക്കണമെന്ന് അയാൾ നിർബന്ധം പിടിക്കുകയാണ്. അയാളെ കാണുമ്പോൾ അങ്ങേക്കത് സന്തോഷമായിരിക്കുമെന്നും അയാൾ പറഞ്ഞു" ബാസിൻ പറഞ്ഞു.

"അത്രയേ പറഞ്ഞുള്ളൂ."

"പിന്നെയും പറഞ്ഞു" ബാസിൻ തുടർന്നു. "അങ്ങ് വരാൻ വിസമ്മതം കാണിക്കുകയാണെങ്കിൽ ടുവറിൽനിന്നും വന്നയാളാണെന്ന് പറയാനും പറഞ്ഞു."

"ടുവറിൽനിന്ന്!" ആറമീസ് ആശ്ചര്യപ്പെട്ടു. "സുഹൃത്തുക്കളേ ക്ഷമിക്കണം. ഞാൻ പ്രതീക്ഷിച്ചിരുന്ന ചില വാർത്തയുമായിട്ടാണ് അയാൾ എത്തിച്ചേർന്നിരിക്കുന്നതെന്നു തോന്നുന്നു."

ആറമീസ് എഴുന്നേറ്റ് വേഗം അവിടെനിന്നും പോയി.

“ഈ രണ്ടുപേർക്കും ഉടനെ ആയുധങ്ങൾ കിട്ടുമെന്നു തോന്നുന്നു” ആതോസ് ആർട്ഗ്നനോടു പറഞ്ഞു. ഇനി അവർ രണ്ടുപേരല്ലേ അവിടെയുള്ളു.

“പോർത്തോസിന് ഇതിനകം ആയുധങ്ങൾ ശരിപ്പെട്ടിട്ടുണ്ടെങ്കിൽ എന്റെ വിശ്വാസം” ആർട്ഗ്നൻ പറഞ്ഞു. “സത്യം പറയുകയാണെങ്കിൽ ആറമീസിനെക്കുറിച്ചും എനിക്കു യാതൊരു വിഷമവും ഇല്ല. പക്ഷേ ആതോസേ, നിങ്ങളുടെ കാര്യം പറയൂ. ആ ഇംഗ്ലീഷുകാരന്റെ കൈയിൽ നിന്നും കിട്ടാനിരുന്ന പണം എത്ര ഔദാര്യത്തോടെയാണ് നിങ്ങൾ വലിച്ചെറിഞ്ഞത്. നിങ്ങൾ ഇനി എന്താണ് ചെയ്യാൻ പോകുന്നതെന്ന് പറയൂ.”

“ആ ഇംഗ്ലീഷുകാരനെ കൊന്നതിൽ എനിക്കു സന്തോഷമേയുള്ളൂ. എന്നാൽ അയാളുടെ പണം ഞാൻ എടുത്തിരുന്നെങ്കിൽ എന്റെ മനഃസാക്ഷിയിൽ ഒരു ഭാരമായി ഇപ്പോഴും അതു കിടക്കുമായിരുന്നു.”

“ആതോസ്, നിങ്ങളെ ഇതുവരെ എനിക്കു മനസിലായതേയില്ലായിരുന്നു.”

“വിഷമിക്കേണ്ട സുഹൃത്തേ. ഇന്നലെ മോൺസ്യൂ ട്രിവീലി എന്നെക്കാണാൻ വന്നിരുന്നു. കർദിനാളിന്റെ ചില ഇംഗ്ലീഷ് സുഹൃത്തുക്കളെ നിങ്ങൾ സന്ദർശിക്കാറുണ്ടെന്ന് അദ്ദേഹം പറഞ്ഞിരുന്നു. അതു സത്യമല്ലേ?”

“ഞാൻ നിങ്ങളോടു പറഞ്ഞിട്ടുള്ള ആ ഇംഗ്ലീഷുകാരി പെണ്ണിനെ മാത്രമേ ഞാൻ സന്ദർശിക്കാറുള്ളൂ.”

“ഓ ആ സുന്ദരിപ്പെണ്ണ്; അവളെപ്പിന്നെ കാണാൻ പോകരുതെന്ന് ഉപദേശിച്ചിരുന്നതല്ലേ; അല്ലെങ്കിലും നിങ്ങൾ എന്റെ ഉപദേശം ഓർമിക്കാറില്ലല്ലോ.”

“അതിനുള്ള കാരണങ്ങളും ഞാൻ പറഞ്ഞതല്ലോ.”

“അതുശരി. അവളെ വശീകരിച്ചുവേണം നിങ്ങൾക്ക് ആയുധങ്ങൾ ഒക്കെ നേടാൻ. അതല്ലേ നിങ്ങൾ എന്നോടു പറഞ്ഞത്?”

“അതല്ല പറഞ്ഞത്. മാഡം ബോണസ്യൂവിനെ തട്ടിക്കൊണ്ടുപോയതുമായി ബന്ധപ്പെട്ട വിവരങ്ങൾ അവൾവഴി ലഭിക്കുമെന്നാണ് ഞാൻ പറഞ്ഞത്” ആർട്ഗ്നൻ പറഞ്ഞു.

“അതു ശരി. ഒരു സ്ത്രീയെ വശീകരിച്ചെടുത്ത് മറ്റൊരു സ്ത്രീയെ കണ്ടുപിടിക്കാനല്ലേ. ഇതു വളരെ സമയമെടുക്കുമെങ്കിലും ഇതിലെന്തോ തമാശയുണ്ടേ.”

എല്ലാക്കാര്യവും ആതോസിനോടു പറഞ്ഞാലോയെന്ന് ആർട്ഗ്നനു തോന്നി. പക്ഷേ, തൽക്കാലം ഒന്നും പറയേണ്ടെന്നു തോന്നി. കാരണം താൻ മിലാഡിക്കെതിരെ മെനഞ്ഞുവച്ച പദ്ധതികളിൽ ചില കാര്യങ്ങളിലെങ്കിലും അയാൾ ഇടപെട്ടേക്കാം. അതുകൊണ്ട് അവൻ കഥകളൊന്നും പറഞ്ഞില്ല. പൊതുവേ ജിജ്ഞാസയൊന്നും ഇല്ലാതിരുന്ന അയാൾ ആ വിഷയത്തെപ്പറ്റി മറ്റൊന്നും ചോദിച്ചതുമില്ല.

ഈ രണ്ടു സുഹൃത്തുക്കൾക്കും സംസാരിക്കാനായി പ്രത്യേക

വിഷയങ്ങളൊന്നും പിന്നെയുണ്ടായിരുന്നില്ല. നമുക്ക് അതിനാൽ അവരുടെ കാര്യംവിട്ട് ആറമീസിന്റെ വിശേഷങ്ങൾ പരിശോധിക്കാം.

ടുവേഴ്സിൽനിന്ന് (ടുവറിൽ) നിന്നും തന്നെ സന്ദർശിക്കാനെത്തിയ ആളിനെ കാണാനായി ആറമീസ് വേഗത്തിൽ നീങ്ങി. അയാൾ യഥാർഥത്തിൽ ഓടിയാണ് നീങ്ങിയത്.

വീട്ടിലെത്തിയപാടെ സന്ദർശകനെ അയാൾ കണ്ടു; ഒരു ഉയരം കുറഞ്ഞ മനുഷ്യൻ. കൂർമതയുള്ള കണ്ണുകൾ. പക്ഷേ കീറിപ്പറിഞ്ഞ വേഷം.

"എന്നെ കാണണമെന്നു പറഞ്ഞോ?" ആറമീസ് ചോദിച്ചു.

"മോൺസ്യൂർ ആറമീസിനെ കാണണമെന്നു പറഞ്ഞു. അതു നിങ്ങൾ തന്നെയാണോ?" സന്ദർശകൻ ചോദിച്ചു.

"അതെ. എനിക്കെന്തെങ്കിലും തരാനുണ്ടോ?"

"ഉണ്ട്. തുന്നൽപ്പണിയുള്ള ഒരു തൂവാല നിങ്ങൾ കാണിച്ചു തരുമെങ്കിൽ....." അയാൾ പറഞ്ഞു.

ആറമീസ് തൂവാല വച്ചിരുന്ന പെട്ടി താക്കോലെടുത്തു തുറന്നു.

"ഇതാ തൂവാല" അയാൾ അത് അങ്ങോട്ടുനീട്ടി.

"കൊള്ളാം. ഇനി ഈ വേലക്കാരനെ ഇവിടെനിന്നും പറഞ്ഞയക്കൂ."

തന്റെ യജമാനന് ഈ വേലക്കാരനുമായി എന്താണ് ബന്ധമുള്ളതെന്നറിയാനുള്ള ജിജ്ഞാസ ബാസിനുണ്ടായി. അതുകൊണ്ടാണ് അവനും ഇങ്ങോട്ട് ഓടിപ്പാഞ്ഞുവന്നത്. പക്ഷേ അയാൾ നിരാശനായി. വേലക്കാരന്റെ നിർദേശപ്രകാരം അയാളോടു മാറിപ്പോകാൻ ആറമീസ് പറഞ്ഞു; അതു അനുസരിക്കുകയേ അയാൾക്കു മാർഗമുണ്ടായിരുന്നുള്ളൂ.

ബാസിൻ പോയപ്പോൾ, ഭിക്ഷക്കാരൻ ചുറ്റുംനോക്കി, ആരും ചുറ്റുമില്ലെന്നു മനസിലാക്കിയപ്പോൾ, അയാൾ ബെൽറ്റിൽ ഒളിപ്പിച്ചിരുന്ന ഒരു കത്ത് പുറത്തെടുത്തു. അതിലെ മുദ്രകണ്ടപ്പോൾ അയാൾക്കു സന്തോഷമായി. അയാൾ ആ കത്തിനെ ദൈവവിശ്വാസത്തോടെ ചുംബിച്ചശേഷം പൊട്ടിച്ചു. അതിൽ ഇങ്ങനെ എഴുതിയിരുന്നു:

എന്റെ സുഹൃത്തേ,

വിധി നമ്മളെ കുറച്ചുകാലത്തേക്കകറ്റി. പക്ഷേ യൗവനത്തിന്റെ സന്തുഷ്ടദിനങ്ങൾ മറവിയിലേക്കു വീണിട്ടില്ല. യുദ്ധരംഗത്തിറങ്ങി പോരാടൂ. ഞാൻ ഇവിടിരുന്ന് നിങ്ങൾക്കുവേണ്ടി പ്രാർഥിക്കാം. ഈ കത്തുകൊണ്ടു വരുന്നയാൾ തരുന്നത് ദയവായി സ്വീകരിക്കുക. ധീരതയോടെ യുദ്ധക്കളത്തിലേക്കു പോകുക. എന്നെ മറക്കരുത്. ഇനി കാണുന്നതുവരേക്കും.

ഭിക്ഷക്കാരൻ ചില കിഴികൾ കീറിത്തുറക്കുകയായിരുന്നു. പഴഞ്ചിയക്കിഴികൾ കീറിയെടുത്തപ്പോൾ കിട്ടിയ ചില്ലിത്തുട്ടുകൾ എല്ലാംകൂടി മുന്നൂറോളം പിസ്റ്റൽസുകൾ ഉണ്ടായിരുന്നു. അയാളത് മേശപ്പുറത്തു വച്ചു. അടുത്തനിമിഷം ആ ഭിക്ഷക്കാരൻ തലകുമ്പിട്ട് വണങ്ങിയശേഷം വാതിൽ തുറന്ന് പുറത്തുപോകുകയും ചെയ്തു.

അയാൾ പോയശേഷം ആറമീസ് വീണ്ടും ആ കത്തു വായിച്ചു. കത്തിന്റെ ചുവട്ടിൽക്കൊടുത്തിരിക്കുന്ന ഒരു അടിക്കുറിപ്പ് അയാൾ അപ്പോഴാണ് കണ്ടത്.

ഈ കത്ത് കൊണ്ടുവരുന്നയാളിന് ബഹുമാനത്തോടെയുള്ള സ്വീകരണം കൊടുക്കണം. സ്പെയിനിലെ ഒരു പ്രഭുവാണിദ്ദേഹം.

"നീ പറഞ്ഞത് ശരിയാണ്, എന്റെ പ്രിയേ! നാം യുവതീയുവാക്കളാണ്. ആസ്വദിക്കാനുള്ള ദിവസങ്ങളാണ് നമ്മുടെ മുന്നിലുള്ളത്" ആറമീസ് എല്ലാം മറന്ന് അലറി. "എനിക്കുള്ളതെല്ലാം നിനക്കുള്ളതാണ് – എന്റെ സ്നേഹം, എന്റെ രക്തം, എന്റെ ജീവൻ ഒക്കെ. സർവതും നിനക്കുള്ളതാണു സഖീ."

വികാരവായ്പോടെ അയാൾ കത്ത് ചുംബിച്ചു. മേശപ്പുറത്തിരുന്നു തിളങ്ങുന്ന പണത്തെ അയാൾ ശ്രദ്ധിച്ചതേയില്ല.

ബാസിൻ വാതിലിൽ ഒന്നു ചുരുങ്ങി ശബ്ദമുണ്ടാക്കി. അയാളെ മാറ്റിനിർത്തുന്നതിൽ ഇനി അർഥമില്ലല്ലോ. ആറമീസ് അയാളെ അകത്തേക്കു ക്ഷണിച്ചു. മേശപ്പുറത്തിരുന്ന് തിളങ്ങുന്ന പണംകണ്ട് അവൻ അന്ധാളിച്ചുപോയി.

യഥാർഥത്തിൽ ബാസിൻ വാതിലിൽ ശബ്ദമുണ്ടാക്കിയത് ആർട്ഗ്നൻ എത്തിയ കാര്യം പറയാനായിരുന്നു. തിളങ്ങുന്ന പണം മേശപ്പുറത്തു കണ്ടപ്പോൾ അയാൾ അക്കാര്യം പറയാൻ മറന്നുപോയി.

ആർട്ഗ്നൻ കാത്തുനിൽക്കാതെ അകത്തേക്കുകയറി.

മേശപ്പുറത്തിരിക്കുന്ന പണം കണ്ടപ്പോൾ ആർട്ഗ്നൻ പറഞ്ഞു: "ഈ ഫലങ്ങൾ ടുവറിൻ നിന്നെത്തിയതെങ്കിൽ, അതു വളർത്തി പരിപാലിച്ചവനുള്ളത് ഇങ്ങു തരൂ."

"നിങ്ങൾക്കു തെറ്റിപ്പോയി സുഹൃത്തേ. ഒരു സിലബ്ൾവച്ച് ഞാൻ എഴുതിയ കവിതയ്ക്ക് അതിന്റെ പ്രസാധകർ അയച്ചുതന്ന പണമാണ്" ആറമീസ് പറഞ്ഞു.

"അതു ശരി? എങ്കിൽ നിങ്ങൾക്ക് മഹാമനസ്കതയുള്ള പ്രസാധകർ ഉണ്ടെന്നർഥം" ആർട്ഗ്നൻ പറഞ്ഞു.

"ഒരു കവിതയ്ക്ക് ഇത്രയും കിട്ടുമോ?" ബാസിൻ സംശയത്തോടു പറഞ്ഞു. "ഇതെന്തായാലും അവിശ്വസനീയം തന്നെ. ഇക്കണക്കിന് അങ്ങ് വിചാരിച്ചാൽ ധാരാളം പണം ഉണ്ടാക്കാമല്ലോ. മാത്രമല്ല മറ്റൊരു വോയ്റ്ററോ, ബെൻസെറേഡോ ഒക്കെ ആകാമല്ലോ. ഒരു കവി ഈവിധം പുരോഹിതൻ കൂടിയാകുന്നത് നല്ലതാണ്. അങ്ങ് പ്രശസ്തനായ ഒരു കവിയാകണേ."

"ബാസിൻ, നിങ്ങൾ വെറുതെ നിന്നു ഒച്ചവയ്ക്കാതെ" ആറമീസ് അയാളോടു പറഞ്ഞു.

ബാസിൻ ബഹുമാനപൂർവം തലകുമ്പിട്ടശേഷം അവിടംവിട്ടു.

"കവിതകൾക്ക് ഇത്രയും ഉയർന്ന പണംകിട്ടുന്ന നിങ്ങൾ ഭാഗ്യവാൻ തന്നെ" ആർട്ഗ്നൻ പറഞ്ഞു. "പിന്നെ ആ പോക്കറ്റിൽനിന്നും

ആ കത്തു കളഞ്ഞുപോകാതെ നോക്കണേ; അതു നിങ്ങളുടെ പ്രസാധകന്മാർ തന്നതല്ലേ."

ആറമീസ് വിളറിയതുപോലെ. അയാൾ ആ കത്ത് പോക്കറ്റിനകത്തേക്കു കൂടുതൽ തിരുകിവച്ചു.

"കൊള്ളാം. നമുക്കിനി സ്നേഹിതന്മാരുടെ അടുത്തേക്കു പോകാം." ആറമീസ് പറഞ്ഞു. "ഞാൻ ഇപ്പോൾ പണക്കാരനായ സ്ഥിതിക്ക്, നമുക്കിനി ഒരുമിച്ചു വല്ലതും കഴിച്ചുതുടങ്ങാം. നിങ്ങൾ പണക്കാരാകുന്നതുവരെ ഞാൻ പണം നൽകാം."

"നിങ്ങളുടെ മഹാമനസ്കതയെ ആതോസും പോർത്തോസും തീർച്ചയായും അഭിനന്ദിക്കും" ആർട്ഗ്നൻ പറഞ്ഞു. "ഒന്നാന്തരം സദ്യ കഴിച്ചിട്ടുതന്നെ കുറേക്കാലമായി. അല്ലെങ്കിൽതന്നെ ഇന്നു വൈകുന്നേരത്ത് ഒരു സവാരിയുമുണ്ട്. അൽപ്പം മദ്യംകഴിച്ച് മനസൊന്നിളക്കിയാലും കുഴപ്പമൊന്നുമില്ല."

"എന്നാൽ നമ്മുടെ ഭക്ഷണത്തോടൊപ്പം മദ്യം കൂടിയാവാം" ആറമീസ് പറഞ്ഞു. "അതു കുടിക്കുന്നതുകൊണ്ട് എനിക്കു കുഴപ്പമൊന്നുമില്ല."

മേശപ്പുറത്തിരിക്കുന്ന തിളങ്ങുന്ന പണം അയാളെ പൗരോഹിത്യചിന്തയിൽനിന്നും അകറ്റി. തൽക്കാലത്തെ കാര്യങ്ങൾക്കു ചെലവാക്കുന്നതിനായി കുറച്ചു പണം കൈയിൽ വച്ചശേഷം ബാക്കിയുള്ളവ, ആ തൂവാല വച്ചിരുന്ന പെട്ടിക്കകത്താക്കി പൂട്ടിവച്ചു.

ആ രണ്ടു സ്നേഹിതരും ആതോസിന്റെ വീട്ടിലേക്കു പോയി. തന്റെ ശപഥത്തിൽനിന്നും അയാൾ മാറുമായിരുന്നില്ല. അവസാനം സദ്യ അയാളുടെ വീട്ടിൽ വച്ചു നടത്താമെന്ന് അവരേറ്റു. സദ്യയ്ക്കുള്ള എല്ലാ ഏർപ്പാടുകളും അയാളെ ഏൽപ്പിച്ചശേഷം അവർ പോർത്തോസിനെ കാണാൻ പോയി.

പോർത്തോസിന്റെ വീട്ടിലേക്കു പോകുന്ന വഴിയിൽ അവർ മോസ്ക്യൂട്ടനെ കണ്ടു. അയാൾ ഒരു കുതിരയെയും ഒരു കഴുതയെയും തെളിച്ചുകൊണ്ടുപോകുകയായിരുന്നു.

കണ്ടപാടേ ആർട്ഗ്നൻ അറിയാതെ വിളിച്ചുകൂവി "എന്റെ മഞ്ഞക്കുതിര! ആറമീസേ, ആ കുതിരയെ നോക്കൂ."

"എന്തൊരു വൃത്തികെട്ട സാധനമാണിത്" ആറമീസ് പറഞ്ഞു.

"ഞാൻ ആദ്യം പാരീസിൽ വന്നത് ഈ കുതിരപ്പുറത്താണ്" ആർട്ഗ്നൻ പറഞ്ഞു.

"എന്ത്!" മോസ്ക്യൂട്ടൻ അതിശയിച്ചു. "സാറിന് ഈ കുതിരയെ അറിയുമോ?"

"ഇതിന്റെ നിറം ഒരസാധാരണം തന്നെ" ആറമീസ് പറഞ്ഞു. "ഈ നിറത്തിലെ മറ്റൊരു കുതിരയെ ഞാൻ കണ്ടിട്ടേയില്ല."

"യഥാർഥത്തിൽ നിങ്ങൾ കണ്ടിട്ടില്ല തന്നെ" ആർട്ഗ്നൻ പറഞ്ഞു. "അതുകൊണ്ടാണ് ഇതിനെ നല്ലൊരു തുകയ്ക്ക് എനിക്കു വിൽക്കാൻ

കഴിഞ്ഞത്.... മോസ്ക്യൂട്ടൻ, നിങ്ങൾക്ക് ഈ കുതിരയെ കിട്ടിയതെങ്ങനെ?"

"ഇതിനെക്കുറിച്ച് ഇഷ്ടപ്പെടാൻ ഞാൻ ചിന്തിച്ചതുപോലുമില്ലായിരുന്നു" മോസ്ക്യൂട്ടൻ പറഞ്ഞു. "നമ്മുടെ പ്രഭ്വിയുടെ ഭർത്താവ് ഞങ്ങളോടു ഭയങ്കരമായ ഒരു കളികളിച്ചു."

"എന്താണ് നിങ്ങളീപ്പറയുന്നത്?"

"ഒരു ബഹുമാന്യയായ പ്രഭ്വിയോട് ഞങ്ങൾക്ക് കൂറുണ്ടായിരുന്നു.... ക്ഷമിക്കണം സർ, ആ പ്രഭ്വിയുടെ പേരുപറയാൻ എനിക്കു നിർവാഹമില്ല. അതു രഹസ്യമാക്കിവയ്ക്കാനാണ് എന്റെ യജമാനൻ എന്നോടു പറഞ്ഞിരിക്കുന്നത്. അവരുടെ ഓർമയ്ക്കായി ഒരു സ്പാനിഷ് കുതിരയും ഒരു ആന്റലൂഷ്യൻ കഴുതയും സ്വീകരിക്കണമെന്ന് അവർ ഞങ്ങളോടു പറഞ്ഞു. ഇക്കാര്യം എങ്ങനെയോ അവരുടെ ഭർത്താവറിഞ്ഞു. അവയെ പിടിച്ചശേഷം അയാൾ പകരം ഈ രണ്ടു നീലമൃഗങ്ങളെ വിട്ടുതന്നു."

"ഇപ്പോൾ നിങ്ങളിതു മടക്കിക്കൊടുക്കാൻ പോകുകയാണോ?" ആർട്ഗ്നൻ ചോദിച്ചു.

"അതേ സർ. അവർ വാക്കുതന്ന മൃഗങ്ങൾക്കുപകരം ഈ വൃത്തികെട്ടവയെ എങ്ങനെ സ്വീകരിക്കാനാകും?"

"പോർത്തോസ് എന്റെ ഈ മഞ്ഞക്കുതിരയിൽ ഇരിക്കുന്നതു കാണാൻ എനിക്കു ഇഷ്ടമാണ്. കാരണം, ഞാനന്ന് എങ്ങനെയാണ് ഇതിന്റെ പുറത്ത് വന്നതെന്ന് എനിക്ക് ഊഹിക്കാനാകുമായിരുന്നു. പക്ഷേ, ഈ ചതി എനിക്കംഗീകരിക്കാനാവില്ല" ആർട്ഗ്നൻ അഭിപ്രായപ്പെട്ടു. ആർട്ഗ്നൻ തുടർന്നു പറഞ്ഞു: "മോസ്ക്യൂട്ടൻ, നിങ്ങൾ ചെയ്യാനുദ്ദേശിച്ചതു ചെയ്തോളൂ.... നിങ്ങളുടെ യജമാനൻ അവിടെയില്ലേ?"

"ഉണ്ട്. പക്ഷേ അൽപ്പം ദേഷ്യത്തിലാണ്."

മോസ്ക്യൂട്ടൻ ആ മൃഗങ്ങളെയും തെളിച്ചുകൊണ്ട് മുന്നോട്ടു പോയി.

രണ്ടും സ്നേഹിതരും നിർഭാഗ്യവാനായ പോർത്തോസിന്റെ വീട്ടിലേക്കു നീങ്ങി. മുറ്റംവഴി വരുന്ന അവരെ അയാൾ കണ്ടു. അവരോടു സംസാരിക്കണമെന്ന ആഗ്രഹം പോർത്തോസിനുണ്ടായതേയില്ല. വാതിൽ തുറന്നുകിട്ടാനായി അവർ അയാളെ കുറേനേരം കാത്തുനിന്നു. നിഷ്ഫലമായപ്പോൾ അവർ അവിടം കാലിയാക്കി.

മോസ്ക്യൂട്ടൻ ആ മൃഗങ്ങളെ പായിച്ചുകൊണ്ട് എത്തേണ്ടിടത്തെത്തി. യജമാനൻ പറഞ്ഞതനുസരിച്ച് കാര്യങ്ങൾ ചെയ്യണം. കുതിരയെയും കഴുതയെയും വക്കീലിന്റെ വീട്ടിന്റെ വാതിൽക്കമ്പിയിൽ കെട്ടിയിട്ടശേഷം അയാൾ മടങ്ങിപ്പോയി.

നേരം പുലർന്നതിനുശേഷം ഇതുവരെ ആ മൃഗങ്ങൾ ഒന്നും കഴിച്ചിട്ടില്ലായിരുന്നു. അതിനാൽ അവ ഉച്ചത്തിൽ കരയാനും അലറാനും തുടങ്ങി. വക്കീൽ തന്റെ വേലക്കാരനോട് ആ മൃഗങ്ങളെ അയൽക്കാരുടെ ആരുടേതാണെന്ന് അന്വേഷിച്ച് കണ്ടെത്തി ഉടനെ അവിടെനിന്നും

മാറ്റാൻ പറഞ്ഞു.

മൃഗങ്ങളുടെ ഒച്ചകേട്ട് മാഡം കോക്വിനാർഡ് താൻ കൊടുത്തയച്ച സമ്മാനങ്ങളാണെന്ന് തിരിച്ചറിഞ്ഞു. എന്തുകൊണ്ടാണവ തിരിച്ചെത്തിയതെന്ന് അവൾക്കു മനസിലായില്ല. അൽപ്പം കഴിഞ്ഞപ്പോൾ പോർത്തോസ് തന്നെ അങ്ങോട്ടുചെന്നു; അവൾക്ക് ആശ്വാസമായി. പക്ഷേ, അയാളുടെ കണ്ണുകളിൽ ജ്വലിച്ചുനിന്ന കോപം കണ്ടപ്പോൾ അവൾ ഭയചകിതയായി.

താൻ ആർട്ഗ്നനെയും ആറമീസിനെയും കണ്ടിരുന്നെന്നും ആ മഞ്ഞക്കുതിര ആർട്ഗ്നന്റേതാണെന്നും അതിലാണ് താൻ പാരീസിലേക്കു വന്നതെന്നുമുള്ള വിവരങ്ങൾ മോസിക്യൂട്ടെൻ പോർത്തോസിനോടു പറഞ്ഞിട്ടുണ്ടായിരുന്നു. താൻ പാരീസിൽവച്ചു വിറ്റുകളഞ്ഞ ആ മഞ്ഞക്കുതിരയെ തിരിച്ചറിഞ്ഞ കാര്യം ആർട്ഗ്നൻ തിരിച്ചറിഞ്ഞെന്നും അയാൾ പറഞ്ഞു.

സെന്റ് മാഗ്ലോയറിൽ വന്ന് തന്നെകാണണമെന്ന് മാഡം കോക്വിനാർഡിനോടു പറഞ്ഞശേഷം പോർത്തോസ് അവിടെനിന്നുമിറങ്ങി. അയാൾ പോകുന്നതുകണ്ട അവളുടെ ഭർത്താവ് അയാളെ ഭക്ഷണത്തിനു ക്ഷണിച്ചപ്പോൾ അയാൾ അത് അന്തസോടെ നിരസിച്ചുകൊണ്ടു തിരിഞ്ഞുപോയി.

സെന്റ് മാഗ്ലോയറിലേക്കു അവൾ വിറച്ചുവിറച്ചാണ് നടന്നത്; കാരണം അവൾക്ക് അവിടെനിന്നും കിട്ടാൻ പോകുന്നതെന്താണെന്ന് അവൾക്കറിയാമായിരുന്നു. എങ്കിലും പോർത്തോസിന്റെ പ്രൗഢിയും സ്വപ്നം കണ്ടുകൊണ്ട് അവൾ നടന്നു.

തന്റെ അന്തസിനേറ്റക്ഷതത്തിൽ നിന്നുണ്ടായ എല്ലാ ക്ഷോഭവും കൊണ്ട് അയാൾ അവളെ ബലി കഴിച്ചു. അവൾ തലകുനിച്ചുനിന്ന് എല്ലാം കേട്ടു. തുടർന്നവൾ പറഞ്ഞു: "ഞാൻ കരുതി എല്ലാം നല്ലതിനു വരുമെന്ന്. ഞങ്ങളുടെ കക്ഷികളിലൊരാൾ ഒരു കുതിരക്കച്ചവടക്കാരനായിരുന്നു. അയാൾ ഞങ്ങൾക്ക് പണം തരാനുണ്ടായിരുന്നു. പക്ഷേ അയാൾ പണം തന്നതേയില്ല. പകരം ഈ കുതിരയെയും ഒരു കഴുതയെയും തന്നാൽ മതിയെന്ന് ഞങ്ങൾ പറഞ്ഞു. അയാൾ അതു സമ്മതിച്ചു. ആ മൃഗങ്ങൾ ഉഗ്രനാണെന്നും അയാൾ പറഞ്ഞു."

"അയാൾ നിങ്ങൾക്ക് നല്ലൊരു തുക തരാനുണ്ടെങ്കിൽ അയാളൊരു കള്ളനാണ്."

"കാര്യങ്ങൾ കുറഞ്ഞ ചെലവിൽ ഒപ്പിക്കാൻ ശ്രമിക്കുന്നത് കുറ്റമൊന്നുമല്ല" അവൾ പറഞ്ഞു.

"പക്ഷേ, കുറഞ്ഞ ചെലവിൽ ഒപ്പിക്കുന്ന വസ്തുക്കൾ സുഹൃത്തുക്കളുടെ ചുമലിൽ കെട്ടിവയ്ക്കാമോ?" പോർത്തോസ് തിരിഞ്ഞുനടന്നു.

"മോൺസ്യൂർ പോർത്തോസ്...." അവൾ കരഞ്ഞുവിളിച്ചു. "എനിക്കു തെറ്റുപറ്റി. ഞാനതു സമ്മതിക്കുന്നു. ഞാനിങ്ങനെ പറയരുതായിരുന്നു. അങ്ങേപ്പോലുള്ള ഒരു അന്തസുകാരനുവേണ്ടി ഞാൻ നല്ലതു കിട്ടാൻ നിർബന്ധിക്കേണ്ടതായിരുന്നു."

മറുപടിയൊന്നും പറയാതെ പോർത്തോസ് നടന്നു.

മാഡം കോകിനാർഡിന്റെ മനോമുകുരത്തിൽ ചിലതു തെളിഞ്ഞു വന്നു. പ്രഭ്വിമാരും രാജകുമാരിമാരും പോർത്തോസിന്റെ കാൽക്കലേക്കു സ്വർണക്കിഴികൾ വലിച്ചെറിയുന്നു!

"നിൽക്കൂ...... മോൺസ്യൂർ പോർത്തോസ്.... നമുക്കു സംസാരിക്കാം" അവൾ കരഞ്ഞുവിളിച്ചു.

"നിങ്ങളോടു സംസാരിച്ചാൽ ദുർഭാഗ്യമേ എനിക്കു വരൂ" പോർത്തോസ് പറഞ്ഞു.

"ഞാൻ എന്തു തരണമെന്നാണ് അങ്ങ് മോഹിക്കുന്നത്?"

"നിങ്ങളിൽനിന്നും ഞാനൊന്നും മോഹിക്കുന്നില്ല; നിങ്ങളിൽനിന്നും എന്താണ് കിട്ടുന്നതെന്ന് എനിക്കറിയാമല്ലോ."

അവൾ അയാളുടെ കൈകൾ പിടിച്ചുവലിച്ചുകൊണ്ടു പറഞ്ഞു. "മോൺസ്യൂർ പോർത്തോസ്, ഈവക കാര്യങ്ങളെക്കുറിച്ച് എനിക്കെന്താണ് അറിയാവുന്നത്? കുതിരയെക്കുറിച്ചും ജീനിനെക്കുറിച്ചും എനിക്കൊന്നുമറിഞ്ഞുകൂടേ...."

"എങ്കിൽ എന്നെക്കൊണ്ട് ഒരു കുതിരയെ തെരഞ്ഞെടുപ്പിച്ചുകൂടായിരുന്നോ; എനിക്കാവക കാര്യങ്ങൾ അറിയാമായിരുന്നല്ലോ. പക്ഷേ, എന്നെ ഉപയോഗിച്ച് നിങ്ങൾ ലാഭമുണ്ടാക്കാൻ ശ്രമിച്ചു."

"എനിക്കു തെറ്റു പറ്റിയതാണെന്നു പറഞ്ഞില്ലേ; ഞാൻ അതിനു പരിഹാരം ചെയ്യാമേ" അവൾക്ക് സങ്കടമടക്കാൻ പറ്റിയില്ല.

"എങ്ങനെ?"

"എന്റെ ഭർത്താവ് ഇന്നു വൈകുന്നേരത്ത് മോൺസ്യൂർ ചൗൽനിസിന്റെ അരികിൽ എന്തോ കാര്യത്തിനു പോകുകയാണ്. രണ്ടു മണിക്കൂറെങ്കിലും കഴിഞ്ഞേ വരൂ. അപ്പോൾ വീട്ടിലേക്കു വരൂ. അപ്പോൾ സംസാരിക്കാം."

"അപ്പോൾ അവസാനമെങ്കിലും ഞാൻ പറഞ്ഞത് നിങ്ങൾ ശരിയായിത്തന്നെ മനസിലാക്കി. ഞാനപ്പോൾ അവിടെ വരാം" പോർത്തോസ് പറഞ്ഞു.

"അങ്ങ് എന്നോടു പൊറുക്കുമോ?"

"നമുക്ക് അപ്പോൾ കാണാം."

സായാഹ്നത്തിൽ വീണ്ടും കാണാമെന്ന തീരുമാനത്തിൽ അവർ പിരിഞ്ഞു.

വീട്ടിലേക്കു നടക്കുമ്പോൾ പോർത്തോസ് ചിന്തിച്ചു. "കോകിനാർഡിന്റെ അലമാരയ്ക്കകത്ത് ഞാൻ എത്താറായെന്നു തോന്നുന്നു."

35

ഇരുട്ടിൽ എല്ലാ പൂച്ചകൾക്കും ചാരനിറം

പോർത്തോസും ആർട്ഗ്നനും അക്ഷമയോടെ കാത്തിരുന്ന സായാഹ്നം ഇങ്ങെത്തി.

പതിവുപോലെതന്നെ ആർട്ഗ്നൻ ഒമ്പതുമണിക്ക് മിലാഡിയുടെ വീട്ടിലെത്തി. അത്യാനന്ദത്തിൽ അവൾ അവനെ ഊഷ്മളമായി സ്വീകരിച്ചു. അവളുടെ അത്തരം ആനന്ദം അവൻ ആദ്യമായി കാണുകയായിരുന്നു. വാർഡ്സിലെ പ്രഭുവിന്റെ മറുപടിക്കത്തു കിട്ടിയതിനാലായിരിക്കും അവൾക്കിത്ര സന്തോഷമെന്ന് അവനു തോന്നി.

പഴച്ചാറുമായി കിറ്റി വന്നു. പുഞ്ചിരിയോടെ മിലാഡി അവളെയും സ്വീകരിച്ചു. വിഷാദത്തിലായിരുന്ന കിറ്റിക്ക് യജമാനത്തിയുടെ ചിരി ശ്രദ്ധിക്കാനേയായില്ല.

ആർട്ഗ്നൻ ആ സ്ത്രീകളെ മാറിമാറി നോക്കി. പ്രകൃതി സ്ത്രീകളെ സൃഷ്ടിച്ചപ്പോൾ വരുത്തിയ ഒരു തെറ്റ് സമ്മതിച്ചേ പറ്റൂ. മഹാസ്ത്രീകൾക്ക് ഇരുണ്ടഹൃദയവും വേലക്കാരികൾക്ക് കുലീനഹൃദയവുമാണ് പ്രകൃതി നൽകിയിരിക്കുന്നത്.

പത്തുമണിയായപ്പോൾ മിലാഡി വല്ലാതെ അസ്വസ്ഥത പ്രകടിപ്പിക്കാൻ തുടങ്ങി. എന്തുകൊണ്ടാണെന്ന് ആർട്ഗ്നനു മനസിലായി. അവൾ കൂടെക്കൂടെ എഴുന്നേൽക്കുകയും ക്ലോക്കിൽ നോക്കുകയും ചെയ്തു. 'നിങ്ങളുടെയൊപ്പമുള്ള എന്റെ സഹവാസം ആനന്ദപ്രദം തന്നെയാണ്; പക്ഷേ, ഇപ്പോൾ ഒന്ന് പോയിത്തന്നാൽ എന്റെ ആനന്ദം വർധിക്കും' എന്ന മനോഭാവമാണ് അവളുടെ ചിരി പ്രതിഫലിപ്പിക്കുന്നതെന്ന് അവനു മനസിലായി.

ആർട്ഗ്നൻ എഴുന്നേറ്റു നിന്നശേഷം തന്റെ തൊപ്പിയെടുത്തു. ചുംബിക്കാനായി അവൾ തന്റെ കരം അവന്റെ നേരെ നീട്ടി. അവൻ

കൈപിടിച്ചപ്പോൾ അവൾ കൈയൊന്നമർത്തി. സ്നേഹംകൊണ്ടായിരുന്നില്ല, വിട്ടുപോകുന്നതിന്റെ സന്തോഷംകൊണ്ട്. അത് ആർട്ഗ്നന് നന്നായിട്ടറിയാമായിരുന്നു.

"ഇവൾക്ക് അവനോട് വലിയ ഇഷ്ടമാണല്ലോ തോന്നുന്നത്" എന്നു ചിന്തിച്ചുകൊണ്ട് അവൻ ആ സ്വീകരണമുറി വിട്ടിറങ്ങി.

അടുത്തമുറിയിലോ, ഹാളിലോ, വാതിൽക്കലോ ഒരിടത്തും ഇത്തവണ കിറ്റി അവനെ കാത്തുനിന്നില്ല. അവൻ നേരെ അവളുടെ മുറിയിലേക്കു ചെന്നു.

കിറ്റി മുഖം പൊത്തിക്കരഞ്ഞുകൊണ്ടിരിക്കുകയായിരുന്നു. ആർട്ഗ്നൻ അകത്തു കയറിച്ചെന്നിട്ടും അവൾ തലയുയർത്തി നോക്കിയില്ല. അയാൾ നേരെ അവളുടെ അരികിൽച്ചെന്നു; കൈകൾ പിടിച്ചു. അവൾ പെട്ടെന്നു പൊട്ടിക്കരഞ്ഞു തുടങ്ങി.

ആർട്ഗ്നൻ കരുതിയതുപോലെതന്നെ ആ കത്തു കിട്ടിയ സന്തോഷം തന്നെയായിരുന്നു മിലാഡിക്ക്. സന്തോഷാധിക്യംകൊണ്ട് ആ കത്തിലെ വിശേഷങ്ങൾ അവൾ കിറ്റിയോടു പറഞ്ഞിരുന്നു. നിറച്ചു പണമുള്ള ഒരു ബാഗും കിറ്റിക്ക് അവൾ സമ്മാനമായി കൊടുത്തിരുന്നു. സമ്മാനവും വാങ്ങി തന്റെ മുറിയിൽ പ്രവേശിച്ചപ്പോൾ അവൾ ഒരു മൂലയിലേക്കെടുത്തെറിഞ്ഞു. ആർട്ഗ്നൻ അവിടെ വന്നപ്പോഴും അതവിടെ കിടക്കുകയായിരുന്നു, ബാഗു തുറന്നും സ്വർണത്തുട്ടുകൾ ചിതറിയുമായിട്ട്.

കിറ്റി അവസാനം അവളുടെ മുഖമുയർത്തി; അവളുടെ മുഖത്തുതളംകെട്ടിനിന്ന വികാരം അവന് സഹിക്കാനായില്ല. അവന്റെ കൈകൾ അമർത്തിപ്പിടിച്ചുകൊണ്ട് ഒന്നും പറയാനാവാതെ അവൾ തേങ്ങി.

പക്ഷേ, പെട്ടെന്ന് മനസലിയുന്ന ആളല്ലല്ലോ ആർട്ഗ്നൻ. എങ്കിലും അവളുടെ സങ്കടം അവനു ഖേദമുണ്ടാക്കാതിരുന്നില്ല. അവനാണെങ്കിൽ നടപ്പാക്കാനുള്ള വ്യക്തമായ പദ്ധതിയുണ്ടായിരുന്നു. അതു നടപ്പിൽവരുത്തണമെന്ന നിർബന്ധവും അവനുണ്ടായിരുന്നു. അവസാനനിമിഷത്തിൽ യാതൊരുവിധ വികാരത്തിനും അടിമപ്പെടാതിരിക്കാൻ അവൻ ശ്രമിച്ചു.

തടയാൻ ശ്രമിക്കുന്നതുകൊണ്ടു യാതൊരു പ്രയോജനവുമില്ലെന്ന് കിറ്റിക്ക് അറിയാമായിരുന്നു. അയാൾ തീരുമാനിച്ചുറപ്പിച്ചിരിക്കുകയല്ലേ. ഇതു പ്രതികാരത്തിന്റെ ഒരു പദ്ധതിക്കപ്പുറം വേറൊന്നല്ലെന്ന് അവളെ ബോധ്യപ്പെടുത്തേണ്ട ഒരു ജോലി മാത്രമേ ഇനി അവനോടു യാഥാർഥ്യത്തിലുള്ളൂ.

ആർട്ഗ്നൻ തന്റെ പദ്ധതിയിൽ വിജയിക്കുന്നുയെന്നതിനു തെളിവുകളുമുണ്ട്. കാരണം തന്റെ കാമുകനിൽനിന്നും ലജ്ജാവഹമായ മുഖം മറയ്ക്കുന്നതിനുവേണ്ടി അദ്ദേഹം വരുന്നതിനുമുമ്പ് അവളുടെ മുറിയുടെ വിളക്കുകൾ അണയ്ക്കാൻ അവൾ കിറ്റിയോടു പറഞ്ഞിരുന്നു; സ്വന്തം മുറിയുടെ വിളക്കുകൾ കിറ്റിയോടും അണയ്ക്കാൻ അവൾ പറഞ്ഞിരുന്നു. നേരം പുലരുന്നതിനുമുമ്പ് ആ ഇരുട്ടിൽത്തന്നെ അയാൾ പോകുകയും

ചെയ്യും.

കുറച്ചുകഴിഞ്ഞപ്പോൾ മിലാഡി അവളുടെ മുറിയിൽ കയറിവന്ന ശബ്ദം അവർ കേട്ടു. അവൻ വേഗം തുണിവച്ചിരുന്ന അലമാരയിൽ കയറിയൊളിച്ചു. മിലാഡി ബെല്ലടിച്ചു.

കിറ്റി യജമാനത്തിയുടെ അടുത്തേക്കു ചെന്നു. ഇത്തവണ വാതിൽ ചാരിയാണ് കിറ്റി അകത്തേക്ക് കയറിയത്. എങ്കിലും കനംകുറഞ്ഞ ചുവരായതിനാൽ അപ്പുറത്ത് സംസാരിക്കുന്നതെല്ലാം ആർട്ഗ്നന് കേൾക്കാമായിരുന്നു.

അത്യാനന്ദത്തിന്റെ ഉന്നതിയിലായിരുന്നു മിലാഡി. വാർഡ്സിലെ പ്രഭുവിനെ കണ്ടവിവരം അവൾ കിറ്റിയോടു വീണ്ടും വിസ്തരിച്ചു ചോദിച്ചു. കത്തുവാങ്ങിയപ്പോഴുള്ള അയാളുടെ മുഖഭാവം, വായിച്ചതിനുശേഷമുള്ള മുഖഭാവം, കത്തെഴുതിയപ്പോഴുള്ളത് ഒക്കെ അവൾ ചോദിച്ചു. യഥാർഥ ഇഷ്ടഭാവമാണോ അയാളുടെ മുഖത്ത് നിഴലിച്ചിരുന്നത് – ഇങ്ങനെ ധാരാളം കാര്യങ്ങൾ മിലാഡി അന്വേഷിച്ചു. വളരെ ശ്രദ്ധയോടെ അബദ്ധം പറ്റാത്തവിധത്തിൽ അവൾ അവയ്ക്കു മറുപടി പറയുകയും ചെയ്തു. അവളുടെ മറുപടിയിൽ യാതൊരു കൃത്രിമത്വവും മിലാഡിക്ക് അനുഭവപ്പെട്ടില്ല; അല്ലെങ്കിൽത്തന്നെ അവളും വികാരത്തിനടിപ്പെട്ടിരുന്നതാണല്ലോ.

വാർഡ്സിലെ പ്രഭു വരാനുള്ള സമയമായി.

എല്ലാ വിളക്കുകളും അണയ്ക്കാൻ മിലാഡി അവളോടു പറഞ്ഞു. അവളോടു അവളുടെ മുറിയിൽ പൊയ്ക്കോളാനും പ്രഭു വരുമ്പോൾ തന്റെ മുറിയിൽ കൂട്ടിക്കൊണ്ടുവരാനും അവൾ പറഞ്ഞു.

കിറ്റിക്ക് അധികനേരം കാത്തുനിൽക്കേണ്ടി വന്നില്ല. അവൾ മുറി തുറന്ന് സ്വന്തം മുറിയിലിറങ്ങുമ്പോൾ, ആർട്ഗ്നൻ അലമാരയ്ക്കകത്തിരുന്നുകൊണ്ട് താക്കോൽദ്വാരംവഴി പുറത്തേക്കു നോക്കുകയായിരുന്നു. പക്ഷേ, മുറി മുഴുവൻ ഇരുട്ടായത് അവൻ കണ്ടു. അവൻ അലമാരയിൽ നിന്നും പുറത്തിറങ്ങി.

“എന്താണൊരു ശബ്ദം?” മിലാഡി വിളിച്ചുചോദിച്ചു.

“ഇതു ഞാനാണ്, വാർഡ്സിലെ പ്രഭു” ആർട്ഗ്നൻ മെല്ലെ പറഞ്ഞു.

കിറ്റിയുടെ മുഖത്ത് നിരാശ പടർന്നു. ‘നേരത്തെ പറഞ്ഞിരുന്ന സമയം ആയിട്ടുപോലുമില്ല. അതുവരെ കാക്കാൻപോലും ഇദ്ദേഹത്തിനു വയ്യ’ അവൾ ചിന്തിച്ചു.

“അകത്തു വരാത്തതെന്തേ? ഞാൻ കാത്തിരിക്കുകയായിരുന്നു” മിലാഡി പറഞ്ഞു.

ആർട്ഗ്നൻ പെട്ടെന്ന് കിറ്റിയെ ഒരു വശത്തേക്കു തള്ളിമാറ്റിയിട്ട് മിലാഡിയുടെ മുറിയിലേക്കു കയറി.

താൻ സ്നേഹിക്കുന്ന പെണ്ണ്, മറ്റൊരാളെ ഉദ്ദേശിച്ചു പറയുന്ന വികാരവചനങ്ങൾ കേൾക്കേണ്ടിവരുന്ന അനുഭവത്തെക്കാൾ കൂടിയ വേദ

നയില്ല. അത്തരം ഒരു വല്ലാത്ത മാനസികാവസ്ഥയിലാണ് ആർട്ഗ്നൻ. പക്ഷേ അസൂയ അവന്റെ ഹൃദയത്തെ ഭേദിക്കുകയായിരുന്നു; അതേനിലയിലുള്ള വേദനതന്നെയാണ് കിറ്റിയും അനുഭവിക്കുന്നത്. അവൾ മുറിയിൽക്കിടന്ന് കരയുകയാണ്.

ആർട്ഗ്നന്റെ കൈകൾ അമർത്തിക്കൊണ്ട് മിലാഡി വികാരാവേശത്തോടെ പറഞ്ഞു. "പ്രഭൂ, നമ്മൾ ഓരോ പ്രാവശ്യവും കണ്ടപ്പോൾ അങ്ങയുടെ കണ്ണുകൾ എനിക്കു തന്ന പ്രേമവാക്കുകൾ എന്നെ ഇപ്പോഴും ഹരംപിടിപ്പിക്കുന്നു. ഞാനും അങ്ങയെ സ്നേഹിക്കുന്നു. അങ്ങ് സ്നേഹത്തിന്റെ അടയാളമായി എനിക്ക് എന്തെങ്കിലും നാളെ കൊടുത്തയയ്ക്കണം. എന്റെ ഓർമയ്ക്കായി അങ്ങ് ഇതെടുത്തോളൂ."

അവൾ തന്റെ കൈയിൽക്കിടന്ന ഒരു മോതിരമൂരി ആർട്ഗ്നന്റെ വിരലിൽ ഇട്ടുകൊടുത്തു. അവളുടെ കൈയിൽ കിടന്നിരുന്ന മനോഹരമായ വൈരമോതിരം അവൻ ഒരുനിമിഷം ഓർത്തു. ആ മോതിരം മടക്കിക്കൊടുക്കാനാണ് അവൻ ആദ്യം ശ്രമിച്ചത്.

"വെച്ചോളൂ. എന്റെ സ്നേഹത്തിന്റെ അടയാളമായിട്ട്" തുടർന്ന് അവൾ വികാരവായ്പോടെ പറഞ്ഞു. "അതു സൂക്ഷിക്കുന്നതുകൊണ്ട് മറ്റൊരു വിധത്തിൽ അങ്ങെന്നെ സഹായിക്കുകയാണ്; അങ്ങേക്കത് ഊഹിക്കാനേ പറ്റില്ല."

"ഈ സ്ത്രീ തികച്ചും ഒരു നിഗൂഢതയാണ്" ആർട്ഗ്നൻ ചിന്തിച്ചു.

എല്ലാക്കാര്യങ്ങളും തുറന്നു പറഞ്ഞാലോയെന്ന് ഒരുനിമിഷം അവനു തോന്നി. താൻ ആരാണെന്നും താൻ വന്നത് അവളോടു പ്രതികാരം ചെയ്യാനാണെന്നും പറയാനായി അവൻ വായ തുറന്നതാണ്. എന്തെങ്കിലും പറയുന്നതിനുമുമ്പ് അവൾ പറഞ്ഞു: "എന്റെ പാവമേ, അങ്ങയെ ആ ഗാസ്കൻ രാക്ഷസൻ കൊല്ലാനൊരുങ്ങിയതാണ്."

'ഭയങ്കരനായ രാക്ഷസൻ ഗാസ്കൻ ഞാൻ തന്നെ' അവൻ ചിന്തിച്ചു.

"മുറിവുകൾ ഇപ്പോഴും വേദനിക്കുന്നോ?" അവൾ ചോദിച്ചു.

"അതെ വേദനിക്കുന്നു" അതല്ലാതെ അവനെന്തു പറയണമെന്ന് അറിയില്ലായിരുന്നു.

"സാരമില്ല" അവൾ മന്ത്രിച്ചു. "നിങ്ങൾക്കുവേണ്ടി ഞാനയാളോടു പ്രതികാരം ചെയ്യും."

ആർട്ഗ്നന്റെ ഉള്ളു കാളി. ഈ സമയത്ത് താൻ ആരാണെന്ന് വെളിവാക്കാതിരിക്കുന്നതാണ് നല്ലതെന്ന് അവനു തോന്നി.

ആ ചെറിയ സംഭാഷണത്തിൽനിന്നും മോചനം നേടാൻതന്നെ അവനു കുറച്ചുസമയം വേണ്ടിവന്നു. പ്രതികാരം ചെയ്യണമെന്ന തോന്നൽ പോലും അവനിൽനിന്നും അപ്പോൾ അപ്രത്യക്ഷമായി. അവളുടെ അത്യപൂർവമായ സ്വാധീനശക്തിയിൽ അവൻ ആകർഷിക്കപ്പെട്ടുവെന്നുതന്നെ പറയാം; അതേസമയം അവൻ അവളെ വെറുക്കപ്പെടുകയും ചെയ്തെന്നുതന്നെ പറയാം. അങ്ങനെ പരസ്പരവിരുദ്ധമായ വികാരങ്ങളിൽ അടിമപ്പെട്ട അവൻ വല്ലാണ്ട് അസ്വസ്ഥനായി.

രാത്രി ഒരുമണിയായി. അവർ പിരിയേണ്ടനേരം.

അവളോടു അവൻ യാത്ര പറഞ്ഞിറങ്ങിയപ്പോൾ അവനു വല്ലാത്ത ദുഃഖമാണു തോന്നിയത്. അവസാനമായി അവർ ഒന്നുകൂടി ചുംബിച്ചു. അടുത്തയാഴ്ചയിൽ ഒരു കൂടിക്കാഴ്ചകൂടി അവർ തീരുമാനിക്കുകയും ചെയ്തു.

തന്റെ മുറിയിലൂടെ ആർട്ഗ്നൻ വരുമ്പോൾ സംസാരിക്കാമെന്ന പ്രതീക്ഷയോടെയാണ് കിറ്റി കാത്തിരുന്നത്. പക്ഷേ, മിലാഡി അവനെയും കൂട്ടി ഇരുട്ടിലൂടെ പടികളിറക്കിവിടുകയാണ് ചെയ്തത്.

പിറ്റേന്ന് ആർട്ഗ്നൻ അതിരാവിലെതന്നെ ആതോസിനെ കാണാൻ പോയി. സംഭവിച്ച കാര്യം മുഴുവൻ അവൻ അയാളോടു പറഞ്ഞു; ഒപ്പം ഒരുപദേശത്തിനായി കാത്തുനിൽക്കുകയും ചെയ്തു.

“ഈ മിലാഡി ഒരു രാക്ഷസിയാണെന്നാണ് തോന്നുന്നത്.” മുഖം ചുളിച്ചുകൊണ്ട് ആതോസ് പറഞ്ഞു. “എന്തായാലും അവളോടിങ്ങനെ കളിച്ചത് ഒരു തെറ്റായിപ്പോയി. നിങ്ങൾ ആജീവനാന്ത ശത്രുവിനെയാണ് ഇതുവഴി സൃഷ്ടിച്ചിരിക്കുന്നത്.”

ഇതുപറയുമ്പോൾ അയാൾ അവന്റെ കൈവിരലിൽക്കിടക്കുന്ന ആ വൈരമോതിരത്തിൽ തറഞ്ഞുനോക്കുകയായിരുന്നു.

“നിങ്ങൾ എന്റെ മോതിരത്തിൽ നോക്കുകയാണോ?” ഇത്രയും മനോഹരവും വിലപിടിപ്പുള്ളതുമായ മോതിരം തന്റെ സ്നേഹിതനെ കാണിക്കാനുള്ള സന്തോഷംകൊണ്ട് അവൻ ചോദിച്ചു.

“അതെ” ആതോസ് പറഞ്ഞു. “എന്റെ കുടുംബത്തിലുണ്ടായിരുന്ന ഒരു രത്നത്തെപ്പറ്റി ഞാനിപ്പോൾ ഓർത്തുപോകുകയാണ്.”

“എന്തായാലും നന്നായിരിക്കുന്നു.”

“സുന്ദരിയായ എന്റെ ഇംഗ്ലീഷുകാരിപ്പെണ്ണിന്റെ സമ്മാനമാണിത്. എനിക്കു തോന്നുന്നു അവൾ ഒരു ഫ്രഞ്ചുകാരിയാണെന്ന്; പക്ഷേ ഞാൻ അവളോടു അക്കാര്യം ചോദിച്ചൊന്നുമില്ല.”

“മിലാഡി അപ്പോൾ നിങ്ങൾക്ക് ആ മോതിരം തന്നു, അല്ലേ?” ആതോസ് തൊണ്ടയിടറിക്കൊണ്ടു ചോദിച്ചു; ഏതോ ഒരു പ്രത്യേക വികാരത്തോടെ.

“അതെ ഇന്നലെ രാത്രിയിൽ തന്നു.”

“ഞാൻ നോക്കട്ടെ.”

ആർട്ഗ്നൻ മോതിരം ഊരി ആതോസിനു കൊടുത്തു. അയാൾ അത് സൂക്ഷ്മമായി പരിശോധിച്ചു. അയാൾ വിളറി. അയാൾ അയാളുടെ ഇടതുകൈയിൽ മൂന്നാം വിരലിൽ അതൊന്ന് അണിഞ്ഞുനോക്കി. നല്ല പാകത്തിൽ അതു കിടക്കുന്നു. കോപത്തിന്റെ കാർമേഘം അയാളുടെ മുഖത്തു പടർന്നു. വീണ്ടും അയാൾ സ്വയം നിയന്ത്രിച്ചു. “ഇത് അതാകാൻ വഴിയില്ല” ആതോസ് ചിന്തിച്ചു. “എങ്കിലും ഒരേ തരത്തിലുള്ള രണ്ടു വൈരമോതിരങ്ങൾ ഉണ്ടാകുകയെന്നത്....”

“നിങ്ങൾ ഈ മോതിരം മുമ്പ് കണ്ടിട്ടുണ്ടോ?” ആതോസിന്റെ ഭാവ

പ്രകടനം കണ്ടപ്പോൾ ആർട്ഗ്നൻ ചോദിച്ചു.

"ഞാൻ അങ്ങനെയാണ് വിചാരിച്ചത്" ആതോസ് പറഞ്ഞു. "പക്ഷേ എനിക്കതു തോന്നിയതായിരിക്കാം."

അയാൾ ആ മോതിരം ആർട്ഗ്നനു തിരിച്ചേൽപ്പിച്ചു; എങ്കിലും അയാളുടെ കണ്ണുകൾ അതിൽത്തന്നെയുടക്കി നിന്നു.

"ആർട്ഗ്നൻ" അയാൾ വിളിച്ചു. "നിങ്ങൾ ആ മോതിരത്തിന്റെ വൈരക്കല്ല് അടിയിൽവരുന്ന രീതിയിൽ ഒന്നു കറക്കിയിടൂ. അതു കൊണ്ടുവരുന്ന കയ്പ്പേറിയ ഓർമകൾ എനിക്കു സഹിക്കാനാകുന്നില്ല; നിങ്ങൾക്കു നല്ല ഉപദേശം തരുന്നതിന് അത് തടസമുണ്ടാക്കുന്നു... ഒരു നിമിഷം.... ആ മോതിരം ഞാൻ ഒന്നുകൂടി നോക്കട്ടെ. ഞാൻ ഉദ്ദേശിക്കുന്ന വൈരമോതിരത്തിന്റെ ഒരു വശത്ത് ഒരു പോറലുണ്ട്; അതൊരു അപകടംമൂലം സംഭവിച്ചതാണ്."

ആർട്ഗ്നൻ ആ മോതിരം ഊരി ആതോസിനു വീണ്ടും കൊടുത്തു.

"ഇതു നോക്കൂ" അയാൾ പറഞ്ഞു. "വിചിത്രം തന്നെയല്ലേ?" അയാൾ ആ മോതിരത്തിലെ ആ പോറൽ ആർട്ഗ്നനു കാണിച്ചുകൊടുത്തു.

"നിങ്ങൾക്കുണ്ടായിരുന്നെന്നുപറഞ്ഞ ആ മോതിരം തന്നെയായിരിക്കും ഇത്" ആർട്ഗ്നൻ പറഞ്ഞു. "നിങ്ങൾക്കെങ്ങനെ ഇതു കിട്ടി?"

"മുത്തശ്ശി അമ്മയ്ക്കു കൊടുത്ത മോതിരമായിരുന്നു. അമ്മ എനിക്കും തന്നു. ഞങ്ങളുടെ കുടുംബത്തിൽനിന്നും പുറത്തുപോകേണ്ട ഒരു മോതിരമല്ലായിത്" ആതോസ് പറഞ്ഞു.

"പിന്നെ.... നിങ്ങളിതു വിറ്റോ?" ആർട്ഗ്നൻ വൈമനസ്യത്തോടെയെങ്കിലും ചോദിച്ചു.

"ഇല്ലല്ലോ" വിചിത്രമായ ഒരു ചിരിയായിരുന്നു അയാളുടേത്. "ഒരു പ്രേമരാത്രിയിൽ ഞാനിതു കൊടുത്തുകളഞ്ഞതാണ്; മിലാഡി നിങ്ങൾക്കു തന്നതുപോലെ."

ആർട്ഗ്നൻ ആലോചിച്ചു; എന്നെത്തേക്കാളും കൂടുതലാലോചിച്ചു. മിലാഡിയുടെ ഹൃദയം ഇരുട്ടും തിരിച്ചറിയാതെ, നിഗൂഢതകളുടെ ആഴങ്ങളുമാണെന്ന് അവനു തോന്നി.

മോതിരം കൈയിലണിയുന്നതിനുപകരം, അവനതു പോക്കറ്റിലിട്ടു.

"ഞാൻ പറയുന്നതു കേൾക്കൂ" ആർട്ഗ്നന്റെ കൈ പിടിച്ചുകൊണ്ട് ആതോസ് പറഞ്ഞു. "ഒരച്ഛൻ മകനുനൽകുന്ന അത്രയും സ്നേഹം എനിക്കു നിങ്ങളോടുണ്ട്. നിങ്ങളിനി ആ സ്ത്രീയെ കാണാൻ പോകരുത്. എനിക്കു ആ സ്ത്രീയെ അറിയില്ല. പക്ഷേ, എന്റെ മനസ്സ് പറയുന്നത് അവളെ വിശ്വസിക്കരുതെന്നാണ്."

"നിങ്ങൾ പറഞ്ഞത് ശരിയാണ്" ആർട്ഗ്നൻ പറഞ്ഞു. "ഞാൻ അവളെ ഭയപ്പെടുന്നുയെന്നതും സത്യമാണ്. ഞാനവളെ ഉപേക്ഷിക്കാം."

"അതിനുള്ള ധൈര്യം നിങ്ങൾക്കുണ്ടോ?" ആതോസ് ചോദിച്ചു.

"തീർച്ചയായുമുണ്ട്. ഞാനുടനെ അതുതന്നെ ചെയ്യും."

"എത്രയും വേഗത്തിലായാൽ അത്രയും നിങ്ങൾക്കു നല്ലത്" ആതോസ് പറഞ്ഞു. ഒരു പിതാവിന്റെ സ്നേഹത്തോടെ കൈയമർത്തിപ്പിടിച്ചുകൊണ്ട് അയാൾ വീണ്ടും പറഞ്ഞു. "അവൾ നിങ്ങളുടെ ജീവിതത്തിൽ വന്നിട്ട് അധികനേരമായില്ലല്ലോ. വേർപിരിയാത്തവിധം അധികനാൾ ആകാത്തതിൽ ഞാൻ ദൈവത്തോടു നന്ദി പറയുന്നു."

തനിക്ക് ഒരൽപ്പനേരം ഒറ്റയ്ക്കിരുന്ന് ചിന്തിക്കണമെന്ന അർഥത്തിൽ ആതോസ് തലയാട്ടി.

ആർട്ഗ്നൻ വീട്ടിൽ ചെന്നപ്പോൾ കിറ്റി അവിടെ കാത്തു നിൽക്കുകയായിരുന്നു. ഒരു രാത്രിയിലെ അസൂയയും ക്ഷീണവും ഒരു മാസം രോഗിയായിക്കിടക്കുമ്പോൾ ഉള്ളതിനേക്കാൾ അവളെ ക്ഷീണിപ്പിച്ചിരുന്നു.

നേരത്തെ തീരുമാനിച്ചതിനെക്കാൾ നേരത്തെ തന്നെക്കാണാൻ പ്രഭുവരുമോയെന്ന് അന്വേഷിക്കുന്ന ഒരു കത്ത് മിലാഡിയെഴുതി കിറ്റിയെ ഏൽപ്പിച്ചിരുന്നു; വാർഡ്സിലെ പ്രഭുവിനു നൽകാനായിട്ട്. ആ കത്തുമായിട്ടാണ് കിറ്റി നിന്നിരുന്നത്. ആർട്ഗ്നന്റെ മറുപടിക്കുവേണ്ടി വിളറിയും വിറച്ചും അവൾ നിന്നു.

ആതോസ് കൊടുത്തിരുന്ന ഉപദേശം ആർട്ഗ്നൻ ഒരുനിമിഷം ഓർത്തു. സ്നേഹിതൻ പറഞ്ഞതുതന്നെയാണ് ചെയ്യേണ്ടത്. അവൻ പേനയെടുത്ത് കത്തെഴുതി.

ഈ അടുത്തകാലത്തൊന്നും ഒരു കൂടിക്കാഴ്ചയ്ക്കായി നീയെന്നെ നിർബന്ധിക്കരുത്. എന്റെ മുറിവു ഭേദമായശേഷം എനിക്കു നിരവധി കൂടിക്കാഴ്ചകൾ നടത്തേണ്ടതുണ്ട്; അതിനായി ഞാൻ നേരാവണ്ണം ഒരു സമയപ്പട്ടിക പുതുതായി ക്രമീകരിക്കേണ്ടതുണ്ട്. നിന്നെ കാണുന്ന ദിവസമടുക്കുമ്പോൾ ഞാൻ അത് അറിയിച്ചോളാം. നിന്റെ കരങ്ങൾക്ക് എന്റെ ചുംബനം.

വാർഡ്സിലെ പ്രഭു

വൈരമോതിരത്തെ സംബന്ധിച്ച് ഒരു വാക്കും അവൻ എഴുതിയില്ല. അവൾക്കെതിരെയുള്ള ഒരു ആയുധമാക്കാൻ ആർട്ഗ്നൻ അതുപയോഗിക്കാൻ തീരുമാനിച്ചോ ആവോ. അതോ യുദ്ധത്തിനാവശ്യമായ സാമഗ്രികൾ വാങ്ങാൻ വേണ്ടിയുള്ള അവസാനവഴിയായി അവനതു കരുതിയിട്ടുണ്ടാകും; അങ്ങു വിറ്റാൽ മതിയല്ലോ.

ആർട്ഗ്നൻ ആ കത്ത് മടക്കാതെ തന്നെ കിറ്റിയെ ഏൽപ്പിച്ചു. അവളതു വായിച്ചു. ആദ്യമതിന്റെ സാരാംശം അവൾക്കു മനസിലായില്ല. പുനർവായനയിലാണ് അവൾക്ക് നല്ല സന്തോഷം ഉണ്ടായത്; അവൾ തുള്ളിച്ചാടിയെന്നുതന്നെ പറയാം.

കത്തിന്റെ ആശയം ആർട്ഗ്നൻ തന്നെ അവളെ പറഞ്ഞു കേൾപ്പിച്ചു. അപ്പോൾ അവൾക്കു കൂടുതൽ വിശ്വാസവുമായി.

യജമാനത്തിയുടെ പ്രകൃതം കിറ്റിക്കു നന്നായിട്ടറിയാമായിരുന്നു. ഈ കത്തു വായിക്കുമ്പോൾ അവർ അരിശപ്പെടുമെന്ന് അവൾക്കറിയാം. എങ്കിലും വളരെ വേഗത്തിൽത്തന്നെ കത്തുമായി അവൾ അങ്ങോട്ടു

പോയി. പ്രേമകാര്യത്തിൽ എതിരാളിയുടെ സങ്കടത്തിൽ ഒരു സ്ത്രീക്കും അനുകമ്പയുണ്ടാകാറില്ലല്ലോ.

ആകാംക്ഷയോടെയാണ് മിലാഡി ആ കത്തു തുറന്നത്; കിറ്റിക്കും അതേ ആകാംക്ഷ തന്നെയായിരുന്നു. കത്തു വായിക്കാൻ തുടങ്ങിയപ്പോൾ മിലാഡിയുടെ മുഖത്ത് ആനന്ദമായിരുന്നു. പക്ഷേ, വായിച്ചു തീർന്നപ്പോൾ അവൾ കത്തു ചുരുട്ടിക്കൊണ്ട് കിറ്റിയുടെ മുഖത്തേക്ക് രൂക്ഷമായി നോക്കി.

"ഇതെന്തു കത്താണ്?" അവൾ അലറി.

"യജമാനത്തിയുടെ കത്തിന്റെ മറുപടി" കിറ്റി വിറയലോടെ പറഞ്ഞു.

"ഒരിക്കലുമില്ല!" അവൾ അലറി. "ഒരു പുരുഷനും, ഇത്തരമൊരു കത്ത് ഒരു പുരുഷനും എഴുതുകയില്ല."

പെട്ടെന്ന് മിലാഡി കരയാൻ തുടങ്ങി: "ദൈവമേ! അദ്ദേഹത്തിനറിയാമോ...." പെട്ടെന്ന് നിർത്തിക്കൊണ്ട് കോപത്തോടെ അവൾ പല്ലുകടിച്ചു.

അവളുടെ മുഖം വിളറി. വല്ലാതെ വിയർത്തും തുടങ്ങി. അൽപ്പം കാറ്റു കിട്ടാനായി അവൾ ജനാലയ്ക്കരികിലേക്കു നീങ്ങി. പക്ഷേ, നടക്കാനാഞ്ഞ അവൾ കാൽകുഴഞ്ഞ് കസേരയിലേക്കു തളർന്നുവീണു.

അവൾ ബോധംകെട്ടെന്ന് കരുതി, കിറ്റി ഓടിച്ചെന്നു യജമാനത്തിയുടെയടുത്തേക്ക്. കിറ്റി പെട്ടെന്ന് അവളുടെ വസ്ത്രം അയച്ചിടാൻ ശ്രമിച്ചു. പെട്ടെന്ന് അവൾ ചാടിയെഴുന്നേറ്റു.

"എന്താണ് നീ ചെയ്യുന്നത്?"

"ഞാൻ കരുതി യജമാനത്തി ബോധം കെട്ടെന്ന്. സഹായിക്കാനായിരുന്നു" കിറ്റി വിറച്ചുകൊണ്ടു പറഞ്ഞു.

"ഞാൻ ബോധംകെട്ടെന്നോ നീ കരുതിയത്? ഞാനത്രയ്ക്ക് ദുർബലയെന്നാണോ നീ കരുതുന്നത്? എന്നെയാരെങ്കിലും അപമാനിക്കുമ്പോൾ ഞാൻ ബോധംകെട്ടുവീഴാറില്ല. എനിക്കു പ്രതികാരം ചെയ്യണം. പ്രതികാരം!"

അവിടം കാലിയാക്കാൻ.... കിറ്റിയോട് മിലാഡി ഒപ്പം ഒരു കനത്ത ആംഗ്യം കാണിക്കുകയും ചെയ്തു.

36

പ്രതികാരത്തിന്റെ കിനാവുകൾ

ആർട്ഗ്നൻ വന്നാലുടനെ തന്റെയരികിലേക്കു കൊണ്ടുവരണമെന്ന് അന്നു വൈകുന്നേരത്ത് മിലാഡി കൽപ്പിച്ചു. പക്ഷേ, അന്ന് അവൻ വന്നതേയില്ല.

പിറ്റേന്ന് കിറ്റി വീണ്ടും ആർട്ഗ്നനെ കാണാൻ ചെന്നു. തലേദിവസത്തെ കാര്യങ്ങൾ മുഴുവനും അവൾ അവനോടു പറയുകയും ചെയ്തു.

അവൻ വെറുതെ ചിരിക്കുകമാത്രം ചെയ്തു; കാരണം മിലാഡിയിൽ ഒടുങ്ങാത്ത കോപവും പകയും ഉണ്ടാക്കൽ തന്നെയായിരുന്നു അവന്റെ പ്രതികാരം.

പിറ്റേന്നും ആർട്ഗ്നനെ തന്റെയരികിലേക്കു കൊണ്ടുവരുന്നതിനുള്ള ഏർപ്പാടുകൾ മിലാഡി ചെയ്തു. പക്ഷേ അവളുടെ കാത്തിരിപ്പ് അന്നും നിഷ്ഫലമായിരുന്നു.

പിറ്റേന്ന് കിറ്റി വീണ്ടും ആർട്ഗ്നന്റെ അരികിലേക്കു പോയി. മറ്റു രണ്ടുദിവസങ്ങളിലും അവൾക്കുണ്ടായിരുന്ന സന്തോഷം അന്നുണ്ടായിരുന്നില്ല. വല്ലാതെ അവൾ ദുഃഖിച്ചിരുന്നു. കാരണമന്വേഷിച്ചപ്പോൾ അവൾ പോക്കറ്റിൽനിന്നും ഒരു കത്തെടുത്ത് അവനു കൊടുത്തു.

അതു മിലാഡിയുടെ കത്തായിരുന്നു. ഇത്തവണ മേൽവിലാസക്കാരൻ ആർട്ഗ്നനായിരുന്നു; വാർഡ്സിലെ പ്രഭുവല്ലായിരുന്നു. അവൻ കത്തുതുറന്നു വായിച്ചു.

പ്രിയപ്പെട്ട മോൺസ്യൂർ ആർട്ഗ്നൻ,

ഈവിധത്തിൽ നിങ്ങൾ നിങ്ങളുടെ സ്നേഹിതരെ അവഗണിക്കുന്നത് തികച്ചും കനിവില്ലായ്മയാണ്; പ്രത്യേകിച്ച് അവരെ ഉപേക്ഷിച്ച് ഈവിധത്തിൽ പോകുന്നത്. കഴിഞ്ഞ രണ്ടുദിവസങ്ങളിൽ ഞാനും എന്റെ സഹോദരനുംകൂടി ഇവിടെ എത്രനേരം കാത്തിരുന്നെന്നോ? ഞങ്ങളുടെ

കാത്തിരുപ്പ് നിഷ്ഫലമായിപ്പോയി. ഇന്നങ്ങനെയായിപ്പോകില്ലല്ലോ?

വിശ്വസ്തതയോടെ,
വിന്ററിലെ സ്നേഹിത

"ഇങ്ങനെയൊരു കത്തു തന്നെയായിരുന്നു ഞാൻ പ്രതീക്ഷിച്ചത്" ആർട്ഗ്നൻ പറഞ്ഞു. "വാർഡ്സിലെ പ്രഭുവിനോടുള്ള താൽപ്പര്യം കുറയുമ്പോൾ എന്നോടുള്ള താൽപ്പര്യം കൂടുന്നു."

"അങ്ങുപോകുമോ?" കിറ്റി ചോദിച്ചു.

"ഇങ്ങനെ നേരിട്ടു ക്ഷണിക്കുമ്പോൾ നിരസിക്കുന്നതെങ്ങനെ?" ആർട്ഗ്നൻ പറഞ്ഞു. ആതോസിനു കൊടുത്ത വാക്കിനു വിപരീതമാണെന്ന് അവനറിയാം. അവൻ വീണ്ടും പറഞ്ഞു. "ഇന്നും ചെന്നില്ലെങ്കിൽ എന്റെ പ്രകൃതം ഇത്രയും പെട്ടെന്നു മാറിയതിനുള്ള കാരണം അവൾ അന്വേഷിക്കും. പിന്നെ എന്നോട് അവൾ പകപോക്കില്ലെന്ന് ആരറിഞ്ഞു."

"എന്റെ ദൈവമേ!" കിറ്റി നെടുവീർപ്പിട്ടു. "ശരിയാണെന്നു കാണിക്കാൻ വേണ്ടി നിങ്ങൾ എപ്പോഴും ഏതെങ്കിലും ന്യായീകരണവുമായി വരും. നിങ്ങൾ അപ്പോൾ വീണ്ടും യജമാനത്തിയെ കാണാൻ പോകുകയാണല്ലേ. ഇത്തവണ നിങ്ങൾ വിജയിക്കുകയാണെങ്കിൽ മുമ്പത്തേതിനെക്കാൾ വളരെയധികം മോശമായിരിക്കും അത്" സംഭവിക്കാൻ പോകുന്ന കാര്യത്തെപ്പറ്റി അവൾക്ക് വെറുതേ തോന്നിയതാണങ്ങനെ.

ആർട്ഗ്നൻ അവളെ ആശ്വസിപ്പിച്ചു. മിലാഡിയുടെ സൗന്ദര്യത്തിൽ താൻ വീണുപോകുകയില്ലെന്ന് അവൻ അവൾക്കു ഉറപ്പുകൊടുത്തു. അന്നു വൈകുന്നേരം അവളെ കാണാൻ ചെല്ലുമെന്ന് അറിയിക്കാനും അയാൾ കിറ്റിയെ ഏർപ്പാടു ചെയ്തു. തന്റെ കൈയക്ഷരത്തിൽ അവൾക്ക് സംശയം തോന്നാതിരുന്നതിനാലാണ് അയാൾ കത്ത് എഴുതാതിരുന്നത്.

ഒമ്പതായപ്പോൾ അവൻ അവളുടെ വീട്ടിലെത്തി. തന്റെ വരവിനെപ്പറ്റി വേലക്കാർക്കു മുന്നറിവുണ്ടായിരുന്നതായി ആർട്ഗ്നനു തോന്നി. താൻ എത്തിയപ്പോൾത്തന്നെ ഒരു വേലക്കാരൻ പ്രഭ്വിയുണ്ടോയെന്നു അന്വേഷിക്കുന്നതിനുപകരം, താൻ എത്തിയവിവരം അറിയിക്കാൻ പായുന്നത് ആർട്ഗ്നൻ കണ്ടു.

"കടത്തിവിടൂ" മിലാഡി പറഞ്ഞു. അവളുടെ ആ നല്ല സ്വരം ആർട്ഗ്നൻ പുറത്തുനിന്നും കേട്ടു.

"വേറെയാരെയും ഇനി കടത്തിവിടരുത്" അവൾ വേലക്കാരനോടു വീണ്ടും പറഞ്ഞു. "എന്താവശ്യത്തിനായാലും."

വേലക്കാരൻ അവിടെനിന്നും പോയി.

ആർട്ഗ്നൻ മിലാഡിയുടെ മുഖത്തേക്ക് ജിജ്ഞാസയോടു നോക്കി. അവൾ വിളറിയിരുന്നു; ക്ഷീണം വ്യാപിച്ച കണ്ണുകളും. ഒന്നുകിൽ അവൾ കരഞ്ഞുകൊണ്ടിരുന്നിട്ടുണ്ടാകും; അല്ലെങ്കിൽ രാത്രിയിൽ ഉറക്കമിളച്ചിട്ടുണ്ടാകും.

പതിവിലും കുറച്ചേ വിളക്കുകൾ അതിനകത്ത് തെളിഞ്ഞിരുന്നുള്ളൂ. മങ്ങിയ വെളിച്ചമെങ്കിലും അവളുടെ മുഖത്തെ വിഷാദം ആർട്ഗ്നന് കാണാനായി.

ആർട്ഗ്നൻ പതിവുപോലെ തന്റെ സംഭാഷണം തുടങ്ങി.

അവളുടെ ആരോഗ്യത്തെക്കുറിച്ച് അവൻ അന്വേഷിച്ചു. ആരോഗ്യം വളരെ മോശമായിരിക്കുകയാണെന്ന് അവൾ പറഞ്ഞു.

“എന്നാൽ നിങ്ങൾക്കു വിശ്രമം വേണമല്ലോ” ആർട്ഗ്നൻ പറഞ്ഞു. “ഞാൻ ഇപ്പോൾത്തന്നെ പോയേക്കാം.”

“അരുത്, പോകരുത്” അവൾ പറഞ്ഞു. “നിങ്ങളോടൊപ്പം സംസാരിച്ചുകൊണ്ടിരിക്കുന്നതുതന്നെ ഒരു സുഖമാണ്.”

അവൾ പെട്ടെന്നു സന്തോഷവതിയായി. അവളുടെ സംഭാഷണം കൊഴുത്തു തുടങ്ങി. ഉള്ളിലെ വികാരം അവളുടെ കണ്ണുകളെ ജ്വലിപ്പിച്ചു. കവിൾത്തടവും ചുണ്ടും ചുവന്നു തുടുത്തു. താൻ അവളിലേക്കു വഴുതിയിറങ്ങുകയാണോയെന്ന് അവൻ ഭയന്നു. അവൾ അവനെ നോക്കി ചിരിച്ചു; ആ ചിരിയിൽ സർവനാശവുമാണോ പതിയിരിക്കുന്നതെന്നും അവനു തോന്നി.

അവൾ അവനോടു സ്വകാര്യമായി സംസാരിച്ചുതുടങ്ങി. അവൾ ചോദിച്ചു: “നിങ്ങൾക്ക് വേറെ ആരോടെങ്കിലും പ്രേമമുണ്ടോ?”

അവൻ ദയനീയമായി അവളെ നോക്കി. “നിങ്ങളെ കണ്ട നിമിഷം മുതൽ നിങ്ങൾക്കുവേണ്ടിമാത്രം ജീവിച്ച എന്നോടെന്തിനാണ് ഈ ചോദ്യം ചോദിക്കുന്നത്? ഈ ചോദ്യം ക്രൂരമായിപ്പോയി.”

“അപ്പോൾ നിങ്ങൾ എന്നെ സ്നേഹിക്കുന്നു?”

“ഞാനതു പറയേണ്ടതുണ്ടോ? നിങ്ങളതു മനസിലാക്കിയില്ലേ?”

“ഉവ്വ്. ഞാനതു മനസിലാക്കി..... പക്ഷേ അഭിമാനികളെ പ്രേമിക്കുന്നത് പ്രയാസമാണ്.”

“എനിക്ക് പ്രതിസന്ധികളെ ഭയമില്ല” ആർട്ഗ്നൻ പറഞ്ഞു. “അസാധ്യമെങ്കിലേ ഞാൻ പിന്മാറുകയുള്ളൂ.”

“യഥാർഥ പ്രേമത്തിന് അസാധ്യമായി ഒന്നുമില്ല.”

“അസാധ്യമായി ഒന്നുമില്ലേ?”

“ഒന്നുമില്ല.”

‘കാര്യങ്ങൾ പുതിയ തിരിവിലേക്കാണല്ലോ’ ആർട്ഗ്നൻ ചിന്തിച്ചു. ‘ഈ അബലയായ സ്ത്രീ വാർഡ്സിലെ പ്രഭുവിനെ മറന്നുകൊണ്ട് എന്നെ സ്നേഹിക്കാൻ തുടങ്ങുകയാണോ? ഞാൻ പ്രഭുവാണെന്ന് കരുതി കഴിഞ്ഞ രാത്രിയിൽ അവൾ എനിക്കു തന്നമാതിരിയുള്ള ഒരു വൈരമോതിരം അവൾ എനിക്കും തരാൻ പോകുകയാണോ?’

അവൻ കസേര അവളുടെ അരികിലേക്കു ചേർത്തിട്ടു.

“നിങ്ങൾ എന്നെ സ്നേഹിക്കുന്നുയെന്നു പറയുന്നതിന് തെളിവായി നിങ്ങൾ എന്തുചെയ്യും?” അവൾ ചോദിച്ചു.

“എന്തും ചെയ്യാം! അതിനുള്ള കൽപ്പന തന്നാൽ മതി. ഞാൻ അത് അനുസരിച്ചോളാം.”

“എന്തും ചെയ്യും?”

“എന്തും ചെയ്യും” ഈ ഉറപ്പുകൊടുത്തത് അപകടം വരുത്തില്ലെന്ന് അവനറിയാമായിരുന്നു.

അവൾ കസേര അവന്റെ അടുക്കലേക്കു വലിച്ചിട്ടു.

"എന്നാൽ നമുക്ക് സംസാരിക്കാം" അവൾ പറഞ്ഞു.

"പറഞ്ഞോളൂ."

"എനിക്കൊരു ശത്രുവുണ്ട്." അൽപ്പം ശങ്കിച്ചു നിന്നശേഷം അവൾ അങ്ങു പ്രഖ്യാപിച്ചു.

"നിങ്ങൾക്ക് ഒരു ശത്രുവുണ്ടെന്നോ?" ആർട്ഗ്നൻ അത്ഭുതം കൂറി. അതവന്റെ അഭിനയമായിരുന്നു. "ഇത്രയും സൗന്ദര്യമുള്ള നിങ്ങൾക്കോ?"

"ഭയങ്കര ശത്രു!"

"സത്യമാണോ?"

"എന്നെ ക്രൂരമായി അപമാനിക്കുന്ന ഒരാൾ. ഞങ്ങൾ തമ്മിൽ മരണ യുദ്ധമാണെപ്പോഴും. നിങ്ങൾ എന്നോടൊപ്പം നിൽക്കുമോ?"

അവൾ പറഞ്ഞുവരുന്നതെന്താണെന്ന് ആർട്ഗ്നനു മനസിലായി.

"നിന്നോടൊപ്പം ഞാൻ നിൽക്കാം. നീയെന്റെ സ്നേഹമല്ലേ. എന്റെ ജീവിതം നിന്നിലല്ലേയിരിക്കുന്നത്."

"അങ്ങനെയെങ്കിൽ...."

"പറയൂ."

"അങ്ങനെയെങ്കിൽ അസാധ്യമെന്ന വസ്തുത അങ്ങു മറന്നേക്കൂ."

"എന്റെ ഹൃദയത്തിൽ ആനന്ദം നുരപൊന്തുന്നു" അവൻ ഉറക്കെ പ്പറഞ്ഞുകൊണ്ട് അവളുടെ മുൻപിൽ മുട്ടുകുത്തി.

അവൻ അവളുടെ കൈപിടിച്ചു ചുംബിച്ചുകൊണ്ടിരുന്നു. അപ്പോൾ അവൾ ഇങ്ങനെ ചിന്തിച്ചു. 'നീ എന്നെക്കുറിച്ച് എന്താണ് കരുതിയത്? വിഡ്ഢീ! എന്റെ പ്രതികാരം തീർക്കാനുള്ള ഉപകരണം മാത്രമാണ് നീയെനിക്ക്. ഞാനെന്റെ പ്രതികാരം ചെയ്തുകഴിഞ്ഞാൽ പിന്നെ നിന്നെ യെനിക്ക് ഒരാവശ്യവുമില്ല.'

ഈസമയം ആർട്ഗ്നൻ ഇങ്ങനെ ചിന്തിക്കുകയായിരുന്നു. 'നീയി പ്പോൾ എന്റെ കൈയിലായി കാപട്യപ്പെണ്ണേ. നീ എന്നെ ഉപയോഗിച്ച് അയാളെ വകവരുത്താൻ നോക്കുകയാണോ? ഞാൻ കാണിച്ചുതരാം."

അവൻ അവളെ തലയുയർത്തി നോക്കി.

"ഞാൻ തയ്യാറായിക്കഴിഞ്ഞു" അവൻ പറഞ്ഞു.

"ഞാൻ എന്താണ് നിങ്ങളോടു ചെയ്യാനാവശ്യപ്പെടുന്നതെന്ന് നിങ്ങൾക്ക് അറിയാമോ?"

"ഞാൻ ഊഹിച്ചു."

"എനിക്കുവേണ്ടി നിങ്ങൾ പടപൊരുതണം."

"നീ എപ്പോൾ പറഞ്ഞാലും ചെയ്യാം."

"നിങ്ങളുടെ സേവനത്തിന് ഞാനെന്താണ് പകരം തരേണ്ടത്? എനിക്ക് കാമുകന്മാരെ അറിയാം. അവർ എന്തെങ്കിലും സമ്മാനം പ്രതീ ക്ഷിക്കുന്നുണ്ടാകും."

"നീയെന്നെ സ്നേഹിച്ചാൽ മാത്രം മതി."

അവൻ അവളെ പതിയെ തന്നിലേക്കടുപ്പിച്ചു. അവൾ തടഞ്ഞില്ല.

"പുറമേ കാണുന്നതിനപ്പുറമുള്ള എന്തോ ലക്ഷ്യം എന്നെ സഹായിക്കുന്നതിൽ നിങ്ങൾക്കുണ്ടെന്നു തോന്നുന്നല്ലോ" അവൾ ചിരിച്ചുകൊണ്ടു പറഞ്ഞു.

അവളുണ്ടാക്കിയ വികാരത്തിൽ അവൻ അറിയാതെയലിഞ്ഞു പോയി. വികാരത്തിന്റെ ആഴങ്ങളിലേക്കിറങ്ങിയ അവൻ എന്തൊക്കെയോ പുലമ്പി.....

"നിന്നെ കണ്ണീരിലാഴ്ത്തിയ ആ ഹൃദയമില്ലാത്തവന്റെ പേരുപറയൂ" ആർട്ഗ്നൻ ചോദിച്ചു.

"ഞാൻ കരഞ്ഞെന്നാരാണ് പറഞ്ഞത്?"

"അതു കണ്ടാലറിയാമല്ലോ."

"ഞങ്ങളെപ്പോലെയുള്ള സ്ത്രീകൾ കരയാറില്ല" മിലാഡി പറഞ്ഞു.

"എന്നാൽ ശരി. അയാളുടെ പേരു പറയൂ."

"അയാളുടെ പേര് പരമരഹസ്യമാണ്....."

"പക്ഷേ, അയാളാരാണെന്ന് നീ പറഞ്ഞേ പറ്റൂ."

"ശരി ഞാൻ പറയാം. ഞാൻ എന്തുമാത്രം നിങ്ങളെ വിശ്വസിക്കുന്നെന്ന് മനസിലാക്കണം" അവൾ പറഞ്ഞു.

"നിന്റെ വിശ്വാസം ഞാൻ അംഗീകരിക്കുന്നു; എന്താണ് അയാളുടെ പേര്?"

"നിങ്ങൾക്ക് അയാളെ അറിയാം."

"എനിക്കറിയാമെന്നോ?"

"അതെ."

"അയാൾ എന്റെ സ്നേഹിതന്മാരിൽ ആരുമല്ലല്ലോ?" ആർട്ഗ്നൻ തനിക്കൊന്നും അറിയില്ലായെന്ന് വരുത്തിത്തീർക്കാൻവേണ്ടി ചോദിച്ചു.

"അയാൾ നിങ്ങളുടെ സ്നേഹിതന്മാരിൽ ആരെങ്കിലുമായിരുന്നെങ്കിൽ നിങ്ങൾക്ക് വീണ്ടുമൊന്ന് ആലോചിക്കേണ്ടിവരുമോ?" അവൾ ചോദിച്ചു.

"ഇല്ല" ആർട്ഗ്നൻ പറഞ്ഞു. "എന്റെ സഹോദരനായാൽപ്പോലും!" അവൻ ധീരമായി പ്രഖ്യാപിച്ചു. യാഥാർഥ്യം നമുക്കല്ലേ അറിയാവൂ."

"ഞാൻ അങ്ങയുടെ അർപ്പണസ്നേഹത്തെ സ്നേഹിക്കുന്നു" മിലാഡി പറഞ്ഞു.

"അതുകൊണ്ടു മാത്രമാണോ നിങ്ങൾ എന്നെ സ്നേഹിക്കുന്നത്?"

"നിങ്ങളെ പ്രതിയും നിങ്ങളെ ഞാൻ സ്നേഹിക്കുന്നു" അവൾ അവന്റെ കൈപിടിച്ചു. ഒപ്പം അവൾ അമർത്തുകയും ചെയ്തു.

"അതു ശരി. നിങ്ങൾ എന്നെ സ്നേഹിക്കുന്നു" അവൻ പറഞ്ഞു. "ഇതു സത്യമാണെങ്കിൽ...."

അവൻ അവളെ വാരിയെടുത്തു. അവൻ അവളുടെ ചുണ്ടുകളെ തന്നിലേക്കമർത്തിയപ്പോൾ അവൾ ഒഴിഞ്ഞുമാറിയില്ല. പക്ഷേ അവൾ തിരിച്ചു ചുംബിച്ചില്ല. അവളുടെ ചുണ്ടുകൾ തണുത്തിരുന്നു. താനൊരു പ്രതിമയെയാണോ ചുംബിച്ചതെന്ന് അവനു തോന്നി. എങ്കിലും അവൻ

ആനന്ദം ധാരാളം മോന്തി. അവൾ തന്നെ യഥാർഥത്തിൽ സ്നേഹിക്കുന്ന തായിട്ട് അവനു തോന്നി. വാർഡ്സിലെ പ്രഭുവിനെ കാണേണ്ടതാമസം കൊന്നുകളയണമെന്നു അവനു തോന്നി.

കാറ്റത്തുതന്നെ തൂറ്റണമല്ലോ. മിലാഡി പറഞ്ഞു. "ആ ശത്രുവിന്റെ പേര്...."

"എനിക്കറിയാം. വാർഡ്സിലെ പ്രഭു" അവൻ പറഞ്ഞു.

"നിങ്ങൾക്ക് അതെങ്ങനെയറിയാം?" അവൾ ചോദിച്ചു. അതു ചോദി ക്കുമ്പോൾ അവന്റെ രണ്ടുകൈകളും പിടിച്ച് അവന്റെ കണ്ണിലേക്ക് അവൾ നോക്കുകയായിരുന്നു.

വികാരപാരവശ്യത്തിനിടയിൽ തനിക്ക് അബദ്ധംപറ്റിയ കാര്യം അവൻ അപ്പോഴാണ് തിരിച്ചറിഞ്ഞത്.

"പറയൂ" അവൾ നിർബന്ധിച്ചു. "നിങ്ങളെങ്ങനെയറിഞ്ഞു?"

"ഞാനെങ്ങനെ അറിഞ്ഞെന്നോ?"

"അതെ."

"ഇന്നലെ ഒരാൾക്കൂട്ടത്തിൽവച്ച് വാർഡ്സിലെ പ്രഭു ഒരു മോതിരം എടുത്തു എല്ലാവരെയും കാണിക്കുന്നതു കണ്ടു. നീ നൽകിയതാ ണെന്നു പറഞ്ഞാണ് ആ മോതിരം കാണിച്ചത്."

"ഞാൻ കരുതിയതിനേക്കാൾ നീചനാണല്ലോ അയാൾ" അവൾ പറഞ്ഞു.

"പിന്നീട് അയാൾ....?"

"നിനക്കു വേണ്ടി ഞാൻ അയാളെ കൊല്ലും" അൽപ്പം നാടകീയ മായിത്തന്നെ ആർട്ഗ്നൻ പറഞ്ഞു.

"നന്ദിയുണ്ട് ധീരാ! എന്റെ ധീരനായ സ്നേഹിതാ!" അവൾ പറ ഞ്ഞു. "പക്ഷേ നിങ്ങൾ അത് എപ്പോഴാണ് ചെയ്യുന്നത്?"

"നാളെ. അല്ലെങ്കിൽ ഇന്ന്..... നീ പറയുന്ന സമയത്ത്."

എത്രയും വേഗത്തിലെന്ന് അവൾ പറയാൻ ഒരുങ്ങിയതായിരുന്നു. പക്ഷേ, അങ്ങനെ ധൃതിവച്ചാൽ അവൻ തന്റെ സ്നേഹത്തിൽ സംശയി ച്ചാലോയെന്ന് അവൾക്കു തോന്നി.

"നാളെ" ആർട്ഗ്നൻ പറഞ്ഞു. "നാളെ ഒന്നുകിൽ ഞാൻ അയാ ളോടു പ്രതികാരം ചെയ്തിരിക്കും. അല്ലെങ്കിൽ ഞാൻ മരിച്ചിരിക്കും."

"എന്റെ പ്രതികാരം നേടണം" അവൾ പറഞ്ഞു. "നിങ്ങൾ മരിക്കു കയില്ല; അയാൾ വെറും ഒരു ഭീരുവാണ്."

"സ്ത്രീകളുടെ അരികിൽ ഒരുപക്ഷേ. പുരുഷന്മാരുടെ അരികിലി ല്ല; എനിക്ക് അതിന് തെളിവുണ്ട്."

"അയാളേക്കാളും നല്ലൊരു യുദ്ധവീരനാണ് നിങ്ങളെന്ന് അനുഭവ ത്തിൽനിന്നും നിങ്ങൾ മനസിലാക്കിയില്ലേ?"

"അന്ന് ഭാഗ്യം എന്റെ കൂടെയായിരുന്നു; എപ്പോഴും ഭാഗ്യം കൂടെ യുണ്ടാകണമെന്നില്ല" ആർട്ഗ്നൻ പറഞ്ഞു.

"നിങ്ങൾ ഉദ്ദേശിച്ചത് ഇനി നിങ്ങൾക്ക് അയാളോട് യുദ്ധം ചെയ്യാൻ

താൽപ്പര്യമില്ലെന്നാണോ?" മിലാഡി ചോദിച്ചു.

"അല്ല. തീർച്ചയായും അല്ല" ആർട്ഗ്നൻ പറഞ്ഞു. "പ്രതീക്ഷയ്ക്കപ്പുറമുള്ള ഒന്നും എനിക്കുതരാതെ സാധ്യതയുള്ള മരണത്തിലേക്കു എന്നെ പറഞ്ഞുവിടുന്നതല്ലേ നിങ്ങൾക്കു നല്ലത്."

"അങ്ങനെ പറയരുതേ" അവൾ സങ്കടത്തോടെ പറഞ്ഞു.

"അപ്പോൾ നീയൊരു മാലാഖയാണ്."

"അങ്ങനെയെങ്കിൽ പ്രശ്നങ്ങളെല്ലാം തീർന്നോ?"

"ഞാൻ നിന്നിൽനിന്നും ആവശ്യപ്പെട്ടതൊഴിച്ചാൽ മറ്റെല്ലാം" ആർട്ഗ്നൻ പറഞ്ഞു.

"നിങ്ങൾക്ക് എന്റെ സ്നേഹത്തിൽ വിശ്വസിക്കാമെന്ന് ഞാൻ നേരത്തെതന്നെ നിങ്ങളോടു പറഞ്ഞല്ലോ."

"എനിക്കത് നാളെവരെ കാത്തുനിൽക്കാൻവയ്യ. എനിക്ക് അങ്ങനെയൊരു നാളെയില്ല."

"ഒന്നു ശബ്ദമുണ്ടാക്കാതിരിക്കൂ! എന്റെ സഹോദരന്റെ ശബ്ദം കേൾക്കുന്നു. നിങ്ങളെ അയാളെ ഇവിടെ കാണാതിരിക്കുന്നതാണ് നല്ലതെന്നു തോന്നുന്നു" മിലാഡി പറഞ്ഞു.

അവൾ ബെല്ലടിച്ചു.

കിറ്റി അകത്തേക്കു പ്രവേശിച്ചു.

ഒരു രഹസ്യവാതിൽ തുറന്നുകൊടുത്തശേഷം അതുവഴി ആർട്ഗ്നനോടു പോകാൻ അവൾ പറഞ്ഞു. അവൻ പോകാനിറങ്ങിയപ്പോൾ അവൾ പറഞ്ഞു: "പതിനൊന്നു മണിക്കു മടങ്ങിവരണേ; നമ്മുടെ സംഭാഷണം അപ്പോൾ മുഴുമിപ്പിക്കാം. കിറ്റി നിങ്ങളെ എന്റെ മുറിയിലെത്തിക്കും."

ഇതുകേട്ടപ്പോൾ കിറ്റി ബോധംകെട്ടു വീണില്ലെന്നേയുള്ളൂ.

"എന്താ നീ കല്ലുപോലെ അവിടെ നിൽക്കുന്നത്?" മിലാഡി കിറ്റിയെ ശകാരിച്ചു. "മോൺസ്യൂർ ഡി ആർട്ഗ്നന് ഈ പുതിയ വഴിയൊന്നു കാണിച്ചുകൊടുക്കൂ. രാത്രി പതിനൊന്ന് മണിക്ക് അദ്ദേഹം വീണ്ടും വരുമ്പോൾ വഴി കാണിച്ചു ഇങ്ങോട്ടു കടത്തിക്കൊണ്ടും വരണം, മനസിലായല്ലോ?"

ആർട്ഗ്നൻ ആലോചിച്ചു. "അവൾ എല്ലാദിവസവും ഉറങ്ങാൻ തുടങ്ങുന്ന സമയമാണല്ലോ ഈ പതിനൊന്നു മണി. ഈ കണ്ടുമുട്ടലുകളൊക്കെ അവളുടെ ദിനചര്യകളിലൊന്നായിരിക്കും."

മിലാഡി ഒരു ചുംബനത്തിനായി തന്റെ കൈ അവനു നീട്ടിക്കൊടുത്തു. അവൻ സ്നേഹപൂർവം ചുംബിക്കുകയും ചെയ്തു.

അവൻ പടികളിറങ്ങിയപ്പോൾ കിറ്റിയും ഒപ്പമുണ്ടായിരുന്നു. ഗാഢമായ ചിന്തയിൽ നടന്നതിനാൽ കിറ്റിയുടെ പരിഭവങ്ങളൊന്നും അവൻ കേട്ടില്ല.

"മിലാഡി നിന്നെ ഒരു വിഡ്ഢിയാക്കാതെ നോക്കണേ" അവൻ സ്വയം മനസിൽ ഉപദേശിച്ചു. 'അവൾ അപകടകാരിയും ദുഷ്ടയുമാണ്. സൂക്ഷിക്കണം.'

37

മിലാഡിയുടെ രഹസ്യം

കിറ്റി കരഞ്ഞപേക്ഷിച്ചിട്ടും ആർട്ഗ്നൻ അവളുടെ മുറിയിൽ കയറാതെയാണ് പുറത്തേക്കു പോയത്. രണ്ടു കാരണങ്ങളായിരുന്നു അങ്ങനെ ചെയ്യാൻ അവനെ പ്രേരിപ്പിച്ചത്. ഒന്നാമത്, അവളുടെ പരിഭവങ്ങൾ കേൾക്കാനുള്ള മാനസികാവസ്ഥ അവനുണ്ടായിരുന്നില്ല. മറ്റൊന്ന്, മിലാഡിയുടെ മാനസികാവസ്ഥയെന്തെന്ന് സ്വസ്ഥമായിട്ടൊന്നിരുന്നു ആലോചിക്കുന്നതിനുവേണ്ടി.

ഒരുകാര്യം അവനു വ്യക്തമായിരുന്നു. തനിക്ക് അവളോട് വൈകാരികമായ പ്രേമമുണ്ട്; പക്ഷേ അവൾ അവനെ സ്നേഹിച്ചതേയില്ല. ഒരു നിമിഷം അവനു തോന്നിയതാണ് വീട്ടിൽ പോയശേഷം അവൾക്കു വിശദമായ ഒരു കത്തെഴുതണമെന്ന്. പ്രതികാരത്തെ സംബന്ധിച്ചിടത്തോളം താനും വാർഡ്സിലെ പ്രഭുവും ഒന്നാണെന്നും താൻ അവനെ കൊല്ലുന്നത് ആത്മഹത്യചെയ്താലേ പറ്റുകയുള്ളൂയെന്നും ആ കത്തിൽ പറയണമെന്ന് അവൻ ആഗ്രഹിച്ചു.

നിർഭാഗ്യവശാൽ പ്രതികാരത്തിനുവേണ്ടി ആർട്ഗ്നൻ ദാഹിച്ചു. സ്വന്തം പ്രേരിൽത്തന്നെ മിലാഡിയെ സ്വന്തമാക്കണം. തന്റെ പ്രതികാരത്തിന്റെ പ്രകൃതംതന്നെ വളരെ ആകർഷകമായതുകൊണ്ട്, അതു മാറ്റാനും അവനു മടിയായിരുന്നു.

അവൻ ആ വീടിന്റെ ചുറ്റും ആറോ ഏഴോ തവണ നടന്നുകാണും. ഇടയ്ക്കിടയ്ക്ക് നിന്നുകൊണ്ട് മുകളിലേക്കു നോക്കി – മിലാഡിയുടെ സ്വീകരണമുറിയിലെ വെട്ടം പുറത്തേക്കുവരുന്നത് കാണാൻ. പക്ഷേ, അവിടെ മങ്ങിയ വെളിച്ചമേ ഉണ്ടായിരുന്നുള്ളൂ. ആദ്യത്തെ ദിവസത്തെപ്പോലെ അന്നത്തെ കൂടിക്കാഴ്ചയ്ക്ക് അവൾക്കത്രയ്ക്ക് താൽപ്പര്യമുണ്ടായിരുന്നില്ല.

അവസാനം അവിടത്തെ വിളക്കണഞ്ഞു. അവളുടെകൂടെ താൻ കൂടിയ രാത്രിയെക്കുറിച്ച് അവനോർത്തു; തന്റെ സംശയവും. അവൻ കോണി കയറി കിറ്റിയുടെ മുറിയിലേക്കു ചെന്നു; വികാരാതീതനായിക്കൊണ്ട്.

അയാൾ മിലാഡിയുടെ അടുക്കലേക്ക് കയറാനാഞ്ഞു. വിളറി വെളുത്തും വിറച്ചും നിൽക്കുകയായിരുന്നു കിറ്റി. അവൾ അവനെ തടഞ്ഞു. പക്ഷേ കണ്ണും കാതും കൂർപ്പിച്ചിരുന്ന അവൾ ആർട്ഗ്നൻ വന്നതറിഞ്ഞെന്നു തോന്നുന്നു. അവൾ എഴുന്നേറ്റു വന്നിട്ട് വാതിൽ തുറന്നു.

"അകത്തു വരൂ!" മിലാഡി പറഞ്ഞു.

അവിശ്വസനീയമായ സംഭവം. ഇതു യാഥാർഥ്യമാണോ സംഭവിക്കുന്നതെന്നുതന്നെ അവനു സംശയം തോന്നി. ഏതോ ഒരു സ്വപ്നത്തിലകപ്പെട്ടതുപോലെ അവനു തോന്നി. അവൻ മിലാഡിക്കരികിലേക്കു പാഞ്ഞു; ഇരുമ്പിലേക്കാകർഷിക്കപ്പെടുന്ന കാന്തംപോലെ.

അവർ വാതിലടച്ചു. കിറ്റി തെറിച്ച് അവളുടെ മുറിയിലേക്കു വീണു. അസൂയ, കോപം, അപമാനം എന്നിവയുടെ എല്ലാറ്റിന്റെയും വേദന അവളറിഞ്ഞു. നടന്ന സംഭവങ്ങളെല്ലാം അവളോടു പറഞ്ഞാലോയെന്നും കിറ്റിക്കു തോന്നി. പക്ഷേ ഈ ചതിസംരംഭത്തിലെ തന്റെ പങ്ക് ഏറ്റുപറയുമ്പോൾ തന്നെത്തന്നെ നശിപ്പിക്കുന്നതല്ലേയെന്നും കിറ്റിക്കു തോന്നി. മാത്രമല്ല തനിക്കു ആർട്ഗ്നനെയും നഷ്ടമാകും. ഒക്കെ നഷ്ടപ്പെടുത്തുന്നതിനെക്കാൾ നല്ലത് ഈയൊരു അവസാന ത്യാഗംകൂടി സഹിക്കുന്നതല്ലേയെന്ന് അവൾ തീരുമാനിച്ചു.

തന്റെ അഭിലാഷങ്ങളുടെ എല്ലാമെല്ലാം അവൻ നേടി. വെറുക്കപ്പെട്ട ഒരു എതിരാളിയുടെ പേരിലല്ല തന്നെത്തന്നെയാണ് മിലാഡി സ്നേഹിച്ചത്. എങ്കിലും അവന്റെ മനസിൽ അത് ഒരു പ്രതികാരത്തിന്റെ ഒരായുധം മാത്രമാണെന്ന് മന്ത്രിച്ചുകൊണ്ടിരുന്നു. കാരണം തന്നെ പ്രേമിച്ച് അടുപ്പിക്കുന്നത് അവളുടെ സ്വന്തം കാര്യത്തിനാണല്ലോ. പക്ഷേ, അഭിമാനവും അസൂയയും ഭ്രാന്തത്തമായ ആവേശവും അവന്റെ ചിന്തകളെ ശാന്തമാക്കി.

അവൻ തന്റെ ചിന്തകളെ ഉപേക്ഷിച്ചു. കുറേനേരത്തേക്ക് മിലാഡി അപകടമുണ്ടാക്കുന്നവളോ, ഭയങ്കരിയോ, ഒന്നുമായില്ല. അവൾ ആത്മാർഥമായും തന്നെ സ്നേഹിക്കുന്ന ഒരു കാമുകിയായിട്ട് അവനു തോന്നി. രണ്ടു മണിക്കൂർ ഈവിധത്തിൽ നീങ്ങി.

കാമുകീകാമുകന്മാരുടെ ആവേശം തണുത്തു. ആർട്ഗ്നനെപ്പോലെ ആവേശഭരിതയാകാതിരുന്ന മിലാഡി പെട്ടെന്ന് സ്വബോധത്തേക്കു വന്നു. പിറ്റേദിവസം വാർഡ്സിലെ പ്രഭുവുമായി സംഘട്ടനം നടത്താൻ ഒരു കാരണം ഉണ്ടാക്കിയോയെന്ന് അവൾ അവനോടു ചോദിച്ചു. താൻ അകപ്പെട്ടിരുന്ന പ്രേമത്തിലെ ദ്വന്ദ്വയുദ്ധം മാത്രമേ അവൻ യഥാർഥത്തിൽ അപ്പോൾ ചിന്തിച്ചിരുന്നുള്ളൂ. വളരെ ആനന്ദദായകമാർന്ന ദ്വന്ദ്വയുദ്ധത്തിലേർപ്പെടുമ്പോൾ, അത്തരം ദ്വന്ദ്വയുദ്ധത്തെക്കുറിച്ചോർക്കുവാൻ തനിക്കു നേരമില്ലെന്നുപോലും ആർട്ഗ്നൻ പറഞ്ഞു.

തന്റെ യഥാർഥ ഉദ്ദേശ്യം നിരാകരിക്കുന്നതറിഞ്ഞപ്പോൾ മിലാഡിക്കു

പരിഭ്രമമായി. അവൾ അവനെ നിർബന്ധിക്കാൻ തുടങ്ങി; പക്ഷേ ആർട്ഗ്നനല്ലേ അറിയൂ ആ ദ്വന്ദ്വയുദ്ധം നടക്കുന്ന ഒന്നല്ലെന്ന്. അതുകൊണ്ട് അവൻ ആ വിഷയംമാറ്റി. പക്ഷേ മിലാഡി ആ വിഷയം നിർബന്ധിച്ചു ചോദിച്ചപ്പോൾ, പ്രതികാരബുദ്ധി കളഞ്ഞ് വാർഡ്സിലെ പ്രഭുവിനെ ക്ഷമിച്ചുകൂടേയെന്നും ആർട്ഗ്നൻ ചോദിച്ചു.

ആർട്ഗ്നൻ അതു ചോദിച്ചപ്പോൾ കോപത്തോടെ മിലാഡി മാറി നിന്നു. തുടർന്നവൾ പറഞ്ഞു:

"എന്തെങ്കിലും നിങ്ങൾ ഭയക്കുന്നോ?" അൽപ്പം പരിഹാസംകൂടി കലർന്നതായിരുന്നു അവളുടെ ചോദ്യം.

"ഭയമില്ലായെന്ന് നിനക്കറിയരുതോ?" ആർട്ഗ്നൻ പറഞ്ഞു. "വാർഡ്സിലെ പ്രഭുവിന് നാം കരുതുന്ന മാതിരിയുള്ള കുറ്റങ്ങളൊന്നും ഇല്ലെന്നുവരികിലോ?"

"അയാളുടെ കുറ്റത്തിന്റെ യഥാർഥ അളവൊന്നും വേണ്ട" മിലാഡി പറഞ്ഞു. "അയാൾ എന്നെ അപമാനിച്ചു. അയാൾ മരിക്കുകതന്നെ വേണം."

"അതാണു നീ ആവശ്യപ്പെടുന്നതെങ്കിൽ അവൻ മരിക്കും" ആർട്ഗ്നൻ ഇതു പറഞ്ഞപ്പോൾ അവൾക്ക് അവനോടുള്ള സ്നേഹം കൂടി.

അവൾ അവന്റെ അരികിലേക്കു നീങ്ങി.

അവനോടൊപ്പമുള്ള രാത്രിയുടെ യഥാർഥ ദൈർഘ്യം അവളറിഞ്ഞില്ല. പക്ഷേ, രണ്ടുമണിക്കൂറിനകമേ ആയിട്ടുള്ളൂയെന്ന് ആർട്ഗ്നനു തോന്നി. പുലരിയുടെ വെട്ടം മുറിക്കകത്തു അരിച്ചുകയറിയപ്പോൾ, അവൻ പോകാനുള്ള തത്രപ്പാടിലായി. പ്രതികാരത്തിന്റെ കരാർ അവൾ അവനെ വീണ്ടും ഓർമപ്പെടുത്തി.

"ഞാൻ എന്റെ വാക്കു പാലിക്കും" ആർട്ഗ്നൻ പറഞ്ഞു. "പക്ഷേ, അതിനുമുമ്പ് എനിക്കൊരു കാര്യം അറിയേണ്ടതുണ്ട്."

"എന്താണത്?" അവൾ ചോദിച്ചു.

"നീ എന്നെ സ്നേഹിക്കുന്നോയെന്ന്."

"ഞാനതു തെളിയിച്ചില്ലേ?"

"അതെ അതെ. തെറ്റിദ്ധരിച്ചതിനു ക്ഷമിക്കണം" ആർട്ഗ്നൻ പറഞ്ഞു. "ഇപ്പോൾ നിന്റെ ശരീരവും ആത്മാവും എന്റേതാണല്ലോ."

"നന്ദിയുണ്ട് എന്റെ ധീരനായ സ്നേഹിതാ. ഞാൻ എന്റെ സ്നേഹത്തിന്റെ തെളിവു തന്നതുപോലെ നിങ്ങളും നിങ്ങളുടെ സ്നേഹം തെളിയിക്കണം" അവൾ ആവശ്യപ്പെട്ടു.

"ഞാനതു ചെയ്യാം" ആർട്ഗ്നൻ പറഞ്ഞു. "പക്ഷേ നിനക്കെന്നോടു സ്നേഹമുണ്ടെന്നുവരികിൽ എന്റെ ജീവനെ സംബന്ധിച്ച് നിനക്ക് യാതൊരു ഭയവും ഇല്ലേ?"

"ഞാനെന്തിനാണ് ഭയപ്പെടേണ്ടത്?"

"ഞാൻ മാരകമായി മുറിവേറ്റേക്കാം; അല്ലെങ്കിൽ കൊല്ലപ്പെട്ടെന്നും വരാം."

“അതൊരിക്കലും സംഭവിക്കില്ല” അവൾ പറഞ്ഞു. “നിങ്ങൾക്ക് അയാളെ തോൽപ്പിക്കാനാകും. നിങ്ങൾ ധീരനാണ്.”

“ഞാൻ ദ്വന്ദ്വയുദ്ധത്തിൽ വരാതിരിക്കാൻവേണ്ടി പ്രതികാരത്തിനു വേണ്ടി മറ്റൊരു മാർഗം നിനക്ക് ആലോചിക്കരുതോ?”

അവൾ അവനെ നിശ്ശബ്ദമായി നോക്കിയിരുന്നു. പ്രഭാതത്തിലെ വെളിച്ചം അവളുടെ മുഖത്ത് ചിതയിലെ തീപോലെ തിളങ്ങി.

“അപ്പോൾ നിങ്ങൾ യുദ്ധത്തെ ഭയപ്പെടുന്നു?” അവൾ ചോദിച്ചു.

“അതില്ല” ആർട്ഗ്നൻ പറഞ്ഞു. “ഇപ്പോൾ നീ അയാളെ സ്നേഹിക്കുന്നില്ലല്ലേ? അയാൾക്ക് നിന്റെ പ്രേമം നഷ്ടപ്പെട്ടതുതന്നെ വലിയൊരു ശിക്ഷയാണെന്നു എനിക്കു തോന്നുന്നു.”

“ഞാൻ അയാളെ സ്നേഹിച്ചിരുന്നുയെന്ന് നിങ്ങൾക്കെങ്ങനെ പറയാനായി?” അവൾ ചോദിച്ചു.

“അതു ശരി. നീ മറ്റൊരാളെ സ്നേഹിക്കുന്നൂയെന്നുള്ളത് എനിക്ക് ഉറപ്പാക്കിപ്പറയാം..... നീയെന്തായാലും ആ പ്രഭുവിനോട് അൽപ്പം കാരുണ്യം കാണിക്കണം.”

“അതെന്തിനാണ്?”

“കാരണം എനിക്കറിയാവുന്നത്.....”

“നിങ്ങൾക്ക് എന്തറിയാമെന്നാണ് പറയുന്നത്?”

“നീ പറയുന്നമാതിരിയുള്ള ഒരു കുറ്റക്കാരനല്ല അയാൾ.”

“സത്യമോ?” അവൾ അത്ഭുതംകൂറി. “നിങ്ങൾ ഉദ്ദേശിച്ചതെന്താണെന്ന് എനിക്കു മനസിലായില്ല. ഒന്നു വിശദമായി പറയൂ.”

അപ്പോഴും അവന്റെ കരവലയത്തിനുള്ളിലായിരുന്നു മിലാഡി. അവൾ അവന്റെ കൈയിൽനിന്നും കുതറി പിന്നിലേക്കു മാറിയശേഷം വെറുപ്പോടെ അവനെ നോക്കി.

പെട്ടെന്ന് ആർട്ഗ്നൻ ഒരു തീരുമാനമെടുത്തു. സത്യമെല്ലാം തുറന്നു പറയണം; എന്നിട്ട് കാര്യങ്ങളിൽ വ്യക്തത നിലനിർത്തണം.

“ഞാൻ ഒരു അന്തസുള്ളയാളാണ്” അയാൾ പറഞ്ഞു. “എനിക്കിപ്പോൾ നിന്റെ സ്നേഹവുമുണ്ട്.”

“അതെ. പറഞ്ഞോളൂ.”

“എന്റെ മനസിലെ ഭാരപ്പെടുത്തുന്ന ഒരു കാര്യം ഏറ്റുപറഞ്ഞാലേ എന്റെ സന്തോഷത്തിന് ഒരു പൂർണത കിട്ടൂ” അവൻ പറഞ്ഞു.

“ഏറ്റു പറയണമെന്നോ?”

“ഞാനെന്തെങ്കിലും കുറ്റം നിന്നോടു ചെയ്തിട്ടുണ്ടെങ്കിൽ നിന്നോടുള്ള സ്നേഹക്കൂടുതൽ കൊണ്ടുമാത്രമാണ്.”

അവൻ അവളെ ചുംബിക്കാനായി അടുത്തേക്കു ചെന്നു. അവൾ അവളെ പെട്ടെന്നു തള്ളിമാറ്റി.

“നിങ്ങൾ എന്തോ ഏറ്റുപറയണമെന്നു പറഞ്ഞല്ലോ. അതു പറയൂ” അവൾ പറഞ്ഞു.

“കഴിഞ്ഞ വ്യാഴാഴ്ച ഇതേ മുറിയിൽവച്ച് നീ വാർഡ്സിലെ പ്രഭു

വുമായി ഒരു കൂടിക്കാഴ്ച നടത്തിയില്ലേ."

"ഇല്ല" അവൾ ഉറപ്പിച്ചു പറഞ്ഞു. കൃത്യമായ തെളിവ് ഉണ്ടായിരുന്നില്ലെങ്കിൽ അവൾ പറഞ്ഞത് ആർട്ഗ്നൻ വിശ്വസിച്ചുപോയേനെ.

"കള്ളംപറയരുതേ എന്റെ മാലാഖേ" അവൻ പറഞ്ഞു. "നിനക്കെതിരായി ഞാൻ ഒന്നും ചെയ്യാൻ പോകുന്നില്ല."

"നിങ്ങൾ പറയൂ....."

"വാർഡ്സിലെ പ്രഭു തെറ്റൊന്നും ചെയ്തിട്ടില്ല."

"നിങ്ങൾക്ക് അതെങ്ങനെ പറയാൻ പറ്റും? അയാൾ ആ മോതിരം പരസ്യപ്പെടുത്തുന്നൂയെന്ന് നിങ്ങളല്ലേ പറഞ്ഞത്?"

"ആ മോതിരം എന്റെ കൈയിലുണ്ട്" അവൻ പറഞ്ഞു. "വ്യാഴാഴ്ചത്തെ വാർഡ്സിലെ പ്രഭുവും ഇന്നത്തെ ആർട്ഗ്നനും ഒരാളാണ്."

ലജ്ജയും അത്ഭുതവുംകൊണ്ട് അവൾ പൊട്ടിക്കരയുമെന്ന് അവനു തോന്നി. പക്ഷേ അതുണ്ടായില്ല. തനിക്കു തെറ്റുപറ്റിയ കാര്യം അവൻ പെട്ടെന്നറിഞ്ഞു.

മിലാഡിയുടെ മുഖം വിളറിവെളുത്തു. കോപാക്രാന്തയായ അവൾ ആർട്ഗ്നനെ മുമ്പോട്ടാഞ്ഞു തള്ളി.

പകൽവെട്ടം മുറിയിൽ അപ്പോൾ നന്നായി പ്രവേശിച്ചിരുന്നു.

തന്നോടുക്ഷമിക്കാൻ ആവശ്യപ്പെട്ടുകൊണ്ട് അവൻ അവളെ മുന്നോട്ടുപിടിക്കാൻ ശ്രമിച്ചു. അവൾ പിന്നോക്കം ആഞ്ഞുവലിച്ചു. വലിയിൽ അവളുടെ വസ്ത്രത്തിന്റെ തോൾഭാഗം കീറിപ്പോയി. അവളുടെ വെളുത്ത തോൾഭാഗം വെളിയിൽ കണ്ടു. പക്ഷേ അവിടെ പതിക്കപ്പെട്ടിരുന്ന മുദ്ര കണ്ട് അവൻ ഞെട്ടി. കുറ്റവാളികളിന്മേൽ പതിക്കുന്ന മുദ്ര!

"ദൈവമേ!" അവൻ ഭയന്നുപോയി.

അവന്റെ മുഖത്തെ ഭയത്തിന്റെ നിഴലാട്ടം അവൾ കണ്ടു. അവൾ അതിന്റെ കാരണം ഊഹിച്ചു. അവൻ ആ മുദ്ര കണ്ടുകഴിഞ്ഞു. അവനപ്പോൾ അവളുടെ രഹസ്യമറിയാം. മുറിവേറ്റ പുലിയെപ്പോലെ അവൾ അലറി:

"ദുഷ്ടാ, നീയെന്നെ ആദ്യം പറ്റിച്ചു. പിന്നെ എന്റെ രഹസ്യം മനസിലാക്കി. താൻ ഇനി മരിക്കാൻ പോകുകയാണ്."

അവൾ ഡ്രസിങ്റൂമിലേക്ക് ഓടി. അവിടെയുള്ള അലമാര അവൾ വിറയലോടെ തുറന്നു. അതിനകത്തുനിന്നും സ്വർണപ്പിടിയുള്ള ഒരു ചെറിയ കഠാരയുമായി അർധനഗ്നനായി നിന്നിരുന്ന ആർട്ഗ്നന്റെ അടുക്കലേക്കു ചാടിവീണു.

ആർട്ഗ്നൻ പിന്നോക്കംമാറി. അവളുടെ മുഖം ആകപ്പാടെ മാറിക്കഴിഞ്ഞിരുന്നു. കൃഷ്ണമണി ഉരുണ്ടുതള്ളി. മുഖം വിളറി. അവൾ പല്ലുകൾ കൂട്ടിക്കടിച്ചിരുന്നു. ഒരു വന്യജീവിയെപ്പോലെ അവൾ അലറിക്കൊണ്ടു നിന്നു. അവൻ വിയർത്തു.

അവൻ അറിയാതെ തന്റെ വാൾപ്പിടിയിൽ ഒന്നു തട്ടിപ്പോയി. പെട്ടെന്ന് അവൻ അത് ഉറയിൽനിന്നും ഊരിയെടുത്തു.

അവൾ ഭയപ്പെട്ടില്ല. അവൾ കഠാരയുമായി അവന്റെ അടുക്കലേക്കു തന്നെ ചെന്നു. കുത്തിക്കൊല്ലാനായി. പക്ഷേ, അവൾ വാൾ തന്റെ നെഞ്ചിൽ തൊട്ടതായി അറിഞ്ഞപ്പോൾ അവൾ ഒന്നടങ്ങി.

അവന്റെ കൈയിൽനിന്നും ആ വാൾ തട്ടിപ്പറിക്കാൻ അവൾ നോക്കി. അവൻ പിടിവിട്ടില്ല. കഴുത്തിനും കണ്ണിനും നേരെ വാൾ ചൂണ്ടിക്കൊണ്ട് അവൻ അവളെ അകറ്റുകയും കട്ടിലിന്റെ അടിയിലേക്കു ഊർന്നു കയറുകയും ചെയ്തു. അതുവഴിയാകുമ്പോൾ കിറ്റിയുടെ വാതിൽക്കലെത്തും; അതുവഴി പുറത്തുകടന്ന് രക്ഷപ്പെടാമെന്നതായിരുന്നു അവന്റെ ആഗ്രഹം.

ഇതേസമയത്ത് അവൾ നിലവിളിക്കുകയും അലറുകയും ചെയ്തുകൊണ്ട് അവനെ ആക്രമിക്കാൻ ശ്രമിച്ചുകൊണ്ടേയിരുന്നു.

താൻ ഒരു ദ്വന്ദ്വയുദ്ധത്തിലാണോ അകപ്പെട്ടിരിക്കുന്നതെന്ന് അവനു തോന്നി. അവൻ ശക്തി സംഭരിച്ചു.

"ഒന്നു ശാന്തമാകൂ. എന്റെ സുന്ദരീ" അവൻ പറഞ്ഞു. "അല്ലെങ്കിൽ നിന്റെ തോളിൽ മറ്റൊരു മുദ്ര ഞാനിപ്പോൾ വെട്ടിയുണ്ടാക്കും."

"ഞാൻ നിന്നെക്കൊല്ലും!" അവൾ അലറി.

അവളെ തടഞ്ഞുകൊണ്ട് ആ മുറിയിൽനിന്നും രക്ഷപ്പെടാനാണ് ആർട്ഗ്നൻ നോക്കിയത്.

പക്ഷേ, അകത്തെ ബഹളംകേട്ട് കിറ്റി വാതിൽ തള്ളിത്തുറന്നു അകത്തേക്കു കയറി. ആർട്ഗ്നൻ വാതിലിനരികിലെത്താൻ ഇനി മൂന്നുചുവടുകളേയുള്ളൂ. അവൻ പെട്ടെന്ന് കിറ്റിയുടെ മുറിയിലേക്ക് ഒരൊറ്റക്കുതിപ്പ്! വാതിൽപെട്ടെന്ന് അടയ്ക്കുകയും ചെയ്തു. ഒപ്പം കിറ്റി വാതിലിന്റെ കൊളുത്ത് പെട്ടെന്നിടുകയും ചെയ്തു.

"എന്നെ ഈ വീട്ടിൽനിന്നും എത്രയും വേഗം പുറത്തെത്തിക്കണം" അവൻ കിറ്റിയോടു പതിയെ പറഞ്ഞു. "അല്ലെങ്കിൽ ഇവിടെയുള്ള ആളുകളെ മുഴുവൻ വിളിച്ചുകൂട്ടി അവളെന്നെക്കൊല്ലും."

"നിങ്ങൾക്കിങ്ങനെ പോകാൻ പറ്റത്തില്ല" കിറ്റി പറഞ്ഞു. "നോക്കൂ നിങ്ങൾ ആവശ്യത്തിന് വസ്ത്രം ധരിച്ചിട്ടില്ല."

താൻ ഏറെക്കുറെ നഗ്നനാണെന്ന് ആർട്ഗ്നൻ പെട്ടെന്ന് ഓർത്തു.

"എന്നാൽ ഏതെങ്കിലും വസ്ത്രങ്ങൾ തരൂ" ആർട്ഗ്നൻ ധൃതിവച്ചു. "എനിക്കു പെട്ടെന്ന് പുറത്തുകടക്കണം. ഇതു ജീവന്റെ കാര്യമാണ്."

കിറ്റിക്കും കാര്യങ്ങൾ അറിയാമായിരുന്നു. അവൾ വേഗം ഉണ്ടായിരുന്ന തന്റെ വസ്ത്രങ്ങൾകൊണ്ട് അവനെ ഉടുപ്പിച്ചു. തൊപ്പിയും ഒന്നു വച്ചുകൊടുത്തു. അതെല്ലാം നിമിഷങ്ങൾകൊണ്ടു കഴിഞ്ഞു. അവൾ അവനെ പടിയിറക്കിപ്പുറത്തേക്കു കൊണ്ടുപോവുകയും ചെയ്തു.

മിലാഡി ഇതിനകം ബെല്ലടിച്ചു വീട്ടിലെ ആളുകളെ മുഴുവൻ ഉണർത്തിയിരുന്നു. കാവൽക്കാരൻ ആർട്ഗ്നനെ പുറത്തുവിട്ടതേയുള്ളൂ. അപ്പോഴേക്കും മിലാഡി അർധനഗ്നയായി ജനാലയ്ക്കരികിൽ നിന്നുകൊണ്ടുതന്നെ ഉറക്കെയലറി.

"അയാളെ വിടരുതേ!"

38

ആതോസിന് ആയുധങ്ങൾ എളുപ്പത്തിൽ കിട്ടുന്നു

ആർട്ഗ്നനെ ഭയപ്പെടുത്തുന്ന ചില അടയാളങ്ങൾ കാണിക്കാനല്ലാതെ മറ്റൊന്നും ചെയ്യാൻ മിലാഡിക്കായില്ല. ആർട്ഗ്നൻ ആ വീട്ടിൽ നിന്നും ഓടടെടാ ഓട്ടമായിരുന്നു. അവൻ കൺമുന്നിൽനിന്നും മറഞ്ഞതോടെ അവൾ ബോധമറ്റു തറയിൽ വീണു.

പൊലീസുകാരും വീട്ടുകാരും നാട്ടുകാരുമൊക്കെ കാര്യമറിഞ്ഞ് അവന്റെ പിന്നാലെ പായാൻ തുടങ്ങുന്നതിനു മുമ്പുതന്നെ അവൻ പാതി ദൂരം പിന്നിട്ടിരുന്നു. കിറ്റിയെക്കുറിച്ച് ഒരുനിമിഷംപോലും അവൻ ചിന്തിച്ചതുമില്ല. ഓടിയോടി ആതോസിന്റെ വീട്ടിൽച്ചെന്നാണ് അവൻ നിന്നത്.

കോണിപ്പടികളിലൂടെയും മുറ്റംവഴിയും ഒക്കെ ഓടി അവൻ വാതിലിന്റെ മുന്നിലെത്തി. അവൻ വാതിലിൽ മുട്ടി.

ഉറക്കച്ചടവോടെ വന്ന ഗ്രിമൗഡ് വാതിൽ തുറന്നു. പാഞ്ഞുവന്ന് മുട്ടിയതിനാൽ, വാതിൽ തുറക്കേണ്ട താമസം അവൻ അകത്തു ഗ്രിമൗഡിന്റെ മേലിലൂടെ കമഴ്ന്നു വീഴാൻ പോയിരുന്നു. പെൺവേഷക്കാരിയെ കണ്ടപ്പോൾ ഗ്രിമൗഡ് ചോദിച്ചു.

"എവിടെയാണ് കയറിപ്പോകുന്നതെടീ."

ആർട്ഗ്നൻ തലയിലിരുന്ന തൊപ്പിമാറ്റി. അവന്റെ മീശയും വാളും കണ്ടപ്പോൾ അതൊരു പെണ്ണല്ലെന്ന് ഗ്രിമൗഡിന് മനസിലായി. അവനൊരു കള്ളനായിരിക്കുമെന്ന് അവനു തോന്നി.

"രക്ഷിക്കണേ.... രക്ഷിക്കണേ...." ഗ്രിമൗഡ് നിലവിളിച്ചു.

"മിണ്ടാതിരിക്കെടാ വിഡ്ഢി! ഞാൻ ആർട്ഗ്നനാണ്. നിങ്ങളെന്നെ മനസിലാക്കിയില്ലേ. എവിടെ നിങ്ങളുടെ യജമാനൻ?"

"ആർട്ഗ്നനോ നിങ്ങൾ?" അയാൾ അന്ധാളിച്ചുപോയി.

"ഗ്രിമൗഡേ" പുറത്തുള്ള സംസാരം കേട്ടുകൊണ്ട് ആതോസ് പുറ

ത്തേക്കു വന്നു. "നിങ്ങളല്ലേ ഇവിടെനിന്നു നിലവിളിച്ചത്?"

"അതെ സർ....."

"മതി മതി. ഇനി ഒച്ചയുണ്ടാക്കേണ്ട."

ഗ്രിമൗഡ് വാപൊത്തിയശേഷം ആർട്ഗ്നന്റെ നേരെ കൈചൂണ്ടി. ആതോസ് അവനെ തിരിച്ചറിഞ്ഞു. ആ കോമാളിവേഷം കണ്ട് അയാൾ പൊട്ടിച്ചിരിച്ചു.

"ചിരിക്കരുതേ...." ആർട്ഗ്നൻ തടഞ്ഞു. "ഇതിൽ ചിരിക്കാനൊന്നുമില്ല."

"എന്താണ് നിങ്ങൾക്കു മുറിവേറ്റോ?" ആതോസ് ചോദിച്ചു. "മുഖമാകെ വിളറിയിരിക്കുകയാണല്ലോ?"

"ഇല്ല. ഭയാനകമായ ചില കാര്യങ്ങൾ സംഭവിച്ചു. ആർട്ഗ്നൻ പറഞ്ഞു. "ഇവിടെ വേറെയാരെങ്കിലും ഉണ്ടോ?"

"ഇല്ല. ഇവിടെ ഈ നേരത്ത് ആരുണ്ടാകുമെന്നാണ് നിങ്ങൾ വിചാരിച്ചത്?"

ആർട്ഗ്നൻ വേഗം ആതോസിന്റെ മുറിയിലേക്കു ഓടിക്കയറി.

"എന്താണ് സംഭവിച്ചത്?" ആർട്ഗ്നന്റെ പിന്നാലെ ചെന്നുകൊണ്ട് അയാൾ ചോദിച്ചു. "എന്താണ്? രാജാവ് ചത്തോ? അതോ കർദിനാളിനെ നിങ്ങൾ കൊന്നോ? നിങ്ങൾ ഭയന്നു വിറയ്ക്കുകയാണല്ലോ. പറയൂ. എനിക്ക് എന്റെ ഉൽക്കണ്ഠ താങ്ങാനാകുന്നില്ല."

കിറ്റി അണിയിച്ചുകൊടുത്ത വസ്ത്രങ്ങളെല്ലാം അവൻ മാറ്റി; ഇപ്പോൾ അവന്റെ ശരീരത്തിൽ ഒരു ഉടുപ്പു മാത്രമായി.

"അവിശ്വസനീയമായ ഒരു കഥയുണ്ടായി..... കേൾക്കാൻ തയാറായിക്കോളൂ" അവൻ പറഞ്ഞു.

"നിങ്ങൾ ആദ്യം ഈ വസ്ത്രം ധരിക്കൂ" ആതോസ് പറഞ്ഞു.

ആർട്ഗ്നൻ ആദ്യം ആ തുണിയെടുത്തു ധരിച്ചു. തനിക്കു പാകമാകാത്ത ഒരു വസ്ത്രമായിരുന്നു അവൻ വല്ലവിധേനയും ധരിച്ചത്.

"ഇനി പറയൂ" ആതോസ് പറഞ്ഞു.

അയാളുടെ ചെവിയിൽ ആർട്ഗ്നൻ മന്ത്രിച്ചു. "മിലാഡിയുടെ തോളിൽ ആ മുദ്രയുണ്ട്."

വെടിയേറ്റപോലെ അയാൾ നിലവിളിച്ചുപോയി.

"ആ സ്ത്രീ മരിച്ചെന്ന് ഉറപ്പാണോ?" ആർട്ഗ്നൻ ചോദിച്ചു.

"ഏതു സ്ത്രീ?"

"ആമീൻസിൽ വച്ച് ഒരു സ്ത്രീയുടെ കാര്യം നിങ്ങൾ എന്നോടു പറഞ്ഞില്ലേ. ആ സ്ത്രീ മരിച്ചോന്ന്?"

ആതോസ് മുഖംപൊത്തിക്കരഞ്ഞു.

"ഈ സ്ത്രീക്ക് ഏതാണ്ട് ഇരുപത്തിയാറ് – ഇരുപത്തിയേഴ് വയസ്സ് പ്രായം വരും" ആർട്ഗ്നൻ പറഞ്ഞു.

"സുന്ദരിയല്ലേ?"

"അതെ."

"കറുത്ത പുരികവും നീലക്കണ്ണുകളും?"

"അതെ."

"നല്ല ഉയരവും ഒത്തശരീരവും?"

"അതെ."

"ഇടതുവശത്ത് മേൽത്താടിമേൽ രണ്ടു പല്ലുകൾ അവൾക്കില്ലല്ലോ?"

"ഇല്ല."

"പക്ഷേ നിങ്ങൾ പറയുന്നു ആ സ്ത്രീ ഒരു ഇംഗ്ലീഷുകാരിയാണെന്ന്?"

"മിലാഡി എന്നാണവളെ വിളിക്കുന്നത്. എന്നാലും ഫ്രഞ്ചുകാരിയായിരിക്കാം. വിന്റർപ്രഭു അവളുടെ ഭർതൃസഹോദരൻ മാത്രമാണ്."

"എനിക്കവളെ കാണണം" ആതോസ് പറഞ്ഞു.

"സൂക്ഷിക്കണം ആതോസ്. നിങ്ങൾ ഒരിക്കൽ അവളെ കൊല്ലാൻ നോക്കിയതാണ്. അവൾ പ്രതികാരം ചെയ്തേക്കാം."

"അവൾ എനിക്കെതിരെ ചെറുവിരലനക്കത്തില്ല; എങ്കിൽ അതു അവളെത്തന്നെ കുഴപ്പത്തിലാക്കും."

"അവളെ നമുക്ക് തടയാനേയാവില്ല. അവളുടെ കോപം നിങ്ങൾ കണ്ടിട്ടുണ്ടോ?"

"ഇല്ല" ആതോസ് പറഞ്ഞു.

"അവൾ പെൺപുലിയാണ്..... സിംഹിയാണ്. ഞാനതു കണ്ടതാണ്...." ആർട്ഗ്നൻ ഭയന്നു പറഞ്ഞു.

സംഭവിച്ചതെല്ലാം ആർട്ഗ്നൻ ആതോസിനോടു പറഞ്ഞു. മിലാഡിയുടെ അക്രമാസക്തമായ കടും കോപവും കൊല്ലുമെന്ന ഭയപ്പെടുത്തലും ഉൾപ്പെടെ അവൻ പറഞ്ഞു.

"അതു ശരി" ആതോസ് പറഞ്ഞു. "കാര്യങ്ങളൊക്കെ അപകടത്തിലായിരിക്കുന്നു. എന്തായാലും ഭാഗ്യംതന്നെ. നാം മറ്റന്നാൾ പാരീസ് വിടുകയല്ലേ. നമ്മളെ ഒരുപക്ഷേ ലാറൊച്ചിലിയിലേക്കായിരിക്കും അയക്കുന്നത്. ഒരിക്കൽ പോയിക്കഴിഞ്ഞാൽ...."

"നിങ്ങളെ ഓർക്കുകയാണെങ്കിൽ ഭൂമിയുടെ ഏതറ്റം വരെയും അവൾ നിങ്ങളെ പിന്തുടരും..... അവൾക്കുള്ള ദേഷ്യം എന്നോടു മാത്രമാകുന്നതാണ് നല്ലത്" ആർട്ഗ്നൻ പറഞ്ഞു.

"അവൾ എന്നെ കൊന്നാലും വേണ്ടില്ല. ഞാൻ ജീവിതത്തെ പേടിക്കുന്നൂയെന്നാണോ നിങ്ങൾ പറയുന്നത്?" ആതോസ് ചോദിച്ചു.

"ഇതിന്റെ പിന്നിൽ എന്തോ രഹസ്യമുണ്ട്; കർദിനാളിന്റെ ചാരകളിൽ ഒരാളാണവളെന്നു തോന്നുന്നു. സംശയമില്ല."

"അങ്ങനെയാണെങ്കിൽ നിങ്ങളും സൂക്ഷിക്കണം. ലണ്ടൻ സംഭവത്തെത്തുടർന്ന് കർദിനാൾ നിങ്ങളെ പുകഴ്ത്തുന്നില്ലെങ്കിൽ, അദ്ദേഹത്തിന് നിങ്ങളോടു വെറുപ്പാണെന്നർഥം. പക്ഷേ നിങ്ങളെ നേരിട്ടു പിടിക്കാനുള്ള സാധ്യതയില്ല. അതുകൊണ്ട് എപ്പോഴും ജാഗ്രത വേണം. ഒറ്റയ്ക്ക് ഒരിടത്തും പോകരുത്. ഭക്ഷണം കഴിക്കുമ്പോഴും മുൻകരുതലു

കൾ വേണം. എല്ലാം സൂക്ഷിക്കണം, നിഴൽപോലും."

"ഇനി രണ്ടുദിവസംകൂടി സൂക്ഷിച്ചാൽ മതിയല്ലോ. പിന്നെ നമ്മൾ യുദ്ധത്തിലല്ലേ; ആണുങ്ങളെപ്പേടിച്ചാൽ മതിയല്ലോ അപ്പോൾ" ആർട്ഗ്നൻ പറഞ്ഞു.

"ഇപ്പോൾ മുതൽ" ആതോസ് പറഞ്ഞു. "ഞാനെന്റെ ഏകാന്തതയെക്കുറിച്ചു പറഞ്ഞകാര്യം ഉപേക്ഷിക്കുന്നു. ഇനിമുതൽ ഞാൻ നിങ്ങളോടൊപ്പം എവിടെയും വരാൻ തീരുമാനിച്ചിരിക്കുകയാണ്. നിങ്ങളിപ്പോൾ വീട്ടിൽ പോകുകയാണോ? എങ്കിൽ ഞാനും വരുന്നു."

"ഈ വേഷത്തിൽ ഞാൻ വരുന്നതെങ്ങനെ?" ആർട്ഗ്നൻ പറഞ്ഞു.

"അതു ശരിയാണല്ലോ" ആതോസ് പറഞ്ഞു. അയാൾ മണിയടിച്ചു.

ഗ്രിമൗഡ് അകത്തുവന്നു. ആർട്ഗ്നന്റെ വീട്ടിൽപ്പോയി വസ്ത്രമെടുത്തു വരാൻ അയാൾ വേലക്കാരനോട് ആംഗ്യം കാണിച്ചു. അയാൾ തലകുനിച്ച് വണങ്ങിയശേഷം അങ്ങോട്ടുനീങ്ങി.

"നമ്മുടെ ആയുധങ്ങളെ സംബന്ധിച്ചിടത്തോളം നാം വളരെ മോശമായിരിക്കുകയാണ്" ആതോസ് പറഞ്ഞു. "നിങ്ങളുടെ യൂണിഫോം മിലാഡിയുടെ വീട്ടിൽ കളഞ്ഞിട്ടു വന്നിരിക്കുകയല്ലേ. അവൾ അതിനി മടക്കിത്തരുമോയെന്ന കാര്യത്തിൽ എനിക്കു സംശയമാണ്. ഭാഗ്യത്തിന് നിനക്കാ വൈരമോതിരമുണ്ടല്ലോ?"

"ആ വൈരമോതിരം നിങ്ങളുടേതല്ലേ? അതൊരു കുടുംബസ്വത്താണെന്നല്ലേ നിങ്ങൾ പറഞ്ഞത്?"

"അതെ അതെ. എന്റെ അച്ഛൻ വാങ്ങിയതാണത്. അദ്ദേഹം അത് അമ്മയ്ക്ക് വിവാഹസമ്മാനങ്ങളോടൊപ്പം കൊടുത്തു. അതൊരു മനോഹരമായ മോതിരം തന്നെയായിരുന്നു. അമ്മ എനിക്കു തന്നു. അതു നിധിപോലെ ഞാൻ സൂക്ഷിക്കേണ്ടതായിരുന്നു. പക്ഷേ, ഞാനതു ഒരു പിശാചുസ്ത്രീക്കു കൊടുത്തു" ആതോസ് പറഞ്ഞു.

"ശരി ശരി. ഇതാ തിരിച്ചെടുത്തോളൂ. നിങ്ങൾക്ക് അതിനോടു വലിയ ഒരു താൽപ്പര്യം കാണുമെന്ന് എനിക്കറിയാം."

"എന്ത് ആ മോതിരമെടുക്കാനോ? ആ പിശാചു ധരിച്ച മോതിരം ഞാൻ തിരിച്ചെടുക്കണമെന്നോ? അതു വൃത്തികെട്ടതായിക്കാണും" അയാൾ പറഞ്ഞു.

"എന്നാൽ നമുക്കതിനെ വിൽക്കാം."

"അമ്മ തന്ന മോതിരത്തെ വിൽക്കുന്നതെങ്ങനെ?"

"എന്നാൽ പണയം വയ്ക്കൂ. നിങ്ങൾക്കാവശ്യമായ പണം ഇതു വച്ച് കടമായിട്ടെടുക്കാം. പണം ധാരാളം കിട്ടുമ്പോൾ തിരിച്ചടച്ച് ഈ മോതിരം അപ്പോൾ വീണ്ടെടുക്കാമല്ലോ. അന്നേരം അതിലെ വൃത്തികേടു മാറിയിരിക്കും."

ആതോസ് പുഞ്ചിരിതൂകി.

"നിങ്ങൾ നല്ലൊരു സ്നേഹിതൻ തന്നെ. എന്തു നിരാശയ്ക്കും നിങ്ങളുടെ ഫലിതം എതിർമരുന്നാണ്. എന്നാൽ നമുക്കിതിനെ പണയം

വയ്ക്കാം, ഒരു വ്യവസ്ഥയിന്മേൽ."

"എന്താണത്?" ആർട്ഗ്നൻ ചോദിച്ചു.

"കിട്ടുന്നപണം നമുക്ക് തുല്യമായി പങ്കിടണം."

"ഏയ് അതുവേണ്ട. ആയിരം ക്രൗൺ കിട്ടുമല്ലോ. അതിന്റെ നാലിലൊന്നു പണംപോലും എനിക്കാവശ്യമില്ല. ഞാൻ വെറും ഒരു ഭടൻ മാത്രമല്ലേ. എന്റെ ജീനി വിറ്റാൽ മാത്രം മതി എനിക്കാവശ്യമായ ആയുധങ്ങൾ വാങ്ങാൻ പറ്റും. വാസ്തവത്തിൽ ആവശ്യമുള്ളത് പ്ലാഞ്ചെറ്റിന് ഒരു കുതിരയെയാണ്. പിന്നെ എനിക്ക് സ്വന്തമായിട്ടൊരു മോതിരമുള്ള കാര്യം നിങ്ങൾ മറന്നില്ലല്ലോ?"

"മറന്നിട്ടില്ല" ആതോസ് പറഞ്ഞു. "പക്ഷേ ഞാൻ എന്റെ മോതിരത്തിനു നൽകുന്നവിലയെക്കാൾ കൂടുതൽ വില നിങ്ങൾ നിങ്ങളുടെ മോതിരത്തിനു നൽകുന്നുണ്ടല്ലോ."

"അതു ശരിയാണ്. കാരണം അത് നമ്മുടെ പട്ടിണിയും മാറ്റും അപകടങ്ങളിൽനിന്നും രക്ഷിക്കുകയും ചെയ്യും. അതു വെറുമൊരു വൈരമോതിരമല്ലേ; അതിന് മന്ത്രശക്തിയുമുണ്ട്."

"നിങ്ങൾ എന്താണ് ഉദ്ദേശിച്ചതെന്ന് എനിക്കു മനസിലായില്ല. പക്ഷേ പറയുന്നതൊക്കെ അതേപടി സ്വീകരിച്ചോളാം. ഇനി നമുക്ക് എനിക്കുള്ള മോതിരത്തെക്കുറിച്ച് വീണ്ടും സംസാരിക്കാം. അതിന്റെ പണത്തിന്റെ പകുതി നിങ്ങൾ എടുത്തോളണം. അല്ലെങ്കിൽ ഞാനതു സെയിൻനദിയിൽ വലിച്ചെറിയും. പിന്നെ മീനൊന്നും അതു കൊത്തിയെടുത്തോണ്ടു പോരത്തില്ല."

"എന്നാൽ ശരി. ഞാനതു സമ്മതിക്കുന്നു" ആർട്ഗ്നൻ പറഞ്ഞു.

അപ്പോഴേക്കും ഗ്രിമൗഡ് കടന്നുവന്നു. കൂടെ പ്ലാഞ്ചെറ്റും ഉണ്ടായിരുന്നു. യജമാനന്റെ രക്ഷയെപ്പറ്റി അയാൾക്ക് ഉൽക്കണ്ഠയുണ്ടായിരുന്നു. അതുകൊണ്ടാണ് യജമാനന് ഉടുപ്പുകൊണ്ടുവന്നപ്പോൾ അയാളും കൂടെ പോന്നത്.

ആർട്ഗ്നൻ വേഷം മാറി. ആതോസും വീട്ടിലെ വേഷം മാറി. അവർ ഇറങ്ങാൻ തുടങ്ങിയപ്പോൾ ആതോസ് തോക്കിലേക്കു വിരൽചൂണ്ടി. ഗ്രിമൗഡി ഓടിച്ചെന്നു ചുവരിന്മേൽ തൂങ്ങിയ തോക്കെടുത്തു കൈയിൽ കൊടുത്തു. രണ്ടു യജമാനന്മാരും രണ്ടുവേലക്കാരും കൂടി യാത്രതുടങ്ങി; ഫോസേയേഴ്സിലേക്ക്.

അനിഷ്ടസംഭവങ്ങൾ ഒന്നുമില്ലാതെതന്നെ അവരവിടെയെത്തിച്ചേർന്നു. മോൺസ്യൂർ ബോണസ്യു വീട്ടിന്റെ വാതിൽക്കൽത്തന്നെയുണ്ടായിരുന്നു. അയാൾ ആർട്ഗ്നനെ അൽപ്പം കളിയാക്കി നോക്കി. തുടർന്ന് അയാൾ പറഞ്ഞു: "വേഗമാകട്ടെ സർ. ഒരു സുന്ദരി നിങ്ങളെ നോക്കിയിരിക്കുന്നു. ഒരുപാടുനേരം കാത്തിരിക്കാൻ സ്ത്രീകൾക്കിഷ്ടമില്ല."

"കിറ്റിയാണോ?" അവൻ ചോദിച്ചു.

അവൻ പടികളിലൂടെ കുതിച്ച് മുകളിലെ മുറിയിലെത്തി. വിറച്ചുകൊണ്ട് ചുവരിൽ മുഖംചാരി അവൾ നിൽക്കുന്നു.

"നിങ്ങളെന്നെ രക്ഷിക്കാമെന്നും ആ സ്ത്രീയുടെ കോപത്തിൽ നിന്നും കൊണ്ടുപോകാമെന്നുമല്ലേ പറഞ്ഞത്?" അവൾ ചോദിച്ചു. "എന്നി ട്ടെന്തേ എന്നെ നിങ്ങൾ ഉപേക്ഷിച്ചത്?"

"അതെ. എനിക്കറിയാം അത്. വിഷമിക്കാതിരിക്കൂ കിറ്റീ" അവൻ പറഞ്ഞു. "ഞാൻ ഓടിപ്പോയതിനുശേഷം അവിടെയെന്തു സംഭവിച്ചെന്നു പറയൂ."

"ഞാൻ അതൊക്കെക്കാണാൻ നിന്നില്ല. യജമാനത്തി ഉറക്കെ കര യുകയും അലറുകയും ഒക്കെ ചെയ്തുകൊണ്ടിരുന്നു. ബഹളംകേട്ട് ആളു കളൊക്കെ ഓടിക്കൂടി. കോപിച്ചലറിയ അവർ പിന്നെ അങ്ങയെ ചീത്ത വിളിക്കാനും അസഭ്യം പറയാനും തുടങ്ങി. നിങ്ങൾ എന്റെ മുറി വഴിയാ ണല്ലോ അവരുടെ മുറിയിൽക്കയറിയിരുന്നത്. അതിനാൽ യജമാനത്തി എന്നെ ഈ കുഴപ്പത്തിൽ സംശയിക്കുമെന്ന് പെട്ടെന്ന് എനിക്കു തോന്നി. ഞാൻ പെട്ടെന്ന് കൈയിലുണ്ടായിരുന്ന പണവും എടുത്ത് കുറച്ചു തുണി കളുമായി അവിടെനിന്നും ഓടി രക്ഷപ്പെട്ടു."

"പാവം കിറ്റി!" അവൻ പറഞ്ഞു. "ഞാൻ ഇനി നിന്നെയെന്തു ചെയ്യ ട്ടെ. ഞാൻ മറ്റെന്നാൾ പാരീസു വിടുന്നകാര്യം നിനക്കറിയാമോ?"

"അതു പ്രശ്നമില്ല" അവൾ പറഞ്ഞു. "എന്നെ ഈ രാജ്യത്തുനിന്നും പുറത്തുകടത്തണം. കുറഞ്ഞപക്ഷം ഈ പാരീസിൽനിന്നെങ്കിലും."

"ലാറൊച്ചിലിയിൽ യുദ്ധത്തിനു പോകുമ്പോൾ നിന്നെ കൂട്ടിക്കൊ ണ്ടുപോകാൻ പറ്റുമെന്ന് എനിക്കു തോന്നുന്നില്ല" അവൻ പറഞ്ഞു.

"അതുകുഴപ്പമില്ല. എന്നെ ഏതെങ്കിലും സ്ഥലത്ത് ഏതെങ്കിലും ഒരു ബന്ധക്കാരിയുടെ അടുത്തേൽപ്പിച്ചാൽ മതിയാകും" അവൾ പറഞ്ഞു.

"എന്റെ നാട്ടിൽ സ്ത്രീകളാരും വേലക്കാരികളെ വയ്ക്കാറില്ല. എങ്കിലും കിറ്റിക്കുവേണ്ടി ഞാനെന്തെങ്കിലും ചെയ്യാം" അവൻ പറഞ്ഞു. തുടർന്ന് അവൻ പ്ലാഞ്ചെറ്റിനോടു പറഞ്ഞു. "പ്ലാഞ്ചെറ്റേ, ആറമീസിനെ പെട്ടെന്നു വിളിച്ചുകൊണ്ടുവരൂ. അത്യാവശ്യമായി ഒരു കാര്യമുണ്ടെന്നു പറയൂ."

"എനിക്കു കാര്യം മനസിലായി" ആതോസ് പറഞ്ഞു. "എന്തു കൊണ്ട് പോർത്തോസിനെ ആയിക്കൂടാ. അയാളുടെ സ്നേഹിത...."

"അയാളുടെ സ്നേഹിത ഭർത്താവിന്റെ ക്ലാർക്കുമാരെയാണ് വേല ക്കാരികളായി ഉപയോഗിക്കുന്നത്." ആർട്ഗ്നൻ ചിരിച്ചുകൊണ്ടു പറ ഞ്ഞു. "പക്ഷേ കിറ്റിക്ക് അവിടെ താമസിക്കാനുള്ള ആഗ്രഹമുണ്ടാകു മെന്നും തോന്നുന്നില്ല."

"ഞാൻ എവിടെ വേണമെങ്കിലും താമസിച്ചോളാം" കിറ്റി പറഞ്ഞു. "സുരക്ഷിതമായിരിക്കണമെന്നേയുള്ളൂ. എന്റെ താമസസ്ഥലം ആരും അറിയുകയുമരുത്."

"കിറ്റീ, നമ്മൾ ഇപ്പോൾ പിരിയാൻ പോകുന്നതുകൊണ്ട്, നിനക്ക് ഇനിമേൽ അസൂയയുണ്ടാകുകയില്ല...." ആർട്ഗ്നൻ പറഞ്ഞു.

"ഒരുമിച്ചുണ്ടെങ്കിലും പിരിഞ്ഞാലും ഞാൻ അങ്ങയെ എന്നും

സ്നേഹിച്ചുകൊണ്ടിരിക്കും" അവൾ പറഞ്ഞു.

"സ്ഥിരത ഈ ലോകത്ത് അയഥാർഥമാണ്" കൂട്ടത്തിൽ ആതോസ് ഒന്നു പിറുപിറുത്തു.

"ഞാനും നിന്നെ എന്നും സ്നേഹിക്കും കിറ്റീ" ആർട്ഗ്നൻ പറഞ്ഞു. "പക്ഷേ, ഞാൻ ഇപ്പോൾ നിന്നോടൊരു പ്രധാനപ്പെട്ട ചോദ്യം ചോദിക്കുകയാണ്. ഒരു സ്ത്രീയെ തട്ടിക്കൊണ്ടുപോയ കഥ നിന്റെ യജമാനത്തി എന്നെങ്കിലും പറഞ്ഞതായിട്ടോ സംസാരിച്ചതായിട്ടോ നീ കേട്ടിട്ടുണ്ടോ?"

"ഞാൻ ഒന്നാലോചിച്ചോട്ടെ...... നിങ്ങൾ ആ സ്ത്രീയെ സ്നേഹിക്കുകയാണോ?"

"ഇല്ല. എന്റെ സുഹൃത്തുക്കളിൽ ഒരാൾ സ്നേഹിക്കുന്നു.... ഇതാ ഈ ആതോസ്."

"ഞാനോ?" ആതോസ് പകച്ചു; ഒരു പാമ്പിനെ കണ്ടാലെന്നപോലെ.

"നിഷേധിച്ചിട്ടു കാര്യമില്ല" ആർട്ഗ്നൻ പറഞ്ഞു. "പാവം മാഡം ബോണസ്യൂവിന്റെ കാര്യത്തിൽ ഞങ്ങൾക്ക് അതുകൊണ്ട് വലിയ കാര്യമുണ്ട്. നീ ഇവിടെ വന്നപ്പോൾ ആ വാതിലിന്റെ അരികിൽക്കണ്ട ആ വൃത്തികെട്ട കൊച്ചു മനുഷ്യനെക്കണ്ടില്ലേ? അയാളാണ് അവളുടെ ഭർത്താവ്."

"അയാളെ കണ്ടപ്പോൾ ഞാൻ യഥാർഥത്തിൽ ഭയപ്പെട്ടതാണ്" അവൾ പറഞ്ഞു. "എന്തായാലും അയാൾ എന്നെ തിരിച്ചറിയാത്തതു നന്നായി."

"നിന്നെ തിരിച്ചറിയുകയോ? അയാൾ നിന്നെ മുമ്പു കണ്ടിട്ടുണ്ടെന്നാണോ?"

"യജമാനത്തിയുടെ വീട്ടിൽ അയാൾ രണ്ടുതവണ വന്നിട്ടുള്ളതാണ്."

"എപ്പോഴൊക്കെ?"

"രണ്ടോ മൂന്നോ ആഴ്ചമുമ്പാണ് ആദ്യതവണ വന്നത്."

"അതു ശരി....."

"രണ്ടാംതവണ വന്നത് ഇന്നലെ രാത്രിയിൽ."

"ഇന്നലെ രാത്രിയിലോ?"

"അതെ. അങ്ങവിടെ വരുന്നതിന് അൽപ്പംമുമ്പ്."

"ആതോസേ, നാം ചാരന്മാരുടെ വലയിൽ വീണെന്നാണ് തോന്നുന്നത്" ആർട്ഗ്നൻ ആതോസിനോടു പറഞ്ഞു. തുടർന്ന് അവൻ കിറ്റിയോടു ചോദിച്ചു. "അയാൾ നിന്നെ തിരിച്ചറിഞ്ഞതായി തോന്നുന്നുണ്ടോ?"

"അയാളെ കണ്ടപ്പോൾത്തന്നെ ഞാൻ എന്റെ മുഖത്തിലൂടെ നെറ്റു വലിച്ചിട്ടു. നെറ്റു വലിച്ചിട്ടതു താമസിച്ചു പോയോയെന്നാണ് എന്റെ സംശയം."

"ആതോസേ, അയാൾ അവിടെയെവിടെയെങ്കിലും നിൽപ്പുണ്ടോ

യെന്നു നോക്കുമോ? നിങ്ങളെപ്പറ്റി അയാൾക്കു സംശയം കുറവായിരിക്കും."

ആതോസ് പടികളിറങ്ങി താഴേക്കു ചെന്നു. അയാൾ അവിടെ ഉണ്ടായിരുന്നില്ല. ആതോസ് വീണ്ടും പടികൾ കയറി മുകളിലേക്കു വന്നു.

"അയാൾ പോയിരിക്കുകയാണ്" ആതോസ് പറഞ്ഞു. "മുൻവാതിലും പൂട്ടിയിരിക്കുന്നു."

"പ്രാവുകളൊക്കെ കൂട്ടിൽക്കയറിയിട്ടുണ്ടെന്ന് റിപ്പോർട്ടു ചെയ്യാൻ അയാൾ പോയിരിക്കുകയാവാം" ആർട്ഗ്നൻ പറഞ്ഞു.

"കൊള്ളാം, പ്രാവുകളെ നമുക്കു പറത്താം" ആതോസ് പറഞ്ഞു. "നമുക്കു പ്ലാഞ്ചെറ്റിനെ മാത്രം ഇവിടെ നിർത്താം. ഇവിടെ എന്തൊക്കെ സംഭവിക്കുന്നൂയെന്നറിയണ്ടേ."

"ആറമീസിന്റെ കാര്യം? പ്ലാഞ്ചെറ്റിനെ പോർത്തോസിനെ വിളിച്ചു കൊണ്ടുവരാൻ വിട്ടിരിക്കുകയല്ലേ."

"അതെ, അതെ. അയാൾ വരുന്നതുവരെ നമുക്ക് നോക്കി നിൽക്കാം."

തൽസമയം ആറമീസ് അവിടെ വന്നു.

ആർട്ഗ്നൻ സംഭവങ്ങൾ മുഴുവൻ അയാളോടും പറഞ്ഞു. ഏതെങ്കിലും ഒരു സമ്പന്ന കുടുംബത്തിൽ കിറ്റിക്കൊരു ജോലി തരപ്പെടുത്താൻ അവൻ അയാളെ നിർബന്ധിച്ചു.

ആറമീസ് ഒരുനിമിഷം ആലോചിച്ചു. തുടർന്ന് അയാൾ ചോദിച്ചു: "ഇത് നിങ്ങൾക്ക് വളരെ അത്യാവശ്യമുള്ള കാര്യമാണോ?"

"അതു ചെയ്യുകയാണെങ്കിൽ നിങ്ങളുടെ ജീവിതത്തിൽ എനിക്കെപ്പോഴും കടപ്പാടുണ്ടായിരിക്കും."

"മാഡം ട്രേസി എന്നോടു ഈയിടെയായി പറഞ്ഞതാണ് നാട്ടിൻ പുറത്തു താമസിക്കുന്ന അവരുടെ സമ്പന്നബന്ധുവിന് ഒരു വേലക്കാരി പെണ്ണിനെ വേണമെന്ന്. ഇവളുടെ സ്വഭാവം കുഴപ്പമൊന്നുമില്ലല്ലോ...."

"സർ...." കിറ്റി പറഞ്ഞു. "ഈ പാരീസ് വിടാൻ സഹായിക്കുന്ന ആർക്കു വേണ്ടിയും ഞാൻ എന്തും ചെയ്യും."

"കൊള്ളാം" ആറമീസ് പറഞ്ഞു.

അയാൾ അവിടെയിരുന്ന് ഒരു കത്തെഴുതി. ഒപ്പുവയ്ക്കുകയും മോതിരം കൊണ്ടൊരു മുദ്രയും അതിൽ പതിച്ചശേഷം കിറ്റിക്കു കൊടുത്തു.

"കിറ്റീ" ആർട്ഗ്നൻ പറഞ്ഞു. "ഇനി നമുക്ക് ഇവിടെനിന്നും രക്ഷപ്പെടണം. നിനക്കും അതുപോലെ തന്നെയാണ്.... നല്ലകാലത്ത് ഇനിയും നമുക്ക് കണ്ടുമുട്ടാം."

"അതെന്നായാലും എവിടെയായാലും" അവൾ പറഞ്ഞു. "അന്നും ഞാൻ ഇന്ന് നിങ്ങളെ സ്നേഹിക്കുന്നതുപോലെ സ്നേഹിച്ചുകൊണ്ടിരിക്കണം."

"നടക്കും" അർത്ഥംവച്ച് ആതോസ് പറഞ്ഞു.

ആർട്ഗ്നൻ കിറ്റിയോടൊപ്പം താഴേക്കു പടിയിറങ്ങി. അവളെ യാത്ര യാക്കാൻ.

കുറച്ചുകഴിഞ്ഞപ്പോൾ ആർട്ഗ്നനും ആറമീസും ആതോസും അവിടംവിട്ടു. നാലുമണിക്ക് ആതോസിന്റെ വീട്ടിൽ ഒരുമിച്ചു കൂടാനായിരുന്നു അവരുടെ തീരുമാനം. പ്ലാഞ്ചെറ്റിനെ വീടുകാക്കാൻ അവിടെ നിർത്തുകയും ചെയ്തു.

ആറമീസ് വീട്ടിലേക്കു പോയി.

ആതോസും ആർട്ഗ്നനും വൈരമോതിരം പണയംവയ്ക്കാനും.

മുന്നൂറു പിസ്റ്റൽസിന് അവർ അതു പണയപ്പെടുത്തി. അതു വിറ്റാൽ അഞ്ഞൂറ് പിസ്റ്റൽസ് കൊടുക്കാമെന്ന് പണയക്കാരൻ പറഞ്ഞു. പക്ഷേ അവർ കൊടുക്കാൻ ആഗ്രഹിച്ചതേയില്ല.

ആതോസിനും ആർട്ഗ്നനും നല്ല പ്രാവീണ്യം യുദ്ധമുറകളിൽ ഉണ്ടായിരുന്നു. അതിനാൽ എന്തൊക്കെ ആയുധങ്ങളാണ് വേണ്ടതെന്ന് അവർക്ക് നന്നായി അറിയാമായിരുന്നു. രണ്ടു മൂന്നു മണിക്കൂർകൊണ്ട് അവർ അവർക്കുവേണ്ടുന്ന സാധനങ്ങൾ വാങ്ങി. വിലപേശുന്ന പരിപാടി ആതോസിനുണ്ടായിരുന്നില്ല. ഇഷ്ടപ്പെട്ട സാധനം പറയുന്ന വിലയ്ക്കു അയാൾ വാങ്ങും. പക്ഷേ, ആർട്ഗ്നൻ അങ്ങനെയായിരുന്നില്ല. വിലയുടെ പുറകേ നിന്നു കെഞ്ചുന്നത് ഗാസ്കനേ പറ്റുകയുള്ളൂയെന്നും ഒരു തറവാട്ടിൽപിറന്നയാളിന് അതിന് പറ്റുകയില്ലെന്നും ആതോസ് ആർട്ഗ്നനോടു പലപ്പോഴും പറയുമായിരുന്നു.

അഞ്ചു വയസ്സ് പ്രായമുള്ള ഒന്നാന്തരം ഒരു കുതിരയെ ആതോസു കണ്ടു. അവനതിനെ അടിമുടി പരിശോധിച്ചു. ആയിരം ലിവറിസ് കൊടുത്തശേഷം അവൻ അതുവാങ്ങി.

വേണമെങ്കിൽ കുറഞ്ഞവിലയ്ക്ക് അതിനെ വാങ്ങാമായിരുന്നു. ആർട്ഗ്നൻ വിലപേശിക്കൊണ്ടിരുന്ന അവസരത്തിൽ, ആതോസ് അതിന്റെ തുകയെണ്ണി മേശപ്പുറത്തു വച്ചുകൊടുത്തിരുന്നു.

മുന്നൂറു ലിവറിസിന് ഒരു കരുത്തനായ പിക്കാർഡ്സ് ഇനത്തിലെ കുതിരയെ ഗ്രിമൗഡിനു വേണ്ടിയും വാങ്ങി.

കുതിരയ്ക്കുള്ള ജീനിയും മറ്റായുധങ്ങളും ഒക്കെ വാങ്ങിയപ്പോൾ ആതോസിന്റെ കൈവശമുണ്ടായിരുന്ന പണം മുഴുവൻ തീർന്നു. ഇനിയുള്ള സാധനങ്ങൾക്ക് താൻ പണം നൽകിക്കോളാമെന്ന് ആർട്ഗ്നൻ പറഞ്ഞു. പക്ഷേ ആതോസ് അതിനു സമ്മതിച്ചില്ല.

“ആ വൈരമോതിരത്തിന് എന്തു പണം തരാമെന്നാണ് ആ പണയ വ്യാപാരി പറഞ്ഞത്?” ആതോസ് ചോദിച്ചു.

“അഞ്ഞൂറ് പിസ്റ്റൽസ്.”

“അപ്പോൾ ഇനി ഇരുന്നൂറുകൂടി കിട്ടുമല്ലോ. നൂറ് എനിക്കും; നൂറ് നിങ്ങൾക്കും. വാസ്തവത്തിൽ അതു നല്ലൊരു തുകയാണ്. നമുക്കീ വൈരമോതിരത്തെ അയാൾക്കു വിൽക്കാം” ആതോസ് പറഞ്ഞു.

“എന്ത്? നിങ്ങൾ അതു വിൽക്കാൻ പറയുകയാണോ?”

"ആ മോതിരം എന്നിൽ ദുഃഖകരമായ ഓർമകൾ ജനിപ്പിക്കും. മാത്ര മല്ല അതു തിരിച്ചെടുക്കാൻ നമ്മുടെ കൈയിൽ പണം കിട്ടിയെന്നുവരി കയും ഇല്ല. അതിനാൽ നമുക്കതിനെ വിൽക്കാം. വരൂ.... നമുക്ക് ആ പണയവ്യാപാരിയെ പോയിക്കാണാം."

"ആതോസ്, ഒന്നുകൂടി ആലോചിക്കൂ."

"ഇക്കാലത്ത് പണം നമുക്ക് ഇത്തിരിക്കുറവാണ്. നാം അതിനു വേണ്ടി ത്യാഗം ചെയ്യണം. ആർട്ഗ്നൻ, ഒന്നു വേഗം അയാളുടെ അരികി ലേക്കു പോകൂ."

അരമണിക്കൂറിനുശേഷം ആർട്ഗ്നൻ പണവുമായി മടങ്ങി വന്നു.

എങ്ങനെ അപ്രതീക്ഷിതമായിട്ട് ആതോസിന് പണം കിട്ടിയതെന്ന് നിങ്ങൾക്കിപ്പോൾ മനസിലായല്ലോ.

39

ഒരു ദർശനം

നാലു മണിക്ക് ആ നാലു സുഹൃത്തുക്കളും ആതോസിന്റെ വീട്ടിൽ ഒത്തുകൂടി. ആയുധങ്ങളെ സംബന്ധിച്ചുള്ള അവരുടെ പ്രശ്നങ്ങൾ അതിനകം അപ്രത്യക്ഷമായിരുന്നു. അവർക്കിപ്പോൾ അവരവരുടെ രഹസ്യമായ ചില വിഷയങ്ങൾ മാത്രമേയുള്ളൂ. ഭാവി ഉൽക്കണ്ഠകളെല്ലാം എല്ലായ്പ്പോഴും വർത്തമാന സന്തോഷത്തിന്റെ മറവിലായിരിക്കുമല്ലോ.

ആർട്ഗ്നന്റെ മേൽവിലാസത്തിലുള്ള രണ്ടു കത്തുകളുമായി പ്ലാഞ്ചെറ്റ് അപ്പോൾ അവിടെയെത്തി.

ഒന്നൊരു ചെറിയ കത്തായിരുന്നു. നീളംവാക്കിൽ മടക്കി ഒട്ടിച്ച ശേഷം ഒരു പ്രാവ് ഒരു ഇലച്ചില്ലയും കൊത്തിപ്പറക്കുന്ന ഒരു മുദ്ര പതിപ്പിച്ചിരുന്നു. രണ്ടാമത്തെ കത്ത് വലുതും സമചതുരാകൃതിയിൽ ഉള്ളതുമായിരുന്നു. കർദിനാളിന്റെ മുദ്രയായിരുന്നു അതിലുണ്ടായിരുന്നത്.

ചെറിയ കത്തുകണ്ടപ്പോൾ ആർട്ഗ്നന്റെ ഹൃദയം ചാടിമറിഞ്ഞു. കാരണം അതിലെ കയ്യക്ഷരം അവൻ തിരിച്ചറിഞ്ഞു. ആ കയ്യക്ഷരം അവൻ ഒരു തവണയേ മുമ്പു കണ്ടിട്ടുള്ളൂവെങ്കിലും അത് മനസിൽ നിന്നും മായാതെ കിടന്നിരുന്നു.

അവൻ ആ ചെറിയ കത്തു പൊട്ടിച്ചു വായിച്ചു.

വരുന്ന ബുധനാഴ്ച വൈകുന്നേരം ആറിനും ഏഴുമണിക്കുമിടയിൽ ചായ്ലോട്ട് റോഡിലൂടെ ഒന്നുവരുമോ. അതിലേ കടന്നുപോകുന്ന എല്ലാ കുതിരവണ്ടികളും ശ്രദ്ധിക്കണേ. പക്ഷേ, നിങ്ങൾ സ്വന്തം ജീവനെയും നിങ്ങൾ സ്നേഹിക്കുന്നവരുടെ ജീവനെയും സ്നേഹിക്കുകയാണെങ്കിൽ വണ്ടിയിലിരിക്കുന്ന എന്നെ കണ്ടതായി മാത്രം ഭാവിക്കരുത്. നിങ്ങളെ ഒരു നോക്കുകാണാനാണ് ഞാൻ അതുവഴി വരുന്നത്; ഞാൻ ഇതു ചെയ്യുന്നതുതന്നെ വളരെ അപകടകരമാണെന്ന് എനിക്കറിയാം.

അതിൽ ഒപ്പില്ലായിരുന്നു.

"ഇതൊരു ചതിയാണ്" ആതോസ് പറഞ്ഞു. "പോകരുത്."

"പക്ഷേ കൈയക്ഷരം എനിക്കറിയാമെന്നു തോന്നുന്നു." ആർട്ഗ്നൻ പറഞ്ഞു.

"ഇതൊരു കള്ളത്തരമായിരിക്കും. ആറുമണി ഏഴുമണി നേരങ്ങളിൽ ആ ചായ്‌ലോട്ട് റോഡ് വിജനമായിരിക്കും" ആതോസ് പറഞ്ഞു.

"നമുക്കു എല്ലാപേർക്കുംകൂടി പോകാമെന്നാണ് ഞാൻ വിചാരിക്കുന്നത്" ആർട്ഗ്നൻ പറഞ്ഞു. "അവർക്ക് നമ്മെ നാലുപേരെയും നാലു വേലക്കാരെയും നാലു കുതിരകളെയും പിന്നെ നമ്മുടെ ആയുധങ്ങളെയും വിഴുങ്ങാനാവില്ലല്ലോ."

"ഒരുപക്ഷേ നമ്മുടെ ആയുധങ്ങൾ നമുക്ക് പുറത്തുകാണിക്കാനുള്ള ഒരു നല്ല അവസരം കൂടിയായിരിക്കും ഇത്" പോർത്തോസ് പറഞ്ഞു.

"പക്ഷേ ഒരു സ്ത്രീയാണിത് എഴുതിയിരിക്കുന്നതെങ്കിൽ...." ആറമീസ് പറഞ്ഞു. "പുറത്തു കാണാൻ അവൾ ആഗ്രഹിക്കുന്നില്ലെന്നും അതിൽ പറയുന്നുണ്ട്. ഒരു സ്ത്രീയാണെങ്കിൽ നമുക്ക് ശല്യപ്പെടുത്താതെ നോക്കണം."

"നമുക്ക്, പുറകിൽ നിൽക്കാം" പോർത്തോസ് പറഞ്ഞു. "ആർട്ഗ്നൻ മാത്രം മുമ്പിൽ ഒറ്റയ്ക്കു നിൽക്കട്ടെ."

"പക്ഷേ വണ്ടിയിൽനിന്നും പോകുമ്പോൾ എത്ര ദൂരത്തേക്കും അവർക്കു വെടിവയ്ക്കാനാകുമല്ലോ."

"അതൊന്നും നമുക്ക് ഏൽക്കില്ല" ആർട്ഗ്നൻ ആത്മവിശ്വാസത്തോടെ പറഞ്ഞു. "അങ്ങനെയെങ്കിൽ നാം എല്ലാവരും പാഞ്ഞ് വണ്ടിക്കു മുൻപിൽ കയറണം. എന്നിട്ട് അതിനകത്തുള്ള ആളുകളെ വകവരുത്തണം. അപ്പോൾ അത്രയും ശത്രുക്കളെ കുറഞ്ഞു കിട്ടിയെന്ന് നമുക്ക് മനസിലാകുകയും ചെയ്യും."

"അതു ശരിയാണ്" പോർത്തോസ് പറഞ്ഞു. "നമുക്ക് യുദ്ധം ചെയ്യാം. നമുക്ക് നമ്മുടെ ഉപകരണങ്ങൾ ഉപയോഗിക്കാനുള്ള ഒരവസരവും കിട്ടും."

"നമുക്ക് അതുതന്നെ ചെയ്യാം" ആറമീസ് അന്തസോടെ പറഞ്ഞു. "ആനന്ദിക്കേണ്ട ഒരവസരം നാം കളഞ്ഞുകുളിക്കുന്നതെന്തിനാണ്?"

"ഞാൻ തയാറാണ്" ആതോസ് പറഞ്ഞു.

"മാന്യരേ" ആർട്ഗ്നൻ പറഞ്ഞു. "ഇപ്പോൾത്തന്നെ സമയം നാലരയായി. ഇപ്പോഴേ നീങ്ങിയാലേ ആറുമണിക്ക് ചായ്‌ലോട്ട് റോഡിൽ എത്താനാകൂ."

"നാം താമസിച്ചാണിറങ്ങുന്നതെങ്കിൽ" പോർത്തോസ് പറഞ്ഞു. "നമ്മെ കാണാനായി അവിടെ ആരും ഉണ്ടാകുകയില്ല; അതു നമുക്ക് നാണക്കേടാകും. നമുക്കുപോകാൻ തയാറാകാം.

"രണ്ടാമത്തെ കത്തു വായിച്ചില്ലല്ലോ" ആതോസ് ആർട്ഗ്നനോടു ചോദിച്ചു. "നിങ്ങളതു മറന്നുപോയോ? അതിലെ സീൽകണ്ടാൽ അറിയു

മല്ലോ അതു പ്രധാനപ്പെട്ട ഒരു കത്താണെന്ന്. നാം പൊട്ടിച്ചുവായിച്ചു കഴിഞ്ഞ ആ ചെറിയ കുറിപ്പിനെക്കാൾ പ്രാധാന്യം മറ്റേ കത്തിനാണ് ഞാൻ നൽകുന്നത്."

ആർട്ഗ്നന്റെ മുഖം ചുവന്നു.

"ശരി, മാന്യരേ" അവൻ പറഞ്ഞു. "കർദിനാൾ ഈ കത്തിൽ എന്താണു പറയുന്നതെന്നു നമുക്കു നോക്കാം."

മോൺസ്യൂർ ആർട്ഗ്നൻ,

ഇന്നു രാത്രിയിൽ എട്ടുമണിക്ക് എസാർട്സ് കമ്പനിയിലെ ഭടനായ താങ്കൾ പാലെയ്സിലെ കർദിനാളിന്റെ കൊട്ടാരത്തിൽ ഹാജരാകണമെന്ന് അറിയിക്കുന്നു.

ലാഹൗഡിനിയറി
ഭടന്മാരുടെ ക്യാപ്റ്റൻ

"ആദ്യത്തേതിനെക്കാൾ അത്ഭുതമാണല്ലോ രണ്ടാമത്തേത്" ആതോസ് പറഞ്ഞു.

"ആദ്യത്തേത് കഴിഞ്ഞിട്ട് ഇതിനു പോകണം" ആർട്ഗ്നൻ പറഞ്ഞു. "ആദ്യത്തേത് ഏഴു മണിക്കല്ലേ. രണ്ടാമത്തേത് എട്ടുമണിക്കും. എനിക്കു രണ്ടിനും നേരമുണ്ട്."

"ഞാൻ നിങ്ങളുടെ സ്ഥാനത്താണെങ്കിൽ രണ്ടാമത്തെ സ്ഥലത്തു പോകുകയില്ല" ആറമീസ് പറഞ്ഞു. "ഒരു മാന്യനായ പുരുഷന് ഒരു സ്ത്രീയുമായുള്ള കൂടിക്കാഴ്ച ഉപേക്ഷിക്കാനാവില്ല. പക്ഷേ കർദിനാളിന്റെ ക്ഷണം ഉപേക്ഷിക്കുന്നതിന് കുഴപ്പമൊന്നുമില്ല. കുഞ്ഞുവർത്തമാനം പറയാനൊന്നുമല്ലല്ലോ വിളിക്കുന്നത്."

"ആറമീസ് പറയുന്നതിനോട് ഞാൻ യോജിക്കുകയാണ്" പോർത്തോസ് പറഞ്ഞു.

"കർദിനാൾ എന്നെ മുമ്പൊരിക്കൽ ക്ഷണിച്ചിട്ടുണ്ട്. മോൺസ്യൂർ കാവോയ്‌വഴിയായിരുന്നു ക്ഷണം" ആർട്ഗ്നൻ പറഞ്ഞു. "ഞാൻ അതു കാര്യമാക്കിയില്ല. പക്ഷേ ചിലത് ഭയാനകമായതു സംഭവിച്ചു. കോൺസ്റ്റൻസിനെ കാണാനായി ഇത്തവണ ഞാൻ എന്തായാലും പോകുകയാണ്."

"പോകാൻ മനസിൽ തീരുമാനിച്ചെങ്കിൽ പോകൂ" ആതോസ് പറഞ്ഞു.

"നിങ്ങളെ ബാസ്റ്റിലീ ജയിലിലടച്ചാൽ?" ആറമീസ് സംശയം പ്രകടിപ്പിച്ചു.

"നിങ്ങളെല്ലാവരുംകൂടി എന്നെ രക്ഷപ്പെടുത്തണം."

"തീർച്ചയായും ഞങ്ങളതു ചെയ്യും" ആറമീസും പോർത്തോസും പറഞ്ഞു. ഒരു വലിയ കോട്ടയ്ക്കകത്തുനിന്നും ഒരാളിനെ രക്ഷപ്പെടുത്തുന്നത് നിസ്സാരമെന്ന രീതിയിലാണ് അവർ പറഞ്ഞത്. "പക്ഷേ മറ്റെന്നാൾ നമുക്ക് പാരീസ് വിടേണ്ടതുള്ളതുകൊണ്ട് ഇത്തരം ചതികളിൽ പോയി ച്ചാടാതിരിക്കുന്നതാണ് നല്ലത്."

"നമുക്ക് അയാളോടൊപ്പം വൈകുന്നേരം നിൽക്കാം" ആതോസ് പറഞ്ഞു. "കൊട്ടാരത്തിൽ മൂന്നു പ്രവേശനകവാടങ്ങളുണ്ടല്ലോ. ഓരോയിടത്തും നമുക്കോരോരുത്തർക്കും നിൽക്കാം; വാതിലടച്ചുകൊണ്ട്. സംശയം തോന്നുന്നവിധത്തിൽ ഏതെങ്കിലും വണ്ടി വന്നാലുടനെ നമുക്ക് അതിനെ തകർക്കണം. കർദിനാളിന്റെ ആളുകളെ പിടികൂടിയിട്ടു കുറേക്കാലമായല്ലോ. അല്ലെങ്കിൽ ട്രിവീലി വിചാരിക്കും നമ്മളാരും ജീവിച്ചിരിപ്പില്ലെന്ന്."

"നിങ്ങൾ മിടുക്കനാണല്ലോ" ആറമീസ് പറഞ്ഞു. "ഈ പദ്ധതിയെക്കുറിച്ച് നിങ്ങൾ എന്തുപറയുന്നു സുഹൃത്തുക്കളേ."

വളരെ അഭിലഷണീയമായ പദ്ധതിയാണിതെന്ന് പോർത്തോസും ആർട്ഗ്നനും അങ്ങു പ്രഖ്യാപിച്ചു.

"ഞാൻ നമ്മുടെ താവളത്തിൽച്ചെന്ന് എല്ലാവരോടും എട്ടുമണിക്കു തയാറാകാൻ പറയട്ടെ" പോർത്തോസു പറഞ്ഞു. "കർദിനാളിന്റെ കൊട്ടാരത്തിന്റെ മുന്നിൽവച്ച് നമുക്ക് കണ്ടുമുട്ടണം. നിങ്ങളുടെ വേലക്കാരോട് ഇതിനകം കുതിരകളെ തയാറാക്കാൻ പറയൂ."

"എനിക്കു കുതിരയില്ല" ആർട്ഗ്നൻ പറഞ്ഞു. "പക്ഷേ ഒരെണ്ണം മോൺസ്യൂർ ട്രിവീലിയിൽനിന്നും ഞാൻ കടം വാങ്ങിച്ചോളാം."

"അതിന്റെ ആവശ്യമില്ല" ആറമീസ് പറഞ്ഞു. "ഞാനൊരെണ്ണം തരാം."

"നിങ്ങളുടെ കൈവശം എത്ര കുതിരകൾ ഉണ്ട്?" ആർട്ഗ്നൻ ചോദിച്ചു.

"മൂന്നെണ്ണം" ആതോസ് പറഞ്ഞു.

"മൂന്നെണ്ണമോ!" ആതോസ് ആശ്ചര്യപ്പെട്ടു. "മൂന്നു കുതിരയുള്ള ഫ്രാൻസിലെ ഒരേയൊരു കവി നിങ്ങളായിരിക്കും."

"നിങ്ങൾക്കെന്തായാലും അത്രയും കുതിരകളെ ആവശ്യമില്ലല്ലോ" ആർട്ഗ്നൻ പറഞ്ഞു. "പിന്നെന്തിനാണ് നിങ്ങൾ മൂന്നു കുതിരകളെ സൂക്ഷിക്കുന്നത്?"

"ഞാൻ രണ്ടെണ്ണമേ വാങ്ങിച്ചിട്ടുണ്ടായിരുന്നുള്ളൂ" ആറമീസ് പറഞ്ഞു.

"പിന്നെ മൂന്നാമത്തേത് ആകാശത്തുനിന്നും പൊട്ടിവിരിഞ്ഞതാണോ?"

"അല്ല. അത് ഇന്ന് രാവിലെ വീട്ടുപടിക്കൽ എത്തിച്ചതാണ്. തന്റെ യജമാനൻ തന്നയച്ചതാണെന്നേ ആ കുതിരക്കാരൻ പറഞ്ഞുള്ളൂ. എന്നാൽ യജമാനന്റെ പേരയാൾ പറഞ്ഞതുമില്ല."

"അതോ വല്ല യജമാനത്തിയുമോ?" ആർട്ഗ്നൻ അർഥം വച്ചു ചോദിച്ചു.

ആറമീസിന്റെ മുഖം വാടി. "കൂടുതൽ വിശദീകരണമൊന്നുമില്ല. മൂന്നാമതൊരു കുതിരയെ എനിക്കു സമ്മാനമായിക്കിട്ടിയതാണെന്നും പേരു പറയാത്ത ഒരു സ്നേഹിതൻ തന്നതാണെന്നും മാത്രം അറി

ഞ്ഞാൽ മതി."

"ഇത്തരം കാര്യങ്ങൾ കവികൾക്കേ സംഭവിക്കൂ" ആതോസ് പറഞ്ഞു.

"എനിക്കിപ്പോൾ പുതിയൊരാശയം തോന്നുന്നു" ആർട്ഗ്നൻ പറഞ്ഞു. "നിങ്ങളുടെ കൈവശമുള്ള കുതിരകളിൽ ഒരെണ്ണം ബാസിനുള്ളതാണല്ലോ. ബാക്കിയുള്ള രണ്ടെണ്ണത്തിൽ ഏതാണ് നിങ്ങൾക്കു വേണ്ടത്. വാങ്ങിയതോ അതോ സമ്മാനമായി കിട്ടിയതോ?"

"തീർച്ചയായും കിട്ടിയതു തന്നെ" ആർട്ഗ്നൻ പറഞ്ഞു. അല്ലാത്ത പക്ഷം അത് എനിക്കൊരു അപമാനമായിരിക്കും; സമ്മാനം തന്നയാളിനെ അപമാനിക്കാനും പാടില്ലല്ലോ."

"അപ്പോൾ നിങ്ങൾ വാങ്ങിച്ചുവച്ച കുതിരയ്ക്ക് ഉപയോഗമില്ലേ?" ആർട്ഗ്നൻ വീണ്ടും ചോദിച്ചു.

"ഇല്ലെന്നു തോന്നുന്നു."

"തന്നത്താനാണോ നിങ്ങൾ അതു തെരഞ്ഞെടുത്തത്?"

"അതെ. ശ്രദ്ധാപൂർവം തന്നെയാണ് തെരഞ്ഞെടുത്തതും; കാരണം നിങ്ങൾക്കറിയാമല്ലോ; കുതിരയെ ആശ്രയിച്ചായിരിക്കും കുതിരക്കാരന്റെ ജീവനും സുരക്ഷിതത്വവും."

"ഞാനതിനു എത്ര പണവും തരാം. എനിക്കു വിട്ടുതരൂ."

"ഞാനതു പറയാനൊരുങ്ങിയതാണ്. നിങ്ങൾ കുതിരയെ എടുത്തോളൂ. പണംകിട്ടുമ്പോൾ തന്നാൽ മതി. ധൃതിയില്ല."

"എത്ര രൂപയാണ് ഞാൻ തരേണ്ടത്?"

"എണ്ണൂറ് ലിവറി."

ആർട്ഗ്നൻ പോക്കറ്റിൽ കൈയിട്ടു. "ഇതാ എൺപതു പിസ്റ്റൽസുകളുണ്ട്. അല്ലെങ്കിലും കവികൾക്ക് പിസ്റ്റൽസായി കിട്ടാനാണിഷ്ടം. കവിതകൾക്ക് പിസ്റ്റൽസിലാണല്ലോ പ്രതിഫലംതന്നെ കിട്ടുന്നത്."

"അപ്പോൾ നിങ്ങളുടെ കൈയിൽ പണമുണ്ടല്ലോ?"

"ഞാൻ സമ്പന്നനാണേ, സുഹൃത്തേ സമ്പന്നനാണേ" ആർട്ഗ്നൻ പോക്കറ്റിൽ കൈയിട്ട് നാണയം കുലുക്കി കാണിച്ചുകൊടുത്തു.

"ജീനിയെ കൊണ്ടു പൊയ്ക്കോളൂ. എന്നിട്ട് ഞങ്ങളുടെ കുതിരയോടൊപ്പം നിങ്ങളും കൊണ്ടുവരൂ."

"ശരി. ഇനി നമുക്ക് സമയം പാഴാക്കാനില്ല. ഇപ്പോൾത്തന്നെ അഞ്ചുമണി കഴിഞ്ഞു."

കാൽമണിക്കൂർ കഴിഞ്ഞപ്പോൾ പോർത്തോസ് ഒരു ഒന്നാന്തരം സ്പാനിഷ് കുതിരപ്പുറത്തുകയറി റൂഫെറോവിൽ പ്രത്യക്ഷപ്പെട്ടു. മോസിക്യൂട്ടെൻ മറ്റൊരു ഔവർഗ്നാറ്റ് കുതിരപ്പുറത്ത് പിന്നാലെ തന്നെയുണ്ടായിരുന്നു. പോർത്തോസിന് വല്ലാത്ത ആനന്ദവും അഭിമാനവും ഉള്ളതുപോലെ.

ആ സമയത്തുതന്നെ ആറമീസ് തെരുവിന്റെ മറ്റേയറ്റത്തും എത്തി. അയാൾക്കു നല്ലൊരു ഇംഗ്ലീഷ് കുതിരയുണ്ടായിരുന്നു. അയാളുടെ

പുറകെ ബാസിനും കുതിരപ്പുറത്തുതന്നെയുണ്ടായിരുന്നു; ഒപ്പം മറ്റൊരു കുതിരയും. അതു ആർട്ഗ്നനുള്ളതായിരുന്നു.

രണ്ടു പടയാളികളും വാതിലിൽ മുട്ടി. ആതോസും ആർട്ഗ്നനും ജനാലവഴി പുറത്തേക്കു നോക്കി.

"പോർത്തോസേ, നിങ്ങൾക്ക് നല്ല കുതിരയാണല്ലോ" ആറമീസ് പറഞ്ഞു.

"അതെ" പോർത്തോസ് പറഞ്ഞു. "ഇതാണ് എനിക്കു വേണ്ടിയിരുന്ന കുതിര. ആദ്യത്തെ ആ മഞ്ഞക്കുതിര ആ വക്കീലിന്റെ കള്ളപ്പണിയായിരുന്നു. പക്ഷേ, അയാൾക്കു കണക്കിനു കൊടുത്തപ്പഴേ എനിക്കു തൃപ്തിയായുള്ളൂ."

യജമാനന്മാർക്കുള്ള കുതിരകളുമായി പ്ലാഞ്ചെറ്റും ഗ്രിമൗഡും ഇറങ്ങി വന്നു. ആർട്ഗ്നനും ആതോസും ഒപ്പം ചേർന്നു. അങ്ങനെ അവർ നാലുപേരുംകൂടി കുതിരപ്പുറത്തുകയറി പാഞ്ഞു. ആതോസിന് തന്റെ കുതിരയ്ക്ക് ഭാര്യയോടാണ് കടപ്പാട്. ആറമീസിന് തന്റെ കാമുകിയോടും. പോർത്തോസിനു കൊടുത്തത് വക്കീലിന്റെ ഭാര്യയാണ്. എന്നാൽ ആർട്ഗ്നനു കിട്ടിയത് ഏറ്റവും നല്ല ഭാഗ്യദേവതയിൽനിന്നും.

വേലക്കാർ നാലുപേരും അവരുടെ പിന്നാലെ ഉണ്ടായിരുന്നു.

പോർത്തോസ് കുതിരയാത്രയ്ക്കിടയിൽ ഇങ്ങനെ ചിന്തിച്ചു. താനീ സ്പാനിഷ് കുതിരപ്പുറത്തുകയറി കുതിച്ചുപായുന്നത് മാഡം കോക്വിനാർഡ് കണ്ടിരുന്നെങ്കിൽ തന്റെ ഭർത്താവിന്റെ ആ ഉറച്ച പെട്ടി കുത്തിക്കീറിയതിൽ അവൾ ദുഃഖിക്കില്ലായിരുന്നുയെന്ന്.

ലൗപ്രിക്കരികിൽ വച്ച് അവർ മോൺസ്യൂർ ട്രിവീലിയെ കണ്ടു. ജെർമെയ്നിൽനിന്നും അദ്ദേഹം മടങ്ങി വരികയായിരുന്നു. അന്തസുള്ള അവരുടെ കുതിപ്പു കണ്ടപ്പോൾ അദ്ദേഹം അവരെ നിർത്തി അഭിനന്ദനം പറയുന്നതിനുവേണ്ടി. നാടകീയമായ അവരുടെ വരവും കുതിപ്പും കണ്ടപ്പോൾ നല്ലൊരുപറ്റം ആളുകൾ അവിടെക്കൂടി.

കർദിനാളിന്റെ ആ കത്തിനെപ്പറ്റി മോൺസ്യൂർ ട്രിവീലിയോടു പറയാൻ ആ അവസരം ഉപയോഗിക്കാമെന്നു ആർട്ഗ്നൻ വിചാരിച്ചു. മറ്റേ എഴുത്തിനെപ്പറ്റി അവൻ ഒന്നും പറഞ്ഞില്ല. ട്രിവീലി അവന്റെ തീരുമാനത്തെ എതിർത്തില്ല. പിറ്റേദിവസം അവനെ പുറത്തുകണ്ടില്ലെങ്കിൽ എവിടെയാണെങ്കിലും വന്ന് രക്ഷിച്ചുകൊള്ളാമെന്ന് ട്രിവീലി പറഞ്ഞു.

സമയം ആറടിച്ചു. ഒരു ചുമതല പൂർത്തിയാക്കാനുണ്ടെന്നു പറഞ്ഞ് അവർ ട്രിവീലിയോടു യാത്ര ചോദിച്ചു; വീണ്ടും കുതിച്ചു.

അവർ ചായ്ലോട്ട് റോഡിലേക്കു കുതിച്ചപ്പോൾ പകൽവെളിച്ചം നന്നേ മങ്ങിത്തുടങ്ങിയിരുന്നു. വണ്ടികൾ ഇരുവശത്തുനിന്നും വളരെ വേഗം പാഞ്ഞുവരുന്നതായി ആർട്ഗ്നൻ കണ്ടു. തന്നെ കാണണമെന്ന് പറഞ്ഞ ആൾ അതിനകത്തുണ്ടാകാം; അവൻ കരുതി. ഒന്നിലുമുണ്ടായില്ല.

വീണ്ടും ഒരു പതിനഞ്ചു മിനിറ്റു കഴിഞ്ഞിട്ടുണ്ടാകും. ഇരുട്ടു പരന്നു

തുടങ്ങി. ഒരു വണ്ടി വേഗത്തിൽ അടുത്തുവന്നു. അടുത്തനിമിഷത്തിൽ ആ വണ്ടി ആർട്ഗ്നന്റെ അരികിലെത്തി. അവന്റെ ഹൃദയം ചാഞ്ചാടി. ഒരു സ്ത്രീയുടെ മുഖം വണ്ടിയുടെ ജനാലയിൽ പ്രത്യക്ഷപ്പെട്ടു. രണ്ടു വിരലുകൾ അടയാളമായി അവൾ ചുണ്ടിൽ ചേർത്തുവച്ചിരുന്നു – ഒന്നുകിൽ അത് ചുംബനത്തിന്റെ അടയാളമാകാം; അല്ലെങ്കിൽ ഒന്നും മിണ്ടരുതേയെന്നുള്ളതാകാം.

അവളെ കണ്ടപ്പോൾ ആർട്ഗ്നൻ ആനന്ദംകൊണ്ടു തുള്ളിപ്പോയി. അത് മാഡം ബോണസ്യൂ കോൺസ്റ്റൻസ് ആയിരുന്നു. വണ്ടി പാഞ്ഞുപോയപ്പോൾ ഒരു മിന്നായംപോലെ മാത്രമേ അവൻ അവളെ കണ്ടുള്ളൂ.

കത്തിലുണ്ടായിരുന്ന മുന്നറിയിപ്പുകൾ അവൻ ഒരുനിമിഷം മറന്നുപോയി. അവൻ ആ വണ്ടിക്കു പിന്നാലെ പാഞ്ഞു. കുറച്ചുകഴിഞ്ഞപ്പോൾ വണ്ടിക്കൊപ്പം എത്തുകയും ചെയ്തു. പക്ഷേ, വണ്ടിയുടെ ജനാല അടച്ചിരുന്നു; അതുകൊണ്ട് അവളുടെ ദർശനം അപ്രത്യക്ഷമായിരുന്നു.

പെട്ടെന്ന് അവൻ കത്തിലെ വാചകങ്ങൾ ഓർത്തു – നിങ്ങൾ സ്വന്തം ജീവനെയും നിങ്ങൾ സ്നേഹിക്കുന്നവരുടെ ജീവനെയും സ്നേഹിക്കുകയാണെങ്കിൽ, വണ്ടിയിലിരിക്കുന്ന എന്നെ കണ്ടതായി മാത്രം ഭാവിക്കരുത്. നിങ്ങളെ ഒരു നോക്കു കാണാനാണ് ഞാൻ അതുവഴി വരുന്നത്; ഞാൻ ഇതു ചെയ്യുന്നതുതന്നെ വളരെ അപകടകരമാണെന്ന് എനിക്കറിയാം.

ഭയന്നുകൊണ്ട് അവൻ നിന്നു. തന്നെപ്രതിയല്ല; തന്റെ പ്രിയപ്പെട്ട മാഡം ബോണസ്യൂവിനെ പ്രതി. ഇങ്ങനെ ഒരുനിമിഷം കണ്ടുനീങ്ങാൻ ഒരുപക്ഷേ അവൾ ഒരുപാടു പാടുപെട്ടിട്ടുണ്ടാകാം. നഗരത്തിലെ തിരക്കിലൂടെ വണ്ടി വേഗം പാഞ്ഞ് അപ്രത്യക്ഷമാകുകയും ചെയ്തു.

ആർട്ഗ്നൻ അനങ്ങാതെ കുതിരപ്പുറത്തുതന്നെയിരുന്നു; എന്തു ചിന്തിക്കണമെന്നുപോലും അവനറിയില്ലായിരുന്നു. അവൾ പാരീസിലേക്കു മടങ്ങുകയാണെങ്കിൽ എന്തിനാണിങ്ങനെ സാഹസത്തിലുള്ള ഒരു കൂടിക്കാഴ്ചയ്ക്ക് അവൾ ഒരുങ്ങിയത്? എന്തിനായിരുന്നു ഈ പാഞ്ഞുള്ള നോട്ടം? എന്തിനാണ് കാറ്റുവഴിയുള്ള ചുംബനം? ഇനി തനിക്കതു അവളാണെന്ന് തോന്നിയതാണെങ്കിൽ തനിക്കെതിരെയുള്ള കെണിപ്രയോഗങ്ങളിൽ ആദ്യത്തേതായിരിക്കുമെന്ന് ആർട്ഗ്നനു തോന്നി; കോൺസ്റ്റൻസിനോടുള്ള എന്റെ സ്നേഹത്തെ അവർ മുതലാക്കുന്നതായിരിക്കും.

മൂന്നു സുഹൃത്തുക്കളും ആർട്ഗ്നന്റെ അരികിലേക്കു ചെന്നു. വണ്ടിയുടെ ജനാലയിൽ ഒരു സ്ത്രീയുടെ മുഖം കണ്ടതായി അവരും ആർട്ഗ്നനോടു പറഞ്ഞു. പക്ഷേ, ആ മൂന്നുപേരിൽ മാഡം ബോണസ്യൂവിനെ പരിചയം ആതോസിനുമാത്രമേ ഉണ്ടായിരുന്നുള്ളൂ. അത് ആ സ്ത്രീതന്നെ ആയിരുന്നെന്ന് ആതോസ് പറഞ്ഞു. ഒരു പുരുഷനും അതോടൊപ്പം ഉണ്ടായിരുന്നെന്ന് ആ മിന്നിമറയലിൽ കണ്ടതായി ആതോസ് പറഞ്ഞു.

“അങ്ങനെയെങ്കിൽ” ആർട്ഗ്നൻ പറഞ്ഞു. “അയാൾ അവളെ ഒരു

ജയിലിൽനിന്നും മറ്റൊരു ജയിലിലേക്കു കൊണ്ടുപോയതായിരിക്കും. അവർ ആ പാവത്തെ എന്തൊക്കെയാണാവോ ചെയ്യുന്നത്? ഇനി എനിക്ക വളെ എന്നെങ്കിലും കാണാനാകുമോ?"

"സ്നേഹിതാ" ആതോസ് വേദനയോടു പറഞ്ഞു. "മരിച്ചവരെ മാത്രമേ ഈ ലോകത്തിൽ ഇനി ഒരിക്കലും കാണാൻ പറ്റാതെയാകുക യുള്ളൂ. നിങ്ങളുടെ പ്രിയപ്പെട്ട കോൺസ്റ്റൻസ് മരിച്ചിട്ടില്ലല്ലോ. അവൾ ആ വണ്ടിയിൽ ഉണ്ടായിരുന്നല്ലോ. അതിനാൽ നിങ്ങൾ ആഗ്രഹിക്കുന്നതി നേക്കാൾ നേരത്തെതന്നെ നിങ്ങൾക്ക് അവളെ വീണ്ടും കാണാനാകും."

ക്ലോക്കിലപ്പോൾ സമയം ഏഴരമണിയടിച്ചു. കത്തിൽ പറഞ്ഞിരുന്ന തിനേക്കാൾ അരമണിക്കൂർ വൈകിയാണ് ആ വണ്ടി നേരത്തെ കടന്നു പോയത്. രണ്ടാമത്തെ കത്തിന്റെ കാര്യം സ്നേഹിതന്മാർ ആർട്ഗ്നനെ ഓർമപ്പെടുത്തി. വേണമെങ്കിൽ തനിക്കിപ്പോൾ കർദിനാളിനെ കാണാ നുള്ള അസൗകര്യമുണ്ടെന്ന് പറയുന്ന ഒരു കത്തുവേണമെങ്കിൽ അദ്ദേ ഹത്തിനു എഴുതിക്കൊടുക്കാനുള്ള സമയമുണ്ടെന്നും അവർ അവനോടു പറഞ്ഞു.

പക്ഷേ, ആർട്ഗ്നൻ പിടിവാശിക്കാരനും ജിജ്ഞാസാലുവുമാണ്. കർദിനാളിന്റെ കൊട്ടാരത്തിൽ പോകണമെന്ന് അയാൾ തീരുമാനിച്ചു കഴിഞ്ഞതാണ്. എന്താണാവോ വിശേഷം? അതു കണ്ടുപിടിക്കേണ്ടതു ണ്ടെന്ന് അവനു തോന്നി. സ്നേഹിതന്മാരുടെ അഭിപ്രായങ്ങൾ ഒന്നും തന്നെ അവന്റെ തീരുമാനത്തെ മാറ്റിയതില്ല.

അവർ നാലുപേരുംകൂടി കർദിനാളിന്റെ കൊട്ടാരത്തിലേക്കു പുറ പ്പെട്ടു. പോർത്തോസ് പന്ത്രണ്ടു പടയാളികളെ തയാറാക്കി നിർത്തിയി രുന്നു. എന്തിനാണ് അവരെ തയാറാക്കി നിർത്തിയിരിക്കുന്നതെന്നുള്ള കാര്യം പോർത്തോസ് അപ്പോഴാണ് പറഞ്ഞത്.

ആർട്ഗ്നൻ ഒരിക്കൽ തങ്ങളുടെ ഒപ്പം പടയാളികളുടെ കൂട്ടത്തിൽ വരേണ്ട ആളാണെന്ന് സ്നേഹിതന്മാർക്കറിയാമായിരുന്നു. അതുകൊണ്ട് അന്നു രാത്രിയിൽ അവനോടൊപ്പം നിൽക്കാമെന്ന് അവർ സമ്മതിച്ചു. അന്ന് അവർക്ക് ഒരു പ്രത്യേക സന്തോഷം തോന്നിയ ദിവസമായിരുന്നു. കാരണം കർദിനാളിന്റെ ആളുകളുമായി അന്ന് ഒരു യുദ്ധത്തിനുള്ള സാധ്യത അവർ ഊഹിച്ചിരുന്നു.

ആതോസ് അവരെ മൂന്നു കൂട്ടങ്ങളാക്കി. ഒന്നിന്റെ നേതാവ് അയാൾ തന്നെയായി. രണ്ടാമത്തേതിന്റേത് ആറമീസും. മൂന്നാമത്തേതിന്റേത് പോർത്തോസും. കൊട്ടാരത്തിൽ മൂന്നു പ്രവേശനകവാടങ്ങളിലായി അവർ നിന്നു.

ആർട്ഗ്നൻ ധീരതയോടെ കൊട്ടാരത്തിന്റെ മുഖ്യപ്രവേശനകവാട ത്തിലൂടെ അകത്തു പ്രവേശിച്ചു. തന്നെ രക്ഷിക്കാനായി സുഹൃത്തുക്കൾ ആവശ്യത്തിനുണ്ടെന്ന ബോധ്യമുണ്ടായിട്ടും വളരെ ഉൽക്കണ്ഠയോടെ യാണ് അവൻ അകത്തു പ്രവേശിച്ചത്. അവൻ പടികളിലൂടെ മുകളി ലേക്കു കയറി.

അവൻ ഓരോന്നായി ചിന്തിച്ചു. മിലാഡിയോട് താൻ അപമര്യാദയോടെയാണ് പെരുമാറിയത്. അവളും കർദിനാളും തമ്മിൽ രാഷ്ട്രീയപരമായി എന്തെങ്കിലും ബന്ധം ഉണ്ടാകാം. താൻ പരിക്ഷീണനാക്കിയിട്ട വാർഡ്സിലെ പ്രഭുവും അദ്ദേഹത്തിന്റെ അടുത്ത മിത്രമായിരിക്കാം. എത്ര വൈരാഗ്യത്തോടെയാണോ ശത്രുക്കളെ വെറുക്കുന്നത് അത്ര വിശ്വാസത്തോടെയാണ് അദ്ദേഹം സ്നേഹിതരെ സേവിക്കുന്നതും.

തങ്ങൾ തമ്മിലുണ്ടായ യുദ്ധത്തെപ്പറ്റി വാർഡ്സിലെ പ്രഭു കർദിനാളിന് പറഞ്ഞു കൊടുത്തിട്ടുണ്ടാകാം. അങ്ങനെയെങ്കിൽ ആ വിവരണത്തിൽനിന്നും അദ്ദേഹം തന്നെ തിരിച്ചറിയുന്നതിനാണ് കൂടുതൽ സാധ്യത; തന്റെ കാര്യം അവസാനിച്ച മട്ടിലാണ്. എന്നിട്ടും എന്തുകൊണ്ടാണ് കർദിനാൾ തന്നെ ശിക്ഷിക്കാൻ തയാറാകാത്തത്? ഇപ്പോൾ മിലാഡി അവളുടെ കഥയുമായി ഇതിനകം ചെന്നെത്തിക്കാണും. ഒരു പക്ഷേ അതായിരിക്കും ഇപ്പോൾ വഷളായിരിക്കുന്ന കാര്യം. എന്തായാലും തന്റെ സ്നേഹിതന്മാർ താഴെയുണ്ടല്ലോ. അതുകൊണ്ട് തനിക്ക് ഭയപ്പെടാനില്ല. പക്ഷേ അവർക്ക് വലുതായിട്ടൊന്നും ചെയ്യാനാകില്ല..... ഇങ്ങനെ പലതും ചിന്തിച്ചുകൊണ്ട് ആർട്ഗ്നൻ നടന്നു.

കോണിപ്പടികഴിഞ്ഞ് ഭയത്തോടെ അവൾ അടുത്തമുറിയിൽ കയറി. കാവൽക്കാരനായിരുന്ന ആളിനെ അവൻ ആ കത്തുകാണിച്ചു. അയാൾ അവനെ അടുത്തൊരു മുറിയിലിരുത്തി.

അഞ്ചോ ആറോ ഭടന്മാർ ആ മുറിയിൽ കാവൽനിന്നിരുന്നു. ജൂസക്കിനെ മുറിവേൽപ്പിച്ചയാളാണെന്ന് അവർ ആർട്ഗ്നനെ തിരിച്ചറിഞ്ഞു. അർഥംവച്ച് അവർ പരസ്പരം നോക്കുന്നത് ആർട്ഗ്നൻ കണ്ടു. പക്ഷേ അവൻ ധീരത കൈവിടാതെ അവരുടെ മുഖത്തേക്കു തുറിച്ചുനോക്കി; അന്തസ്സും ധൈര്യവും കൈവിടാതെ.

കുറച്ചുകഴിഞ്ഞപ്പോൾ കാവൽക്കാരൻ വന്ന് ആർട്ഗ്നനെ കൂട്ടിക്കൊണ്ടു പോയി. അപ്പോൾ അവിടെനിന്നിരുന്ന ഭടന്മാർ പരസ്പരം അടക്കം പറയുന്നത് ആർട്ഗ്നൻ ശ്രദ്ധിച്ചു.

അവനെ അവർ ആനയിച്ചു. ഹാളിലൂടെ, സ്വീകരണമുറിയിലൂടെ ലൈബ്രറിയിലേക്ക്. അതിനകത്ത് മേശയ്ക്കരികിലിരുന്ന് ഒരു മനുഷ്യൻ എന്തോ കുത്തിക്കുറിക്കുകയായിരുന്നു.

കാവൽക്കാരൻ അവനെ അവിടെയാക്കിയശേഷം ഒരു വാക്കുപോലും പറയാതെ അവിടെനിന്നും പോയി. എന്തെങ്കിലും കേസ് പഠിക്കുന്ന ഒരു വക്കീലായിരിക്കും മേശയ്ക്കരികിലിരിക്കുന്നതെന്ന് അവൻ ഊഹിച്ചു. പക്ഷേ, അയാൾ എന്തോ എഴുതുകയായിരുന്നു. മേശപ്പുറത്ത് താളംപിടിച്ചുകൊണ്ടാണ് എഴുതുന്നതും. അതൊരു കവിയായിരുന്നു.

അൽപ്പംകഴിഞ്ഞ് ആ കവി തന്റെ എഴുത്തു നിർത്തി. ബുക്ക് അടയ്ക്കുകയും ചെയ്തു. ബുക്കിന്റെ പുറംതാളിലെ തലക്കെട്ട് ആർട്ഗ്നൻ കണ്ടു: "മിരാമി, അഞ്ച് രംഗങ്ങളുള്ള ദുരന്തപര്യവസായി."

അയാൾ തലയുയർത്തി.

ആർട്ഗ്നൻ അയാളെ തിരിച്ചറിഞ്ഞു.

കർദിനാൾ!

40

കർദിനാൾ

പുസ്തകത്തിന്മേൽ കൈമുട്ടും കുത്തി തലയും താങ്ങിയിരുന്നുകൊണ്ട് കർദിനാൾ ആർട്ഗ്നന്റെ മുഖത്തേക്കു നോക്കി കുറേനേരമിരുന്നു. കർദിനാൾ റിച്ചെല്യൂവിന്റെ ആഴത്തിലുള്ള തുറിച്ചുനോട്ടം വേറെയാർക്കുമില്ലെന്ന് ആർട്ഗ്നനു തോന്നി. അദ്ദേഹത്തിന്റെ നോട്ടം അവന് അസ്വസ്ഥതയുണ്ടാക്കിയെങ്കിലും ഭാവഭേദമൊന്നും കാണിക്കാതെ ബഹുമാനപുരസ്സരം തൊപ്പിയൂരിക്കൊണ്ട് അവൻ നിന്നു.

"ബേണിലെ ആർട്ഗ്നൻ കുടുംബത്തിൽപ്പെട്ടയാളാണോ നിങ്ങൾ?" കർദിനാൾ ചോദിച്ചു.

"അതെ തിരുമേനി."

"ടാർബിസിലും സമീപപ്രദേശങ്ങളിലുമായിട്ട് ഈ കുടുംബത്തിന് പല ശാഖകൾ ഉണ്ടല്ലോ. അതിൽ നിങ്ങൾ ഏതു വിഭാഗത്തിൽപ്പെട്ടയാളാണ്?"

"മഹാനായ ഹെൻറി രാജാവിനോടൊപ്പം മതപരമായിട്ടുണ്ടായ യുദ്ധങ്ങളിൽ ഏർപ്പെട്ടിരുന്ന ആർട്ഗ്നന്റെ മകനാണ് ഞാൻ" ആർട്ഗ്നൻ പറഞ്ഞു.

"അതുശരി. ഏഴെട്ടു മാസങ്ങൾക്കുമുമ്പ് വീടുവിട്ട് ജോലിതേടി പാരീസിലേക്കു പോന്നതാണല്ലേ?"

"അതെ തിരുമേനി....."

"നിങ്ങൾ മീയുങ്ങുവഴി വന്ന അവസരത്തിൽ എന്തോ കുഴപ്പമുണ്ടായതായി ഞാൻ ഓർക്കുന്നു.... എന്താണെന്നുമാത്രം ഞാൻ ഓർക്കുന്നില്ല."

"തിരുമേനീ.... വേണമെങ്കിൽ ഞാനതു പറയാം....."

"സാരമില്ല" കർദിനാൾ പറഞ്ഞു. പറയാതെതന്നെ തനിക്ക് അതൊക്കെയറിയാമെന്ന അർഥത്തിൽ അദ്ദേഹം ഒന്നു ചിരിക്കുകയും ചെയ്തു.

“മോൺസ്യൂർ ട്രിവീലിക്കു തന്നെ പരിചയപ്പെടുത്തിക്കൊടുക്കുന്ന ഒരു കത്തും കൈയിലുണ്ടായിരുന്നു, അല്ലേ?”

“അതെ തിരുമേനീ.... പക്ഷേ മീയുങ്ങിൽ വച്ചുണ്ടായ നിർഭാഗ്യ മായ സംഭവത്തിൽ.....”

“നിങ്ങളെ പരിചയപ്പെടുത്തിക്കൊണ്ടുള്ള ആ കത്ത് നഷ്ടപ്പെട്ടു.” കർദിനാൾ പറഞ്ഞു. “എനിക്കറിയാം എല്ലാം. പക്ഷേ ഒരാളിന്റെ സ്വഭാവം കണ്ടുപിടിക്കാനുള്ള കഴിവ് ട്രിവീലിക്കു നന്നായിട്ടുണ്ട്. അതുകൊണ്ട് അദ്ദേഹം തന്റെ അളിയന്റെ എസാർട്സ് കമ്പനിയിൽ ഭടനായി ചേർത്തു. പിന്നീട് നിങ്ങൾ അദ്ദേഹത്തിന്റെ പടയാളികളുടെ കൂട്ടത്തിൽ ചേരുക യായിരുന്നുവല്ലേ?”

“അങ്ങേക്ക് എന്റെ കഥകൾ മുഴുവൻ അറിയാമല്ലോ?” ആർട്ഗ്നൻ പറഞ്ഞു.

“അതിനുശേഷവും പലതും സംഭവിച്ചു നിങ്ങൾക്ക്. കാർമീസ് മഠ ത്തിന്റെ പുറകിലേക്ക് ഒരിക്കൽ നിങ്ങൾ വെറുതെ നടക്കാനിറങ്ങി. നിങ്ങൾ അന്നു വീട്ടിൽനിന്നും ഇറങ്ങാതിരുന്നെങ്കിൽ കുഴപ്പങ്ങളൊന്നും ഉണ്ടാകുമായിരുന്നില്ല. അവിടെവച്ചു സുഹൃത്തുക്കളുമായി ഒരു മൽപ്പി ടിത്തം ഉണ്ടായി. നടന്നതെല്ലാം എനിക്കറിയാം. പക്ഷേ, നിങ്ങൾ എന്തോ കാര്യത്തിന് ഇംഗ്ലണ്ടിലേക്കുതന്നെ പോയിരുന്നു.

“അത്..... അത്.... ഞാൻ പോയത്.....” ആർട്ഗ്നൻ വിക്കിവിക്കി പ്പറഞ്ഞു.

“വിൻസറിയിലോ മറ്റോ നിങ്ങൾ വേട്ടയ്ക്കു പോയതായിരുന്നു” കർദിനാൾ ഇടയ്ക്കു കയറിപ്പറഞ്ഞു. “പക്ഷേ, ഇതു നിങ്ങളുടെ കാര്യ മാണ്. എല്ലാം അറിയേണ്ടത് എന്റെ ഉത്തരവാദിത്വമായതുകൊണ്ട് ഞാൻ അറിഞ്ഞുവെന്നേയുള്ളൂ. മടങ്ങുന്ന അവസരത്തിൽ ഉന്നതസ്ഥാനത്തിരി ക്കുന്ന ഒരു സ്ത്രീയുമായി നിങ്ങൾ ഒരു കൂടിക്കാഴ്ച നടത്തി. അവർ തന്ന സമ്മാനം നിങ്ങൾ സൂക്ഷിച്ചിരിക്കുന്നുവെന്ന് കാണുന്നതിൽ എനി ക്കതിയായ സന്തോഷമുണ്ട്.”

രാജ്ഞിയുടെ മോതിരം അവന്റെ വിരലിലുണ്ടായിരുന്നു. അതിന്റെ മുകൾഭാഗം കറക്കി മറയ്ക്കുന്നതിനുമുമ്പുതന്നെ കർദിനാൾ അതു കണ്ടിരുന്നു.

“പിറ്റേന്ന് കാവോയ്സ് നിങ്ങളെ കാണാൻ വന്നിരുന്നു” കർദിനാൾ പറഞ്ഞു. “എന്റെ ഒരു ക്ഷണക്കത്തുംകൊണ്ടാണ് അദ്ദേഹം നിങ്ങളെ സമീപിച്ചത്. നിങ്ങളതു നിസ്സാരമായിത്തള്ളി. അതു വളരെ വിഡ്ഢിത്ത മായിപ്പോയി.”

“തിരുമേനീ, ഞാൻ വിചാരിച്ചു നിങ്ങൾക്കെന്നോടുള്ള ദേഷ്യമാ ണെന്ന്.”

“അതെന്തിന്?” കർദിനാൾ ചോദിച്ചു. “നിങ്ങൾ നിങ്ങളുടെ മുക ളിൽ ഉള്ളവരുടെ കൽപ്പനകൾ ധൈര്യത്തോടും ബുദ്ധിയോടുംകൂടി നടപ്പി ലാക്കുകയാണല്ലോ പതിവ്? അത് നിങ്ങളോടെന്തിനാണ് അനിഷ്ടത്തി

നിടയാക്കുന്നത്? എനിക്കു നിങ്ങളോടു താൽപ്പര്യമാണുണ്ടായത്. കൽപ്പനകൾ അനുസരിക്കുമ്പോഴല്ല; അനുസരിക്കാതിരിക്കുമ്പോഴാണ് ഞാൻ ആളുകളെ ശിക്ഷിക്കുന്നത്. നിങ്ങൾ തള്ളിക്കളഞ്ഞ എന്റെ ഒരു കത്തില്ലേ? അത് അയയ്ക്കുന്നതിനു തലേദിവസം മുമ്പ് എന്താണ് സംഭവിച്ചത്, ഒന്ന് ഓർത്തു നോക്കൂ."

മാഡം ബോണസ്യൂവിനെ തട്ടിക്കൊണ്ടുപോയ രാത്രിയായിരുന്നു അത്. ആർട്ഗ്നന് അതോർമ വന്നു. ഭയംകൊണ്ട് അവൻ വിറയ്ക്കാൻ തുടങ്ങി. അരമണിക്കൂർ മുമ്പ് ചായ്‌ലോട്ട് റോഡിൽ വച്ചുണ്ടായ സംഭവവും അവൻ ഓർത്തുപോയി. തന്റെ പ്രിയപ്പെട്ട കോൺസ്റ്റൻസ് ഇപ്പോഴും ശത്രുക്കളുടെ കൈയിലാണെന്ന ധ്വനിയാണ് കർദിനാളിന്റെ സംസാരത്തിൽനിന്നും അവനു മനസിലായത്.

"കുറച്ചുനാളത്തേക്ക് നിങ്ങളെക്കുറിച്ചുള്ള വിവരങ്ങളൊന്നും എനിക്കു പിന്നീടു കിട്ടിയില്ല" കർദിനാൾ പറഞ്ഞു. "അതുകൊണ്ട് നിങ്ങൾ എന്താണു ചെയ്യുന്നതെന്നറിയാൻ എനിക്കു താൽപ്പര്യമുണ്ടായി..... നിങ്ങൾ എന്നോടെപ്പോഴും നന്ദിയുള്ളവനായിട്ടാണിരുന്നത്. അതിനു കാരണമുണ്ട്. എല്ലാ സാഹചര്യങ്ങളിലും ഞാൻ നിങ്ങളോടു മാന്യമായിട്ടാണ് പെരുമാറിയിട്ടുള്ളത്."

ആർട്ഗ്നൻ ബഹുമാനപൂർവം തലകുനിച്ചു.

"എന്റെ മാന്യതകൊണ്ടുമാത്രമല്ല ഞാൻ നിങ്ങളോടു മാന്യമായിട്ടു പെരുമാറിയത്" കർദിനാൾ പറഞ്ഞു. "നിങ്ങളെക്കൊണ്ടുള്ള ഒരു പദ്ധതി എന്റെ മനസിൽ ഉണ്ടായിരുന്നതുകൊണ്ടുമൂലമാണ്."

ആർട്ഗ്നന് അതിശയമായി.

"ആ പദ്ധതി നിങ്ങളോടു സംസാരിക്കാൻ വേണ്ടിയാണ് ഞാൻ ആദ്യത്തെ കത്തു കൊടുത്തയച്ചത്. പക്ഷേ, നിങ്ങൾ വന്നിരുന്നില്ല. ഭാഗ്യം കൊണ്ട് ഒന്നും ഇതുവരെ നഷ്ടപ്പെട്ടിട്ടില്ല. എന്റെ മനസിലുള്ളത് ഞാനിപ്പോൾ പറയാം.... ഇരിക്കൂ ആർട്ഗ്നൻ. നല്ല കുടുംബത്തിൽനിന്നും വന്ന നിങ്ങളെപ്പോലെയുള്ളവർ എന്റെ മുന്നിൽ ഒരിക്കലും നിൽക്കേണ്ടതില്ല."

കർദിനാൾ അവനിരിക്കാൻ ഒരു കസേര ചൂണ്ടിക്കാണിച്ചുകൊടുത്തു. അത്ഭുതംകൂറി എന്തുചെയ്യണമെന്നറിയാതെ നിന്ന അവനോടു കർദിനാൾ ഇരിക്കാനായി വീണ്ടും ആംഗ്യം കാണിക്കുന്നതുവരെ അവൻ നിൽക്കുകതന്നെ ചെയ്തു.

"നിങ്ങൾ ധീരനാണ് ആർട്ഗ്നൻ" കർദിനാൾ തുടർന്നു. "നിങ്ങൾ ബുദ്ധിമാനുമാണ്. അത് അതിലും നന്നാണ്. എനിക്ക് നിങ്ങളെപ്പോലെയുള്ള മനുഷ്യരെയാണിഷ്ടം. പക്ഷേ നിങ്ങൾ ചെറുപ്പവും പരിചയം പോരാത്തവനുമാണ്. നിങ്ങൾ കടുത്ത ശത്രുക്കളെ ഇതിനകം നേടിക്കഴിഞ്ഞു. സൂക്ഷിച്ചില്ലെങ്കിൽ അവർ നിങ്ങളെ ചതിച്ചുകളയും."

"അവർ ശക്തിയുള്ളവരായതിനാൽ എനിക്കു ഭയമാകുന്നു തിരുമേനി. മാത്രമല്ല അവർക്ക് ശക്തരായ ബന്ധങ്ങളും ഉണ്ട്. എനിക്കതൊന്നും ഇല്ലല്ലോ."

“നിങ്ങൾ പറഞ്ഞതു ശരിതന്നെ” കർദിനാൾ പറഞ്ഞു. “നിങ്ങൾക്ക് വലിയ ശക്തിബന്ധങ്ങളൊന്നും ഇല്ലാതിരുന്നിട്ടും നിങ്ങൾ വൻകാര്യങ്ങൾ ചെയ്തല്ലോ. ഇനിയും ആ വിധത്തിൽ നിങ്ങൾക്കു ധാരാളം ചെയ്യാനാകും. പക്ഷേ നിങ്ങൾക്ക് മാർഗനിർദേശം കിട്ടേണ്ടതുണ്ട്. സമ്പത്തും മറ്റും നേടി നല്ല നിലയിലെത്താൻ വേണ്ടിയല്ലേ നിങ്ങൾ പാരീസിൽ വന്നത്?”

“വിഡ്ഢിത്തം നിറഞ്ഞ പ്രതീക്ഷകളുടെ പ്രായം ഞാൻ ഇനിയും കടന്നിട്ടില്ല തിരുമേനീ.....”

“വിഡ്ഢിത്തം നിറഞ്ഞ പ്രതീക്ഷകൾ വിഡ്ഢികൾക്കേ കാണൂ” കർദിനാൾ പറഞ്ഞു. “നിങ്ങൾ ഒരു വിഡ്ഢിയല്ലല്ലോ. എന്റെ പട്ടാളത്തിൽ നിങ്ങളെ ഞാൻ ഒരു അധികാരിയാക്കാം. യുദ്ധാനന്തരം ഭടന്മാരുടെ മുകളിലെ ഒരു ക്യാപ്റ്റനും.”

“തിരുമേനീ....”

“എന്തു സ്വീകരിക്കില്ലേ?”

“തിരുമേനീ....” അവൻ വീണ്ടും പകച്ചുനിന്നു.

“എന്ത്!” കർദിനാൾ ആശ്ചര്യപ്പെട്ടു. “നിങ്ങൾ നിരസിക്കുകയാണോ?”

“ഞാൻ രാജാവിന്റെ ഗാർഡുകളിലാണല്ലോ.... അവിടം വേണ്ടായെന്നു പറയാൻ എനിക്കു അവിടെ പ്രയാസങ്ങളൊന്നുമില്ലല്ലോ.”

“എന്റെ ഭടന്മാരും രാജാവിന്റേതുതന്നെ. എന്റെ വകുപ്പിൽപ്പെട്ട ഫ്രഞ്ചു പട്ടാളത്തിൽ എന്തായാലും അതു രാജാവിന്റെ സേവനത്തിലുള്ളതാണ്.”

“ഞാൻ ഉദ്ദേശിച്ചത് അതല്ല തിരുമേനീ.....”

“എന്തായാലും ഞാൻ നിങ്ങളോടു എതിരു പറയുന്നില്ല” കർദിനാൾ പറഞ്ഞു. “പിന്നെ...... നിങ്ങളെപ്പറ്റി ചിലയിടങ്ങളിൽനിന്നും ഗൗരവമായ ചില പരാതികൾ എന്റെ അടുത്തെത്തിയിരിക്കുന്നു. എല്ലാ രാത്രിയും പകലും നിങ്ങൾ രാജാവിന്റെ സേവനത്തിനായി പ്രവർത്തിക്കുന്നില്ലായെന്ന്.”

ആർട്ഗ്നന്റെ മുഖം ചുവന്നു.

“നിങ്ങളുടെ സർവവിശേഷവുമടങ്ങിയ ഒരു ഫയൽതന്നെ ഇവിടെയുണ്ട്” കർദിനാൾ പറഞ്ഞു. “പക്ഷേ അതു വായിക്കുന്നതിനുമുമ്പ് നിങ്ങളോടൊന്ന് സംസാരിക്കണമെന്ന് വിചാരിച്ചിട്ടാണ്. നിങ്ങൾക്ക് നല്ല ശക്തിയും ആരോഗ്യവും ഉണ്ട്. അതിനെ നന്നായി മാർഗനിർദേശം ചെയ്യപ്പെട്ടാൽ നല്ല ഉയരങ്ങളിലെത്തിക്കാം. അല്ലെങ്കിൽ അപകടങ്ങളുടെ കുഴികളിൽ വീണേക്കും.”

“അങ്ങയുടെ കനിവിൽ എനിക്ക് സന്തോഷം തോന്നുന്നു” ആർട്ഗ്നൻ പറഞ്ഞു. “ഞാൻ അങ്ങയോടു ഒരുകാര്യം തുറന്നുപറയട്ടെ.”

ആർട്ഗ്നൻ പറഞ്ഞുവന്നത് പെട്ടെന്നു നിർത്തി.

“പറയൂ” കർദിനാൾ പറഞ്ഞു.

“എന്റെ സ്നേഹിതന്മാർ എല്ലാവരും പട്ടാളക്കാരാണ്. രാജാവിന്റെ

കീഴിലുള്ളവർ. എന്റെ ശത്രുക്കളെല്ലാം അങ്ങയുടെ ആളുകളും. എന്തുകൊണ്ടാണ് അങ്ങനെ സംഭവിച്ചിരിക്കുന്നത്. അങ്ങ് നൽകിയ സ്ഥാനം ഞാൻ സ്വീകരിക്കുകയാണെങ്കിൽ അങ്ങയുടെ ആളുകൾ എന്നെ സ്വാഗതം ചെയ്യില്ല. ഞാൻ മോശമായിപ്പെരുമാറിയെന്ന് എന്റെ സ്നേഹിതരും പറയും."

കർദിനാൾ പുച്ഛത്തോടെ അവനെ നോക്കി അലറി. "ഞാൻ പറയുന്നത് അത്ര മോശമായ കാര്യമാണെന്നാണോ നിങ്ങളീ പറയുന്നത്?"

"അല്ല തിരുമേനീ. അങ്ങനെ ഞാൻ ഉദ്ദേശിച്ചിട്ടേയില്ല. വളരെ സ്നേഹപൂർവമാണ് അങ്ങ് എന്നോടു പെരുമാറുന്നത്. അങ്ങയുടെ ശ്രദ്ധ ഇത്ര കണ്ടാകർഷിക്കത്തക്കവിധത്തിൽ യഥാർഥത്തിൽ ഞാൻ ഒന്നും ചെയ്തിട്ടില്ല. യുദ്ധം തുടങ്ങുകയാണല്ലോ സർ. അങ്ങയുടെ കൽപ്പനയനുസരിച്ചായിരിക്കും ഞാൻ പ്രവർത്തിക്കുന്നത്. അതിൽ എന്തെങ്കിലും വിജയം എന്റെ ഭാഗത്തുനിന്നുമുണ്ടാകുകയാണെങ്കിൽ അങ്ങ് എന്നോടു കാണിക്കുന്ന താൽപ്പര്യത്തിന് ഞാൻ അർഹനായിയെന്ന് ഞാൻ കരുതും. അങ്ങനെ ഒരിക്കൽ എനിക്കു അങ്ങയുടെ സർവീസിൽ വരാൻ സാധിക്കും. അല്ലാതെ ചെയ്താൽ എന്നെത്തന്നെ അങ്ങേക്കു വിറ്റതായി കുറ്റപ്പെടുത്തും....."

"അപ്പോൾ നിങ്ങൾ എന്നെ സ്നേഹിക്കാൻ കൂട്ടാക്കുന്നില്ല?" കർദിനാളിന് കോപമാണുണ്ടായത്. അതേസമയം അവന്റെ മറുപടി ഇഷ്ടപ്പെടുകയും ചെയ്തു. അവന്റെ ആ നിശ്ചയദാർഢ്യം കണ്ടിട്ട് കർദിനാൾ തുടർന്നു. "കൊള്ളാം. എനിക്കു നിങ്ങളുടെ കാര്യത്തിൽ തീരുമാനമെടുക്കാൻ വയ്യ. സ്നേഹിതന്മാർ ആരൊക്കെ ശത്രുക്കൾ ആരൊക്കെ എന്നൊക്കെയുള്ള തീരുമാനങ്ങൾ എടുക്കാനുള്ള സ്വാതന്ത്ര്യം നിങ്ങൾക്കു തന്നെയായിരിക്കും."

"തിരുമേനീ..... ഞാൻ....."

"ഞാൻ നിങ്ങൾക്ക് എതിരു പറയുന്നില്ല" കർദിനാൾ വീണ്ടും പറഞ്ഞു. "പക്ഷേ എന്റെ സുഹൃത്തുക്കളെ സംരക്ഷിക്കുന്ന കാര്യത്തിൽ എനിക്കു നല്ല കരുത്തുണ്ടെന്ന് ദയവായി മനസിലാക്കണം. എന്റെ ശത്രുക്കൾക്ക് എന്തു സംഭവിക്കുന്നുവെന്നതിനെപ്പറ്റി എനിക്ക് ഉത്തരവാദിത്തമില്ല. ഏതായാലും ഞാൻ നിങ്ങൾക്ക് ഒരു ഉപദേശം തരാം. ഒന്നിലും എടുത്തുചാടരുത്. എന്റെ സഹായം ഞാൻ നിങ്ങളിൽനിന്നും പിൻവലിച്ചാൽ ആ നിമിഷത്തിൽ നിങ്ങളുടെ ജീവന് യാതൊരുവിലയും കാണുകയില്ല."

"ഈ ഉപദേശം ഞാൻ ശ്രദ്ധിച്ചോളാം" ആർട്ഗ്നൻ ആത്മവിശ്വാസത്തോടെ പറഞ്ഞു.

"എന്തെങ്കിലും...." കർദിനാൾ പറഞ്ഞു. "എന്തെങ്കിലും നിങ്ങൾക്ക് പിന്നീട് നിർഭാഗ്യകരമായി സംഭവിക്കുമെങ്കിൽ ആ സംഭവം തടയാനായി ഞാൻ നിങ്ങളെ വിളിപ്പിച്ചിട്ടുണ്ടെന്നും അതു തടയുന്നതിന് പരമാവധി ഞാൻ ശ്രമിച്ചിട്ടുണ്ടായിരുന്നെന്നും നിങ്ങൾ ഓർമിക്കണം."

ആർട്ഗ്നൻ നെഞ്ചിൽ കൈവച്ചശേഷം തലകുനിച്ച് കർദിനാളിനെ വണങ്ങി.

"എന്തു സംഭവിച്ചാലും ശരി ഇന്ന് നാം നടത്തിയ കൂടിക്കാഴ്ചയെ പ്രതി ഞാൻ എന്നും അങ്ങയോടു നന്ദിയുള്ളവനായിരിക്കും" ആർട്ഗ്നൻ പറഞ്ഞു.

"ശരി ആർട്ഗ്നൻ. നമുക്കിനി യുദ്ധം കഴിഞ്ഞതിനുശേഷം സംസാരിക്കാം. അതിനിടയ്ക്ക് എന്റെ നോട്ടം നിങ്ങളുടെമേൽ എപ്പോഴും ഉണ്ടാകും." തുടർന്ന് താൻ ധരിക്കാൻപോകുന്ന ചുവരിൽത്തൂക്കിയിട്ടിരിക്കുന്ന ആയുധത്തെ ചൂണ്ടിക്കൊണ്ട് കർദിനാൾ പറഞ്ഞു: "ലാറൊച്ചിലിയിൽ ഞാൻ കാണും.... പിന്നെ മടങ്ങി വന്നതിനുശേഷം കരാറുണ്ടാക്കാൻ പറ്റുമെന്ന് കരുതുന്നു."

"തിരുമേനി, അങ്ങെന്നെ ഒരു ശത്രുവായിട്ടു കാണരുത്" ആർട്ഗ്നൻ പറഞ്ഞു. "ഞാൻ ആദരവോടെയാണ് അങ്ങയോടു പെരുമാറിയിട്ടുള്ളതെന്ന് അങ്ങേക്ക് തോന്നുന്നെങ്കിൽ എന്നോടും അങ്ങനെതന്നെ അങ്ങു പെരുമാറണം."

"യുവാവേ" കർദിനാൾ പറഞ്ഞു. "ഞാൻ വീണ്ടും നിങ്ങളോടു പറയുന്നു നിങ്ങൾക്കു ചെയ്തുതരാമെന്നു പറഞ്ഞ കാര്യം ഞാൻ ചെയ്തിരിക്കും."

ഒടുവിൽപ്പറഞ്ഞ വാകൃത്തിൽ അപകടം പതിയിരിക്കുന്നുണ്ടോയെന്ന് ആർട്ഗ്നനു തോന്നി. അതൊരു അപകടത്തിന്റെ മുന്നറിയിപ്പായിരുന്നതായി ആർട്ഗ്നനു തോന്നി. അതിനു മറുപടി പറയാൻ തുടങ്ങിയ ആർട്ഗ്നനെ, കർദിനാൾ ആംഗ്യത്തിൽ അധികാരത്തോടെ അവിടെ നിന്നും പോകാൻ പറഞ്ഞു.

ആർട്ഗ്നൻ എഴുന്നേറ്റു വാതിലിനരികിലേക്കു ചെന്നു.

ഒരു വല്ലാത്ത ഭയം അവന്റെ മനസിൽ കയറി. കർദിനാൾ പറഞ്ഞതിനു വഴങ്ങിക്കൊടുത്താലോയെന്ന് അവൻ ആലോചിച്ചു. പെട്ടെന്ന് കുറ്റപ്പെടുത്തുന്ന ആതോസിന്റെ മുഖം അവന്റെ മനോമുകുരത്തിൽ തെളിഞ്ഞുവന്നു. കർദിനാളിനു താൻ വഴങ്ങിക്കൊടുത്താൽ തന്റെ സ്നേഹിതൻ തന്നെ ഉപേക്ഷിക്കുമെന്ന് ആർട്ഗ്നനു തോന്നി.

ആർട്ഗ്നൻ കോണിപ്പടികളിറങ്ങി പുറത്തുവന്നു.

ആതോസും അവന്റെ നാലു സുഹൃത്തുക്കളും വാതിൽക്കൽത്തന്നെ കാത്തുനിൽക്കുകയായിരുന്നു. അവൻ മടങ്ങിവരുന്നത് താമസിച്ചപ്പോൾ അവർ ഉൽക്കണ്ഠാകുലരായിരുന്നു. അവർ അവരെ സമാധാനിപ്പിച്ചു. മറ്റു രണ്ടു കൂട്ടരോടൊപ്പമുള്ള പടയാളികളെ പറഞ്ഞയയ്ക്കാൻ പ്ലാഞ്ചെറ്റിനെ അവൻ അങ്ങോട്ടയയ്ക്കുകയും ചെയ്തു.

നാലു സുഹൃത്തുക്കളും ആതോസിന്റെ മുറിയിൽ ഒരുമിച്ചുകൂടി. കൂടിക്കാഴ്ചയുടെ വിശേഷം അവർ അവനോടു അന്വേഷിച്ചു. പട്ടാളത്തിൽ ഒരു നേതാവിന്റെ ഉദ്യോഗം തരാനാണ് തന്നെ വിളിപ്പിച്ചതെന്ന് അവൻ അവരോടു പറഞ്ഞു.

“ആർട്ഗ്നൻ, നിങ്ങൾ ചെയ്തതുതന്നെ നന്നായി” പോർത്തോസും ആറമീസും ഒറ്റക്കെട്ടായി പറഞ്ഞു.

ആതോസ് ഒന്നുംപറയാതെ മിണ്ടാതിരുന്നു. ആർട്ഗ്നൻ തന്റെയരികിൽ ഒറ്റയ്ക്കായ നേരത്ത് അയാൾ അവനോടു പറഞ്ഞു: “നിങ്ങൾക്കിതേ ചെയ്യാൻ പറ്റിയുള്ളൂ. എന്തായാലും നിങ്ങൾ തെല്ല് അബദ്ധമാണ് കാണിച്ചത്.”

ആർട്ഗ്നൻ നെടുവീർപ്പിട്ടു. എന്തോ അപകടം സംഭവിക്കാൻ പോകുന്നുവെന്ന ചിന്ത വീണ്ടും അവനിൽ ബലപ്പെട്ടു.

* * *

പോകാനുള്ള ഒരുക്കത്തിനായി പിറ്റേദിവസത്തെ അവർ ചെലവഴിച്ചു. ട്രിവീലിയോടു യാത്ര പറയാനായി ആർട്ഗ്നൻ ചെന്നു. ഭടന്മാരും പട്ടാളക്കാരും തമ്മിലുള്ള അകൽച്ച കേവലം താൽക്കാലികമാണെന്നായിരുന്നു അക്കാലത്ത് കരുതിയിരുന്നത്. രാജാവ് അന്നവിടെയില്ലായിരുന്നു. പാർലമെന്റിൽ പോയിരിക്കുകയായിരുന്നു. പണത്തിന്റെ ആവശ്യം വല്ലതുമുണ്ടോയെന്ന് ട്രിവീലി ചോദിച്ചു. ആർട്ഗ്നൻ ഇല്ലായെന്ന് അന്തസോടെ പറയുകയും ചെയ്തു.

അന്നുരാത്രിയിൽ പടയാളികളും എസാർട്സ്കമ്പനിയിലെ ഭടന്മാരും ഒരുമിച്ചുകൂടി. അവർ വേർപിരിയാൻ പോകുകയാണല്ലോ. ദൈവത്തിനുമാത്രമേ അറിയൂ അവർ ഇനിയെന്ന് എവിടെവച്ച് തമ്മിൽക്കാണാനാകുമെന്ന്. ആ രാത്രി അത്യുത്സാഹത്തിന്റെ രാത്രിയായിരുന്നെങ്കിലും ഇത്തരം ചിന്തകൾ അവരുടെ മനസിനെ മഥിച്ചു.

പിറ്റേന്ന് രാവിലെ ശംഖൊലി ഉയർന്നു. സുഹൃത്തുക്കൾ പരസ്പരം പിരിഞ്ഞു. പടയാളികൾ ട്രിവീലിയുടെ അരികിൽ റിപ്പോർട്ടു ചെയ്യാനായി ഓടി. ഭടന്മാർ എസാർട്സ് കമ്പനിയിലേക്കും ഓടി. രണ്ടു ക്യാപ്റ്റന്മാരും അവരവരുടെ ആളുകളെ ഒരുമിച്ച് ലൗവിലേക്കു പോയി; അവിടെവച്ചാണ് രാജാവ് അവരെ പരിശോധിക്കുന്നത്.

ശാരീരികമായ അസുഖങ്ങൾ ഉണ്ടായിരുന്നതിനാൽ രാജാവ് പട്ടാളക്കാരെ കാണുന്നതിൽനിന്നും ആദ്യം ഒഴിവായി നിൽക്കാൻ ശ്രമിച്ചെങ്കിലും അദ്ദേഹം, അതൊക്കെ മറികടന്നുകൊണ്ട് അവരെ കാണാൻ വന്നു.

രാജാവിന്റെ പരിശോധനയ്ക്കുശേഷം ഭടന്മാർ മാർച്ചു ചെയ്തു നീങ്ങി. പട്ടാളക്കാർ രാജാവിന്റെ കൽപ്പനയ്ക്കായി കാത്തുനിന്നു.

തന്റെ പുതിയ വേഷമൊക്കെ ഒന്നു കെട്ടിനടക്കാമെന്ന് ഇതിനിടയ്ക്കുള്ള നേരത്ത് പോർത്തോസ് തീരുമാനിച്ചു. അയാൾ അങ്ങനെ തെരുവിലൂടെ നടന്നു. വക്കീലിന്റെ ഭാര്യ മാഡം കോക്വിനാർഡിനെ പെട്ടെന്നയാൾ കണ്ടു. അയാളോടു അതിരറ്റ സ്നേഹമുണ്ടായിരുന്ന അവൾ അയാളെ അങ്ങോട്ടിറങ്ങാൻ കൈകാണിച്ചു.

പോർത്തോസ് അന്തസോടെയാണ് അണിഞ്ഞൊരുങ്ങിയിരുന്നത്.

അയാളുടെ പടച്ചട്ട തിളങ്ങി; വശത്തു തൂക്കിയിട്ടിരുന്ന വാൾ അങ്ങോട്ടു മിങ്ങോട്ടും ആടി. വളരെ ഗൗരവത്തിൽ നടക്കുന്ന അയാളെക്കണ്ടപ്പോൾ വക്കീലിന്റെ വീട്ടിലെ ക്ലാർക്കുമാർക്കു ചിരിയൊന്നും വന്നില്ല.

അവൾ അവനെ സ്വീകരിച്ച് ഭർത്താവിനെ കാണിക്കാൻ കൊണ്ടുപോയി. ആ വേഷഭൂഷാദികൾ കണ്ട് അയാളുടെ കണ്ണുകൾ മങ്ങിപ്പോയി; തന്റെ കസിനിന്റെ അന്തസ്സ് അയാൾ ആസ്വദിച്ചു. യുദ്ധം വളരെ മുറുക്കത്തിലുള്ളതാകാനാണ് സാധ്യതയെന്ന് എല്ലാവരും പറയുന്നു. യുദ്ധത്തിൽ പോർത്തോസ് കൊല്ലപ്പെടുമെന്ന് മനസിൽ അയാൾ പ്രതീക്ഷിച്ചു.

വക്കീൽ അയാൾക്കു ആശംസാബഹുമാനങ്ങൾ നൽകി; അയാൾ യാത്ര പറഞ്ഞിറങ്ങി. എല്ലാവിധ ഭാവുകങ്ങളും അയാൾക്ക് അവൾ നേർന്നു. അവൾക്ക് തന്റെ കണ്ണീരടക്കാൻ കഴിഞ്ഞില്ല. അയാൾ ബന്ധുവാണെന്നു പറഞ്ഞിരിക്കുന്ന സ്ഥിതിക്ക് അവളുടെ കരച്ചിലിന് ആർക്കും ദുർവ്യാഖ്യാനം നടത്താനായില്ല.

എന്നാൽ യഥാർഥ വിടവാങ്ങൽ നടന്നത് കിടപ്പറയിൽ വച്ചായിരുന്നു. അവരുടെ ഹൃദയം നിറഞ്ഞുകവിഞ്ഞു.

പോർത്തോസ് തെരുവിലൂടെ പായാൻ തുടങ്ങി. അവൾ ജനാലവഴി തന്റെ തൂവാലയെടുത്തു വീശി. ആവേശംകൊണ്ട് അവൾ അതു ചെയ്തപ്പോൾ ജനാലവഴി താഴേക്കു വീഴേണ്ടതായിരുന്നു. കുറേദൂരം ചെന്നശേഷം അയാൾ തിരിഞ്ഞുനോക്കി. അവൾ ജനാലയ്ക്കരികിൽത്തന്നെയുണ്ടായിരുന്നു. തലയിലിരുന്ന തൊപ്പിയൂരിക്കൊണ്ട് അവൾ കൈകാണിച്ചു.

ആറമീസ് ഈ സമയം ഒരു നീണ്ട കത്തെഴുതുകയായിരുന്നു. ആർക്കാണ്? ആർക്കുമറിയില്ല. കിറ്റി അടുത്തമുറിയിൽ ഉണ്ടായിരുന്നു. ആ കത്തും വാങ്ങിക്കൊണ്ടുവേണം അവൾക്കന്ന് സായാഹ്നത്തിൽ ടുവേഴ്സിൽ പോകേണ്ടത്.

ആതോസ് ഈ സമയം തന്റെ സ്പാനിഷ് മദ്യത്തിന്റെ അവസാന കുപ്പിയും കാലിയാക്കുകയായിരുന്നു.

ആർട്ഗ്നൻ തന്റെ സഹഭടന്മാരോടൊപ്പം കുതിക്കുകയായിരുന്നു. സെന്റ് അൻറ്റോയിയിലെത്തിയപ്പോൾ അവൻ തിരിഞ്ഞുനിന്ന് ബാസ്റ്റിലിനെ നോക്കി; മൃദുലവികാരത്തോടെ. അവന്റെ ശ്രദ്ധ ബാസ്റ്റിലി ജയിലിലായിരുന്നതിനാൽ മിലാഡി അവിടെ നിൽക്കുന്നത് അവൻ കണ്ടില്ല. കുതിരപ്പുറത്തിരുന്നുകൊണ്ട് സമീപത്തുനിൽക്കുന്ന രണ്ടാളുകൾക്ക് അവൾ അവനെ ചൂണ്ടിക്കാണിച്ചുകൊടുത്തു. അവർ അവന്റെ അടുക്കലേക്കു വന്നു തിരിച്ചറിയാനായിട്ട്; ഉദ്ദേശിച്ചയാൾതന്നെയെന്ന അർഥത്തിൽ അവർ തലകുലുക്കുകയും ചെയ്തു. ഇനിയെന്താണ് ചെയ്യേണ്ടതെന്ന ചോദ്യഭാവത്തിൽ ആ മനുഷ്യർ അവളെ നോക്കി. അവൾ തലയാട്ടി, അവൻ തന്നെയാണ് യഥാർഥ മനുഷ്യനെന്ന ഭാവത്തിൽ. സന്തോഷത്തോടെ അവൾ അവിടെനിന്നും തിരിഞ്ഞുപോകുകയും ചെയ്തു.

ആ രണ്ടു ആളുകളും ഭടന്മാരുടെ പുറകേ നടന്നു. സെന്റ് അൻറ്റോയിക്കടുത്തെത്തിയപ്പോൾ അവർ കുതിരപ്പുറത്തുകയറി. കുതിരക്കാർ കുതിരകളുമായി കാത്തുനിൽക്കുകയായിരുന്നു അവിടെ.

41

റോച്ചിലിയിലെ യുദ്ധം

ലൂയി പതിമൂന്നാമന്റെ കാലത്തെ ഏറ്റവും പ്രധാനപ്പെട്ട രാഷ്ട്രീയ സംഭവങ്ങളിൽ ഒന്നായിരുന്നു റോച്ചിലിയിലെ യുദ്ധം – കർദിനാളിന്റെ ഏറ്റവും വലിയ പട്ടാളമേധാവിത്വം തെളിയിച്ച ഒരു യുദ്ധം. അതിനെക്കുറിച്ച് കുറച്ചു കാര്യങ്ങൾ ഇവിടെ പറഞ്ഞേ പറ്റൂ. കാരണം ഈ കഥയ്ക്ക് ഈ സംഭവത്തിലെ ചില കാര്യങ്ങൾ ഉൾപ്പെട്ടിരിക്കുന്നുണ്ട്.

യുദ്ധം തുടങ്ങിയപ്പോൾ കർദിനാളിന് വളരെ പ്രധാനപ്പെട്ട രാഷ്ട്രീയ ലക്ഷ്യങ്ങളുണ്ടായിരുന്നു. ആ രാഷ്ട്രീയലക്ഷ്യങ്ങൾ മനസിലാക്കിയ ശേഷം വേണം അദ്ദേഹത്തിന്റെ വ്യക്തിപരമായ ലക്ഷ്യങ്ങൾ നോക്കേണ്ടത്.

ഹെൻറി നാലാമൻ ഹുഗിനോട്സിന് രക്ഷാകേന്ദ്രമായി നൽകിയിരുന്ന പ്രധാന പട്ടണങ്ങളിൽ റോച്ചിലി മാത്രമേ അവശേഷിച്ചുള്ളൂ. വിപ്ലവങ്ങളും സമരങ്ങളും പൊട്ടിപ്പുറപ്പെട്ടിട്ടുള്ള അപകടകരമായ ആ സ്ഥലവും നശിപ്പിക്കപ്പെടേണ്ടതായിരുന്നു.

എതിരാളികളായ സ്പെയിൻകാരും ഇറ്റലിക്കാരും ഇംഗ്ലണ്ടുകാരും എല്ലാ രാജ്യങ്ങളിലേക്കും എല്ലാ വിഭാഗങ്ങളിലുംപെട്ട ഭാഗ്യാന്വേഷകരായ ധീരയോദ്ധാക്കളുമാണ് പ്രൊട്ടസ്റ്റന്റുകാരുടെ വശത്തുനിൽക്കാൻ ഓടിയെത്തുന്നത്. യൂറോപ്പിലെല്ലായിടത്തും വ്യാപിച്ചുകിടക്കുന്ന ഒരു സംഘടന അവർ രൂപീകരിക്കുകയും ചെയ്തു.

കാൽവിനിസ്റ്റ് പട്ടണങ്ങൾ നശിച്ചതോടെ, റോച്ചിലിക്കൊരു പ്രത്യേക പ്രാധാന്യം കിട്ടി. അക്രമവും അനീതിയും അവിടെ വിളയാടി. ഫ്രാൻസിലെ എല്ലാവർക്കും ഇംഗ്ലണ്ടിലേക്കു തുറന്നുകൊടുക്കപ്പെടുന്ന ഒടുവിലത്തെ വാതിലായിരുന്നു അത്. ഇംഗ്ലണ്ടിലേക്കുള്ള ആ പാരമ്പര്യമുയർത്തുന്ന വാതിൽ അടയ്ക്കുകയാണെങ്കിൽ ജോവാൻ ഓഫ് ആർക്കിന്റെ

യും ഡിഗൈസിന്റെയും പ്രവൃത്തി തുടരുകയായിരിക്കും കർദിനാൾ ചെയ്യുക.

റോച്ചിലിലെ യുദ്ധത്തിലെ പട്ടാളമേധാവികളിൽ പ്രധാനിയായിരുന്നു ബാസോംപിയറി. ജനനംകൊണ്ട് കത്തോലിക്കനെങ്കിലും വിശ്വാസം കൊണ്ട് അയാൾ ഒരു പ്രൊട്ടസ്റ്റന്റുകാരനായിരുന്നു. ജർമനിയിൽ ജനിച്ചവനെങ്കിലും ഫ്രഞ്ചുകാരന്റെ മനോഭാവമായിരുന്നു അയാൾക്ക്. ഒരു ദിവസം ഒരു യുദ്ധത്തിന് ആസൂത്രണം ചെയ്യുന്ന സമയത്ത്, തന്റെ പ്രൊട്ടസ്റ്റന്റ് വിശ്വാസത്തിൽപ്പെട്ട ഒരാളോടു അയാൾ പറഞ്ഞു: "നിങ്ങൾ നോക്കിക്കോളൂ റോച്ചിലി കൈവശം വയ്ക്കുന്നത് നമുക്ക് വിഡ്ഢിത്തമായിരിക്കും."

അദ്ദേഹം പറഞ്ഞത് ശരിയായിരുന്നു. ലാറൊച്ചിലി കൈവശം വയ്ക്കുകയെന്നത് നാന്റിസിയിലെ വിശ്വാസപ്രമാണം പിൻവലിക്കുന്നതിനു സമമായിരുന്നു.

നമുക്കെല്ലാവർക്കും അറിയാവുന്നതുപോലെ കർദിനാൾ രാജ്ഞിയുമായി പ്രേമത്തിലാണല്ലോ. അദ്ദേഹത്തിന്റെ സ്നേഹം വെറും രാഷ്ട്രീയ പ്രേരിതമായിരുന്നോ അതോ ആസ്ത്രിയയിലെ ആനിയോടുണ്ടായിരുന്ന ആഴത്തിലുള്ള വികാരമാണോയെന്നറിയില്ല. പക്ഷേ എന്തായിരുന്നാലും ബക്കിംഗ്ഹാം പ്രഭു ഇദ്ദേഹത്തെ പറ്റിച്ചിട്ടുണ്ട്; പ്രത്യേകിച്ച് രത്നച്ചരടുകളുടെ കാര്യത്തിൽ. അക്കാര്യത്തിൽ ഈ മൂന്നു പടയാളികളുടെയും അർപ്പണമനോഭാവവും ആർട്ഗ്നന്റെ ധീരതയും പ്രശംസനീയമായിരുന്നു.

ഫ്രാൻസിലെ ഒരു ശത്രുവിനെ ഓടിക്കണമെന്നും തനിക്കുള്ള ഒരു ശത്രുവിന്റെമേൽ വ്യക്തിപരമായി വൈരാഗ്യം തീർക്കുകയെന്നും കർദിനാൾ ഇതിനകം തീരുമാനിച്ചിരുന്നു; ആ വൈരാഗ്യം തീർക്കൽ വളരെ അന്തസോടെയും ആയിരിക്കണം.

രാജ്ഞിയുടെ ദൃഷ്ടിയിൽ തന്നോടു യുദ്ധം ചെയ്യുകയെന്നത് ബക്കിംഗ്ഹാമിനോടു യുദ്ധം ചെയ്യുന്നതിനു തുല്യമാണെന്ന് റിച്ചിലൂവിന് അറിയാമായിരുന്നു. ഇംഗ്ലണ്ടിനെ തോൽപ്പിക്കുന്നത് ബക്കിംഗ്ഹാമിനെ തോൽപ്പിക്കുന്നതും. ഇംഗ്ലണ്ടിനെ അപമാനിക്കുന്നത് ബക്കിംഗ്ഹാമിനെ അപമാനിക്കുന്നതിനും തുല്യമാണ്.

രാജ്യത്തിന്റെ അന്തസ്സ് സൂക്ഷിക്കാൻ ബക്കിംഗ്ഹാമിന് ആഗ്രഹമുണ്ടായിരുന്നു. എങ്കിലും കർദിനാളിനുള്ളതുപോലെ ചില വ്യക്തിപരമായ ലക്ഷ്യങ്ങൾ അദ്ദേഹത്തിനും ഉണ്ടായിരുന്നു. ഫ്രാൻസിൽ ഇംഗ്ലണ്ടിന്റെ അംബാസിഡർ ആകണമെന്ന ആഗ്രഹം സഫലമായിട്ടില്ല; അതുകൊണ്ട് ഇനി രാജ്യം പിടിച്ചടക്കണമെന്ന ആഗ്രഹമായി ബക്കിംഗ്ഹാമിന്.

ആദ്യത്തെ വിജയം ബക്കിംഗ്ഹാമിനുള്ളതായിരുന്നു. തൊണ്ണൂറു കപ്പലുകളും രണ്ടായിരം ആളുകളുമായാണ് അദ്ദേഹത്തിന്റെ അപ്രതീക്ഷിതമായ വരവ്. രാജാവിന്റെ ഭടന്മാരുടെ തലവൻ ടോയ്റാസ് പ്രഭു ഇതുകണ്ട് അന്തിച്ചുപോയി. നല്ലൊരു യുദ്ധത്തിനുശേഷം തന്നെയാണ്

അദ്ദേഹം തീരത്ത് കയറിയത്.

യുദ്ധത്തിൽ ബരോൺ ഡി ചാന്റർ കൊല്ലപ്പെട്ടു; ഒന്നരവയസു പ്രായമുള്ള ഒരു പെൺകുഞ്ഞാണ് അതുവഴി അനാഥമായത്. അവളാണ് പിന്നീട് മാഡം സെവിഗിനിയായത്.

ടോയ്റാസ് പ്രഭു തന്റെ പട്ടാളത്തെയും കൂട്ടി സെന്റ് മാർട്ടിൻ കോട്ടയുടെ അരികിലേക്കു പിന്മാറി. അതിൽനിന്നും നൂറു പട്ടാളക്കാരെ അദ്ദേഹം സമീപത്തെ ലാപ്രികോട്ടയിൽ നിർത്തി.

ഇതുകണ്ട് കർദിനാൾ ഒരു തീരുമാനം ധൃതിയിലെടുത്തു. ലാറൊച്ചിലിയെ തകർക്കണം. രാജാവും കർദിനാളും അധികാരമേൽക്കുന്നതിനുമുമ്പ് അതുവരെയുള്ള പ്രാഥമിക ചുമതലകളുടെ മേൽനോട്ടം വഹിക്കുന്നതിനുവേണ്ടി രാജാവിന്റെ മൂത്ത സഹോദരനായ മോൺസ്യൂവിനെ നിയോഗിച്ചു.

ലാറൊച്ചിയിലേക്കയച്ച ആദ്യത്തെ ഭടന്മാരുടെ കൂട്ടത്തിൽ ആർട്ഗ്നൻ ഉണ്ടായിരുന്ന കാര്യം മുഴുവൻ നേരത്തെതന്നെ പറഞ്ഞല്ലോ.

പാർലമെന്റ് സമ്മേളനത്തിന്റെ ആദ്യഭാഗം തീർന്നാലുടനെ യുദ്ധത്തിനിറങ്ങാൻ രാജാവ് തീരുമാനിച്ചിരുന്നതായിരുന്നു. പക്ഷേ, ജൂൺ 28ന് അദ്ദേഹത്തിന് പനിയുണ്ടായി; രോഗം വല്ലാതെയായി. എങ്കിലും യുദ്ധത്തിനു പുറപ്പെടാനാണ് ശ്രമിച്ചത്. രോഗം മൂർച്ഛിച്ചതിനാൽ അദ്ദേഹത്തിന് വില്ലറോയിയിൽ തങ്ങേണ്ടിവന്നു.

രാജാവ് എവിടെനിന്നാലും പടയാളികളും അവിടെ നിൽക്കണം. ആർട്ഗ്നൻ ഒരു ഭടനല്ലേ. അതുകൊണ്ട് അവന് ആതോസ്, ആറമീസ്, പോർത്തോസ് സുഹൃത്തുക്കളിൽനിന്നും വിട്ടുനിൽക്കേണ്ടിവന്നു. ആ വിട്ടുനിൽക്കൽ അവന് അസുഖകരമായി മാത്രം തോന്നി. അവർ ഒപ്പമില്ലാതിരുന്നതുകൊണ്ട് ഭാവിയിൽ താൻ എത്രത്തോളം ദുഃഖിക്കേണ്ടി വരുമെന്ന് അയാൾ ചിന്തിച്ചിരുന്നതേയില്ല.

എങ്കിലും അയാൾ 1627, സെപ്റ്റംബർ 10ന് ലാറൊച്ചിലിയുടെ അരികിൽ സുരക്ഷിതമായി എത്തിച്ചേർന്നു.

കാര്യങ്ങളൊന്നും മാറിയിട്ടില്ലായിരുന്നു. ബക്കിംഗ്ഹാം പ്രഭു ലിഡിറിയിൽ ആയിരുന്നു. പട്ടാളക്കാരുടെ സഹായത്തോടെ സെന്റ്മാർട്ടിൻ, ലാപ്രി എന്നീ കോട്ടകൾ തകർക്കാൻ അവർ നോക്കി. പക്ഷേ സാധിച്ചില്ല. മാത്രമല്ല, ഇംഗ്ലീഷുകാർ ലാറൊച്ചിലിക്കുനേരെ രണ്ടുമൂന്നു ദിവസം മുമ്പ് യുദ്ധം നടത്തിനോക്കി. അൻഗൗലിമീപ്രഭു ആ കാലഘട്ടത്തിൽ നിർമിച്ച കോട്ടയായിരുന്നു അത്.

മോൺസ്യൂർ ഡിസ് എസാർട്സിലെ കമ്പനിയിലെ ഭടന്മാരെ ലെസ് മിനിമാസിലാണ് വിന്യസിച്ചിരുന്നത്.

പടയാളികളുടെ കൂട്ടത്തിൽ ചേരണമെന്ന അമിതമായ അഭിലാഷം കൊണ്ടുനടന്നിരുന്നതിനാൽ, ഭടന്മാർക്കിടയിൽ അവൻ വലിയ സൗഹൃദമൊന്നും വച്ചുപുലർത്തിയിരുന്നില്ല. അക്കാരണത്താൽ അവൻ തന്റെ ചിന്തകൾക്കൊപ്പം അവിടെ ഒറ്റപ്പെട്ടിരുന്നു.

ആനന്ദപ്രദമായിരുന്നതല്ല അവന്റെ ചിന്തകൾ. ഒരു വർഷം മുമ്പ് പാരീസിൽ വന്നപ്പോൾത്തന്നെ അവന് പൊതുകാര്യങ്ങളിൽ ഇടപെടേണ്ടി വന്നിരുന്നു. എന്നാൽ അവന്റെ സ്വകാര്യവിഷയങ്ങളായ പ്രേമം, സമ്പത്ത് എന്നിവയെ സംബന്ധിച്ചിടത്തോളം ഒരു പുരോഗതിയും അവനുണ്ടായില്ല.

അവൻ ആകപ്പാടെ സ്നേഹിച്ച ഒരു പെണ്ണായിരുന്നു മാഡം ബോണസ്യൂ. പക്ഷേ, അവൾ അപ്രത്യക്ഷമായി. അവൾക്ക് എന്താണ് സംഭവിച്ചതെന്ന് ഇതുവരെയും മനസിലാക്കാനുമായില്ല.

രാജാവ് ഉൾപ്പെടെയുള്ള ശക്തരായ ആളുകൾ ഭയപ്പെടുന്ന കർദിനാളിനെ അവൻ ഒരു ശത്രുവാക്കി. അദ്ദേഹത്തിനു വേണമെങ്കിൽ അവരെ ഞെരിച്ചുകളയാമായിരുന്നു; പക്ഷേ ചെയ്തില്ല. അങ്ങനെയുള്ള അദ്ദേഹത്തിൽനിന്നും പ്രതീക്ഷയുള്ള എന്തെങ്കിലും ഭാവിയിൽ കിട്ടുമെന്നും അവനു തോന്നിയിട്ടുണ്ട്.

കർദിനാളിനേക്കാൾ അശക്തനായ ഒരാളിനെക്കൂടി അവൻ ശത്രുവാക്കിയിട്ടുണ്ട്; മിലാഡി. അവളെ അത്ര നിസ്സാരമായിക്കരുതരുതെന്ന് അവനു തോന്നിയിരുന്നു.

പക്ഷേ, എല്ലാ വ്യാപാരത്തിനുമിടയിൽ രാജ്ഞിയിൽനിന്നുള്ള സംരക്ഷണവും സൽപ്പേരും അവൻ സമ്പാദിച്ചു. പക്ഷേ അവളുടെ സ്നേഹം ഒരു അനുഗ്രഹത്തെക്കാൾ അധികം ദോഷമാണുണ്ടാക്കാറുണ്ടായിരുന്നത്. ഈ അനുഭവം ഉണ്ടായവരിൽ പ്രധാനപ്പെട്ട രണ്ടുദാഹരണങ്ങളാണ് ചാലൈസും മാഡം ബോണസ്യൂവും.

ആർട്ഗ്നനു അവൾ വഴി കിട്ടിയ ഏറ്റവും വലിയ നേട്ടം ആ വൈര മോതിരമായിരുന്നു – അയ്യായിരമോ ആറായിരമോ ലിവറി മൂല്യം വരുന്ന ഒരു മോതിരം. അതവൻ വിരലിലണിഞ്ഞിട്ടുണ്ട്. അതു സൂക്ഷിച്ചാൽ ഭാവിയിൽ രാജ്ഞിയുടെ മുന്നിൽ തിരിച്ചറിയാനുള്ള ഒരടയാളമാകും; അതു ഏതെങ്കിലും വിധത്തിൽ ഗുണമുണ്ടാക്കും. അതുകൊണ്ടാണ് അവൻ അത് വിൽക്കാതെ സൂക്ഷിച്ചത്. അന്നുവരെ ആ മോതിരം അവന് കാൽച്ചുവട്ടിലെ ചരലിനേക്കാൾ വിലയില്ലാത്തതായിരുന്നു.

ഇങ്ങനെ ചിന്തിച്ചുകൊണ്ട് അവൻ ഒറ്റയ്ക്കു ഇടവഴിയിലൂടെ നടന്ന് ആൻഗൗട്ടിൽ ഗ്രാമത്തിലെ ക്യാമ്പിലേക്കു പോകുകയായിരുന്നു. അതുകൊണ്ടാണ് 'കാൽച്ചുവട്ടിലെ ചരലിനെക്കാൾ' എന്നു പറയേണ്ടിവന്നത്. ചിന്തയിൽ ആണ്ടിരുന്നതിനാൽ ഉദ്ദേശിച്ചതിനേക്കാൾ കൂടുതൽ അവൻ നടന്നു. രാത്രിയാകാറായി. അസ്തമയസൂര്യന്റെ കിരണങ്ങളേറ്റ് കുറ്റിക്കാടിന്റെ പിന്നിൽ ഒരു തോക്കിന്റെ പാത്തി തിളങ്ങുന്നത് അവന്റെ ശ്രദ്ധയിൽപ്പെട്ടു.

ആർട്ഗ്നന് കൂർമബുദ്ധിയായിരുന്നു. എന്തായാലും ഒരു തോക്ക് അവിടെ തനിയെ വരികയില്ല. മാത്രമല്ല ആ തോക്കിന്റെ ഉടമസ്ഥൻ സൗഹൃദചിന്തയോടുമാത്രം കുറ്റിക്കാടിന്റെ പിന്നിൽ ഒളിഞ്ഞിരിക്കുകയുമില്ല. എതിരിടാൻതന്നെ ആർട്ഗ്നൻ തീരുമാനിച്ചു. പെട്ടെന്ന് റോഡിന്റെ

മറ്റേ അരികിൽ ഒരു പാറയ്ക്കു പിന്നിലായി മറ്റൊരു തോക്കുധാരിയെയും അവൻ കണ്ടു.

തോക്ക് തന്റെ നേരെയാണെന്ന് ആർട്ഗ്നനു മനസിലായി. അതിനെ തടയുന്നതിനുമുമ്പ് ആർട്ഗ്നൻ സ്വയം തറയിലേക്കു വീണു. ഒരു വെടിയുണ്ട അവന്റെ തലയ്ക്കു മുകളിലൂടെ പാഞ്ഞുപോയി.

സമയം പിന്നെ പാഴാക്കാനുണ്ടായിരുന്നില്ല. അവൻ ചാടിയെഴുന്നേറ്റു. പെട്ടെന്ന് അവൻ നിലത്തുകിടന്നയിടത്തേക്ക് മറ്റേ തോക്കിൽ നിന്നും വെടിയുണ്ട തുരുതുരെ പാഞ്ഞുവന്നു.

ദൈവത്തിന്റെയോ വിധിയുടെയോ പേരിൽ ധൈര്യം പറഞ്ഞു നിന്നിട്ട് യാതൊരു കാര്യവുമില്ലെന്ന് ആർട്ഗ്നനു മനസിലായി. താൻ ഒരു കെണിയിൽത്തന്നെയാണ് അകപ്പെട്ടിരിക്കുന്നതെന്ന് അവന് ബോധ്യമായി.

"ഇനി മറ്റൊരു വെടിയുണ്ട വന്നാൽ' അവൻ ചിന്തിച്ചു. 'എന്റെ കാര്യം അവസാനിച്ചു.'

അവൻ ക്യാമ്പിലേക്ക് ഓടി. പരമാവധി വേഗത്തിൽ.

ആദ്യത്തെ വെടിവച്ചവൻ വീണ്ടും തോക്കുനിറച്ചു. അയാൾ രണ്ടാമതും ഒരു വെടിവച്ചു. ഉന്നം പിഴച്ചില്ല. അവന്റെ തൊപ്പിയിൽ അതുകൊണ്ടു. കാറ്റിലേക്കു തെറിച്ചുവീണ തൊപ്പിയും പിടിച്ചുകൊണ്ട് അവൻ നിർത്താതെ ഓടി. നിമിഷങ്ങൾക്കകം അവൻ ക്യാമ്പിലെത്തി.

അവൻ കിതയ്ക്കാൻ തുടങ്ങി; മുഖം വിളറി വെളുത്തു. ആരോടും ഒന്നും പറയാതെ അവൻ ഒരിടത്തിരുന്നു. അവൻ ചിന്തകളിലേക്ക് ഊളിയിട്ടു.

കുറ്റിക്കാട്ടിൽ നിന്നുള്ള ആക്രമണത്തെ അവൻ മൂന്നുവിധത്തിൽ വ്യാഖ്യാനിക്കാൻ ശ്രമിച്ചു.

ഏറ്റവും കൂടുതൽ സാധ്യതയുള്ളത്, അവനെ കൊല്ലാൻ ലാറൊച്ചിയിലെ ഭടന്മാർ ശ്രമിച്ചതായിരിക്കുമെന്നതാണ്. അവനെ കൊന്നാൽ രാജാവിന്റെ ഭടന്മാരിൽ ഒരാൾ കുറയുമെന്നുമാത്രമല്ല; അവന്റെ കൈവശമുള്ള പണം നിറച്ച പേഴ്സ് തട്ടിയെടുക്കാനുമാകും.

ആർട്ഗ്നൻ തന്റെ തൊപ്പിയൂരി. തൊപ്പിക്കേറ്റ വെടിദ്വാരം പരിശോധിച്ചു. ഒരു വെറും സാധാരണ വെടിയുണ്ടയല്ല പാഞ്ഞിരിക്കുന്നതെന്ന് അവൻ മനസിലാക്കി. അതുകൊണ്ട് തോക്ക് സാധാരണ പട്ടാളക്കാരന്റേതല്ല. അതുകൊണ്ട് തന്നെ ആക്രമിച്ചത് പട്ടാളക്കാരനല്ലായെന്ന് അവനു തോന്നി.

അവൻ രണ്ടാമത് കർദിനാളിനെ സംശയിച്ചു. പക്ഷേ സ്വയം രക്ഷയ്ക്കു ശക്തിപോരാത്ത മനുഷ്യരെ കുടുക്കിപ്പിടിക്കാൻ നോക്കുന്ന ആളല്ല അദ്ദേഹം. അതിനാൽ ആ സാധ്യത സ്വീകരിക്കാൻ അവനായില്ല.

മിലാഡിയുടെ പ്രതികാരപ്പോക്കലാണോയെന്നതായിരുന്നു ആർട്ഗ്നന്റെ പുതിയ ചിന്ത. അതിനു കൂടുതൽ സാധ്യതയുണ്ട്. കൊല്ലാൻ വന്നവരുടെ മുഖഭാവം അവൻ ഒന്നോർത്തുനോക്കി. ഒന്നും വ്യക്തമാ

യില്ല. പേടിച്ചു ബദ്ധപ്പെട്ടാണല്ലോ അവൻ ഓടി രക്ഷപ്പെട്ടത്. ഭയംകൊണ്ട് അവൻ തന്റെ അരികിലില്ലാത്ത മൂന്നു സുഹൃത്തുക്കളെയും ഓർത്ത് നെടുവീർപ്പിട്ടു: "നിങ്ങൾ എന്റെയരികിലുണ്ടായിരുന്നെങ്കിൽ! എനിക്ക് നിങ്ങളുടെ ആവശ്യം എത്ര മാത്രമാണെന്നോ!"

രാത്രിയിൽ അവനുറങ്ങാൻ പറ്റിയില്ല.

മൂന്നോ നാലോ തവണ അവൻ ഞെട്ടിയെഴുന്നേറ്റു. തന്നെ കുത്തിക്കൊലപ്പെടുത്താൻവേണ്ടി ആരോ വരുന്നതായിട്ട് അവനു ഉറക്കത്തിൽ തോന്നിയിരുന്നു.

നേരം പുലർന്നു. അന്ധകാരത്തിൽ ഒന്നും സംഭവിച്ചിരുന്നില്ല. എങ്കിലും കൂടുതൽ അപകടം ഉണ്ടാകാനിടയുണ്ടെന്ന് അവൻ ഊഹിച്ചു.

പകൽ മുഴുവൻ സ്വന്തം മുറിയിൽ അവനിരുന്നു. കാലാവസ്ഥ വളരെ മോശമായതുകൊണ്ടാണെന്നു മാത്രം അയാൾ അതിനുള്ള ഒഴികഴിവായി പറഞ്ഞു.

രണ്ടുദിനങ്ങൾ കഴിഞ്ഞു.

രാവിലെ രണ്ടു മണിക്ക് സാധാരണ പരേഡ് ഉണ്ടായിരുന്നു. ഓർലിയോൺപ്രഭു തന്റെ പട്ടാള പരിശോധന നടത്തുകയാണ്. ഭടന്മാർ പരേഡു നടത്തി. അതിൽ ആർട്ഗ്നനും ഉണ്ടായിരുന്നു.

അദ്ദേഹം പട്ടാള പരിശോധന നടത്തിയശേഷം, പരേഡു സ്ഥലത്തു വച്ചുതന്നെ മേലുദ്യോഗസ്ഥനോടു സംസാരിച്ചു, എസാർട്സും ഉണ്ടായിരുന്നു അക്കൂട്ടത്തിൽ. അവർ ഒരു ഗ്രൂപ്പായി മാറിനിന്നാണ് സംസാരിച്ചിരുന്നത്. തന്റെ ഓഫീസർ തന്നെ ആംഗ്യത്തിൽ വിളിക്കുന്നതായി കണ്ടപ്പോൾ അത്ഭുതംകൊണ്ട് ആർട്ഗ്നൻ ആദ്യം അനങ്ങിയില്ല. വീണ്ടും തന്നെ വിളിക്കുന്നതായിക്കണ്ട് അവൻ അങ്ങോട്ടു ചെന്നു.

"ചില അപകടകരമായ ദൗത്യം നടപ്പിൽ വരുത്തുന്നതിന് സന്നദ്ധരായ ഭടന്മാരെ ആവശ്യമുണ്ടല്ലോ" എസാർട്സ് പറഞ്ഞു. "തയാറായിക്കോളൂ; പേരും പെരുമയും കിട്ടാൻ അത് ഉപകരിക്കും."

"നന്ദിയുണ്ട് സർ" ആർട്ഗ്നൻ പറഞ്ഞു. ഇങ്ങനെയൊരു സാഹചര്യം യഥാർഥത്തിൽ അവൻ പ്രതീക്ഷിച്ചുകൊണ്ടിരിക്കുകയായിരുന്നു.

രണ്ടുദിവസം മുമ്പ് രാജാവ് പിടിച്ചടക്കിയിരുന്ന ഒരു കോട്ട രാത്രിയിൽ രഹസ്യക്കിടങ്ങുണ്ടാക്കി ശത്രുഭാഗം തിരിച്ചുപിടിച്ചു. ആ പിടിച്ചടക്കിയ കോട്ട ഇപ്പോൾ എന്തുമാത്രം സംരക്ഷണയിലാണെന്ന് അന്വേഷിക്കാൻ പോകേണ്ടതായിരുന്നു ദൗത്യം.

കുറച്ചു നിമിഷങ്ങൾക്കുശേഷം മോൺസ്യൂർ ഉച്ചത്തിൽ വിളിച്ചുപറഞ്ഞു. "ഈ ദൗത്യത്തിന് മൂന്നോ നാലോ പേരടങ്ങുന്ന സന്നദ്ധരായ വിശ്വസ്ത ഭടന്മാരെയാണ് എനിക്കു വേണ്ടത്."

"അതിന്റെ നേതാവിനെ ഞാൻ തരാം സർ" എസാർട്സ് പെട്ടെന്നു തന്നെ ആർട്ഗ്നനെ ചുണ്ടിക്കാണിച്ചുകൊണ്ടാണ് പറഞ്ഞത്. "ബാക്കിയുള്ള ഭടന്മാരെ അങ്ങയുടെ ഇഷ്ടമനുസരിച്ച് തെരഞ്ഞെടുത്തോളൂ. അങ്ങേക്ക് ആവശ്യമുള്ളതിനേക്കാൾ അധികം ഭടന്മാരെ അങ്ങേക്കു

കിട്ടും.”

“മരിക്കാൻ സന്നദ്ധതയുള്ള നാലു ഭടന്മാർ എന്നോടൊപ്പം വരൂ” ആർട്ഗ്നൻ പറഞ്ഞു. അവർ വാൾ ഊരി ഉയർത്തിപ്പിടിക്കുകയും ചെയ്തു.

ഭടന്മാരിൽ രണ്ടുപേർ ധടുതിയിൽ മുന്നോട്ടുവന്നു. അവരോടൊപ്പം രണ്ടു പട്ടാളക്കാരും ചേർന്നു. അത്രയും എണ്ണം ആളുകൾ മതിയായിരുന്നതിനാൽ കൂടുതൽ ആളുകളെ ചേർക്കാൻ ആർട്ഗ്നൻ ആഗ്രഹിച്ചില്ല. ആദ്യംവന്ന ആ നാലുപേരെ തന്നെ അദ്ദേഹം തെരഞ്ഞെടുത്തു.

ആ കോട്ട പിടിച്ചടക്കിയവർ അവിടെയുണ്ടോ അതെയോ അവിടം വിട്ടുപോയോയെന്നതാണ് ഇവർ കണ്ടുപിടിക്കേണ്ടത്.

ആർട്ഗ്നൻ ആ നാലുപേരോടൊപ്പം യാത്രയാരംഭിച്ചു. അവർ കിടങ്ങിനരികിലെത്തി. അതിന്റെ മറവുപറ്റി കോട്ടയിൽനിന്നും നൂറുവാര അകലെ നിന്നു. രണ്ടുപേർ തൊട്ടടുത്തും കുറച്ചകലെയായും നിന്നു.

ആർട്ഗ്നൻ പുറകിലോട്ടുനോക്കി. രണ്ടു പടയാളികൾ അപ്രത്യക്ഷരായിരുന്നു. അവർ ഭയപ്പെട്ടോടിയതായിരിക്കുമെന്നു കരുതി. ആർട്ഗ്നനും രണ്ടു ഭടന്മാരുംകൂടി മുന്നോട്ടുപോയി. കിടങ്ങുകഴിഞ്ഞ് അവർ കോട്ടയിൽനിന്നും അറുപതടി അകലെയെത്തി. കോട്ടയിൽ ആരും ഉള്ളതായി അവനു തോന്നിയില്ല. ഇനിയും മുന്നോട്ടു നീങ്ങണമോയെന്ന് അവർ പരസ്പരം ആലോചിക്കാൻ തുടങ്ങിയതായിരുന്നു. പെട്ടെന്ന് അവിടെനിന്നും പുക ഉയരുന്നതു കണ്ടു. തുടർന്ന് ഒരു ഡസൺ വെടിയുണ്ടകൾ പാഞ്ഞുപോകുന്ന ശബ്ദവും.

കോട്ടയ്ക്കകത്ത് ആളുണ്ടെന്ന് അവർക്കു ബോധ്യമായി. ഇനിയും അവിടെനിൽക്കുന്നത് അപകടമാണെന്ന് ആർട്ഗ്നനും കൂട്ടർക്കും ബോധ്യമായി. അവർ തിരിഞ്ഞു പെട്ടെന്ന് ഓടി രക്ഷപ്പെടാൻ നോക്കി.

കിടങ്ങിന്റെ മൂലയിൽ അവർ എത്തിയതാണ്; പെട്ടെന്നൊരു വെടിയൊച്ച കേട്ടു. ഒരു ഭടൻ വെടിയേറ്റ് താഴെ വീഴുകയും ചെയ്തു. വെടിയുണ്ട അയാളുടെ നെഞ്ചിലൂടെയാണ് പാഞ്ഞുപോയത്. മറ്റേയാൾ ക്യാമ്പിലേക്കുതന്നെ തിരിച്ചോടിക്കൊണ്ടിരുന്നു.

തന്റെ ചങ്ങാതിയെ ഉപേക്ഷിച്ചുപോകാൻ ആർട്ഗ്നൻ ഇഷ്ടപ്പെട്ടില്ല. അയാളെ താങ്ങിയെടുത്ത് ക്യാമ്പിലേക്കെത്തിക്കാൻ അവൻ കുനിഞ്ഞതാണ്. അപ്പോഴേക്കും രണ്ടു വെടിയുണ്ടകൾ പൊട്ടി. അതിലൊന്ന് ആ മുറിവേറ്റ ഭടന്റെ മേലിൽത്തന്നെയായിരുന്നു. ഇത്തവണ തലയിലായിരുന്നുവെന്നു മാത്രം. മറ്റേത് ആർട്ഗ്നന്റെ മേലിൽ തൊട്ടുതൊട്ടില്ലായെന്ന വിധത്തിൽ പാഞ്ഞുപോയി സമീപത്തെ പാറയിൽക്കൊണ്ടു.

എന്തായാലും കോട്ടയിൽനിന്നല്ല ആ വെടിയുണ്ടകൾ പാഞ്ഞുവരുന്നതെന്ന് ആർട്ഗ്നനു മനസിലായി. കിടങ്ങിന്റെ ഭാഗത്തുനിന്നാണെന്ന് അവനു മനസിലായി. തന്നോടൊപ്പം ഉണ്ടായിരിക്കുകയും ഇടയ്ക്കു വച്ചു അപ്രത്യക്ഷമായതുമായ രണ്ടു പട്ടാളക്കാരെക്കുറിച്ച് ആർട്ഗ്നൻ ഓർത്തു. തന്നെ രണ്ടുദിവസം മുമ്പ് കൊല്ലാൻ ശ്രമിച്ച പട്ടാളക്കാരെപ്പ

റ്റിയും ഒപ്പം അവനോർത്തു. ഇത്തവണ എതിരാളിയെ കണ്ടുപിടിച്ചേ പറ്റൂ; അവൻ തീരുമാനിച്ചു.

ആർട്ഗ്നൻ കൊല്ലപ്പെട്ടതുപോലെ, ആ സുഹൃത്തിന്റെ മേലിൽക്കൂടി വീണുകിടന്നു. അവന്റെ ഒരു സൂത്രമായിരുന്നു അത്.

മണ്ണുകോരിയിട്ടു കൂട്ടിയിരുന്ന ഒരു കൂനയ്ക്കു പുറകിൽ രണ്ടു തലകൾ മുപ്പതുവാരയകലെയായി ഉയർന്നുവരുന്നത് ആർട്ഗ്നൻ കണ്ടു. അവൻ അവന്റെ സംശയം സ്ഥിരീകരിച്ചു. തന്നെ കൊല്ലാൻ വേണ്ടിയാണ് ആ രണ്ടു പട്ടാളക്കാർ ഒപ്പം ചേർന്നതെന്ന് അവനു മനസിലായി; ശത്രുക്കളാണ് കൊന്നതെന്നും പറയാമല്ലോ.

അവർ മരിച്ചിട്ടില്ലെങ്കിൽ വിവരങ്ങൾ ക്യാമ്പിൽ ചെന്നു പറയുമല്ലോയെന്ന് ഭയന്ന് അവർ അവനെ സമീപിച്ചു. ഭാഗ്യംകൊണ്ട് അവർ തോക്കിൽ വെടിയുണ്ടകൾ വീണ്ടും നിറച്ചിരുന്നില്ല.

അവർ ആർട്ഗ്നന്റെ അരികിൽനിന്നും ഒരു പത്തടി അകലത്തിലെത്തിയപ്പോൾ ആർട്ഗ്നൻ ചാടിയെഴുന്നേറ്റു; അവരുടെ നേരെ അവൻ പാഞ്ഞുചെന്നു. അവൻ വാളൂരി കൈയിൽ പിടിച്ചിരുന്നു.

അവനെ കൊല്ലാതെ പോയാൽ ക്യാമ്പിൽ വിവരങ്ങൾ ചെന്നു പറയുമെന്നുള്ളതുകൊണ്ട് അവനെ നേരിടാൻതന്നെ അവർ തീരുമാനിച്ചു. ഒരു പട്ടാളക്കാരൻ തോക്കെടുത്ത് ആർട്ഗ്നനെ ആഞ്ഞടിക്കാൻ നോക്കി. അവൻ അതു ശരീരത്തിൽ ഏൽക്കാതെ സൂക്ഷിച്ചുമാറി. അവൻ ഒഴിഞ്ഞുമാറിയപ്പോൾ ആ പട്ടാളക്കാരന്റെ ഓട്ടം കോട്ടയിലേക്കു അറിയാതെ നീങ്ങി. കോട്ടയ്ക്കകത്തെ ആളുകൾ കരുതി അയാൾ അവരെ എതിർക്കാൻ വരികയാണെന്ന്. അവർ അയാളുടെ നേരെ നിറയൊഴിച്ചു. തോളിലൂടെ വെടിയുണ്ടകൾ തറച്ച് അയാൾ താഴെ പിടഞ്ഞുവീണു മരിച്ചു.

ഇതേസമയം ആർട്ഗ്നൻ വാളുകൊണ്ട് രണ്ടാമത്തെ പട്ടാളക്കാരനെ എതിർത്തു തുടങ്ങി. അയാളുടെ കൈയിൽ വെടിയുണ്ട നിറയ്ക്കാത്ത തോക്കായിരുന്നല്ലോ അപ്പോൾ. ആർട്ഗ്നൻ വാൾ വീശി. തുടയ്ക്ക് വെട്ടേറ്റ് അയാൾ നിലത്തുവീണു. ആർട്ഗ്നൻ അയാളുടെ നെഞ്ചത്തു കയറിയിരുന്ന് കഴുത്തിലേക്ക് കത്തികൊണ്ടു തൊട്ടു.

“എന്നെ കൊല്ലരുത്” പട്ടാളക്കാരൻ പറഞ്ഞു: “എന്നെ വെറുതെ വിടൂ സർ. എല്ലാം ഞാൻ പറയാം.”

“നിന്നെ കൊല്ലാതിരിക്കുന്നതെന്തിനാണ്? നീ പറയാൻ പോകുന്നത് എനിക്കത്രയ്ക്കു ഉപയോഗമുള്ളതാണോ?” ആർട്ഗ്നൻ ചോദിച്ചു; ഒപ്പം അവൻ കഴുത്തിൽനിന്നും വാൾ മാറ്റുകയും ചെയ്തു.

“നിങ്ങളെപ്പോലുള്ള ഒരു ധീരനും സുന്ദരനും ബുദ്ധിമാനുമായ ഒരാളുടെ ജീവനു വിലയുള്ളതായി അങ്ങേക്കു തോന്നുന്നെങ്കിൽ....”

“എങ്കിൽ വേഗം പറയൂ” ആർട്ഗ്നൻ പറഞ്ഞു. “എന്നെ കൊല്ലാൻ നിന്നെ ആരാണയച്ചത്?”

“ഒരു സ്ത്രീ. ആരാണവൾ എന്നെനിക്കറിയില്ല. പക്ഷേ, അവളുടെ പേരറിയാം – മിലാഡി.”

“അവളെ നിനക്കറിയില്ലെങ്കിൽ നീയെങ്ങനെ അവളുടെ പേരറിഞ്ഞു?”

“എന്റെ സ്നേഹിതനറിയാമായിരുന്നു. അയാൾ അവളെ അങ്ങനെയാണ് വിളിക്കുന്നത്. അവൾ കൊടുത്ത ഒരു കത്ത് അയാളുടെ പോക്കറ്റിലുണ്ടായിരുന്നു. എനിക്കറിയാവുന്നിടത്തോളം അത് നിങ്ങൾക്കുപകാരമുള്ള കത്താണെന്നു തോന്നുന്നു” അയാൾ പറഞ്ഞു.

“നീയെങ്ങനെയാണ് ഇതിൽപ്പെട്ടത്?” ആർട്ഗ്നൻ ചോദിച്ചു.

“ഞാനും പോരണമെന്ന് അയാൾ പറഞ്ഞു. ഞാനതു സമ്മതിച്ചു. അത്രതന്നെ.”

“ഈ ദൗത്യം ചെയ്യാൻ എത്ര രൂപയാണ് അവൾ നിങ്ങൾക്കു നൽകിയത്?”

“നൂറ് ലൂയിസ് പണം.”

“അവൾ എനിക്ക് നല്ല വില വച്ചതിൽ എനിക്കു സന്തോഷമുണ്ട്” ആർട്ഗ്നൻ ചിരിച്ചുകൊണ്ടു പറഞ്ഞു. “നൂറ് ലൂയിസ്! നിങ്ങളെപ്പോലെയുള്ള രണ്ടുപേർക്ക് ഈ തുക ഭീമമാണല്ലോ. ആ തുകയ്ക്ക് നിങ്ങൾ ഈ പണി സമ്മതിച്ചതിന്റെ കാരണം എനിക്കു മനസിലാകും..... ഞാൻ നിങ്ങളെ രക്ഷിക്കാം. പക്ഷേ, ഒരു വ്യവസ്ഥയുണ്ട്.”

“എന്തു വ്യവസ്ഥ?” അയാൾ ചോദിച്ചു.

“നിങ്ങളുടെ സ്നേഹിതന്റെ പോക്കറ്റിൽനിന്നും നിങ്ങൾ ആ കത്ത് എനിക്കു എടുത്തുതരണം.”

“അത് എന്നെ കൊല്ലുന്നതിനുള്ള മറ്റൊരു മാർഗമല്ലേ?” അയാൾ പറഞ്ഞു. “കോട്ടയ്ക്കകത്തുനിന്നും വെടിയുതിർന്നുകൊണ്ടിരിക്കുമ്പോൾ ഞാൻ എങ്ങനെയാണ് കത്തെടുക്കാൻ അങ്ങോട്ടു പോകുന്നത്?”

“നീയതു ചെയ്യണം; അല്ലാത്തപക്ഷം നിന്നെ ഞാൻ കൊന്നുകളയും.”

“അയ്യോ! എന്നെ കൊല്ലരുത് സർ” അവൻ കരഞ്ഞു പറഞ്ഞു. അവൻ സാവകാശം എഴുന്നേറ്റു. മുട്ടിൽനിന്നുകൊണ്ട് ഒരു കൈയൂന്നിയാണ് എഴുന്നേറ്റത്. മുറിവിൽനിന്നും ധാരാളം രക്തമൊഴുകിപ്പോയതിനാൽ അയാൾ വളരെ ക്ഷീണിതനുമായിരുന്നു. “അങ്ങു സ്നേഹിക്കുന്ന ആ സ്ത്രീക്കുവേണ്ടി എന്നെ കൊല്ലാതെ വെറുതേ വിടൂ. അവൾ മരിച്ചെന്നാണ് നിങ്ങൾ കരുതുന്നത്. പക്ഷേ അവൾ ജീവിച്ചിരിപ്പുണ്ട്.”

“ഞാൻ ഒരു സ്ത്രീയെ സ്നേഹിക്കുന്നെന്നും അവൾ മരിച്ചിട്ടുണ്ടെന്നാണ് ഞാൻ കരുതുന്നതെന്നും നിനക്കെങ്ങനെയറിയാം?” ആർട്ഗ്നൻ ചോദിച്ചു.

“എന്റെ സുഹൃത്തിന്റെ പോക്കറ്റിൽക്കിടക്കുന്ന കത്തിൽനിന്നും” അയാൾ പറഞ്ഞു.

“എങ്കിൽ എനിക്ക് ആ കത്ത് കിട്ടിയേ പറ്റൂ” ആർട്ഗ്നൻ പറഞ്ഞു. “എനിക്ക് അതിനുവേണ്ടി കാത്തുനിൽക്കാൻ വയ്യ. നിന്നെപ്പോലുള്ള തെമ്മാടികളെക്കൊണ്ട് എന്റെ വാളിനെ രക്തംകൊണ്ട് കളങ്കപ്പെടുത്താൻ

എനിക്ക് വീണ്ടും ആഗ്രഹമില്ല."

ഇതു പറഞ്ഞുകൊണ്ട് ആർട്ഗ്നൻ വാളോങ്ങി അയാളെ ഭയപ്പെടുത്തി.

"അരുതേ!" അയാൾ കേണു. "ഞാൻ പോകാം! കത്തുകൊണ്ടു വരാം."

അയാളുടെ തോക്ക് ആർട്ഗ്നൻ തറയിൽനിന്നുമെടുത്തു. കൈയിലിരിക്കുന്ന വാളിന്റെ പിടികൊണ്ട് അയാളുടെ മുതുകിൽ ഒരു തള്ളു തള്ളിയവൻ വിട്ടു.

അയാൾ മുന്നോട്ടുനീങ്ങിയപ്പോൾ പിന്നിൽ ചോരയൊലിക്കുന്നത് അവൻ കണ്ടു. അയാൾ വിളറി വെളുത്തിരുന്നു. ആർട്ഗ്നന് യഥാർത്ഥത്തിൽ അവനോടൽപ്പം കരുണ തോന്നി.

ആർട്ഗ്നൻ പറഞ്ഞു: "ധീരനും ഭീരുവും തമ്മിലുള്ള വ്യത്യാസം ഞാൻ നിനക്കു കാണിച്ചുതരാം. നീയിവിടെ നിൽക്കൂ. ഞാൻ പോകാം."

ആർട്ഗ്നൻ മറ്റേ പട്ടാളക്കാരന്റെ അരികിലേക്കു നടന്നു. ആക്രമണം ചുറ്റിൽനിന്നും വരുന്നുണ്ടോയെന്നറിയാൻ അവൻ ചുറ്റിലും നോക്കുന്നുണ്ടായിരുന്നു. അവൻ അയാളുടെ അരികിലെത്തി.

ഇനി രണ്ടു മാർഗങ്ങളാണുള്ളത്. ഒന്നുകിൽ കത്ത് തപ്പിയെടുക്കുക. അല്ലെങ്കിൽ അയാളെ എടുത്തുകൊണ്ടുപോരുക. എങ്കിൽ അയാൾ എനിക്കൊരു മറയാകുകയും ചെയ്യും. കിടങ്ങിൽ കൊണ്ടിട്ടശേഷം പരിശോധിക്കുകയും ചെയ്യാം.

ആർട്ഗ്നൻ രണ്ടാമത്തെ മാർഗം സ്വീകരിച്ചു.

അവൻ തന്റെ തോളിൽ ആ പട്ടാളക്കാരനെ താങ്ങിയെടുത്തു. അപ്പോഴേക്കും ശത്രു നിറയൊഴിച്ചിരുന്നു. അയാൾ അവന്റെ തോളിൽക്കിടന്നൊന്നു പിടഞ്ഞു; മൂന്നു വെടിയുണ്ടയായിരുന്നു അയാളുടെ മേലിൽ തറച്ചത്. ഒരു നിലവിളിയോടെ അയാൾ മരിക്കുകയും ചെയ്തു. അങ്ങനെ കൊല്ലാൻ വന്നവൻ കൊല്ലേണ്ട ആളിന്റെ ജീവൻ രക്ഷിച്ചു.

ആർട്ഗ്നൻ പെട്ടെന്ന് ശവവുമായി ചാടി കിടങ്ങിനരികിലെത്തി. മുറിവേറ്റ പട്ടാളക്കാരന്റെ അരികിൽ ശവശരീരം കിടത്തിയശേഷം അയാളുടെ ദേഹമാസകലം പരിശോധിക്കാൻ തുടങ്ങി.

ഒരു തുകൽ സഞ്ചി! ഒരു പഴ്സ്! കൊലചെയ്യാനായി കൊടുത്ത പണം തീർച്ചയായും അതിലുണ്ടാകുമെന്ന് അവനു തോന്നി. ചൂതുകളിക്കുള്ള ബോർഡും കട്ടയും. എല്ലാം കളഞ്ഞശേഷം തുകൽസഞ്ചിമാത്രം അവൻ തുറന്നു. അതിൽ കത്തുണ്ടാകും.

അപ്രധാനമായ ധാരാളം കടലാസുകൾ അതിലുണ്ടായിരുന്നു; താൻ ജീവൻ പണയപ്പെടുത്താൻപോലും നോക്കിയ ആ കത്ത്! അവൻ ആ കത്തു വായിച്ചു.

ആ സ്ത്രീയെ രക്ഷപ്പെടാൻ നിങ്ങൾ അനുവദിച്ചു. നിങ്ങൾ ആഗ്രഹിക്കാത്ത ഒരു കോൺവെന്റിൽ അവൾ ഇപ്പോൾ സുരക്ഷിതയാണ്. ഏതായാലും ആ മനുഷ്യനെയെങ്കിലും രക്ഷപ്പെടാൻ അനുവദിക്കരുത്. അനു

വദിച്ചാൽ എന്നിൽനിന്നും നിങ്ങൾ പറ്റിയ ആ കനത്ത തുകയ്ക്ക് – നൂറ് ലൂയിസ് – ഞാൻ നിങ്ങളെ ഒരു പാഠം പഠിപ്പിക്കും. ഇതു വെറുതേ പറയുന്നതല്ല. ഗൗരവമായ കാര്യമാണ്.

ഒപ്പില്ലാത്ത ഒരു കത്തായിരുന്നു അത്. പക്ഷേ അത് മിലാഡിയിൽ നിന്നുള്ളതാണെന്ന് അവന് ഉറപ്പായിരുന്നു. അവൾക്കെതിരായിട്ട് ആ കത്ത് എന്നെങ്കിലും ഉപകാരപ്പെടുമെന്ന് അവൻ ഊഹിച്ചു.

കിടങ്ങിനരികിൽത്തന്നെ ആർട്ഗ്നൻ അയാളെ ചോദ്യം ചെയ്തു. താനും അപ്പോൾ മരിച്ചുപോയ സുഹൃത്തും ചേർന്നാണ് ലാവില്ലെറ്റി കവാടം വഴി ഒരിക്കൽ പാരീസ് വിടാനിറങ്ങുകയായിരുന്ന ഒരു സ്ത്രീയെ തട്ടിക്കൊണ്ടുപോകാൻ സമ്മതിച്ചവരാണെന്നു അയാൾ അവനോടു പറഞ്ഞു. പക്ഷേ ഒരു സത്രത്തിൽ വിശ്രമിക്കാനും കുടിക്കാനും ഇറങ്ങിയതുകൊണ്ട്, ആ വണ്ടി കടന്നുപോയതുകണ്ടില്ലെന്നും പത്തുമിനിറ്റു വൈകിപ്പോയതാണു കാരണമെന്നും അയാൾ പറഞ്ഞു.

"ആ സ്ത്രീയെക്കൊണ്ട് എന്തു ചെയ്യാനാണ് നിങ്ങളോടു പറഞ്ഞിരുന്നത്?" ആർട്ഗ്നൻ ഉൽക്കണ്ഠയോടെ ചോദിച്ചു.

"റോച്ചിലിയിലുള്ള ഒരു വീട്ടിൽ കൊണ്ടുചെല്ലാൻ....."

"അതു ശരി" അവൻ മനസിൽ പറഞ്ഞു. "മിലാഡിയുടെ വീട്ടിൽ!"

തന്നെയും താൻ സ്നേഹിക്കുന്നവരെയും അവൾ പിന്തുടരുന്നത് എന്തിനാണെന്ന് മനസിലാകാതെ അവൻ ഭയന്നു. ഈവിധം വിവരങ്ങൾ കണ്ടുപിടിക്കണമെങ്കിൽത്തന്നെ രാജ്യകാര്യങ്ങളിൽ അവൾക്ക് അടുത്ത നിശ്ചയവും വേണം. കർദിനാൾ ഇവളോട് ഒക്കെപ്പറയുന്നുണ്ടെന്ന് അവനറിയാം.

പക്ഷേ, മാഡം ബോണസ്യൂവിനെ എവിടെയാണ് തടവിലാക്കിയിരുന്നതെന്നും അത് കണ്ടെത്തി അവസാനം അവളെ രാജ്ഞിതന്നെ സ്വതന്ത്രയാക്കിയെന്നും മനസിലായപ്പോൾ ആർട്ഗ്നനു സന്തോഷം തോന്നിയിരുന്നു. മാഡം ബോണസ്യൂവിന്റെ കൈയിൽനിന്നും കിട്ടിയ കത്തിന്റെയും ചായ്ലോട്ട് റോഡിൽ വച്ചുണ്ടായ ഒന്നുരണ്ടു നീങ്ങലിന്റെയും ഒക്കെ അർഥം അയാൾക്കു അപ്പോൾ ബോധ്യമായി.

ആതോസ് പറഞ്ഞതുപോലെ അവളെ വീണ്ടും കാണാൻ സാധിക്കുമെന്ന് അവനുതോന്നി.

"ഞാൻ നിന്നെ വിട്ടുകളയാൻ പോകുന്നില്ല" ആർട്ഗ്നൻ അയാളോടു പറഞ്ഞു. എന്റെ ചുമലിൽ ചാരിക്കോളൂ. ഞാൻ ക്യാമ്പിൽ കൊണ്ടുപോകാം."

ആർട്ഗ്നന്റെ മഹാമനസ്കത അയാൾക്കു വിശ്വസിക്കാനായില്ല.

"അവിടെ ചെന്നിട്ട് എന്നെ തൂക്കിക്കൊല്ലുമോ?" അയാൾ ഭയത്തോടെ ചോദിച്ചു.

"ഇല്ല; ഞാൻ പറഞ്ഞ വാക്കു പാലിക്കും. ഞാൻ നിങ്ങൾക്കു ജീവൻ തിരിച്ചുതരും."

രക്ഷകന്റെ കാലുകളെ അയാൾ ചുംബിച്ചു.

അവിടെ നന്ദിപ്രകടനവുമായി അധികനേരം നിൽക്കാൻ ആർട്ഗ്നൻ ആഗ്രഹിച്ചതേയില്ല. അവൻ ക്യാമ്പിലേക്കു നീങ്ങി. ആദ്യം ക്യാമ്പിലേക്കു ഓടിപ്പോയ ഭടൻ അറിയിച്ചിരുന്നത് കൂട്ടുകാർ നാലുപേരും മരിച്ചുപോയെന്നാണ്. അതിനാൽ ആർട്ഗ്നൻ അവിടെ പ്രത്യക്ഷപ്പെട്ടപ്പോൾ അവർക്കുണ്ടായ ഉല്ലാസവും സ്വീകരണവും വളരെ വലുതായിരുന്നു.

ആ പട്ടാളക്കാരന് മുറിവേറ്റത് ശത്രുപക്ഷത്തുനിന്നാണെന്നാണ് ആർട്ഗ്നൻ അവരോടു പറഞ്ഞത്. രണ്ടാമത്തെ പട്ടാളക്കാരൻ മരിച്ചതും മറ്റു വിവരങ്ങളും അവൻ പറഞ്ഞു. കഥകേട്ട് ക്യാമ്പിലുള്ളവർ അതിശയിച്ചുപോയി. അവരുടെ ഒരേയൊരു സംസാരവിഷയം ഇതുമാത്രമായിരുന്നു. പിറ്റേന്നും ഇതുതന്നെയായിരുന്നു എല്ലാവർക്കും ചർച്ചാവിഷയം. മോൺസ്യൂർ തന്റെ അഭിനന്ദനങ്ങൾ അവനെ അറിയിക്കുകയും ചെയ്തു.

തന്റെ ധീരകൃത്യത്തിനു ബഹുമതി ലഭിച്ചെന്നു മാത്രമല്ല, തന്റെ ആന്തരികജീവിതത്തിനു ഒരു സുരക്ഷിതത്വവും അവനുകിട്ടി – ശത്രുക്കളിൽ ഒരാൾ മരിച്ചു; രണ്ടാമൻ ആജീവനാന്ത സ്നേഹിതനും ആയി.

പക്ഷേ, ചുരുളഴിയാനുള്ള ഒരു കാര്യം കൂടിയുണ്ടായിരുന്നു – മിലാഡിയുടെ മനസായിരുന്നു അത്.

42

ആഞ്ചൗവീഞ്ഞ്

രാജാവിന്റെ ആരോഗ്യത്തെ സംബന്ധിച്ചുള്ള കെട്ടുകഥകൾ പിന്നീടുണ്ടായിത്തുടങ്ങി. യുദ്ധത്തിൽ പങ്കെടുക്കാൻ അദ്ദേഹത്തിന് ആഗ്രഹമുണ്ടെന്നും രോഗശാന്തികിട്ടി കുതിരസവാരിക്കു സാധിച്ചാൽ എത്തുമെന്നുമുള്ള വാർത്ത നിലനിന്നു.

അങ്കൗലിമി, ബസോമ്പിയർ, സ്കോംബെർഗ് തുടങ്ങിയ പ്രഭുക്കൾ പട്ടാളക്കാരുടെ മേധാവിയെന്ന തന്റെ സ്ഥാനം കൈക്കലാക്കുമെന്ന ഭയം മോൺസ്യൂറിനുണ്ടായിരുന്നു. അതുകൊണ്ട് യുദ്ധനടത്തിപ്പുകളിലും ശത്രുവിന്റെ ബലത്തെ സംബന്ധിച്ചുമൊന്നും കാര്യമായൊന്നും ശ്രദ്ധിച്ചില്ല. സെന്റ് മാർട്ടിൻ, ലാപ്രിഫോർട്ട് തുടങ്ങിയവ ആക്രമിച്ചു കീഴ്പ്പെടുത്തിയിരുന്ന ഇംഗ്ലീഷുകാരെ അവിടെനിന്നും തുരത്താൻ കാര്യമായ നടപടികളൊന്നും അദ്ദേഹം നടത്തിയിരുന്നില്ല.

മിലാഡിയുടെ പ്രതികാരത്തെ സംബന്ധിച്ച ഭയം അകന്നു തുടങ്ങിയതിനാൽ അവന്റെ മനസ്സ് ശാന്തമായിത്തുടങ്ങി. തന്റെ സുഹൃത്തുക്കളെ സംബന്ധിച്ചുള്ള വിവരങ്ങളൊന്നും കിട്ടുന്നില്ലെന്ന പ്രയാസം മാത്രമേ അവന് അപ്പോൾ ഉണ്ടായിരുന്നുള്ളൂ.

നവംബർ ആദ്യത്തിൽ ഒരുദിവസം എല്ലാം വിശദമായി എഴുതിയിരുന്ന ഒരു കത്ത് അവനു കിട്ടി.

മോൺസ്യൂർ ആർട്ഗ്നന്,

ഒരു രാത്രിയിൽ നിങ്ങളുടെ സുഹൃത്തുക്കളായ ആതോസും പോർത്തോസും ആറമീസും എന്റെ സ്ഥാപനത്തിൽ വന്നു ഉല്ലാസത്തോടെ ഒച്ചവച്ചു നീങ്ങിയത് അവിടെയുണ്ടായിരുന്ന കൊട്ടാരം മാർഷലിന് അത്ര കണ്ട് രസിച്ചില്ല. അദ്ദേഹം അവരെ പിടിച്ച് കുറച്ചുദിവസത്തേക്കു തുറുങ്കിലടച്ചു. അതിനുമുമ്പ് അവർ പറഞ്ഞതനുസരിച്ചുള്ള ഒരു ഡസൻ

ആഞ്ചൗവീഞ്ഞ് ഞാൻ നിങ്ങൾക്കു അയച്ചുതരികയാണ്; അവർക്ക് വളരെ ഇഷ്ടമായ ആ വീഞ്ഞ് അവരുടെ ആരോഗ്യത്തിനുവേണ്ടി കുടിക്കണമെന്നാണ് പറഞ്ഞിരിക്കുന്നത്.

നിങ്ങളുടെ അനുസരണയും വിശ്വസ്തതയുമുള്ള ദാസൻ

ഗോഡ്യൂ

രാജാവിന്റെ പോരാളിക്കുള്ള സത്രമുടമ.

"ഇതു വായിക്കുമ്പോൾ എനിക്കു സന്തോഷം തോന്നുന്നു" ആർട്ഗ്നൻ പറഞ്ഞു. "അവർ ആനന്ദിക്കുമ്പോൾ എന്നെക്കുറിച്ച് വിചാരിക്കുന്നുണ്ടല്ലോ. ഞാനും വെറുതെയിരിക്കുമ്പോൾ അവരെക്കുറിച്ച് ആലോചിക്കാറുണ്ടല്ലോ...... അതെ, ഞാൻ അവരുടെ ആരോഗ്യത്തിനുവേണ്ടി കുടിക്കും. പക്ഷേ ഒറ്റയ്ക്കല്ല."

തന്റെ സ്നേഹിതരായ രണ്ടു ഭടന്മാരെ അവൻ വിളിക്കാൻപോയി. ഒപ്പംകൂടി കുടിക്കാൻ. പക്ഷേ, അതിലൊരാൾ അന്ന് ഡ്യൂട്ടിയിലായിരുന്നു. മറ്റേയാൾക്ക് പിറ്റേന്ന് ഡ്യൂട്ടിയുമുണ്ട്. അതിനാൽ രണ്ടുദിവസം കഴിഞ്ഞ് ഒരുമിച്ചുകൂടാമെന്ന് അവർ തീരുമാനിച്ചു.

തന്റെ മുറിയിൽ എത്തിയ ഉടനെ ആ ഒരു ഡസൻ വീഞ്ഞും ഒരു സത്രത്തിൽ സൂക്ഷിക്കാൻ അവൻ ഏർപ്പാടുചെയ്തു.

ഭക്ഷണത്തിനു ക്രമീകരണം നടത്തിയിരുന്ന രാവിലെ ഒമ്പതു മണിക്ക് അവൻ പ്ലാഞ്ചെറ്റിനെ വിളിച്ച് ആവശ്യമായ തയാറാക്കലുകൾ നടത്താൻ ആവശ്യപ്പെട്ടു. തന്നെ ബട്ട്ലറിന്റെ സ്ഥാനത്തേക്കുകൂടി മാറ്റിയതിൽ അയാൾക്കു അഭിമാനം തോന്നി. തന്റെ യജമാനന്റെ സുഹൃത്തിന്റെ ഒരു വേലക്കാരനെക്കൂടി അയാൾ സഹായത്തിനായി കൂട്ടി. ഫോറിയൂയെന്നായിരുന്നു അയാളുടെ പേര്. പിന്നെ ഒരാളിനെക്കൂടി അയാൾ കൂട്ടിയിരുന്നു. ആർട്ഗ്നനെ കൊല്ലാൻ ശ്രമിച്ച ആ കള്ളപ്പട്ടാളക്കാരൻ! അയാളുടെ പേര് ബ്രിസ്മോണ്ട് എന്നായിരുന്നു. യാതൊരു പട്ടാളക്കമ്പനിയിലും ഉൾപ്പെട്ട ആളല്ലായിരുന്നു ബ്രിസ്മോണ്ട്. അയാൾ പ്ലാഞ്ചെറ്റിന്റെ വേലക്കാരനായി കഴിഞ്ഞു.

രണ്ട് അതിഥികളും കൃത്യനേരത്തെത്തി. വലിയ മേശയ്ക്കരികിൽ അവർ ഇരുന്നു. പ്ലാഞ്ചെറ്റ് ആഹാരംവിളമ്പി. ഫോറിയൂ വീഞ്ഞുകുപ്പികളുടെ അടപ്പൂരി. ബ്രിസ്മോണ്ട് അതു ഗ്ലാസുകളിലേക്കു പകർന്നു. വീഞ്ഞ് ഏതോവിധത്തിൽ കലങ്ങി മറിഞ്ഞിരുന്നൂയെന്ന് അവർക്കു തോന്നി. യാത്രയിൽ കുലുക്കം വന്നതായിരിക്കുമെന്നും അവർ കരുതി. അതുകൊണ്ട് ബ്രിസ്മോണ്ട് അതിന്റെ അടിമണ്ടി മറ്റൊരു ഗ്ലാസിലേക്കൊഴിച്ചു. മുറിവിന്റെ വേദനയും ക്ഷീണവും ഉണ്ടായിരുന്നതുകൊണ്ട് അയാളോടുതന്നെ കഴിച്ചോളാൻ ആർട്ഗ്നൻ പറഞ്ഞു.

അവർ സൂപ്പും ഭക്ഷണവും കഴിച്ചശേഷം വീഞ്ഞു കുടിക്കാനായി ഗ്ലാസുകൾ ഉയർത്തിയതേയുള്ളൂ. പെട്ടെന്ന് ലൂയിസ് കോട്ടയിൽനിന്നും ന്യൂഫ്കോട്ടയിൽനിന്നും വെടിയുയർന്നു. ശത്രു ഒരു അപ്രതീക്ഷിതമായ ആക്രമത്തിൽ ഏർപ്പെട്ടതാണെന്ന് ഭടന്മാർക്കു മനസിലായി. ഇംഗ്ലീഷു

കാരോ റോച്ചിലിക്കാരോ ആവാം ആ ശത്രുക്കൾ. ആർട്ഗ്നനും ആ രണ്ടു സുഹൃത്തുക്കളും തോക്കുകളുമെടുത്തുകൊണ്ട് അവരവരുടെ സ്ഥാനങ്ങളിൽ നിന്നു.

"രാജാവ് നീണാൾ വാഴട്ടെ! രാജാവ് നീണാൾ വാഴട്ടെ!" എല്ലാ ദിശകളിൽനിന്നും അലർച്ചകൾ അവർ കേട്ടു.

വെടിപൊട്ടിയതിന്റെ യഥാർഥകാരണം അവർക്കു പെട്ടെന്നു മനസിലായി. രാജാവ് എത്തിയിരിക്കുകയാണ്.

വേഗം എത്താനുള്ള ധൃതിയിൽ രണ്ടുദിവസത്തെ മാർച്ച് ഒരുദിവസം കൊണ്ടു നടത്തിയിട്ടാണ് അദ്ദേഹം എത്തിയിരിക്കുന്നത്. പതിനായിരം വരുന്ന പട്ടാളക്കാരുടെ നേതാവാണദ്ദേഹം. അദ്ദേഹത്തിന്റെ മുമ്പിലും പിമ്പിലുമായി പടയാളികൾ നിന്നിരുന്നു. രാജാവിന്റെ ബഹുമാനാർഥം പടയാളികൾ വന്നുനിരന്നപ്പോൾ ആർട്ഗ്നൻ തന്റെ കമ്പനിയിൽ പോയി നിന്നു.

മോൺസ്യൂർ ട്രിവീലി അപ്പോൾ അതുവഴി കടന്നുപോയി. ആർട്ഗ്നൻ അദ്ദേഹത്തെ അഭിവാദ്യം ചെയ്തു.

സ്വീകരണച്ചടങ്ങു കഴിഞ്ഞപ്പോൾ ആർട്ഗ്നൻ തന്റെ മൂന്നു സുഹൃത്തുക്കളെയും പരസ്പരം ചേർത്തുപിടിച്ചു.

"എന്തായാലും നിങ്ങൾ മൂവരും കൃത്യസമയത്തെത്തി" ആർട്ഗ്നൻ പറഞ്ഞു. "ഭക്ഷണമൊന്നും തണുത്തിട്ടില്ല" തുടർന്ന് അവൻ മൂവർക്കും തന്റെ രണ്ടു ഭടന്മാരെ പരിചയപ്പെടുത്തിക്കൊടുത്തു.

"ഓഹോ! അപ്പോൾ നിങ്ങൾ വിരുന്നുനടത്തുകയായിരുന്നോ?" പോർത്തോസ് ചോദിച്ചു.

"നിങ്ങൾ വിരുന്നിന് സ്ത്രീകളെയാരെയും വിളിച്ചിട്ടില്ലല്ലോ?" ആറമീസ് ചോദിച്ചു.

"കുടിക്കാൻ കൊള്ളാവുന്ന വീഞ്ഞുവല്ലതുമുണ്ടോ?" ആതോസ് ചോദിച്ചു.

"ഉണ്ടല്ലോ?" ആർട്ഗ്നൻ പറഞ്ഞു. "നിങ്ങൾ കൊടുത്തയച്ച വീഞ്ഞ്."

ആതോസ് അത്ഭുതംകൂറി നിന്നു.

"എന്ത് ഞങ്ങൾ കൊടുത്തയച്ച വീഞ്ഞോ?" ആതോസ് ചോദിച്ചു.

"അതെ."

"ഞങ്ങൾ നിങ്ങൾക്ക് വീഞ്ഞു കൊടുത്തയച്ചെന്നോ?"

"അതെ. ആഞ്ചൗവീഞ്ഞ്."

"ആ ബ്രാണ്ട് വീഞ്ഞറിയാം. പക്ഷേ....."

"നിങ്ങളുടെ ഇഷ്ടപ്പെട്ടതരം വീഞ്ഞ്."

"ഷാംപെയ്നും ഷാപെർട്ടിനും ഇല്ലെങ്കിൽ പിന്നെയെനിക്കിഷ്ടപ്പെട്ടത് ആഞ്ചൗവീഞ്ഞുതന്നെ."

"അപ്പോൾ നിങ്ങൾ ആഞ്ചൗവീഞ്ഞു വരുത്തിയിട്ടുണ്ടല്ലേ" പോർത്തോസ് പറഞ്ഞു. "നിങ്ങൾ മഹാമനസ്കൻതന്നെ."

“ഞാൻ വരുത്തിക്കൊണ്ടുവന്നതൊന്നുമല്ല; നിങ്ങൾ കൊടുത്തയച്ച താണ്” ആർട്ഗ്നൻ പറഞ്ഞു.

“ആറമീസ്, നിങ്ങളാണോ അതു കൊടുത്തയച്ചത്?” ആതോസ് ചോദിച്ചു.

“അല്ല; പോർത്തോസായിരിക്കും.”

“അല്ല; ആതോസായിരിക്കും.”

“അല്ല.”

“നിങ്ങളുടെ സത്രമുടമയാണ് കൊണ്ടുവന്നത്” ആർട്ഗ്നൻ പറ ഞ്ഞു.

“നമ്മുടെ സത്രയുടമയോ?”

“അതെ. ഗോഡ്യൂ – രാജാവിന്റെ പോരാളിക്കുള്ള സത്രമുടമ എന്നെ ഴുതിയിരുന്നു ആ കത്തിൽ.”

“എവിടെനിന്നു വന്നാലെന്താ?” പോർത്തോസ് പറഞ്ഞു. “നമുക്കത് കഴിച്ചുനോക്കാം. നല്ല രുചിയെങ്കിൽ നമുക്ക് കുടിച്ചും തീർക്കാം.”

“അതുവേണ്ട” ആതോസ് പറഞ്ഞു. “പരിചയമില്ലാത്ത സ്ഥലത്തു നിന്നും വന്ന ആ വീഞ്ഞു നമുക്ക് കുടിക്കേണ്ട.”

“നിങ്ങൾ പറഞ്ഞത് ശരിയാണ്” ആർട്ഗ്നൻ പറഞ്ഞു. “ഗോഡ്യൂ വിനോട് എനിക്കു വീഞ്ഞയച്ചുതരാൻ നിങ്ങളാരും പറഞ്ഞില്ലല്ലോ.”

“ഇല്ല.”

“ഇതാ ആ കത്ത്” അവൻ ആ കത്തു നീട്ടി.

ആ സുഹൃത്തുക്കൾ ആ കത്തു വാങ്ങി.

“അയ്യോ ഇത് അയാളെഴുതിയതല്ല” ആതോസ് പറഞ്ഞു. “അയാ ളുടെ കൈയക്ഷരം എനിക്കറിയാം. അവിടം വിട്ടപ്പോൾ പണമൊടുക്കാൻ അയാളുടെയരികിൽ പോയത് ഞാനായിരുന്നു.”

“ഇതൊരു കള്ളക്കത്താണ്” പോർത്തോസ് പറഞ്ഞു. “മാത്രമല്ല ഞങ്ങളൊരിക്കലും തടവറയിലായിട്ടുമില്ലല്ലോ.”

“ആർട്ഗ്നൻ” ആറമീസ് ചോദിച്ചു. “ഞങ്ങൾ ബഹളമുണ്ടാക്കി യെന്നു പറഞ്ഞത് നിങ്ങൾ എങ്ങനെയാണ് വിശ്വസിച്ചത്?”

ആർട്ഗ്നന്റെ മുഖം വിളറി. അവൻ ഭയചകിതനായി.

“എന്തുപറ്റി?” ആതോസ് അവനോടു ചോദിച്ചു.

“സുഹൃത്തുക്കളേ വേഗം വരൂ” അവൻ പറഞ്ഞു. “എനിക്കു സംശയം തോന്നുന്നു. ഇതവൾ പ്രതികാരം തീർക്കുന്നതാണ്.”

ആതോസിന്റെ മുഖവും വിളറി.

ആർട്ഗ്നൻ ആ സത്രത്തിലേക്കോടി. ആ മൂന്നു പടയാളികളും രണ്ടു ഭടന്മാരും പുറകേ ഓടി.

ഭക്ഷണമുറിയിൽ കയറിയപ്പോൾ അവൻ ആദ്യം കണ്ടത് ബ്രിസ് മോണ്ട് തറയിൽ മലർന്ന് നിവർന്ന് കിടക്കുന്നതാണ്. പ്ലാഞ്ചെറ്റും ഫോറി യുയും അയാളെ സഹായിക്കാൻ ശ്രമിക്കുകയാണ്. പക്ഷേ, അവരുടെ സഹായംകൊണ്ടൊന്നും അയാൾക്കു ഗുണം കിട്ടുന്നില്ലെന്നു തോന്നുന്നു.

അയാൾ പുളയുകയായിരുന്നു. അവന്റെ ഭാവചേഷ്ടകൾ കണ്ടപ്പോൾ അവൻ മരണവെപ്രാളത്തിലാണെന്ന് ആർട്ഗ്നനു മനസിലായി.

ആർട്ഗ്നനെ കണ്ടപ്പോൾ അവൻ കരഞ്ഞുവിളിച്ചു. "നിങ്ങൾ എന്നെ രക്ഷിക്കാമെന്നു പറഞ്ഞിട്ട്... വിഷം തന്നുവല്ലേ?"

"ഞാൻ നിനക്കു വിഷം തന്നെന്നോ? നീയെന്താണീ പറയുന്നത്?" ആർട്ഗ്നൻ ചോദിച്ചു.

"നിങ്ങൾ എനിക്ക് ആ വീഞ്ഞു തന്നിട്ടു കുടിക്കാൻ പറഞ്ഞു. പ്രതികാരത്തിനായി നിങ്ങൾ എന്നെ കൊല്ലാനാണ് ഉദ്ദേശിച്ചിരുന്നത്."

"ഞാൻ സത്യം ചെയ്യാം. ഞാൻ അങ്ങനെയൊന്നും ഉദ്ദേശിച്ചിരുന്നില്ല" അവൻ ദയനീയമായി പറഞ്ഞു.

"ദൈവം നിങ്ങളെ ശിക്ഷിക്കും!" അയാൾ പറഞ്ഞു. "ദൈവമേ, ഞാൻ ഇന്നനുഭവിക്കുന്ന വേദന ഒരിക്കൽ ഇയാളും അനുഭവിക്കാൻ ഇടയാകണേ."

"ആ വീഞ്ഞിൽ വിഷമുണ്ടായിരുന്നുവെന്ന വിവരം സത്യമായും എനിക്കറിയില്ലായിരുന്നു" അയാളെ കെട്ടിപ്പിടിച്ചുകൊണ്ട് അവൻ പറഞ്ഞു. "ഞാനും അത് കുടിക്കാനിരിക്കുകയായിരുന്നു."

"ഞാനതു വിശ്വസിക്കുന്നില്ല" അയാൾ പറഞ്ഞു.

വീണ്ടും എന്തെങ്കിലും ഒന്നു പറയുന്നതിനുമുമ്പ് അയാൾ ഒന്നു പിടയുകയും തൽക്ഷണം മരിക്കുകയും ചെയ്തു.

"എനിക്കിതു വിശ്വസിക്കാനേ പറ്റുന്നില്ല" ആതോസ് പറഞ്ഞു.

പോർത്തോസ് പെട്ടെന്ന് എല്ലാ വീഞ്ഞുകുപ്പികളും താഴെയെറിഞ്ഞു പൊട്ടിച്ചു.

ആറമീസ് ഒരു പുരോഹിതനെ വരുത്താൻ ആളിനെ വിട്ടു.

"എന്റെ സുഹൃത്തുക്കളേ, നിങ്ങൾ മൂന്നുപേരുംകൂടി എന്റെ ജീവനെ വീണ്ടും രക്ഷിച്ചു." തുടർന്ന് അയാൾ ഭടന്മാരോടു പറഞ്ഞു: "കൂട്ടരേ, നിങ്ങൾ ഈ സംഭവം വേറെയാരോടും പറയരുത്. അധികാരികളിൽ ചിലരെങ്കിലും ഈ സംഭവത്തിൽ ഉൾപ്പെട്ടിരിക്കും. ഈ സംഭവം പുറത്തറിഞ്ഞാൽ, നമ്മുടെ സുരക്ഷിതത്വം തന്നെ പോകും."

"സർ ഞാൻ കഷ്ടിച്ചു രക്ഷപ്പെട്ടെന്നേയുള്ളൂ" പ്ലാഞ്ചെറ്റ് പറഞ്ഞു.

"എന്ത്? നിങ്ങളത് കുടിക്കാൻ തുടങ്ങിയതായിരുന്നോ?" ആർട്ഗ്നൻ ചോദിച്ചു.

"ഞാൻ രാജാവിന്റെ ആരോഗ്യത്തിനുവേണ്ടി അൽപ്പം കഴിക്കാൻ തുടങ്ങിയതായിരുന്നു. അപ്പോഴാണ് ഫോറിയൂ വന്ന് എന്നെ ആരോ അന്വേഷിക്കുന്നുവെന്ന് പറഞ്ഞത്."

"എനിക്ക് അകത്തുകയറി അൽപ്പം വീഞ്ഞടിക്കാൻ വേണ്ടിയായിരുന്നു അതു പറഞ്ഞത്" ഫോറിയൂ വിറച്ചുവിറച്ചു പറഞ്ഞു.

ആർട്ഗ്നൻ ഭടന്മാരോടു പറഞ്ഞു: "സുഹൃത്തുക്കളേ, ഇങ്ങനെ അനിഷ്ടങ്ങൾ സംഭവിച്ച സ്ഥിതിക്ക് നമുക്ക് ഇന്നത്തെ പാർട്ടി മാറ്റി വയ്ക്കാം..... ക്ഷമിക്കണം."

അവർ സമ്മതിച്ചു.

നാലു സുഹൃത്തുക്കളെയും അവിടെയാക്കിയിട്ട് ഭടന്മാർ അവിടെ നിന്നും പോയി.

പടയാളികൾ മുഖത്തോടു മുഖം നോക്കി. കാര്യങ്ങളൊക്കെ വളരെ ഗൗരവമാണെന്ന ഭാവമാണ് അവരുടെ മുഖത്തുണ്ടായിരുന്നത്.

"നമുക്ക് ആദ്യം ഈ മുറിയിൽനിന്നും പുറത്തേക്കു പോകാം" ആതോസ് പറഞ്ഞു. "ഒരു മരിച്ച മനുഷ്യൻ കൂട്ടിനു പറ്റില്ല; പ്രത്യേകിച്ചും ഭീകരമരണം!"

ആർട്ഗ്നൻ പ്ലാഞ്ചെറ്റിനോടു പറഞ്ഞു: "ഈ പാവത്തെ ശവപ്പറമ്പിൽ അടക്കം ചെയ്യുന്നതുവരെയുള്ള കാര്യങ്ങൾ നോക്കിക്കോണം. അയാൾ കുറ്റവാളിയായിരുന്നുവെന്നത് സത്യംതന്നെ. പക്ഷേ അയാൾ പശ്ചാത്തപിച്ചിരുന്നു."

പ്ലാഞ്ചെറ്റിനെ അവിടെ തനിച്ചാക്കിയശേഷം നാലുപേരും മുറിയിൽ നിന്നും പുറത്തിറങ്ങി.

സത്രമുടമ അവർക്ക് മറ്റൊരു മുറി നൽകി. വേവിച്ച മുട്ടയുൾപ്പെടെയുള്ള ഭക്ഷണവും നൽകി. അരുവിയിൽനിന്നും വെള്ളമെടുക്കാനായി ആതോസ് പോയി. ആർട്ഗ്നൻ നടന്ന സംഭവം ചുരുക്കം വാക്കുകളിൽ പോർത്തോസിനോടും ആറമീസിനോടും പറഞ്ഞു.

"നിങ്ങൾ പറഞ്ഞമാതിരി ഇതു കൊലയ്ക്കുള്ള ശ്രമമാണ്" ആതോസിനോടു അവൻ പറഞ്ഞു.

"എനിക്കു തോന്നുന്നത്.... നിങ്ങൾ വിശ്വസിക്കുമോയെന്നറിയില്ല. അവളായിരിക്കും" ആതോസ് പറഞ്ഞു.

"എനിക്കത് ഉറപ്പാണ്."

"എനിക്കിനിയും ചില സംശയങ്ങളുണ്ടെന്ന് പറയേണ്ടിയിരിക്കുന്നു."

"അവളുടെ തോളിൽ മുദ്രയുണ്ടല്ലോ?"

"അവൾ ഒരു ഇംഗ്ലീഷുകാരിയായിരിക്കും. ഫ്രാൻസിൽ വച്ച് അവൾ എന്തെങ്കിലും കുറ്റം ചെയ്തിട്ടുണ്ടാകും. അതിനായിരിക്കും മുദ്ര പതിക്കപ്പെട്ടത്."

"അവൾ നിങ്ങളുടെ ഭാര്യയാണ്. ഞാൻ അവളെക്കുറിച്ച് വിവരിച്ചതല്ലേ."

"അവൾ ഇനിയും ജീവിച്ചിരിക്കുന്നുവെന്നത് എനിക്കു വിശ്വാസം വരുന്നില്ല. കാരണം ഞാൻ തന്നെ തീർത്തതായിരുന്നു."

"നാമിനി എന്താണു ചെയ്യേണ്ടത്?" അവൻ ചോദിച്ചു.

"തലയ്ക്കുമീതെ ഇങ്ങനെ വാളുംതൂക്കി നടന്നാൽ പറ്റില്ല" ആതോസ് പറഞ്ഞു. "നാമത് അവസാനിപ്പിക്കണം."

"പക്ഷേ, എങ്ങനെ?"

"അവളെ ഒന്നുംകൂടി കണ്ട് കാര്യങ്ങളൊക്കെ എന്നത്തേക്കുമായി അവസാനിപ്പിക്കണം. 'യുദ്ധമോ സമാധാനമോ?'യെന്ന് അവളോടു ചോദിക്കുക. അവൾ നിങ്ങൾക്കെതിരെ യാതൊന്നും ചെയ്യുകയില്ലെന്ന

വ്യവസ്ഥയിന്മേൽ നിങ്ങളും അവളെ ഉപദ്രവിക്കുകയില്ലെന്ന് പറയണം. അവൾ അതിനു സമ്മതിക്കുന്നില്ലെങ്കിൽ ചാൻസിലറിനോടും രാജാവിനോടും കൊലനിർവഹണ മേധാവിയോടും എല്ലാക്കാര്യങ്ങളും പറയുമെന്ന് പറയണം. മുദ്രകുത്തിയ കുറ്റവാളിയാണ് അവളെന്ന്. കുറ്റക്കാരിയല്ലെന്നു വരികയാണെങ്കിൽ നിയമം വളച്ചൊടിച്ച് അവളെ തെരുവിൽ കൊണ്ടുപോയി പേപ്പട്ടിയെപ്പോലെ അടിച്ചുകൊല്ലും എന്നും പറയണം."

"എനിക്ക് ഈ പദ്ധതി ഇഷ്ടമായി" ആർട്ഗ്നൻ പറഞ്ഞു. "പക്ഷേ എനിക്ക് അവളെ വീണ്ടും കാണാനാകുന്നതെങ്ങനെ?"

"അതും സാധിക്കും. അവസരത്തിനുവേണ്ടി കാത്തിരിക്കണമെന്നു മാത്രം. കാത്തിരുന്നാൽ നിങ്ങൾ ജയിക്കാം."

"പക്ഷേ അതിനകം കൊലയാളികളും ചതിയിൽ വിഷം തരുന്നവരും ചുറ്റും കൂടിയാലോ?"

"ഇതുവരെ ദൈവം നമ്മെ രക്ഷിച്ചില്ലേ" ആതോസ് പറഞ്ഞു. "ദൈവം ഇനിയും രക്ഷിക്കും."

"എന്തായാലും നമുക്ക് അപകടമൊന്നും ഉണ്ടാകില്ലെന്നു കരുതുന്നു" ആർട്ഗ്നൻ പറഞ്ഞു. "നമ്മൾ ആണുങ്ങളല്ലേ. നമ്മൾ ജീവൻ അപകടത്തിൽപ്പെടുത്തുക പതിവാണ്. എന്നാൽ അവളോ?"

"ആര്?"

"കോൺസ്റ്റൻസ്."

"ഓ മാഡം ബോണസ്യൂയോ" ആതോസ് പറഞ്ഞു. "നിങ്ങൾ അവളുമായി പ്രേമത്തിലാണെന്നകാര്യം ഞാൻ മറന്നുപോയിരുന്നു."

"ആ മരിച്ച ആളിന്റെ പോക്കറ്റിൽനിന്നും കിട്ടിയ കത്തിൽ അവൾ ഒരു കോൺവെന്റിൽ എന്നല്ലേ എഴുതിയിരുന്നത്? കോൺവെന്റുകൾ രസമുള്ള സ്ഥലങ്ങളാണ്. നിങ്ങൾ അതു മനസിലാക്കണം. ലാറൊച്ചിലി യുദ്ധത്തിനുശേഷം ഏകാന്ത ജീവിതത്തിലേക്കു പോകണമെന്നാണ് ഞാൻ ആഗ്രഹിക്കുന്നത്" ആറമീസ് പറഞ്ഞു.

"അതേ ആറമീസ്" ആതോസ് ഇടപെട്ടു. "നിങ്ങൾ മതപരമായ ജീവിതമാണ് സ്വപ്നം കാണുന്നതെന്ന് ഞങ്ങൾക്കറിയാം."

"പടയാളിയെന്നത് എന്റെ താൽക്കാലികമായ ജീവിതാവസ്ഥയാണ്" ആറമീസ് വിനയത്തോടെ പറഞ്ഞു.

"കുറച്ചുകാലമായി ഇയാൾക്ക് കാമുകിയിൽനിന്നും വിവരങ്ങളൊന്നും കിട്ടാറില്ലെന്നാണ് തോന്നുന്നത്. അതിനെക്കുറിച്ചൊന്നും പറയേണ്ടതില്ല." ആതോസ് തുടർന്ന് ആർട്ഗ്നനോടു പറഞ്ഞു: "ഇത്തരം കാര്യങ്ങൾ അയാളോടു പറഞ്ഞാൽ ശരിയാകില്ല...."

"ഒരു എളുപ്പവഴിയുണ്ട്" പോർത്തോസ് പറഞ്ഞു.

"എന്താണത്?"

"അവൾ കോൺവെന്റിലെന്നല്ലേ പറഞ്ഞത്?"

"അതെ."

"അങ്ങനെയെങ്കിൽ യുദ്ധം കഴിഞ്ഞാലുടനെ, നാം അവിടെപ്പോയി

അവളെ രക്ഷപ്പെടുത്തും."

"പക്ഷേ, അവൾ ഏതു കോൺവെന്റിലാണെന്നാണ് ആദ്യമറിയേണ്ടത്."

"അതു ശരിയാണല്ലോ" പോർത്തോസും പറഞ്ഞു.

"ഇപ്പോഴാണ് ഞാൻ ഓർത്തത്" ആതോസ് പറഞ്ഞു. "അവൾക്ക് കോൺവെന്റ് ശരിയാക്കിക്കൊടുത്തത് രാജ്ഞിയാണെന്നല്ലേ നിങ്ങൾ പറഞ്ഞത്?"

"അതെ. അതുതന്നെയാണ് ഞാനും കരുതുന്നത്."

"എങ്കിൽ പോർത്തോസിനു സഹായിക്കാനാകും."

"എങ്ങനെ?" പോർത്തോസ് ചോദിച്ചു.

"നിങ്ങളുടെ രാജകുമാരിയോ പ്രഭ്വിയോ വഴി. ഉന്നതയിടങ്ങളിൽ അവൾ നല്ല സ്വാധീനമുണ്ടല്ലോ."

"തീർച്ചയായും അവൾക്ക് അതാകും" പോർത്തോസ് പറഞ്ഞു. "പക്ഷേ, അവൾ കർദിനാളിന്റെ ആളല്ലേ. അതിനാൽ ഇക്കാര്യങ്ങൾ അവൾ അറിയാതിരിക്കുകയാണ് നല്ലത്."

"എന്നാൽ ഞാൻ ആ കോൺവെന്റ് കണ്ടുപിടിക്കും" ആറമീസ് പറഞ്ഞു.

"എങ്ങനെ?" മറ്റു മൂന്നു പടയാളികൾ ഒരുമിച്ചു ചോദിച്ചു.

"അത് രാജ്ഞിയുടെ ഒരു ചാപ്ലെയ്ൻ ഏജന്റുവഴി. എനിക്കു അയാളോടു നല്ല പരിചയം ഉണ്ട്."

ഈ തീരുമാനത്തിനുശേഷം അവർ അത്താഴംകഴിച്ചു പിരിഞ്ഞു. ആർട്ഗ്നൻ ലെസ്മിനിമിസിലേക്കും മൂന്നു പടയാളികളും രാജാവിന്റെ തലസ്ഥാനത്തേക്കുമാണ് പോയത്; അവർക്കു താമസിക്കുന്നതിനുള്ള സൗകര്യങ്ങൾ ഒരുക്കാനായിട്ട്.

43

കൊളംബിയർ – തെമ്മാടി സത്രം

യുദ്ധത്തെ അഭിമുഖീകരിക്കാൻ രാജാവിനു ആകാംക്ഷയായി. ബക്കിംഗ്ഹാമിനെ വെറുക്കുന്നതിന് കർദിനാൾ പറയുന്നതിനേക്കാൾ ന്യായം അദ്ദേഹത്തിനുണ്ടായിരുന്നു. ക്യാമ്പിൽ എത്തിയ ഉടനെതന്നെ ഡിറീയിൽനിന്ന് ഇംഗ്ലീഷുകാരെ തുരത്താനുള്ള തയാറെടുപ്പുകൾ അദ്ദേഹം നടത്തി. പക്ഷേ, ബസോംപിയറിയിൽനിന്നും സ്കോംബെർഗിൽനിന്നും ആംഗൗലിമിനോടുള്ള എതിർപ്പ് അദ്ദേഹത്തിന്റെ പ്രവർത്തനത്തിനു ഒരു തടസമായി നിന്നു.

ബസോംപിയറും സ്കോംബെർഗും ഫ്രാസിലെ മാർഷൽമാരായിരുന്നു. രാജാവിന്റെ കീഴിലെ പട്ടാളക്കാരെ നിയന്ത്രിക്കാനുള്ള അവകാശം തങ്ങൾക്കാണെന്ന് അവർ കരുതി. പക്ഷേ, ബസോംപിയറി പ്രൊട്ടസ്റ്റന്റ് വിശ്വാസം പുലർത്തുന്ന ഒരാളാണെന്ന് കർദിനാളിനറിയാമായിരുന്നു. അതുകൊണ്ട് ഇംഗ്ലീഷുകാരെയും ലാറൊച്ചിലിക്കാരെയും തുരത്തുന്നതിന് പൂർണമായ താൽപ്പര്യം അയാൾ വച്ചുപുലർത്തുകയില്ലെന്ന് അദ്ദേഹത്തിനറിയാമായിരുന്നു. അതുകൊണ്ട് ആംഗൗലിമിനെ ലഫ്റ്റനെന്റ് ജനറലാക്കാൻ അദ്ദേഹത്തിന് താൽപ്പര്യമുണ്ടായി. ഇതിന്റെയൊക്കെ പരിണിതഫലമെന്നു പറയുന്നത് ബസോംപിയറിയും സ്കോംബെർഗും അയാളുടെകീഴിൽ ജോലിചെയ്യാൻ വിസമ്മതം കാണിച്ചുവെന്നതാണ്. അവസാനം മൂന്നുപേർക്കും പ്രത്യേകം പ്രത്യേകം ഭരണം വിവിധയിടങ്ങളിൽ കൊടുക്കേണ്ടിവന്നു.

ഡോംപിയറി മുതൽ ലാല്യൂവരെയുള്ള പട്ടണത്തിന്റെ വടക്കുഭാഗം ബസോംപിയറിക്കും ഡോംപിയറിമുതൽ പെരിഗ്നി വരെയുള്ള പട്ടണത്തിന്റെ കിഴക്കുഭാഗം ആംഗൗലിമിനും പെരിഗ്നി മുതൽ അംഗൗട്ടിൻ വരെയുള്ള ഭാഗം സ്കോംബെർഗിനും കിട്ടി.

ഈവിധം ക്രമീകരണങ്ങൾ നടത്തിയശേഷം അവിടെനിന്നും ഇംഗ്ലീഷുകാരെ ദ്വീപിൽനിന്നും തുരത്താനുള്ള ശ്രമങ്ങൾ അവിടെയാരംഭിച്ചു.

അതൊരു യുദ്ധത്തിനുപറ്റിയ സമയമായിരുന്നു. നന്നായി യുദ്ധം ചെയ്യണമെങ്കിൽ നല്ല ഭക്ഷണം കിട്ടണമെന്നുണ്ടായിരുന്ന ഇംഗ്ലീഷുകാർക്ക് ആ സമയത്ത് ഉപ്പിലിട്ട ഇറച്ചിയും ചീത്തയായ ബിസ്കറ്റുമാണ് കിട്ടിയത്. മിക്ക ഇംഗ്ലീഷുകാരും അതുവഴി രോഗിയായി. മാത്രമല്ല, കടൽകാറും കോളും പിടിച്ച് സർവസമയവും കിടന്നിരുന്നതിനാൽ, ഒരു ചെറിയ ഇംഗ്ലീഷ് കപ്പലെങ്കിലും കടലിൽ മുങ്ങാത്ത ദിവസമുണ്ടായിരുന്നില്ല. അതുകൊണ്ട് ഒന്നാഞ്ഞുശ്രമിച്ചാൽ വളരെ ക്ലേശത്തിൽ ഉഴറുന്ന ബക്കിംഗ്ഹാമിനെ ദ്വീപിൽനിന്നും തുരത്താൻ ഫ്രഞ്ചുകാർക്ക് എളുപ്പമായിരിക്കും.

പക്ഷേ, ശത്രുവിന്റെ ക്യാമ്പിൽ ഒരു പുത്തൻ യുദ്ധത്തിന്റെ തയാറെടുപ്പ് നടക്കുന്നുവെന്ന വിവരം മോൺസ്യൂർ ഡി ടോയ്റിസ് അറിയിച്ചപ്പോൾ, ആരംഭത്തിൽത്തന്നെ എല്ലാ പ്രവർത്തനങ്ങളും തടയണമെന്ന തീരുമാനത്തോടെ അദ്ദേഹം വേണ്ട നിർദേശങ്ങൾ നൽകി.

യുദ്ധത്തെ സംബന്ധിച്ച വിശദമായ വിവരണത്തിന് ഇവിടെ പ്രസക്തിയില്ലാത്തതിനാൽ ആവശ്യമുള്ള കാര്യങ്ങൾ മാത്രമേ ഇവിടെ പ്രതിപാദിക്കുന്നുള്ളു. രാജാവിനെ അതിശയിക്കുന്നവിധത്തിലും കർദിനാളിനെ മഹത്വപ്പെടുത്തുന്ന രീതിയിലും യുദ്ധം തുടർന്നുവെന്ന് ലളിതമായി മാത്രമേ ഇവിടെ പറയേണ്ടതുള്ളു.

ഇംഗ്ലീഷുകാർ തുടരെത്തുടരെ പരാജയത്തിലേക്ക് നീങ്ങിക്കൊണ്ടിരുന്നു. അവർ രക്ഷപ്പെടാനായി ഓരോരുത്തരായി കപ്പലുകളിൽ കയറി. മരിച്ചവരും മുറിവേറ്റവരുമായി രണ്ടായിരത്തോളം ആളുകളെയും ഉപേക്ഷിച്ചിട്ട് അവർ അവിടംവിട്ടു. ഉപേക്ഷിച്ചുപോയവരിൽ അഞ്ചു കേണലുകൾ, മൂന്ന് ലഫ്റ്റനന്റു കേണലുകൾ, ഇരുന്നൂറ്റിയമ്പത് ക്യാപ്റ്റന്മാർ, ഉയർന്ന സ്ഥാനമാനങ്ങളിൽപ്പെട്ട ഇരുപതുപേർ ഒക്കെ ഉണ്ടായിരുന്നു. നാലു പീരങ്കികളും അറുപതു കൊടികളും അവർക്കു നഷ്ടപ്പെട്ടു. ഫ്രഞ്ചുകാർ ആ കൊടികളെടുത്ത് പാരീസിൽകൊണ്ടുവന്നശേഷം നോട്രിഡെയിം ദേവാലയത്തിൽ ആഘോഷത്തോടെ തൂക്കിയിട്ടു.

ഫ്രഞ്ചുക്യാമ്പുകളിൽ ആനന്ദഗീതം അങ്ങനെ മുഴങ്ങി. അതിന്റെ അലകൾ ഫ്രാൻസിലുടനീളം മുഴങ്ങി.

ഇംഗ്ലീഷുകാരിൽനിന്നും യാതൊന്നും ഭയപ്പെടാതെതന്നെ കർദിനാൾ സ്വതന്ത്രമായി യുദ്ധം ചെയ്തുകൊണ്ടിരുന്നു. അതു തികച്ചും ഒരു താൽക്കാലിക വിജയമായിരുന്നു അവർക്ക്.

ബക്കിംഗ്ഹാം പ്രഭുവിന്റെ ഒരു ദൂതനായിരുന്നു മൊണ്ടാഗു. അയാളെ പിടിക്കപ്പെട്ടതോടുകൂടി പ്രഭുവിന്റെ തലസ്ഥാനനഗരിയിൽ ആളില്ലാതായി. സാമ്രാജ്യം, സ്പെയിൻ, ഇംഗ്ലണ്ട്, ലോറെയ്ൻ തുടങ്ങിയവ ഒരുമിച്ച് ചേർന്ന് ഫ്രാൻസിനെതിരെ ഒരു സഖ്യം രൂപീകരിക്കപ്പെട്ടിരിക്കുന്ന വിവരം അയാൾ പറഞ്ഞു. ഈ സഖ്യം നിലനിൽക്കുന്നുവെന്ന് തെളിയിക്കുന്ന രേഖകളും ബക്കിംഗ്ഹാം പ്രഭുവിന്റെ ഓഫീസിൽനിന്നും കണ്ടെ

ടുത്തു. അക്കാര്യങ്ങളെക്കുറിച്ച് കർദിനാൾ തന്റെ ഓർമക്കുറിപ്പുകളിൽ രേഖപ്പെടുത്തിയിട്ടുണ്ട്. ഇക്കാര്യത്തിൽ ഷാവെര്യൂസിന് പങ്കുണ്ടെന്നും തെളിവുകിട്ടി; അതുവഴി രാജ്ഞിക്കും പങ്കുണ്ടെന്നു വ്യക്തമായി.

ഈ സഖ്യരൂപീകരണത്തിനുള്ള പൂർണഉത്തരവാദിത്വം കർദിനാളിന്റെ ചുമലിലാണ്. കാരണം സ്വേച്ഛാപതികൾ എല്ലാത്തിനും ഉത്തരവാദികളാകണം. അക്കാരണത്താൽ, യൂറോപ്പിലെ ഏതെങ്കിലും വൻ രാജ്യങ്ങളിൽ ഇതിനെപ്പറ്റിയുള്ള വളരെ നിസ്സാരചർച്ചയോ മറ്റോയുണ്ടോയെന്ന് കണ്ടുപിടിക്കാൻ സകല കഴിവുകളും രാപ്പകലോളം അദ്ദേഹം വിനിയോഗിച്ചു.

ബക്കിംഗ്ഹാമിന്റെ ശക്തിയും അദ്ദേഹത്തിന് തന്നോടുള്ള വെറുപ്പും കർദിനാളിനു നന്നായിട്ടറിയാം. ആ സഖ്യം വിജയിക്കുകയാണെങ്കിൽ തന്റെ സർവ സ്വാധീനവും നഷ്ടപ്പെടുമെന്ന് കർദിനാളിനറിയാം. സ്പാനിഷ് നയങ്ങളെയും ആസ്ട്രിയൻ നയങ്ങളെയും യോജിക്കുന്ന ധാരാളം പേർ ലൗവ്രിലെ മന്ത്രിസഭയിലുണ്ട്. പക്ഷേ അതുവരെ അവരുടെ സ്വാധീനം വളരെ കുറവായിരുന്നു. എന്നാൽ ആ സഖ്യം വിജയിക്കുമെങ്കിൽ ഫ്രാൻസിലെ ദേശീയ മന്ത്രിക്കു തുല്യമായ റിച്ചില്യൂവിന്റെ രാജ്യത്തുള്ള തന്റെ സ്ഥാനംതന്നെ നഷ്ടപ്പെടും. രാജാവ് അദ്ദേഹത്തെ ഒരു കുട്ടിയെപ്പോലെ അനുസരിക്കുന്നുണ്ടെങ്കിലും ഒരു കുട്ടി തന്റെ അധ്യാപകനെ വെറുക്കുന്നതുപോലെ വെറുക്കുകയും ചെയ്തിരുന്നു. ശത്രുക്കളായ മോൺസ്യൂറിനും രാജ്ഞിക്കും അദ്ദേഹംതന്നെ വിട്ടുകൊടുത്തെന്നും വന്നേക്കാം. അക്കാരണത്താൽ താനും തന്നോടൊപ്പം ഫ്രാൻസും വീഴുമെന്നും റിച്ചില്യൂവിനറിയാമായിരുന്നു. അതിനാൽ അതൊക്കെ തടയുന്നതിനുള്ള നടപടികൾ എടുത്തേ പറ്റൂവെന്ന് അദ്ദേഹം തീരുമാനിച്ചു.

ലാപിയറിക്കടുത്തുള്ള അദ്ദേഹത്തിന്റെ വാടക താമസസ്ഥലത്തിനരികിൽ രഹസ്യദൂതന്മാർ രാപ്പകലില്ലാതെ കയറിയിറങ്ങിക്കൊണ്ടിരുന്നു, വിവിധ വേഷങ്ങളിൽ. ആൺവേഷത്തിൽ വന്ന സ്ത്രീകൾ പോലുമുണ്ടായിരുന്നു.

സന്ദർശകരെ സ്വീകരിക്കാൻ അദ്ദേഹത്തിനു താൽപ്പര്യമുണ്ടായിരുന്നില്ല. കാരണം വന്നവർ അദ്ദേഹത്തെ കൊല്ലാൻപോലും ശ്രമിച്ചിരുന്നത്രേ. മാത്രമല്ല അദ്ദേഹത്തെ ദേഹോപദ്രവം ചെയ്യാനുള്ള ശ്രമം അകത്തു നടക്കുന്ന രീതിയിലുള്ള ബഹളം വെളിയിൽ കേൾക്കാമായിരുന്നത്രേ. അത്തരം ബഹളങ്ങൾക്കു കാരണം കർദിനാൾ തന്നെയെന്നാണ് അദ്ദേഹത്തിന്റെ ശത്രുക്കൾ പറഞ്ഞിരുന്നത്; അപകടകരമെന്നു തോന്നുന്നവർക്കെതിരെ നടപടിയെടുക്കാനുള്ള ഒരു ഉപായമായിരുന്നു അദ്ദേഹത്തിനിത്.

രാജാവിന്റെ അംഗരക്ഷകരായ പടയാളികളെ സംബന്ധിച്ചിടത്തോളം യുദ്ധത്തിൽ വലിയ പങ്കില്ലാത്തവരാണ്. വളരെയധികം സ്വാതന്ത്ര്യത്തോടെ ചിട്ടവട്ടങ്ങളൊന്നുമില്ലാതെ കഴിയാവുന്നവരാണ്. മറ്റുള്ള പടയാളികളുമായി താരതമ്യം ചെയ്യുമ്പോൾ ആതോസും ആറമീസും

പോർത്തോസും ഭാഗ്യമുള്ളവരായിരുന്നു; കാരണം മോൺസ്യൂർ ട്രിവീലിക്ക് അവരോടായിരുന്നു കൂടുതൽ സ്നേഹം. രാത്രിയിൽ പുറത്തുപോകാൻ അവർക്ക് പ്രത്യേക അനുവാദം കിട്ടാറുണ്ട്. ഒരു ദിവസം രാത്രിയിൽ ആർട്ഗ്നന് കിടങ്ങുകളിൽ സംരക്ഷണത്തിനു പോകേണ്ടിയിരുന്നതുകൊണ്ട് തന്റെ മൂന്നു സുഹൃത്തുക്കൾക്കൊപ്പം പോകാനായില്ല. അവർ മൂവരും ചേർന്ന് ലാജറിറോഡിലൂടെ ഒരു സത്രത്തിൽ കയറി. കൊളംബിയർ – തെമ്മാടിയെന്നായിരുന്നു ആ സത്രത്തിന്റെ പേര്. രണ്ടു ദിവസം മുമ്പായിരുന്നു ആതോസത് കണ്ടുപിടിച്ചിരുന്നത്.

തങ്ങളുടെ കുതിരപ്പുറത്തുകയറി അവർ ആ സത്രത്തിൽനിന്നും ക്യാമ്പിലേക്കു മടങ്ങുകയായിരുന്നു. പടയാളികളുടെ വേഷവും തോക്കും ഒക്കെ അവർക്കുണ്ടായിരുന്നു. ബോയ്സനർ ഗ്രാമം കഴിഞ്ഞ് ഒരു അര മൈൽ ദൂരം അവർ പിന്നിട്ടിട്ടുണ്ടാകും. അപ്പോൾ തങ്ങളുടെ അടുക്കലേക്കു പാഞ്ഞടുക്കുന്ന കുതിരക്കുളമ്പടി ശബ്ദം അവർ കേട്ടു. അവർ പെട്ടെന്ന് റോഡിന്റെ നടുവിൽത്തന്നെ നിന്നു.

ചന്ദ്രിക മേഘങ്ങൾക്കിടയിൽനിന്നും പുറത്തുവന്നു. അപ്പോഴേക്കും രണ്ടുപേർ റോഡിന്റെ തിരിവുവഴി അവിടെയെത്തി. മൂന്നുപേർ അവിടെ നിൽക്കുന്നതുകണ്ടപ്പോൾ അവർ കടിഞ്ഞാൺ അൽപ്പമൊന്നു അയച്ചു; മുന്നോട്ടു ചെല്ലണമോ വേണ്ടയോ എന്നമട്ടിൽ.

അപരിചിതർ സംശയിച്ചു നിൽക്കുന്നതു കണ്ടപ്പോൾ, ആതോസ് ഏതാനും അടി മുന്നോട്ടു നീങ്ങിക്കൊണ്ടു ചോദിച്ചു: "ആ പോകുന്നതാരാണ്?"

"ആ പോകുന്ന നിങ്ങളാരാണ്?" അപരിചിതരിൽ ഒരാൾ തിരിച്ചു ചോദിച്ചു.

"അതു മറുപടിയല്ലല്ലോ" ആതോസ് പറഞ്ഞു. "ആ പോകുന്നതാരാണ്? ഉത്തരം പറഞ്ഞില്ലെങ്കിൽ ഞങ്ങൾ വെടിവെയ്ക്കും."

"എടുത്തു ചാടരുത്. സൂക്ഷിക്കണം മാന്യരേ?" കണിശമായ ഒരു മറുപടി അവിടെനിന്നും കേട്ടു.

"രാത്രിയിൽ റോന്തു ചുറ്റുന്ന ഏതെങ്കിലും ഉയർന്ന ഉദ്യോഗസ്ഥരായിരിക്കും" ആതോസ് സുഹൃത്തുക്കളോടു പറഞ്ഞു. "നാം ഇനി എന്തു ചെയ്യും?"

"നിങ്ങളാരാണ്?" കണിശസ്വരം വീണ്ടും അവിടെനിന്നും കേട്ടു. "മറുപടി പറഞ്ഞില്ലെങ്കിൽ അനുസരണക്കേടിന് ഖേദിക്കേണ്ടിവരും."

"ഞങ്ങൾ പടയാളികളാണ്" ആതോസ് പറഞ്ഞു. ആ ചോദ്യം ചോദിച്ചയാളിനോട് ഉത്തരം പറയേണ്ടത് ഒഴിവാക്കാനാകില്ലെന്ന് തോന്നിയപ്പോഴാണ് ആതോസ് മറുപടി പറഞ്ഞത്.

"ഏതു കമ്പനി?"

"മോൺസ്യൂർ ഡി ട്രിവീലിയുടെ."

"അടുത്തുവരൂ. ഈ രാത്രിയിൽ നിങ്ങൾ എന്താണിവിടെ ചെയ്യുന്നതെന്ന് പറയൂ."

അവർ മൂന്നു സുഹൃത്തുക്കളും മുന്നോട്ടു നീങ്ങി.

അവരുടെ മുന്നിൽചെന്നപ്പോൾ മറ്റേ രണ്ടുപേരും ഉയർന്ന പദവിയിൽപ്പെട്ടവരാണെന്നു മനസിലാക്കിയ അവർ തലകുനിച്ചു. ആതോസ് അവരോടു സംസാരിക്കുന്നതിന് പോർത്തോസും ആറമീസും അനുവദിച്ചു.

"ക്ഷമിക്കണം സർ" ആതോസ് പറഞ്ഞു. "നിങ്ങൾ ആരാണെന്ന് ഞങ്ങൾ ആദ്യം തിരിച്ചറിഞ്ഞിരുന്നില്ല. ഞങ്ങൾ വളരെ സൂക്ഷിച്ചു നോക്കിക്കൊണ്ടാണ് വന്നതെങ്കിലും തെറ്റിപ്പോയി."

"നിങ്ങളുടെ പേരെന്താണ്? ആ അപരിചിതൻ ചോദിച്ചു. അയാൾ തുണികൊണ്ട് മുഖം പകുതിഭാഗം മറച്ചിരുന്നു.

അയാളുടെ ചോദ്യംചെയ്യലിൽ അസ്വാസ്ഥ്യംപൂണ്ട ആതോസ് തിരിച്ചു ചോദിച്ചു: "ആദ്യം നിങ്ങളുടെ പേരു പറയൂ; നിങ്ങൾക്ക് ഞങ്ങളോടു ചോദ്യം ചെയ്യാനുള്ള അവകാശമുണ്ടെന്നുള്ളതിന് എന്തെങ്കിലും തെളിവുതരൂ."

"നിങ്ങളുടെ പേരു പറയൂ" മുഖത്തു കിടന്നിരുന്ന തുണി മാറ്റിക്കൊണ്ട് അയാൾ ചോദിച്ചു.

"അയ്യോ! കർദിനാൾ!" ആതോസ് അത്ഭുതംകൊണ്ട് കൂവിപ്പോയി.

"നിങ്ങളുടെ പേരെന്താണ്" തിരുമേനി അയാളോടു മൂന്നാംതവണ ചോദിച്ചു.

"ആതോസ്."

കർദിനാൾ കൂടെയുണ്ടായിരുന്ന ആളിനോടു എന്തോ ആംഗ്യം കാണിച്ചു.

"നിങ്ങൾ മൂന്നു പടയാളികളും എന്റെ കൂടെ വരൂ" സ്വരം താഴ്ത്തി അദ്ദേഹം പറഞ്ഞു. "ഞാൻ ക്യാമ്പിൽനിന്നും പുറത്തിറങ്ങിയ വിവരം മറ്റാരും അറിയരുതെന്ന് എനിക്കാഗ്രഹമുണ്ട്. നിങ്ങൾ കൂടെ വരികയാണെങ്കിൽ നിങ്ങൾക്ക് അതറിയിക്കാൻ പറ്റുകയില്ലല്ലോ."

കർദിനാൾ ആതോസിനെ തുറിച്ചുനോക്കി.

"നിങ്ങൾക്ക് കൂർമശക്തിയുള്ള ചെവികളാണല്ലോ ആതോസ്" കർദിനാൾ പറഞ്ഞു. നിങ്ങളോടുള്ള അവിശ്വാസംകൊണ്ടല്ല നിങ്ങളോട് എന്നോടൊപ്പം വരാൻ പറയുന്നത്. നിങ്ങളുടെ സഹായം എനിക്കാവശ്യമുണ്ട്. മോൺസ്യൂർ പോർത്തോസും മോൺസ്യൂർ ആറമീസുമാണ് നിങ്ങളോടൊപ്പം ഇപ്പോൾ നിൽക്കുന്നതെന്ന് ഞാൻ കരുതുന്നു."

"അതെ തിരുമേനി" ആതോസ് പറഞ്ഞു.

മറ്റു രണ്ടു സുഹൃത്തുക്കളും തൊപ്പിയൂരിക്കൊണ്ട് ബഹുമാനത്തോടെ മുന്നോട്ടു വന്നുനിന്നു.

"എനിക്ക് നിങ്ങളെയൊക്കെ അറിയാം" കർദിനാൾ പറഞ്ഞു. "നിങ്ങൾക്ക് എന്നോടു താൽപ്പര്യമില്ലെന്നും എനിക്കറിയാം. എനിക്കതിൽ വളരെ ഖേദമുണ്ട്. പക്ഷേ, നിങ്ങൾ ധീരന്മാരും വിശ്വസ്തരാണെന്നും എനിക്കറിയാം. നിങ്ങൾ സുഹൃത്തുക്കളോടൊപ്പം എന്റെകൂടെ വരിക

യാണെങ്കിൽ രാജാവിനുപോലും അസൂയതോന്നുന്ന ഒരു കാര്യം നിങ്ങൾക്കു ചെയ്യാൻപറ്റും."

മൂന്നു പടയാളികളും തലകുനിച്ച് അദ്ദേഹത്തെ വണങ്ങി.

"തിരുമേനി, ഞങ്ങളെ കൂട്ടിക്കൊണ്ടു പൊയ്ക്കോളൂ" ആതോസ് പറഞ്ഞു. "അതാണ് നല്ലത്. ഞങ്ങൾ കുറച്ചുനേരത്തെ റോഡിൽ ചില തെമ്മാടികളെ കണ്ടതാണ്. ഞങ്ങൾ അവരോടു വഴക്കടിക്കുകയും ചെയ്തു."

"വഴക്കോ?" കർദിനാൾ ചോദിച്ചു. "അതെന്തിന്? എനിക്ക് വഴക്കാളികളെ ഇഷ്ടമില്ലെന്ന് നിങ്ങൾക്കറിയാമല്ലോ."

"അതുകൊണ്ടാണ് സർ ഞാനിതു പറയുന്നത്" ആതോസ് പറഞ്ഞത്. "മറ്റാരെങ്കിലും ഇക്കാര്യം അങ്ങയോടു പറഞ്ഞ് ഞങ്ങളെക്കുറിച്ച് ഒരു തെറ്റിദ്ധാരണ ഉണ്ടാകരുതല്ലോ?"

"വഴക്ക് എന്നിട്ടെന്തായി?" കർദിനാൾ മുഖം ചുളിച്ചുകൊണ്ടു ചോദിച്ചു.

"എന്റെ സുഹൃത്ത് ആറമീസിന്റെ കൈയിൽ വാൾകൊണ്ട് ചെറിയൊരു മുറിവേറ്റു. നാളെ യുദ്ധത്തിനിറങ്ങണമെന്നു പറഞ്ഞാലൊന്നും ആ മുറിവ് ഒരു പ്രശ്നമാകില്ല" ആതോസ് പറഞ്ഞു.

"മുറിവേറ്റാൽ നിങ്ങളാരും മിണ്ടാതെനിൽക്കുന്നവരല്ലെന്ന് എനിക്കു നന്നായിട്ടറിയാം. നിങ്ങൾ തിരിച്ചും അവരെ മുറിവേൽപ്പിച്ചോ?" കർദിനാൾ ചോദിച്ചു. "ഒക്കെ തുറന്നുപറയൂ. എല്ലാത്തിനും പരിഹാരമുണ്ടാക്കാൻ എനിക്കു സാധിക്കുമെന്ന് നിങ്ങൾക്കറിയാമല്ലോ."

"എന്റെ കാര്യം പറയുകയാണെങ്കിൽ" ആതോസ് പറഞ്ഞു. "ഞാൻ എന്റെ വാൾ തൊട്ടതേയില്ല. പക്ഷേ, എന്നോട് നേരിടാൻ വന്നവനെ ഞാൻ പൊക്കിയെടുത്ത് ഒരേറു വച്ചുകൊടുത്തു. അവൻ പിന്നെ എഴുന്നേറ്റു പോകുന്ന രീതികണ്ടാൽ അവന്റെ കാലൊടിഞ്ഞെന്നേ തോന്നൂ."

"അതു ശരി" കർദിനാൾ പറഞ്ഞു. "മോൺസ്യൂർ പോർത്തോസോ?"

"തിരുമേനീ, ഞാൻ പ്രകൃതത്തിലേ സമാധാനകാംക്ഷിയാണ്. എനിക്ക് വഴക്കൊന്നും ഇഷ്ടമേയില്ല. ഞാൻ പൗരോഹിത്യം സ്വീകരിക്കാൻ തീരുമാനിച്ചിരിക്കുന്ന വിവരം അങ്ങേക്കറിയാമല്ലോ. ഞാൻ അതുകൊണ്ട് അവർ തമ്മിലുള്ള വഴക്ക് അവസാനിപ്പിക്കാൻ ശ്രമിക്കുകയായിരുന്നു. ആ സമയത്ത് ഒരു തെമ്മാടി എവിടെനിന്നോ ഓടിവന്ന് എന്റെ കൈയിലൊരു കുത്ത്. കോപംവന്ന ഞാൻ വാളൂരിപ്പിടിച്ചുകൊണ്ട് അവനെ പിടിക്കാനായി നോക്കി. പക്ഷേ എന്റെ വാൾ അവനേറ്റു. അവന്റെ രണ്ടു സുഹൃത്തുക്കളാണ് അവനെ തുടർന്ന് താങ്ങിയെടുത്തോണ്ടു പോയത്."

"കാര്യങ്ങളൊന്നും എനിക്കു പൂർണമായും മനസിലായില്ല" കർദിനാൾ പറഞ്ഞു. എങ്ങനെയാണ് ആ വഴക്കു തുടങ്ങിയതെന്നു പറയൂ."

"ആ നീചന്മാർ കുടിച്ചു ലക്കുകെട്ടിരുന്നു" ആതോസ് പറഞ്ഞു.

"അന്നു വൈകുന്നേരത്ത് ആ സത്രത്തിൽ ഒരു സ്ത്രീ വന്നതിനെക്കുറിച്ച് അവർ അറിഞ്ഞിരുന്നു. അവർ അവൾ താമസിച്ചിരുന്ന മുറി തള്ളിത്തുറക്കാൻ ശ്രമിച്ചു."

"വാതിൽ തള്ളിത്തുറക്കുകയോ! അതെന്തിനാണ്?" കർദിനാൾ ചോദിച്ചു.

"അവളെ ഉപദ്രവിക്കാൻ; അല്ലാതെന്തിനാണ്? ഞാൻ പറഞ്ഞിരുന്നില്ലേ അവർ കുടിച്ചു ലക്കുകെട്ടിരുന്നെന്ന്."

"ആ സ്ത്രീ ചെറുപ്പവും സുന്ദരിയും ആയിരുന്നോ?" അൽപ്പം ആകാംക്ഷയോടെ തിരുമേനി ചോദിച്ചു.

"ഞങ്ങൾ അവരെ കണ്ടിരുന്നില്ല തിരുമേനി" ആതോസ് പറഞ്ഞു.

"അതുകൊള്ളാം!" കർദിനാൾ പറഞ്ഞു. "ഒരു സ്ത്രീയുടെ അന്തസ്സ് കാക്കാൻ നിങ്ങൾ ചെയ്തതു നല്ലതാണ്. ഞാൻ എന്തായാലും, ആ തെമ്മാടി സത്രത്തിലേക്കു ഞാൻ വരികയാണ്. ഞാൻ കേട്ടതൊക്കെ നേരാണോയെന്ന് നോക്കട്ടെ."

"തിരുമേനി" ആതോസ് അന്തസ്സോടു പറഞ്ഞു. "ഞങ്ങൾ മാന്യന്മാരാണ്. രക്ഷപ്പെടാനായി ഞങ്ങൾ കള്ളം പറയുന്നതല്ല."

"അതെനിക്കറിയാം ആതോസേ. നിങ്ങൾ പറഞ്ഞപ്പോൾ ഞാൻ സംശയിച്ചതേയില്ല.... പിന്നെ, ആ സ്ത്രീ ഒറ്റയ്ക്കായിരുന്നോ?"

"ആ മുറിയിൽ അവളോടൊപ്പം ഒരു പുരുഷനും ഉണ്ടായിരുന്നു" ആതോസ് പറഞ്ഞു. "പുറത്ത് ഞങ്ങൾ ഇത്രയും ഒച്ചവച്ചിട്ടും അയാൾ പുറത്തുവന്നതേയില്ല. അയാൾ ഒരു ഭീരുവായിരുന്നിരിക്കാം."

"ആരെയും അന്ധമായി വിശ്വസിക്കരുതേയെന്നാണ് തിരുവെഴുത്തുകൾ പറയുന്നത്. കർദിനാൾ പറഞ്ഞു. "മാന്യരേ, ഇങ്ങോട്ടു അടുത്തു വരൂ. എനിക്ക് ചില കാര്യങ്ങൾ അറിയേണ്ടതുണ്ട്."

വീണ്ടും അദ്ദേഹം തുണികൊണ്ട് മുഖം മറച്ചു. ആ നാലുപേരുടെ അരികിൽ മുന്നിലായി പത്തടി അകലത്തിൽ വരത്തക്കവിധം അദ്ദേഹം കുതിരയെ പായിച്ചു.

അവർ ഉടനെതന്നെ സത്രത്തിൽ എത്തി. രാത്രിയിൽ ആ നേരത്ത് ആരും ഉണ്ടായിരുന്നില്ല. എന്തായാലും സത്രമുടമ ഒരു വിശിഷ്ടാതിഥിയെ പ്രതീക്ഷിച്ചിരുന്നുവെന്ന് സ്പഷ്ടം. കാരണം പ്രശ്നമുണ്ടാക്കിയവരെയെല്ലാം അവിടെനിന്നും പറഞ്ഞയച്ചിരുന്നു.

അവർ വാതിൽക്കൽ എത്തുന്നതിനുമുമ്പ്, അവർ അവിടെ കെട്ടിയിട്ടിരുന്ന ഒരു കുതിരയെ കണ്ടു. കർദിനാൾ തന്റെ കുതിരക്കാരനോടും പോരാളികളോടും നിൽക്കാൻ ആംഗ്യം കാണിച്ചു. അദ്ദേഹം തുടർന്ന് വാതിലിൽ ശക്തിയായി മുട്ടി; മൂന്നു തവണ.

ഒരാൾ പുറത്തുവന്നു. എന്തോ ധൃതിയിൽ അയാൾ കർദിനാളിനോടു സംസാരിച്ചു. അയാൾ ഉടനെ അവിടെ കെട്ടിയിട്ടിരുന്ന കുതിരപ്പുറത്തു കയറി പാഞ്ഞുപോവുകയും ചെയ്തു. സർജെറീസിന്റെ ദിശയിലേക്കാണ് അയാൾ പാഞ്ഞത്.

“വരൂ മുന്നോട്ട്” കർദിനാൾ മൂന്നു പടയാളികളോടായി പറഞ്ഞു. “ നിങ്ങൾ എന്നോടു സത്യമാണ് പറഞ്ഞത്. നാം കണ്ടുമുട്ടിയത് കൃത്യ സമയത്തുതന്നെയാണ്. വരൂ എന്റെ പിന്നാലെ.”

കർദിനാളും മൂന്നു പടയാളികളും ആ സത്രത്തിനകത്തേക്കു കയറി.

സത്രമുടമ അവരെ സ്വീകരിച്ചു. അവരിൽ ആരാണ് കർദിനാളെന്ന് അയാൾക്ക് യഥാർഥത്തിൽ അറിയില്ലായിരുന്നു. ഒരു സ്ത്രീയെക്കാണാനെത്തിയ ഒരു ഉദ്യോഗസ്ഥൻ എന്നു മാത്രമേ കർദിനാളിനെ കണ്ടപ്പോൾ അയാൾ ഉദ്ദേശിച്ചിരുന്നുള്ളൂ.

“ചുവട്ടിലെ നിലയിൽ ഇവർക്ക് ചൂടുകാഞ്ഞിരിക്കാൻ ഒരു മുറി കിട്ടാനുണ്ടോ? ഞാൻ മടങ്ങിവരുന്നതുവരേക്കും” കർദിനാൾ ചോദിച്ചു.

സത്രമുടമ ഒരു വലിയ മുറിയുടെ വാതിൽ തുറന്നു. അവിടെ തീയൊരുക്കുന്ന സ്ഥലവുമുണ്ട്.

“ഇതു മതിയോ?” അയാൾ ചോദിച്ചു.

“ധാരാളം” കർദിനാൾ പറഞ്ഞു. തുടർന്ന് അദ്ദേഹം പടയാളികളോടായി പറഞ്ഞു: “നിങ്ങൾ ഇവിടിരുന്നോളൂ. അരമണിക്കൂറിനകം ഞാൻ മടങ്ങിവരും.”

അവർ ആ മുറിയിലേക്കു കയറിയിരുന്നനേരം, കർദിനാൾ വേഗം മുകളിലത്തെ നിലയിലേക്കു കോണിപ്പടി കയറി. സത്രമുടമയുടെ യാതൊരുവിധ സഹായവും തേടാതെയാണ് അദ്ദേഹം അങ്ങോട്ടു നീങ്ങിയത്; അദ്ദേഹം മുമ്പും ആ സത്രത്തിൽ വന്ന് പരിചയമുള്ളതായി ആരു കണ്ടാലും പറഞ്ഞുപോകും.

44

സ്റ്റൗവ് പൈപ്പിന്റെ ഉപയോഗം

തങ്ങൾ ആ മദ്യപാനികളോടു എതിരിട്ടത് നല്ലതുതന്നെയെന്ന് മൂന്നു പടയാളികളും കരുതി. കർദിനാളിന് വ്യക്തിപരമായും ബന്ധമുള്ള ഒരാളിനെയാണല്ലോ തങ്ങൾ രക്ഷിച്ചതെന്ന് അവർക്കു തോന്നി.

ആരാണത്? അവർക്ക് ആദ്യം ജിജ്ഞാസയാണുണ്ടായത്. തൃപ്തമായ ഒരു മറുപടി കിട്ടാനുള്ള സാധ്യതയില്ലാത്തതിനാൽ തുടർന്ന് അവർ ആ ജിജ്ഞാസയെ ഉപേക്ഷിച്ചു.

പോർത്തോസ് സത്രമുടമയെ ഒരു ചൂതുകളിക്കായി വിളിച്ചു. അവർ മേശയ്ക്കു ഇരുപുറവുമിരുന്ന് കളിക്കാൻ തുടങ്ങി.

ആതോസ് ആ മുറിയിൽ അങ്ങോട്ടുമിങ്ങോട്ടും നടന്നു. സ്റ്റൗവ്പൈപ്പിന്റെ മധ്യഭാഗം ഒടിഞ്ഞിരിക്കുന്നത് അയാൾ കണ്ടു. അതിന്റെ മുകളറ്റം മുകളിലെ തട്ടിൻപ്പുറത്താണ് പിടിപ്പിച്ചിരിക്കുന്നത്. അങ്ങോട്ടും മിങ്ങോട്ടും നടന്നുകൊണ്ടിരുന്നപ്പോൾ പൈപ്പിന്റെ ചുവട്ടിലെത്തുമ്പോൾ എന്തോയൊരു ശബ്ദം അയാൾ കേട്ടു. എന്തോ പിറുപിറുക്കുന്ന ശബ്ദം; മുകളിലത്തെ നിലയിൽനിന്നുള്ള ശബ്ദമാണെന്ന് അയാൾക്കു മനസിലായി. ജിജ്ഞാസപൂണ്ട അയാൾ ആ പൈപ്പിന്റെ സുഷിരത്തിനടുത്തു വന്നു നിന്നുകൊണ്ട് കാതോർത്തു; എല്ലാം കേൾക്കാനായിട്ട്.

കേട്ടപ്പോൾ അയാൾക്ക് രസം തോന്നിയെന്നു തോന്നുന്നു. സംസാരിച്ചുകൊണ്ടിരുന്ന സുഹൃത്തുക്കളോടു ശബ്ദമുണ്ടാക്കാതിരിക്കാൻ അയാൾ ആംഗ്യം കാണിച്ചു. വീണ്ടും അയാൾ ആ സംഭാഷണം കേൾക്കാൻ കാതുകൂർപ്പിച്ചു.

“മിലാഡി” കർദിനാൾ പറയുകയായിരുന്നു. “ഇതൊരു പ്രധാന കാര്യമാണ്. ഇരിക്കൂ. നമുക്ക് സംസാരിക്കാം.”

‘മിലാഡി!’ ആതോസ് മനസിൽ അന്തിച്ചു പറഞ്ഞുപോയി.

“തിരുമേനി പറഞ്ഞോളൂ. ഞാൻ കേൾക്കുകയാണ്.” അവൾ പറഞ്ഞു.

“ലാപോയിൻ കോട്ടയ്ക്കടുത്തുള്ള ഷാരെന്റി തുറമുഖത്ത് ഒരു ചെറിയ കപ്പൽ അടുത്തിട്ടുണ്ട്. ഇംഗ്ലീഷുകാരാണ് അതിൽ. അതിലെ ക്യാപ്റ്റൻ എന്റെ ഏജന്റാണ്.”

“അതിനു ഇന്നു രാത്രിതന്നെ ഞാൻ പോകണമോ?”

“അതെ. ഞാൻ പറഞ്ഞാലുടനെ. നിങ്ങളെ കൊണ്ടുപോകാനായി രണ്ടാളുകളെ തയാറാക്കി നിർത്തിയിട്ടുണ്ട്. ഞാൻ ആദ്യം പോകും. ഞാൻ പോയശേഷം ഒരു അരമണിക്കൂർ കഴിഞ്ഞുവേണം നിങ്ങൾ പോകേണ്ടത്.”

“ശരി തിരുമേനീ.... ആ ദൗത്യം എന്താണെന്ന് അങ്ങ് പറഞ്ഞില്ല. അങ്ങ് എല്ലാം വ്യക്തമായിപ്പറഞ്ഞാലേ വിശ്വാസപൂർവം തെറ്റുകളൊന്നും ഉണ്ടാകാതെ എനിക്കതു ചെയ്യാനാകൂ” മിലാഡി പറഞ്ഞു.

ഒരുനിമിഷത്തെ നിശ്ശബ്ദത. എന്തു പറയണമെന്ന് കർദിനാൾ ആലോചിക്കുകയായിരുന്നു. പറയുന്നത് വ്യക്തമായി കേൾക്കാൻ മിലാഡിയും ചെവികൂർപ്പിച്ചിരിക്കുകയായിരുന്നു.

ഈസമയം വാതിൽ പൂട്ടി താഴിട്ടശേഷം പൈപ്പിനരികിൽ വന്നിരിക്കാൻ ആതോസ് സുഹൃത്തുക്കളോടു ആംഗ്യം കാണിച്ചു.

ആറമീസും പോർത്തോസും ആ മുറിയിൽ സുഖിച്ചിരിക്കാനാണ് ആഗ്രഹിച്ചത്. അവർ ഓരോ കസേരയുമായി വന്ന് അതിന്റെ ചുവട്ടിൽത്തന്നെ ഇരുന്നു.

“നിങ്ങൾ ലണ്ടനിലേക്കുതന്നെ പോകണം” കർദിനാൾ പറഞ്ഞു. “അവിടെ ചെല്ലുമ്പോൾ നിങ്ങൾ ബക്കിംഗ്ഹാമിനെ കാണണം.”

“ആ രത്നച്ചരടുമായി ബന്ധപ്പെട്ട കാര്യത്തിനുശേഷം പ്രഭുവിന് എന്നോട് സംശയവും അവിശ്വാസവുമായിരിക്കുകയാണ് തിരുമേനി” മിലാഡി പറഞ്ഞു.

“ഇത്തവണ നിങ്ങൾ ആ വിധത്തിൽ കരുതേണ്ട. ഒരു ഔദ്യോഗിക ഏജന്റ് എന്ന നിലയിൽ സത്യസന്ധമായി അദ്ദേഹത്തെ സമീപിച്ചാൽ മതി.”

“സത്യസന്ധമായിട്ടോ?”

“അതെ” കർദിനാൾ പറഞ്ഞു. “എല്ലാം തുറന്നമട്ടിൽ സംസാരിക്കണം. രഹസ്യങ്ങളൊന്നുമില്ല.”

“അങ്ങ് കത്തിൽ പറഞ്ഞിരിക്കുന്ന കാര്യങ്ങൾ ഞാൻ ചെയ്തോളാം” മിലാഡി പറഞ്ഞു.

“എനിക്കുവേണ്ടി നിങ്ങൾ ബക്കിംഗ്ഹാമിനെ കാണണം” കർദിനാൾ പറഞ്ഞു. “അദ്ദേഹം നടത്തിയ എല്ലാ ഒരുക്കങ്ങളും ഞാൻ മനസിലാക്കിയെന്നും പറയണം. പക്ഷേ, അതൊന്നും എനിക്കു പ്രശ്നമല്ല. അദ്ദേഹം നടത്തുന്ന ആദ്യനീക്കത്തിൽത്തന്നെ രാജ്ഞിയുടെ നാശം ഞാൻ ഉണ്ടാക്കിത്തുടങ്ങും.”

"അങ്ങേക്കതു നടപ്പാക്കാനുള്ള കഴിവുണ്ടെന്ന് പ്രഭുവിന്നറിയാമോ?"

"അറിയാം. അവളുടെ കുറ്റങ്ങൾക്കുള്ള തെളിവുകൾ എന്റെ കൈയിലുണ്ടല്ലോ" കർദിനാൾ പറഞ്ഞു.

"എന്തു തെളിവാണ് അങ്ങ് നൽകാൻ പോകുന്നതെന്ന് എനിക്ക് അദ്ദേഹത്തോടു പറയാനാകണം" മിലാഡി പറഞ്ഞു. "എങ്കിലേ അയാൾക്കു സ്വയം ഒരു വിലയിരുത്തൽ നടത്താനാകൂ."

"അന്ന് നൃത്തംനടന്ന രാത്രിയിൽ രാജ്ഞിയുമായി അയാൾ നടത്തിയ രഹസ്യക്കൂടിക്കാഴ്ചയെപ്പറ്റി ബോയ്സ്റോബർട്ടിന്റെയും മാർക്വിസ്ഡി ബ്യൂട്രുവിന്റെയും വിവരങ്ങൾ ഞാൻ പരസ്യപ്പെടുത്തും എന്ന് പ്രഭുവിനോടു പറഞ്ഞാൽ മതി; എനിക്ക് അക്കാര്യത്തെപ്പറ്റി കൂടുതലറിയാമെന്ന്. തെളിയിക്കാൻ ഒരുകാര്യം കൂടി പറയണം.... ഷെവലിയർ ഡിഗൈസിന്റെ വേഷം മൂവായിരം പിസ്റ്റൽസ് കൊടുത്തു വാങ്ങിയാണ് അയാൾ ഗ്രാന്റ്മുഗളിന്റെ വേഷത്തിൽ വന്നതെന്നും പറയണം...."

"അതുകൊള്ളാം തിരുമേനി."

"ഒരു ഇറ്റലിക്കാരൻ കൈനോട്ടക്കാരന്റെ വേഷത്തിൽ ഒരു രാത്രിയിൽ ലൗവ്രിയിൽ വന്നതും പോയതുമായ എല്ലാക്കാര്യങ്ങളും എനിക്കറിയാമെന്നു പറയണം. എപ്പോഴും അയാൾ തന്റെ വസ്ത്രത്തിനടിയിൽ ഒരു വെളുത്ത വസ്ത്രം കൂടിയണിയുമായിരുന്നു. ആ വെള്ളവസ്ത്രത്തിൽ ഒരു കറുത്ത അസ്ഥികൂടം വരച്ചിട്ടുണ്ട്. ഏതെങ്കിലും സാഹചര്യത്തിൽ കണ്ടുപിടിക്കപ്പെട്ടാൽ വെള്ള വസ്ത്രധാരി സ്ത്രീയുടെ പ്രേതമാണെന്ന് ആളുകൾ വിശ്വസിക്കുവാൻ വേണ്ടിയാണ്.... ഏതു വലിയ സംഭവത്തിനുമുമ്പും ലൗവ്രിൽ ഒരു വെള്ളപ്രേതം പ്രത്യക്ഷപ്പെടാറുണ്ടല്ലോ..."

"ഇത്രയും കാര്യങ്ങൾ പറഞ്ഞാൽ മതിയോ?"

"ഇനിയുമുണ്ട്.... മോൺടേഗ് പിടിക്കപ്പെട്ടെന്നും ബാസ്റ്റെൽ ജയിലിലാണെന്നും പറയണം. അയാളുടെ കൈവശം കത്തുകളോ തെളിവുകളോ ഒന്നുമില്ലെങ്കിലും അയാളെ പീഡിപ്പിച്ചശേഷം അയാൾക്കറിയാവുന്നതും അതിൽക്കൂടുതലും വിവരങ്ങൾ പറയിപ്പിക്കാനും."

"അതു നന്നായി."

"ഇനി ഒരു കാര്യംകൂടി പറയണം" കർദിനാൾ പറഞ്ഞു. "ഐൽഡിറിയിൽനിന്നും ധൃതിവച്ചു പോയപ്പോൾ മാഡം ഡി ഷെവ്റ്യൂസിന്റെ ഒരു കത്ത് അവിടെയിട്ടേച്ചുപോയത് എനിക്കു കിട്ടിയിട്ടുണ്ടെന്നും പറയണം. രാജാവിന്റെ ശത്രുക്കളുമായി രാജ്ഞിക്ക് പ്രീതിയുണ്ടെന്നും ഫ്രാൻസിലെ ശത്രുക്കളെ കൂട്ടുപിടിച്ച് ഗൂഢാലോചനകൾപോലും നടത്തുന്നെന്നും ആ കത്തിൽ വിവരിച്ചിട്ടുണ്ട്..... ഇതെല്ലാം പറഞ്ഞേക്കുമല്ലോ?"

"തീർച്ചയായും ഞാൻ എല്ലാം എണ്ണിയെണ്ണി പറഞ്ഞേക്കാം" മിലാഡി പറഞ്ഞു.

"അതുമതി" കർദിനാൾ പറഞ്ഞു. "നിങ്ങൾക്ക് അപാരമായ ഓർമശക്തിയുണ്ടെന്ന് എനിക്കറിയാം."

"പക്ഷേ, പ്രഭു ഇതിലൊന്നും അടിയറവു പറഞ്ഞില്ലെങ്കിൽ.... ഫ്രാൻസിനെതിരെ തന്നെ നീങ്ങുകയാണെങ്കിൽ....." മിലാഡി ചോദിച്ചു.

"അയാൾ പ്രേമംകൊണ്ട് ഭ്രാന്തു പിടിച്ചിരിക്കുകയാണ്" കർദിനാൾ കടുത്ത കോപത്തോടെ പറഞ്ഞു. "പഴഞ്ചൻ കുതിരപ്പട്ടാളക്കാർ ഏതെങ്കിലും ഒരു സുന്ദരിക്കുവേണ്ടി യുദ്ധം ചെയ്യുന്നതുപോലെ.... പക്ഷേ ഈ യുദ്ധം രാജ്ഞിയുടെ അന്തസ്സും അഭിമാനവും ചോർത്തിക്കളയുമെന്നറിയുമ്പോൾ അയാൾ യുദ്ധത്തെക്കുറിച്ച് ഒരു പുനർചിന്ത നടത്തിയേക്കും."

"എന്നിട്ടും അയാൾ തീരുമാനം ഉപേക്ഷിക്കുന്നില്ലെങ്കിലോ?" തന്റെ ദൗത്യത്തിന്റെ എല്ലാ വശങ്ങളും പരിശോധിക്കാൻ വേണ്ടിയാണ് അവൾ ചോദിച്ചത്.

"അയാൾ ഉപേക്ഷിക്കുന്നില്ലെങ്കിൽ.... ഓ അങ്ങനെ വരാൻ സാധ്യതയില്ല."

"സാധ്യതയില്ലെന്നു പറയാൻ പറ്റത്തില്ല."

"അയാൾ തീരുമാനം ഉപേക്ഷിക്കുന്നില്ലെങ്കിൽ...." കർദിനാൾ ഒരു നിമിഷം നിർത്തി. "എങ്കിൽ രാജ്യത്തിന്റെ വിധി മാറ്റിമറിക്കുന്ന വല്ലതും സംഭവിക്കുമെന്ന് ഞാൻ കരുതുന്നു."

"അത്തരത്തിലുള്ള ഏതെങ്കിലും ഒരു സംഭവം ഉദാഹരണമായി അങ്ങു പറയൂ" മിലാഡി പറഞ്ഞു. "എങ്കിൽ ആ സാധ്യത ഞാനവിടെ വിവരിക്കാം."

"എന്നാൽ ഒരുദാഹരണം ഞാൻ പറയാം" കർദിനാൾ തുടർന്നു. "1610 ൽ ഹെൻറി 4–ാമൻ രാജാവ് ഇറ്റലിയോടും ഫ്ളാന്റേഴ്സിനോടും യുദ്ധത്തിനൊരുങ്ങി. രണ്ടുവശത്തുനിന്നും ആസ്ട്രിയയെ ആക്രമിക്കുന്നതിനുവേണ്ടിയായിരുന്നു അത്. ഏതാണ്ട് ബക്കിംഗ്ഹാം ഇപ്പോൾ ചെയ്യുന്നതുപോലെ തന്നെ. പക്ഷേ, ആസ്ട്രിയയാണ് ഏതോവിധം ജയിച്ചത്.... ഫ്രാൻസിലെ ഇപ്പോഴത്തെ രാജാവിനും ആവിധത്തിലുള്ള ഒരു വിജയം കിട്ടിക്കൂടെന്നുണ്ടോ?"

"റാവയ്‌ലാക് ഹെൻറി നാലാമനെ കൊന്നതിനെക്കുറിച്ച് തിരുമേനി പറഞ്ഞുവരുന്നതെന്ന് എനിക്കു മനസിലാകുന്നു."

"തീർച്ചയായും അക്കാര്യം തന്നെ."

"പക്ഷേ, റായ്‌ലാകിനു കിട്ടിയ ഭയാനകമായ അന്ത്യശിക്ഷയോർത്താൽ പിന്നെ ആരെങ്കിലും ഇത്തരം പ്രവർത്തനങ്ങൾക്ക് താൽപ്പര്യമെടുക്കുമോ?"

"ഏതു രാജ്യത്തും പ്രത്യേകിച്ച് മതത്തിന്റെ പേരിൽ വിഭജിക്കപ്പെട്ട രാജ്യങ്ങളിൽ, രക്തസാക്ഷികളാകാനുള്ള ഭ്രാന്തന്മാർ ഉണ്ടായിരുന്നു. അതിപ്പോൾ ഞാൻ ആലോചിച്ചുപോകുകയാണ്. ഇംഗ്ലണ്ടിലെ ശുദ്ധ ക്രൈസ്തവവാദികൾക്ക് ബക്കിംഗ്ഹാം പ്രഭുവിനെ വെറുപ്പാണ്. അവരുടെ പ്രസംഗകർ അയാളെ 'ക്രിസ്തുവിദ്വേഷി'യെന്നാണ് വിളിച്ചിരുന്നത്."

"അതുശരി?" മിലാഡി ചോദിച്ചു.

"ഇനിയിങ്ങനെ തുടങ്ങണം" കർദിനാൾ പറഞ്ഞു. "അയാളോടു പ്രതികാരം ചെയ്യാൻ പറ്റുന്ന ഒരു ബുദ്ധിമതിയും ചെറുപ്പക്കാരിയുമായ ഒരു സുന്ദരിയെ കണ്ടുപിടിക്കണം. ഒരുപാട് പ്രേമകഥകളുള്ള ആളായതിനാൽ ഒരു സ്ത്രീയെ ആ വിധത്തിൽ തീർച്ചയായും കണ്ടുപിടിക്കാനാകും. അയാളുടെ അനുരാഗം എത്രയോ പേരെയാണ് വശീകരിച്ചിരിക്കുന്നത്. അവിശ്വസ്തതകൊണ്ട് ഒരുപാട് പേർ അദ്ദേഹത്തെ വെറുക്കുകയും ചെയ്യുന്നുണ്ട്.

"അങ്ങനെയൊരു സ്ത്രീയെ കണ്ടുപിടിക്കാൻ ബുദ്ധിമുട്ടാകില്ല" മിലാഡി പറഞ്ഞു; ശാന്തതയോടെ.

"റാവൈലാകിനെപ്പോലെയും ജാക്യൂസ് ക്ലമെന്റിനെപ്പോലെയും ഉള്ള ഒരാളെ വശീകരിക്കാൻ അത്തരം ഒരു സ്ത്രീക്കു കഴിയും" അവൾ ഫ്രാൻസിനെ രക്ഷിക്കുകയും ചെയ്യും."

"പക്ഷേ, ആ കൊലയാളിക്കു കൂട്ടാളിയെന്നാവില്ലേ?"

"റാവൈലാകിന്റെയോ ജാക്യൂസ് ക്ലമെന്റിന്റെയോ കൂട്ടാളികളെ ഇതുവരെ ആരെങ്കിലും കണ്ടുപിടിച്ചോ?"

"ഇല്ല. അതു ഒരുപക്ഷേ അവരുടെ ഉന്നതസ്ഥാനംകൊണ്ട് ആരും എതിരുകാട്ടാൻ ധീരത കാണിക്കാത്തതുകൊണ്ടാകാം. തിരുമേനീ, സ്വരക്ഷയ്ക്കുവേണ്ടി എല്ലാവർക്കും കൊട്ടാരം ഒരുപോലെ കത്തിക്കാനാവില്ലല്ലോ."

"ഓ കൊട്ടാരം കത്തിയത്. അതു വെറും യാദൃച്ഛികതയില്ലാത്ത സംഭവമെന്നാണോ നിങ്ങൾ കരുതുന്നത്?" വളരെ ലാഘവത്തോടെയാണ് അദ്ദേഹം ഇതു ചോദിച്ചത്.

"ഞാൻ വെറുതേയൊരഭിപ്രായം പറയുന്നതല്ല തിരുമേനി" മിലാഡി പറഞ്ഞു. "ഞാൻ പരമാർഥം പറയുകയാണ്. മാഡം മോയ്സെല്ലിമോണ്ട് പെസിയറോ മേരി ഡിമെഡിസിസ് രാജ്ഞിയോയാണ് ഞാനെന്നുവരികിൽ ക്ലാരിസ് വിന്റർ ആയിരിക്കുന്നതിനെക്കാൾ കുറഞ്ഞ സംരക്ഷണമേ എനിക്കു കിട്ടുകയുള്ളൂവെന്ന് സൂചിപ്പിക്കുകമാത്രമാണ് ഞാൻ ചെയ്തത്."

"അതു ശരി...... ഞാൻ ഇനി നിങ്ങൾക്ക് എന്തുപകാരമാണ് ചെയ്യേണ്ടത്?"

"ഫ്രാൻസിന്റെ രക്ഷയ്ക്കുവേണ്ടി ചെയ്യാൻ ഞാൻ നിർബന്ധിതയായേക്കാവുന്ന സർവതിനും കാലേക്കൂട്ടി സ്ഥിരീകരണം ചെയ്യുന്ന ഒരു കൽപ്പന അങ്ങ് എനിക്കു തരണമെന്ന് ഞാൻ ആഗ്രഹിക്കുകയാണ്."

"പക്ഷേ, ഞാൻ പറഞ്ഞതരത്തിലെ ഒരു സ്ത്രീയെ കണ്ടുപിടിക്കുകയാണല്ലോ ആദ്യം വേണ്ടത്. പ്രഭുവിനോടു പ്രതികാരം പോക്കാനുള്ള ഒരു സ്ത്രീ."

"അവളെ ഇതിനകം കണ്ടെത്തിക്കഴിഞ്ഞല്ലോ?"

"ദൈവനീതി നടപ്പിൽ വരുത്തുന്നതിനു ആവേശത്തോടെ ഉപകരണമായി നിൽക്കുന്ന ഒരാളിനെയാണ് ഇനി കണ്ടുപിടിക്കേണ്ടത്."

"അവനെയും കണ്ടുപിടിക്കാം."

"കൊള്ളാം എങ്കിൽ അയാളെ നിങ്ങൾ ആദ്യം കണ്ടുപിടിക്കൂ. അതു കഴിഞ്ഞിട്ടാവാം എനിക്കു നിങ്ങളോടുള്ള കൽപ്പനകൾ തരാനുള്ളത്" കർദിനാൾ പറഞ്ഞു.

"അങ്ങു പറഞ്ഞത് ശരിയാണ്. ഇക്കാര്യത്തിൽ യഥാർഥത്തിൽ ഉള്ള തിനേക്കാൾ കൂടുതൽ ഞാൻ കണ്ടത്. എന്റെ ഭാഗത്തുള്ള തെറ്റാണ്. രാജ്ഞിക്കെതിരെ എന്തായുധങ്ങളാണ് അങ്ങയുടെ പക്കലുള്ളതെന്ന് അദ്ദേഹത്തെ അറിയിക്കലായിരിക്കുമല്ലോ അത്. രാജ്ഞിയെ കണ്ടുമുട്ടു ന്നതിന് അദ്ദേഹമുണ്ടാക്കിയ വിവിധ തന്ത്രങ്ങളെക്കുറിച്ചാണ് ആദ്യം ഞാൻ പറയേണ്ടത്. നൃത്തശാലയിലും ലൗവ്രിയിലും ഒക്കെ വച്ചുള്ള തന്ത്രങ്ങൾ! പിന്നെ വിവിധ കത്തുകൾ. എന്നിട്ടും അദ്ദേഹം മുന്നേറാൻ തന്നെയാണ് ഭാവമെങ്കിൽ എനിക്കു മറ്റൊന്നും ചെയ്യാനുണ്ടാവില്ല. ഞാൻ അതോടെ എന്റെ ജോലി അവസാനിപ്പിക്കുകയും ചെയ്യും. പിന്നെ ഫ്രാൻ സിൽ ഒരു അത്ഭുതം ചെയ്യാൻ ദൈവത്തോടു പ്രാർഥിക്കുകയേ എനിക്കു നിർവാഹമുള്ളൂ. ഇതൊക്കെയല്ലേ ഞാൻ ചെയ്യണമെന്ന് അങ്ങ് പ്രതീക്ഷി ക്കുന്നത്?"

"അതെ" കർദിനാൾ പറഞ്ഞു.

കർദിനാളിന്റെ മുഖത്തുണ്ടായ ഭാവമാറ്റം അവൾ ശ്രദ്ധിച്ചതേയില്ല.

"ശരി തിരുമേനി" അവൾ പറഞ്ഞു. "അങ്ങയുടെ എതിരാളിയോട് എങ്ങനെയാണ് ഇടപെടേണ്ടതെന്ന് എനിക്കിപ്പോൾ മനസിലായി. ഇനി ഞാൻ എന്റെ ശത്രുക്കളെക്കുറിച്ചൊന്നു പറഞ്ഞോട്ടെ തിരുമേനീ?"

"നിങ്ങൾക്കും ശത്രുക്കൾ?"

"അതെ തിരുമേനീ. ആ ശത്രുക്കൾക്കെതിരെ പ്രവർത്തിക്കാൻ അങ്ങ് എന്നെ സഹായിക്കണം. കാരണം അങ്ങേക്കുവേണ്ടി പ്രവർത്തിച്ചതിൽ എനിക്കു കിട്ടിയ എതിരാളികളാണവർ."

"ആരാണവർ?"

"ഒന്നാമത് മാഡം ബോണസ്യൂ. ആ ചാരപ്പണിക്കാരി."

"അവൾ മാന്റിസ് ജയിലിലാണല്ലോ."

"ആയിരുന്നു" മിലാഡി പറഞ്ഞു. "പക്ഷേ രാജ്ഞി ഇടപെട്ട് രാജാ വിൽനിന്നും ഒരു പുതിയ കൽപ്പനവാങ്ങി. ഇപ്പോൾ അവളെ കോൺ വെന്റിൽ ആക്കിയിരിക്കുകയാണ്."

"കോൺവെന്റിലേക്കോ?"

"അതെ."

"ഏത് കോൺവെന്റിലേക്ക്?"

"അതെനിക്കറിയില്ല; പരമരഹസ്യമാണ്."

"എന്നിൽനിന്നും മറച്ചുവയ്ക്കാൻ അതാർക്കും പറ്റില്ല...."

"അപ്പോൾ അങ്ങെന്നാണ് അക്കാര്യം കണ്ടുപിടിക്കുന്നത്?" അവൾ ചോദിച്ചു.

"നിങ്ങൾക്കാഗ്രഹമെങ്കിൽ എവിടെയാണെന്ന് കണ്ടുപിടിച്ചാലുടനെ

ഞാൻ അറിയിക്കാം.”

“നന്ദിയുണ്ട് തിരുമേനി” മിലാഡി പറഞ്ഞു. “എനിക്ക് മറ്റൊരു ശത്രു കൂടിയുണ്ട്. അത് മാഡം ബോണസ്യുവിനേക്കാൾ അപകടകരമാണ്.”

“ആരാണത്?”

“അങ്ങേക്ക് അയാളെ നന്നായിട്ടറിയാം” മിലാഡി ഇതു പറയുമ്പോൾ അവൾക്ക് അവളുടെ കോപം അടക്കാനായില്ല. “അയാൾ അങ്ങയുടെ ശത്രുകൂടിയാണ്. ആരാണെന്ന് പറയട്ടെ. അങ്ങയുടെ ഭടന്മാരെ തോൽപ്പിക്കാൻ പടയാളികളെ സഹായിച്ചവൻ. വാർഡ്സിലെ പ്രഭുവിനെ കുത്തിപ്പരിക്കേൽപ്പിച്ചവൻ. രത്നച്ചരട് പദ്ധതിയിൽ അങ്ങയെ പരാജയപ്പെടുത്തിയ ആൾ. മാഡം ബോണസ്യുയെ അയാളിൽനിന്നും തട്ടിക്കൊണ്ടുപോയത് ഞാനാണെന്നറിഞ്ഞതിനാൽ എന്നെ കൊല്ലാൻ തീരുമാനമെടുത്തിരിക്കുന്ന ആൾ.....”

“നിങ്ങൾ ഉദ്ദേശിക്കുന്ന ആളിനെ എനിക്കു മനസിലായി.”

“ഞാൻ ഉദ്ദേശിച്ചത് ആ നീചനായ ആർട്ഗ്നനെ.”

“അവൻ ധീരനായ ഒരു ഭടനല്ലേ” കർദിനാൾ പറഞ്ഞു.

“അതുകൊണ്ടുതന്നെ അവൻ അപകടകാരിയാണ്.”

“ബക്കിംഗ്ഹാമുമായി അയാൾക്ക് ബന്ധമുണ്ടെന്നുള്ളതിന് നമുക്ക് തെളിവു വേണം.”

“തെളിവോ? ഒരു ഡസൻ തന്നെ ഞാൻ തരാം” അവൾ പറഞ്ഞു.

“എങ്കിൽ തെളിവു തരൂ. അപ്പോൾ കാര്യങ്ങൾ എളുപ്പമായി” കർദിനാൾ പറഞ്ഞു. “ഞാൻ അവനെ ബാസ്റ്റിൽ ജയിലിലടയ്ക്കാം.”

“നന്ദിയുണ്ട് തിരുമേനി. എന്നിട്ട്?”

“ബാസ്റ്റിലിലെ ആളുകൾക്ക് ‘എന്നിട്ട്’ എന്നൊന്നില്ല” കർദിനാൾ പറഞ്ഞു. “നല്ലവനായ ദൈവമേ, നിന്റെ ശത്രുക്കളെ നശിപ്പിക്കാൻ നിനക്കെത്രയെളുപ്പമാണല്ലോ. അതേവിധത്തിൽ എനിക്കും എന്റെ ശത്രുക്കളെ നശിപ്പിക്കുവാനായെങ്കിൽ.....”

“തിരുമേനീ” മിലാഡി ഇടയ്ക്കുകയറിപ്പറഞ്ഞു. “മനുഷ്യൻ മനുഷ്യന്. ജീവൻ ജീവനും. അങ്ങയുടെ എതിരാളിയെ എനിക്കു തരൂ. എന്റേതിനെ അങ്ങേക്കും തരാം.”

“നിങ്ങൾ എന്താണുദ്ദേശിക്കുന്നതെന്ന് എനിക്കു മനസിലാകുന്നില്ല” എനിക്കറിയണമെന്നും തോന്നുന്നില്ല. പക്ഷേ, ഞാൻ നിങ്ങൾക്കൊരു സഹായം ചെയ്യാം. ആർട്ഗ്നനെപ്പോലെയുള്ള താണനിലവാരത്തിലുള്ള ഒരാളോടു ഇടപെടാൻ ഞാൻ നിങ്ങൾക്ക് സ്വാതന്ത്ര്യം തരാം. അയാൾ ഒരു രാജ്യവഞ്ചകനും ദ്വന്ദ്വയുദ്ധക്കാരനും സ്വതന്ത്രചിന്താഗതിക്കാരനുമെന്ന് നിങ്ങൾ പറഞ്ഞ സ്ഥിതിക്ക്....”

“അതെ അയാൾ ചീത്ത രാജ്യദ്രോഹിയാണ്.”

“എന്നാൽ ആ പേനയും കടലാസും തരൂ.”

“ഇതാ തിരുമേനി.”

അവിടെ നിശ്ശബ്ദത പരന്നു. കർദിനാൾ നന്നായിട്ടാലോചിച്ചുകൊണ്ട്

കൽപ്പന എഴുതുകയായിരുന്നു.

സംഭാഷണത്തിന്റെ ഒരു വാക്കുപോലും വിടാതെ ആതോസ് താഴത്തെ മുറിയിൽനിന്നും കേട്ടുകൊണ്ടിരുന്നു. തുടർന്ന് തന്റെ സുഹൃത്തുക്കളെയും വിളിച്ചുകൊണ്ട് അവൻ മുറിയുടെ മൂലയിലേക്കു പോയി.

"അവസാനം കേൾക്കാൻ നിങ്ങൾ എന്തുകൊണ്ടാണ് അവിടെ നിർത്താതിരുന്നത്?" പോർത്തോസ് ചോദിച്ചു.

"ഒച്ചവയ്ക്കല്ലേ" ആതോസ് പതിയെ പറഞ്ഞു. "നമുക്ക് കേൾക്കേണ്ടതെല്ലാം നാം കേട്ടുകഴിഞ്ഞു. ഇനി വേണമെങ്കിൽ നിങ്ങൾ പോയി നിന്നു കേട്ടോളൂ. എനിക്ക് ഇപ്പോൾ ഇവിടെനിന്നും പോകണം."

"ഇവിടെനിന്നും പോകുന്നെന്നോ? നിങ്ങളെവിടെയെന്ന് കർദിനാൾ ചോദിച്ചാൽ ഞങ്ങൾ എന്താണ് പറയുക?"

"അദ്ദേഹം ചോദിക്കുന്നതുവരെ നോക്കി നിൽക്കേണ്ട. അദ്ദേഹം വന്നയുടനെതന്നെ ഞാനിവിടെനിന്നും പോയെന്നു പറയണം. പുറത്തെന്തോ ബഹളം നടക്കുന്നതായി സത്രമുടമ പറയുന്നതുകേട്ട് പുറത്തേക്കിറങ്ങിയതാണെന്നു പറയണം. കർദിനാളിനൊപ്പം വന്ന കുതിരക്കാരനോട് ഞാൻ ചില കാര്യങ്ങൾ പറഞ്ഞോളാം. പിന്നെ സംഭവിക്കുന്നത് ഞാൻ നോക്കിക്കോളാം" ആതോസ് പറഞ്ഞു.

"സൂക്ഷിക്കണം."

"ധൈര്യമായിരിക്കൂ" ആതോസ് പറഞ്ഞു. "ഞാൻ സുരക്ഷിതനാണ്."

പോർത്തോസും ആറമീസും പൈപ്പിന്റെ ചുവട്ടിലേക്കു വീണ്ടും പോയി.

ആതോസ് സത്രത്തിൽനിന്നുമിറങ്ങി. ശാന്തനായി തന്റെ കുതിരയുടെ അരികിലേക്കു പോയി. കർദിനാളിന്റെ കുതിരക്കാരനോട് "ഞാനൽപ്പം നേരത്തേ പോകുന്നു" എന്നു പറഞ്ഞശേഷം അയാൾ അയാളുടെ കുതിരപ്പുറത്തുകയറി ക്യാമ്പിലേക്കു പാഞ്ഞു.

45

ഒരു സമാഗമ രംഗം

ആതോസ് പോയിക്കഴിഞ്ഞ് കുറച്ചുകഴിഞ്ഞപ്പോൾ കർദിനാൾ മുകളിൽനിന്നും പടികളിറങ്ങിവന്നു. പടയാളികളെ നിർത്തിയിരുന്ന മുറിയിലേക്കു അദ്ദേഹം കയറി. ആറമീസും പോർത്തോസും ചൂതുകളിക്കുകയാണ്.

കർദിനാൾ അവരോടു ചോദിച്ചു: "മോൺസ്യൂർ ആതോസെവിടെ?"

"തിരുമേനീ, അയാൾ മുമ്പേ പോയിരിക്കുകയാണ്; വഴിയിലെ തടസങ്ങൾ നീക്കാൻ. സത്രമുടമ പറയുന്ന എന്തോ കേട്ടപ്പോൾ റോഡ് സുരക്ഷിതമല്ലെന്ന് അയാൾക്ക് തോന്നിയിരുന്നു."

"നിങ്ങൾ എന്തുചെയ്യുകയായിരുന്നു, മോൺസ്യൂർ പോർത്തോസ്?"

"കളിയിൽ ആറമീസിന്റെ കൈയിൽനിന്നും അഞ്ചു പിസ്റ്റൽസ് ഒപ്പിച്ചു."

"എന്നോടൊപ്പം നിങ്ങൾ തിരിച്ചു വരുന്നുണ്ടോ?"

"വരുന്നു സർ."

"എന്നാൽ നമുക്ക് പോകാം. ഇപ്പോൾത്തന്നെ താമസിച്ചുപോയി."

കർദിനാളിന്റെ കുതിരയെയും പിടിച്ചുകൊണ്ട് കുതിരക്കാരൻ വാതിലിനരികിൽത്തന്നെ നിൽക്കുകയായിരുന്നു. കുറച്ചകലെയായിട്ട് മൂന്നു കുതിരകളും രണ്ടാളുകളും നിന്നിരുന്നു. ഇരുട്ടിൽ അവരുടെ രൂപം വ്യക്തമായിരുന്നില്ല. മിലാഡിയെ കൂട്ടിക്കൊണ്ടുപോകാൻ വന്നവരായിരുന്നു അവർ. ലാപോയിന്റ്കോട്ടവരെ അവളെക്കൊണ്ടുപോയി കപ്പലിൽ കയറ്റി വിടാനാണവർ വന്നത്.

ആതോസിനെക്കുറിച്ച് കുതിരക്കാരനോടും കർദിനാൾ ചോദിച്ചു. അയാളും പോർത്തോസ് പറഞ്ഞ കാര്യംതന്നെ അദ്ദേഹത്തോടു പറഞ്ഞു. കർദിനാൾ വിശ്വാസമായെന്ന അർഥത്തിൽ തലയാട്ടി. അദ്ദേഹം

ക്യാമ്പിലേക്കു തുടർന്നു പുറപ്പെട്ടു.

ആതോസ് അപ്പോഴേക്കും ഒരു നൂറടിയെങ്കിലും മുമ്പിലെത്തിയിരുന്നു. സത്രത്തിൽനിന്നും മറഞ്ഞുവെന്നുവന്നപ്പോൾ അയാൾ തൊട്ടരികിലെ കുറ്റിക്കാടിനരികിലേക്കു മാറി, ഒളിച്ചുനിന്നു; കർദിനാളും കൂട്ടരും കടന്നുപോകുന്നതിനുവേണ്ടി. കുറച്ചുകഴിഞ്ഞപ്പോൾ തന്റെ സ്നേഹിതരുടെ തൊപ്പിയും കർദിനാളിന്റെ സ്വർണംതേയ്ച മേൽവസ്ത്രവും ചന്ദ്രികയിൽ വെട്ടിത്തിളങ്ങി മരങ്ങൾക്കിടയിലൂടെ പായുന്നത് ആതോസ് കണ്ടു. റോഡുവളഞ്ഞ് അവർ പോയി മറഞ്ഞപ്പോൾ ആതോസ് പെട്ടെന്ന് പഴയ സത്രത്തിലേക്കുതന്നെ തിരിച്ചുവന്നു. അയാൾ സത്രവാതിലിൽ മുട്ടി.

സത്രമുടമ അയാളെ തിരിച്ചറിഞ്ഞു. അകത്തേക്കു ക്ഷണിക്കുകയും ചെയ്തു.

"എന്റെ ഉദ്യോഗസ്ഥൻ ഒരു സന്ദേശം തന്നയച്ചിട്ടുണ്ട്, രണ്ടാം നിലയിലെ സ്ത്രീക്കു കൊടുക്കാനായി. അദ്ദേഹം നേരത്തെ അതു പറയാൻ മറന്നുപോയിരുന്നു. അതുകൊണ്ട് എന്നെ തിരിച്ചയച്ചിരിക്കുകയാണ്."

"മുകളിലേക്കു പൊയ്ക്കോളൂ" സത്രമുടമ പറഞ്ഞു. "ആ സ്ത്രീ ഇപ്പോഴും അവിടെത്തന്നെയുണ്ട്."

ആതോസ് ശബ്ദമുണ്ടാക്കാതെ പടികൾ കയറി. മുകളിലെത്തിയപ്പോൾ ചാരി വാതിലിനിടയിലൂടെ അയാൾ അവളെ കണ്ടു. അവൾ ഒരു തൊപ്പിയെടുത്തു വയ്ക്കുകയായിരുന്നു. അയാൾ വേഗം വാതിൽതുറന്ന് മുറിക്കകത്തുകയറിയശേഷം വാതിൽ കുറ്റിയിടുകയും ചെയ്തു.

ശബ്ദംകേട്ട അവൾ തിരിഞ്ഞുനോക്കി. വാതിൽക്കൽ നിൽക്കുന്ന ആൾരൂപം കണ്ട് അവൾ ഭയന്നു. ശരീരത്തിലേക്ക് വസ്ത്രവും കൂട്ടിപ്പിടിച്ച് തൊപ്പിയും താഴ്ത്തിക്കൊണ്ട് അവൾ നിന്നു.

"നിങ്ങളാരാണ്" അവൾ ചോദിച്ചു. "നിങ്ങൾക്കെന്തുവേണം?"

ഇതവൾ തന്നെ. അയാൾ മനസിൽ കരുതി. അയാൾ മേൽവസ്ത്രവും തൊപ്പിയും ഊരി തറയിൽ ഇട്ടുകൊണ്ട് അവളുടെ അരികിലേക്കു ചെന്നു.

"എന്നെ മനസിലായോ?" അയാൾ ചോദിച്ചു.

മിലാഡി ഒരടി മുന്നോട്ടുവന്നു. തുടർന്ന് ഒരു വിഷസർപ്പത്തെ കണ്ട മാതിരി പിന്നോട്ടുനീങ്ങുകയും ചെയ്തു.

"കൊള്ളാം" ആതോസ് പറഞ്ഞു. "നിങ്ങൾ എന്നെ തിരിച്ചറിഞ്ഞു."

അവൾ വീണ്ടും വിളറി. അവൾ പിന്നോട്ടു പിന്നോട്ട് നീങ്ങി ചുവരിൽ വന്നിടിച്ചു നിന്നു. "ഡിലാഫെറിയിലെ പ്രഭു" അവൾ അറിയാതെ പറഞ്ഞുപോയി.

"അതെ മിലാഡി. നിന്നെക്കാണാനായി പരലോകത്തിൽനിന്നും ഞാൻ വന്നിരിക്കുകയാണ്" ആതോസ് പറഞ്ഞു. "ഇരിക്കൂ. നമുക്ക് സംസാരിക്കാം."

മിലാഡി ഭയന്നു വിറച്ചു. ഒന്നുംമിണ്ടാതെ അവൾ ഇരുന്നു. അയാളും ഇരുന്നു. അയാൾ അവളുടെ മുഖത്തുതന്നെ നോക്കി.

"ഭൂമിയിലേക്കെത്തിയ ഒരു രാക്ഷസിയാണ് നീ" ആതോസ് പറഞ്ഞു. "നിന്റെ ശക്തി വലുതുതന്നെ. പക്ഷേ, ദൈവാനുഗ്രഹംകൊണ്ട് മനുഷ്യർ നിന്നേക്കാളും ദുഷ്ടശക്തികളെ കീഴടക്കിയിട്ടുണ്ട്. നീ എന്റെ ജീവിതത്തിൽ ഒരുതവണ വന്നുകഴിഞ്ഞതാണ്. ഞാനന്ന് നിന്നെ നശിപ്പിച്ചൂയെന്ന് വിചാരിച്ചിരുന്നു. ഒന്നുകിൽ എനിക്കു തെറ്റിയതാണ്. അല്ലെങ്കിൽ നരകം നിന്നെ ഉയിർത്തെഴുന്നേൽപ്പിച്ചതാണ്."

ആതോസിന്റെ വാക്കുകൾ അവളെ ഭയാനകമായ സ്മരണകളിലേക്കു കൂട്ടിക്കൊണ്ടുപോയി. അവൾ മുഖംപൊത്തി കരയാൻ തുടങ്ങി.

ആതോസ് വീണ്ടും പറഞ്ഞു: "അതെ. നിന്നെ പിശാചാണ് ഉയിർത്തെഴുന്നേൽപ്പിച്ചത്. അത് നിന്നെ സമ്പന്നയാക്കി. പുതിയൊരു പേരും പുതിയൊരു രൂപവും തന്ന് ഇപ്പോൾ പുറത്തുവിട്ടിരിക്കുകയാണ്. പക്ഷേ നിന്റെ ആത്മാവിലെ കറുത്ത അടയാളങ്ങളും ശരീരത്തിലെ കറുത്ത പാടുകളും മായ്ക്കാൻ ആ പിശാചിനായിട്ടില്ല."

മിലാഡിയുടെ കണ്ണുകളിൽ തീ പാറി. അവൾ ചാടിയെഴുന്നേറ്റു അയാളെ ക്രൂരമായി നോക്കി. അവളുടെ കണ്ണുകൾ വീണ്ടും ജ്വലിക്കുകയായിരുന്നു. ആതോസ് അവിടെത്തന്നെയിരുന്നു.

"ഞാൻ മരിച്ചൂയെന്ന് നീ കരുതി" ആതോസ് പറഞ്ഞു. "ലാഫെറിയിലെ പ്രഭുവെന്ന ആളിനെ ആരും മനസിലാക്കാതിരിക്കാനാണ് ഞാൻ ആതോസ് എന്ന പേര് സ്വീകരിച്ചത്. നീയാകട്ടെ ആനിബ്രൂയിൽ എന്ന പേര് ഒളിക്കാനായി ലേഡി ഡി വിന്റർ എന്നു പേരു സ്വീകരിച്ചിരിക്കുകയല്ലേ. നിന്റെ ബഹുമാന്യനായ സഹോദരൻ നിങ്ങളുടെ കല്യാണം നടത്തിയപ്പോൾ നിന്റെ പേര് അതായിരുന്നല്ലോ?"

ഇതുപറയുമ്പോൾ അയാൾ വല്ലാതെ ചിരിച്ചിരുന്നു. അയാൾ വീണ്ടും പറഞ്ഞു. "നമ്മുടെ നിലനിൽപ്പ് യഥാർഥത്തിൽ അത്ഭുതകരമാണ്. മറ്റേയാൾ മരിച്ചൂയെന്ന് നമ്മൾ ഓരോരുത്തരും കരുതി. അതുകൊണ്ട് നമ്മൾ ഇന്നും ജീവിക്കുന്നു. ഓർമകൾ ഒരിക്കലും യാഥാർഥ്യങ്ങളോളം വേദനാജനകമല്ലല്ലോ; അത് വിഷമം ജനിപ്പിക്കുമെങ്കിലും."

"നിങ്ങളെന്തിനാണ് എന്റെയരികിൽ വന്നത്?" അവൾ ചോദിച്ചു. "നിങ്ങൾക്ക് എന്താണു വേണ്ടത്?"

"ആ ദിവസങ്ങൾക്കുശേഷം നീ എന്നെ കണ്ടിട്ടില്ലായെങ്കിലും ഞാൻ നിന്നെ കാണാതിരുന്നിട്ടില്ലെന്ന് പറയാൻ വന്നതാണ് ഞാൻ."

"ഞാൻ എന്തുചെയ്യുന്നുവെന്ന് നിങ്ങൾക്കറിയാമെന്നോ?"

"നീ കർദിനാളിന്റെ സേവനത്തിൽ വന്നതുമുതലുള്ള ഓരോ കാര്യങ്ങളും ഞാൻ എണ്ണിയെണ്ണിപ്പറയാം."

അവളുടെ വിളറിയ മുഖത്ത് അവിശ്വസനീയമായ ഒരു ചിരി പടർന്നു.

"ഞാനതു പറയാം" ആതോസ് പറഞ്ഞു. "ബക്കിംഗ്ഹാം പ്രഭുവിന്റെ വസ്ത്രത്തിൽനിന്നും രത്നച്ചരടിൽനിന്നും രണ്ടെണ്ണം വെട്ടിയെടുത്തത് നീയായിരുന്നു. മാഡം ബോണസ്യൂവിനെ തട്ടിക്കൊണ്ടുപോകാൻ ഏർപ്പാടുചെയ്തത് നീയാണ്. വാർഡ്സിലെ പ്രഭുവിൽ നീ അനുരാഗി

യായി. വാർഡ്സിലെ പ്രഭുവാണെന്ന് കരുതി എന്റെ സുഹൃത്തായ ആർട്ഗ്നനോട് നീ രാത്രിയിൽ പ്രേമസല്ലാപം നടത്തി. ആർട്ഗ്നനെക്കൊണ്ട് വാർഡ്സിനെ കൊല്ലാൻ നോക്കി. അപമാനിക്കപ്പെട്ടതിനു പ്രതികാരമായിട്ടായിരുന്നു അത്. ആർട്ഗ്നൻ നിന്റെ നാണംകെട്ട പദ്ധതി കണ്ടുപിടിച്ചപ്പോൾ നീ അവനെ വിഷം കൊടുത്തു കൊല്ലാൻ രണ്ടുപേരെ ഏർപ്പാടാക്കി. ഒന്നിലും നീ വിജയിച്ചില്ല. എല്ലാത്തിനും മുകളിൽ ദൈവമുണ്ടായിരുന്നു. ഇപ്പോഴിതാ ബക്കിംഗ്ഹാം പ്രഭുവിനെ കൊല്ലാനുള്ള നടപടികൾ നീ തുടങ്ങിക്കഴിഞ്ഞു; കർദിനാളിനുവേണ്ടി. പകരം കർദിനാൾ നിനക്കുവേണ്ടി ആർട്ഗ്നനെ കൊല്ലാമെന്നും ഏറ്റിരിക്കുന്നു."

മിലാഡി വിളറി.

"നിങ്ങളിതൊക്കെ എങ്ങനെയറിഞ്ഞു?" അവൾ ചോദിച്ചു. "നിങ്ങൾ എന്തായാലും അപ്പോൾ ഒരു പിശാചു തന്നെയാണ്."

"ഒരുപക്ഷേ, ഞാൻ അതുതന്നെയായിരിക്കാം" ആതോസ് പറഞ്ഞു. "ആണെങ്കിലും അല്ലെങ്കിലും ഇനി പറയുന്നതുകൂടി കേട്ടോളൂ. ബക്കിംഗ്ഹാം പ്രഭുവിനെ നീ കൊല്ലുകയോ വേറെയാരെയെങ്കിലും വച്ച് കൊല്ലിക്കുകയോ ചെയ്തോ. അത് എനിക്കൊരു വിഷയമല്ല. എനിക്കദ്ദേഹത്തെ അറിഞ്ഞുകൂടാ. ഫ്രാൻസിന്റെ ശത്രുവാണെന്നു മാത്രമറിയാം. പക്ഷേ ആർട്ഗ്നൻ എന്റെ സുഹൃത്താണ്. അവന്റെ ശരീരത്തിൽ ഒരു ചെറുവിരലെങ്കിലും വച്ചാൽ ഞാൻ സത്യം ചെയ്തു പറയുന്നു, മറ്റൊരു കൃത്യം കൂടി ചെയ്യാൻ വേണ്ടി നീ പിന്നെ ജീവിക്കുകയില്ല."

"മോൺസ്യൂർ ആർട്ഗ്നൻ എന്നെ അപമാനിച്ചു" അവൾ പറഞ്ഞു. "അതിനാൽ അയാൾ മരിക്കണം."

"നിന്നെ യഥാർഥത്തിൽ ആർക്കെങ്കിലും അപമാനിക്കാനാകുമോ?" ആതോസിനു ചിരിയാണ് വന്നത്.

"അതെ അവൻ മരിക്കണം" അവൾ പറഞ്ഞു. "അവൾ വേണം ആദ്യം മരിക്കേണ്ടത്."

ആതോസിന് അവളുടെ സംസാരം ശരിക്കും പിടിച്ചില്ല. സ്ത്രീരൂപമേ അവൾക്കുള്ളൂ. പക്ഷേ, ഹൃദയമില്ല. അവളെ അവൻ കോപത്തോടെ നോക്കി. പെട്ടെന്ന് അയാളുടെ മനസിലേക്ക് മറ്റൊരു ചെറിയ സംഭവം നടന്ന നാൾ കടന്നുവന്നു. തന്റെ അന്തസ്സ് നിലനിർത്താൻ വേണ്ടി താൻ അവളെ ത്യജിക്കാൻ തീരുമാനിച്ച ദിവസം.

അന്നത്തെ രക്തദാഹംപൂണ്ട കോപം അയാളിൽ വീണ്ടുമുണ്ടായതുപോലെ അയാൾ ചാടിയെഴുന്നേറ്റു. അവളുടെ മുഖത്തേക്കു നോക്കിക്കൊണ്ട് ബെൽറ്റിന്മേൽ കൈവച്ചുകൊണ്ട് അയാൾ കൈത്തോക്ക് ഊരിയെടുത്തു.

അവൾ ശവംപോലെ നിന്നു. ഉറക്കെ നിലവിളിക്കാനാഞ്ഞെങ്കിലും നാവനങ്ങിയില്ല. നാവ് തണുത്തു മരവിച്ചുപോയിരുന്നു. മനുഷ്യശബ്ദമെന്നു തോന്നാത്ത ഒരു മുരളൽ മാത്രമേ അവൾക്കു പുറപ്പെടുവിക്കാനായുള്ളൂ. ചുവരിൽ ആണിതറച്ചുനിൽക്കുന്നതുപോലെയാണവൾ നിന്നു

പോയത്.

ആതോസ് തോക്കുയർത്തി. മുന്നോട്ടുനീങ്ങി. തോക്ക് അവളുടെ നെറ്റിയിൽ കൊണ്ടൊന്നുന്നി.

"കർദിനാൾ നിനക്കെഴുതിത്തന്ന ആ കത്തിങ്ങു തരൂ. തരാൻ നിനക്ക് ഉദ്ദേശ്യമില്ലെങ്കിൽ ഞാൻ തീർച്ചയായും വെടിവയ്ക്കും" ആതോസ് അലറി.

ആതോസല്ല മറ്റാരെങ്കിലും ആയിരുന്നെങ്കിൽ അവൾ അത് അനുസരിക്കുമായിരുന്നു. അവൾ അനങ്ങാതെ നിന്നു.

"തീരുമാനിക്കാൻ നിനക്ക് ഒരുനിമിഷം സമയം തരാം" അയാൾ വീണ്ടും അവളെ ഭയപ്പെടുത്തി.

അയാളുടെ നെറ്റി ചുളിയുന്നതുകണ്ടപ്പോൾ വെടിവയ്ക്കുമെന്ന് അവൾക്കുറപ്പായി. അവൾ വസ്ത്രത്തിനകത്തുനിന്നും ആ കത്തെടുത്ത് അയാളുടെ നേരെ നീട്ടി.

"ഇതാ ആ കത്ത്. പോയിത്തുലയ്."

അയാൾ തോക്ക് തിരിച്ചു ബെൽറ്റിൽത്തന്നെ തിരുകി. വിളക്കിന്റെ അരികിൽച്ചെന്ന് അതു വായിച്ചു:

ഈ കത്ത് കൊണ്ടുവരുന്ന ആൾ ചെയ്തിരിക്കുന്ന പ്രവൃത്തി എന്റെ കൽപ്പനയനുസരിച്ചും രാജ്യത്തിന്റെ നന്മയ്ക്കും വേണ്ടിയുള്ളതാണ്.

റിച്ചിലൂവ്.

ആതോസ് തന്റെ മേൽവസ്ത്രം വീണ്ടുമണിഞ്ഞു. തൊപ്പിയും തലയിൽത്തിരുകി.

"ഞാനിപ്പോൾ നിന്റെ നാക്ക് പിഴുതെടുക്കുമായിരുന്നു അണലിസന്തതീ" അയാൾ പറഞ്ഞു. "കൊത്തണമെങ്കിൽ കൊത്തിക്കോളൂ."

ആതോസ് പിന്നിലോട്ട് ഒന്നുപോലും നോക്കാതെ മുറിയിൽനിന്നും പുറത്തേക്കിറങ്ങി.

സത്രത്തിന്റെ പ്രവേശനകവാടത്തിൽ മിലാഡിയെ കൂട്ടിക്കൊണ്ടുപോകാൻ വന്ന രണ്ടുപേരും കുതിരയുമായി അവിടെത്തന്നെ നിൽക്കുന്നു.

"മാന്യന്മാരേ" ആതോസ് അവരോടു പറഞ്ഞു. "അവളെ ലാപോയിന്റ് കോട്ടവരെ കൊണ്ടുപോയി തുറമുഖത്തിലെ കപ്പലിൽ കയറുന്നതുവരെ കൂടെയുണ്ടാകണം. അതാണ് നിങ്ങളോടു പറഞ്ഞിട്ടുള്ള കൽപ്പന."

അവർക്കു നേരത്തെ കിട്ടിയിരുന്ന കൽപ്പനയും അതുതന്നെയായിരുന്നതുകൊണ്ട് അവർ തലയാട്ടി സമ്മതിച്ചു. തിരിച്ചൊന്നും അവർക്കു ചോദിക്കേണ്ടിയും വന്നില്ല.

ആതോസ് കുതിരപ്പുറത്ത് ചാടിക്കയറി; പിന്നെ ഒറ്റപ്പായിക്കൽ. ക്യാമ്പിലേക്കുള്ള റോഡിലൂടെ പോകുന്നതിനുപകരം അയാൾ വയൽ വാരം ഒരു കുറുക്കുവഴിക്ക് വളരെ ശ്രദ്ധയോടെയാണ് പോയത്. പെട്ടെന്ന് കർദിനാളിന്റെയും കൂട്ടരുടെയും കുതിരക്കുളമ്പടി ശബ്ദം അയാൾ കേട്ടുതുടങ്ങി. അയാൾ അവർക്കുമുന്നിലായി വരത്തക്കവിധം മറ്റൊരു വഴിയാണ് അങ്ങോട്ടു ചെന്നിറങ്ങിയത്. ഇനി ക്യാമ്പിലെത്താൻ ഒരു നൂറടി

യകലമേ വരികയുള്ളൂ.

കർദിനാളും കൂട്ടരും വിളിച്ചുചോദിച്ചു: “മുമ്പിൽ പോകുന്നത് ആരാണ്?”

“ആതോസായിരിക്കണം” കർദിനാൾ പറഞ്ഞു.

“അതേ തിരുമേനീ” ആതോസ് വിളിച്ചുപറഞ്ഞു: “ഞാൻ ആതോസ് തന്നെ.”

“മോൺസ്യൂർ ആതോസ്” കർദിനാൾ പറഞ്ഞു. “എനിക്ക് നിങ്ങളോട് അതിയായ നന്ദിയുണ്ട്.... പിന്നെ നാമിവിടെയെത്തിയല്ലോ. ഇടതുവശത്തെ വഴിയിലൂടെ കടന്നുപൊയ്ക്കോളൂ. “രാജവും റിയും” എന്ന കോഡുഭാഷ പറഞ്ഞാൽ മതി. അവർ കടത്തിവിടും.”

ആ മൂവരെയും അങ്ങോട്ടുവിട്ടശേഷം കർദിനാൾ വലത്തോട്ടു തിരിഞ്ഞുപോയി. ആ രാത്രിയിൽ അദ്ദേഹവും ക്യാമ്പിൽ കിടന്നുറങ്ങുകയായിരുന്നു.

കർദിനാൾ മറഞ്ഞുകഴിഞ്ഞൂവെന്നുകണ്ടപ്പോൾ പോർത്തോസും ആറമീസും ആതോസിന്റെ അരികിൽനിന്നു.

“അവൾ അദ്ദേഹത്തിന്റെ കൈയിൽനിന്ന് ആ കൽപ്പന വാങ്ങി.”

“എനിക്കറിയാം” ആതോസ് പറഞ്ഞു. “അതു ഞാൻ അവളുടെ കൈയിൽനിന്നും വാങ്ങി. യഥാർഥത്തിൽ അതിപ്പോൾ എന്റെ കൈയിലാണ്.”

ആ മൂന്നു സ്നേഹിതരും നിശ്ശബ്ദരായി കടന്നുപോയി. കടക്കാനുള്ള ആ കോഡുഭാഷമാത്രമേ അവർ പറഞ്ഞുള്ളൂ അവിടെ. പക്ഷേ അവർ മോസ്ക്യൂട്ടനെ പറഞ്ഞയച്ചു പ്ലാഞ്ചെറ്റിനോടു പറയാൻ, ആർട്ഗ്നൻ വന്നാലുടനെ തങ്ങളുടെ അരികിലേക്കെത്തണമെന്ന്.

മിലാഡി പുറത്തുവന്നു. ഒരക്ഷരംപോലും പറയാതെ അവൾ ആ രണ്ടു പേരോടൊപ്പം നിൽക്കുന്ന കുതിരപ്പുറത്തു കയറിപ്പോയി. ഒരുനിമിഷത്തേക്കവൾക്കു തോന്നി, തന്നെ കപ്പലിലേക്കു കൊണ്ടുപോകുന്നതിനു പകരം കർദിനാളിന്റെ അരികിലേക്കു കൊണ്ടുപോകണമെന്ന് പറയാമെന്ന്. അദ്ദേഹത്തോട് എല്ലാം പറയാനുള്ള തിടുക്കമായിരുന്നു അയാൾക്ക്. പക്ഷേ, പെട്ടെന്ന് അവൾക്കു തോന്നി താൻ എന്തെങ്കിലും പറഞ്ഞാൽ ആതോസും ഉടനെ കാര്യങ്ങൾ തുറന്നു പറഞ്ഞാലോയെന്ന്. തന്നെ ആതോസ് കൊല്ലാൻ ശ്രമിച്ചകാര്യം പറഞ്ഞാൽ എന്റെ ചുമലിൽ മുദ്രപതിപ്പിച്ചിട്ടുള്ള വിവരം ആതോസും പറയും. അതിനാൽ ഒന്നും പറയാതിരിക്കുന്നതാണ് നല്ലത്. തൽക്കാലം തീരുമാനിച്ചതനുസരിച്ച് ഫ്രാൻസ് വിടുക. തന്റെ സാധാരണ കഴിവ് ഉപയോഗിച്ച് പ്രയാസമേറിയ കാര്യങ്ങൾ ചെയ്യാൻ നോക്കുക. ഇതു നേടിക്കഴിഞ്ഞാൽ പിന്നെ കർദിനാളിനോടെല്ലാറ്റിനും പ്രതികാരം ചോദിക്കാൻ ആവശ്യപ്പെടാനാകും.

രാത്രിമുഴുവനും യാത്രയായിരുന്നു. പ്രഭാതത്തിൽ ഏഴു മണിക്ക് അവർ ലാപോയിന്റിയിലെത്തി. എട്ടുമണിക്ക് അവൾ കപ്പലിൽ കയറി. ഒമ്പതുമണിക്ക് കപ്പൽ ഇംഗ്ലണ്ടിലേക്ക് പുറപ്പെട്ടു.

46

സെന്റ് ഗെർവായിസ് തടവറക്കോട്ട

ആർട്ഗ്നൻ അവരുടെ സുഹൃത്തുക്കളുടെ അരികിലെത്തിയപ്പോൾ അവർ ഒരു മുറിയിൽ ഒരുമിച്ചിരിക്കുകയായിരുന്നു. ആതോസ് എന്തോ ഗാഢമായ ആലോചനയിലായിരുന്നു. പോർത്തോസ് തന്റെ മീശ ചുരുട്ടിക്കൊണ്ടിരുന്നു. ആറമീസാകട്ടെ നീലവെൽവറ്റിൽപ്പൊതിഞ്ഞ ഒരു ആകർഷണീയമായ കുട്ടിപ്പുസ്തകത്തിൽനിന്നും പ്രാർഥന ഉരുവിട്ടുകൊണ്ടിരുന്നു.

"നിങ്ങൾക്ക് എന്നോട് എന്തെങ്കിലും ഗൗരവമായ കാര്യങ്ങൾ പറയാനുണ്ടാകുമെന്ന് ഞാൻ കരുതുന്നു" ആർട്ഗ്നൻ അവരോടു പറഞ്ഞു. "അല്ലെങ്കിൽ എന്നെ ഈ സമയത്ത് ശല്യപ്പെടുത്തിയതിന് ഞാൻ ആരോടും പൊറുക്കില്ല. കഴിഞ്ഞരാത്രിയിൽ ഗെർവായിസ്കോട്ടയും തടവറയും പിടിച്ചടക്കി നശിപ്പിക്കലായിരുന്നു ജോലി. അതുകഴിഞ്ഞ് അൽപ്പമൊന്ന് വിശ്രമിക്കാമെന്നാണ് കരുതിയത്. നിങ്ങൾ ഒപ്പം ഇല്ലാതിരുന്നത് കഷ്ടമായിപ്പോയി. ഞാൻ ആകപ്പാടെ വിഷമിച്ചിരുന്നു."

"ഞങ്ങൾ മറ്റൊരിടത്തായിരുന്നു. ഞങ്ങൾക്കവിടെ കൂട്ടുണ്ടായിരുന്നു" പോർത്തോസ് പറഞ്ഞു; മീശചുരുട്ടിക്കൊണ്ട്.

"ഒന്നുറക്കെപ്പറയൂ" ആതോസ് പറഞ്ഞു.

അയാളുടെ നെറ്റി ചെറുതായൊന്ന് ചുളിയുന്നത് ആർട്ഗ്നൻ കണ്ടു.

"എന്തോ പുതിയ കാര്യം സംഭവിച്ചിട്ടുണ്ട്" അവൻ പറഞ്ഞു.

"ആറമീസ്, നിങ്ങൾ പാർപ്പായിലോട്ട് സത്രത്തിൽ കയറി മിനിഞ്ഞാന്ന് ഭക്ഷണം കഴിച്ചില്ലേ" ആതോസ് ചോദിച്ചു.

"കഴിച്ചു."

"അതെങ്ങനെയുണ്ടായിരുന്നു?"

"വളരെ മോശമായ ഭക്ഷണം. ഇറച്ചികൊടുക്കാത്ത ദിവസമായിരു

ന്നെന്നു തോന്നുന്നു. മീനും ഉണ്ടായിരുന്നില്ല."

"എന്ത്? തുറമുഖത്തിനടുത്തുള്ള സത്രത്തിൽ മീനില്ലെന്നോ?"

"കർദിനാൾ എല്ലാ മീനുകളെയും തുരത്തിയിട്ടുണ്ടാവും" ആറമീസ് പറഞ്ഞു.

"ഭക്ഷണത്തിന്റെ രുചിയല്ല ഞാനുദ്ദേശിച്ചത്" ആതോസ് പറഞ്ഞു "നിങ്ങൾ ഒറ്റയ്ക്കാണോ പോയതെന്നും സ്വസ്ഥമായിട്ടിരുന്ന് അവിടെ ഭക്ഷണം കഴിക്കാനായിരുന്നോയെന്നുമറിയാനാണ് ഞാൻ ചോദിച്ചത്?"

"എനിക്ക് മറ്റു പ്രശ്നങ്ങളൊന്നും തോന്നിയില്ല" ആറമീസ് പറഞ്ഞു. "അവിടെ സ്വകാര്യത കിട്ടിയോ എന്നാണോ നിങ്ങൾ ഉദ്ദേശിച്ചത്? അതും കുഴപ്പമില്ല."

"എന്നാൽ നമുക്ക് അങ്ങോട്ടു പോകാം. ഇവിടത്തെ ചുവരുകൾ കടലാസുപോലെയാണ്" ആതോസ് പറഞ്ഞു.

ആതോസിന്റെ സ്വരവും മുഖഭാവവും ഒക്കെക്കണ്ടപ്പോൾ ഗൗരവമായ എന്തോ ഉണ്ടെന്ന് ആർട്ഗ്നനു തോന്നി. അവർ പരസ്പരം കൈകോർത്തുപിടിച്ചുകൊണ്ട് ഒന്നും പറയാതെ പുറത്തേക്കിറങ്ങി. പോർത്തോസും ആറമീസും ഒപ്പമിറങ്ങി. അവരും കൈകൾ കോർത്തുപിടിച്ചിരുന്നു.

സത്രത്തിലേക്കു പോകുന്ന വഴിക്ക് അവർ ഗ്രിമൗഡിനെയും കണ്ടു. ആതോസ് അയാളോടു തങ്ങളുടെ കൂടെവരാൻവേണ്ടി ആംഗ്യം കാട്ടി. ഗ്രിമൗഡ് തലകുനിച്ച് സമ്മതം കാണിച്ചു. പാവം അയാൾ സംസാരിക്കാൻ മറന്നു പോയെന്നു തോന്നുന്നു.

പാർപയ്ലോട്ടുസത്രത്തിൽ അവർ ഏഴു മണിക്കെത്തി. സൂര്യൻ ഉദിച്ചു തുടങ്ങിയതേയുള്ളൂ. അവർ പ്രഭാതഭക്ഷണം കൊണ്ടുവരാൻ പറഞ്ഞു. ശല്യമില്ലാത്ത ഒരു മുറിയിലേക്കാണവർ കയറിയിരുന്നത്; ശല്യങ്ങളൊന്നും ഉണ്ടാകുകയില്ലെന്ന് സത്രയുടമ ഉറപ്പും കൊടുത്തിരുന്നു.

നിർഭാഗ്യവശാൽ അവർ സമ്മേളിക്കാൻ തീരുമാനിച്ച സമയം നിർഭാഗ്യകരമായിരുന്നു. പട്ടാളത്തിന്റെ ഒച്ചകേട്ട് ഉറക്കത്തിൽ നിന്നുണർന്ന ആളുകൾ രാവിലത്തെ തണുപ്പുമാറ്റാനുള്ള മദ്യം മോന്താനായി സത്രത്തിൽ വന്നുകൂടി. ഭടന്മാർ, പടയാളികൾ, അംഗരക്ഷകർ തുടങ്ങി എല്ലാത്തരക്കാരും അവിടെ വരുകയും പോകുകയും ചെയ്തുകൊണ്ടിരുന്നു. സത്രയുടമയ്ക്ക് സന്തോഷമായി. പക്ഷേ ഈ സുഹൃത്തുക്കൾക്ക് വല്ലാത്ത ശല്യമായി മാറി. സംഭാഷണമെല്ലാം വളരെ നിയന്ത്രിച്ചാണ് അവർ നടത്തിയത്.

"നാം ശ്രദ്ധിച്ചില്ലെങ്കിൽ, വലിയൊരു വഴക്കുതന്നെയുണ്ടായെന്നു വരും" ആതോസ് പറഞ്ഞു. "പിന്നെ.... ആർട്ഗ്നൻ, നിങ്ങളുടെ വിശേഷങ്ങൾ പറയൂ. ഞങ്ങളുടേത് തുടർന്നു പറയാം."

"ഞങ്ങൾക്ക് ഇന്നലെ രാത്രി കിടങ്ങിലായിരുന്നു ജോലി" ഒരു കുതിരപ്പട്ടാളക്കാരൻ അടുത്തേക്കുവന്നു പറഞ്ഞു. അയാൾ കൈയിലിരുന്ന മദ്യം സാവധാനം കുടിക്കുകയായിരുന്നു. "ഇന്നലെ നിങ്ങൾക്കു ശത്രുക്കളു

മായി ഒന്നരവേണ്ടി വന്നുവല്ലേ?"

ക്ഷണിക്കാത്തിടത്തു കയറി വന്നു മറുപടിപറഞ്ഞ ആ കുതിരപ്പട്ടാളക്കാരനോടും മറുപടി പറയണമോ വേണ്ടയോ എന്നതറിയാൻ വേണ്ടി ആർട്ഗ്നൻ ആതോസിന്റെ മുഖത്തുനോക്കി.

ആതോസ് പറഞ്ഞു: "മോൺസ്യൂർ ബൂസൈനി നിങ്ങളോടു സംസാരിക്കുന്നതു കേട്ടില്ലേ? എന്താണു സംഭവിച്ചത്? ഇന്നലത്തെ രാത്രിയിലെ സംഭവം ഞങ്ങൾ ഇരുകൂട്ടർക്കും അറിയേണ്ടതുണ്ട്."

"നിങ്ങൾ ആ ബാസ്റ്റൺ പിടിച്ചെടുത്തില്ലേ?" ഒരു സ്വിസ്കാരൻ മദ്യം കഴിച്ചുകൊണ്ട് വീണ്ടും ചോദിച്ചു.

"അതെ" ആർട്ഗ്നൻ തലയാട്ടി. "അതു നിങ്ങൾക്കു ചെയ്യാൻ കഴിഞ്ഞതിൽ ഞങ്ങൾക്ക് അതീവ സന്തോഷമുണ്ട്. കോട്ടയുടെ ഒരു വശത്ത് വെടിമരുന്നു നിറച്ചശേഷം ഞങ്ങളതിനു തീ കൊളുത്തി. ഭിത്തി പൊട്ടിത്തകർന്നു പോയി. പഴയ കോട്ടയായിരുന്നതുകൊണ്ട് അതു വല്ലാതൊന്നു കുലുങ്ങുകയും ചെയ്തു."

"ഏതു കോട്ടയായിരുന്നു അത്?"

"സെന്റ് ഗെർവായ്സ് തടവറക്കോട്ട" ആർട്ഗ്നൻ പറഞ്ഞു. "നമ്മുടെ ഭടന്മാരെ എതിരാളികൾ വല്ലാതെ ശല്യപ്പെടുത്തിയിരുന്നു."

"നല്ലൊരു ഉറച്ച സംഘട്ടനമായിരുന്നു അല്ലേ?"

"അതെ. ഞങ്ങൾക്ക് അഞ്ചുപേർ നഷ്ടമായി. അവർക്ക് ഒമ്പതോ പത്തോ ആണ്."

"ഒരുപക്ഷേ, കോട്ടയ്ക്കുണ്ടായ കേട് തീർക്കാൻ ഇന്നവർ ആളു വിട്ടേക്കാം" ആ കുതിരക്കാരൻ പറഞ്ഞു.

"അങ്ങനെയാവാം."

"ഞാൻ പന്തയം വയ്ക്കുന്നു മാന്യരേ!" ആതോസ് പറഞ്ഞു.

"എനിക്കും പന്തയങ്ങൾ ഇഷ്ടമാണ്" ആ സ്വിസ്കാരൻ പറഞ്ഞു. "ഒരുനിമിഷം നിൽക്കൂ" കുതിരപ്പട്ടാളക്കാരൻ തീയിൽ ഒരു അരയന്നത്തെ പൊള്ളിക്കുകയായിരുന്നു. തുടർന്നയാൾ സത്രമുടമയെ വിളിച്ചു. "ഒരു പാത്രം കൊണ്ടുവരൂ. ഈ അരയന്നത്തിന്റെ ഒരു തുള്ളി നെയ് പോലും എനിക്കു നഷ്ടപ്പെടുത്താനാകില്ല."

"ശരിയാണ്" ആ സ്വിസ് പറഞ്ഞു. "ജാംകൂടി ചേർത്തുകഴിക്കാൻ അരയന്നത്തിന്റെ നെയ്യ് അടിപൊളിയാണ്."

"ഇനി പന്തയത്തിന്റെ കാര്യം പറയൂ ആതോസേ. ഞങ്ങൾ തയാറായി."

"പറയൂ വേഗം" ആ കുതിരക്കാരൻ പറഞ്ഞു.

"മോൺസ്യൂ ബൂസൈനീ" ആതോസ് പറഞ്ഞു. "ഞാനും എന്റെ മൂന്നു സുഹൃത്തുക്കളുംകൂടി സെന്റ് ഗെർവായ്സ് തടവറക്കോട്ടയിലിരുന്ന് പ്രഭാതഭക്ഷണം കഴിക്കും. ശത്രുവിനെതിർപ്പുണ്ടായാലും ഞങ്ങൾ അത് ഒരുമണിക്കൂറെടുത്തായിരിക്കും കഴിക്കുന്നത്. അതിൽ കൂടുതലോ കുറവോ ഉണ്ടാകുകയില്ല."

പോർത്തോസും ആറമീസും പരസ്പരം നോക്കി. അവർക്ക് പൂർണ്ണമായും അതു ഗ്രഹിക്കാനായില്ല.

"ഞങ്ങളെ കൊലയ്ക്കു കൊടുക്കാനാണോ ഇതെല്ലാം?" ആർട്ഗ്നൻ പതിയെ ആതോസിന്റെ ചെവിയിൽ ചോദിച്ചു.

"നാം ഇവിടെനിന്നും പോയില്ലെങ്കിൽ കൊല്ലപ്പെടാനുള്ള സാധ്യത കൂടുതലാണ്" ആതോസ് തിരിച്ചു മന്ത്രിച്ചു.

"ഈ പന്തയത്തെക്കുറിച്ച് എന്തു പറയുന്നു കൂട്ടരേ?" പോർത്തോസ് കസേരയിലേക്ക് ചാഞ്ഞുകിടന്ന് മീശയും പിരിച്ചുകൊണ്ട് ചോദിച്ചു.

"പന്തയത്തിന് എന്താണ് വയ്ക്കുന്നത്?" മോൺസ്യൂർ ബുസൈനി ചോദിച്ചു.

"ഞങ്ങൾ നാലുപേരുണ്ട്. നിങ്ങളും എല്ലാപേരുംകൂടി നാലുപേരുണ്ട്." ആതോസ് പറഞ്ഞു. "തോൽക്കുന്നവർ എട്ടുപേർക്കും കൂടി ഒന്നാന്തരം ഉച്ചഭക്ഷണം കൊടുക്കണം."

"നല്ല പന്തയം!" ഒരാൾ പറഞ്ഞു.

"എനിക്കു സമ്മതമാണ്" കുതിരക്കാരൻ പറഞ്ഞു.

"എനിക്കും" സ്വിസ്കാരനും പറഞ്ഞു.

നാലാമൻ നിശ്ശബ്ദനായി നിന്നുകൊണ്ട് തല കുലുക്കുകമാത്രം ചെയ്തു.

അപ്പോഴേക്കും സത്രമുടമ വന്നു. പ്രഭാതഭക്ഷണം തയാറായിട്ടുണ്ടെന്ന് അയാൾ അറിയിക്കുകയും ചെയ്തു.

"എന്നാൽ കൊണ്ടുവരൂ" ആതോസ് പറഞ്ഞു.

സത്രമുടമ അതു ചെയ്തു.

ഗ്രിമോഡിനെ വിളിച്ചശേഷം മുറിയുടെ ഒരു മൂലയിൽ ഇരിക്കുന്ന ഒരു വലിയ കുട്ടയെ ആതോസ് ചൂണ്ടിക്കാണിച്ചു. ആ ഭക്ഷണസാധനങ്ങൾ മുഴുവൻ കെട്ടിപ്പൊതിഞ്ഞ് ആ കുട്ടയ്ക്കകത്തിടാൻ അയാളോടു ആംഗ്യത്തിൽ ആതോസ് പറയുകയും ചെയ്തു.

ഗ്രിമോഡ് അതുപോലെ ചെയ്തു. യജമാനന്മാർ ഏതോ ഉല്ലാസയാത്രയ്ക്ക് പോകാനൊരുങ്ങുകയാണെന്ന് അയാൾക്കു തോന്നി. എല്ലാം ശരിയാക്കിയശേഷം അയാൾ ആ കുട്ടയെ കൊണ്ടുപോകാനായി എടുത്തുയർത്തി.

"എവിടെപ്പോയിരുന്നാണ് നിങ്ങൾ കഴിക്കാൻ പോകുന്നത്?" സത്രമുടമ കയർത്തു.

"അതു നിങ്ങളറിയേണ്ട കാര്യമല്ല. ഞങ്ങൾ പണം തരുന്നുണ്ടോയെന്നുമാത്രം നിങ്ങൾ നോക്കിയാൽ മതി." ആതോസ് രണ്ടു പിസ്റ്റൽസുകൾ അയാളുടെ പോക്കറ്റിൽ അന്തസോടെ ഇട്ടുകൊടുത്തു.

"ഞാൻ ബാക്കി കൊണ്ടുവരട്ടെ" സത്രമുടമ ചോദിച്ചു.

"വേണ്ട. രണ്ടുകുപ്പി ഷാംപെയ്ൻ കൂടി വച്ചോളൂ" അയാൾ പറഞ്ഞു. "ബാക്കിയുള്ളത് കൈയിൽ വച്ചോളൂ; അത് പൊതിയാക്കിത്തന്നെ ഇരിക്കട്ടെ."

ഷാംപെയ്ൻ വച്ചാൽ ലാഭം കുറയുമെന്നുള്ളതുകൊണ്ട് അയാൾ അതിനുപകരം ആഞ്ചൗവീഞ്ഞ് വച്ചുകൊടുത്തു.

"മോൺസ്യൂർ ബുസൈനീ ഇനി നിങ്ങൾ എന്റെ വാച്ചുനോക്കി നിങ്ങളുടെ വാച്ചിന്റെ സമയം ഒന്നാക്കൂ" ആതോസ് പറഞ്ഞു. "അല്ലെങ്കിൽ നിങ്ങളുടെ വാച്ച് നോക്കി എന്റെ വാച്ചിന്റെ സമയം ഞാൻ ഒന്നാക്കാം."

"എന്റെ വാച്ചിൽ ഏഴര" അയാൾ പറഞ്ഞു.

"എന്റേതിൽ ഏഴ് മുപ്പത്തിയഞ്ച്" ആതോസ് പറഞ്ഞു. "എന്റെ വാച്ചിലെ സമയം നിങ്ങളുടേതിനേക്കാൾ അഞ്ച് മിനിറ്റ് മുമ്പാണെന്ന കാര്യം മറക്കരുത്."

അവർ പുറപ്പെട്ടു.

സെന്റ് ഗെർവായിസ് തടവറക്കോട്ടയിലേക്കു പോകുന്ന അവരെ സത്രത്തിലെ ആൾക്കൂട്ടം അത്ഭുതത്തോടെ നോക്കിനിന്നു. കുട്ടയിലെ ഭക്ഷണവുമായി ഗ്രിമൗഡ് പിന്നാലെ പോയി. അവരുടെ ഉദ്ദേശ്യത്തെപ്പറ്റി അയാൾക്ക് യാതൊരു നിശ്ചയവുമില്ലാതിരുന്നു. പക്ഷേ അനുസരണമാത്രം ശീലിച്ച അയാൾ തിരിച്ചൊന്നും ചോദിച്ചതേയില്ല.

ക്യാമ്പിനുള്ളിലേക്ക് കയറിനടന്നപ്പോൾ നാലു സുഹൃത്തുക്കളും ഒന്നും സംസാരിച്ചതേയില്ല. പന്തയത്തെക്കുറിച്ചറിഞ്ഞ ചിലർ ജിജ്ഞാസയോടെ അവരുടെ പിന്നാലെ കൂടിയിരുന്നു. ആതോസിന്റെ ഉള്ളിലെ ലക്ഷ്യം മനസിലാക്കാതിരുന്ന ആർട്ഗ്നന് കാര്യമറിയണമെന്നു തോന്നി.

"ആതോസ്, എവിടേക്കാണ് നാം പോകുന്നത്. പറയൂ" ആർട്ഗ്നൻ ചോദിച്ചു.

"കോട്ടയിലേക്ക്; നിങ്ങൾക്കതറിയാമല്ലോ?"

"അവിടെയെന്തിനാണു പോകുന്നത്?"

"പ്രഭാതഭക്ഷണം കഴിക്കാൻ; അതും നിങ്ങൾക്കറിയാമല്ലോ?"

"അത് ആ സത്രത്തിൽ വച്ച് ആകാമായിരുന്നല്ലോ?" അവൻ ചോദിച്ചു.

"വളരെ പ്രധാനപ്പെട്ട ചില കാര്യങ്ങൾ സംസാരിക്കാനുണ്ട്. ആ ബഹളം വച്ച് ശല്യപ്പെടുത്തുന്ന പിശാചുക്കളുടെ ഇടയിൽ അവിടെയിരിക്കുന്നതെങ്ങനെയാണ്" ആതോസ് പറഞ്ഞു.

"എനിക്കു തോന്നുന്നത് ആ കടലോരത്ത് ഒഴിഞ്ഞയിടങ്ങളിൽ ഒരിടത്തിരുന്ന് സംസാരിക്കുന്നതാണ് നല്ലതെന്നു തോന്നുന്നു" ആർട്ഗ്നൻ പറഞ്ഞു.

"പക്ഷേ നമ്മൾ നാലുപേരുംകൂടി അവിടെച്ചെന്നിരുന്നാൽ ആരെങ്കിലുമൊക്കെ അതു കാണും. കർദിനാളിന്റെ ചാരന്മാർ നിമിഷങ്ങൾക്കകം അത് അറിയിക്കുകയും ചെയ്യും."

"അതു ശരിയാണ്" ആറമീസ് പറഞ്ഞു.

"ഒരു മണലാരണ്യമായിരുന്നു പറ്റിയ സ്ഥലം" പോർത്തോസ് പറഞ്ഞു. "പക്ഷേ അത് കണ്ടെത്താനാണ് പ്രയാസം."

"അവിടെയാകുമ്പോൾ പക്ഷികൾ തലയ്ക്കുമീതെ പറക്കുമെന്ന് ഭയക്കേണ്ട. വെള്ളത്തിൽനിന്നും മീനോ മാളങ്ങളിൽനിന്നും മുയലോ അവിടെ ഇറങ്ങിവരികയില്ല. പക്ഷിയും മീനും മുയലുമൊക്കെ കർദിനാളിനുവേണ്ടി ചാരപ്പണിചെയ്യുമെന്ന് പറയുന്നതിൽ അത്ഭുതപ്പെടാനില്ല. പക്ഷേ, ഇപ്പോൾ തീരുമാനിച്ച സ്ഥലത്തേക്കേ പോകുന്നുള്ളൂ. നമ്മുടെ പന്തയമതാണ്. പന്തയം ജയിക്കണമെങ്കിൽ അവിടെച്ചെന്ന് ഒരു മണിക്കൂർ ഇരിക്കണം" ആതോസ് പറഞ്ഞു.

ആതോസ് തുടർന്നു പറഞ്ഞു: "നമ്മെ ആക്രമിച്ചേക്കാം; അല്ലെന്നും വരാം. അങ്ങനെയെങ്കിൽ ധാരാളം സമയമിരുന്ന് നമുക്ക് സംസാരിക്കാനാകും. നാം പറയുന്നത് വേറെയാരും കേൾക്കുകയുമില്ല. അവിടത്തെ മതിലുകൾക്ക് ചെവികളില്ലെന്ന് എനിക്കുറപ്പാണ്. അഥവാ ആക്രമിക്കപ്പെടുകയാണെങ്കിൽ നമ്മുടെ സ്വന്തം കണക്കുകൾ അവസാനിപ്പിച്ച് നമുക്ക് വിജയവും നേടാം. ഏതുവിധത്തിലായാലും നമുക്കേ പ്രയോജനമുള്ളൂ."

"നമ്മളെ വെടിവച്ചുകൊന്നില്ലെങ്കിൽ" ആർട്ഗ്നൻ പറഞ്ഞു. "അതിനുള്ള ഒരു നല്ല സാധ്യതയാണ് ഞാൻ കാണുന്നത്."

"ശത്രുവിന്റെ വെടിയുണ്ടയല്ല ഭയപ്പെടാനുള്ളതെന്ന് ഈ അവസരത്തിൽ ഞാൻ നിങ്ങളോടു പറയണമോ?"

"നമ്മുടെ തോക്ക് നമുക്ക് കൊണ്ടുവരണമായിരുന്നു" പോർത്തോസ് പറഞ്ഞു.

"പോർത്തോസേ, നിങ്ങളൊരു വിഡ്ഢിയാണ്. ഉപയോഗമില്ലാത്ത ഒരു ഭാരത്തെ എന്തിനാണ് കൊണ്ടുവരുന്നത്?"

"ശത്രുവിനെ നേരിടാൻ പോകുമ്പോൾ തോക്കും വെടിമരുന്നും ഒക്കെ ഒരിക്കലും ഭാരമാകില്ല; അവ ശത്രുക്കളെ അകറ്റി നിർത്തുകയേ ഉള്ളൂ."

"ആർട്ഗ്നൻ പറഞ്ഞതു നിങ്ങൾ കേട്ടില്ലേ?"

"എന്താണു പറഞ്ഞത്?"

"ഇന്നലെ ചത്തുപോയവയിൽനിന്നും ഒന്നും എടുത്തുമാറ്റാൻ അവർക്കു കഴിഞ്ഞിട്ടില്ല. അവർക്ക് മറ്റെന്തോ അത്യാവശ്യകാര്യങ്ങൾ ചെയ്യാനുണ്ടായിരുന്നു."

"അതിന്....?"

"നമുക്ക് അവരുടെ തോക്കുകളും വെടിമരുന്നും ഒക്കെ എടുക്കാം. നാലുപേർക്ക് നാലു തോക്കിനുപകരം പതിനഞ്ചു തോക്കുകളുണ്ടാകും? ഒരു നൂറുവെടിയെങ്കിലും അതുവഴി വയ്ക്കാം."

"ആതോസേ" ആറമീസ് പറഞ്ഞു. "നിങ്ങൾ സത്യത്തിലും ബുദ്ധിമാനാണ്."

പോർത്തോസ് സമ്മതിച്ചമട്ടിൽ തലകുലുക്കി. ആർട്ഗ്നന് അപ്പോഴും സംശയമായിരുന്നു.

ഗ്രിമൗഡിന് ഒന്നും മനസിലായില്ല. കോട്ടയ്ക്കകത്തു പ്രവേശിക്കാ

റായപ്പോൾ അയാൾ യജമാനന്റെ അടുത്തുചെന്ന് അദ്ദേഹത്തിന്റെ വസ്ത്രത്തിന്റെ അറ്റംപിടിച്ചുവലിച്ചുകൊണ്ട് ആംഗ്യത്തിൽ ചോദിച്ചു: "നാം എങ്ങോട്ടാണ് പോകുന്നത്?"

"ഈ കോട്ടയ്ക്കകത്തേക്കു തന്നെ" ആതോസ് പറഞ്ഞു.

"നാം കൊല്ലപ്പെടും" ഗ്രിമൗഡ് തടഞ്ഞു; അതും ആംഗ്യത്തിൽത്ത ന്നെയാണ് അയാൾ പറഞ്ഞത്.

അതിനു മറുപടിയായിട്ട് ആതോസ് കണ്ണുകളുയർത്തി ആകാശത്തി ലേക്കു നോക്കുകമാത്രം ചെയ്തു.

ഗ്രിമൗഡ് കുട്ട നിലത്തുവച്ചശേഷം അവിടെയിരുന്നു. തലകുലുക്കി ഒരു പ്രത്യേക അർത്ഥത്തിൽ ചിരിച്ചുകൊണ്ട്. ആതോസ് അവന്റെ അരി കിൽ വന്നു. ബെൽറ്റിൽ പിടിപ്പിച്ചിരുന്ന കൈത്തോക്കെടുത്ത് അയാൾ ഗ്രിമൗഡിന്റെ ചെവിക്കുനേരെ ചൂണ്ടി.

ഗ്രിമൗഡ് പെട്ടെന്ന് ചാടിയെഴുന്നേറ്റു കുട്ടയുമെടുത്ത് നടന്നു.

അവർ കോട്ടയിൽ എത്തിയപ്പോൾ നാലു സുഹൃത്തുക്കളും തൊപ്പി യൂരി വാളിന്റെ പിടിയിൽ തൂക്കി.

സ്വിസും കുതിരപ്പട്ടാളക്കാരനും ബുസൈനിയും പിന്നെ ആ നാലാമ ത്തെയാളും ഒക്കെ അവിടെയെത്തിയിരുന്നു.

കാണികൾ അവരുടെ നേരെ കൈയുയർത്തി വീശി.

നാലുസുഹൃത്തുക്കളും കോട്ടയ്ക്കകത്തുകയറി; ഗ്രിമൗഡി മുന്നിൽ ത്തന്നെ ഉണ്ടായിരുന്നു.

47

പടയാളികളുടെ സമ്മേളനം

കോട്ടയിൽ ഒരു ഡസൻ മൃതശരീരങ്ങൾ ഉണ്ടാകുമെന്ന് ആതോസ് മുൻകൂട്ടിക്കണ്ടിരുന്നല്ലോ.

ആതോസ് പറഞ്ഞു. "മാന്യരേ, ഗ്രിമൗഡ് മേശയൊരുക്കുന്ന നേരം കൊണ്ട് നമുക്ക് തോക്കും വെടിയുണ്ടകളുമൊക്കെ ശേഖരിക്കാം. ഒപ്പം നമുക്ക് സംസാരിക്കുകയും ചെയ്യാം." ശവശരീരങ്ങളെ ചൂണ്ടിക്കൊണ്ട് അയാൾ തുടർന്നു പറഞ്ഞു: "നോക്കൂ, നാം ഇനിപ്പറയുന്നത് ഇവർ കേൾക്കുകപോലുമില്ല."

"ആദ്യം നമുക്കിവരുടെ പോക്കറ്റൊക്കെ തപ്പണം" പോർത്തോസ് പറഞ്ഞു. "പിന്നെ എടുത്ത് കിടങ്ങിലേക്കെറിഞ്ഞാൽ പോരേ?"

"അതുമതി. പക്ഷേ പോക്കറ്റു പരിശോധിക്കുന്നതും ശവശരീരം വലിച്ചെറിയുന്നതുമൊക്കെ ഗ്രിമൗഡ് ചെയ്തോളും."

"വേണ്ട. അവരെക്കൊണ്ട് എന്തെങ്കിലും പ്രയോജനം നമുക്കുണ്ടാകുമെങ്കിലോ?" ആതോസ് പറഞ്ഞു.

"ചത്തവരെക്കൊണ്ട് എന്തുപ്രയോജനം?" പോർത്തോസു പറഞ്ഞു. "നിങ്ങളുടെ സ്വബോധം പോയോ?"

"ബൈബിളും കർദിനാളും പറയുന്നത് ആലോചിച്ചേ എന്തും തീരുമാനിക്കൂയെന്നാണ്. എത്ര തോക്കുകളുണ്ടവിടെ?"

"പന്ത്രണ്ട്."

"എത്ര വെടിയുണ്ടകൾ?"

"ഏതാണ്ട് നൂറ്."

"നമുക്കാവശ്യമുള്ളതായി. ഇനി നമുക്ക് തോക്കുകൾ നിറയ്ക്കാം."

നാലുപേരും തോക്കിൽ വെടിയുണ്ടകൾ നിറച്ചുതുടങ്ങി. അതു കഴിഞ്ഞപ്പോൾ ഗ്രിമൗഡ് വന്നുപറഞ്ഞു ഭക്ഷണം ശരിയാക്കിവച്ചുയെന്ന്.

ഒരു കഷണം റൊട്ടിയും രണ്ട് കട്ട്ലറ്റുകളും ഒരു കുപ്പി വീഞ്ഞുമെടുത്തുകൊണ്ട് പുറത്തേക്കു പോയിക്കഴിക്കാൻ ആതോസ് വേലക്കാരനോടു പറഞ്ഞു. അയാൾ ഉടനെ അനുസരിച്ചു.

"ഇനി നമുക്കു കഴിക്കാം" ആതോസ് സുഹൃത്തുക്കളോടു പറഞ്ഞു.

നാലുപേരും തറയിൽ ചമ്രംപടിഞ്ഞിരുന്നു.

"ഇവിടെ നാം പറയുന്നത് ഇനി ആരും കേൾക്കുകയില്ല" ആർട്ഗ്നൻ പറഞ്ഞു; "നിങ്ങൾ ഇനി ആ രഹസ്യം പറയുമല്ലോ."

"എനിക്ക് ഈ രാവിലെ നിങ്ങളെ ഇങ്ങനെ പുറത്തുകൊണ്ടുവന്ന് സന്തോഷിപ്പിക്കാൻ കഴിഞ്ഞതിൽ അതീവസന്തോഷവും അഭിമാനവും തോന്നുന്നു" ആർട്ഗ്നൻ പറഞ്ഞു. "ഞാൻ നിങ്ങളെ ഒരുല്ലാസയാത്രയ്ക്ക് കൊണ്ടുപോകുന്നതാണ്. ഒടുവിൽ അസലായിട്ട് ഒരു ഭക്ഷണവും തന്നു. നോക്കൂ, അങ്ങകലെ ഒരുകൂട്ടം ജനങ്ങൾ നമ്മളെ നോക്കിനിൽക്കുകയാണ്. ഈ ചെറിയ വിടവുകൾ വഴി നോക്കിയാൽ നിങ്ങൾക്ക് അവരെ കാണാൻ പറ്റും. നാം ഒന്നുകിൽ ഭ്രാന്തന്മാർ അല്ലെങ്കിൽ ധീരൻ എന്നായിരിക്കും അവർ വിചാരിക്കുന്നത്. യഥാർഥത്തിൽ ഇവ രണ്ടും തമ്മിൽ വലിയ വ്യത്യാസങ്ങളൊന്നുമില്ല."

"നിങ്ങൾ ആ രഹസ്യം ദയവായി പറയൂ" ആർട്ഗ്നൻ നിർബന്ധം കൊണ്ടു.

"എന്റെ രഹസ്യമിതാണ്...." ആതോസ് പറഞ്ഞു. "ഞാൻ ഇന്നലെ മിലാഡിയെ കണ്ടു."

ആർട്ഗ്നൻ ഗ്ലാസ് ചുണ്ടോടടുപ്പിച്ചതായിരുന്നു. മിലാഡിയുടെ പേരു കേട്ടപ്പോൾ അയാളുടെ കൈകൾ വിറച്ചു. ഗ്ലാസ് താഴെവയ്ക്കുകയേ അവനു കഴിഞ്ഞുള്ളൂ.

"എന്ത് നിങ്ങൾ നിങ്ങളുടെ ഭാ.....?"

ആതോസ് ആംഗ്യംകൊണ്ട് ആർട്ഗ്നനോടു നിശ്ശബ്ദനാകാൻ പറഞ്ഞു. "എന്റെ രഹസ്യജീവിതത്തെപ്പറ്റി നിങ്ങൾക്കറിയാവുന്നതുപോലെ ഇവർക്കറിയില്ലെന്ന കാര്യം നിങ്ങൾ മറക്കരുത്. ഞാൻ മിലാഡിയെ കണ്ടു."

"എവിടെവച്ച്?" ആർട്ഗ്നൻ ചോദിച്ചു.

"ഒരു അഞ്ചുമൈൽ അകലെവച്ച് – കൊളംബിയർ തെമ്മാടി സത്രത്തിൽ വച്ച്."

"എന്നാൽ എന്റെ കാര്യം പോക്കാണ്" ആർട്ഗ്നൻ പറഞ്ഞു.

"ഇല്ല പോക്കല്ല" ആതോസ് പറഞ്ഞു. "അവൾ ഇപ്പോൾ ഫ്രാൻസ് വിട്ടിട്ടുണ്ടാകും."

ആർട്ഗ്നൻ ആശ്വാസത്തോടെ നിശ്വസിച്ചു.

"ആരാണ് ഈ മിലാഡി?" പോർത്തോസ് ചോദിച്ചു.

"ഒരു സുന്ദരി!" ഗ്ലാസിൽ വെട്ടിത്തിളങ്ങുന്ന വീഞ്ഞൊന്നു മോന്തിക്കൊണ്ട് ആതോസ് പറഞ്ഞു. "ഛെ! ആ സത്രമുടമ കള്ളൻ ഷാംപ്യെനു പകരം ആഞ്ചൗവീഞ്ഞാണ് വച്ചിരിക്കുന്നത്. നാം കഴുതകളാണെ

ന്നാണോ അയാൾ കരുതിയത്?"

"ഓ സാരമില്ല" വീണ്ടും ആതോസ് പറഞ്ഞു. "അതെ ഒരു സുന്ദരി! നമ്മുടെ സുഹൃത്ത് ആർട്ഗ്നനോട് അവൾക്ക് വലിയ കാര്യമാണ്. പകരം ഇയാൾ അവളോടു ചില സൂത്രപ്പണികളൊക്കെ ചെയ്തു. അതിനു പ്രതികാരം ചെയ്യാൻ അവൾ തീരുമാനിച്ചിരിക്കുകയാണ്. ആർട്ഗ്നനെ വെടിവച്ചുകൊല്ലാനും വിഷം വച്ചുകൊല്ലാനുമൊക്കെ അവൾ നോക്കിയതാണ്. ഒന്നും നടന്നില്ല. ഇന്നലെ ആർട്ഗ്നന്റെ തലയെടുത്തു തരണമെന്ന് അവൾ കർദിനാളിനോട് ആവശ്യപ്പെട്ടിരിക്കുകയാണ്."

"എന്ത്?" ആർട്ഗ്നൻ നിലവിളിച്ചുപോയി. അവന്റെ മുഖം വിളറി.

"അതെ. സുവിശേഷംപോലെ സത്യം" പോർത്തോസ് പറഞ്ഞു. "ഞാനും എന്റെ ചെവികൊണ്ടു കേട്ടതാണ്."

"ഞാനും കേട്ടു" ആറമീസും പറഞ്ഞു.

ആർട്ഗ്നന്റെ ഹൃദയം നടുങ്ങി. "അങ്ങനെയെങ്കിൽ ഇനി നീങ്ങിയിട്ടു പ്രയോജനമില്ല; ഇവിടെവച്ച് എന്റെ തല തെറുപ്പിക്കുന്നതാണ് നല്ലത്."

"അതു വിഡ്ഢിത്തമായിപ്പോകും" ആതോസ് പറഞ്ഞു. "അതിനു പിന്നെ പ്രതിവിധിയുണ്ടാകില്ല."

"പക്ഷേ എനിക്കിനി ജീവിച്ചിരിക്കാൻ പറ്റുമെന്നു തോന്നുന്നില്ല" ആർട്ഗ്നൻ പറഞ്ഞു. "മീയുങ്ങിൽ നിന്നുള്ള ആ അപരിചിതൻ, ഞാൻ മുറിവേൽപ്പിച്ച വാർഡ്സിലെ പ്രഭു മിലാഡിയുടെ രഹസ്യം കണ്ടെത്തിയത്, ലണ്ടനിൽവച്ച് കർദിനാളിന്റെ രത്നച്ചരട് പദ്ധതി പാളിയത്...."

"കൊള്ളാം, എല്ലാംകൂടി നോക്കിയാൽ നാലു ശത്രുക്കൾ. നമ്മൾ നാലു പേരുണ്ടല്ലോ എതിരിടാനായി" ആതോസ് പറഞ്ഞു.

"എണ്ണം തുല്യമാണ്, കൊള്ളാം" ആതോസ് പറഞ്ഞു. "ഗ്രിമൗഡ് എന്തോ പറയാൻ ശ്രമിക്കുന്നല്ലോ. എന്താണ് ഗ്രിമൗഡ്? എന്തോ ഗൗരവമായ കാര്യമാണെന്നാണല്ലോ നിങ്ങളുടെ ആംഗ്യം. നിങ്ങൾ വാതുറന്നു സംസാരിച്ചോളൂ. എന്താണ് കണ്ടത്?"

"ആളുകൾ!"

"എത്ര?"

"ഇരുപത്."

"പട്ടാളക്കാരാണോ?"

"നാലു പട്ടാളക്കാർ; ബാക്കി ആളുകൾ."

"എവിടെയെത്തി?"

"അഞ്ഞൂറടിയകലെ വരെ."

"കൊള്ളാം, ഒരു കോഴിയിറച്ചി തിന്ന് ഒരു കുപ്പി വീഞ്ഞു കുടിക്കാനുള്ള നേരം കൂടിയുണ്ട്" ആതോസ് പറഞ്ഞു. "ആർട്ഗ്നന്റെ ആരോഗ്യത്തിന്."

"നിങ്ങളുടെ ആരോഗ്യത്തിന്" പോർത്തോസും ആറമീസും പറഞ്ഞു.

"ശരി എന്റെ ആരോഗ്യത്തിന്. പക്ഷേ അതുകൊണ്ട് പ്രയോജനം വല്ലതുമുണ്ടെന്ന് എനിക്കു തോന്നുന്നില്ല" ആർട്ഗ്നൻ പറഞ്ഞു.

"സങ്കടപ്പെടാതിരിക്കൂ" ആതോസ് പറഞ്ഞു. "മുസൽമാന്മാർ പറയുന്നത് നിങ്ങൾ കേട്ടിട്ടില്ലേ. അല്ലാഹ് വലിയവനാണ്. ഭാവി അദ്ദേഹത്തിന്റെ കൈയിലാണ്."

ആതോസ് വീണ്ടും കുടിച്ചു തീർത്തശേഷം ഗ്ലാസ് താഴെവച്ചു എഴുന്നേറ്റു. ആദ്യംകണ്ട തോക്കുമെടുത്ത് ഒരു വിടവിന്റെ അരികിലേക്കു വന്നു. പോർത്തോസും ആറമീസും അതുപോലെതന്നെ ചെയ്തു. ആതോസ് ഗ്രിമൗഡിനെ പുറകിലായിട്ട് നിർത്തിയിരുന്നു; അയാൾ ആവശ്യാനുസരണം തോക്കു നിറച്ചുകൊടുക്കുമല്ലോ.

ഏതാനും നിമിഷങ്ങൾക്കകം ആ ആളുകൾ അടുത്തെത്തി. കിടങ്ങിനടുത്ത് കോട്ടയെ പട്ടണവുമായി ബന്ധിപ്പിക്കുന്ന പാതയിലൂടെയാണ് അവരുടെ വരവ്.

"നമ്മുടെ തീറ്റി തടസപ്പെടുത്താൻ അവരെന്തിനാണാവോ ഈ വേഷവും ആയുധങ്ങളുമായി വരുന്നത്. ഈ ഗ്രിമൗഡിനോട് അവരോടു ഇവിടെനിന്നും പൊയ്ക്കോളാനായി ഒന്നു കൈ കാണിക്കാൻ പറഞ്ഞാൽ മതിയായിരുന്നു. അവർ സ്ഥലം വിട്ടോളുമായിരുന്നു" ആതോസ് പറഞ്ഞു.

"എനിക്ക് സംശയമുണ്ട്" ആർട്ഗ്നൻ പറഞ്ഞു. "അവർ തീരുമാനിച്ചുറച്ച മട്ടിലാണ് വരുന്നതെന്നു തോന്നുന്നു. നാലുപട്ടാളക്കാരും ഒരു കോർപ്പറലും ഉണ്ടല്ലോ. കൈകളിൽ തോക്കുകളുമുണ്ട്."

"എന്തായാലും അവർ നമ്മെ കണ്ടിട്ടില്ല" ആതോസ് പറഞ്ഞു.

"ആ പാവം സാധാരണ ആളുകൾക്കുനേരെ വെടിവയ്ക്കാൻ എനിക്കു താൽപ്പര്യമല്ല" ആറമീസ് പറഞ്ഞു.

"കള്ളന്മാരോടും ക്രൂരന്മാരോടും അനുകമ്പ കാണിക്കുന്നത് ഒരു നല്ല പുരോഹിതന്റെ ലക്ഷണമല്ല" പോർത്തോസ് പറഞ്ഞു.

"ഞാനും ആറമീസ് പറഞ്ഞതിനോടു യോജിക്കുന്നു" ആതോസ് പറഞ്ഞു. "അവർക്ക് ഒരു താക്കീത് കൊടുത്തുവിടുന്നതാണ് നല്ലത്."

"നിങ്ങളെന്താണീ പറയുന്നത്?" ആർട്ഗ്നൻ പറഞ്ഞു. "താക്കീതു കൊടുക്കാനൊന്നും പുറത്തിറങ്ങരുതേ, വെടിയേൽക്കേണ്ടിവരും."

ആർട്ഗ്നൻ പറഞ്ഞത് ആതോസ് ചെവിക്കൊണ്ടില്ല.

ആതോസ് ഒരു കൈയിൽ തൊപ്പിയും മറ്റേകൈയിൽ തോക്കും പിടിച്ചുകൊണ്ട് പതിയെ പുറത്തേക്കിറങ്ങിനിന്നു.

ആതോസ് ധീരനായി വെളിയിൽ നിൽക്കുന്നതുകണ്ട് വരുന്ന സംഘം ഒന്നു നടുങ്ങി. അവൻ കോട്ടയിൽനിന്നും അമ്പതുവാര അകലെയായി നിന്നു.

"കൂട്ടരേ...." ആർട്ഗ്നൻ അവരോടു ഉറക്കെ വിളിച്ചുപറഞ്ഞു. "ഞാൻ എന്റെ കുറച്ചു സുഹൃത്തുക്കളോടൊപ്പം ഭക്ഷണം കഴിക്കുകയാണ്. ഭക്ഷണത്തിനിടയിൽ കയറി ശല്യപ്പെടുത്താൻ മാത്രം പ്രധാനപ്പെട്ട വിഷയങ്ങളൊന്നും നിങ്ങൾക്കില്ലെന്ന് എനിക്കറിയാം. അതിനാൽ

ഞങ്ങൾ പ്രാതൽ കഴിച്ചു തീരുംവരെ ഇവിടെ കാത്തുനിൽക്കണം. അല്ലെങ്കിൽ തിരിച്ചുപോയശേഷം കുറച്ചു കഴിഞ്ഞശേഷം മടങ്ങിവരൂ; അതുമല്ലെങ്കിൽ ശത്രുത വെടിഞ്ഞ് ഞങ്ങളോടൊപ്പം ചേർന്ന് മദ്യവും ഭക്ഷണവും കഴിച്ചോളൂ."

"നോക്കൂ, ആതോസ്" ആർട്ഗ്നൻ അലറി. "അവർ ഉന്നം വയ്ക്കുന്നതു കണ്ടില്ലേ?"

"കണ്ടു കണ്ടു. അവരൊക്കെ പരിശീലനം കിട്ടിയവരല്ല. സാധാരണക്കാരാണ്. ഒരു വെടിയും എന്റെ ശരീരത്തിൽ ഏൽക്കുകയില്ല."

നാലുവെടികൾ പൊട്ടി. ഒക്കെ കോട്ടയുടെ മതിലിന്മേൽ പതിച്ചു.

ഒരുനിമിഷങ്ങൾക്കകം, ആതോസിന്റെ സംഘത്തിൽനിന്നും നാലു വെടികൾ പൊട്ടി. എതിരാളികൾ മൂന്നു പട്ടാളക്കാരനും കാലാൾപ്പടയിലെ ഒരുത്തനും വെടിയേറ്റു നിലംപതിച്ചു.

ആതോസ് വിളിച്ചുപറഞ്ഞു. "ഗ്രിമൗഡ്, മറ്റൊരു തോക്കു തരൂ."

ഗ്രിമൗഡ് ഒരു തോക്കു കൈയിൽക്കൊടുത്തു. ആസമയംകൊണ്ട് മറ്റേ മൂന്നുപേരും ഒന്നുകൂടി വെടിയുണ്ട നിറച്ചുകഴിഞ്ഞിരുന്നു. രണ്ടാമതും അവർ വെടിവച്ചു. ഇത്തവണ ആ കോർപ്പറലും രണ്ടു കാലാൾപ്പടയിലെ ആളുകളും നിലംപതിച്ചു. ബാക്കിയുള്ളവർ ഭയന്നോടി മറഞ്ഞു.

"വരൂ സ്നേഹിതരേ...." ആതോസ് അലറി.

നാലു സുഹൃത്തുക്കളും കോട്ടയുടെ പുറത്തേക്കിറങ്ങി. വെടിയേറ്റു മരിച്ച മനുഷ്യൻ വീണുകിടക്കുന്നിടത്തേക്ക് അവർ ചെന്നു. ആ പട്ടാളക്കാരന്റെ തോക്കും കോർപ്പറലിന്റെ കുന്തവും അവരെടുത്തു. പേടിച്ചോടുന്നവരുടെ പുറകേ ഓടേണ്ടെന്ന് അവർ തീരുമാനിച്ചിരുന്നു. വിജയക്കൊടിയും ഉയർത്തിപ്പിടിച്ച് അവർ വീണ്ടും കോട്ടയ്ക്കകത്തേക്കു വന്നു.

"ഇനിയും തോക്കിൽ വെടിയുണ്ട നിറയ്ക്കൂ ഗ്രിമൗഡ്" ആതോസ് പറഞ്ഞു. "ഇനി നമുക്ക് ഭക്ഷണം കഴിക്കാം. സംഭാഷണവും നടത്താം. നമ്മളെല്ലാവരും എത്തിയില്ലേ?"

"മിലാഡി ഇപ്പോൾ ഫ്രാൻസ് വിട്ടുപോയിരിക്കുന്നുവെന്നാണ് നിങ്ങൾ അവസാനം പറഞ്ഞു നിർത്തിയത്" ആർട്ഗ്നൻ പറഞ്ഞു.

"അതെ.... അതെ....."

"അവൾ എങ്ങോട്ടാണ് പോയിരിക്കുന്നത്?"

"ഇംഗ്ലണ്ടിലേക്ക്."

"എന്തിനാണ്?"

"ബക്കിംഗ്ഹാം പ്രഭുവിനെ കൊലയ്ക്കു കൊടുക്കാൻ. ഒന്നുകിൽ ആ കൃത്യം അവൾ തന്നെ ചെയ്യും. അല്ലെങ്കിൽ മറ്റാരെയെങ്കിലുംകൊണ്ട് അവളതു ചെയ്യിക്കും."

"അതു ചൊവ്വല്ലല്ലോ" ആർട്ഗ്നൻ അത്ഭുതപ്പെട്ടു.

"എനിക്ക് അതിനെപ്പറ്റി വലിയ വേവലാതിയൊന്നുമില്ല" ആതോസ് പറഞ്ഞു. തുടർന്നയാൾ ഗ്രിമൗഡിനോടു പറഞ്ഞു. "നിങ്ങൾ തോക്കു നിറച്ചു കഴിയുമ്പോൾ നമ്മുടെ കോർപ്പറലിന്റെ ഒരു കുന്തമെടുത്തു

കൊണ്ട് ഈ തൂവാലയിലൊന്ന് അതിന്മേൽ കെട്ടി കോട്ടയ്ക്ക് മുകളിൽ കുത്തിനിർത്തൂ. രാജാവിന്റെ വിശ്വസ്തരും ധീരരുമായ പടയാളികളാണ് നാമെന്ന് എതിരാളികൾ അറിയട്ടെ."

ഗ്രിമൗഡ് അത് അനുസരണയോടെതന്നെ ചെയ്തു.

വെള്ളക്കൊടി കോട്ടയ്ക്കുമുകളിൽ കാറ്റിൽ പറന്നുനിന്നു. ക്യാമ്പിൽ നോക്കി നിന്നവർ അതുകണ്ട് ആർപ്പുവിളി നടത്തി. പകുതിയോളം പേർ കോട്ടയ്ക്കരികിൽ വന്നു ചേരുകയും ചെയ്തു.

"ബക്കിംഗ്ഹാമിനെ കൊല്ലുന്നത് നിങ്ങൾക്കു വേവലാതിയില്ലെന്നാണോ പറയുന്നത്?" ആർട്ഗ്നൻ ചോദിച്ചു. "അദ്ദേഹം നമ്മുടെ സ്നേഹിതനല്ലേ."

"ബക്കിംഗ്ഹാം ഒരു ഇംഗ്ലീഷുകാരനാണ്. അദ്ദേഹം നമുക്കെതിരായി യുദ്ധം ചെയ്യുകയാണ്. മിലാഡിക്ക് അയാളോടു ചെയ്യാനുള്ളതു ചെയ്തോട്ടെ. അയാൾ എനിക്ക് ഒഴിഞ്ഞ ഒരു വീഞ്ഞുകുപ്പി മാത്രമാണ്" എന്നു പറഞ്ഞുകൊണ്ട് ആതോസ് വീഞ്ഞുഗ്ലാസ് ഊറ്റിക്കുടിച്ചു. കുപ്പിയെടുത്ത് ദൂരെയെറിയുകയും ചെയ്തു.

"ഞാൻ അതനുവദിക്കില്ല" ആർട്ഗ്നൻ പറഞ്ഞു. "അദ്ദേഹം നാലു കരുത്തുറ്റ കുതിരകളെത്തന്നത് നാം മറക്കാൻ പാടില്ല."

"നാലു ജീനികളും തന്നു" പോർത്തോസ് പറഞ്ഞു. ആ ജീനിയിൽ ഉണ്ടായിരുന്ന ഒരു സ്വർണബട്ടൺ അയാൾ ഇപ്പോഴും സ്വന്തം കോട്ടിൽ തുന്നിപ്പിടിപ്പിച്ചിരുന്നു.

"അതുമാത്രമല്ല" ആറമീസ് പറഞ്ഞു. "പാപികളുടെ പശ്ചാത്താപമാണ്, മരണമല്ല ദൈവം ആവശ്യപ്പെടുന്നത്" അയാൾ കൈകൾ കൂപ്പിയിരുന്നു.

"ആമേൻ" ആതോസ് പറഞ്ഞു. "ബക്കിംഗ്ഹാം പ്രഭുവിന്റെ കാര്യം നമുക്ക് പിന്നീടു പറയാം. കർദിനാൾ ആ സ്ത്രീക്കു കൊടുത്തതു അവളുടെ പക്കൽനിന്നും മടക്കിയെടുക്കണമെന്നുള്ളതായിരുന്നു എനിക്കിപ്പോൾ പ്രധാനം. കാരണം, നിങ്ങളെയും ഞങ്ങളെയും അത് അപകടത്തിൽ വലിച്ചിടും."

"ആ സ്ത്രീ പിശാചു തന്നെയാണ്" പോർത്തോസ് പറഞ്ഞു.

"നിങ്ങൾക്ക് ആ കത്തുകിട്ടിയോ?" ആർട്ഗ്നൻ ചോദിച്ചു.

"കിട്ടി. അതത്ര എളുപ്പമായിരുന്നെന്ന് പറയാൻ പറ്റില്ല" ആതോസ് പറഞ്ഞു.

"ആതോസേ" ആർട്ഗ്നൻ പറഞ്ഞു. നിങ്ങൾ എത്രയോ തവണയാണ് എന്നെ രക്ഷിച്ചത്?"

"അതുകൊണ്ടു തന്നെയാണ് നിങ്ങൾ ഞങ്ങളുടെ കൂടെ ഇല്ലാതെ പോയത്" ആറമീസ് പറഞ്ഞു. "കർദിനാൾ പോയശേഷം നിങ്ങൾക്ക് അവളെ കാണണമെന്നുണ്ടായിരുന്നോ?"

"തീർച്ചയായും ഉണ്ടായിരുന്നു."

"ആ കത്ത് ഇപ്പോഴും നിങ്ങളുടെ കൈയിലുണ്ടോ?" ആർട്ഗ്നൻ

ചോദിച്ചു.

"ഇതാ ആ കത്ത്" ഉടുപ്പിന്റെ പോക്കറ്റിൽ സൂക്ഷിച്ചിരുന്ന ആ കത്തെടുത്ത് അയാൾ അവനെ ഏൽപ്പിച്ചു.

ആർട്ഗ്നൻ കത്തു തുറന്നു. വിറയ്ക്കുന്ന കൈകളെ അവൻ പരമാവധി നിയന്ത്രിക്കാൻ നോക്കി. അവൻ അത് ഉറക്കെ വായിച്ചു.

ഈ കത്ത് കൊണ്ടുവരുന്ന ആൾ ചെയ്തിരിക്കുന്ന പ്രവൃത്തി എന്റെ കൽപ്പനയനുസരിച്ചും രാജ്യത്തിന്റെ നന്മയ്ക്കും വേണ്ടിയുള്ളതാണ്.

റിച്ചിലൂവ്.

"ഇത് അവൾക്ക് എന്തും ചെയ്യാനുള്ള പൂർണ അവകാശം നൽകുന്നതാണല്ലേ" ആറമീസ് പറഞ്ഞു.

"നമുക്കിതിനെ കീറിക്കളയണം" ആ കത്തുകണ്ടപ്പോൾ തന്റെ മരണവിധിയായി ആർട്ഗ്നന് അതുതോന്നി.

"അങ്ങനെ ചെയ്യരുത്" ആതോസ് പറഞ്ഞു. "നമുക്കത് സൂക്ഷിക്കണം. അത് നഷ്ടപ്പെടാതെ സൂക്ഷിക്കുകയും വേണം. ഇതിനെത്ര സ്വർണം കിട്ടിയാലും ഞാൻ വിൽക്കുകയില്ല."

"അവളിനിയെന്തുചെയ്യും?" ആർട്ഗ്നൻ ചോദിച്ചു.

"അവൾ വിവരങ്ങൾ കർദിനാളിനെഴുതിയറിയിക്കാനാണ് സാധ്യത" ആതോസ് പറഞ്ഞു. "ആതോസെന്ന ഒരു നശിച്ച പടയാളി ആ കത്ത് ഭയപ്പെടുത്തി വാങ്ങിച്ചോണ്ടുപോയെന്നാവും അവൾ എഴുതുന്നത്. അവൾ തുടർന്ന് എന്നെയും കൂടെയുള്ള നിങ്ങളെയും ഒഴിവാക്കാൻ അദ്ദേഹത്തെ ഉപദേശിക്കും. എപ്പോഴും മാർഗതടസം ചെയ്യുന്നവരാണെന്ന് അദ്ദേഹം നമ്മെ ഓർമിക്കും. ഒരുദിവസം അദ്ദേഹം ആർട്ഗ്നനെ അറസ്റ്റുചെയ്ത് ബാസ്റ്റിൽ ജയിലിലടച്ചശേഷം കൂട്ടിന് നമ്മൾ മൂന്നുപേരെയുംകൂടി അങ്ങോട്ടു വിട്ടേക്കും."

"നിങ്ങളുടെ ഈ തമാശ എനിക്കു ഇഷ്ടമായില്ല കേട്ടോ" പോർത്തോസ് പറഞ്ഞു.

"ഞാൻ തമാശ പറയുകയായിരുന്നില്ല" ആതോസ് പറഞ്ഞു.

"എന്റെ അഭിപ്രായത്തിൽ" പോർത്തോസ് തുടർന്നു പറഞ്ഞു. "സ്തുതിഗീതങ്ങൾ ലാറ്റിനിൽ പാടുന്നതിനുപകരം ഫ്രഞ്ചിൽ പാടിയതിന് ഹഗ്നോട്സിലെ പാവങ്ങളെ കൊന്നതിന്റെ അത്ര വലിയ പാപമൊന്നും കാണില്ലല്ലോ ആ നശിച്ച മിലാഡിയെ കഴുത്തുഞെരിച്ചു കൊല്ലുന്നത്."

"ഇതിനെ സംബന്ധിച്ച് നമ്മുടെ പുരോഹിതന്റെ അഭിപ്രായമെന്ത്?" ആതോസ് ശാന്തമായി ചോദിച്ചു.

"പോർത്തോസ് പറഞ്ഞതിനെ ഞാൻ സമ്മതിക്കുന്നു" ആറമീസ് പറഞ്ഞു.

"ഞാനും പൂർണമായി സമ്മതിക്കുന്നു" ആർട്ഗ്നൻ പറഞ്ഞു.

"അവൾ ഇവിടെ അടുത്തെങ്ങും ഇല്ലല്ലോ" പോർത്തോസ് സന്തോഷിച്ചു. "അവൾ ഇവിടെ ഉണ്ടായിരുന്നെങ്കിൽ ഞാൻ അസ്വസ്ഥനാ

യേനെ."

"അവൾ ലോകത്തിന്റെ മറ്റേയറ്റത്ത് പോയാലും എനിക്ക് അസ്വസ്ഥത തന്നെ" ആർട്ഗ്നൻ പറഞ്ഞു.

"ഇന്നു രാത്രിതന്നെ അവളെ നിങ്ങൾ പറഞ്ഞയച്ചതെന്തിന്?" പോർത്തോസ് ആതോസിനോടു ചോദിച്ചു. "നിങ്ങളെന്തുകൊണ്ടവളെ കൊന്നില്ല; മുക്കിയോ കുത്തിയോ തൂക്കിയോ ഒക്കെ കൊല്ലാമായിരുന്നല്ലോ. തിരിച്ചുവരാതിരിക്കണമെങ്കിൽ അവളെ കൊല്ലണമായിരുന്നു."

"നിങ്ങൾ അങ്ങനെയാണോ ചിന്തിക്കുന്നത്?" സങ്കടത്തോടെയാണ് ആതോസ് അതു പറഞ്ഞത്. അയാളുടെ സങ്കടം ആർട്ഗ്നനു മാത്രമേ മനസിലായുള്ളൂ.

"എനിക്കൊരു ഉപായം തോന്നുന്നു" ആർട്ഗ്നൻ പറഞ്ഞു.

"അതെന്താണ്?" മൂന്നുപടയാളികളും ചോദിച്ചു.

ആ സമയത്ത് ഗ്രിമൗഡ് വിളിച്ചുപറഞ്ഞു. "നമ്മെ ആക്രമിക്കാൻ ശത്രുക്കൾ വരുന്നേ."

യുവാക്കൾ ചാടിയെഴുന്നേറ്റ് തോക്കുകളെടുക്കാൻ ഓടി. അതാതു സ്ഥാനങ്ങളിലേക്ക്.

ഏകദേശം ഇരുപത്തിയഞ്ചു പേരുള്ള ഒരു സംഘം വരുന്നത് അവർ കണ്ടു. കാലാൾപ്പടയല്ല, തികച്ചും പട്ടാളപ്പടതന്നെ.

"നമുക്ക് ക്യാമ്പിലേക്കു തിരിച്ചുപോയാലോ?" പോർത്തോസ് നിർദേശിച്ചു. "ഇത്തവണ നമ്മുടെ വശത്ത് ആളു കുറവാണെന്നു തോന്നുന്നു."

"നമുക്ക് മടങ്ങിപ്പോകാൻ കഴിയില്ല ഇപ്പോൾ" ആതോസ് പറഞ്ഞു.

"അതിനു മൂന്നുകാരണങ്ങൾ ഉണ്ട്. ഒന്ന്, നാം നമ്മുടെ പ്രഭാതഭക്ഷണം പൂർത്തിയാക്കിയിട്ടില്ല. രണ്ട്, നമുക്കിനിയും ചില പ്രധാന കാര്യങ്ങൾ ചർച്ചചെയ്യാനുണ്ട്. മൂന്ന്, നമ്മുടെ പന്തയസമയം തീരാൻ ഇനിയും പത്തുമിനിറ്റുണ്ട്."

"നമുക്ക് തൽക്കാലം യുദ്ധമെങ്ങനെ ചെയ്യാമെന്ന് ആലോചിക്കാം" ആറമീസ് പറഞ്ഞു.

"അതെളുപ്പമല്ലേ" ആതോസ് പറഞ്ഞു. "അവർ അടുത്തുവരട്ടെ. എന്നിട്ടു വെടിവയ്ക്കാം. വെടിയുണ്ട തീരുന്നതുവരെ വെടിവയ്ക്കണം. അവർ പിന്നെയും കോട്ട ആക്രമിക്കാൻ ശ്രമിക്കുകയാണെങ്കിൽ ഈ മതിലിന്റെ ഭാഗം അവരുടെ തലയിലേക്ക് ഇടിച്ചിട്ടുകൊടുക്കണം. അത് ഇപ്പോൾത്തന്നെ ആടി നിൽക്കുകയാണ്. എന്തോ അത്ഭുതംകൊണ്ടാണ് അതിപ്പോൾ വീഴാതെ നിൽക്കുന്നത്."

"മിടുക്കൻ!" പോർത്തോസ് അലറി. "നിങ്ങൾ ജനറലാവാൻ ജനിച്ചയാളാണ്. എന്നാൽ തന്ത്രം കാണിക്കുന്നതിൽ കർദിനാളിനേക്കാൾ കേമൻ നിങ്ങൾ തന്നെയാണ്."

"നമ്മൾ വെടിയുണ്ടകൾ പാഴാക്കരുത്. അതായത് രണ്ടുപേർ ഒരാളെത്തന്നെ വെടിവയ്ക്കരുത്. അതുകൊണ്ട് ഓരോരുത്തർ ഓരോരുത്തർക്കുള്ള ആളുകളെ കണ്ടുവയ്ക്കണം."

“ഞാൻ എന്റേതു തെരഞ്ഞെടുത്തു” ആർട്ഗ്നൻ പറഞ്ഞു.

“ഞാനും എന്റേതു തെരഞ്ഞെടുത്തു” പോർത്തോസ് പറഞ്ഞു.

“എങ്കിൽ വെടിവയ്ക്കൂ” ആതോസ് പറഞ്ഞു.

നാലുവെടിയുണ്ടകൾ ഒരുമിച്ചു പാഞ്ഞു. നാലുപേർ വീണു.

പെട്ടെന്ന് ചെണ്ടമേളം കേട്ടു. ശത്രുസംഘം ഒന്നുകൂടി അടുത്തു. കോട്ടയ്ക്കകത്തുനിന്നും വെടിയുടെ ബഹളമായി; അതേ ഉന്നത്തോടെ. എതിരാളികളുടെ എണ്ണക്കുറവുള്ളതു അറിയാവുന്നതുകൊണ്ടാവാം അവർ കോട്ടയ്ക്കുനേരെ തന്നെ വന്നുകൊണ്ടേയിരുന്നു.

മൂന്നു വെടിയുണ്ടകൾ കൂടി പാഞ്ഞു. രണ്ടുപേർ വീണു. പക്ഷേ വെടിയുണ്ട ഏൽക്കാത്തവർ പിന്നെയും മുന്നോട്ടു വന്നുകൊണ്ടിരുന്നു. അവർ കോട്ടയ്ക്കരികിലെത്തിയപ്പോൾ പതിനഞ്ചോളം പേർ വീണ്ടു മുണ്ടായിരുന്നു.

അവസാനത്തെ വെടിയും അവരെ തടയാനായില്ല. അവർ കോട്ടയി ലേക്കുതന്നെ വീണ്ടും ആഞ്ഞടുത്തു.

നാലുപേരുംകൂടി, ഗ്രിമൗഡിന്റെ സഹായത്തോടെ ഇളകിനിന്നിരുന്ന ചുവരു തള്ളാൻ തുടങ്ങി.

“ഒറ്റയടിക്കു എല്ലാവരും ചാകണം” ആതോസ് പറഞ്ഞു.

ചുവർ ഉഗ്രമായ ശബ്ദത്തോടെ അവരുടെമേൽ വീണു. പൊടിപട ലങ്ങൾ മുകളിലേക്കുയർന്നു. എല്ലാം അങ്ങനെ അവസാനിച്ചു.

“എല്ലാവരെയും ചതച്ചുടയ്ക്കാൻ പറ്റിയോ?” ആതോസ് ചോദിച്ചു.

“അങ്ങനെതന്നെ തോന്നുന്നു” ആർട്ഗ്നൻ പറഞ്ഞു.

“ഇല്ല. നാലഞ്ചുപേർ മുടന്തിയോടുന്നതുകണ്ടല്ലോ” പോർത്തോസ് പറഞ്ഞു.

മണ്ണിലും രക്തത്തിലും പുതഞ്ഞ ആളുകൾ മുടന്തിക്കൊണ്ടോടുന്നു ണ്ടായിരുന്നു. യുദ്ധാവസാനത്തിലെ ബാക്കിപത്രങ്ങളാണവ.

ആതോസ് വാച്ചിലേക്കു നോക്കി.

“സുഹൃത്തുക്കളേ” ആതോസ് പറഞ്ഞു. “നാം ഇവിടെ വന്നിട്ട് ഒരു മണിക്കൂറായി. അതായത് നാം പന്തയത്തിൽ ജയിച്ചെന്നർഥം. പക്ഷേ കുറച്ചുനേരംകൂടി ഇവിടെ നിൽക്കണം. നല്ല ആർജവത്തിൽത്തന്നെ നേടി യെന്നു കാണിക്കാൻ. മാത്രമല്ല നമ്മുടെ പദ്ധതിയെക്കുറിച്ച് ചർച്ച ചെയ്യ ണമെന്ന് ആർട്ഗ്നനും പറഞ്ഞിരിക്കുകയാണല്ലോ.”

അയാൾ തോക്ക് ചുവരിൽ ചാരിവച്ചതിനുശേഷം, മിച്ചംവന്ന ഭക്ഷണം കഴിക്കാൻ മേശക്കരികിൽ ഇരുന്നു.

“എന്റെ പദ്ധതിയോ?” ആർട്ഗ്നൻ ചോദിച്ചു.

“അതെ. നിങ്ങൾക്കൊരു പദ്ധതിയുണ്ടെന്നു പറഞ്ഞല്ലോ.”

“അതെ. ഒരിക്കൽക്കൂടി ഇംഗ്ലണ്ടിൽ പോയി ബക്കിംഗ്ഹാമിനെക്കണ്ട ശേഷം അദ്ദേഹത്തിന്റെ ജീവനെതിരെയുള്ള തന്ത്രത്തെപ്പറ്റിയുള്ള മുന്നറി യിപ്പു കൊടുക്കണം. അതാണ് ഞാൻ ഉദ്ദേശിക്കുന്നത്.”

“അതു വേണ്ട” ആതോസ് പറഞ്ഞു.

"അതെന്തുകൊണ്ടാണ്? ഇതിനു മുമ്പും ഇതു ചെയ്തിട്ടുണ്ടല്ലോ."

"അതു ശരിതന്നെ. പക്ഷേ, അന്നു നാം തമ്മിൽ യുദ്ധം നടക്കുകയല്ലായിരുന്നു. അന്നു ബക്കിംഗ്ഹാം നമ്മുടെ ഒരു ബന്ധുവായിരുന്നു. നിങ്ങൾ ചെയ്യാനുദ്ദേശിക്കുന്നത് ശരിക്കും രാജ്യദ്രോഹമാണ്."

ആതോസ് പറഞ്ഞതിന്റെ അർഥം ആർട്ഗ്നനു ശരിക്കു മനസിലായി. അതുകൊണ്ട് അവൻ അയാളോടു എതിർത്തൊന്നും പറഞ്ഞില്ല.

"എനിക്കൊരാശയം തോന്നുന്നു" പോർത്തോസു പറഞ്ഞു.

"എല്ലാവരും നിശ്ശബ്ദരാകൂ, പോർത്തോസ് പറയട്ടെ."

"മോൺസ്യൂർ ട്രിവീലിയോട് എന്തെങ്കിലും കാരണം പറഞ്ഞ് ഞാൻ അവധിയെടുക്കാം. അതിനുള്ള ഉപായം എല്ലാവരുംകൂടി കണ്ടുപിടിക്കണം. ഞാൻ പോയി അവളെ കാണാം. അവൾക്കെന്നെ അറിയില്ലല്ലോ. അതുകൊണ്ട് സംശയിക്കുകയേയില്ല. അവളെ കണ്ടുപിടിച്ചാൽ ഉടനെ ഞാൻ അവളെ ഞെരിച്ചുകൊല്ലാം."

"അതു കുറച്ചു കൊള്ളാമെന്നു തോന്നുന്നു" ആതോസ് പറഞ്ഞു.

"പക്ഷേ ഒരു സ്ത്രീയെ കൊല്ലുകയെന്നു പറയുന്ന മാതിരിയുള്ള ഒരു ലജ്ജാകരമായ കാര്യം നിങ്ങൾക്കെങ്ങനെ ചിന്തിക്കാനാകുന്നു" ആറമീസ് ചോദിച്ചു. "പക്ഷേ എനിക്ക് നല്ലൊരു പദ്ധതിയുണ്ട്."

"അതെന്താണ്?" ബഹുമാനത്തോടെ ആതോസ് ചോദിച്ചു.

"നമുക്ക് രാജ്ഞിക്കു താക്കീതുകൊടുക്കാം."

"അതെ!" ആർട്ഗ്നൻ പറഞ്ഞുപോയി. "അതാണ് ഉചിതമായ മാർഗം."

"താക്കീതു കൊടുക്കണമെന്നോ?" ആതോസ് ചോദിച്ചു. "എങ്ങനെ? കൊട്ടാരത്തിൽ നമുക്ക് ബന്ധങ്ങളൊന്നുമില്ല. ക്യാമ്പിലുള്ളവർ അറിയാതെ ഒരാളിനെപ്പോലും നമുക്ക് പാരീസിലേക്കു വിടാനാകില്ല. മുന്നൂറ്റിയമ്പത് മൈലുണ്ട് അവിടെയെത്താൻ. നാം അയക്കുന്ന കത്ത് അങ്കേഴ്സിൽ എത്തുന്നതിനു മുമ്പുതന്നെ നമ്മളൊക്കെ ജയിലിലാകും."

"രാജ്ഞിക്ക് ഒരു കത്തെത്തിക്കുന്ന കാര്യം എനിക്കു പറ്റുമോയെന്നു ഞാൻ നോക്കട്ടെ" ആറമീസ് പറഞ്ഞു. "ഇതിനുപറ്റിയ ഒരാളെ എനിക്ക് ടുവേഴ്സിലുള്ളതായിട്ടറിയാം...."

ആതോസ് തന്റെ അഭിപ്രായംകേട്ട് ചിരിക്കുന്നതുകണ്ടപ്പോൾ, ആറമീസ് തന്റെ അഭിപ്രായം നിർത്തി.

"നമുക്ക് ഈ പദ്ധതി സ്വീകരിച്ചുകൂടെ" ആർട്ഗ്നൻ ചോദിച്ചു.

"ഞാനിത് തീർത്തും നിരാകരിക്കുന്നില്ല" ആതോസ് പറഞ്ഞു. "പക്ഷേ, എനിക്കൊരു കാര്യം പറയാനുണ്ട്. ആറമീസ് ക്യാമ്പിൽനിന്നും പുറത്തുപോകുകയാണെങ്കിൽ നമ്മുടെ എല്ലാപേരുടെയും കാര്യം കുഴപ്പത്തിലാകും. വേറെയാരെങ്കിലും കത്തുകൊടുക്കാൻ നാം ഏൽപ്പിച്ചാൽ, കർദിനാളിന്റെ ചാരപ്പുള്ളികളെല്ലാവരും അതു തിരിച്ചറിയും. ആറമീസിനെയും അയാളെയും ടുവേഴ്സിൽവച്ച് അവർ അറസ്റ്റുചെയ്യുകയും ചെയ്യും."

"രാജ്ഞി ബക്കിംഗ്ഹാമിന്റെ ജീവൻ രക്ഷിക്കാൻ നോക്കുന്നുവെന്ന് പറയേണ്ടല്ലോ. പക്ഷേ, നമ്മുടെ തലയെപ്പറ്റി അവരത്ര താൽപ്പര്യം കാണിക്കുമെന്നു തോന്നുന്നില്ല" പോർത്തോസ് പറഞ്ഞു.

"ശരിയാണ്" ആർട്ഗ്നൻ പറഞ്ഞു.

"എന്തോ ഒരു ശബ്ദം അകലെ കേൾക്കുന്നല്ലോ" ശബ്ദമുണ്ടാക്കാതിരിക്കാൻ അയാൾ കൈകളുയർത്തി മറ്റുള്ളവരോടു പറഞ്ഞു.

"യുദ്ധത്തിനുള്ള ബഹളമാണല്ലോ?"

അവർ ശ്രദ്ധിച്ചു. ചെണ്ടയുടെ മുഴക്കം തന്നെയായിരുന്നു.

"വരട്ടെ" ആതോസ് പറഞ്ഞു. "മുഴുവൻ പട്ടാളത്തെയും അയച്ചിരിക്കുന്നുവെന്ന് തോന്നുന്നു...... അവരിങ്ങ് എത്താൻ ഇനിയും പത്തുപതിനഞ്ച് മിനിറ്റുകൾ വേണം. അതിനുമുമ്പ് നമുക്കൊരു പദ്ധതിയുണ്ടാക്കാൻ കഴിയും.... ഈ കോട്ടയിൽനിന്നും പോയാൽ നമുക്കിരുന്ന് സംസാരിക്കാൻ പറ്റിയ മറ്റൊരു സ്ഥലം കിട്ടുകയില്ല. ഞാൻ എന്റെ ഉപായം പറയട്ടെ."

"പറഞ്ഞോളൂ."

"ആദ്യം എനിക്ക് ഗ്രിമൗഡിനോടു ഒരു കാര്യം പറയണം" ആതോസ് പറഞ്ഞു.

കോട്ടയിൽക്കിടക്കുന്ന ശവശരീരങ്ങളെ ചൂണ്ടിക്കൊണ്ട് അങ്ങോട്ടു ചെല്ലാൻ ആതോസ് ഗ്രിമൗഡിനോട് ആംഗ്യം കാണിച്ചു. "ഗ്രിമൗഡ് ഈ മൃതദേഹങ്ങളെ ചുവരിന്മേൽ ചാരിനിർത്തണം. തലയിൽ തൊപ്പിയും വയ്ക്കണം. കൈയിൽ തോക്കും."

"അതുകൊള്ളാം" ആർട്ഗ്നൻ പറഞ്ഞു. "എനിക്ക് എല്ലാം മനസിലായി."

"എനിക്കു മനസിലായില്ലല്ലോ" പോർത്തോസ് പറഞ്ഞു.

"പറഞ്ഞതു കേട്ടോ ഗ്രിമൗഡേ" ആറമീസ് പറഞ്ഞു.

ഗ്രിമൗഡ് തലകുലുക്കി. അയാൾ ശവശരീരങ്ങളെ ഉയർത്തിയെടുത്തു.

"ഗ്രിമൗഡ് അതു ചെയ്തോളൂ.... ശത്രുവിനെ സംബന്ധിച്ച് നമുക്ക് ഇക്കാര്യം മാത്രമേ ചെയ്യാനുള്ളൂ."

"ഈ ചത്തവന്മാരെക്കൊണ്ട് എന്താണ് ചെയ്യുന്നത്?" പോർത്തോസ് ചോദിച്ചു.

"നിങ്ങൾക്കത് ഉടനെ കാണാം."

"ആർട്ഗ്നൻ, നിങ്ങൾ പറഞ്ഞില്ലേ, ആ മിലാഡിക്ക് ഒരു ഭർതൃസഹോദരനുണ്ടെന്ന്?"

"ഉണ്ട്. എനിക്കയാളെ നേരിട്ടറിയാം. അവർ പരസ്പരം രസത്തിലാണെന്നു തോന്നുന്നില്ല."

"അതൊക്കെ നല്ലതിനാണ്" ആതോസ് പറഞ്ഞു. "അയാൾക്ക് അവളോടു ഇഷ്ടക്കേടുണ്ടെങ്കിൽ അതിലും നല്ലതാണ്."

"അയാളാണ് നമുക്ക് വേണ്ട ആൾ."

"അയാളുടെ പേരെന്താണ്?"

"വിന്ററിലെ പ്രഭു."

"അയാൾ ഇപ്പോൾ എവിടെയാണ്?"

"യുദ്ധത്തെക്കുറിച്ചു കേട്ടപാടെ അയാൾ ലണ്ടനിലേക്കു പോയി."

"അയാളെയാണ് നമുക്കാവശ്യം" ആതോസ് പറഞ്ഞു. "അയാളുമായി നാം ബന്ധപ്പെടണം. അവൾ ഒരാളെ കൊല്ലാനൊരുങ്ങിയിരിക്കുകയാണെന്ന് അയാളെ ധരിപ്പിക്കണം. അവളുടെമേൽ ഒരു ശ്രദ്ധയുണ്ടായിരിക്കണമെന്നും പറയണം. പശ്ചാത്തപിക്കുന്ന സ്ത്രീകളെ പാർപ്പിക്കുന്ന വല്ല സംഘടനകളുടെ സ്ഥാപനങ്ങൾ ഉണ്ടെങ്കിൽ അയാൾ അവളെ അവിടെക്കൊണ്ടാക്കും. പിന്നെ നമുക്ക് സ്വസ്ഥത കിട്ടിത്തുടങ്ങും."

"അതെ അവൾ വീണ്ടും പുറത്തുവരുന്നതുവരെ" ആർട്ഗ്നൻ പറഞ്ഞു.

"നിങ്ങൾ പലപ്പോഴും കൂടുതൽ പേടിക്കുന്നു. ഞാനിത് നന്നായി ആലോചിച്ചശേഷം ഉചിതമെന്നു തോന്നിയതുകൊണ്ട് പറയുകയാണ്" ആതോസ് പറഞ്ഞു.

"രാജ്ഞിയെയും വിന്ററിലെ പ്രഭുവിനെയും രണ്ടുപേരെയും അറിയിക്കുന്നതാണ് നല്ലതെന്ന് എനിക്കു തോന്നുന്നു" ആറമീസ് പറഞ്ഞു.

"അതെ. പക്ഷേ ലണ്ടനിലേക്കും ടുവേഴ്സിലേക്കുമായി രണ്ടു കത്തുകൾ കൊണ്ടുപോകണമല്ലോ. ആരെക്കിട്ടും അതിനായി?"

"ഒന്നു ബാസിൻ കൊണ്ടുപോകും" ആറമീസ് പറഞ്ഞു.

"മറ്റേത് പ്ലാഞ്ചെറ്റ് കൊണ്ടുപോകും" ആർട്ഗ്നൻ പറഞ്ഞു.

"കൊള്ളാം" പോർത്തോസ് പറഞ്ഞു. "നമുക്ക് ക്യാമ്പിൽത്തന്നെയുണ്ടാകണം. പക്ഷേ, വേലക്കാർക്ക് പോകാൻ തടസമൊന്നും ഇല്ലല്ലോ."

"ഇല്ലേയില്ല.... ഉടനെതന്നെ നമുക്ക് കത്തുകൾ എഴുതണം. എന്നിട്ട് കുറച്ച് പണവുംകൂടി കൊടുത്തുവിടണം."

"പണമോ?" ആതോസ് ചോദിച്ചു.

സുഹൃത്തുക്കൾ പരസ്പരം നോക്കി. ഉത്സാഹവദനരായിരുന്ന അവരുടെ മുഖം മ്ലാനമായി.

ആർട്ഗ്നൻ പെട്ടെന്ന് ചാടിയെഴുന്നേറ്റു. "അതാ നോക്കൂ.... ചുവപ്പും കറുത്തതുമായ കുത്തുകൾപോലെ പുതിയ സംഘം വരുന്നെന്നു തോന്നുന്നു. അവർ പട്ടാളത്തെ നമുക്കെതിരെ വീണ്ടും അയച്ചിരിക്കുകയാണല്ലോ."

"അതെ" ആതോസ് പറഞ്ഞു. "ചെണ്ടകളോ മറ്റു ആരവങ്ങളോയില്ലാതെയാണല്ലോ അവരുടെ വരവ്. നമ്മെ അതിശയിപ്പിക്കാൻ വേണ്ടിത്തന്നെ..... ഗ്രിമൗഡീ, നിങ്ങളുടെ പണി പൂർത്തിയായോ?"

ഗ്രിമൗഡ് തലകുലുക്കി. ഒരു ഡസൻ ശവശരീരങ്ങളെ ചുമരിനു ചുറ്റും ഉയർത്തിനിർത്തിക്കഴിഞ്ഞു. വാളും തോക്കുമൊക്കെ അവയുടെ കൈകളിൽ പിടിപ്പിച്ചിട്ടുണ്ട്. കണ്ടാൽ ജീവനുള്ളവർപോലെ.

"കൊള്ളാം" ആതോസ് പറഞ്ഞു. "നിങ്ങളുടെ ഭാവന കൂടിയായതിനാൽ നന്നായി."

"നമുക്ക് ആദ്യം പുറത്തുകടക്കാം" ആർട്ഗ്നൻ പറഞ്ഞു.

"ഒരുനിമിഷം, സുഹൃത്തുക്കളേ" ആതോസ് പറഞ്ഞു. "നമുക്ക് ആദ്യം ഈ ഭക്ഷണവും മറ്റും പൊതിഞ്ഞെടുക്കാനുള്ള സമയം ഗ്രിമൗഡിനു കൊടുക്കാം."

"അതാ ആ കറുത്തതും ചുവന്നതുമായ പുള്ളികൾ വലുതായിത്തുടങ്ങി." ആറമീസ് അങ്ങോട്ടു ചൂണ്ടിക്കൊണ്ടു പറഞ്ഞു. "നമുക്കിനി സമയം കളയാതെ ക്യാമ്പിലേക്കുതന്നെ പോകാം."

"അതെ തിരിച്ചുപോകുന്നതിന് ഇനി തടസങ്ങൾ ഒന്നുമില്ല" ആതോസ് പറഞ്ഞു. "ഒരു മണിക്കൂർനേരം ഇവിടെയുണ്ടാകുമെന്നല്ലേ നമ്മുടെ പന്തയം. ഇപ്പോൾ ഒന്നരമണിക്കൂറായി. നാം പന്തയത്തിൽ വിജയിച്ചു കഴിഞ്ഞു. നമുക്കിനിപോകാം."

മിച്ചംവന്ന ഭക്ഷണവും പൊതിഞ്ഞെടുത്തുകൊണ്ട് ഗ്രിമൗഡ് ഇതിനകം പുറത്തേക്കിറങ്ങിക്കഴിഞ്ഞിരുന്നു.

നാലു സുഹൃത്തുക്കളും പിന്നാലെ നടന്നു. അവർ കുറച്ചു നടന്നതേയുള്ളൂ. അപ്പോൾ ആതോസ് പറഞ്ഞു. "നിൽക്കൂ സുഹൃത്തുക്കളേ. നാം ഒരു കാര്യം മറന്നു."

"എന്ത്?"

"നമ്മുടെ കൊടി. അതു ശത്രുക്കളിൽപ്പെടാൻ പാടില്ല. അതൊരു കടലാസായാലും."

ആതോസ് കോട്ടയിലേക്കു ഓടിക്കയറി. കൊടിയെടുത്തു. അപ്പോഴേക്കും എതിർപട്ടാളക്കാർ എത്തിക്കഴിഞ്ഞിരുന്നു. അവർ ആതോസിനുനേരെ വെടിവച്ചു. എല്ലാം അയാളുടെ തലയ്ക്കുമീതെ പാഞ്ഞു–അയാളുടെ ജീവനെന്തോ മന്ത്രശക്തിയുള്ളതുപോലെ.

അയാൾ തിരിഞ്ഞ് എതിരാളികളെ നോക്കി ക്യാമ്പിനഭിമുഖമായി നിന്നുകൊണ്ട് ആ കൊടിയെടുത്തു വീശി. അയാളുടെ മുന്നിൽ ആനന്ദത്തിന്റെ ആർപ്പുവിളി കേട്ടു. മറുവശത്ത് ആക്രോശത്തിന്റെ കരച്ചിലും. പെട്ടെന്ന് വെടിയുണ്ടകൾ വീണ്ടും പാഞ്ഞു. അവ ആതോസിന്റെ കൈയിലെ കൊടിയിലൂടെ പാഞ്ഞു. മൂന്നു സുഷിരങ്ങൾ അതുണ്ടാക്കി. കൊടിക്ക് യഥാർഥരൂപം കിട്ടിയത് അപ്പോഴായിരുന്നു.

ക്യാമ്പിലുള്ളവർ അലറിവിളിച്ചു. "ഇറങ്ങിവരൂ. ഇറങ്ങിവരൂ."

ആതോസ് ഇറങ്ങിവന്നു. സുഹൃത്തുക്കൾക്ക് ആനന്ദം അടക്കാനായില്ല.

"നമുക്കു പോകാം" ആർട്ഗ്നൻ പറഞ്ഞു. "വേഗമാകട്ടെ! ഇത്രയും നേരം വിജയിച്ചുനിന്ന നമ്മൾ ഇനി പരാജയപ്പെടരുത്. പണത്തിന്റെ കാര്യം പിന്നെ ശരിയാക്കാം."

പക്ഷേ, ആതോസ് ധൃതിവച്ചില്ല. അയാൾ സാവകാശമേ നടന്നുള്ളൂ; അന്തസോടെ ഗ്രിമൗഡും കൂട്ടരും വളരെ മുന്നിലെത്തിക്കഴിഞ്ഞിരുന്നു.

കോട്ടയിലേക്കു വീണ്ടും വെടിയൊച്ച കേട്ടുതുടങ്ങി.

"എന്താണത്?" പോർത്തോസ് ചോദിച്ചു. "അവിടെ ആരുമില്ലല്ലോ."

"ആ ശവശരീരങ്ങളെയാണ് അവർ വെടിവയ്ക്കുന്നത്" ആതോസ് പറഞ്ഞു. "പക്ഷേ മരിച്ചവർ തിരിച്ചു വെടിവയ്ക്കില്ലല്ലോ."

"അതെ. ഇനി തങ്ങൾ ഏതോ കെണിയിൽപ്പെട്ടതായി എതിരാളികൾക്കു തോന്നും. എന്നിട്ട് അവർ ഒരു കൂടിയാലോചന നടത്തും. പരമാർഥമറിയുമ്പോൾ നാം നല്ല അകലത്തിലായിരിക്കും. അതുകൊണ്ട് ഇനി ധൃതിവയ്ക്കേണ്ട കാര്യമില്ല."

അവർ സാവകാശം അന്തസോടെ നടന്നു വരുന്നതുകണ്ടപ്പോൾ ക്യാമ്പിലുള്ളവർ ഉച്ചത്തിൽ ജയഘോഷം നടത്താൻ തുടങ്ങി.

വെടി തുടർന്നുകൊണ്ടുതന്നെ എതിരാളികൾ കോട്ടയിലേക്കു കയറി.

"അവർ കഴിവുകെട്ട പട്ടാളക്കാർ തന്നെ" ആതോസു പറഞ്ഞു. "നമ്മൾ എത്രപേരെ കൊന്നു? ഒരു ഡസനോ?"

"ഒരു പതിനഞ്ചെണ്ണം."

"എത്രപേരെ ചുവരിനടിയിലാക്കിക്കാണും?"

"ഒമ്പതോ പത്തോ പേരെ."

"പകരം നമ്മുടെ ശരീരത്തിൽ ഒരു പോറലുപോലും ആർക്കുമേൽപ്പിക്കാൻ ആയിട്ടില്ല.... അയ്യോ! നിന്റെ കൈയ്ക്കെന്തു സംഭവിച്ചു? രക്തമാണോ ഒഴുകുന്നത്?"

"ഇതൊന്നുമല്ല" ആർട്ഗ്നൻ പറഞ്ഞു.

"വെടിയേറ്റോ?"

"ഇല്ല."

"പിന്നെന്താണു പറ്റിയത്?"

"അതു മോതിരംകൊണ്ടു മുറിഞ്ഞതാണ്" ആർട്ഗ്നൻ പറഞ്ഞു.

"വൈരമോതിരം ധരിച്ചാൽ അങ്ങനെ തന്നെ...." ആതോസ് അൽപ്പം പുച്ഛത്തോടെ പറഞ്ഞു.

"വൈരക്കല്ലോ?" പോർത്തോസ് അത്ഭുതംകാട്ടി. "നിങ്ങളുടെ മോതിരത്തിൽ വൈരക്കല്ലുണ്ടെങ്കിൽ പണമില്ലായെന്നപേരിൽ സങ്കടപ്പെടുന്നതെന്തിന്?"

"അതെ" ആറമീസ് പറഞ്ഞു.

"നിങ്ങൾ പറഞ്ഞത് ശരിയാണ് പോർത്തോസേ" ആതോസു പറഞ്ഞു. "ഇപ്പോഴെങ്കിലും നല്ലൊരു കാര്യം നിങ്ങൾ പറഞ്ഞല്ലോ."

പോർത്തോസ് അന്തസോടെ നെഞ്ചുവിരിച്ചു നിന്നു.

"നമുക്ക് മോതിരം വിൽക്കാം."

"ഇല്ല; ഇത് രാജ്ഞി എനിക്കു തന്നതാണ്."

"അതുകൊണ്ട് അതുവിൽക്കാൻ കൂടുതൽ കാരണമായി." ആതോസ് പറഞ്ഞു. "കാമുകനായ ബക്കിംഗ്ഹാം പ്രഭുവിനെ രക്ഷിക്കാൻ രാജ്ഞിക്ക് അത് ഗുണം ചെയ്യും. അതിനെക്കാൾ വലിയ ഗുണമുണ്ടെന്നു

തോന്നുന്നില്ല. രാജ്ഞിയുടെ സുഹൃത്തുക്കളായ നമുക്കും രക്ഷകിട്ടും.... നമ്മുടെ പുരോഹിതൻ എന്തു പറയുന്നുവെന്ന് കേൾക്കട്ടെ."

"എനിക്കു തോന്നുന്നത്...." ആറമീസ് പറഞ്ഞു. "ആർട്ഗ്നന് അയാളുടെ കാമുകിയിൽനിന്നും കിട്ടിയതെന്ന നിലയ്ക്ക്, സ്നേഹത്തിന്റെ അടയാളമായി അയാൾക്ക് അതു വിൽക്കാം."

"നിങ്ങളെന്തായാലും ഒരു പണ്ഡിതനായ ദൈവതത്വശാസ്ത്രജ്ഞനെപ്പോലെ തന്നെയാണല്ലോ സംസാരിക്കുന്നത്?"

"നമുക്ക് ആ മോതിരം വിൽക്കാം."

"അത്രയല്ലേയുള്ളൂ" ആർട്ഗ്നൻ പറഞ്ഞു. "നമുക്കതു വിൽക്കാം."

എതിരാളികളുടെ വെടിയൊച്ച അവർ കേട്ടുകൊണ്ടേയിരുന്നു. പക്ഷേ ആർട്ഗ്നനും കൂട്ടരും അപകടസ്ഥലത്തുനിന്നും ഇതിനകം മാറിക്കഴിഞ്ഞിരുന്നു.

"പോർത്തോസിന്റെ ഉചിതമായ പദ്ധതിയാണ് നമ്മളെ രക്ഷിച്ചത്. അതിനാൽ നമുക്ക് അയാളോടു കടപ്പാടുണ്ട്" ആതോസ് പറഞ്ഞു. "നാം ഇപ്പോൾ നമ്മുടെ ക്യാമ്പിനടുത്ത് ഏകദേശം എത്തിക്കഴിഞ്ഞു. നടന്ന സംഭവത്തെപ്പറ്റി ഇനിയൊന്നും ആരും സംസാരിക്കരുത്. നമ്മളെ സ്വീകരിക്കാനായി അവർ പുറത്തിറങ്ങി നിൽക്കുകയാണ്. വിജയാരവത്തോടെ കൂട്ടിക്കൊണ്ടുപോകാനാണ്."

ക്യാമ്പിലെ ആളുകളെല്ലാം ആവേശഭരിതരായിരുന്നു. സംഭവത്തിന്റെ പിന്നിലെ യഥാർഥ കാരണങ്ങൾ മുഴുവനുമറിയില്ലെങ്കിലും രണ്ടായിരത്തോളം ആളുകൾ ആ സുഹൃത്തുക്കളുടെ ധീരമായ പ്രവൃത്തിക്കു സാക്ഷികളായി.

"ഭടന്മാർ നീണാൽ വാഴട്ടെ! പടയാളികൾ നീണാൽ വാഴട്ടെ!" അവർ ആർത്തുവിളിച്ചു.

മോൺസ്യൂർ ബുസൈനി മുന്നോട്ടു വന്നു. താൻ പന്തയത്തിൽ പരാജയപ്പെട്ടതു സമ്മതിച്ചശേഷം, വിജയിച്ച ആതോസിന്റെ കൈകൾ പിടിച്ചു കുലുക്കി. പിന്നാലെ സ്വിസും കുതിരക്കാരനും ഒക്കെ ഉണ്ടായിരുന്നു. എല്ലാപേരും അയാളുടെ കൈപിടിച്ചു കുലുക്കി. അഭിനന്ദനങ്ങളുടെയും കൈകുലുക്കലിന്റെയും ആലിംഗനത്തിന്റെയും ആരവത്തിന്റെയും കൈയടികളുടെയും ഒക്കെ ബഹളമായിരുന്നു കുറേനേരത്തേക്ക്.

ബഹളംകേട്ടപ്പോൾ കർദിനാൾ കരുതി ലഹള നടക്കുകയാണെന്ന്. ലാഹൗഡിനിയറിയെ വിവരമന്വേഷിക്കാൻ അദ്ദേഹമയച്ചു. ഭടന്മാരുടെ നേതാവാണല്ലോ അയാൾ.

മടങ്ങിവന്ന നേതാവിനോട് കർദിനാൾ ചോദിച്ചു. "എന്താ വിശേഷം?"

അറിഞ്ഞ സംഭവം മുഴുവൻ ലാഹൗഡിനിയർ കർദിനാളിനോടു പറഞ്ഞു.

"ആ മൂന്നു പടയാളികളുടെ പേരറിയാമോ?" കർദിനാൾ ചോദിച്ചു.

"അറിയാം തിരുമേനി."

"ആരൊക്കെയാണത്?"

"ആതോസ്, പോർത്തോസ്, ആറമീസ്."

"അവന്മാർ വീണ്ടും" കർദിനാൾ പിറുപിറുത്തു. "പിന്നെ ഒരു ഭടന്റെ കാര്യം പറഞ്ഞല്ലോ. അയാൾ ആരാണ്?"

"അയാൾ മോൺസ്യൂർ ആർട്ഗ്നനാണ്."

"ആ തെമ്മാടിപ്പയ്യൻ! ആ നാലുപേരെയും എന്റെകൂടെ ചേർക്കണം...."

അന്നു വൈകുന്നേരം കർദിനാൾ നടന്നതുമുഴുവൻ ട്രിവീലിയെ വിളിച്ചു ധരിപ്പിച്ചു. കാരണം ആ സംഭവമായിരുന്നു അവിടങ്ങളിലെ ചർച്ച മുഴുവനും. ആർട്ഗ്നനും കൂട്ടരും നേരത്തെതന്നെ അക്കാര്യം ട്രിവീലിയെ അറിയിച്ചിരുന്നതിനാൽ, കാര്യങ്ങളുടെ വ്യക്തത അദ്ദേഹത്തിനു കർദിനാളിനു കൊടുക്കാനായി; കൊടിത്തുണിയുടെ കാര്യം പോലും.

"ആ തുണി എനിക്കെത്തിക്കണം" കർദിനാൾ പറഞ്ഞു. "അതിൽ സ്വർണമുദ്ര തുന്നിപ്പിടിപ്പിച്ചശേഷം നിങ്ങളുടെ കമ്പനിക്ക് ഒരു കൊടിയായി ഞാൻ തരാം."

"അതു ഭടന്മാരോടു കാണിക്കുന്ന അനീതിയായിരിക്കും" ട്രിവീലി പറഞ്ഞു. "ആർട്ഗ്നൻ എന്റെ കമ്പനിയിലല്ല. അവൻ എസാർട്സിന്റെ കമ്പനിയിലാണ്."

"എങ്കിൽ അവനെ നിങ്ങളെടുത്തോളൂ" കർദിനാൾ പറഞ്ഞു. "അവർ നാലുപേരും ഒരേ സ്വഭാവക്കാരായ നിലയിൽ ഒരു കമ്പനിയിൽ നിൽക്കുന്നതാണ് നല്ലത്."

ആർട്ഗ്നനെ മറ്റു മൂന്നുപേരോടൊപ്പം ചേർക്കുന്ന കാര്യം ട്രിവീലി അവരോടു പറഞ്ഞു; പിറ്റേദിവസത്തേക്ക് ഭക്ഷണത്തിന് അവരെ ക്ഷണിക്കുകയും ചെയ്തു.

ആർട്ഗ്നന് സന്തോഷമായി.

ഒരു പടയാളിയാകുകയെന്നത് അവന്റെ ജീവിതാഭിലാഷമായിരുന്നു.

"അന്നത്തെ സംഭവം നല്ലൊരു പദ്ധതിയായിരുന്നു" ആർട്ഗ്നൻ ആതോസിനോടു പറഞ്ഞു. "അതാണല്ലോ നമ്മളെ ഒരുമിച്ചാകാൻ സഹായിച്ചത്."

"നാമെല്ലാവരും ഇനി കർദിനാളിന്റെ ആളായ സ്ഥിതിക്ക് നമ്മുടെ ചർച്ചകളൊന്നും ആരെയും സംശയിപ്പിക്കില്ല; എല്ലാം ദൈവത്തിന്റെ സഹായം തന്നെ" ആതോസ് പറഞ്ഞു.

സന്ധ്യയായപ്പോൾ ആർട്ഗ്നൻ വിവരങ്ങൾ അറിയിക്കാനും നന്ദി പറയാനുമായി മോൺസ്യൂർ എസാർട്സിനെ കാണാൻ പോയി. അദ്ദേഹത്തിന് അവനെ വളരെ സ്നേഹമായിരുന്നു. പുതിയ യൂണിഫോമും ആയുധങ്ങളും വാങ്ങാൻ സഹായിക്കാമെന്നും അദ്ദേഹം അവനോടു പറഞ്ഞു.

ആർട്ഗ്നൻ ആ സഹായം നിരാകരിക്കുകയാണുണ്ടായത്. പകരം തന്റെ കൈവശമുള്ള വൈരമോതിരം വിലയ്ക്കു വാങ്ങാൻ അവൻ അദ്ദേ

ഹത്തോടു പറഞ്ഞു. അങ്ങനെ എസാർട്സ് ആർട്ഗ്നന്റെ വൈരമോതിരം വാങ്ങുകയും ചെയ്തു.

പിറ്റേന്ന് രാവിലെയായപ്പോൾ ആ വൈരമോതിരത്തിന്റെ പണം മോൺസ്യൂർ എസാർട്സിന്റെ വേലക്കാരൻ ആർട്ഗ്നനു കൊണ്ടുകൊടുത്തു. അവൻ ആ ബാഗ് തുറന്നുനോക്കി – സ്വർണത്തിലെ ഏഴായിരം ലിവറി അതിലുണ്ടായിരുന്നു.

48

ഒരു കുടുംബകാര്യം

കാര്യങ്ങൾക്ക് നല്ലൊരു പേരിടാൻതന്നെ ആതോസ് തീരുമാനിച്ചു – ഒരു കുടുംബകാര്യം. ഒരു കുടുംബകാര്യമാകുമ്പോൾ കർദിനാളോ കുടുംബത്തിനു വെളിയിലുള്ള മറ്റാരെങ്കിലുമോ ഇടപെടാൻ പാടില്ലല്ലോ. ഒന്നും രഹസ്യമാക്കി വയ്ക്കുകയും വേണ്ട.

അതുകൊണ്ട് ആതോസ് ആ പേരുതന്നെപ്പറഞ്ഞു. ഒരു കുടുംബ കാര്യം. ആറമീസിന്റെ ആശയം വേലക്കാരെ ഉപയോഗപ്പെടുത്തുന്നതാ യിരുന്നു. പോർത്തോസാകട്ടെ വൈരരത്നത്തെ ഉപയോഗപ്പെടുത്താ മെന്നും കരുതി.

ഈ നാലുപേരിൽ ആശയങ്ങളുടെ കണ്ടുപിടിത്തത്തിന്റെ മിടുക്കൻ ആർട്ഗ്നനാണെങ്കിലും ഈ സാഹചര്യത്തിൽ അവന് ആശയങ്ങ ളൊന്നും ഉണ്ടായില്ല. മിലാഡിയുടെ പേരു കേട്ടപ്പോൾത്തന്നെ തളർന്നു വീണവനാണവൻ എന്നകാര്യം മറക്കാനാവില്ല.

പക്ഷേ, അവനെ അങ്ങനെ ഇപ്പോൾ തള്ളിക്കളയാനുമാകില്ല; വൈര മോതിരം വാങ്ങുന്ന ആളിനെ കണ്ടുപിടിച്ചത് അവനായിരുന്നല്ലോ.

മോൺസ്യൂർ ട്രിവീലിയോടൊപ്പമിരുന്നു ഭക്ഷണം കഴിക്കുന്ന അവ സരത്തിൽ അവർ പലതും പറഞ്ഞിരുന്നു. അപ്പോഴാണ് ആർട്ഗ്നന് സന്തോഷവും പുതുജീവനും കിട്ടിയത്. ഇതിനകം അവൻ ഒരു പടയാളി യുടെ വേഷം അണിഞ്ഞിരുന്നു. ആറമീസിന്റെ കവിതാപ്രസാധകർ നൽകിയ പണംകൊണ്ട് അയാൾ രണ്ടുജോഡി വീതം യൂണിഫോം വാങ്ങിയിരുന്നു. ആറമീസും ആർട്ഗ്നനും ഏറെക്കുറെ ഒരേ വണ്ണവും ഉയരവും ഉള്ളവരായിരുന്നതിനാൽ അയാൾ ഒരു സെറ്റ് വസ്ത്രം അവനു കൊടുത്തിരുന്നു.

മിലാഡിയെക്കുറിച്ചുള്ള ചിന്ത തന്റെ മനോമണ്ഡലത്തിൽ ഒരു കരി

മേഘമായി ചുറ്റിക്കറങ്ങിയില്ലായിരുന്നുവെങ്കിൽ, ആർട്ഗ്നൻ ഇതിനകം ആനന്ദത്തിലാറാടിയേനെ.

ഭക്ഷണാനന്തരം ആതോസിന്റെ മുറിയിൽ കൂടാമെന്ന് നാലുപേരും തീരുമാനിച്ചു; അവസാനക്രമീകരണങ്ങൾ ഇനിയും നടത്താനുണ്ടല്ലോ.

പടയാളിയുടെ വേഷം ധരിച്ചിരിക്കുന്നത് എല്ലാവരും കാണാൻ വേണ്ടി ആർട്ഗ്നൻ അന്തസോടെ ക്യാമ്പിൽ പകൽ മുഴുവൻ ചുറ്റിനടന്നു.

സായാഹ്നത്തിൽ മുൻതീരുമാനമുള്ളതിനാൽ അവർ ആതോസിന്റെ വീട്ടിൽ വന്നു; മറ്റു സുഹൃത്തുക്കളും ഉണ്ടായിരുന്നു. ഇനിയും മൂന്നു കാര്യങ്ങൾ അവനു തീരുമാനിക്കാനുണ്ടായിരുന്നു.

മിലാഡിയുടെ ഭർതൃസഹോദരന് എന്താണെഴുതേണ്ടത്?

ടുവേഴ്സിലുള്ള ആറമീസിന്റെ സുഹൃത്തിന് എന്താണെഴുതേണ്ടത്?

ഈ കത്തുകൾ കൊടുത്തുവിടാനായി ഏത് വേലക്കാരെ വേണം അയക്കേണ്ടത്?

നാലു സുഹൃത്തുക്കൾക്കും അവരവരുടെ വേലക്കാരെ വിടാനാണ് താൽപ്പര്യം കാണിച്ചത്. ആതോസ് ഗ്രിമൗഡിനെ വിടാനായി നിർബന്ധിച്ചു. യജമാനൻ പറയാതെ അയാൾ വായ തുറക്കുകയില്ലെന്ന് അയാൾ ഓർമപ്പെടുത്തുകയും ചെയ്തു. മോസ്ക്യൂട്ടനെ പോർത്തോസ് പുകഴ്ത്താൻ തുടങ്ങി. ശരാശരി ബലവാന്മാരായ നാലാളുകളേക്കാളും കരുത്ത് അയാൾക്കുണ്ടെന്ന് പോർത്തോസ് പറഞ്ഞു. ആറമീസും തന്റെ വേലക്കാരനായ ബാസിന്റെ സാമർഥ്യംനിറഞ്ഞ കഴിവുകൾ പറഞ്ഞുതുടങ്ങി. ആർട്ഗ്നനാകട്ടെ തന്റെ വേലക്കാരനിലും വലിയ ആത്മവിശ്വാസമായിരുന്നു. ബൗലോഗ്നിയിൽ വച്ചു നടന്ന ആക്രമണത്തിൽ അയാൾ നടത്തിയ ധീരതയാണ് അവൻ എടുത്തു പറഞ്ഞത്.

അവരവരുടെ വേലക്കാരുടെ നാലുതരം കഴിവുകൾ പുകഴ്ത്തുന്നത് ദീർഘനേരം അവിടെ നീണ്ടുനിന്നു. വായനക്കാർക്ക് മുഷിപ്പുണ്ടാകാതിരിക്കാനായി അക്കാര്യം ഇവിടെ ചേർക്കുന്നില്ല.

"നല്ലൊരു പരിഹാരം ഞാൻ പറയാം" ആതോസ് പറഞ്ഞു. "നാലു ഗുണങ്ങളും ഉള്ള ഒരാളിനെ അയയ്ക്കാം." അനുസരണ, ബലം, സാമർഥ്യം, ധീരത തുടങ്ങിയവയാണ് ആതോസ് ഉദ്ദേശിച്ചത്.

"അങ്ങനെയൊരാളെ എവിടെനിന്നും നമുക്ക് കണ്ടുപിടിക്കാനാകും?"

"ഒരിടത്തുനിന്നും കിട്ടുകയില്ല" ആതോസ് പറഞ്ഞു. "അതുകൊണ്ട് ഗ്രിമൗഡിനെ വിടാം."

"അതുവേണ്ട മോസ്ക്യൂട്ടനെ വിടാം."

"ബാസിനെ വിടാം."

"പ്ലാഞ്ചെറ്റിനെ വിടാം. അയാൾ ധീരനും സാമർഥ്യമുള്ളയാളുമാണ്. അപ്പോൾ നാലുഗുണങ്ങളിൽ രണ്ടു ഗുണങ്ങളുള്ള ആളാകുമല്ലോ."

"മാന്യരേ" ആറമീസ് പറഞ്ഞു. "ആർക്കാണ് ഈ നാലുഗുണങ്ങളുള്ളത് എന്ന് ചർച്ചചെയ്ത് കണ്ടുപിടിക്കുന്നതല്ല ഇവിടെ പ്രധാനം.

ഇവരിൽ ആർക്കാണ് പണത്തിന് കൂടുതൽ ആർത്തിയെന്നാണ് കണ്ടുപിടിക്കേണ്ടത്."

"അതു ശരിയാണ്" ആതോസ് പറഞ്ഞു. "കഴിവല്ല കണ്ടുപിടിക്കേണ്ടത്, കുറവാണ് കണ്ടുപിടിക്കേണ്ടത്. നിങ്ങൾ എന്തായാലും നല്ലൊരു തത്വശാസ്ത്രജ്ഞനാണ്."

"ഇക്കാര്യത്തിൽ ഞാൻ പറയുന്നതിൽ ശരിയുണ്ടെന്നു തന്നെയാണ് എനിക്കു തോന്നുന്നത്" ആറമീസ് പറഞ്ഞു. "അയയ്ക്കുന്നയാളിനെ നമുക്ക് യഥാർഥത്തിൽ വിശ്വസിക്കാൻ കഴിയണം. ജയം മാത്രമല്ല പരാജയം തടയുകയും വേണം ഇവിടെ. കാരണം പരാജയപ്പെട്ടാൽ സഹിക്കേണ്ടത് നാമാണ്, അല്ലാതെ വേലക്കാരല്ല."

"ഒന്നു പതുക്കെപ്പറയൂ" ആതോസ് പറഞ്ഞു.

"ശരി ശരി..... അല്ലെങ്കിൽത്തന്നെ നമ്മുടെ ജീവിതം ഇപ്പോൾത്തന്നെ അപകടത്തിലാണ്. നമുക്കുവേണ്ടി ജീവൻകളയാൻ തയാറുള്ള വേലക്കാർ ആരെങ്കിലും ഉണ്ടോയെന്തോ?"

"പ്ലാഞ്ചെറ്റിനുണ്ടെന്ന് ഞാൻ പറയുന്നു" ആർട്ഗ്നൻ പറഞ്ഞു.

"അങ്ങനെയെങ്കിൽ അയാൾക്ക് നല്ലൊരു പ്രതിഫലം കൊടുക്കൂ. പിന്നെ അയാളെ നിങ്ങൾക്ക് ഉറപ്പാക്കാമല്ലോ."

"അങ്ങനെയെങ്കിലും എനിക്കൊരു കാര്യം പറയാനുണ്ട്" ആതോസ് പറഞ്ഞു. "ഏതൊരു വേലക്കാരനും ഒരുപോലെയാണ്. പണത്തിനുവേണ്ടി എന്തും ചെയ്യുമെന്ന് ആദ്യം പറയും. പക്ഷേ, നടപ്പിലാക്കുമ്പോഴായിരിക്കും തീരുമാനം മാറ്റിത്തുടങ്ങുന്നത്. എതിരാളികൾ പിടികൂടുകയോ മർദിക്കുകയോ ചെയ്യുമ്പോഴായിരിക്കും എല്ലാം വിളിച്ചു പറയുന്നത്."

ആതോസ് വീണ്ടും പറഞ്ഞു. "നമ്മളാരും കൊച്ചുകുഞ്ഞുങ്ങളൊന്നുമല്ലല്ലോ. ഒന്നുമറക്കരുത് നാം. ഫ്രാൻസു മുഴുവനും യാത്ര ചെയ്തു വേണം നമുക്ക് ഇംഗ്ലണ്ടിലെത്താൻ. കർദിനാളിന്റെ ചാരന്മാർ ഇവിടെയൊക്കെ നിറഞ്ഞിരിക്കുകയാണ്. ഫ്രാൻസു കഴിഞ്ഞാൽപ്പിന്നെ കപ്പലിൽക്കയറാൻ അനുവാദം വേണം. ഇംഗ്ലണ്ടിൽ ചെന്നാലോ ലണ്ടനറിയാനുള്ള വഴി ചോദിക്കുന്നതിന് ഇംഗ്ലീഷറിയണം. എന്തായാലും പ്രയാസങ്ങൾ അധികമാണ്."

"അങ്ങനെയൊന്നുമല്ല" ആർട്ഗ്നൻ പറഞ്ഞു. "കാര്യങ്ങളെല്ലാം വളരെ എളുപ്പമായിരിക്കുമെന്നാണ് ഞാൻ കരുതുന്നത്. വിന്ററിലെ പ്രഭുവിന്റെ കാര്യത്തിൽ കർദിനാളിന്റെ കുറ്റങ്ങളെപ്പറ്റി നാം തെളിച്ചെഴുതുകയാണെങ്കിൽ...."

"പതുക്കെപ്പറയൂ. ഉച്ചത്തിലാകരുതേ" ആതോസ് പറഞ്ഞു.

"തൂക്കിലേറേണ്ട ഗതിയുണ്ടാക്കരുതേ....." ആർട്ഗ്നൻ പറഞ്ഞു. "ആതോസ് നിങ്ങൾതന്നെ പറഞ്ഞതാണല്ലോ ഇതൊരു കുടുംബക്കാര്യമാണെന്ന്. അതു മറന്നിട്ടില്ലല്ലോ. അതുകൊണ്ട് വിന്ററിലെ പ്രഭുവിന് നാം കത്തെഴുതുന്നത് ഒരു കുടുംബപാര്യമാണ്. ലണ്ടനിൽ എത്തിയാലുടനെ മിലാഡിയെ നമുക്ക് അപകടമുണ്ടാകാത്തവിധത്തിൽ അകറ്റുക

യെന്ന ഉദ്ദേശ്യം വരത്തക്കരീതിയിൽ വേണം കത്തെഴുതേണ്ടത്. ഈവിധ ത്തിലെ കത്ത് ഞാൻ എഴുതിത്തരാം."

"നിങ്ങൾ എഴുതാൻ പോകുന്ന കത്തൊന്നു പറയൂ.... കേൾക്കട്ടെ" ആറമീസ് വിമർശനചിന്തയോടെ ചോദിച്ചു.

"എന്റെ പ്രിയപ്പെട്ട സ്നേഹിതാ....."

"കൊള്ളാം. എന്റെ പ്രിയപ്പെട്ട സ്നേഹിതാ.... അതും ഒരു ഇംഗ്ലീഷു കാരനോട്...." ആതോസ് ഇടയ്ക്കു കയറിപ്പറഞ്ഞു. "അതു നല്ലൊരു തുടക്കം തന്നെയാണ്.... ഈ രണ്ടു വാക്കുകൾ മതി നിങ്ങളെപ്പിടിച്ചു തൂക്കിക്കൊല്ലാൻ."

"എങ്കിൽ ഞാൻ ഇങ്ങനെ തുടങ്ങാം. പ്രിയപ്പെട്ട സർ....."

"എന്റെ പ്രഭോ, എന്നു വേണം അഭിസംബോധന ചെയ്യേണ്ടത്" ആതോസ് പറഞ്ഞു. ആചാരമര്യാദകൾ സൂക്ഷിക്കുന്ന ഒരാളാണ് ഈ ആതോസ്.

"എന്റെ പ്രഭോ, ലക്സംബർഗിനു പിന്നിലുള്ള ആ സ്ഥലം നിങ്ങൾ ക്കു ഓർമയുണ്ടോ?"

"ലക്സംബർഗോ? അങ്ങനെ വയ്ക്കുകയാണെങ്കിൽ അവർ കരുതും അമ്മരാജ്ഞിയെപ്പറ്റിയുള്ള ഒരു സൂചനയാണെന്ന്" ആതോസ് പറഞ്ഞു.

"എന്നാൽ ഞാൻ ഇങ്ങനെയെഴുതാം. എന്റെ പ്രഭോ, ഞങ്ങൾ അങ്ങ യുടെ ജീവൻ രക്ഷിച്ചെടുത്തതായ ആ ഒഴിഞ്ഞസ്ഥലത്തെപ്പറ്റി ഓർക്കു ന്നോ?"

"ആർട്ഗ്നൻ, നിങ്ങൾ ഒരിക്കലും ഒരെഴുത്തുകാരനാവുകയില്ല" ആതോസ് പറഞ്ഞു. "ഞങ്ങൾ അങ്ങയുടെ ജീവൻ രക്ഷിച്ചെടുത്ത സ്ഥലം! അതൊരു നല്ലൊരു പ്രയോഗമല്ല. കടപ്പാടിനെക്കുറിച്ചുപറഞ്ഞ് ഒരാളിനും കത്തെഴുതരുത്. അതൊരു തെറ്റാണ്."

"ആതോസ്, നിങ്ങൾ വല്ലാത്ത ഒരു മനുഷ്യനാണ്. എപ്പോഴും ഇങ്ങനെ പറഞ്ഞാൽ എനിക്കൊന്നും എഴുതാനാവില്ല."

"അതെ. താൻ വാളും തോക്കും പിടിച്ചോണ്ടിരുന്നാൽ മതി. അതി ലാണല്ലോ നിങ്ങൾക്കു മിടുക്ക്. പേന നമ്മുടെ പുരോഹിതനു കൊടു ക്കാം. അത് അയാളുടെ തൊഴിലാണ്."

"ശരിയാണ്" പോർത്തോസ് പറഞ്ഞു. "എഴുത്തൊക്കെ അയാളെ ഏൽപ്പിക്കാം. ലാറ്റിൻഭാഷയിലും ലേഖനങ്ങൾ എഴുതുന്നയാളല്ലേ."

"കൊള്ളാം" ആർട്ഗ്നൻ പറഞ്ഞു. "കത്തെഴുതിക്കോളൂ ആറമീ സേ. നേരെയെഴുതണം. വിമർശിക്കാനിരിക്കുന്നത് ഞാനാണ്."

"എനിക്ക് കുഴപ്പമൊന്നുമില്ല" ആറമീസ് പറഞ്ഞു. ഒരു എഴുത്തു കാരന്റെ അഹങ്കാരം അയാൾ പ്രകടിപ്പിക്കാൻ മറന്നില്ല. "പക്ഷേ എനിക്ക് കൂടുതൽ വിവരങ്ങൾ വേണം. വിന്ററിലെ പ്രഭുവിന്റെ ആ സഹോദരി ഒരു ദുഷിച്ച സ്ത്രീയാണെന്ന് എനിക്കറിയാം. കർദിനാളുമായി അവൾ സംസാരിക്കുന്നത് ഞാനന്ന് നേരിട്ടു കേട്ടപ്പോൾത്തന്നെ അതു മനസി ലാക്കിയിരുന്നു."

"പതുക്കെപ്പറയൂ" ആതോസ് വീണ്ടും ഓർമപ്പെടുത്തി.

"പക്ഷേ, അവൾ എന്തൊക്കെച്ചെയ്തുവെന്ന് പൂർണമായും എനിക്ക് അറിയത്തില്ല" ആറമീസ് തീർത്തു പറഞ്ഞു.

"എനിക്കും അറിഞ്ഞുകൂടാ" പോർത്തോസ് പറഞ്ഞു.

ആർട്ഗ്നനും ആതോസും പരസ്പരം നോക്കി.

ആതോസ് ഒരുനിമിഷം ചിന്തിച്ചു. എന്നിട്ടയാൾ ആർട്ഗ്നനെ നോക്കി തലയാട്ടി. വിവരങ്ങളൊക്കെ താൻ പറയണമെന്ന അർഥത്തിൽ.

"ശരി എഴുതേണ്ടതിന്റെ ചുരുക്കം ഞാൻ പറയാം" അവൻ പറഞ്ഞു തുടങ്ങി. "എന്റെ പ്രഭോ, നിങ്ങളുടെ സഹോദരന്റെ ഭാര്യയായ മിലാഡി ഒരു പിശാചാണ്. സ്വത്തിനവകാശിയാകാൻവേണ്ടി അവൾ അങ്ങയെ കൊല്ലാൻവരെ നോക്കി. പക്ഷേ, നിങ്ങളുടെ സഹോദരനുമായുള്ള അവളുടെ വിവാഹം നിയമവിരുദ്ധമായിരുന്നു. ഫ്രാൻസിൽവച്ച് അവൾ ഇതിനുമുമ്പ് വിവാഹം ചെയ്തിട്ടുള്ളതാണ്. മാത്രമല്ല....."

"ഫ്രാൻസിലെ ഭർത്താവ് അവളെ ഉപേക്ഷിച്ചതാണ്" ആതോസ് പറഞ്ഞു.

"മുദ്രകുത്തപ്പെട്ടിരുന്നതിനാൽ" ആർട്ഗ്നൻ പറഞ്ഞു.

"മുദ്രകുത്തപ്പെട്ടവളോ. ദൈവമേ!" പോർത്തോസ് അലറി. "അവളാണോ ഭർത്താവിന്റെ സഹോദരനെ കൊല്ലാൻ നോക്കിയത്?"

"അതെ."

"വിന്ററിലെ പ്രഭുവിന്റെ സഹോദരനെ വിവാഹം ചെയ്യുമ്പോൾ അവൾക്ക് മറ്റൊരു ഭർത്താവുണ്ടായിരുന്നു അല്ലേ?" ആറമീസ് ചോദിച്ചു.

"അതെ."

"തോളിൽ മുദ്രപതിപ്പിച്ചിരുന്നത് ഭർത്താവ് കണ്ടുപിടിച്ചു, അല്ലേ?"

"അതെ."

"അവളുടെ തോളിലെ ആ മുദ്ര വേറെയാരാണ് കണ്ടെത്തിയത്?" ആറമീസ് ചോദിച്ചു.

"ആർട്ഗ്നനും ഞാനും" ആതോസ് പറഞ്ഞു. "അഥവാ ഞാനും ആർട്ഗ്നനും" കാലക്രമത്തിൽ അയാൾ പെട്ടെന്ന് തിരുത്തിപ്പറഞ്ഞു.

"ആ പിശാചിന്റെ ആദ്യ ഭർത്താവ് ഇപ്പോഴും ജീവിച്ചിരിക്കുകയാണോ?"

"ജീവിച്ചിരിപ്പുണ്ട്."

"ഉറപ്പാണോ?"

"എനിക്കുറപ്പുണ്ട്."

ഒരുനിമിഷത്തേക്ക് അവിടെ പൂർണ്ണനിശബ്ദതയായി. ഓരോരുത്തരും ഓരോവിധത്തിലാണ് ചിന്തിച്ചുവന്നത്. ആതോസ് വീണ്ടും സംസാരിച്ചു തുടങ്ങി.

"ഇപ്പോൾ ആർട്ഗ്നൻ പറഞ്ഞതൊക്കെ ശരിയായിരുന്നു" ആതോസ് പറഞ്ഞു. "ആ വിവരങ്ങളൊക്കെ ചേർത്തുവേണം കത്തു തയാറാക്കേണ്ടത്."

"അതെ ആതോസ്" ആറമീസ് പറഞ്ഞു. "പക്ഷേ ഉചിതമായ പദങ്ങൾ ഉപയോഗിക്കുന്നതാണ് പ്രധാനം. അത്തരം ഒരു കത്തെഴുതാൻ ചാൻസലറിനുപോലും ബുദ്ധിമുട്ടുകാണും. അദ്ദേഹം റിപ്പോർട്ടെഴുതാനുപയോഗിക്കുന്ന മിടുക്കുപയോഗിച്ചാലും അതു പറ്റത്തില്ല.... ഇനി ഇതിനെ സംബന്ധിച്ച ചർച്ചകളൊന്നും വേണ്ട ഞാൻ ശ്രമിച്ചു നോക്കാം."

അയാൾ പേനയെടുത്തു. ഒരുനിമിഷത്തേക്ക് എന്തോ ആലോചിച്ചു. തുടർന്ന് പെണ്ണുങ്ങളുടെ കൈയക്ഷരത്തിൽ, വൃത്തിയായി എഴുതി. അതിലെ ഓരോ വാക്കിനും പ്രാധാന്യം കൊടുത്തുകൊണ്ട് നിർത്തി നിർത്തി ഉച്ചത്തിൽ അയാളതു വായിച്ചു വായിച്ചു കേൾപ്പിക്കുകയും ചെയ്തു.

"എന്റെ പ്രഭോ,

റൂയി ഡി എൻഫറിന്റെ പിന്നിലെ ഒരൊഴിഞ്ഞ ഭാഗത്തു വച്ചു അങ്ങയുമായി ഒരിക്കൽ ദ്വന്ദ്വയുദ്ധം നടത്താനിടയായ ഒരാളാണ് ഈ കത്തെഴുതുന്നത്. അങ്ങ് ഈ മനുഷ്യനോട് ഒരു സുഹൃത്തിനെപ്പോലെ പെരുമാറിയതിന് ധാരാളം തെളിവുകളുണ്ട്. പകരം അയാൾ സ്നേഹത്തിന്റെ അടയാളമായി മുന്നറിവിന്റെ ഒരു വാക്കുനൽകാൻ കടപ്പെട്ടിരിക്കുന്നുയെന്ന് കരുതുന്നു. അങ്ങയുടെ ഒരു അടുത്തബന്ധു അങ്ങയെ രണ്ടു പ്രാവശ്യം കൊല്ലാൻ ശ്രമിച്ചിരുന്നു. നിങ്ങളുടെ അനന്തരവകാശിയാണ് അവളെന്ന് കരുതുന്നു. പക്ഷേ, ഇംഗ്ലണ്ടിൽവച്ച് അവൾ വിവാഹം കഴിക്കുന്നതിനുമുമ്പ് ഫ്രാൻസിൽവച്ച് അവൾ മറ്റൊരാളെ വിവാഹം കഴിച്ചിട്ടുള്ളതായിരുന്നു. നിങ്ങളുടെ ജീവനിൽ ഒരു മൂന്നാം തവണ അവൾ കൈവയ്ക്കാൻ നോക്കുകയാണ്. അവൾ ഇതിനകം ലാറൊച്ചിലിയിൽ നിന്നും ഇംഗ്ലണ്ടിലേക്കു പൊയ്ക്കഴിഞ്ഞിരിക്കുകയാണ്. അവളെ സൂക്ഷിച്ചോളണം; ഭയാനകവും വലുതുമായ പദ്ധതികൾ അവൾക്കുണ്ട്. അവൾക്ക് എന്തൊക്കെച്ചെയ്യാൻ പറ്റുമെന്നറിയണമെങ്കിൽ, അവളുടെ ഇടത്തെ തോളിന്മേൽ എഴുതിയിരിക്കുന്ന ചരിത്രം വായിച്ചാൽ മതിയാകും."

"അസലായിരിക്കുന്നു" ആതോസ് പറഞ്ഞു. "ആറമീസേ, നിങ്ങളുടെ കത്തുകണ്ടാൽ രാജ്യത്തിന്റെ സെക്രട്ടറിയാണെന്നു തോന്നും. ഈ കത്തു കിട്ടിയാൽ അദ്ദേഹം പിന്നെ സ്വയം സൂക്ഷിച്ചോളും. ഇതു കിട്ടുന്നത് കർദിനാളിന്റെ കൈയിലാണെങ്കിൽ നമ്മുടെ കാര്യം തീർന്നതു തന്നെ. ഒരു ഭയമേയുള്ളു. കത്തുമായി പോകുന്നവൻ ചാലെരൗൾട്ടിലോ മറ്റോ തങ്ങിയാലോ. എന്നിട്ട് ഇംഗ്ലണ്ടിൽ ചെന്നെന്ന് നമ്മോടു പറയുകയും ചെയ്യും. അതുകൊണ്ട് ഒരുകാര്യം ചെയ്യാം, കത്തിന്റെകൂടെ പ്രതിഫലത്തിന്റെ പകുതി തുക മുൻകൂറായി കൊടുക്കണം. മറുപടിയുമായി വരുമ്പോൾ ബാക്കിയും നൽകാം. ആർട്ഗ്നൻ, നിങ്ങളുടെ കൈയിൽ ആ വൈരമോതിരമുണ്ടല്ലോ?"

"വൈരമോതിരത്തെക്കാൾ നല്ലൊരു സാധനം എന്റെ കൈയിലുണ്ട്. അതു വിറ്റുകിട്ടിയ പണം എന്റെ കൈയിലുണ്ട്" ആർട്ഗ്നൻ പറഞ്ഞു.

ആർട്ഗ്നൻ പണം ഇരിക്കുന്ന ബാഗെടുത്ത് മേശപ്പുറത്തു വച്ചു.

അതിനുള്ളിൽ സ്വർണനാണയങ്ങൾ കിലുങ്ങിയപ്പോൾ പോർത്തോസ് ആനന്ദംകൊണ്ട് തുള്ളിപ്പോയി. ആറമീസ് വാ പൊളിച്ചുപോയി. ആതോസ് നിർവികാരനായിട്ടുമിരുന്നു.

"എത്രയുണ്ട് ആ ബാഗിൽ" അയാൾ ചോദിച്ചു.

"പന്ത്രണ്ട്. ഫ്രാൻസ് ലൂയിസായിട്ട് ഏഴായിരം ലിവിറിനുണ്ട്."

"ഏഴായിരം!" പോർത്തോസ് അത്ഭുതപ്പെട്ടു. "ആ ചെറിയ വൈര മോതിരത്തിന് അത്രയും മൂല്യമോ?"

"പ്രത്യക്ഷത്തിൽ അത്രയുമുണ്ട്" ആതോസ് പറഞ്ഞു. "അതല്ലേ ഇവിടെയിരിക്കുന്നത്. പിന്നെ സംശയമെന്താണ്. എന്തായാലും ആർട്ഗ്നൻ തന്റെ കൈവശമുണ്ടായിരുന്ന പണമൊന്നും അതിനോടു ചേർത്തിട്ടില്ല."

"നാം രാജ്ഞിയുടെ കാര്യം മറക്കുകയാണെന്നു തോന്നുന്നു" ആർട്ഗ്നൻ പറഞ്ഞു. "അവളുടെ പ്രിയപ്പെട്ട ബക്കിംഗ്ഹാമിന്റെ ആരോഗ്യത്തെക്കുറിച്ചും നാം അൽപ്പമൊന്നു ചിന്തിക്കണം. അവളോടു നമുക്ക് കാണിക്കാവുന്ന ഏറ്റവും നിസ്സാരമായ കടപ്പാടായിരിക്കും."

"ശരിയാണ്" ആതോസ് പറഞ്ഞു. "അതു ആറമീസ് ചെയ്യേണ്ടതാണ്."

ആറമീസിന്റെ മുഖം ചുവന്നു. "അതിനു ഞാനെന്തുചെയ്യണം?"

"ടുവേഴ്സിലുള്ള നിങ്ങളുടെ സുഹൃത്തിനു കത്തെഴുതണം" ആതോസ് പറഞ്ഞു. "അതു എളുപ്പമല്ലേ?"

ആറമീസ് വീണ്ടും പേനയെടുത്തു; ഒരുനിമിഷം ആലോചിച്ചു. രണ്ടാമത് ഒരു കത്തുകൂടിയെഴുതി. എഴുതിയത് തന്റെ സുഹൃത്തുക്കൾക്കു വായിച്ചുകേൾപ്പിക്കുകയും ചെയ്തു. "എന്റെ പ്രിയപ്പെട്ട കസിൻ,....."

"അവൾ എന്റെ ആദ്യത്തെ കസിനാണ്."

"അതു ശരി."

ആറമീസ് വീണ്ടും വായിച്ചു.

"എന്റെ പ്രിയപ്പെട്ട കസിൻ,

കർദിനാൾ തിരുമേനി ലാറൊച്ചിലിയിലെ നിരീശ്വരവാദികളായ എതിരാളികളെ സംഹരിക്കാൻ തീരുമാനിച്ചിരിക്കുകയാണ്. ഫ്രാൻസിന്റെ സന്തോഷത്തിനും ഫ്രാൻസിന്റെ ശത്രുക്കളുടെ നാശത്തിനും വേണ്ടിയാണല്ലോ ദൈവം അദ്ദേഹത്തെ സംരക്ഷിച്ചു സൂക്ഷിക്കുന്നത്. എന്തായാലും ഇംഗ്ലീഷ് കപ്പൽസേന പട്ടണത്തിന്റെ കാഴ്ചയിൽപ്പെട്ടുതുടങ്ങുന്ന അകലത്തിൽപ്പോലും വരാൻ സാധ്യതയില്ല. ബക്കിംഗ്ഹാം പ്രഭുവിന് ഇംഗ്ലണ്ട് വിടുന്നതിന് തടസമാകുന്ന ഒരു വലിയ സംഗതിയുണ്ടാകുമെന്നാണ് ഞാൻ കരുതുന്നത്. ലോകം കണ്ടിട്ടുള്ളതിൽ വച്ചും ഇനി കാണാൻ പോകുന്നതിലും വച്ച് ഏറ്റവും വലിയ രാജ്യതന്ത്രജ്ഞനാണ് തിരുമേനി. തടസമായി സൂര്യൻ നിന്നാലും അദ്ദേഹം അതിനെ നശിപ്പിക്കും. ഈ സുവാർത്ത നിങ്ങളുടെ സഹോദരിക്ക് എത്തിച്ചുകൊടുക്കണം. ആ ശപിക്കപ്പെട്ട ഇംഗ്ലീഷുകാരൻ മരിച്ചുവെന്നാണ് ഞാൻ ഒരു

സ്വപ്നത്തിൽക്കണ്ടത്. കുത്തേറ്റാണോ വിഷം കഴിച്ചിട്ടാണോ മരിച്ചതെന്ന് എനിക്ക് ഉറപ്പില്ല. പക്ഷേ, അയാൾ മരിച്ചെന്നുള്ളത് തീർച്ചയാണ്. എന്റെ സ്വപ്നങ്ങൾ ഒരിക്കലും തെറ്റാറില്ലെന്നറിയാമല്ലോ. അതിനാൽ വേഗം മടങ്ങിവരുമെന്ന് പ്രതീക്ഷിക്കുക."

"ഒന്നാന്തരം!" ആതോസ് പറഞ്ഞു. "ആറമീസേ, നിങ്ങൾ കവികളുടെ രാജാവു തന്നെയാണ്. ഈ കത്തിൽ പറഞ്ഞിരിക്കുന്നത് പരമസത്യമാണ്. ഇനി അതിൽ ഏതുവിധത്തിൽ മേൽവിലാസം എഴുതണമെന്നതാണ് പ്രശ്നം."

"അതെളുപ്പമാണല്ലോ" ആറമീസ് പറഞ്ഞു.

അയാൾ ആ കത്ത് സൂക്ഷിച്ചു മടക്കിയെടുത്തു. തുടർന്ന് അതിന്റെ പുറംഭാഗത്ത് ഇങ്ങനെയെഴുതി:

മാഡം മേരി മിച്ചൻ അവർകൾക്ക്,
തുണിക്കാരി,
ടുവേഴ്സ്.

മൂന്നു സുഹൃത്തുക്കളും പരസ്പരം നോക്കി; അവർ ചിരിച്ചുപോയി. അയാളുടെ കത്തും വിലാസവും എല്ലാവരെയും ചിരിപ്പിച്ചുപോയിരുന്നു.

"ബാസിൻ വേണം കത്ത് കൊണ്ടുപോകാൻ" ആറമീസ് പറഞ്ഞു. "എന്റെ കസിന് അറിയാവുന്നതും വിശ്വാസമുള്ളതും ബാസിനോടു മാത്രമാണ്. വേറെ ആരെവിട്ടാലും പരാജയമായിപ്പോകും. ബാസിനാകട്ടെ ശുഭാപ്തിവിശ്വാസക്കാരനും അറിവുള്ളവനുമാണ്. അയാൾ ചരിത്രം പഠിച്ചിട്ടുണ്ട്. സിക്സ്റ്റസ് പോപ്പ് അഞ്ചാമൻ തന്റെ ജീവിതം പന്നിയെ മേയ്ക്കുന്ന ഒരിടയനായിട്ടാണ് ആരംഭിച്ചത്. എന്നോടൊപ്പം വൈദികനാകാനാണ് അയാൾക്കിഷ്ടം. ഒരിക്കൽ അയാൾ പോപ്പാകുമെന്ന് കരുതുന്നു. അങ്ങനെ ലക്ഷ്യബോധമുള്ള ഒരു മനുഷ്യൻ പിടിക്കപ്പെടാൻ സാധ്യതയില്ല. അഥവാ അങ്ങനെ പിടിക്കപ്പെട്ടാലും ഒരു അക്ഷരംപോലും അയാൾ പുറത്തുപറയില്ല, മരിക്കേണ്ടിവന്നാലും."

"ശരി" ആർട്ഗ്നൻ പറഞ്ഞു. "നിങ്ങളുടെ ജോലിക്ക് ബാസിനെ തന്നെ വിട്ടോളൂ. പക്ഷേ, എന്റെ കാര്യത്തിന് ഞാൻ പ്ലാഞ്ചെറ്റിനെ വിടട്ടെ. മിലാഡി ഒരുനാൾ അയാളെ അവിടെനിന്നും വിരട്ടിയോടിച്ചതാണ്. നല്ല ഓർമശക്തി അയാൾക്കുണ്ട്. പ്രതികാരം ചെയ്യാൻ അയാൾ അത്ര മോശമൊന്നുമല്ല. ടുവേഴ്സിലേക്കുള്ള യാത്രതുടരാൻ ആറമീസ് തന്നെ വേണ്ട ഏർപ്പാടുകൾ ചെയ്തോളൂ. ലണ്ടനിലേക്കു യാത്ര ഞാനും ഏർപ്പാടാക്കാം. ഞാൻ മുമ്പൊരിക്കൽ പോയിട്ടുള്ളതാണ്. വഴിയൊക്കെ എനിക്കു നല്ല നിശ്ചയമാണ്. അതിനാൽ ദയവായി പ്ലാഞ്ചെറ്റിനെത്തന്നെ അയച്ചേക്കട്ടെ. അയാളും ഒരിക്കൽ അങ്ങോട്ടു പോയിട്ടുള്ളതാണ്....."

"എന്നാൽ ശരി" ആതോസ് പറഞ്ഞു. "ഇനി പ്രതിഫലത്തിന്റെ കാര്യം എഴുന്നൂറ് ലിവറിസ് യാത്ര പോകുമ്പോൾ തരാം. മടങ്ങിവരുമ്പോൾ ബാക്കി എഴുന്നൂറും. അങ്ങനെ ആയിരത്തി നാന്നൂറ് ലിവറിസ്. ടുവേഴ്സിൽ പോയിവരാനായിട്ട് ബാസിന് അറുന്നൂറ് ലിവറിസ് കൊടു

ക്കണം. പോകുമ്പോൾ മുന്നൂറും തിരിച്ചുവരുമ്പോൾ മുന്നൂറും നൽകാം. ഒക്കെക്കഴിഞ്ഞാൽ ബാക്കി അയ്യായിരം ലിവറിസ് കാണും. ആയിരം വീതം ഓരോരുത്തർക്കും എടുക്കാം. ഇഷ്ടംപോലെ ഉപയോഗിക്കാമല്ലോ. ബാക്കിയുള്ള ആയിരം ലിവറിസിനെ ഭദ്രമായി സൂക്ഷിക്കാം. എപ്പോഴാണ് ഒരു അത്യാവശ്യം ഉണ്ടാകുന്നതെന്നറിയില്ലല്ലോ."

"ഗ്രീക്കുകാരിൽ ഏറ്റവും ബുദ്ധിമാനായ നെസ്തോറിനെപ്പോലെയാണ് നിങ്ങൾ സംസാരിക്കുന്നത്" ആറമീസ് പറഞ്ഞു.

"അപ്പോൾ കാര്യങ്ങളൊക്കെ പറഞ്ഞതു മാതിരിയന്നു തന്നല്ലോ" ആതോസ് പറഞ്ഞു. "പ്ലാഞ്ചെറ്റും ബാസിനുമാണ് കത്തുകൾ കൊണ്ടുപോകുന്നത്. സത്യം പറയട്ടെ, ഗ്രിമൗഡ് എന്നോടൊപ്പം നിൽക്കുന്നതിൽ എനിക്കു ദുഃഖമൊന്നുമില്ല. എന്റെ ആവശ്യങ്ങളൊക്കെ അയാൾക്കറിയാം. അയാളില്ലെങ്കിൽ എനിക്കു പലതും നഷ്ടമാകും. ഇന്നലത്തെ ഉല്ലാസയാത്ര അയാളെ വല്ലാതെ ഉലച്ചുകാണും. ലണ്ടനിൽ അയാളെ അയച്ചാൽ അയാൾക്കു വല്ലതും സംഭവിക്കുമെന്ന് ഞാൻ ഭയപ്പെടുകയും ചെയ്യുന്നു."

പ്ലാഞ്ചെറ്റിനു കൊടുക്കേണ്ട നിർദേശങ്ങളൊക്കെ കൊടുത്തു. ആർട്ഗ്നൻ നേരത്തെതന്നെ അയാളോടു പറഞ്ഞിരുന്ന അയാളുടെ ആവശ്യം വേണ്ടിവരുമെന്ന്. ആ ദൗത്യത്തിലടങ്ങിയിരിക്കുന്ന മഹത്വവും അത് എത്തിക്കുന്ന പണവും ആ യാത്രയിൽ ഉണ്ടാകാനിടയുള്ള അപകടങ്ങളും ഒക്കെ അവൻ അയാളോടു പറഞ്ഞിരുന്നു.

എന്റെ ഉടുപ്പിന്റെ സ്ലീവിനുള്ളിൽ ആ കത്ത് വച്ചോളാമെന്ന് പ്ലാഞ്ചെറ്റ് പറഞ്ഞു. തന്നെ പിടിക്കുകയാണെങ്കിൽ എടുത്തു വിഴുങ്ങുമെന്നും അയാൾ പറഞ്ഞു.

"അങ്ങനെ ചെയ്താൽ ആ കത്ത് എത്തിക്കാനാവില്ലല്ലോ" ആർട്ഗ്നൻ പറഞ്ഞു.

"കത്തിന്റെ ഒരു പകർപ്പ് ഇന്നുരാത്രിതന്നെ എനിക്കു തന്നാൽ ഞാൻ അതു മനപ്പാഠമാക്കാം" പ്ലാഞ്ചെറ്റു പറഞ്ഞു.

ആർട്ഗ്നൻ സ്നേഹിതന്മാരെ നോക്കി. "ഞാനെന്താണ് പറഞ്ഞത്? അവൻ തുടർന്നു പറഞ്ഞു. "വിന്ററിലെ പ്രഭുവിന്റെ അരികിലെത്താൻ നിങ്ങൾക്ക് എട്ടുദിവസം ലഭിക്കും. തിരിച്ചുവരാനും എട്ടുദിവസം കിട്ടും. എല്ലാംകൂടി പതിനാറ് ദിവസം. പതിനാറാമത്തെ ദിവസം വൈകുന്നേരം എട്ടുമണിക്ക് നിങ്ങൾ മടങ്ങിവന്നില്ലെങ്കിൽ പ്രതിഫലമൊന്നും കിട്ടില്ല. അഞ്ചുമിനിറ്റ് വൈകിയാൽപ്പോലും പണം കിട്ടില്ല."

"എങ്കിൽ എനിക്കൊരു വാച്ച് വേണം" പ്ലാഞ്ചെറ്റു പറഞ്ഞു.

ആതോസ് സ്വന്തം വാച്ച് നീട്ടിക്കൊണ്ടു പറഞ്ഞു. "ഇതെടുത്തോളു.... ഇനി നിങ്ങൾ ധീരനെപ്പോലെ ജോലി ചെയ്തോളൂ. വെറുതേ സംസാരിച്ചുനിന്ന് ഒരിടത്തും സമയം കളയരുത്. അത് നിങ്ങളുടെ യജമാനനെ കുരുതികൊടുക്കുന്നതിനു സമമായിരിക്കും. നിങ്ങൾ പരാജയപ്പെടുകയില്ലായെന്ന ഉത്തമവിശ്വാസത്തിലാണ് കാര്യങ്ങൾ ഏൽപ്പിക്കുന്നതെന്ന

കാര്യം മറക്കരുത്. നിങ്ങളുടെ പ്രവൃത്തിമുഖാന്തിരം ആർട്ഗ്നനു വല്ലതും സംഭവിച്ചാൽ നിങ്ങൾ എവിടെയായിരുന്നാലും ഞാൻ കണ്ടുപിടിക്കുകയും കുത്തിക്കുടലെടുക്കുകയും ചെയ്യും. ഓർമ വേണം...."

"ശരി സർ....." പ്ലാഞ്ചെറ്റ് തറച്ചുപറഞ്ഞു. ആതോസ് തന്നെ സംശയിക്കുന്നതിന്റെ പ്രയാസം അയാൾക്കുണ്ടായിരുന്നു. ആതോസിന്റെ ആ ഉറച്ചതീരുമാനം അയാളെ ഭയപ്പെടുത്തുകയും ചെയ്തു.

"നിങ്ങളെ ജീവനോടെ ഞാൻ തൊലിയുരിക്കും" ഉണ്ടക്കണ്ണുകൾ കൊണ്ട് പ്ലാഞ്ചെറ്റിനെ തുറിച്ചുനോക്കിക്കൊണ്ട് പോർത്തോസു പറഞ്ഞു.

"ശരി സർ."

"നിങ്ങളെ ചെറുതീയിലിട്ട് പൊരിച്ചെടുക്കും" ആറമീസും അയാളെ ഭയപ്പെടുത്തി.

"ശരി സർ."

പ്ലാഞ്ചെറ്റ് അറിയാതെ കരഞ്ഞുപോയി. ഭയന്നതുകൊണ്ടാണോ അതോ ആ നാലു സുഹൃത്തുക്കളും ഒന്നാകുന്നതുകണ്ടിട്ടാണോ അയാൾ കരഞ്ഞുപോയതെന്ന് നമുക്കു പറയാനാകില്ല.

ആർട്ഗ്നൻ പ്ലാഞ്ചെറ്റിന്റെ കൈപിടിച്ചു; അയാളെ ആലിംഗനം ചെയ്യുകയും ചെയ്തു.

"പ്ലാഞ്ചെറ്റേ, നിങ്ങൾ തെറ്റിദ്ധരിക്കരുത്. ഇവരൊക്കെ നിങ്ങളോട് ഈവിധത്തിൽ സംസാരിച്ചത് എന്നോടവർക്കുള്ള കൂറുള്ളതുകൊണ്ടാണ്; യഥാർഥത്തിൽ അവർക്ക് നിങ്ങളെ വലിയ ഇഷ്ടമാണ്.

"ഒന്നുകിൽ ഞാൻ വിജയിക്കും; അല്ലെങ്കിൽ എന്നെ വെട്ടിനുറുക്കുമായിരിക്കും. അങ്ങനെയായാലും എന്റെ ഒരു മാംസക്കഷണവും അങ്ങേക്കെതിരായി സംസാരിക്കുകയില്ല" പ്ലാഞ്ചെറ്റ് പറഞ്ഞു.

പിറ്റേന്ന് രാവിലെ എട്ടുമണിക്ക് പ്ലാഞ്ചെറ്റിനെ യാത്രയാക്കണമെന്ന് അവർ തീരുമാനിച്ചു. രാത്രിയിലിരുന്ന് കത്ത് വായിച്ച് അയാൾക്ക് മനപ്പാഠമാക്കുകയും ചെയ്യാനാകും. പതിനാറാം ദിവസം സായാഹ്നത്തിൽ എട്ടുമണിക്കുമുമ്പ് അയാൾക്കു തിരിച്ചെത്തുകയും ചെയ്യണം.

പിറ്റേന്ന് പ്ലാഞ്ചെറ്റ് പുറപ്പെടാനുള്ള സമയമായി. ആർട്ഗ്നൻ അയാളെ സമീപത്തേക്കു വിളിച്ചു.

"ഈ കത്തു കൊടുത്തതിനുശേഷം അദ്ദേഹത്തോട് ഒരുകാര്യം കൂടി പറയണം" ആർട്ഗ്നൻ പറഞ്ഞു. "അദ്ദേഹത്തെ കൊല്ലാൻ കെണിയൊരുക്കിയിരിക്കുന്ന കാര്യം. അതൊരു പ്രധാനപ്പെട്ടതും ഗൗരവുമായ കാര്യമാണ്. നിങ്ങളോട് ഇക്കാര്യം ഞാൻ പറയുന്നത് എന്റെ സുഹൃത്തുക്കൾ അറിയണമെന്ന് ഞാൻ ആഗ്രഹിക്കുന്നില്ല. എന്തുതന്നെയായാലും ഞാനത് കടലാസിൽ എഴുതുകയില്ല."

"വിഷമിക്കേണ്ട സർ" പ്ലാഞ്ചെറ്റു പറഞ്ഞു. "അങ്ങേക്ക് എന്നെ തീർച്ചയായും വിശ്വസിക്കാം."

ഒന്നാന്തരമൊരു കുതിരപ്പുറത്ത് പ്ലാഞ്ചെറ്റ് കയറി. കുതിര കുതിച്ചു പാഞ്ഞുതുടങ്ങി. അമ്പതുമൈൽ കുതിരപ്പുറത്തു യാത്രചെയ്തശേഷം

ബാക്കിദൂരം വണ്ടിയിൽപോകാമെന്നായിരുന്നു അയാളുടെ തീരുമാനം. ആർട്ഗ്നനന്റെ മൂന്നു സുഹൃത്തുക്കളും ഒന്നുചേർന്ന് തന്നെ ഭീഷണിപ്പെടുത്തിയത് അവനെ വിഷമിപ്പിച്ചിരുന്നു; അതൊഴിച്ചാൽ അയാൾ നല്ല സന്തോഷത്തിലായിരുന്നു.

പിറ്റേന്ന് രാവിലെ ബാസിൻ ടുവേഴ്സിലേക്കും പോയി. അയാൾക്ക് ദൗത്യം പൂർത്തിയാക്കാൻ എട്ടുദിവസമാണുണ്ടായിരുന്നത്.

പ്ലാഞ്ചെറ്റും ബാസിനും പോയതിനുശേഷം ആ നാലു സുഹൃത്തുക്കളും കൂടുതൽ ജാഗരൂകരായിരുന്നു. ക്യാമ്പിലെ സംസാരങ്ങൾ ശ്രദ്ധിച്ചും കർദിനാളിനെ ശ്രദ്ധിച്ചും അദ്ദേഹത്തിന്റെ സന്ദർശകരെ നിരീക്ഷിച്ചും അവർ സമയം നീക്കി. ക്ലേശകരമായ പ്രവൃത്തിയായിരുന്നു അത്. അപ്രതീക്ഷിതമായി ഡ്യൂട്ടിക്കു വിളിച്ചപ്പോഴൊക്കെ അവർ പലപ്പോഴും കിടുകിടാവിറച്ചുപോയിരുന്നു. അവർക്ക് അവരുടെ ജീവനിൽ ഭയമുണ്ടായിരുന്നു. ഒരിക്കൽ കാണുന്നവരുടെ ഉറക്കംനശിപ്പിക്കുന്ന ഒരു പിശാചാണ് അവരെ സംബന്ധിച്ചിടത്തോളം മിലാഡി.

***

എട്ടാംദിവസം രാവിലെ ബാസിൻ പാർപയ്ലോട്ട് സത്രത്തിലെത്തി. പതിവുപോലെ സന്തോഷത്തോടെ അയാൾ സത്രത്തിനുള്ളിൽ കയറി. നാലു സുഹൃത്തുക്കളും അവിടെ പ്രാതൽ കഴിക്കുകയായിരുന്നു.

“മോൺസ്യൂർ ആറമീസ്, ഇതാ നിങ്ങളുടെ കസിന്റെ മറുപടി” ബാസിൻ ഒരു കത്തു നീട്ടിക്കൊടുത്തു.

നാലു സുഹൃത്തുക്കളും പരസ്പരം നോക്കി. പകുതിപ്പണി തീർന്നുയെന്ന് അവർക്കു തോന്നി. അതും എളുപ്പത്തിലുള്ള പകുതിപ്പണി.

ആറമീസ് കത്തുവാങ്ങി.

തിരിച്ചറിയാൻ പറ്റാത്തവിധത്തിലായിരുന്നു അതെഴുതിയിരുന്നത്.

“മോൺസ്യൂർ ഡി വോയിറ്റർ എഴുതുന്ന മാതിരിയെഴുതാൻ ആ പാവം മറിയ മിച്ചനെ ഇനിയെനിക്കു പഠിപ്പിച്ചെടുക്കാൻ പറ്റുമെന്നു തോന്നുന്നില്ല” ആറമീസ് ചിരിച്ചുകൊണ്ടു പറഞ്ഞു.

“ആരാണീ മറിയ മിച്ചൻ?” സമീപത്തുണ്ടായിരുന്ന സ്വിസ്ഭടൻ ചോദിച്ചു.

“പ്രത്യേകിച്ചാരുമല്ല” ആറമീസ് പറഞ്ഞു. “ഒരു തുണിക്കച്ചവടക്കാരി. എനിക്ക് ഒരു കത്തെഴുതണമെന്ന് ഞാൻ അവളോടു പറഞ്ഞിരുന്നു; ഓർമയ്ക്കായി.”

“ഒരു കുലീന കുടുംബത്തിലെ ആളിന്റെ കയ്യക്ഷരമാണല്ലോ അവൾക്ക്” ആ സ്വിസ് ഭടൻ പറഞ്ഞു.

ആറമീസ് ആ കത്തു വായിച്ചു. ശേഷം അയാൾ അത് ആതോസിനെ ഏൽപ്പിച്ചു.

ആതോസ് അതൊന്നു കണ്ണോടിച്ചു. ആരിലും ഒരുവിധത്തിലുമുള്ള സംശയം ഉണ്ടാകാതിരിക്കാനായി അയാളത് ഉറക്കെ വായിക്കുകയും ചെയ്തു.

പ്രിയപ്പെട്ട സഹോദരാ,

സ്വപ്നങ്ങൾ വ്യാഖ്യാനിക്കുന്നതിൽ പ്രാവീണ്യരാണ് ഞാനും എന്റെ സഹോദരിയും. സ്വപ്നങ്ങളെ ഞങ്ങൾക്കു ഭയമാണ്. പക്ഷേ, നിങ്ങളുടെ സ്വപ്നം നടക്കാനിടയുള്ളതൊന്നുമല്ലെന്നാണ് ഞാൻ കരുതുന്നത്.

സ്വയം സൂക്ഷിക്കണം. ഇടയ്ക്കിടയ്ക്ക് നമുക്ക് കത്തുകൾ കൈമാറുകയും ചെയ്യാം.

മറിയ മിച്ചൻ.

ആതോസ് കത്തുവായിക്കുമ്പോൾ സമീപത്തുണ്ടായിരുന്ന ആ കുതിരക്കാരൻ ചോദിച്ചു: "എന്തു സ്വപ്നത്തെപ്പറ്റിയാണ് അവൾ പറയുന്നത്?"

"അതെ എന്ത് സ്വപ്നത്തെപ്പറ്റി?" സ്വിസ്ഭടനും ചോദിച്ചു.

"ഞാൻ കണ്ട സ്വപ്നങ്ങളിൽ ഒന്നിനെക്കുറിച്ച്" ആറമീസ് പറഞ്ഞു. "ഞാൻ ആ സ്വപ്നം അവളോടു പറഞ്ഞിരുന്നു."

"ഞാൻ സ്വപ്നങ്ങൾ കണ്ടിട്ടേയില്ല" സ്വിസ്ഭടൻ പറഞ്ഞു.

"നിങ്ങൾ ഭാഗ്യവാനാണ്" ആതോസ് പറഞ്ഞു. എഴുന്നേറ്റു നിന്നുകൊണ്ട് തുടർന്നയാൾ പറഞ്ഞു: "എനിക്കും അങ്ങനെ പറയാനുള്ള അവസരമുണ്ടായെങ്കിൽ."

"അതെ ഞാൻ സ്വപ്നം കാണാറേയില്ല" ആറമീസിന് അസൂയ കൂട്ടാൻവേണ്ടി സ്വിസ്ഭടൻ വീണ്ടും പറഞ്ഞു.

കൂടെയുണ്ടായിരുന്നവരുടെ ഉൽക്കണ്ഠയെ അങ്ങനെതന്നെ നിലനിർത്തിക്കൊണ്ട് ആതോസ് എഴുന്നേറ്റ് സത്രത്തിൽനിന്നും പുറത്തിറങ്ങി. ആർട്ഗ്നനും അയാളോടൊപ്പം പോയി.

പോർത്തോസും ആറമീസും അവിടെത്തന്നെയുണ്ടായിരുന്നു. സ്വിസ്ഭടനും കുതിരക്കാരനും തൊടുത്തുവിടുന്ന പരിഹാസവാക്യങ്ങൾക്ക് മറുപടി പറഞ്ഞുകൊണ്ട് അവർ അവിടെത്തന്നെയുണ്ടായിരുന്നു.

ബാസിൻ അവിടെക്കിടന്ന ഒരു വൈക്കോൽക്കൂനയ്ക്കു മീതെ കിടന്നു. അയാളുടെ ചിന്താമണ്ഡലം സ്വിസ്ഭടന്റേതിനേക്കാൾ വിശാലമായിരുന്നു. അവൻ ഒരു സ്വപ്നം കണ്ടു. തന്റെ യജമാനൻ ഒരു പോപ്പായെന്ന്; താൻ ഒരു കർദിനാൾ ആകുന്നതും.

പക്ഷേ, ബാസിനിന്റെ വരവ് സുഹൃത്തുക്കൾക്ക് ഉണ്ടായിരുന്ന ഉൽക്കണ്ഠയെ പകുതിയാക്കിയിരുന്നുവെന്ന് നമുക്കറിയാമല്ലോ. ഉൽക്കണ്ഠയിൽ ദിവസങ്ങളൊന്നും ഒടുങ്ങുന്നില്ല. ആഴ്ച വർഷംപോലെ നീണ്ടുനിന്നു. സമുദ്രയാത്രയുടെ അനിശ്ചിതമൊക്കെ അയാൾ മറന്നു. തന്റെ ഉൽക്കണ്ഠകൊണ്ട് മിലാഡിയുടെ ശക്തിയാണ് എപ്പോഴും പുകഴ്ത്തിക്കണ്ടത്. അസാധാരണശക്തിയുള്ള ഒരു പിശാചാണവൾ എന്ന് അയാൾക്കു തോന്നി. നിസ്സാരശബ്ദംപോലും അയാളെ ഞെട്ടിച്ചു. കർദിനാളിന്റെ ആളുകൾ തന്നെ അറസ്റ്റുചെയ്യാൻ വന്നുവെന്നാണ് ചിന്ത. പ്ലാഞ്ചെറ്റിനെ പിടികൂടിക്കൊണ്ടു വന്നിരിക്കുന്നുവെന്നാണ് തോന്നുന്നത്. തന്നെയും തന്റെ മൂന്നു സ്നേഹിതന്മാരെയും പിടികൂടി ചോദ്യം ചെയ്യുന്നതായിട്ടും

തോന്നി. ദിവസം കഴിയുന്തോറും കഴിവിലുള്ള ആത്മവിശ്വാസം കുറയുന്നതുപോലെ. ആർട്ഗ്നന്റെ ഭയം പോർത്തോസിനെയും ബാധിച്ചു. ആതോസ് മാത്രമാണ് ഏറെക്കുറെ ശാന്തനായിരുന്നത്.

പതിനാറാമത്തെ ദിവസമായി. അവരുടെ പരിഭ്രമംകൂടി. നിഴൽ പോലെ അവൻ റോഡിൽ അങ്ങോട്ടുമിങ്ങോട്ടും നടന്നു. അതുവഴിയാണ് പ്ലാഞ്ചെറ്റ് വരുന്നതെന്ന് അവർ പ്രതീക്ഷിച്ചിരുന്നത്.

"നിങ്ങൾ ഒരു സ്ത്രീയെ ഈവിധം ഭയപ്പെടുകയാണെങ്കിൽ" ആതോസ് അവരോടു പറഞ്ഞു. "നിങ്ങൾ ശിശുക്കളാണ്; മുതിർന്നിട്ടില്ല. അല്ലെങ്കിൽത്തന്നെ എന്തിനാണ് ഇത്ര പേടിക്കുന്നത്? ജയിലിലടയ്ക്കുമോ? പക്ഷേ ജയിലിലടച്ചാൽ മാഡം ബോണസ്യൂവിനെ പുറത്തുകൊണ്ടു വന്നതുപോലെ നമ്മളെയും പുറത്തുകടത്തും. അവർ മാഡം ബോണസ്യൂവിനെ പുറത്താക്കി. തലവെട്ടുമെന്നോ? അതിനെക്കാൾ വലിയ ഭീഷണിയല്ലേ കിടങ്ങുകളിലും മറ്റും നാം യുദ്ധത്തിനു പോകുമ്പോൾ നേരിടേണ്ടി വരുന്നത്. എപ്പോൾ വേണമെങ്കിലും വെടിയുണ്ട നമ്മുടെ കാലിൽക്കൂടി പാഞ്ഞുപോകാം. അപ്പോൾ ഒരു ഡോക്ടർ വന്നു നമ്മുടെ കാൽ വെട്ടുന്നത്, ആരെങ്കിലും വന്ന് നമ്മുടെ തല വെട്ടുന്നതിനെക്കാൾ സങ്കടകരമായിരിക്കും. അതുകൊണ്ട് സങ്കടപ്പെടാതിരിക്കൂ; മൂന്നുനാലു മണിക്കൂറുകൾകൂടി. അതിനകത്ത് പ്ലാഞ്ചെറ്റ് അവിടെയെത്തും. മടങ്ങിവരുമെന്ന് അയാൾ വാക്കുപറഞ്ഞിരിക്കുകയാണ്. എനിക്കവനിൽ വലിയ വിശ്വാസമുണ്ട്."

"പക്ഷേ അയാൾ വരുന്നില്ലെന്ന് വരികിലോ?" ആർട്ഗ്നൻ ചോദിച്ചു.

"അയാൾ വന്നില്ലായെന്നു കരുതി അതിനർഥം അയാൾക്ക് എന്തെങ്കിലും കാലതാമസം നേരിട്ടുയെന്നേയുള്ളൂ. കുതിരപ്പുറത്തുനിന്നും വീണിട്ടുണ്ടാകാം, കപ്പലിൽനിന്ന് തെറിച്ചുവീണ് കാൽ ഉളുക്കിയിട്ടുണ്ടാകാം. ഒരു സാധാരണ ജലദോഷം പിടിച്ചിരിക്കാം. ഇങ്ങനെ എന്തുമാകാം. നമുക്ക് ശാന്തമായിരിക്കാം. എന്നെപ്പോലെ തത്വചിന്തകരെപ്പോലെയാകൂ. ഈ ചാംപെർട്ടിൻ മദ്യത്തിലൂടെ നോക്കിയാൽ ഭാവി മുഴുവനും ഭാസുരമാകുന്നതായി കാണാം."

"അങ്ങനെയാവാം" ആർട്ഗ്നൻ പറഞ്ഞു. "മിലാഡിയുടെ ഭരണിയിൽനിന്നും വന്നതാണോ ഈ വീഞ്ഞെന്ന് എനിക്കു ഭയമുണ്ട്."

"നിങ്ങളെ സന്തോഷിപ്പിക്കാൻ പ്രയാസം തന്നെ" ആതോസ് പറഞ്ഞു. "അവൾ സുന്ദരിയായ ഒരു സ്ത്രീയല്ലേ."

"അതെ. ഒന്നാന്തരം ഇനംതന്നെ" ഫലിതത്തോടെയാണ് അയാൾ പറഞ്ഞത്.

ആതോസ് ഞെട്ടുകയും വിയർക്കുകയും ചെയ്തു. അൽപ്പനേരത്തേക്ക് അയാൾപോലും ഭയന്നു. അയാൾ എഴുന്നേറ്റ് മുറിയിൽ അങ്ങോട്ടുമിങ്ങോട്ടും നടന്നു.

അന്നു വൈകുന്നേരമായി.

ആളുകൾ കൂട്ടത്തോടെ സത്രത്തിലെ കടകളിലെത്തി. വൈര

മോതിരം വിറ്റുകിട്ടിയതിൽ തന്റെ പങ്കുമുഴുവനും ആതോസ് പോക്കറ്റിലാക്കിയിരുന്നു. അന്നുമുഴുവൻ അയാൾ പാർപയ്ലറ്റിൽത്തന്നെയാണ് കഴിച്ചുകൂട്ടിയത്. ബുസൈനിയുടെ വകയായ ഡിന്നറും അവർക്കന്നു കിട്ടി.

ചൂതുകളിയിൽ അയാൾ തനിക്ക് എതിരായി കൂക്കാൻ മികച്ച ആളാണെന്ന് ആതോസിനു തോന്നി. ഏഴുമണിയടിച്ചപ്പോൾ അവർ രണ്ടുപേരും കൂടി കളിക്കുകയായിരുന്നു. അപ്പോഴേക്കും പട്ടാളക്കാർ വരുന്ന ശബ്ദം കേട്ടുതുടങ്ങി. ഏഴരമണിയായപ്പോൾ കൊമ്പുവിളിയും മുഴങ്ങി.

ആർട്ഗ്നൻ ആതോസിന്റെ ചെവിയിൽപ്പറഞ്ഞു: "നമ്മുടെ കാര്യം തീർന്നു."

"നമ്മൾ നശിച്ചുയെന്നാണോ ഉദ്ദേശിച്ചത്?" ആതോസ് ചോദിച്ചു. തുടർന്ന് അയാൾ പോക്കറ്റിൽനിന്നും നാലു പിസ്റ്റൽസ് പണം വാരിയെടുത്തു മേശപ്പുറത്തേക്കിട്ടു–ബുസൈനിക്ക്. തുടർന്നു അയാൾ പറഞ്ഞു: "മാന്യരേ, നമുക്കുപോകാനുള്ള നേരമായി."

അയാൾ സത്രത്തിൽനിന്നും ആർട്ഗ്നനോടൊപ്പം പുറത്തിറങ്ങി. ആറമീസും പോർത്തോസും അവരുടെ പിന്നാലെ നടന്നു. നടക്കുന്നതോടൊപ്പം ആറമീസ് ഒരു കവിത ഉരുവിട്ടുകൊണ്ടിരുന്നു. പോർത്തോസ് മീശപിരിക്കുന്നതുകണ്ടാൽ അയാൾക്കുണ്ടായ നിരാശയും പ്രകടമാകും.

പെട്ടെന്ന് ആ നാലു സുഹൃത്തുക്കളും തങ്ങളുടെ നിഴലിൽക്കൂടി ഒരാൾ ഓടിവരുന്നത് കണ്ടു.

"നിങ്ങളുടെ വസ്ത്രം കൊണ്ടുവന്നിട്ടുണ്ട് സർ; ഇത് തണുപ്പുള്ള രാവല്ലേ?" ശബ്ദം പരിചയമുള്ളതായി ആർട്ഗ്നനു തോന്നി.

"പ്ലാഞ്ചെറ്റ്!" ആർട്ഗ്നൻ ആനന്ദത്തോടെ അത്ഭുതംകൂറി.

"പ്ലാഞ്ചെറ്റോ!" പോർത്തോസും ആറമീസും ഒപ്പം അറിയാതെ പറഞ്ഞുപോയി.

"അതെ, ഇതു പ്ലാഞ്ചെറ്റാണ്" ആതോസ് പറഞ്ഞു. "അതിൽ അതിശയിക്കാനെന്തിരിക്കുന്നു? അയാൾ കൃത്യം എട്ടുമണിക്ക് മടങ്ങിവരുമെന്ന് വാക്കുതന്നതായിരുന്നല്ലോ. ഇപ്പോൾ ആ സമയവും ആയിട്ടുണ്ട്. പ്ലാഞ്ചെറ്റ് വിജയിക്കട്ടെ! പ്ലാഞ്ചെറ്റ്, നിങ്ങൾ, വാക്കു പാലിക്കുന്നവനാണ്. നിങ്ങൾ നിങ്ങളുടെ യജമാനനെ ഉപേക്ഷിച്ച് എന്നെങ്കിലും പോകുകയാണെങ്കിൽ, അന്ന് ഞാൻ നിങ്ങളെ ഏറ്റെടുക്കാം."

"ഇല്ല ഇല്ലേയില്ല" പ്ലാഞ്ചെറ്റു പറഞ്ഞു. "ഞാൻ മോൺസ്യൂർ ആർട്ഗ്നനനെ ഒരിക്കലും ഉപേക്ഷിക്കുകയേ ഇല്ല."

തന്റെ കൈയിലേക്ക് പ്ലാഞ്ചെറ്റ് ഒരു കത്ത് തിരുകിവയ്ക്കുന്നതായി ആർട്ഗ്നനു തോന്നി.

പ്ലാഞ്ചെറ്റിനെ കെട്ടിപ്പിടിച്ച് നന്ദിയറിയിക്കണമെന്ന് അവനുണ്ടായിരുന്നു. അതിനുമുമ്പ് അവിടെനിന്നും അയാൾ പോയിരുന്നു. മാത്രമല്ല, ഒരു യജമാനൻ തന്റെ വേലക്കാരനെ ആലിംഗനം ചെയ്യുന്നത് തെരുവിലെ ആരെങ്കിലും കണ്ടാലോയെന്ന ചിന്തയും അയാളെ നിയന്ത്രിച്ചിരുന്നു.

"ഞാൻ മറുപടി തരാം" ആർട്ഗ്നൻ സുഹൃത്തുക്കളോടായി പറഞ്ഞു.

"നമുക്ക് നമ്മുടെ മുറിയിൽ പോകാം" ആതോസ് പറഞ്ഞു. "എന്നിട്ട് ഈ കത്ത് വായിക്കാം."

ആ കത്ത് ആർട്ഗ്നന്റെ കൈകളെ ചൂടുപിടിപ്പിക്കുകയായിരുന്നു. അവൻ മുന്നോട്ട് വേഗത്തിൽ നടന്നു. പക്ഷേ, ആതോസ് അവന്റെ കൈകൾ പിടിച്ച് പിന്നോക്കം വലിച്ചു; തന്റെകൂടെ സാവകാശം നടന്നു പോകാനായിട്ട്.

അവർ മുറിക്കുള്ളിലേക്കു കയറി വിളക്കു തെളിച്ചു.

പ്ലാഞ്ചെറ്റ് വാതിലിൽ കാവൽനിന്നു.

ആർട്ഗ്നൻ കത്തിന്റെ സീൽ പൊളിച്ചു; വിറയ്ക്കുന്ന കൈകളോടെ കാത്തിരുന്ന ആ കത്ത് തുറന്നു. ഇംഗ്ലീഷിലായിരുന്നു അതിൽ എഴുതിയിരുന്നത്:

നന്ദിയുണ്ട്;

ഒന്നിലും വിഷമിക്കേണ്ട.

ആതോസ് ആർട്ഗ്നന്റെ കൈയിൽനിന്നും അതുവാങ്ങി, കത്തിച്ചു വച്ചിരുന്ന വിളക്കിന്റെ ജ്വാലയിൽ പിടിച്ച് ചാരമാക്കി.

തുടർന്ന് അയാൾ പ്ലാഞ്ചെറ്റിനെ അകത്തേക്കു വിളിപ്പിച്ചു പറഞ്ഞു: "ഇനി നിങ്ങൾക്ക് ആ എഴുന്നൂറ് ലിവറിസ് ആവശ്യപ്പെടാം. എന്തായാലും നിങ്ങൾക്കു കോളടിച്ചു; ഈ ഒരു കൊച്ചു കത്തു കൊണ്ടുവരുന്നതിന് കുഴപ്പങ്ങളൊന്നും ഉണ്ടാകുമായിരുന്നില്ലല്ലോ."

"അത്ര നിസ്സാരമായിക്കരുതരുതേ സർ" പ്ലാഞ്ചെറ്റു പറഞ്ഞു.

"യാത്രാവിശേഷങ്ങൾ പറയൂ പ്ലാഞ്ചെറ്റ്" ആർട്ഗ്നൻ പറഞ്ഞു.

"ഒരു നീണ്ട കഥയാണ് സർ."

"എനിക്കതുറപ്പുണ്ട്" ആതോസ് പറഞ്ഞു. ".....കൊമ്പുവിളി കേട്ടതാണ്. ഇനിയും ഈ വിളക്കു കത്തിച്ചുവച്ചിരുന്നാൽ അതപകടമാണ്."

"നമുക്ക് ഉറങ്ങാൻ പോകാം" ആർട്ഗ്നൻ പറഞ്ഞു. "നന്നായിട്ട് ഉറങ്ങിക്കോണം പ്ലാഞ്ചെറ്റേ."

"ഉറങ്ങണം സർ" പ്ലാഞ്ചെറ്റു പറഞ്ഞു. "ഞാൻ പോയതിനുശേഷം ഇതുവരെ നേരെ ചൊവ്വേ ഉറങ്ങിയിട്ടേയില്ല."

"ഞാനും" ആർട്ഗ്നൻ പറഞ്ഞു.

"ഞാനും" പോർത്തോസ് പറഞ്ഞു.

"ഞാനും" ആറമീസും പറഞ്ഞു.

"സത്യം പറയട്ടെ" ആതോസ് പറഞ്ഞു. "ഞാനും."

49

ഒരു ദുരന്തസംഭവം

കപ്പൽ നീങ്ങിയശേഷം, കൂട്ടിലടയ്ക്കപ്പെട്ട നിസ്സഹായനായ ഒരു സിംഹത്തെപ്പോലെ മിലാഡി കോപാക്രാന്തയായി നിലകൊണ്ടു. കപ്പലിന്റെ മുകളിൽ അവൾ മനസ്സ് നിയന്ത്രിക്കാനാകാതെ നിന്നു. ആർട്ഗ്നൻ തന്നെ അപമാനിച്ചതും ആതോസ് തന്നെ ഭയപ്പെടുത്തിയതുമായിരുന്നു അവളുടെ ചിന്ത. കടലിലേക്ക് എടുത്തുചാടി, തീരത്തേക്ക് തിരിച്ചു നീന്തിയാലോയെന്നും അവൾക്കു തോന്നി. അവരോടു പ്രതികാരംചെയ്യാതെ തിരിച്ചുപോകുന്നത് അവൾക്ക് ആലോചിക്കാനേ വയ്യാതിരുന്നു. ഈ ചിന്തകൾ താങ്ങാനാകാതെ വന്നപ്പോൾ, പരിണതഫലങ്ങളുടെ ഭീകരതയെക്കുറിച്ച് അൽപ്പംപോലുമാലോചിക്കാതെ അവൾ കപ്പിത്താനോടപേക്ഷിച്ചു, തന്നെ തിരികെ തീരത്തു പെട്ടെന്നെത്തിക്കാനായിട്ട്. പക്ഷേ ഫ്രാൻസിലെയും ഇംഗ്ലണ്ടിലെയും യുദ്ധക്കപ്പലുകളിൽനിന്നും തനിക്കുണ്ടാകാവുന്ന അപകടമറിയാവുന്നതിനാൽ, എത്രയും വേഗം ഇംഗ്ലണ്ടിലേക്കു മടങ്ങുന്നതാണ് നല്ലതെന്നുള്ള അവളുടെ അപേക്ഷ വെറും വിഡ്ഢിത്തമാണെന്ന് കരുതിയ കപ്പിത്താൻ അവളുടെ അഭിപ്രായത്തിനു വഴങ്ങിക്കൊടുത്തില്ല. കർദിനാളാണ് തനിക്ക് ഈ യാത്രക്കാരെ എത്തിച്ചതെന്ന് അറിയാമായിരുന്നതിനാൽ, മറ്റു തടസങ്ങളൊന്നുമില്ലെങ്കിൽ അവളെ ബ്രിട്ടാണിയിലോ ലോറിയന്റിലോ ബ്രസ്റ്റിലോ ഇറക്കാമെന്ന് കപ്പിത്താൻ പറഞ്ഞു.

പക്ഷേ, അപ്പോഴേക്കും കാറ്റ് ശക്തമായി വീശി. കപ്പൽ കാറ്റിൽ ആടിയുലഞ്ഞു. വളരെ പ്രയാസപ്പെട്ടാണ് കപ്പലിനെ നിയന്ത്രിക്കാനായത്.

കപ്പൽ പുറപ്പെട്ടിട്ട് ഒമ്പതുദിവസം കഴിഞ്ഞു. കോപവും സങ്കടവും കൊണ്ട് മിലാഡിയുടെ മുഖം വല്ലാണ്ട് വിളറിയിരുന്നു. പെട്ടെന്ന് ഫിനി

സ്റ്റർ കരകണ്ടു തുടങ്ങി. അവിടെ കുറുകെ തിരിഞ്ഞ് യാത്രചെയ്താൽ മൂന്നുദിവസമെടുത്ത് കർദിനാളിന്റെ അരികിലെത്താമെന്ന് അവൾ കണക്കാക്കി നോക്കി. തീരത്തിറങ്ങി കരയിലൂടെയുള്ള യാത്രയുമായി ഒരു ദിവസം കൂടി. അങ്ങനെ ആകെ നാലുദിവസം വേണ്ടിവരും. ഇതിനു പുറമേ കടലിൽ കഴിഞ്ഞ ഒമ്പതുദിവസം. അങ്ങനെ വിലപിടിച്ച പതിമൂന്നുദിവസങ്ങൾ നഷ്ടപ്പെട്ടു. ഇക്കാലത്തിനിടയ്ക്ക് പ്രധാനപ്പെട്ട പലതും ലണ്ടനിൽ സംഭവിച്ചിരിക്കാം. മടങ്ങിപ്പോകുകയാണെങ്കിൽ കർദിനാൾ കോപിക്കുമെന്നും അവൾക്കറിയാമായിരുന്നു. മാത്രമല്ല, മറ്റുള്ളവരെപ്പറ്റി താൻ പറയുന്ന ആരോപണങ്ങൾ വിശ്വസിക്കുന്നതിനുപകരം മറ്റുള്ളവർ തന്നെപ്പറ്റിപ്പറയുന്ന ആരോപണങ്ങൾ അദ്ദേഹം വിശ്വസിക്കുകയും ചെയ്യും. അക്കാരണത്താൽ ലോറിയന്റ്, ബ്രെസ്റ്റ് മുതലായ തുറമുഖങ്ങൾ അകലെക്കണ്ടപ്പോഴൊന്നും അവിടെയിറങ്ങണമെന്ന് അവൾ നിർബന്ധം പിടിച്ചില്ല. ആ തുറമുഖങ്ങളെയൊക്കെ നിസ്സഹായയായി നോക്കിയിരിക്കുകമാത്രം ചെയ്തു അവൾ. കപ്പിത്താനും ആ സ്ഥലങ്ങളിലെത്തിയപ്പോൾ അവളെ ഒന്നും ഓർമപ്പെടുത്തുകയും ചെയ്തില്ല.

അങ്ങനെ അവൾ തന്റെ യാത്ര തുടർന്നു. കർദിനാളിന്റെ ദൂതയായി അവൾ പോർട്സ്മൗത്ത് തുറമുഖത്തിൽ ചെന്നിറങ്ങിയ ദിവസമാണ് ആർട്ഗ്നന്റെ ദൂതനായ പ്ലാഞ്ചെറ്റ് ഫ്രാൻസിലേക്കു മടങ്ങിപ്പോരാൻ കപ്പൽ കയറിയത്.

പട്ടണത്തിൽ അന്ന് ആകമാനം ബഹളമായിരുന്നു. പുതുതായി പണിതീർത്ത മൂന്നു വലിയ കപ്പലുകൾ കടലിൽ ഇറക്കുന്ന ദിവസമായിരുന്നു അന്ന്. അതിഗംഭീരമായി ഉടുത്തൊരുങ്ങിക്കൊണ്ട് ബക്കിംഗ്ഹാം പ്രഭു തീരത്തുനിൽക്കുന്നു. സ്വർണവും രത്നങ്ങളും അദ്ദേഹത്തിന്റെ വേഷത്തിൽ വെട്ടിത്തിളങ്ങുന്നു. അദ്ദേഹത്തിനോടൊപ്പം പരിവാരങ്ങളും ഉണ്ട്. അവരും അദ്ദേഹത്തെപ്പോലെ നന്നായി ഉടുത്തൊരുങ്ങിയിരുന്നു.

ഒരു സൂര്യനുണ്ടെന്ന് ഇംഗ്ലീഷുകാർ ഓർമിക്കുന്ന ചുരുക്കം വേനൽ ദിവസങ്ങളിൽ ഒന്നായിരുന്നു ആ ദിവസം. സൂര്യൻ ചക്രവാളത്തിലേക്ക് അസ്തമിക്കാനെത്തി. ഭൂമിയിലും ആകാശത്തും അത് അപ്പോഴും ചുവന്ന രശ്മികൾ പരത്തുന്നുണ്ടായിരുന്നു. പട്ടണത്തിലെ വൻകെട്ടിടങ്ങളും വീടുകളും ആ സായാഹ്നരശ്മികളിൽ തിളങ്ങി; തീയിൽ പ്രതിഫലനം ഏറ്റതുപോലെ.

കരയിൽനിന്നും കാറ്റിന്റെ മണം അടുത്തടുത്തു വരുന്നു. അതാസ്വദിച്ചുകൊണ്ട് മിലാഡി കപ്പലിൽനിന്നു. കരയിൽ ധാരാളം ആളുകൾ നിൽക്കുന്നു. തുറമുഖത്ത് മറ്റു കപ്പലുകളും കിടക്കുന്നു. അവയൊക്കെ തന്നെ പ്രതീക്ഷിച്ചുനിൽക്കുന്നതുപോലെ. ഈ മഹാശക്തിയെ നശിപ്പിക്കാൻ വേണ്ടിയാണല്ലോ താൻ ഇങ്ങോട്ടു വന്നതെന്ന് അവൾ ചിന്തിച്ചു.

ജൂതസ്ത്രീയായ ജൂഡിത്തിനോടു അവൾ സ്വയം ഒന്നു താരതമ്യം ചെയ്തു നോക്കി. അസീറിയൻ ക്യാമ്പിൽ ചെന്നപ്പോൾ ഉണ്ടായിരുന്ന രഥങ്ങൾ, കുതിരകൾ, ആളുകൾ, ആയുധങ്ങൾ എന്നിവയെല്ലാം ഒറ്റ

യടിക്ക് അവൾക്ക് ചിന്നിച്ചിതറിപ്പിക്കേണ്ടി വന്നു.

കപ്പൽ കരയ്ക്കടുത്തു. കപ്പൽ നങ്കൂരമിടാൻ തുടങ്ങിയപ്പോൾ, ആയുധങ്ങൾ നിറച്ച ഒരു ബോട്ടെത്തി. അതു തീര സംരക്ഷണ സേന യുടേതായിരുന്നു. അതിന്റെ പിന്നിലായി മറ്റൊരു ബോട്ടുകൂടിയെത്തി. അതിൽ ഒരു ഉദ്യോഗസ്ഥനും കുറച്ച് ജോലിക്കാരും ഒക്കെ ഉണ്ടായി രുന്നു. ഉദ്യോഗസ്ഥൻ കപ്പലിലേക്കു കയറി. യൂണിഫോം ധരിച്ചിരിക്കു ന്നതു കണ്ടപ്പോൾ കപ്പലിലുണ്ടായിരുന്നവർ വളരെ ബഹുമാനത്തോടെ യാണ് അയാളെ സ്വീകരിച്ചത്.

ഒരു കടലാസു നീട്ടിക്കൊടുത്തുകൊണ്ട് അദ്ദേഹം കപ്പിത്താനോടു എന്തോ ചിലത് കുറച്ചുനേരം സംസാരിച്ചു. കപ്പിത്താൻ ഉടനെ കപ്പലിലെ ജോലിക്കാരോടും യാത്രക്കാരോടും കപ്പലിന്റെ മുകൾഭാഗത്തു ഹാജരാ കാൻ പറഞ്ഞു.

തന്റെ കൽപ്പന നടപ്പാക്കിയെന്ന് മനസിലായപ്പോൾ ആ ഉദ്യോഗ സ്ഥൻ ഉച്ചത്തിൽ വിളിച്ചുചോദിച്ചു; ആ കപ്പൽ എവിടെനിന്നും വന്നു, ഏതു വഴിക്കാണ് വന്നത്, ഏതെല്ലാം തുറമുഖം വഴിയാണ് വന്നത്, എന്നൊക്കെ. കപ്പിത്താൻ അതിനെല്ലാം ഉത്തരം പറഞ്ഞുകൊടുത്തു.

കപ്പൽത്തട്ടിൽ നിരന്ന യാത്രക്കാരെ ആ ഉദ്യോഗസ്ഥൻ പരിശോ ധിക്കാൻ തുടങ്ങി. മിലാഡിയുടെ അരികിലെത്തിയപ്പോൾ അയാൾ നിന്നു. വളരെ സൂക്ഷിച്ച് അവളുടെ മുഖത്തേക്കു അയാൾ നോക്കി. ഒന്നും മിണ്ടാതെ അവൾ നിന്നു.

അയാൾ കപ്പിത്താന്റെ അരികിലേക്കു തിരിച്ചു ചെന്നശേഷം വീണ്ടും എന്തോ പറഞ്ഞു. കപ്പലിന്റെ അധികാരം പിടിച്ചെടുത്തമട്ടിൽ അയാൾ യാത്രക്കാരോടു എന്തൊക്കെയോ കൽപ്പിച്ചു. അവർ അതനു സരിക്കുകയും ചെയ്തു.

ആ ഉദ്യോഗസ്ഥൻ നേരത്തെ മിലാഡിയെ സൂക്ഷിച്ചു നോക്കിയ പ്പോൾ, അവളും അയാളെ സൂക്ഷിച്ചു നോക്കുകയായിരുന്നു. മുഖ ലക്ഷണം വായിച്ചെടുക്കാനുള്ള കഴിവ് അവൾക്കുണ്ടായിരുന്നെങ്കിലും ആ ഉദ്യോഗസ്ഥന്റെ വികാരരഹിതമായ മുഖത്തുനിന്നും ഒന്നും ചോർത്തി യെടുക്കാൻ അവൾക്കായില്ല. ഒരു ഇരുപത്തിയഞ്ചു വയസുവരും പ്രായം അയാൾക്ക്. നീലക്കണ്ണുകൾ, ഉറച്ച ചുണ്ടുകൾ, വിടർന്ന നെഞ്ച്, ഉന്തിയ നെറ്റിത്തടം. തലമുടി കുറ്റിയായി വെട്ടിയിരിക്കുന്നു. ഒരു മിലിട്ടറി ഉദ്യോ ഗസ്ഥൻ ആണെന്ന് അവൾക്കു തോന്നി.

തുറമുഖത്ത് കപ്പൽ നങ്കൂരമടിച്ചപ്പോൾ, ഇരുട്ടു നന്നായി വ്യാപിച്ചി രുന്നു. മഞ്ഞുമൂടിയിരുന്നതിനാൽ ഇരുട്ടിന്റെ കാഠിന്യം കൂടുതലായിരു ന്നു. ആ തണുത്തരാവ് അവളെ ബാധിച്ചെന്നു തോന്നുന്നു. അവൾക്ക് അവളെത്തന്നെ നിയന്ത്രിക്കാനായില്ല. അവൾ തണുപ്പിൽ വിറയ്ക്കാൻ തുടങ്ങി.

മിലാഡി കൊണ്ടുവന്ന സാധനങ്ങൾ മുഴുവനും ആ ഉദ്യോഗസ്ഥൻ കപ്പലിൽനിന്നും ബോട്ടിലേക്കു കയറ്റി. തുടർന്ന് അയാൾ അവൾക്കു

കൈനീട്ടിക്കൊടുത്തു, ഏണിയിലൂടെ പിടിച്ച് ബോട്ടിലിറങ്ങാനായിട്ട്.

മിലാഡി വിസമ്മതത്തോടെ അയാളെ നോക്കിക്കൊണ്ടു നിന്നു.

"നിങ്ങളാരാണ്?" അവൾ ചോദിച്ചു. "എന്നെ നിങ്ങളെന്തിനാണ് കൂടുതൽ ശ്രദ്ധിക്കുന്നത്?"

"ഞാൻ ആരാണെന്ന് എന്റെ യൂണിഫോം കണ്ടാലറിയില്ലേ?" അയാൾ ചോദിച്ചു. "ഞാൻ ഇംഗ്ലീഷ് നാവിക ഉദ്യോഗസ്ഥനാണ്."

"ഇംഗ്ലീഷ് തുറമുഖത്തിലേക്കടുക്കുന്ന കപ്പലുകളിലെ യാത്രക്കാരെ കാണുന്നത് ഇംഗ്ലീഷ് നാവിക ഉദ്യോഗസ്ഥന് പതിവുള്ള കാര്യമാണോ?" അവൾ ചോദിച്ചു. "അവരെ കരയ്ക്കിറങ്ങാൻ അനുവാദം കൊടുത്ത് മര്യാദ കാണിക്കൂ."

"യുദ്ധസമയങ്ങളിൽ ഇതു പതിവാണ്. ഇതൊരു മര്യാദയുടെ കാര്യമല്ല. ഇത് മുൻകരുതലാണ്" അയാൾ പറഞ്ഞു. "വിദേശികളെ പ്രത്യേക സത്രത്തിലേക്കാണ് എത്തിക്കുന്നത്. അവരെ സംബന്ധിച്ച് പൂർണമായ വിവരം ലഭിച്ചതിനുശേഷമേ സർക്കാർ അവരെ പുറത്തുവിടുകയുള്ളൂ."

അയാൾ വളരെ ശാന്തതയിലും മര്യാദയിലുമാണ് പറഞ്ഞതെങ്കിലും മിലാഡിക്ക് തന്റെ അസ്വാസ്ഥ്യം അടക്കാനായില്ല.

"അതിന് ഞാനൊരു വിദേശിയല്ലല്ലോ?" അവൾ പറഞ്ഞു. "പിന്നെന്തിനാണ് ഈ...."

"നിയമങ്ങളിൽനിന്നും ആർക്കും ഒഴിവാകാൻ പറ്റത്തില്ലല്ലോ."

"അതു ശരി. എങ്കിൽ ഞാൻ നിങ്ങളോടൊപ്പം വരാം."

അവൾ അയാളുടെ കൈപിടിച്ചുകൊണ്ട് പടിയിറങ്ങി, ബോട്ടിലേക്കെത്തി. അവൾ അയാളുടെ പുറകിലൂടെ നടന്നു. നല്ലൊരു വിരിപ്പ് ഇട്ടിരുന്ന ഇരിപ്പിടത്തേക്ക് അയാൾ അവളെ കൊണ്ടുപോയിരുത്തി. അയാൾ അവളുടെ അരികിലായി ഇരിക്കുകയും ചെയ്തു.

അയാളുടെ കൽപ്പനയനുസരിച്ച് തുഴക്കാർ ആറുപേർ ബോട്ടു തുഴഞ്ഞു. തുല്യചലനത്തിലാണ് ആറുപേരും തുഴയാൻ കൈയനക്കിയത്. ഒരേസമയം അവരുടെ കൈയിലെ പങ്കായങ്ങൾ വെള്ളത്തിൽ താഴുന്നുണ്ടായിരുന്നു.

അഞ്ചുമിനിറ്റു കഴിഞ്ഞപ്പോൾ അവർ തുറമുഖത്തിലെത്തി.

അയാൾ കരയ്ക്കു കയറി.

അയാൾ അവളെ കൈപിടിച്ച് കരയിലേക്കു കയറ്റുകയും ചെയ്തു.

ഒരു വണ്ടി അവിടെ കിടക്കുകയായിരുന്നു.

"ആ വണ്ടി നമുക്കു പോകാനുള്ളതാണോ?" അവൾ ചോദിച്ചു.

"അതെ" നാവിക ഉദ്യോഗസ്ഥൻ പറഞ്ഞു.

"സത്രത്തിലേക്ക് എത്ര ദൂരമുണ്ട്?"

"അത് ഈ പട്ടണത്തിന്റെ മറുവശത്താണ്."

"നമുക്കുപോകാം" മിലാഡി പറഞ്ഞു. അവൾ തീരുമാനിച്ചുറച്ച മട്ടിൽ ആ വണ്ടിയിൽ കയറി.

മിലാഡിയുടെ സാധനങ്ങൾ വണ്ടിയിൽ കയറ്റിയശേഷം അയാളും

ഉള്ളിൽക്കയറി. അവളുടെ അരികിൽ അയാൾ വീണ്ടുമിരുന്നു. തുടർന്ന് വാതിലടയ്ക്കുകയും ചെയ്തു.

വണ്ടി പാഞ്ഞു.

വണ്ടിക്കാരനോടു ഒന്നും പറയാതെതന്നെ വണ്ടി തെരുവിലേക്കു പാഞ്ഞു.

വിചിത്രമായ ആ സ്വീകരണം മിലാഡിക്ക് പുതിയ ചിന്തയ്ക്ക് കാരണമായി. അരികിലിരിക്കുന്ന ഉദ്യോഗസ്ഥനെ അവൾ നോക്കി. സംസാരിക്കാനുള്ള ഒരു ഭാവവും അയാളുടെ മുഖത്തുണ്ടായിരുന്നില്ല. വണ്ടിയുടെ മൂലയിലേക്കു ചാരിക്കൊണ്ട് അവൾ ആ അസാധാരണ സംഭവങ്ങളൊക്കെ ചിന്തിക്കാൻ തുടങ്ങി.

ഒരു പതിനഞ്ചു മിനിറ്റ് യാത്ര കഴിഞ്ഞുകാണും. അവൾക്ക് ഭയം തോന്നിത്തുടങ്ങി. യാത്ര തീരുന്നില്ലല്ലോ. എങ്ങോട്ടാണ് പോകുന്നതെന്നറിയാനായി അവൾ ജനാലവഴി പുറത്തേക്കു നോക്കി. വീടുകളൊന്നും അവളുടെ കണ്ണിൽപ്പെട്ടില്ല. ഇരുട്ടിൽ കറുത്തപ്രേതങ്ങളെപ്പോലെ മരങ്ങൾ ഉയർന്നുനിൽക്കുന്നു.

"നാം പട്ടണം വിട്ടല്ലോ?" അവൾ ചോദിച്ചു.

അയാൾ ഒന്നും പറഞ്ഞില്ല.

"എന്നെ എവിടെയാണ് കൊണ്ടുപോകുന്നതെന്ന് പറയാതെ ഞാൻ ഇനി അൽപ്പദൂരംപോലും വരത്തില്ല" അവൾ പറഞ്ഞു.

ആ ഭയപ്പെടുത്തലൊന്നും അയാളെ ചലിപ്പിച്ചില്ല. അയാൾ ഒന്നും പറഞ്ഞതേയില്ല.

"ഇതു കൂടിപ്പോയി. രക്ഷിക്കണേ! രക്ഷിക്കണേ!"

അവളുടെ നിലവിളികൾ മറുപടിയില്ലാതെ അന്തരീക്ഷത്തിലലിഞ്ഞു. ആ ഉദ്യോഗസ്ഥൻ ഒരു പ്രതിമകണക്കേ ഇരുന്നതല്ലാതെ മറുപടിയൊന്നും പറഞ്ഞില്ല. വണ്ടി പാഞ്ഞുകൊണ്ടിരുന്നു.

അവൾ വാതിൽ തുറക്കാൻ ശ്രമിച്ചു.

"സൂക്ഷിക്കണം" അയാൾ പറഞ്ഞു. "എടുത്തുചാടിയാൽ ചത്തുപോകും."

അവൾ വീണ്ടും സീറ്റിൽ വന്നിരുന്നു. അയാൾ അവളുടെ അരികിലേക്ക് ഒന്നു ചാഞ്ഞു. അവളുടെ മനോഹരമായ മുഖം കോപത്താൽ ഭയങ്കരമായിപ്പോയതുകണ്ട അയാൾ അത്ഭുതപ്പെട്ടു. തന്റെ യഥാർഥ പ്രകൃതം പുറത്തുകാണിക്കാൻ അവൾക്ക് താൽപ്പര്യമുണ്ടായിരുന്നില്ല.

അവൾ ശാന്തമായിച്ചോദിച്ചു. "ദൈവത്തെയോർത്ത് എന്നോടു പറയൂ. നിങ്ങളാണോ, അതോ നിങ്ങളുടെ സർക്കാരാണോ അതോ ശത്രുവാണോ എന്നോടീ കടുംകൈ കാണിക്കുന്നത്?"

"കടുംകൈയൊന്നുമല്ല നിങ്ങളോടു ചെയ്യുന്നത്" അയാൾ പറഞ്ഞു. "ഒരു മുൻകരുതൽ എന്ന നിലയിൽ ഇംഗ്ലണ്ടിൽ ചെയ്യുന്നതാണിത്."

"എങ്കിൽ എന്നെ നിങ്ങൾക്കറിയില്ലേ?"

"നിങ്ങളെ ഞാൻ ആദ്യമായിട്ടാണ് കാണുന്നത്."

"നിങ്ങൾക്ക് എന്നോടു ഒരു വെറുപ്പിനുള്ള കാര്യവുമില്ലെന്ന് സത്യം ചെയ്യാമോ?"

"ഒരു കാര്യവുമില്ല. ഞാൻ സത്യം ചെയ്യുന്നു."

വളരെ സാധാരണമായും മാന്യമായും ആത്മാർഥതയോടുമാണ് അയാൾ അതു പറഞ്ഞതെന്ന് മിലാഡിക്കു തോന്നി.

ഏതാണ്ട് ഒരു മണിക്കൂറെങ്കിലും വണ്ടി യാത്രചെയ്തിരുന്നു. തുടർന്ന് വണ്ടി ഒരു ഇരുമ്പുവാതിലിന്റെ അരികിൽനിന്നു. ആ വാതിൽ തുറക്കപ്പെട്ടു. വണ്ടി അകത്തേക്കു കടന്നുപോയി. കരിങ്കൽകൊണ്ടു നിർമിച്ച ഒരു വലിയ കൊട്ടാരമുറ്റത്ത് വണ്ടിനിന്നു.

വണ്ടി രണ്ട് ആർച്ചുകൾക്കിടയിൽക്കൂടി വീണ്ടും നീങ്ങി, അകത്തേക്കു ചെന്നു. ഒരു ഇരുട്ടിൽ മുറ്റത്ത് അതു വന്നുനിന്നു. ആ നാവിക ഉദ്യോഗസ്ഥൻ വണ്ടിയുടെ വാതിൽതുറന്നു. വണ്ടിയിൽനിന്നും പുറത്തേക്കു ചാടിയശേഷം, കൈകൊടുത്തുകൊണ്ട് മിലാഡിയെ പുറത്തേക്കിറക്കി.

അവൾ ചുറ്റുംനോക്കി. തുടർന്ന് ആ നാവിക ഉദ്യോഗസ്ഥനെയും നോക്കി. ഒരു മധുരമായ ചിരി അവളുടെ മുഖത്ത് വിടർന്നു.

"ഞാൻ ഇനിയും ഒരു തടവുപുള്ളിയാണ്" അവൾ പറഞ്ഞു. "പക്ഷേ നിങ്ങളുടെ മനഃസാക്ഷിയും മര്യാദയും കാണുമ്പോൾ അതു ദീർഘകാലത്തേക്കാവുകയില്ലെന്ന് എനിക്കറിയാം."

അയാൾ മറുപടിയൊന്നും പറഞ്ഞില്ല. അയാൾ ബെൽറ്റിൽനിന്ന് വലിച്ചെടുത്ത ഒരു ചെറിയ വെള്ളിവിസിൽകൊണ്ട് മൂന്നുപ്രാവശ്യം ആഞ്ഞൂതി. അരികിലുള്ള വാതിലിൽക്കൂടി മൂന്നുപേർ പെട്ടെന്ന് ഓടിവന്നു. ഉടനെതന്നെ ആ വണ്ടിയിൽ കെട്ടിയിരുന്ന വിയർത്തൊലിക്കുന്ന കുതിരകളെ അവർ അഴിച്ചുമാറ്റി. വണ്ടിയെ ഷെഡ്ഡിലേക്കു വലിച്ചുകൊണ്ടിടുകയും ചെയ്തു.

ഉദ്യോഗസ്ഥൻ നിർവികാരമായ മര്യാദയോടെ തന്റെ തടവുപുള്ളിയെ അകത്തേക്കു കയറിവരാൻ പറഞ്ഞു. മിലാഡി അയാളുടെ കൈപിടിച്ചുകൊണ്ട് അയാളുടെ പുറകേ നടന്നു. വാതിൽവഴി കടന്ന് ഇടവഴിയിറങ്ങിക്കഴിഞ്ഞപ്പോൾ വെളിച്ചമുള്ള ഒരു ഭാഗം. അവിടെയുള്ള വാതിലിനരികിൽ അവർ ചെന്നുനിന്നു. ഉദ്യോഗസ്ഥൻ താക്കോലെടുത്ത് വാതിൽ തുറന്നു. വാതിൽ മലർക്കെ തുറന്നു കിടന്നു. വലിയൊരു മുറിതന്നെ. മിലാഡിക്ക് അകത്തുകടക്കാനായി അയാൾ അൽപ്പം മാറിനിന്നുകൊടുത്തു.

"ഇതാണു നിങ്ങളുടെ മുറി" അയാൾ പറഞ്ഞു.

മിലാഡി ഉള്ളിലേക്കു നോക്കി. അകത്തെ പ്രത്യേകതകൾ കണ്ടപ്പോൾ അത് ഒരു ജയിലറയായിട്ടുതന്നെ അവൾക്കു തോന്നി.

മനോധൈര്യമുണ്ടായിരുന്ന മിലാഡിയുടെ ധൈര്യം പെട്ടെന്നു ചോർന്നുപോയി. അവൾ ഒരു കൈക്കസേരയിലേക്കു വീണു ചുരുണ്ടുകൂടിയിരുന്നു. കുറ്റങ്ങളെല്ലാം അവളിൽ ചാർത്തിയിരിക്കുന്നതുപോലെ.

ആരോ തന്നെ ചോദ്യംചെയ്യാൻ കടന്നുവരുന്നെന്ന പ്രതീക്ഷയിൽ അവൾ വാതിലിലേക്ക് ഉറ്റുനോക്കി. പക്ഷേ ആരും വന്നില്ല.

അവളുടെ സാധനങ്ങളുമായി മൂന്നു പട്ടാളക്കാർ അങ്ങോട്ടുവന്നു. മുറിയുടെ മൂലയിൽ അവയൊക്കെ കൊണ്ടുവയ്ക്കാൻ ആ ഉദ്യോഗസ്ഥൻ ആംഗ്യം കാണിച്ചു. അനുസരണയോടെ അവയൊക്കെ ചെയ്തശേഷം അവർ മുറിവിടുകയും ചെയ്തു. മിലാഡി നിശ്ശബ്ദതയായിരുന്നു.

സംഭവിക്കുന്നതെന്താണെന്ന് ദീർഘനേരമായിട്ടും മനസിലാകാത്തതിനാൽ മിലാഡി തന്റെ നിശ്ശബ്ദതയെ ഭേദിച്ചു.

"ഇതൊക്കെയെന്താണ് സർ? എന്നെ എവിടെയാണ് കൊണ്ടുവന്നിരിക്കുന്നത്? അതെന്താണെന്നു പറഞ്ഞാൽ മതി, എന്തപകടവും നിർഭാഗ്യവും സഹിക്കാനുള്ള കഴിവുണ്ടെനിക്ക്. ഞാനിപ്പോൾ എവിടെയാണ്? എന്നെ എന്തിനാണ് ഇവിടെ കൊണ്ടുവന്നിരിക്കുന്നത്? ഞാൻ ഇനിയിവിടെ സ്വതന്ത്രയാണെങ്കിൽ എന്തിനാണ് ജനാലകളിൽ ഇരുമ്പഴികൾ വച്ചിരിക്കുന്നത്? ഞാൻ ഇവിടെ തടവുപുള്ളിയെങ്കിൽ ഞാൻ എന്തു കുറ്റമാണ് ചെയ്തത്?" അവൾ ചോദിച്ചു.

"എനിക്കൊരു കാര്യമേ പറയാനുള്ളൂ" ആ ഉദ്യോഗസ്ഥൻ പറഞ്ഞു. "നിങ്ങളെ കപ്പലിൽനിന്നും ഇവിടെ കോട്ടയിൽ എത്തിക്കണമെന്നതായിരുന്നു എന്നോടുള്ള കൽപ്പന. ഞാനതു ചെയ്തൂവെന്ന് ഞാൻ കരുതുന്നു. നിങ്ങളെ പരമാവധി സുരക്ഷിതമാക്കിക്കൊണ്ടാണ് ഞാനിതൊക്കെ ചെയ്തതും. ഇനി എന്തൊക്കെയാണ് സംഭവിക്കുന്നതെന്ന് മറ്റൊരാൾക്കേ പറയാനാവൂ."

"ആരാണ് ആ മറ്റൊരാൾ?" മിലാഡി ചോദിച്ചു. "അദ്ദേഹത്തിന്റെ പേരൊന്നു പറയാമോ?"

അപ്പോഴേക്കും മുറിക്കുവെളിയിൽ ആരുടെയോ കാൽപ്പെരുമാറ്റവും ശബ്ദവുമൊക്കെ അവൾ കേട്ടു. അവർ വാതിലിനരികിലേക്കു വരികയാണ്.

"ആ ആൾ എത്തിക്കഴിഞ്ഞു" മിലാഡിയോടു മറുപടി പറഞ്ഞശേഷം അയാൾ ഒരരികിലേക്കു മാറിനിന്നു.

പെട്ടെന്ന് ആ വാതിൽ തുറന്നു. വാതായനത്തിൽ ഒരാൾ പ്രത്യക്ഷപ്പെട്ടു. തലയിൽ തൊപ്പിയുണ്ടായിരുന്നില്ല അയാൾക്ക്. വശത്ത് ഒരു വാൾ തൂങ്ങുന്നു. കൈയിൽ ഒരു കൈലേസ് ഉണ്ടായിരുന്നു.

അയാൾ നിഴലിലാണ് നിന്നത്.

നിഴലിലാണെങ്കിലും മിലാഡി അയാളെ തിരിച്ചറിഞ്ഞതുപോലെ. താൻ ഉദ്ദേശിച്ച ആളാണോയെന്ന് അറിയാനായിട്ട് അവൾ മുന്നോട്ടു ചാഞ്ഞുനോക്കി.

അയാൾ അവളുടെ അരികിലേക്കു നടന്നു. അയാൾ നിഴലിൽനിന്നും വെളിച്ചത്തിന്റെ വട്ടത്തിലെത്തി. അവൾക്ക് പിന്നെ സംശയത്തിന്റെ ആവശ്യം ഉണ്ടായില്ല.

“നിങ്ങൾ!” അത്ഭുതം കൊണ്ടവൾ വിളിച്ചുകൂവി.

“അതെ. ഞാൻ തന്നെ” വിന്ററിലെ പ്രഭു പറഞ്ഞു. പാതി ബഹുമാനവും പാതി പരിഹാസവും വരുന്ന ചിരിയോടെ അയാൾ തലകുമ്പിടുകയും ചെയ്തു.

“ഈ കോട്ട.....”

“ഇതെന്റേതാണ്.”

“ഈ മുറി....”

“ഇതു നിങ്ങളുടേതാണ്.”

“ഞാൻ നിങ്ങളുടെ തടവുപുള്ളിയാണോ?”

“ഏറെക്കുറെ.”

“അധികാരത്തിന്റെ നാണംകെട്ട ഏർപ്പാടാണല്ലോ ഇത്!” അവൾ പറഞ്ഞു.

“ഒരു പ്രസംഗമൊന്നും വേണ്ട” വിന്ററിലെ പ്രഭു പറഞ്ഞു. “നമുക്കിരുന്ന് ശാന്തമായി സംസാരിക്കാം.”

അയാൾ വാതിലിലേക്കു തിരിഞ്ഞു. കൽപ്പനകൾ അനുസരിക്കാനായിട്ട് ആ ഉദ്യോഗസ്ഥൻ അവിടെത്തന്നെ നിൽക്കുന്നു.

“ഫെൽട്ടൺ നന്ദിയുണ്ട്. തൽക്കാലം പൊയ്ക്കോളൂ.” വിന്ററിലെ പ്രഭു ആ ഉദ്യോഗസ്ഥനോടു പറഞ്ഞു.

50

ബന്ധുക്കൾ തമ്മിലുള്ള ഒരു സംഭാഷണം

വിന്റർറിലെ പ്രഭു വാതിലടച്ചശേഷം, ഒരു കസേര വലിച്ച് മിലാഡി യുടെ അരികിലിട്ട് അതിലിരുന്നു.

താൻ ആരുടെ കൈയിലാണ് അകപ്പെട്ടിരിക്കുന്നതെന്ന് മനസിലാക്കിയ അവൾ ഓരോന്നും ചിന്തിച്ചു. തന്റെ ഭർത്താവിന്റെ സഹോദരനായ അയാൾ നല്ലൊരു പടയാളിയും നല്ലൊരു ചൂതാട്ടക്കാരനും ഒരു രസികനും പെൺകോന്തനും ഒക്കെയാണെന്ന് അവൾക്കു നന്നായിട്ടറിയാമായിരുന്നു. എന്നാൽ കള്ളക്കളികൾ ഉണ്ടാക്കുന്ന കാര്യത്തിൽ തന്നോളം കഴിവ് അയാൾക്കില്ലെന്നും അവൾക്കറിയാമായിരുന്നു. താൻ ഇംഗ്ലണ്ടിലേക്കു വരികയാണെന്ന് അയാളെങ്ങനെ കണ്ടെത്തിയെന്നും തന്നെയെങ്ങനെ അയാൾ അറസ്റ്റുചെയ്തു എന്നൊക്കെ ആലോചിച്ചിട്ട് അവൾക്ക് ഒരു രൂപവും കിട്ടിയില്ല.

ആതോസ് പറഞ്ഞതിൽനിന്നും മിലാഡിക്കു ഒരു കാര്യം ഉറപ്പായി. കർദിനാളിനോടൊപ്പം അവൾ നടത്തിയ സംഭാഷണം മറ്റാരെങ്കിലുംകൂടി കേട്ടിട്ടുണ്ടാകും. പക്ഷേ, ഇത്രയും ചുരുങ്ങിയ സമയത്തിനുള്ളിൽ ഈ വിധത്തിൽ ഒരു തിരിച്ചടി സംഘടിപ്പിക്കാൻ അയാൾക്കാകുമെന്ന് അവൾ കരുതിയിരുന്നില്ല.

അവൾ നേരത്തെ ഇംഗ്ലണ്ടിൽ നടത്തിയ പ്രവർത്തനങ്ങൾ കണ്ടുപിടിച്ചുവെന്നതാണ് ഭയപ്പാടുള്ള മറ്റൊരു കാര്യം. അവളാണ് രത്നച്ചരടുകളിൽ രണ്ടെണ്ണം മുറിച്ചെടുത്തതെന്ന് ബക്കിംഗ്ഹാം പ്രഭു വിശ്വസിക്കുന്നുണ്ടാവണം. സ്ത്രീകളോട് പ്രതികാരം ചെയ്യാൻ അയാൾക്ക് താൽപ്പര്യമില്ലെങ്കിലും ഇത് പ്രഭുവിന്റെ പ്രതികാരം തന്നെയാവണമെന്ന് അവൾ കരുതി; എന്തോ കാര്യമായ പ്രതികാരംതന്നെ.

ഇതാണ് അവൾക്ക് ഈ സംഭവത്തെക്കുറിച്ചുള്ള ഏറ്റവും നല്ല കാര

ണമായിത്തോന്നിയത്. ഇതുവരെ ചെയ്ത കാര്യത്തിനുള്ള ശിക്ഷയാണെന്നും എന്തായാലും ഇനി ഞാൻ ചെയ്യാൻപോകുന്ന കാര്യങ്ങൾക്കുള്ള ഒരു തടയിടലല്ലെന്നും അവൾക്കു വീണ്ടും തോന്നി. എന്തായാലും ഒരു സഹോദരന്റെ കൈയിൽത്തന്നെയാണല്ലോ അകപ്പെട്ടിരിക്കുന്നത്; കൂർമബുദ്ധിയുള്ള ഒരു ശത്രുവിന്റെ പിടിയിലല്ലല്ലോ. അതുകൊണ്ട് ഇടപെടുന്നതിൽ എന്തായാലും പ്രയാസമൊന്നും ഉണ്ടാകില്ല; അവൾ കരുതി.

"എന്താ നമുക്ക് സംസാരിക്കാം" സന്തോഷത്തോടെ മിലാഡി പറഞ്ഞു. ആവശ്യമായ വിവരങ്ങൾ അറിഞ്ഞശേഷമാണല്ലോ അവൾക്ക് പദ്ധതികൾ ആസൂത്രണം ചെയ്യേണ്ടത്.

"നിങ്ങളെന്തിനാണ് ഇംഗ്ലണ്ടിലേക്കു തിരിച്ചുവന്നത്?" വിന്ററിലെ പ്രഭു ചോദിച്ചു: "ഇംഗ്ലീഷ് മണ്ണിൽ ഇനി കാലുകുത്തുകയില്ലെന്ന് ഒരിക്കൽ എന്നോടു പറഞ്ഞതല്ലേ?"

മറുപടിക്കുപകരം മറ്റൊരു ചോദ്യമാണ് അവൾ ചോദിച്ചത്. "എന്നെ നിങ്ങളെങ്ങനെ ഇത്രയധികം അടുത്തുനിന്നു നിരീക്ഷിച്ചിരിക്കുന്നു. ഞാൻ ഇംഗ്ലണ്ടിലേക്കു വരുന്നുവെന്നു മാത്രമല്ല, വരുന്ന തീയതിയും കൃത്യസമയവും സ്ഥലവും ഒക്കെ നിങ്ങളറിഞ്ഞതെങ്ങനെ?"

മിലാഡി ഉപയോഗിക്കുന്ന ആ സൂത്രംതന്നെ അദ്ദേഹവും അവലംബിച്ചു; തിരിച്ചും അദ്ദേഹം ചോദ്യം ചോദിച്ചു.

"എന്തുദ്ദേശ്യത്തോടെയാണ് നിങ്ങൾ ഇംഗ്ലണ്ടിലേക്കു വന്നത്?" അദ്ദേഹം ചോദിച്ചു.

"നിങ്ങളെക്കാണാൻ തന്നെ" തനിക്കു അനുകൂലമായി അദ്ദേഹം സംസാരിക്കാൻ വേണ്ടിയാണ് അവൾ ഇങ്ങനെ മറുപടി പറഞ്ഞത്. പക്ഷേ, ഈ മറുപടി അദ്ദേഹത്തിൽ സംശയം കൂട്ടുകയാണുണ്ടായത്.

വിന്ററിലെ പ്രഭു പ്രതികരണമൊന്നും പ്രകടിപ്പിക്കാതെ ചോദിച്ചു. "അതുശരി. എന്നെ കാണാൻ വന്നതോ?"

"അതെ ഇതിൽ അത്ഭുതപ്പെടാനെന്തിരിക്കുന്നു?"

"വേറെ ഉദ്ദേശ്യങ്ങളൊന്നും ഇല്ലാതിരുന്നോ?"

"ഇല്ല."

"അപ്പോൾ എന്നെക്കാണാൻവേണ്ടി മാത്രമാണ് ഈ ചാനൽ കടന്നു വന്നിരിക്കുന്നത്?"

"അതെ. അതിനു തന്നെ."

"സഹോദരീ, നിങ്ങളുടെ സ്നേഹത്തിൽ എന്റെ ഹൃദയം ആനന്ദിക്കുന്നു."

"ഒന്നുമല്ലെങ്കിൽ ഞാൻ നിങ്ങളുടെ അടുത്ത ബന്ധുവല്ലേ?"

"അതെ എന്റെ അനന്തരാവകാശിയാണെന്നാണോ നിങ്ങൾ ഇതുകൊണ്ട് ഉദ്ദേശിച്ചത്?" അദ്ദേഹം അവളെ തുറിച്ചുനോക്കി.

ആ മറുപടി കുറിക്കുകൊണ്ടു. അവൾ വിറയ്ക്കാൻ തുടങ്ങി. അദ്ദേഹം അയാളുടെ കൈകൾ പിടിച്ചാണ് സംസാരിച്ചതെങ്കിലും അവ

ളുടെ വിറയിൽ നിന്നില്ല.

കിറ്റി തന്നെ വഞ്ചിച്ചതാണെന്നാണ് മിലാഡിക്ക് ആദ്യം തോന്നിയത്. വിന്റർപ്രഭുവിനെ തനിക്കിഷ്ടമില്ലെന്നും അതിനുള്ള കാരണവും അവളോടു പറഞ്ഞിരുന്നത് അവൾ അദ്ദേഹത്തോടു പറഞ്ഞിട്ടുണ്ടാകും. പ്രഭുവിനെ അന്ന് കൊല്ലാതെ വിട്ടതിന് ആർട്ഗ്നനോടുള്ള തന്റെ കോപവും കിറ്റിക്കറിയാമായിരുന്നതാണല്ലോ.

“എനിക്കൊന്നും മനസിലാകുന്നില്ല” അവൾ പറഞ്ഞു: “നിങ്ങൾ പറഞ്ഞതിൽ എന്തെങ്കിലും ആന്തരാർഥം വല്ലതുമുണ്ടോ?”

“ഇല്ലേയില്ല....” അദ്ദേഹത്തിന്റെ മറുപടിയിൽ ഫലിതച്ചിരി നിറഞ്ഞിരുന്നു. “എന്നെക്കാണാൻ വേണ്ടിയാണ് നിങ്ങൾ ഇംഗ്ലണ്ടിലേക്കു വന്നതെന്നു പറഞ്ഞല്ലോ. അതുകൊണ്ട് ഒരുപക്ഷേ, എനിക്കു വെറുതെ തോന്നിയതായിരിക്കാം. നിങ്ങൾ വളരെ ബുദ്ധിമുട്ടോടെ രാത്രിയിൽ തുറമുഖത്തെത്തുന്നതായിട്ട്. അതുകൊണ്ട് ഞാൻ എന്റെ ഒരു ഉദ്യോഗസ്ഥനെ അങ്ങോട്ടു വിട്ടതാണ്; നിങ്ങളെ സ്വീകരിക്കാൻ. നിങ്ങളെ ഇങ്ങോട്ടുകൊണ്ടുവരാൻ ഞാൻ തന്നെയാണ് പറഞ്ഞത്. ഇത് എന്റെ താമസസ്ഥലമാണ്. തമ്മിൽക്കാണാനും സംസാരിക്കാനുമായി ഇവിടെത്തന്നെ ഒരു മുറി ഏർപ്പാടുചെയ്യുകയും ചെയ്തു. നിങ്ങൾ പറഞ്ഞതിനേക്കാൾ കൂടുതലായി എന്തെങ്കിലും അതിശയം ഇതിൽ തോന്നുന്നുണ്ടോ?”

“ഏയ് ഒന്നുമില്ല” അവൾ പറഞ്ഞു. “എന്നെ അത്ഭുതപ്പെടുത്തുന്നത് നിങ്ങൾ എങ്ങനെ അറിഞ്ഞുവെന്നതിലാണ്.”

“അതു നിസ്സാരം” അദ്ദേഹം പറഞ്ഞു. “കപ്പൽ തുറമുഖത്തേക്ക് എത്തിയയുടനെ ഒരു പുസ്തകത്തെ പുറത്തേക്കു കൊടുത്തുവിടുന്നതു നിങ്ങൾ കണ്ടോ? കപ്പൽ ജോലിക്കാരുടെയും യാത്രക്കാരുടെയും പേരുകൾ എഴുതിയ പുസ്തകമായിരുന്നു അത്. തുറമുഖം കടക്കാനുള്ള അനുവാദം ചോദിക്കുന്ന ഒരു ഏർപ്പാടാണത്. ആ ബുക്ക് തുറമുഖം ഗവർണറായ എന്റെ അരികിലാണെത്തിയത്. അതിൽ നിങ്ങളുടെ പേരു ഞാൻ കണ്ടു. അപ്പോൾത്തന്നെ എനിക്കു തോന്നി നിങ്ങൾ എന്നെ കാണാൻ വരുന്നെന്ന്. അതുകൊണ്ടാണ് ബാക്കിയുള്ള ഏർപ്പാടുകൾ മുഴുവനും ഞാൻ ചെയ്തത്.”

വിന്ററിലെ പ്രഭു കള്ളം പറയുകയാണെന്ന് മിലാഡിക്ക് അറിയാമായിരുന്നു. അതോടെ അവളുടെ അസ്വാസ്ഥ്യം കൂടി.

“ഞാൻ ഇന്ന് തീരത്തെത്തിയപ്പോൾ ബക്കിംഗ്ഹാം പ്രഭുവിനെയാണല്ലോ കണ്ടത്” അവൾ പറഞ്ഞു.

“അതെ” അദ്ദേഹം പറഞ്ഞു. “അദ്ദേഹത്തെക്കുറിച്ച് വളരെയധികം സംസാരിക്കുന്ന ഒരു നാട്ടിൽനിന്നും നിങ്ങൾ വന്നതുകൊണ്ടാണ് അദ്ദേഹത്തെ കണ്ടപ്പോൾ നിങ്ങൾക്കു എന്തോ ഒരു പ്രത്യേകത തോന്നിയത്. ഫ്രാൻസിന് എതിരായുള്ള അദ്ദേഹത്തിന്റെ പദ്ധതികൾ നിങ്ങളുടെ ചങ്ങാതിയായ കർദിനാളിന് ഉപദ്രവമാകുന്നുണ്ടെന്ന് എനിക്കു നന്നായിട്ടറിയാം.”

"കർദിനാൾ എന്റെ ചങ്ങാതിയെന്നോ?" മറ്റു കാര്യങ്ങളെപ്പോലെ ഇക്കാര്യവും പ്രഭു മനസിലാക്കിയെന്നു വന്നപ്പോൾ പരിഭ്രമത്തോടെയാണ്, അവൾ ഇതു ചോദിച്ചത്.

"എന്താ, അദ്ദേഹം നിങ്ങളുടെ ചങ്ങാതിയല്ലേ?" തുടർന്ന് അയാൾ അവളോടു പറഞ്ഞു. "അങ്ങനെയാണ് ഞാൻ ആദ്യം കരുതിയത്. അതിരിക്കട്ടെ, അതൊന്നും ഇവിടെ ചർച്ചയ്ക്കു പ്രധാനമല്ല. നിങ്ങൾ എന്നെ കാണാൻ വന്നതെന്നല്ലേ പറഞ്ഞത്?"

"അതെ."

"എങ്കിൽ നിങ്ങളെ അതിശയിപ്പിക്കുന്ന ഒരു കാര്യം ഞാൻ പറയാം" അദ്ദേഹം പറഞ്ഞു. "നമ്മൾ തമ്മിൽ എന്നും കാണുന്നതിന് ഞാനിവിടെ ചില സൗകര്യങ്ങൾ ഒരുക്കിയിട്ടുണ്ട്."

"നിങ്ങൾ എന്നെ എന്നെന്നും താമസിപ്പിക്കാൻ പോകുകയാണോ?" അവൾ ചോദിച്ചു.

"എന്തുകൊണ്ടായിക്കൂടാ? എന്തൊക്കെ വേണമെന്ന് പറയൂ. എല്ലാം ഞാൻ എത്തിച്ചുതരാം."

"എനിക്ക് വേലക്കാരികളോ വേലക്കാരന്മാരോയില്ലല്ലോ......"

"അതൊക്കെ ശരിയാക്കാം. നിങ്ങൾ നിങ്ങളുടെ ഒന്നാം ഭർത്താവിനോടൊപ്പം ജീവിച്ചിരുന്ന സമയത്ത് എന്തൊക്കെയുണ്ടായിരുന്നോ, അതൊക്കെ ഞാൻ ശരിയാക്കാം."

"എന്റെ ആദ്യ ഭർത്താവെന്നോ?"

"അതെ. നിങ്ങളുടെ ആദ്യഭർത്താവ്-നിങ്ങളുടെ ഫ്രഞ്ചു ഭർത്താവ്." അദ്ദേഹം പറഞ്ഞു. "അല്ലാതെ എന്റെ സഹോദരനെപ്പറ്റിയല്ല ഞാൻ പറയുന്നത്. നിങ്ങൾ അദ്ദേഹത്തോടൊപ്പം ജീവിച്ച സമയത്ത് എന്തൊക്കെയുണ്ടായിരുന്നെന്ന് നിങ്ങളിപ്പോൾ മറന്നിട്ടുണ്ടാകാം. സാരമില്ല, അദ്ദേഹം ഇപ്പോൾ ജീവിച്ചിരിപ്പുണ്ടെങ്കിൽ പറഞ്ഞാൽ മതി, ഞാൻ എല്ലാം എഴുതിച്ചോദിച്ചോളാം."

മിലാഡി വിയർത്തു തുടങ്ങി.

"നിങ്ങൾ തമാശ പറയുകയാണോ?" അവൾ പതറി.

"എനിക്കത് തോന്നുന്നു?" എന്നു പറഞ്ഞുകൊണ്ട് വിന്ററിലെ പ്രഭു എഴുന്നേറ്റു.

അവൾ കസേരയുടെ കൈയിൽ മുറുകെപ്പിടിച്ചുകൊണ്ട് ബലത്തിൽ എഴുന്നേറ്റുനിന്നു. "എന്നെ അപമാനിക്കുകയാണോ?"

"നിങ്ങളെ അപമാനിക്കുന്നെന്നോ?" അദ്ദേഹം പറഞ്ഞു. "അതിനെനിക്കാവുമോ?"

"നിങ്ങൾ മദ്യപിച്ചിരിക്കുകയാണോ? അഥവാ നിങ്ങൾക്ക് ഭ്രാന്തുണ്ട്. വേഗം പുറത്തുപോകൂ. ഒരു വേലക്കാരിയെ പറഞ്ഞുവിടൂ."

"വേലക്കാരിപ്പെണ്ണുങ്ങളെ ഇക്കാലത്ത് വിശ്വസിക്കാനാകില്ലെന്നറിയാമല്ലോ?" അദ്ദേഹം പറഞ്ഞു. "ഞാൻ നിങ്ങളുടെ വേലക്കാരനായി നിന്നോട്ടെ? അപ്പോൾ നമ്മുടെ രഹസ്യങ്ങൾ ഈ വീട്ടിൽനിന്നും പുറത്തു

പോകുകയുമില്ല.”

“നിങ്ങൾക്കു ഭ്രാന്താണ്....”

അവൾ അയാളുടെ അടുക്കലേക്ക് അലറിക്കൊണ്ടു ചെന്നു. അദ്ദേഹം ക്ഷമയോടുതന്നെ നിന്നു. വാളിൽ അദ്ദേഹം കൈ പതിയെ വയ്ക്കുകയും ചെയ്തു.

“നിങ്ങൾക്ക് ആളുകളെ കൊലചെയ്യുന്നത് ഒരു ശീലമാണെന്നറിയാം. പക്ഷേ എന്റെ നേരെയാണ് അതെങ്കിൽ. ഞാൻ നിങ്ങളെ വെറുതെ വിടുകയില്ലെന്ന് ഓർമ വേണം” അദ്ദേഹം പറഞ്ഞു.

“എനിക്കതറിയാം” അവൾ പറഞ്ഞു. “ഒരു സ്ത്രീയെ വകവരുത്താൻ നിങ്ങൾ ഒരു സേനയെ അയയ്ക്കുന്ന ഒരു ഭീരുവാണെന്ന്.”

“ഒരുപക്ഷേ നിങ്ങളെ വകവരുത്താൻ ശ്രമിക്കുന്ന ആദ്യത്തെയാൾ ഞാനാകുകയില്ലെന്ന് എനിക്കുറപ്പാണ്” അദ്ദേഹം പറഞ്ഞു.

അദ്ദേഹം അവളുടെ ഇടത്തേ തോളിലേക്കു വിരൽചൂണ്ടി. വിരൽ തന്റെ തോളിൽ സ്പർശിക്കുമെന്നായപ്പോൾ അവൾ ഒരു പുലിയെപ്പോലെ നിന്നു.

“നിങ്ങളുടെ സൗകര്യംപോലെ അലറിക്കോളൂ” അദ്ദേഹം പറഞ്ഞു. “പക്ഷേ കടിക്കരുത്; കാരണം പിന്നെ ഖേദിക്കേണ്ടിവരും. മുൻകൂർ ജാമ്യമെടുക്കാൻ പോന്ന വക്കീലന്മാർ ഇവിടെയില്ലെന്നോർമവേണം. ദുഷ്ടന്മാരായ ആളുകൾ തടവറയിലാക്കപ്പെട്ട സ്ത്രീകളെ രക്ഷിക്കാനെത്തുന്ന കുതിരപ്പട്ടാളക്കാരും ഇവിടെയില്ല. പക്ഷേ, സ്വത്തുള്ള കുടുംബങ്ങളിൽ രണ്ടാം വിവാഹം കഴിച്ചുവരുന്ന പെണ്ണുങ്ങളെ ശിക്ഷിക്കാൻ പറ്റിയ നിയമമിവിടെയുണ്ട്. അവർ നിങ്ങളെ പരസ്യമായി തൂക്കിക്കൊല്ലുന്നവന്റെ അടുക്കൽ വിടും. അയാൾ നിങ്ങളുടെ ഇടത്തേത്തോളിലുള്ളമാതിരിയുള്ള മുദ്ര വലത്തേതിലും ഇടിച്ചുതരും.”

മിലാഡിയുടെ കണ്ണുകൾ ചുവന്നുതിളങ്ങി. ആയുധമില്ലാത്ത അവൾ ആയുധധാരിയായ അദ്ദേഹത്തെ കോപത്തോടെ നോക്കിയപ്പോൾ, അദ്ദേഹംതന്നെ ഭയന്നു തണുത്തു; ഒപ്പം കോപവും വന്നു തുടങ്ങി.

“അതെ” വിന്റരിലെ പ്രഭു വർധിച്ചു വന്നുകൊണ്ടിരുന്ന കോപത്തോടെ പറഞ്ഞു. “എന്റെ സഹോദരന്റെ സ്വത്തുമുഴുവൻ അനന്തരവകാശിയാക്കിയശേഷം എന്റേതുകൂടി ഒപ്പിക്കാനുള്ള നിങ്ങളുടെ ശ്രമമാണെന്ന് എനിക്കറിയാം. പക്ഷേ, ഒരു കാര്യം ഞാൻ പറയാം; നിങ്ങൾ എന്നെ കൊല്ലുകയോ എന്നെ കൊല്ലിക്കുകയോ ചെയ്തോ. പക്ഷേ, എന്റെ ഒരു ചില്ലിക്കാശ് നിങ്ങൾക്കു കിട്ടില്ല. നിങ്ങൾക്ക് ഇപ്പോൾത്തന്നെ നല്ല സമ്പത്തുണ്ടല്ലോ? അതുപോരെ? പിന്നെന്തിനാണീ ദുഷ്ടകൃത്യം ചെയ്യുന്നത്? ആനന്ദത്തിനല്ലാതെ മറ്റെന്തിനാണ്. എന്റെ സഹോദരനെക്കുറിച്ചുള്ള ഓർമയും സ്നേഹവുമുള്ളതുകൊണ്ടാണ് നിങ്ങളെ തുറുങ്കിലടയ്ക്കുകയോ ടൈബേൺ തൂക്കുമരത്തിലേക്കയയ്ക്കുകയോ ചെയ്യാതിരുന്നത്. ഞാൻ നിങ്ങളെക്കുറിച്ച് ഒന്നും അധികാരികളോട് അറിയിക്കാതിരിക്കാം. പകരം പരാതിയോ പരിഭവമോ ഇല്ലാതെ ഇവിടെ തടവറ

യിൽ കഴിഞ്ഞോളണം. രണ്ടു മൂന്നു ദിവസത്തിനകം ഞാൻ ലാറൊച്ചിലിയിൽ സൈന്യവുമായി പോകും. പോകുന്നതിനു തലേനാൾ ഞാൻ നിങ്ങളെ കപ്പലിൽകയറ്റി ഏതെങ്കിലും ഒരു ദക്ഷിണകോളനിയിൽ ആക്കാം. ഇംഗ്ലണ്ടിലേക്കോ വൻകരയിലേക്കോ മടങ്ങിവരാൻവേണ്ടി നിങ്ങൾ ശ്രമം നടത്തുകയാണെങ്കിൽ വെടിവച്ചുകൊല്ലാനും ഞാൻ ഏർപ്പാടു ചെയ്യും."

എല്ലാം നിശ്ശബ്ദമായി അവൾ കേട്ടുകൊണ്ടു നിന്നു. അവളുടെ കണ്ണുകൾ കൂടുതൽ ജ്വലിക്കുകയായിരുന്നു.

"തൽക്കാലം ഈ കോട്ടയിൽ താമസിച്ചോളൂ" അദ്ദേഹം തുടർന്നു പറഞ്ഞു. "ചുവരുകൾക്കും വാതിലുകൾക്കും നല്ല ഉറപ്പുണ്ടിവിടെ. ദാ ആ ചുവർഭാഗം കടലിനരികിലെ ഭാഗത്താണ്. ജനാലയ്ക്കരികിലൂടെ നോക്കിയാൽ ആഴമുള്ള കടൽകാണാം. എന്റെ ജോലിക്കാർ എനിക്കു വിശ്വസ്തരാണ്; അവരെ ഈ മുറിക്കുചുറ്റും ഞാൻ കാവൽ നിർത്തിയിട്ടുണ്ട്. പുറത്തേക്കുള്ള എല്ലാ പ്രവേശനകവാടങ്ങളിലും കാവൽക്കാരുണ്ട്. നിങ്ങൾ മുറ്റത്തേക്കിറങ്ങിയാൽ പുറത്തുകടക്കുന്നതിന് മൂന്ന് ഇരുമ്പഴി വാതിലുകൾ ഉണ്ട്. കാവൽക്കാർ നിങ്ങളെ കടത്തിവിടുകയില്ല. കടക്കാൻ ശ്രമിച്ചാൽ അവർ വെടിവയ്ക്കും. അവർ നിങ്ങളെ കൊന്നാൽ അധികാരികൾ എന്നോടൊപ്പമേ നിൽക്കുകയുള്ളുവെന്നും എനിക്ക് നന്നായിട്ടറിയാം. നിങ്ങൾക്ക് എല്ലാം മനസിലായെന്ന് എനിക്കു തോന്നുന്നു; മുഖത്ത് ശാന്തത വന്നിട്ടുണ്ടല്ലോ. അതോ 'രണ്ടാഴ്ചക്കകം ഞാൻ രക്ഷപ്പെടും, അതിനുള്ള പദ്ധതികൾ ഞാൻ ആലോചിക്കുകയാണ്' എന്ന് ചിന്തിക്കുകയാണോ. അങ്ങനെയെങ്കിൽ അതും ചിന്തിച്ചോളൂ. ബാക്കി കാര്യങ്ങൾ ഞങ്ങൾ നോക്കിക്കോളാം."

തന്റെ ചിന്തകൾ അദ്ദേഹം വായിച്ചതായി അവളറിഞ്ഞു. വേദനയുടെ ഭാവം മുഖത്തുണ്ടാകാൻവേണ്ടി അവൾ സ്വയം നഖങ്ങളെ കൈയ്ക്കുള്ളിൽ കുത്തിപ്പിടിച്ചു.

"എന്റെ അഭാവത്തിൽ നിങ്ങളെ നോക്കുന്നത് നിങ്ങളെയെത്തിച്ച ആ ഉദ്യോഗസ്ഥനാണ്" അദ്ദേഹം വീണ്ടും പറഞ്ഞു. "അയാൾക്ക് കൽപ്പനകൾ നടപ്പിൽ വരുത്തുന്നതിനുള്ള കഴിവുണ്ട്. പോർട്സ്മൗത്ത് തുറമുഖത്തിൽനിന്നും ഇങ്ങോട്ടു വന്നപ്പോൾ നിങ്ങൾ അയാളോട് സംസാരിക്കാതിരിക്കാൻ തരമില്ല. അയാളുടെ കൈയിൽനിന്നും വിവരങ്ങളൊന്നും കിട്ടിയിട്ടുണ്ടാവില്ല നിങ്ങൾക്ക്. നിങ്ങൾ പലതും ചോദിച്ചപ്പോഴൊക്കെ അയാൾ കല്ലിനെപ്പോലെ ഇരുന്നുകാണാനാണ് സാധ്യത. ജീവിതത്തിൽ പല പുരുഷന്മാരെയും പറ്റിച്ച നിങ്ങൾക്ക് ഇയാളെ പറ്റിക്കാൻ പറ്റുകയില്ല. നിങ്ങൾ അയാളെ പറ്റിക്കുകയാണെങ്കിൽ സ്ത്രീരൂപത്തിൽവന്ന പിശാചായി ഞാൻ നിങ്ങളെ കരുതും."

അദ്ദേഹം വാതിലിനരികിൽ ചെന്നു. വാതിൽ തുറന്നശേഷം ലെഫ്റ്റനന്റ് ഫെൽറ്റനോടു വരാൻ വിളിച്ചുപറഞ്ഞു. തുടർന്ന് മിലാഡിയെ തിരിഞ്ഞുനോക്കിയശേഷം പറഞ്ഞു: "നിന്നെക്കുറിച്ചും നിന്റെ സ്വഭാവത്തെക്കുറിച്ചും ഞാൻ അയാളോടു പറയാൻ പോകുകയാണ്."

അവർക്കിടയിൽ നിശ്ശബ്ദത വ്യാപിച്ചു. ഒരു കാലൊച്ച അടുത്തു വരുന്നത് അവർ കേട്ടു. നിമിഷങ്ങൾക്കകം ഫെൽട്ടൺ അവിടെയെത്തി.

"വരൂ ജോൺ ഫെൽട്ടൺ; ആ വാതിലും അടച്ചോളൂ."

അയാൾ മുറിക്കകത്തു കയറി.

"ഈ സ്ത്രീയുടെ മുഖത്തു നോക്കൂ" വിന്റർിലെ പ്രഭു അയാളോടു പറഞ്ഞു. "ഇവൾ യുവതിയും സുന്ദരിയുമാണ്. സങ്കൽപ്പിക്കാൻ പറ്റാത്ത വിധത്തിലെ വശ്യതയും ഇവൾക്കുണ്ട്. എങ്കിലും ഇരുപത്തിയഞ്ചു വയസുള്ള ഒരു രാക്ഷസി ധാരാളം കുറ്റങ്ങൾ ചെയ്തിട്ടുണ്ട്. നമ്മുടെ കോടതിയിലെ ഒരു വർഷത്തെ രേഖകൾ മാത്രം പരിശോധിച്ചാൽ മതി അതറിനായിട്ട്. ഇവൾ ഇരകളെ പിടിക്കുന്നത് സൗമ്യമധുരമായ ശബ്ദംകൊണ്ടാണ്. നിങ്ങളെ വശീകരിക്കുകയും കൊല്ലുകയും ചെയ്തേക്കാം. ഒരു കാര്യം ഓർമവേണം; നിങ്ങളെ ദാരിദ്ര്യത്തിന്റെ പടുകുഴിയിൽനിന്നും രക്ഷിച്ച് ലഫ്റ്റനന്റ് പദവിവരെ നേടിത്തന്നത് ഞാനാണ്. ഒരുതവണ നിങ്ങളുടെ ജീവനും രക്ഷിച്ചു. പക്ഷേ, ഒരു കടമയുള്ള ആളെന്ന അർഥത്തിലല്ലാ ഞാനിത് അഭ്യർഥിക്കുന്നത്, ഈ ദുഷ്ടസ്ത്രീയിൽനിന്നും നിങ്ങളെന്നെ രക്ഷിക്കണം. സ്വയം സൂക്ഷിക്കുകയും വേണം. ഇവൾ അപകടകാരിയായ അണലിയാണ്. ഇവൾക്ക് അർഹിക്കുന്നവിധത്തിലുള്ള ശിക്ഷകിട്ടാനായി ഞാൻ ഇവിടെ സൂക്ഷിക്കാമെന്ന് നിങ്ങൾ സത്യം ചെയ്യണം. നിങ്ങളുടെ വാക്കുകൾ എനിക്ക് വിശ്വാസമാണ്; നിങ്ങളുടെ പ്രവൃത്തികളെയും ഞാൻ വിശ്വസിക്കുന്നു."

"അങ്ങ് പറഞ്ഞത് ഞാൻ ചെയ്യുന്നതാണെന്ന് സത്യം ചെയ്യുന്നു" ജോൺ ഫെൽട്ടൺ പറഞ്ഞു. ഒപ്പം ക്രൂരമായി അവളെ നോക്കുകയും ചെയ്തു.

അയാളുടെ ക്രൂരമായ നോട്ടത്തെ അവൾ സൗമ്യമായി സ്വീകരിക്കുകമാത്രം ചെയ്തു. അൽപ്പനേരംമുമ്പ് ഒരു പുലിയെപ്പോലെ നിന്നവളാണോ ഇവളെന്ന് ഫെൽട്ടന് സംശയംപോലും തോന്നി.

"ഇവൾ ഈ മുറിവിട്ട് ഒരിക്കലും പോകരുത്" വിന്റർിലെ പ്രഭു പറഞ്ഞു. "ഇവൾ കത്തെഴുതുകയോ, മറ്റൊരാളോടു സംസാരിക്കുകയോ അരുത്.... നിങ്ങൾക്ക് വേണമെങ്കിൽ അവളോടു സംസാരിക്കാം."

"ശരി സർ" അയാൾ പറഞ്ഞു. "അങ്ങ് പറയുന്നതുപോലെ."

തുടർന്ന് മിലാഡിയോടു പറഞ്ഞു: "ഇനി നിങ്ങൾക്ക് പരലോകത്തിലെ ദൈവമേ ഉള്ളൂ കൂട്ടായിട്ട്. ഈ ലോകത്തിലെ നിന്റെ വിധി തീരുമാനിച്ചു കഴിഞ്ഞു."

വിധിപ്രസ്താവനകേട്ട് മിലാഡിയുടെ തല കുനിഞ്ഞു.

വിന്റർിലെ പ്രഭു പുറത്തേക്കിറങ്ങാൻ വാതിലിനരികിലേക്കു നടന്നു. ഫെൽട്ടൺ പുറകേയും. അദ്ദേഹം പുറത്തിറങ്ങിയപ്പോൾ അയാളും ഇറങ്ങി. വാതിലുമടച്ചു.

കുറച്ചുനിമിഷങ്ങൾ കഴിഞ്ഞപ്പോൾ ഹാളിൽ കാവൽഭടന്മാർ നടക്കുന്ന ബൂട്സിന്റെ കനത്ത ശബ്ദം അവൾ കേട്ടു. അവർ അങ്ങോട്ടു

മിങ്ങോട്ടും നടക്കുകയാണ്. മഴുവും തോക്കും അവരുടെ കൈയിലുണ്ട്.

പലതും ആലോചിച്ചുകൊണ്ട് അവൾ അവിടെത്തന്നെയിരുന്നു. തന്നെ പുറത്തുനിന്നും ആരെങ്കിലും വാതിൽപഴുതുവഴി നോക്കുന്നുണ്ടോയെന്നും അവൾ ഭയന്നു.

തുടർന്ന് കൂനിയിരുന്ന അവൾ തലയുയർത്തി. എതിർപ്പിന്റെ തീജ്വാല അവളുടെ കണ്ണിൽ പാറി. എഴുന്നേറ്റ് അവൾ വാതിലിനരികിലേക്കു ചെന്നു. ജനാലവഴി അവൾ പുറത്തേക്കു നോക്കി. പിന്നെ തിരിച്ചുവന്ന് കസേരയിൽത്തന്നെയിരുന്നു; ചിന്താമഗ്നയായി.

51

ഉദ്യോഗസ്ഥൻ

ഇംഗ്ലണ്ടിൽനിന്നുള്ള പുതിയ വാർത്തകൾ കേൾക്കാൻ കാത്തിരിക്കുകയായിരുന്നു കർദിനാൾ. പക്ഷേ വാർത്തകളൊന്നും കിട്ടിയതേയില്ല.

ഇതേസമയം ലാറൊച്ചിലിയിലെ യുദ്ധം പുരോഗമിച്ചിരുന്നു. രാജാവ് എടുത്ത മുൻകരുതലുകൾ വിജയം നിശ്ചയമാക്കിയിരുന്നു. പക്ഷേ യുദ്ധം എളുപ്പത്തിൽ തീരുന്ന ഒരു മട്ടല്ല കണ്ടത്. അത് രാജാവിനും കർദിനാളിനും ഒരുപോലെ ബുദ്ധിമുട്ടുണ്ടാക്കി. രാജാവും രാജ്ഞിയും തമ്മിൽ വഴക്കുണ്ടാക്കാനുള്ള ശ്രമം കർദിനാളിനെ സംബന്ധിച്ച് വിജയകരമായിരുന്നു. പക്ഷേ, മോൺസ്യൂർ ബസോംപിയറും അൻഗൗലിമിലെ പ്രഭുവും തമ്മിൽ സമാധാനമുണ്ടാക്കാനുള്ള അദ്ദേഹത്തിന്റെ ശ്രമം പരാജയമായിരുന്നു.

ലാറൊച്ചിലിയിലെ മേയർ അവിശ്വസനീയമായ ധീരത കാണിച്ചെങ്കിലും അദ്ദേഹത്തിന്റെ ചിലയാളുകൾ അദ്ദേഹത്തിനെതിരാകുകയും അടിയറവു പറയുകയും ഒക്കെ ചെയ്തു. തനിക്ക് എതിരായവരെയൊക്കെ അദ്ദേഹം തൂക്കിക്കൊന്നു. അതോടെ ബാക്കിയുള്ളവർ അടിയറവു പറയാനും തുടങ്ങി. അവരെ പട്ടിണിക്കിട്ട് കൊല്ലാനാണ് തീരുമാനം. തൂക്കിക്കൊല്ലുന്നതിനെക്കാൾ ഇഞ്ചിഞ്ചായി കൊല്ലണമെന്നതായിരുന്നു അതിന്റെ പിന്നിലെ ലക്ഷ്യം.

ലാറൊച്ചിലിയിൽനിന്നും ബക്കിംഗ്ഹാമിലേക്കു പോകുന്ന സന്ദേശവാഹകരെയും ഇടയ്ക്കിടെ പിടിച്ചു കൊന്നുകൊണ്ടിരുന്നു. ബക്കിംഗ്ഹാം തിരിച്ച് ലാറൊച്ചിലിയിലേക്കു വിടുന്നവർക്കും ഇതുതന്നെയായിരുന്നു അനുഭവം. വിചാരണ വളരെ ലളിതമായിരുന്നു. എല്ലാവർക്കും കർദിനാൾ ഒരൊറ്റ വിധിവാചകമാണ് കൊടുത്തത്. "അവനെ തൂക്കിലേറ്റൂ." വിധി നടപ്പാക്കുന്നതു കാണാൻ രാജാവിനെയും ക്ഷണിക്കുമായിരുന്നു. വിധി

നടപ്പാക്കലിന്റെ എല്ലാ നടപടികളും കാണാൻ പറ്റുന്ന ഒരു സ്ഥലത്ത് വികാരനിർഭരനായി അദ്ദേഹം ഇരുന്നു. യുദ്ധത്തിന്റെ മുഷിഞ്ഞ അനുഭവങ്ങളിൽനിന്നും മോചനം നേടാൻ ഈ ചടങ്ങ് അദ്ദേഹത്തിന് സഹായകമായി. എങ്കിലും അതും അദ്ദേഹത്തിനു മുഷിപ്പുളവാക്കിയപ്പോൾ പാരീസിലേക്കു മടങ്ങിപ്പോകുന്നതിനെപ്പറ്റി സംസാരിച്ചുകൊണ്ടിരുന്നു. അവിടെ സന്ദേശവാഹകരും ചാരന്മാരുമില്ലാതിരുന്നെങ്കിൽ, തന്റെ സങ്കൽപ്പങ്ങൾക്കൊക്കെ അതീതമായ മറ്റെന്തെങ്കിലും പരിപാടി കർദിനാൾ കണ്ടെത്തുമായിരുന്നു.

ദിവസങ്ങൾ നീങ്ങി.

ലാറൊച്ചിലി അടിയറവു പറഞ്ഞതേയില്ല.

ആ സമയത്ത് ബക്കിംഗ്ഹാമിനുള്ള ഒരു കത്തുമായി പോയ ഒരു ചാരനെ പിടികൂടി. പട്ടണത്തെ അധികകാലം കൈവശം വയ്ക്കാൻ പറ്റുകയില്ലെന്ന് അതിലെഴുതിയിരുന്നു. "നിങ്ങളുടെ സഹായം രണ്ടാഴ്ചയ്ക്കകം കിട്ടിയില്ലെങ്കിൽ ഞങ്ങൾ അടിയറവു പറയും" എന്നു പറയുന്നതിനുപകരം ഇങ്ങനെ എഴുതിയിരുന്നു: "രണ്ടാഴ്ചയ്ക്കകം നിങ്ങളുടെ സഹായം ഞങ്ങൾക്കു കിട്ടിയില്ലെങ്കിൽ ഞങ്ങൾ പട്ടിണികിടന്നു മരിക്കും."

ലാറൊച്ചിലിയിലെ ആളുകൾക്ക് ഒരൊറ്റ പ്രതീക്ഷയേ ഉണ്ടായിരുന്നുള്ളൂ – ബക്കിംഗ്ഹാം പ്രഭു. തങ്ങളുടെ രക്ഷകനായി ആളുകൾ അദ്ദേഹത്തെ കരുതി. ആ ഒരു പ്രതീക്ഷ അവർക്കില്ലാതിരുന്നുവെങ്കിൽ അവരുടെ ധീരതയും പ്രതീക്ഷയും എന്നേ വീണുടയുമായിരുന്നു. ബക്കിംഗ്ഹാം വരികയില്ലെന്ന് പ്രഖ്യാപിച്ചുകൊണ്ടുള്ള വാർത്ത ഇംഗ്ലണ്ടിൽനിന്നും വരുന്നത് പ്രതീക്ഷിച്ചുകൊണ്ട് കർദിനാൾ കഴിയുകയായിരുന്നു.

ഝടുതിയിലുള്ള ഒരു യുദ്ധത്തിൽ പട്ടണം പിടിച്ചെടുക്കുന്നതിനെപ്പറ്റി മിക്കപ്പോഴും ചർച്ചചെയ്ത കാര്യമായിരുന്നു; രാജാവിന്റെ യോഗത്തിൽ. പക്ഷേ, രാഷ്ട്രീയമായും തന്ത്രപരമായും എപ്പോഴും ആ ചിന്ത ഉപേക്ഷിക്കുകയേ മാർഗമായിരുന്നുള്ളൂ. ലാറൊച്ചിലിയിൽ കയറിപ്പറ്റാൻ ബുദ്ധിമുട്ടാണെന്നാണ് അതിൽ ഒരു കാര്യം. രാഷ്ട്രീയകാരണങ്ങൾ കൊണ്ട് അതിനെ എതിർക്കാൻ കർദിനാളിനു താൽപ്പര്യവുമില്ല. ഫ്രഞ്ചു പട്ടാളം പൊരുതുന്ന ഏതു യുദ്ധത്തിലും ഫ്രഞ്ചുകാർ ഉപയോഗിക്കുന്നത് ഒരു അറുപതുകൊല്ലം പിന്നിലുള്ള തന്ത്രങ്ങളായിരിക്കും. പുരോഗമനവാദിയായ രാജ്യതന്ത്രജ്ഞൻ എന്നുള്ള നിലയിൽ താൻ അതിന് കണിശമായും വിമർശിക്കപ്പെടുമെന്ന് അദ്ദേഹത്തിനു നിശ്ചയമായിരുന്നു. ലാറോച്ചിയെ പിടിച്ചടക്കുക എന്നുപറഞ്ഞാൽ മൂന്നോ നാലോ ആയിരം ഹുഗിനോട്ടുകളെ കൊന്നൊടുക്കേണ്ടിവരുമെന്നതുറപ്പാണ്. 1628 ൽ അങ്ങനെയൊരു സംഭവം 1972 ലെ സെന്റ് ബർത്തലോമ്യയിലെ കൂട്ടക്കൊലയെയാണ് ഓർമിപ്പിക്കുന്നത്. അതുകൊണ്ട് ഒരുത്തമ ക്രിസ്ത്യാനിയായ കർദിനാൾ അതിഷ്ടപ്പെട്ടില്ല. എന്നാൽ പട്ടിണിക്കിട്ടു തോൽപ്പിക്കലല്ലാതെ മറ്റേതൊരു വിധത്തിലും ലാറൊച്ചിലിയെ തകർക്കാനാവില്ലെന്ന് അദ്ദേഹ

ത്തിന്റെ ജനറൽമാർ വാദിച്ചിരുന്നു.

പക്ഷേ, താൻ അയച്ച ആളിന്റെ കാര്യത്തെപ്പറ്റി കർദിനാളിന് അത്ര കണ്ട് തൃപ്തിയുണ്ടായിരുന്നില്ല. മിലാഡിയുടെ അസാധാരണവും സ്വത സിദ്ധവുമായ കഴിവും ധൈര്യവും നിഷ്കളങ്കമായ ഭാവത്തിൽ കുറ്റങ്ങൾ ചെയ്യാനുള്ള കഴിവുമൊക്കെ കർദിനാളിനറിയാം. ഏതുനിമിഷവും അവൾ ഒരു സിംഹിയോ അണലിയോ ഒക്കെയാകാം. പക്ഷേ, ഇപ്പോൾ അവളെ വിടെയാണ്? തന്നെയവൾ വഞ്ചിച്ചോ? പക്ഷേ, അവൾ തന്നെ സ്നേഹി ച്ചാലും ശത്രുവിനെപ്പോലെ പെരുമാറിയാലും തനിക്ക് എതിരായി പ്രവർ ത്തിച്ചാലും ഇല്ലെങ്കിലും എന്തെങ്കിലും ഗൗരവമായ കാര്യങ്ങൾ സംഭവി ച്ചല്ലാതെ അവൾ തന്നോട് നിർജീവമായി പെരുമാറുകയില്ലായെന്ന് അദ്ദേ ഹത്തിന് അറിയാം. എന്നാൽ അവൾക്കെന്താണ് ഇപ്പോൾ പറ്റിയത്?

കർദിനാൾ അവളെക്കുറിച്ച് വീണ്ടും ചിന്തിച്ചു. അവളുടെ ജീവിത ത്തിൽ മുമ്പ് ഒട്ടേറെ ഗൗരവമായ കാര്യങ്ങൾ നടന്നു. പക്ഷേ, അതൊക്കെ തന്റെ ചുവന്ന വസ്ത്രത്തിന് സംരക്ഷണം നൽകാവുന്ന കാര്യങ്ങൾ മാത്രമായിരുന്നു. അവൾ തന്നോട് എന്നും വിശ്വസ്തയായിരിക്കുമെന്ന് അദ്ദേഹത്തിനുറപ്പുണ്ട്. കാരണം, അവളുടെ ശത്രുക്കളെ അകറ്റിനിർ ത്താൻ അദ്ദേഹത്തിനു മാത്രമേ കഴിയുകയുള്ളൂ.

അങ്ങനെ അവസാനം അദ്ദേഹം തീരുമാനിച്ചു, ഒറ്റയ്ക്കുതന്നെ യുദ്ധം ചെയ്യാൻ. വെളിയിൽനിന്നുള്ള ഒരു സഹായവും അദ്ദേഹം പ്രതീ ക്ഷിച്ചിരുന്നില്ല; അതൊക്കെ ഭാഗ്യം വരുമ്പോൾ കിട്ടുന്നതാണല്ലോ. പിന്നെ അദ്ദേഹം ആ പേരുകേട്ട കിടങ്ങുകൾ നിർമിക്കാനുള്ള കൽപ്പന കൊടു ത്തു. ലാറൊച്ചിലിക്കാരെ പട്ടിണിക്കിടാനുള്ള ഒര പരിപാടിയായിരുന്നു. അതേസമയം ആ ഹതഭാഗ്യരായ പട്ടണവാസികൾ പട്ടിണിയിലും കരു ത്താർജിച്ചു നിൽക്കുന്നത് അദ്ദേഹം മനസിൽ കണ്ടു. തന്റെ രാഷ്ട്രീയ മുൻഗാമി ലൂയി പതിനൊന്നാമൻ സാധാരണ പറയാറുള്ള "ഭിന്നിപ്പിച്ചു ഭരിക്കലും" അദ്ദേഹം ഓർത്തു.

ഹെൻറി നാലാമൻ പാരീസ് പിടിച്ചടക്കുന്ന സമയത്ത് ജനങ്ങൾക്ക് ആഹാരം മതിലിനുള്ളിലേക്ക് എറിഞ്ഞുകൊടുക്കുകയായിരുന്നു. പട്ടണ ത്തിലെ മേധാവികളുടെ പ്രവൃത്തി സ്വാർഥവും അന്യായവും കാടത്ത വുമാണെന്ന് കാണിക്കുന്ന കുറേ നോട്ടീസുകൾ ലാറൊച്ചിലിയിലെ കോട്ട യ്ക്കകത്തേക്ക് ഇട്ടുകൊടുക്കാനൊരു പ്ലാൻ ഉണ്ടാക്കിയെടുത്തു. നേതാ ക്കന്മാരുടെ അടുക്കൽ ധാരാളം ധാന്യമുണ്ടായിരുന്നു. അത് അവർ ജന ങ്ങൾക്കു വിട്ടുകൊടുത്തില്ലായെന്നതാണ് സത്യം. പ്രായമായ സ്ത്രീ പുരു ഷന്മാരും കുട്ടികളും മരിക്കുന്നത് അത്ര കാര്യമാക്കിയുമില്ല. പട്ടണത്തിന്റെ സംരക്ഷണയിൽ ഇടപെട്ടിരിക്കുന്നവരുടെ ആരോഗ്യം സൂക്ഷിച്ചാൽ മതി എന്നായിരുന്നു അവരുടെ തത്വം. ഈ തത്വത്തിനെതിരായിട്ട് ആരും ചുണ്ട നക്കിയിട്ടില്ല. പക്ഷേ, നോട്ടീസുകൾ ഇതു എതിർത്തിരുന്നു. മരിക്കാൻ അനുവദിക്കപ്പെട്ടിരിക്കുന്ന ആ പ്രായമായ സ്ത്രീപുരുഷന്മാരും കുട്ടികളും തങ്ങളുടെ പിതാക്കന്മാരും ഭാര്യമാരും മക്കളുമാണെന്ന് അവരെ ഓർമ

പ്പെടുത്തുകയായിരുന്നു ആ നോട്ടീസുകൾ. ജനങ്ങൾ എല്ലാവരും ഒരേപോലെ കഷ്ടപ്പെടുകയാണെങ്കിൽ അതിൽ കാരണമുണ്ട്. കാരണം, പാസാക്കപ്പെടുന്ന നിയമങ്ങൾ ജനങ്ങളുടെ പൊതുതാൽപ്പര്യത്തെ ലക്ഷ്യം വച്ചുകൊണ്ടുള്ളവയായിരിക്കുമല്ലോ.

നോട്ടീസിലെ ആ ആശയങ്ങൾ കർദിനാൾ ആഗ്രഹിച്ച ഫലം ഉണ്ടാക്കുകതന്നെ ചെയ്തു. അവർ കൂടുതൽ ജനങ്ങളെ പ്രേരിപ്പിക്കാൻ തുടങ്ങി. രാജാവിന്റെ പട്ടാളങ്ങളുമായി സന്ധിയാലോചിക്കാൻ അവർ തുടങ്ങുകയും ചെയ്തു.

തന്റെ പദ്ധതികളുടെ വിജയത്തെപ്പറ്റി സ്വയം അഭിനന്ദിച്ചുകൊണ്ട് അതിന്റെ ഫലങ്ങൾ കർദിനാൾ അനുഭവിക്കാൻ തുടങ്ങിവന്ന ഒരു കാലത്ത് പോർട്സ്മൗത്തിൽനിന്നും വന്ന ഒരു ലാറൊച്ചിക്കാരൻ രാജാവിന്റെ പട്ടാളങ്ങളുടെ ഇടയിൽക്കൂടി പട്ടണത്തിലേക്ക് ഊർന്നിറങ്ങിവന്നു; പുത്തൻ വാർത്തകളുമായാണ് അയാൾ വന്നത്. ആളുകളും ആയുധങ്ങളുമായി ഒരു ഇംഗ്ലീഷ്കപ്പൽ എല്ലാ ക്രമീകരണങ്ങളോടുംകൂടി ഒരാഴ്ചക്കകത്ത് യാത്രപുറപ്പെടാൻ തീരുമാനിച്ചിരിക്കുന്ന വാർത്തയായിരുന്നു അത്. ബക്കിംഗ്ഹാം പ്രത്യേകം ഒരാളെ വിട്ടതായിരുന്നു മേയറെ ഈ വിവരമറിയിക്കുവാൻ. ഇംഗ്ലണ്ട്, ആസ്ട്രിയ, സ്പെയിൻ എന്നീ മൂന്നു രാജ്യങ്ങളിലെ പട്ടണങ്ങളും ഒരുമിച്ച് ഫ്രാൻസിനെ ആക്രമിക്കാനാണ് ഒരുങ്ങിയിരിക്കുന്നത് എന്നുള്ള വിവരവും കത്തിലുണ്ടായിരുന്നു. കവലകളിലെല്ലാം ആ കത്ത് ഉറക്കെ വായിച്ച് കേൾപ്പിച്ചു. കോപ്പികൾ എടുത്ത് ചുവരുകളിലെല്ലാം പതിച്ചു. ശത്രുവുമായിട്ട് സന്ധിക്കാരംഭിച്ചവർപോലും പിൻവലിച്ചു. സഹായം എത്തുന്നതുവരെ പിടിച്ചുനിൽക്കാൻതന്നെ തീരുമാനിക്കുകയും ചെയ്തു.

കർദിനാളിന്റെ നേരത്തെ പറഞ്ഞ സംശയങ്ങളെല്ലാം മുറുകി. അപ്രതീക്ഷിതമായ ഈ സംഭവം കൊണ്ടുതന്നെയായിരുന്നു അത്. ഒരിക്കൽക്കൂടി തന്റെ ശ്രദ്ധ ഇംഗ്ലണ്ടിലേക്കയയ്ക്കാൻ അദ്ദേഹം നിർബന്ധിതനായി.

ഈ യഥാർഥ നേതാവിന്റെ അതീവ ജാഗ്രത പട്ടാളത്തെ ബാധിച്ചിരുന്നില്ല. മറിച്ച് അവർ ആനന്ദത്തിൽ ജീവിക്കുകയായിരുന്നു. ഭക്ഷണവും പണവും ക്യാമ്പിൽ സുലഭമായി ലഭിച്ചിരുന്നു. ഒന്നിനൊന്നായി വാശിയിൽ ധീരമായി പെരുമാറണമെന്നായിരുന്നു പട്ടാളക്കാർക്ക് ആഗ്രഹം. രഹസ്യപ്പണി ചെയ്യുന്ന ചാരന്മാരെ പിടിച്ചുകെട്ടി തൂക്കിക്കൊല്ലുക, കടലിലോ കിടങ്ങിലോ അപകടകരമായ സ്ഥലത്തേക്കോ ഉല്ലാസയാത്രയ്ക്കു പോവുക, നായാട്ടിനിറങ്ങുക – അക്രമികൾക്കും ആക്രമിക്കപ്പെടുന്നവർക്കും ഒരുപോലെ വെറുപ്പുളവാക്കുന്ന അന്തമില്ലാത്ത ആ ദിവസത്തിൽ അവർ കഴിച്ചുകൂട്ടിയതങ്ങനെയായിരുന്നു.

ക്യാമ്പുവഴികളിലൂടെ അല്ലാതെയും പലയിടങ്ങളിലൂടെ കർദിനാൾ ഓരോന്നും പരിശോധിക്കാൻ വരുമായിരുന്നു; ഒറ്റയ്ക്കായിരുന്നു എല്ലായ്പ്പോഴും. പട്ടാളത്തിലെ വെറുമൊരു സാധാരണക്കാരനെപ്പോലെ വരുന്ന

അദ്ദേഹം കിടങ്ങുകൾ പരിശോധിക്കുമായിരുന്നു. അതിന്റെ പണിക്കായി ഫ്രാൻസിന്റെ എല്ലാ മൂലകളിലുമുള്ള എഞ്ചിനീയർമാരെയും വരുത്തിയിട്ടും സാവധാനത്തിലേ പണിനീങ്ങിയുള്ളു. ഇങ്ങനെ ചുറ്റുന്ന സമയത്തു ട്രിവീലിയുടെ കമ്പനിയിൽപ്പെട്ട പോരാളികളെ ആരെയെങ്കിലും കാണുകയാണെങ്കിൽ അടുത്തുചെന്നവരെ സൂക്ഷിച്ചു പരിശോധിക്കുക പതിവായി. നമ്മുടെ നാല് സ്നേഹിതന്മാരിൽ ആരുമല്ലെന്ന് തീർച്ചയായാൽപ്പിന്നെ അദ്ദേഹം അവിടെനിന്നും പൊയ്ക്കോളും. ഏതെങ്കിലും പുത്തൻ കള്ളപ്രശ്നങ്ങളും ആലോചിച്ചുകൊണ്ട്.

ഒരുദിവസം.

ഉച്ചകഴിഞ്ഞപ്പോൾ കർദിനാളിന് വല്ലാത്ത അസ്വാസ്ഥ്യം തോന്നി. പട്ടണവുമായുള്ള സന്ധിപദ്ധതികൾ ഒന്നും നടക്കുന്നില്ല. ഇംഗ്ലണ്ടിൽ നിന്നാണെങ്കിൽ വിവരങ്ങൾ യാതൊന്നുമില്ല. അന്നു കർദിനാൾ വെറുതെ ക്യാമ്പിൽനിന്നിറങ്ങിയതായിരുന്നു. അദ്ദേഹം വെറുതെ നടന്നു തിരിഞ്ഞു. ആ വല്ലായ്മയിൽനിന്ന് മനസിനെ ഒന്ന് മോചിപ്പിക്കാൻവേണ്ടിയായിരുന്നു. കാഹുസാക്കും ലാഹൗഡിനിയറും മാത്രം കൂടെപ്പോയിരുന്നു. കടൽത്തീരത്തെയാത്രയിൽ, കടലിന്റെ അപാരത തന്റെ പദ്ധതിയുടെ അപാരതയോടു ചേർന്നിണങ്ങിയതുപോലെ അദ്ദേഹത്തിനു തോന്നി. പിന്നെ തീരംവിട്ട് സമതലങ്ങളിലൂടെ സഞ്ചരിച്ചശേഷം അദ്ദേഹം ഒരു കുന്നിൻമുകളിലേക്കു കയറി. ചുറ്റുപാടുകൾ വ്യക്തമായി കാണാം. പെട്ടെന്ന് പുൽമേടിൽ ഏഴുപേർ ഇരിക്കുന്നത് അദ്ദേഹത്തിന്റെ ശ്രദ്ധയിൽപ്പെട്ടു; ഒഴിഞ്ഞ കുപ്പികളുണ്ട്. അവരുടെ ചുറ്റും ചിതറിക്കിടക്കുന്നു. ആ വർഷത്തെ ചുരുക്കംകിട്ടുന്ന വേനൽ ദിനങ്ങളിൽ ഒന്നായിരുന്നു ആ ദിവസം. അവരിൽ നാലുപേർ നമ്മുടെ പടയാളികൾ ആയിരുന്നു. ഒരാളിന്റെ കൈവശം ഒരു കത്തുണ്ടായിരുന്നു. അയാൾ അത് സുഹൃത്തുക്കൾക്കായി വായിച്ചുകൊടുക്കാനൊരുങ്ങുകയായിരുന്നു. അവരുടെ മൂന്നു വേലക്കാർ കോളിയൂർ വീഞ്ഞിന്റെ വലിയ കുപ്പികൾ തുറക്കുകയായിരുന്നു.

കർദിനാൾ അസ്വസ്ഥനായിരുന്നു. മറ്റുള്ളവർ സന്തോഷിക്കുന്നതു കാണാനുള്ള ത്രാണി ആ മാനസികാവസ്ഥ അദ്ദേഹത്തിനു നൽകിയില്ല. തന്റെ മനസിന്റെ അസ്വാസ്ഥ്യത്തിനു കാരണമായ എന്തോതന്നെയാണ് മറ്റുള്ളവരുടെ സന്തോഷത്തിനു കാരണമായതെന്ന് അദ്ദേഹം കരുതി. കുറ്റിക്കാടിന്റെ പിന്നിലായി ആ പുൽത്തകിടിയിൽ ഇരുന്ന് സന്തോഷിച്ചാസ്വദിക്കുന്നവരെ കണ്ടപ്പോൾ അദ്ദേഹം കോപം പൂണ്ടു. അദ്ദേഹം കൂടെയുള്ളവരോടു നിൽക്കാൻ ആംഗ്യത്തിൽ പറഞ്ഞതിനുശേഷം, അവരുടെ അരികിലേക്കു ചെന്നു. ശബ്ദമുണ്ടാക്കാതെ ചെന്ന് കുറ്റിക്കാടിന്റെ പിന്നിൽ ചെന്നുനിന്ന് അവർ പറയുന്നതു കേൾക്കണം. അതാണദ്ദേഹത്തിന്റെ തീരുമാനം. പുൽത്തകിടി അദ്ദേഹത്തിന്റെ ശബ്ദം അമർത്തി; കുറ്റിക്കാട് അദ്ദേഹത്തിന്റെ ദൃശ്യത്തെയും. പത്തടിയകലെയായി അദ്ദേഹം നിന്നു. ആർട്ഗ്നന്റെ ശബ്ദം അദ്ദേഹം തിരിച്ചറിഞ്ഞു. വേർപി

രിയാത്ത മൂന്നു സുഹൃത്തുക്കളാണ് ആതോസും പോർത്തോസും ആറമീസുമെന്ന് അദ്ദേഹത്തിനറിയാമായിരുന്നു.

അദ്ദേഹം കാതോർത്തു.

ചില വാക്കുകൾ മാത്രമേ അദ്ദേഹം കേട്ടുള്ളൂ. അതുകൊണ്ട് അവർ സംസാരിക്കുന്നതിന്റെ പൂർണാശയം അദ്ദേഹത്തിനു കിട്ടിയതേയില്ല. പെട്ടെന്ന് ഗ്രിമൗഡിന്റെ ശബ്ദം അദ്ദേഹം ശ്രദ്ധിച്ചു. പടയാളികൾ അയാൾ പറയുന്നത് കേൾക്കാൻ കാതോർക്കുകയും ചെയ്തു.

"ഉദ്യോഗസ്ഥൻ!" ഗ്രിമൗഡ് ഉറക്കെപ്പറഞ്ഞു.

"നിങ്ങളാണോ സംസാരിച്ചത്!" ആതോസ് അയാളെ തിരിഞ്ഞു നോക്കിക്കൊണ്ട് ചോദിച്ചു.

ഗ്രിമൗഡ് നിശ്ശബ്ദനായി. കർദിനാൾ നിൽക്കുന്ന ഭാഗത്തേക്കു കൈചൂണ്ടുകമാത്രം ചെയ്തു. നാലു പടയാളികളും എഴുന്നേറ്റുനിന്ന് അദ്ദേഹത്തെ വണങ്ങി.

കർദിനാളിന് യഥാർഥത്തിൽ കോപമാണുണ്ടായത്.

"പടയാളികൾ കാവൽക്കാരെ നിർത്തിയതോ!" കർദിനാൾ പറഞ്ഞു. "ഇംഗ്ലീഷുകാർ കരമാർഗം യുദ്ധത്തിനു വരുമെന്ന് വിചാരിക്കുന്നുണ്ടോ? അതോ നിങ്ങൾ ഉയർന്ന ഉദ്യോഗസ്ഥന്മാരാണെന്ന് സ്വയം കരുതുന്നോ?"

പരിഭ്രമം ചുറ്റും നിഴലിച്ച സമയം ആതോസ് തലയുയർത്തി ബഹുമാനാദരവോടെ പറഞ്ഞു: "തിരുമേനി, ഡ്യൂട്ടിയിൽ അല്ലാത്ത നേരത്ത്, പടയാളികൾ കുടിക്കുകയും ചൂതുകളിക്കുകയും ഒക്കെ ചെയ്യുന്ന നേരത്ത്, വേലക്കാരുടെ മുന്നിൽ ഉയർന്ന ഉദ്യോഗസ്ഥന്മാരാണെന്ന് ചമയാറുണ്ട്."

കർദിനാളിന്റെ അരിശംകൂടി. "വേലക്കാരൻ! ആരെങ്കിലും കടന്നുപോകുമ്പോൾ യജമാനന്മാർക്കു ചൂണ്ടിക്കാണിച്ചുകൊടുക്കുന്നവൻ വേലക്കാരനല്ലല്ലോ; അവർ കാവൽക്കാരാണല്ലോ."

"ഞങ്ങൾ ഇത്തരം മുൻകരുതൽ എടുത്തിട്ടില്ലായിരുന്നെങ്കിൽ" ആതോസ് മറുപടി പറഞ്ഞു. "നമ്മൾ അറിയാതെ അങ്ങു കടന്നുപോകുമായിരുന്നു. ഞങ്ങളെ എല്ലാവരെയും ഒരേ വകുപ്പിൽ നിയമിച്ച അങ്ങയോടു ഒരു നന്ദി പറയാനുള്ള അവസരം അങ്ങനെ നഷ്ടപ്പെടുമായിരുന്നു." തുടർന്ന് അയാൾ ആർട്ഗ്നനെ നോക്കിക്കൊണ്ടു പറഞ്ഞു: "ആർട്ഗ്നൻ, നിങ്ങളെ തിരുമേനി ഒരു പടയാളിയാക്കിയതിന് നന്ദി പറയണമെന്ന് ആഗ്രഹിക്കുന്ന കാര്യം ഇപ്പോൾ പറഞ്ഞതല്ലേയുള്ളൂ. ഇതാ അദ്ദേഹം എത്തിക്കഴിഞ്ഞു. ഇനി ആ അവസരം പാഴാക്കരുത്."

ആർട്ഗ്നൻ മുന്നോട്ട് കർദിനാളിന്റെ അരികിലേക്ക് നടന്നു. കുറച്ചു നന്ദിവാക്കുകൾ വിക്കിവിക്കിപ്പറയുകയും ചെയ്തു. പക്ഷേ, കർദിനാൾ പല്ലുകടിക്കുന്നത് കണ്ടപാടെ അവൻ നിശ്ശബ്ദനായി.

വിഷയം മാറ്റാനായിട്ട് ആതോസ് നടത്തിയ ശ്രമം വിജയിച്ചില്ല. കർദിനാൾ അവർ അവിടെ വന്ന് ചർച്ചചെയ്തതിന്റെ ഉദ്ദേശ്യംതന്നെ അറിയാൻ ശ്രമിച്ചു.

“നല്ല കമ്പനിയിൽ ജോലിയുള്ളതുകൊണ്ട് വലിയ ഉദ്യോഗസ്ഥരെപ്പോലെ സാധാരണ പടയാളികൾ പെരുമാറുന്നതു കാണാൻ എനിക്കിഷ്ടമില്ല” കർദിനാൾ പറഞ്ഞു. “പട്ടാളച്ചിട്ട എല്ലാവർക്കും ഒരുപോലെയുള്ളതാണ്.”

ആതോസ് തലകുമ്പിട്ടുകൊണ്ട് വീണ്ടും പറഞ്ഞു: “ഞങ്ങൾ പട്ടാളച്ചിട്ട ഏതെങ്കിലും വിധത്തിൽ നിഷേധിച്ചതായി ഞങ്ങൾക്കു തോന്നുന്നില്ല. തിരുമേനീ, ഞങ്ങൾ ഇപ്പോൾ ഡ്യൂട്ടിയിലല്ല; അതുകൊണ്ടാണ് ഞങ്ങൾക്കിഷ്ടംപോലെ ചെയ്യാമെന്നു തോന്നിയത്. ഏതെങ്കിലും ഡ്യൂട്ടി തന്നാൽ ഞങ്ങൾ ചെയ്യാൻ തയാറാണ്. നോക്കൂ തിരുമേനീ, ഞങ്ങളുടെ കൈവശം ആയുധങ്ങളുണ്ട്.” തുടർന്ന് അയാൾ ചൂതുകളിക്കാനായി വച്ചിരിക്കുന്ന കാർഡിനും കരുവിനും അരികിലായി വച്ചിരിക്കുന്ന തോക്കുകളെ അദ്ദേഹത്തിനു ചൂണ്ടിക്കാണിച്ചുകൊടുത്തു.

“തിരുമേനി” ആർട്ഗ്നൻ പറഞ്ഞു. അങ്ങാണ് ഈ ചെറിയ പരിവാരവുമായി വരുന്നതെന്നറിഞ്ഞിരുന്നെങ്കിൽ, ഞങ്ങൾ അങ്ങനെ കാണാൻ നേരത്തേ വരുമായിരുന്നു.”

കർദിനാൾ മീശയും ചുണ്ടും കടിച്ചുനിന്നു.

അദ്ദേഹം പറഞ്ഞു: “എപ്പോഴും വേലക്കാരൻ സംരക്ഷിക്കപ്പെട്ടു നടക്കുന്ന നിങ്ങളെക്കാണുമ്പോൾ എന്തു തോന്നുമെന്നറിയാമോ? ചാരന്മാരാണെന്നേ തോന്നൂ.”

“അതെ തിരുമേനി. ഞങ്ങൾ ചാരന്മാരാണ്” ആതോസ് പറഞ്ഞു. “അന്നും ഒരുദിവസം രാവിലെ ഞങ്ങൾ ശത്രുവിനെതിരെ ചാരപ്പണി ചെയ്യുകയായിരുന്നല്ലോ; ആ സെന്റ് ഗെർവിയസ് കോട്ടയിൽ വച്ച്.”

“എനിക്ക് ഒരുപാട് കാര്യങ്ങൾ അറിയണമായിരുന്നു” കർദിനാൾ മുഖം ചുളിച്ചുകൊണ്ടു പറഞ്ഞു. “എന്നെക്കണ്ടപ്പോൾ നിങ്ങൾ ഒളിച്ചുവച്ച ഒരു കത്തുണ്ടല്ലോ, നിങ്ങൾ അതു വായിച്ചതുപോലെ നിങ്ങളുടെ മനസിനെ എനിക്കു വായിക്കാനായെങ്കിൽ എന്നു ഞാൻ ആശിച്ചുപോകുന്നു.”

ആതോസിന്റെ മുഖത്തേക്ക് രക്തം ഇരച്ചുകയറി. അദ്ദേഹം കർദിനാളിന്റെ അരികിലേക്ക് ഒരടി മുന്നോട്ടു വന്നു. “തിരുമേനി ഞങ്ങളെ സംശയിക്കുന്നമാതിരിയുണ്ടല്ലോ. ഇതൊരു തികഞ്ഞ ചോദ്യം ചെയ്യലാണെന്നും തോന്നുന്നു. അതിനുള്ള കാരണങ്ങൾ വല്ലതുമുണ്ടെങ്കിൽ അങ്ങ് പറഞ്ഞാൽ നന്നായിരിക്കും. അപ്പോൾ ഞങ്ങൾക്ക് ഞങ്ങളെ മനസിലാക്കാനാവുമല്ലോ.”

“ഞാൻ നിങ്ങളെ ചോദ്യം ചെയ്യുകയാണെങ്കിൽത്തന്നെ എന്താണ് കുഴപ്പം?” കർദിനാൾ ചോദിച്ചു. “നിങ്ങൾക്കുമുമ്പ് ഞാൻ മറ്റുള്ളവരെ ചോദ്യം ചെയ്തിട്ടുണ്ട്. അവർക്ക് മറുപടി പറയേണ്ടതായും വന്നിട്ടുണ്ട്.”

“അങ്ങു ഞങ്ങളോടു ചോദിക്കുന്ന ഏതൊരു ചോദ്യത്തിനും ഞങ്ങളും മറുപടി പറയാം തിരുമേനി.”

“എന്നെക്കണ്ടപ്പോൾ കുറച്ചുനേരത്തെ ഒളിച്ചുവച്ച ആ കത്തിൽ

എന്താണ് എഴുതിയിരുന്നത്?" കർദിനാൾ ആറമീസിനോടു ചോദിച്ചു.

"അത് സ്ത്രീയിൽനിന്നുള്ള കത്തായിരുന്നു തിരുമേനി" ആറമീസ് പറഞ്ഞു.

"അത് ശരി" കർദിനാൾ പറഞ്ഞു. "അത്തരം കത്തുകൾ പുറത്തു കാണിക്കരുതല്ലോ. പക്ഷേ കുമ്പസാരിക്കുന്നവന് പുരോഹിതന് അതെപ്പോഴും കാണിക്കാം. എനിക്ക് തിരുപ്പട്ടമുള്ള കാര്യം നിങ്ങൾക്കറിയാമല്ലോ."

"തിരുമേനീ....." ആതോസ് ശാന്തനായി പറഞ്ഞു. "ആറമീസ് പറഞ്ഞതുപോലെ അത് ഒരു പെണ്ണിന്റെ കത്താണ്. മാരിയൺ ഡി ലോർമി എന്നോ മാഡം ഡി എയ്ഗ്യൂലൻ എന്നോ ആണ് അതിൽ ഒപ്പിട്ടിരിക്കുന്നത്."

കർദിനാളിന്റെ കണ്ണുകൾ മിന്നുകയും മുഖം വിളറുകയും ചെയ്തു. കഹുസാക്കിനും ലാഹൗഡിനിയറിനും കൽപ്പന നൽകാനെന്നവണ്ണം അദ്ദേഹം ഒന്നു തിരിഞ്ഞു. ആതോസ് അറിയാതെ തോക്കു വച്ചിരിക്കുന്നിടത്തു നോക്കിപ്പോയി. സ്നേഹിതന്മാർ മൂവരും അതുപോലെതന്നെ നോക്കിപ്പോയി. അറസ്റ്റു ചെയ്യുകയാണെങ്കിൽ എതിർക്കാനുള്ള ഒരു തീരുമാനമായിരുന്നു അത്; സ്വയം രക്ഷയ്ക്കായിട്ട്. അവർ എന്തൊക്കെയോ പദ്ധതികൾ ഒരുക്കുകൂട്ടുകയാണെന്ന് കർദിനാളിനും മനസിലായി. മൂന്നു പേർക്കെതിരേ നാലുപേരല്ലേ. അതു പ്രശ്നം തന്നെയാണെന്നദ്ദേഹത്തിനു തോന്നി. അതുകൊണ്ട് അഭിമാനം രക്ഷിക്കാനായി അദ്ദേഹം ഒരു തിരിമറി നടത്തി. ദേഷ്യം അടക്കിക്കൊണ്ട് പുഞ്ചിരിയോടെ അദ്ദേഹം സംസാരിക്കാൻ തുടങ്ങി.

"നിങ്ങളുടെ അകമഴിഞ്ഞ കൂറിനെ ഞാൻ സംശയിച്ചു എന്നല്ല മാന്യരേ ഉദ്ദേശിച്ചത്" കർദിനാൾ പറഞ്ഞു. "മറ്റുള്ളവരെ നന്നായി സംരക്ഷിക്കുന്നവർ എന്ന നിലയിൽ സ്വയം സംരക്ഷിക്കപ്പെടുന്നതിനും നിങ്ങൾക്ക് അവകാശമുണ്ട്. കോളംബിയർ റോഗ് ഹോട്ടലിലേക്ക് നിങ്ങൾ എന്റെകൂടെ വന്നതും പോന്നതും ഒന്നും ഞാനിതുവരെ മറന്നിട്ടില്ല. ഞാൻ പോകുന്ന റോഡിൽ എന്തെങ്കിലും അപകടം ഇനിയുമുണ്ടെങ്കിൽ, എന്നോടൊപ്പം വരാൻ ഞാൻ ആവശ്യപ്പെടുമായിരുന്നു പക്ഷേ, എനിക്കിപ്പോൾ അപകടങ്ങൾ ഒന്നും തന്നെയില്ല. നിങ്ങളെല്ലാവരും ഇവിടെയിരുന്ന് കുടിച്ചു തീർത്തോളൂ; പിന്നെ കളിക്കുകയോ കത്തുവായിക്കുകയോ ആവാം. ഞാൻ പോകട്ടെ...."

അദ്ദേഹം കാഹുസാക് കൊണ്ടുവന്ന കുതിരപ്പുറത്തുകയറി പാഞ്ഞു പോയി.

അദ്ദേഹം കണ്ണിൽനിന്നും മറയുന്നതുവരെ നാലു സുഹൃത്തുക്കളും നിശ്ശബ്ദരായി നോക്കിനിന്നു. തുടർന്ന് അവർ പരസ്പരം നോക്കി. കർദിനാളിന്റെ സ്നേഹപൂർവമുള്ള ആ യാത്രപറച്ചിലിൽ എന്തോ ദുരുദ്ദേശ്യമുണ്ടെന്ന് അവർക്കു തോന്നി. പോർത്തോസും ആറമീസും ആർട്ഗ്നനും അതുകൊണ്ട് ഭയന്നുപോയിയെന്നു തന്നെ പറയാം. പക്ഷേ, ആതോസാ

കട്ടെ പുച്ഛത്തിൽ ഒന്നു ചിരിക്കുകമാത്രം ചെയ്തു.

"ഗ്രിമൗഡ് നമുക്ക് വിവരം തന്നത് വൈകിപ്പോയി" പോർത്തോസ് പറഞ്ഞു. ആരുടെ മേലെങ്കിലും പഴിചാരാൻവേണ്ടി അയാൾ നോക്കിയിരിക്കുകയായിരുന്നു.

ഗ്രിമൗഡ് മാപ്പപേക്ഷിക്കാനായി ഒരുങ്ങിയതായിരുന്നു. ആംഗ്യം കാണിച്ചുകൊണ്ട് മിണ്ടാതിരിക്കാൻ ആതോസ് പറഞ്ഞു.

"നിങ്ങൾ കർദിനാളിന് കത്തു കൊടുക്കുമായിരുന്നോ?" ആർട്ഗ്നൻ ആറമീസിനോടു ചോദിച്ചു.

"ഞാൻ തീരുമാനിച്ചതായിരുന്നു...." ആറമീസ് പറഞ്ഞു. "കത്തു വേണമെന്ന് അദ്ദേഹം പറഞ്ഞിരുന്നെങ്കിൽ ഞാൻ അത് ഒരു കൈകൊണ്ട് അതു നീട്ടി അദ്ദേഹത്തിനു കൊടുത്തശേഷം മറ്റേക്കൈകൊണ്ട് അദ്ദേഹത്തെ കുത്തിക്കുടലെടുത്തേനെ."

"ഇതുപോലെ വല്ലതുമാണ് നിങ്ങൾ തീരുമാനിച്ചിരുന്നതെന്ന് ഞാൻ കരുതിയിരുന്നു" ആതോസ് പറഞ്ഞു. "അതുകൊണ്ടാണ് കർദിനാളിനും നിങ്ങൾക്കുമിടയിൽ ഞാൻ നിന്നത്. കർദിനാൾക്ക് നമ്മോടു ഈവിധം സംസാരിക്കേണ്ട ആവശ്യമൊന്നും വന്നില്ല. കുട്ടികളോടും പെണ്ണുങ്ങളോടും മാത്രം സംസാരിച്ചുള്ള ശീലമേ കർദിനാളിനുള്ളെന്നു തോന്നുന്നു."

"ഞാൻ നിങ്ങളെ അഭിനന്ദിക്കുന്നു" ആർട്ഗ്നൻ ആതോസിനോടു പറഞ്ഞു. "പക്ഷേ സത്യമിതാണ്; ഞങ്ങൾക്ക് തെറ്റു പറ്റിയിരുന്നു."

"തെറ്റു പറ്റിയെന്നോ? എന്താണ് നിങ്ങൾ ഉദ്ദേശിച്ചത്?" ആതോസ് ചോദിച്ചു. "നാം ശ്വസിക്കുന്ന വായു ആരുടേതാണ്? സമുദ്രവും കരയും ആരുടേതാണ്? അതുപോലെ ആ കത്ത് ആരുടേതാണ്? അതെല്ലാം കർദിനാളിന്റേതാണോ? തീർച്ചയായുമല്ല. എന്നിട്ടും അയാൾ കരുതുന്നു ഈ ലോകം മുഴുവനും അയാൾക്കു സ്വന്തമാണെന്ന്. നിങ്ങളെല്ലാവരും വിഡ്ഢികളെപ്പോലെ നോക്കിക്കൊണ്ടുമാത്രം നിന്നവരാണല്ലോ. നിങ്ങളുടെ നിൽപ്പുകണ്ടാൽ മുന്നിൽ ബാസ്റ്റിൽജയിൽ മുന്നിൽ നിൽക്കുന്നെന്ന് തോന്നും. സംസാരത്തിൽ വിക്കലും വിറയലും എന്തെല്ലാമായിരുന്നു. പ്രേമിക്കുന്നത് ചാരപ്പണിയാണോ? കർദിനാൾ ജയിലിലടച്ച ഒരു സ്ത്രീയിൽ നിങ്ങൾ പ്രേമത്തിലാണ്. അദ്ദേഹത്തിന്റെ കൈകളിൽനിന്നും അവളെ മോചിപ്പിക്കണമെന്ന് നിങ്ങൾക്ക് ആഗ്രഹമുണ്ട്. നിങ്ങളും അദ്ദേഹവും തമ്മിലുള്ള ഒരു കളിയാണിത്; ഗൗരവമായ കളി! ഈ കളിയിലെ മുഖ്യചീട്ട് നിങ്ങളുടെ കൈയിലെ ആ കത്താണ്. നിങ്ങളെന്തുകൊണ്ടാണ് ആ ചീട്ട് കളിക്കിറക്കാത്തത്?"

"നിങ്ങൾ പറയുന്നത് കാര്യമായ സംഗതിയാണ്" ആർട്ഗ്നൻ തന്റെ സന്തോഷം അറിയിച്ചു.

"എങ്കിൽ നമുക്ക് നടന്നതിനെക്കുറിച്ചുള്ള സംസാരം ഇനി നിർത്താം.... നേരത്തെ വായിച്ചുനിർത്തിയ ആ കത്ത് ഇനി വായിക്കാം."

ആറമീസ് പോക്കറ്റിൽനിന്നും ആ കത്തെടുത്തു.

സുഹൃത്തുക്കൾ മൂവരും അടുത്തുകൂടി. വേലക്കാർ മദ്യക്കുപ്പിക ളുടെ അരികിലേക്കു വീണ്ടും കൂടി.

"നിങ്ങൾ നേരത്തെ ഒന്നോ രണ്ടോ വരിയല്ലേ വായിച്ചുള്ളൂ" ആർട് ഗ്നൻ പറഞ്ഞു. "അതുകൊണ്ട് തുടക്കംമുതലേ വായിച്ചോളൂ."

"അതുതന്നെ ശരി" ആറമീസ് പറഞ്ഞു. അയാൾ ആ കത്ത് ഉറക്കെ വായിച്ചു:

എന്റെ പ്രിയസഹോദരാ,

ഉടനെതന്നെ ഞാൻ ബെത്തൂണിലേക്കു പോകുമെന്ന് കരുതുന്നു. അവിടെ കർമലണീ കോൺവെന്റിലാണ് ഞങ്ങളുടെ കൊച്ചു വേലക്കാ രിപ്പെണ്ണിനെ എന്റെ സഹോദരി പറഞ്ഞയച്ചിരിക്കുന്നത്. ആത്മാവിന് രക്ഷ കിട്ടുന്നവിധം ജീവിക്കാൻ മറ്റൊരിടത്തും പറ്റുകയില്ലെന്ന് അവൾക്കറിയാ മായിരുന്നതുകൊണ്ടാണ് അവൾ അതിനു സമ്മതിച്ചിരിക്കുന്നത്. പക്ഷേ ഞങ്ങൾ ആഗ്രഹിക്കുന്നവിധം ഞങ്ങളുടെ കുടുംബകാര്യങ്ങൾ വേഗം തീരുമാനിക്കപ്പെട്ടു കിട്ടുകയാണെങ്കിൽ, അവൾ വളരെയധികം കാണാ നാഗ്രഹിക്കുന്ന സുഹൃത്തുക്കളുടെയരികിലേക്കു എന്തു നാശം സഹി ച്ചും മടങ്ങിവരാൻ സന്നദ്ധമാകുമെന്നാണ് ഞാൻ വിചാരിക്കുന്നത്; തന്നെ പ്പറ്റി അവർ ചിന്തിക്കുന്നുണ്ടെന്ന് അവൾക്കറിയാവുന്നതുകൊണ്ടാണിത്. അതേസമയം അവൾ അത്രമാത്രം ദുഃഖിതയുമല്ല. പക്ഷേ, തന്റെ കാമുക നിൽനിന്നും ഒരു കത്തുകിട്ടാൻ അവൾക്കിഷ്ടമായിരിക്കും. അതുപോലെ യുള്ള കത്തുകൾ കോൺവെന്റിനുള്ളിലെത്തിക്കാനും പ്രയാസമായിരി ക്കും. പക്ഷേ, അത്തരം കാര്യങ്ങൾ ചെയ്യാനുള്ള എന്റെ കഴിവ് ഞാൻ ഇതിനകം തെളിയിച്ചല്ലോ. യാതൊരു അപകടവുമില്ലാതെ ഞാനത് എത്തിച്ചുകൊള്ളാം. നിങ്ങൾ തന്ന വിവരങ്ങൾക്കു എന്റെ സഹോദരിക്ക് നന്ദിയുണ്ട്. കുറേക്കാലം അവൾക്ക് ഉൽക്കണ്ഠയായിരുന്നു. പക്ഷേ, ഇപ്പോൾ കുറേ മാറ്റമുണ്ട്. അവൾ അവരുടെ ഏജന്റിനെ പറഞ്ഞ സ്ഥല ത്തേക്കു വിട്ടിട്ടുണ്ട്; അപ്രതീക്ഷിതമായിട്ട് അനിഷ്ടങ്ങളൊന്നും സംഭ വിക്കാതിരിക്കാനായിട്ട്.

സഹോദരാ, ഞാൻ കത്തു ചുരുക്കുന്നു. പറ്റുന്നവിധത്തിൽ നമുക്ക് ഇനിയും കത്തുകളെഴുതാം; സുരക്ഷിതമായ അവസരങ്ങളിലേ കത്തെഴു താവൂയെന്ന കാര്യം മറക്കേണ്ട.

സ്നേഹപൂർവം,
മറിയ മിച്ചൻ.

"എനിക്കു നിങ്ങളോടു വളരെ നന്ദിയുണ്ട്" ആർട്ഗ്നൻ ആറമീസി നോടു പറഞ്ഞു. "അവസാനം എനിക്ക് കോൺസ്റ്റൻസിനെക്കുറിച്ചുള്ള വാർത്ത കിട്ടിയിരിക്കുന്നു. അവൾ ജീവിച്ചിരിക്കുന്നു; ബെത്തൂണിലെ ഒരു മഠത്തിൽ അവൾ സുരക്ഷിതയുമാണ്. ആതോസേ, ഈ ബെത്തൂൺ എവിടെയാണ്?"

"അത് ലില്ലിക്കടുത്താണ്. യുദ്ധം കഴിഞ്ഞാലുടനെ നമുക്ക് അങ്ങോ ട്ടുപോകാം."

"അതിനധികം വൈകിക്കേണ്ടതില്ല" പോർത്തോസ് പറഞ്ഞു. "ലാറൊച്ചിലിയിലെ ആളുകൾ ചെരുപ്പിൻതുകലാണ് തിന്നുന്നതെന്നു പറഞ്ഞുനടന്ന ഒരു ചാരനെ അവരിന്നു രാവിലെ തൂക്കിലേറ്റിയതേയുള്ളു. തുകലുതിന്നു കഴിയുമ്പോൾ അവർ പിന്നെ ചെരിപ്പിന്റെ അടിഭാഗമായ സോൾ തിന്നു തുടങ്ങുമെന്നാണ് എനിക്കു തോന്നുന്നത്. അതിനുശേഷം പിന്നെ അവരെന്തു തിന്നു ജീവിക്കുമെന്നറിയില്ല; പരസ്പരം തിന്നുകയല്ലാതെ മാർഗമൊന്നുമില്ല."

ആതോസ് ഒരു ഗ്ലാസ് ബോർഡ്യൂക്സ് വീഞ്ഞു കുടിച്ചു തീർത്തു. അന്നത്തെക്കാലത്ത് അത് മൂല്യം കുറഞ്ഞ ഒരു വീഞ്ഞായിരുന്നു.

"ദരിദ്ര വിഡ്ഢികൾ!" ആതോസ് പറഞ്ഞു. "ലോകത്തിലെ എല്ലാ മതങ്ങളിലും വച്ച് നല്ലതും ആനന്ദകരവുമായത് ക്രിസ്തുമതമാണെന്ന് അവർക്കറിയില്ലെന്നു തോന്നുന്നു." വീഞ്ഞിന്റെ രുചി ഒന്നുകൂടി അയാൾ നുണഞ്ഞു. "സാരമില്ല.... അവരെ സ്തുതിച്ചേ പറ്റൂ.... പിന്നെ ആറമീസേ, നിങ്ങളെന്താണ് ആ കത്ത് തിരിച്ചുപോക്കറ്റിലിട്ടത്?"

"ആതോസ് ചോദിച്ചത് ശരിയാണ്" ആർട്ഗ്നൻ പറഞ്ഞു. "നാം ആ കത്ത് സൂക്ഷിക്കരുത്. നമുക്കത് കത്തിച്ചുകളയാം. ആ ചാരം പോലും വായിച്ചെടുക്കാനുള്ള മാർഗം കർദിനാൾ കണ്ടുപിടിച്ചേക്കുമെന്ന വസ്തുത നാം മറക്കുകയുമരുത്."

"അതിൽ അത്ഭുതപ്പെടാനൊന്നുമില്ല" ആതോസ് പറഞ്ഞു.

"എങ്കിൽ നാം ആ കത്ത് ഇനിയെന്തു ചെയ്യും?" പോർത്തോസ് ചോദിച്ചു.

ആതോസ് ഗ്രിമൗഡിനെ വിളിച്ചു.

"ഗ്രിമൗഡ്, എന്റെ സുഹൃത്തേ, അനുവാദമില്ലാതെ സംസാരിച്ചതിനു ശിക്ഷയായി ഈ കത്ത് നിങ്ങൾ വിഴുങ്ങണം. അതിനുള്ള സമ്മാനമായിട്ട് ഇതാ ഈ ഒരു ഗ്ലാസ് വീഞ്ഞു കുടിച്ചോളൂ. ആദ്യം ഈ കത്ത് വായിലിട്ട് നന്നായി ചവച്ചോളൂ."

ഗ്രിമൗഡ് ചിരിച്ചു.

ഗ്ലാസിന്റെ അരികുവരെ നിറച്ചുവച്ചിരിക്കുന്ന വീഞ്ഞുനോക്കിക്കൊണ്ട് അയാൾ ആ കത്ത് വായിൽവച്ച് ചവച്ചരച്ചു കഴിച്ചു.

"കൊള്ളാം ഗ്രിമൗഡ്" ആതോസ് പറഞ്ഞു. "ഇതാ ഇനി വീഞ്ഞു കുടിച്ചോളൂ. ഇനിയിപ്പോൾ നന്ദി പറയാനുള്ള നേരമൊന്നുമില്ല."

ഗ്രിമൗഡ് ഒന്നും പറയാതെ ആ വീഞ്ഞങ്ങു മോന്തി. പക്ഷേ, നന്ദിയുടെ വാക്കുകൾ അയാളുടെ കണ്ണുകളിൽ നിറഞ്ഞിരുന്നു.

"ഇനി" ആതോസ് പറഞ്ഞു. "കർദിനാൾ ഗ്രിമൗഡിന്റെ വയർപൊളിക്കുമെന്നു തോന്നുന്നില്ല. ഇനി നമുക്ക് കത്തിനെ സംബന്ധിച്ച് വിഷമിക്കേണ്ടതുമില്ല.

* * *

കർദിനാൾ ഇതേസമയം ദുഃഖിതനായി യാത്ര തുടരുകയായിരുന്നു. ഇടയ്ക്കിടെ അദ്ദേഹം പിറുപിറുത്തു: "ആ നാലുപേരെയും എന്റെ വശത്തു സേവനത്തിനെടുക്കണം."

52

തടവറയിലെ ഒന്നാം ദിവസം

ഫ്രാൻസിലെ സംഭവങ്ങളെക്കുറിച്ച് വിവരിച്ചു നടന്നതുകൊണ്ട് മിലാഡിയുടെ കാര്യം പറയാൻ വിട്ടുപോയി. നമുക്കിനി അവളുടെ അരികിലേക്കു പോകാം.

നാം അവളെ വിട്ട സമയത്ത് അവൾക്കുണ്ടായിരുന്ന നിരാശയാണിപ്പോഴും. പ്രതീക്ഷ കൈവിട്ടപോലെ വിഷാദത്തിൽ ഇരിക്കുകയായിരുന്നു; ജീവിതത്തിൽ ആദ്യമായിട്ടാണവൾക്ക് അനിശ്ചിതത്വവും ഭയവുമൊക്കെ തോന്നിയത്.

രണ്ടുപ്രാവശ്യം അവൾ തോറ്റു; അവളുടെ യഥാർഥ ലക്ഷ്യം കണ്ടുപിടിക്കപ്പെട്ടിരുന്നു. രണ്ടിന്റെയും പിന്നിൽ പ്രവർത്തിച്ചത് ആ ആർട്ഗ്നന്റെ കളിയായിരുന്നു. തന്റെ പൈശാചികപ്രവർത്തനങ്ങളെ തകർത്തെറിയാൻ ദൈവമയച്ച ശക്തിയാണോ അവനെന്ന് അവൾക്ക് ഒരുനിമിഷം ചിന്തിക്കേണ്ടിയും വന്നു.

അവൻ അവളുടെ പ്രേമത്തെ ശരിക്കും ഉപയോഗപ്പെടുത്തി. അവളുടെ അഭിമാനം ക്ഷതപ്പെടുത്തി. ആഗ്രഹങ്ങളൊക്കെ ചിതറിപ്പിച്ചു. പോരാഞ്ഞ് ഇപ്പോൾ അവൾക്ക് സ്വാതന്ത്ര്യവും ഇല്ലാണ്ടായി. സമ്പത്തിനും ജീവനുംപോലും അപകടമായ സ്ഥിതിയായിരിക്കുന്നു. അവളുടെ മുഖംമൂടിയണിഞ്ഞ ജീവിതത്തിന്റെ കുറേയെങ്കിലും വെളിച്ചത്തായെന്നു വേണമെങ്കിൽ പറയാം. അവ ഇത്രയുംകാലം ആരുമറിയാത്ത ഒരതീവ രഹസ്യമായിട്ടിരുന്നതായിരുന്നു.

ആർട്ഗ്നൻ ബക്കിംഗ്ഹാമിനെ രക്ഷിച്ചു. സ്നേഹിച്ചവരെയെല്ലാം അവൾ വെറുക്കുന്നതുപോലെ അദ്ദേഹത്തോടും അവൾക്കപ്പോൾ വെറുപ്പായിരുന്നു. റിച്ചില്യൂ അദ്ദേഹത്തെ രാജ്ഞിവഴി ഭയപ്പെടുത്തിയതു മുതലാണിത്. ഡി പാർഡ്സിനെ കണ്ടുപിടിക്കാനുള്ള മിലാഡിയുടെ ശ്രമവും

അവൻ പരാജയപ്പെടുത്തി. അയാളോട് അവൾക്ക് അതിഘോരമായ ഒരു ഭ്രമമായിരുന്നു. അവസാനം അവനെ ശിക്ഷിക്കാനുള്ള ഒരു കത്ത് കർദിനാളിന്റെ കൈയിൽനിന്നും കഷ്ടിച്ചു കിട്ടിയതാണ്; അവനോടു പ്രതികാരം പോക്കാൻ പറ്റിയ ഒരു കത്തായിരുന്നു അത്. പക്ഷേ അതും തട്ടിയെടുക്കപ്പെട്ടു. ഇപ്പോഴാകട്ടെ അവൻ കാരണം തന്നെ തടവറയിലുമായി. ഇനി അവൻ കാരണത്താൽത്തന്നെ ബോട്ടണി ഉൾക്കടലിലേക്കോ മറ്റേതെങ്കിലും ഭയാനകമായ കോളനി നാട്ടിലേക്കോ നാടുകടത്തിയെന്നും വരാം.

എല്ലാത്തിന്റെയും പിന്നിൽ ആർട്ഗ്നൻ തന്നെയായിരുന്നു. അതെ, ആർട്ഗ്നൻ! അതിൽ അവൾക്കു സംശയമുണ്ടായിരുന്നില്ല. അവളുടെ തലയിൽ ഇത്രയും വലിയ ദുർവിധി കൊണ്ടുവയ്ക്കാൻ മറ്റാർക്കുമാവില്ല. എല്ലാവിധ വിവരങ്ങളും വിന്റർപ്രഭുവിന് നൽകുന്നതിന് അവനു മാത്രമേ കഴിയുമായിരുന്നുള്ളൂ. അവളുടെ സഹോദരനെ അവന് അറിയാമായിരുന്നു; അവൻ അങ്ങനെ അയാൾക്ക് എഴുതിയിട്ടുണ്ടാകണം.

അവൾ അനങ്ങാതിരുന്നു. കണ്ണുകളിൽ കൊല്ലാനുള്ള കോപം ജ്വലിച്ചുനിന്നു. കോപത്തിന്റെ ശബ്ദം ചിലപ്പോഴൊക്കെ അവളിൽ മുരളലായികേട്ടു; ഒരു സിംഹിയുടെ മുരളൽ. ആത്മാവിൽ കോപം വീശിയടിച്ചപ്പോഴൊക്കെ മാഡം ബോണസ്യൂവിനെയും ബക്കിംഗ്ഹാമിനെയും പ്രത്യേകിച്ച് ആർട്ഗ്നനെയും തകർക്കാനുള്ള പദ്ധതികൾ അവൾ ആലോചിച്ചിരുന്നു.

പക്ഷേ, പ്രതികാരം ചെയ്യണമെങ്കിൽ അവൾക്ക് സ്വതന്ത്രയായാലല്ലേ പറ്റൂ. തടവറയിൽനിന്നും പുറത്തിറങ്ങണമെങ്കിൽ ഒരു മാർഗമേയുള്ളൂ. ചുവരിൽ ദ്വാരമിടണം; അല്ലെങ്കിൽ ജനാലയിലെ അഴികൾ മാറ്റണം. ഇതൊക്കെ ആരോഗ്യമുള്ള പുരുഷന്മാർക്കേ ചെയ്യാൻ പറ്റുകയുള്ളൂ; ക്ഷമയും വേണം. അവൾക്കാണെങ്കിൽ ആരോഗ്യവും ഇല്ല, ക്ഷമയും ഇല്ല. മാത്രമല്ല, അതിനൊക്കെ ധാരാളം സമയവുമെടുക്കും – മാസങ്ങളോ ഒരുപക്ഷേ വർഷങ്ങളോ ഒക്കെ വേണ്ടിവരും. വിന്ററിലെ പ്രഭു പറഞ്ഞതിൽനിന്ന് തനിക്ക് രണ്ടാഴ്ചയേ തടവിൽ പാർക്കേണ്ടിവരികയുള്ളൂവെന്ന് മിലാഡിക്കു തോന്നി. പക്ഷേ, അവളൊരു പുരുഷനായിരുന്നെങ്കിൽ ഒരു ശ്രമം നടത്തുകയും വിജയിക്കുകയും ചെയ്തേനെ. വിധിയെന്തിനാണാവോ തന്റെ ഈ ദുർബലമായ ശരീരത്തിൽ ശക്തിയാർന്ന ഒരു മനസ്സ് വച്ചുകൊണ്ടുള്ള ഒരു തെറ്റു ചെയ്തത്?

തടവറയിലെ ആദ്യനിമിഷങ്ങൾ അവൾക്കു ഭയാനകമായിരുന്നു. ഒരു സ്ത്രീയായതുകൊണ്ടാവണം വികാരങ്ങളെ നിയന്ത്രിക്കാൻ അവൾക്കാദ്യം സാധിക്കാത്തത്. പക്ഷേ, ക്രമേണ അവൾ ശാന്തയാകാൻ തുടങ്ങി; തന്റെ വികാരങ്ങളെയൊക്കെ അവൾ നിയന്ത്രിച്ചുതുടങ്ങി. ഇപ്പോൾ അവൾ ചുരുണ്ടുകൂടിയ ഒരു പാമ്പിനെപ്പോലെയാണ് കഴിയുന്നത്.

“ഈവിധത്തിൽ ഞാൻ എന്നെത്തന്നെ വഴിപ്പെടുന്നത് എന്തു വിഡ്ഢിത്തമാണ്” കണ്ണാടിയിൽ നോക്കിക്കൊണ്ടെന്നപോലെ അവൾ

സ്വയം പറഞ്ഞു: "അക്രമാസക്തമായ വികാരങ്ങൾക്ക് ഞാൻ അടിയറവു പറയാൻ പാടില്ല. അത് ദൗർബല്യത്തിൽനിന്നും വരുന്നതാണ്. ആരെയും അതുകൊണ്ട് പരാജയപ്പെടുത്താൻ പറ്റുകയില്ല. സ്ത്രീകളെ തോൽപ്പിക്കാൻ പറ്റുമായിരിക്കും. പക്ഷേ, ഇപ്പോൾ പുരുഷന്മാരോടാണ് എതിരിടുന്നത്. അവരുടെ മുന്നിൽ ഞാൻ ഒരു സ്ത്രീ മാത്രമാണ്. അതിനാൽ ഞാൻ ഒരു സ്ത്രീയായിട്ടുതന്നെ എതിരിടണം; അങ്ങനെ എന്റെ ദൗർബല്യം എന്റെ ശക്തിയായിട്ടു മാറും."

സ്വന്തം ശക്തിയെ സംബന്ധിച്ച് വിവിധ ചിന്തകൾ അവളുടെ മനസിലൂടെ കടന്നുപോയി. ഒടുവിൽ അവർ വളരെ സംതൃപ്തിയോടെ പിറുപിറുത്തു. "ഒന്നും എനിക്കു നഷ്ടപ്പെട്ടില്ല; ഞാനിപ്പോഴും സുന്ദരിതന്നെയാണ്."

സമയം രാത്രി എട്ടായിക്കാണും. മുറിയിൽ ഉണ്ടായിരുന്ന കിടക്കയെ അവൾ നോക്കി. കുറച്ചു മണിക്കൂർ അവിടെ കിടന്നുറങ്ങുകയാണെങ്കിൽ ചിന്തകളൊക്കെ നേരെയാകുമെന്ന് അവൾക്കു തോന്നി; തന്റെ പ്രസന്നതയും തിരിച്ചു കിട്ടും. അവൾ കിടക്കാനൊരുങ്ങുകയായിരുന്നു. പെട്ടെന്ന് അവൾക്കൊരാശയം തോന്നിയിരുന്നു. ഭക്ഷണം അവിടേക്കെത്തിക്കുന്നതിനെപ്പറ്റി അവൾ കേട്ടിരുന്നു. അവർ ഒരുപക്ഷേ, താമസിയാതെ അതുകൊണ്ടുവരുമായിരിക്കും; അപ്പോൾത്തന്നെ താമസിച്ചിരിക്കുകയാണ്. സമയം അമൂല്യമാണ്. തന്നെ സംരക്ഷിക്കുന്ന ആളിന്റെ സ്വഭാവം പഠിക്കാൻ പറ്റിയ ഒരവസരമാണതെന്ന് അവൾക്കു തോന്നി.

വാതിലിന്റെ ചുവട്ടിലൂടെ വെളിച്ചം കണ്ടുതുടങ്ങി. ജയിലർമാർ വരികയാണെന്ന് മിലാഡിക്കു മനസിലായി. പെട്ടെന്നവൾ നിന്നിടത്തുനിന്നും മാറി കസേരയിലേക്കു പോയിരുന്നു. സുന്ദരമായ തലമുടി അഴിച്ച് പിന്നിലേക്ക് തൂക്കിയിടുകയും ചെയ്തു. ഒരു കൈ നെഞ്ചിലും മറ്റേക്കൈ തൂക്കിയിട്ടും ആലസ്യത്തിലായിരുന്നു അവളുടെ കിടപ്പ്.

അവർ വാതിലിന്റെ കുറ്റിമാറ്റുകയും അതു തുറക്കുകയും ചെയ്തു. കാലടികൾ അവളുടെ അടുത്തേക്കു ചെന്നു.

"ആ മേശ അവിടെയിടൂ" ജോൺ ഫെൽട്ടനാണ് അതു പറഞ്ഞതെന്ന് മിലാഡിക്കു മനസിലായി. കൂടെയുണ്ടായിരുന്നവർ ആ കൽപ്പന പാലിച്ചു.

"ഇനി ടോർച്ചു കൊണ്ടുവരൂ..... കാവൽക്കാർ പൊയ്ക്കോളൂ" ഫെൽട്ടൺ വീണ്ടും പറഞ്ഞു.

അയാളുടെ ആ രണ്ടു കൽപ്പനകളിൽനിന്നും കാവൽക്കാരായ പട്ടാളക്കാരും കൂടെയുണ്ടെന്ന് മിലാഡിക്കു മനസിലായി.

അയാൾ മിലാഡിയുടെ മുഖത്തുനോക്കിക്കൊണ്ടു പറഞ്ഞു: "അവൾ ഉറങ്ങുന്നെന്നാണ് തോന്നുന്നത്" തുടർന്ന് അയാൾ പറഞ്ഞു. "ഉണരുമ്പോൾ ഭക്ഷണം കഴിച്ചോട്ടെ."

അയാൾ വാതിലിലേക്കു നടന്നു.

അപ്പോഴേക്കും കൂടെയുണ്ടായിരുന്ന ഒരു പട്ടാളക്കാരൻ – അത്ര

കണിശക്കാരനൊന്നുമല്ലെന്നു തോന്നുന്ന ഒരാൾ മിലാഡിയുടെ മുഖത്തേക്കു സൂക്ഷിച്ചു നോക്കിയശേഷം പറഞ്ഞു: "അവൾ ഉറങ്ങുകയല്ല സർ."

"ഉറങ്ങുകയല്ലാ?" ഫെൽട്ടൺ ചോദിച്ചു. "അവളുടെ കണ്ണുകൾ അടഞ്ഞിരിക്കുന്നതുകണ്ടില്ലേ" ഫെൽട്ടൺ ചോദിച്ചു.

"അവൾക്ക് ബോധം പോയിരിക്കുകയാണ് സർ. മുഖമാകെ വിളറിയിരിക്കുന്നു. ശ്വസിക്കുന്ന ശബ്ദവും കേൾക്കാനാവുന്നില്ല."

"നിങ്ങൾ പറഞ്ഞതു ശരിയാണ്" ഫെൽട്ടൺ പറഞ്ഞു. "അതെ. വിന്റർ ഡി പ്രഭുവിനോട് വിവരം ചെന്നു പറയൂ. ഇങ്ങനെയൊരവസ്ഥ വന്നാൽ എന്തു ചെയ്യണമെന്ന് അദ്ദേഹം എന്നോടു പറഞ്ഞിട്ടേയില്ല."

ആ പട്ടാളക്കാരൻ പുറത്തേക്കു പോയി.

ഫെൽട്ടൺ വാതിലിനരികിലെ കസേരയിൽ ഇരുന്നു; പട്ടാളക്കാരൻ മടങ്ങിവരുന്നതും നോക്കിക്കൊണ്ട്.

കണ്ണാടിയിലെ പ്രതിബിംബങ്ങൾകൊണ്ടോ ചുമരിലെ നിഴൽരൂപങ്ങൾകൊണ്ടോ മുറിയിലെ ചലനങ്ങൾ മനസിലാക്കാനുള്ള പ്രത്യേക കഴിവ് മിലാഡിക്കുണ്ടായിരുന്നു. ഫെൽട്ടൺ പിൻവശം തിരിഞ്ഞാണിരിക്കുന്നതെന്ന് കണ്ണാടിയിൽ നിന്നവൾ മനസിലാക്കി. അവൾ പത്തുമിനിറ്റോളം അയാളെ നോക്കിക്കിടന്നു. ആ സമയങ്ങളിൽ അയാൾ അവളെ തിരിഞ്ഞുനോക്കിയതേയില്ല.

വിന്റർ ഡി പ്രഭു ഉടനെ മടങ്ങിവരുമെന്ന് അവൾക്കറിയാമായിരുന്നു. അദ്ദേഹത്തിന്റെ സാന്നിധ്യത്തിൽ ആ ചെറുപ്പക്കാരന് കൂടുതൽ ആത്മവിശ്വാസം കിട്ടും. അയാളിൽ താൽപ്പര്യം ഉണ്ടാക്കാനുള്ള അവളുടെ ആദ്യത്തെ ആ ശ്രമം അങ്ങനെ പരാജയപ്പെട്ടു. പക്ഷേ, അവൾ തന്റെ പരാജയത്തിൽ നിരാശയായില്ല; സ്വന്തം കഴിവുകളിൽ അവൾക്കു ബോധ്യമുണ്ടായിരുന്നു. അവൾ തലയുയർത്തി. കണ്ണുകൾ തുറന്നു. തല കറങ്ങിയമട്ടിൽ ഒരു ശബ്ദവും ഉണ്ടാക്കി.

ഫെൽട്ടൺ തലതിരിച്ച് പെട്ടെന്ന് നോക്കി.

"ആ നിങ്ങൾ ഉണർന്നോ?" അയാൾ പറഞ്ഞു: "അങ്ങനെയെങ്കിൽ ഇനി ഞാൻ ഇവിടെ നിൽക്കേണ്ടല്ലോ. എന്തെങ്കിലും ആവശ്യമുണ്ടെങ്കിൽ എന്നെ വിളിച്ചോളൂ."

"ഓ! എന്തുമാത്രം ഞാൻ വിഷമിച്ചു" അയാളെ തന്റെ വരുതിയിൽ എത്തിക്കുന്ന ഒരു സ്വരത്തിലാണ് അവൾ ഇതുപറഞ്ഞത്.

അവൾ എഴുന്നേറ്റിരുന്നു; നേരത്തെ കസേരയിൽ കിടന്നിരുന്നതിനെക്കാൾ കൂടുതൽ സൗന്ദര്യം അവൾക്കിപ്പോൾ ഉണ്ടായിരുന്നു.

"നിങ്ങൾക്ക് ഒരുദിവസം മൂന്നുനേരം ഭക്ഷണം നൽകുന്നതാണ്" ഫെൽട്ടൺ എഴുന്നേറ്റു നിന്നുകൊണ്ട് പറഞ്ഞു. "ഒന്ന് രാവിലെ ഒമ്പതിനും, ഒന്ന് ഉച്ചയ്ക്കും മൂന്നാമത്തെ ഭക്ഷണം രാത്രി എട്ടിനും. സമയത്തിൽ വ്യത്യാസം വേണമെന്ന് ആഗ്രഹമുണ്ടെങ്കിൽ, നിങ്ങൾക്കുചിതമായ രീതിയിൽ മാറ്റം വരുത്താവുന്നതാണ്."

"ഞാനീ വലിയതും മുഷിഞ്ഞതുമായ മുറിയിൽ എപ്പോഴും ഒറ്റയ്ക്കല്ലേ?" അവൾ സങ്കടത്തോടെ ചോദിച്ചു.

"ഇവിടെ അടുത്തൊരിടത്തു താമസിക്കുന്ന ഒരു സ്ത്രീ നിങ്ങൾക്ക് വേലക്കാരിയാകും. അവൾ നാളെ വരും. ആവശ്യപ്പെടുമ്പോഴൊക്കെ അവൾ എത്തുകയും ചെയ്യും."

"എനിക്ക് നിങ്ങളോടെപ്പോഴും കടപ്പാടുണ്ടാകും" മിലാഡി വിനയത്തോടെ മറുപടി പറഞ്ഞു.

ഫെൽട്ടൺ തലകുമ്പിട്ടു വണങ്ങിയശേഷം പോകാനൊരുങ്ങി. മുറിയുടെ വാതിലിലൂടെ അയാൾ ഹാളിലേക്കിറങ്ങിയപ്പോഴേക്കും വിന്റർ ഡി പ്രഭു അവിടെയെത്തിയിരുന്നു. മിലാഡി ബോധംകെട്ടുകിടക്കുകയാണെന്ന് അറിയിക്കാൻ പോയിരുന്ന പട്ടാളക്കാരനും ഒപ്പമുണ്ടായിരുന്നു. ബോധക്കേടു മാറ്റാൻ ശ്വസിപ്പിക്കുന്ന ഒരിനം ഉപ്പും അയാൾ കൈവശം വച്ചിരുന്നു.

"ഇതെന്താണ്?" മിലാഡി എഴുന്നേറ്റിരിക്കുകയും ഫെൽട്ടൺ പോകാനൊരുങ്ങുകയും ചെയ്യുന്നതു കണ്ടപ്പോൾ അൽപ്പം തമാശയോടാണ് അയാൾ സംസാരിച്ചത്. "കൊള്ളാം രോഗിയിപ്പോൾ ഉണർന്നിരിക്കുകയാണോ? പാവം ഫെൽട്ടൺ; അയാളെ കബളിപ്പിക്കാൻവേണ്ടി അവൾ കാണിച്ച പണിയായിരുന്നു; വെറും അഭിനയം. ഇത് അഭിനയത്തിന്റെ ആദ്യത്തെ രംഗമാണ്. ഒരു നല്ല നടിയെന്നരീതിയിൽ നമുക്ക് അവളെ പുകഴ്ത്താൻ ഇടയാക്കുന്ന ധാരാളം സന്ദർഭങ്ങൾ അവൾക്കിനിയുമുണ്ടാകുമെന്ന് എനിക്ക് ഉറപ്പുണ്ട്."

"അവൾ നടിക്കുകയായിരുന്നെന്ന് ഞാൻ സംശയിച്ചു, സർ" ഫെൽട്ടൺ പറഞ്ഞു. "അവൾ ഒരു സ്ത്രീയെന്ന പരിഗണനയിലാണ് ഞാൻ അൽപ്പം മര്യാദ കാണിച്ചത്...."

മിലാഡി വിറച്ചുപോയി; അയാളുടെ വാക്കുകൾ അവളുടെ ശരീരത്തിലൂടെ ഒരു തണുപ്പു കയറ്റി.

"അവളുടെ മനോഹരമായ തലമുടി കണ്ട് നീ മയങ്ങിയില്ലെന്നോ?" വിന്റർ ഡി പ്രഭു ചോദിച്ചു. "അവളുടെ വെളുത്ത ശരീരവും മനംമയക്കുന്ന കണ്ണുകളും എന്താ നിങ്ങളെ കല്ലുകൊണ്ടാണോ നിർമിച്ചിരിക്കുന്നത്?"

"എന്നെ വിശ്വസിക്കണം സർ" ആ ചെറുപ്പക്കാരൻ പറഞ്ഞു. "അവളുടെ കള്ളസൂത്രങ്ങൾകൊണ്ട് എന്നെ കബളിപ്പിക്കാൻ പറ്റുകയില്ല."

"എങ്കിൽ നമുക്കിനി അത്താഴം കഴിക്കാം. അവളുടെ കാര്യം വിടാം; മറ്റെന്തെങ്കിലും അവൾ ചിന്തിച്ചോട്ടേ. അവൾക്ക് അതിശയകരമായ ഭാവനയാണുള്ളത്. അവളുടെ ഒന്നാം രംഗത്തിലെ അഭിനയംപോലെ മെച്ചമായ മറ്റൊന്നായിരിക്കും രണ്ടാം ഭാഗത്തുള്ളതും."

വിന്റർ ഡി പ്രഭു ചിരിക്കുകമാത്രം ചെയ്തു. ഒപ്പം ഫെൽട്ടന്റെ കൈപിടിച്ചു നടത്തിക്കൊണ്ടുപോകുകയും ചെയ്തു.

മിലാഡി പല്ലുകടിച്ചുകൊണ്ടു ചിന്തിച്ചു. "പട്ടാളക്കാരന്റെ വേഷ

മണിഞ്ഞു നടക്കുന്ന നീചനായ സന്യാസീ, നിന്നെ ഞാൻ എടുത്തോളാം."

വിന്റർ ഡി പ്രഭു വാതിലിനരികിൽ നിന്നു.

തുടർന്ന് പുറകോട്ടു തിരിഞ്ഞശേഷം പറഞ്ഞു. "ഇത് നിങ്ങളുടെ ഉറക്കം കെടുത്താനിടവരുത്തരുത്. കോഴിയും മീനും ഒന്നു കഴിച്ചുനോക്കൂ; അവ വിഷം ചേർത്തതൊന്നുമല്ല; ഞാൻ ഉറപ്പു തരാം. പാചകക്കാരൻ ഒരു കാര്യത്തിലും പരമ്പരാവകാശിയല്ലാത്തതിനാൽ എനിക്ക് അയാളുമായി നല്ല സൗഹൃദബന്ധവുമുണ്ട്. എനിക്ക് അയാളെ വിശ്വാസമുണ്ട്. നിങ്ങളും അയാളെ വിശ്വസിക്കണം. രണ്ടാംതവണത്തെ തലകറക്കം വരുന്നതുവരേക്കും തൽക്കാലം വിട."

മിലാഡിക്ക് സഹിക്കാനാകുന്നതിലും അധികമായിരുന്നു ഈ വാക്കുകൾ. വാതിലടച്ചുകൊണ്ട് പുറത്തേക്കിറങ്ങിപ്പോകുന്ന അവരെ കോപത്തോടെ അവൾ നോക്കി. സ്വയം നിയന്ത്രിക്കാനാവാതെയായപ്പോൾ, കസേരയിൽ അവൾ അമർത്തിപ്പിടിച്ചു.

അവൾ തനിച്ചായി. നിരാശയിൽ വീണ്ടും അവളാണ്ടുപോയി. അവൾ മേശപ്പുറത്തേക്കു ഒന്നുനോക്കി. ഒരു കത്തി മുകളിലിരിക്കുന്നു. ഓടിച്ചെന്ന് അവളതെടുത്തു. പക്ഷേ, ആകപ്പാടെ നിരാശയായി. മൂർച്ചയോ കനമോ ആ കത്തിക്കുണ്ടായിരുന്നില്ല.

വെളിയിൽ ഒരു പൊട്ടിച്ചിരി ശബ്ദം അവൾ കേട്ടു; വാതിൽ വീണ്ടും തുറക്കപ്പെടുകയും ചെയ്തു.

വിന്റർ പ്രഭുവും ഫെൽട്ടണും വീണ്ടും.

"ഞാനെന്താണ് നിങ്ങളോടു പറഞ്ഞത്?" വിന്റർ ഡി പ്രഭു അയാളോടു ചോദിച്ചു. "ആ കത്തി നിങ്ങൾക്ക് ഉദ്ദേശിച്ചുകൊണ്ടുള്ളതാണ്. അവൾ നിങ്ങളെ ഇതിനകം കൊല്ലുമായിരുന്നു. തന്നെ ശല്യപ്പെടുത്തുന്നവരെ കൊല്ലുകയെന്നത് അവളുടെ ഒരു പതിവാണ്. നിങ്ങൾ പറഞ്ഞമാതിരി ഒരു മൂർച്ചയുള്ള ഇരുമ്പുകത്തിയാണ് ഞാൻ വച്ചിരുന്നതെങ്കിൽ, ഇതിനകം നിങ്ങളുടെ കഥ കഴിഞ്ഞിരിക്കുമായിരുന്നു. നിങ്ങളെ കൊന്നശേഷം, ബാക്കിയുള്ളവരെയും അവൾ ഒന്നൊന്നായി കൊന്നുതുടങ്ങിയേനെ. നോക്കൂ, എന്തു നന്നായിട്ടാണ് അവൾ പിടിച്ചിരിക്കുന്നത്."

മിലാഡി അപ്പോഴും കത്തിയും പിടിച്ചുനിൽക്കുകയായിരുന്നു. വിന്റർ ഡി പ്രഭുവിന്റെ ആ വാക്കുകൾ അവളെ നിരാശയിലാക്കുകയും കത്തിയിലുള്ള അവളുടെ പിടി അവളറിയാതെ അയയുകയും ചെയ്തു. കത്തി താഴെ വീണു.

"അങ്ങു ചെയ്തതാണ് ശരി സർ" ഫെൽട്ടൺ പറഞ്ഞു. "ഞാൻ ചെയ്തത് തെറ്റും."

രണ്ടുപേരും അവിടെനിന്നും പോയി.

നേരത്തേക്കാളും മിലാഡി ജാഗരൂകയായി. അവരുടെ കാലടിശബ്ദം ഹാളിലൂടെ നടന്നകലുന്നത് അവൾ കേട്ടുനിന്നു.

'ഞാൻ നശിച്ചു.' അവൾ സ്വയം പറഞ്ഞു. "മനുഷ്യത്വം നശിച്ച

കൽമനുഷ്യരുടെ കൈയിലാണ് ഞാൻ അകപ്പെട്ടിരിക്കുന്നത്. അവർക്കറിയാം എനിക്കവരെ വഞ്ചിക്കാനാവില്ല. അവർക്ക് എന്നോടു യാതൊരു കാരുണ്യവും ഇല്ല."

സ്വതവേ ശുഭാപ്തി വിശ്വാസമുള്ളവളായിരുന്നു മിലാഡി. അവളുടെ ഭയവും ദൗർബല്യവും അധികനേരം നീണ്ടുനിന്നില്ല. അവൾ മേശയ്ക്കരികിലിരുന്ന് കുറേഭക്ഷണം കഴിച്ചു; അൽപ്പം സ്പാനിഷ് വീഞ്ഞും കുടിച്ചു. അവളുടെ കരുത്ത് മുഴുവൻ തിരിച്ചു വന്നതുപോലെ.

ഉറങ്ങാൻ പോകുന്നതിനുമുമ്പ് അവൾ എല്ലാം ശ്രദ്ധയോടെ ഓർമിച്ചു. അവരുടെ വാക്കുകൾ, ഭാവങ്ങൾ, നോട്ടങ്ങൾ, അവരുടെ നിശ്ശബ്ദത ഒക്കെ അവൾ നന്നായി വിശകലനം ചെയ്തു. ആ രണ്ടുപേരിലും വച്ച് കൂടുതൽ ഭയക്കേണ്ടത് ഫെൽട്ടണെയാണെന്ന് അവൾക്കു തോന്നി.

ഒരു കാര്യമാണ് മിലാഡി പ്രത്യേകം ഓർമിച്ചത്, വിന്റർ പ്രഭു ഫെൽട്ടണോടു പറഞ്ഞ ഒരുകാര്യം. "നിങ്ങൾ പറഞ്ഞമാതിരി ഒരു മൂർച്ചയുള്ള...." ഫെൽട്ടൺ തനിക്കനുകൂലമായിട്ടാണ് പറഞ്ഞതെന്ന് അവൾ മനസിലാക്കി. വിന്റർപ്രഭു അതു കേൾക്കാതിരുന്നതായിരുന്നു.

'അയാൾ ശക്തനോ ദുർബലനോയെന്നറിയില്ല' മിലാഡി ചിന്തിച്ചു. 'അയാളുടെ ആത്മാവിൽ തീപ്പൊരിയുണ്ട്. അതിനെ ഊതിത്തെളിച്ചാൽ അയാളെത്തന്നെ കത്തിച്ചു ചാമ്പലാക്കാം. ഞാൻ ഇവിടെനിന്നും രക്ഷപ്പെട്ടുപോയാൽ എന്തു സംഭവിക്കുമെന്നറിയാമെന്നുള്ളതുകൊണ്ട് വിന്റർ ഡി പ്രഭുവിന് എന്നെ ഭയമാണ്. അതുകൊണ്ട് അയാളെ പറ്റിക്കാനും പറ്റുകയില്ല. പക്ഷേ ഫെൽട്ടൺ അങ്ങനെയല്ല. അയാൾ നന്മയുള്ളവനാണ്; ചെറുപ്പവും. അയാളെ ഉപയോഗിച്ച് ഞാൻ കാര്യങ്ങൾ നീക്കുന്നതാണ് നല്ലത്.'

പുതിയ ചിന്തയുടെ ആനന്ദത്തോടെ അവൾ ഉറങ്ങാൻ പോയി. ഗ്രാമത്തിലെ അടുത്ത ആഘോഷത്തിനു ചൂടേണ്ട റോസാച്ചെണ്ടിനെക്കുറിച്ച് സ്വപ്നംകാണുന്ന ഒരു പെണ്ണാണെന്നേ അവളുടെ ആ ആനന്ദം കണ്ടാൽ ആർക്കും തോന്നുകയുള്ളൂ.

53

തടവറയിലെ രണ്ടാം ദിവസം

ആർട്ഗ്നൻ തന്റെ പിടിയിൽ അവസാനമായെന്ന് മിലാഡി സ്വപ്നം കണ്ടു. അവൻ ശിക്ഷയേറ്റുവാങ്ങുന്നത് അവൾ നോക്കിനിന്നു. അവന്റെ തലയറുത്തുമാറ്റിയ കോടാലിയിലൂടെ രക്തമൊഴുകുന്നതു കണ്ടപ്പോൾ അവളുടെ ചുണ്ടുകളിൽ സന്തോഷം വിരിഞ്ഞു.

രക്ഷപ്പെടാമെന്ന പ്രതീക്ഷയോടെ അവൾ വീണ്ടും ചുരുണ്ടു കിടന്നുറങ്ങി.

പിറ്റേന്ന് പ്രഭാതഭക്ഷണം കൊണ്ടുവന്നപ്പോഴും അവൾ കിടക്കുകയായിരുന്നു. ഫെൽട്ടൺ മുറിക്കു വെളിയിൽ ഹാളിൽത്തന്നെ നിന്നു. അവൾക്കുള്ള വേലക്കാരിയെയും അയാൾ കൊണ്ടുവന്നിരുന്നു. വേലക്കാരി മിലാഡിയുടെ അരികിലേക്കു ചെന്നു; എന്താണ് ചെയ്യേണ്ടതെന്ന് വിനയത്തോടെ ചോദിക്കുകയും ചെയ്തു.

മിലാഡിയുടെ വിളറിയ മുഖഭാവം സ്വതവേയുള്ളതാണ്. ആദ്യമായി കാണുന്നവർ കരുതും അവൾക്കെന്തോ അസുഖമുണ്ടെന്ന്.

"എനിക്കു പനിയാണ്" അവൾ പറഞ്ഞു. "ഇന്നലെ രാത്രിയിൽ ഞാൻ ഉറങ്ങിയതേയില്ല. ഭയങ്കര പനിയായിരുന്നു. പട്ടാളക്കാർ കാരുണ്യത്തോടെ എന്നോടു പെരുമാറുമെന്ന് ഞാൻ കരുതുന്നു. ഞാൻ കുറച്ചു നേരംകൂടി ഇവിടെത്തന്നെ കിടന്നോട്ടെ."

"ഞാൻ പോയി ഒരു ഡോക്ടറെ വിളിച്ചോണ്ടു വരട്ടെ" വേലക്കാരി പറഞ്ഞു.

തുറന്നിട്ടിരുന്ന ജനാലയ്ക്കരികിൽ നിന്നുകൊണ്ട് അവർ സംസാരിക്കുന്നത് ഫെൽട്ടൺ കേൾക്കുകയായിരുന്നു.

തനിക്കുചുറ്റും വരുന്നവരുടെ എണ്ണം കൂടുകയാണെങ്കിൽ വിന്റർഡി പ്രഭുവിന് തന്നെ കൂടുതൽ ശ്രദ്ധിക്കേണ്ടിവരുമെന്ന് മിലാഡിക്കു

തോന്നി. മാത്രമല്ല തനിക്ക് അസുഖമൊന്നുമില്ലെന്നും ഡോക്ടർ കണ്ടെത്തിയേക്കും. ആദ്യത്തെ ഉപായംതന്നെ പരാജയപ്പെട്ടു. ഇനി ഇക്കാര്യത്തിൽ പരാജയപ്പെടാൻ താൻ ആഗ്രഹിക്കുന്നില്ല – മിലാഡി ഒക്കെ ചിന്തിച്ചു.

"നിങ്ങൾ ഡോക്ടറെ വിളിക്കാൻ ആളിനെയയച്ചോ?" അവൾ ചോദിച്ചു. "ചെയ്യേണ്ടതു ചെയ്യൂ."

കഴിഞ്ഞ സംഭവത്തിൽ എല്ലാവരും അവളെ സംശയിച്ചു; അവൾ അഭിനയിക്കുകയാണെന്ന്. ഇപ്പോഴും അവർ അങ്ങനെതന്നെ കരുതുന്നുണ്ടാകാം. അല്ലാത്തപക്ഷം എത്രയോ നേരത്തെതന്നെ ഡോക്ടറെ വിളിക്കുമായിരുന്നു.

"ഞങ്ങൾ എന്താണ് ചെയ്യേണ്ടത്?" അക്ഷമനായ ഫെൽട്ടൺ ചോദിച്ചു.

"എന്തു പറയണമെന്ന് എനിക്കറിയില്ല. സുഖമില്ലായെന്നുമാത്രം എനിക്കറിയാം. നല്ലതെന്നു തോന്നുന്നത് എന്തുവേണമെങ്കിലും ചെയ്തോളൂ" അവൾ പറഞ്ഞു.

"പോയി വിന്റർ ഡി പ്രഭുവിനെ കൂട്ടിക്കൊണ്ടുവരൂ" ഫെൽട്ടൺ ആ വേലക്കാരിയോടു പറഞ്ഞു. അവളുടെ പരാതികേൾക്കുന്നതിലുള്ള വെറുപ്പ് അയാളുടെ മുഖത്ത് തെളിഞ്ഞിരുന്നു.

"ഓ! വേണ്ട" അവൾ വിളിച്ചു പറഞ്ഞു. "ദയവായി അദ്ദേഹത്തെ വിളിപ്പിക്കരുത്. എനിക്ക് കുഴപ്പമൊന്നുമില്ല...." സങ്കടത്തോടെ അവൾ പറഞ്ഞു.

അവളുടെ സംസാരം അയാളിൽ മാനസികമാറ്റമുണ്ടാക്കുകതന്നെ ചെയ്തു. അയാൾ പറഞ്ഞു: "നിങ്ങൾക്ക് യഥാർഥത്തിൽ അസുഖമാണെങ്കിൽ ഡോക്ടറെ വിളിക്കാൻ ആളിനെ അയയ്ക്കട്ടെ.... മറിച്ച് ഞങ്ങളെ കബളിപ്പിക്കുകയാണെങ്കിൽ, അതിന്റെ പേരിൽ നിങ്ങൾ ദുഃഖിക്കേണ്ടിവരും; അതിനാൽ കുറ്റപ്പെടുത്താനുള്ള ഇടയുണ്ടാക്കരുതേ."

അവൾ മറുപടിയൊന്നും പറഞ്ഞില്ല. തലയണയിൽ മുഖമമർത്തി കരഞ്ഞു.

ഫെൽട്ടൺ ഭാവഭേദമൊന്നും കൂടാതെ ഒരുനിമിഷം അവളെ നോക്കി. തന്റെ സാന്നിധ്യം അവളുടെ അസുഖം കൂട്ടുമെന്നു തോന്നിയ അയാൾ അവിടെനിന്നും തിരിഞ്ഞുപോയി; വേലക്കാരി പുറകെയും. വിന്ററിലെ പ്രഭു പ്രത്യക്ഷപ്പെട്ടുമില്ല.

"ഞാൻ യഥാർഥ പഴുതിലിറങ്ങിയിരിക്കുകയാണ്" വിചിത്രമായ ഒരാനന്ദത്തോടെ മിലാഡി കരുതി. തന്റെ മുഖത്തുണ്ടാകുന്ന ഭാവമാറ്റം ആരും കാണാതിരിക്കാൻ അവൾ തുണികൊണ്ട് മുഖം മറച്ചു.

രണ്ടു മണിക്കൂർ കഴിഞ്ഞു.

'സുഖക്കേട് അവസാനിപ്പിച്ച് എഴുന്നേൽക്കാനുള്ള സമയമായി' അവൾ സ്വയം പറഞ്ഞു. "ഇനി പദ്ധതി മുന്നോട്ടുനീക്കണം. കളയാൻ ഒരുനിമിഷം പോലുമില്ല. രണ്ടാഴ്ചയേയുള്ളൂ. ഇന്നു കൂടിയാകുമ്പോൾ

രണ്ടുദിവസംകൂടി കഴിയും."

പ്രഭാതഭക്ഷണം വിളമ്പിവച്ചിരുന്ന മേശയെടുക്കാൻ പട്ടാളക്കാർ വരുമെന്ന് അവൾ കരുതി; പിന്നെ ഫെൽട്ടണും വരും.

അവൾക്കു തെറ്റിയില്ല. ഫെൽട്ടൺ വന്നു. അവൾ വല്ലതും കഴിച്ചോ ഇല്ലയോ എന്നൊന്നും പരിശോധിക്കാതെ, അയാൾ കൂടെയുണ്ടായിരുന്നവരോടൊക്കെ എടുത്തുമാറ്റാൻ പറഞ്ഞു.

ഫെൽട്ടൺ അവിടെനിന്നു അയാളുടെ കൈവശം ഒരു പുസ്തകമിരിക്കുന്നത് അവൾ കണ്ടു.

നെരിപ്പോടിനരികിലെ ഒരു കസേരയിൽ മിലാഡി ഇരുന്നു. രക്തസാക്ഷിത്വം വഹിക്കാൻപോകുന്ന ഒരു പുണ്യവതിയായ കന്യകയെപ്പോലെ.

ഫെൽട്ടൺ അവളുടെ അരികിലേക്കു ചെന്നു. തുടർന്ന് അയാൾ പറഞ്ഞു: "വിന്റർ ഡി പ്രഭു ഒരു ക്രിസ്ത്യാനിയാണ്; നിങ്ങളെപ്പോലെ. മതപരമായ ചടങ്ങുകൾ നിങ്ങൾ ഒഴിവാക്കുന്നത് അദ്ദേഹത്തിനിഷ്ടമില്ല. എല്ലാദിവസവും നിങ്ങൾ ദിവ്യപൂജാജപം നടത്തണമെന്നാണ് പറഞ്ഞിരിക്കുന്നത്. ഇതാ അതിനുള്ള പുസ്തകം."

അയാൾ ആ പുസ്തകം മേശമേൽ വച്ചു. മിലാഡിക്ക് അത്ഭുതമായി. അവൾ അയാളെ സൂക്ഷിച്ചുനോക്കി. വെട്ടിയൊതുക്കിയ തലമുടിയും അൽപ്പംപോലും ആഡംബരമില്ലാത്ത വേഷവും ഉറച്ച ഭാവവും ഒക്കെ അയാളിൽ കണ്ടപ്പോൾ, ജെയിംസ് ഒന്നാമന്റെയും ലൂയി പതിമൂന്നാമന്റെയും കൊട്ടാരങ്ങളിൽ അവൾ പലപ്പോഴും കണ്ടിട്ടുള്ള കരുണയറ്റ ശുദ്ധകത്തോലിക്കക്കാരനാണ് അയാളെന്ന് അവൾക്കു തോന്നി.

വലിയ അപകടനേരങ്ങളിൽ അതിബുദ്ധിമാന്മാർക്കുമാത്രം പലപ്പോഴും ഉണ്ടാകാറുള്ളതുപോലെ ഒരു തോന്നലായിരുന്നു അവൾക്കുണ്ടായത്.

"എന്റെ ദിവ്യപൂജാ ജപമെന്നോ?" അവൾ ചോദിച്ചു. "വിന്റർ ഡി പ്രഭു ദുഷ്ടനായ ഒരു ക്രിസ്ത്യാനിയാണ്. അദ്ദേഹത്തിന്റെ മതവുമായി എനിക്ക് യാതൊരു ബന്ധവുമില്ലെന്നും അവൾക്കറിയാം. ഇത് ഏതോ തരം കെണിയായിരിക്കും."

അതുകേട്ടപ്പോൾ ഫെൽട്ടൺ അതിശയിച്ചുപോയി. അയാൾ സ്വയം നിയന്ത്രിക്കാൻ ശ്രമിച്ചു.

"നിങ്ങളുടെ മതമേതാണ്?" അയാൾ ചോദിച്ചു.

"എന്റെ വിശ്വാസവുമായി ബന്ധപ്പെട്ടതെല്ലാം സഹിച്ചശേഷം അതൊക്കെ ഞാൻ പറയാം" അവൾ പറഞ്ഞു.

തന്റെ വാക്കുകൾ അയാൾക്ക് എന്തോ മാറ്റമുണ്ടായതായി മിലാഡിക്കു മനസിലായി. എങ്കിലും അയാളൊന്നും പറഞ്ഞില്ല.

"ഞാൻ എന്റെ ശത്രുക്കളുടെ കൈയിലാണ്" അവൾ പറഞ്ഞു. ഒരു ശുദ്ധ കത്തോലിക്കക്കാരി കേഴുന്ന രീതിയിലാണ് അവളിതു പറഞ്ഞത്. തുടർന്ന് ദൈവത്തോടായി പറഞ്ഞു: "അങ്ങേക്കിഷ്ടമുണ്ടെങ്കിൽ എന്നെ

രക്ഷിക്കൂ ദൈവമേ. അല്ലെങ്കിൽ അങ്ങേക്കുവേണ്ടി ഞാൻ മരിക്കും....."

ഫെൽട്ടൺ മറുപടിയൊന്നും പറഞ്ഞില്ല. അയാൾ ആ ജപപുസ്തകം തിരിച്ചെടുത്തുകൊണ്ട് മുറിക്കു വെളിയിലേക്കിറങ്ങി.

വൈകുന്നേരം അഞ്ചുമണിയായപ്പോൾ വിന്റർ ഡി പ്രഭു മുറിയിൽ വന്നു. മിലാഡി തന്റെ പദ്ധതികളെക്കുറിച്ച് ആലോചിച്ചുകൊണ്ടിരിക്കുകയായിരുന്നു. ആത്മവിശ്വാസത്തോടെയാണ് അവൾ അയാളെ സ്വീകരിച്ചത്.

അവൾക്കഭിമുഖമായി അയാൾ കസേരയിൽ ഇരുന്നു.

"നിങ്ങൾ മതം മാറിയിരിക്കുന്നുവെന്നാണല്ലോ ഞാൻ കരുതുന്നത്" അയാൾ ചോദിച്ചു.

"നിങ്ങൾ എന്താണ് ഉദ്ദേശിച്ചത്?" അവൾ ചോദിച്ചു.

"ഞാൻ കഴിഞ്ഞതവണ കണ്ടതിനുശേഷം നിങ്ങൾ മതം മാറിയോ? ഈയിടെ മൂന്നാമതൊരാളെ നിങ്ങൾ വിവാഹം കഴിച്ചില്ലേ; ഒരു പ്രൊട്ടസ്റ്റന്റുകാരനെ?"

"നിങ്ങൾ തന്നെ എന്താണെന്നു പറയൂ" മിലാഡി പറഞ്ഞു. "നിങ്ങൾ പറയുന്നത് എനിക്കു മനസിലായില്ല."

അയാൾ പുച്ഛത്തോടെ അവളെ നോക്കിച്ചിരിച്ചു.

"അപ്പോൾ നിങ്ങൾക്ക് മതമൊന്നും ഉണ്ടായിരുന്നില്ലേ; കേൾക്കാൻ നല്ല രസമുണ്ട്."

"ഞാനൊരു നിരീശ്വരവാദിയായിരുന്നെങ്കിൽ, എന്റെ വിശ്വാസങ്ങൾ മുഴുവനും നിങ്ങളുടെ വിശ്വാസത്തിന് തുല്യമാകുമായിരുന്നു" അവൾ പറഞ്ഞു.

"നിങ്ങളുടെ സൗകര്യംപോലെ ചിന്തിച്ചോളൂ; എനിക്കൊരു പ്രശ്നമേയില്ല."

"നിങ്ങൾ അവിശ്വാസിയാണെന്നു പറഞ്ഞില്ലെങ്കിലും നിങ്ങളുടെ വ്യഭിചാരവും കുറ്റകൃത്യങ്ങളും ഒക്കെ അതു വിളിച്ചു പറഞ്ഞോളും."

"എന്റെ വ്യഭിചാരവും കുറ്റകൃത്യവുമെന്നോ? നിങ്ങളുടെ വാക്കുകൾ എനിക്ക് ഇഷ്ടപ്പെട്ടു!"

"നിങ്ങൾ ഇമ്മാതിരിയൊക്കെ പറയുന്നത് വാതിലിനു പുറകിൽ നിൽക്കുന്നവർ കേൾക്കാൻ വേണ്ടിയല്ലേ?" മിലാഡി ചോദിച്ചു. "നിങ്ങൾ ജയിലർമാരെയും ന്യായാധിപന്മാരെയും എനിക്കെതിരെ സ്വാധീനിക്കാൻ നോക്കുകയാണ്."

"എന്റെ ജയിലർമാരെയും ന്യായാധിപന്മാരെയുമെന്നോ? എന്തൊരു നാടകീയമായ അവതരണം. നിങ്ങളുടെ തമാശപ്രകടനം ഇന്നലെ രാത്രി മുതൽ തുടങ്ങിയതാണല്ലോ. ഒരാഴ്ച കഴിയുമ്പോൾ കാര്യങ്ങളൊക്കെ വ്യക്തമായി മനസിലാകും. എന്റെ ജോലിയും അതോടെ പൂർത്തിയാകും."

"അതെ നിങ്ങളുടെ പാപപങ്കിലവും കുപ്രസിദ്ധവുമായ പ്രവർത്തനം അപ്പോൾ തീരും" മിലാഡി ഉയർന്ന സ്വരത്തിൽ പറഞ്ഞു.

"നിങ്ങൾക്ക് ഭ്രാന്തുപിടിക്കുകയാണെന്നു തോന്നുന്നു" എഴുന്നേറ്റു നിന്നുകൊണ്ട് വിന്റർ ഡി പ്രഭു പറഞ്ഞു. "നിങ്ങളുടെ വിഡ്ഢിത്തം മതിയാക്കൂ. അല്ലെങ്കിൽ ഞാൻ നിങ്ങളെ എടുത്ത് ഗുഹയിലിടും. എന്റെ സ്പാനിഷ് വീഞ്ഞ് തലയിൽ കയറിയെന്നാണ് തോന്നുന്നത്.... അല്ലെങ്കിൽ സാരമില്ല. കുറച്ചുകഴിയുമ്പോൾ ശരിയാകും. ഞാൻ പോകുന്നു."

അയാൾ എന്തൊക്കെയോ പുലമ്പിക്കൊണ്ടാണ് പുറത്തേക്കു പോയത്. അന്നത്തെക്കാലത്ത് അത്തരം പുലമ്പലുകളും ശാപവാക്കുകളും അമാന്യമൊന്നും ആയിരുന്നില്ല.

മിലാഡി ശരിയായിട്ടുതന്നെയാണ് ഊഹിച്ചിരുന്നത്. ഫെൽട്ടൺ ഹാളിൽത്തന്നെയുണ്ടായിരുന്നു. സംഭാഷണത്തിന്റെ ഒരു വാക്കുപോലും അയാൾ കേൾക്കാതിരുന്നില്ല.

"ഞാൻ വിഡ്ഢിയെപ്പോലെയും ഭ്രാന്തിയെപ്പോലെയും പെരുമാറിയെന്നാണല്ലോ നിങ്ങൾ പറഞ്ഞത്?" അവൾ ശ്വാസമടക്കിപ്പറഞ്ഞു. "നിങ്ങൾക്ക് എന്തുമാത്രം തെറ്റിപ്പോയെന്ന് നിങ്ങളറിയും. നിങ്ങൾക്ക് അന്ന് അതിന്റെ പരിണതഫലങ്ങൾ തടുക്കാനുമാകില്ല; നോക്കിക്കോളൂ."

രണ്ടുമണിക്കൂർ കഴിഞ്ഞപ്പോൾ ഫെൽട്ടണും പട്ടാളക്കാരും അത്താഴവുമായെത്തി. അവളുടെ രണ്ടാമത്തെ ഭർത്താവിന്റെ ഒരു ശുദ്ധകത്തോലിക്കനായ വേലക്കാരനിൽനിന്നും പഠിച്ചിരുന്ന പ്രാർഥന അവളപ്പോൾ ഉരുവിടുകയായിരുന്നു. ചുറ്റും സംഭവിക്കുന്നതൊക്കെ മറന്ന് പൂർണഭക്തിയിലായിരുന്നു അവൾ. അവളെ ശല്യപ്പെടുത്തരുതെന്ന് മറ്റുള്ളവരോട് ഫെൽട്ടൺ ആംഗ്യം കാണിച്ചു. ഭക്ഷണം മേശപ്പുറത്തു വച്ചശേഷം അവർ നിശ്ശബ്ദമായി മുറിയിൽനിന്നും പുറത്തേക്കിറങ്ങി.

തന്നെ അവർ നിരീക്ഷിക്കുമോയെന്ന് ഭയന്ന് മിലാഡി അവസാനം ഉരുവിട്ടുകൊണ്ടിരുന്ന പ്രാർഥന തീർന്നതോടെ അതു നിർത്തി. വാതിലിനു വെളിയിൽ പട്ടാളക്കാർ അങ്ങോട്ടുമിങ്ങോട്ടും നടക്കുന്ന ശബ്ദം കേൾക്കുന്നതേയില്ല. അവർ ഒരിടത്തുനിന്ന് എല്ലാം ശ്രദ്ധിക്കുകയായിരിക്കാമെന്ന് അവൾ കരുതി.

ഒരു നിമിഷത്തേക്ക് അവൾക്ക് ആശ്വാസമായിരുന്നു. മുട്ടിന്മേൽനിന്ന് അവൾ എഴുന്നേറ്റു; മേശയുടെ അരികിൽ ചെന്നിരുന്നു. കുറച്ചു ഭക്ഷണവും കഴിച്ചു. വെള്ളം ധാരാളമവൾ കുടിച്ചു.

ഒരു മണിക്കൂർ കഴിഞ്ഞപ്പോൾ പട്ടാളക്കാർ മടങ്ങിവന്നു. മേശ വൃത്തിയാക്കാൻ ആ സമയത്ത് ഫെൽട്ടൺ കൂടെയില്ലെന്ന് മിലാഡി കണ്ടു. "അയാൾക്ക് ഇപ്പോൾ എന്നെക്കാണാൻ പേടിയാണോ?" അവൾ ചിന്തിച്ചു. അവൾ പുഞ്ചിരിച്ചുനിന്നു. തന്റെ വിജയഭാവം പട്ടാളക്കാർ കാണാതിരിക്കാൻ അവൾ പെട്ടെന്ന് മുഖം തിരിച്ചുകളഞ്ഞു; അവർ ഒറ്റിക്കൊടുത്താലോ.

അവൾ ഒരു മണിക്കൂർ അവിടെയിരുന്നു. കടലിന്റെ ഇരമ്പലല്ലാതെ മറ്റൊരു ശബ്ദവും അവിടെ കേൾക്കാനില്ല. അലയുടെ ശബ്ദത്തിനൊപ്പം അവൾ ശുദ്ധക്രിസ്ത്യാനികളുടെ ജപഗീതം പാടി.

സ്വർഗസ്ഥ പിതാവേ ഞങ്ങളോടു പൊറുക്കണേ
പാപങ്ങളെ ജയിക്കാൻ ഞങ്ങളെ സഹായിക്കണേ
അങ്ങയുടെ അനുഗൃഹീതമായ കരങ്ങളാൽ
ഞങ്ങളുടെ മുറിവുകളെല്ലാം ഉണക്കേണമേ......

ഇതത്ര വലിയ കവിതയൊന്നുമല്ലായിരുന്നു; തീരെ കാവ്യഗുണമില്ല തന്നെ. ശുദ്ധകത്തോലിക്കർ കാവ്യഭാവനയ്ക്ക് വിലകൽപ്പിച്ചവരല്ലല്ലോ.

പാടുമ്പോഴും അവൾ ചുറ്റുപാടും ശ്രദ്ധിച്ചിരുന്നു. വാതിലിനരികിലെ പട്ടാളക്കാർ കല്ലുപോലെ നിന്ന് ശ്രദ്ധിക്കുകയായിരുന്നു. താൻ ആഗ്രഹിച്ച കാര്യം നടന്നുവരുന്നതായി മിലാഡിക്കു തോന്നി.

അവൾ വീണ്ടും പാടിക്കൊണ്ടിരുന്നു; കൂടുതൽ ഭക്തിയോടെ. തന്റെ ഗാനം കൊട്ടാരത്തിൽ മുഴങ്ങുന്നതായും അവൾക്കു തോന്നി. എന്തോ ഒരു മന്ത്രശക്തി പട്ടാളക്കാരെ സ്വാധീനിച്ചതുപോലെയും.

പക്ഷേ, കാവൽക്കാരൻ നല്ലൊരു ക്രിസ്ത്യാനിയായിരുന്നു. അയാൾ വാതിൽക്കൽ വന്ന് മിലാഡിയെ വിളിച്ചു. "ദയവായി പാട്ടുനിർത്തൂ. ഇതൊരു ശവസംസ്കാരത്തിനുള്ള ഗാനംപോലെ തോന്നുന്നു. ഇതും കേട്ടുകൊണ്ട് എനിക്ക് ഇവിടെ കാവൽനിൽക്കാനാവില്ല മാഡം."

"കൂടുതൽ ഇടപെടേണ്ട; ഞാൻ പറഞ്ഞതു ചെയ്താൽ മതി" ഒരുച്ചത്തിലുള്ള ശബ്ദം മിലാഡി കേട്ടു. അതു ഫെൽട്ടന്റേതാണെന്ന് അവൾക്കു മനസിലായി. "ആ സ്ത്രീ പാടുന്നത് തടയാൻ തന്നോടാരെങ്കിലും പറഞ്ഞിരുന്നോ? കാവൽ നിന്നാൽ മതി. അവൾ രക്ഷപ്പെടാൻ നോക്കിയാൽ വെടിയും വയ്ക്കാം. എന്റെ കൽപ്പനകൾ മാത്രം കേൾക്കുക; അതിനപ്പുറം ഒന്നും ചെയ്യേണ്ട."

മിലാഡിയുടെ കണ്ണുകളിൽ ആനന്ദത്തിന്റെ വെളിച്ചം വീണ്ടും തിളങ്ങി. സംസാരത്തിന്റെ ഒരു വാക്കുപോലും കേട്ടതായി നടിക്കാതെ അവൾ വീണ്ടും പാടിക്കൊണ്ടിരുന്നു; തന്റെ വശീകരണശക്തി മുഴുവനും അവൾ ആ ഗാനത്തിൽ സന്നിവേശിപ്പിച്ചിരുന്നു.

എനിക്ക് ഈ ലോകത്തിൽ ദുഃഖദുരിതങ്ങളും
വേദനകുതിർന്ന നാടുകടത്തലും കനത്ത ചങ്ങലകളും!
കാലചക്രമുരുളുമ്പോഴും എന്റെ വിശ്വാസം ശക്തം
സ്വർഗസ്ഥപിതാവ് എന്റെ വേദനകൾ മാറ്റും!

അവളുടെ ഗാനത്തിൽ മദംപൊട്ടിയ ഫെൽട്ടൺ വാതിൽ തള്ളിത്തുറന്ന് അകത്തേക്കു കയറി. അപ്പോഴും അവൾ ഇങ്ങനെ പാടുകയായിരുന്നു:

ദൈവം സ്വർഗസ്ഥനാണ് ദയാലുവും നീതിമാനുമാണ്.
സാത്താന്റെ പ്രലോഭനങ്ങളിൽനിന്നും അവിടന്നു നമ്മെ
വിടുവിക്കുന്നു
നമ്മുടെ ഹൃദയം തളർന്നാലും, നാം അവിടത്തെ വിശ്വസിക്കണം.
ഏതു പ്രയാസത്തിലും അവിടത്തെ വിളിക്കായി കാതോർക്കണം.

"എന്തിനാണ് നിങ്ങളിങ്ങനെ പാടുന്നത്?" ഫെൽട്ടൺ ചോദിച്ചു.

"ക്ഷമിക്കണം സർ" അവൾ സൗമ്യമായി മറുപടി പറഞ്ഞു. "എന്റെ പാട്ടിന് ഇവിടെ അപ്രസക്തിയാണുള്ളതെന്ന കാര്യം ഞാൻ മറന്നു പോയി. നിങ്ങളുടെ വിശ്വാസത്തെ ഞാൻ മുറിവേൽപ്പിച്ചതുപോലെ തോന്നുന്നു. എന്നോടു പൊറുക്കണേ. ഞാൻ മനഃപൂർവം ചെയ്തതല്ല."

അഗാധമായ ഭക്തിയിൽ അവളുടെ മുഖത്തുണ്ടായ മാറ്റം അയാൾ കണ്ടു. ആകർഷണീയമായ ഒരു മാലാഖയുടെ മുമ്പിൽ താൻ നിൽക്കു ന്നതുപോലെ അയാൾക്കു തോന്നി.

അയാൾ പറഞ്ഞു: "നിങ്ങൾ.... നിങ്ങൾ" അയാളുടെ തൊണ്ടയിട റി. "ഞാൻ.... നിങ്ങളുടെ പാട്ട്..... അതെ ഈ കൊട്ടാരത്തിലെ ആളു കളെ ശല്യപ്പെടുത്തുന്നു."

അയാൾ എന്തു പറയുന്നതെന്ന് അയാൾക്കുതന്നെ മനസിലാകാ ത്തപോലെയായി. അവൾ അയാളെ നോക്കിപ്പറഞ്ഞു: "ഇനി ഞാൻ പാടാ തിരുന്നോളാം."

"അയ്യോ വേണ്ട വേണ്ട..... നിങ്ങൾ പാടിക്കോളൂ.... അൽപ്പം ശബ്ദം താഴ്ത്തി പാടണമെന്നേയുള്ളൂ. ഇപ്പോൾ രാത്രിയല്ലേ" അയാൾ പറഞ്ഞു.

തനിക്ക് തന്റേടത്തോടെ തടവുപുള്ളിയുടെ മുന്നിൽ നിൽക്കാനാ കുന്നില്ലെന്നു തോന്നിയപ്പോൾ അയാൾ ആ മുറിയിൽനിന്നും വേഗത്തിൽ പുറത്തേക്കിറങ്ങി.

"അങ്ങ് ചെയ്തത് നന്നായി സർ" കാവൽക്കാരൻ ഫെൽട്ടനോടു പറഞ്ഞു. "അവളുടെ ആ പാട്ട് ആദ്യം എന്നെ അസ്വസ്ഥമാക്കി; പിന്നീട് എനിക്ക് അത് മനോഹരമായിത്തോന്നി.... എന്തായാലും അവളുടെ സ്വരം വളരെ മധുരം തന്നെയാണ്.

54

തടവറയിലെ മൂന്നാം ദിവസം

ഫിൽട്ടെൺ വന്നുകഴിഞ്ഞിരുന്നു. അയാൾ വരുമെന്ന് മിലാഡിക്ക് നന്നായിട്ടറിയാമായിരുന്നു. ഇനി അയാളെ അവിടെ പിടിച്ചുനിർത്തുന്നതിനാണ് അടുത്ത പടി. അതെങ്ങനെയാകും എന്നതിനെക്കുറിച്ച് അവൾക്ക് ഒരു രൂപവും ഉണ്ടായിരുന്നില്ല.

അയാളെ ഇനി തന്നോടു സംസാരിപ്പിക്കണം; എങ്കിലേ തനിക്ക് അയാളോടു സംസാരിക്കാനാകൂയെന്ന് അവൾ കരുതി. പുരുഷനെ വീഴ്ത്താനുള്ള അവൾക്കുള്ള ആകപ്പാടെയുള്ള ഒരായുധം അവളുടെ ശബ്ദമായിരുന്നു.

ആ ആയുധമുണ്ടെങ്കിലും പരാജയപ്പെട്ടുകൂടെന്നില്ല. കാരണം അവളെ സൂക്ഷിക്കണമെന്നുള്ള മുന്നറിയിപ്പ് അയാൾക്കു നേരത്തെ കിട്ടിയിരുന്നു. അവൾ പറയുന്നതിലും ചെയ്യുന്നതിലുമെല്ലാം ശ്രദ്ധകൊടുത്തേ മതിയാകൂ. അവളുടെ കൃഷ്ണമണിയുടെ ചലനവും ശ്വാസോച്ഛ്വാസവും ഒക്കെ വ്യാഖ്യാനിക്കേണ്ടതുണ്ട്. കാരണം അയാളുടെ മുമ്പിൽ ഒരു കാര്യശേഷിയാർന്ന നടിയെപ്പോലെയാണ് അവൾ പെരുമാറിയത്.

വിന്റർ ഡി പ്രഭുവിനരികിൽ അഭിനയിക്കാനുള്ള ഭാഗം അവൾക്ക് എളുപ്പമാണ്. അതവൾ നേരത്തെതന്നെ തീരുമാനിച്ചു കഴിഞ്ഞിരുന്നു. ഒന്നും മിണ്ടാതെ ഒഴിഞ്ഞുമാറിയിരിക്കുക, അന്തസ്സോടെ നടന്ന് അയാളെ അരിശപ്പെടുത്തുക. ആത്മനിയന്ത്രണത്തിനു സാധ്യമാക്കാതെ അയാൾ ബഹളം കൂട്ടാൻ ഇടയാകണം; അത് അയാളുടെ അന്തസുള്ള ജോലിക്കെതിരായിരിക്കുകയും ചെയ്യും.

പതിവുപോലെ പ്രഭാതത്തിൽ അയാളെത്തി. പ്രഭാതഭക്ഷണത്തിനുള്ള ഏർപ്പാടുകൾ അയാൾ ചെയ്തു. അവൾ ഒരക്ഷരംപോലും ഉരിയാടാതെ അയാൾ ചെയ്യുന്നതൊക്കെ നോക്കിനിന്നു. പോകാറായപ്പോൾ

അയാൾ എന്തോ സംസാരിക്കാൻ ശ്രമിക്കുന്നതായി അവൾക്കു മനസിലായി; പെട്ടെന്ന് അയാൾ വളരെ പ്രയാസത്തോടെ അതു വേണ്ടായെന്നു വച്ചു. ചലിക്കാൻ തുടങ്ങിയ ചുണ്ടുകൾ ബദ്ധപ്പെട്ട് അടക്കിക്കൊണ്ട് അയാൾ പുറത്തേക്കുപോയി.

ഉച്ചയോടടുത്തപ്പോൾ വിന്റർ ഡി പ്രഭു വന്നു.

അന്ന് മേഘങ്ങളില്ലാത്ത തെളിച്ചമുള്ള ദിവസമായിരുന്നു. വിളറിയ ഇംഗ്ലീഷ് സൂര്യന്റെ ചൂടില്ലാത്ത പ്രകാശരശ്മികൾ ജനാല അഴികൾക്കിടയിലൂടെ മുറിക്കകത്തേക്കു അരിച്ചുകയറി. മിലാഡി കടലിലേക്കു നോക്കിക്കൊണ്ടു നിൽക്കുകയായിരുന്നു. വാതിൽ തുറക്കുന്ന ശബ്ദം കേട്ടിട്ടും കേട്ടതായി അവൾ ഭാവിച്ചില്ല.

"ഇന്നത്തെ നിങ്ങളുടെ അഭിനയത്തിന് വ്യത്യാസമുണ്ടല്ലോ" വിന്റർ ഡി പ്രഭു പറഞ്ഞു. "ആദ്യം തമാശ; പിന്നെ ദുരന്തം; ഇപ്പോൾ എന്തോ മനോവേദന!"

അവൾ മറുപടിയൊന്നും പറഞ്ഞില്ല.

"നിങ്ങൾ എന്താണാലോചിക്കുന്നതെന്ന് എനിക്കറിയാം" അയാൾ പറഞ്ഞു. "സ്വതന്ത്രമായി ആ കടൽത്തീരത്തു നിൽക്കാനല്ലേ നിങ്ങൾ ആഗ്രഹിക്കുന്നത്? ആ തിരമാലയ്ക്കുമീതെ പായുന്ന കപ്പലിൽ ഇരിക്കാനും. ഒരുപക്ഷേ, എന്നെ വകവരുത്താനുള്ള കൊച്ചുപദ്ധതികളും കാണുമായിരിക്കും. ഒരുകാര്യം ഞാൻ പറയാം. നിങ്ങൾക്ക് ഇനി അധികനാൾ കാത്തിരിക്കേണ്ടിവരില്ല; അതിനുമുമ്പ് നിങ്ങൾക്കു കരയിലെത്താം. ഞാൻ പ്രതീക്ഷിച്ചതിനെക്കാൾ നേരത്തെ നിങ്ങൾക്കു ഇവിടെനിന്നും വിടാനാകും. നാലു ദിവസത്തിനുള്ളിൽ ആ കടൽ നിങ്ങൾക്കായി തുറന്നു കിടക്കും; അതായത് നാലു ദിവസത്തിനുള്ളിൽ നിങ്ങൾക്ക് ഇവിടെനിന്നും എന്നെന്നേക്കുമായി പോകാവുന്നതാണ്."

മിലാഡി കണ്ണുകൾ മുകളിലേക്കുയർത്തി കൈകൾ കൂപ്പിക്കൊണ്ടു നിന്നു. "ദൈവമേ, ഞാൻ ഈ മനുഷ്യനെ എങ്ങനെ ക്ഷമിക്കുന്നുവോ അതുപോലെ അങ്ങും ഈ മനുഷ്യനോടു പൊറുക്കേണമേ."

"ദുഷ്ടേ.... പ്രാർഥിച്ചോ പ്രാർഥിച്ചോ" വിന്റർ ഡി പ്രഭു പറഞ്ഞു. "നിന്നോടു ക്ഷമിക്കാൻ ഞാനെന്തായാലും ഉദ്ദേശിക്കുന്നില്ല. അതുകൊണ്ട് എന്നോടു പൊറുക്കാൻ നിങ്ങൾ ദൈവത്തോടു പ്രാർഥിക്കുന്നത് വലിയ ആത്മാർഥതയായിപ്പോയി."

തുടർന്ന് അയാൾ അവളുടെ അരികിൽനിന്നും ദൂരേക്കു നടന്നു.

പോകാനായി അയാൾ വാതിൽ തുറന്നതറിഞ്ഞിട്ടും അവൾ അതറിഞ്ഞതായി ഭാവിച്ചില്ല.

അവൾ മുട്ടിന്മേൽ നിന്നുകൊണ്ട് ഉറക്കെ പ്രാർഥിച്ചു. "എന്റെ സ്നേഹസ്വരൂപനായ ദൈവമേ, ഞാനെന്തു നന്മയ്ക്കുവേണ്ടിയാണ് ഈവിധം സഹിക്കുന്നതെന്ന് അങ്ങേക്കറിയാമല്ലോ; എല്ലാം സഹിക്കുവാനുള്ള കരുത്ത് അങ്ങ് എനിക്കു തരേണമേ."

ആ വാതിൽ വീണ്ടും തുറക്കപ്പെട്ടു. ശബ്ദം കേട്ടതറിഞ്ഞിട്ടും അവൾ

അതറിയാത്തമട്ടിൽ പ്രാർഥിച്ചുകൊണ്ടേയിരുന്നു. “നീതിയുടെ ദൈവമേ! ന്യായത്തിന്റെ ദൈവമേ! ദുഷ്ടപ്രവർത്തനങ്ങളിൽ മുഴുകാൻ അങ്ങ് ഈ മനുഷ്യനെ അനുവദിക്കുമോ?”

ഫെൽട്ടന്റെ സാന്നിധ്യം അറിഞ്ഞതായി അറിയിച്ചുകൊണ്ട് പെട്ടെന്ന് അവൾ എഴുന്നേറ്റുനിന്നു; അത്രയുംനേരം മുട്ടിൽനിന്നത് അയാൾ കണ്ടതിൽ ജാള്യതയുള്ളതായി അവൾ അഭിനയിക്കുകയും ചെയ്തു.

“എനിക്ക് ആരുടെയും പ്രാർഥനയിൽ ശല്യമാകാൻ ഇഷ്ടമില്ല” ഫെൽട്ടൺ പറഞ്ഞു. “ഞാനിനി ഇവിടെനിന്ന് വീണ്ടും ശല്യപ്പെടുത്തുന്നുമില്ല.”

“പ്രാർഥനയോ?” സങ്കടത്തോടെ അവൾ ചോദിച്ചു. “നിങ്ങൾക്കു തെറ്റിപ്പോയി സർ. ഞാൻ പ്രാർഥിക്കുകയായിരുന്നില്ല.”

“സ്രഷ്ടാവിന്റെ മുമ്പിൽ നിങ്ങൾ മുട്ടുമടക്കുന്നത് ഞാൻ തടയുമെന്ന് നിങ്ങൾ കരുതുന്നുണ്ടോ? അങ്ങനെ ചെയ്യുന്നതിൽനിന്ന് ദൈവം എന്നെ വിലക്കുന്നു. എത്ര മാരകമായ പാപമായാലും പശ്ചാത്തപിച്ചെത്തുന്നയാളെ ഞാൻ അംഗീകരിക്കുന്നു.”

“അപ്പോൾ ഞാൻ പാപിയെന്നാണോ നിങ്ങളുദ്ദേശിച്ചത്?” അവൾ ചെറുചിരിയോടെ ചോദിച്ചു: “ഞാൻ പാപിയാണോ അല്ലയോയെന്ന് ദൈവത്തിനറിയാം. രക്തസാക്ഷികളെ ദൈവം സ്നേഹിക്കുന്നു. ചിലപ്പോൾ നിഷ്കളങ്കരായവരെ കഷ്ടപ്പെടാൻ ദൈവം അനുവദിക്കുകയും ചെയ്യുന്നു.”

“നിങ്ങൾ ഒരു രക്തസാക്ഷിയാണെങ്കിൽ ഈ പ്രാർഥനയിൽ ന്യായമുണ്ടായിരുന്നു” ഫെൽട്ടൺ പറഞ്ഞു. “യഥാർഥത്തിൽ ഞാൻ തന്നെ നിങ്ങൾക്കുവേണ്ടി പ്രാർഥിക്കാം.”

“ഓ നിങ്ങൾ നല്ലവനാണ്!” അവൾ അയാളുടെ കാൽക്കൽ വീണു കരയാൻ തുടങ്ങി. “പക്ഷേ എനിക്കു ശക്തിയില്ല. എനിക്കിതിനിയും വയ്യ. ഞാൻ എന്റെ വിശ്വാസം ഏറ്റുപറയുന്ന അവസാനനേരത്ത് എനിക്കതിനുള്ള ശക്തിയുണ്ടാകുമോയെന്നറിയില്ല. അങ്ങ് വഞ്ചിക്കപ്പെടുകയാണ് സർ.... പക്ഷേ അതു സാരമില്ല. എനിക്കൊരു സഹായം സർ ചെയ്യുമോ? എങ്കിൽ അങ്ങേക്കുവേണ്ടി ഇഹലോകത്തിലും പരലോകത്തിലും ഞാൻ പ്രാർഥിക്കും.”

“എന്റെ യജമാനനോടു നിങ്ങൾ സംസാരിക്കേണ്ടതുണ്ട്. നിങ്ങളുടെ ശിക്ഷയും രക്ഷയും എല്ലാം അദ്ദേഹത്തിന്റെ കൈയിലാണ്. എന്നേക്കാളും മേലധികാരമുള്ള ഒരാളിനാണ് ആ ഉത്തരവാദിത്വം ദൈവം ഏൽപ്പിച്ചിരിക്കുന്നത്” അയാൾ പറഞ്ഞു.

“അല്ല. എനിക്കു നിങ്ങളോടു സംസാരിച്ചാൽ മതി. നിങ്ങളോടു മാത്രം! ഞാൻ പറയുന്നതു കേൾക്കൂ. എനിക്ക് മാനഹാനിയുണ്ടാക്കരുത്.”

“നിങ്ങൾക്ക് അർഹതയുള്ളതാണെങ്കിൽ ആ മാനഹാനി നിങ്ങൾ സഹിച്ചേ മതിയാകൂ; ദൈവേഷ്ടം നിറവേറിയല്ലേ പറ്റൂ” അയാൾ

പറഞ്ഞു.

"നിങ്ങൾ എന്താണീ പറയുന്നത്? ഓ! നിങ്ങൾക്കു മനസിലായില്ല! മാനഹാനി എന്നു ഞാൻ പറഞ്ഞപ്പോൾ എന്തോ ശിക്ഷയോ, തടവോ ഒക്കെയാണല്ലേ നിങ്ങൾ കരുതിയത്. അത്തരം ശിക്ഷയായിരുന്നെങ്കിൽ എനിക്ക് സുഖമായിരുന്നു. എന്റെ ദൈവമേ!"

"നിങ്ങൾ പറഞ്ഞതു ശരിയാണ്; എനിക്ക് ഒന്നും മനസിലായില്ല."

"അതോ അറിയില്ലായെന്ന് നടിക്കുന്നതോ?" അവൾ അൽപ്പം പരിഹാസച്ചിരിയോടു ചോദിച്ചു.

"അയ്യോ ഞാൻ നടിക്കുന്നതൊന്നുമല്ല. ഞാൻ ഒരു പട്ടാളക്കാരനെന്ന നിലയിലും ക്രിസ്ത്യാനി എന്ന നിലയിലും സത്യം ചെയ്യാം" അയാൾ പറഞ്ഞു.

"എന്ത്? വിന്റർ ഡി പ്രഭു എന്താണ് എനിക്കു ചെയ്യാൻ പോകുന്നതെന്ന് നിങ്ങൾക്കറിയില്ല" അവൾ പറഞ്ഞു.

"എനിക്ക് അതിനെക്കുറിച്ച് ഒന്നുമറിയില്ല" അയാൾ പറഞ്ഞു.

"അത് അസാധ്യം! നിങ്ങൾ രഹസ്യമാക്കിയിരിക്കുകയാണ്."

"ഞാൻ കള്ളം പറയാറേയില്ല" അയാൾ പറഞ്ഞു.

"എന്നാൽ നിങ്ങൾ സ്വയം ഊഹിച്ചോളൂ" അവൾ പറഞ്ഞു.

"അങ്ങനെ ഞാൻ ഒരു കാര്യവും ഊഹിക്കാറില്ല.... അദ്ദേഹം എന്നോട് ഒന്നും പറഞ്ഞിട്ടുമില്ല" അയാൾ പറഞ്ഞു.

"അപ്പോൾ നിങ്ങൾ അദ്ദേഹത്തിന്റെ കൂട്ടാളിയല്ലേ?" അവൾ ചോദിച്ചു. "അദ്ദേഹം എനിക്കായി ആസൂത്രണം ചെയ്തിരിക്കുന്ന ഭീകരമായ കാര്യങ്ങൾ നിങ്ങൾക്കറിയില്ലേ?"

ഫെൽട്ടന്റെ മുഖം ചുവന്നു. അയാൾ പറഞ്ഞു: "നിങ്ങൾക്കു തെറ്റിപ്പോയി. എന്റെ യജമാനൻ അങ്ങനെ ദുഷ്ടകൃത്യം ചെയ്യാറില്ല."

'ഞാൻ എന്താണ് ഉദ്ദേശിക്കുന്നതെന്ന് ഇനിയും ഞാൻ പറഞ്ഞില്ല. എന്നിട്ടും അയാൾ അതിനെ ഒരു ദുഷ്ടകൃത്യം എന്നു വിളിക്കുന്നു' അവൾ ചിന്തിച്ചു.

"ഒരു പിശാചിന്റെ ശിഷ്യന്റെ കൂട്ടുകാരന് എന്തും ചെയ്യാനാകും" അവൾ പറഞ്ഞു.

"പിശാചിന്റെ ശിഷ്യനോ? ഒന്നു വ്യക്തമായിപ്പറയൂ."

"ആ പേര് അർഹിക്കുന്ന രണ്ടുപേർ ഇംഗ്ലണ്ടിലുണ്ടാകില്ലല്ലോ?"

"ജോർജ് വില്ലിയേഴ്സോ?" അയാളുടെ കണ്ണുകൾ തിളങ്ങി.

"അതെ. അവിശ്വാസികളും അന്ധവിശ്വാസികളും അയാളെ ബക്കിംഗ്ഹാംപ്രഭുവെന്നു വിളിക്കുന്നു" മിലാഡി പറഞ്ഞു. "ഞാൻ ഉദ്ദേശിച്ചത് ആരെയാണെന്ന് നിങ്ങൾ മനസിലാക്കിയെന്ന് ഞാൻ കരുതി."

"ദൈവത്തിന്റെ കരം അദ്ദേഹത്തിനെതിരാണ്. അർഹിക്കുന്ന ശിക്ഷയിൽനിന്നും അദ്ദേഹത്തിനു രക്ഷപ്പെടാനുമാകില്ല."

ഇംഗ്ലണ്ടിലെ ഓരോരുത്തർക്കും ബക്കിംഗ്ഹാമിനോടുള്ള മനോഭാവമാണ് ഫെൽട്ടൺ ഇവിടെ വിവരിച്ചത്. ക്രിസ്ത്യാനികൾ അദ്ദേഹത്തെ

കള്ളനെന്നും വ്യഭിചാരിയെന്നുമാണ് മുദ്ര കുത്തിയത്. അതുപോലെ ശുദ്ധക്രിസ്ത്യാനികൾ അദ്ദേഹത്തെ സാത്താനെന്നും വിളിച്ചു.

"എന്റെ ദൈവമേ" മിലാഡി ഉറക്കെ വിളിച്ചു. "ആ മനുഷ്യന് അർഹിക്കുന്ന ശിക്ഷ കൊടുക്കണമേ. ഇതെന്റെ വ്യക്തിപരമായ പ്രതികാരമൊന്നുമല്ലെന്ന് ദൈവമേ അങ്ങറിയണം. അയാളിൽനിന്നും ഇംഗ്ലണ്ടിലെ ആളുകൾ മുഴുവനും മോക്ഷം നേടണം എന്ന ആഗ്രഹംകൊണ്ടാണ്."

"അപ്പോൾ നിങ്ങൾക്ക് അദ്ദേഹത്തെ അറിയാമോ?" ഫെൽട്ടൺ ചോദിച്ചു.

തന്റെ വാക്കുകൾ അറിയാൻ അയാൾ കാണിക്കുന്ന താൽപ്പര്യത്തിൽ അവൾക്കു സന്തോഷമായി. 'ഇപ്പോൾ അയാൾ എന്നെ ചോദ്യം ചെയ്യാൻ തുടങ്ങിയിരിക്കുന്നു' അവൾ ചിന്തിച്ചു.

"അതെ.... എനിക്കറിയാം. നിർഭാഗ്യമെന്നേ പറയാനാവൂ."

ദുഃഖം സഹിക്കാനാവുന്നില്ലെന്നർഥത്തിൽ അവൾ കൈകൾ തിരുമി.

തന്റെ ശക്തിചോരുന്നതായി അയാൾക്കു തോന്നി. അയാൾ മുറിയിൽനിന്നും പുറത്തേക്കിറങ്ങാൻ പോയി. അവൾ അയാളുടെ പിന്നാലെ ഓടിക്കിതച്ചു ചെന്നുകൊണ്ട് അയാളെ തടഞ്ഞു.

"അങ്ങ് ദയാലുവാണ്; നല്ലവനുമാണ്" അവൾ അപേക്ഷിച്ചു. "അങ്ങ് എനിക്ക് ഒരു ചെറിയ ഉപകാരം ചെയ്തുതരില്ലേ. അങ്ങേക്കോർമയില്ലേ വിന്റർ ഡി പ്രഭു എനിക്കുതരാൻ കൂട്ടാക്കാതിരുന്ന ആ കത്തി. അതുകൊണ്ട് ഞാൻ എന്തുചെയ്യുമെന്ന് അദ്ദേഹത്തിനറിയാമായിരുന്നു. ആ കത്തി എനിക്ക് ഒന്നുകൊണ്ടുതരാൻ ഞാനപേക്ഷിക്കുന്നു. ആ അഴികൾക്കിടയിലൂടെ അതു തന്നശേഷം ആ വാതിൽ കുറ്റിയിടൂ. എനിക്ക് നിങ്ങളെ ഉപദ്രവിക്കാനുള്ള ആഗ്രഹമൊന്നുമില്ല; ഇല്ലേയില്ല! ഞാനത് ഒരിക്കലും ചെയ്യുകയുമില്ല. നിങ്ങൾ ദയാലുവാണ്. നീതിമാനാണ്; നല്ലവനാണ്. ഒരുപക്ഷേ, എന്റെ രക്ഷകനും! ഒരു മിനിറ്റു നേരത്തേക്ക് ആ കത്തിയൊന്നു തരൂ. ഈ അഴികൾക്കിടയിലൂടെതന്നെ ഞാനതു മടക്കിത്തരാം. ഫെൽട്ടൺ ഒരുമിനിറ്റു നേരത്തേക്ക്. അതുവഴി നിങ്ങൾക്ക് എന്റെ മാനം കാക്കാനുമാകും."

മിലാഡി അയാളുടെ കൈകൾ പിടിച്ചുകൊണ്ടുതന്നെ നിന്നു. അവളുടെ കെഞ്ചൽ കേട്ടപ്പോൾ അമ്പരന്നുപോയ അയാൾക്ക് ആ പിടിവിടുവിക്കാനായില്ല.

"നിങ്ങൾ ആത്മഹത്യ ചെയ്യാൻ പോകുകയാണോ?" അയാൾ ചോദിച്ചു.

"എന്റെ രഹസ്യം മുഴുവൻ ഞാൻ നിങ്ങളോടു പറഞ്ഞു" അവൾ അശക്തയായിപ്പറഞ്ഞു: "നിങ്ങൾക്കിപ്പോൾ എല്ലാം അറിയാം. ഞാൻ നശിച്ചു."

അവൾ തളർന്നു തറയിലിരുന്നു. അയാൾ അവളെ നോക്കിക്കൊണ്ട് അവിടെത്തന്നെ നിന്നു. എന്തു ചെയ്യണമെന്നറിയാതെ അയാൾ നിശ്ചലനായിരുന്നു.

അയാൾക്ക് ഇപ്പോഴും സംശയമാണ്' മിലാഡി ചിന്തിച്ചു. 'ഞാൻ ഇനിയും അയാളെ ശരിയായി ബോധ്യപ്പെടുത്തിയിട്ടില്ല.'

പുറത്തെ ഹാളിൽ കാലടി ശബ്ദം കേട്ടുതുടങ്ങി. വിന്റർ ഡി പ്രഭു വരുന്നെന്ന് അവൾക്കു മനസിലായി. ഫെൽട്ടനും മനസിലായി അത്. അയാൾ വാതിലിന്റെ അരികിലേക്കു ചെന്നു. അവൾ എഴുന്നേറ്റും നിന്നു.

"ഞാൻ പറഞ്ഞ ഒരു കാര്യവും അദ്ദേഹത്തോടു പറയരുത്" അവൾ വേഗത്തിൽ അയാളോടു പറഞ്ഞു: "എങ്കിൽ ഞാൻ നശിക്കും. എങ്കിൽ നിങ്ങളായിരിക്കും....."

അവൾ പെട്ടെന്ന് വാക്യം പൂർത്തിയാക്കാതെ നിർത്തി; വിന്റർ ഡി പ്രഭു കേട്ടാലോയെന്ന ഭയമായിരുന്നു അവൾക്ക്.

അവൾ ഫെൽട്ടന്റെ വായ പൊത്തി. അത്യധികം ഭയം അഭിനയിച്ചു കൊണ്ട് അയാളുടെ മുഖത്ത് ഒപ്പം നോക്കുകയും ചെയ്തു. അയാൾ അവളെ തള്ളിമാറ്റി. നാടകീയമായ രീതിയിൽത്തന്നെ അവൾ സോഫയിലേക്കു മറിഞ്ഞു.

കാലടിശബ്ദം വീണ്ടും അടുത്തുവന്നു. പക്ഷേ, വിന്റർ ഡി പ്രഭു മുറിയിലേക്കു കയറിവരാതെ മറ്റെങ്ങോ നടന്നുപോയെന്നു തോന്നി അവർക്ക്. ആ കാലടിശബ്ദം നേർത്തില്ലാകുന്നത് അവൾ ശ്രദ്ധയോടെ കേട്ടുനിന്നു.

പെട്ടെന്ന് ഒരു സ്വപ്നത്തിൽനിന്നുണർന്നപോലെ ഫെൽട്ടൺ ഞെട്ടിയുണർന്നുകൊണ്ട് മുറിയിൽനിന്നും പുറത്തേക്കു ചാടി.

അയാൾ വിന്റർ ഡി പ്രഭു പോയ ദിശയുടെ വിപരീതദിശയിലേക്കു നടന്നുപോകുന്ന ശബ്ദം മിലാഡി കേട്ടു.

'അങ്ങനെ അയാൾ എന്റെ വരുതിയിലായി' മിലാഡി ചിന്തിച്ചു. 'പക്ഷേ ഞാൻ പറഞ്ഞതെന്തെങ്കിലും അയാൾ വിന്റർ ഡി പ്രഭുവിനോടു പറഞ്ഞാലോ?' ഇങ്ങനെ ചിന്തിച്ചപ്പോൾ അവളുടെ മുഖം കറുത്തു. 'എന്തായാലും പ്രഭുവിനറിയാം ഞാൻ ആത്മഹത്യ ചെയ്യുകയില്ലെന്ന്. അയാൾ ഫെൽട്ടന്റെ മുമ്പിൽ വച്ച് ആ കത്തി എനിക്കു തരും. അപ്പോൾ ഞാൻ സൃഷ്ടിച്ച രംഗം വെറും വിഡ്ഢിത്തമായിരുന്നെന്ന് ഫെൽട്ടനപ്പോൾ മനസിലാകും.'

അവൾ കണ്ണാടിയുടെ അരികിലേക്കു ചെന്നുനിന്നു. താൻ കൂടുതൽ സുന്ദരിയായിരിക്കുന്നത് അവൾ കണ്ടു. 'അതെ' അവൾ ചിരിച്ചുകൊണ്ട് ചിന്തിച്ചു. 'പക്ഷേ അയാൾ ഒന്നും അദ്ദേഹത്തിനോടു പറയുകയില്ല തന്നെ; എനിക്കുറപ്പാണ്.'

* * *

അന്നു സായാഹ്നത്തിൽ അത്താഴവുമായെത്തിയ പട്ടാളക്കാരോടൊപ്പം വിന്റർ ഡി പ്രഭുവും വന്നു.

"എന്റെ തടവറജീവിതത്തിൽ നിങ്ങളുടെ സന്ദർശനം അത്യാവശ്യമായതാണോ?" അവൾ ചോദിച്ചു. "എന്നെ കുറഞ്ഞപക്ഷം ഇതിനുള്ളിലെങ്കിലും വെറുതേ വിടരുതോ?"

"നിങ്ങളുടെ ഈ സംസാരം എന്നെ അത്ഭുതപ്പെടുത്തുന്നു; എന്റെ സഹോദരീ നിങ്ങൾ ഇംഗ്ലണ്ടിൽനിന്നും വന്നതുതന്നെ എന്നെക്കാണാൻ വേണ്ടിയായിരുന്നുവെന്നല്ലേ പറഞ്ഞത്. എന്നെക്കാണാനല്ലേ തിരമാലകളെയും രോഗത്തെയും തടവറയെയും ഒന്നും വകവയ്ക്കാതെ നിങ്ങൾ ഇങ്ങോട്ടു പോന്നത്. കൊള്ളാം. ഇതാ ഞാൻ നിങ്ങളുടെ മുമ്പിലുണ്ടല്ലോ; ഹൃദയം കവരുവോളം കണ്ടോളൂ.... പക്ഷേ ഇന്നത്തെ എന്റെ സന്ദർശനത്തിന് ഒരുദ്ദേശ്യമുണ്ട്" അയാൾ പറഞ്ഞു.

മിലാഡി ഒന്നു ഞെട്ടി. ഞാൻ സംസാരിച്ചതൊക്കെ ഫെൽട്ടൺ അയാളോടു പറഞ്ഞിട്ടുണ്ടാകുമോയെന്ന് ഒരുനിമിഷം അവൾ ഭയന്നു. അവൾ തന്റെ ജീവിതത്തിൽ ഈവിധം ഇതുവരെ ഭയന്നിട്ടുണ്ടെന്നു തോന്നുന്നില്ല.

അയാൾ ഒരു കസേര അവളുടെ അരികിലേക്കു വലിച്ചിട്ടശേഷം അതിലിരുന്നു. പോക്കറ്റിൽനിന്നും ഒരു കടലാസെടുത്തശേഷം അയാൾ അതു തുറന്നു.

"ഒരു പാസ്പോർട്ട് നിങ്ങളെ കാണിക്കാമെന്ന് ഞാൻ വിചാരിച്ചു" അയാൾ പറഞ്ഞു. "ഞാൻ നിങ്ങൾക്കനുവദിക്കുന്ന ജീവിതത്തിൽ ഒരു തിരിച്ചറിയൽകാർഡായി ഇതിനെ ഉപയോഗിച്ചോളാം."

ആ കടലാസ് അയാൾ തുടർന്ന് ഉറക്കെ വായിച്ചു:

"ഫ്രഞ്ചു നിയമമനുസരിച്ച് കുറ്റവാളിയായി ശിക്ഷിക്കപ്പെട്ടശേഷം, മോചിക്കപ്പെട്ട ചാർലോട്ട് ബാക്കസണ് പോകാനുള്ള കൽപ്പന. അവൾക്ക് ഇനിമുതൽ....."

"സ്ഥലത്തിന്റെ ഭാഗംപൂരിപ്പിച്ചിട്ടില്ല. നിങ്ങൾക്ക് ഇഷ്ടമുള്ള ഭാഗത്തേക്കെവിടെ വേണമെങ്കിലും പോകാം. ലണ്ടനിൽനിന്നും കുറഞ്ഞത് മൂവായിരം അകലെയെങ്കിലും ദൂരെയുള്ള ഒരു സ്ഥലത്ത്" അയാൾ പറഞ്ഞു. തുടർന്ന് അയാൾ വീണ്ടും ആ കടലാസിന്റെ ബാക്കി ഭാഗം വായിച്ചു:

"അവൾ അവിടെ സ്ഥിരമായി താമസിക്കണം. അവിടെനിന്നും പത്തു മൈൽ അകലേക്ക് അവൾ യാത്ര ചെയ്യാൻ പാടില്ല. രക്ഷപ്പെടാൻ ശ്രമിക്കുകയാണെങ്കിൽ മരണവിധിയായിരിക്കും ഫലം. ഭക്ഷണത്തിനും താമസത്തിനുമായി ദിവസവും അഞ്ച് ഷില്ലിങ് പണവും നൽകുന്നതായിരിക്കും."

"ഈ കൽപ്പന എനിക്ക് ബാധകമല്ലല്ലോ" മിലാഡി ലാഘവത്തോടെ പറഞ്ഞു: "കാരണം അതിൽ പറഞ്ഞിരിക്കുന്നത് എന്റെ പേരല്ലല്ലോ."

"പേരോ? അതിനു നിങ്ങൾക്കു പേരു വല്ലതുമുണ്ടോ?"

"എനിക്ക് നിങ്ങളുടെ സഹോദരന്റെ പേരുണ്ട്" അവൾ പറഞ്ഞു.

"നിങ്ങൾക്കു തെറ്റിപ്പോയി. എന്റെ സഹോദരൻ നിങ്ങളുടെ രണ്ടാം ഭർത്താവായിരുന്നു. നിങ്ങളുടെ ആദ്യഭർത്താവ് ഇപ്പോഴും ജീവിച്ചിരിക്കുന്നു. അയാളുടെ പേരെന്താണെന്ന് പറയൂ. ചാർലോട്ട് ബാക്സണിന്റെ പേരിന്റെ സ്ഥാനത്ത് അതു ചേർക്കാം.... പറയാതിരിക്കുന്നതാണ് നല്ലത

ല്ലേ? അങ്ങനെയെങ്കിൽ നിങ്ങളെ ചാർലോട്ട് ബാക്സണിന്റെപേരിൽ നാടു കടത്തേണ്ടിവരും." അയാൾ പറഞ്ഞു.

മിലാഡിക്ക് മറുപടിയൊന്നും പറയാനായില്ല. ഇന്നുതന്നെ കാല താമസം വരുത്താതെ ആ കൽപ്പന നടപ്പിലാക്കുമോയെന്ന ഭയമായി രുന്നു അവൾക്ക്. തനിക്ക് രക്ഷപ്പെടാനുള്ള പഴുതുകൾ ഒന്നുമില്ലെന്ന് ഒരു നിമിഷത്തേക്ക് അവൾക്കു തോന്നി. പക്ഷേ, ആ കൽപ്പനയിൽ ആരും ഒപ്പു രേഖപ്പെടുത്തിയിട്ടില്ലെന്ന് അവൾ പെട്ടെന്നു കണ്ടു.

അവൾക്ക് തന്റെ സന്തോഷം അടക്കാനായില്ല. വിന്റർ ഡി പ്രഭു അതുകണ്ട് അതിശയിച്ചു.

"എനിക്ക് മനസിലായി" അയാൾ പറഞ്ഞു. "കൽപ്പനയിൽ ഒപ്പു രേഖപ്പെടുത്താതിരിക്കുന്നത് കണ്ടുപിടിച്ചു അല്ലേ. ഞാൻ വെറുതേ നിങ്ങളെ ഭയപ്പെടുത്താൻ വേണ്ടി കാണിച്ചതാണെന്നാണോ കരുതിയത്. പക്ഷേ, നിങ്ങൾക്കു തെറ്റിപ്പോയി. നാളെ ഈ കൽപ്പന ബക്കിംഗ്ഹാം പ്രഭുവിന്റെ അരികിലെത്തും. അദ്ദേഹത്തിന്റെ മുദ്രയും ഒപ്പുമായി മറ്റെന്നാൾ മടങ്ങിയെത്തുകയും ചെയ്യും. പിന്നെ ഇരുപത്തിനാലു മണിക്കൂറിനകം നിങ്ങൾ പോകുന്ന വഴിയിലാകും. എനിക്ക് ഇത്രയേ പറയാനുള്ളൂ."

"അതുശരി. ഒരു കള്ളപ്പേരിൽ അധികാരത്തിന്റെ കുതന്ത്രത്തിൽ എന്നെ നാടുകടത്താൻ പോകുന്നു അല്ലേ" അവൾ പറഞ്ഞു.

"അതിനേക്കാൾ നല്ലത് നിങ്ങളുടെ യഥാർഥ പേരിൽ നിങ്ങളെ തൂക്കി ക്കൊല്ലുന്നതാണ്; അല്ലേ? ബഹുഭർതൃത്വം ഇംഗ്ലണ്ടിന്റെ നിയമമനുസരിച്ച് ഗൗരവമായ കുറ്റമാണെന്നറിയാമോ. അതിനാൽ ഏതാണു വേണ്ടതെന്ന് തുറന്നു പറയൂ. എന്റെ പേരും അഥവാ എന്റെ സഹോദരന്റെ പേരും ഈ പരദൂഷണത്തിൽ ഉൾപ്പെട്ടിട്ടുണ്ടെങ്കിലും നിങ്ങളെ ഒഴിവാക്കാൻ വേണ്ടി അതു സഹിക്കാൻ ഞാൻ തയാറാണ്" വിന്റർ ഡി പ്രഭു പറഞ്ഞു.

മിലാഡി മറുപടിയൊന്നും പറഞ്ഞില്ല. അവളുടെ മുഖം വിളറി നിർജീവമായി.

"നാടുവിടുന്നതിനോടാണ് നിങ്ങൾക്ക് കൂടുതൽ ഇഷ്ടമെന്ന് ഞാൻ കരുതുന്നു" അയാൾ പറഞ്ഞു. "ഒരുപക്ഷേ നിങ്ങൾക്ക് അതായിരിക്കും നല്ലതും. യാത്ര മനസിനെ വളർത്തുമെന്നു പറയാറുണ്ടല്ലോ. അതിനാൽ മരണത്തെക്കാൾ യാത്ര തന്നെയാണ് നിങ്ങൾക്കു നല്ലത്. അല്ലെങ്കിൽ ത്തന്നെ ജീവിച്ചിരിക്കുന്നതല്ലേ നല്ലത്. ഒരു കാര്യംകൂടി എനിക്കു പറയാനുണ്ട് – ഓരോ ദിവസവും കിട്ടുന്ന ആ അഞ്ചു ഷില്ലിങ് തുകയെപ്പറ്റിയാണത്. ഞാനൊരു പിശുക്കനാണെന്ന് നിങ്ങൾക്ക് ഒരുപക്ഷേ തോന്നിയേക്കാം. എന്തായാലും കൂടുതൽ പണം തന്ന് നിങ്ങളുടെ കാവൽക്കാർക്ക് കൈക്കൂലി കൊടുക്കാനുള്ള അവസരം ഞാൻ ഉണ്ടാക്കില്ല. പക്ഷേ, നിങ്ങൾ സങ്കടപ്പെടേണ്ട. നിങ്ങൾക്ക് ആവശ്യമായ സൗന്ദര്യം ഇപ്പോഴുമുണ്ട്. ഫെൽട്ടനോടുള്ള നിങ്ങളുടെ പരാജയം നിങ്ങളെ നിരാശപ്പെടുത്തിയിട്ടില്ലെങ്കിൽ, അത് ആ ഭടന്മാരോടു പ്രയോഗിച്ചോളൂ."

ഇതൊക്കെ കേട്ടപ്പോൾ മിലാഡിയുടെ പ്രതീക്ഷകൾ വീണ്ടും

തകർന്നു. "എന്തായാലും ഫെൽട്ടൺ ഒന്നും പറഞ്ഞിട്ടില്ല" അവൾ കരുതി.

"ഇപ്പോൾ ഞാൻ പോകുന്നു" അയാൾ പറഞ്ഞു. "നാളെ വൈകുന്നേരം കാണാം. എന്റെ സന്ദേശവാഹകൻ ആ കൽപ്പന മുദ്രവച്ചും ഒപ്പിട്ടും വാങ്ങാൻ പോയ കാര്യം പറയാൻ വേണ്ടിയായിരിക്കും ഞാനപ്പോൾ വരുന്നത്."

അയാൾ എഴുന്നേറ്റുനിന്നു. പരിഹാസ്യമെന്ന മട്ടിൽ അയാൾ ഒന്നു ചിരിച്ചു. തുടർന്ന് മുറിയിൽനിന്നും പുറത്തേക്കിറങ്ങുകയും ചെയ്തു.

മിലാഡി ആശ്വാസത്തോടെ ഒന്നു നെടുവീർപ്പിട്ടു. ഇനി മൂന്നുദിവസം കൂടിയുണ്ട്. അതിനകം ഫെൽട്ടനെ തന്റെ കാൽക്കീഴിൽ കൊണ്ടുവരണം.

പെട്ടെന്ന് അവളിൽ ഒരു ഭയപ്പാടുണ്ടായി – ഇനി ഫെൽട്ടനെത്തന്നെയാണോ മുദ്രയ്ക്കും ഒപ്പിനുമായി ബക്കിംഗ്ഹാം പ്രഭുവിന്റെ അടുക്കലേക്കയയ്ക്കുന്നത്. അങ്ങനെയെങ്കിൽ, തനിക്ക് അയാളോടുള്ള പിടി അയഞ്ഞുപോകുമെന്ന് അവൾക്കു തോന്നി. വീണ്ടും ബന്ധം സ്ഥാപിക്കാൻ പറ്റിയില്ലെന്നും വരും.

പക്ഷേ, ഫെൽട്ടൺ ഒന്നും വിന്റർ ഡി പ്രഭുവിനോടു പറഞ്ഞിട്ടില്ലെന്ന ചിന്ത അവൾക്ക് കൂടുതൽ ആത്മവിശ്വാസമാണ് പകർന്നത്.

മനസിനെ ശാന്തമാക്കിയശേഷം മേശയ്ക്കരികിലിരുന്ന് അവൾ അത്താഴം കഴിച്ചു. തുടർന്ന് തലേരാത്രിയിലെന്നപോലെ മുട്ടുകുത്തിനിന്ന് ഉച്ചത്തിൽ പ്രാർഥിക്കാൻ തുടങ്ങി. കാവൽഭടൻ നിശ്ശബ്ദം നിന്ന് അതു ശ്രദ്ധിച്ചു.

പെട്ടെന്ന് കാവൽഭടന്റേതല്ലാത്ത പതിഞ്ഞ ഒരു കാൽപ്പെരുമാറ്റം നടന്നടുക്കുന്നത് അവൾ കേട്ടു.

'അയാൾ തിരിച്ചെത്തി' അവൾ ചിന്തിച്ചു.

കഴിഞ്ഞതവണ ഫെൽട്ടനെ സ്വാധീനിച്ച ഗാനംതന്നെ അവൾ ഉറക്കെ പാടി. പക്ഷേ, വാതിൽ ഇത്തവണ തുറക്കപ്പെട്ടില്ല. അവൾ കൺകോണിലൂടെ വാതിലിലേക്കു നോക്കി. അഴികൾക്കിടയിലൂടെ ഫെൽട്ടന്റെ രണ്ടു കണ്ണുകൾ തന്നെ നിരീക്ഷിക്കുന്നതായി അവൾക്കു തോന്നി. പക്ഷേ, അത് യഥാർഥമാണോ അത് അവൾക്ക് തോന്നിയതാണോന്നറിനില്ല. എന്തായാലും അയാൾ മുറിഷുള്ളിൽ കയറിവന്നില്ല.

കുറച്ചു കഴിഞ്ഞപ്പോൾ അവൾ തന്റെ ഗാനാലാപനം നിർത്തി. മുറിക്കുവെളിയിൽ ഒരു ദീർഘനിശ്വാസം അവൾ കേട്ടു. പിന്നെ ആ പതിഞ്ഞ കാൽപ്പെരുമാറ്റം ഇടനാഴിയിലൂടെ സാവധാനം തിരിച്ചുപോകുന്ന ശബ്ദവും; ഖേദത്തോടെന്നപോലെ.

55

തടവറയിലെ നാലാം ദിവസം

പിറ്റേന്ന് മിലാഡിയുടെ മുറിയിലേക്കു ഫെൽട്ടൺ വന്നു. തൂവാലയും തുണിയും കീറി വള്ളിയാക്കി അതിൽ പിണച്ചെടുത്ത ഒരിനം കയറും പിടിച്ചുകൊണ്ടാണ് അവൾ കസേരയിലിരുന്നത്. വാതിൽ തുറക്കുന്ന ശബ്ദം കേട്ടപാടെ അവൾ കസേരയിൽനിന്നും ചാടിയെഴുന്നേറ്റ് ആ കയർ ഒളിക്കാൻ ശ്രമിക്കുന്നതുപോലെ ഭാവിച്ചു.

ഫെൽട്ടൺ പതിവിലധികം വിളറി. ഉറക്കമിളച്ചിട്ടെന്നപോലെ അയാളുടെ കണ്ണുകൾ ചുവന്നിരുന്നു. പക്ഷേ, മുഖം പതിവുപോലെ ശാന്തമായിരുന്നു.

മിലാഡി കസേരയിലിരുന്നു. അവൾ മനഃപൂർവം പുറത്തേക്കിട്ടിരുന്ന ചരടിന്റെ ഒരറ്റം അയാൾ അങ്ങോട്ടുചെന്ന് പിടിച്ചു.

“എന്താണിത്?” അയാൾ ചോദിച്ചു.

“ഏയ് ഒന്നുമില്ല” അവൾ വിഷാദംനിറഞ്ഞ ഒരു ചിരിയോടെ പറഞ്ഞു. “ഒരു തടവുപുള്ളിക്ക് ഏറ്റവും വലിയ വിഷമം സമയം കൊല്ലുന്നതാണെന്ന് നിങ്ങൾക്കറിയാമല്ലോ. സമയം പോകാൻവേണ്ടി ചെയ്തതാണ്.”

അയാൾ തലയുയർത്തി ചരടിൽ ഒന്നുകൂടി നോക്കി. തുണിയോ ആയുധമോ ഒക്കെ കൊളുത്തിയെടുക്കാൻ പറ്റുന്നവിധത്തിലുള്ള ഒരു കൊളുത്ത് അതിലുള്ളത് അയാൾ കണ്ടു; അയാളൊന്നു ഞെട്ടി. തല കുനിച്ചാണിരുന്നതെങ്കിലും അയാളുടെ ഞെട്ടൽ അവൾ കണ്ടിരുന്നു.

“നിങ്ങൾ എന്തിനായിരുന്നു ആ കസേരയിൽ നിന്നിരുന്നത്?”

“അതിനു നിങ്ങൾക്കെന്താ പ്രശ്നം?”

“എനിക്ക്.... എനിക്കത് അറിയാൻവേണ്ടി.”

“എന്നെ ചോദ്യം ചെയ്യരുതേ” മിലാഡി പറഞ്ഞു. “ഞങ്ങൾ യഥാർഥ ക്രിസ്ത്യാനികൾക്ക് നുണ പറയുന്നത് വിലക്കപ്പെട്ടിരിക്കുന്നുവെന്നറി

യാമല്ലോ."

"കൊള്ളാം. എങ്കിൽ ഞാൻ പറയാം നിങ്ങൾ എന്താണ് ചെയ്തിരുന്നത് എന്ന്; അഥവാ എന്തു ചെയ്യുവാൻ പോകുകയായിരുന്നുവെന്ന്. നിങ്ങൾ പണ്ടേ ചെയ്യാൻ തീരുമാനിച്ചിരുന്ന ഒരു ഭയങ്കര കാര്യം! ദൈവം നുണപറയുന്നത് ഇഷ്ടപ്പെടുന്നില്ലെന്നത് സത്യംതന്നെ. അതിനെക്കാൾ എതിരാണ് ദൈവത്തിന് ആത്മഹത്യയോട്."

"മരണം അല്ലെങ്കിൽ മാനഹാനി എന്നിവയിലേതെങ്കിലുമൊന്നേ പ്രതിവിധിയുള്ളൂയെന്ന ഒരവസ്ഥയിൽ തന്റെ സൃഷ്ടികളിലൊരാൾ കഷ്ടപ്പെടുന്നെങ്കിൽ ആത്മഹത്യചെയ്യുന്നത് അദ്ദേഹം പൊറുക്കും. കാരണം ആ ആത്മഹത്യ രക്ഷയ്ക്കുവേണ്ടിയുള്ള മരണമാണ്" ആത്മവിശ്വാസം ധ്വനിക്കുന്ന സ്വരത്തിലാണ് മിലാഡി ഇതു പറഞ്ഞത്.

"നിങ്ങൾ ആവശ്യത്തിനോ അല്ലെങ്കിൽ വേണ്ടവിധത്തിലില്ലാതെയോ ആവാം ഇതുവരെ പറഞ്ഞത്.... എന്തായാലും എല്ലാം തുറന്നു പറയൂ."

"ഞാൻ എന്റെ ഹതഭാഗ്യത്വം പറയുമ്പോൾ, ഞാൻ നുണ പറയുകയാണെന്ന് നിങ്ങൾക്കു തോന്നും. എന്റെ പദ്ധതികളെക്കുറിച്ചു പറഞ്ഞാൽ എന്റെമേൽ നിയമം നടപ്പാക്കുന്നയാളിനോട് നിങ്ങൾ ചെന്നു പറയും. അതുകൊണ്ട് ഞാനൊന്നും പറയുന്നില്ല സർ. ഒരു തടവുപുള്ളി ജീവിച്ചാലും മരിച്ചാലും നിങ്ങൾക്കെന്താണു ചേതം? നിങ്ങൾക്ക് എന്റെ ശരീരത്തോടല്ലേ ഉത്തരവാദിത്വമുള്ളൂ. ശവശരീരമായാലും സാരമില്ലല്ലോ; എന്റേതു തന്നെയാണെന്ന് തെളിയിച്ചാൽ മാത്രം മതിയല്ലോ. പിന്നെ നിങ്ങളെ ആരും കുറ്റപ്പെടുത്തുകയുമില്ല. ഒരുപക്ഷേ എന്തെങ്കിലും സമ്മാനം കിട്ടാനാണ് സാധ്യത."

"അതെ നിങ്ങളുടെ മരണത്തിന്റെ സമ്മാനം എനിക്കു കിട്ടുമെന്നത് നിങ്ങൾക്ക് വിശ്വസിക്കാനാവുമെന്ന് തോന്നുന്നില്ല" ഫെൽട്ടൺ ഉറക്കെപ്പറഞ്ഞു. "അതല്ലേ നിങ്ങൾ ഉദ്ദേശിച്ചത്?"

"മറ്റുള്ള ഉദ്യോഗസ്ഥരെ അപേക്ഷിച്ച് നിങ്ങൾ ജീവിതാഭിലാഷം ഉള്ള ഒരാളാണ്. എന്നെ മരിക്കാനനുവദിച്ചാൽ ഒരു ക്യാപ്റ്റന്റെ റാങ്കിൽനിന്നുകൊണ്ട് എന്റെ ശവസംസ്കാരച്ചടങ്ങിൽ നിങ്ങൾക്കു പങ്കെടുക്കാം" അവൾ പറഞ്ഞു.

"ആ അവസരം എനിക്കു കിട്ടുമെന്നു തോന്നുന്നില്ല" അയാൾ പറഞ്ഞു. "കുറച്ചു ദിവസത്തിനകം നിങ്ങൾ ദൂരെയെങ്ങോട്ടെങ്കിലും ആയിരിക്കുമല്ലോ. പിന്നെ നിങ്ങളുടെ ജീവൻ സംരക്ഷണം എന്റെ കാര്യമാകില്ല." തുടർന്ന് അയാൾ ഒരു നെടുവീർപ്പോടെ പറഞ്ഞു. "പിന്നെ നിങ്ങൾക്ക് ഇഷ്ടംപോലെയാകാമല്ലോ."

"എന്ത് എന്റെ മരണത്തിനുത്തരവാദിയാകാതിരിക്കാനാണോ നിങ്ങൾ ആഗ്രഹിക്കുന്നത്!" അവൾ പറഞ്ഞു. "ഞാൻ കരുതി നിങ്ങൾ നീതിമാനും ഒരു ഭക്തനുമാണെന്നാണ്."

"എന്റെ ജോലി നിങ്ങളുടെ ജീവൻ സംരക്ഷിക്കലാണ്; അതു ഞാൻ ചെയ്യുന്നുമുണ്ട്."

“പക്ഷേ, നിങ്ങൾ എന്താണ് ചെയ്തുകൊണ്ടിരിക്കുന്നതെന്ന് നിങ്ങൾക്കു മനസിലാകുന്നില്ലേ? ഞാൻ യഥാർഥത്തിൽ ഒരു കുറ്റവാളിയായിരുന്നെങ്കിൽ ഇതു വളരെ വലിയ ക്രൂരതയാണ്. അപ്പോൾ ഒരു നിഷ്കളങ്കയായ സ്ത്രീക്ക് അതെന്തുമാത്രം കൂടുതൽ ക്രൂരതയായിരിക്കും.”

“ഞാൻ ഒരു പടയാളിയാണ്; കൽപ്പനകളെയാണ് ഞാൻ നടപ്പിലാക്കുന്നത്.”

“വിധിയുടെ നാൾവരുമ്പോൾ, അത്തരം പൈശാചികമായ കൽപ്പനകൾ നടത്തിയവരെക്കാൾ അതു നടപ്പിലാക്കിയവരെയായിരിക്കും ദൈവം ശിക്ഷിക്കുന്നതെന്നോർമ വേണം. എന്റെ ശരീരം നശിപ്പിക്കാൻ നിങ്ങളെന്നെ അനുവദിക്കുന്നുമില്ല, എന്നാ എന്റെ ആത്മാവിനെ നശിപ്പിക്കാൻ ശ്രമിക്കുന്നവന്റെ കൽപ്പനകൾ സ്വീകരിക്കുകയും ചെയ്യുന്നു!”

“എന്നെക്കാൾ അപകടകാരിയല്ല വിന്റർ ഡി പ്രഭുവെന്ന് ഞാൻ പറയുന്നു” അയാൾ മറുപടി പറഞ്ഞു. “അദ്ദേഹത്തിനുവേണ്ടി എന്തിനും ഉത്തരം പറയാനായി എനിക്കുതന്നെ കഴിയും.”

“അവരവർക്കുവേണ്ടി ഉത്തരം പറയാൻ ഏറ്റവും ബുദ്ധിമാന്മാർക്കുപോലും പറ്റാത്ത ഈ കാലത്ത് നിങ്ങളെങ്ങനെയാണ് മറ്റൊരാളിനുവേണ്ടി ഉത്തരം പറയുന്നത്? നിങ്ങൾ ദുർബലയായ ഒരു സ്ത്രീക്കെതിരെ ഒരു ശക്തനോടു കൂട്ടുചേർന്നിരിക്കുകയാണ്” അവൾ കോപത്തോടെ പറഞ്ഞു.

ഫെൽട്ടൺ ഞെട്ടിപ്പോയി അവളുടെ മറുപടിയിൽ; എങ്കിലും ശക്തി സംഭരിച്ച് അയാൾ നിന്നു.

തുടർന്ന് അയാൾ പറഞ്ഞു: “നിങ്ങൾ ആഗ്രഹിക്കുന്നതുപോലെ എനിക്ക് ചെയ്യാൻ പറ്റില്ല. നിങ്ങൾ ഇവിടെ തടവുപുള്ളിയായിരിക്കുമ്പോൾ നിങ്ങളെ ജീവനോടെ ഇവിടെനിന്നും രക്ഷപ്പെടാനോ മരണത്തിലൂടെ രക്ഷപ്പെടാനോ ഞാൻ അനുവദിക്കുകയില്ല.”

“അതുശരി. നിങ്ങളെന്റെ ജീവൻ സൂക്ഷിക്കുമായിരിക്കും. പക്ഷേ, അതിനേക്കാൾ അധികം മൂല്യമുള്ള ഒന്നിനെ നിങ്ങൾ അപകടത്തിലാക്കുകയാണ്. എന്റെ അഭിമാനം. എന്റെ മാനക്കേടിന് ദൈവത്തിന്റെയും ജനങ്ങളുടെയും മുമ്പിൽ ഉത്തരവാദി നിങ്ങളായിരിക്കും.”

അവളുടെ കൂർത്തവാക്കുകളിലും ആകർഷണീയമാർന്ന വശ്യതയിലും ഫെൽട്ടൺ വീണുപോയി. കാഴ്ചയ്ക്ക് നിഷ്കളങ്കയായിരുന്ന അവളിൽ വേദന തളംകെട്ടുന്നതും മറ്റും അയാളെ സ്വാധീനിച്ചു. ഉന്നത ആദർശവനാണെന്നും ഉറച്ച വിശ്വാസക്കാരനെന്നും പറഞ്ഞിട്ടു യാതൊരു കാര്യവുമില്ല.

മിലാഡി ആ ചെറുപ്പക്കാരനെ നോക്കിനിന്നു. അയാളുടെ മുഖത്തിൽ വൈരുധ്യവികാരങ്ങൾ മിന്നിമറയുന്നത് അവൾ കണ്ടു. പിൻവാങ്ങാൻ തയാറാകുന്ന ശത്രുവിനെ കാണുന്ന സമർഥനായ ഒരു ജനറലിനെപ്പോലെ മിലാഡി വിജയത്തിൽ ആവേശഭരിതയായി. അവൾ തുടർന്ന് അയാളുടെ അരികിലേക്കോടി. അയാളുടെ വിരിമാറിലെ വസ്ത്രത്തെ

ഒരു കൈകൊണ്ട് കൂട്ടിപ്പിടിച്ചുകൊണ്ട് അവൾ നിന്നു. തീപാറുന്ന കണ്ണുകളോടെ മറ്റേക്കൈ അവൾ അയാളുടെ നേരെ ചൂണ്ടി. തുടർന്ന് അവൾ വികാരഭരിതയായി പാടി:

"നിഷ്കളങ്കരിൽ ശിക്ഷ ചുമത്തുന്നവരെയും
അവരെ കരുണയില്ലാതെ ഭയപ്പെടുത്തുന്നവരെയും
തന്റെ അന്ത്യവിധിക്കു വിളിക്കുന്നതിനുമുമ്പ്
നീതിമാനായ ദൈവം പശ്ചാത്തപിപ്പിക്കും...."

ഫെൽട്ടൺ ഒന്നും പറയാതെ നിശ്ചലനായി നിന്നു.

"നിങ്ങളാരാണ്?" മുഷ്ടി ചുരുട്ടിക്കൊണ്ട് അയാൾ ചോദിച്ചു. "നരകത്തിൽ നിന്നാണോ സ്വർഗത്തിൽ നിന്നാണോ ഇങ്ങോട്ടു പോന്നത്? നിങ്ങൾ ഒരു പിശാചാണോ അതോ മാലാഖയോ?"

"ഞാനാരാണെന്ന് നിങ്ങൾ കാണുന്നില്ലേ? ഞാൻ ഒരു പിശാചുമല്ല ഒരു മാലാഖയുമല്ല. ഞാൻ ഈ ഭൂമിയിലെ ഒരു സ്ത്രീയാണ്; നിങ്ങളെപ്പോലുള്ള ഒരു വിശ്വാസി."

"ഓ! ശരി ശരി! ഞാൻ വീണ്ടും സംശയിച്ചുപോയി. ഇപ്പോൾ ഞാൻ നിങ്ങളെ വിശ്വസിക്കുന്നു."

"നിങ്ങളെന്നെ വിശ്വസിക്കുന്നു; എന്നിട്ടും ബീലിയാലിന്റെ മകനായ വിന്റർ ഡി പ്രഭുവിനുവേണ്ടി പ്രവർത്തിക്കുന്നു. നിങ്ങൾ എന്നെ വിശ്വസിക്കുന്നു; എന്നിട്ടും ശത്രുക്കളുടെ കൈകളിലേക്കിടുന്നു, ഇംഗ്ലണ്ടിന്റെയും ദൈവത്തിന്റെയും ശത്രുക്കളുടെ കൈകളിലേക്ക്. നിങ്ങളെന്നെ വിശ്വസിക്കുന്നെങ്കിലും കുറ്റകൃത്യങ്ങൾകൊണ്ടും തെമ്മാടിത്തരങ്ങൾകൊണ്ടും ലോകത്തെ ഞെട്ടിക്കുന്ന അന്ധവിശ്വാസിക്ക് വിട്ടുകൊടുക്കുകയാണ്. അറിവില്ലാത്തവരാണ് അയാളെ ബക്കിംഗ്ഹാം എന്നുവിളിക്കുന്നത്. ക്രിസ്തുവിശ്വാസികൾ ക്രിസ്തുവിരുദ്ധനെന്നാണ് അയാളെ വിളിക്കുന്നത്."

"ഞാൻ നിങ്ങളെ ബക്കിംഗ്ഹാമിന് വിട്ടുകൊടുക്കുമെന്നാണോ നിങ്ങൾ കരുതുന്നത്?" നിങ്ങൾക്കതെങ്ങനെ പറയാനാകും?"

"അവർക്കു കാണാൻ കണ്ണുകളുണ്ട്; പക്ഷേ കാണുന്നില്ല. കേൾക്കാൻ ചെവികളുണ്ട്; പക്ഷേ കേൾക്കുന്നില്ല" അവൾ പറഞ്ഞു.

"അതെ അതെ" ഫെൽട്ടൺ നെറ്റിയിൽ കൈകൊണ്ടമർത്തിക്കൊണ്ടു പറഞ്ഞു; അവസാന സംശയവും ഞെക്കിപ്പുറത്തെടുക്കാനെന്ന മട്ടിൽ. "അതെ എന്റെ സ്വപ്നങ്ങളിൽ എന്നോടു സംസാരിക്കുന്ന ശബ്ദത്തെ ഞാൻ തിരിച്ചറിയുന്നു. എല്ലാ നിലാവുകളിലും എനിക്കു പ്രത്യക്ഷപ്പെട്ടുകൊണ്ട് അസ്വസ്ഥതനിറഞ്ഞ എന്റെ ആത്മാവിനോടു കരയുന്ന മാലാഖയുടെ സ്വരം ഞാൻ കേൾക്കുന്നു: "അടിക്കൂ! ഇംഗ്ലണ്ടിനെ രക്ഷിക്കൂ! സ്വയം രക്ഷിക്കൂ. അല്ലാത്തപക്ഷം ദൈവകോപത്തോടെ നിങ്ങൾക്കു മരിക്കേണ്ടി വരും....." മിലാഡി നിങ്ങൾ ബാക്കി പറഞ്ഞോളൂ. എനിക്കിപ്പോൾ നിങ്ങളെ മനസിലാക്കാൻ കഴിയുന്നുണ്ട്."

വിജയാവേശത്തിന്റെ വെട്ടം അവളുടെ കണ്ണുകളിൽ തിളങ്ങി; പക്ഷേ പെട്ടെന്നത് മാഞ്ഞും പോയി. എങ്കിലും അത് അയാൾ ശ്രദ്ധിച്ചു. അവ

ളുടെ ആത്മാവിന്റെ അന്ധകാരാഴങ്ങളിലേക്ക് ഒരുനോട്ടം കിട്ടിയപ്പോൾ അയാൾ വിറച്ചുപോയി. വിന്റർ ഡി പ്രഭുവിന്റെ മുന്നറിയിപ്പിനെപ്പറ്റിയും തന്നെ അനുനയിപ്പിക്കാൻ സ്വന്തമായി അവൾ ചെയ്തിരുന്ന പരിശ്രമത്തെപ്പറ്റിയും പെട്ടെന്ന് അയാൾ ഓർത്തു. എങ്കിലും അവളുടെ കണ്ണുകളിലേക്ക് അയാൾ വീണ്ടും നോക്കി; ഏതോ ഒരു മാസ്മരവലയത്തിലകപ്പെട്ടതുപോലെ.

ഇതുതന്നെ പറ്റിയ സമയമെന്ന് അവൾക്കു തോന്നി. ഫെൽട്ടൺ ഇനിയും സംസാരിച്ചു തുടങ്ങിയാൽ അതു അവസാനിപ്പിക്കാൻ പറ്റിയെന്നു വരില്ല. അതിനാൽ അയാൾ സംസാരം തുടങ്ങുന്നതിനുമുമ്പ് അവൾ കൈവിട്ടു. അവളുടെ സ്ത്രൈണചാപല്യമാണ് ധാർമികത്വത്തിന്റെ മുമ്പിൽ അധികരിച്ചു നിൽക്കുന്നതെന്നമട്ടിൽ.

“ഇല്ല” അവൾ പറഞ്ഞു. “ഞാൻ ജൂഡിത്തിന്റെ ഭാഗം അഭിനയിക്കാൻ ക്ഷണിക്കപ്പെട്ടവളല്ല. സർവശക്തന്റെ വാൾ എന്റെ കൈകൾക്ക് ഭാരപ്പെട്ടതാണ്. എന്നിൽനിന്നധികം പ്രതീക്ഷിക്കരുത്. ഞാൻ എന്റെ അപമാനത്തിൽനിന്നും രക്ഷപ്പെടാനായി ഒന്നു മരിച്ചോട്ടെ. രക്തസാക്ഷിത്വത്തിന്റെയെങ്കിലും അഭയമെനിക്കു തരൂ. രക്ഷപ്പെടാൻ എന്നെ സഹായിക്കണമെന്ന് ഒരു കുറ്റവാളിയെപ്പോലെ ഞാൻ പറയുന്നില്ല. ഒരു അന്ധവിശ്വാസിയെപ്പോലെ പ്രതികാരം ചെയ്യണമെന്നും ഞാൻ പറയുന്നില്ല. മരിക്കാൻ എന്നെ അനുവദിക്കണമെന്നു മാത്രമേ ഞാൻ പറയുന്നുള്ളൂ. ഞാൻ മുട്ടുകുത്തി കേഴുന്നു! ഞാൻ മരിച്ചോട്ടെ. എന്റെ അന്ത്യശ്വാസത്തിൽ രക്ഷകനായ നിങ്ങളെ അനുഗ്രഹിക്കാൻ ഞാൻ ദൈവത്തോടു പ്രാർഥിക്കും.”

അവളുടെ വിനയവും അപേക്ഷസ്വരവും ഭീതിനിറഞ്ഞ കണ്ണുകളും ഒക്കെ കണ്ടപ്പോൾ ഫെൽട്ടന് അവളോടുള്ള അടുപ്പം കൂടി വന്നു. അവളുടെ വശ്യത അയാളെ വീണ്ടും പിടികൂടി. അവളുടെ സൗന്ദര്യവും വിഷാദവും അതിഭക്തിയും ഒരുമിച്ചു ചേർന്നു നിന്നുകൊണ്ട് അയാളെ അവളിലേക്കടുപ്പിച്ചു.

“നിങ്ങൾ നിഷ്കളങ്കയാണെങ്കിൽ ആകപ്പാടെ എനിക്കു ചെയ്യാനുള്ളത് നിങ്ങളോടു അൽപ്പം സഹതാപം കാണിക്കലാണ്” അയാൾ പറഞ്ഞു. “വിന്റർ ഡി പ്രഭുവിന് നിങ്ങളോട് കാര്യമായ കോപമുണ്ട്; അതെനിക്കറിയാം. എന്നെപ്പോലെയൊരു ക്രിസ്ത്യാനിയാണ് നിങ്ങൾ; നിങ്ങളോടെനിക്ക് അടുപ്പം തോന്നുന്നു. ലോകത്തിൽ കണ്ടതു മുഴുവനും കള്ളന്മാരും അന്ധവിശ്വാസികളുമാണ്. അതിനാൽ എനിക്ക് ദൈവത്തിനോടൊഴികെ മറ്റാരോടും അടുപ്പം തോന്നിയിട്ടില്ല. നിങ്ങൾ സുന്ദരിയാണ്; ശുദ്ധഹൃദയമുള്ളവളും പിന്നെന്തിനാണ് വിന്റർ ഡി പ്രഭു നിങ്ങളെ ഇങ്ങനെ ഉപദ്രവിക്കുന്നത്. നിങ്ങളെന്തെങ്കിലും ക്രൂരപ്രവൃത്തി ചെയ്തിട്ടുണ്ടോ?”

“അവർക്കു കണ്ണുകളുണ്ട്” വിഷാദഭാവത്തിൽത്തന്നെ അവൾ പറഞ്ഞു. “പക്ഷേ കാണുന്നില്ല. ചെവികളുണ്ട്; പക്ഷേ കേൾക്കുന്നില്ല.”

“എന്താണ് നിങ്ങൾ ഉദ്ദേശിച്ചത്? എനിക്കു മനസിലാകുന്നില്ല.”

“നിങ്ങൾ ഒരു പുരുഷനും ഞാനൊരു സ്ത്രീയുമല്ലേ? എന്റെ മാന

ക്കേടിനെ ഞാനെങ്ങനെ നിങ്ങളോടു പറയും?" അവൾ പറഞ്ഞു. "ഇല്ല. എനിക്കതു പറയാൻ പറ്റില്ല" അവൾ സങ്കടത്തോടെ മുഖംപൊത്തി.

"എന്നെ നിങ്ങൾ ഒരു സഹോദരനെപ്പോലെ വിശ്വസിക്കൂ" അയാൾ പറഞ്ഞു.

മിലാഡി കുറച്ചുനേരം അയാളെത്തന്നെ നോക്കിനിന്നു. അവൾ ഒന്നും പറഞ്ഞില്ല. സംസാരിച്ചെടുക്കാൻ അവൾ ശ്രമിക്കുന്നതായി അയാൾക്കു തോന്നി. എന്തെങ്കിലും അവൾ സംസാരിക്കാൻ വേണ്ടി അപേക്ഷിക്കുന്ന രീതിയിൽ അയാൾ അവളെ നോക്കിനിന്നു.

"അതെ" അവൾ അവസാനം പറഞ്ഞു. "ഞാൻ എന്റെ സഹോദരനെ വിശ്വസിക്കാം."

അപ്പോഴേക്കും വിന്റർ ഡി പ്രഭു നടന്നടുക്കുന്ന കാൽപ്പെരുമാറ്റം കേട്ടുതുടങ്ങി. ഇത്തവണ അയാൾ സാവകാശമാണ് നടന്നുവരുന്നത്. കാവൽക്കാരനോടു സംസാരിച്ചും നിന്നും നടന്നും വന്നശേഷം അയാൾ വാതിൽ തുറന്നു അകത്തു കയറി.

പെട്ടെന്ന് മിലാഡിയുടെ അരികിൽനിന്നും ഫെൽട്ടൺ മാറിനിന്നു.

രണ്ടുപേരെയും സംശയാസ്പദമായി നിരീക്ഷിച്ചുകൊണ്ട് അദ്ദേഹം സാവകാശം അവരുടെ അരികിലേക്കു നിന്നു.

"ജോൺ, നിങ്ങൾ ഇവിടെ വന്നിട്ട് കുറച്ച് നേരമായല്ലോ" അദ്ദേഹം പറഞ്ഞു. "ഈ സ്ത്രീ നിങ്ങളോട് സ്വന്തം കുറ്റങ്ങളെക്കുറിച്ചു പറയുകയായിരുന്നോ? എങ്കിൽ നിങ്ങൾ എത്രനേരമായി വന്നിട്ടെന്നു മനസിലാകും."

ഫെൽട്ടൺ ഭയന്നു. ഇടപെട്ടില്ലെങ്കിൽ എല്ലാം കുഴപ്പത്തിലാകുമെന്ന് മിലാഡിക്കു തോന്നി.

"നിങ്ങളുടെ തടവുപുള്ളി രക്ഷപ്പെടുമെന്ന് പേടിയുണ്ടോ?" അവൾ ചോദിച്ചു. "ഞാൻ ആവശ്യപ്പെട്ടതെന്താണെന്ന് നിങ്ങളുടെ ഫെൽട്ടനോടു ചോദിക്കൂ."

"എന്തെങ്കിലും ഇവൾ ആവശ്യപ്പെട്ടോ?" അദ്ദേഹം സംശയത്തോടെ അയാളോടു ചോദിച്ചു.

"അതെ സർ."

"എന്താണാവശ്യപ്പെട്ടത്?"

"ഒരു കത്തി വേണമെന്നു പറഞ്ഞു. ഒരു മിനിറ്റു നേരത്തേക്കു മതിയെന്നും പറഞ്ഞു. അതുകഴിഞ്ഞാൽ അഴികൾക്കിടയിലൂടെ തിരിച്ചുതരാമെന്നും പറഞ്ഞു."

"എന്താ ഈ മുറിയിൽ ആരെങ്കിലും ഒളിച്ചിരിപ്പുണ്ടോ? അവൾക്ക് കൊല്ലണമെന്നുള്ള ആരെങ്കിലും?" ഫലിതത്തോടെ അദ്ദേഹം ചോദിച്ചു.

"എനിക്കു സ്വയം മരിക്കണം" മിലാഡി പറഞ്ഞു.

"നിങ്ങൾക്ക് തൂക്കുകയറോ നാടുകടത്തലോ ഇതിലേതെങ്കിലും തെരഞ്ഞെടുക്കാം. മരണമാണ് നിങ്ങൾക്കു നല്ലതെങ്കിൽ തൂക്കുകയറെടുത്തോളൂ. സ്വയം കുത്തിച്ചാകുന്നതിനേക്കാൾ നല്ലതല്ലേയത്?"

കുറച്ചുമുമ്പ് അവളുടെ കൈവശം തുണികൊണ്ടു മെനഞ്ഞെടുത്ത ഒരു കയർ ഉണ്ടായിരുന്നത് അയാൾ ഓർത്തു.

"അതെ അതെനിക്കറിയാം" അവൾ പറഞ്ഞു. "ഞാൻ അതിനെക്കുറിച്ച് ആലോചിച്ചതാണ്.... ഞാൻ അത് മറന്നിട്ടുമില്ല."

ഫെൽട്ടൺ ഒന്നു ഞെട്ടുന്നത് വിന്റർ ഡി പ്രഭു കണ്ടു. അദ്ദേഹം പറഞ്ഞു: "ഫെൽട്ടൺ നിങ്ങൾ സൂക്ഷിക്കണം. ഞാൻ നിങ്ങളെ വിശ്വസിക്കുകയാണ്. എല്ലാത്തിനും മുന്നറിവുകളും തന്നിട്ടുണ്ട്. ഇനി മൂന്നു ദിവസത്തെ കാര്യമേയുള്ളൂ. അതിനകം നമുക്കിവളെ ഒഴിവാക്കാം. ഞാൻ അയയ്ക്കുന്നിടത്തിരുന്നുകൊണ്ട് അവൾക്ക് പിന്നെയാരെയും ഉപദ്രവിക്കാനാവില്ല."

"പറയുന്നതു കേട്ടോ?" മിലാഡി ഉച്ചത്തിൽ പറഞ്ഞു. ഫെൽട്ടനോടാണ് അവളിതു പറയുന്നതെന്ന് അയാൾക്കു മനസിലായി. എന്നാൽ വിന്റർ ഡി പ്രഭു കരുതി അവൾ ദൈവത്തോടാണ് സംസാരിച്ചതെന്ന്.

ഫെൽട്ടൺ തലകുനിച്ചുനിന്നു. എല്ലാം നഷ്ടപ്പെട്ടെന്ന് അയാൾക്കു തോന്നി.

വിന്റർ ഡി പ്രഭു അയാളുടെ കൈപിടിച്ചുകൊണ്ട് വാതിലിനരികിലേക്കു പോയി. മുറി വിടുന്നതുവരെ അയാൾ അവളുടെ മുഖത്തു നോക്കിക്കൊണ്ടാണ് നടന്നത്.

വാതിലടഞ്ഞു. അവർ പോകുകയും ചെയ്തു.

'ഞാൻ ഉദ്ദേശിച്ച രീതിയിൽ കാര്യങ്ങൾ നടന്നില്ല' അവൾ ചിന്തിച്ചു. "പക്ഷേ വിന്റർ ഡി പ്രഭുവിന്റെ മട്ടിലും പ്രകൃതത്തിലും ഒരു വ്യത്യാസമുണ്ട്. പ്രതികാരത്തിനുള്ള അഭിവാഞ്ഛ അയാളെ ആകപ്പാടെ മാറ്റിയിരിക്കുകയാണ്. എന്നാൽ ഫെൽട്ടൺ ആകെപ്പാടെ ചഞ്ചലനായിരിക്കുന്നു. എന്തായാലും അയാൾ ഒരു ആർട്ഗ്നനെപ്പോലെയല്ല.

ഫെൽട്ടൺ മടങ്ങിവരാൻ അവൾ ആകാംക്ഷയോടെ കാത്തിരുന്നു. അന്നുതന്നെ അവൻ മടങ്ങിവരുമെന്ന് അവൾക്കു തോന്നിയിരുന്നു. വിന്റർ ഡി പ്രഭു വന്നുപോയിട്ട് ഒരു മണിക്കൂറായിട്ടില്ല. വാതിലിനരികിൽനിന്ന് ആരോ ശബ്ദം താഴ്ത്തി സംസാരിക്കുന്നു. പെട്ടെന്ന് വാതിൽ തുറക്കപ്പെടുകയും ഫെൽട്ടൺ പ്രത്യക്ഷപ്പെടുകയും ചെയ്തു.

അയാൾ വേഗം മുറിക്കകത്തേക്കു കയറി. സംസാരിക്കാതിരിക്കാൻ മിലാഡിയോട് അയാൾ ആംഗ്യത്തിൽ പറഞ്ഞു. അയാളിൽ എന്തോ വെപ്രാളമായിരുന്നു.

"നിങ്ങൾക്കു എന്താണു വേണ്ടത്?" അവൾ ചോദിച്ചു.

"ഞാൻ കാവൽക്കാരനെ പറഞ്ഞയച്ചു" അയാൾ സ്വരം താഴ്ത്തിപ്പറഞ്ഞു. "അയാൾ കാണാതെ എനിക്കിങ്ങോട്ടുവരാൻ വേണ്ടിയാണ്. നാം സംസാരിക്കുന്നത് ആരും കേൾക്കരുത്. എന്റെ യജമാനൻ എന്നോടിപ്പോൾ ഒരു ഭയാനകമായ കഥ പറഞ്ഞതേയുള്ളൂ."

എല്ലാം നശിച്ച വേദനയിലുള്ള ചിരിയോടു അവൾ തലയൊന്നു കുലുക്കുകമാത്രം ചെയ്തു.

"ഒന്നുകിൽ നിങ്ങളൊരു ദുഷ്ടയാണ് അല്ലെങ്കിൽ എന്റെ രക്ഷിതാവും പിതാവിനുസമവുമായ വിന്റർ ഡി പ്രഭുവാണ് ദുഷ്ടൻ" അയാൾ പറഞ്ഞു. "ഞാൻ നിങ്ങളെ പരിചയപ്പെട്ടിട്ട് വെറും നാലുദിവസമേ ആയിട്ടുള്ളൂ. എന്നാൽ അദ്ദേഹത്തെ അറിഞ്ഞും സ്നേഹിച്ചും തുടങ്ങിയിട്ട് വർഷം പത്തു കഴിഞ്ഞു. എനിക്ക് സംശയമുണ്ടാകുന്നത് സ്വാഭാവികം മാത്രമാണ്. ഞാൻ പറയുന്നതിൽ തെറ്റിദ്ധാരണയുണ്ടാകരുത്. എനിക്കിപ്പോഴും ഒന്നും മനസിലായില്ല. ഇന്ന് രാത്രിയിൽ ഞാൻ നിങ്ങളെക്കാണാൻ വരും. അപ്പോൾ എന്റെ സംശയങ്ങൾ തീർക്കണം."

"വേണ്ട ഫെൽട്ടൺ. അത്രയും വലിയ ത്യാഗങ്ങളൊന്നും നിങ്ങൾ ചെയ്യേണ്ട" മിലാഡി പറഞ്ഞു. "എനിക്ക് എല്ലാം നശിച്ചു. ഇനിയെന്തിനാണ് ഞാൻ എന്റെ വിധിയെ നിങ്ങളോടു പങ്കിടുന്നത്? ഞാൻ എന്തു പറയുന്നതിനേക്കാളും എന്റെ ശവമായിരിക്കും എന്റെ നിഷ്കളങ്കതയ്ക്ക് തെളിവ്. ഞാൻ മരിച്ചുകഴിയുമ്പോൾ സത്യം നിങ്ങൾക്കു ബോധ്യമാകും."

"അങ്ങനെ പറയരുത്" അയാൾ പറഞ്ഞു. "നിങ്ങൾ ആത്മഹത്യ ചെയ്യുകയില്ലെന്ന് സത്യം ചെയ്യിപ്പിക്കാനാണ് ഞാനിപ്പോൾ ഇവിടെ വന്നിരിക്കുന്നത്."

"ഞാൻ അക്കാര്യത്തിന് സത്യം ചെയ്യില്ല. ഞാൻ മറ്റേതൊരാളെക്കാളും വാക്കു പാലിക്കുന്നവളാണ്. ഞാൻ നിങ്ങൾക്ക് വാക്കു തന്നാൽ ഞാൻ അതു പാലിച്ചല്ലേ പറ്റൂ."

"എന്നെ ഇനി കാണുന്നതുവരേക്കെങ്കിലും നിങ്ങളൊന്നും ചെയ്യുകയില്ലെന്ന് വാക്കു പറയണം. അതിനുശേഷം വീണ്ടും നിങ്ങളതു തീരുമാനിക്കുകയാണെങ്കിൽ ഞാൻ ഒരു തടസമാകില്ല. എന്നോടാവശ്യപ്പെട്ട കത്തിയും ഞാൻ തരാം."

"എങ്കിൽ അങ്ങനെ" മിലാഡി പറഞ്ഞു. "നിങ്ങൾക്കുവേണ്ടി ഞാൻ കാത്തിരിക്കാം."

"സത്യം ചെയ്യുമോ?"

"ദൈവത്തിന്റെ നാമത്തിൽ ഞാനതു സത്യം ചെയ്യുന്നു" അവൾ പറഞ്ഞു. "സന്തോഷമായോ?"

"സന്തോഷമായി..... എന്നാൽ ഞാൻ പോകട്ടെ."

അയാൾ വേഗത്തിൽ മുറിയിൽ നിന്നിറങ്ങി. വാതിൽ വേഗമടച്ച ശേഷം കാവൽക്കാരന്റെ കുന്തവുമെടുത്ത് കാവൽനിൽക്കുന്ന മാതിരി വാതിലിനരികിൽ നിന്നു.

കാവൽക്കാരൻ മടങ്ങിവന്നപ്പോൾ ഫെൽട്ടൺ ആ കുന്തം അയാളെ ഏൽപ്പിച്ചു.

മിലാഡി ജനാലവഴി നോക്കി. ഫെൽട്ടൺ ഉത്സാഹത്തോടെ ഹാളിലൂടെ നടന്നുനീങ്ങുന്നത് അവൾ കണ്ടു.

അവൾ തിരികെ കസേരയിൽ വന്നിരുന്നു. വെറുപ്പിന്റെ അപരിഷ്കൃതമായ ഒരു ചിരി അവളുടെ ചുണ്ടിൽ നിഴലിച്ചിരുന്നു.

56

തടവറയിലെ അഞ്ചാം ദിവസം

തന്റെ ലക്ഷ്യം ഫലപ്രാപ്തിയിലേക്കു നീങ്ങിക്കൊണ്ടിരുന്നപ്പോൾ മിലാഡിയുടെ ശക്തി ഇരട്ടിച്ചുകൊണ്ടിരുന്നു.

എളുപ്പത്തിൽ വശത്താക്കാൻ പറ്റുന്ന പുരുഷന്മാരെയാണ് അവൾ ഇതുവരെ പരാജയപ്പെടുത്തിയിരുന്നത്. അവരുടെ പ്രകൃതംകൊണ്ട് എളുപ്പത്തിൽ വശീകരിപ്പിക്കാമായിരുന്നു. മിലാഡി സുന്ദരിയും ബുദ്ധിമതിയുമാണ്. പക്ഷേ, ഇത്തവണ തനിക്ക് ഇടപെടേണ്ടിവന്നിരിക്കുന്നത് ഒരു സാധാരണക്കാരനുമായിട്ടല്ല. കണിശക്കാരനും ഗൗരവക്കാരനും മനുഷ്യരിൽനിന്നും അകന്നുനിൽക്കുന്നതുമായ ഒരാളുമായിട്ടാണ്. തീവ്രവിശ്വാസവും ഉന്നതാദർശങ്ങളും ഉള്ള അയാൾക്ക് സ്നേഹത്തിനും പ്രേമത്തിനുമൊന്നും നേരമില്ല.

അത്ര നിശ്ചയമൊന്നുമില്ലാതിരുന്ന അയാളിലാണ് മിലാഡിക്ക് സർവത്ര അർപ്പിക്കേണ്ടി വന്നത്. അഭിനയംകൊണ്ടും സൗന്ദര്യംകൊണ്ടും അയാളെ അവൾ വശീകരിച്ചിരിക്കുകയാണ്. പ്രതീക്ഷിച്ചിരുന്നതിനെക്കാൾ കൂടുതൽ നേട്ടം അവൾക്കുണ്ടാക്കാൻ കഴിഞ്ഞുവെന്നതാണ് സത്യം.

എന്നിട്ടും സായാഹ്നമായപ്പോൾ അവൾക്ക് തന്നിലും വിധിയിലും നിരാശാബോധമുണ്ടായി. പക്ഷേ, സഹായത്തിനായി അവൾ ദൈവത്തോടു കേണില്ല. കാരണം മനുഷ്യജീവിതത്തെ നിയന്ത്രിക്കുന്ന പൈശാചികശക്തിയിലാണ് അവൾക്കു വിശ്വാസമുണ്ടായിരുന്നത്.

ഫെൽട്ടനെ ഊഷ്മളമായി സ്വീകരിക്കുന്നതിനുള്ള തയാറെടുപ്പുകൾ നടത്തിയിരുന്നതിനാൽ, തന്റെ പദ്ധതികൾ അടുത്തദിവസത്തിലേക്കു നിരത്താൻ മിലാഡിക്കു കഴിയുമായിരുന്നു. അവൾക്കിനി പ്രവർത്തിക്കാനായി രണ്ടുദിവസം കൂടിയേയുള്ളൂ. നാടുകടത്തലിനുള്ള ആ കൽപ്പന

ബക്കിംഗ്ഹാം പ്രഭു മുദ്രവച്ച് ഒപ്പിട്ടുകഴിഞ്ഞാൽ, വിന്റർ ഡി പ്രഭു അവളെ ഉടനെ കപ്പലിൽ കയറ്റുകയായി. ആ കൽപ്പനയിൽ ഒരു കള്ളപ്പേരായതിനാൽ താനുമായി ബന്ധമില്ലാത്ത ഒരാളെന്നനിലയിൽ അദ്ദേഹം വളരെയെളുപ്പത്തിൽ മുദ്രവച്ച് ഒപ്പിടാനാണിടയുള്ളത്. നാടുകടത്തപ്പെടാൻ വിധിക്കപ്പെട്ട ഒരു സ്ത്രീക്ക് പിന്നെ മറ്റുള്ളവരെ വശീകരിക്കുന്നതിനു ബുദ്ധിമുട്ടാണ്. അപമാനിതയായി മാറിക്കഴിഞ്ഞാൽ സൗന്ദര്യമുണ്ടായാലും വീണ്ടും ശക്തിയുള്ളവരായി ജീവിക്കാൻ പ്രയാസമാണ്. സമർഥരായ ആളുകളെപ്പോലെ അവൾക്കും അറിയാമായിരുന്നു, തന്റെ സ്വഭാവവും കഴിവും ഉപയോഗപ്പെടുത്തേണ്ടത് ഏതു അവസരത്തിലാണെന്ന്. ദാരിദ്ര്യത്തെ അവൾ വെറുത്തിരുന്നു. അസ്വാതന്ത്ര്യം അവളുടെ അന്തസ്സ് നശിപ്പിച്ചുകളഞ്ഞു. കീഴേക്കിടയിലുള്ളവരുടെമേൽ മറ്റുള്ളവർക്കുള്ള അധികാരവും അവൾക്ക് അരോചകമായിരുന്നു. ചുരുക്കത്തിൽ അവൾക്ക് എല്ലാറ്റിനോടും വെറുപ്പായിത്തുടങ്ങി.

നാടുകടത്തപ്പെട്ടാൽ അവിടെനിന്നും എന്നെങ്കിലും ഒരുനാൾ മടങ്ങിവന്നേക്കാം. പക്ഷേ, എത്രകാലം പരദേശത്തങ്ങനെ കഴിയേണ്ടിവരും?

അഭിലാഷാകർഷങ്ങളുള്ള അവൾക്ക് മുന്നോട്ടുള്ള നീക്കത്തിനല്ലാതെ ഒരു ദിവസം ഉപയോഗിക്കുകയെന്നത് അതു പാഴാക്കുന്നതിനു തുല്യമായിരുന്നു. സമയം പാഴായിപ്പോകുന്നതിനെപ്പറ്റിയുള്ള ചിന്ത അവളെ വല്ലാതെ പരിഭ്രമിപ്പിച്ചു. പിന്നോട്ടു ചുവടുവയ്ക്കുന്നതിനെപ്പറ്റിയുള്ള ചിന്തയാകട്ടെ അതിലേറെ അസഹനീയമായിരുന്നു അയാൾക്ക്. രണ്ടു മൂന്നു വർഷം പരദേശത്തു താമസിക്കേണ്ടി വന്നേക്കാം. അന്ന് കർദിനാൾ ജീവിച്ചിരിപ്പുണ്ടാകണമെന്നില്ല; ചിലപ്പോൾ അധികാരമില്ലാത്തവനാകാം. തനിക്കു ചെയ്ത സേവനത്തെ പ്രതി ആർട്ഗ്നനും കൂട്ടരും വിജയിച്ചാനന്ദ ഹർഷാരവത്തിലായിരിക്കണം. ഭാവിയിൽ സംഭവിച്ചേക്കാവുന്നവയെപ്പറ്റിയുള്ള ചിന്തകൾ അവളെ വല്ലാതെ വേദനിപ്പിക്കുകയും അസ്വസ്ഥപ്പെടുത്തുകയും ചെയ്തു. അവളുടെ ഉള്ളിൽ കത്തുന്ന കോപത്തിന്റെ ശക്തി അവളുടെ ശരീരത്തിനുണ്ടായിരുന്നെങ്കിൽ, പരസഹായമൊന്നുമില്ലാതെ തടവറ ഭേദിച്ചുകൊണ്ട് അവൾ പുറത്തുവരുമായിരുന്നു.

കർദിനാളുമായി സംസാരിക്കാൻ കഴിയാത്തതാണ് അവളുടെ മനോവേദനയുടെ കാരണങ്ങളിൽ മറ്റൊന്ന്. ഇപ്പോൾ തന്റെ നിശ്ശബ്ദതയെപ്പറ്റി അദ്ദേഹം എന്താണാവോ ചിന്തിക്കുന്നത്? അദ്ദേഹം മാത്രമായിരുന്നു അവളുടെ ബന്ധു. അവളെ രക്ഷിക്കാൻ കഴിവുള്ള ഒരാൾ. അദ്ദേഹത്തിന്റെ സഹായത്തോടുകൂടി ശത്രുക്കളെ തകർത്ത് ഭാവി സുരക്ഷിതമാക്കാമെന്ന് അവൾ കരുതി. പക്ഷേ, അദ്ദേഹത്തിന്റെ താൽപ്പര്യം തനിക്ക് ഒഴിച്ചുകൂടാൻ വയ്യാത്തതായിരുന്നു. യാതൊരു കനിവും ഇല്ലാത്ത അദ്ദേഹത്തിന്റെ പ്രകൃതം അവൾക്കു നന്നായിട്ടറിയാമായിരുന്നു. തന്റെ തടവറ ജീവിതത്തെപ്പറ്റിയും അനുഭവിച്ച കഷ്ടപ്പാടിനെപ്പറ്റിയും അദ്ദേഹത്തോടു പറഞ്ഞിട്ട് ഒരു കാര്യവും ഇല്ല. ഒരുപക്ഷേ, പറഞ്ഞാൽത്തന്നെ അദ്ദേഹം പുച്ഛത്തിൽ ഇങ്ങനെയേ പറയുകയുള്ളു: "നീ പിടിക്കപ്പെടരുതായിരുന്നു."

അവളുടെ ചിന്ത വേഗത്തിൽ ഫെൽട്ടനിലേക്കു തിരിച്ചുവന്നു. അവൾ തന്റെ പ്രതീക്ഷകൾ മുഴുവൻ അയാളിൽ കേന്ദ്രീകരിച്ചു. താൻ അകപ്പെട്ടിരിക്കുന്ന അന്ധകാരത്തിന്റെ ആഴങ്ങളിൽ എത്താനിടയുള്ള പ്രകാശത്തിന്റെ രശ്മികൾ അയാളാണ്. തന്റെ ശക്തി പരിരക്ഷിക്കുന്നതിനുവേണ്ടി ചുരുളുകയും നിവരുകയും ചെയ്യുന്ന പാമ്പിനെപ്പോലെ, തന്റെ മുന്നിലെ ഫെൽട്ടനെ അവൾ പലരീതിയിൽ ആലോചിച്ചുനോക്കി.

സമയം കടന്നുപോകുകയായിരുന്നു. ഓരോ മണിക്കൂറിലെയും ക്ലോക്കിലെ ശബ്ദം അവളുടെ ഹൃദയത്തിലും മുഴങ്ങി.

ഒമ്പതുമണിയായപ്പോൾ വിന്റർ ഡി പ്രഭു വന്നു. അയാൾ നെരിപ്പോടും വാതിലുകളും ജനലഴികളും ഒക്കെ സൂക്ഷ്മമായി പരിശോധിച്ചു. തുടർന്ന് തറയും ചുമരും കൊട്ടിനോക്കി. അദ്ദേഹത്തിന്റെ ദീർഘനേരത്തെ പരിശോധന; ആരും അപ്പോൾ സംസാരിച്ചതേയില്ല.

"നിങ്ങൾ ഒരു കാരണവശാലും ഇന്നുരാത്രിയിൽ ഇവിടെനിന്നും രക്ഷപ്പെടരുത്" ഇതു പറഞ്ഞുകൊണ്ട് അദ്ദേഹം പുറത്തേക്കിറങ്ങി.

പത്തുമണിയായപ്പോൾ ഒരു കാവൽക്കാരനെ നിയമിക്കാനായിട്ട് ഫെൽട്ടൺ വന്നു. അയാൾ തന്റെ കാമുകൻ എന്നപോലെ അയാളുടെ കാലടിശബ്ദം അവൾ തിരിച്ചറിഞ്ഞു. എങ്കിലും അവൾ അയാളെ വെറുത്തിരുന്നു.

അയാൾ മുറിക്കകത്തു കയറിയില്ല.

രണ്ടുമണിക്കൂർ കഴിഞ്ഞു. പാതിരാത്രിയായി. ആ കാവൽക്കാരന്റെ ഡ്യൂട്ടി കഴിഞ്ഞു.

മിലാഡി അക്ഷമയായി നിന്നു.

പുതിയ കാവൽക്കാരൻ അങ്ങോട്ടുമിങ്ങോട്ടും നടക്കുന്നത് അവൾ കേട്ടു.

പത്തു മിനിറ്റു കഴിഞ്ഞപ്പോൾ ഫെൽട്ടൺ വന്നു. അവൾ അയാളെ ശ്രദ്ധിച്ചു.

"ഒരു കാരണവശാലും ഈ വാതിലിനരികിൽനിന്നും പോകരുത്" അയാൾ കാവൽക്കാരനോടു പറയുന്നത് അവൾ കേട്ടു. "കഴിഞ്ഞരാത്രിയിൽ ഏതാനും നിമിഷത്തേക്ക് സ്ഥലത്തുനിന്നും മാറിയതിന് വിന്റർ ഡി പ്രഭു കാവൽക്കാരനെ ശിക്ഷിച്ചതറിഞ്ഞല്ലോ; അയാൾ പോയസമയത്ത് ഞാൻ അവിടെ കാവൽ നിന്നിട്ടുപോലും ശിക്ഷിച്ചു."

"എനിക്കറിയാം സർ" കാവൽക്കാരൻ പറഞ്ഞു.

"അതുകൊണ്ട് എല്ലായ്പ്പോഴും ജാഗരൂകനായിരിക്കണം" അയാൾ തുടർന്നു പറഞ്ഞു. "ഞാൻ ആ മുറിയൊന്നു പരിശോധിക്കാൻ അവളുടെ അരികിലേക്കു പോകുകയാണ്. അവൾ ആത്മഹത്യചെയ്യാൻ ശ്രമിക്കുന്നുണ്ടോയെന്ന് സംശയം. അവളെ സൂക്ഷിച്ചു കാക്കണമെന്നാണ് എന്നോടു പറഞ്ഞിരിക്കുന്നത്."

"കൊള്ളാം" മിലാഡി പറഞ്ഞു. "എന്റെ ശ്രേഷ്ഠനായ ശുദ്ധക്രിസ്ത്യാനി കള്ളംപറയാൻ തുടങ്ങിയിരിക്കുന്നു."

പട്ടാളക്കാരൻ പുഞ്ചിരിച്ചു.

"സർ, അങ്ങനെ ഒരു കൽപ്പന കിട്ടിയത് അങ്ങയുടെ ഭാഗ്യമാണ്" അയാൾ പറഞ്ഞു. "അവൾ കട്ടിലിലായിരിക്കുമ്പോഴും അങ്ങേക്കവളെ ശ്രദ്ധിക്കാമല്ലോ."

ഫെൽട്ടന്റെ മുഖം ചുവന്നു. മറ്റേതെങ്കിലും അവസരത്തിലായിരുന്നെങ്കിൽ അയാളുടെ ആ കുത്തുവാക്കിന്റെ മറുപടി അയാൾ കൊടുക്കുമായിരുന്നു. പക്ഷേ, മനഃസാക്ഷി കുഴങ്ങിയ അവസരമായതുകൊണ്ട് പറയാൻവന്ന വാക്കുകൾ ചുണ്ടുകൾക്കിടയിൽത്തന്നെ വീണുനശിച്ചു.

"ഞാൻ വിളിക്കുകയാണെങ്കിൽ കടന്നുവരണം" അയാൾ പറഞ്ഞു. "ആരെങ്കിലും വരുന്നത് അറിയുകയാണെങ്കിൽ എനിക്കു മുന്നറിയിപ്പും തരണം."

"ശരി സർ."

അയാൾ വാതിൽ തുറന്നുകൊണ്ട് മിലാഡിയുടെ അരികിലേക്കു പോയി. മിലാഡി എഴുന്നേറ്റുനിന്നു.

"നിങ്ങളോ!" അവൾ പറഞ്ഞു.

"ഞാൻ വരുമെന്ന് വാക്കുപറഞ്ഞതല്ലേ. വന്നു!"

"മറ്റുചില കാര്യങ്ങൾക്കു വാക്കുപറഞ്ഞിട്ടുണ്ടല്ലോ."

"എന്ത്... എന്താണ് നിങ്ങൾ ഉദ്ദേശിച്ചത്? അയാളുടെ നെറ്റിയിൽ വിയർപ്പു പൊടിയുകയും കാൽമുട്ടുകൾ കൂട്ടിയിടിക്കുകയും ചെയ്തു തുടങ്ങി.

"ഒരു കത്തികൊണ്ടുവരാമെന്നും നാം സംസാരിച്ചുതീരുമ്പോൾ തന്നിട്ടുപോകാമെന്നും വാക്കുപറഞ്ഞിരുന്നു."

"കത്തിയെക്കുറിച്ചു പറയരുത്" അയാൾ പറഞ്ഞു. "ഏതു നിരാശാനിമിഷത്തിലും ദൈവം ദാനമായിത്തന്ന ജീവനെ ആരും നശിപ്പിക്കാൻ പാടില്ല. ഞാനതു പലതവണ ആലോചിച്ചു. ആ കുറ്റത്തിൽ പങ്കാളിയാകാൻ എനിക്കു പറ്റുകയില്ല."

"നിങ്ങൾ ആലോചിച്ചുകഴിഞ്ഞു അല്ലേ?" ഒരു പുച്ഛഭാവത്തിലെ ചിരിയോടെ അവൾ കസേരയിൽ ഇരുന്നു. "പക്ഷേ ഞാൻ ആലോചിച്ചുകൊണ്ടിരിക്കുന്നതേയുള്ളൂ."

"എന്തിനെക്കുറിച്ച്?"

"വാക്കുപാലിക്കാത്ത ഒരാളിനോടു എനിക്കിനി ഒന്നും പറയാനില്ലെന്ന് ഞാനിപ്പോൾ തീരുമാനിച്ചിരിക്കുകയാണ്."

"ദൈവത്തെയോർത്ത്...." ഫെൽട്ടൺ ക്ഷീണിതസ്വരത്തിൽ പിറുപിറുത്തു.

"നിങ്ങൾക്ക് ഇപ്പോൾ പോകാം. ഞാൻ നിങ്ങളോടൊന്നും പറയുന്നില്ല."

"ഇതാ ആ കത്തി!" അയാൾ പോക്കറ്റിൽനിന്നും കത്തിയെടുത്ത് അവളെ കാണിച്ചു. അയാൾ കത്തി നേരത്തെതന്നെ പോക്കറ്റിൽ കരുതിയിരുന്നു. പക്ഷേ, അതുകൊടുക്കണമോ വേണ്ടയോ എന്നതിനെക്കുറി

ച്ചായിരുന്നു അയാൾക്ക് ഇതുവരെ സംശയമുണ്ടായിരുന്നത്.

"ഞാൻ ആ കത്തി നോക്കട്ടെ."

"എന്തിനാണ്?"

"സത്യമായിട്ടും ഞാൻ ആ കത്തി ഉടനെതന്നെ മടക്കിത്തരാം. തരൂ. എന്നിട്ട് എനിക്കും അതിനുമിടയിൽ നിന്നോളൂ."

അയാൾ അവൾക്ക് ആ കത്തി നൽകി. അവൾ ആ കത്തി സൂക്ഷ്മമായി നോക്കി. മൂർച്ചയറിയാൻ വിരൽകൊണ്ട് അതിന്റെ തുമ്പിൽ തൊട്ടു നോക്കുകയും ചെയ്തു.

"ഇത് വെള്ളികൊണ്ട് നിർമിച്ചതാണല്ലോ" അവൾ പറഞ്ഞു. കത്തി തിരിച്ചു കൊടുത്തുകൊണ്ട് അവൾ പറഞ്ഞു. "നിങ്ങൾ ആത്മാർഥതയുള്ള ഒരു സുഹൃത്താണ്."

അയാൾ ആ കത്തി മേശപ്പുറത്തു വച്ചു. സംതൃപ്തിയോടെ അവൾ അയാളുടെ മുഖത്തേക്കു നോക്കി.

"ശരി" അവൾ പറഞ്ഞു. "ഇനി ഞാൻ പറയുന്നതു കേൾക്കൂ."

അവൾ പറയുന്നതെന്താണെന്ന് കേൾക്കാനായി അയാൾ അവളുടെ മുമ്പിൽ കണ്ണും കാതും കൂർപ്പിച്ചുനിന്നു.

"ഫെൽട്ടൺ" അവൾ വിഷാദസ്വരത്തിൽ അയാളെ വിളിച്ചു. "നിങ്ങളുടെ സ്വന്തം സഹോദരിപോലെ ഞാൻ നിങ്ങളുടെ അരികിൽ വന്നശേഷം വസ്തുതകൾ പറയാൻ പോകുകയാണ്. ഞാൻ യുവതിയും അതീവസുന്ദരിയുമായിരുന്ന സമയത്ത് ഒരു പുരുഷൻ എന്റെ പിന്നാലെ കൂടി എന്നെ കെണിയിലാക്കാൻ ശ്രമിച്ചു. അപ്പോഴൊക്കെ ഞാൻ എന്റെ എല്ലാവിധ മാർഗങ്ങളിലൂടെയും അയാളെ തടയാൻ ശ്രമിച്ചുകൊണ്ടിരുന്നു. അയാൾ അപ്പോൾ എന്നോടു ക്രൂരമായി പെരുമാറാൻ തുടങ്ങി. പക്ഷേ, ഞാൻ അതിലൊന്നും വീണുകൊടുത്തില്ല. ഞാൻ എന്റെ ദൈവത്തെയും എന്റെ മതവിശ്വാസത്തെയും മുറുകെപ്പിടിച്ചുകൊണ്ട് ശക്തമായി നിന്നു. പക്ഷേ അയാൾ എന്നോടു ക്രൂരമായി പെരുമാറുന്നത് തുടർന്നുകൊണ്ടേയിരുന്നു. അയാൾക്ക് എന്റെ ശരീരമാണ്...."

അവൾ പെട്ടെന്ന് നിർത്തി. ഒരു വിഷാദച്ചിരി അവളുടെ ചുണ്ടിൽ നിറഞ്ഞു.

"നിർത്തിയതെന്തിനാ, പറഞ്ഞോളൂ" ഫെൽട്ടൺ പറഞ്ഞു.

"എന്റെ എതിർപ്പ് അവസാനിപ്പിക്കാൻ പറ്റില്ലെന്നു തോന്നിയപ്പോൾ അയാൾ എന്നെ മറ്റു രീതിയിൽ തളർത്താൻ തീരുമാനിച്ചു" അവൾ തുടർന്നു പറഞ്ഞു: "ഒരു സായാഹ്നത്തിൽ കുടിവെള്ളത്തിൽ അയാൾ മാരകമായ മരുന്ന് എനിക്കു കലർത്തിത്തന്നു. ഞാനത് അറിഞ്ഞിരുന്നില്ല. ഭക്ഷണം കഴിച്ചു തീർന്നപ്പോൾ എന്തോപറ്റിയതുപോലെ എനിക്കു തോന്നി. എനിക്ക് ഒന്നിനെയും സംശയിക്കാൻ തോന്നിയില്ല. അപ്രതീക്ഷിതമായി എനിക്ക് ഒരുറക്കം തോന്നിയത് എനിക്ക് ഭയമുണ്ടാക്കി. ഉറക്കെ നിലവിളിച്ചുകൊണ്ട് ജനാലയ്ക്കരികിലേക്ക് ഞാൻ ഓടാൻ നോക്കി; ഒന്നു നടക്കാൻപോലും എനിക്കു പറ്റിയില്ല. മുറിയുടെ മേൽത്തട്ട്

എന്റെമേൽ പതിച്ചതായിട്ട് എനിക്കു തോന്നി. കൈകൾനീട്ടി ദൈവത്തെ വിളിക്കാൻ ഞാൻ നോക്കി. എന്റെ ശബ്ദം അവ്യക്തമായതേയുള്ളൂ. ഞാൻ മൂകയായതുപോലെ തോന്നി. താഴെ വീണുപോകാതിരിക്കാൻ ഞാൻ കസേരയിൽ മുറുകെപ്പിടിച്ചു. പക്ഷേ, എന്റെ കൈകൾ കുഴഞ്ഞു പോയിരുന്നതിനാൽ ഞാനങ്ങു മുട്ടിന്മേൽ വീണുപോയി. ഞാൻ പ്രാർഥി ക്കാൻ വീണ്ടും നോക്കി. പക്ഷേ, എന്റെ നാക്കു മരവിച്ചിരുന്നു. ദൈവം എന്നെ കാണുകയോ കേൾക്കുകയോ ചെയ്തിട്ടുണ്ടാകില്ലെന്ന് തീർച്ച യാണ്. തറയിൽ മറിഞ്ഞ ഞാൻ ഉറക്കത്തിന്റെ പിടിമുറുക്കത്തിലായി; മരിച്ചതുപോലെ...."

അവൾ തുടർന്ന് പറഞ്ഞു: "ഞാൻ ഉണർന്നപ്പോൾ ഉറക്കത്തിൽ എനിക്ക് എന്തൊക്കെയാണ് സംഭവിച്ചിരുന്നതെന്ന് എനിക്ക് ഓർമയില്ലാതി രുന്നു. ഞാൻ എത്രനേരം ഉറങ്ങിയിരുന്നെന്നും എനിക്കറിയില്ലായിരുന്നു. വൃത്താകാരാകൃതിയിലെ ഒരു കിടപ്പുമുറിയിലാണ് ഞാനായിരിക്കുന്ന തെന്ന് എനിക്കു മനസിലായി. ഒരു നല്ല ആഡംബരമുറി. വാതിലുക ളൊന്നുമുണ്ടെന്ന് തോന്നുകയില്ല ആ മുറിക്ക്. മേൽത്തട്ടിൽനിന്നും അരി ച്ചിറങ്ങുന്ന ചെറിയ വെളിച്ചം മാത്രമേ ആ മുറിയിലുണ്ടായിരുന്നുള്ളൂ...."

".....ഈ പറഞ്ഞതൊക്കെ മനസിലാക്കിയെടുക്കാൻ തന്നെ എനിക്ക് ഒത്തിരി സമയം വേണ്ടിവന്നിരുന്നു. ഉറക്കം വീണ്ടും തൂങ്ങി നിന്നിരുന്ന തിനാൽ മനസ്സ് ശക്തിയില്ലാത്തതായിരുന്നു. ഞാൻ നന്നായിട്ടൊന്നു കുലു ങ്ങിയാണ് ഉറക്കച്ചടവ് മാറ്റിയത്. അവ്യക്തമായ ഓർമകൾ വീണ്ടും എന്റെ മനസിലേക്കോടിയെത്തി. ഒരു യാത്ര! ഏതോ ഒരു വണ്ടിയിലുള്ള യാത്ര യായിരുന്നു അത്. എന്റെ ശക്തിമുഴുവൻ ഊറ്റിക്കുടിച്ച ഏതോ ഒരു രാത്രി. അതൊക്കെ മറ്റേതോ ഒരു ജീവിതത്തിന്റെ ഭാഗമെന്നതുപോലെ എനിക്ക് അവ്യക്തമായി തോന്നി...."

".....കുറേനേരത്തേക്ക് എനിക്കൊന്നും വിശ്വസിക്കാനായില്ല. എന്താ യാലും ഞാൻ സ്വപ്നം കാണുന്നതായിരുന്നില്ല. ഞാൻ എഴുന്നേറ്റു. എന്റെ കാലുകളുടെ തളർച്ച അപ്പോഴും മാറിയിരുന്നില്ല. കട്ടിലിനരികി ലുള്ള കസേരയിൽ എന്റെ വസ്ത്രങ്ങൾ കിടക്കുന്നു. ഞാൻ വസ്ത്ര ങ്ങൾ ഊരിയതിനെപ്പറ്റിയോ കട്ടിലിൽ ചെന്നു കിടന്നതോ ഒന്നും എനിക്ക് ഓർമയില്ല. ക്രമേണ എന്റെ ചുറ്റുപാടുകൾ എനിക്ക് വ്യക്തമായിത്തുട ങ്ങി. മുറിക്കുള്ളിലേക്ക് അരിച്ചെത്തിയ സൂര്യപ്രകാശത്തിൽനിന്നും സമയം ഉച്ചകഴിഞ്ഞെന്നു എനിക്കു മനസിലായി. അതിനർഥം ഞാൻ ഇരുപത്തിനാലു മണിക്കൂർനേരം ഉറങ്ങിയെന്നാണ്. ഈ സമയത്ത് എനി ക്കെന്താണ് സംഭവിച്ചത്?"

".....ഞാൻ വേഗത്തിൽ എന്റെ വസ്ത്രമെടുത്തു ധരിച്ചു. പക്ഷേ ഞാൻ ഉദ്ദേശിച്ച രീതിയിൽ അതുചെയ്യാൻ എന്റെ ശരീരവും മനസും അനുവദിച്ചില്ല. ആ മരുന്നിന്റെ ഫലം കുറഞ്ഞിരുന്നില്ല. ഞാൻ ഇരുന്ന ആ മുറി ഏതോ സ്ത്രീക്കുള്ളതാണെന്ന് എനിക്കു തോന്നി. ഒരു സ്ത്രീ ക്കും കുറ്റംപറയാൻ പറ്റാത്തവിധത്തിൽ നന്നായി സജ്ജീകരിച്ചിരുന്ന

തായിരുന്നു ആ മുറി. അവിടെ മറ്റാരെയോ നേരത്തെ പാർപ്പിച്ചിരുന്നിട്ടുണ്ടാവണം. പക്ഷേ, ആ തടവറയുടെ ആകർഷണത്വം എന്റെ ഭയത്തെ വർധിപ്പിച്ചതേയുള്ളൂ."

"......അതെ അതൊരു തടവറയായിരുന്നു. അതറിഞ്ഞപ്പോൾ ഞാൻ അവിടെനിന്നും രക്ഷപ്പെടാൻ നോക്കി. കണ്ണിൽപ്പെടാത്ത വാതിലുകൾ ഉണ്ടോയെന്നറിയാനായി ഞാൻ ചുവരുകളിൽ മുട്ടിനോക്കി. പക്ഷേ, ചുവരുകൾ എല്ലായിടത്തും നല്ല കനമായിരുന്നു. പത്തുപന്ത്രണ്ടു തവണയെങ്കിലും ഞാൻ ഒരു വാതിൽ കണ്ടെത്താനായിട്ട് അതിനകത്തു ചുറ്റി നടന്നിട്ടുണ്ടാകും. പക്ഷേ ഒരു തരത്തിലുള്ള നിർഗമനമാർഗവും കണ്ടില്ല. അവസാനം തളർന്നവശയായി ഞാൻ കസേരയിൽത്തന്നെ ചെന്നിരുന്നു."

".....അതേസമയം രാത്രിയായിത്തുടങ്ങി. അന്ധകാരം എന്റെ ഭയം വർധിപ്പിച്ചുതുടങ്ങി. എഴുന്നേറ്റാൽ പതുങ്ങിയിരിക്കുന്ന അപകടങ്ങൾ വല്ലതും തന്റെമേൽ ചാടിവീഴുമെന്ന് ഭയന്ന് ഞാൻ കസേരയിൽത്തന്നെയിരുന്നു. രണ്ടുദിവസമായി വല്ലതും കഴിച്ചിട്ട്. പക്ഷേ, ഭയംകൊണ്ട് വിശപ്പറിഞ്ഞതേയില്ല."

".....സമയമറിയാനുള്ള ഒരു ശബ്ദവും ഞാൻ ഒരിടത്തും കേട്ടില്ല. രാത്രി ഏഴോ എട്ടോ മണിയായിട്ടുണ്ടാകുമെന്ന് ഞാൻ ഊഹിച്ചു. പെട്ടെന്ന് വിജാഗിരിയിൽ ഒരു വാതിൽ തിരിയുന്ന ശബ്ദം ഞാൻ കേട്ടു."

"...മേൽത്തട്ടിലെ ഒരു തുറന്നഭാഗത്ത് ഒരു വിളക്കു പ്രത്യക്ഷപ്പെട്ടു. അത് ആ മുറി മുഴുവൻ പ്രകാശമാനമാക്കി. കുറച്ചകലെയായി ഒരു മനുഷ്യൻ നിൽക്കുന്നത് ഞാൻ ഒരു ഞെട്ടലോടെ കണ്ടു. പെട്ടെന്ന് ഒരു മായാജാലമെന്നോണം രണ്ടുപേർക്ക് ഭക്ഷണമൊരുക്കിയ ഒരു മേശ അവിടെ പ്രത്യക്ഷപ്പെട്ടു."

".....ഒരു വർഷമായി എന്റെ പിന്നാലെകൂടി എന്നെ കെണിയിലാക്കാൻ നോക്കിക്കൊണ്ടിരുന്ന ഒരു പുരുഷനാണ് എന്റെ മുന്നിൽ നിൽക്കുന്നതെന്ന് ഞാൻ തിരിച്ചറിഞ്ഞു. അയാൾ എന്നെ കെണിയിലാക്കുമെന്ന് അന്നേ പറഞ്ഞിരുന്നു. അയാളത് ചെയ്തു കഴിഞ്ഞിരിക്കുകയായിരുന്നു."

"നീചൻ!" ഫെൽട്ടൺ പിറുപിറുത്തുപോയി.

"അതെ അതെ. അയാൾ നീചനായിരുന്നു" മിലാഡി പറഞ്ഞു. താൻ പറഞ്ഞ വിചിത്രകഥയിലെ ഓരോവാക്കും അയാളുടെ മനസിൽത്തട്ടിയതായി അവൾക്കു മനസിലായി.

"ഞാൻ ഉറങ്ങിക്കിടന്നപ്പോൾ അയാൾ നേടിയ വിജയംകൊണ്ട് എല്ലാമായി എന്നാണ് അയാൾ കരുതിയത്" അവൾ പറഞ്ഞു. "എന്നെ ഭോഗിക്കപ്പെട്ടതുകൊണ്ട് ഞാൻ അയാൾക്ക് കീഴടങ്ങുമെന്ന് അയാൾ കരുതി. എന്റെ സ്നേഹത്തിനു പകരമായി അയാൾ അയാളുടെ സമ്പത്തും തരുമായിരുന്നു."

".....ഞാൻ ഒരു സ്ത്രീക്കു പറയാവുന്ന അത്രയും ശാപവാക്കുകൾ അയാളുടെമേൽ വർഷിച്ചു. അയാൾ കൈകൾകെട്ടി ചിരിച്ചുകൊണ്ടുനിന്ന

തല്ലാതെ ഒന്നും പറഞ്ഞില്ല. ഞാൻ പറയേണ്ടതെല്ലാം പറഞ്ഞുകഴിഞ്ഞു വെന്ന് അയാൾക്കു തോന്നിയപ്പോൾ, അയാൾ എന്റെ അരികിലേക്കു നടന്നുവന്നു. ഞാൻ വേഗത്തിൽ മേശയ്ക്കരികിലേക്കു ഓടി. അവിടെ യിരുന്ന ഒരു കത്തിയെടുത്ത് സ്വന്തം നെഞ്ചിലേക്ക് അതിന്റെ മുനഭാഗം വച്ചു."

"…..ഇനി ഒരടികൂടി മുന്നോട്ടുവച്ചാൽ, എന്റെ മരണത്തിനും മാന ഹാനിക്കും നിങ്ങൾ മറുപടി പറയേണ്ടിവരും" ഞാൻ പറഞ്ഞു.

"…..എന്റെ സ്വരത്തിൽനിന്നും എന്റെ ആംഗ്യത്തിൽനിന്നും എന്റെ തീരുമാനമറിഞ്ഞ അയാൾ മിണ്ടാതെ നിന്നു."

"നിങ്ങളുടെ മരണമോ?" അയാൾ പറഞ്ഞു. "ഒരിക്കൽ എനിക്കു കിട്ടിക്കഴിഞ്ഞ സുന്ദരിയായ നിങ്ങളെ ഞാൻ മരണത്തിനു വിട്ടു നഷ്ട പ്പെടുത്തുകയില്ല. എന്തായാലും ഞാനിപ്പോൾ പോകുന്നു. നിങ്ങളുടെ മാനസികാവസ്ഥ ഒന്നു നേരെയായിട്ടുവേണം എനിക്ക് ഇനിയും വരാ നായിട്ട്."

"…..അയാൾ ഒരു ഊത്ത് ഊതി. ആ വിളക്ക് അപ്രത്യക്ഷമായി. ഞാൻ വീണ്ടും അന്ധകാരത്തിലായി. വാതിൽ തുറന്നടയുന്ന ശബ്ദം ഞാൻ കേൾക്കുകയും ചെയ്തു. ഞാൻ വീണ്ടും ഒറ്റയ്ക്കായി. ഞാൻ വെറുക്കുകയും എതിർക്കുകയും ചെയ്യുന്ന ഒരാളിന്റെ കൈയിലാണ് അക പ്പെട്ടിരിക്കുന്നതെന്ന് എനിക്ക് മനസിലായി. ആഗ്രഹങ്ങൾ നിറവേറ്റുന്ന തിനുമുമ്പിൽ യാതൊന്നും തടസമായി നിൽക്കാൻ ആഗ്രഹിക്കാത്ത ഒരാ ളായിരുന്നു അയാൾ."

"ആ മനുഷ്യൻ ആരായിരുന്നു?" ഫെൽട്ടൺ ചോദിച്ചു.

"….ഞാൻ ആ കസേരയിലാണ് അന്നുരാത്രി ചെലവഴിച്ചത്" ഫെൽ ട്ടൺ ചോദിച്ചതിനു മറുപടി പറയാതെയാണ് അവൾ വീണ്ടും സംസാരി ച്ചുതുടങ്ങിയത്. "ചെറിയ ശബ്ദങ്ങൾപോലും എനിക്ക് ആ അന്ധകാര ത്തിൽ ഭയപ്പാടുണ്ടാക്കി. എന്റെ വിധി നടപ്പാക്കുന്നയാൾ അന്നുരാത്രി വന്നില്ല. പ്രഭാതമായപ്പോൾ ആ മേശ അവിടെയുണ്ടായിരുന്നില്ല. ആ കത്തി അപ്പോഴും എന്റെ കൈയിൽത്തന്നെയുണ്ടായിരുന്നു. അതായി രുന്നു എന്റെ ഏകാശ്രയം."

"…..ഉറക്കക്ഷീണം എന്നെ തകർത്തുകളഞ്ഞു. രാത്രിയിൽ ഒരുപോള കണ്ണടയ്ക്കാൻപോലും ഭയംകൊണ്ട് സാധിക്കാത്തതിനാൽ, എന്റെ കണ്ണു കൾ വേദനിച്ചുതുടങ്ങി. പകൽവെട്ടം കണ്ടപ്പോഴാണ് എനിക്ക് ഭയം മാറി ത്തുടങ്ങിയത്. ആ കത്തിയെ തലയണക്കടിയിൽ ഒളിപ്പിച്ചശേഷം ഞാൻ കട്ടിലിൽക്കിടന്നു."

"….ഞാൻ ഉണർന്നപ്പോൾ മേശ അവിടെ വീണ്ടുമുണ്ടായിരുന്നു. അതിൽ ഭക്ഷണം വിളമ്പി വച്ചിരുന്നു. ഭയവും വേദനയുമെങ്കിലും എനി ക്കപ്പോൾ നല്ല വിശപ്പായിരുന്നു. കഴിഞ്ഞ രണ്ടുദിവസമായി ഞാൻ ഒന്നും തന്നെ കഴിച്ചിരുന്നില്ലല്ലോ. ഞാൻ കുറച്ചു ബ്രഡും പഴങ്ങളും കഴിച്ചു. പക്ഷേ, എനിക്ക് ആ മരുന്ന് തന്നത് വെള്ളം വഴിയാണെന്ന് ഓർമയുള്ള

തുകൊണ്ട് മേശപ്പുറത്തിരുന്ന വെള്ളംമാത്രം ഞാൻ കുടിച്ചതേയില്ല. കൈകഴുകുന്ന ബെയിസിനു മുകളിലായി ചുവരിൽ സ്ഥാപിച്ചിരുന്ന മോഡൽ വെള്ളച്ചാട്ടത്തിൽനിന്നും വെള്ളം ഞാൻ വെള്ളം ഗ്ലാസിൽ നിറച്ചു. വെള്ളം കുടിച്ചശേഷം ഉൽക്കണ്ഠയോടെ ഞാനിരുന്നു. പക്ഷേ ഇത്തവണ എന്റെ ഭയത്തിന് അടിസ്ഥാനമില്ലായിരുന്നു; എനിക്ക് അപകടമൊന്നും സംഭവിച്ചതേയില്ല."

"....കൂജയിലിരുന്ന വെള്ളത്തിന്റെ പകുതി ഞാൻ ഒഴിച്ചുകളഞ്ഞു; ഞാൻ അതു കുടിച്ചു എന്നു തോന്നിക്കുവാനായിട്ട്."

".....സായാഹ്നമായി. അന്ധകാരത്തിനോടു എന്റെ കണ്ണുകൾ പരിചയമായിത്തുടങ്ങി. തറയിലൂടെ മേശ താഴ്ന്ന് അപ്രത്യക്ഷമാകുന്നത് ഞാൻ കണ്ടു. ഒരു പതിനഞ്ചുമിനിറ്റായിക്കാണും ഭക്ഷണസാധനങ്ങളുമായി ആ മേശ മുകളിലേക്കു വന്നു; അപ്പോൾത്തന്നെ മുകളിൽനിന്നുള്ള വെളിച്ചവും വന്നു."

"....മരുന്നു പുരളാത്ത ഭക്ഷണം മാത്രം കഴിക്കാൻ ഞാൻ തീരുമാനിച്ചു. രണ്ടു മുട്ടയും കുറച്ചു പഴങ്ങളും കഴിച്ചശേഷം, ചുമരിലെ വെള്ളച്ചാട്ടത്തിൽനിന്നുതന്നെ വെള്ളമെടുത്തു കഴിച്ചു. പക്ഷേ രാവിലെത്തെ കുടിച്ചതിൽനിന്നും വ്യത്യസ്തമായ ഒരു രുചി അപ്പോൾ വെള്ളത്തിനനുഭവപ്പെട്ടു. പിന്നെ ആ വെള്ളം കുടിച്ചില്ല; പക്ഷേ അതിനകം അരഗ്ലാസ് വെള്ളം കുടിച്ചുകഴിഞ്ഞിരുന്നു. ഗ്ലാസിൽ ബാക്കിവന്ന വെള്ളം ഒഴിച്ചു കളഞ്ഞശേഷം ഭീതിയോടെ ഞാൻ നിന്നു. എന്റെ നെറ്റിയിൽ വിയർപ്പുകണങ്ങൾ തെളിഞ്ഞു."

"....രാവിലെ ആ ചുമരിലെ വെള്ളം ഞാൻ കുടിച്ചത് ആരെങ്കിലും കണ്ടിട്ടുണ്ടാകും. അങ്ങനെ ആ വെള്ളത്തിലും അവർ വല്ല മരുന്നും കലക്കിയിട്ടുണ്ടാകുമെന്ന് എനിക്കു തോന്നി."

".....ഏതാണ്ട് അരമണിക്കൂർ കഴിഞ്ഞുകാണും. മുമ്പത്തേപ്പോലുള്ള ലക്ഷണങ്ങൾ എനിക്കു കണ്ടുതുടങ്ങി. ഇത്തവണ ഞാൻ അരഗ്ലാസു വെള്ളം മാത്രമല്ലേ ഞാൻ കുടിച്ചുള്ളൂ. അതിനാൽ എനിക്കു കൂടുതൽ നേരം പിടിച്ചുനിൽക്കാൻ കഴിഞ്ഞു. എന്റെ ബോധം മുഴുവനും നഷ്ടപ്പെട്ടില്ല. എന്തോ ഒരു മന്ദതമാതിരി തോന്നി. ചുറ്റും നടക്കുന്നതെന്താണെന്ന് എനിക്ക് അറിയാമായിരുന്നു. പക്ഷേ ഒരു പ്രവൃത്തിയും ചെയ്യാനാകുമായിരുന്നില്ല."

".....കിടക്കയുടെ അരികിലേക്കു ഞാൻ നീങ്ങി. എനിക്ക് ഒരേയൊരു ആശ്രയം തലയണയ്ക്കടിയിൽ വച്ചിരിക്കുന്ന ആ കത്തിയാണ്. പക്ഷേ അതിനടുത്തെത്തുന്നതിനുമുമ്പേ ഞാൻ മയങ്ങി വീണിരുന്നു. എനിക്ക് എല്ലാം നശിച്ചുവെന്ന് എനിക്കു വീണ്ടും മനസിലായി."

".....എന്നെ ഭയപ്പെടുത്തിയ അപകടം എനിക്കു നേരിട്ടുകാണാനായി എന്നതായിരുന്നു ഏറ്റവും പരിതാപകരമായിരുന്നത്" മിലാഡി അസ്വസ്ഥതയോടെ പറഞ്ഞു. "എന്റെ മനസ്സ് ഉണർന്നിരിക്കുകയായിരുന്നു; ശരീരം മാത്രമേ ഉറങ്ങിപ്പോയുള്ളൂ. എല്ലാം സ്വപ്നംപോലെ എനിക്കു

തോന്നി. എങ്കിലും എല്ലാം ഭയപ്പെടുത്തുന്നതുമായിരുന്നു."

"....ആ വിളക്ക് എടുത്തുകൊണ്ടു പോകുന്നത് ഞാൻ കണ്ടു. പിന്നെ മുറിയുടെ വാതിൽ തുറക്കുന്ന ശബ്ദവും കേട്ടു. മുമ്പു രണ്ടുപ്രാവശ്യം ആ ശബ്ദം ഞാൻ കേട്ടിട്ടുണ്ടായിരുന്നത് ഞാനോർത്തു. നിലത്തുനിന്നും എഴുന്നേൽക്കാനാകാതെ ഞാൻ ചുരുണ്ടിരിക്കുകയായിരുന്നല്ലോ. ആരോ എന്റെ അരികിലേക്കു വരുന്നതായി എനിക്കു തോന്നി. ഞാൻ നിലവിളിക്കാൻ നോക്കി. സർവശക്തിയും സംഭരിച്ച് എഴുന്നേൽക്കാനും ശ്രമിച്ചു നോക്കി. പക്ഷേ വീണുപോയി. എന്റെ ശിക്ഷകന്റെ കൈകളിലേക്കാണ് വീണതും."

"ആ മനുഷ്യൻ ആരായിരുന്നു?" ഫെൽട്ടൺ ചോദിച്ചു. "പറയൂ."

തന്റെ കഥയുടെ ഓരോ വിവരണവും അയാളെ പിടിച്ചുലയ്ക്കുന്നുണ്ടെന്ന് മിലാഡിക്കു മനസിലായി. അയാൾ ചോദിച്ചതു കേട്ടില്ലായെന്ന വിധത്തിൽ അവൾ വീണ്ടും പറഞ്ഞുതുടങ്ങി:

"ഇത്തവണ അയാൾക്ക് ഇടപെടേണ്ടി വന്നത് പൂർണമായും അബോധാവസ്ഥയിലായിരുന്ന ഒരു സ്ത്രീയോടായിരുന്നില്ല. എന്റെ ശരീരത്തെ പൂർണമായും നിയന്ത്രിക്കാൻ എനിക്കാകുമായിരുന്നില്ലെങ്കിലും സംഭവിക്കുന്ന അപകടങ്ങൾ ഞാനറിഞ്ഞു. അശക്തയായി ഞാൻ കിടന്നു കുതറി; കുറേനേരത്തേക്ക് ഞാനയാളെ തടഞ്ഞു. അതിൽ അരിശംപൂണ്ട അയാൾ ഇങ്ങനെ പറയുന്നത് ഞാൻ കേട്ടു: 'നശിച്ച സ്ത്രീ! ഈ ശുദ്ധ ക്രിസ്ത്യാനികളെ മെരുക്കിയെടുക്കുന്നത് അല്ലെങ്കിലും ബുദ്ധിമുട്ടുതന്നെയാണ്.'

"....പക്ഷേ എന്റെ ശേഷിച്ച ശക്തിയും ചോരുന്നതായി എനിക്കു തോന്നി. ഇനി എതിർക്കുന്നതിൽ അർഥമേയില്ല. ഞാൻ ബോധം കെട്ടു വീണു. എന്റെ അബോധാവസ്ഥയിൽ ആ വന്യജീവി എന്നെ അയാളുടെ ഇഷ്ടത്തിനുപയോഗിച്ചു."

ഫെൽട്ടൺ എല്ലാം നിശ്ശബ്ദതയിൽ കേട്ടുകൊണ്ടു നിൽക്കുകയായിരുന്നു. ഇടയ്ക്കിടെ മന്ദമായ ഒരു മുരളൽ ശബ്ദം അയാൾ പുറപ്പെടുവിച്ചിരുന്നു. നെറ്റിയിലൂടെ വിയർപ്പുകണങ്ങൾ ഒഴുകി.

"....ബോധം കിട്ടിയപാടെ ഞാൻ ആദ്യം ചെയ്തത് തലയണയ്ക്കടിയിൽ കത്തിയുണ്ടോയെന്നാണ്. എന്റെ രക്ഷയ്ക്കുവേണ്ടി അവശ്യസമയത്ത് ഉപയോഗപ്പെടുത്താൻ എനിക്കതുകൊണ്ടു സാധിച്ചില്ല. എന്റെ അപമാനത്തിനുപകരമായിട്ടെങ്കിലും അതുപയോഗിക്കാമെന്നു ഞാൻ വിചാരിച്ചിരുന്നു.... കത്തി എന്റെ കൈയിൽ കിട്ടിയ ഉടനെ ഭയങ്കരമായ ഒരു ചിന്തയാണ് എനിക്കുണ്ടായത്. ഫെൽട്ടൺ, നിങ്ങളോടു എല്ലാം പറയാമെന്ന് ഞാൻ പറഞ്ഞുപോയി. ഒന്നും മറയ്ക്കുന്നില്ല. സത്യമറിയുമ്പോൾ നിങ്ങൾ എതിരാകുമെന്നറിയാമെങ്കിലും ഞാൻ എല്ലാം തുറന്നു പറയാം."

"നിങ്ങൾ പ്രതികാരം ചെയ്യാൻ തീരുമാനിച്ചു അല്ലേ?" ഫെൽട്ടൺ ചോദിച്ചു.

"അതെ. ഒരു ക്രിസ്ത്യാനിക്കുപറ്റിയ പ്രകൃതമല്ലാ ഇതെന്ന് എനിക്കറിയാം. പക്ഷേ, എന്റെ മനസ്സ് സാത്താന്റെ കൈയിലായിപ്പോയി" അവൾ പറഞ്ഞു. "സാത്താൻ എന്റെ മനസിൽ പ്രവേശിച്ചതിനുശേഷം അത് ഇറങ്ങിപ്പോയിട്ടേയില്ല. ആ മൃഗീയചിന്തയുടെ ശിക്ഷ ഞാനിപ്പോഴും അനുഭവിച്ചുകൊണ്ടിരിക്കുകയാണ്."

"പറയൂ" ഫെൽട്ടൺ പറഞ്ഞു. "നിങ്ങളുടെ പ്രതികാരമെന്തായിരുന്നുവെന്നറിയാൻ എനിക്ക് ആകാംക്ഷയാകുന്നു."

".....അന്നുരാത്രിയിൽ അയാൾ മടങ്ങിവരുമെന്ന് എനിക്കറിയാമായിരുന്നു. അപ്പോൾ പ്രതികാരം ചെയ്യണമെന്ന് ഞാൻ തീരുമാനിച്ചു. പകൽ നേരത്ത് എനിക്ക് ഒന്നിനെയും ഭയമില്ലായിരുന്നു. പ്രഭാതഭക്ഷണം വന്നപ്പോൾ യാതൊരു വൈമനസ്യവുമില്ലാതെ തന്നെ ഞാനതു കഴിക്കുകയും കുടിക്കുകയും ചെയ്തു. പക്ഷേ, വൈകുന്നേരത്തിനുശേഷം ഞാനൊന്നും കഴിക്കാതിരുന്നതാണല്ലോ. ഒന്നും കഴിക്കാതിരിക്കാനും ശീലിക്കണമല്ലോ. രാവിലെ കിട്ടിയിരുന്ന വെള്ളത്തിൽനിന്നും ഒരു ഗ്ലാസ് വെള്ളം ഞാൻ മാറ്റിവച്ചിരുന്നു. ദീർഘനേരം ഒന്നും കഴിക്കാതിരിക്കുമ്പോൾ വിശപ്പിനേക്കാൾ ദാഹമാണ് എന്നെ അലട്ടിക്കൊണ്ടിരുന്നത്."

".....സമയം നീങ്ങുന്നതനുസരിച്ച് എന്റെ പ്രതികാരചിന്ത കൂടുതൽ ശക്തിപ്പെടാൻ തുടങ്ങി. പക്ഷേ, മനസിലുള്ളത് മുഖത്ത് പ്രകടമാകാതിരിക്കാൻ ഞാൻ ശ്രദ്ധിച്ചു. കാരണം, സംശയം തോന്നിയാൽ അവർ എന്നെ നിരീക്ഷിച്ചുകൊണ്ടേയിരിക്കും. പലപ്പോഴും എനിക്ക് ചിരി വന്നുകൊണ്ടിരുന്നു. എന്നെ ചിരിപ്പിച്ചതെന്താണെന്ന് നിങ്ങളോടെനിക്കു പറയാൻ ഭയമാണ് ഫെൽട്ടൺ."

"ഭയപ്പെടേണ്ട" ഫെൽട്ടൺ പറഞ്ഞു. "പറഞ്ഞാൽ മതി."

"....രാത്രിയിൽ അന്ന് പതിവുപോലെ ഇരുട്ടത്തു അത്താഴം വിളമ്പിയപ്പോൾ, ആ വിളക്ക് പ്രത്യക്ഷപ്പെട്ടു. ഞാൻ മേശയ്ക്കരികിൽ ഇരിക്കുകയായിരുന്നു. ഞാൻ കുറച്ചു പഴങ്ങൾ മാത്രം കഴിച്ചു. വെള്ളം ഗ്ലാസിലേക്കു ഒഴിക്കുന്നതായി അഭിനയിച്ചുകൊണ്ട് രാവിലെ ഗ്ലാസിൽ ഒഴിച്ചുവച്ചിരുന്ന വെള്ളം ഞാൻ കഴിച്ചു. ആരെങ്കിലും തന്നെ നോക്കുന്നുണ്ടെങ്കിൽ അവരാരും കാണാത്ത രീതിയിലാണ് ഞാൻ ആ ഗ്ലാസ് മാറ്റിയത്."

"....കുറച്ചു കഴിഞ്ഞപ്പോൾ തലേരാത്രിയിൽ എനിക്കുണ്ടായിരുന്ന പോലത്തെ മയക്കം ഞാൻ അഭിനയിച്ചു. പക്ഷേ, സംഭവിക്കാൻ പോകുന്നതിനെക്കുറിച്ചുള്ള അത്ഭുതമൊന്നും എന്റെ മുഖത്തുണ്ടായിരുന്നില്ല. ഞാൻ ആടി മയങ്ങി കട്ടിലിൽ ചെന്നുവീണു; ഉറങ്ങിയതായി നടിക്കുകയും ചെയ്തു. കിടന്നപ്പോൾത്തന്നെ തലയണയ്ക്കടിയിൽ സൂക്ഷിച്ചിരുന്ന കത്തി ഞാൻ തപ്പിനോക്കിയിരുന്നു."

"....രണ്ടു മണിക്കൂർ കഴിഞ്ഞു. അയാൾ മടങ്ങിവരാത്തതിൽ എനിക്കു ഭയമായിത്തുടങ്ങി. അവസാനം ആ വിളക്ക് മുകളിലേക്കു പോയി അപ്രത്യക്ഷമായി. ഞാൻ ഇരുട്ടിലൂടെ പരതി. എന്റെ സ്വന്തം ഹൃദയമിടിപ്പല്ലാതെ ഞാൻ മറ്റൊന്നും കേട്ടില്ല. അയാൾ വരാൻവേണ്ടി ഞാൻ പ്രാർഥി

ച്ചു. പെട്ടെന്ന് വാതിൽ തുറന്നടയുന്ന ആ പരിചിതശബ്ദം ഞാൻ കേട്ടു. അയാൾ നടന്നടുത്തുവരുന്ന ശബ്ദവും ഞാൻ കേട്ടു."

"പറയൂ. എന്താണ് എന്നിട്ടു സംഭവിച്ചത്?" ഫെൽട്ടൺ പറഞ്ഞു. "ഞാൻ അസ്വസ്ഥനാകുന്നതു കണ്ടില്ലേ?"

"....ഞാൻ എന്റെ സർവശക്തിയുമെടുത്തു. പ്രതികാരത്തിന്റെ സമയമടുത്തു. നീതിയുടെ സമയമെന്നു പറയുന്നതാവും ശരി. ഞാൻ എന്നിൽ മറ്റൊരു ജൂഡിത്തിനെ കണ്ടു. ഞാൻ കത്തി പിടിച്ചിരിക്കുകയായിരുന്നു. കട്ടിലിൽക്കയറിയശേഷം ഇരുട്ടിൽ അയാളെന്നെത്തപ്പി. ഞാൻ അയാളുടെ നെഞ്ചിലേക്ക് ആഞ്ഞൊരു കുത്ത്. പക്ഷേ സംഭവിച്ചതെന്താണെന്നോ? ഞാൻ മനസിൽ ചിന്തിച്ചത് അയാൾ മാനത്തുകണ്ടിരുന്നു. അയാൾ ഇരുമ്പുചട്ടയണിഞ്ഞിരുന്നു. എന്റെ ആ കുത്തുകൊണ്ട് ആ ചട്ടയിൽ ഒരു ചെറിയ പോറലുപോലും ഏറ്റിരുന്നില്ല."

".....അയാൾ എന്റെ കൈകൾപിടിച്ച്, കത്തിവാങ്ങി ദൂരെയെറിഞ്ഞു. തുടർന്ന് അയാൾ പറഞ്ഞു: "സുന്ദരിയായ ശുദ്ധക്രിസ്ത്യാനീ, നിനക്ക് എന്നെക്കൊല്ലണമായിരുന്നോ? അതൽപ്പം കൂടിപ്പോയി. നന്ദികേട്! ഇപ്പോൾ ശാന്തമാകൂ. സ്ത്രീകളെ ബലപ്രയോഗത്താൽ കൂടെപ്പൊറുപ്പിക്കുന്നവനായിട്ടാണോ നീ എന്നെ കരുതിയത്. നിനക്കു തെറ്റി, നീയെന്നെ സ്നേഹിക്കുന്നില്ല. എനിക്കു തെറ്റിപ്പോയിരുന്നു. ഇപ്പോൾ എനിക്കു എല്ലാം ബോധ്യമായി. നാളെ നിന്നെ പറഞ്ഞുവിട്ടേക്കാം."

"....പക്ഷേ എനിക്കിപ്പോൾ ഇനി വേണ്ടിയിരുന്നത് അയാളെ കൊല്ലുന്നതായിരുന്നു."

"....സൂക്ഷിച്ചോ?" ഞാൻ പറഞ്ഞു. "എന്നെ വെറുതേ വിടുന്നത് നിങ്ങൾക്ക് അപമാനമാണ്. എന്നെ വിട്ടാലുടനെ നിങ്ങൾ ചെയ്തതെല്ലാം ഞാൻ വിളിച്ചുപറയും. നിങ്ങൾ ശക്തനാണ്; പക്ഷേ നിയമത്തിൽനിന്നും നീതിയിൽനിന്നും ഊരിപ്പോകാനുള്ള ശക്തി നിങ്ങൾക്കില്ല. നിങ്ങൾക്കു മുകളിൽ രാജാവുണ്ട്; അതിനും മുകളിൽ ദൈവവും!"

"....കോപം അയാളുടെ മനോനില തെറ്റിച്ചു. അയാളുടെ മുഖഭാവം കാണാൻ എനിക്ക് ആ ഇരുട്ടിൽ സാധിച്ചില്ല. പക്ഷേ, അയാൾ എന്നെ പിടിച്ചുവച്ചിരുന്നു. അയാൾ വിറയ്ക്കുകയായിരുന്നു."

"അങ്ങനെയെങ്കിൽ നിങ്ങൾ ഇവിടെനിന്നും പോകുകയില്ല" അയാൾ പറഞ്ഞു.

"എങ്കിൽ ഞാൻ ഇവിടെ മരിക്കും. ജീവിച്ചിരിക്കുന്നതിനേക്കാൾ കൂടുതൽ അപകടം എന്റെ ആത്മാവ് നിങ്ങളിലുണ്ടാക്കുകയും ചെയ്യും."

"അതിന് നിങ്ങളുടെ കൈയിൽ ഇനി ആയുധങ്ങളൊന്നും ഇല്ലല്ലോ."

"എനിക്കിനി ഒരു ആയുധമുണ്ട്. നിരാശയുള്ളവർക്ക് ഉപയോഗിക്കാൻ ധൈര്യമുണ്ടെങ്കിൽ പറ്റിയ ഒരായുധമുണ്ട് – ഞാൻ പട്ടിണികിടന്നു മരിച്ചോളും."

"എങ്കിൽ നമുക്കീ പ്രശ്നം ഒരു ഉടമ്പടിയിലൂടെ സമാധാനപരമായി അവസാനിപ്പിക്കാം" അയാൾ പറഞ്ഞു. "യാതൊന്നും പറയുകയില്ലെന്ന്

നിങ്ങളെനിക്കു വാക്കുതന്നാൽ ഞാൻ നിങ്ങളെ ഉടനെ വിടാം. നിങ്ങൾ ഒരു കന്യകയാണെന്ന് ഞാൻ പ്രഖ്യാപിക്കാം. ഇംഗ്ലണ്ടിന്റെ ലൂക്രേഷ്യയാണെന്ന് നിങ്ങളെ ഞാൻ പുകഴ്ത്താം."

"....ഞാൻ നിങ്ങളെ ഇംഗ്ലണ്ടിലെ സെക്സ്റ്റനെന്നും വിളിക്കാം" ഞാൻ പറഞ്ഞു. "ദൈവത്തിന്റെ മുമ്പിൽ നിങ്ങൾ കുറ്റപ്പെടുത്തിക്കഴിഞ്ഞിരിക്കുന്നതുപോലെ ലോകത്തിന്റെ മുമ്പിലും ഞാൻ കുറ്റപ്പെടുത്തും. ലൂക്രേഷ്യയെപ്പോലെ ഞാനും സന്തോഷത്തോടുകൂടി എന്റെ രക്തംകൊണ്ടൊപ്പുവയ്ക്കും നിങ്ങളുടെ കുറ്റപത്രത്തിൽ. ഇതു ചെയ്യാൻ എനിക്കൊരു മടിയുമില്ല."

"എങ്കിൽ ഞാനിനി സമാധാനക്കരാറൊന്നും വയ്ക്കുന്നില്ല" അയാൾ പുച്ഛത്തോടെ പറഞ്ഞു. "നിങ്ങൾക്ക് സുഖമായിട്ടിവിടെ ജീവിക്കാം. ഒന്നിനും ഒരു കുറവും ഉണ്ടാകുകയില്ല. ഇനി പട്ടിണികിടന്നാണ് മരിക്കാൻ പോകുന്നതെങ്കിൽ അതെന്റെ കുഴപ്പമല്ല."

".....ഇങ്ങനെ പറഞ്ഞശേഷം അയാൾ അവിടെനിന്നും പോയി. വാതിൽ തുറക്കുന്നതും അടയ്ക്കുന്നതും ഞാൻ ശബ്ദംവഴിയറിഞ്ഞു. അയാളെ പ്രതികാരം പോക്കാൻ കഴിയാത്തത്, മാനഹാനിയെക്കാൾ എനിക്കു ദുഃഖകരമായിരുന്നു. എനിക്ക് അതിൽ ലജ്ജതോന്നി. പക്ഷേ, എന്റെ എതിരാളി വാക്കുപാലിച്ചു. രണ്ടുദിവസം അയാൾ എന്നെക്കാണാൻ വന്നില്ല. ഞാനും വാക്കുപാലിച്ചു. ഭക്ഷണമോ വെള്ളമോ ഞാനും തൊട്ടില്ല. പട്ടിണികിടന്നു മരിക്കുമെന്ന വാക്കുപാലിക്കണമല്ലോ."

"...രാത്രിമുഴുവൻ ഞാൻ പ്രാർഥിച്ചിരുന്നു. എന്റെ ആത്മഹത്യപ്രവണത പൊറുക്കണമേയെന്നു ഞാൻ പ്രാർഥിച്ചു."

"....രണ്ടാമത്തെദിവസം രാത്രിയിൽ ആ വാതിൽ തുറക്കപ്പെട്ടു. ഞാൻ തറയിൽ കിടക്കുകയായിരുന്നു. എന്റെ ആരോഗ്യവും കരുത്തും ക്ഷയിച്ചുതുടങ്ങിയിരുന്നു. ശബ്ദം കേട്ടപ്പോൾ ഞാൻ എഴുന്നേറ്റ് കൈതാങ്ങിയിരുന്നു."

"നിങ്ങളുടെ മനസ്സ് തണുത്തോ?" ഒരു ശബ്ദം കേട്ടു. "നിശ്ശബ്ദമായിരുന്നുകൊള്ളാം എന്നുള്ള വാക്കിന്റെമേൽ സ്വാതന്ത്ര്യം നേടാനുള്ള ബുദ്ധി കാണിക്കുമോ? ഞാൻ സത്യവാനാണ്. ആരോടും ഔദാര്യം കാണിക്കാൻ ഞാൻ ഒരുക്കമാണ്. എനിക്കെതിരായി യാതൊന്നും പറയുകയില്ലെന്ന് കുരിശിന്റെപേരിൽ സത്യം ചെയ്താൽ, ഞാൻ നിങ്ങളെ വെറുതെവിടാം."

"....ഞാൻ എഴുന്നേറ്റുനിന്നു. കാരണം ആ ദുഷ്ടന്റെ നികൃഷ്ട ശബ്ദം എനിക്കു കരുത്തേകി."

"അതെ ഞാൻ കുരിശിന്റെപേരിൽ സത്യം ചെയ്യുന്നു" ഞാൻ പറഞ്ഞു. "യാതൊരു വാഗ്ദാനത്തിനും ഭയപ്പെടുത്തലിനും പീഡനത്തിനും എന്നെ നിശ്ശബ്ദയാക്കാൻ പറ്റില്ലെന്ന് ഞാൻ സത്യം ചെയ്യുന്നു. ഞാൻ നിങ്ങളെ ഒരു സംസ്കാരമില്ലാത്ത മൃഗമാണെന്നും വ്യഭിചാരിയാണെന്നും എവിടെയും വിളിച്ചുപറയുമെന്ന് സത്യം ചെയ്യുന്നു. എന്നെ

ങ്കിലും ഞാനിവിടെനിന്നും സ്വതന്ത്രയാകുമ്പോൾ; ഞാൻ എല്ലാപേരെയും നിങ്ങൾക്കെതിരാക്കും."

"സൂക്ഷിക്കണം!" അയാൾ ഭയപ്പെടുത്തുമാറ് പറഞ്ഞു. അത്രയും ഭയാനകത ഞാൻ അയാളുടെ സ്വരത്തിൽ അതുവരെ കേട്ടിട്ടേയില്ലായിരുന്നു. "നിന്റെ വായടയ്ക്കാൻ എന്റെ കൈയിൽ വേറെചില വഴികളുണ്ട്. നീ പറയുന്നത് ആരും വിശ്വസിക്കാതിരിക്കാനുള്ള വഴികൾ ഞാൻ കണ്ടെത്തും."

"....ഞാൻ പുച്ഛത്തോടെ അയാളെനോക്കി ചിരിക്കുകമാത്രം ചെയ്തു. ആ ചിരി ഒരു യുദ്ധത്തിന്റെ തയാറെടുപ്പാണെന്ന് അയാൾക്കു മനസിലായി. മരണത്തിലേക്കുള്ള ഒരു യുദ്ധം!"

"ഇന്നുരാത്രി മുഴുവൻ നിങ്ങൾക്ക് ഇതാലോചിക്കാം. നാളത്തെ പകൽകൂടി തരാം" അയാൾ പറഞ്ഞു. "ഒന്നും പറയുകയില്ലെന്ന് വാക്കു തരുമെങ്കിൽ സമ്പത്തും ബഹുമതിയും സമൂഹത്തിൽ ഉയർന്ന സ്ഥാനവും എന്തുവേണമെങ്കിലും തരും ഞാൻ. എന്നാൽ ഇതു നീ സമ്മതിക്കുന്നില്ലെങ്കിൽ നിന്റെ ജീവിതകാലം മുഴുവനും നിങ്ങൾ എന്റെ വെറുപ്പിന്റെ ഉറവിടമായിരിക്കും."

"അയാൾക്കു ഭ്രാന്തുപിടിച്ചെന്നു തോന്നിയെനിക്ക്."

"ഇറങ്ങിപ്പോകൂ" ഞാനലറി. "നിങ്ങളുടെ കൺമുന്നിൽ വച്ച് ഞാൻ ചുവരിൽ തലയിടിച്ചു ഇപ്പോൾ ചാകും."

"എന്നാൽ ശരി" അയാൾ പറഞ്ഞു. "ഇനി നാളെ രാത്രിയിൽ കാണാം."

"അതെ നാളെരാത്രി കാണാം" ഞാനും പറഞ്ഞു.

"....ഞാൻ തറയിലേക്കിരുന്നുപോയി. കടുംകോപത്താൽ ഞാൻ പല്ലു കടിച്ചു."

ഫെൽട്ടൺ എല്ലാം മേശയിൽ ചാരിനിന്നു കേൾക്കുകയായിരുന്നു. കേട്ടതൊക്കെ അയാളെ പിടിച്ചുകുലുക്കിയതിൽ അവൾക്കു സന്തോഷമായി. കഥ മുഴുവനും പറഞ്ഞു തീരുന്നതിനുമുമ്പ് അയാൾ വീണുപോയേക്കുമോയെന്ന് അവൾ ഭയന്നുപോവുകയും ചെയ്തു.

57

ഒരു മികച്ച നാടകീയാഭിനയം

കുറച്ചുനേരം നിശ്ശബ്ദമായി ഫെൽട്ടനെ നോക്കിയിരുന്നശേഷം മിലാഡി തന്റെ കഥ തുടർന്നു പറയാൻ തുടങ്ങി:

"രണ്ടുമൂന്നു ദിവസം ഞാൻ ഒന്നും കുടിക്കുകയോ കഴിക്കുകയോ ചെയ്തില്ല. കൂടെക്കൂടെ കണ്ണുകൾക്കു മുകളിലൂടെ കാർമേഘം നീങ്ങുന്നതുപോലെ അവൾക്കു തോന്നി. ഞാൻ ബോധംകെടുമെന്നു തോന്നി."

".....വൈകുന്നേരമായപ്പോൾ ഞാൻ കൂടെക്കൂടെ ബോധംകെട്ടു വീഴുന്ന മട്ടിൽ ക്ഷീണിതയായി. ഓരോ പ്രാവശ്യവും അതു സംഭവിക്കുമ്പോൾ എനിക്കു സന്തോഷമായി. കാരണം ഞാൻ മരിക്കാൻ പോവുകയായിരുന്നെന്ന് എനിക്കു തോന്നി. ഞാൻ ദൈവത്തിനു നന്ദി പറഞ്ഞു. അത്തരം ബോധക്കേടിലേക്കു ഒരു പ്രാവശ്യം ഞാൻ ആണ്ടുപോയപ്പോൾ വാതിൽ തുറക്കുന്ന ശബ്ദം ഞാൻ അറിഞ്ഞു. ഭയം എന്നെ വീണ്ടും ബോധത്തിലേക്കു കൊണ്ടുവന്നു. എന്റെ ന്യായാധിപൻ, ആ മനുഷ്യൻ, അവിടെ വന്നു. അയാളോടൊപ്പം ഒരു മുഖംമൂടിയും ഉണ്ടായിരുന്നു. അയാളും മുഖംമൂടിയണിഞ്ഞിരുന്നു. നടപ്പും ശബ്ദവുംകൊണ്ടുമാണ് ഞാൻ അയാളെ തിരിച്ചറിഞ്ഞത്....."

"കൊള്ളാം" അയാൾ പറഞ്ഞു. "ഞാൻ പറഞ്ഞ വാക്ക് നീ സമ്മതിക്കാമെന്ന് തീരുമാനിച്ചോ?"

"ഞങ്ങൾ ശുദ്ധക്രിസ്ത്യാനികൾ വാക്കുപാലിക്കുന്നവരാണ്. അതു നിങ്ങൾക്ക് അറിയാമല്ലോ" ഞാൻ പറഞ്ഞു. "ഞാൻ പറയേണ്ടതു പറഞ്ഞുകഴിഞ്ഞു. ദൈവത്തിന്റെ മുമ്പിലും നീതിക്കുമുമ്പിലും ഞാൻ നിങ്ങളുടെ കുറ്റങ്ങൾ വിളിച്ചുപറയും."

"ഓഹോ! അപ്പോൾ മനസുമാറിയില്ല അല്ലേ?"

"ദൈവത്തെ സാക്ഷിനിർത്തി ഞാൻ ആണയിട്ടു പറയുന്നു, ഞാൻ

നിങ്ങളുടെ കുറ്റം രഹസ്യമാക്കി വയ്ക്കുകയില്ല" ഞാൻ പറഞ്ഞു.

"നിങ്ങൾ ഒരു വ്യഭിചാരിണിയാണ്" അയാൾ ഉച്ചത്തിൽ എന്നെ നോക്കിയലറി. "ഒരു വ്യഭിചാരിക്കു കിട്ടേണ്ട ശിക്ഷ നിങ്ങൾക്കു കിട്ടണം. നിങ്ങളെ മുദ്ര കുത്തണം. പിന്നെ നിങ്ങൾതന്നെ ആളുകളെ വിശ്വസിപ്പിക്കാൻ നോക്ക്. അപ്പോൾ അറിയാം. ആരെങ്കിലും നിങ്ങൾ പറയുന്നത് വിശ്വസിക്കുമോയെന്ന്; നിങ്ങളെ ആളുകൾ കള്ളിയെന്നും ഭ്രാന്തിയെന്നും പറയും." തുടർന്ന് അയാൾ കൂടെവന്ന മുഖംമൂടിക്കാരനോടു പറഞ്ഞു: "നിങ്ങൾ നിങ്ങളുടെ ജോലി ചെയ്യൂ."

"അയാളുടെ പേരെന്തായിരുന്നു!" ഫെൽട്ടൺ വിളിച്ചുകൂവി. "അയാളുടെ പേരു പറയൂ."

"മരണത്തെക്കാൾ മോശമായ ഒരു കാര്യമാണ് എനിക്കു സംഭവിക്കാൻ പോകുന്നതെന്ന് ഞാനപ്പോൾ അറിഞ്ഞു. ആ മുഖംമൂടി എന്നെ കടന്നുപിടിച്ചു. ഞാൻ നിലവിളിക്കുകയും കുതറി രക്ഷപ്പെടാൻ ശ്രമിക്കുകയും ചെയ്തു. പക്ഷേ, അയാൾ എന്നെ നിലത്തേക്കെറിഞ്ഞു. അയാളെന്നെ ശ്വാസംമുട്ടിച്ചു. ഞാൻ അർധ അബോധാവസ്ഥയിലായി. ഞാൻ സഹായത്തിനായി ദൈവത്തെ വിളിച്ചു. അയാൾ അതു കേട്ടില്ല. അപ്പോഴേക്കും അയാൾ ചുട്ടുപഴുത്ത ഒരു ഇരുമ്പ് എന്റെ തോളിൽ അമർത്തിക്കഴിഞ്ഞിരുന്നു; കുറ്റവാളിയാണെന്നു കാണിക്കുന്ന മുദ്ര."

കോപംകൊണ്ട് കഥ കേട്ടുനിന്ന ഫെൽട്ടൺ അലറി.

"നോക്കൂ" മിലാഡി പറഞ്ഞു. "നോക്കൂ കളങ്കമില്ലാത്ത ഒരു പെൺകുട്ടിക്ക് ആ നീചന്മാരുടെ ക്രൂരത കാട്ടിയ പുതിയ കണ്ടുപിടിത്തമാണ് ഈ മുദ്ര!" അവൾ വസ്ത്രംനീക്കി തോളിലെ മുദ്ര അയാൾക്കു കാണിച്ചുകൊടുത്തു. "മനുഷ്യഹൃദയത്തിന്റെ ക്രൂരത പഠിക്കണം നിങ്ങൾ. അവരുടെ അനീതിപരമായ പ്രതികാരത്തിന് നിങ്ങൾ ഒരിക്കലും ഒരു ആയുധമാകരുത്."

സുന്ദരിയായ അവളുടെ തോളിലെ അടയാളം അയാൾ കണ്ടു. ആർക്കും മായ്ച്ചുകളയാൻ പറ്റാത്ത മുദ്ര!

"ഇതു ഒരു ഫ്രഞ്ചു മുദ്രയാണല്ലോ!" അയാൾ അത്ഭുതപ്പെട്ടു.

"അതെ. അതാണ് കൂടുതൽ ഭയങ്കരമായത്" മിലാഡി പറഞ്ഞു. "അവർ ഇംഗ്ലീഷ് മുദ്രയാണ് പതിപ്പിച്ചിരുന്നതെങ്കിൽ ഏതു കോടതിയാണ് എന്നെ ഇതിനു വിധിച്ചതെന്ന് അയാൾ തെളിയിക്കേണ്ടി വരുമായിരുന്നു. എനിക്ക് അവിടത്തെ കോടതികളിൽ അപ്പീലും കൊടുക്കാമായിരുന്നു. പക്ഷേ, ഫ്രഞ്ച് ഫ്ളെയർ – ഡി – ലിസ് മുദ്ര കുത്തിയതിനാൽ എന്റെ നിഷ്കളങ്കത തെളിയിക്കാനുള്ള അവസരവും എനിക്കില്ലാതായി."

ഫെൽട്ടന് സഹിക്കാൻ വയ്യാതായി. തന്റെ നിരപരാധിത്വം കാണിക്കാനായി തോൾ കാട്ടി മുദ്രകാണിച്ചുതന്ന അവളുടെ മുമ്പിൽ ഒരു ആരാധകനെപ്പോലെ അയാൾ മുട്ടുകുത്തി. അയാളുടെ മനസിൽ യഥാർഥത്തിൽ തങ്ങിനിന്നിരുന്നത് അവളുടെ തോളിലെ മുദ്രയല്ല; ആ സൗന്ദര്യ

മായിരുന്നു.

"എന്നോടു പൊറുക്കൂ" അയാൾ ഉറക്കെപ്പറഞ്ഞു.

അയാളുടെ കണ്ണുകളിലെ സ്നേഹം അവൾ കണ്ടു.

"എന്തിനാണ് ഞാൻ നിങ്ങളോടു പൊറുക്കേണ്ടത്?" മിലാഡി ചോദിച്ചു.

"നിങ്ങളുടെ ഘാതകരുടെ ഒപ്പം ചേർന്നതിന്."

അവൾ അയാളുടെ നേരെ കൈകൾ നീട്ടിക്കൊടുത്തു. അയാൾ അതിനെ ചുംബനങ്ങൾകൊണ്ടു പൊതിഞ്ഞു.

"നിങ്ങൾ ചെറുപ്പമാണ്.... സുന്ദരിയാണ്...." അയാൾ പറഞ്ഞു.

അവൾ അയാളെ നോക്കി. ഒരടിമയെ രാജാവാക്കിമാറ്റാൻ കഴിയുന്ന ഒരുതരം നോട്ടം. പക്ഷേ, ഫെൽട്ടൺ ശുദ്ധക്രിസ്ത്യാനിയായിരുന്നു. അയാൾ അവളുടെ കൈകൾ വിട്ടശേഷം കാൽപ്പാദങ്ങൾ ചുംബിക്കാൻ തുടങ്ങി. അയാൾ അവളെ സ്നേഹിക്കുകയല്ല; ആരാധിക്കുവാൻ തുടങ്ങി.

അയാൾ സ്വബോധത്തിലേക്കു വന്നു; അവളും സ്വബോധത്തിലായി. മുദ്രകാണിക്കാനായി താഴ്ത്തിയിറക്കിയ വസ്ത്രം അവൾ മുകളിലേക്കു കയറ്റിയിട്ടു. എങ്കിലും ആ കാഴ്ച അയാളിൽനിന്നും മാഞ്ഞിരുന്നില്ല.

"ഇനി പറയൂ" അയാൾ പറഞ്ഞു. "ഒരു കാര്യം മാത്രം പറഞ്ഞാൽ മതി. അയാളുടെ പേരെന്തായിരുന്നു?"

"ഞാൻ ആ പേരു പറയണമോ?" അവൾ ചോദിച്ചു. "നിങ്ങൾ ഇതിനകം അതാരാണെന്ന് ഊഹിച്ചുകാണുമെന്നാണ് ഞാൻ കരുതിയത്."

"എന്ത്! നിങ്ങളുദ്ദേശിച്ചയാൾ....."

"ഇംഗ്ലണ്ടിനെ നശിപ്പിക്കുകയും സത്യവിശ്വാസികളെ കൊല്ലുകയും എണ്ണമറ്റ നിഷ്കളങ്കയായ സ്ത്രീകളെ നശിപ്പിക്കുകയും ചെയ്തയാൾ! രണ്ടു രാജ്യങ്ങളിലെ ആളുകളെ യുദ്ധത്തിൽ കൊല്ലിച്ചയാൾ! ഇന്ന് പ്രൊട്ടസ്റ്റന്റുകാരോട് ഒപ്പം നിൽക്കുമെങ്കിൽ നാളെ അവർക്കെതിരു പറയുന്നയാൾ!"

"ബക്കിംഗ്ഹാം!" ഫെൽട്ടന്റെ മനസിൽ കോപം ആളിക്കത്തി.
"അതെ ബക്കിംഗ്ഹാംതന്നെ."

മിലാഡി കൈകൾകൊണ്ട് മുഖംപൊത്തി; ആ പേരുതന്നെ അവൾക്കു സഹിക്കാനാകുന്നില്ലെന്ന അറപ്പുകാണിക്കാൻ.

"ദൈവമേ!" ഫെൽട്ടൺ പറഞ്ഞു. "ബക്കിംഗ്ഹാം ഈ മാലാഖയെ ഉപദ്രവിച്ചെന്നോ. എന്നിട്ട് ദൈവമേ അങ്ങെന്തേ അയാളെ നശിപ്പിച്ചില്ല. ഇന്നും അയാളെ എല്ലാവരും ബഹുമാനിക്കുന്നു. മനുഷ്യവർഗത്തെ നശിപ്പിക്കുന്ന അധികാരവും അയാൾ കൈവശം വച്ചിരിക്കുന്നു. അങ്ങ് ഇതു കാണുന്നില്ലേ?"

"ദൈവത്തെ ഉപേക്ഷിക്കുന്നവരെ ദൈവവും ഉപേക്ഷിക്കുന്നു" മിലാഡി പറഞ്ഞു.

"അയാൾ ചെയ്ത നാശത്തിന്റെ ശിക്ഷ അയാൾതന്നെ അനുഭവിക്കേണ്ടി വരും" ഫെൽട്ടൺ പറഞ്ഞു. "ആദ്യം അയാൾ മനുഷ്യവർഗ

ത്തിന്റെ പ്രതികാരശാപത്തിൽത്തന്നെ വീഴണം."

"ഭയംകൊണ്ടാണ് ആളുകൾ അയാളെ വെറുതെ വിട്ടിരിക്കുന്നത്."

"പക്ഷേ ഞാൻ അയാളെ വെറുതെ വിടില്ല; ഞാനയാളെ വെറുതെ വിടില്ല" അയാൾ വിളിച്ചുപറഞ്ഞു.

ഒരുനിമിഷത്തെ നിശ്ശബ്ദതയ്ക്കുശേഷം അയാൾ അവളോടു ചോദിച്ചു: "എന്നാൽ എന്റെ യജമാനനും രക്ഷകനുമായ വിന്റർ ഡി പ്രഭു ഇതിലൊക്കെ ഉൾപ്പെട്ടിരിക്കുന്നതെങ്ങനെ?"

"അതു വിശദീകരിക്കുന്നതിന് എനിക്ക് മറ്റൊരു മനുഷ്യന്റെ കാര്യം പറയണം" മിലാഡി പറഞ്ഞു. "ഒരു നിഷ്കളങ്കന്റെയും മഹാമനസ്കന്റെയും കഥ! ഞാൻ അയാളെ സ്നേഹിച്ചു. അയാൾ എന്നെയും. വിവാഹം കഴിക്കാൻ തീരുമാനിക്കുകയും ചെയ്തു. നിങ്ങളെപ്പോലെയുള്ള ഒരാളായിരുന്നു അയാളും. ബക്കിംഗ്ഹാമിനെപ്പോലെ തുല്യപദവിയുള്ള ഒരു പ്രഭുവായിരുന്നു അയാൾ. നടന്ന സംഭവങ്ങൾ മുഴുവനും ഞാൻ അയാളോടു പറഞ്ഞു. ഞാൻ പറഞ്ഞതെല്ലാം അയാൾ വിശ്വസിച്ചു. മറ്റൊന്നും പറയാതെ അയാൾ വാളുമെടുത്ത് പടച്ചട്ടയുമണിഞ്ഞ് ബക്കിംഗ്ഹാമിന്റെ വീട്ടിലേക്കു പോയി."

"അദ്ദേഹം ചെയ്തത് ശരിയായിരുന്നു" ഫെൽട്ടൺ പറഞ്ഞു. "വാളല്ല കുന്തമായിരുന്നു യഥാർഥത്തിൽ കൊണ്ടുപോകേണ്ടിയിരുന്നത്."

"പക്ഷേ ബക്കിംഗ്ഹാം അവിടെയുണ്ടായിരുന്നില്ല. തലേദിവസം രാത്രി ലണ്ടനിൽനിന്നും സ്പെയിനിലേക്കു പോയിരുന്നു. അന്ന് വെയിൽസ് രാജകുമാരനായ ചാൾസ് ഒന്നാമൻ ഇൻഫെന്റായുമായി വിവാഹാലോചയ്ക്കാണ് അയാൾ പോയിരുന്നത്. അങ്ങനെ എന്റെ പ്രതിശ്രുതവരൻ മടങ്ങിവന്നു.

അയാൾ പറഞ്ഞു: "ബക്കിംഗ്ഹാം ഇംഗ്ലണ്ടിലില്ല. മടങ്ങിവരുന്നതുവരെ ഒന്നും ചെയ്യാനാവില്ല. പക്ഷേ, നമുക്ക് വിവാഹം കഴിക്കാം. എന്റെ പേര് വിന്റർ എന്നാണ്. എന്റെയും എന്റെ ഭാര്യയുടെയും മാനത്തെ പ്രതി ഞാൻ അയാളോടു പ്രതികാരം ചെയ്തിരിക്കും."

"ഡി വിന്റർ!" ഫെൽട്ടൺ അത്ഭുതംകൂറി.

"അതെ നിങ്ങൾക്ക് ഇപ്പോൾ എല്ലാം മനസിലായി അല്ലേ?" അവൾ പറഞ്ഞു. "ബക്കിംഗ്ഹാം ഏതാണ്ട് ഒരു വർഷക്കാലം ഇംഗ്ലണ്ടിലുണ്ടായിരുന്നില്ല. അയാൾ മടങ്ങിവരുന്നതിന് ഒരാഴ്ചമുമ്പാണ് എന്റെ ഭർത്താവ് ആകസ്മികമായി മരിച്ചത്. അദ്ദേഹത്തിന്റെ എല്ലാ സ്വത്തിനും ഞാൻ അവകാശിയാവുകയും ചെയ്തു. എങ്ങനെയാണ് അദ്ദേഹം മരിച്ചതെന്നറിയില്ല. ദൈവത്തിനു മാത്രമേ അതറിയൂ. പക്ഷേ, എനിക്കാരെയും സംശയമില്ല."

"എന്തു പൈശാചികം!" ഫെൽട്ടൺ നെടുവീർപ്പിട്ടു.

"സ്വന്തം സഹോദരനോടു ആ ഭയാനകമായ എന്റെ രഹസ്യം പറയാതെയാണ് വിന്റർ പ്രഭു മരിച്ചത്. കാരണം പ്രതികാരദിനംവരെ അതു രഹസ്യമായിരിക്കാനാണ് അയാൾ ആഗ്രഹിച്ചിരുന്നത്. പണമില്ലാത്ത ഒരു

പെൺകുട്ടിയെ ജ്യേഷ്ഠൻ വിവാഹം കഴിക്കുന്നതിനെപ്പറ്റി നിങ്ങളുടെ യജമാനന് സമ്മതമില്ലായിരുന്നു. അവകാശം പിടിച്ചെടുക്കാൻ ആ മനുഷ്യൻ നിരാശയിലായി. പിന്നെ അയാളിൽനിന്നും ഒരു സഹായവും കിട്ടില്ലെന്ന് ഞാൻ മനസിലാക്കി. പിന്നെ ഞാൻ ബാക്കികാലം താമസിക്കാനായി ഫ്രാൻസിലേക്കു ചെന്നു. പക്ഷേ, എന്റെ സ്വത്തുമുഴുവൻ ഇംഗ്ലണ്ടിലായിരുന്നു. യുദ്ധവും തുടങ്ങി. പണമൊന്നും എനിക്കു കിട്ടാത്ത അവസ്ഥയുമായി. ദാരിദ്ര്യംകൊണ്ടു പൊറുതിമുട്ടിയപ്പോൾ എനിക്കു മടങ്ങേണ്ടിവന്നു. ആറു ദിവസങ്ങൾക്കുശേഷം ഞാൻ പോർട്സ്മൗത്തിലിറങ്ങി.”

“എന്നിട്ട്?” ഫെൽട്ടൺ ചോദിച്ചു.

“ഞാൻ മടങ്ങിവരികയാണെന്ന് തീർച്ചയായും ബക്കിംഗ്ഹാം അറിഞ്ഞു. എനിക്കെതിരായിരുന്ന വിന്റർ ഡി പ്രഭുവിനോട് ഞാൻ വ്യഭിചാരിയും മുദ്രകുത്തപ്പെട്ടവളുമാണെന്ന് അയാൾ പറഞ്ഞു. എന്നെ രക്ഷിക്കാൻ എന്റെ ഭർത്താവുണ്ടായിരുന്നില്ലല്ലോ. അയാൾ പറഞ്ഞതു മുഴുവനും വിന്റർ ഡി പ്രഭു വിശ്വസിച്ചു. അയാൾക്കതു താൽപ്പര്യമുള്ളതായതുകൊണ്ട് കൂടുതൽ എളുപ്പത്തിൽ അയാൾ വിശ്വസിച്ചു. പിന്നെ എന്നെ അറസ്റ്റു ചെയ്യിപ്പിച്ച് എന്നെ ഇവിടെ കൊണ്ടുവന്നു. നിങ്ങളുടെ നിയന്ത്രണത്തിൽ ഏൽപ്പിച്ചു. ബാക്കിയുള്ള സംഭവങ്ങൾ മുഴുവനും നിങ്ങൾക്കറിയാവുന്നതാണല്ലോ. മറ്റെന്നാൾ എന്നെ നാടുകടത്തുകയാണ്. കാട്ടുകള്ളന്മാരുടെ ഇടയിലേക്ക്. എനിക്ക് സൽപ്പേര് തിരിച്ചു കിട്ടാതിരിക്കാനുള്ള പദ്ധതികളാണ് അവർ ഇണക്കിച്ചേർത്തിരിക്കുന്നത്. ഇനി നിങ്ങൾ പറയൂ. ഞാൻ മരിക്കുന്നതല്ലേ നല്ല മാർഗം. ആ കത്തിയെനിക്കു തരൂ ഫെൽട്ടൺ. ആ കത്തി തരൂ.”

ശക്തി ക്ഷയിച്ച് അവൾ ഫെൽട്ടന്റെ കൈകളിലേക്കു ചരിഞ്ഞു വീണു. പ്രേമവും ക്രോധവും ആനന്ദവുമൊക്കെ ഒരുമിച്ചുചേർന്ന ഒരു സമ്മിശ്രവികാരത്തോടെ അയാൾ അവളെ തന്റെ മാറോടു ചേർത്തമർത്തി. അവളുടെ ശ്വാസത്തിന്റെയും സ്പർശനത്തിന്റെയും ചൂടേറ്റപ്പോൾ അയാൾ വിറച്ചുപോയി.

“ഇല്ല” അയാൾ പറഞ്ഞു. “നിങ്ങൾ അഭിമാനത്തോടു ജീവിക്കണം. ശത്രുക്കളുടെമേൽ നിങ്ങൾ വിജയം നേടണം.”

അവൾ അയാളെ കൈകൾകൊണ്ട് തള്ളി ദൂരേക്കു മാറ്റി. പക്ഷേ അവളുടെ കണ്ണുകൾ അയാളെ ക്ഷണിക്കുന്നതായി അയാൾക്കു തോന്നി. അയാൾ അവളെ തന്റെ അരികിലേക്ക് അടുപ്പിച്ചു.

“മാനം പോകുന്നതിനേക്കാൾ മരിക്കുന്നതാണ് നല്ലത്” അവൾ സ്വരം താഴ്ത്തി പറഞ്ഞു. “ഫെൽട്ടൺ, എന്റെ സുഹൃത്തേ എന്നെ മരിക്കാൻ അനുവദിക്കൂ.”

“പാടില്ല! നിങ്ങൾ ജീവിക്കണം. പ്രതികാരം ചെയ്യുകയും വേണം.”

“ഞാൻ പോകുന്നിടത്തെല്ലാം നിർഭാഗ്യവും കൊണ്ടുപോരുന്നു. എന്നെ വിട്ടേരെ ഫെൽട്ടൺ. ഞാൻ മരിച്ചോട്ടെ.”

"എന്നാൽ നമുക്ക് ഒരുമിച്ചു മരിക്കാം" അയാൾ പറഞ്ഞു. അയാൾ തന്റെ അധരങ്ങളെ അവളിലേക്കമർത്തി.

അപ്പോഴേക്കും വാതിലിൽ ഒരു മുട്ടൽ കേട്ടു. അവൾ വേഗം അയാളെ തള്ളിമാറ്റി.

"ശ്രദ്ധിക്കൂ!" അവൾ പറഞ്ഞു. "നാം പറഞ്ഞത് ആരോ മാറിനിന്നു കേട്ടു. നാം നശിച്ചു."

"ഇല്ല" ഫെൽട്ടൺ പറഞ്ഞു. "പുറത്ത് ആരോ വരുന്നുവെന്ന് കാവൽക്കാർ അറിയിച്ചതാണ്."

"എങ്കിൽ വേഗം ചെന്ന് വാതിൽ തുറക്കൂ."

അയാൾ അനുസരണയോടെ വാതിൽ തുറക്കാനായി പോയി. അയാളുടെ ഹൃദയത്തിലും മനസിലും അവളായിരുന്നു.

റോന്തുചുറ്റുന്ന ഒരു പട്ടാളക്കാരൻ പുറത്തുനിൽക്കുന്നത് ഫെൽട്ടൺ കണ്ടു.

"എന്താണിത്?" ഫെൽട്ടൺ കാവൽക്കാരനോടു ചോദിച്ചു.

"ആരെങ്കിലും സഹായത്തിനു വിളിക്കുകയാണെങ്കിൽ വാതിൽ തുറക്കാൻ അങ്ങ് എന്നോടു പറഞ്ഞിട്ടുണ്ടായിരുന്നു." അയാൾ പറഞ്ഞു. "പക്ഷേ താക്കോൽ എന്റെ കൈയിൽ തരാൻ മറന്നുപോയിരുന്നു. അങ്ങു വിളിക്കുന്നതു ഞാൻ കേട്ടു. പക്ഷേ, പറയുന്നതൊന്നും മനസിലായില്ല. വാതിൽ തുറക്കാൻ ഞാൻ നോക്കി. പക്ഷേ, അകത്തുനിന്നും കുറ്റിയിട്ടിരുന്നതുകൊണ്ട് അതിനും പറ്റിയില്ല. അങ്ങനെ ഞാൻ പട്ടാളക്കാരനെ വിളിച്ചു."

"റോന്തു ചുറ്റൽ നടക്കുന്നുണ്ട് എന്ന് റിപ്പോർട്ടു ചെയ്യാൻ ഞാൻ ആഗ്രഹിക്കുന്നു സർ" പട്ടാളക്കാരൻ പറഞ്ഞു.

എന്തുപറയണമെന്നറിയാതെ ഫെൽട്ടൺ മിണ്ടാതെ നിന്നു; അയാൾ ആകെ ഭ്രാന്തു പിടിച്ചതുപോലെയായിരുന്നു. താൻ ഇടപെടണമെന്ന് മിലാഡിക്കു തോന്നി. അവൾ ഓടിച്ചെന്ന് മേശപ്പുറത്തിരുന്ന ആ കത്തിയെടുത്തു. ഫെൽട്ടൺ അവിടെ വച്ചിരുന്നതായിരുന്നു.

"ഞാൻ മരിക്കുന്നത് തടയാൻ നിങ്ങൾക്ക് എന്താണവകാശം?" അവൾ ചോദിച്ചു.

"അയ്യോ! വേണ്ട വേണ്ട!" അയാൾ ഭയംകൊണ്ട് വിളിച്ചുകൂവിപ്പോയി.

പെട്ടെന്ന് ഹാളിൽനിന്നും പരിഹാസത്തിൽ ഒരു ചിരി കേട്ടുതുടങ്ങി. എന്താണ് സംഭവിക്കുന്നതെന്നറിയാൻ വിന്റർ ഡി പ്രഭു വന്നതാണ്. കൈയിൽ ഒരു വാളുമേന്തി അദ്ദേഹം വാതിൽപ്പടിയിൽനിന്നു.

"അതെ ദുരന്തനാടകത്തിന്റെ അവസാനഭാഗം അഭിനയിക്കുകയാണല്ലേ" അദ്ദേഹം പറഞ്ഞു. "ഇവളിൽനിന്നും നല്ലൊരു നാടകാഭിനയം നിങ്ങൾക്കു കാണാനാകുമെന്ന് ഞാൻ നിങ്ങളോടു പറഞ്ഞിരുന്നില്ലേ ഫെൽട്ടൺ? വിഷമിക്കേണ്ട. അവൾ ആത്മഹത്യ ചെയ്യുകയൊന്നുമില്ല."

ശരിയാംവണ്ണം ഇടപെട്ടേ പറ്റൂയെന്ന് മിലാഡിക്കു തോന്നി.

അവൾ പറഞ്ഞു: "നിങ്ങൾക്കു തെറ്റിപ്പോയി... ഇവിടെ രക്തം ചീന്തപ്പെടും. അതു ചീന്താൻ ഇടയാക്കിയവരുടെ തലയിൽത്തന്നെ എന്റെ രക്തം വീഴും."

ഫെൽട്ടൺ ഹൃദയം തകർന്ന് നിലവിളിച്ചുകൊണ്ട് അവളുടെ അരികിലേക്കോടി. അപ്പോഴേക്കും അവൾ ആ കത്തി സ്വന്തം ശരീരത്തിലേക്കു കടത്തിക്കഴിഞ്ഞിരുന്നു.

ഭാഗ്യംകൊണ്ടോ അല്ലെങ്കിൽ മനഃപൂർവമോ അവൾ കത്തി ശരീരത്തിൽ ചുറ്റിയിരുന്ന ഇരുമ്പുചട്ടയിലാണ് കുത്തിയത്. പക്ഷേ, കത്തി വഴുതി അവളുടെ വസ്ത്രവും കീറിക്കൊണ്ട് ചരിഞ്ഞ് വാരിയെല്ലുകൾക്കിടയിലേക്ക് താണു.

നിമിഷങ്ങൾക്കകം അവളുടെ വസ്ത്രം രക്തത്തിൽക്കുതിർന്നു.

അബോധാവസ്ഥയിലേക്ക് അവൾ മറിഞ്ഞുവീഴുകയും ചെയ്തു.

ഫെൽട്ടൺ അവളുടെ ശരീരത്തിൽനിന്നും കത്തിയൂരി.

"അവൾ മരിച്ചു സർ" അയാൾ ആർത്തനായിക്കരഞ്ഞു. "ഇവൾ എന്റെ സംരക്ഷണത്തിലായിരുന്നു. ഞാൻ അവളെ കൊല്ലുന്നതിനുള്ള സാഹചര്യമൊരുക്കി."

"അവൾ മരിച്ചിട്ടില്ല." വിന്റർ ഡി പ്രഭു പറഞ്ഞു. "രാക്ഷസികൾ അത്രയെളുപ്പത്തിൽ മരിക്കുകയില്ല. നിങ്ങൾ ശാന്തനാകൂ. ഞാൻ ഇവളെ ഒന്നു പരിശോധിച്ചോട്ടെ. അതുവരെ നിങ്ങൾ മുറിക്കു വെളിയിൽ നിൽക്കൂ."

"സർ....."

"നിങ്ങളോടു പുറത്തുപോകാനല്ലേ പറഞ്ഞത്."

ഫെൽട്ടന് അനുസരിക്കാതെ മാർഗമൊന്നും ഉണ്ടായില്ല.

വിന്റർ ഡി പ്രഭു മിലാഡിയുടെ വേലക്കാരിയെ വിളിപ്പിച്ചു. അവൾ ഉടനെ തന്നെയെത്തി. മിലാഡി അപ്പോഴും അബോധാവസ്ഥയിൽ ആയിരുന്നു. രണ്ടു സ്ത്രീകളെയും മുറിയിലാക്കിയശേഷം അദ്ദേഹം പുറത്തിറങ്ങി.

മിലാഡിയുടെ ശരീരത്തിലേറ്റ മുറിവ് ഗൗരവമുള്ളതാണോയെന്നുള്ള സംശയം വിന്റർ ഡി പ്രഭുവിനുണ്ടായിരുന്നു. ഒരു ഡോക്ടറെ വിളിക്കാൻ അയാൾ കുതിരപ്പുറത്ത് ഒരാളെ അയച്ചു.

58

രക്ഷപ്പെടൽ

വിന്റർ ഡി പ്രഭു പറഞ്ഞതുപോലെ മിലാഡിയുടെ മുറിവു അത്ര ഗൗരവമുള്ളതായിരുന്നില്ല. തന്റെ മുറിവ് വൃത്തിയാക്കാൻ വേലക്കാരി വസ്ത്രം മാറ്റിത്തുടങ്ങിയ സമയത്തുതന്നെ അവളുണർന്നു. എങ്കിലും വേദനയും ക്ഷീണവും അവൾക്കു അഭിനയിക്കേണ്ടിവന്നു; പക്ഷേ മിലാഡിയെന്ന നടിക്ക് അത് പ്രയാസമുള്ള കാര്യമായിരുന്നില്ല. അവൾ വേലക്കാരിയെ വളരെയധികം അടുപ്പിച്ചു. രാത്രിയിൽ മിലാഡിയോടൊപ്പം ഉണ്ടാകുമെന്ന് വേലക്കാരി പറഞ്ഞു. അതിന്റെ ആവശ്യമൊന്നുമില്ലെന്ന് അവൾ വേലക്കാരിയെ വിശ്വസിപ്പിക്കാൻ ശ്രമിച്ചെങ്കിലും ഫലമുണ്ടായില്ല.

വേലക്കാരിയുടെ സാന്നിധ്യം മിലാഡിക്ക് തന്റെ ചിന്തയിൽ മുഴുകുന്നതിന് ഒരു തടസമേ ആയില്ല.

താൻ പറഞ്ഞ കഥകൾ മുഴുവൻ ഫെൽട്ടൺ വിശ്വസിച്ചെന്ന് മിലാഡിക്കു വിശ്വാസമായി. അവൾ ഒരു കുറ്റക്കാരിയാണെന്ന് പറഞ്ഞുകൊണ്ട് ഒരു മാലാഖ ഇനി പ്രത്യക്ഷപ്പെട്ടാലും അതിനെ നടത്താൻ അയച്ച ഒരു പിശാചാണെന്നേ അയാൾ കരുതൂ. അത്രമാത്രം ഭക്തി അയാൾ അവളിൽ അർപ്പിച്ചു. ഈ ചിന്ത അവൾക്കു മനസിലൊരു കുളിർമ നൽകി. കാരണം അയാൾ മാത്രമായിരുന്നു അവൾക്കു രക്ഷപ്പെടാനുള്ള ഏകമാർഗം.

ഇനി വിന്റർ ഡി പ്രഭുവിന് ഫെൽട്ടണെ സംശയമായോ എന്നതായിരുന്നു അവളുടെ ഭയം. എങ്കിൽ അയാളെയും നിരീക്ഷിക്കാൻ തുടങ്ങിയേക്കും.

രാവിലെ ഏതാണ്ട് നാലുമണിയായപ്പോൾ ഡോക്ടർ എത്തി. പക്ഷേ, അപ്പോഴേക്കും മിലാഡിയുടെ മുറിവ് ഉണങ്ങാൻ തുടങ്ങിയിരുന്നു. അതിന്റെ ആഴവും ദിശയും കണ്ടെത്താൻ പ്രയാസമായിരുന്നു

ഡോക്ടറിന്. എന്നാൽ അവളുടെ നാഡി പരിശോധിച്ചപ്പോൾ ഡോക്ടറിനു മനസിലായി മറ്റു പ്രശ്നങ്ങൾ ഒന്നുമില്ലെന്ന്.

നേരംപുലർന്നപ്പോൾ വേലക്കാരിയെ അവൾ പറഞ്ഞയച്ചു. രാത്രിയിൽ ഒന്നുറങ്ങാൻപോലും പറ്റാത്തതിനാൽ, ഒന്നു സ്വസ്ഥതയോടെ ഉറങ്ങണമെന്നും അവൾ പറഞ്ഞിരുന്നു. പ്രഭാതഭക്ഷണസമയത്ത് ഫെൽട്ടൺ എത്തുമെന്ന് അവൾ കരുതി. പക്ഷേ, അയാൾ എത്തിയിരുന്നില്ല.

അവളുടെ ഭയം ന്യായീകരിക്കാവുന്നതായിരുന്നോ? ഫെൽട്ടനെ വിന്റർ ഡി പ്രഭു സംശയിച്ചുവോ? അവസാനസമയത്ത് ഫെൽട്ടൺ പറ്റിക്കപ്പെടുമോ? ഇനി ഒരു ദിവസം കൂടിയേ ഉള്ളൂ. ഇരുപത്തിമൂന്നാം തീയതി കപ്പലിൽ കയറ്റിയയ്ക്കുമെന്നാണ് വിന്റർ ഡി പ്രഭു പറഞ്ഞിരിക്കുന്നത്. ഇന്ന് ഇരുപത്തിരണ്ടാം തീയതി രാവിലെയായിക്കഴിഞ്ഞു.

ഉച്ചഭക്ഷണത്തിനുവേണ്ടി അക്ഷമയോടെ അവൾ കാത്തിരുന്നു. പതിവുനേരത്തുതന്നെ ഭക്ഷണമെത്തി; പ്രഭാതഭക്ഷണം അവൾ കഴിച്ചിരുന്നില്ല. ഭക്ഷണം കൊണ്ടുവന്ന പട്ടാളക്കാർ നിത്യവുമുള്ള യൂണിഫോമിലായിരുന്നില്ല. ആ വ്യത്യാസം കണ്ടപ്പോൾ അവൾക്ക് അത്ഭുതം തോന്നി.

അവൾ ധൈര്യം അവലംബിച്ചുകൊണ്ട് ഒരു പട്ടാളക്കാരനോടു ഫെൽട്ടൺ എവിടെയാണെന്നു തിരക്കി. കൊട്ടാരത്തിൽനിന്നും ഒരു മണിക്കൂർ മുമ്പ് കുതിരപ്പുറത്ത് സ്ഥലംവിട്ടതായി അയാൾ പറഞ്ഞു. വിന്റർ ഡി പ്രഭുവിന്റെ കാര്യം അന്വേഷിച്ചപ്പോൾ അദ്ദേഹം കൊട്ടാരത്തിലുണ്ടെന്നും അവർ പറഞ്ഞു. എന്തെങ്കിലും ആവശ്യമുണ്ടെങ്കിൽ എത്തിക്കോളാമെന്ന് അദ്ദേഹം പറഞ്ഞിട്ടുണ്ടെന്നും അവർ പറഞ്ഞു. തനിക്കിപ്പോൾ നല്ല ക്ഷീണമാണെന്നും ഒറ്റയ്ക്കിരിക്കാനാണ് തൽക്കാലം ആഗ്രഹമെന്നും അവൾ പറഞ്ഞു.

ഉച്ചഭക്ഷണം മേശപ്പുറത്ത് വച്ചശേഷം പട്ടാളക്കാർ പുറത്തേക്കു പോയി.

ഫെൽട്ടനെ പറഞ്ഞയച്ചശേഷം മറ്റുചില പട്ടാളക്കാരെ അയച്ചിരിക്കുന്നു. ഫെൽട്ടനെ സംശയിച്ചു തുടങ്ങിയെന്നല്ലേ അതിനർത്ഥം. അവളുടെ പ്രതീക്ഷ നശിച്ചുതുടങ്ങി.

അവൾ വീണ്ടും കട്ടിലിൽത്തന്നെ കിടന്നു. മുറിവ് ഗൗരവം തന്നെയാണെന്ന് വരുത്തിത്തീർക്കണമല്ലോ. പക്ഷേ, അധികനേരം അങ്ങനെ കിടക്കുന്നതെങ്ങനെയാണ്. അവൾ എഴുന്നേറ്റു. വാതിലിലേക്കു നോക്കി. ഗ്രില്ലിൽ ഒരു പലകവെച്ചടിച്ചിരുന്നു. എന്തെങ്കിലും മാർഗത്തിലൂടെ ആ ഗ്രിൽവഴി കാവൽക്കാരെ മിലാഡി വശത്താക്കുമോയെന്ന ഭയമായിരുന്നിരിക്കാം ആ പലകവെച്ചടിച്ചതിന്റെ പിന്നിൽ. ആ ചിന്തയിൽ അവൾ അറിയാതെ ചിരിച്ചുപോയി. എന്തായാലും തന്റെ വികാരങ്ങൾ ആരും കാണുകയില്ലല്ലോയെന്നോർത്ത് അവൾക്ക് സമാധാനവുമായി. കൂട്ടിലടയ്ക്കപ്പെട്ട ഒരു സിംഹിയെപ്പോലെയും, ഒരു ഭ്രാന്തിയെപ്പോലെയും അവൾ മുറിക്കകത്ത് അങ്ങോട്ടുമിങ്ങോട്ടും നടന്നു. കൈയിൽ കത്തിയുണ്ടായിരുന്നെങ്കിൽ അതുപയോഗിക്കാൻ അവൾ തീരുമാനിക്കുമായിരുന്നു.

സ്വന്തം നേർക്കല്ല; വിന്റർ ഡി പ്രഭുവിന്റെ നേർക്ക്.

ആറുമണിയായപ്പോൾ പ്രഭു വന്നു; സർവവേഷധാരിയായിട്ട്. തന്റെ തടവറപ്രശ്നത്തിനുമുമ്പ് അയാൾ വെറുമൊരു വിഡ്ഢിയായിരിക്കുമെന്നാണ് ഞാൻ കരുതിയത്. പക്ഷേ, അയാൾ നല്ലൊരു തടവറ സൂക്ഷിപ്പുകാരനാണെന്ന് മിലാഡിക്കു തോന്നി. തടവറയിൽക്കഴിയുന്നവരുടെ മനസിലെ പദ്ധതികൾ ഊഹിച്ചെടുക്കാനും അതിനെതിരെ മുൻകരുതലെടുക്കാനുള്ള കഴിവ് അയാൾക്കുണ്ട്.

മിലാഡിയെ ഒന്നു നോക്കിയതേയുള്ളു; അവളുടെ മനസിനുള്ളിലെ പദ്ധതികൾ വിന്റർ ഡി പ്രഭു മനസിലാക്കിയിരുന്നു.

"നിങ്ങൾക്ക് ഇന്ന് എന്നെക്കൊല്ലാൻ പറ്റത്തില്ല" അദ്ദേഹം പറഞ്ഞു. "നിങ്ങളുടെ കൈയിൽ ആയുധമില്ലല്ലോ. മാത്രമല്ല ഞാനിന്ന് എല്ലാ പടച്ചട്ടകളുമണിഞ്ഞിട്ടുണ്ട്. എന്റെ ആ പാവം ഫെൽട്ടനെ നിങ്ങൾ വഴിതെറ്റിക്കാൻ തുടങ്ങി. അയാൾ ഇതിനകം നിങ്ങളുടെ മാസ്മരിക വലയത്തിലായേനെ. ഞാൻ അയാളെ രക്ഷപ്പെടുത്താൻ നോക്കുകയാണ്. നിങ്ങൾക്ക് ഇനി അയാളെ ഒരിക്കലും കാണാൻ പറ്റുകയില്ല. ഇനി നിങ്ങൾ സാധനങ്ങളൊക്കെ അടുക്കിയെടുത്തോളൂ. നാളെ ഇവിടം വിടുകയാണ് നിങ്ങൾ. ഇരുപത്തിനാലാം തീയതി പറഞ്ഞയയ്ക്കാൻ നോക്കിയതായിരുന്നു. പക്ഷേ, കുറച്ചുകൂടി നേരത്തെ പറഞ്ഞയക്കുന്നതാണ് നല്ലതെന്നെനിക്കു തോന്നുന്നു. ബക്കിംഗ്ഹാം പ്രഭു ഒപ്പിട്ട നാടുകടത്തൽ കൽപ്പന നാളെ ഉച്ചയോടെയെത്തും. അതിനുമുമ്പ് മറ്റാരോടെങ്കിലും ഒരുവാക്കു സംസാരിക്കാനും പാടില്ല. അങ്ങനെ വല്ലതും ചെയ്താൽ എന്റെ പട്ടാളക്കാരൻ അപ്പോൾ വെടിവയ്ക്കും. ഇതൊക്കെയാണ് എന്റെ കൽപ്പനകൾ. കപ്പലിൽ കയറിയശേഷം അനുവാദമില്ലാതെ സംസാരിക്കുകയാണെങ്കിൽ പൊക്കിയെടുത്ത് കപ്പൽത്തട്ടിലേക്കെറിയാൻ ഞാൻ കപ്പിത്താനോടു പറഞ്ഞിട്ടുണ്ട്. ഇത്രയും മാത്രമേ എനിക്ക് ഇന്നു പറയാനുള്ളൂ. നാളെ യാത്ര പറയാൻ ഞാൻ വരും."

അദ്ദേഹം അവിടം വിട്ടു.

മിലാഡിയുടെ ചുണ്ടുകളിൽ പുച്ഛഭാവമാണ് വന്നതെങ്കിലും ഹൃദയത്തിൽ കോപത്തിന്റെ അഗ്നിയായിരുന്നു.

രാത്രിയിൽ അത്താഴം കൊണ്ടുവന്നപ്പോൾ അതവൾ കഴിച്ചു; ആരോഗ്യം നിലനിർത്തണമല്ലോ. ഇനി രാത്രിയിൽ എന്താണ് സംഭവിക്കാൻ പോകുന്നതെന്ന് അവൾക്ക് ഉറപ്പില്ലായിരുന്നു. രാത്രിയിൽ കൊടുങ്കാറ്റ് ആഞ്ഞുവീശി. കാർമേഘംകൊണ്ട് ആകാശം മൂടപ്പെട്ടു. അകലെ മിന്നലും തിളങ്ങി.

പത്തുമണിയോടടുത്തപ്പോൾ കൊടുങ്കാറ്റുണ്ടായി. തന്റെ മാനസികാവസ്ഥയിൽ പ്രകൃതിപോലും പങ്കുചേരുന്നതിൽ മിലാഡിക്ക് ആശ്വാസമായി. ആത്മാവിന്റെ കോപമായി ഇടിവെട്ടി.

ആരോ ജനാലപ്പലകയിൽ മുട്ടുന്നത് അവൾ കേട്ടു. ഇടയ്ക്കിടെ മിന്നിയ മിന്നലിൽ അയാളുടെ മുഖം അവൾ കണ്ടു.

അവൾ ഓടി ജനാലയ്ക്കരികിലേക്കു ചെന്ന് അതു തുറന്നു.

"ഫെൽട്ടൺ! ഞാൻ രക്ഷപ്പെട്ടു!" അവൾക്കു ആശ്വാസമായി.

"അതെ" അയാൾ പറഞ്ഞു. "ശബ്ദം താഴ്ത്തിപ്പറയൂ. ഈ ജനലഴി മുറിക്കാൻ അധികസമയം പിടിക്കും. ഗ്രില്ലിലെ ദ്വാരംവഴി അവർ നിങ്ങളെ കാണരുത്."

"അവരത് പലകവച്ച് അടച്ചിരിക്കുകയാണ്" മിലാഡി പറഞ്ഞു. "അതുകൊണ്ട് ദൈവം നമ്മുടെ വശത്താണെന്ന് ഉറപ്പാണ്."

"അതെ ദൈവം എപ്പോഴും ശത്രുക്കളെയാണ് തോൽപ്പിക്കുന്നത്."

"ഞാൻ ഇനി എന്താണു ചെയ്യേണ്ടത്?" മിലാഡി ചോദിച്ചു.

"ഒന്നുമില്ല. ജനലടച്ചോളൂ. എന്നിട്ട് കട്ടിലിൽപ്പോയിക്കിടക്കുക. ഉടുത്തൊരുങ്ങിയശേഷം വേണം പോയിക്കിടക്കാൻ. സമയമാകുമ്പോൾ ഞാൻ കതകിന്മേൽ മുട്ടും. അപ്പോൾ എന്റെകൂടെ വരുമല്ലോ."

"തീർച്ചയായും."

"മുറിവെങ്ങനെയിരിക്കുന്നു?"

"വേദനയുണ്ട്. പക്ഷേ, നടക്കുന്നതിന് കുഴപ്പമില്ല."

"എന്നാൽ എന്റെ അടയാളം കിട്ടിയയുടനെ വന്നോളണം."

മിലാഡി ജനാലയടച്ചു. അവൾ വിളക്കണച്ചു കട്ടിലിൽക്കയറിക്കിടക്കുകയും ചെയ്തു.

ഇടിവെട്ടും മിന്നലും തുടർന്നുകൊണ്ടിരുന്നു. ഇടിവെട്ടു ശബ്ദത്തിനിടയിൽക്കൂടി അയാൾ അഴിമുറിക്കുന്നത് അവൾ കേട്ടു. മിന്നലിൽ അയാളുടെ നിഴൽ കാണുകയും ചെയ്തു. ഏകദേശം ഒരു മണിക്കൂർ; അതിന് ഒരു വർഷത്തെ ദൈർഘ്യം തോന്നിച്ചു.

പെട്ടെന്ന് വാതിലിൽ ഫെൽട്ടന്റെ അടയാളശബ്ദം കേട്ടു. അവൾ കട്ടിലിൽനിന്നും ചാടിയെഴുന്നേറ്റു. ജനാലയ്ക്കരികിലേക്ക് അവൾ ഓടി. രണ്ടു കമ്പികൾ അയാൾ അറുത്തുമാറ്റിയിരുന്നു. ഒരാളിനു കഷ്ടിച്ചു അതുവഴി കടക്കാമെന്നേയുള്ളൂ.

"പോകാമോ?" ഫെൽട്ടൺ ചോദിച്ചു.

"പോകാം. എന്തെങ്കിലും കൈയിലെടുക്കണമോ?"

"സ്വർണമോ പണമോ വല്ലതുമുണ്ടെങ്കിൽ."

"കൈയിലുണ്ടായിരുന്ന പണം മുഴുവനും എടുത്തു."

"നല്ലതായിപ്പോയി. ഒരു കപ്പൽ പിടിച്ചപ്പോൾത്തന്നെ എന്റെ കൈയിലുണ്ടായിരുന്ന പണം മുഴുവനും തീർന്നു.

"ഇതാ" അവൾ ഒരു പഴ്സ് നിറയെ പണം അയാളുടെ നേരെ നീട്ടി. അയാൾ അതുവാങ്ങി ചുവരിനു നേരെ താഴേക്കിട്ടു.

"ഇനി നമുക്ക് പോകാം."

മിലാഡി കസേരയുടെ മുകളിൽ കയറിയശേഷം ജനാലവിടവിൽക്കൂടി തലയും തോളും കടത്തി. ഫെൽട്ടൺ ഒരു കയറുകോണിയിൽ തൂങ്ങിക്കിടക്കുന്നത് അവൾ കണ്ടു.

ആദ്യം അവൾക്കു ഭയം തോന്നി. ഇത്രയും ആഴത്തിൽ ഒരു സ്ത്രീ

യായ താനെങ്ങനെ ഇറങ്ങുമെന്നതായിരുന്നു അവളുടെ ഭയം.

"നിങ്ങൾ ഇങ്ങനെ ഭയപ്പെടുമെന്ന് എനിക്കു തോന്നിയിരുന്നു." അയാൾ പറഞ്ഞു.

"സാരമില്ല" അവൾ പറഞ്ഞു. "ഞാൻ കണ്ണടച്ച് ഇറങ്ങിക്കോളാം."

"എന്നെ വിശ്വാസമില്ലേ?"

"തീർച്ചയായും."

"കൈ മുന്നോട്ടു നീട്ടിയശേഷം കൈക്കുഴകൾ തമ്മിൽ കൂട്ടിപ്പിടിക്കൂ."

അയാൾ അവളുടെ കൈകൾ ഒരു തൂവാലകൊണ്ടു കെട്ടി, പിന്നെ ഒരു കഷണം കയറുകൊണ്ടും.

"നിങ്ങൾ എന്താണു ചെയ്യുന്നത്?" അവൾക്ക് വിശ്വസിക്കാനായില്ല.

"ഇനി എന്റെ കഴുത്തിൽ ആ കൈകൾകൊണ്ടു ചുറ്റിപ്പിടിച്ചോളൂ. പേടിക്കേണ്ട."

"ഞാൻ നിങ്ങളുടെ ബാലൻസുകൂടി നശിപ്പിച്ച്, രണ്ടുപേരുംകൂടി താഴെ വീഴില്ലേ."

"പേടിക്കേണ്ട. ഞാൻ ഒരു നാവികൻ തന്നെയാണ്."

സംസാരിച്ചു സമയംകളയാനുള്ള നേരമല്ലായിരുന്നു. അയാളുടെ കഴുത്തിലേക്ക് കെട്ടപ്പെട്ട കൈയിട്ടശേഷം അവൾ അഴികൾക്കിടയിലൂടെ വഴുതി പുറത്തേക്കുവന്നു. അവളെയുംകൊണ്ട് അയാൾ കയറുകോണി വഴി താഴേക്കിറങ്ങി. കോണി കാറ്റിൽ ആടുന്നുണ്ടായിരുന്നു.

പെട്ടെന്ന് അയാൾ നിന്നു.

"എന്താണു കാര്യം?" അവൾ ചോദിച്ചു.

"ശബ്ദമുണ്ടാക്കരുത്. ആരുടെയോ കാൽപ്പെരുമാറ്റം."

"അവർ നമ്മളെ കണ്ടോ?"

അൽപ്പനേരത്തേക്ക് അവർ ഒന്നും മിണ്ടിയില്ല.

"അല്ല" അയാൾ പറഞ്ഞു. "ഭയപ്പെടാനൊന്നുമില്ല."

"പക്ഷേ എന്താണൊരു ശബ്ദം?"

"അത് റോന്തുചുറ്റൽ!"

"അവർ ഈ വഴിയാണോ വരുന്നത്?"

"അതെ. നമ്മുടെ നേരെ താഴേക്കൂടി."

"എങ്കിൽ അവർ നമ്മെ കാണില്ലേ?"

"മിന്നലില്ലെങ്കിൽ കാണില്ല."

"കയർ കോണി അവരുടെ തലയിൽ മുട്ടില്ലേ?"

"അതു നിലത്തുനിന്നും അവരുടെ തലയേക്കാൾ ഉയരത്തിലാണ്."

"അതാ അവർ വരുന്നു."

"ഒച്ചവയ്ക്കരുതേ!"

അവൾ അനങ്ങാതെ തൂങ്ങിക്കിടന്നു. പട്ടാളക്കാർ കടന്നുപോകുന്നതുവരെ അവർ ശ്വാസംപോലും പിടിച്ചുവച്ചു. അവർ ചിരിച്ചും സംസാരിച്ചും പോയി. ഇരുപതടി മുകളിലായിരുന്നു രക്ഷപ്പെടുന്നവർ തൂങ്ങി

ക്കിടന്നിരുന്നത്.

"ഇനി കുഴപ്പമൊന്നുമില്ല" അവർ അവിടെനിന്നും പോയി മറഞ്ഞപ്പോൾ അയാൾ പറഞ്ഞു.

മിലാഡി ആശ്വാസത്തോടെ ഒന്നു നെടുവീർപ്പിട്ടു. ഒപ്പം അവളുടെ ബോധം നശിക്കുകയും ചെയ്തു.

ഫെൽട്ടൺ അവളെയുമേന്തി കോണികളിറങ്ങി. ചുവടറ്റത്തുചെന്നപ്പോൾ കയററ്റത്തു പിടിച്ചുകൊണ്ട് നിലത്തേക്കുചാടി. പഴ്സ് എടുത്ത് കടിച്ചുപിടിച്ചുകൊണ്ടും മിലാഡിയെയും താങ്ങിയും അയാൾ നടന്നു. റോന്തുചുറ്റിയ പട്ടാളക്കാർ നടന്നതിന്റെ എതിർവശത്തേക്ക്.

റോഡിൽനിന്നും പാറക്കൂട്ടങ്ങളിലൂടെ കരയ്ക്ക് അയാളെത്തി. ഉടനെ അയാൾ ഒരു ചൂളമടിച്ചു. പെട്ടെന്നൊരു മറുപടിച്ചൂളവും കേട്ടു. പെട്ടെന്ന് നാലാളുകൾ ഒരു ബോട്ടിലെത്തി. കരയിലേക്ക് വെള്ളം കുറവായിരുന്നതുകൊണ്ട് ബോട്ടിനെ കരയ്ക്കടുപ്പിക്കാനായില്ല. അയാൾ വെള്ളത്തിലേക്ക് മിലാഡിയെയും ചുമന്നിറങ്ങി. ആ വിലപ്പെട്ട ഭാരം ആരുടെയും കൈയിൽക്കൊടുക്കാൻ അയാൾ ഇഷ്ടപ്പെട്ടില്ല.

കൊടുങ്കാറ്റ് ശമിച്ചുതുടങ്ങിയിരുന്നു. പക്ഷേ, കടൽ ശാന്തമായിരുന്നില്ല. ബോട്ട് കടലിൽ ആഞ്ഞുലഞ്ഞുകൊണ്ടിരുന്നു.

ബോട്ടിൽക്കയറിയപാടെ അയാൾ പറഞ്ഞു: "വേഗം തുഴഞ്ഞോളൂ."

ബോട്ടിൽവന്ന നാലുപേരും നന്നായിതുഴഞ്ഞു. ബോട്ട് കൊട്ടാരത്തിൽനിന്നും വേഗത്തിൽ അകന്നകന്നു പോയിക്കൊണ്ടിരുന്നു. പെട്ടെന്ന് ഇരുട്ടിൽ തീരം മറയുകയും ചെയ്തു.

ബോട്ട് ചെന്നെത്തേണ്ട കപ്പൽ അങ്ങകലെ ഒരു കറുത്ത മുത്തുപോലെ കാണാമായിരുന്നു.

സർവശക്തിയുമെടുത്ത് അവർ തുഴഞ്ഞുകൊണ്ടിരുന്നു. ഫെൽട്ടൺ മിലാഡിയുടെ കൈയിലെ കെട്ടുകളഴിച്ചു. കടൽവെള്ളമെടുത്ത് മുഖത്തു തളിക്കുകയും ചെയ്തു. ഒരു നെടുവീർപ്പോടെ അവൾ കണ്ണുതുറന്നു.

"ഞാൻ എവിടെയാണ്?" അവൾ ചോദിച്ചു.

"നിങ്ങൾ രക്ഷപ്പെട്ടിരിക്കുകയാണ്."

"രക്ഷപ്പെട്ടു!" അവൾ അത്ഭുതപ്പെട്ടു. "ഞാൻ ആകാശവും കടലും കാണുന്നു. സ്വാതന്ത്ര്യത്തിന്റെ ശുദ്ധവായു എനിക്കിതാ കിട്ടുന്നു. നന്ദി ഫെൽട്ടൺ. നന്ദി!"

അയാൾ അവളെ നെഞ്ചോടു ചേർത്തമർത്തി.

"അയ്യോ എന്റെ കൈക്കുഴകളിൽ തടിപ്പുകൾ. വേദനിക്കുകയും ചെയ്യുന്നു" അവൾ പറഞ്ഞു.

"ക്ഷമിക്കണം" അവളുടെ സുന്ദരമായ കൈകൾ പിടിച്ചുകൊണ്ട് അയാൾ പറഞ്ഞു.

"സാരമില്ല" അവൾ പറഞ്ഞു. "എനിക്കിപ്പോൾ ഓർമ വരുന്നു." തുടർന്ന് അവൾ ചുറ്റുംനോക്കി. എന്തോ അന്വേഷിക്കുന്ന മാതിരി.

"അതിവിടെയുണ്ട്" കാലുകൊണ്ട് പഴ്സിൽ തട്ടിക്കൊണ്ട് അയാൾ

പറഞ്ഞു.

അവർ വളരെ വേഗംതന്നെ കപ്പലിനടുത്തെത്തി.

"ആ കപ്പലേതാ?" അവൾ ചോദിച്ചു.

"ഞാൻ പിടിച്ചുകൊണ്ടുവന്ന കപ്പൽ തന്നെയാണ്" അയാൾ പറഞ്ഞു.

"അതിൽ എന്നെ എങ്ങോട്ടു കൊണ്ടുപോകുകയാണ്."

"ഇഷ്ടമുള്ളിടത്തേക്കു പൊയ്ക്കോളൂ. പക്ഷേ, എന്നെ പോർട്സ് മൗത്തിൽ വിട്ടേക്കണം."

"അവിടെ നിങ്ങൾ എന്തു ചെയ്യാൻ പോകുന്നു?"

"വിന്റർ പ്രഭുവിന്റെ കൽപ്പനയനുസരിച്ച് പ്രവർത്തിക്കാൻ" ഫെൽട്ടൺ പുഞ്ചിരിയോടെ പറഞ്ഞു.

"എന്തു കൽപ്പന?" മിലാഡി ചോദിച്ചു.

"സംഭവിച്ചതെന്താണെന്ന് അറിഞ്ഞുകൂടേ?"

"ഇല്ല. അതെങ്ങനെ ഞാനറിയും?"

"വിന്റർപ്രഭു എന്നെ സംശയിച്ചിരിക്കുകയാണ്. നിങ്ങളുടെ സംരക്ഷണം നേരിട്ടു നോക്കിക്കൊള്ളാമെന്നും അദ്ദേഹം പറഞ്ഞു."

മിലാഡി ഒന്നും മനസിലാകാതെ നിന്നു.

"നിങ്ങളെ നാടുകടത്തേണ്ട കൽപ്പനയിൽ ഒപ്പിട്ടുവാങ്ങാൻ ബക്കിംഗ്ഹാമിന്റെ അരികിലേക്കു എന്നെ അയയ്ക്കുകയും ചെയ്തു."

"അദ്ദേഹത്തിന് നിങ്ങളെ സംശയമായിരുന്നെങ്കിൽ ആ കൽപ്പന എന്തിനാണ് നിങ്ങളുടെ കൈയിൽ തന്നയച്ചത്?"

"ഞാൻ കൊണ്ടുപോകുന്നത് എന്താണെന്ന് എനിക്കറിയാമെന്ന കാര്യം അദ്ദേഹത്തിനറിയില്ലായിരുന്നു. എന്നോട് അദ്ദേഹം ഒന്നുംപറഞ്ഞിരുന്നില്ല. നിങ്ങളിൽനിന്നാണ് ഞാനെല്ലാം മനസിലാക്കിയത്."

"ശരി. എന്നിട്ട് നിങ്ങൾ ഇനിയും പോർട്സ്മൗത്തിലേക്കുതന്നെ പോകുകയാണോ?"

"അതെ. വേഗം ചെല്ലണം. നാളെ ഇരുപത്തിമൂന്നാം തീയതിയാണ്. നാവികപ്പടയെയുംകൊണ്ട് ബക്കിങ്ഹാം പുറപ്പെടുന്ന ദിവസം."

"എങ്ങോട്ട്?"

"ലാറൊച്ചിലിയിലേക്ക്."

"അയാൾ അവിടം വിടരുത്" പരിസരം മറന്നുകൊണ്ട് അവൾ അലറി.

"വിഷമിക്കേണ്ട" ഫെൽട്ടൺ പറഞ്ഞു. "അയാൾ പോകുകയില്ല."

മിലാഡി ആനന്ദംകൊണ്ട് ചാടി. ബക്കിംഗ്ഹാമിന്റെ അന്ത്യം അയാളുടെ ഹൃദയത്തിൽ തിളങ്ങുന്നതായി അവൾ കണ്ടു.

"ഫെൽട്ടൺ, നിങ്ങൾ ജൂദാസ് മക്കബൊാക്കസാണ്. നിങ്ങൾ മരിക്കുകയാണെങ്കിൽ എനിക്കും കൂടെ മരിക്കണം. വേറെന്താണ് ഞാൻ പറയേണ്ടത്?"

"ശാന്തമാകൂ" അയാൾ പറഞ്ഞു. കാരണം ബോട്ട് അപ്പോഴേക്കും കപ്പലിനരികിൽ എത്തിയിരുന്നു.

ഫെൽട്ടൺ കപ്പലിലിറങ്ങിയശേഷം അവളെ കൈപിടിച്ചുകയറ്റി. കടൽ ക്ഷോഭിച്ചിരുന്നതിനാൽ അവളെ കപ്പലിൽ കയറ്റുന്നതിന് ബോട്ടു തുഴയുന്നവരും സഹായിച്ചിരുന്നു.

കപ്പലിൽ മിലാഡിയും കയറി.

“ക്യാപ്റ്റൻ!” ഫെൽട്ടൺ കപ്പിത്താനെ വിളിച്ചു. “ഫ്രാൻസിലേക്കു കൊണ്ടുപോകാമെന്ന് നിങ്ങൾ സമ്മതിച്ച സ്ത്രീയാണിവൾ.”

“ആയിരം പിസ്റ്റൽസിന്” കപ്പിത്താൻ പറഞ്ഞു.

“അഞ്ഞൂറ് ഇതിനകം ഞാൻ തന്നല്ലോ.”

“അതെ.”

“ബാക്കി അഞ്ഞൂറ് ഇതിലുണ്ട്” മിലാഡി ആ പഴ്സ് അയാൾക്കു നീട്ടിക്കൊടുത്തു.

“വേണ്ട” കപ്പിത്താൻ പറഞ്ഞു. “ബൗലോങ്ങിലെത്തുമ്പോൾ ബാക്കി തരാമെന്നാണ് പറഞ്ഞത്. ആ കരാർ ഇനി മാറ്റണ്ട.”

“നിങ്ങൾ ഉറപ്പായും എന്നെ അവിടെയെത്തിക്കുമോ?” മിലാഡി ചോദിച്ചു.

“എന്റെ പേര് ജാക് ബട്ളർ എന്നാണെങ്കിൽ പറഞ്ഞവാക്ക് പാലിക്കും” കപ്പിത്താൻ പറഞ്ഞു.

“എങ്കിൽ അഞ്ഞൂറല്ല, ആയിരം പിസ്റ്റൽസ് ഞാൻ തരും” അവൾ പറഞ്ഞു.

“എനിക്ക് ഇത്തരം യാത്രക്കാരെയാണിഷ്ടം” കപ്പിത്താൻ പറഞ്ഞു. “ഇത്തരത്തിലെ യാത്രക്കാരെ ദൈവം എന്റെ കപ്പലിൽ കൂടുതൽ എത്തിക്കണേ.”

“പോർട്സ്മൗത്തിന്റെ ഇപ്പുറത്തുള്ള ചിച്ചെസ്റ്റർ ഉൾക്കടലിൽ ആദ്യം ഞങ്ങളെ കൊണ്ടുപോകണം; കരാറിൽ പറഞ്ഞിട്ടുള്ളതുപോലെ” ഫെൽട്ടൺ പറഞ്ഞു.

കപ്പൽ നീങ്ങി.

പിറ്റേന്ന് രാവിലെ ഏഴു മണിയായപ്പോൾ അവർ ചിച്ചെസ്റ്റർ ഉൾക്കടലിലെത്തി.

യാത്രാവേളയിൽ, കഴിഞ്ഞ ദിവസത്തെ സംഭവങ്ങൾ മുഴുവനും അയാൾ അവളോടു പറഞ്ഞു. പോർട്സ്മൗത്തിലേക്കു പോകുന്നതിനു പകരം കപ്പൽ സംഘടിപ്പിക്കാൻ പോയതും മടങ്ങിവന്നതും ചുവർവഴി മുകളിലേക്കു കയറിയതും കയർകോണിതൂക്കിയിട്ടതും ഒക്കെ. ബാക്കിയുള്ളതൊക്കെ മിലാഡിക്ക് അറിയാമായിരുന്നതാണല്ലോ.

ഫെൽട്ടനെ അയാളുടെ പദ്ധതികളിൽ പ്രോത്സാഹനം നൽകാനായിട്ടാണ് മിലാഡി ആദ്യം ആഗ്രഹിച്ചത്. പക്ഷേ, പെട്ടെന്ന് അവൾക്കു തോന്നി പ്രോത്സാഹനമല്ല നിയന്ത്രണമാണ് അയാൾക്ക് നൽകേണ്ടതെന്ന്.

ചിച്ചെസ്റ്ററിൽ അയാളിറങ്ങി. പത്തുമണിവരെ അയാളെ നോക്കണമെന്ന് അവളോടു പറഞ്ഞു. അതിനകം അയാളെത്തിയില്ലായെങ്കിൽ

കപ്പൽ അവളെയുംകൊണ്ട് ഫ്രാൻസിലേക്കു പുറപ്പെടണം. അയാൾ ഇംഗ്ലണ്ടിൽനിന്നും രക്ഷപ്പെടുകയാണെങ്കിൽ ഫ്രാൻസിലെ ബെത്തൂണിലെ കർമലീത്താ കോൺവന്റിൽവച്ച് കാണാമെന്നും അവളോടു പറഞ്ഞിരുന്നു.

59

1628 ആഗസ്റ്റ് 23ന് പോർട്സ്മൗത്തിൽ എന്തു സംഭവിച്ചു?

നടക്കാനിറങ്ങുന്നതിനുമുമ്പ് ഒരു സഹോദരൻ സഹോദരിയോടു യാത്ര പറയുന്നപോലെ വളരെ ശാന്തമായിട്ടാണ് ഫെൽട്ടൺ അവളോടു യാത്രപറഞ്ഞത്.

ബാഹ്യമായി അയാൾ ശാന്തനായിരുന്നെങ്കിലും പനി പിടിച്ചവനെപ്പോലെ അയാളുടെ കണ്ണുകൾ ചുവന്നിരുന്നു. അയാളുടെ മുഖം പതിവിലധികം വിളറിയിരുന്നു. അയാളുടെ മുഖവും ചുണ്ടും കണ്ടാൽ അയാൾ എന്തോ പറയാൻ വിതുമ്പുന്നമാതിരി തോന്നുമായിരുന്നു.

അയാൾ ബോട്ടിൽക്കയറി തീരത്തേക്കു നീങ്ങി. അയാൾ ഇടയ്ക്കിടെ കപ്പലിലേക്കു നോക്കി. അവൾ തന്നെയും നോക്കിയിരിക്കുന്നു.

തങ്ങളെ പിടിക്കാൻ ആരെങ്കിലും പിന്നാലെ വരുമെന്ന ഭയം അവർക്കുണ്ടായിരുന്നില്ല. കാരണം അവിടെ മിലാഡിയുടെ മുറിയിൽ ഒമ്പതുമണിക്കുശേഷമേ ആരെങ്കിലും വരികയുള്ളൂ. കൊട്ടാരത്തിൽനിന്നും പോർട്സ്മൗത്തിലെത്താൻ കുറഞ്ഞത് മൂന്നു മണിക്കൂറെങ്കിലും വേണം.

ഫെൽട്ടൺ തീരത്തുകയറി. ഉയരമുള്ള ഒരു കുന്നു ഭാഗത്തുകയറി നിന്നശേഷം കൈയുയർത്തി മിലാഡിക്ക് അവസാനമായി യാത്ര പറഞ്ഞു. അയാൾ തുടർന്നു പട്ടണത്തിലേക്കു നടന്നു. കുന്നിറങ്ങി നൂറടി കഴിഞ്ഞപ്പോൾ പിന്നെ അയാൾക്ക് കപ്പലിന്റെ മേലറ്റം മാത്രമേ കാണാനായുള്ളൂ.

അയാൾ വേഗത്തിൽ നടന്നു. പോർട്സ്മൗത്തിലെ വീടുകളും ടവറുകളും അയാളുടെ മുമ്പിൽ അരമൈലോളം മഞ്ഞിൽ വ്യാപിച്ചു കിടന്നു. അതിനപ്പുറത്ത് കടലിൽ കിടക്കുന്ന കപ്പലുകളുടെ മുകളറ്റങ്ങളും കാണാം. ഇലകൊഴിഞ്ഞ പോപ്ലാർസ് മരങ്ങൾപോലെ അവ ആടുന്നത് അയാൾ കണ്ടു.

ബക്കിംഗ്ഹാം പ്രഭുവിന്റെ ഗുണവും ദോഷവും ഒന്നൊന്നായി ചിന്തിച്ചുകൊണ്ട് അയാൾ വേഗത്തിൽ നടന്നു. തന്റെ പത്തുവർഷക്കാലത്തെ നേരിട്ടുള്ള അനുഭവങ്ങളും സഹശുദ്ധക്രിസ്ത്യാനികളുമായി നടത്തിയ സംഭാഷണങ്ങളിൽനിന്നും കിട്ടിയ അറിവുകളാണ് അയാൾ ചിന്തിച്ചുകൊണ്ടു നടന്നത്. യൂറോപ്പിലുടനീളം അയാളെക്കുറിച്ചറിയാവുന്ന പൊതുകുറ്റങ്ങളെക്കാൾ എത്രയോ അധികമാണ് മിലാഡി തനിക്കു വെളിപ്പെടുത്തിത്തന്ന അയാളുടെ കുറ്റമെന്ന് ഫെൽട്ടനു തോന്നി. ഫെൽട്ടന് അവളോടു തോന്നിയ അതിരറ്റ പ്രേമംകൊണ്ട് അവൾ ബക്കിംഗ്ഹാമിനെക്കുറിച്ചുപറഞ്ഞ തെറ്റുകൾ, ഒരു തരിമണൽ ഭൂതക്കണ്ണാടിയിൽ കാണുന്നമാതിരി ഭീമാകാരമായി മാറിയിരുന്നു.

നടത്തത്തിന്റെ വേഗത, കഴിഞ്ഞ ദിവസങ്ങളിലെ അനുഭവങ്ങൾ, താൻ സ്നേഹിക്കുന്ന അഥവാ ആരാധിക്കുന്ന സ്ത്രീയെ വിട്ടിരിക്കുന്നത് അപകടത്തിലാണെന്ന വിചാരം തുടങ്ങിയ ബഹുവിധ വികാരങ്ങൾ ഫെൽട്ടനെ ചൂടുപിടിപ്പിച്ചു.

രാവിലെ എട്ടുമണിക്ക് അയാൾ പോർട്സ്മൗത്തിൽ എത്തിച്ചേർന്നു. തുറമുഖത്തിൽ എല്ലാവരും ഉണർന്നിരുന്നു. പട്ടാളക്കാർ അണിനിരന്ന് കപ്പലിൽ കയറുന്നതിനെ അകമ്പടി സേവിച്ചിരുന്നവരുടെ ചെണ്ട കൊട്ടിന്റെ ഒച്ച!

വിയർത്തും ശരീരമാസകലം പൊടിപിടിച്ചുമാണ് അയാൾ എത്തിയത്. സാധാരണമായി വിളറിയമുഖമായിരുന്നെങ്കിലും ചൂടും കോപവും കൊണ്ട് അയാളുടെ മുഖം ചുവന്നിരുന്നു. കാവൽക്കാരൻ തടഞ്ഞപ്പോൾ പോക്കറ്റിൽക്കിടന്ന നാടുകടത്തലിന്റെ ഓർഡർ പോക്കറ്റിൽനിന്നുമെടുത്തുകൊണ്ടു പറഞ്ഞു: "ഒരു അത്യാവശ്യ സന്ദേശമാണിത്. വിന്റർ ഡി പ്രഭുവിൽ നിന്നുള്ളതാണ്."

ബക്കിംഗ്ഹാം പ്രഭുവിന്റെ ഉറ്റമിത്രമാണ് വിന്റർ ഡി പ്രഭുവെന്ന് എല്ലാവർക്കുമറിയാം. ഫെൽട്ടൺ നാവികന്റെ വേഷമാണ് അണിഞ്ഞിരുന്നതും. അതുകൊണ്ട് കാവൽക്കാരൻ അയാളെ കടത്തിവിട്ടു.

ഫെൽട്ടൺ കെട്ടിടത്തിനകത്തേക്ക് ഓടിക്കയറി. ആ സമയത്ത് മറ്റൊരാളും അകത്തുവന്നു. അയാളും നടന്നും വിയർത്തും പൊടിപിടിച്ചും ക്ഷീണിച്ചിരുന്നു. വന്ന കുതിരയെ പ്രവേശനവാതിൽക്കൽത്തന്നെ വിട്ടുകൊണ്ടാണ് അയാൾ അകത്തേക്കു പോയത്. ധൃതിയിൽ കുതിരയെ കളഞ്ഞിട്ടുപോയപ്പോൾ കുതിരതന്നെ വീണുപോയിരുന്നു.

ബക്കിംഗ്ഹാമിന്റെ വിശ്വസ്തസേവകനായ പാട്രിക്കിനോട് അവർ രണ്ടുപേരും സംസാരിച്ചു. തന്നെ അയച്ചത് വിന്റർ ഡി പ്രഭുവാണെന്ന് ഫെൽട്ടൺ പറഞ്ഞു. മറ്റെയാൾ പേരൊന്നും പറഞ്ഞില്ല. ബക്കിംഗ്ഹാം പ്രഭുവിനോട് വിവരങ്ങൾ നേരിട്ടേ പറയുകയുള്ളുവെന്ന് അയാൾ പറഞ്ഞു.

പ്രഭുവിന് വിന്റർ ഡി പ്രഭുവുമായി സൗഹൃദപരവും ഔദ്യോഗികപരവുമായ ബന്ധമുള്ളതുകൊണ്ടും കൈവശം കത്തുണ്ടായിരുന്നതു

കൊണ്ടും ഫെൽട്ടനെ അയാൾ കടത്തിവിട്ടു. പക്ഷേ, അപരിചിതന് കാത്തുനിൽക്കേണ്ടി വന്നു. താമസിച്ചുപോകുന്നതിലുള്ള അസ്വസ്ഥത അയാളിൽ നിറഞ്ഞുനിന്നു.

ഫെൽട്ടനെ വേലക്കാരൻ ഒരു വലിയ മുറിവഴി കൂട്ടിക്കൊണ്ടുപോയി. ലാറൊച്ചിലിയിൽനിന്നുംവന്ന ജനപ്രതിനിധികൾ സോയൂബീസിന്റെ നേതൃത്വത്തിൽ ഏതോ ആലോചനായോഗത്തിലായിരുന്നു. അവിടംകഴിഞ്ഞ് പ്രഭു വസ്ത്രം മാറുന്ന ചെറിയ മുറിക്കരികിൽ അവരെത്തി. പ്രഭു കുളികഴിഞ്ഞ് ഒരുങ്ങുന്ന സമയമായിരുന്നു. വേലക്കാരൻ പ്രാട്രിക് അദ്ദേഹത്തോടു വിളിച്ചു പറഞ്ഞു:

"ലെഫ്റ്റനെന്റ് ഫെൽട്ടൺ വന്നിരിക്കുന്നു; കൈവശം വിന്റർ ഡി പ്രഭുവിന്റെ ഒരു കത്തുണ്ട്."

"വിന്റർ ഡി പ്രഭുവിന്റെയോ?" ബക്കിംഗ്ഹാം പറഞ്ഞു. "അയാളെ അകത്തേക്കു കടത്തിവിടു."

ഫെൽട്ടൺ ആ മുറിക്കകത്തു കയറി. ബക്കിംഗ്ഹാം പ്രഭു സ്വർണ നിറത്തിലുള്ള തുന്നൽപ്പണിയുള്ള ഒരു വേഷം മാറ്റിയശേഷം നീല വെൽവറ്റ് തുന്നൽപ്പണിയുള്ള ഒരു വേഷം അണിയുകയായിരുന്നു.

"വിന്റർ ഡി പ്രഭു വരാത്തതെന്താണ്?" ബക്കിംഗ്ഹാം ചോദിച്ചു. "അദ്ദേഹം രാവിലെ ഇവിടെയെത്തുമെന്നാണ് ഞാൻ കരുതിയത്."

"ഇന്ന് രാവിലെ അങ്ങയെക്കാണാൻ വരാൻ പറ്റാത്തതിന് വിഷമമുണ്ടെന്ന് അറിയിക്കാനും എന്നോടു പറഞ്ഞിരുന്നു" ഫെൽട്ടൺ പറഞ്ഞു. "അവിടെ തടവറയിൽക്കിടക്കുന്ന ആളിനെ സൂക്ഷിക്കാൻ അദ്ദേഹം അവിടെയുണ്ടായേ പറ്റൂ."

"അതെ. തടവറയിൽ ഒരാളുള്ള കാര്യം ഞാനറിഞ്ഞു."

"ആ തടവിൽക്കിടക്കുന്ന സ്ത്രീയെക്കുറിച്ച് അങ്ങയോട് ഒരു കാര്യം എനിക്കു പറയണമെന്നുണ്ട്."

"പറഞ്ഞോളൂ."

"അങ്ങുമാത്രം കേൾക്കേണ്ട ഒരു കാര്യമാണ്" ഫെൽട്ടൺ പറഞ്ഞു.

"പാട്രിക്കേ, നിങ്ങൾ പുറത്തുപോകൂ" പ്രഭു പറഞ്ഞു. "മണി കേൾക്കുന്നിടത്തുതന്നെ പോയി നിൽക്കണം. ഞാൻ കുറച്ചുകഴിയുമ്പോൾ മണിയടിക്കും."

പാട്രിക് അവിടെനിന്നും പുറത്തിറങ്ങി.

"ഇനി ഇവിടെ വേറെയാരുമില്ല" പ്രഭു പറഞ്ഞു. "നിങ്ങൾക്ക് സ്വതന്ത്രമായി ഇനി സംസാരിക്കാം."

"വിന്റർ ഡി പ്രഭു അന്നൊരിക്കൽ ഒരു സ്ത്രീയെ നാടുകടത്തുന്നതിനുള്ള ഒരു കൽപ്പനയിൽ അങ്ങ് ഒപ്പിട്ടുതരണമെന്ന് ആവശ്യപ്പെട്ടിരുന്നല്ലോ – ചാർലോട്ട് ബാക്സൺ എന്ന ഒരു സ്ത്രീ."

"അതെ. അതുകൊണ്ടുവന്നാൽ ഒപ്പിട്ടുനൽകാമെന്നും ഞാൻ പറഞ്ഞിരുന്നല്ലോ."

"അത് ഇതാ ഞാൻ കൊണ്ടുവന്നിട്ടുണ്ട് തിരുമേനീ."

"കാണട്ടെ."

ഫെൽട്ടൺ നീട്ടിയ കത്ത് അദ്ദേഹം വാങ്ങി. തനിക്കുള്ള കത്താണോ എന്നറിയാൻ അദ്ദേഹം ആ കത്ത് ഒന്നോടിച്ചു നോക്കി. തുടർന്ന് അത് മേശപ്പുറത്തു വച്ചശേഷം ഒപ്പിടാനായി പേനയെടുത്തു.

"ക്ഷമിക്കണം തിരുമേനി" ഫെൽട്ടൺ പറഞ്ഞു. "ആ സ്ത്രീയുടെ യഥാർഥ പേര് ചാർലോട്ട് ബാക്സൺ എന്നല്ല."

"എനിക്കതറിയാം" മഷിയിൽ പേന മുക്കിക്കൊണ്ട് അദ്ദേഹം പറഞ്ഞു.

"അപ്പോൾ അവളുടെ യഥാർഥ പേര് അങ്ങേക്കറിയാമോ?"

"അറിയാം."

പ്രഭു കടലാസിലേക്കു പേന താഴ്ത്തി.

"അവളുടെ യഥാർഥ പേരറിയാമായിരുന്നിട്ടും, അങ്ങ് അതിൽ ഒപ്പിടാൻ പോകുകയാണോ?"

"അവളാരാണെന്ന് അറിയുന്നതാണ് എനിക്ക് ഇതിൽ ഒപ്പിടാൻ കൂടുതൽ താൽപ്പര്യമുണ്ടാക്കുന്നത്."

"എനിക്കത് വിശ്വസിക്കാൻ പറ്റുന്നില്ല തിരുമേനി" അയാൾ പറഞ്ഞു. "അവളുടെ പേര് വിന്റർ ഡി ലേഡിയാണെന്ന് അറിയാമായിരുന്നോ?"

"എനിക്കത് നന്നായിട്ടറിയാം" പ്രഭു പറഞ്ഞു. "നിങ്ങൾക്കതറിയാമെന്നുവന്നതിലാണ് എനിക്കത്ഭുതം."

"അങ്ങ് മനഃസാക്ഷിയില്ലാതെ ഇതിൽ ഒപ്പുവയ്ക്കുമോ?" അയാൾ ചോദിച്ചു.

"നിങ്ങൾ ഈവിധം എന്നോടു ചോദിക്കുന്നു!" പ്രഭു വിചിത്രമായി അയാളെ നോക്കി. "നിങ്ങളോടു പറയാൻ പാടില്ലാത്തതുപോലും ഞാൻ ഇതിനകം പറഞ്ഞു; അതുതന്നെ ധാരാളം."

"ഞാൻ ചോദിച്ചതിനുള്ള മറുപടി പറയൂ. ഇത് വളരെ ഗൗരവമായ കാര്യമാണ് തിരുമേനി."

വിന്റർ ഡി പ്രഭുവാണ് ഫെൽട്ടനെ അയച്ചതിവിടെയെന്ന പേരിൽ മാത്രം ബക്കിംഗ്ഹാം സംയമനം പാലിച്ചു.

"യാതൊരു മനഃസാക്ഷിക്കുത്തുമില്ലാതെതന്നെ ഞാനീ കൽപ്പനയിൽ ഒപ്പുവയ്ക്കും" പ്രഭു പറഞ്ഞു. "വിന്റർ ഡി പ്രഭുവിന്റെ ആ സഹോദരി അപകടകാരിയായ ഒരു കുറ്റവാളിയാണെന്ന് നമുക്കറിയാം. അവളെ നാടുകടത്തുകമാത്രം ചെയ്യുന്നത് അവളോടു ക്ഷമിക്കുന്നതിനു തുല്യമാണ്."

ബക്കിംഗ്ഹാം ഒപ്പിടാനായി പേന കടലാസിൽ വച്ചു.

"ഇല്ല അങ്ങേക്കതിൽ ഒപ്പുവയ്ക്കാൻ പറ്റില്ല" ഫെൽട്ടൺ മുന്നോട്ടടുത്തുകൊണ്ടു പറഞ്ഞു.

"എനിക്ക് ഒപ്പിടാൻ പറ്റില്ലെന്നോ? അതെന്താ കാര്യം?"

"അങ്ങ് അങ്ങയുടെ മനഃസാക്ഷി പരിശോധിക്കണം. എന്നിട്ട് അവളോടു നീതി കാണിക്കണം."

“ഞാൻ നീതികാണിക്കണമായിരുന്നെങ്കിൽ, അവളെയെന്നേ ടൈബേണിൽ വച്ച് തൂക്കിലേറ്റണമായിരുന്നു” പ്രഭു പറഞ്ഞു. “അവൾ രാക്ഷസിയാണ്.”

“ഇല്ല. അവൾ ഒരു മാലാഖയാണ്. അങ്ങേക്കതറിയാം. അങ്ങ് അവളെ സ്വതന്ത്രയാക്കണം.”

“ഇങ്ങനെ സംസാരിക്കാൻ നിങ്ങൾക്കു ഭ്രാന്തുണ്ടോ?”

“ഇല്ല തിരുമേനി. ഞാൻ യഥാർഥത്തിൽ ഇതുവരെ ഒക്കെ ക്ഷമിക്കുകയായിരുന്നു. അങ്ങ് ഈ കൽപ്പനയിൽ ഒപ്പിടുന്നതിൽനിന്നും പിന്മാറിയില്ലെങ്കിൽ പരിണതഫലങ്ങൾ അനുഭവിക്കേണ്ടിവരും.”

“എന്ത്? എന്നെ ഭയപ്പെടുത്തുന്നോ?”

“ഇല്ല തിരുമേനീ. ഞാൻ അങ്ങയോടു വീണ്ടും അപേക്ഷിക്കുകയാണ്. ഒരു ഗ്ലാസ് കവിഞ്ഞൊഴുകാൻ ഒരു തുള്ളിമതി. കുറ്റങ്ങളിൽനിന്നും രക്ഷപ്പെട്ടുനിൽക്കുന്ന ഒരാളിന് എല്ലാ ശിക്ഷയും കിട്ടാൻ ഒരു ചെറിയ തെറ്റു മതിയാകും.”

“ഫെൽട്ടൺ, ഈ മുറിയിൽനിന്നും പുറത്തുപോകണം. നിങ്ങളെ വേഗം വിലങ്ങു വച്ചേ പറ്റൂ.”

“ഞാൻ പറയുന്നതു കേൾക്കൂ തിരുമേനീ. അങ്ങ് അവളെ വിവാഹത്തിനു മുമ്പ് ചതിച്ചു; മാനഭംഗപ്പെടുത്തി. അതിനാൽ നിങ്ങൾ അവളെ സ്വതന്ത്രയായിട്ടുവിടണം. ഞാൻ വേറൊന്നും ആവശ്യപ്പെടുന്നില്ല. ആവശ്യപ്പെടുകയും ഇല്ല.”

ബക്കിംഗ്ഹാം പ്രഭു ഫെൽട്ടനെ തുറിച്ചുനോക്കി; ആശ്ചര്യത്തോടെ.

“എന്ത് ആജ്ഞയോ?”

“അങ്ങ് സൂക്ഷിക്കണം” ഫെൽട്ടൺ പറഞ്ഞു. “അങ്ങയുടെ ക്രൂരത കൊണ്ട് ഇംഗ്ലണ്ടിലുള്ളവരെല്ലാം തളർന്നിരിക്കുകയാണ്. നിങ്ങൾ നിങ്ങളുടെ അധികാരം ദുരുപയോഗം ചെയ്തിരിക്കുകയാണ്. മനുഷ്യർക്കും ദൈവത്തിനും മുമ്പിൽ നിങ്ങൾ ക്രൂരനാണ്. ദൈവം നിങ്ങളെ പിന്നീടു ശിക്ഷിക്കും. എന്നാൽ ഇന്ന് ഞാൻ നിങ്ങളെ ശിക്ഷിക്കും.”

“അത്രയ്ക്കായോ!” ബക്കിംഗ്ഹാം വാതിൽക്കലേക്കു ചെന്നു.

ഫെൽട്ടൺ അദ്ദേഹത്തിന്റെ മുന്നിലേക്കു ചെന്നു.

“തിരുമേനീ, ദയവായിട്ട് അവളെ മോചിപ്പിക്കാനുള്ള ഒരു കൽപ്പനയെഴുതിത്തരണം” അയാൾ പറഞ്ഞു. “അങ്ങ് മാനഭംഗപ്പെടുത്തിയ ഒരു സ്ത്രീയാണ് അവളെന്ന കാര്യം മറക്കരുത്.”

“ഇവിടെനിന്നും പോകുന്നോ ഞാൻ വേലക്കാരനെ വിളിപ്പിച്ച് അഴിക്കകത്താക്കണമോ?”

“അങ്ങ് വേലക്കാരനെയൊന്നും വിളിക്കേണ്ട” അയാൾ പറഞ്ഞു. “ ഒരു കാര്യം ഓർത്തോളൂ. അങ്ങ് ഇപ്പോൾ ദൈവത്തിന്റെ കൈയിലാണ്.”

“പിശാചിന്റെ കൈയിലായിരിക്കുമെന്നായിരിക്കും പറയാനുദ്ദേശിച്ചത്” പ്രഭു ഉച്ചത്തിൽ പറഞ്ഞു. വിളിക്കാതെതന്നെ വേലക്കാരൻ കേൾക്കാനായിരുന്നു പ്രഭു ഉച്ചത്തിൽ പറഞ്ഞത്.

ഫെൽട്ടൺ ഒരു കടലാസ് ഷീറ്റെടുത്ത് ബക്കിംഗ്ഹാമിനുനേരെ നീട്ടിക്കൊണ്ടു പറഞ്ഞു.

“അവളെ മോചിപ്പിച്ചിരിക്കുന്നുയെന്നെഴുതി ഒപ്പിടൂ സർ.”

“എന്ത് എന്നെ നിർബന്ധിപ്പിച്ച് ഒപ്പിടുവിക്കുകയാണോ? നല്ല തമാശ.” തുടർന്ന് പ്രഭു വേലക്കാരനെ വിളിച്ചു, “പാട്രിക് പാട്രിക്!”

“തിരുമേനി, ഒപ്പിടൂ.”

“ഒരിക്കലുമില്ല!”

“ഒരിക്കലുമില്ലേ?”

ബക്കിംഗ്ഹാം വേലക്കാരനെ വീണ്ടും വിളിച്ചു. തുടർന്ന് അദ്ദേഹം വാളെടുക്കാനാഞ്ഞു. അതിനുമുമ്പ് ഫെൽട്ടൺ തന്റെ വസ്ത്രത്തിനകത്തു ഒളിപ്പിച്ചുവച്ചിരുന്ന കത്തി പുറത്തെടുത്തു. മിലാഡി അന്നു സ്വയം കുത്താനുപയോഗിച്ച കത്തിയായിരുന്നു അത്.

കത്തിയുമായി ബക്കിംഗ്ഹാമിന്റെമേൽ ചാടിവീഴാൻ അയാൾ തുടങ്ങിയപ്പോഴേക്കും വേലക്കാരൻ അവിടെയെത്തിയിട്ടു പറഞ്ഞു: “ഫ്രാൻസിൽനിന്നും അങ്ങേക്ക് ഒരു കത്തുണ്ട്.”

“ഫ്രാൻസിൽ നിന്നോ?” അതുവരെ നടന്ന സംഭവങ്ങൾ മറന്നുകൊണ്ട് അദ്ദേഹം ചോദിച്ചു.

ഈ സമയംകൊണ്ട് ഫെൽട്ടൺ കത്തികൊണ്ട് ബക്കിംഗ്ഹാമിന്റെ പള്ളയിൽ കുത്തിക്കഴിഞ്ഞിരുന്നു.

“രാജ്യദ്രോഹി!” അദ്ദേഹം വിളിച്ചുകൂവി. “എന്നെ കൊല്ലുന്നേ.”

“കൊലയാളി! കൊലയാളി!” പാട്രിക് വിളിച്ചുകൂവി.

രക്ഷപ്പെടാനുള്ള ഒരു മാർഗത്തിനായി ഫെൽട്ടൺ ചുറ്റുംനോക്കി. വാതിലിനരികിൽ ആരുമുണ്ടായിരുന്നില്ല. ലാറൊച്ചിലിയിലെ ഉദ്യോഗസ്ഥർ ഇരിക്കുകയായിരുന്ന മുറിയിലേക്ക് അയാൾ ഇറങ്ങി. അവിടെക്കണ്ട പടിക്കടുത്തോട്ട് അയാൾ ഓടി. പടിക്കരികിൽചെന്ന് താഴേക്കിറങ്ങാൻ തുനിഞ്ഞപ്പോഴേക്കും അങ്ങോട്ടുകയറിവന്ന വിന്റർ ഡി പ്രഭുവുമായി അയാൾ കൂട്ടിയിടിച്ചു.

കോപംപൂണ്ട കണ്ണുകളും രക്തംപുരണ്ട മുഖവും കൈയുമായി ഫെൽട്ടൺ വന്നിടിച്ചപ്പോൾ വിന്റർ ഡി പ്രഭു അയാളെ പിടിച്ചുനിർത്തി. “എനിക്കറിയാമായിരുന്നു ഇത്. എനിക്കറിയാമായിരുന്നു ഇത്. എന്നിട്ടും ഞാൻ ഒരു മിനിറ്റു താമസിച്ചുപോയി.”

ഫെൽട്ടൺ എതിർപ്പൊന്നും കാണിച്ചില്ല. അയാളെ വിന്റർ ഡി പ്രഭു കാവൽക്കാരെയേൽപ്പിച്ചു. കടലിന്റെ വശത്തുള്ള ഒരു മുറിയിലേക്ക് അയാളെ അവർ കൊണ്ടുപോയി. അയാളെ എന്തുചെയ്യണമെന്ന കൽപ്പന അവർക്കു ലഭിച്ചിരുന്നില്ല.

വിന്റർ ഡി പ്രഭുവാകട്ടെ ബക്കിംഗ്ഹാം പ്രഭുവിന്റെ മുറിയിലേക്കോടി; അദ്ദേഹം രക്തത്തിൽക്കുളിച്ചു കിടക്കുന്നതു കണ്ടു.

“ലാപ്പോർട്ടീ” ബക്കിംഗ്ഹാം ശബ്ദമടച്ചു ചോദിച്ചു. “രാജ്ഞിയുടെ അരികിൽനിന്നും വരുന്നതാണോ?”

“അതെ തിരുമേനി” ആസ്ട്രേലിയയിലെ ആനിയുടെ വിശ്വസ്ത സേവകൻ പറഞ്ഞു. “പക്ഷേ കുറച്ചു താമസിച്ചുപോയി.”

“പതുക്കെപ്പറയൂ ലാപ്പോർട്ടീ” പ്രഭു പറഞ്ഞു. “നിങ്ങൾ പറയുന്നത് ആരെങ്കിലും കേൾക്കും. പാട്രിക്, ആരെയും അകത്തേക്കു കടത്തിവിടരുത്. ഓ... ഓ.... ഞാൻ മരിക്കുകയാണ്. രാജ്ഞിയുടെ സന്ദേശമെന്തായിരുന്നുവെന്ന് എനിക്കിനി അറിയാൻ പറ്റില്ലല്ലോ....”

ബക്കിംഗ്ഹാം ബോധംകെട്ടു.

വിന്റർ ഡി പ്രഭുവും ബക്കിംഗ്ഹാമിന്റെ വസതിയിലെ ഉദ്യോഗസ്ഥരും മറ്റു നേതാക്കളും എല്ലാവരും അദ്ദേഹത്തിന്റെ മുറിയിലേക്കു തള്ളിക്കയറി. വേദനയുടെ കരച്ചിൽ അവിടെയുയർന്നു.

ആ വാർത്ത ആ കെട്ടിടത്തിൽ താമസിച്ചിരുന്നവർ മാത്രമല്ല പട്ടണത്തിൽ താമസിച്ചിരുന്നവർ മുഴുവനും അറിഞ്ഞു. അത്ര വേഗത്തിലാണ് ആ വാർത്ത പരന്നത്. അപ്രതീക്ഷിതമായ സംഭവമുണ്ടായതറിയിക്കാൻ വേണ്ടിയുള്ള പീരങ്കിയൊച്ചയും മുഴങ്ങി.

വിന്റർ ഡി പ്രഭു നിരാശയിലായി.

“വളരെ താമസിച്ചുപോയി” വിന്റർ ഡി പ്രഭു പറഞ്ഞു: “ഒരു മിനിറ്റു താമസിച്ചുപോയി. എന്റെ ദൈവമേ, കൊടും ദുരന്തമായിപ്പോയി!”

അന്ന് ഏഴുമണിക്ക് ഒരു കയർകോണിപ്പടി തൂങ്ങിക്കിടക്കുന്നതുകണ്ടപ്പോഴാണ് വിന്റർ ഡി പ്രഭു മിലാഡിയുടെ മുറിയിലേക്കു ഓടിച്ചെന്നു നോക്കിയിരുന്നത്. മുറി ശൂന്യമായിരുന്നു. വാതിലുകൾ തുറന്നും അഴികൾ അറുത്തുമിട്ടിരിക്കുന്നത് അയാൾ കണ്ടിരുന്നു. ആർട്ഗ്നൻ അയാളുടെ വേലക്കാരൻ പ്ലാഞ്ചെറ്റുവഴി കൊടുത്തയച്ചിരുന്ന വിവരം അപ്പോഴാണ് അദ്ദേഹം ഓർമിച്ചത്. ബക്കിംഗ്ഹാമിന്റെ ജീവൻ അപകടത്തിലാകുമോയെന്ന് ഭയന്നുകൊണ്ട് കുതിരലായത്തിലേക്കു ചെന്നു. കിട്ടിയ കുതിരപ്പുറത്തുകയറിയാണ് ഇങ്ങോട്ടു പോന്നത്. ഒക്കെ ഒരുനിമിഷം. വിന്റർ ഡി പ്രഭു ഓർത്തു.

ഈസമയം ബക്കിംഗ്ഹാം പിടയുകയായിരുന്നു. ബോധംകിട്ടിയ അദ്ദേഹം കണ്ണുകൾ തുറന്ന് ചുറ്റും നോക്കി. എല്ലാവർക്കും സന്തോഷമായി.

“മാന്യരേ” അദ്ദേഹം പറഞ്ഞു. “പാട്രിക്കിനും ലാപ്പോർട്ടിക്കുമിടയിൽ എന്നെയാക്കിയാൽ മതി.... ഓ.... നിങ്ങളാണോ വിന്റർ ഡി പ്രഭു? ഒരു വിചിത്രമായ ഒരുത്തനെയാണല്ലോ നിങ്ങളിന്ന് രാവിലെ കത്തുമായി വിട്ടത്. അയാൾ ചെയ്ത കടുംകൈ നോക്കൂ.”

“തിരുമേനി.....” വിന്റർ ഡി പ്രഭു കരഞ്ഞു. “ഞാൻ.... ഞാൻ.....”

“നിങ്ങളുടെ വേദന മാറിക്കോളും. വേറൊരാളിനുവേണ്ടി കരഞ്ഞിട്ടു കാര്യമില്ല. പോകൂ തൽക്കാലം.”

വിന്റർ ഡി പ്രഭു സങ്കടത്തോടെ പുറത്തേക്കിറങ്ങി.

ലാപോർട്ടിയും പാട്രിക്കും മാത്രമായി അദ്ദേഹത്തിന്റെയരികിൽ.

വേലക്കാർ ഡോക്ടറെ അന്വേഷിച്ചു പോയിട്ടുണ്ടായിരുന്നു. പക്ഷേ,

ഇതുവരെയും അവൾക്ക് ഒരു ഡോക്ടറെ കിട്ടിയതേയില്ല.

അദ്ദേഹത്തിന്റെ മുറിവിൽനിന്നും അപ്പോഴും രക്തം ഒഴുകുകയായിരുന്നു. ലാപോർട്ടി അദ്ദേഹം കിടക്കുന്ന സോഫയ്ക്കരികിൽ മുട്ടുകുത്തിയിരുന്നു.

"അങ്ങേക്കൊന്നും സംഭവിക്കില്ല; അങ്ങ് രക്ഷപ്പെടും."

"രാജ്ഞി എന്താണ് എഴുതിത്തന്നയച്ചത്?" വേദനയും സങ്കടവും സഹിച്ചുകൊണ്ട് അദ്ദേഹം ചോദിച്ചു. "ആ കത്ത് ഒന്ന് വായിക്കൂ."

"തിരുമേനീ... അത്....."

"പറഞ്ഞതു കേൾക്കൂ. എനിക്കിനി കുറച്ചു സമയമേയുള്ളൂ."

ലാപോർട്ടി കത്തു പൊട്ടിച്ചു. തുടർന്ന് അത് നിവർത്തിക്കൊണ്ട് ബക്കിംഗ്ഹാമിന്റെ കണ്ണുകൾക്കു മുമ്പിൽ പിടിച്ചു. അദ്ദേഹം അതു വായിക്കാൻ ശ്രമിച്ചു.

"എനിക്കൊന്നു വായിച്ചു തരൂ" അദ്ദേഹം പറഞ്ഞു. "എന്റെ കാഴ്ച മങ്ങുന്നു. വേഗമാകട്ടെ എന്റെ കേൾവിയും ഉടനെ നശിക്കും. ആ കത്തിലുള്ളത് വായിച്ചുകേട്ടിട്ടേ എനിക്കു മരിക്കാനാവൂ."

ലാപോർട്ടി ആ കത്ത് ഉറക്കെ വായിച്ചു:

തിരുമേനീ,

ഞാൻ നിങ്ങളെ കണ്ടശേഷം അങ്ങു കാരണത്താലും അങ്ങേക്കു വേണ്ടിയും ഞാൻ ഒത്തിരി കഷ്ടപ്പാടുകൾ അനുഭവിച്ചു. എന്റെ സന്തോഷമാണ് അങ്ങ് ആഗ്രഹിക്കുന്നതെങ്കിൽ ഫ്രാൻസിനെതിരെയുള്ള ഇംഗ്ലീഷ് പട്ടാളത്തിന്റെ അണിനിരത്തൽ അങ്ങ് അവസാനിപ്പിക്കണം. മതത്തിന്റെ പേരിലാണ് അങ്ങ് ഈ യുദ്ധം നടത്തുന്നതെന്ന് പറയുകയാണെങ്കിലും അങ്ങേക്ക് എന്നോടുള്ള പ്രേമംകൊണ്ടാണെന്നാണ് ആളുകൾ മുഴുവനും പറയുന്നത്. ഈ യുദ്ധം രണ്ടു രാജ്യങ്ങൾക്കും വിപത്തുണ്ടാക്കുമെന്നു മാത്രമല്ല, എനിക്കു തീരാദുഃഖമുണ്ടാക്കുന്നവിധത്തിലുള്ള ദുർഭാഗ്യങ്ങൾ അങ്ങേക്കുണ്ടാവുകയും ചെയ്യും.

സൂക്ഷിക്കണം. അങ്ങയുടെ ജീവൻ അപകടത്തിലാണ്. ഞാൻ അങ്ങയെ ഒരു ശത്രുവായി കരുതണ്ടായെന്നു ഞാൻ തീരുമാനിക്കുന്ന ദിവസം മുതൽ അങ്ങയുടെ ജീവൻ എനിക്കു വിലമതിക്കാനാകാത്തതാണ്.

സ്നേഹപൂർവം,
ആനി

സർവശക്തിയും ആവാഹിച്ചെടുത്താണ് ലാപോർട്ടി വായിക്കുന്നത് ബക്കിംഗ്ഹാം ശ്രദ്ധിച്ചത്.

"വാക്കാൽ ഒന്നും പറഞ്ഞയച്ചില്ലേ?" കടുത്ത നിരാശയോടെ അദ്ദഹം ചോദിച്ചു.

"അതെ തിരുമേനീ, അങ്ങയോടു സൂക്ഷിക്കണമെന്നു പറഞ്ഞു. അങ്ങയുടെ ജീവൻ അപകടത്തിൽപ്പെടുത്താൻ നടക്കുന്ന ഒരു ശ്രമത്തെപ്പറ്റി അവർക്കവിടെ മുന്നറിയിപ്പും കിട്ടിയിട്ടുണ്ടെന്നു പറഞ്ഞു."

"അത്രയേ ഉള്ളൂ?" അക്ഷമനായിക്കൊണ്ട് അദ്ദേഹം ചോദിച്ചു.

"രാജ്ഞി എപ്പോഴും അങ്ങയെ സ്നേഹിക്കുന്നു എന്നു പറയാനും പറഞ്ഞു."

"ദൈവത്തിനു സ്തുതി! എങ്കിൽ എന്റെ മരണം അവൾക്കു സഹിക്കാനാവുകയില്ല" അദ്ദേഹം വിതുമ്പി.

ഇതുകേട്ടപ്പോൾ ലാപ്പോർട്ടിയും കരഞ്ഞുതുടങ്ങി.

"പാട്രിക്" പ്രഭു പറഞ്ഞു. "ആ രത്നച്ചരടു വച്ചിരിക്കുന്ന പെട്ടി കൊണ്ടുവരൂ."

അയാൾ അതു കൊണ്ടുവന്നു. അതു രാജ്ഞിയുടേതായിരുന്നെന്ന് അയാൾക്കു മനസിലായി.

"ഇനി ആ വെളുത്ത സാറ്റിൻ സഞ്ചികൊണ്ടുവരൂ; രത്നം തുന്നിപ്പിടിപ്പിച്ച മുദ്രയുള്ള ആ സഞ്ചി!"

പാട്രിക് സഞ്ചി കൊണ്ടുവന്നു.

"ലാപോർട്ടി" ബക്കിങ്ഹാം പറഞ്ഞു. "അവരുടെ ഓർമയ്ക്കായി ഈ രണ്ടു സാധനങ്ങളേയുള്ളൂ എന്റെ കൈയിൽ. ഈ പെട്ടിയും പിന്നെ ഈ രണ്ടു കത്തുകളും. ഇവ രാജ്ഞിക്കു മടക്കിക്കൊടുത്തോളൂ. എന്റെ കൈയിൽനിന്നും അവസാന ഓർമയ്ക്കായി....."

അദ്ദേഹം മുറിയിലാകമാനം നോക്കി. വിലപിടിച്ചതെന്തെങ്കിലുമുണ്ടോയെന്ന് അറിയാൻ. പക്ഷേ, മരണം അടുത്തതോടെ അദ്ദേഹത്തിന്റെ കാഴ്ച മങ്ങിത്തുടങ്ങി. ഫെൽട്ടന്റെ കൈയിൽനിന്നും വീണ കത്തിമാത്രമാണ് അദ്ദേഹം കണ്ടത്. അത് അയാളുടെ അരികിൽ രക്തം പുരണ്ടു കിടന്നിരുന്നു.

"എന്റെ പ്രേമത്തിന്റെ അവസാന അടയാളമായിട്ട് ആ കത്തി രാജ്ഞിക്കു കൊണ്ടുപോയിക്കൊടുക്കൂ" അദ്ദേഹം പറഞ്ഞു.

സഞ്ചിയെടുത്ത് പെട്ടിക്കുള്ളിൽ വയ്ക്കാനും കത്ത് അതിന്റെ മുകളിലും വയ്ക്കാനുള്ള ത്രാണിയേ അദ്ദേഹത്തിനുണ്ടായിരുന്നുള്ളൂ. സംസാരിക്കാൻ വയ്യാത്തതിനാൽ അദ്ദേഹം തലയാട്ടി ആംഗ്യം കാണിച്ചു.

തുടർന്ന് ഒന്നു വിറച്ചശേഷം അദ്ദേഹം സോഫയിൽനിന്നും താഴെ വീണു.

പാട്രിക് നിലവിളിച്ചുപോയി.

ബക്കിംഗ്ഹാം ഒന്നുചിരിക്കാൻ ശ്രമിച്ചു. അവസാനത്തെ ഒരു ചിരി. ഒപ്പം നിർജീവനാവുകയും ചെയ്തു. അവസാന സ്നേഹചുംബനം പോലെ ആ ചിരി ചുണ്ടുകളിൽത്തന്നെ വീണ്ടും നിന്നു.

* * *

അപ്പോഴേക്കും പ്രഭുവിന്റെ ഡോക്ടർ അത്യധികം പരിഭ്രമത്തോടെയെത്തി. ഡോക്ടർ അതുവരെ കപ്പലിലായിരുന്നു. അദ്ദേഹം പ്രഭുവിന്റെ കൈപിടിച്ചു. ഒരുനിമിഷം നിന്നു. പിന്നെ പതിയെ താഴെ വച്ചു.

"ഇനി ഒന്നും ചെയ്യാനില്ല" ഡോക്ടർ പറഞ്ഞു. "ഇദ്ദേഹം മരിച്ചു."

"മരിച്ചു! മരിച്ചു!" പാട്രിക് ഉറക്കെ കരയാൻ തുടങ്ങി.

നിലവിളികേട്ട് ജനക്കൂട്ടം മുറിയിലേക്കു ഇരച്ചുകയറി.

ബക്കിംഗ്ഹാം മരിച്ചുയെന്ന് മനസിലാക്കിയ വിന്റർ ഡി പ്രഭു ഉടനെ തന്നെ ഫെൽട്ടനെ കണ്ടുപിടിക്കാൻ ഓടി. പട്ടാളക്കാർ അയാളെ എന്തു ചെയ്യണമെന്നറിയാതെ പിടിച്ചുവച്ചിരിക്കുകയായിരുന്നു. പ്രഭുവിനെ കത്തി കൊണ്ടു കുത്തിയ സന്തോഷത്തിൽ അയാൾ അവിടെ ഇരിക്കുകയായിരുന്നു.

"നീചാ.... നീയെന്താണു ചെയ്തത്?" വിന്റർ പ്രഭു അലറി.

"ഞാൻ പ്രതികാരം ചെയ്തു."

"ആ സ്ത്രീ നിന്നെ പറ്റിച്ചുവെന്നു പറയുന്നതല്ലേ നല്ലത്..... ഞാൻ ഉറപ്പുതരുന്നത് ഇത് അവളുടെ അവസാനത്തെ കുറ്റമായിരിക്കും."

"അങ്ങ് പറയുന്നത് എനിക്കു മനസിലാകുന്നില്ല" ഫെൽട്ടൺ പറഞ്ഞു. "ഞാൻ തീർത്തുപറയാം ഒരു സ്ത്രീക്കും ഇതിൽ പങ്കില്ല. അങ്ങയുടെ ശുപാർശ ഉണ്ടായിട്ടും രണ്ടുപ്രാവശ്യവും എനിക്ക് സ്ഥാനക്കയറ്റം അയാൾ തന്നില്ല. ആ നീതികേടിന് ഞാൻ കൊടുത്ത ശിക്ഷയാണിത്."

വിന്റർ ഡി പ്രഭു അത്ഭുതപ്പെട്ടു. അദ്ദേഹം അയാളെ തുറിച്ചുനോക്കിക്കൊണ്ടുനിന്നു, ആ ദുഷ്ടതയെ എങ്ങനെ കരുതണമെന്നറിയാതെ.

അയാളുടെ മനഃസമാധാനത്തിനെ ശല്യപ്പെടുത്തിയ ഒരു വിചാരമേ ഉണ്ടായിരുന്നുള്ളൂ. അയാൾ കേട്ട ഓരോ ശബ്ദവും അയാളെ ഭയപ്പെടുത്തി. തന്റെ രക്ഷയെപ്പറ്റിയുള്ള ഭയംകൊണ്ട് മിലാഡിതന്നെ അന്വേഷിച്ചുവന്നാലോ? തന്റെ കൈകളിലേക്ക് വന്നുവീണ് ഒപ്പം മരിക്കാൻ ശ്രമിച്ചാലോ?

അയാൾ പുറത്തേക്കു നോക്കി. കടൽ കാണാം. അങ്ങ് അകലം വരെയും കാണാം. ആ കപ്പൽ ഫ്രാൻസിന്റെ കരയിലേക്കു നീങ്ങുകയാണെന്ന് അയാൾക്ക് ബോധ്യമായി.

താൻ വഞ്ചിക്കപ്പെട്ടിരിക്കുന്നതായി പെട്ടെന്ന് അയാൾക്കു തോന്നി. അയാൾ വിളറി വെളുത്തു. കിതയ്ക്കുന്ന ഹൃദയത്തിലേക്കു കൈയമർത്തിക്കൊണ്ട് അയാൾ വിന്റർ ഡി പ്രഭുവിനോടു ചോദിച്ചു:

"അങ്ങ് എനിക്ക് അവസാനമായി ഒരുപകാരം ചെയ്യാമോ?"

"എന്താണ്?"

"സമയമെന്തായിയെന്ന് പറയാമോ?"

അദ്ദേഹം വാച്ചെടുത്തു നോക്കി.

"ഒമ്പതിന് പത്തുമിനിറ്റ്."

മിലാഡി ഒന്നരമണിക്കൂർ മുമ്പ് അവിടം വിട്ടിട്ടുണ്ടെന്ന് അയാൾ ഊഹിച്ചു. അപായമറിയിച്ചുകൊണ്ടുള്ള പീരങ്കിശബ്ദം കേട്ടയുടനെ കപ്പൽ വിടാൻ അവൾ നിർദേശം കൊടുത്തിരിക്കാം.

ആ കപ്പൽ ഇപ്പോൾ നീലാകാശത്തിനിടയിലൂടെ കരയിലേക്ക് അടുക്കാറായിരിക്കാം.

"ഇത് ദൈവനിശ്ചയമാണ്" അയാൾ കടലിൽനിന്നും കണ്ണെടുക്കാതെ പറഞ്ഞു. താൻ ആർക്കുവേണ്ടിയാണോ ജീവനൊടുക്കാൻ

നോക്കിയത് ആ സ്ത്രീ കപ്പൽത്തട്ടിൽ നിൽക്കുന്നതായി അയാൾ ഭാവന കൊണ്ടു.

വിന്റർ ഡി പ്രഭു അയാളുടെ നോട്ടവും ഭാവവും കണ്ടു. അദ്ദേഹം എല്ലാം ഊഹിച്ചു.

രണ്ടു കാവൽക്കാർ അയാളെ പിടിച്ചുകൊണ്ടുപോയി. അയാൾ കട ലിലേക്കു നോക്കിക്കൊണ്ടു നടന്നു.

"കുറ്റവാളീ നീയിപ്പോൾ രക്ഷപ്പെട്ടു. നിന്നെ ഒറ്റയ്ക്ക് ശിക്ഷിക്കും" വിന്റർ ഡി പ്രഭു അയാളോടു പറഞ്ഞു. "ഞാൻ എന്റെ സഹോദരനെ ഓർമിച്ചുകൊണ്ട് സത്യം ചെയ്യുന്നു, അവൾക്ക് അർഹമായ ശിക്ഷ കിട്ടു ന്നതായിരിക്കും."

ഫെൽട്ടൺ തലകുമ്പിട്ടതല്ലാതെ ഒന്നും പറഞ്ഞില്ല.

വിന്റർ ഡി പ്രഭു പടികളിറങ്ങി താഴേക്കു പോന്നു. തുടർന്ന് തുറ മുഖത്തേക്കും.

60

ഫ്രാൻസിൽ

ഇംഗ്ലണ്ടിലെ രാജാവായ ചാൾസ് ഒന്നാമൻ ബക്കിംഗ്ഹാമിന്റെ മരണവാർത്ത കേട്ടു. ആ ഭീകരവാർത്ത ലാറൊച്ചിലിയിലെ ജനങ്ങളെ നിരാശപ്പെടുത്തിയേക്കുമോയെന്നാണ് അദ്ദേഹം ആദ്യം ഭയന്നത്. അദ്ദേഹം അവരിൽനിന്നും അതു കഴിയുന്നിടത്തോളം മറയ്ക്കാൻ ശ്രമിച്ചുവെന്നാണ് ജീവിതസ്മരണകളിൽ പറയുന്നത്. അതിനായി അദ്ദേഹം എല്ലാ തുറമുഖങ്ങളും അടച്ചു. വിദേശക്കപ്പലുകൾ അടുക്കുന്നതും വിലക്കി; ബക്കിംഗ്ഹാം തയാറാക്കി നിർത്തിയിരിക്കുന്ന പട്ടാളസംഘം തുറമുഖം വിടുന്നതുവരെ. ബക്കിംഗ്ഹാം മരിച്ചതിനാൽ രാജാവ് തന്നെയാണ് അക്കാര്യമൊക്കെ മേൽനോട്ടം വഹിച്ചിരുന്നത്.

ഡാനിഷ്, ഡച്ച് അംബാസിഡർമാർ ഉൾപ്പെടെയുള്ള വിദേശികളാരും രാജ്യം വിട്ടുപോകരുതെന്ന് അദ്ദേഹം നിഷ്കർഷിച്ചു.

പക്ഷേ, ബക്കിംഗ്ഹാമിന്റെ മരണം കഴിഞ്ഞ് അഞ്ചു മണിക്കൂറിനകം ഈ നടപടികളൊന്നും എടുക്കാൻ അദ്ദേഹത്തിനു കഴിഞ്ഞില്ല. അതായത് ഉച്ചയ്ക്ക് രണ്ടുമണിവരെ ഇതൊന്നും നടന്നില്ല. ഇതിനകം രണ്ടു കപ്പലുകൾ തുറമുഖം വിട്ടിരുന്നു. ഒന്ന് മിലാഡിക്കുവേണ്ടി ഫെൽട്ടൺ ഒരുക്കിയിരുന്ന കപ്പൽ. അവൾ അവിടംവിട്ടപ്പോൾ എന്താണു സംഭവിച്ചതെന്ന് അവൾക്ക് ബോധ്യമായിരുന്നു. യുദ്ധക്കപ്പലിന്റെ മുകൾഭാഗത്ത് കരിങ്കൊടി പറക്കുന്നതുകൂടിക്കണ്ടപ്പോൾ ബക്കിംഗ്ഹാം കൊലചെയ്യപ്പെട്ടുവെന്ന ചിന്ത അവൾക്കു തീർച്ചയാക്കാനും കഴിഞ്ഞിരുന്നു.

* * *

അതേസമയം ക്യാമ്പിൽ ലാറൊച്ചിലിക്കു മുമ്പിൽ പുതിയ കാര്യങ്ങളൊന്നും ഉണ്ടായിരുന്നില്ല; അദ്ദേഹം ഇരുന്നു മുഷിഞ്ഞതേയുള്ളൂ. സെന്റ് ജെർമെയ്നിൽ പോയി കേയിസ് പുണ്യവാളന്റെ തിരുനാൾ

ആഘോഷത്തിൽ പങ്കെടുക്കാമെന്ന് അദ്ദേഹം തീരുമാനിച്ചു. ഇരുപത് പടയാളികളെ കൂടെ അയച്ചുതരാൻ അദ്ദേഹം കർദിനാളിനോടാവശ്യപ്പെട്ടു. കർദിനാളും ആ സമയത്ത് മുഷിഞ്ഞിരുന്ന സമയമായിരുന്നു. രാജാവ് പോകുന്നതിൽ അദ്ദേഹത്തിന് സന്തോഷമേയുണ്ടായിരുന്നുള്ളൂ. സെപ്റ്റംബർ 15നുമുമ്പ് മടങ്ങിവരാമെന്ന് അദ്ദേഹം സമ്മതിക്കുകയും ചെയ്തു.

രാജാവിന്റെ യാത്രയെക്കുറിച്ച് കർദിനാൾ അപ്പോൾത്തന്നെ മോൺസ്യൂർ ട്രിവീലിയോടു പറഞ്ഞു. തനിക്കാവശ്യമായ സാധനങ്ങളൊക്കെ ട്രിവീലി ക്രമീകരിച്ചു. എന്തുവിശേഷമാണെന്ന് അറിയില്ലെങ്കിലും രാജാവിന്റെ കൂടെ പോകുന്നവരിൽ ആ നാലു സുഹൃത്തുക്കളെക്കൂടി അദ്ദേഹം ഉൾപ്പെടുത്തി. അല്ലെങ്കിൽത്തന്നെ അവർക്ക് പാരീസിലേക്ക് മടങ്ങിപ്പോകാനുള്ള താൽപ്പര്യമുണ്ടായിരുന്നുവെന്നും അദ്ദേഹത്തിനറിയാമായിരുന്നു.

അരമണിക്കൂറിനുള്ളിൽ ട്രിവീലി അക്കാര്യം ആ നാലുപേരെയും അറിയിച്ചു. ആർട്ഗ്നനാണ് കൂടുതൽ സന്തോഷമായിരുന്നത്. കാരണം അവൻ ഇപ്പോഴും പടയാളിയായിട്ടില്ലായിരുന്നെങ്കിൽ, ഭടന്മാരോടൊപ്പം ക്യാമ്പിൽ കഴിയേണ്ടി വന്നേനെ. അതേസമയം കൂട്ടുകാരെല്ലാം അവിടം വിടുകയും ചെയ്യുമായിരുന്നു.

യഥാർഥത്തിൽ ആ ക്യാമ്പ് വിട്ടുപോകുന്നതിനുള്ള ഒരവസരം അക്ഷമരായി നോക്കിയിരിക്കുകയായിരുന്നു അവർ. കാരണം ബെത്തൂണിലെ കോൺവന്റിൽവച്ച് മാഡം ബോണസ്യൂ തന്റെ ക്രൂരശത്രുവായ മിലാഡിയോട് ഏറ്റുമുട്ടുകയാണെങ്കിൽ, മാഡം ബോണസ്യൂവിന്റെ കാര്യം അപകടത്തിലാകുമെന്ന് അവർക്കറിയാമായിരുന്നു. അവളുടെ രക്ഷയെ സംബന്ധിച്ച അങ്കലാപ്പുകൊണ്ടാണ് ടുവേഴ്സിലെ തുന്നൽക്കാരിയായ മേരി മിച്ചന് ഒരിക്കൽ ആറമീസ് കത്തെഴുതിയത്. കോൺവെന്റിൽനിന്നും രക്ഷപ്പെടുത്തി ലൊറൈനിലേക്കോ ബൽജിയത്തിലേക്കാ അയയ്ക്കാൻ സാധ്യമായ ബന്ധങ്ങൾ ഉപയോഗിച്ച് രാജ്ഞിയുടെ അനുവാദം തേടാൻ അപേക്ഷിക്കുന്നതായിരുന്നു ആ കത്ത്. ഒമ്പതോ പത്തോ ദിവസങ്ങൾ കഴിഞ്ഞപ്പോൾ ആറമീസിന് മറുപടിയും കിട്ടി.

പ്രിയപ്പെട്ട കസിൻ,

നമ്മുടെ വേലക്കാരിയെ ബത്തൂണിലെ കോൺവന്റിൽനിന്നും മാറ്റാൻ എന്റെ സഹോദരി അനുവാദം തരുന്ന കത്താണിത്. അവൾ അവിടെ താമസിക്കുന്നതിനു പറ്റിയ അന്തരീക്ഷമില്ലെന്നാണല്ലോ നിങ്ങൾ കരുതുന്നത്.

ഈ അനുവാദക്കത്ത് നിങ്ങൾക്കയച്ചു തരുന്നതിന് എന്റെ സഹോദരിക്ക് അതിയായ സന്തോഷമുണ്ട്. കാരണം സഹോദരിക്ക് അവളെ വലിയ ഇഷ്ടവും സഹായിക്കാനുള്ള ആഗ്രഹവും ഉണ്ട്.

സ്നേഹപൂർവം,
മേരി മിച്ചൻ.

ആ കത്തിനോടൊപ്പം ഉണ്ടായിരുന്ന അധികാരപ്പെടുത്തൽ കത്ത് ഈവിധത്തിലായിരുന്നു:

എന്റെ ശുപാർശപ്രകാരം അവിടെ ബെത്തൂൺ കോൺവെന്റിൽ പ്രവേശിച്ച ആ സ്ത്രീയെ ഈ കത്തുമായിവരുന്ന ആളിനു വിട്ടുകൊടുക്കണമെന്ന് ഇതിനാൽ ഞാൻ ശുപാർശ ചെയ്തുകൊള്ളുന്നു.

ലൗവ്രി ആനി

ആഗസ്റ്റ് 10, 1628

രാജ്ഞിയെയാണ് ആ തുന്നൽക്കാരിപ്പെണ്ണ് സഹോദരിയെന്ന് എഴുതിയിരുന്നതെന്നറിഞ്ഞപ്പോൾ ആ മൂന്നു സുഹൃത്തുക്കൾക്കും തമാശയാണ് തോന്നിയത്. പോർത്തോസ് കള്ളക്കഥകൾ പറയാൻ തുടങ്ങിയപ്പോൾ ആറമീസിന്റെ മുഖം ഒന്നുരണ്ടു തവണ ചുവന്നിരുന്നു; പിന്നെ അയാൾക്കു കൊടുംകോപമാണ് വന്നത്. ഇനിയും അതിനെപ്പറ്റി പറയുകയാണെങ്കിൽ തീരുമാനങ്ങളിൽ തന്റെ കസിനെ കൂട്ടുചേർക്കുകയില്ലെന്ന് അയാൾ പറഞ്ഞു.

അതിനാൽ മേരി മിച്ചനെക്കുറിച്ച് അവർ നാലുപേരും ഒന്നും പറഞ്ഞതേയില്ല. അവളിൽനിന്നും കിട്ടിയ കത്തിനെപ്പറ്റി അവർക്ക് വളരെയധികം നന്ദിയുണ്ടായിരുന്നു. മാഡം ബോണസ്യൂവിനെ ബത്തൂൺ മഠത്തിൽനിന്നും നീക്കുന്നതിനുള്ള അധികാരം നൽകുന്ന കത്ത്.

ഫ്രാൻസിന്റെ മറ്റൊരറ്റത്ത് ലാറൊച്ചിലി ക്യാമ്പിലിരുന്നാൽ ഈ കത്തുകൊണ്ട് യാതൊരുപയോഗവുമില്ലെന്ന് അവർക്ക് നല്ലപോലെയറിയാമായിരുന്നു. അക്കാരണത്താൽ ഒരടിയന്തിരമായ കാര്യം പറഞ്ഞ് അവധിയെടുക്കാൻ ട്രിവീലിക്ക് അപേക്ഷ നൽകണമെന്ന് ആർട്ട്ഗ്നൻ തീരുമാനിച്ചിരുന്നു. അങ്ങനെ ചെന്നപ്പോഴാണ് അവനും സുഹൃത്തുക്കളും അറിഞ്ഞത് രാജാവ് തന്നെ ഇരുപതു പടയാളികൾക്കൊപ്പം പാരീസിലേക്കു പുറപ്പെടുന്നുണ്ടെന്നും തങ്ങളും ആ സംഘത്തിലുണ്ടെന്നും. അവർക്ക് അതീവ സന്തോഷമായി.

അവർ അവരുടെ വേലക്കാരെ മുമ്പേ വിട്ടു. അവരുടെ സാധനങ്ങളും മറ്റും അവരുടെ പക്കൽ കൊടുത്തയച്ചിരുന്നു. പതിനാറാം തീയതി രാവിലെ അവർ യാത്രയാകുകയും ചെയ്തു.

മൗസിവരെ രാജാവിന്റെ കൂടെ കർദിനാളും ചെന്നിരുന്നു. അവിടെ വച്ച് അവർ പരസ്പരം യാത്ര പറഞ്ഞു. വലിയ സ്നേഹപ്രകടനങ്ങളാണ് അവരപ്പോൾ കാണിച്ചത്.

പാരീസിൽ ഇരുപത്തിമൂന്നാം തീയതിയെത്തണം. അതിനാൽ ആകുന്നത്രയും വേഗത്തിൽ യാത്രതുടരണമെന്നാണ് രാജാവിനുണ്ടായിരുന്ന ആഗ്രഹം. പക്ഷേ, പോകുന്നവഴിക്ക് പക്ഷികളെയും മറ്റും വേട്ടയാടുന്ന വിനോദം അദ്ദേഹം ഒഴിവാക്കിയില്ല. ലോയിനെസ് പ്രഭുവിൽനിന്നാണ് അദ്ദേഹം ഈ വിനോദം അഭ്യസിച്ചിരുന്നത്. ഇപ്പോഴും ആ വിനോദത്തിലുള്ള അദ്ദേഹത്തിന്റെ താൽപ്പര്യം കുറഞ്ഞിരുന്നില്ല. ഇരുപതു പടയാളികളിൽ പതിനാറുപേർക്ക് രാജാവിന്റെ യാത്രാവേളയിലെ ഈ വിനോദം

ഇഷ്ടമായിരുന്നു. പക്ഷേ, ആ നാലുസുഹൃത്തുക്കൾക്ക് കോപമാണ് വന്നത്. അവർ പല്ലുകടിക്കുകയും ശപിക്കുകയും ചെയ്തുകൊണ്ട് യാത്ര തുടർന്നു.

ആർട്ഗ്നന് ചെവിയിൽ എന്തോ മുഴങ്ങുന്നതുപോലെ തോന്നി. "മറ്റുള്ളവരാരോ എവിടെയോ ഇരുന്ന് അയാളെപ്പറ്റി സംസാരിക്കുന്നതിനാലാണ് അങ്ങനെ മുഴക്കം തോന്നുന്നത്" പോർത്തോസ് പറഞ്ഞു. അതായിരുന്നു പൊതുവേയുള്ള വിശ്വാസവും.

ഇരുപത്തിമൂന്നാം തീയതി രാത്രിയിൽ അവർ പാരീസിലെത്തി. അകമ്പടി സേവിച്ചതിന് ട്രിവീലിയോടു രാജാവ് നന്ദി പറഞ്ഞു. തന്റെ കീഴിലുള്ള പടയാളികൾക്ക് നാലുദിവസത്തെ അവധി അനുവദിക്കാമെന്നും രാജാവ് വാക്കുകൊടുത്തു അവർക്ക്. പൊതുസ്ഥലങ്ങളിൽ അവരെ കാണരുതെന്നതായിരുന്നു ഒരു വ്യവസ്ഥ. കണ്ടാൽ ബാസ്റ്റിൽ ജയിലിലടയ്ക്കുമെന്നും അദ്ദേഹം പറഞ്ഞു.

ആ നാലു സുഹൃത്തുക്കൾക്കുമായിരുന്നു ആദ്യം അവധി കിട്ടിയത്. മോൺസ്യൂർ ട്രിവീലി അവരിൽ ആതോസിന് രണ്ടുദിവസത്തെ അവധി കൂടുതൽ നൽകി. ഇതിനു പുറമേ രണ്ടു രാത്രിയും കൂടി കിട്ടി. ഇരുപത്തിയഞ്ചു മുതൽ ലീവാണെന്ന് പറഞ്ഞുകൊണ്ട് അവർ ഇരുപത്തിനാലാം തീയതി രാത്രിമുതൽ അവധിക്കുപോയി.

"നിസ്സാരകാര്യത്തിന് നമ്മൾ ധൃതിവയ്ക്കുന്നതായി എനിക്കു തോന്നുന്നു" ആർട്ഗ്നൻ പറഞ്ഞു. ആർട്ഗ്നന് ഒരു കാര്യത്തിനും സംശയമില്ലായിരുന്നു അവൻ വീണ്ടും പറഞ്ഞു. "രണ്ടു മൂന്നു കുതിരകളെ ചാകുന്നതുവരെ സവാരിക്കുപയോഗിച്ചാൽ രണ്ടുമൂന്നു ദിവസംകൊണ്ട് എനിക്ക് ബത്തൂണിലെത്താൻ പറ്റും. മഠാധിപതിക്ക് രാജ്ഞിയുടെ കത്തു ഞാൻ കൊടുത്തശേഷം മാഡം ബോണസ്യൂവിനെ ഞാൻ വീണ്ടെടുക്കും. ഞാൻ അവളെ ബൽജിയത്തിലേക്കോ ലൊറൈനിലേക്കോ കൊണ്ടുപോകുകയില്ല പാരീസിൽത്തന്നെ എവിടെയെങ്കിലും ഒളിച്ചു താമസിപ്പിക്കും. ഇവിടെത്തന്നെ ഒളിപ്പിക്കുന്നതാണ് നല്ലത്; കാരണം കർദിനാൾ ഇപ്പോൾ ലാറൊച്ചിലിയിലാണല്ലോ. യുദ്ധം തീരുമ്പോൾ നമുക്ക് വേണ്ടതൊക്കെ രാജ്ഞിയിൽനിന്നും കിട്ടും. സഹോദരിയുടെ പ്രേരണയും നാം ചെയ്ത പ്രവൃത്തികളുമായിരിക്കും അതിനു കാരണം. അതിനാൽ നിങ്ങളാരും അങ്ങോട്ടു വരണ്ട. പാരീസിൽ ഇരുന്നാൽ മാത്രം മതിയാകും. ഈ പറഞ്ഞതൊക്കെ ഞാനും പ്ലാഞ്ചെറ്റുംകൂടി ചെയ്തോളാം."

"നമുക്ക് പണമുണ്ട്" ആതോസ് പറഞ്ഞു. "ആ രത്നത്തിന്റെ കച്ചവടംവഴി കിട്ടിയ പണം മുഴുവൻ കുടിച്ചുതീർത്തിട്ടില്ല. പോർത്തോസും ആറമീസും അവരുടെ പണം മുഴുവൻ കഴിച്ചുതീർത്തിട്ടുമില്ല. മിലാഡിയോടു ബെത്തൂണിൽ പോകാനും അവൾ പോകുന്നയിടങ്ങളിലൊക്കെ അപകടവും വരുത്തിവെയ്ക്കുമെന്നും കർദിനാൾ പറഞ്ഞത് നാം മറന്നുപോകരുത്. ആർട്ഗ്നൻ, നിങ്ങൾക്ക് നാല് ആണുങ്ങളോടാണ് ഇടപെടാനുള്ളതെന്നു വരികയാണെങ്കിൽ നിങ്ങളോടു തനിച്ചുപോകാൻ ഞാൻ

പറയുമായിരുന്നു. പക്ഷേ ഇത് ഒരു സ്ത്രീയോടുള്ള ഇടപെടലായതിനാലാണ് നാമെല്ലാവരും പോകേണ്ടത്. നമുക്ക് നമ്മുടെ വേലക്കാരെയും കൊണ്ടുപോകാം. ദൈവസഹായത്തിനു പ്രാർഥിക്കുകയും വേണം."

"നിങ്ങളുടെ സംസാരം കേട്ടാൽ നിങ്ങൾ ഭയപ്പെട്ടിരിക്കുന്ന മാതിരിയുണ്ടല്ലോ" ആർട്ഗ്നൻ പറഞ്ഞു. "സത്യത്തിൽ എന്താണ് അവിടെ ഭയപ്പെടാനുള്ളത്?"

"എല്ലാം ഭയപ്പെടണം" ആതോസ് പറഞ്ഞു.

പോർത്തോസിന്റെയും ആറമീസിന്റെയും മുഖത്തേക്ക് അവൻ നോക്കി. അവരും ആതോസിനെപ്പോലെ ഭയചകിതരായിരിക്കുന്നത് ആർട്ഗ്നൻ കണ്ടു. അവർ നാലുപേരും പിന്നൊന്നും സംസാരിച്ചില്ല. കുതിരകളിൽ കയറി അവർ യാത്ര തുടർന്നു.

ഇരുപത്തിയഞ്ചാം തീയതി വൈകുന്നേരം അവർ അറാസിലെത്തി. ഒരു ഗ്ലാസ് വീഞ്ഞു കുടിക്കാനായി ആർട്ഗ്നൻ ഹെഴ്സ്ഡോർ സത്രത്തിലിറങ്ങി. ഒരാൾ ഒരു പുതിയ കുതിരയിൽ പാരീസിലേക്കു പോകുന്നത് അപ്പോൾ അവൻ കണ്ടു. ആ കുതിരയെ അയാൾ സത്രത്തിൽ നിന്നും മാറിയെടുത്തതായിരുന്നു. ആഗസ്റ്റ് മാസമായിരുന്നിട്ടും അയാൾ നല്ല കട്ടിയുള്ള ഒരു വസ്ത്രമാണ് അണിഞ്ഞിരുന്നത്. കുതിരയിൽ പാഞ്ഞപ്പോൾ ആ വസ്ത്രം പറന്നും തലയിലെ തൊപ്പി ഉയർന്നും നിന്നിരുന്നു. തൊപ്പി പറന്നു പോകാതിരിക്കാനായി അയാൾ അതിനെ തലയിലേക്കു മുഖം മറയുംമാറ് വലിച്ചു താഴ്ത്തിവച്ചു.

അയാൾ പാഞ്ഞുപോകുന്നതുകണ്ടപ്പോൾ ആർട്ഗ്നന്റെ മുഖം വിളറി വെളുത്തു. കൈയിലിരുന്ന ഗ്ലാസുപോലും അറിയാതെ താഴെ വീണു.

"എന്താണ് സർ?" പ്ലാഞ്ചെറ്റ് ചോദിച്ചു. "മാന്യരേ വരൂ..... വരൂ.... എന്റെ യജമാനൻ തലകറങ്ങി വീഴുമെന്നു തോന്നുന്നു."

ആർട്ഗ്നന്റെ മൂന്നു സുഹൃത്തുക്കളും സത്രത്തിനകത്തേക്കു ഓടിയെത്തി. ആർട്ഗ്നൻ അവിടെ തളർന്നു വീഴുന്നതിനുപകരം ആ കുതിരയുടെ പുറകേ ഓടുന്നതാണ് അവർ കണ്ടത്. അവർ അവനെ വാതിൽപ്പടിയിൽ തടഞ്ഞു.

"നിങ്ങൾ എന്തു പണിയാണീ കാണിക്കുന്നത്?" ആതോസ് ചോദിച്ചു.

"അതാ അയാൾ പോകുന്നു" ആർട്ഗ്നൻ അലറി. "നമുക്ക് അയാളുടെ പിന്നാലെ പായണം."

"ആരാണയാൾ?"

"ആ മനുഷ്യൻ!"

"ഏതു മനുഷ്യൻ?"

"ആ ദുഷ്ടാത്മാവ്! അപകടങ്ങൾ ഉണ്ടാകുന്ന സമയങ്ങളിൽ എപ്പോഴും ഞാൻ കാണാറുണ്ടായിരുന്ന ആൾ. ആദ്യമായി ഞാൻ മിലാഡിയെ കണ്ടദിവസം അയാൾ അവളോടൊപ്പം ഉണ്ടായിരുന്നു. ആതോസി

നോടു വഴക്കുകൂടിയത് ഞാൻ ഇയാളെ പിടിക്കാൻപോയ സമയത്താ യിരുന്നു. നാം ഇംഗ്ലണ്ടിൽ പോയൊരു ദിവസം തെരുവിൽവച്ച് ഇയാ ളാണ് ബോണസ്യൂവിനോടും സംസാരിച്ചത്. കാറ്റടിച്ച് അയാളുടെ തൊപ്പി മാറിയപ്പോഴാണ് ഞാൻ അയാളെ തിരിച്ചറിഞ്ഞത് – മിയൂങ്ങിൽ നിന്നുള്ള മനുഷ്യൻ!"

"അപ്പോൾ യഥാർഥത്തിൽ നിങ്ങൾ അയാളെ കണ്ടു...." ആതോസ് എന്തോ ആലോചിച്ചപോലെ ചോദിച്ചു.

"നമുക്കു പോകാം! അയാളുടെ പുറകെ പാഞ്ഞ് നമുക്ക് അയാളെ പിടികൂടണം" അവൻ പറഞ്ഞു.

"അയാൾ നമ്മുടെ എതിർദിശയിലേക്കാണു പോയത്. ഒരു പുതിയ കുതിരയിൽ! നമ്മുടെ കുതിരകൾ ക്ഷീണിച്ചും തുടങ്ങി. അയാളെ പിന്തു ടർന്നാൽ നമുക്ക് നമ്മുടെ കുതിരയെ ഓടിച്ചുകൊല്ലാമെന്നേയുള്ളൂ. അതി നാൽ തൽക്കാലം അയാളെ വിടാം. മാഡം ബോണസ്യൂവിനെ രക്ഷിക്ക ലാണ് നമുക്ക് പ്രധാനം" ആറമീസാണ് ഈ അഭിപ്രായം പറഞ്ഞത്.

"നിൽക്കൂ സർ!" ഒരു പരിചയമില്ലാത്ത ലായച്ചെക്കൻ അവിടെയെ ത്തി. "നിങ്ങളുടെ തൊപ്പിയിൽനിന്നും ഒരു കടലാസ് താഴെവീണു. ഇതാ ണത്."

"ആ കടലാസിന് ഞാൻ നിനക്ക് അരപിസ്റ്റൽ പണം സമ്മാനമായി തരാം" ആർട്ഗ്നൻ പറഞ്ഞു.

"ഇതു നിങ്ങളുടേതു തന്നെയാണ്" കുതിരലായച്ചെക്കൻ പറഞ്ഞു. "എടുത്തോളൂ."

കിട്ടിയ സമ്മാനവും വാങ്ങി ലായച്ചെക്കൻ പോയി.

ആർട്ഗ്നൻ കടലാസ് വിടർത്തി.

"എന്താണത്?" സുഹൃത്തുക്കൾ ചുറ്റുംകൂടി.

"ഇതിൽ ഒരു വാക്കേ എഴുതിയിട്ടുള്ളൂ" ആർട്ഗ്നൻ പറഞ്ഞു.

"അതെ" ആറമീസ് പറഞ്ഞു. "ഇതൊരു പട്ടണത്തിന്റെയോ ഗ്രാമ ത്തിന്റെയോ പേരാണല്ലോ."

"ആർമെന്റിയറിസ്" പോർത്തോസ് വായിച്ചു. "....ഈ പേര് ഞാൻ ഇതുവരെ കേട്ടിട്ടേയില്ല."

"പക്ഷേ ഇത് അവളുടെ കൈയക്ഷരമാണ്!" ആതോസ് ആശ്ചര്യ ത്തോടെ പറഞ്ഞു:

"ഈ കടലാസ് നാം സൂക്ഷിക്കണം" ആർട്ഗ്നൻ പറഞ്ഞു. "എന്റെ അരപിസ്റ്റൽ പണം നഷ്ടമായത് വെറുതെയായില്ല. നമുക്കുപോകാം സുഹൃത്തുക്കളേ."

അവർ നാലുപേരും ബത്തൂണിലേക്കു കുതിരപ്പുറത്തു പാഞ്ഞു.

61

ബെത്തൂണിലെ കർമലീത്താമഠം

വലിയ കുറ്റവാളികൾക്ക് എല്ലാ തടസങ്ങളിൽനിന്നും അപകടങ്ങളിൽനിന്നും രക്ഷപ്പെടാൻ ആദ്യകാലങ്ങളിൽ കഴിയും. അവസാനമായിരിക്കും ദൈവത്തിന്റെ ഇടപെടലും അവരുടെ പതനവും.

അതുതന്നെയായിരുന്നു മിലാഡിക്കും സംഭവിച്ചത്. രണ്ടു രാജ്യങ്ങളുടെ യുദ്ധക്കപ്പലുകളുടെ കണ്ണിൽപ്പെടാതെ അവൾ ബൗളോങ്ങിലെത്തി; ഒരു അനിഷ്ടസംഭവവുമുണ്ടായില്ല.

ഫ്രഞ്ചു ഭരണാധികാരികൾ ലാറൊച്ചിലിയിൽനിന്നും ആട്ടിപ്പായിച്ച ഇംഗ്ലീഷുസ്ത്രീയാണ് താനെന്ന് പോർട്സ്മൗത്തിലെത്തിയപ്പോൾ അവൾ അഭിനയിച്ചു. രണ്ടുദിവസത്തെ യാത്രകഴിഞ്ഞ് ബൗളോങ്ങിലെത്തിയപ്പോൾ ഒരു ഫ്രഞ്ചു വനിതയാണെന്ന് അവൾ അഭിനയിച്ചു; പോർട്സ്മൗത്തിൽവച്ച് ഇംഗ്ലീഷുകാരുടെ മർദനത്തിനിരയായ ഒരു ഫ്രഞ്ചു വനിതയായിട്ട്. അവർ എല്ലായിടത്തും രക്ഷപ്പെടാൻ സഹായകമായത് പാസ്പോർട്ട് മാത്രമായിരുന്നില്ല. അതിനേക്കാൾ ഫലവത്തായത് അവളുടെ സൗന്ദര്യവും വശ്യമായ ഇടപെടലും കൈവശമുണ്ടായിരുന്ന കനത്ത പണവുമായിരുന്നു.

തുറമുഖ ഉദ്യോഗസ്ഥന്റെ മുമ്പിൽ ചെയ്യേണ്ട സാധാരണ കീഴ്വഴക്കങ്ങൾക്കുശേഷം കർദിനാളിനൊരു കത്തെഴുതാനുള്ള സമയത്തേക്കു മാത്രം അവൾ ബൗളോങ്ങിൽ തങ്ങി. തുറമുഖ ഉദ്യോഗസ്ഥൻ അവളിൽ ആകർഷകനായതിനാൽ അവൾക്കു വേണ്ടതെല്ലാം ചെയ്തുകൊടുത്തിരുന്നു; കൈകളിൽ ചുംബനം നൽകാൻ അവൾ അനുവദിക്കുകയും ചെയ്തു.

അവളെഴുതിയ കത്ത് ഈ വിധമായിരുന്നു:

തിരുമേനീ,

ബക്കിംഗ്ഹാം പ്രഭു ഫ്രാൻസ് വിടുകയില്ലെന്ന് അങ്ങേക്ക് തീർച്ചയായും വിശ്വസിക്കാം.

അങ്ങയുടെ ആഗ്രഹമനുസരിച്ച് ഞാൻ ബെത്തൂണിലെ കർമലീത്താമഠത്തിലേക്കു പോകുകയാണ്. അങ്ങയുടെ കൽപ്പനയ്ക്കായി ഞാനവിടെ കാത്തുനിൽക്കാം.

ലേഡി ഡി.......

സായാഹ്നത്തിൽ അവൾ ബൗളോങ്ങ് വിട്ടു. രാത്രിയിൽ ഒരു സത്രത്തിൽ ചെലവഴിച്ചു. പിറ്റേന്നു രാവിലെ അഞ്ചുമണിക്ക് വീണ്ടും യാത്ര തുടർന്നു. മൂന്നുമണിക്കൂർ യാത്രയ്ക്കുശേഷം ബെത്തൂണിലെത്തി. കർമലീത്തമഠത്തിലേക്കുള്ള വഴി അന്വേഷിച്ചറിഞ്ഞശേഷം അവൾ അങ്ങോട്ടു നീങ്ങി.

മഠത്തിലെ ഒരുദ്യോഗസ്ഥ ഇറങ്ങിവന്ന് മിലാഡിയെ സ്വീകരിച്ചു. കർദിനാളിന്റെ കത്ത് അവൾ അവരെ ഏൽപ്പിച്ചു. അവൾക്ക് താമസിക്കാനുള്ള മുറിയും പ്രഭാതഭക്ഷണവുമൊക്കെ അവൾക്കു കിട്ടുകയും ചെയ്തു.

ഭൂതകാലസംഭവങ്ങളൊക്കെ അവളുടെ മനസിൽനിന്നും മാഞ്ഞു തുടങ്ങിയിരുന്നു. അവൾ ഭാവിയെക്കുറിച്ച് ചിന്തിക്കാൻ തുടങ്ങി. കർദിനാളിന്റെ പേര് ഒരുതരത്തിലും വലിച്ചിഴയ്ക്കാതെ ആ കൊലപാതക സംഭവത്തിൽ അദ്ദേഹത്തെ സഹായിച്ചതിനുള്ള ഒരു വലിയ പ്രതിഫലം അദ്ദേഹത്തിൽനിന്നും ലഭിക്കുമെന്ന് അവൾ പ്രതീക്ഷിച്ചു. വിവിധ വികാരങ്ങളിൽ ആണ്ടിരുന്ന അവളുടെ മനസ്സ് കൊടുങ്കാറ്റിൽ അടിച്ചുനീങ്ങുന്ന ആകാശത്തിലെ മേഘംപോലെയായിത്തീർന്നു.

അവൾ പ്രഭാതഭക്ഷണം കഴിച്ചയുടനെ മഠാധിപ അവളെ കാണാൻ വന്നു. അവർ പലതും സംസാരിച്ചു. നല്ല പ്രകൃതവും സംസാരവുംകൊണ്ട് മിലാഡി അവരെ അടുപ്പിച്ചു. മഠത്തിലെ ഉയർന്ന ഉദ്യോഗസ്ഥ അബിസും ഒപ്പമുണ്ടായിരുന്നു.

കൊട്ടാരത്തിലെ വിശേഷങ്ങൾ പുറത്തെത്താറില്ലല്ലോ. അങ്ങനെയെങ്കിൽത്തന്നെ മഠത്തിന്റെ മതിലുകളും ഭേദിച്ച് അകത്തെത്താറുമില്ലല്ലോ. കൊട്ടാരത്തിലെ വിശേഷങ്ങൾ അറിയാൻ അബിസിനു താൽപ്പര്യമായിരുന്നു. കഴിഞ്ഞ അഞ്ചോ ആറോ വർഷങ്ങളായിട്ട് കൊട്ടാരത്തിൽ താമസിച്ചിരുന്ന മിലാഡിക്ക് കൊട്ടാരത്തിലെ ഉന്നതമായ എല്ലാ വിശേഷങ്ങളും പ്രശ്നങ്ങളും നന്നായിട്ടറിയാമെന്ന് അബിസി ഊഹിച്ചു. ഫ്രഞ്ചു കൊട്ടാരത്തിന്റെ സാമൂഹ്യപ്രവർത്തനങ്ങളും രാജാവിന്റെ കാരുണ്യപ്രവൃത്തികളും ഉന്നത പ്രഭുക്കളും പ്രഭ്വിമാരും തമ്മിലുള്ള വിവിധ പരദൂഷണപരമായ കഥകളും ഒക്കെ അവൾ പറഞ്ഞുകേൾപ്പിച്ചു. അബിസിയും മഠാധിപയും മറ്റും ആ പ്രഭുക്കളുടെ പേരുകൾ മാത്രമേ കേട്ടിട്ടുണ്ടായിരുന്നുള്ളൂ. രാജ്ഞിയും ബക്കിംഗ്ഹാമും തമ്മിലുള്ള പ്രണയത്തെക്കുറിച്ചും അവൾ ഒന്നു സൂചിപ്പിച്ചുപോയി. വളരെ സ്വാതന്ത്ര്യത്തോടെ

എല്ലാം സംസാരിക്കുമ്പോൾ അബിസും മനസുതുറക്കുമെന്ന് അവൾ മുൻകൂട്ടിക്കണ്ടിരുന്നു.

അബിസ് കഥകളെല്ലാം കേട്ട് ചിരിച്ചുകൊണ്ടിരുന്നു. ഒന്നും പറഞ്ഞതേയില്ല. മിലാഡി പറഞ്ഞതെല്ലാം അവരെ രസിപ്പിച്ചുവെന്നതിന് തെളിവാണിത്. മിലാഡി കഥകൾ പറഞ്ഞുകൊണ്ടേയിരുന്നു.

പെട്ടെന്ന് അവൾ കർദിനാളിന്റെ വിഷയം കൊണ്ടുവന്നു. അബിസ് കർദിനാളിന്റെ ഭാഗത്താണോ അഥവാ രാജാവിന്റെ ഭാഗത്തുള്ളയാളാണോയെന്നറിയാൻ പാടില്ലാത്തതുകൊണ്ട്, അവൾ ആരുടെ വശവും ചേരാതെ സൂക്ഷിച്ചാണ് സംസാരിച്ചത്. എന്നാൽ അബിസാകട്ടെ കൂടുതൽ സൂക്ഷിച്ചു പെരുമാറി; ഒന്നിനും അഭിപ്രായം പറഞ്ഞതേയില്ല. തല കുലുക്കുകമാത്രമേ ചെയ്തുള്ളു.

താൻ മഠത്തിൽ വളരെ മുഷിപ്പോടെ താമസിക്കേണ്ടി വരുമോയെന്ന് മിലാഡിക്കു തോന്നിത്തുടങ്ങി.

കർദിനാളിനെ സംബന്ധിച്ച് അബിസിന്റെ അഭിപ്രായമറിയാൻ തന്നെ മിലാഡി തീരുമാനിച്ചു. കർദിനാളിനെതിരെ അവൾ സംസാരിച്ചു തുടങ്ങി. ആദ്യം അവ്യക്തമായിട്ടും പിന്നീടു എടുത്തുപറഞ്ഞുമാണ് അദ്ദേഹത്തിനെതിരെ സംസാരിച്ചത്. അദ്ദേഹത്തിന് മാഡം എയ്ഗിലൺ, മാരിയോൺ ഡിലോം തുടങ്ങിയ സ്ത്രീകളുമായുള്ള അനുരാഗകഥകളൊക്കെ അവൾ പറഞ്ഞു. അബിസി ഒക്കെ കേട്ടുകൊണ്ടിരുന്നു. സാവകാശം അവർ കൂടുതൽ ഉത്സാഹം കാണിക്കാൻ തുടങ്ങുകയും കുലുങ്ങി ചിരിക്കുകയും ചെയ്തു.

'ഓ അബിസി ആസ്വദിക്കുന്നുണ്ട്' മിലാഡി ചിന്തിച്ചു. 'അവർ ഒരു കർദിനാളിന്റെ പക്ഷക്കാരിയാണെങ്കിലും വലിയ താൽപ്പര്യമൊന്നുമില്ല.'

കർദിനാളിന്റെ അടിച്ചമർത്തൽ ഭരണത്തെക്കുറിച്ചാണ് അവൾ പിന്നീടു സംസാരിച്ചത്. അബിസി ഒരുവിധ അഭിപ്രായവും പറയാതെ കുരിശുവരയ്ക്കുകമാത്രം ചെയ്തു. അവരുടെ പ്രകൃതത്തിൽനിന്നും അവർക്ക് രാജാവിനോടാണ് കൂറെന്ന ചിന്ത അവളിൽ ബലപ്പെട്ടു. അതിനാൽ കർദിനാളിനെ സംബന്ധിച്ച കൂടുതൽ കൂടുതൽ മോശമായ അഭിപ്രായങ്ങൾ അവൾ വിളമ്പിക്കൊണ്ടിരുന്നു.

"എനിക്ക് ഈ കാര്യങ്ങളൊന്നുമറിയില്ല" അവസാനം അബിസി പറഞ്ഞു: "ഞങ്ങൾ ഇവിടെ കൊട്ടാരത്തിൽനിന്നും അകന്ന് മതിൽക്കെട്ടിനുള്ളിൽ ലൗകികകാര്യങ്ങളിൽനിന്നുമകന്ന് താമസിക്കുകയാണെങ്കിലും നിങ്ങൾ പറഞ്ഞ പല ദയനീയ സംഭവങ്ങളിലെയും ചില കാര്യങ്ങൾ ഞങ്ങൾ കേൾക്കാറുണ്ട്. ഞങ്ങളുടെ കന്യകകളിൽ ഒരാൾക്ക് കർദിനാളിൽനിന്നും മോശമായ അനുഭവമുണ്ടായിട്ടുണ്ട്."

"എങ്കിൽ കഷ്ടംതന്നെ!" മിലാഡി പറഞ്ഞു.

"നിങ്ങൾ ഈ പറയുന്നതിൽ ശരിയുണ്ട്. അവളെ തടവറയിലാക്കുകയും ഭയപ്പെടുത്തുകയും അപമാനിക്കുകയും ഒക്കെ ചെയ്തിട്ടുണ്ട്. ഒരു പക്ഷേ, ഇതൊക്കെ അദ്ദേഹത്തെക്കൊണ്ടു ചെയ്യിച്ചതിന് തക്കതായ കാര

ണങ്ങൾ ഉണ്ടാകാം. അവൾ ഒരു മാലാഖയെപ്പോലെയാണിരിക്കുന്നതെങ്കിലും അതിൽ അവളുടെ പ്രകൃതം മനസിലാക്കാനാവില്ലല്ലോ."

'എനിക്കെന്തെങ്കിലും പുതിയ കാര്യങ്ങൾ ഇവിടെനിന്നും കിട്ടും' അവൾ ചിന്തിച്ചു. 'എനിക്കു ഭാഗ്യം വന്നിരിക്കുന്നുവെന്നു തോന്നുന്നു.'

"അതെ. ബാഹ്യരൂപം കണ്ട് ആരെയും വിധിക്കരുതെന്ന് ആളുകൾ പറയുന്നത് ഞാനും കേട്ടിട്ടുണ്ട്. പക്ഷേ, ദൈവത്തിന്റെ കരവേല കണ്ട് നമുക്കൊന്നും തീരുമാനിക്കാനായില്ലെങ്കിൽ, പിന്നെന്തിലാണ് നമുക്ക് വിശ്വസിക്കാനാവുക; മുഖമാണ് പ്രധാനം. ഞാൻ എപ്പോഴും മുഖം കണ്ട് ആളുകളെ വിലയിരുത്താറുണ്ട്. ചിലപ്പോൾ നിരാശപ്പെടേണ്ടിയോ ചതിയിൽപ്പെടുകയോ ചെയ്യാമെങ്കിലും."

"അപ്പോൾ സ്ത്രീകൾ നിഷ്കളങ്കരാണെന്നാണോ നിങ്ങൾ പറയുന്നത്?" അബിസ് ചോദിച്ചു.

"കർദിനാൾ ശിക്ഷിക്കുന്നത് തിന്മകളെ മാത്രമല്ല. ചില നന്മകളെയും അദ്ദേഹം തിന്മകളെക്കാൾ കഠിനമായി ശിക്ഷിക്കാറുണ്ട്" മിലാഡി പറഞ്ഞു.

"ഞാൻ എന്റെ അതിശയം പങ്കുവച്ചോട്ടെ."

"എന്തിന്?"

"നിങ്ങൾ സംസാരിക്കുന്ന ഈ രീതിക്ക്."

മിലാഡി ചിരിച്ചുപോയി.

"എന്റെ സംസാരരീതിക്ക് അതിശയിപ്പിക്കുന്നതെന്താണ്?"

"നിങ്ങൾ കർദിനാളിന്റെ സ്നേഹിതയല്ലേ.... അദ്ദേഹമാണ് നിങ്ങളെ ഇവിടേക്ക് പറഞ്ഞയച്ചത്. എന്നിട്ടും...."

"ഓ! എന്നിട്ടും അദ്ദേഹത്തെക്കുറിച്ച് മോശമായി ഞാൻ സംസാരിക്കുന്നു അല്ലേ?"

"അതെ. അദ്ദേഹത്തെക്കുറിച്ച് നല്ല വാക്ക് ഒന്നും പറഞ്ഞില്ല."

"അതിന് ഞാൻ അദ്ദേഹത്തിന്റെ സ്നേഹിതയല്ലല്ലോ" മിലാഡി വേദനയോടെ ഒരു നെടുവീർപ്പിട്ടുകൊണ്ടു പറഞ്ഞു. "ഞാൻ അദ്ദേഹത്തിന്റെ ഒരു ഇരയാണ്."

"പക്ഷേ ഈ കത്ത് നിങ്ങളെ ഇങ്ങോട്ടു ശുപാർശചെയ്തുകൊണ്ടുള്ളതാണല്ലോ....."

"യഥാർഥത്തിൽ ഇവിടെ തടവറയിൽ കഴിയാനുള്ള ഒരു കൽപ്പന മാത്രമാണത്" മിലാഡി പറഞ്ഞു. "അദ്ദേഹത്തിന്റെ രഹസ്യ ഏജന്റുമാർ എന്നെ കൊണ്ടുപോകാൻ വരുന്നതുവരെ ഇവിടെ കഴിയാം."

"നിങ്ങൾ ഇതുവരെയും അദ്ദേഹത്തിൽനിന്നും രക്ഷപ്പെടാത്തതെന്താണ്?"

"എങ്ങോട്ടു പോകാൻ പറ്റും? കർദിനാളിന്റെ കണ്ണെത്താത്ത ഏതു സ്ഥലമാണ് ഈ ഭൂമിയിലുള്ളത്. ഞാനൊരു പുരുഷനായിരുന്നെങ്കിൽ ഒന്നിടപെടാൻ നോക്കാമായിരുന്നു. ഞാൻ ഒരു സ്ത്രീയല്ലേ. എനിക്കെന്തു ചെയ്യാൻ പറ്റും? നിങ്ങൾ പറഞ്ഞ ആ കന്യക രക്ഷപ്പെടാൻ ശ്രമിച്ചോ?"

"ഇല്ല. അവളുടെ കാര്യത്തിൽ ഒരു വ്യത്യാസമുണ്ട്. എന്തോ ഒരു പ്രേമകാര്യമാണവളെ ഫ്രാൻസിൽ പിടിച്ചുനിർത്തിയിരിക്കുന്നതെന്നു തോന്നുന്നു."

"അവൾ പ്രേമത്തിലകപ്പെട്ടിരിക്കുകയാണെങ്കിൽ അവൾ തീരെ ദുഃഖിതയാണെന്ന് പറയാനാവില്ലല്ലോ" ഒരു നെടുവീർപ്പുപോലെ മിലാഡി പറഞ്ഞു.

അബിസ് വർധിച്ചുവന്ന താൽപ്പര്യത്തോടെ അവളെ നോക്കി.

"അപ്പോൾ നിങ്ങൾ മർദനത്തിനിരയായ മറ്റൊരാളാണല്ലേ?"

"നിർഭാഗ്യവശാൽ അതുതന്നെയാണ്."

ഒരുനിമിഷനേരത്തേക്ക് അബിസ് അസ്വസ്ഥയായിട്ടവളെ നോക്കി. എന്തോ അസുഖകരമായ ചിന്ത തന്നെ പെട്ടെന്ന് അലട്ടിയതുപോലെ.

"നിങ്ങൾ ഞങ്ങളുടെ വിശ്വാസത്തിന്റെ എതിരായവരല്ലല്ലോ?"

"ഞാൻ ഒരു പ്രൊട്ടസ്റ്റന്റ് കാരിയാണോ?" മിലാഡി അത്ഭുതം കാണിച്ചു. "ഓ അല്ല. ഞാൻ യഥാർഥ ഭക്തയായ കത്തോലിക്കാ സ്ത്രീയാണ്."

"അങ്ങനെയെങ്കിൽ ഞങ്ങളുടെ മഠത്തിലെ നിങ്ങളുടെ ജീവിതം കഠിനമാകുകയില്ല" അബിസ് പുഞ്ചിരിച്ചുകൊണ്ടു പറഞ്ഞു. "നിങ്ങളുടെ ജീവിതം ഇവിടെ സന്തോഷപ്രദമാക്കാൻ ഞങ്ങൾക്കാകുന്നതൊക്കെ ഞങ്ങൾ ചെയ്യും. കൊട്ടാരത്തെ സംബന്ധിച്ച എന്തോ പ്രശ്നത്തിൽപ്പെട്ട മറ്റൊരു സ്ത്രീകൂടെ ഇവിടെയുണ്ടെന്നു ഞാൻ പറഞ്ഞല്ലോ. നിങ്ങൾക്ക് അവളുടെ കൂട്ടുകിട്ടും. അവൾ നല്ലവളും സുന്ദരിയുമാണ്."

"എന്താണവളുടെ പേര്?"

"വളരെ ഉയർന്ന റാങ്കിലുള്ള ഒരാളുടെ ശുപാർശപ്രകാരമാണ് അവൾ ഇവിടെ വന്നിരിക്കുന്നത്. പേര് കിറ്റി. വേറെ പേരുണ്ടോയെന്നൊന്നും എനിക്ക് നിശ്ചയമില്ല. ഞാൻ അത് അന്വേഷിക്കാൻ ശ്രമിച്ചിട്ടില്ലതന്നെ."

"കിറ്റി! നിങ്ങൾക്കു തീർച്ചയാണോ?"

"ആ പേരിലാണ് അവൾ ഇവിടെ വന്നത്. അവളെ നിങ്ങൾക്കറിയാമോ?"

മിലാഡി മറുപടിയൊന്നും പറഞ്ഞില്ല. അവൾ തന്റെ പഴയ വേലക്കാരിപ്പെണ്ണായിരിക്കുമെന്ന ചിന്തയിൽ അവൾ അറിയാതെ ഉള്ളിൽ ചിരിച്ചുപോയി. പക്ഷേ, അവളെക്കുറിച്ചുള്ള ഓർമ അവളിൽ കോപം കൊണ്ടെത്തിച്ചു. അവളോടുള്ള പ്രതികാരബുദ്ധി മിലാഡിയുടെ മുഖത്തു തെളിഞ്ഞു. പക്ഷേ, പെട്ടെന്നവൾ തന്റെ വികാരത്തെ നിയന്ത്രിച്ചു.

"എനിക്കവളെ ഇഷ്ടപ്പെടുമെന്നു തോന്നുന്നു" മിലാഡി പറഞ്ഞു. "എനിക്ക് എപ്പോഴാണ് അവളെ കാണാനാകുക?"

"ഇന്നു വൈകുന്നേരം. അല്ലെങ്കിൽ നേരത്തെ കാണാം" അബിസ് പറഞ്ഞു. "കഴിഞ്ഞ നാലുദിവസമായിട്ട് നിങ്ങൾ യാത്രയിലായിരുന്നെന്നല്ലേ പറഞ്ഞത്. അതുപോലെ ഇന്ന് വെളുപ്പിന് അഞ്ചുമണിക്ക് എഴുന്നേറ്റതുമല്ലേ. നിങ്ങൾക്ക് നല്ല വിശ്രമം വേണ്ടതല്ലേ. ഒന്നുറങ്ങിയെണീ

ക്കുന്നതാണ് നിങ്ങൾക്കു നല്ലത്. ഭക്ഷണനേരമാകുമ്പോൾ ഞങ്ങൾ വന്നു ണർത്താം.”

ഉറങ്ങിയില്ലെങ്കിലും മിലാഡിക്കു പ്രശ്നമൊന്നും ഉണ്ടായിരുന്നില്ല. പക്ഷേ, പുത്തൻ അനുഭവത്തെപ്പറ്റി ഓർത്തിട്ടുള്ള സന്തോഷം അവൾക്കു കൂടി. അവരുടെ ഉപദേശം അനുസരിക്കാൻതന്നെ മിലാഡി തീരുമാനിച്ചു. അവളുടെ ശരീരത്തിനു ക്ഷീണം കുറവായിരുന്നെങ്കിലും മനസ്സ് വളരെ ക്ഷീണിതമായിരുന്നു.

അബിസ് അവിടെനിന്നും പോയി. മിലാഡി കട്ടിലിൽ ചെന്നു കിടന്നു; കിറ്റിയുടെ പേരു കേട്ടപ്പോൾ ഉണ്ടായ പ്രതികാരത്തെ അവൾ താലോലിച്ചു. തന്റെ പദ്ധതി അനുസരിച്ച് പ്രവർത്തിച്ചുവന്നാൽ പരിപൂർണസ്വാതന്ത്ര്യം അനുവദിച്ചുനൽകാമെന്ന് കർദിനാൾ വാക്കുപറഞ്ഞിരുന്നത് അവൾ ഓർത്തു. അതുവഴി ആർട്ട്ഗ്നനോടുള്ള പ്രതികാരം ചെയ്യാൻ അവൾക്ക് സാധിക്കുകയും ചെയ്യും.

അവളെ ഭയപ്പെടുത്തിയത് ഒരു കാര്യമാണ്. അവളുടെ ഭർത്താവിനെപ്പറ്റിയുള്ള ഓർമ. ഡിലാഫെറി പ്രഭു! അയാൾ മരിച്ചെന്നാണ് വിചാരിച്ചിരുന്നത്. ആർട്ട്ഗ്നന്റെ ഉറ്റസ്നേഹിതനായി ആതോസിന്റെ രൂപത്തിൽ ഇപ്പോൾ തിരിച്ചെത്തിയിരിക്കുകയാണ്. അയാൾ ആർട്ട്ഗ്നന്റെ സുഹൃത്തെന്നനിലയിൽ കർദിനാളിനെ പറ്റിക്കുവാൻ രാജ്ഞിയെടുത്ത വിവിധ പദ്ധതികളിൽ അയാൾക്കും ഒരുപക്ഷേ പങ്കുണ്ടായിരിക്കുമെന്ന് അവൾക്കു തോന്നി. ആർട്ട്ഗ്നന്റെ സുഹൃത്തെന്നരീതിയിൽ അയാൾ കർദിനാളിന്റെ ശത്രുവായിരിക്കണം. അതിനാൽ ആർട്ട്ഗ്നന് എതിരായിട്ടുള്ള പദ്ധതികളിലൊക്കെ അയാളെയും ഉൾപ്പെടുത്തണമെന്ന് അവൾക്കു തോന്നി. ഇങ്ങനെ വിവിധ ചിന്തകളിൽ മുഴുകിയ അവൾ പെട്ടെന്ന് ഉറങ്ങുകയും ചെയ്തു; കാരണം ആ ചിന്തകൾ അവൾക്ക് ആനന്ദദായകമായിരുന്നു.

കട്ടിലിന്റെ കീഴ്ഭാഗത്തുനിന്നും ആരോ വിളിക്കുന്നതുകേട്ടാണ് അവൾ ഉണർന്നത്. കണ്ണുതുറന്നു നോക്കിയപ്പോൾ ഭംഗിയുള്ള മുടിയുള്ള ഒരു കൊച്ചു സുന്ദരിയെയും അബിസിയെയും മിലാഡി കണ്ടു.

ആ പുതിയ ആൾ അവൾക്ക് തികച്ചും അപരിചിതമായിരുന്നു. രണ്ടു പേരും അന്യോന്യം സൂക്ഷിച്ചുനോക്കി. രണ്ടുപേരും സുന്ദരികളായിരുന്നു. പക്ഷേ, രണ്ടുരീതിയിലെന്ന് മാത്രം. മിലാഡിക്ക് കൂടുതൽ അന്തസുള്ളതായിത്തോന്നി. പക്ഷേ, ഒരു കന്യാസ്ത്രീയുടെ വേഷത്തിലായിരുന്നതുകൊണ്ട് പുതിയ ആളിന്റെ സൗന്ദര്യം വ്യക്തമായിരുന്നില്ല.

അബിസ് രണ്ടുപേരെയും പരസ്പരം പരിചയപ്പെടുത്തിയശേഷം സ്വന്തം ജോലികൾ ചെയ്യാൻ പോകുകയും ചെയ്തു.

അബിസിനോടൊപ്പം ആ കന്യാസ്ത്രീ പോകാനൊരുങ്ങിയതായിരുന്നു. കിടക്കുന്ന മിലാഡിയെ ശല്യപ്പെടുത്തരുതെന്ന് കരുതിയാണത്. പക്ഷേ, മിലാഡി അവളെ വിളിച്ചു പറഞ്ഞു. “വന്നപാടേ പോകല്ലേ. സമയം പോകാൻ നിവർത്തിയില്ലാതെയിരിക്കുകയായിരുന്നു.”

“പക്ഷേ, ഞാൻ വന്നസമയം നല്ലതല്ലെന്നു തോന്നുന്നു” കന്യാ

സ്ത്രീ പറഞ്ഞു. "നിങ്ങൾ ഉറങ്ങുകയല്ലേ. നിങ്ങൾക്ക് നല്ല ക്ഷീണവും ഉണ്ട്."

"ഉറങ്ങിയുണരുമ്പോൾ ഒരതിശയം കാണുന്നത് രസമാണ്. ഇപ്പോൾ നിങ്ങൾ എനിക്ക് ഒരതിശയമാണ്" മിലാഡി പറഞ്ഞു. "ഇരിക്കൂ. നമുക്ക് കുറച്ചുനേരം സംസാരിച്ചിരിക്കാം."

മിലാഡി അവളുടെ കൈപിടിച്ച് കട്ടിലിനരികിൽക്കിടന്ന ഒരു കസേരയിൽ ഇരുത്തി. കന്യാസ്ത്രീ അതിലിരുന്നു.

"ഞാൻ എത്ര നിർഭാഗ്യവതിയാണ്" കന്യാസ്ത്രീ പറഞ്ഞു. "ഞാൻ ഇവിടെ വന്നിട്ട് ആറുമാസമായി. ഇവിടത്തെ ജീവിതം ഞാൻ മുഷിഞ്ഞു കഴിഞ്ഞു. ഇപ്പോൾ നിങ്ങളുമുണ്ടല്ലോ. നിങ്ങളോടൊപ്പമിരുന്ന് സംസാരിക്കാമെന്ന് കേട്ടപ്പോൾത്തന്നെ എനിക്കു വലിയ സന്തോഷമായി. താമസിയാതെ ഇവിടം വിടേണ്ടിവരുമെന്നും തോന്നുന്നു."

"ഉടനെ ഇവിടം വിടുന്നെന്നോ?" മിലാഡി ചോദിച്ചു.

"അങ്ങനെ ഞാൻ ആഗ്രഹിക്കുന്നു" കന്യാസ്ത്രീയുടെ മുഖത്ത് ആനന്ദം വിടർന്നു തെളിഞ്ഞു. അവൾക്കത് മറയ്ക്കാനായില്ല.

"കർദിനാൾ നിങ്ങളെ കഷ്ടപ്പെടുത്തിയെന്നാണ് ഞാനറിഞ്ഞത്" മിലാഡി പറഞ്ഞു. "അത് നമ്മൾ തമ്മിൽ ഒരു ബന്ധമുണ്ടാക്കുന്നു."

"അതെ" കന്യാസ്ത്രീ പറഞ്ഞു. "നിങ്ങളും ആ പൈശാചിക മനുഷ്യന്റെ ഇരയാണെന്നാണ് അബിസ് പറഞ്ഞത്."

"ശൂ!" മിലാഡി തടഞ്ഞു. "ഇവിടെ നിന്നുപോലും അദ്ദേഹത്തെപ്പറ്റി അങ്ങനെ പറയരുത്. ആരാണ് മാറിനിന്നു കേൾക്കുന്നതെന്നറിയാൻ പറ്റില്ല. നിങ്ങൾ ഇപ്പോൾ പറഞ്ഞതുപോലെ എന്റെ സ്നേഹിതയാണെന്നു കരുതിയ ഒരു സ്ത്രീയോട് ഞാൻ പറഞ്ഞതുകൊണ്ടാണ് എനിക്ക് ഈ അപകടമെല്ലാം ഉണ്ടായത്. ആ വിവരം എനിക്കവൾ എതിരായിട്ടുപയോഗിച്ചു. നിങ്ങളും അങ്ങനെയാണോ അപകടത്തിൽപ്പെട്ടത്?"

"അല്ല" കന്യാസ്ത്രീ പറഞ്ഞു. "ഞാൻ സ്നേഹിച്ച ഒരു സ്ത്രീയോടു വിശ്വസ്തത പുലർത്തിയതുകൊണ്ടാണ് എനിക്ക് അപകടമുണ്ടായത്. ആ സ്ത്രീക്കുവേണ്ടി ഞാൻ ജീവൻ വേണമെങ്കിലും കൊടുക്കും. ഇന്നും അതിനുവേണ്ടി തയാറാണ്."

"അതെന്താ അവർ നിങ്ങളെ ഉപേക്ഷിച്ചോ?"

"അങ്ങനെ ചിന്തിച്ചത് അനീതിയായിരുന്നു. അവരെന്നെ ഉപേക്ഷിച്ചിരുന്നുവെങ്കിൽ ഞാൻ കഷ്ടപ്പെട്ടു പോയേനെ. ദൈവത്തിനു നന്ദി. പക്ഷേ, നിങ്ങൾ സ്വതന്ത്രയാണെന്നു തോന്നുന്നു. പിന്നെന്തിനാണ് ഇവിടെ നിൽക്കുന്നത്?"

"പണമോ സുഹൃത്തുക്കളോയില്ലാതെ ഞാൻ എവിടെയാണ് പോകേണ്ടത്?" അവൾ പറഞ്ഞു. "ഫ്രാൻസിൽ ഒരിടവും എനിക്ക് പരിചയവുമില്ല."

"നിങ്ങൾ സുന്ദരിയാണ്. കരുണയുള്ളവളെപ്പോലെ തോന്നുകയും ചെയ്യുന്നു. എവിടെപ്പോയാലും നിങ്ങൾക്ക് സുഹൃത്തുക്കളെ കിട്ടുമെന്നു

ള്ളത് തീർച്ചയാണ്."

"നിങ്ങളുടെ പുകഴ്ത്തലിനു നന്ദി" വിഷാദച്ചിരിയോടെ മിലാഡി പറഞ്ഞു. "പക്ഷേ സത്യമിതാണ്. ഞാൻ ഏകയാണ്. ഞാൻ മർദനത്തി നിരയാകും."

"നിങ്ങൾ പ്രതീക്ഷ വിടരുത്. നാം ചെയ്യുന്ന സൽപ്രവൃത്തികൾക്ക് സമ്മാനം തരാനായി ഒരിക്കൽ ദൈവം വരും. നമ്മൾ രണ്ടുപേരും പര സ്പരം കണ്ടെത്തിയത് അതിനായിരിക്കും. എനിക്ക് നിങ്ങളെ സഹായി ക്കുന്നതിനു വേണ്ടിയിട്ട്. ഞാൻ ഇവിടെനിന്നും പുറത്തുകടക്കുകയാണെ ങ്കിൽ എനിക്കുവേണ്ടി പ്രവർത്തിക്കാൻ ശക്തരായ സുഹൃത്തുക്കളുണ്ട്. പിന്നെ അവർ നിങ്ങളുടെ രക്ഷയ്ക്കെത്തും."

സംസാരം തുടരാൻതന്നെ മിലാഡി തീരുമാനിച്ചു; കാരണം കന്യാ സ്ത്രീയിൽനിന്നും കൂടുതൽ വിവരങ്ങൾ ലഭിക്കുമെന്ന് അവൾക്ക് ഉറ പ്പായി.

"ഞാൻ ഏകയാണെന്നു പറഞ്ഞപ്പോൾ എനിക്കും ശക്തിയുള്ള സുഹൃത്തുക്കൾ ഇല്ലായെന്നല്ല ഞാനുദ്ദേശിച്ചത്. ഉയർന്ന പദവിയിലിരി ക്കുന്ന ആളുകൾ എനിക്കുമുണ്ട്. പക്ഷേ, അവർക്ക് കർദിനാളിനെ ഭയ മാണ്. എന്തിനു രാജ്ഞിക്കുപോലും അദ്ദേഹത്തെ ഭയമല്ലേ. അവളെ സേവിച്ച ആളുകളെ കനത്ത ശിക്ഷയ്ക്ക് കർദിനാൾ വിധേയരാക്കിയ പ്പോൾ അവൾക്ക് നോക്കിനിൽക്കാനേ കഴിഞ്ഞിരുന്നുള്ളൂ."

"നോക്കിനിൽക്കാനേ കഴിഞ്ഞുള്ളൂയെന്നത് തോന്നലായിരിക്കും" കന്യാസ്ത്രീ പറഞ്ഞു. "അവരെ എത്രമാത്രം ശിക്ഷിച്ചുവോ അത്ര ത്തോളം രാജ്ഞി അവരെക്കുറിച്ച് ചിന്തിച്ചിട്ടുണ്ട്; അവരെ മറന്നിട്ടേയില്ല."

"എനിക്കതറിയാം; രാജ്ഞി നല്ലവളാണ്."

"രാജ്ഞിയെക്കുറിച്ച് ഇങ്ങനെ പറയണമെങ്കിൽ നിങ്ങൾക്ക് അവരെ അറിയാമോ?" കന്യാസ്ത്രീ അത്ഭുതത്തോടെ ചോദിച്ചു.

"എനിക്ക് രാജ്ഞിയെ വ്യക്തിപരമായിട്ടൊന്നും അറിയില്ല" മിലാഡി പറഞ്ഞു. "പക്ഷേ എനിക്കവരുടെ ചില അടുത്ത സുഹൃത്തുക്കളെയ റിയാം – മോൺസ്യൂർ പുടെയ്ൻജ്, മോൺസ്യൂർ ദുജാർട്, മോൺസ്യൂർ ട്രിവീലി തുടങ്ങിയവരെ."

"മോൺസ്യൂർ ട്രിവീലി! നിങ്ങൾക്ക് അദ്ദേഹത്തെയറിയുമോ?"

"അതെ എനിക്ക് നന്നായിട്ടറിയാം."

"രാജാവിന്റെ പടയാളികളുടെ നേതാവല്ലേ?"

"അതെ."

"അപ്പോൾ നമ്മൾ സുഹൃത്തുക്കളാകാൻ പോകുകയാണ്. എനിക്ക് ഉറപ്പുണ്ട്. മോൺസ്യൂർ ട്രിവീലിയെ അറിയാമെന്ന് നിങ്ങൾ പറഞ്ഞ സ്ഥിതിക്ക് നിങ്ങൾ അദ്ദേഹത്തിന്റെ വീട്ടിലും പോയിട്ടുണ്ടാകും."

"എപ്പോഴൊക്കെയോ....."

"എങ്കിൽ അദ്ദേഹത്തിന്റെ പടയാളികളിൽ ചിലരെയെങ്കിലും കണ്ടിട്ടു ണ്ടാകുമല്ലോ?"

"അവിടെ സാധാരണയുള്ള എല്ലാ പടയാളികളെയും കണ്ടിട്ടുണ്ട്" മിലാഡി പറഞ്ഞു. അവൾക്ക് സംസാരിക്കാനുള്ള യഥാർഥ താൽപ്പര്യം ഉണ്ടായിത്തുടങ്ങി.

"നിങ്ങൾക്ക് അറിയാവുന്നവർ ആരൊക്കെ? എനിക്കവരെയൊക്കെ അറിയാമോയെന്ന് നോക്കട്ടെ."

"അതു ശരിയാണ്" മിലാഡി പറഞ്ഞു. "എനിക്ക് മോൺസ്യൂർ ഡീഫെറൂസാകിനെയറിയാം. പിന്നെ മോൺസ്യൂർ ഡികോർട്ടിവ്റൺ, മോൺസ്യൂർ ഫെറൂസാക്..." വൈമനസ്യത്തോടെ അവൾ നിർത്തി.

"നിങ്ങൾക്ക് ആതോസ് എന്നു പേരുള്ള മാന്യനെ അറിയാമോ?" കന്യാസ്ത്രീ ചോദിച്ചു.

മിലാഡിയുടെ മുഖം വിളറി. സ്വയം നിയന്ത്രിച്ചെങ്കിലും അവൾ അറിയാതെ ദീർഘനിശ്വാസം വിട്ടുപോയി. കന്യാസ്ത്രീയുടെ കൈപിടിച്ചുകൊണ്ട് അവൾ ആ കണ്ണുകളിലേക്ക് തുറിച്ചുനോക്കി.

"എന്തുപറ്റി?" വിസ്മയത്തോടെ കന്യാസ്ത്രീ ചോദിച്ചു. "വിഷമമുണ്ടാക്കുന്ന എന്തെങ്കിലും ഞാൻ പറഞ്ഞോ?"

"ഇല്ലില്ല. എനിക്കയാളെ ഒരിക്കലറിയാമായിരുന്നു" മിലാഡി പറഞ്ഞു. "അയാളെ അറിയാവുന്ന ഒരാളുകൂടിയുണ്ടെന്നറിഞ്ഞപ്പോൾ അത്ഭുതപ്പെട്ടുപോയതാണ്."

"അതെ. എനിക്ക് അയാളെ നന്നായിട്ടറിയാം; ഒപ്പം അയാളുടെ സുഹൃത്തുക്കളെയും – മോൺസ്യൂർ പോർത്തോസും മോൺസ്യൂർ ആറമീസും."

"സത്യമോ?" മിലാഡിയുടെ ഹൃദയം പാളി. "എനിക്കും അവരെയറിയാം."

"അവർ നല്ലവരും ബുദ്ധിമാന്മാരുമാണല്ലോ. അവരിൽനിന്നും സഹായം കിട്ടുമായിരുന്നല്ലോ?"

"അത്.... അത്.... എനിക്കവരെ വ്യക്തിപരമായിട്ട് അത്രയ്ക്കറിയാമായിരുന്നില്ല" മിലാഡി വിക്കിവിക്കിപ്പറഞ്ഞു. "അവരുടെ സ്നേഹിതനായ മോൺസ്യൂർ ആർട്ഗ്നൻ വഴിയാണ് എനിക്കവരെപ്പറ്റി അറിയാവുന്നത്."

"അപ്പോൾ ആർട്ഗ്നനെയും അറിയുമോ!" കന്യാസ്ത്രീ അന്ധാളിച്ചുപോയി. മിലാഡിയുടെ അന്ധാളിപ്പുകണ്ടപ്പോൾ അവർ വീണ്ടും ചോദിച്ചു; "നിങ്ങൾ തമ്മിൽ എന്താണ് ബന്ധമെന്നു പറയാമോ?"

"ഞങ്ങൾ.... ഞങ്ങൾ സുഹൃത്തുക്കളാണ്.... അത്രയേയുള്ളൂ."

"ഇല്ല. നിങ്ങൾ എന്നോടു കള്ളം പറയുകയാണ്. നിങ്ങൾ അയാളുടെ വെപ്പാട്ടിയായിരുന്നില്ലേ?"

"ഇല്ല. നിങ്ങളായിരിക്കും അത്!" മിലാഡി ഉച്ചത്തിൽ പറഞ്ഞു. "എനിക്കിപ്പോൾ മനസിലായി നിങ്ങളാരാണെന്ന്. നിങ്ങൾ മാഡം ബോണസ്യൂവാണ്."

കന്യാസ്ത്രീ ചൂളിപ്പോയി.

“അല്ലായെന്നു പറയാനൊന്നും നോക്കേണ്ട” മിലാഡി പറഞ്ഞു.

“അതു സത്യം തന്നെ. എനിക്കയാളെ സ്നേഹമാണ്. നാം എതിരാളികളാണോ?”

മിലാഡിയുടെ കണ്ണുകളിൽ കോപത്തിന്റെ അഗ്നി ജ്വലിച്ചു. മറ്റേതെങ്കിലും സാഹചര്യമായിരുന്നെങ്കിൽ കന്യാസ്ത്രീ ഭയന്നു വീണേനെ. പക്ഷേ, അവൾക്ക് അപ്പോൾ അവളുടെ അസൂയയെപ്പറ്റി മാത്രമേ ചിന്തയുണ്ടായിരുന്നുള്ളു.

“പറയൂ. നിങ്ങൾ അയാളുടെ വെപ്പാട്ടിയല്ലേ?” കന്യാസ്ത്രീ ഉറച്ച സ്വരത്തിൽ ചോദിച്ചു.

“അല്ല.” സത്യമാണെന്ന് തോന്നുന്ന സ്വരത്തിലാണ് അവൾ പറഞ്ഞത് “ഒരിക്കലുമല്ല.”

“ഞാൻ നിങ്ങളെ വിശ്വസിക്കുന്നു. പക്ഷേ എന്തിനാണ് നിങ്ങൾ എന്നോടു ക്രൂരമായി കോപിച്ചത്?”

മിലാഡിക്ക് തന്റെ സ്വബോധം തിരിച്ചുവന്നു.

“ഞാൻ കോപിച്ചെന്നോ! എനിക്കത്ഭുതം തോന്നുന്നു” അവൾ പറഞ്ഞു. “നിങ്ങൾക്കു മനസിലാകുന്നില്ലേ?”

“എനിക്കെങ്ങനെ മനസിലാകും?” കന്യാസ്ത്രീ പറഞ്ഞു. “ആർട്ഗ്നനുമായുള്ള ബന്ധത്തെപ്പറ്റി എനിക്കെങ്ങനെ മനസിലാകും?”

“ഒരു സ്നേഹിതൻ എന്ന നിലയിലുള്ള ബന്ധമേ ആർട്ഗ്നന് എന്നോടുള്ളുവെന്ന കാര്യം മനസിലായില്ലേ?”

“അതിനെന്താണ് നിങ്ങളോടു ആർട്ഗ്നൻ പറഞ്ഞത്?”

“എല്ലാം പറഞ്ഞു. നിങ്ങളെ സെന്റ് ക്ലൗഡിലെ ഒരു ചെറിയ വീട്ടിൽ നിന്നും തട്ടിക്കൊണ്ടുപോയത് എനിക്കറിയാം. അയാളും സുഹൃത്തുക്കളും അതിൽ നിരാശരായി. നിങ്ങളെ കണ്ടുപിടിക്കാനുള്ള അവരുടെ ശ്രമങ്ങൾ മുഴുവനും വൃഥാവിലായി. അയാൾ നിങ്ങളെ ഹൃദയംകൊണ്ടു സ്നേഹിക്കുന്നു. നിങ്ങളെക്കുറിച്ച് അയാൾ ഒരുപാട് കാര്യങ്ങൾ എന്നോടു പറഞ്ഞപ്പോൾ, നാം പരസ്പരം കണ്ടുമുട്ടുന്നതിനുമുമ്പുതന്നെ ഞാൻ നിങ്ങളെ ഒരു സുഹൃത്തായി കരുതിയിരുന്നു. ഇപ്പോൾ എന്റെ അത്ഭുതം നിങ്ങൾക്കു മനസിലാകുമല്ലോ. നിങ്ങളെ ഇവിടെത്തന്നെവച്ചു കണ്ടുമുട്ടിയതിൽപ്പരം അത്ഭുതപ്പെടാനെന്തിരിക്കുന്നു? എന്തായാലും അവസാനം ഞാൻ നിങ്ങളെ കണ്ടെത്തിയിരിക്കുകയാണ്.”

മിലാഡി കൈനീട്ടി മാഡം ബോണസ്യുവിനെ ആലിംഗനം ചെയ്യാനായിട്ട്. അൽപ്പനിമിഷങ്ങൾക്കു മുമ്പുവരെ എതിരാളിയായി കരുതിയിരുന്ന അവളെ ആത്മാർഥതയുള്ള ഒരു സുഹൃത്തായി അവൾക്കു തോന്നി. അവളുടെ തോളിൽ തലവച്ചുകൊണ്ട് കന്യാസ്ത്രീ കരഞ്ഞു: “ഓ! എന്നോടു പൊറുക്കണേ! ഞാൻ അദ്ദേഹത്തെ വളരെയധികം സ്നേഹിക്കുന്നു.”

കുറച്ചുനേരം ആ സ്ത്രീകൾ രണ്ടുപേരും ആലിംഗനം ചെയ്തുതന്നെ നിന്നു. മിലാഡിയുടെ ആരോഗ്യത്തിന് അവളുടെ വെറുപ്പിന്റെ

യത്ര ശക്തിയുണ്ടായിരുന്നെങ്കിൽ മാഡം ബോണസ്യൂ ആ ആലിംഗന ത്തിൽനിന്നും ജീവനോടെ പുറത്തുവരില്ലായിരുന്നു.

മിലാഡിയുടെ കണ്ണുകളിലുണ്ടായിരുന്ന ക്രൂരമായ ചിന്തകൾ മനസി ലാക്കാനുള്ള കഴിവുകൾ മാഡം ബോണസ്യൂവിനുണ്ടായിരുന്നില്ല. മിലാഡി പറഞ്ഞു. "നിങ്ങളെ കണ്ടെത്തിയതിൽ എനിക്കു സന്തോഷമാ യി.... നിങ്ങളെ ഞാനൊന്ന് കണ്ണുതുറന്നു നോക്കട്ടെ!"

"എങ്കിൽ നിങ്ങൾക്കറിയാമോ ഞാൻ എത്രമാത്രം വിഷമിച്ചെന്ന്" മാഡം ബോണസ്യൂ പറഞ്ഞു. "അദ്ദേഹം വിഷമിച്ചെന്നല്ലേ നിങ്ങൾ പറ ഞ്ഞത്. പക്ഷേ എനിക്കു ദുഃഖങ്ങൾ സന്തോഷങ്ങളായിരുന്നു."

"അതെ. തീർച്ചയായും!" മറ്റെന്തോ ആലോചിച്ചുകൊണ്ട് മിലാഡി പറഞ്ഞു.

"എന്തായാലും എന്റെ കഷ്ടപ്പാടുകൾ അവസാനിക്കാൻ പോകു ന്നു" മാഡം ബോണസ്യൂ പറഞ്ഞു. "ഇന്നു രാത്രിയോ അല്ലെങ്കിൽ നാളെയോ ഞാൻ അദ്ദേഹത്തെ കാണും. അപ്പോൾ കഴിഞ്ഞതൊക്കെ വിസ്മരിക്കുന്നതായിരിക്കും."

"ഇന്നു രാത്രിയോ? നാളെയോ?" മിലാഡി പറഞ്ഞു. "നിങ്ങൾ എന്താണ് ഉദ്ദേശിക്കുന്നത്? അദ്ദേഹത്തെപ്പറ്റിയുള്ള വിവരങ്ങൾ വല്ലതും കിട്ടുമെന്നാണോ ഉദ്ദേശിച്ചത്?"

"അതെ. അദ്ദേഹം നേരിട്ടു വരുന്നു."

"ആർട്ഗ്നൻ വരുന്നൂ?"

"അതെ."

"പക്ഷേ അത് അസാധ്യമാണ്. അയാൾ കർദിനാളിന്റെ കൂടെ ലാറൊ ച്ചിലിയിലാണ്. യുദ്ധം കഴിയാതെ വരാനാകുകയില്ല."

"ആർട്ഗ്നന് അസാധ്യമായി ഒന്നുമില്ല."

"ഓ! ഇല്ല! എനിക്കത് വിശ്വസിക്കാനാവുന്നില്ല."

കാമുകനെ വീണ്ടും കാണുന്നതിലുള്ള അത്യാവേശംകൊണ്ട് അവൾ വസ്ത്രത്തിനുള്ളിൽ സൂക്ഷിച്ചിരുന്ന ഒരു കത്തെടുത്ത് അവളുടെനേരെ നീട്ടി "ഇതാ വായിച്ചു നോക്കൂ."

മിലാഡി കത്തുവാങ്ങി. അതെ മാഡം ഡി ഷെവ്റ്യൂസിന്റെ കയ്യ ക്ഷരംതന്നെ. മിലാഡി അതു വായിച്ചുനോക്കി.

എന്റെ പ്രിയപ്പെട്ട കുട്ടി, തയാറായിക്കോളൂ. നിങ്ങളെ കൊണ്ടു പോകാൻ നിങ്ങളുടെ സ്നേഹിതൻ വരുന്നു. നിങ്ങളുടെ സുരക്ഷയ്ക്കു വേണ്ടിയാണ് ഇതുവരെ ഒളിപ്പിക്കേണ്ടി വന്നത്. പോരാൻ തയാറായി ക്കോളൂ. പ്രതീക്ഷ കളയരുത്.

നമ്മുടെ സുന്ദരനായ ആ ഗാസ്കൻ തന്റെ ധൈര്യവും കൂറും തെളി യിച്ചുകൊണ്ടിരിക്കുകയാണ്. തനതായ മുന്നറിയിപ്പുകൾക്ക് ആ ഗാസ്ക നോട് നന്ദിയുണ്ടെന്ന് പറഞ്ഞേക്കണം.

"അതെ" മിലാഡി പറഞ്ഞു. "എഴുത്ത് വളരെ വ്യക്തമാണല്ലോ.... ഈ കത്തിൽ പറയുന്ന ആ മുന്നറിയിപ്പുകൊണ്ട് എന്താണുദ്ദേശിച്ചത്?"

"എനിക്കത് കൃത്യമായിട്ടറിഞ്ഞുകൂടാ. കർദിനാളിന്റെ ഏതെങ്കിലും പദ്ധതിയെപ്പറ്റി രാജ്ഞിക്ക് മുന്നറിയിപ്പുകൊടുത്തതാകണം."

"അതെ. അതായിരിക്കും" മിലാഡി ആ കത്ത് തിരികെകൊടുത്തു ക്കൊണ്ടു പറഞ്ഞു.

മിലാഡി തിരിച്ച് കട്ടിലിലേക്കു പോയിക്കിടന്നു.

അപ്പോഴേക്കും ഒരു കുതിര പായുന്ന ശബ്ദം അവൾ കേട്ടു.

"ഓ!" വിളിച്ചുകൊണ്ട് മാഡം ബോണസ്യൂ ജനാലക്കരികിലേക്കോടി. "അതെ. അദ്ദേഹം വന്നുവോ?"

മിലാഡി കട്ടിലിൽനിന്നും എഴുന്നേറ്റില്ല. മനസിലേക്ക് ഓർമകൾ ഇര ച്ചുകയറിയപ്പോൾ അവൾ ശൂന്യതയിലേക്കു നോക്കിക്കിടന്നു.

"അയാളായിരിക്കുമോ?" അവൾ പിറുപിറുത്തു.

"അല്ല" മാഡം ബോണസ്യൂ നിരാശയായി. "അതേതോ പരിചയ മില്ലാത്ത മനുഷ്യനായിരുന്നു. പക്ഷേ, അയാൾ ഇങ്ങോട്ടു വന്നതുതന്നെ. അയാൾ കുതിരയുടെ വേഗത കുറയ്ക്കുന്നു..... അതാ കവാടത്തിൽ നിർത്തുന്നു.... മണിയടിക്കാൻ തുടങ്ങുകയാണ്....."

മിലാഡി കട്ടിലിൽനിന്നുമെഴുന്നേറ്റു.

"അത് ആർട്ഗ്നനല്ലെന്ന് ഉറപ്പാണോ?" അവൾ ചോദിച്ചു.

"ഉറപ്പാണ്."

"നിങ്ങൾ ഒരുപക്ഷേ ശരിക്കു കണ്ടിരിക്കില്ല."

"അദ്ദേഹത്തിന്റെ തൊപ്പിയിലെ തൂവലോ, വസ്ത്രത്തിന്റെ അറ്റമോ കണ്ടാലും ഞാൻ തിരിച്ചറിയും."

മിലാഡി വേഗം ഉടുത്തൊരുങ്ങി.

"ആരായാലും ഇങ്ങോട്ടു വന്നയാളെന്നല്ലേ പറഞ്ഞത്?"

"അതെ. അയാൾ അകത്തു കയറിക്കഴിഞ്ഞു."

"നിങ്ങളെക്കാണാനോ അല്ലെങ്കിൽ എന്നെക്കാണാനോ ആവാം വന്നത്."

"നിങ്ങൾ വല്ലാതെ അസ്വസ്ഥയാണല്ലോ?" മാഡം ബോണസ്യൂ പറ ഞ്ഞു.

"അതെ. ഞാൻ അസ്വസ്ഥയാണ്. നിങ്ങളുടെയത്ര ആത്മവിശ്വാസം എനിക്കില്ല. കർദിനാൾ എനിക്കെതിരായ സ്ഥിതിക്ക് എനിക്കെല്ലാം ഭയ മാണ്."

"ശൂ! ആരോ വരുന്നു" മാഡം ബോണസ്യൂ പറഞ്ഞു.

വാതിൽ തുറന്നുകൊണ്ട് അബിസ് അകത്തുകയറി.

"നിങ്ങൾ വന്നത് ബൗളോങ്ങിൽ നിന്നാണല്ലോ?" അബിസ് വന്ന പാടെ മിലാഡിയോടു ചോദിച്ചു.

"അതെ" മിലാഡി പറഞ്ഞു. "ആരാണ് എന്നെക്കാണാൻ വന്നത്?"

"പേരു പറഞ്ഞില്ല.... കർദിനാൾ വിട്ടതാണെന്നു പറഞ്ഞു."

"എന്നെക്കാണാൻ വന്നതാണെന്ന് ഉറപ്പാണോ?"

"ഇപ്പോൾ ബൗളോങ്ങിൽനിന്നും വന്ന സ്ത്രീക്കൊരു വാർത്തയു

ണ്ടെന്നു മാത്രമേ പറഞ്ഞുള്ളൂ.”

“എങ്കിൽ അയാളെ അകത്തു കടത്തിവിടൂ.”

“നിങ്ങൾക്ക് കുഴപ്പമുണ്ടാക്കുന്ന വല്ല വാർത്തയുമാകുമോ ആവോ?” മാഡം ബോണസ്യൂ ഉൽക്കണ്ഠപ്പെട്ടു.

“എനിക്കും അക്കാര്യത്തിൽ ഭയമുണ്ട്” മിലാഡി പറഞ്ഞു.

“നിങ്ങൾ സംസാരിക്കൂ. ഞാൻ മാറി നിൽക്കാം. അയാൾ പോയിക്കഴിയുമ്പോൾ പ്രയാസമില്ലെങ്കിൽ വന്നോളാം.”

“ദയവായി വരണം.”

അബ്ബിസും മാഡം ബോണസ്യൂവും അവിടംവിട്ടു.

മിലാഡി വാതിലിൽ നോക്കിനിന്നു. പെട്ടെന്ന് പടികൾ കയറിവരുന്ന കാലൊച്ച അവൾ കേട്ടു. വാതിൽ തുറന്ന് ഒരാൾ അകത്തുകയറി.

സന്തോഷംകൊണ്ട് മിലാഡി വിളിച്ചുകൂവി. അവൾ അയാളെ തിരിച്ചറിഞ്ഞു – റോച്ചിഫോർട്ട് പ്രഭു; കർദിനാളിന്റെ വലംകൈ!

62

രണ്ടുതരം നികൃഷ്ടജീവികൾ

"**ഓ**! നിങ്ങളാണോ" റോച്ചിഫോർട്ടും മിലാഡിയും ഒരുമിച്ച് ആശ്ച ര്യത്തോടെ പറഞ്ഞു.

"എവിടെനിന്നുമാണ് നിങ്ങൾ വരുന്നത്?" മിലാഡി ചോദിച്ചു.

"ഇംഗ്ലണ്ടിൽനിന്ന്."

"ബക്കിംഗ്ഹാം പ്രഭു...."

"അദ്ദേം മരിക്കുകയോ അല്ലെങ്കിൽ മാരകമായി മുറിവേൽക്കുകയോ ചെയ്തിട്ടുണ്ടാവാം. എനിക്കദ്ദേഹത്തെ കാണാൻ പറ്റിയില്ല. ഞാൻ അവി ടെനിന്നും പോരുന്ന സമയത്ത് ഒരു ഭ്രാന്തൻ അദ്ദേഹത്തെ കുത്തിയി രുന്നു."

"എന്ത് ദൗർഭാഗ്യം!" റോച്ചിഫോർട്ട് ചിരിച്ചുകൊണ്ട് പറഞ്ഞു. "തിരു മേനിക്കു സന്തോഷമായിരിക്കും. അദ്ദേഹത്തോട് ഇക്കാര്യം പറഞ്ഞിരു ന്നോ?"

"ഞാൻ ബൗലോങ്ങിൽ വച്ച് ഒരു കത്തെഴുതിയിരുന്നു. നിങ്ങൾ ഇവിടെ വരാൻ കാരണമെന്താണ്?"

"തിരുമേനിക്ക് നിങ്ങളെപ്പറ്റി ഉൽക്കണ്ഠയായിരുന്നു. അദ്ദേഹമാണ് എന്നെ ഇങ്ങോട്ടയച്ചത്."

"ഞാൻ ഇന്നലെയാണ് വന്നത്."

"അതിനുശേഷം എന്തു ചെയ്യുകയായിരുന്നു?"

"എന്തായാലും സമയം പാഴാക്കിയില്ല."

"അതെനിക്ക് ഉറപ്പാണ്."

"ഞാൻ ഇവിടെ ഒരാളിനെക്കണ്ടു. ആരെയാണെന്ന് ഊഹിക്കാമോ?"

"ഒരു രക്ഷയുമില്ല."

"രാജ്ഞി ജയിലിൽനിന്നും രക്ഷപ്പെടുത്തിയ ചെറുപ്പക്കാരി."

"ആർട്ഗ്നന്റെ.....?"

"അതെ മാഡം ബോണസ്യൂ. അവൾ എവിടെയായിരുന്നുവെന്ന് കർദിനാളിന് അറിയില്ലായിരുന്നു."

"അതു വലിയൊരു ഭാഗ്യമാണ്."

"ഞാൻ അവളെ കണ്ടപ്പോൾ എനിക്കുണ്ടായ അത്ഭുതം നിങ്ങൾക്ക് ഊഹിക്കരുതോ."

"നിങ്ങളാരാണെന്ന് അവൾക്കറിയാമോ?"

"ഇല്ല."

"നിങ്ങളെ ഒരു അപരിചിതയായിട്ടാണോ അവൾ കാണുന്നത്?"

"ഞാനിപ്പോൾ അവളുടെ ഉറ്റസുഹൃത്താണ്" മിലാഡി ചിരിച്ചു കൊണ്ടു പറഞ്ഞു.

"നിങ്ങൾക്കല്ലാതെ മറ്റാർക്കും ഇത്തരം അത്ഭുതങ്ങൾ ചെയ്യാനാവില്ല" റോച്ചിഫോർട്ട് പറഞ്ഞു.

"അത് ഗുണപ്രദമായ ഒരത്ഭുതമായിത്തീർന്നതാണ്. ഞാൻ അവളോടു സൗഹൃദപരമായി സംസാരിച്ചു. രാജ്ഞിയിൽനിന്നുള്ള കൽപ്പനയുമായി നാളെയോ മറ്റെന്നാളോ അവളെ എവിടെനിന്നും കൊണ്ടുപോകുകയാണ്."

"ആരാണ് വരുന്നത്?"

"ആർട്ഗ്നനും അയാളുടെ സുഹൃത്തുക്കളും."

"ആ കർദിനാൾക്ക് ആ ചെറുപ്പക്കാരുടെ മുന്നിൽ എന്തോ ഒരു ദൗർബല്യമുണ്ടെന്ന് എനിക്കു പറയണമെന്നു തോന്നുന്നു."

"സത്യമാണോ?"

"അതെ."

"അങ്ങനെയെങ്കിൽ ഇക്കാര്യം അദ്ദേഹത്തോടു പറയൂ. കൊളംബിയർ റോഗ് സത്രത്തിൽ വച്ച് നാം നടത്തിയ സംഭാഷണം അവർ മാറി നിന്നു കേട്ടു എന്ന്. തുടർന്ന് അദ്ദേഹം പോയതിനുശേഷം ഒരാൾ എന്റെ മുറിയിലേക്കു കയറിവന്നു. സുരക്ഷിതയാത്രയ്ക്കുള്ള കത്ത് എന്റെ കൈയിൽനിന്നും ഭയപ്പെടുത്തി തട്ടിയെടുത്തു. ഞാൻ ഇംഗ്ലണ്ടിലേക്കു ചെല്ലുന്ന വിവരം വിന്റർ പ്രഭുവിനെ അവർ അറിയിച്ചു. രത്നച്ചരടിന്റെ കാര്യത്തിലെന്നപോലെതന്നെ എല്ലാക്കാര്യത്തിലും അവരെന്നെ പറ്റിച്ചു. ഇതെല്ലാം കർദിനാളിനോടു പറയണം. അദ്ദേഹത്തോടു പറയണം ആ നാലുപേരിൽ രണ്ടുപേരാണ് ശരിക്കും അപകടകാരികളെന്ന് – ആർട്ഗ്നനും ആതോസും. മാഡം ഷെവ്ര്യൂസിന്റെ കാമുകനാണ് ആറമീസ്. ആ മനുഷ്യനെ വെറുതെ വിടുന്നതാണ് നല്ലത്. അയാളുടെ രഹസ്യം നമുക്കറിയാം. അയാളെ ഒരുപക്ഷേ, ഉപയോഗപ്പെട്ടേക്കാം. പക്ഷേ, പോർത്തോസ് തനി വിഡ്ഢിയാണ്. അയാളെക്കൊണ്ട് കർദിനാളിന് ഒരു പ്രയാസവും നേരിടേണ്ടിവരില്ല."

"പക്ഷേ, അവർ നാലുപേരും ഇപ്പോൾ യുദ്ധത്തിനു പോയിരിക്കുകയല്ലേ?"

“ഞാനും അങ്ങനെതന്നെയാണ് കരുതിയത്. പക്ഷേ, മാഡം ഷെവ്റ്യൂസ് ഒരു കത്ത് മാഡം ബോണസ്യൂവിനയച്ചിരുന്നു. അതു ഞാൻ കണ്ടു. അവരാരും ഇപ്പോൾ യുദ്ധരംഗത്തിലില്ലെന്നു ഞാൻ മനസിലാക്കി. എല്ലാവരും മഠത്തിലേക്കു പുറപ്പെട്ടിരിക്കുകയാണ്; അവളെ കൊണ്ടുപോകാൻ.”

“നാം എന്തെങ്കിലും ചെയ്തേ പറ്റൂ....”

“കർദിനാൾ എന്തുചെയ്യണമെന്നാണ് പറയുന്നത്?”

“അയാളെക്കുറിച്ച് നിങ്ങൾക്കറിയാവുന്ന വിവരങ്ങൾ കൊണ്ടുചെല്ലാനാണ് അദ്ദേഹം പറഞ്ഞിരിക്കുന്നത്. നിങ്ങൾ എന്തുചെയ്തുവെന്നൊക്കെ മനസിലാക്കിയശേഷം ഇനി നിങ്ങൾ എന്തുചെയ്യണമെന്ന് പിന്നെ തീരുമാനിക്കുന്നതായിരിക്കും.”

“ഞാനിവിടെ താമസിക്കണമോ?” മിലാഡി ചോദിച്ചു.

“ഇവിടെയോ സമീപത്തെവിടെയെങ്കിലുമോ.”

“നിങ്ങൾക്ക് എന്നെ കൊണ്ടുപോകാൻ പറ്റില്ല?”

“ഇല്ല. അങ്ങനെ ചെയ്യരുതെന്ന് കർദിനാൾ പ്രത്യേകം പറഞ്ഞിട്ടുണ്ട്. ക്യാമ്പിനരികിൽ എവിടെയെങ്കിലും ചെന്നാൽ ആളുകൾ നിങ്ങളെ തിരിച്ചറിയും. നിങ്ങളവിടെയുണ്ടെന്നുകണ്ടാൽ അദ്ദേഹവുമായിച്ചേർത്ത് കഥകൾ മെനയും. നിങ്ങൾ ഇവിടെയല്ലെങ്കിൽ സമീപത്തെവിടെയെങ്കിലും താമസിക്കണം. ഇവിടെനിന്നും പോകുകയാണെങ്കിൽ, അതെവിടേക്കാണെന്ന് പറഞ്ഞുതരണം. എന്നാലേ കർദിനാൾ പറയുന്ന കാര്യങ്ങൾ നിങ്ങളെ അറിയിക്കാനാകൂ.”

“എനിക്ക് ഈ മഠത്തിൽ താമസിക്കാൻ പറ്റുമെന്ന് തോന്നുന്നില്ല.”

“അതെന്താ?”

“എന്റെ ശത്രുക്കൾ എപ്പോഴാണ് വരുന്നതെന്നറിയില്ല.”

“അതു ശരിയാണ്..... പക്ഷേ, കർദിനാളിന്റെ കൈയിൽനിന്നും ആ സ്ത്രീ രക്ഷപ്പെടുമോ?”

“ഞാൻ അവളുടെ ഉറ്റചങ്ങാതിയാണെന്ന കാര്യം മറക്കരുത്” മിലാഡി ആ പ്രത്യേക ചിരിയോടെ പറഞ്ഞു.

“ശരിയാണ്. ഞാൻ കർദിനാളിനോടു പറയാം.....”

“അതെ. അവളെക്കുറിച്ച് വിഷമിക്കേണ്ടായെന്ന്.”

“അതുമാത്രം പറഞ്ഞാൽ മതിയോ?”

“ഞാൻ ഉദ്ദേശിക്കുന്നത് അദ്ദേഹത്തിന് മനസിലായിക്കോളും.”

“കുറഞ്ഞപക്ഷം അദ്ദേഹം ഊഹിക്കുകയെങ്കിലും ചെയ്യും. പിന്നെ, ഞാനിപ്പോൾ എന്താണ് ചെയ്യേണ്ടത്?”

“ഉടനെ പോകുക. ഞാൻ പറഞ്ഞതൊക്കെ പെട്ടെന്ന് അറിയിക്കേണ്ടത് നല്ലതല്ലേയെന്നു തോന്നുന്നു.”

“ലില്ലിയേഴ്സിലെത്തിയപ്പോൾ വണ്ടിയുടെ ചെയ്സ് പൊട്ടി.”

“അതുനല്ലത്!”

“അതെന്താ?”

"ആ വണ്ടിയെനിക്കാവശ്യമുണ്ട്."

"അപ്പോൾ ഞാൻ എങ്ങനെ യാത്രചെയ്യും?"

"കുതിരപ്പുറത്ത്."

"നിങ്ങൾക്കത് പറയാൻ എളുപ്പമായിരിക്കും; നാനൂറു മൈലിനപ്പുറം യാത്ര ചെയ്യേണ്ടേ."

"അതിനുപറ്റും."

"ശരി ശരി. ഞാൻ പൊയ്ക്കോളാം."

"ലില്ലിയേഴ്സിൽ എത്തുമ്പോൾ നിങ്ങളുടെ വേലക്കാരൻ വണ്ടി കൊണ്ടുവരട്ടെ. ഞാൻ പറയുന്നതനുസരിച്ച് ചെയ്യണമെന്ന് അയാളോടു പറയുകയും വേണം."

"പറഞ്ഞോളാം" റോച്ചിഫോർട്ട് പറഞ്ഞു.

"കർദിനാളിന്റെ കത്ത് നിങ്ങളുടെ കൈയിലുണ്ടല്ലോ?"

"ഉണ്ട്."

"അത് അബിസിനെ കാണിക്കണം. ഇന്നോ നാളെയോ നിങ്ങളുടെ പേരിൽ ഒരാൾ എന്നെക്കൊണ്ടുപോകാൻ വരുമ്പോൾ ആ മനുഷ്യന് എന്നെ ഏൽപ്പിച്ചുകൊടുക്കണമെന്നും പറയണം."

"ശരി."

"എന്നെക്കുറിച്ചു മോശമായിട്ടുവേണം അബിസിനോടു സംസാരിക്കേണ്ടത്."

"അതെന്താ?"

"കാരണം കർദിനാളിന്റെ ഇരകളിൽ ഒരാൾ ഞാനെന്നാണ് കരുതുന്നത്. മാഡം ബോണസ്യൂവിന്റെ കാര്യത്തിന് എന്റെ അഭിനയം ഇങ്ങനെ തുടരേണ്ടതുണ്ട്."

"തീർച്ചയായും. അതിനെക്കുറിച്ചെല്ലാം വിശദമായി ഒന്നെഴുതാമോ?"

"ഞാനതെല്ലാം പറഞ്ഞല്ലോ. നിങ്ങൾക്ക് നല്ല ഓർമശക്തിയുണ്ടല്ലോ. നിങ്ങളൊന്ന് അവ എന്നോടു പറഞ്ഞുനോക്കൂ. കാര്യങ്ങൾ എഴുതുന്നത് അത്ര നല്ലതല്ല."

"അതു ശരിയാണ്. ഇനി പറയൂ ഞാൻ നിങ്ങളെ കാണേണ്ടത് എവിടെയാണ്? അന്വേഷിച്ച് നേരം കളയാനുള്ള സമയമില്ല."

"ഞാനൊന്ന് ആലോചിച്ചോട്ടെ...."

"ഭൂപടം വല്ലതും വേണമോ?"

"വേണ്ട. എനിക്ക് സ്ഥലങ്ങളെല്ലാം നിശ്ചയമാണ്."

"നിശ്ചയമാണെന്നോ? ഇതിനുമുമ്പ് എപ്പോഴാണ് നിങ്ങളിവിടെ വന്നിട്ടുള്ളത്?"

"ഞാൻ ഇവിടെയാണ് വളർന്നത്."

"സത്യമാണോ?"

"അതെ. അതുകൊണ്ട് ഗുണവുമുണ്ട്."

"ശരി ശരി. നിങ്ങൾ എങ്കിൽ എവിടെയുണ്ടാകും?"

"ഒന്നാലിച്ചോട്ടെ.... ആർമെന്റിയേഴ്സിൽ."

"അത്?"

"ലിസിലെ ഒരു പട്ടണമാണത്. നദികടന്നാൽ മതി ഫ്രാൻസ് വിട്ടു പോകാനാകും."

"അതുകൊള്ളാം! ആവശ്യമുണ്ടെങ്കിൽ നദി കടന്നാൽ മതിയല്ലോ."

"അതുമതി."

"നദി കടക്കേണ്ടി വന്നാൽ നിങ്ങളെ എവിടെക്കാണും?"

"വേലക്കാരനില്ലാതെ കുറച്ചുനാൾ നിങ്ങൾക്കു കഴിയാമോ?"

"ഉവ്വ്!"

"അയാൾ വിശ്വസ്തനാണോ?"

"പൂർണമായും."

"എങ്കിൽ അയാൾ എന്റെകൂടെ കുറച്ചുകാലത്തേക്കു നിൽക്കട്ടെ. ആർക്കും അയാളെ അറിയില്ലല്ലോ. നദി കടക്കേണ്ടിവരികയാണെങ്കിൽ ഞാൻ അയാളെ ഇപ്പുറത്തു നിർത്താം. ഞാൻ ഉള്ള സ്ഥലത്തേക്ക് അയാൾ നിങ്ങളെ കൂട്ടിക്കൊണ്ടു വന്നേക്കും."

"കൊള്ളാം. അല്ലെങ്കിൽ നിങ്ങൾ ആർമെന്റിയേഴ്സിലുണ്ടാകും?"

"അതെ ആർമെന്റിയേഴ്സിൽ!"

"ആ പേരൊന്നു കുറിച്ചുതരൂ. മറക്കാതിരിക്കാനാണ്. ആ പേര് കൈയിലിരുന്നതുകൊണ്ട് കുഴപ്പങ്ങളൊന്നുമില്ലല്ലോ."

"അതുറപ്പില്ല" മിലാഡി പറഞ്ഞു. "പക്ഷേ എനിക്ക് ഏതപകടവും ഒരു പ്രശ്നവുമില്ല."

ഒരു പകുതിക്കടലാസിൽ അവൾ ആ പേരെഴുതി റോച്ചിഫോർട്ടിനെ ഏൽപ്പിച്ചു. അയാൾ അതു തൊപ്പിക്കുള്ളിൽ വച്ചു.

"പേടിക്കേണ്ട" അയാൾ പറഞ്ഞു. "കുട്ടികൾ ചെയ്യുന്ന മാതിരി ഞാനും ചെയ്തുകൊള്ളാം. അഥവാ കടലാസ് നഷ്ടപ്പെട്ടാൽ ഞാൻ ആ പേരും ഉരുവിട്ടുകൊണ്ട് യാത്രചെയ്യാം. വേറെ വിശേഷങ്ങൾ ഒന്നുമില്ലല്ലോ."

"ഇല്ല."

"ഒരുനിമിഷം! എനിക്ക് എല്ലാം ഓർമയുണ്ടോയെന്നു നോക്കട്ടെ. ബക്കിംഗ്ഹാം മരിക്കുകയോ അല്ലെങ്കിൽ മാരകമായി മുറിവേൽക്കുകയോ ചെയ്തിട്ടുണ്ട്. നിങ്ങളും കർദിനാളും തമ്മിലുള്ള സംഭാഷണം ആ നാലു പടയാളികളും മാറിനിന്നു കേട്ടു. നിങ്ങൾ ഇംഗ്ലണ്ടിലേക്ക് പോകുന്ന കാര്യം വിന്റർ പ്രഭുവിനെ അറിയിച്ചു. ആതോസിനെയും ആർട്ഗ്നനെയും ബാസ്റ്റിലിലേക്കു വിടണം. മാഡം ഷെവ്റ്യൂസിന്റെ കാമുകനാണ് ആറമീസ്. പോർത്തോസ് ഒരു വിഡ്ഢിയാണ്. മാഡം ബോണസ്യൂവിനെ വീണ്ടും കണ്ടെത്തിയിരിക്കുന്നു. എന്റെ കുതിരവണ്ടിയെയും വേലക്കാരനെയും എത്രയുംവേഗം തിരിച്ചയച്ചു തരണം. നിങ്ങളെപ്പറ്റി വളരെ മോശമായിവേണം അബിസിനോടു സംസാരിക്കേണ്ടത്. ലിസിയുടെ തീരത്തെ ആർമെന്റിയേഴ്സിലേക്കാണ് നിങ്ങൾ പോകുന്നത്. ഇത്രയല്ലേയുള്ളൂ."

"നിങ്ങളുടെ ഓർമശക്തി അപാരം!.... ഒരു കാര്യം കൂടിയുണ്ട്."

"എന്താണത്?"

"മഠത്തിലെ തോട്ടത്തിനപ്പുറത്ത് നല്ല ഒരു മരക്കൂട്ടമുണ്ട്. അതിൽക്കൂടി നടക്കാൻ എന്നെ അനുവദിക്കണമെന്ന് അബിസിയോടു പറയണം. എനിക്ക് അതിലേ രക്ഷപ്പെടേണ്ടിവരികയാണെങ്കിലോ?"

"നിങ്ങൾ എല്ലാം ആലോചിച്ചു, അല്ലേ?"

"നിങ്ങൾ ഒരു കാര്യം മറന്നു."

"എന്താണത്?"

"എനിക്കു പണം വേണമോയെന്ന് ചോദിച്ചില്ല."

"ശരിയാണ്.... എത്ര വേണം?"

"നിങ്ങൾക്കുള്ള എല്ലാ പണവും."

"അഞ്ഞൂറ് പിസ്റ്റൽസ് എന്റെ കൈവശമുണ്ട്."

"എന്റെ കൈയിലും ആ വീതമുണ്ട്. രണ്ടും കൂടിയാകുമ്പോൾ ആയിരം പിസ്റ്റൽസാകും. അതു ധാരാളം. ആ പണം ഇങ്ങ് തന്നേരെ."

"ഇതാ."

"ശരി... എപ്പോഴാണ് നിങ്ങൾ പോകുന്നത്?"

"ഒരു മണിക്കൂറിനകം. ഭക്ഷണം കഴിക്കണം; പിന്നെ കുതിരയെ കൊണ്ടുവരാൻ ആളിനെയും വിടണം. അതു കഴിഞ്ഞാലുടൻ."

"എന്നാൽ വേഗമാകട്ടെ. ഗുഡ്ബൈ റോച്ചിഫോർട്ട്."

"ശരി ലേഡി വിന്റർ!"

"എന്റെ ക്ഷേമാന്വേഷണങ്ങൾ കർദിനാളിനോടു പറയാൻ മറക്കരുത്."

"ആ സാത്താനോടു എന്റെ അന്വേഷണങ്ങളും പറയണേ."

അവർ പരസ്പരം നോക്കി സന്തോഷത്തോടെ പിരിഞ്ഞു.

അരമണിക്കൂർ കഴിഞ്ഞപ്പോൾ റോച്ചിഫോർട്ട് കുതിരപ്പുറത്തു പാഞ്ഞു. അഞ്ചു മണിക്കൂർ യാത്രചെയ്ത് അദ്ദേഹം അറാസിലെത്തി.

ആർട്ഗ്നൻ ഇയാളെ തിരിച്ചറിഞ്ഞ കാര്യം നാം നേരത്തെ മനസിലാക്കിയല്ലോ. അവർ പരിഭ്രമത്തോടെ യാത്ര തുടരുകയും ചെയ്തു.

63

ഒരുതുള്ളി വെള്ളം

റോച്ചിഫോർട്ട് മുറിയിൽനിന്നും പുറത്തുപോകേണ്ട താമസം, മാഡം ബോണസ്യു മുറിയിലേക്കു വീണ്ടും വന്നു. മിലാഡി അവളെ നോക്കിച്ചിരിച്ചു.

"നിങ്ങൾ ഭയപ്പെട്ടതുപോലെതന്നെ കാര്യങ്ങൾ സംഭവിച്ചു" മാഡം ബോണസ്യൂ പറഞ്ഞു. "ഇന്നു രാത്രിയോ നാളെ രാവിലെയോ കർദിനാൾ ഒരാളിനെ നിങ്ങളുടെ അരികിലേക്കയയ്ക്കുന്നു."

"അതെങ്ങനെ തോന്നി?"

"ദൂതൻ നമ്മുടെ അബിസിനോടു പറയുന്നതു കേട്ടു."

"വരൂ... എന്റെ അരികിൽ വന്നിരിക്കൂ" മിലാഡി പറഞ്ഞു. "ആരും കേൾക്കാതിരിക്കാൻ ശ്രദ്ധിക്കണം."

"അതെന്തുകൊണ്ട്...?"

"അതു താമസിയാതെ മനസിലാകും."

മിലാഡി എഴുന്നേറ്റ് വാതിലിനരികിലേക്കു ചെന്നു. അതു തുറന്ന ശേഷം ഹാളിലേക്കു നോക്കി. തുടർന്ന് തിരിച്ചുവന്ന് മാഡം ബോണസ്യൂവിന്റെ അരികിലിരുന്നു.

"അയാൾ അയാളുടെ ഭാഗം കൃത്യമായിട്ടഭിനയിച്ചു" അവൾ പറഞ്ഞു.

"ആര്?"

"കർദിനാളിന്റെ ആളാണെന്നു പറഞ്ഞുവന്ന മനുഷ്യൻ."

"അയാൾ അഭിനയിച്ചതായിരുന്നോ?"

"അതെ."

"അപ്പോൾ അയാൾ.....?"

"അയാൾ എന്റെ സഹോദരനാണ്" ശബ്ദം താഴ്ത്തി മിലാഡി പറ

ഞ്ഞു.

"നിങ്ങളുടെ സഹോദരൻ!" മാഡം ബോണസ്യൂവിന് വിശ്വസിക്കാനായില്ല.

"അതെ. ആ രഹസ്യം നിങ്ങൾക്കു മാത്രമേ ഇപ്പോൾ അറിയാവൂ. ഇക്കാര്യം നിങ്ങളാരെയെങ്കിലും അറിയിച്ചാൽ എന്റെ കാര്യം കുഴപ്പമാണ്. നിങ്ങളുടെയും."

"ഓ!"

"ഞാൻ പറയുന്നത് ശ്രദ്ധാപൂർവം കേൾക്കൂ. എന്താണ് സംഭവിച്ചതെന്ന് പറയാം. വേണ്ടിവന്നാൽ ബലപ്രയോഗത്തോടെ എന്നെ ഇവിടെ നിന്നും കൊണ്ടുപോകാൻവേണ്ടി എന്റെ സഹോദരൻ എന്റെയരികിലേക്കു വരികയായിരുന്നു. വഴിയരികിൽവച്ച് കർദിനാളിന്റെ സന്ദേശവാഹകനെ കണ്ടു. എന്റെ സഹോദരൻ അയാളുടെ പുറകേ നടന്നു. അവർ റോഡിന്റെ ഒരൊഴിഞ്ഞ സ്ഥലത്തെത്തിയപ്പോൾ എന്റെ സഹോദരൻ ഉറയിൽനിന്നും വാളൂരിക്കൊണ്ട് കത്തുതരാൻ ആവശ്യപ്പെട്ടു. പക്ഷേ അയാൾ അതു കൊടുക്കാതെ എതിർത്തു നിന്നു. എന്റെ സഹോദരന് അവസാനം അയാളെ കൊല്ലേണ്ടി വന്നു."

"ഓ! ഇല്ല!" മാഡം ബോണസ്യൂ വിറച്ചുകൊണ്ട് നിലവിളിച്ചു.

"വേറേ മാർഗമൊന്നും ഉണ്ടായിരുന്നില്ല. തുടർന്ന് എന്നെ ഇവിടെ നിന്നും കൊണ്ടുപോകാനാണ് സഹോദരൻ തീരുമാനിച്ചത്. ബലംപ്രയോഗിക്കുന്നതിനുപകരം ഒരു ഉപായത്തോടെ. അയാൾ കടലാസുകളുമായി കുതിരപ്പുറത്തുകയറിപ്പോന്നു. ഇവിടെ വന്നപ്പോൾ കർദിനാളിന്റെ ദൂതനായി ഭാവിച്ചു. ഒന്നോ രണ്ടോ മണിക്കൂറിനകം കർദിനാളിന്റെ കൽപ്പന പ്രകാരം എന്നെക്കൊണ്ടുപോകാൻ വണ്ടിയയയ്ക്കുമെന്നാണ് പറഞ്ഞിരുന്നത്."

"എനിക്കു മനസിലാകുന്നു. യഥാർഥത്തിൽ ആ വണ്ടിയയയ്ക്കുന്നത് നിങ്ങളുടെ സഹോദരനാണ്, അല്ലേ?"

"തീർച്ചയായും. പക്ഷേ, അതുകൊണ്ടൊന്നും തീർന്നില്ല.... നിങ്ങൾക്കു കിട്ടിയ കത്ത് മാഡം ഷിവെര്യൂസിന്റെ കൈയിൽ നിന്നുള്ളതാണെന്നല്ലേ നിങ്ങൾ കരുതുന്നത്?"

"അതെ. അതിനെന്താ?"

"അതൊരു കള്ളക്കത്താണ്."

"കള്ളക്കത്തോ?"

"അതെ. കർദിനാളിന്റെ ആളുകൾ നിങ്ങളെ കൊണ്ടുപോകാൻ വരുമ്പോൾ നിങ്ങൾ ഒരുവിധത്തിലും എതിർക്കാതിരിക്കാൻ വേണ്ടിയാണത്."

"പക്ഷേ, ആർട്ഗ്നൻ വരുന്നുണ്ടല്ലോ!"

"ഇല്ല. അയാൾ വരുന്നില്ല. അയാളും അയാളുടെ സുഹൃത്തുക്കളും ഇപ്പോഴും ലാറൊച്ചിലി യുദ്ധക്കളത്തിലാണ്."

"അത് നിങ്ങൾക്കെങ്ങനെയറിയാം?"

"പടയാളികളുടെ വേഷമണിഞ്ഞ കർദിനാളിന്റെ ചില ഏജന്റുമാരെ

എന്റെ സഹോദരൻ കണ്ടിരുന്നു. അവർ നിങ്ങളുടെ സുഹൃത്തുക്കളയച്ച ആളുകളെന്നപേരിൽ വാതിൽക്കലേക്കു വന്നേനെ. നിങ്ങളെ പാരീസിൽ കൊണ്ടുപോകുകയും ചെയ്തേനെ."

"ഓ എന്റെ ദൈവമേ! ഈ ദുഷ്ടബുദ്ധികൾ കേട്ടപ്പോൾ എന്റെ തല ചുറ്റുന്നു." മാഡം ബോണസ്യൂ പറഞ്ഞു. അവൾ തന്റെ കൈകൾ തലയിൽ വച്ചുപോയി. "ഇനിയെന്തെങ്കിലും കേട്ടാൽ എനിക്കു ഭ്രാന്തു പിടിക്കും."

"ശ്രദ്ധിക്കൂ."

"എന്താണത്?"

"ഒരു കുതിരയുടെ ശബ്ദം കേൾക്കുന്നു. എന്റെ സഹോദരൻ പോകുന്നതായിരിക്കും. ഞാൻ അയാളോടു യാത്ര ചെയ്തോട്ടെ. വരൂ എന്റെ കൂടെ."

മിലാഡി ജനാല തുറന്നു. മാഡം ബോണസ്യൂ അരികിൽനിന്നു.

റോച്ചിഫോർട്ട് കുതിരപ്പുറത്തു പാഞ്ഞു.

"ഗുഡ്ബൈ ജോർജിസ്!" മിലാഡി അയാളെ നോക്കി വിളിച്ചുപറഞ്ഞു.

അയാൾ തലതിരിച്ചു പുറകോട്ടുനോക്കി. രണ്ടു സ്ത്രീകൾ ജനാലയ്ക്കരികിൽനിന്ന് കൈവീശുന്നത് അയാൾ കണ്ടു.

"അയാൾ നിങ്ങളുടെ നല്ല സഹോദരൻ തന്നെ!" സ്നേഹത്തോടെ അവൾ പറഞ്ഞു. എങ്കിലും വിഷാദഭാവം സ്ഫുരിച്ചിരുന്നു.

അവൾ വീണ്ടുമിരുന്നു. സ്വന്തം ചിന്തകളിൽ മുഴുകുകയും ചെയ്തു.

"നിങ്ങളെ ശല്യപ്പെടുത്തുന്നതിൽ ക്ഷമിക്കണേ" മാഡം ബോണസ്യൂ പറഞ്ഞു. "എനിക്ക് നിങ്ങളുടെ ഉപദേശം വേണം. എനിക്കുള്ളതിനേക്കാൾ അനുഭവസമ്പത്ത് നിങ്ങൾക്കാണല്ലോ. ഞാനെന്താണ് ചെയ്യേണ്ടത്?"

"ആദ്യമായിട്ട് എനിക്കു പറയേണ്ടത്" മിലാഡി പറഞ്ഞു. "എനിക്കു തെറ്റിയതായിരിക്കാം. ആർട്ഗ്നനും അയാളുടെ സുഹൃത്തുക്കളും യഥാർത്ഥത്തിൽ നിങ്ങളെ കൊണ്ടുപോകാനായിരിക്കും വരുന്നത്."

"അതു സത്യമാകാൻ വഴിയില്ലാത്ത ഒരു നല്ല കാര്യമാണത്."

"അവർ വരികയാണെങ്കിൽ, അവർ എപ്പോൾ വരുമെന്ന കാര്യത്തിലേ സംശയമുള്ളൂ. നിങ്ങളുടെ സുഹൃത്തുക്കളാണ് വരുന്നതെങ്കിൽ നിങ്ങൾ രക്ഷപ്പെട്ടു. ഇനി കർദിനാളിന്റെ ആളുകളാണ് ആദ്യം വരുന്നതെങ്കിൽ നിങ്ങളുടെ കാര്യം കഷ്ടമാണ്."

"അതെ. എല്ലാം എങ്കിൽ നശിച്ചു! അവർ യാതൊരുവിധ കരുണയും കാണിക്കില്ല. ഞാനെന്തുചെയ്യും?"

"നിങ്ങൾക്ക് രക്ഷപ്പെടാൻ ഒരു മാർഗമുണ്ട്."

"എങ്ങനെ?"

"അടുത്തെവിടെയെങ്കിലും ഒളിച്ചിരിക്കുക; എന്നിട്ട് ആരാണ് വന്നിരിക്കുന്നതെന്ന് മനസിലാക്കുക."

"എവിടെയാണ് ഞാൻ ഒളിക്കേണ്ടത്?"

"ഞാനും ഒളിക്കാൻ തീരുമാനിച്ചിരിക്കുകയാണ്. ഇവിടെനിന്നും കുറച്ചു മൈലുകൾക്കപ്പുറം. എന്റെ സഹോദരൻ അവിടെ വരും. നിങ്ങളും എന്നോടൊപ്പം വന്നോളൂ. നമുക്ക് ഒരുമിച്ച് കാത്തിരിക്കാം."

"പക്ഷേ മഠം വിട്ടുപോകാൻ അവർ എന്നെ അനുവദിക്കുകയില്ല. ഞാൻ ഇവിടെ തടവറയിലാണല്ലോ."

"കർദിനാളിന്റെ കൽപ്പനയനുസരിച്ചാണ് ഞാൻ പോകുന്നതെന്ന് അബിസ് വിശ്വസിക്കുന്ന സ്ഥിതിക്ക്, എന്നോടൊപ്പം നിങ്ങൾ വരുന്നതിന് അവർ ഒരിക്കലും എതിരു പറയുകയില്ല."

"ഇല്ല, പക്ഷേ...."

"വണ്ടിയുംകൊണ്ട് എന്റെ സഹോദരന്റെ വേലക്കാരൻ പുറത്തു വന്നുനിൽക്കുന്നതാണ്. എന്നോടു യാത്ര പറയാനെന്നമട്ടിൽ വണ്ടിയുടെ പടിയിൽ കയറിനിന്നോളൂ. നിങ്ങൾ വണ്ടിയിൽ കയറിയ ഉടനെ വണ്ടി വിടാൻ ഞാൻ അയാളോടു പറഞ്ഞേക്കാം. പിന്നെ നമുക്ക് പാഞ്ഞു പോകാം."

"പക്ഷേ പിന്നീട് ആർട്ഗ്നൻ വന്നാലോ?"

"നമുക്കത് അറിയാൻ പറ്റും."

"എങ്ങനെ?"

"അത് എളുപ്പമല്ലേ. ഞാൻ എന്റെ സഹോദരന്റെ വേലക്കാരനെ ബത്തൂണിലേക്കു പറഞ്ഞുവിടും. അയാൾ വിശ്വസ്തനാണ്. എങ്ങനെ യെങ്കിലും വേഷം മാറി മഠത്തിന്റെയരികിൽ അയാൾ ചെന്നോളും. കർദി നാളിന്റെ ആളുകളാണ് വരുന്നതെങ്കിൽ അയാൾ ഒളിച്ചുനിന്നോളും. വരു ന്നത് ആർട്ഗ്നനും സുഹൃത്തുക്കളുമെങ്കിൽ, അയാൾ അവരെ നമ്മുടെ അരികിൽ എത്തിച്ചോളും."

"അയാൾക്ക് അവരെ അറിയാമോ?"

"തീർച്ചയായും. എന്റെ വീട്ടിൽവച്ച് ആർട്ഗ്നനെ അയാൾ കണ്ടിട്ടു ണ്ട്."

"ഓ ശരി... നിങ്ങൾ പറഞ്ഞത് നല്ല പദ്ധതിയാണെന്ന് എനിക്കു തോന്നുന്നു. പക്ഷേ, നാം ഇവിടെനിന്നും വളരെ ദൂരത്തേക്കു പോകരുത്."

"നമുക്ക് റോഡിന്റെ അതിരുവരെ പോകാം. എന്തെങ്കിലും അപകട മുണ്ടെങ്കിൽ നമുക്ക് അപ്പോൾത്തന്നെ അവിടംവിടാം."

"അതുവരെ നാം എന്തുചെയ്യണം?"

"കാത്തിരിക്കാം."

"കർദിനാളിന്റെ ആളുകൾ വരികയാണെങ്കിൽ?"

"എന്റെ സഹോദരന്റെ വണ്ടിയായിരിക്കും ഇവിടെ ആദ്യം എത്തു ന്നത്."

"വണ്ടി വരുമ്പോൾ ഞാൻ നിങ്ങളുടെ അരികിലില്ലെങ്കിൽ... ഭക്ഷണം കഴിക്കുമ്പോഴോമറ്റോ ആണ് വരുന്നതെങ്കിൽ?"

"എന്നോടൊപ്പം ഭക്ഷണം കഴിക്കാനുള്ള സൗകര്യം ഏർപ്പെ

ടുത്താം.”

“അവർ അനുവദിക്കുമോ?”

“അതനുവദിക്കാതിരിക്കാനുള്ള കാരണങ്ങൾ ഒന്നുമില്ലല്ലോ.”

“എന്തു നല്ല ഉപായം! അപ്പോൾ നമുക്ക് എല്ലാനേരവും ഒരുമിച്ചിരിക്കാമല്ലോ.”

“ശരിയെന്നാ നിങ്ങൾ അബിസിനോടു സംസാരിച്ചിരിക്കൂ. ഞാൻ പൂന്തോട്ടത്തിലൂടെ ഒന്നു നടന്നിട്ടു വരാം. വല്ലാത്ത തലവേദന തോന്നുന്നു.”

“അപ്പോൾ നാം ഇനിയെപ്പോൾ കാണും?”

“ഇവിടെ വച്ചുതന്നെ; ഒരു മണിക്കൂറിനുള്ളിൽ.”

“ഞാൻ ഇവിടെത്തന്നെയുണ്ടാകും. നിങ്ങൾ ദയാലുവാണ്. എനിക്ക് നിങ്ങളോടെന്നും കടപ്പാടുണ്ട്.”

“നിങ്ങളെ സഹായിച്ചത് സ്വാഭാവികം മാത്രമാണ്. മാത്രമല്ല നിങ്ങൾ സുന്ദരിയും വശ്യതയുള്ളവളുമാണ്. എന്റെ മികച്ച സുഹൃത്തുക്കളിൽ ഒരാളുടെ സുഹൃത്തുകൂടിയാണല്ലോ നിങ്ങൾ.”

“ആർട്ഗ്നൻ! അയാൾ നിങ്ങളോട് നന്ദിയുണ്ടാകും.”

“ഞാനങ്ങനെ കരുതുന്നു.... പിന്നെ പറഞ്ഞതുപോലെ.... ഞാൻ പോകട്ടെ.”

“നിങ്ങൾ പൂന്തോട്ടത്തിലേക്കല്ലേ പോകുന്നത്?”

“അതെ.”

“ഹാളിലെ ആ ചെറിയ കോണിപ്പടിവരെയെങ്കിലും എന്റെ കൂടെ വരൂ. അതുവഴിയാണ് പൂന്തോട്ടത്തിൽ പോകുന്നത്.”

“ശരി ശരി.”

രണ്ടു സ്ത്രീകളും പുഞ്ചിരിയോടെ പിരിഞ്ഞു.

മിലാഡി തലവേദനയെന്ന് പറഞ്ഞത് വെറുതെയല്ല. കാരണം പദ്ധതികൾ പൂർണമായും തീരുമാനിച്ചുകഴിഞ്ഞില്ല. ഭാവി അവ്യക്തമായി അവളിൽ നിന്നു.

പദ്ധതികളെല്ലാം കൊടുങ്കാറ്റുപോലെ ചിതറി വീശുന്നതിനാൽ, ഏകാന്തതയിൽ ശാന്തമായിരുന്നാലേ അതൊക്കെ അടുക്കും ചിട്ടയോടും കൂടി ക്രമപ്പെടുത്താനാകൂ.

മാഡം ബോണസ്യൂവിനെ സുരക്ഷിതമായ ഒരിടത്തു എത്തിക്കുകയെന്നതാണ് ഏറ്റവും പ്രധാനപ്പെട്ട കാര്യം. വേണമെങ്കിൽ അവളെ ഒരു പണയസാധനമായിട്ടും ഉപയോഗിക്കണം. ഒരു ഭയങ്കര ദ്വന്ദ്വയുദ്ധത്തിന്റെ പരിണതഫലത്തെപ്പറ്റി മിലാഡിക്ക് സംശയമായിത്തുടങ്ങി. കാരണം, പ്രതികാരം പോക്കാനുള്ള തന്റെ ശക്തിയുടെ അത്രയ്ക്കുള്ള കരുത്ത് തന്നെ പിന്തുടരുന്നതിന് തന്റെ എതിരാളികൾക്കുമുണ്ടെന്ന് അവൾക്കു തോന്നി. ഒരു കൊടുങ്കാറ്റുപോലെ അവസാനയുദ്ധം പാഞ്ഞടുക്കുന്നുവെന്ന് അവൾക്കു തോന്നി.

തന്റെ വരുതിയിൽ മാഡം ബോണസ്യൂ വരുന്നതായിരുന്നു അവ

ളുടെ ഏറ്റവും ശക്തമായ ഗുണം. ആർട്ഗ്നൻ മാഡം ബോണസ്യൂവിന്റെ കാമുകനെന്ന നിലയിൽ അവളെ വരുതിയിൽ വരുത്തുന്നത്, അയാളെയും വരുതിയിൽ കൊണ്ടുവരുന്നതിനു തുല്യമാണ്.

മാഡം ബോണസ്യൂ വിശ്വസ്തതയോടെ തന്റെകൂടെ മഠം വിട്ടു പോരുമെന്ന് മിലാഡിക്ക് ഉറപ്പായിരുന്നു. ആർമിന്റിയേഴ്സിലെത്തിക്കഴിഞ്ഞാൽപ്പിന്നെ ആർട്ഗ്നൻ അവിടെ വന്നിട്ടില്ലായെന്നുപറഞ്ഞ് അവളെ വിശ്വസിപ്പിക്കാനെളുപ്പമായിരിക്കും. പരമാവധി രണ്ടാഴ്ചയ്ക്കകം റോച്ചിഫോർട്ട് മടങ്ങിവരുന്നതായിരിക്കും. അതിനിടയിൽ ആ നാലു സുഹൃത്തുക്കളോട് പ്രതികാരം ചെയ്യേണ്ടതെങ്ങനെയെന്ന് ശരിക്ക് പദ്ധതി തയാറാക്കുകയും ചെയ്യാം. ഒരുനിമിഷത്തേക്കുപോലും അവൾക്കു മുഷിപ്പു തോന്നിയില്ല. മനസ്സ് ആഗ്രഹിച്ചത് നടക്കാൻ പോകുകയാണല്ലോ; പ്രതികാരം എങ്ങനെ വേണമെന്ന് ആലോചിച്ചാൽ മതിയിനി.

വിവിധ ചിന്തകൾക്കിടയിൽ ആ പൂന്തോട്ടത്തിന്റെ ഒരു ചിത്രം മിലാഡിയുടെ മനസിൽ തെളിഞ്ഞു. വിജയവും പരാജയവും അവളുടെ മനസിൽ ഒരുമിച്ചു വന്നു.

മിലാഡി പൂന്തോട്ടത്തിൽനിന്ന് ഒരു മണിക്കൂർ കഴിഞ്ഞുകാണും. മാഡം ബോണസ്യൂ വിളിക്കുന്നത് അവൾ കേട്ടു. അബിസ് എല്ലാം സമ്മതിച്ചിരിക്കുകയാണ്. അന്ന് അവർ ഒരുമിച്ച് ഭക്ഷണം കഴിക്കാനും പോകുകയാണ്.

അവർ മുറ്റംവഴി നടന്നു കയറിയപ്പോൾ ഒരു വണ്ടിവരുന്ന ശബ്ദം അവർ കേട്ടു.

"ആ ശബ്ദം കേട്ടോ?" മിലാഡി ചോദിച്ചു.

"അതേ. വണ്ടി കവാടത്തിനരികിൽ നിന്നുവെന്നു തോന്നുന്നു."

"അത് എന്റെ സഹോദരനയച്ച വണ്ടിയാണ്."

"ഓ! എങ്കിൽ നേരമായി...."

"ഭയപ്പെടാതിരിക്കൂ."

കവാടത്തിലെ മണിയൊച്ച ഉച്ചത്തിൽ കേട്ടുതുടങ്ങി.

"നിങ്ങൾ നിങ്ങളുടെ മുറിയിലേക്കു പോകൂ" മിലാഡി പറഞ്ഞു. "ആവശ്യത്തിനുള്ള ആഭരണങ്ങളും എടുത്തോളൂ."

"എനിക്കു കുറച്ച് കത്തുകളും ഉണ്ട്."

"എങ്കിൽ അവയും എടുത്തുകൊണ്ട് എന്റെ മുറിയിൽ വരൂ. നമുക്ക് വേഗത്തിൽ ഭക്ഷണം കഴിക്കാം. കാരണം രാത്രിയിലുടനീളം നിർത്താതെ നമുക്ക് യാത്ര ചെയ്യേണ്ടതുണ്ട്."

മാഡം ബോണസ്യൂ കൈകൾ വേഗം നെഞ്ചത്തേക്കു വച്ചു.

"അയ്യോ എന്റെ ഹൃദയം ശക്തിയായി മിടിക്കുന്നു" അവൾ പറഞ്ഞു. "എനിക്കു ശ്വാസം മുട്ടുന്നു."

"ഭയപ്പെടേണ്ട നേരമല്ലിത്. ഏതാനും നിമിഷങ്ങൾക്കകം നിങ്ങൾ രക്ഷപ്പെട്ടിരിക്കും. അതുകൊണ്ട് ആവശ്യമായതു ചെയ്യുക. ചെയ്യുന്നതെല്ലാം അയാൾക്കുവേണ്ടിയാണെന്നോർക്കണം."

“അതെ. അയാൾക്കുവേണ്ടി! അക്കാര്യം നിങ്ങൾ ഓർമപ്പെടുത്തിയപ്പോൾ എനിക്ക് എന്റെ ശക്തി തിരിച്ചുകിട്ടിയതുപോലെ.”

അവർ പിരിഞ്ഞു. മിലാഡി വേഗത്തിൽ അവളുടെ മുറിയിലേക്കു പോയി. അവിടെ റോച്ചിഫോർട്ടിന്റെ വേലക്കാരൻ കാത്തുനിൽക്കുകയായിരുന്നു. അയാൾക്കുവേണ്ട നിർദേശങ്ങളെല്ലാം അവൾ കൊടുത്തു. അയാൾ കവാടത്തിൽ കാത്തുനിൽക്കണം. പടയാളികൾ എത്തുകയാണെങ്കിൽ അയാൾ അവിടെനിന്നും പാഞ്ഞുപോകണം. തുടർന്ന് വനത്തിനപ്പുറത്തുള്ള ഗ്രാമത്തിൽ കാത്തുനിൽക്കണം. പൂന്തോട്ടത്തിൽക്കൂടി നടന്നുനടന്ന് അവൾ ആ ഗ്രാമത്തിലെത്തും. അവൾക്ക് ആ സ്ഥലമൊക്കെ നന്നായിട്ടറിയാമായിരുന്നതിനാൽ എളുപ്പത്തിൽ അവൾക്കു നടന്നെത്താനാകും. പടയാളികൾ വന്നില്ലായെന്നുവരികിൽ പദ്ധതിയനുസരിച്ച് എല്ലാക്കാര്യങ്ങളും ചെയ്യണം. സുഹൃത്തിനോടു യാത്ര പറയുകയെന്നഭാവത്തിൽ വേണം മാഡം ബോണസ്യൂ വണ്ടിയിൽക്കയറുന്നത്. വണ്ടിയിൽ അവളെയുംകൊണ്ട് ഉടനെ പായണം.

മാഡം ബോണസ്യൂ അകത്തുവന്നു. അവളുടെ സംശയം തീർത്തുകൊടുക്കാനായി തീരുമാനങ്ങളുടെ അവസാനഭാഗം ഒരിക്കൽക്കൂടി പറഞ്ഞു. തുടർന്ന് അവൾ വണ്ടിയെപ്പറ്റി ചില അന്വേഷണങ്ങൾ നടത്തി. മൂന്നു കുതിരകളെപ്പൂട്ടിയ വണ്ടിയാണത്. വേലക്കാരനും വണ്ടിയോടിക്കാനറിയാം. വണ്ടിക്കാരൻ തന്നെയാണ് വണ്ടിയോടിക്കുന്നത്.

വേലക്കാരൻ പോയിക്കഴിഞ്ഞപ്പോൾ മിലാഡി പറഞ്ഞു: “ഒക്കെ പറഞ്ഞ് ഏർപ്പാടു ചെയ്തിട്ടുണ്ട്. അബിസിന് ഇനി അൽപ്പംപോലും സംശയമില്ല. കർദിനാളിന്റെ കൽപ്പനപ്രകാരമാണ് എന്നെ കൊണ്ടുപോകുന്നതെന്നാണ് അവർ വിചാരിച്ചിരിക്കുന്നത്. വേലക്കാരൻ എന്റെ നിർദേശങ്ങൾ മുഴുവനും വണ്ടിക്കാരനെ അറിയിക്കുന്നതായിരിക്കും. ഇനി വല്ലതും കഴിക്കുകയോ കുടിക്കുകയോ ചെയ്തോളൂ. ശക്തി വേണമല്ലോ. എന്നിട്ടുവേണം പുറപ്പെടേണ്ടത്.”

“അതെ നമുക്കു പുറപ്പെടേണ്ടത്” മാഡം ബോണസ്യൂ ഒരു പ്രതിധ്വനിപോലെ പറഞ്ഞു.

മിലാഡി അവളോടു ഇരിക്കാൻ പറഞ്ഞു. ഒരു ഗ്ലാസ് സ്പാനിഷ് വീഞ്ഞും കോഴിക്കറിയും അവൾക്കു കൊടുക്കുകയും ചെയ്തു.

“നോക്കൂ” അവൾ പറഞ്ഞു. “കാര്യങ്ങളൊക്കെ നമുക്കനുകൂലമാണ്. ഇപ്പോൾ സന്ധ്യയായിത്തുടങ്ങി. വെളുക്കുന്നതിനുമുമ്പ് നമുക്ക് ഒളിക്കേണ്ട സ്ഥലത്തെത്തണം. നമ്മൾ എവിടെയാണെന്ന് ആരും അറിയുകയും അരുത്.”

മാഡം ബോണസ്യൂ ഭക്ഷണം കഴിച്ചുവെന്നു വരുത്തി. അൽപ്പം വീഞ്ഞും കുടിച്ചു.

“നിങ്ങൾ കുറച്ചു കൂടുതൽ കഴിക്കേണ്ടതുണ്ട്” മിലാഡി പറഞ്ഞു. “നോക്കൂ ഞാൻ കഴിക്കുന്നതുപോലെ.”

മിലാഡി ഗ്ലാസെടുത്തു. ചുണ്ടിലേക്കടുപ്പിച്ച അവൾ പെട്ടെന്നു

നിർത്തി. കുതിരയുടെ കുളമ്പടി ശബ്ദം അവൾ പെട്ടെന്നു കേട്ടു. കുതിരകൾ അടുത്തടുത്തുവരുന്ന ശബ്ദം! അവളുടെ ഉത്സാഹവും സന്തോഷവും എല്ലാം പോയി. സ്വപ്നത്തിൽ ഒരു ഇടിവെട്ടു കണ്ട് ഉണർന്നിരുന്നപോലെ അവളിരുന്നു. ഗ്ലാസ് മേശപ്പുറത്തു വച്ചശേഷം വിളറിയ മുഖത്തോടെ അവൾ ജനാലയ്ക്കരികിലേക്കോടി. മാഡം ബോണസ്യൂ മേശമേൽ ഒരു കൈകൊണ്ടു താങ്ങിപ്പിടിച്ചുകൊണ്ട് വിറച്ചുകൊണ്ട് കസേരയിൽ നിന്നുമെഴുന്നേറ്റു.

മിലാഡി ജനാലയ്ക്കൽ നിന്നു നോക്കിയിട്ടും ഒന്നും കണ്ടില്ല. പക്ഷേ പാഞ്ഞുവരുന്ന കുതിരയുടെ ശബ്ദം കേൾക്കാമായിരുന്നു.

"ആരാണത്?" മാഡം ബോണസ്യൂ ചോദിച്ചു.

"ഒന്നുകിൽ നമ്മുടെ സുഹൃത്തുക്കളാവും അല്ലെങ്കിൽ ശത്രുക്കളാകും" മിലാഡി അലക്ഷ്യമായി പറഞ്ഞു. "നിങ്ങൾ അവിടെത്തന്നെയിരുന്നോളൂ. അവരാരാണെന്നു കണ്ടുതുടങ്ങിയാൽ ഉടനെ പറയാം."

മാഡം ബോണസ്യൂ എഴുന്നേറ്റ് പ്രതിമകണക്ക് നിൽക്കുകയായിരുന്നു.

കുളമ്പടിശബ്ദം അടുത്തടുത്തു വന്നു. കുതിരകൾ മഠത്തിനരികിലെത്തിയതായിത്തോന്നിയെങ്കിലും അവൾ അതിനെ കണ്ടില്ല. ഒരു കൊടുംവളവായതിനാലായിരുന്നു. പക്ഷേ, ശബ്ദം വളരെ അടുത്തെത്തിയിരുന്നതുകൊണ്ട് എത്ര കുതിരകളാണ് വരുന്നതെന്ന് അവൾ ഊഹിച്ചു.

അവൾ റോഡിലേക്കു തുറിച്ചുനോക്കിക്കൊണ്ടുതന്നെ നിന്നു. വളവു കഴിഞ്ഞെത്തിയാലുടനെ അവിടെ വെളിച്ചമുണ്ടായിരുന്നതിനാൽ അവരാരാണെന്ന് മനസിലാക്കാമെന്ന് അവൾ കരുതി.

പെട്ടെന്നവർ വളവു തിരിഞ്ഞു. അസ്തമയസൂര്യന്റെ മങ്ങിയ വെളിച്ചത്തിൽ അവൾ ആദ്യം രണ്ടുപേരെക്കണ്ടു. പിന്നെ അഞ്ച്.... എട്ട്. ഒരാൾ ബാക്കിയുള്ളവരിൽനിന്നും കുറച്ചു മുമ്പിലായിരുന്നു. ആ സംഘത്തിന്റെ നേതാവിനെക്കണ്ടപ്പോൾ മിലാഡി കോപംകൊണ്ടലറിപ്പോയി. കാരണം അയാൾ ആർട്ഗ്നനായിരുന്നു.

"എന്താണു കാര്യം?" മാഡം ബോണസ്യൂ ഉൽക്കണ്ഠയോടെ ചോദിച്ചു.

"കർദിനാളിന്റെ ഭടന്മാരുടെ വേഷത്തിലാണവർ!" മിലാഡി വിളിച്ചുപറഞ്ഞു. "അവർ ഇങ്ങ് വന്നെത്താൻ സമയമെടുക്കും. അതിനിടയിൽ നമുക്ക് രക്ഷപ്പെടാം."

"അതെ നമുക്ക് രക്ഷപ്പെടാം" മാഡം ബോണസ്യൂ പറഞ്ഞു.

പക്ഷേ, ഭയംകൊണ്ട് മരവിച്ചപോലെയായിരുന്ന അവൾക്ക് അനങ്ങാനായില്ല.

"വരൂ!" മിലാഡി പറഞ്ഞു. അവളുടെ കൈകൾ പിടിച്ചുകൊണ്ടു പറഞ്ഞു. "നമുക്ക് പൂന്തോട്ടത്തിലൂടെ രക്ഷപ്പെടാം. എന്റെ കൈയിൽ താക്കോലുണ്ട്. വേഗത്തിൽ പോകണം."

മാഡം ബോണസ്യൂ രണ്ടടി മുന്നോട്ടു നീങ്ങേണ്ട താമസം മുട്ടി

ടിച്ചു താഴെവീണു. മിലാഡി അവളെ പൊക്കിയെടുത്തു. ചുമന്നുകൊണ്ടുപോകാമെന്നു കരുതിയെങ്കിലും സാധിച്ചില്ല. അതിനിടയിൽ വണ്ടിച്ചക്രം ചരലിൽ ഞെരിഞ്ഞിരുളുന്ന ശബ്ദം അവൾ കേട്ടു. പടയാളികൾ വരുന്നതുകണ്ട് റോച്ചിഫോർട്ടിന്റെ വണ്ടി നേരത്തെ പറഞ്ഞുവച്ചിരുന്നതനുസരിച്ചു പോയതായിരുന്നു. മൂന്നു നാലു വെടിപൊട്ടുന്ന ശബ്ദവും അവർ കേട്ടു.

"ഞാൻ അവസാനമായിച്ചോദിക്കുകയാണ്, വരുന്നോ?" മിലാഡി കോപത്തോടെ ചോദിച്ചു.

"എനിക്കു പറ്റുന്നില്ല. എനിക്കു നടക്കാനാകുന്നില്ല.... നിങ്ങൾ ഒറ്റയ്ക്കു പൊയ്ക്കോളൂ."

"നിങ്ങളെ ഇവിടെയാക്കിയിട്ടോ?" മിലാഡി പറഞ്ഞു. "ഒരിക്കലുമില്ല!"

പെട്ടെന്ന് അവളുടെ കണ്ണിൽ കോപം ജ്വലിച്ചുനിന്നു. അവൾ മേശയ്ക്കരികിലേക്ക് ഓടി. വിരലിൽക്കിടന്ന മോതിരം ഊരിയെടുത്ത്, അതിന്റെ ഉള്ളിൽ സൂക്ഷിച്ചിരുന്ന ഒരു ചുവന്ന വിഷഗുളികയെടുത്ത് മാഡം ബോണസ്യൂ കുടിച്ചുവച്ചിരുന്ന വീഞ്ഞുഗ്ലാസിലേക്കിട്ടു. അത് അപ്പോൾത്തന്നെ വീഞ്ഞിൽ അലിഞ്ഞുചേരുകയും ചെയ്തു.

"കുറച്ചു വീഞ്ഞു കുടിക്കൂ" അവൾ പറഞ്ഞു. ഒപ്പം മാഡം ബോണസ്യൂവിന്റെ ചുണ്ടുകളിലേക്ക് ഗ്ലാസ് അടുപ്പിക്കുകയും ചെയ്തു. "ഇത് നിങ്ങൾക്ക് ആരോഗ്യം തരും. കുടിക്കൂ...."

എതിർപ്പൊന്നും പറയാതെ അവൾ ആ വീഞ്ഞുകുടിച്ചു.

മിലാഡി ആ ഗ്ലാസ് തിരിച്ചു മേശപ്പുറത്തു കൊണ്ടുവച്ചു. പൈശാചികമായ ഒരു ചിരി അവളുടെ മുഖത്തു തെളിഞ്ഞിരുന്നു. 'ഇങ്ങനെ ഒരു പ്രതികാരം ചെയ്യണമെന്ന് ഞാൻ ഉദ്ദേശിച്ചിരുന്നതേയില്ല' അവൾ ചിന്തിച്ചു. 'പക്ഷേ, സാഹചര്യത്തിനനുസരിച്ച് ചെയ്യണമല്ലോ.'

തുടർന്ന് മിലാഡി മുറിയിൽനിന്നും ഓടി പുറത്തേക്കിറങ്ങിപ്പോയി.

അവൾ ഓടിയിറങ്ങിപ്പോകുന്നത് മാഡം ബോണസ്യൂ കണ്ടു. പക്ഷേ, കൂടെപ്പോകാനാഞ്ഞെങ്കിലും അവൾക്കു കഴിഞ്ഞില്ല. അവൾ ഏതോ ഒരു സ്വപ്നത്തിലെന്നപോലെയായിരുന്നു. ആരോ പിടിക്കാൻ വരുന്നെന്നു കണ്ടിട്ടും രക്ഷപ്പെടാൻ പറ്റാതെയിരിക്കുന്നതുപോലെ അവൾക്കു തോന്നി.

നിമിഷങ്ങൾ കഴിഞ്ഞു.

മഠത്തിന്റെ വാതിൽക്കൽ ആരോ ഉറക്കെ മുട്ടുന്നത് മാഡം ബോണസ്യൂ കേട്ടു. മിലാഡി ഉടനെ മടങ്ങി വരുമെന്ന് ഓരോ നിമിഷവും അവൾ ആഗ്രഹിച്ചു. പക്ഷേ അവൾ മടങ്ങി വന്നതേയില്ല. അവൾക്ക് ഭയന്ന് പനി പിടിക്കാൻ തുടങ്ങി.

പെട്ടെന്ന് പ്രവേശനകവാടം തുറക്കുന്ന ശബ്ദം കേട്ടു. ബൂട്സിന്റെ ശബ്ദവും ആളുകളുടെ ഒച്ചയും അടുത്തടുത്തുവരുന്നു. പെട്ടെന്ന് ആരോ തന്റെ പേരു വിളിക്കുന്നതുപോലെ അവൾക്കു തോന്നി.

അവൾ ആനന്ദംകൊണ്ട് പൊട്ടിക്കരഞ്ഞുപോയി. ആർട്ഗ്നന്റെ

ശബ്ദം തിരിച്ചറിഞ്ഞ അവൾ വാതിൽക്കലേക്കു പാഞ്ഞു.

"ആർട്ഗ്നൻ! ആർട്ഗ്നൻ!" അവൾ ഉറക്കെ വിളിച്ചു പറഞ്ഞു. "ആർട്ഗ്നൻ നിങ്ങൾ തന്നെയാണോ ഇത്. ഞാൻ ഇവിടെയാണേ."

"കോൺസ്റ്റൻസ്! കോൺസ്റ്റൻസ്! നിങ്ങളെവിടെയാണ് ഓ എന്റെ ദൈവമേ!"

ആ വാതിൽ തള്ളിത്തുറക്കപ്പെട്ടു. ആളുകൾ മുറിക്കകത്തേക്കു ഓടിക്കയറി. മാഡം ബോണസ്യൂ അപ്പോഴേക്കും മയങ്ങി കസേരയിൽ വീണിരുന്നു. അവൾക്ക് അനങ്ങാനേ പറ്റിയില്ല. കൈയിലിരുന്ന തോക്ക് തറയിലിട്ടശേഷം മുട്ടുകുത്തി അവളുടെയരികിൽ അവൻ ഇരുന്നു. ആതോസ് തോക്ക് ഉറയിലേക്കിട്ടു. പോർത്തോസും ആറമീസും അവരുടെ വാളുകൾ തിരിച്ചിട്ടു.

"എന്റെ പ്രിയപ്പെട്ട ആർട്ഗ്നൻ! എന്റെ പ്രിയപ്പെട്ടവനേ! അവസാനം നിങ്ങൾ വന്നു. നിങ്ങളെന്നെ ഉപേക്ഷിച്ചിട്ടില്ല."

"അതേ കോൺസ്റ്റൻസ്. നമ്മൾ വീണ്ടും ഒന്നായി."

"നിങ്ങൾ വരില്ലെന്ന് അവൾ പറഞ്ഞു. പക്ഷേ, ഞാൻ പ്രതീക്ഷയോടെ കാത്തിരിക്കുകയായിരുന്നു. ഞാൻ അവളോടൊപ്പം ഓടിപ്പോകാൻ ആഗ്രഹിച്ചില്ല. ഞാൻ തീരുമാനിച്ചതെത്ര നന്നായി. എനിക്കു സന്തോഷമായി."

ആതോസ് ശാന്തമായിരുന്നതായിരുന്നു. 'അവൾ' എന്നു പറയുന്നതു കേട്ടപ്പോൾ അയാൾ ചാടിയെഴുന്നേറ്റു.

"ഏതു സ്ത്രീയെക്കുറിച്ചാണ് നിങ്ങൾ പറഞ്ഞത്?" ആർട്ഗ്നൻ ചോദിച്ചു.

"എന്നോടൊപ്പം ഉണ്ടായിരുന്ന സ്ത്രീ. ഞങ്ങൾ സുഹൃത്തുക്കളായി. കർദിനാളിന്റെ കൈകളിൽനിന്നും എന്നെ രക്ഷിക്കാമെന്ന് അവൾ എന്നോടു പറഞ്ഞു. നിങ്ങൾ കർദിനാളിന്റെ ആളുകളാണെന്നു കരുതി അവൾ ഓടി രക്ഷപ്പെട്ടുകഴിഞ്ഞു."

ആർട്ഗ്നന്റെ മുഖം വിളറി വെളുത്തു.

"അവൾ ആരാണ്?"

"നിങ്ങളുടെ സുഹൃത്താണെന്നാണ് പറഞ്ഞത്; നിങ്ങൾ ഇങ്ങോട്ടു കയറിവന്നപ്പോൾ പ്രവേശനകവാടത്തിൽ കിടന്ന വണ്ടി അവളുടേതായിരുന്നു."

"അവളുടെ പേരെന്താണ്? എന്റെ ദൈവമേ! നിങ്ങൾക്ക് അവളുടെ പേരറിയില്ലേ?"

"അതെ. അബിസ് അതു പറയുന്നതു കേട്ടു. അത്.... അത്... ഒരു നിമിഷം.... എന്റെ തലയ്ക്ക്.... അയ്യോ എനിക്കു കണ്ണുകാണാൻ പറ്റുന്നില്ല."

"ഓടി വരണേ!" ആർട്ഗ്നൻ സുഹൃത്തുക്കളോടു പറഞ്ഞു. "ഇവളുടെ കൈകൾ ഐസുമാതിരി തണുത്തിരിക്കുന്നു. അവളുടെ ബോധം പോകുന്നു."

പോർത്തോസും ഉച്ചത്തിൽ നിലവിളിച്ചു. ആറമീസ് ഒരു ഗ്ലാസ് വെള്ളമെടുക്കാനായി മേശയ്ക്കരികിലേക്കു പോയി. പക്ഷേ, ആതോസ് പരിഭ്രമത്തോടെ മേശയ്ക്കരികിൽ നിൽക്കുന്നതുകണ്ടിട്ട് ആറമീസ് ഞെട്ടിപ്പോയി. ആ ഒഴിഞ്ഞ വീഞ്ഞു ഗ്ലാസിലേക്കു നോക്കിക്കൊണ്ട് അയാൾ സ്തബ്ധനായി നിൽക്കുകയായിരുന്നു.

"ഇല്ല. ഇത് സാധ്യമല്ല!" ആറമീസ് പറഞ്ഞുപോയി. "ദൈവം ഇതനുവദിക്കുമെന്നു തോന്നുന്നില്ല."

"വെള്ളം കൊണ്ടുവരൂ! വെള്ളം കൊണ്ടുവരൂ!" ആർട്ഗ്നൻ വിളിച്ചു പറഞ്ഞു.

"പാവം സ്ത്രീ!" ആതോസ് തകർന്നമട്ടിൽ പിറുപിറുത്തു.

പെട്ടെന്ന് മാഡം ബോണസ്യൂ കണ്ണുകൾ തുറന്നു.

"ഓ! അവൾക്കു ബോധം തിരിച്ചുകിട്ടി" ആർട്ഗ്നൻ പറഞ്ഞു.

"മാഡം" ആതോസ് ചോദിച്ചു. "ഈ ഗ്ലാസിൽ കുടിച്ചതാര്?"

"ഞാൻ" അവൾ ക്ഷീണിതയായി പറഞ്ഞു.

"ആരാണ് വീഞ്ഞൊഴിച്ചു തന്നത്?"

"അവൾ."

"ആരാണവൾ?"

"ഞാൻ ഓർക്കുന്നു...." അവൾ പറഞ്ഞു. "....വിന്റർ ഡി ലേഡി."

നാലു സുഹൃത്തുക്കളും അറിയാതെ നിലവിളിച്ചുപോയി. ആതോസിന്റെ ശബ്ദം കൂടുതൽ ഉച്ചത്തിൽ കേട്ടു.

പെട്ടെന്ന് മാഡം ബോണസ്യൂവിന്റെ മുഖത്ത് ഭയങ്കരമായ ഒരു നിറവ്യത്യാസം വന്നുതുടങ്ങി. കസേരയിൽനിന്നും അവൾ താഴെവീണു. ആറമീസും പോർത്തോസും ഓടിച്ചെന്നു അവളെ പിടിച്ചുയർത്താൻ നോക്കി.

ആർട്ഗ്നൻ ആതോസിന്റെ കൈപിടിച്ചു. സഹിക്കാനാകാത്ത ദുഃഖം അവന്റെ മുഖത്തു സ്ഫുരിച്ചിരുന്നു.

"നിങ്ങൾ കരുതുന്നുണ്ടോ....?" തേങ്ങലോടെ അവൻ പറയാൻ തുടങ്ങിയത് നിർത്തി.

ആതോസ് ചുണ്ടുകൾ കടിച്ച് സങ്കടം നിയന്ത്രിച്ചു.

"എന്തു പറയണമെന്ന് എനിക്കറിയില്ല."

"ആർട്ഗ്നൻ! ആർട്ഗ്നൻ!" അവൾ ദയനീയമായി വിളിച്ചു. "എവിടെ നിങ്ങൾ? എന്നെ വിട്ടുപോകരുതേ! ഞാൻ മരിക്കുന്നത് കാണുന്നില്ലേ."

ആതോസിന്റെ കൈകൾ വിട്ടുകൊണ്ട് അവൻ അവളുടെ അരികിലേക്കോടി. അവൻ അവളെ വാരിയെടുത്തു.

വേദനകൊണ്ട് അവളുടെ മുഖം ചുളിയുന്നത് അവൻ കണ്ടു. നെറ്റിയിൽ വിയർപ്പുകനിഞ്ഞു. ശരീരം നന്നായി വിറച്ചു.

"ദൈവമേ! വന്നു സഹായിക്കൂ!" ആർട്ഗ്നൻ നിലവിളിച്ചു. "രക്ഷിക്കാൻ വരൂ സുഹൃത്തുക്കളേ."

"ഒന്നും ചെയ്യാൻ പറ്റില്ല" ആതോസ് പറഞ്ഞു. "ഈ വിഷത്തിനു

മറുമരുന്നില്ല."

"രക്ഷിക്കൂ....." അവൾ പിറുപിറുത്തു.

സർവശക്തിയും സംഭരിച്ച് അവൾ ആർട്ഗ്നന്റെ തലപിടിച്ച് ആ കണ്ണുകളിലേക്കു നോക്കി. അവളുടെ ആത്മാവ് ആ കണ്ണുകളിൽ തിളങ്ങി.

കരഞ്ഞുകൊണ്ട് അവൾ അവനെ അമർത്തിചുംബിച്ചു.

"കോൺസ്റ്റൻസ്! കോൺസ്റ്റൻസ്!" അവൻ കരഞ്ഞു.

അവൾ ഒന്നു ദീർഘമായി നിശ്വസിച്ചു. ആ ശ്വാസത്തിന്റെ ചൂട് അവൻ അറിഞ്ഞു. ഒപ്പം അവളുടെ ആത്മാവ് ശരീരംവിട്ട് സ്വർഗത്തിലേക്കുയർന്നു.

മൃതശരീരവും കൈയിലേന്തി അവൻ ഒരുനിമിഷം നിന്നു.

ഒരു നിലവിളിയോടെ അവൻ ബോധംകെട്ടു വീഴുകയും ചെയ്തു.

പോർത്തോസ് കരഞ്ഞു. ആറമീസ് ആകാശത്തേക്കു നോക്കി മുഷ്ടി ചുരുട്ടി. ആതോസ് കുരിശു വരച്ചു.

അപ്പോഴേക്കും ഒരാൾ വാതിൽക്കൽ വന്നു. അവൾ മരിച്ചു കിടക്കുന്നതും അവൻ ബോധംകെട്ടു കിടക്കുന്നതും അയാൾ കണ്ടു.

"എനിക്കു തെറ്റിയിട്ടില്ല" അപരിചിതൻ പറഞ്ഞു. "ആർട്ഗ്നനല്ലേ ആ കിടക്കുന്നത്? നിങ്ങൾ അദ്ദേഹത്തിന്റെ സുഹൃത്തുക്കളായ ആറമീസും പോർത്തോസും ആതോസും."

പടയാളികൾ മൂന്നുപേരും അത്ഭുതത്തോടെ അയാളെ നോക്കി. അവർക്കൊന്നും പറയാൻ കഴിഞ്ഞില്ല. അയാളെ എവിടെ വച്ചോ കണ്ടിട്ടുള്ളതായി അവർക്കു തോന്നി.

"എന്നെപ്പോലെ നിങ്ങളും ഒരു സ്ത്രീയെ അന്വേഷിച്ചിറങ്ങിയതാണെന്നു തോന്നുന്നു" അപരിചിതൻ പറഞ്ഞു. "അവൾ ഇവിടംവിട്ടിട്ട് അധികം നേരമായെന്നു തോന്നുന്നില്ല."

മൂന്നു സുഹൃത്തുക്കളും വീണ്ടും ഒന്നും പറഞ്ഞില്ല. പക്ഷേ, അയാളുടെ ശബ്ദം മുഖംപോലെ തന്നെ പരിചയമായിട്ട് അവർക്കു തോന്നി. പക്ഷേ, എവിടെ എപ്പോൾ എന്ന് അവർക്കാർക്കും ഓർമ വന്നില്ല.

"നിങ്ങൾ എന്നെ മനസിലാക്കിയില്ലെന്നു തോന്നുന്നു; അഥവാ നിങ്ങൾ എന്നെ മനസിലാക്കുകനില്ല" അയാൾ പറഞ്ഞു. "ഞാൻ എന്തായാലും നിങ്ങളെ പരിചയപ്പെടുത്താം. എന്റെ ജീവിതം നിങ്ങൾ രണ്ടു പ്രാവശ്യം രക്ഷിച്ചതാണ്. ഞാൻ വിന്റർ ഡി പ്രഭുവാണ്. ആ സ്ത്രീയുടെ സഹോദരൻ."

മൂന്നു സ്നേഹിതന്മാരും അത്ഭുതപ്പെട്ടുപോയി.

ആതോസ് എഴുന്നേറ്റുചെന്ന് പ്രഭുവിന് കൈകൊടുത്തു.

"സ്വാഗതം" അയാൾ പറഞ്ഞു. "ഞങ്ങളിൽ ഒരാളാണ് നിങ്ങൾ."

"അവൾ പോന്നിട്ട് അഞ്ചു മണിക്കൂർ കഴിഞ്ഞശേഷമാണ് ഞാൻ പോർട്സ്മൗത്തിൽനിന്നും വന്നത്" വിന്റർ ഡി പ്രഭു പറഞ്ഞു. "അവൾ എത്തി മൂന്നു മണിക്കൂർ കഴിഞ്ഞപ്പോഴാണ് ഞാൻ ബൗലോങ്ങിൽ എത്തിയത്. സെന്റ് ഓമറിൽവച്ച് വെറും ഇരുപതു മിനിറ്റുകൊണ്ടാണ്

എനിക്ക് അവളെ വിട്ടുപോയത്. പക്ഷേ, ലിലിയേഴ്സിൽവച്ച് എന്റെ പിടി വീണ്ടും വിട്ടുപോയി. എല്ലായിടത്തും ഞാനവളെ തിരക്കി. സമീപവാസികൾ അവളെ കണ്ടിട്ടുണ്ടാകുമെന്നാണ് ഞാൻ കരുതിയത്. നിങ്ങൾ പാഞ്ഞുപോകുന്നത് അപ്പോൾ ഞാൻ കണ്ടിരുന്നു. മോൺസ്യൂർ ആർട്ഗ്നനെ എനിക്കു മനസിലായി. ഞാൻ നിങ്ങളെ വിളിച്ചെങ്കിലും നിങ്ങളാരും അതു കേട്ടില്ല. ഞാൻ നിങ്ങളുടെ പിന്നാലെ വരാൻ നോക്കി. പക്ഷേ, എന്റെ കുതിര അതിനകം ക്ഷീണിച്ചിരുന്നു. നിങ്ങൾക്കൊപ്പമെത്താൻ അതിനു സാധിച്ചില്ല. നിങ്ങൾ പരമാവധി വേഗത്തിലാണ് യാത്ര ചെയ്തിരുന്നതെങ്കിലും നിങ്ങൾ എത്തിയത് വൈകിപ്പോയെന്നു തോന്നുന്നു."

"അതെ. താമസിച്ചുപോയി. നോക്കൂ" ശവരീരം ചൂണ്ടിക്കാണിച്ചുകൊണ്ട് ആതോസ് പറഞ്ഞു.

"രണ്ടുപേരും മരിച്ചോ?" വിന്റർ ഡി പ്രഭു ചോദിച്ചു.

"ഭാഗ്യംകൊണ്ട് ഇല്ല" ആതോസ് പറഞ്ഞു. "ആർട്ഗ്നൻ ബോധം കെട്ടെന്നേയുള്ളൂ."

"നന്ദി ദൈവമേ!"

അപ്പോഴേക്കും ആർട്ഗ്നൻ കണ്ണുതുറന്നിരുന്നു. അവൻ പോർത്തോസിനെയും ആറമീസിനെയും തള്ളിമാറ്റിക്കൊണ്ട് അവളുടെ മൃതശരീരത്തെ കുലുക്കിക്കരഞ്ഞു.

ആതോസ് അവന്റെ അരികിലേക്കു ചെന്നു തലോടിക്കൊണ്ടു പറഞ്ഞു: "ആർട്ഗ്നൻ ആണുങ്ങളെപ്പോലെ പെരുമാറൂ. പെണ്ണുങ്ങളാണ് കരയുന്നത്. ആണുങ്ങൾ പകരം ചോദിക്കും."

"അതെ! എനിക്കു പകരം വീട്ടണം!" ആർട്ഗ്നൻ പറഞ്ഞു. "അതിന് എവിടെപ്പോകാനും ഞാൻ തയാറാണ്."

അവൻ പ്രതികാരദാഹിയെന്നു മനസിലാക്കിയപ്പോൾ, ആതോസ് സുഹൃത്തുക്കളോടു അബിസിയെ വിളിച്ചുകൊണ്ടുവരാൻ പറഞ്ഞു.

പക്ഷേ, അബിസി ഹാളിൽ എത്തിയിരുന്നു. മഠത്തിലെ ജീവിതത്തിന്റെ ശാന്തതയ്ക്ക് ഭംഗം വരുത്തുമാറുള്ള ഒച്ചകേട്ടിട്ടാണ് അവർ വിഷമിച്ചെത്തിയത്. അവരുടെ കൂടെ വേറെയും കന്യാസ്ത്രീകൾ ഉണ്ടായിരുന്നു. മഠത്തിലെ കണിശമായ നിയമങ്ങൾ അവഗണിച്ചുകൊണ്ടാണ് അവർ കന്യാസ്ത്രീകളുമായി പുരുഷന്മാരുടെ അരികിലേക്കു വന്നത്.

ആതോസ് അബിസിയോടു പറഞ്ഞു. "ബഹുമാനപ്പെട്ട മദർ, ഈ പാവം സ്ത്രീയുടെ ശവശരീരം ചടങ്ങുകൾക്കായി നിങ്ങളെ ഏൽപ്പിക്കുകയാണ്. ഈ ഭൂമിയിലെ ഒരു മാലാഖയെപ്പോലെയാണ് അവൾ ജീവിച്ചത്. ഇപ്പോൾ സ്വർഗത്തിൽ ഒരു മാലാഖയായിട്ടുണ്ടാകും. നിങ്ങളുടെ കൂടെയുണ്ടായിരുന്ന ഒരു കന്യാസ്ത്രീയെപ്പോലെ കണക്കാക്കി സംസ്കാരച്ചടങ്ങുകൾ നടത്തണം. ഞങ്ങൾ ഒരിക്കൽ മടങ്ങിവന്ന് അവളുടെ കല്ലറയിൽ പ്രാർഥനകൾ നടത്താം."

ആർട്ഗ്നൻ മുഖംപൊത്തി ഏങ്ങിയേങ്ങിക്കരഞ്ഞു.

"കരഞ്ഞോളൂ" ആതോസ് പറഞ്ഞു. "എനിക്കും നിങ്ങളോടൊപ്പം കരയാൻ സാധിച്ചെങ്കിൽ!"

ആർട്ഗ്നന്റെ കൈപിടിച്ചുകൊണ്ട് അയാൾ മുറിയിൽനിന്നും സാവധാനം പുറത്തുകടന്നു.

ആ നാലു സുഹൃത്തുക്കളും അവരുടെ വേലക്കാരും വിന്റർ ഡി പ്രഭുവും മഠം വിട്ടു. അവർ ബത്തൂണിലേക്കു നടന്നു. യാത്രാമധ്യേ ആദ്യംകണ്ട സത്രത്തിൽ ചെന്നപ്പോൾ ആർട്ഗ്നൻ ചോദിച്ചു. "ആ സ്ത്രീയെ തേടിയല്ലേ നാം പോകുന്നത്?"

"അതു പിന്നീട്" ആതോസ് പറഞ്ഞു. "ആദ്യം ചെയ്യാനായി മറ്റു ചില കാര്യങ്ങളുണ്ട്."

"അവൾ രക്ഷപ്പെട്ടുകളയും" ആർട്ഗ്നൻ പറഞ്ഞു. "അവൾ ഇനി രക്ഷപ്പെടുമെങ്കിൽ അതു നിങ്ങളുടെ വീഴ്ചകൊണ്ടായിരിക്കും."

"അവളെപ്പറ്റിയുള്ള പൂർണ ഉത്തരവാദിത്തം ഞാൻ ഏറ്റെടുക്കുന്നു" ആതോസ് പറഞ്ഞു.

ആർട്ഗ്നന് അയാളുടെ വാക്കുകളിൽ വിശ്വാസമായിരുന്നതിനാൽ തലകുനിച്ചു. പിന്നൊന്നും പറയാതെ അവർ സത്രത്തിനുള്ളിൽ കയറി.

പോർത്തോസും ആറമീസും അന്യോന്യം നോക്കി. ആതോസിന്റെ വാക്കിൽ അവർക്കു വിശ്വാസമുണ്ടായില്ല. ആർട്ഗ്നനെ ആശ്വസിപ്പിക്കാൻ വേണ്ടിയാണ് അയാൾ അതു പറഞ്ഞതെന്ന് വിന്റർ ഡി പ്രഭുവിനു തോന്നി.

അവിടെ താമസിക്കാനുള്ള സൗകര്യങ്ങൾ ആതോസ് ഒരുക്കി. അയാൾ പറഞ്ഞു. "നമുക്ക് നമ്മുടെ മുറികളിലേക്കു പോകാം."

"കുറേ ഒറ്റയ്ക്കിരുന്നു കരയാൻ വേണ്ടി ആർട്ഗ്നനു പ്രത്യേകം മുറി വേണമായിരിക്കും. ബാക്കിയുള്ളവർക്ക് ഉറങ്ങണമായിരിക്കും. ഞാൻ എല്ലാം നോക്കിക്കോളാം. നിങ്ങൾ ശാന്തമായി ഉറങ്ങിക്കോളൂ."

"എന്തെങ്കിലും നടപടി ആ സ്ത്രീയുടെ പേരിൽ എടുക്കാൻ നിങ്ങൾ ശ്രമിക്കുന്നുയെന്നുവരികിൽ അത് എന്നെ ബാധിക്കുന്നതാണ്. കാരണം അവളുടെ സഹോദരനാണ് ഞാൻ; എന്റെ സഹോദരന്റെ ഭാര്യയാണ്." വിന്റർ ഡി പ്രഭു പറഞ്ഞു.

"എന്റെ ഭാര്യ കൂടിയാണ്" ആതോസ് പറഞ്ഞു.

ആർട്ഗ്നൻ ഞെട്ടിപ്പോയി. ആതോസ് പ്രതികാരം ചെയ്യുമെന്നതിന് ഉറപ്പുതന്നെയായിരുന്നു അയാൾ ഈ രഹസ്യം വെളിപ്പെടുത്തിയതിനു പിന്നിലെ യാഥാർഥ്യം.

പോർത്തോസും ആറമീസും പരസ്പരം നോക്കി നിന്നുപോയി. ആതോസിന് ഭ്രാന്താണോയെന്ന് വിന്റർ ഡി പ്രഭുവിനു തോന്നി.

"നിങ്ങൾ നിങ്ങളുടെ മുറിയിലേക്കു പോകൂ" ആതോസ് പറഞ്ഞു. "ആ സ്ത്രീയുടെ ഭർത്താവ് എന്ന നിലയിൽ ഞാൻ ഇടപെട്ടോളാം. പിന്നെ ഒരു കാര്യമുണ്ട് ആർട്ഗ്നൻ, ആ മനുഷ്യന്റെ തൊപ്പിയിൽനിന്നും വീണ ഒരു കടലാസുണ്ടല്ലോ – ആ പട്ടണത്തിന്റെ പേരെഴുതിയത് –

അതു നഷ്ടപ്പെട്ടുപോയില്ലെങ്കിൽ എനിക്കു തന്നേരെ."

"ശരി ശരി എനിക്കു മനസിലായി" ആർട്ഗ്നൻ പറഞ്ഞു. "ആ പട്ടണത്തിന്റെ പേര്."

"അതെ അതെ" ആതോസ് പറഞ്ഞു. "സ്വർഗത്തിൽ ദൈവമുണ്ടെന്നു പറയുന്നത് നേരാണ്."

64

ചുവന്ന വസ്ത്രധാരിയായ മനുഷ്യൻ

ആതോസിന്റെ നിരാശ തീവ്രമായ മനോവികാരത്തിലേക്കു വഴി മാറിക്കൊടുത്തു. ക്രമേണ അയാളുടെ ശക്തമായ മനസ്സ് കൂടുതൽ സ്വച്ഛമായിത്തുടങ്ങി. താൻ തീരുമാനിച്ചിരിക്കുന്ന കാര്യങ്ങൾ എങ്ങനെ നടപ്പാക്കണമെന്ന ചിന്തയിൽ അയാൾ നിമഗ്നനാകുകയും ചെയ്തു.

അയാൾ മുറിയിലേക്കു കയറി. ആ പ്രദേശത്തിന്റെ ഭൂപടം കൊണ്ടുവരാൻ അയാൾ സത്രമുടമയോടു പറഞ്ഞു. ഭൂപടം പരിശോധിച്ചപ്പോൾ ബത്തൂണിൽനിന്നും ആർമെന്റിയറിസിൽ എത്തിച്ചേരാൻ നാലു വ്യത്യസ്തമായ വഴികളുണ്ടെന്ന് അയാൾ കണ്ടു. തുടർന്ന് അയാൾ വേലക്കാരെയെല്ലാം വിളിച്ചു.

പ്ലാഞ്ചെറ്റും ഗ്രിമൗഡും മോസ്ക്യൂട്ടനും ബാസിനും മുറിയിലേക്കു കയറി. അയാൾ അവർക്കു വ്യക്തമായ ചില കൽപ്പനകൾ കൊടുത്തു. നാലുപേരും വ്യത്യസ്ത വഴികളിലൂടെ പിറ്റേന്നു രാവിലെതന്നെ ആർമെന്റിയറിസിൽ എത്തണമെന്നതാണ് അവരുടെ തീരുമാനം. നാലുപേരിൽ ഏറ്റവും ബുദ്ധിമാനായ പ്ലാഞ്ചെറ്റ് ഒരു പ്രധാനപ്പെട്ട വഴിയിലൂടെയാണ് പോകേണ്ടത്. അവർ വന്നനേരത്ത് പെട്ടെന്ന് റോച്ചിഫോർട്ടിന്റെ വേലക്കാരൻ ഇരുന്ന ഒരു വണ്ടി മഠത്തിനരികിൽനിന്നും പാഞ്ഞുപോയ വഴിയായിരുന്നു അത്. അപ്പോൾ ആ നാലു സുഹൃത്തുക്കളും അവരെ വെടിവച്ചതുമായിരുന്നു.

വേലക്കാരെ ആദ്യമേ അങ്ങോട്ടയയ്ക്കണമെന്ന് ആതോസിനെക്കൊണ്ടു തീരുമാനിപ്പിക്കാൻ പല കാരണങ്ങൾ ഉണ്ട്. അവരുടെ വിവിധ കഴിവുകൾ കാണിക്കാനുള്ള അവസരം നൽകുകയെന്നതായിരുന്നു അതിൽ ഒരു കാര്യം. അന്തസോടെ പോകുന്ന യജമാനന്മാരെക്കാൾ കൂടുതൽ വേലക്കാരോടായിരിക്കും യാത്രക്കാർ എന്തെങ്കിലും ചോദിക്കുകയോ

പറയുകയോ ചെയ്യുന്നത്. മറ്റൊരു പ്രധാന കാരണം മിലാഡിക്ക് യജമാനന്മാരെയേ അറിയൂ; വേലക്കാരെ പരിചയമേയില്ല. എന്നാൽ വേലക്കാർക്കാകട്ടെ അവളെ നല്ലപോലെ പരിചയവും ഉണ്ട്.

പിറ്റേന്ന് പതിനൊന്നുമണിക്ക് അവർ ആ നിശ്ചിത സ്ഥലത്ത് എത്തേണ്ടതുണ്ട്. മിലാഡി എവിടെയാണ് ഒളിച്ചിരിക്കുന്നതെന്ന് കണ്ടുപിടിച്ചുകഴിഞ്ഞാൽ അവരിൽ മൂന്നുപേർ അവൾക്കു കാവൽ നിൽക്കണം. നാലാമത്തെയാൾ ബത്തൂണിലേക്കു മടങ്ങിവന്ന് ആതോസിനോടു വിവരമറിയിക്കുകയും ആ നാലു സുഹൃത്തുക്കൾക്കും വഴികാട്ടിയാവുകയും വേണം.

കൽപ്പനകൾ കിട്ടിയശേഷം വേലക്കാർ ഉറങ്ങാൻ പോയി.

ആതോസ് എഴുന്നേറ്റ് മേലങ്കിയും വാളും ധരിച്ചശേഷം പുറത്തേക്കിറങ്ങി. പത്തുമണിയായിക്കാണും. അക്കാലത്ത് രാത്രികാലങ്ങളിൽ തെരുവുകളിൽ ആളുകളുണ്ടാവുകയില്ല. ആരെങ്കിലും തെരുവിലുണ്ടാകുമെന്ന ചിന്ത അയാളിലുണ്ടായിരുന്നു. ചില വിവരങ്ങൾ ചോദിക്കാമായിരുന്നുവെന്ന് ആതോസ് കരുതി.

അവസാനം ഒരാൾ, ആതോസിന്റെ നേരെ വന്നു; എന്തോ പറഞ്ഞശേഷം അയാൾ ഭയന്ന് പുറകിലേക്കു മാറി. ആതോസിനു പോകേണ്ട വഴിയും അയാൾ കാണിച്ചുകൊടുത്തു. കൂടെച്ചെല്ലാനായിട്ട് ആതോസ് അയാൾക്ക് അരപിസ്റ്റൽസ് പണം നൽകിയിട്ട് അയാൾ അതു വാങ്ങിയില്ല.

അയാൾ കാണിച്ചുകൊടുത്ത വഴിയിലൂടെ ആതോസ് നടന്നു. ഒരു കവലയിലെത്തിയപ്പോൾ ഇനി എങ്ങോട്ട് തിരിയണമെന്ന് ആതോസിനു സംശയമായി. കവലയിൽ ആളുകളെ കാണാൻ ബുദ്ധിമുട്ടുണ്ടാവുകയില്ലല്ലോ. അയാൾ അവിടെനിന്നു. പെട്ടെന്ന് രാത്രിയിലെ ഒരു കാവൽക്കാരൻ അതുവഴി വന്നു. നേരത്തെ കണ്ട ആളിനോടു ചോദിച്ച ചോദ്യം തന്നെയാണ് ആതോസ് ഇയാളോടും ചോദിച്ചത്. അയാളും ഭയന്ന് പുറകിലേക്കു മാറിയശേഷം വഴി ചൂണ്ടിക്കാണിച്ചുകൊടുത്തു. പണം നൽകിയിട്ടും അയാളും അതു വാങ്ങിയുമില്ല; കൂടെചെല്ലാൻ താൽപ്പര്യം കാണിച്ചുമില്ല.

ആതോസ് ആ വഴി നടന്നു. അവസാനം തെരുവിന്റെ ഒരറ്റത്ത് അയാളെത്തി. വീണ്ടും വഴിയറിയാതെ അയാൾ വിഷമിച്ചു. അപ്പോഴേക്കും ഒരു ഭിക്ഷക്കാരൻ അതുവഴിയെത്തി. തനിക്കു പോകേണ്ട സ്ഥലത്തുകൂടെ വരാനായിട്ട് നല്ല പണം കൊടുക്കാമെന്ന് അയാൾ പറഞ്ഞു. ആദ്യം ഭിക്ഷക്കാരൻ വിസമ്മതിച്ചു. വെള്ളിനാണയങ്ങൾ ഇരുട്ടിൽത്തിളങ്ങിയപ്പോൾ അയാൾ സമ്മതിച്ചു.

ഭിക്ഷക്കാരൻ ആതോസിനു മുമ്പിലൂടെ നടന്നു. കുറച്ചു കഴിഞ്ഞപ്പോൾ അവർ നടന്ന് ഒരു ഇടവഴി തിരിഞ്ഞു. അയാൾ അവിടെ നിന്നശേഷം അൽപ്പം അകലെക്കണ്ട ഒരു ചെറിയ വീടു ചൂണ്ടിക്കാണിച്ചുകൊടുത്തു. ആതോസ് അങ്ങോട്ടു നടന്നു. പണം കിട്ടിയ ഭിക്ഷക്കാരൻ

സന്തോഷത്തോടെ അവിടെനിന്നും തിരിച്ചോടുകയും ചെയ്തു.

ആതോസ് വീടിന്റെ അരികിൽ ചെന്നശേഷം അതിനു ചുറ്റും ഒന്നു നടന്നു. അതിനുശേഷമാണ് അയാൾ ആ വീടിന്റെ വാതിൽ കണ്ടുപിടിച്ചത്. അകത്ത് ശബ്ദമൊന്നും ഉണ്ടായിരുന്നില്ല. പ്രകാശം വാതിലിനിടയിലൂടെ അരിച്ചു പുറത്തെത്തുന്നുമില്ല. ആരും അതിനകത്തു താമസിക്കുന്ന ലക്ഷണമൊന്നുമില്ല. ഒരു ഇരുണ്ടതും നിശ്ശബ്ദവുമായ ശവകുടീരംപോലെ.

ആതോസ് മൂന്നുപ്രാവശ്യം വാതിലിൽ മുട്ടി; മറുപടിയുണ്ടായില്ല. പെട്ടെന്ന് ആരോ നടന്നു വരുന്ന ശബ്ദം അയാൾ കേട്ടു. വാതിൽ തുറക്കപ്പെടുകയും ചെയ്തു. കറുത്ത തലമുടിയും വിളറിയ മുഖവുമുള്ള ഒരു ഉയരമുള്ള മനുഷ്യനെ ആതോസ് കണ്ടു. അവർ എന്തോ സംസാരിച്ചു. അകത്തേക്കു വരാൻ തലയാട്ടിയശേഷം, അയാൾ അകത്തേക്കു നടന്നു. ആതോസും മുറിക്കുള്ളിൽ കയറി. വാതിൽ അടയ്ക്കുകയും ചെയ്തു.

ആതോസ് കഷ്ടപ്പെട്ട് അന്വേഷിച്ചെടുത്ത ആ മനുഷ്യൻ ഒരു പരീക്ഷണശാലയിലേക്ക് നടന്നു. ആതോസും നടന്നു. അവിടെ ഒരസ്ഥികൂടത്തിന്റെ എല്ലുകൾ കമ്പികൾകൊണ്ട് യഥാസ്ഥാനത്ത് കൂട്ടിക്കെട്ടുന്ന തിരക്കിലായിരുന്നു അയാൾ. ശരീരം ഉണ്ടാക്കിക്കഴിഞ്ഞിരുന്നു. തലയോട് മേശപ്പുറത്തുതന്നെ കിടക്കുന്നു.

മുറിയിലുള്ള കാര്യങ്ങളൊക്കെക്കണ്ടാൽ അയാൾ ഒരു ശാസ്ത്രജ്ഞനാണെന്നേ തോന്നുകയുള്ളൂ. പാമ്പുകൾ നിറച്ച കുപ്പികൾ നിരത്തിവച്ചിരുന്നു. കുപ്പികളുടെ പുറത്ത് അവയുടെ പേരുകൾ എഴുതി ഒട്ടിച്ചിരുന്നു. ഒരു മരംകൊണ്ടുള്ള പലകച്ചട്ടയിൽ ഉണങ്ങിയ പല്ലികളെ ഉറപ്പിച്ചിരിക്കുന്നു. മണമുള്ള കുറ്റിച്ചെടികളുടെ തണ്ടുകൾ ഉണക്കിക്കെട്ടി വച്ചിരിക്കുന്നു.

ആ വീട്ടിൽ വേറെ ബന്ധുക്കളോ വേലക്കാരോ ഉണ്ടായിരുന്നില്ല. ആ ഉയരമുള്ള മനുഷ്യൻ ഒറ്റയ്ക്കായിരുന്നു അവിടെ താമസം.

ആതോസ് ആശ്ചര്യത്തോടെ മുറിക്കകം നോക്കി. അയാൾ ആംഗ്യം കാണിച്ചതനുസരിച്ച് ആതോസ് അവിടെയിരുന്നു. തന്റെ ആഗമനോദ്ദേശ്യവും ആ അപരിചിതൻ ചെയ്യേണ്ടതെന്താണെന്നും ആതോസ് പറഞ്ഞപ്പോൾ ആ അപരിചിതൻ ഭയന്നു പിന്നോക്കം മാറുകയും അതു നിഷേധിക്കുകയും ചെയ്തു.

ആതോസ് പോക്കറ്റിൽ കിടന്നിരുന്ന ഒരു കഷണം കടലാസെടുത്തു അയാളെ കാണിച്ചു. അതിൽ രണ്ടു വരികൾ എഴുതിയിരുന്നു. പിന്നെ ഒരു കയാപ്പും മുദ്രയും. ആ വരികൾ വായിക്കുകയും ഒപ്പും മുദ്രയും തിരിച്ചറിയുകയും ചെയ്തപ്പോൾ അയാൾ അനുസരിക്കാമെന്ന അർഥത്തിൽ ആതോസിനു മുമ്പിൽ തലകുനിച്ചു.

പിന്നെയൊന്നും ആതോസ് അയാളോടു പറഞ്ഞില്ല. അയാൾ എഴുന്നേറ്റുനിന്നു. തലകുമ്പിട്ടശേഷം അവിടെനിന്നും പോയി. അയാൾ നേരെ

സത്രത്തിലേക്കാണ് പോയത്. തുടർന്ന് അയാൾ അയാളുടെ മുറിയിലേക്കു പോയി.

പ്രഭാതത്തിൽ ആർട്ഗ്നൻ കയറിവന്നു. എന്താണ് താൻ ചെയ്യേണ്ടതെന്ന് അയാൾ ആതോസിനോടു ചോദിച്ചു.

"അൽപ്പം കാത്തിരിക്കൂ" ആതോസ് പറഞ്ഞു.

അപ്പോഴേക്കും മഠത്തിലെ അബിസിയിൽനിന്നും ഒരു കത്ത് അവിടെയെത്തി. മാഡം ബോണസ്യൂവിന്റെ ശവസംസ്കാരം ഉച്ചയ്ക്കു നടക്കുമെന്നായിരുന്നു ആ കത്തിൽ പറഞ്ഞിരുന്നത്.

അവളെ കൊന്നതാരാണെന്നതിനെപ്പറ്റി യാതൊരു വിവരവും കിട്ടിയിരുന്നില്ല. പക്ഷേ, അവളുടേതാണെന്ന് ബോധ്യമുള്ള കാൽപ്പാടുകൾ പൂന്തോട്ടത്തിൽ കാണാമായിരുന്നു. തോട്ടത്തിന്റെ വാതിൽ പൂട്ടിയിട്ടിരിക്കുകയായിരുന്നു. പക്ഷേ, താക്കോൽ അവിടെ കാണാനുണ്ടായിരുന്നില്ല. അപ്പോൾ ആ വഴിക്കുതന്നെയാണ് അവൾ പോയതെന്ന് അവർ ഊഹിച്ചു.

ഉച്ചയ്ക്ക് വിന്റർ ഡി പ്രഭുവും നാലു സുഹൃത്തുക്കളും മഠത്തിൽ വന്നു. പള്ളിമണി മുഴങ്ങിക്കൊണ്ടിരുന്നു. പള്ളിയുടെ വാതിൽ തുറന്നു കിടന്നിരുന്നു. ഒരു കന്യാസ്ത്രീയുടെ വേഷമണിഞ്ഞ് മാഡം ബോണസ്യൂവിന്റെ മൃതശരീരം കിടത്തിയിരുന്നു. കർമലീത്താ വിഭാഗത്തിലെ കന്യാസ്ത്രീകൾ ഇരുവശത്തും നിന്നിരുന്നു. അവർ ദിവ്യപൂജയിൽ മുഴുകി. പുരോഹിതരോടൊപ്പം അവർ ആത്മശാന്തിക്കുള്ള ഗാനങ്ങൾ ആലപിച്ചു. പള്ളിയിൽ സാധാരണവരുന്ന ആളുകൾ കാണാതെ അവർ നിന്നു.

ദേവാലയ വാതിൽക്കൽ നിന്നപ്പോൾ ആർട്ഗ്നന് തന്റെ ധൈര്യം ക്ഷയിച്ചുപോകുന്നതായി തോന്നി. ആതോസ് അടുത്തെങ്ങാനുമുണ്ടോയെന്ന് അവൻ പരതി. പക്ഷേ, അയാൾ അവിടെയുണ്ടായിരുന്നില്ല.

പ്രതികാരദൗത്യം അയാളുടെ കടുത്ത തീരുമാനം തന്നെയായിരുന്നു. ആ പൂന്തോട്ടം കാണണമെന്ന് അയാൾ ആവശ്യപ്പെട്ടിരുന്നു. താൻ പോകുന്ന വഴികളിൽ മരണവും അവശേഷിപ്പിച്ചുപോയ ആ സ്ത്രീയുടെ കാൽപ്പാടുകൾ അവിടെ പതിഞ്ഞുകിടക്കുന്നത് അയാൾ കണ്ടു. അയാൾ ആ അടയാളം നോക്കി നടന്നു; പൂന്തോട്ടത്തിന്റെ മറുവശത്തെ പ്രവേശനകവാടം വരെ. ആ കവാടം അടച്ചശേഷം അവൾ സമീപത്തിലെ വനത്തിലേക്ക് പ്രവേശിച്ചതായി അയാൾക്കു തോന്നി.

അയാളുടെ സംശയങ്ങൾ അതോടെ ഉറച്ചു. വണ്ടി പാഞ്ഞുപോയ റോഡ് ആ വനം വളഞ്ഞിട്ടാണ്. ആതോസ് ആ റോഡുവഴി കുറച്ചു ദൂരം നടന്നു. നടക്കുമ്പോൾ അയാൾ തറയിൽ സൂക്ഷ്മമായി പരിശോധിച്ചിരുന്നു. അവിടവിടെ രക്തത്തുള്ളികൾ കിടക്കുന്നതു കണ്ടു. വണ്ടിക്കാരന്റെ ശരീരത്തിലോ കുതിരയുടെ ശരീരത്തിലോ ഉണ്ടായ മുറിവിൽ നിന്നാവാം രക്തത്തുള്ളികൾ വീണതെന്ന് അയാൾ ഊഹിച്ചു.

അയാൾ ഏകദേശം രണ്ടു മൈലോളം നടന്നു. ഫെസ്റ്റ്യൂബെർട്ട് ഗ്രാമത്തിലെത്താൻ ഇനി ഏതാനും അടികൾകൂടി മാത്രമേയുള്ളൂ. മറ്റു സ്ഥലങ്ങളിൽ ഉണ്ടായിരുന്നതിനേക്കാൾ കൂടുതൽ രക്തം അവിടെക്കിടക്കുന്നത്

അയാൾ കണ്ടു. അവിടെ കുതിരക്കുളമ്പിന്റെ അടയാളവും ഉണ്ടായിരുന്നു. മാത്രമല്ല പൂന്തോട്ടത്തിൽകണ്ട ആ കാലടയാളവും അവിടെ അയാൾ കണ്ടു.

ഇവിടെ വച്ചാവണം അവൾ വനത്തിൽനിന്നിറങ്ങിയശേഷം വണ്ടിയിൽ കയറിയത്.

താൻ കാര്യങ്ങളൊക്കെ ഊഹിച്ചത് ശരിയായിരുന്നുവെന്ന കണ്ടെത്തൽ അയാളെ സന്തോഷവാനാക്കി. അയാൾ സത്രത്തിലേക്കു മടങ്ങിപ്പോയി. പ്ലാഞ്ചെറ്റ് അയാളെ അക്ഷമനായി കാത്തുനിൽക്കുകയായിരുന്നു.

പ്ലാഞ്ചെറ്റ് ചില കാര്യങ്ങൾ പറഞ്ഞതുകൂടിയായപ്പോൾ തന്റെ നിഗമനം ശരിയായിരുന്നുവെന്നതിന് ആതോസിന് കൂടുതൽ തെളിവുകിട്ടി. വണ്ടിനിന്ന സ്ഥാനത്തു രക്തത്തുള്ളികൾ വീണു കിടന്നിരുന്നത് പ്ലാഞ്ചെറ്റും കണ്ടിരുന്നു. പക്ഷേ, അയാൾ ആതോസ് പോയതിനേക്കാൾ കൂടുതൽ ദൂരത്തേക്ക് പോയിരുന്നു. ഫെസ്റ്റ്യൂബെർട്ട് ഗ്രാമത്തിലെ സത്രത്തിൽ കയറി കുടിച്ചുകൊണ്ടിരുന്നപ്പോൾ കുറച്ചു വിലയേറിയ വിവരങ്ങൾ അയാൾക്കു കിട്ടുകയുണ്ടായിരുന്നു; അതിനായി ആരോടും ചോദ്യം ചെയ്യേണ്ടിയൊന്നും വന്നിരുന്നില്ല. രാത്രി എട്ടരയായപ്പോൾ ഒരു വണ്ടിയിൽ യാത്ര ചെയ്തിരുന്ന ഒരു സ്ത്രീയെ അകമ്പടിസേവിച്ചു ഒരാൾ, മുറിവേറ്റതുകൊണ്ട് ആ സത്രത്തിൽത്തന്നെ തങ്ങേണ്ടിവന്നു. യാത്രയിൽ കാട്ടുകള്ളന്മാരുടെ ആക്രമണമുണ്ടായെന്നാണ് അവർ പറഞ്ഞത്. അയാൾ അന്ന് ആ സത്രത്തിൽത്തന്നെയുണ്ടായിരുന്നു. പക്ഷേ, ആ സ്ത്രീ മറ്റൊരു കുതിരപ്പുറത്തുകയറി യാത്ര ചെയ്യുകയായിരുന്നു.

ഇക്കാര്യമറിഞ്ഞപ്പോൾ ആ വണ്ടിയേതാണെന്ന് അന്വേഷിക്കാൻ പ്ലാഞ്ചെറ്റു ശ്രമിച്ചു. അവനതു കണ്ടുപിടിക്കുകയും ചെയ്തു. ആ സ്ത്രീ പോയിരിക്കുന്നത് ഫ്രോമെലീസിലേക്കാണ്. അവിടെനിന്നുമായിരിക്കും അവൾ ആർമെന്റിയറിസിലേക്കു പോകുന്നത്.

രാവിലെ ഏഴുമണിയായപ്പോൾ പ്ലാഞ്ചെറ്റ് ഒരു കുറുക്കുവഴിയിലൂടെ ആർമെന്റിയറിസിലേക്കു പോയി. അവിടെ ഒരു സത്രമേ ഉണ്ടായിരുന്നുള്ളൂ – ഹോട്ടൽ ഡിലാ പോസ്റ്റി. പ്ലാഞ്ചെറ്റ് അവിടെക്കയറി; ജോലിയന്വേഷിച്ചുനടക്കുന്ന ഒരു വേലക്കാരനെപ്പോലെ. സത്രയുടമയുമായി ഒരു പത്തുമിനിറ്റു താമസിച്ചപ്പോൾത്തന്നെ തലേരാത്രിയിൽ പതിനൊന്നു മണിക്ക് ഒറ്റയ്ക്കു യാത്ര ചെയ്തുവന്ന ഒരു സ്ത്രീ ആ ഹോട്ടലിൽ താമസിക്കുന്നുണ്ടെന്ന് അയാൾ മനസിലാക്കിയത്. അവിടെ കുറച്ചു ദിവസത്തേക്കു അവൾക്കു താമസിക്കേണ്ടതുണ്ടെന്ന് അവൾ പറഞ്ഞതായിട്ടും ആതോസ് അറിഞ്ഞു.

പ്ലാഞ്ചെറ്റിനും ഇക്കാര്യങ്ങൾ മാത്രം അറിഞ്ഞാൽ മതിയായിരുന്നു. തന്റെ സുഹൃത്തുക്കൾ മൂവരും കാത്തുനിൽക്കുമെന്ന് പറഞ്ഞിരുന്നതിനാൽ അയാൾ അങ്ങോട്ടു വേഗംതന്നെ ബെത്തൂണിലേക്കു മടങ്ങിപ്പോയി.

നടന്ന ഈ സംഭവങ്ങൾ മുഴുവനും അയാൾ ആതോസിനോടു പറഞ്ഞുതീർന്ന സമയത്താണ് മൂന്നു പടയാളികളും അവിടെയെത്തിയത്.

അവർ മുഖം ചുളിച്ചിരുന്നു. സാധാരണ ശാന്തമായിക്കാണാറുള്ള ആറമീസിന്റെ മുഖംപോലും ആ വിധത്തിലായിരുന്നു.

"ഞങ്ങൾ എന്താണ് ചെയ്യേണ്ടത്?" ആർട്ഗ്നൻ ചോദിച്ചു.

"പറയാം" ആതോസ് വീണ്ടും പറഞ്ഞു.

അവർ അവരവരുടെ മുറികളിൽ പോയി.

രാത്രി എട്ടുമണിയായപ്പോൾ സുഹൃത്തുക്കളോടു പുറപ്പെടാൻ തയാറായിക്കോളാൻ വിന്റർ ഡി പ്രഭു പറഞ്ഞു. അവർ നാലുപേരും അതിനു തയാറായി; ആയുധങ്ങളും അവർ സജ്ജമാക്കിയിരുന്നു.

ആതോസ് പുറത്തിറങ്ങിവന്നപ്പോൾ ആർട്ഗ്നൻ അതിനകം കുതിരപ്പുറത്തുകയറിക്കഴിഞ്ഞിരുന്നു.

"എനിക്കുവേണ്ടി കുറച്ചുനേരംകൂടി നിൽക്കൂ" ആതോസ് പറഞ്ഞു. "ഒരാൾ ഇനിയും എത്തിയിട്ടില്ല."

നാലു സുഹൃത്തുക്കളും പരസ്പരം തുറിച്ചുനോക്കി. ഇനി ആരാണ് എത്തിച്ചേരേണ്ടതെന്ന് അവർക്കറിയില്ലായിരുന്നു.

അപ്പോഴേക്കും പ്ലാഞ്ചെറ്റ് ആതോസിന്റെ കുതിരയുമായി വന്നു. അയാൾ വേഗം ആ കുതിരപ്പുറത്ത് ചാടിക്കയറി.

"നിൽക്കൂ" ആതോസ് പറഞ്ഞു. "ഞാൻ ഇപ്പോൾ മടങ്ങി വരും."

അയാൾ കുതിരപ്പുറത്ത് ഒപ്പം പാഞ്ഞുപോകുകയും ചെയ്തു.

ഒരു പതിനഞ്ചു മിനിറ്റു കഴിഞ്ഞപ്പോൾ അയാൾ മടങ്ങിവന്നു. ഒരു ചുവന്ന വേഷധാരിയായ മുഖംമൂടിയണിഞ്ഞ ഒരാളും അയാളോടൊപ്പം ഉണ്ടായിരുന്നു.

വിന്റർ ഡി പ്രഭുവും മൂന്നു പടയാളികളും എന്താണെന്നറിയാനാവാത്തവിധത്തിൽ പരസ്പരം നോക്കി. ആരാണ് ആ പുതിയ മനുഷ്യനെന്ന് ആർക്കുമറിയില്ലായിരുന്നു. പക്ഷേ, ആതോസ് അയാളെ കൊണ്ടുവന്നതിന്റെ പിന്നിൽ ശരിയായ കാരണമുണ്ടാകുമെന്ന് എല്ലാവരും കരുതി.

ഒമ്പതുമണിയായപ്പോൾ ആ സംഘം യാത്രയായി. വഴികാട്ടിയായി പ്ലാഞ്ചെറ്റ് മുന്നിലുണ്ടായിരുന്നു. ആ വണ്ടിപോയ വഴി അവർ പാഞ്ഞു.

അവർ യാത്രയിൽ ഒന്നും സംസാരിച്ചില്ല; സ്വന്തം ചിന്തകളിൽ മാത്രം അവർ മുഴുകി, വിവിധ വികാരങ്ങളിലൂടെ.

65

വിചാരണ

കൊടുങ്കാറ്റ് വീശിയടിച്ച കറുത്ത രാത്രിയായിരുന്നു അത്. ഭീമാകാരമായ കാർമേഘങ്ങൾ നക്ഷത്രങ്ങളെ മറച്ചുകളഞ്ഞിരുന്നു. പാതിരാത്രിവരെ ചന്ദ്രിക ഉയർന്നുവന്നിരുന്നില്ല. ഇടയ്ക്കിടെയുണ്ടായ മിന്നലുകളാണ് ആളില്ലാത്ത ആ വെളുത്ത പാത അവർക്കു കാണിച്ചുകൊടുത്തത്. മിന്നൽ മാറുമ്പോൾ എല്ലാം വീണ്ടും അന്ധകാരത്തിലേക്കു വീണുകൊണ്ടിരുന്നു.

ആർട്ഗ്നൻ കൂടെക്കൂടെ മറ്റുള്ളവരുടെ മുന്നിലേക്കു കയറിക്കൊണ്ടിരുന്നു. അപ്പോഴൊക്കെ ആതോസ് അവളെ വിളിച്ച് പുറകിലേക്കാക്കുമായിരുന്നു. എത്തേണ്ടിടം മാത്രമായിരുന്നു അവന്റെ ചിന്ത.

അവർ ഫെസ്റ്റ്യൂബെർട്ട് ഗ്രാമത്തിലൂടെ പാഞ്ഞു. അവിടെയാണ് ആ മുറിവേറ്റ വേലക്കാരൻ താമസിച്ചിരുന്നത്. അവർ വീണ്ടും യാത്ര ചെയ്ത് ഹെർളീസിൽ എത്തി. വഴികാട്ടിയായി മുമ്പിലുണ്ടായിരുന്ന പ്ലാഞ്ചെറ്റ് ഇടത്തോട്ടു തിരിഞ്ഞു.

ആ ചുവന്ന വേഷധാരിയോട് സംസാരിക്കാൻ ആ സുഹൃത്തുക്കൾ പലതവണ ആലോചിച്ചതാണ്. എന്തുചോദിച്ചാലും അയാൾ തലകുനിച്ചു വണങ്ങുകമാത്രം ചെയ്തു. സംസാരിക്കാതിരിക്കാൻ എന്തെങ്കിലും കാരണമുണ്ടാകുമെന്ന് തോന്നിയ അവർ പിന്നീട് അയാളോടു ഒന്നും ചോദിച്ചതേയില്ല.

കൊടുങ്കാറ്റ് വീശിയടിക്കുകയായിരുന്നു. പിന്നെ മിന്നലും ഇടിവെട്ടും. പടയാളികളുടെ തൊപ്പി തെറിപ്പിക്കുമെന്നമട്ടിൽ കാറ്റു വീശിത്തുടങ്ങി.

അവർ വേഗത കുറച്ചു പാഞ്ഞു.

ഫോർമീലിസ് കഴിഞ്ഞപ്പോൾ കാറ്റ് ശക്തമായി; മഴയും തുടങ്ങി. അവർ മേലങ്കിയെടുത്ത് ശരീരം ചുറ്റി. അവർക്കിനിയും ഏഴുമൈൽ സഞ്ച

രിക്കേണ്ടതുണ്ട്. അവർ പെരുമഴയത്തുതന്നെ നീങ്ങി.

ആർട്ഗ്നൻ തൊപ്പിവയ്ക്കുകയോ മേൽവസ്ത്രം ധരിക്കുകയോ ചെയ്തിരുന്നില്ല. ചൂടുപിടിച്ച നെറ്റിയിലും ശരീരത്തിലും തണുത്ത വെള്ളം വീഴാൻ അവൻ ആഗ്രഹിച്ചു.

അവർ ഗോസ്ക്കൽ കഴിഞ്ഞപ്പോൾ, ഒരു മരത്തിന്റെ പിന്നിൽനിന്നും ഒരു മനുഷ്യൻ കടന്നുവരുന്നതു കണ്ടു. അയാൾ റോഡിന്റെ മധ്യത്തിൽ വന്നുനിന്നു. ഒറ്റനോട്ടത്തിൽത്തന്നെ അയാൾ ഗ്രിമൗഡാണെന്ന് ആതോസിനു മനസിലായി.

"എന്തു പ്രശ്നം?" ആർട്ഗ്നൻ ചോദിച്ചു. "അവൾ ആർമെന്റിയറിസ് വിട്ടോ?"

ഗ്രിമൗഡ് തലയാട്ടി. ആർട്ഗ്നൻ പല്ലുകടിച്ചു.

"ഞാൻ അയാളോടു ചോദിച്ചോളാം" ആതോസ് ഇടപെട്ടു. "എല്ലാത്തിന്റെയും ഉത്തരവാദിത്വം ഞാൻ ഏറ്റെടുത്തിരിക്കുകയാണെന്ന് അറിയാമല്ലോ. അവൾ എവിടെയാണെന്നു പറയൂ ഗ്രിമൗഡേ."

ലിസ് ലക്ഷ്യമാക്കി ഗ്രിമൗഡ് കൈചൂണ്ടി.

"എത്രദൂരം പോയിട്ടുണ്ടാകും?" ആതോസ് ചോദിച്ചു.

അയാൾ ഒരു വിരൽ മാത്രം ഉയർത്തിക്കാണിച്ചു.

"മാന്യരേ" ആതോസ് പറഞ്ഞു. "അവൾ ഇവിടെനിന്നും ഒരു മൈൽ പിന്നിട്ടിരിക്കുകയാണ്. ഒറ്റയ്ക്കാണോ?"

അയാൾ തലകുലുക്കി.

"ഞങ്ങളെ അങ്ങോട്ടു കൊണ്ടുപോകൂ" ആർട്ഗ്നൻ ഗ്രിമൗഡിനോടു പറഞ്ഞു.

ഗ്രിമൗഡ് സംഘത്തിന്റെ മുന്നിൽ വന്നു. ഏതാണ്ട് ഒരു മൈൽ പിന്നിട്ടപ്പോൾ ഒരു ചെറിയ നദിക്കരയിൽ അവരെത്തി. അവർ നദി കടന്നു.

പെട്ടെന്നു മിന്നിയ മിന്നലിൽ അവർ ആ എർകിംഗ്ഹിം ഗ്രാമത്തെ ഒരു നോക്കു കണ്ടു.

"ഇവിടെയാണോ അവളുള്ളത്?" ആർട്ഗ്നൻ ചോദിച്ചു.

ഗ്രിമൗഡ് തലകുലുക്കി.

"മിണ്ടാതെ നിൽക്കൂ!" ആതോസ് പറഞ്ഞു.

അവർ പിന്നെയും മുന്നോട്ടു നീങ്ങി.

വീണ്ടും മിന്നലുണ്ടായി. ഗ്രിമൗഡ് കൈകൾ മുന്നിലേക്കു നീട്ടി. അവിടെ ചെറിയൊരു വീടവർ കണ്ടു; തീരത്തിനടുത്തായിട്ട്. കടത്തിൽനിന്നും ഒരു നൂറുവാര അകലെയായിട്ട്. അതിന്റെ ഒരു ജനാലയിലൂടെ അകത്തെ വെളിച്ചം കാണാമായിരുന്നു.

"നാം എത്തിയിരിക്കുകയാണ്" ആതോസ് പറഞ്ഞു.

അപ്പോഴേക്കും അവിടെയേതോ കിടങ്ങിൽ ഒളിച്ചിരുന്ന ഒരാൾ എഴുന്നേറ്റ് അവരുടെ അരികിലേക്കു ചെന്നു. അത് മോസ്ക്യൂട്ടെൻ ആയിരുന്നു.

"അവൾ അവിടെയുണ്ട്?" അയാൾ പറഞ്ഞു.

"ബാസിനെവിടെ?" ആതോസ് ചോദിച്ചു.

"ഞാൻ ജനാല നോക്കിയിരിക്കുമ്പോൾ അയാൾ വാതിൽ നോക്കിയിരിക്കുകയായിരുന്നു."

"കൊള്ളാം" ആതോസ് പറഞ്ഞു. "നിങ്ങൾ വിശ്വസ്തരായ വേലക്കാർ തന്നെയാണ്."

അയാൾ കുതിരപ്പുറത്തു നിന്നുമിറങ്ങി. കുതിരയെ ഗ്രിമൗഡിനെ ഏൽപ്പിച്ചു. ബാക്കിയുള്ളവരോടു വീടിന്റെ അടുക്കലേക്കു വരാൻ അയാൾ പറഞ്ഞു. അയാൾ ജനാലയുടെ അരികിലേക്കു നടന്നു.

രണ്ടോ മൂന്നോ അടി ഉയരത്തിലുള്ള ഒരു മതിൽ ആ വീടിനു ചുറ്റുമുണ്ടായിരുന്നു. ആതോസ് അത് ചാടിക്കടന്ന് ജനാലയുടെ കീഴിലെത്തി. ജനാലയ്ക്ക് പാളിയുണ്ടായിരുന്നില്ല. ഒരു തുണിവിരിമാത്രം. ചുവരിൽപ്പിടിച്ചുകൊണ്ട് അയാൾ മതിലിലേക്കു കയറി. അവിടെനിന്നും നോക്കിയാൽ മുറിക്കകം കാണാം.

ഒരു സ്ത്രീ കറുത്ത തുണിയും പുതച്ച് അകത്തിരിക്കുന്നത് വിളക്കിന്റെ വെളിച്ചത്തിൽ അയാൾ കണ്ടു. നെരിപ്പോടിനരികിലായിട്ടാണ് അവൾ ഇരുന്നിരുന്നത്. അടുത്തുകിടന്ന മേശയിലേക്ക് തലചായ്ച്ചാണ് അവളുടെ ഇരിപ്പ്. ആനക്കൊമ്പുപോലെ വെളുത്ത കൈകളിൽ തല താങ്ങിയിട്ടുമുണ്ടായിരുന്നു.

ആതോസിന് അവളുടെ മുഖം കാണാൻ കഴിഞ്ഞില്ല. പെട്ടെന്ന് അയാളുടെ ചുണ്ടിൽ ഒരു വിളറിയ ചിരി പടർന്നു. താൻ അന്വേഷിച്ചു നടന്ന സ്ത്രീ തന്നെയാണവൾ എന്ന് അയാൾ പെട്ടെന്നു തിരിച്ചറിഞ്ഞു; മിലാഡി!

പെട്ടെന്ന് ഒരു കുതിര കരയുന്നതു കേട്ടു. മിലാഡി ശബ്ദം കേട്ട് തലതിരിച്ചുനോക്കി. ജനാലയ്ക്കൽ ആതോസിന്റെ മുഖം കണ്ട് അവൾ ഞെട്ടി. അവൾ അറിയാതെ നിലവിളിച്ചുപോയി. തന്നെ അവൾ തിരിച്ചറിഞ്ഞിരിക്കുന്നുവെന്ന് അയാൾ മനസിലാക്കി. കൈകൊണ്ട് ജനാല തല്ലിപ്പൊളിച്ചശേഷം അവളിരുന്ന മുറിക്കുള്ളിലേക്ക് അയാൾ ചാടിയിറങ്ങി.

പ്രതികാരദാഹി തന്റെ മുന്നിൽ പ്രത്യക്ഷപ്പെട്ടതായി അവൾക്കു തോന്നി. അവൾ വാതിൽക്കലേക്ക് നിലവിളിച്ചുകൊണ്ടോടി. അതു തുറന്നു പുറത്തേക്കിറങ്ങി.

മുമ്പിൽ ആർട്ഗ്നൻ നിൽക്കുന്നു; ആതോസിനേക്കാൾ ഭയപ്പെടുത്തുന്ന രൂപഭാവത്തോടെ.

അവൾ പിന്നോട്ടു നടന്നു. വീണ്ടും നിലവിളിക്കുകയും ചെയ്തു. അവൾ രക്ഷപ്പെട്ടാലോയെന്ന ഭയത്താൽ ആർട്ഗ്നൻ തോക്കെടുത്തു.

ആതോസ് കൈയുയർത്തിക്കൊണ്ടു പറഞ്ഞു: "ആർട്ഗ്നൻ, നിങ്ങൾ ആ തോക്ക് ഉറയിലിടു. ഇവളെ വിചാരണ ചെയ്യേണ്ടതാണ്. കൊല്ലേണ്ടതല്ല. അതുകൊണ്ട് അൽപ്പംനേരംകൂടി ക്ഷമിക്കൂ. നിങ്ങൾക്ക് പിന്നീട് സന്തോഷമുണ്ടാകും. കൂട്ടരേ, വരൂ."

ആർട്ഗ്നൻ അതനുസരിച്ചു. കാരണം ദൈവമയച്ച ഒരു ന്യായാധി

പന്റെ ഗൗരവത്തിലാണ് ആതോസ് അതു പറഞ്ഞത്.

പോർത്തോസും ആറമീസും വിന്റർ ഡി പ്രഭുവും ചുവന്ന മേലങ്കിയണിഞ്ഞിരുന്ന അപരിചിതനും മുറിക്കകത്തേക്കു വന്നു. ജനാലക്കും വാതിലിനും വേലക്കാർ കാവൽ നിന്നു.

മിലാഡി കസേരയിലേക്കു വീണു. വിന്റർ ഡി പ്രഭുവിനെ തിരിച്ചറിഞ്ഞപ്പോൾ അവൾ നിലവിളിച്ചുപോയി.

"നിങ്ങളെന്തിനാണിവിടെ?"

"ചാർലോട്ട് ബാക്ക്സൺ എന്നു പേരുള്ള ഒരു സ്ത്രീയെ അന്വേഷിച്ചാണ് ഞങ്ങൾ വന്നത്. അവൾക്ക് ഡിലാഫെറിയെന്നും വിന്റർ ഡി ലേഡി എന്നും പേരുണ്ട്" ആതോസ് പറഞ്ഞു.

"എന്നെക്കൊണ്ട് നിങ്ങൾക്ക് എന്താണാവശ്യം?" അവൾ ഭയത്തോടെ പിറുപിറുത്തു.

"നിങ്ങളുടെ കുറ്റങ്ങളൊക്കെ ഞങ്ങൾക്കറിയണം. നിങ്ങൾക്ക് നിരപരാധിത്വം തെളിയിക്കാനുണ്ടെങ്കിൽ അതുമാവാം. ആദ്യമായി മോൺസ്യൂർ ആർട്ഗ്നനാണ് നിങ്ങളുടെ ആദ്യകുറ്റം പറയുന്നത്."

ആർട്ഗ്നൻ മുന്നോട്ടുവന്നു.

"ദൈവത്തിന്റെയും മനുഷ്യവർഗത്തിന്റെയും സാക്ഷിനിർത്തി ഞാൻ പറയുന്നു ഇവളാണ് മാഡം ബോണസ്യൂവിന് വീഞ്ഞിൽ വിഷം കലർത്തി നൽകിയത്. എന്റെ സുഹൃത്ത് കൊടുത്തയച്ച വീഞ്ഞാണെന്ന് എന്നെ വിശ്വസിപ്പിക്കാൻ വേണ്ടി ഒരു കള്ളക്കത്തോടുകൂടിയാണ് ഇവൾ വിഷം ചേർത്ത വീഞ്ഞ് വില്ലിറോയിൽനിന്നും കൊടുത്തയച്ചത്. ദൈവം എന്നെ രക്ഷിച്ചു. എന്റെ സ്ഥാനത്ത് ബ്രിസ്മണ്ട് എന്നുപേരുള്ള ഒരു മനുഷ്യനാണ് മരിച്ചത്."

"ഞങ്ങൾ സാക്ഷികളാണ്" പോർത്തോസും ആറമീസും പറഞ്ഞു.

"ദൈവത്തിന്റെയും മനുഷ്യരുടെയും മുമ്പാകെ ഞാൻ ഈ സ്ത്രീയുടെമേൽ മറ്റൊരു കുറ്റംകൂടി ആരോപിക്കുന്നു. വാർഡ്സിലെ പ്രഭുവിനെ കൊല്ലാൻ ഇവൾ എന്നെ സ്വാധീനിച്ചിട്ടുണ്ട്. ഇവിടെയുള്ളവർക്കാർക്കും അതിനു സാക്ഷ്യം പറയാൻ പറ്റുകയില്ല. പക്ഷേ, ഞാൻ പറഞ്ഞതു സത്യമാണ്. ഇതൊക്കെയാണ് ഇവളുടെമേൽ എനിക്കു ചുമത്താനുള്ള കുറ്റങ്ങൾ" ആർട്ഗ്നൻ പറഞ്ഞു.

ഇത്രയും പറഞ്ഞശേഷം ആർട്ഗ്നൻ മുറിയുടെ മറ്റേയറ്റത്തു നിൽക്കുന്ന പോർത്തോസിനോടും ആറമീസിനോടുമൊപ്പം പോയിനിന്നു.

"ഇനി വിന്റർ ഡി പ്രഭുവിന് പറയാനുള്ളത് പറയാം" ആതോസ് പറഞ്ഞു.

വിന്റർ ഡി പ്രഭു പറഞ്ഞു, "ബക്കിംഗ്ഹാം പ്രഭുവിനെ കൊലചെയ്ത കുറ്റം ദൈവത്തിന്റെയും മനുഷ്യരുടെയും മുമ്പാകെ ഈ സ്ത്രീയിൽ ഞാൻ ആരോപിക്കുന്നു."

"ബക്കിംഗ്ഹാം പ്രഭുവിനെ കൊലചെയ്തെന്നോ?" പോരാളികൾ നാലുപേരും സ്തംഭിച്ചുനിന്നു.

"അതെ കൊന്നു" വിന്റർ ഡി പ്രഭു പറഞ്ഞു. "താക്കീതു നൽകിക്കൊണ്ടുള്ള നിങ്ങളുടെ കത്തുകിട്ടിയപ്പോൾ ഞാൻ ഈ സ്ത്രീയെ അറസ്റ്റു ചെയ്തു. വിശ്വസിക്കാമെന്നു തോന്നിയ ഒരാളിന്റെ സംരക്ഷണത്തിലാണ് തുടർന്ന് ഞാനവളെ ഏൽപ്പിച്ചത്. പക്ഷേ, ഇവൾ അയാളെ വശീകരിച്ചു. ഈ കടുംകൃത്യം ചെയ്യാൻ അയാളെ പ്രേരിപ്പിക്കുകയും ചെയ്തു. കത്തി അയാളുടെ കൈയിൽ കൊടുത്തതുപോലും ഇവളായിരുന്നു. ഈ ക്രൂരകൃത്യത്തിനു പകരമായിട്ട് ഫെൽട്ടൺ ഉടനെ മരിക്കേണ്ടിവരും."

അതുവരെ അറിയാതിരുന്ന സംഭവം കേട്ടപ്പോൾ അവരെല്ലാവരും വിറച്ചുപോയി.

"ഇനിയുമുണ്ട്" വിന്റർ ഡി പ്രഭു പറഞ്ഞു. "എന്റെ സഹോദരൻ ഇവളെയാണ് വിവാഹാനന്തരം എല്ലാത്തിനും ഏക അവകാശിയാക്കിയത്. കരാർ എഴുതി ഒപ്പിട്ടശേഷം മൂന്നു മണിക്കൂറിനകം അദ്ദേഹം മരിച്ചുപോയി; അസുഖം മൂലമെന്നു പറയുന്നു. പക്ഷേ, അദ്ദേഹത്തിന്റെ ശരീരം മുഴുവനും മർദനമേറ്റ പാടുകളുണ്ടായിരുന്നു. വിന്റർ ഡി ലേഡീ, നിങ്ങൾ തന്നെ പറയൂ അദ്ദേഹം എങ്ങനെയാണ് മരിച്ചതെന്ന്."

ഭീതിയോടെ ആറമീസും പോർത്തോസും വിളിച്ചുകൂവിപ്പോയി.

"ഞാൻ നീതി യാചിക്കുന്നു" വിന്റർ ഡി പ്രഭു പറഞ്ഞു. "ബക്കിംഗ്ഹാം പ്രഭുവിന്റെയും ഫെൽട്ടന്റെയും എന്റെ സഹോദരന്റെയും ജീവനെടുത്തതിന്. അല്ലെങ്കിൽ എനിക്കുതന്നെ അവളിൽ ശിക്ഷ നടപ്പാക്കേണ്ടി വന്നേക്കും."

തുടർന്ന് അദ്ദേഹം ആർട്ഗ്നന്റെ അരികിൽ ചെന്നുനിന്നു.

"ഇനി ഞാനാണ് അവളിൽ കുറ്റം ചാർത്തേണ്ടത്" ആതോസു പറഞ്ഞു. പാമ്പിന്റെ മുമ്പിലെ ഒരു സിംഹത്തെപ്പോലെ അയാൾ അവളുടെ മുന്നിൽ വിറച്ചുനിന്നു. "ഇവൾ ഒരു ചെറിയ കുട്ടിയായിരുന്നപ്പോൾ ഞാൻ ഇവളെ വിവാഹം കഴിച്ചു. വീട്ടുകാർ അതിന് എനിക്ക് എതിരായിരുന്നു. എന്റെ പേരും എന്റെ സ്വത്തും ഞാനിവൾക്കു കൊടുത്തു. ഒരിക്കൽ ഇവളുടെ തോളിൽ മുദ്ര കുത്തിയിരുന്നത് ഞാൻ കണ്ടു...."

മിലാഡി പെട്ടെന്ന് ചാടിയെഴുന്നേറ്റു.

"എന്റെ തോളിൽ മുദ്രകുത്തിയ കുപ്രസിദ്ധമായ വിധി നടപ്പാക്കിയ കോടതിയെ നിങ്ങൾക്കാർക്കും കണ്ടുപിടിക്കാൻ പറ്റില്ല" അവൾ പറഞ്ഞു. "ഇതു നടപ്പാക്കിയ ആളിനെയും."

"നിർത്തൂ!" പെട്ടെന്ന് ഒരു ശബ്ദം കേട്ടു. "അതിനു മറുപടി ഞാൻ പറയാം" ചുവന്ന വസ്ത്രം ധരിച്ച മനുഷ്യൻ മുന്നോട്ടു വന്നു.

"ആരാണീ മനുഷ്യൻ?" അൽപ്പം ഭയത്തോടെ മിലാഡി ചോദിച്ചു.

എല്ലാ കണ്ണുകളും ആ അപരിചിതന്റെ നേരെ തിരിഞ്ഞു. കാരണം ആതോസിനൊഴികെ ബാക്കിയെല്ലാവർക്കും അയാൾ ഒരു അപരിചിതൻ തന്നെയായിരുന്നു. പക്ഷേ, അപ്പോൾ ആതോസും അത്ഭുതത്തോടെയാണ് നോക്കിയത്. കാരണം അയാൾ എന്തുകൊണ്ടാണ് മുന്നോട്ടുകയറി

സംസാരിക്കാൻ വന്നതെന്ന് ആതോസിനും അറിയില്ലായിരുന്നു.

അപരിചിതൻ മിലാഡിയുടെ മുമ്പിലേക്കു നടന്നു. അവരുടെ ഇടയിൽ ഒരു മേശ മാത്രമേ കിടപ്പുണ്ടായിരുന്നുള്ളൂ. പെട്ടെന്ന് തന്റെ മുഖം മൂടി മാറ്റിക്കൊണ്ടയാൾ അവളെ നോക്കി. വിളറിയ മുഖവും കറുത്ത മീശയും.

മിലാഡി ഒരുനിമിഷം അയാളെ നോക്കി. എന്നിട്ട് ചാടിയെഴുന്നേറ്റു. ഭയന്ന് പിൻവാങ്ങി അവൾ ചുവരിലേക്കു ചേർന്നുനിന്നു.

"ഓ! ഇല്ല" അവൾ നിലവിളിച്ചു. "ഇത് പ്രേതമാണ്. പ്രേതം! അയ്യോ രക്ഷിക്കണേ!" ചുമരടിച്ചു പൊളിക്കാൻ അവൾക്കു കഴിഞ്ഞിരുന്നുവെങ്കിൽ, അവൾ അതുവഴി രക്ഷപ്പെട്ടേനെ."

"നിങ്ങൾ ആരാണെന്നു പറയൂ" ആർട്ഗ്നൻ അയാളോടു ചോദിച്ചു.

"ആ സ്ത്രീയോടു ചോദിക്കൂ" അയാൾ പറഞ്ഞു. "അവൾ എന്നെ തിരിച്ചറിഞ്ഞിട്ടുണ്ട്."

മിലാഡി പെട്ടെന്നു തിരിഞ്ഞു. "ലിലിയിലെ കൊല നടപ്പാക്കുന്ന ആരാച്ചാർ!" അവൾ അലറി. മനോനില തെറ്റിയവളെപ്പോലെ അവൾ ചുവരിന്മേൽ പരുങ്ങിപ്പിടിച്ചിരുന്നു.

അപരിചിതനോടൊപ്പം നിന്നിരുന്ന മറ്റുള്ളവർ പുറകിലേക്കു മാറി. അയാളിപ്പോൾ മുറിയുടെ ഒത്തനടുക്കായി നിന്നു.

മിലാഡി മുട്ടുകുത്തിക്കൊണ്ടു കേണു, "ദയയുണ്ടാകണമേ! എന്നോടു ക്ഷമിക്കണമേ!"

ആ അപരിചിതൻ മുന്നോട്ടുവന്നശേഷം പറഞ്ഞു: "ഞാൻ പറഞ്ഞില്ലേ അവൾ എന്നെ തിരിച്ചറിഞ്ഞെന്ന്. അതെ, ലിലിയിലെ കൊലമരം കയറ്റുന്നവനാണ് ഞാൻ. ഞാൻ എന്റെ കഥ പറഞ്ഞോളാം."

അയാൾ പറയുന്നതു കേൾക്കാനായി എല്ലാവരും കാതോർത്തു. "ഇന്നത്തെപ്പോലെ സുന്ദരി തന്നെയായിരുന്നു ഇവൾ. ഒരു കുട്ടിയായിരുന്നപ്പോഴും. റ്റെംബ്ലിമാറിലെ ഒരു ബെനഡിക്ടൻ മഠത്തിലെ കന്യാസ്ത്രീയായിരുന്നു അവൾ. മഠത്തിലെ പുരോഹിതനാകട്ടെ ശുദ്ധവിശ്വാസിയായ ഒരു നല്ല മനുഷ്യനായിരുന്നു. ഇവൾ അയാളെ വശീകരിച്ചു. അവളതിൽ വിജയിക്കുകയും ചെയ്തു; ഒരു പുണ്യവാനെയാണ് അവൾ യഥാർഥത്തിൽ അന്ന് വശീകരിച്ചത്."

അയാൾ തുടർന്നു പറഞ്ഞു: "അവർ രണ്ടുപേരും അരുതാത്ത വിശുദ്ധ പ്രവൃത്തികൾ ചെയ്തു. അവരുടെ ബന്ധം അവർക്കു നാശം വരുത്തിവച്ചു. അയാളോടൊപ്പം ഒളിച്ചോടാൻ അവൾ ശ്രമം നടത്തി. പരിചയമില്ലാത്ത രാജ്യങ്ങളിലെവിടെയെങ്കിലും പോയി സമാധാനപരമായി ജീവിക്കാൻ അവൾ ആഗ്രഹിച്ചു. അങ്ങനെയെങ്കിൽ അവരുടെ കൈയിൽ പണം വേണമായിരുന്നു. പക്ഷേ, രണ്ടുപേരുടെ കൈയിലും പണമുണ്ടായിരുന്നില്ല. ആ പുരോഹിതൻ കുർബാനപാത്രങ്ങൾ മോഷ്ടിച്ചെടുത്തു വിൽക്കാൻ തുടങ്ങി. അവർ ഒളിച്ചോടാൻ തുടങ്ങുന്നതിനു മുമ്പുതന്നെ അവരെ അധികാരികൾ തടവിലാക്കി."

അയാൾ വീണ്ടും പറഞ്ഞു: "ഒരാഴ്ച കഴിഞ്ഞപ്പോൾ അവൾ തടവറ ഉദ്യോഗസ്ഥന്റെ മകനുമായി അനുരാഗത്തിലാകുകയും ഒളിച്ചോടുകയും ചെയ്തു. ആ ചെറുപ്പക്കാരനായ പുരോഹിതന് പത്തുവർഷത്തെ തടവറജീവിതം വിധിക്കപ്പെട്ടു. അയാളെ മുദ്ര കുത്താൻ തീരുമാനിക്കുകയും ചെയ്തു. അന്നു ലിലിയിലെ ആരാച്ചാർ ഞാനായിരുന്നു. തടവറയിൽ കഴിയുന്നവരുടെ മുതുകിൽ മുദ്രപതിപ്പിക്കേണ്ടതും ഞാനായിരുന്നു. സുഹൃത്തുക്കളേ ആ കുറ്റവാളി ആരായിരുന്നെന്നോ എന്റെ സഹോദരൻ! എന്റെ സ്വന്തം സഹോദരൻ!"

അയാൾ തുടർന്നു പറഞ്ഞു: "എന്റെ സഹോദരന്റെ ജീവിതം നശിപ്പിച്ചത് ഇവളാണെന്ന് ഞാൻ സത്യം ചെയ്തു പറയുന്നു. കുറ്റത്തിനു കൂട്ടുനിൽക്കുകയല്ല; കുറ്റം ചെയ്യാൻ പ്രേരിപ്പിച്ചതായിരുന്നു ഇവൾ. എന്റെ സഹോദരനു കിട്ടിയ ശിക്ഷയുടെ ഒരുഭാഗം ഇവളെക്കൊണ്ട് അനുഭവിപ്പിക്കണമെന്ന് ഞാൻ അന്നേ കരുതിയിരുന്നു. ഇവൾ ഒളിച്ചിരുന്നത് എവിടെയാണെന്ന് എനിക്ക് സംശയമുണ്ടായിരുന്നു. എന്റെ സംശയം ശരിയായിരുന്നു. കാരണം ഞാൻ ഉദ്ദേശിച്ചിരുന്ന സ്ഥലത്തു നിന്നുതന്നെ എനിക്കവളെ കിട്ടി. ഞാൻ അവളുടെ കൈകാലുകൾ കെട്ടി. എന്റെ സഹോദരനെ മുദ്രവച്ചതുപോലെ ഇവളെയും മുദ്രവച്ചു."

"തുടർന്ന് ഞാൻ ലിലിയിലേക്കു പോയി" അയാൾ തുടർന്നു പറഞ്ഞു. "എന്റെ സഹോദരനും ജയിൽചാടി രക്ഷപ്പെട്ടു. രക്ഷപ്പെടാൻ കൂട്ടുനിന്നതിന്റെ പേരിൽ എന്നെ അവർ തടവറയിലാക്കി. സഹോദരൻ വന്നു അടിയറവുപറയുന്നതുവരെ തടവുശിക്ഷയനുഭവിക്കണമെന്നതായിരുന്നു വിധി. എന്റെ സഹോദരൻ അക്കാര്യമറിഞ്ഞിരുന്നില്ല. അയാൾ അവളോടൊപ്പം ചേരുകയും ഒരുമിച്ച് ബെറിയിൽ പോകുകയും ചെയ്തു. അയാൾ അവിടെ ഒരു പുരോഹിതനായിട്ടും അവൾ അയാളുടെ ഒരു സഹോദരിയായിട്ടും അവിടെ ജീവിച്ചു."

അയാൾ വീണ്ടും പറഞ്ഞു: "എന്റെ സഹോദരന്റെ ദേവാലയം സ്ഥിതിചെയ്തിരുന്ന സ്ഥലത്തെ ഭൂവുടമ അവളിൽ അനുരക്തനായി. അനുരാഗം കൂടി വിവാഹം കഴിക്കാമെന്ന തീരുമാനംവരെയായി. ആദ്യത്തെ മനുഷ്യനെ അവൾ ഉപേക്ഷിച്ചുകൊണ്ട് പുതിയ ആളിനെ അവൾ വിവാഹം കഴിച്ചു. അങ്ങനെയാണവൾ ലാഫെറിഡി പ്രഭ്വിയായത്."

എല്ലാവരും ആതോസിനെ നോക്കി. അയാൾ പറഞ്ഞതെല്ലാം ശരിയാണെന്ന അർഥത്തിൽ അയാൾ തലകുലുക്കി.

അപരിചിതൻ വീണ്ടും പറഞ്ഞു: "എന്റെ സഹോദരൻ നിരാശയോടെ ലിലിയിലേക്കു മടങ്ങി. അയാൾക്ക് പിന്നെ ജീവിക്കണമെന്ന ആഗ്രഹം ഉണ്ടായിരുന്നതേയില്ല. അയാളുടെ സ്ഥാനത്ത് എന്നെ തടവറയിലാക്കിയിരിക്കുന്നുവെന്നറിഞ്ഞപ്പോൾ അയാൾ സ്വയം വന്നു. അന്നു രാത്രി തടവറക്കുള്ളിൽത്തന്നെ അയാൾ തൂങ്ങിച്ചാവുകയും ചെയ്തു."

"അധികാരികൾ അവരുടെ വാക്കു പാലിച്ചു" അയാൾ തുടർന്നു പറഞ്ഞു: "മൃതശരീരം തിരിച്ചറിഞ്ഞയുടനെതന്നെ അവർ എന്നെ മോചി

പ്പിക്കുകയും ചെയ്തു. ഇതാണ് എനിക്ക് ഈ സ്ത്രീയിൽ ചുമത്താനുള്ള കുറ്റം. അതുകൊണ്ടാണ് ഞാൻ ഇവളിൽ മുദ്രകുത്തുകയും ചെയ്തത്."

"ആർട്ഗ്നൻ, ഈ സ്ത്രീക്ക് എന്തു ശിക്ഷയാണ് നൽകേണ്ടത്?" ആതോസ് ചോദിച്ചു.

"മരണം" ആർട്ഗ്നൻ പറഞ്ഞു.

"വിന്റർ ഡി പ്രഭു, ഈ സ്ത്രീക്ക് എന്തു ശിക്ഷ നൽകണമെന്നാണ് നിങ്ങൾ പറയുന്നത്?" ആതോസ് ചോദിച്ചു.

"മരണം" പ്രഭു പറഞ്ഞു.

"മോൺസ്യൂർ പോർത്തോസ്, മോൺസ്യൂർ ആറമീസ്, നിങ്ങൾ എന്താണ് പറയുന്നത്."

"മരണം തന്നെ" അവർ ഉറപ്പിച്ചു പറഞ്ഞു.

മിലാഡി നിലവിളിച്ചുകൊണ്ട് മുട്ടിലിഴഞ്ഞ് അവരുടെ അടുക്കലേക്കു നീങ്ങി.

ആതോസ് ആംഗ്യത്തിലൂടെ അവളോട് നീങ്ങരുതെന്നു പറഞ്ഞു.

"നിങ്ങളുടെ കുറ്റങ്ങൾ ഭൂമിയിലെ മനുഷ്യർക്കും സ്വർഗത്തിലെ ദൈവത്തിനും സഹിക്കാവുന്നതിലേറെയായിപ്പോയി. എന്തെങ്കിലും അവസാനമായി പ്രാർഥിക്കാനുണ്ടെങ്കിൽ ചെയ്തോളൂ.... നിങ്ങൾ മരിക്കാൻ പോകുകയാണ്" ആതോസ് പറഞ്ഞു.

മിലാഡിയുടെ പ്രതീക്ഷയെല്ലാം കെട്ടടങ്ങി. അവൾ എഴുന്നേറ്റുനിന്ന് സംസാരിക്കാനായി ശ്രമിച്ചു. അവൾക്ക് നാവനക്കാൻ പറ്റിയില്ല.

ശക്തമായ കൈകൾ തന്റെ തലമുടിയിൽ പിടിച്ച് വലിച്ച് വാതിലിനരികിലേക്കു കൊണ്ടുവരുന്നതായി അവൾക്കു തോന്നി. അവൾ ഒരു എതിർപ്പും പറയാതെ ആ വീടു വിട്ടു.

വിന്റർ ഡി പ്രഭുവും ആർട്ഗ്നനും ആതോസും പോർത്തോസും ആറമീസും അവളുടെ പിന്നാലെ നടന്നു. യജമാനന്മാരുടെ പിന്നാലെ വേലക്കാരും നടന്നു. മുറി വളരെ വേഗം ശൂന്യമായി. തകർന്ന ജനാലയും തുറന്ന വാതിലും അങ്ങനെതന്നെ കിടന്നു. മേശപ്പുറത്തിരുന്ന വിളക്ക് അപ്പോഴും വേദനയോടെ കത്തുന്നുണ്ടായിരുന്നു.

66

കൊല നടപ്പാക്കൽ

പാതിരാവാകാറായി. ആർമെന്റീയറിസ് പട്ടണത്തിന്റെ പിന്നിൽ കൊടുങ്കാറ്റിന്റെ അവസാനപ്രഹരമേറ്റു ചുവന്ന ചന്ദ്രിക ഉയർന്നു വന്നു. പട്ടണത്തിലെ ഇരുണ്ട വൻകെട്ടിടങ്ങളും മരങ്ങളും ചന്ദ്രികയുടെ നിലാവിൽ മുങ്ങിനിന്നു. ലോഹമുരുക്കിയൊഴുക്കുന്നതുപോലെ ലിസ് നദിയൊഴുകി. അകലെ നദിയുടെ തീരത്ത് നിബിഡവനമായിരുന്നു. കൊടുങ്കാറ്റടിച്ച ആകാശത്തിൽ ചെമ്പിന്റെ നിറത്തിലുള്ള കാർമേഘങ്ങൾ അതിന്റെ പിന്നിലായി വന്നുനിരന്നപ്പോൾ പാതിരാത്രിയിൽ ഒരു വെളിച്ചത്തിന്റെ തോന്നലുണ്ടാക്കി. മൂങ്ങകൾ എവിടെയോയിരുന്നു മൂളുന്നു. രാത്രിയിൽ വരുന്ന യാത്രക്കാരെ കാത്തിരിക്കുന്ന ചതിയന്മാരെപ്പോലെ റോഡിനിരുപുറത്തുമായി കുറ്റിമരങ്ങൾ വരിവരിയായി നിൽക്കുന്നു.

ഇടയ്ക്കിടെയുണ്ടാകുന്ന വലിയ മിന്നലിൽ അവിടം മുഴുവൻ കാണാനാകുമായിരുന്നു. അന്തരീക്ഷം കനത്ത് നിശ്ചലമായി നിന്നു. പ്രകൃതി നിർജീവമായ ഏതോ ഒരു നിശ്ശബ്ദതയിലും. മഴപെയ്തൊഴിഞ്ഞ സമയമായിരുന്നതിനാൽ തറ മുഴുവൻ നനഞ്ഞ് വഴുതുന്നമാതിരിയായിരുന്നു. മഴകിട്ടിയ സസ്യങ്ങൾ പുതിയ മണം പരത്തിനിന്നു.

ഗ്രിമൗഡും മോസ്ക്യൂട്ടനുമായിരുന്നു ഇരുവശത്തുനിന്നും മിലാഡിയെ പിടിച്ചിരുന്നത്. അവർ പിടിച്ച് മുന്നോട്ടുകൊണ്ടുപോകുകയായിരുന്നു അവളെ. ആരാച്ചാർ അവളുടെ പിന്നാലെ നടന്നു. ഒപ്പം ബാക്കിയുള്ളവരെല്ലാവരും ഉണ്ടായിരുന്നു.

അവർ നദിക്കു നേരെ പോകുകയായിരുന്നു. ഗ്രിമൗഡിനെയും മോസ്ക്യൂട്ടനെയും ദയനീയമായി മാറിമാറി നോക്കിയതല്ലാതെ മിലാഡി ഒന്നും പറഞ്ഞില്ല.

മറ്റുള്ളവർ കുറച്ചു പുറകിലാണെന്നറിഞ്ഞപ്പോൾ അവൾ ആ വേല

ക്കാരോടു പറഞ്ഞു: "രക്ഷപ്പെടാൻ അനുവദിച്ചാൽ രണ്ടുപേർക്കും ആയിരം പിസ്റ്റൽസു വീതം പണം തരാം. എന്നാൽ നിങ്ങൾ എന്നെ കൊല്ലാനായി നിങ്ങളുടെ യജമാനന്മാരുടെ കൈയിൽ വിട്ടുകൊടുത്താൽ, ഇവിടെ അടുത്ത എന്റെ സുഹൃത്തുക്കൾ എന്റെ മരണത്തിനു മറുപടി നിങ്ങളോടു ചോദിച്ചോളും."

ഗ്രിമൗഡ് അസ്വസ്ഥനായി അവളെ നോക്കി. മോസ്ക്യൂട്ടൻ വിറച്ചും പോയി.

അവർ സംസാരിക്കുന്നത് ആതോസ് കണ്ടു. അയാളും വിന്റർ ഡി പ്രഭുവും പെട്ടെന്ന് ഓടി മുന്നോട്ടുവന്നു.

"ഈ രണ്ടുപേരെയും വിശ്വസിക്കാൻ പറ്റില്ല. അവൾ അവരോടു എന്തോ സംസാരിച്ചു" ആതോസ് പറഞ്ഞു.

അവരെ മാറ്റിയശേഷം പ്ലാഞ്ചെറ്റിനെയും ബാസിനെയും അയാൾ തുടർന്നു നിയമിച്ചു.

നദീതീരത്ത് എത്തിയപ്പോൾ ആരാച്ചാർ വേഗം മിലാഡിയുടെ കൈകാലുകൾ ബന്ധിച്ചു.

അവൾ അപ്പോൾ നിശബ്ദത ഭേദിച്ചു.

"നിങ്ങൾ ഭീരുക്കളും കൊലയാളികളുമാണ്. എന്നെ ഇപ്പോൾ രക്ഷപ്പെടുത്തി വിട്ടില്ലെങ്കിലും ഇതിനു ഞാൻ പ്രതികാരം ചെയ്തിരിക്കും."

"നീയൊരു സ്ത്രീയല്ല" ആതോസ് പറഞ്ഞു. "നിന്നെ മനുഷ്യവർഗത്തിലും ചേർക്കാനാവില്ല. നീയൊരു പിശാചാണ്. നരകത്തിലുള്ള പിശാച്! നിന്നെ ഞങ്ങൾ അങ്ങോട്ടുതന്നെ അയയ്ക്കാൻ പോകുകയാണ്."

"നിങ്ങൾ എല്ലാവരും നല്ലവരെന്ന് നടിക്കുകയാണ്" അവൾ പുച്ഛത്തോടെ പറഞ്ഞു. "പക്ഷേ എന്നെ കൊല്ലുന്നയാൾ ഒരു കൊലയാളിയാണ്."

"ഒരു ആരാച്ചാർക്ക് കൊലയാളിയാകാതെ തന്നെ കൊല്ലാനാകും" ആ ചുവന്ന മേലങ്കിധരിച്ച ആൾ പറഞ്ഞു. അയാൾ ഒപ്പം വാളിന്റെ മൂർച്ച തടവുകയും ചെയ്തു. "ജർമൻകാർ പറയുന്നതുപോലെ അവർ തന്നെയാണ് അവസാന വിധിയാളന്മാർ."

മിലാഡി ഭ്രാന്തത്തമായി അലറിക്കരഞ്ഞു. അത് അന്ധകാരത്തിൽ പ്രതിധ്വനിച്ചശേഷം, നിബിഡവനത്തിന്റെ ഉള്ളിൽ അലിഞ്ഞുചേർന്നു.

"നിങ്ങൾ പറഞ്ഞ കുറ്റങ്ങൾ ഞാൻ ചെയ്തിട്ടുണ്ടെങ്കിൽ നിങ്ങൾ എന്നെ കോടതിയിൽ കൊണ്ടുപോകൂ. നിങ്ങൾ ന്യായാധിപന്മാരാകില്ല. എന്നെ വിധിക്കാനുള്ള അവകാശം നിങ്ങൾക്കില്ല" അവൾ പറഞ്ഞു.

"ഞാൻ നിങ്ങളെ ടൈബേണിലയക്കാമെന്നു പറഞ്ഞതല്ലേ" വിന്റർ ഡി പ്രഭു പറഞ്ഞു. "നിങ്ങളെന്തേ അതു നിരസിച്ചു?"

"കാരണം എനിക്കു മരിക്കാൻ ആഗ്രഹമില്ലായിരുന്നു" അവൾ പറഞ്ഞു. "ഞാൻ തീരെ ചെറുപ്പമല്ലേ."

"നിന്നേക്കാൾ ചെറുപ്പമായിരുന്നല്ലോ ബത്തൂണിൽ വച്ച് നീ വിഷം കൊടുത്തുകൊന്ന ആ സ്ത്രീ" ആർട്ഗ്നൻ പറഞ്ഞു.

"നിങ്ങൾ ഒരു മഠത്തിലായിരുന്നു" ആ ചുവപ്പു വസ്ത്രധാരി പറഞ്ഞു. "എന്റെ സഹോദരന്റെ ജീവൻ നശിപ്പിക്കാൻ വേണ്ടി നിങ്ങൾ അവിടെനിന്നും വന്നു."

മിലാഡി നിലവിളിച്ചുകൊണ്ട് മുട്ടിന്മേൽ നിന്നു. അയാൾ അവളെ പൊക്കിയെടുത്ത് തീരത്ത് അടുപ്പിച്ചിരുന്ന ഒരു ബോട്ടിനരികിലേക്കു കൊണ്ടുപോയി.

"ഓ! എന്റെ ദൈവമേ!" അവൾ വിറച്ചു. "എന്നെ നിങ്ങൾ മുക്കിക്കൊല്ലാൻ പോവുകയാണോ?"

അവൾ നിലവിളിച്ചു. ആർട്ഗ്നന്റെ ഹൃദയം നുറുങ്ങി. ഒന്നും കേൾക്കാൻ വയ്യാഞ്ഞ് അവൻ ചെവിപൊത്തിപ്പിടിച്ചുകൊണ്ട് ഒരു മരച്ചുവട്ടിൽ ഇരുന്നു. എങ്കിലും അവളുടെ കരച്ചിൽ അവന്റെ കാതുകൾക്ക് കേൾക്കാമായിരുന്നു.

അവിടെയുണ്ടായിരുന്നവരിൽ ഏറ്റവും ചെറുപ്പം അവനായിരുന്നല്ലോ. അവൻ കരഞ്ഞുപോയി.

"എനിക്കീ കാഴ്ച കാണാൻ വയ്യ!" ആർട്ഗ്നൻ പറഞ്ഞു. "അവളെ ഇങ്ങനെ കൊല്ലാൻ ഞാൻ അനുവദിക്കുകയില്ല."

മിലാഡിയുടെ മനസിൽ ഒരൽപ്പം പ്രതീക്ഷയുടെ കിരണം വീശി.

"ആർട്ഗ്നൻ! ആർട്ഗ്നൻ!" അവൾ വിളിച്ചുകൂവി. "ഞാൻ നിങ്ങളെ സ്നേഹിച്ചത് ഓർമയില്ലേ?"

ആർട്ഗ്നൻ എഴുന്നേറ്റ് അവളുടെ നേരെ നടന്നു. അപ്പോഴേക്കും ആതോസ് വാളൂരിക്കൊണ്ട് അവന്റെ മുമ്പിൽ ചെന്ന് അവനെ തടഞ്ഞു.

"നിങ്ങൾ ഇനി ഒരടി മുന്നോട്ടുവച്ചാൽ" ആതോസ് പറഞ്ഞു. "പിന്നെ നാം തമ്മിൽ വാൾ കോർക്കേണ്ടി വരും."

ആർട്ഗ്നൻ മുട്ടിന്മേലിരുന്നു പ്രാർഥിച്ചു.

"ആരാച്ചാരേ" ആതോസ് പറഞ്ഞു. "നിങ്ങൾ നിങ്ങളുടെ ജോലി ചെയ്യൂ."

"അതെ സർ" അയാൾ പറഞ്ഞു. "ഞാൻ യഥാർഥത്തിൽ ഒരു ക്രിസ്ത്യാനിയാണ്. ഞാൻ ഇതുവഴി നീതി നടപ്പാക്കുകയാണ്."

"അതെ. നിങ്ങൾ പറഞ്ഞത് നേരാണ്" ആതോസ് പറഞ്ഞു.

അയാൾ മിലാഡിയുടെ അടുക്കലേക്കു ചെന്നു.

"ഞാൻ നിന്നോടു പൊറുക്കുന്നു" അയാൾ പറഞ്ഞു. "എന്റെ ജീവിതം നീ നശിപ്പിച്ചതും എനിക്ക് അപമാനം ഉണ്ടാക്കിയതും, എനിക്കു നിന്നോടുണ്ടായിരുന്ന സ്നേഹം മലിനമാക്കിയതും ഒക്കെ ഞാൻ നിന്നോടു പൊറുക്കുന്നു.... സമാധാനത്തിൽ മരിച്ചോളൂ!"

വിന്റർ ഡി പ്രഭു മുന്നോട്ടു വന്നു.

"എന്റെ സഹോദരനെ കൊന്നതിനും ബക്കിംഗ്ഹാം പ്രഭുവിനെ കൊന്നതിനും ഫെൽട്ടന്റെ മരണത്തിനിടയാക്കിയതിനും എന്നെക്കൊല്ലാൻ നോക്കിയതിനും ഒക്കെ ഞാൻ നിന്നോടു പൊറുക്കുന്നു.... ഇനി സമാധാനത്തിൽ മരിച്ചോളൂ!"

"എന്നോടു പൊറുക്കൂ" ആർട്ഗ്നൻ പറഞ്ഞു. "നിങ്ങളിൽ പ്രകോപനമായും വൈരാഗ്യബുദ്ധിയുണർത്താൻ എന്റെ മോശമായ സ്വഭാവം കാരണമായതിൽ എന്നോടു പൊറുക്കൂ. അതിനു പകരമായി നീ ഒരു സ്ത്രീയെ കൊന്നതും എന്നെ നീ കൊല്ലാൻ നോക്കിയതും ഞാൻ പൊറുക്കുന്നു. സമാധാനത്തിൽ മരിക്കൂ."

"ഞാൻ നശിച്ചു" അവൾ പറഞ്ഞു. "ഞാൻ മരിക്കാൻ പോകുകയാണ്."

അവൾ ചുറ്റുംനോക്കി. തന്നെ സഹായിക്കാനായി ആരും വരുന്നില്ല. ചുറ്റും ശത്രുക്കൾ മാത്രം. ആരും ഒന്നും മിണ്ടുന്നില്ല.

"ഞാൻ എവിടെയാണ് മരിക്കാൻ പോകുന്നത്?" അവൾ ചോദിച്ചു.

"നദിയുടെ മറ്റേക്കരയിൽ" അയാൾ മറുപടി പറഞ്ഞു.

അയാൾ അവളെ പൊക്കിയെടുത്ത് ബോട്ടിലിട്ടു. അയാളും അതിൽ കയറാൻ തുടങ്ങി. ആതോസ് കുറച്ചു പണമെടുത്ത് അയാൾക്കു കൊടുക്കുകയും ചെയ്തു. "ഇതാണ് നിങ്ങൾക്കുള്ള പ്രതിഫലം. ഔദ്യോഗികമായി ഞങ്ങൾ ന്യായാധിപന്മാരെപ്പോലെതന്നെയാണ് പെരുമാറുന്നതെന്ന് ഇവൾ കാണട്ടെ."

"കൊള്ളാം" അയാൾ പറഞ്ഞു. "എന്നാൽ ഞാൻ പണത്തിനു വേണ്ടിയല്ല എന്റെ ചുമതലയാണിതെന്ന് അവൾ കാണട്ടെ."

അയാൾ ആ പണം നദിയിലേക്കു വലിച്ചെറിഞ്ഞു.

ആ ബോട്ട് ലിസി നദിയുടെ മറുകരയിലേക്കു പാഞ്ഞു. ബാക്കിയുള്ളവർ ഈ കരയിൽത്തന്നെ നിന്നു; അവർ മുട്ടിന്മേൽ നിന്നു പ്രാർഥിച്ചു.

നദി മുറിച്ചുകൊണ്ടിരുന്നപ്പോൾ അവളുടെ കാലിലെ കെട്ട് അയഞ്ഞിരുന്നു. ബോട്ട് കരയിലെത്തിയ പാടേ അവൾ കരയിലേക്കു ചാടി ഓടാൻ തുടങ്ങി. പക്ഷേ, അവൾ ഉയർന്ന ഒരു ഭാഗത്തെത്തിയപ്പോൾ, മഴപെയ്തു നനഞ്ഞു കിടന്നിരുന്നതിനാൽ അവൾ വഴുതി മുട്ടിടിച്ചു വീണു. അവളുടെ കൈയിലെ കെട്ട് അപ്പോഴും ഉണ്ടായിരുന്നു.

തന്റെ വീഴ്ച വിധി തനിക്കെതിരാണെന്ന് കാണിക്കുന്ന ഒരു അടയാളമായി അവൾക്കു തോന്നി. അന്ധവിശ്വാസത്തിന്റെ ഭയം കൂടിയായപ്പോൾ, അവൾ പിന്നെ രക്ഷപ്പെടാൻ നോക്കിയില്ല. തലകുനിച്ച് കെട്ടപ്പെട്ട കൈയുമായി മുട്ടിന്മേൽ അവൾ നിന്നു.

നദിയുടെ മറുകര അയാളുടെ കൈ ഉയരുന്നതിന്റെ നിശ്ശബ്ദ സാക്ഷിയായി. വാൾത്തല ചന്ദ്രികയിൽ വെട്ടിത്തിളങ്ങി. തലയറ്റ ശരീരം താഴെവീണു പിടഞ്ഞു.

തന്റെ ചുവന്ന മേലങ്കിയൂരി തറയിൽ അയാൾ വിരിച്ചു. ശരീരവും തലയും അയാൾ അതിലെടുത്തുവച്ചു. നാലുമൂലകളും പിടിച്ച് തുണി കൂട്ടിക്കെട്ടി അതെടുത്ത് തോളിലേറ്റി തിരിച്ചു നടന്നു ബോട്ടിൽ കയറാനായിട്ട്.

നദിയുടെ മധ്യത്തായപ്പോൾ അയാൾ ബോട്ടു നിർത്തി. തോളിലെ ഭാരം പൊക്കിയുയർത്തിക്കൊണ്ടു വിളിച്ചു പറഞ്ഞു: "ദൈവം നീതി നട

ത്തട്ടെ!"

അയാൾ ശവശരീരത്തെ നദിയിലേക്കെറിഞ്ഞു. വെള്ളം അവളെ വാരിപ്പൊതിഞ്ഞു.

* * *

മൂന്നു ദിവസങ്ങൾക്കുശേഷം ആ നാലു സുഹൃത്തുക്കളും പാരീസിലേക്കു മടങ്ങി. അപ്പോഴേക്കും അവരുടെ അവധിയുടെ കാലാവധിയും കഴിഞ്ഞിരുന്നു. വൈകുന്നേരമായപ്പോൾ ചിട്ടയനുസരിച്ച് മോൺസ്യൂർ ട്രിവീലിയെ അവർ കാണാൻ പോകുകയും ചെയ്തു.

"കൊള്ളാം. അവധി നിങ്ങൾ നന്നായി ആഘോഷിച്ചല്ലോ?" ട്രിവീലി ചോദിച്ചു.

"തികച്ചും നന്നായിട്ട്" ആതോസ് പറഞ്ഞു.

67

ഉപസംഹാരം

പിറ്റേമാസം ആറാം തീയതി രാജാവ് പാരീസ് വിട്ടു. താൻ ലാറൊച്ചിലിയിലേക്കു മടങ്ങാമെന്ന് അദ്ദേഹം കർദിനാളിനോടു പറഞ്ഞിട്ടുണ്ടായിരുന്നു. അദ്ദേഹം ആ വാക്കുപാലിച്ചു. ബക്കിംഗ്ഹാമിന്റെ മരണവാർത്ത പാരീസിൽ എത്തിയതേയുള്ളൂ.

തന്റെ കാമുകന് അപകടമുണ്ടാകുമെന്ന് മുന്നറിയിപ്പുകിട്ടിയിരിന്നിട്ടും അദ്ദേഹം മരിച്ചുപോയി എന്ന വാർത്ത കേട്ടപ്പോൾ രാജ്ഞി ആദ്യം അതു നിരാകരിച്ചു. അവൾ മറ്റൊന്നും ആലോചിക്കാതെ പറഞ്ഞു: "അതു സത്യമല്ല! അദ്ദേഹത്തിന്റെ ഒരു കത്ത് കിട്ടിയതേയുള്ളൂ."

പക്ഷേ, പിറ്റേദിവസം അവൾക്കതു വിശ്വസിക്കേണ്ടിവന്നു. ചാൾസ് ഒന്നാമൻ രാജാവ് താൽക്കാലികമായി ഇംഗ്ലണ്ടിൽ തടഞ്ഞു നിർത്തിയിരുന്നു ലാപോർട്ടിയെ. ബക്കിംഗ്ഹാം പ്രഭു അവസാനമായി രാജ്ഞിക്കു കൊടുത്തയച്ചിരുന്ന ഏറ്റവും ദുഃഖകരമായ സമ്മാനവുംകൊണ്ട് അവൾ അന്ന് എത്തിച്ചേർന്നു. രാജാവിന് അതീവ സന്തോഷമായി.

പക്ഷേ, രാജാവിന്റെ ആനന്ദം വെള്ളത്തിലെ കുമിളപോലെയായിരുന്നു. അദ്ദേഹം പെട്ടെന്ന് വിഷാദമഗ്നനായി. കാരണം, ക്യാമ്പിലേക്കു മടങ്ങുകയെന്നത് സ്വാതന്ത്ര്യം നഷ്ടപ്പെടുകയെന്നതാണെന്ന് അദ്ദേഹത്തിനറിയാമായിരുന്നു. ഒരു പാമ്പിന്റെ മാസ്മരവലയത്തിൽപ്പെട്ട ഒരു പക്ഷിയെപ്പോലെയായിരുന്നു കർദിനാളിന്റെ മുമ്പിൽ അദ്ദേഹം.

ലാറൊച്ചിലിയിലേക്കുള്ള മടങ്ങിവരവ് ശവസംസ്കാരച്ചടങ്ങുപോലെ നിരുത്സാഹപരമായിരുന്നു. നാലു സുഹൃത്തുക്കളുടെയും പെരുമാറ്റം മറ്റു പടയാളികൾക്ക് അതിശയമുണ്ടാക്കി. അവർ തോളോടുതോൾ ചേർന്ന് മാത്രം സവാരി ചെയ്തു. വിഷാദമുഖവും കുനിഞ്ഞ തലയും. ഇടയ്ക്കിടെയ്ക്കെങ്കിലും തലയുയർത്തിയിരുന്നത് ആതോസ് മാത്രമായിരുന്നു.

കയ്പ്പോടെയാണ് അയാൾ ചിരിച്ചത്. വിചിത്രമായ പ്രകാശം അയാളുടെ കണ്ണുകളിൽ തെളിഞ്ഞു. എങ്കിലും വേദനയാർന്ന ചിന്തകൾ അയാളുടെ മനസിൽ വന്നു നിറഞ്ഞു.

ഒരിക്കൽ രാജാവ് ഫാൽക്കൻ പക്ഷികളെ പിടിക്കാൻ വന്നു. ആ നാലു സുഹൃത്തുക്കളും വീഞ്ഞുകുടിക്കാൻ സമീപത്തുള്ള സത്രത്തിലേക്കു പോയി. വീഞ്ഞു കുടിച്ചുകൊണ്ടിരുന്നപ്പോൾ ഒരാൾ കുതിരപ്പുറത്തു വന്നിറങ്ങി അവിടെ.

അതെ മിയൂങ്ങിൽ കണ്ട അപരിചിതൻ!

ആർട്ഗ്നൻ വാളൂരിക്കൊണ്ട് അങ്ങോട്ടു ചെന്നു. പക്ഷേ, അയാൾ വേഗത്തിൽ ഓടി രക്ഷപ്പെടുന്നതിനുപകരം ആർട്ഗ്നന്റെ നേരെവന്നു. അയാൾ വാളും ഊരിപ്പിടിച്ചിരുന്നു.

“അവസാനം നിങ്ങളെയെനിക്കുകിട്ടി” ആർട്ഗ്നൻ പറഞ്ഞു. “ഇത്തവണ നിങ്ങൾക്ക് എന്നിൽനിന്നും രക്ഷപ്പെടാനാകുകയില്ല.”

“എനിക്ക് രക്ഷപ്പെടാനുള്ള ആഗ്രഹവുമില്ല. കാരണം ഞാനിപ്പോൾ നിങ്ങളെ അന്വേഷിച്ചു നടക്കുകയായിരുന്നു. രാജാവിന്റെ പേരിൽ ഞാൻ നിങ്ങളെ അറസ്റ്റു ചെയ്യുന്നു. നിങ്ങൾ വാൾ താഴെ വയ്ക്കണം. ഒരുവിധത്തിലും നിങ്ങൾ എതിരുകാട്ടരുത്. എങ്കിൽ നിങ്ങളുടെ ജീവന് ആപത്താണ്.”

“നിങ്ങളാരാണ്?” വാൾ താഴ്ത്തിക്കൊണ്ട് ആർട്ഗ്നൻ ചോദിച്ചു.

“ഞാൻ റോച്ചിഫോർട്ടിലെ പ്രഭുവാണ്. നിങ്ങളെ തിരുമേനിയുടെ അരികിൽ കൊണ്ടുചെല്ലാൻ എനിക്കു കൽപ്പനയുണ്ട്.”

ആതോസ് ഓടി ആർട്ഗ്നന്റെ അരികിൽ ചെന്നു.

“ഞങ്ങളെല്ലാവരും തിരുമേനിയുടെ അരികിലേക്കു പോകുന്ന വഴിയാണ്” അയാൾ പറഞ്ഞു. “ആർട്ഗ്നൻ നേരെ അങ്ങോട്ടു വന്നോളും എന്നു പറയുന്നത് വിശ്വസിക്കുക.”

“ക്യാമ്പിലേക്ക് ഇയാളെ കൂട്ടിക്കൊണ്ടുപോകാൻ നോക്കുന്ന നിങ്ങളോടൊപ്പം ഇനി ഇയാളെ നിർത്താൻ എനിക്കു കിട്ടിയ കൽപ്പനയിൽ നിർദേശമില്ല” റോച്ചിഫോർട്ട് പ്രഭു പറഞ്ഞു.

പ്രഭു പെട്ടെന്ന് ചുറ്റും നോക്കി. വാതിലിനും തനിക്കുമിടയിലായി പോർത്തോസും ആറമീസും വന്നു നിൽക്കുന്നു. താൻ ആ നാലുപേരുടെയും പിടിയിലായിരിക്കുന്നുവെന്ന് അയാൾക്കു തികച്ചും ബോധ്യമായി.

“മാന്യരേ” അയാൾ പറഞ്ഞു. “മോൺസ്യൂർ ആർട്ഗ്നൻ വാൾ താഴെ വയ്ക്കുകയും രക്ഷപ്പെടുകയുമില്ലെന്ന് വാക്കു തരികയും ചെയ്താൽ നിങ്ങൾ അയാളെ തിരുമേനിയുടെ അരികിൽ കൊണ്ടുവന്നാൽ മതിയാകും.”

“ഞാൻ വാക്കു തരുന്നു” ആർട്ഗ്നൻ പറഞ്ഞു. “ഇതാ എന്റെ വാൾ.”

“എനിക്കിത് ഇഷ്ടമായി” പ്രഭു പറഞ്ഞു. “ഇനി കാലതാമസം കൂടാതെ നമുക്ക് പോകാമല്ലോ.”

"നിങ്ങൾ മിലാഡിയെ അന്വേഷിച്ചിറങ്ങിയതാണെങ്കിൽ....." ആതോസ് പറഞ്ഞു. "നിങ്ങളുടെ സമയം നഷ്ടപ്പെടുമെന്നേയുള്ളൂ. അവളെ നിങ്ങൾക്കു കണ്ടുപിടിക്കാനാവില്ല."

"അതെന്തുകൊണ്ട്?" അയാൾ ഉൽക്കണ്ഠാകുലനായി. "അവൾക്കു എന്തുപറ്റി?"

"നിങ്ങൾ ക്യാമ്പിലേക്കു ചെല്ലൂ. അപ്പോൾ മനസിലാകും."

റോച്ചിഫോർട്ട് പ്രഭു ഒരുനിമിഷം ആലോചിച്ചു. സർഗിയേഴ്സിലെത്താൻ ഒരു ദിവസത്തെ യാത്രമതി. രാജാവും കർദിനാളും തമ്മിൽ കാണാമെന്നേറ്റിരുന്ന സ്ഥലമായിരുന്നു അത്. അതിനാൽ ആതോസിന്റെ ഉപദേശപ്രകാരം പ്രവർത്തിക്കുന്നതാണ് നല്ലതെന്ന് അയാൾക്കു തോന്നി. ആർട്ഗ്നനെ ഒന്നു സൂക്ഷിക്കുന്നതിനും അതു സഹായകമാകുമല്ലോ.

* * *

പിറ്റേന്ന് ഉച്ചയ്ക്ക് മൂന്നുമണിയായപ്പോൾ അവർ സർഗിയേഴ്സിൽ എത്തി. രാജാവിനെ കാത്തിരിക്കുകയായിരുന്നു കർദിനാൾ. അവർ സ്നേഹപൂർവം പരസ്പരം അഭിവാദ്യം ചെയ്തു. ഫ്രാൻസിനെതിരെ യൂറോപ്പിനെ ഇളക്കിമറിക്കുന്ന ക്രൂരനായ ശത്രുവിനെ വിധിതന്നെ നശിപ്പിച്ചുകളഞ്ഞതിൽ അവർ ആഹ്ലാദിച്ചു. നിർമാണത്തിലിരുന്ന കോട്ട പരിശോധിക്കുന്നതിന് പിറ്റേദിവസം വരാൻ അദ്ദേഹം രാജാവിനെ ക്ഷണിക്കുകയും ചെയ്തു. കോട്ട നിർമിച്ചു തീരുന്നതേയുണ്ടായിരുന്നുള്ളൂ.

ആർട്ഗ്നനെ അറസ്റ്റു ചെയ്തുവെന്ന വിവരം അദ്ദേഹം കർദിനാളിനെ അറിയിച്ചു. അവനെ കാണാനുള്ള തത്രപ്പാടിലായി തിരുമേനി.

പോണ്ട്ഡിലാപിയറിയിലെ തന്റെ വീട്ടിൽ അന്നു വൈകുന്നേരം കർദിനാൾ എത്തിയപ്പോൾ, അവിടെ ആർട്ഗ്നനും മൂന്നു സുഹൃത്തുക്കളും വീട്ടിനു മുമ്പിൽ നിൽപ്പുണ്ടായിരുന്നു. ആർട്ഗ്നന്റെ കൈയിൽ വാൾ ഉണ്ടായിരുന്നില്ല. മറ്റുള്ള മൂവരും ആയുധധാരികളായിരുന്നു.

അധികാരം മുഴുവനും കിട്ടിയെന്ന നിലയ്ക്ക് കർദിനാൾ അവരെ തുറിച്ചുനോക്കിയശേഷം മുന്നോട്ടുവരാൻ ആംഗ്യം കാണിച്ചു.

ആർട്ഗ്നൻ അനുസരിച്ചു.

"ഞങ്ങൾ ഇവിടെനിൽക്കാം, ആർട്ഗ്നൻ" കർദിനാൾ കേൾക്കത്തെക്കസ്വരത്തിൽ ആതോസ് വിളിച്ചു പറഞ്ഞു.

തിരുമേനി നെറ്റി ചുളിച്ചുകൊണ്ട് ഒരുനിമിഷം നിന്നു. തുടർന്ന് ഒന്നും മിണ്ടാതെ വീട്ടിനു നേരെ നടന്നു.

ആർട്ഗ്നൻ പിന്നാലെ നടന്ന് മുറിക്കകത്തേക്കു കയറി. റോച്ചിഫോർട്ടും അവന്റെ പുറകിലൂടെ ഉള്ളിൽക്കയറി. വാതിലിനരികിൽ കാവൽക്കാർ നിന്നു.

കർദിനാൾ തന്റെ സ്വകാര്യമുറിയിൽ പ്രവേശിച്ചു. ആർട്ഗ്നനെ അകത്തേക്കു കടത്തിവിടാൻ റോച്ചിഫോർട്ടിനോടു പറയുകയും ചെയ്തു. റോച്ചിഫോർട്ട് അവനെ അകത്തേക്കു കടത്തിവിട്ടശേഷം അവിടെനിന്നും പോയി.

ആർട്ഗ്നൻ ഇപ്പോൾ കർദിനാളിന്റെ അരികിൽ ഒറ്റയ്ക്കായി. അദ്ദേഹത്തോടൊപ്പമുള്ള അവന്റെ രണ്ടാമത്തെ അഭിമുഖമായിരുന്നു അത്. അത് അവന്റെ അവസാനത്തെ അഭിമുഖംകൂടിയായിരുന്നു.

"മോൺസ്യൂർ ആർട്ഗ്നൻ, നിങ്ങൾ എന്റെ കൽപ്പനപ്രകാരം അറസ്റ്റു ചെയ്യപ്പെട്ടിരിക്കുകയാണ്."

"എന്നോടതു പറഞ്ഞു, തിരുമേനി."

"എന്തിനാണെന്നറിയാമോ?"

"ഇല്ല തിരുമേനി. എന്നെ അറസ്റ്റുചെയ്യുന്നതിന് ഒരു കാരണമേയുള്ളൂ. അങ്ങേയ്ക്കതിപ്പോഴുമറിയില്ല."

റിച്ചിലൂവ് അവനെ തുറിച്ചുനോക്കി.

"എന്താണുദ്ദേശിച്ചത്?"

"എന്നെ എന്തിനാണ് അറസ്റ്റുചെയ്തതെന്ന് നിങ്ങൾ പറയുകയാണെങ്കിൽ, ഞാൻ പറഞ്ഞ കുറ്റം നിങ്ങളോടു പറയാം."

"നിങ്ങളെക്കാളും വലിയ ആളുകളെ പൊക്കേണ്ടിവന്നിട്ടുള്ള കുറ്റം തന്നെയാണ് നിങ്ങളും ചെയ്തിട്ടുള്ളത്."

"അവയെന്താണെന്നു പറയൂ" സമാധാനത്തോടെ ആർട്ഗ്നൻ ചോദിച്ചു. കർദിനാൾ അന്തിച്ചുപോയി.

"നിങ്ങൾ ഗവൺമെന്റിന്റെ രഹസ്യങ്ങൾ ശത്രുക്കൾക്കു ചോർത്തി. ജനറലിന്റെ പദ്ധതികൾ തകർത്തു."

ഇതൊക്കെ മിലാഡി പറഞ്ഞുകൊടുത്ത കുറ്റങ്ങളായിരിക്കുമെന്ന് ആർട്ഗ്നന് ഉറപ്പായി.

"എനിക്കെതിരെ ഈ കുറ്റങ്ങൾ ചുമത്തിയതാരാണ്" ആർട്ഗ്നൻ ചോദിച്ചു. "എനിക്കറിയാം ഒരു സ്ത്രീയാണതു ചെയ്തത്. ഫ്രാൻസിലെ നിയമപ്രകാരം മുദ്രകുത്തപ്പെട്ട ഒരു സ്ത്രീ. ഒരാളിനെ ഫ്രാൻസിൽ വച്ചും മറ്റൊരാളിനെ ഇംഗ്ലണ്ടിൽവച്ചും അവൾ കല്യാണം കഴിച്ചു. അവരിൽ രണ്ടാമത്തെ ഭർത്താവിന് അവൾ വിഷം കൊടുത്തു. ഒരിക്കൽ എനിക്കും അവൾ വിഷം തരാൻ ശ്രമിച്ചു....."

"നിങ്ങൾ എന്താണിതു പറയുന്നത്!" കർദിനാൾ അത്ഭുതപ്പെട്ടു. "ഏതു സ്ത്രീയെക്കുറിച്ചാണ് നിങ്ങളീ പറയുന്നത്?"

"വിന്റർ ഡി ലേഡിയെക്കുറിച്ച്. അങ്ങ് അങ്ങയുടെ ആത്മവിശ്വാസത്തോടെ അവളെ ബഹുമാനിച്ചപ്പോൾ അവൾ ചെയ്തുവന്ന കുറ്റങ്ങൾ അങ്ങ് അറിഞ്ഞിരുന്നില്ല."

"അവൾ നിങ്ങൾ പറഞ്ഞമാതിരി കുറ്റം ചെയ്തിട്ടുണ്ടെങ്കിൽ, അവൾ ശിക്ഷിക്കപ്പെട്ടേ പറ്റൂ."

"അവളെ ഇതിനകം ശിക്ഷിച്ചുകഴിഞ്ഞു തിരുമേനി."

"ആരു ശിക്ഷിച്ചു?"

"ഞങ്ങൾ."

"അവൾ തടവറയിലാണോ ഇപ്പോൾ?"

"അവൾ മരിച്ചു."

"മരിച്ചോ!" കർദിനാൾ അന്ധാളിച്ചു. അദ്ദേഹത്തിന് അതു വിശ്വസിക്കാനായില്ല. "അവൾ മരിച്ചെന്നാണോ പറഞ്ഞത്?"

"അതെ തിരുമേനി. എന്നെക്കൊല്ലാൻ മൂന്നു തവണയാണ് അവൾ ശ്രമിച്ചത്. ഞാൻ ക്ഷമിച്ചു. പക്ഷേ, പിന്നീടവൾ ഞാൻ സ്നേഹിച്ച ഒരു സ്ത്രീയെ കൊന്നു. ഞാനും എന്റെ സുഹൃത്തുക്കളും അവളെ പിടിച്ചു; അവ മരണശിക്ഷയ്ക്കു വിധിക്കുകയും ചെയ്തു."

ബത്തൂണിലെ കർമലീത്താമഠത്തിൽവച്ച് മാഡം ബോണസ്യൂവിനെ വിഷം കൊടുത്തുകൊന്ന കാര്യം അവൻ പറഞ്ഞു. ഒഴിഞ്ഞ ഒരു വീട്ടിൽ വച്ചു നടന്ന വിചാരണയും ലിസിയുടെ തീരത്തുവച്ച് കൊലനടപ്പാക്കിയതും അവൻ വിവരിച്ചു.

പെട്ടെന്ന് ഭയപ്പെടാത്ത കർദിനാൾ സംഭവങ്ങൾകേട്ട് അറിയാതെ ഞെട്ടിപ്പോയി. പക്ഷേ, പെട്ടെന്ന് അദ്ദേഹത്തിന്റെ സങ്കടംനിറഞ്ഞ വദനം പ്രസന്നമായിത്തുടങ്ങി. വിവരിക്കാനാകാത്ത ഏതോ ഒരു ചിന്ത വന്നു പടർന്നതുപോലെ.

"അപ്പോൾ നിങ്ങൾ എല്ലാവരുംകൂടി നിയമം സ്വയം കൈയിലെടുത്തു അല്ലേ?" കർദിനാൾ ചോദിച്ചു. "ആ സ്ത്രീയെ ബന്ധിച്ച് വിചാരണചെയ്ത് ശിക്ഷിക്കുവാനുള്ള ഔദ്യോഗികമായ അധികാരം നിങ്ങൾക്കില്ലെന്ന് തോന്നിയിരുന്നില്ലേ. അവളെ ശിക്ഷിച്ചപ്പോൾ നിങ്ങൾ കൊലയാളികളാകുകയായിരുന്നില്ലേ?"

"ഞാൻ എന്റെ പ്രവൃത്തിയെ ന്യായീകരിക്കുന്നില്ല തിരുമേനി" ആർട്ഗ്നൻ പറഞ്ഞു. "അങ്ങു കൽപ്പിക്കുന്ന എന്തു ശിക്ഷയും അനുഭവിക്കാൻ ഞാൻ തയാറാണ്. മരിക്കുന്നതിനെ ഭയപ്പെടാൻമാത്രം ഞാൻ എന്റെ ജീവിതത്തെ സ്നേഹിക്കുന്നില്ല."

കർദിനാൾ സ്നേഹത്തോടെ പറഞ്ഞു: "നിങ്ങൾ ഒരു ബുദ്ധിമാനും ധീരനുമാണെന്ന് എനിക്കറിയാം. അതുകൊണ്ടുതന്നെ ഇവിടെവച്ചുതന്നെ ഞാൻ പറയാം, നിങ്ങളെ വിചാരണ ചെയ്യണം; കുറ്റക്കാരനായി വിധിക്കുകയും ചെയ്യണം."

"എന്റെ സ്ഥാനത്ത് വേറെയാരായിരുന്നാലും പറയും ക്ഷമിക്കാനുള്ള കടലാസ് അയാളുടെ കൈയിലുണ്ടെന്ന്" ആർട്ഗ്നൻ പറഞ്ഞു. "പക്ഷേ ഞാനങ്ങനെ പറയുന്നില്ല. ഞാൻ പറയുന്നു – തിരുമേനി കൽപ്പനകൾ തരൂ. ഞാൻ അനുസരിച്ചോളാം."

"എന്താണു പറഞ്ഞത്?"

"അതെ തിരുമേനി. ക്ഷമിക്കാനുള്ള കടലാസ്."

"ആരാണ് ഒപ്പിട്ടത്? രാജാവ്?" അദ്ദേഹത്തിന്റെ സ്വരത്തിന് വെറുപ്പിന്റെ ധ്വനിയായിരുന്നു.

"അല്ല. തിരുമേനി തന്നെയാണ് ഒപ്പിട്ടത്."

"ഞാനോ? നിങ്ങൾക്കു ഭ്രാന്തുണ്ടോ?"

"അങ്ങയുടെ കൈയക്ഷരം അങ്ങേക്കു മനസിലാകുമല്ലോ?"

പോക്കറ്റിൽക്കിടന്ന കടലാസെടുത്ത് അവൻ അദ്ദേഹത്തിന്റെ നേരെ

നീട്ടി. അദ്ദേഹം അതു നിവർത്തി ഓരോ വാക്കും നിർത്തി നിർത്തി വായിച്ചു.

ഈ കത്ത് കൊണ്ടുവരുന്ന ആൾ ചെയ്തിരിക്കുന്ന പ്രവൃത്തി എന്റെ കൽപ്പനയനുസരിച്ചുള്ളതും രാജ്യത്തിന്റെ നന്മയ്ക്കു വേണ്ടിയുള്ളതുമാണ്.

റിച്ചിലൂവ്.

കത്തു വായിച്ചശേഷം കർദിനാൾ ചിന്താമഗ്നനായിരുന്നു. പക്ഷേ ആ കടലാസ് മടക്കിക്കൊടുക്കാതെ അദ്ദേഹം പിറുപിറുത്തു. "അതു ശരി. എന്നെ എങ്ങനെ ഉപദ്രവിക്കണമെന്നായിരിക്കും ഇയാൾ ആലോചിക്കുന്നത്."

ആർട്ഗ്നൻ സ്വയം പറഞ്ഞു: 'ഒരു കുലീനൻ തൂക്കിലേറി മരിക്കുന്നത് അയാൾക്കു കാണാം.' ഒരു ധീരനെപ്പോലെ തൂക്കിലേറി മരിക്കാൻ അവൻ തയാറെടുത്തു.

കർദിനാൾ വീണ്ടും ആലോചിച്ചു. കൈയിലിരുന്ന കടലാസ് അദ്ദേഹം ചുരുട്ടിച്ചുരുട്ടിയിരുന്നു. അവസാനം അദ്ദേഹം തലയുയർത്തി ആർട്ഗ്നനെ തുറിച്ചുനോക്കി, ഒരു കഴുകൻ നോക്കുന്നതുപോലെ. അവൻ കഴിഞ്ഞ കുറച്ചു നാളുകളായി വേദനിക്കുകയാണെന്ന് അവന്റെ മുഖം കണ്ടപ്പോൾ അദ്ദേഹത്തിനു തോന്നി. ചെറുപ്പമായ അവന് ഭാവിയിൽ ലഭിക്കാവുന്ന അത്ഭുതകരമായ സാധ്യതകൾ മൂന്നുനാലുപ്രാവശ്യം അദ്ദേഹത്തിന്റെ മനസിൽ വന്നു.

കർദിനാൾ ആ കത്ത് കീറിക്കളഞ്ഞു.

'എല്ലാം നശിച്ചു' ആർട്ഗ്നൻ കരുതി. 'ദൈവേഷ്ടം പോലെ സംഭവിക്കട്ടെ' അവൻ തലകുനിച്ചു.

കർദിനാൾ എഴുന്നേറ്റു മേശയ്ക്കരികിലേക്കു ചെന്നു. ഇരിക്കാതെ തന്നെ ഒരു കടലാസെടുത്ത് രണ്ടു വരിയെഴുതി. നേരത്തെതന്നെ ആ കടലാസിൽ മുക്കാൽഭാഗത്തോളം എഴുതിയിരുന്നു. അവസാനം അതിൽ മുദ്രപതിക്കുകയും ചെയ്തു.

'എന്റെ മരണപ്പത്രമാണ്' ആർട്ഗ്നൻ ചിന്തിച്ചു. 'ബാസ്റ്റിലിയിലെ മുഷിപ്പൻ ജീവിതവും വിചാരണയുടെ വേദനയിൽനിന്നും ഇദ്ദേഹം എന്നെ ഒഴിവാക്കിയിരിക്കുന്നു. അതിനുള്ള കരുണയെങ്കിലും തോന്നിയല്ലോ ഇദ്ദേഹത്തിന്.'

"ഇതാ" ആ കടലാസ് അദ്ദേഹം അവനു കൊടുത്തു. "നിങ്ങൾ തന്ന കത്തിനു പകരമുള്ള ഒരു കത്ത്. പേരിന്റെ ഭാഗം നിങ്ങൾ തന്നെ എഴുതിക്കോളൂ. ഞാൻ ആ ഭാഗം വെറുതേയിട്ടിരിക്കുകയാണ്."

ആർട്ഗ്നൻ മനസില്ലാമനസോടെ ആ കത്തു വാങ്ങിച്ചു. അവൻ അതിൽ ഒന്നു നോക്കി. പടയാളികളിൽ ഒരാളിന് ലെഫ്റ്റനെന്റ് പദവി കൊടുക്കുന്ന ഒരു കൽപ്പന. അവൻ കർദിനാളിന്റെ മുമ്പിൽ മുട്ടുമടക്കി വണങ്ങി.

"തിരുമേനീ" അവൻ പറഞ്ഞു. "ഇപ്പോൾ മുതൽ എന്റെ ജീവൻ

അങ്ങയുടെ കൈയിലാണ്. അങ്ങേക്ക് അതുകൊണ്ട് എന്തും ചെയ്യാം. പക്ഷേ, അങ്ങുതന്ന ആനുകൂല്യം ഞാൻ അർഹിക്കുന്നില്ല. എന്നേക്കാൾ അർഹതയുള്ള മൂന്നു സുഹൃത്തുക്കൾ എനിക്കുണ്ട്."

കർദിനാൾ അവന്റെ തോളിൽത്തട്ടി അഭിനന്ദിച്ചു.

"നിങ്ങളൊരു നല്ല പയ്യനാണ്" അദ്ദേഹം പറഞ്ഞു. "ഈ പദവി നിങ്ങൾക്ക് ഇഷ്ടംപോലെ ഉപയോഗിക്കാം. പക്ഷേ പേരെഴുതിയിട്ടില്ല. പക്ഷേ നിങ്ങൾക്കാണിതു തരുന്നത്."

"ഞാൻ മറക്കുകയില്ല തിരുമേനി" അവൻ പറഞ്ഞു. "അങ്ങേക്കതു വിശ്വസിക്കാം."

കർദിനാൾ റോച്ചിഫോർട്ട് പ്രഭുവിനെ വിളിച്ചു.

കർദിനാൾ തുടർന്ന് പ്രഭുവിനോടു പറഞ്ഞു: "മോൺസ്യൂർ ആർട്ഗ്നൻ ഇവിടെ നിൽക്കുന്നതു കണ്ടോ? ഇന്നുമുതൽ ഇയാളെ ഞാൻ എന്റെ സുഹൃത്തുക്കളുടെ കൂട്ടത്തിൽ ഉൾപ്പെടുത്തിയിരിക്കുകയാണ്. അതുകൊണ്ട് നിങ്ങൾ തമ്മിൽ സൗഹൃദയത്തിലാകണം. ആലിംഗനം ചെയ്യൂ. ഇനി നന്നായി പെരുമാറണം. ജീവനിൽ കൊതിയുണ്ടല്ലോ."

അവർ പരസ്പരം പാതിമനസോടെയെങ്കിലും ആലിംഗനം ചെയ്തു. കർദിനാൾ അവരെ സൂക്ഷിച്ചുനോക്കി നിന്നു.

അവർ ഒരുമിച്ചു മുറിക്കു പുറത്തുവന്നു.

"നമുക്ക് വീണ്ടും കാണാം" റോച്ചിഫോർട്ട് പറഞ്ഞു.

"നിങ്ങൾ ആഗ്രഹിക്കുമ്പോഴൊക്കെ" ആർട്ഗ്നൻ പറഞ്ഞു.

"നമുക്ക് അതിനുള്ള ഒരവസരം ഉടനെ കിട്ടും."

ആ നേരത്ത് കർദിനാൾ വാതിൽ തുറന്ന് പുറത്തുവന്നു. "എന്താണ് നിങ്ങൾ സംസാരിക്കുന്നത്?" അദ്ദേഹം ചോദിച്ചു.

കർദിനാളിന് അവരിൽ സംശയമുണ്ടായിരുന്നു.

രണ്ടുപേരും മറുപടിയൊന്നും പറഞ്ഞില്ല. അവർ പരസ്പരം കൈപിടിച്ചു കുലുക്കിയശേഷം, കർദിനാളിന്റെ മുമ്പിൽ തല കുമ്പിട്ടശേഷം അവിടെനിന്നും പോയി.

* * *

ആർട്ഗ്നൻ വീട്ടിൽനിന്നും പുറത്തിറങ്ങി വരുന്നതു കണ്ടപ്പോൾ ആതോസ് പറഞ്ഞു: "ഞങ്ങൾ ക്ഷമ നശിച്ചുനിൽക്കുകയായിരുന്നു."

"ഞാൻ വന്നു സുഹൃത്തുക്കളേ!" ആർട്ഗ്നൻ പറഞ്ഞു. "ഞാൻ സ്വതന്ത്രനായെന്നു മാത്രമല്ല; നല്ലൊരു ആനുകൂല്യവും കിട്ടി."

"അതെന്താണ്?"

"ഞാൻ വൈകുന്നേരത്തു പറയാം."

വൈകുന്നേരമായപ്പോൾ ആർട്ഗ്നൻ പറഞ്ഞതുപോലെ ആതോസിന്റെ വീട്ടിലേക്കു ചെന്നു. ആതോസ് അപ്പോൾ ഒരു കുപ്പി സ്പാനിഷ് വീഞ്ഞ് കുടിച്ചു തീർക്കുകയായിരുന്നു. എല്ലാ രാവുകളിലും അയാൾ ചെയ്യുന്ന ഒരു ചടങ്ങ്.

വിശേഷങ്ങൾ മുഴുവൻ ആർട്ഗ്നൻ അവരോടു പറഞ്ഞു. തുടർന്ന്

അവൻ പോക്കറ്റിൽനിന്നും ആ കടലാസെടുത്തുകൊണ്ടു പറഞ്ഞു. “ഇതു പിടിക്കൂ ആതോസ്. നിങ്ങളാണ് ഇതിന് യോഗ്യൻ.”

ആതോസ് സൗമ്യമായി ചിരിച്ചു.

“എന്റെ സുഹൃത്തേ” അയാൾ പറഞ്ഞു. “ഇത് ആതോസിന് കൂടിപ്പോകും. ഡിലാഫെറിപ്രഭുവിന് തികയുകയില്ല. ഇതു നിങ്ങൾതന്നെ സൂക്ഷിക്കൂ.”

ആർട്ഗ്നൻ അവിടെനിന്നുമിറങ്ങി പോർത്തോസിന്റെ അരികിൽ പോയി. നല്ല തുന്നൽപ്പണിയുള്ള ഒരു ഉടുപ്പുമണിഞ്ഞുകൊണ്ട് കണ്ണാടിയുടെ മുമ്പിൽ അപ്പോൾ അയാൾ നിൽക്കുകയായിരുന്നു.

“ആ ആർട്ഗ്നനോ?” അയാൾ ചോദിച്ചു. “ഈ വേഷം എനിക്കു ചേരുന്നുണ്ടോ?”

“വളരെക്കൊള്ളാം” അവൻ പറഞ്ഞു. “ഇതിനേക്കാൾ സുന്ദരനാകാനുള്ള ഒരു കാര്യവുമായാണ് ഞാൻ വന്നിരിക്കുന്നത്.”

“അതെന്താണ്?”

“നമ്മുടെ പടയാളികളിൽ ഒരാളിന് ലെഫ്റ്റനന്റ് പദവി നൽകുന്ന കൽപ്പന” കത്തു നീട്ടിക്കൊണ്ട് സംഭവങ്ങൾ അവൻ പറഞ്ഞു.

“നിങ്ങൾ നിങ്ങളുടെ പേര് ഇതിൽ എഴുതിക്കോളൂ” അവൻ പറഞ്ഞു. “എന്റെ മേധികാരിയാകുമ്പോൾ എന്നോട് അൽപ്പം മയത്തിൽ ഇടപെടണേ.”

പോർത്തോസ് ആ കടലാസ് വാങ്ങി നോക്കി. ഒപ്പം ആർട്ഗ്നന് അത് മടക്കിക്കൊടുക്കുകയും ചെയ്തു. അവൻ അത്ഭുതപ്പെട്ടു.

“എനിക്കിത് ഇഷ്ടമായിരുന്നു” പോർത്തോസ് പറഞ്ഞു. “എന്നാൽ ഇത് ആസ്വദിക്കാനുള്ള നേരമെനിക്കില്ല. നാം ബത്തൂണിലേക്കുപോയ സമയത്ത് എന്റെ പ്രഭ്വിയുടെ ഭർത്താവ് മരിച്ചു. അയാളുടെ സ്വത്തു മുഴുവനും ഇപ്പോൾ ആ വിധവയുടെ കൈയിലാണ്. ഞാൻ അവളെ കല്യാണം കഴിക്കുകയാണെങ്കിൽ ആ സ്വത്തെല്ലാം എനിക്കുള്ളതാകും. ഈ അവസരം ഞാൻ പാഴാക്കിക്കൂടാ. സത്യം പറയുകയാണെങ്കിൽ വിവാഹവസ്ത്രം ധരിച്ച് ഞാനതിന്റെ പാകം നോക്കുകയായിരുന്നു. ലെഫ്റ്റനന്റ് പദവി നിങ്ങൾതന്നെ എടുത്തോളൂ.”

ആർട്ഗ്നൻ നേരെ ആറമീസിന്റെ വീട്ടിലേക്കു പോയി.

അയാൾ മുട്ടിന്മേൽ നിന്നു പ്രാർഥിക്കുകയായിരുന്നു.

ആർട്ഗ്നൻ നടന്ന സംഭവങ്ങൾ മുഴുവൻ അയാളോടും പറഞ്ഞു. തുടർന്ന് ആ കടലാസെടുത്ത് അയാൾക്കു നൽകി.

“ആറമീസ്, നിങ്ങളാണ് ഞങ്ങളുടെ വഴിവിളക്ക്. ഞങ്ങളുടെ പൂർണ സംരക്ഷകൻ” ആർട്ഗ്നൻ പറഞ്ഞു. “ഈ ലഫ്റ്റനന്റ് പദവി നിങ്ങൾ എടുത്തോളൂ. മറ്റാരെക്കാളും യോഗ്യൻ നിങ്ങളാണ്. നിങ്ങളുടെ ബുദ്ധിയും ഉപദേശവുമൊക്കെയായിരുന്നു ഇങ്ങനെയൊരു പദവി നമ്മുടെ ഇടയിലേക്കെത്തുന്നതിന് ഇടയാക്കിയത്.”

“അല്ല സുഹൃത്തേ” ആറമീസ് പറഞ്ഞു. “നമ്മുടെ അടുത്തകാല

ത്തെ ചില സാഹസികതകൾ ഒരു പടയാളിയെന്ന നിലയിലുള്ള എന്റെ ജീവിതത്തോട് എനിക്കു വല്ലാത്ത അസ്വസ്ഥതയുണ്ടാക്കിയിരിക്കുകയാണ്. ഞാനിപ്പോൾ മറ്റൊന്ന് തീരുമാനിച്ചിരിക്കുകയാണ്. യുദ്ധം കഴിഞ്ഞാലുടനെ ഞാൻ ലാസറിസ്റ്റിൽ പോയി പൗരോഹിത്യത്തിൽ തിരിച്ചു പ്രവേശിക്കുകയാണ്. ഈ ലഫ്റ്റനന്റ് പദവി നിങ്ങൾതന്നെ എടുത്തോളൂ. ഒരു പട്ടാളക്കാരന്റെ ജീവിതം നിങ്ങൾക്കു നന്നായി ചേരുന്നു. നിങ്ങൾ ധീരനും സാഹസികനുമായ ഒരു ഉദ്യോഗസ്ഥനായിരിക്കും."

ആർട്ഗ്നന്റെ നയനങ്ങൾ ഈറനണിഞ്ഞു; കൃതാർഥതയുടെ സന്തോഷംകൊണ്ട് മുഖം വിടർന്നു.

ആർട്ഗ്നൻ ആതോസിന്റെ അരികിലേക്കു മടങ്ങി.

മേശയ്ക്കരികിൽ ഇരിക്കുകയായിരുന്ന അയാളുടെ അരികിൽ അവൻ ചെന്നു. അയാളുടെ കൈയിൽ അപ്പോഴും വീഞ്ഞുഗ്ലാസ് ഉണ്ടായിരുന്നു.

"മറ്റു സുഹൃത്തുക്കൾ ഈ പദവി വേണ്ടായെന്നു പറഞ്ഞിരിക്കുകയാണ്" അവൻ പറഞ്ഞു.

"അതിനു കാരണം നിങ്ങളെക്കാൾ യോഗ്യതയുള്ളവർ മറ്റാരുമില്ലാത്തതുതന്നെയാണ്" ആതോസ് പറഞ്ഞു.

ആതോസ് പേനയെടുത്ത് ആർട്ഗ്നന്റെ പേര് ആ കടലാസിൽ എഴുതി.

"എനിക്ക് മറ്റു സുഹൃത്തുക്കളാരുമില്ല...." ആർട്ഗ്നൻ പറഞ്ഞു. "എനിക്കു കയ്പ്പേറിയ ഓർമകളല്ലാതെ മറ്റൊന്നും ഉണ്ടാവുകയില്ല...." ആർട്ഗ്നന്റെ കവിളിലൂടെ കണ്ണീർക്കണങ്ങൾ ഒഴുകി. അവൻ ആതോസിന്റെ കരങ്ങളിലേക്ക് തലചായ്ച്ചു.

"നിങ്ങൾ ചെറുപ്പമല്ലേ" ആതോസ് പറഞ്ഞു. "നിങ്ങളുടെ കയ്പ്പേറിയ ഓർമകളൊക്കെ മധുരതരമായ ഒന്നാകുന്നതിന് വലിയ താമസമൊന്നും വേണ്ട. സന്തോഷമായിരിക്കൂ."

68

ഉത്തരാഖ്യാനം

ഒരു വർഷത്തെ യുദ്ധത്തിനുശേഷം ലാറൊച്ചിലി കീഴടങ്ങി. 1628 ഒക്ടോബർ 28ന് അടിയറവു പറയുന്ന കടലാസിൽ ഒപ്പിടപ്പെട്ടു.

രാജാവ് വിജയശ്രീലാളിതനായി പാരീസിലേക്കു അതേവർഷം ഡിസംബർ 23നു പ്രവേശിച്ചു. അദ്ദേഹത്തിന് ഊഷ്മളമായ സ്വീകരണം ലഭിച്ചു. ഫ്രഞ്ചുകാർക്കെതിരായിട്ടല്ല ഒരു വിദേശശത്രുവിനെ പരാജയപ്പെടുത്തിയെന്ന ഖ്യാതിയാണ് അദ്ദേഹത്തിനു ലഭിച്ചത്. ഫെവ്ബോർഗ് സെന്റ് ജാകിസ് തെരുവിലൂടെയാണ് അദ്ദേഹം വന്നത്.

ആർട്ഗ്നൻ ആ പുതിയ ലഫ്റ്റനന്റ് പദവി സ്വീകരിച്ചു.

പോർത്തോസ് പടയാളികളിൽനിന്നും പിരിഞ്ഞ് പിറ്റേവർഷം മാഡം കോകിനാർഡിനെ വിവാഹം കഴിച്ചു. ആ അടച്ചു താഴിട്ട പെട്ടിയിൽ അയാൾക്ക് എണ്ണൂറായിരം ലിവറീസ് പണം കിട്ടുകയും ചെയ്തു.

മോസ്ക്യൂട്ടന് അയാൾക്ക് നല്ല ശമ്പളം കൊടുക്കാനായി. തിളങ്ങുന്ന ഒരു വണ്ടിയിൽ ഇരിക്കണമെന്ന അയാളുടെ ജീവിതാഗ്രഹം അങ്ങനെ സഫലമാകുകയും ചെയ്തു.

ലെറെയ്നിലേക്ക് ആറമീസ് പോയി. അവിടെ ചെന്നതിനുശേഷം സുഹൃത്തുക്കളുമായി യാതൊരു സമ്പർക്കവും അയാൾ പുലർത്തിയില്ല. മാഡം ഷെവ്റ്യൂസിന്റെ ഒന്നു രണ്ടു കാമുകന്മാർ പറഞ്ഞത് അയാൾ നാൻസിയിലെ മഠത്തിൽ ഒരു സന്യാസിയായി ജീവിക്കുന്നുവെന്നാണ്.

ബാസിനും അയാളോടൊപ്പം ഉണ്ടായിരുന്നു; ഒരു ജ്യേഷ്ഠനെപ്പോലെ.

1633 വരെ ആതോസ് പടയാളിയായിട്ടുതന്നെ തുടർന്നു, ആർട്ഗ്നന്റെ അധികാരപദവിയിൽ. ടുവറെയ്നിൽ ഒരു യാത്രപോയതിനുശേഷം അയാൾ ജോലി വിട്ടു. റോസിലിൻനിന്നും ഒരു ചെറിയ സമ്പത്ത് തനിക്കു

കിട്ടിയെന്നാണ് അയാൾ കാരണമായിപ്പറഞ്ഞത്.

ഗ്രിമൗഡും അയാളോടൊപ്പം ഉണ്ടായിരുന്നു.

ആർട്ഗ്നൻ റോച്ചിഫോർട്ടുമായി മൂന്നുപ്രാവശ്യം യുദ്ധം ചെയ്തു. മൂന്നുതവണയും അവൻ അയാളെ പരിക്കേൽപ്പിച്ചു.

"അടുത്തതവണ ഒരുപക്ഷേ ഞാൻ നിങ്ങളെ കൊന്നേക്കും" ആർട്ഗ്നൻ പറഞ്ഞു. ഒപ്പം അയാളെ എഴുന്നേൽക്കാൻ സഹായിക്കുകയും ചെയ്തു.

"അങ്ങനെയെങ്കിൽ നമുക്കിനി യുദ്ധം നടത്താതിരിക്കുന്നതാണ് നല്ലത്." റോച്ചിഫോർട്ട് പറഞ്ഞു. "നിങ്ങൾ കരുതുന്നതിനെക്കാൾ ഞാൻ യഥാർഥത്തിൽ നിങ്ങൾക്ക് നല്ലൊരു സുഹൃത്താണ്. കാരണം, ഒന്നാമത്തെ യുദ്ധത്തിനുശേഷം കർദിനാളിനോടു ഞാൻ വാക്കുപറഞ്ഞിരുന്നെങ്കിൽ എനിക്കു നിങ്ങളുടെ തല വെട്ടാമായിരുന്നു."

അവർ ഹൃദയപൂർവം പരസ്പരം ആലിംഗനം ചെയ്തു.

റോച്ചിഫോർട്ട് അപ്പോൾ പ്ലാഞ്ചെറ്റിനെ ഭടന്മാരുടെ കൂടെ ഒരു പട്ടാളക്കാരനാക്കി മാറ്റി.

മോൺസ്യൂർ ബോണസ്യൂ സമാധാനപരമായി ജീവിച്ചുകൊണ്ടിരുന്നു. തന്റെ ഭാര്യക്ക് എന്തു സംഭവിച്ചുവെന്ന് അയാൾക്ക് അറിയില്ലായിരുന്നു. അതയാൾ കാര്യമായിട്ടെടുത്തുമില്ല. ഒരുദിവസം അയാൾ താൻ ജീവിച്ചിരിപ്പുണ്ടെന്നറിയിച്ചുകൊണ്ടുള്ള ഒരു കത്ത് കർദിനാളിനെഴുതി. അയാൾ വിഡ്ഢിത്തമാണ് യഥാർഥത്തിൽ ചെയ്തത്. കർദിനാൾ അയാൾക്ക് ഒന്നിനും കുറവുണ്ടാകാത്തരീതിയിൽ സംവിധാനമൊരുക്കാമെന്നും പറഞ്ഞു.

പിറ്റേന്നുരാവിലെ ഏഴുമണിക്ക് മോൺസ്യൂർ ബോണസ്യൂ വീടുവിട്ടിറങ്ങി. ലൗവ്രിയിലേക്കാണയാൾ പോയത്. പിന്നീടയാൾ റ്യൂഡിസ് ഫോസൊയേഴ്സിലേക്കു മടങ്ങിവന്നിട്ടേയില്ല. കർദിനാളിന്റെ ചെലവിൽ രാജകൊട്ടാരത്തിൽ എവിടെയോ അയാൾ സുഖമായി ജീവിക്കുന്നുണ്ടാകുമെന്നാണ് പൊതുവെയുള്ള അഭിപ്രായം.

* 9 7 8 9 3 8 3 4 3 2 0 2 8 *

FCW - #0272 - 061026 - C0 - 216/140/40 - PB - 9789383432028 - Gloss Lamination